களப்பிரர் ஆட்சியில் தமிழகம்

மகாபலிபுரத்து ஜைன சிற்பம்

மயிலை சீனி வேங்கடசாமி

Made with ♥ on the Notion Press Platform
www.notionpress.com

பொருளடக்கம்

1

மயிலை சீனி. வேங்கடசாமி

காப்பியா வாசிப்பகம்

உயிரைக் காக்க ஓடாத நாள் வேண்டும்.

83 - இனப்படுகொலைக்கு முன் அறவழிப் போராட்டமும், ஆயுதப் போராட்டமும் கலந்திருந்த காலத்திலேயே தலைமறைவு வாழ்க்கைக்கு தயார் என ஒவ்வொருவரும் தனக்குத் தானே கட்டளை இட்டுக் கொண்டனர். உலகின் விடுதலைப்க்காக போராடும் இயக்கங்களுக்கெல்லாம் மிகச் சிறந்த காத்திரமான கட்டுப்பாட்டுடனும், ஒழுக்கத்துடனான வாழ்வுப் போருக்கும் முன்னுதாரணமாக திகழும் எல்டிடிஇ வருகை, வளர்ச்சி எண்பத்தி மூன்றில் மக்களோடு இரண்டறக் கலந்து மக்கள்தான் எல்டிடிஇ எல்டிடிஇ தான் மக்கள் என்கிற விடுதலைப்ப் போராட்டத்திற்கு பெருவாரியான மக்கள் *மண்ணுக்காக மரணிப்போம் என கிளர்ந்தெழுந்தார்கள்.

எல்லாவற்றையும் இழந்துவிட்ட நானும் எனது பதினோறாவது அகவையில் நண்பர்களுடன் சேர்ந்து சாவதற்கு சத்தியம் செய்தேன். பாலர் வகுப்பு முதல் பல்கலைக்கழகம் வரை என்னோடு நெருங்கிய நண்பர்கள் யாரும் உயிரோடு இல்லை. இராணுவ மொழியில் சொல்வதென்றால் அவர்கள் காணாமல் போனார்கள். கடந்த முப்பத்தி மூன்று ஆண்டுகளாக இடப்பெயர்வான சுற்றோடி வாழ்வும் - புலம் பெயர்ந்த வாழ்வும் என் பின்னால் தொடர்ந்த வண்ணம் இருக்கின்றன. வாழ்வின் நீள் பாதையில் எல்லாவற்றுக்கும் முகம் கொடுத்து வாழப் பழகிக் கொண்டேன்.

மறைந்து வாழவும், இழந்து வாழவும், இறந்து வாழவும், பழகிக் கொண்ட நான், இந்த இகழ் வாழ்வில் இன்று பதுங்கி வாழவோ, நிமிர்ந்து வாழவோ பலமும் இல்லை பயமமுமில்லை என்ற நிலையில் உள்ளேன். உடலும் உள்-

ளமும் தளர்ந்து போனாலும் ஏதோ ஒரு நம்பிக்கையில் வாழவும் தமிழ் சமூகத்துக்கு ஒன்றைச் செய்ய முடியும் என்ற விருப்பவியல் குருதித் தொனியில் தோணியில் வந்த காலம் கரைகிறது.

ஆயிரத்து தொள்ளாயிரத்து எண்பத்தி ஐந்து முதல் இன்று வரை ஓடித்திரியும் வாழ்வில் பல கவிதைகளும் கட்டுரைகளும் காணாமல் போனது. இதழ்களை தேடுவதும் சாத்தியமில்லை. இதழ் நடத்தியவர்களும் சேகரிப்பாளர்களும் உயிரோடு இருந்தால்தானே தேடுவதற்கு. வாழ்வதற்கே போராடும் மனிதர்களிடத்தில் எதைத் தேடி அலைவது. நான் சேகரித்த நூலகமும் எழுதியவைகளும் காலப்போக்கில் அனலிலும் புனலிலும் கரைந்தது ஒரு பக்கம் என்றால், பேரினவாத அரசால் பத்திரிகை சுதந்திரமும் எழுத்தாளர்களும் தடை செய்யப்படுவதும், கொல்லப்படுவதும், நூல்கள் எரியூட்டப்படுவதும் இன்று வரை தொடர்ந்த வண்ணம் இருக்கையில், நானும் என் கவிதைகளும் தப்புவது எம்மாத்திரம்?நானும் எல்லாவற்றுக்கும் ஆளானேன். எல்லாவற்றையும் ஞாபகப்படுத்தி எழுதி விடலாம் என்ற நம்பிக்கை மட்டும் இன்னும் முகிலாய் இருக்கிறது.

தமிழக மக்களுக்கு ஈழப் போர் குறித்த வாழ்வையும் பேரினவாத அரசால் நாளாந்தம் மக்கள் படும் பேரவலத்தையும் ஒரு நூறு கவிதைகளாகவும் கதைகளாகவும் சொல்லியிருக்கிறேன். புலம்பெயர் வாழ்வில் தமிழகப் பார்வையை உரை நடையாகவும், காதல் கவிதைகளாகவும், நாட்டுப்புறவியல் களச் சேகரிப்புகளாகவும், பத்திகளாகவும், இலக்கண இலக்கிய அகராதிக் காப்பியமாகவும், நாடகக்கலையாகவும், நுண்கலைப் பிரதிகளாகவும், நாடோடிப் பயணங்களாகவும், கலா சாலை போதகனாகவும், முற்போக்கில்லா கற்போக்கு விருந்தாளனாகவும், தொகுப்பதிகாரமாகவும் பதிவு செய்திருக்கிறேன்.

மேலும் ஆங்கிலத்தில் மூத்தகுடி கலாச்சாரப் பயணங்கள் மற்றும் கல்விப் புலக்கலைப் பேரதிகார நுட்பவியல் குறித்தும் மனைவி தமிழ் இனியா சொற்களை விதைத்து வருகிறார். புகார்க் காண்டத்திலிருந்து மதுரைக் காண்டம் வந்துள்ள கொடை மகன் இமயக்காப்பியன்(5) படைப்பாக்கப் பணியில் முந்நீர் போல் எமக்கு பேருதவியாக இருக்கிறான். துயரங்களின் சாட்சிகள் மரணிப்பதில்லை என்கிற காத்திரச் சொல்லின் சாட்சிகளாய் நாங்கள். கீழடி/ உலகின்/மூத்த காலடி

எனக்கான உதவிகளை செய்யும் குழந்தைகள் விடுதலை வெண்பா, இலக்கியப் புரட்சியாளன், நிழலினி களமழகி, மற்றும் பாரா முகமாகவே போய்விட்ட ஜேர்மனியில் வாழும் குழந்தைகளான இதழினி, எளிஞன் ஆகியோருக்கும் நன்றி சொல்ல தேவையில்லை. எக்காலத்திலும் நன்றிக்குரியவர்களாக இருக்கும் என் சின்னத்தாய் செல்வி கிருஷ்ணமூர்த்தி குடும்பத்தாருக்கும் மற்றும் எனது அக்கா பத்மாவதிக்கும் நன்றிகள் பல.

இன்று நாளை நான் கொல்லப்படலாம் என்ற நம்பிக்கையுடனேயே வாழ்கிறேன்.

- தமிழ்த்தேசன் இமயக்காப்பியன்

0

உன்னையும் என்னையும் போன்ற
இளம்பிள்ளைகள் சிலர் வாழ்ந்தனர்...
நம் சம காலத்தில்
உனக்கு தெரியுமா..?

உன் நாவிலும் என் நாவிலும்
நாள்தோறும் பேசும்
தாய் தமிழைத்தான் அவர்களும் பேசினர்.
உன்னையும் என்னையும் போல்
அந்த இளம்பிள்ளைகள்
வானுயர்ந்த புகழ்மிக்க பல்கலைகழகங்களில்
பட்டம் பெற்றவர்கள் அல்ல...

வானத்தைவிடவும் புகழ்மிக்க
இலட்சியங்களோடு அவர்கள் வாழ்ந்தனர்.
எந்த நடிகரையும் அவர்கள் தலைவராக கொண்டாடியதில்லை.
ஆனால் உன்னதமான ஒருவனை
அவர்கள் தலைவனாக கொண்டிருந்தனர்.

அவர்கள் திரையரங்குகளில் சத்தம் போட்டதில்லை.
பதுங்கு குழிகளின் நிசப்தம் அறிந்தவர்கள்..

விக்கெட்கள் விழுந்துவிட்டதற்காக
பொறுமியவர்கள் அல்ல.
விழும் பிணங்களுக்கு இடையே
ரவைகளை பொறுக்கி கொண்டிருந்தவர்கள்...

அவர்கள் பொறியியல் படித்தவர்கள் அல்ல.
மின்சாரம் உற்பத்தி செய்யவும்
வாகனங்களை தயாரிக்கவும் அவர்களுக்கு தெரியும்.
விடுதலைப் வேள்விக்கான மூலப்பொருட்களிலிருந்து
முழுமையான தளவாடங்கள் வரை அவர்களே தயாரித்தனர்.

அவர்கள் மாலுமிகள் அல்ல.

கப்பலோட்டினர்...
அவர்கள் விமானிகள் அல்ல.
விமானம் இயக்கினர்...
அவர்கள் தத்துவம் படித்தவர்கள் அல்ல.
தத்துவமாகவே வாழ்ந்தனர்...
அவர்களில் பலர் பள்ளிப்படிப்பையே
முடித்தது கிடையாது.
ஆனாலும் அவர்களைப்போல் களத்தில்
யாரும் பாடம் கற்பிக்க முடியாது...

அவர்கள் வாழ்வின் அர்த்தம் அறிந்தவர்கள் அல்ல.
ஆனால் அவர்களைப்போல் அர்த்தமுடைய வாழ்வை
யாரும் வாழ்ந்துவிட முடியாது...

அவர்கள் புனித நூல்களின் வார்த்தைகளை ஓதியவர்கள் அல்ல.
ஆனால் அவர்கள் உச்சரித்த
மண் விடுதலைப் என்ற வார்த்தையை விட
புனிதமானது வேறில்லை...

எந்த துறவியைவிடவும்
அவர்களுடைய துறவறம் உயர்ந்தது.
எந்த தவசிகளின் தவங்களை விடவும்
அவர்களின் விடுதலைப் தவம் உயர்ந்தது..
அவர்கள் ஒவ்வொரு நாளும்
அடிபட்டு வாழ்ந்தனர்.
ஒரு நாளும் அடிமையாய் வாழ்ந்ததில்லை...

அவர்கள் இருந்தவரை
அவர்களுடைய மண்
அவர்களுடையதாக இருந்தது...
அவர்கள் இருந்தவரை
அவர்களுக்கென்று ஒரு தேசம் இருந்தது...
அவர்கள் மண் அவர்களிடம் இல்லாமல் போனபோது
அவர்கள் இந்த மண்ணிலேயே இல்லாமல் போயினர்.

0

ஓ மரனித்த வீரனே!
உன் சீருடைகளை எனக்குத்தா
உன் பாதனிகளை எனக்குத்தா
உன் ஆயுதங்களை எனக்குத்தா

ஓ மரனித்த வீரனே!
உன் சீருடைகளை எனக்குத்தா
உன் பாதனிகளை எனக்குத்தா
உன் ஆயுதங்களை எனக்குத்தா

உன் இறுதிப்பார்வையை பகையைவெல்லும் உன் துணிவை
எவருமே காணாத உன்னிரு துளி கண்ணீரை
உன் இறுதிப்பார்வையை பகையைவெல்லும் உன் துணிவை
எவருமே காணாத உன்னிரு துளி கண்ணீரை
தப்பியோடும் உன்விருப்பை தனித்து நிற்கும் தீர்மானத்தை
உன்தோழன் இருகூறாய் துண்டாடப்பட்டதனால்
தப்பியோடும் உன்விருப்பை தனித்து நிற்கும் தீர்மானத்தை
உன்தோழன் இருகூறாய் துண்டாடப்பட்டதனால்
உன் துன்பம் என்னவென்று நான் அறிந்து கொள்வதற்கு...

ஓ மரனித்த வீரனே!
உன் சீருடைகளை எனக்குத்தா
உன் பாதனிகளை எனக்குத்தா
உன் ஆயுதங்களை எனக்குத்தா

உன் வீட்டு முகவரியை இறுதி மூச்சில் எனக்குத் தா
எஞ்சிய வீடுகளில் பிழைத்தவர்கள் மத்தியிலே
உன் வீட்டு முகவரியை இறுதி மூச்சில் எனக்குத் தா
எஞ்சிய வீடுகளில் பிழைத்தவர்கள் மத்தியிலே
உற்றாரைக் கண்டுபிடித்து உன்னைப் பற்றிச் சொல்வதற்கு
இன்னுயிரை உவந்தளித்த உன் துணிவைப் போற்றுதற்கு
உற்றாரைக் கண்டுபிடித்து உன்னைப் பற்றிச் சொல்வதற்கு
இன்னுயிரை உவந்தளித்த உன் துணிவைப் போற்றுதற்கு
வார்த்தைகள் போதவில்லை வரலாறு பாடுமுன்னே.

ஓ மரனித்த வீரனே!
உன் சீருடைகளை எனக்குத்தா
உன் பாதனிகளை எனக்குத்தா

உன் ஆயுதங்களை எனக்குத்தா

ஓ மரனித்த வீரனே!
உன் சீருடைகளை எனக்குத்தா
உன் பாதனிகளை எனக்குத்தா
உன் ஆயுதங்களை எனக்குத்தா

ஒரு புலியின் கதை - டி . பி. எஸ். ஜெயராஜ்

விடுதலைப்புலிகளின்தலைவரான வேலுப்பிள்ளை பிரபாகரன் 11 ஆண்டுகளுக்கு முன்பு இலங்கை ஆயுதப் படைகளுடன் போராடி 19 மே 2009 அன்று கொல்லப்பட்டார். வடஇலங்கையின் முல்லைத்தீவு மாவட்டத்தில் நந்திக்கடல் கரையில் புலிகள் இராணுவரீதியாக தோல்விகண்டதையடுத்து தெற்காசியாவின் மிக நீண்ட யுத்தம் முடிவுக்கு வந்தது.
பிரபாகரன் இல்லை என்றாலும், புலிகள் நடத்திய நீண்ட யுத்தத்தின் அழிவுகளிலிருந்து இலங்கை தமிழ் மக்கள் இன்னும் முழுமையாக மீளவில்லை. கோவீட் -19 தொற்றுநோய் மற்றும் நிலுவையாக இருந்துவரும் அரசியலமைப்பு நெருக்கடி பற்றிய செய்திகளால் இலங்கை ஊடகங்கள் கவனத்தை குவித்திருக்கும் ஒரு காலகட்டத்தில் பல ஆண்டுகளாக தீவு தேசத்தின் அரசியல்-இராணுவ போக்கை நிர்ணயித்த ஒரு மனிதனின் வாழ்க்கை மற்றும் காலகட்டத்தை இந்த கட்டுரை மையமாகக் கொண்டுள்ளது.

குடும்பம் மற்றும் குழந்தைப் பருவம் - திருவேங்கடம் வேலுப்பிள்ளை பிரபாகரன் 1954 நவம்பர் 26 இல் பிறந்தார். குடும்பத்தில் இரண்டு ஆண் பிள்ளைகளும் இரண்டு பெண்பிள்ளைகளும். அவர் நான்கு குழந்தைகளில் இளையவர் என்பதால், பிரபாகரனின் செல்லப் பெயர் "தம்பி" ஆனது. அந்த செல்லப் பெயர் "தம்பி" அவரது வாழ்நாள் முழுவதும் ஒட்டிக்கொண்டது.

பிரபாகரனின் தந்தை வீராசாமி திருவேங்கடம் வேலுப்பிள்ளை. பிரபாகரனின் தாயின் பெயர் பார்வதிபிள்ளை. அவரது இயற்பெயரும் வேலுப்பிள்ளை அவர்களிருவரும் இயற்கையாக மரணமடைந்துவிட்டனர். பிரபாகரனின் குடும்பம் வடக்கு கடலோர நகரமான வல்வெட்டித்துறை பகுதியைச் சேர்ந்தது. பொதுவாக வி.வி.டி என்று அது குறிப்பிடப்படுகிறது. அவர்கள் "திருமேனி குடும்பம்" அல்லது திருமேனி குடும்பத்தைச் சேர்ந்தவர்கள் என்று அறியப்பட்டனர். பிரபாகரனின் தந்தை வேலுப்பிள்ளை. அரசாங்க எழுதுவினைஞர் சேவையில் சேர்ந்தார். இறுதியில் மாவட்ட நில அதிகாரியாக ஆனார். மறைந்த காமினி திசாநாயக்க காணி அமைச்சராக இருந்தபோது அவர் அரசாங்க சேவையில் இருந்து ஓய்வு பெற்றார் என்று நினைக்கிறேன்.

பிரபாகரனின் தந்தை தொடர்ந்து இடமாற்றம் செய்யப்பட்டதால் யாழ்ப்பாணம், வவுனியா மற்றும் மட்டக்களப்பு என வெவ்வேறு பாடசாலைகளில் அவர் கல்வி பயின்றார். அவர் ஒரு முன்னுதாரணமான மாணவர் அல்ல. மேலும் அவர் க.பொ.த சாதாரணதரத்தில் கூட தேர்ச்சி பெறவில்லை. இது அவர் புத்திசாலித்தனம் இல்லாதவர் என்றோ அல்லது அறிவுத்தேடலை கொண்டிருக்கவில்லையென்றோ அர்த்தப்படுத்த வில்லை. முறையான கல்வியைக் காட்டிலும் பிற விட யங்களில் பிரபாகரன் அதிக அக்கறை காட்டியதே இதற்கு காரணம். தெளிவான ஞாபக சக்தியும் ஆர்வமும் கொண்ட வாசகர்.

வரலாற்றுப் போர்கள் மற்றும் வரலாற்றில் பிரபலமானவர்கள் பற்றியும் - வரலாற்றைப் படிப்பதிலும் அவர் மிகவும் விருப்பம் கொண்டவர். இந்திய சுதந்திரப் போராட்டம் அவரைக் கவர்ந்தது. அவர் தனது இளம் வயதிலேயே மகாத்மா காந்தியின் சுயசரிதை நூலான 'சத்தியசோதனை' தமிழ் பதிப்பைப் படித்திருந்தார். ஆனால் அதிலும் அகிம்சைகொள்கையிலும் அவர் அதிகளவு ஈர்க்கப்படவில்லை.

பிரபாகரன் சிறந்த தலைவராக வரித்துக்கொண்டவர் நேதாஜி என்று அழைக்கப்படும் சுபாஷ் சந்திரபோஸ் ஆவார். ஒரு கட்டத்தில் நேதாஜி, காந்தியின் "அகிம்சை" யை மறுத்து, ஆங்கிலேயர்களுக்கு எதிராக ஆயுதப் போராட்டத்தைத் தொடங்க இந்திய தேசிய இராணுவத்தை (ஐ.என்.ஏ) உருவாக்கினார். நேதாஜியின் புகழ்மிக்க அறிவிப்பு: "எனது கடைசி சொட்டு இரத்தம் சிந்தும் வரை எனது மண்ணின் சுதந்திரத்திற்காக போராடுவேன்." என்பதாகும். இந்த உணர்வுகளுக்கு பிரபாகரன் முழு மனதுடன் இடமளித்திருந்தார்.

பலருக்கு நம்புவது கடினம், ஆனால் பிரபாகரனிடமும் ஒரு அமைதியான, ஆன்மீக அம்சம் இருந்தது. "இதிஹாசமான " 'மகாபாரதம்' அவரை கவர்ந்தது. அவர் அடையாளம் காட்டிய கதாபாத்திரங்கள் பீமன் மற்றும் கர்ணன் ஆகியோராவர் . 'குருஷேத்ரா' போர்க்களத்தில் அலைந்து திரிந்த அர்ஜுனனுக்கு கிருஷ்ணர் அறிவுரை வழங்கிய கதையை விவரிக்கும் 'மகாபாரதம்' இது. பாண்டவர்கள் மற்றும் கௌரவர்கள் (ஒன்றுவிட்ட சகோதரர்கள்) போர் செய்ய கூடியிருந்தனர். ஆனால், அர்ஜுனன் தனது உறவினர்களுக்கு எதிராகப் போராடத் தயங்கி. தனது வில்லான 'காண்டீபத்தை ' நழுவ விடுகிறார்.

ஒவ்வொரு நபரும் தனது கடமையை நிறைவேற்ற விதிக்கப்பட்டுள்ளதாக கிருஷ்ணர் அவருக்கு அறிவுரை கூறுகிறார். உறவை பொருட்படுத்தாமல் தனது எதிரியைக் கொல்வது போர்வீரனின் கடமையாகும். எதிரியின் "உடலை" கொல்வது வீரத்தின் ஒரு பகுதி என்பது பகவான் கிருஷ்ணரின் கீதோபதேசத்தின் சாராம்சம். பிரபாகரனை 'கீதையில்' கூறப்பட்ட கொள்கை-

கள் பெரிதும் கவர்ந்திருந்தது.

'மகாபாரதத்தை' அடிப்படையாகக் கொண்ட 'கர்ணன்' என்ற தமிழ் படத்தில் கிருஷ்ணராக நடித்தவர் என்.டி. ராம ராவ். முத்துராமன் அர்ச்சுனனாக நடித்திருந்தார். கீதையின் 'கிளைக்கதை "மரணத்தை எண்ணி கலங்கிடும் விஜயா "பாடலாக சித்தரிக்கப்பட்டுள்ளது. இது பிரபாகரனின் விருப்பமான பாடல்களில் ஒன்றாகும். இதை சீர்காழி கோவிந்தராஜன் பாடியுள்ளார்.

கீதையின் தத்துவத்தை மிக ஆழமாக பிரபாகரன் மனதில் பதித்திருந்தார் என்ற அபிப்பிராராயத்தை தெரிவித்த ஒருவர் இலங்கையின் முன்னாள் இந்திய உயர்ஸ்தானிகர் ஜிதேந்திரநாத் தீட்சித் ஆவார். விடுதலைப்புலிகள் இந்திய இராணுவத்துடன் சண்டையிட்டுக் கொண்டிருந்த காலத்தில் இது நடந்தது. இதைச் சொன்னபோது தீட்சித் அதை ஒரு "பாராட்டாக "குறிப்பிடுவதை என்னால் காண முடிந்தது.

அனைத்து உயர்மட்ட தமிழ் போராளித் தலைவர்களிடமும் பிரபாகரன் மட்டுமே கிளர்ந்தெழும் தன்மையை கொண்டிருந்தார் என்று முந்தைய சந்தர்ப்பத்தில் தீட்சித் என்னிடம் கூறியிருந்தார். புளொட்- உமாமகேஸ்வரன், டெலோ -சிறி சபாரத்தினம் , ஈ .பி .ஆர் . எல் . எப் -பத்மநாபா ,ஈரோஸ் - பாலகுமார் , விடுதலைப்புலிகள்-பிரபாகரன் ஆகிய ஐந்து உயர்மட்ட போராளிகள் குழுக்களின் தலைவர்களையும் சந்தித்தபின்னரே தீக்ஷித் இதனை கூறியிருந்தார்.

1985 ஆம் ஆண்டின் முற்பகுதியில் முன்னாள் தேசிய பாதுகாப்பு அமைச்சர் லலித் அதுலத் முதலியுடனான உரையாடலையும் நினைவு கூர்கிறேன். 1987 ஆம் ஆண்டு இலங்கை - இந்திய உடன்படிக்கைக்கு நீண்ட காலத்திற்கு முன்பே அனைத்து தமிழ் குழுக்களும் போராட்டத்தை கைவிட்டு விடுவார்கள் என்று அத்துலத்முதலி எதிர்வுகூறியிருந்தார். ஆனால், பிரபாகரன் அல்ல எனவும் அப்போது லலித் கூறினார். "அவர் ஒருபோதும் சமரசம் செய்ய மாட்டார், கடைசிவரை போராடுவார்" என்று அவர் கூறியிருந்தார். எவ்வளவு உண்மை!

பிரபாகரன் தமிழ் நாவல்களைப் படிக்க குறிப்பாக வரலாற்று பின்னணி கொண்டவற்றை படிக்க விரும்பினார். அவருக்குப் பிடித்த வரலாற்று நாவல் 'பொன்னியின் செல்வன்', 'கல்கி' (ஆர். கிருஷ்ணமூர்த்தி) இன் மகத்தான படைப்பு. அகிலன் மற்றும் சாண்டில்யன் ஆகியோரின் வரலாற்று நாவல்களும் அவருக்குப் பிடித்திருந்தன. விடுதலைப்புலிகள் தமது முதல் கப்பலை வாங்கியபோது, சாண்டில்யன் எழுதிய நாவலுக்குப் பிறகு அதற்கு கடல்புறா என்று பெயரிடப்பட்டது.

ஆனால் ர. சு. நல்லபெருமாள் எழுதிய 'கல்லுக்குள் ஈரம் ' நாவல் பிரபாகரனால் திரும்ப திரும்ப பலமுறை வாசிக்கப்பட்டிருந்தது. இது ஆங்கிலேயருக்கு எதிரான இந்தியாவின் சுதந்திரப் போராட்டத்தின் பின்னணியை

கொண்டதாகும். பிரதான கதாநாயகன் ரங்கமணி காந்தியின் “அஹிம்சை” போராட்ட முறையை நம்பாதவர். மற்றும் இந்தியாவை விடுவிப்பதற்கான பொருத்தமான முறையாக வன்முறையை ஆதரிக்கிறார். பிரபாகரன் இந்த நாவலை நேசித்ததில் ஆச்சரியமில்லை. ஆனால், இறுதியில் மன மாற்றம் உள்ளது, ஆனால், நிஜ வாழ்க்கை கதாநாயகனுக்கு கல்லில் ஈரப்பதன் இல்லை.

சமகால விவகாரங்கள் மற்றும் சர்வதேச அரசியலில் பிரபாகரன் மிகவும் ஆர்வமாக இருந்தார். பிரபாகரனின் படைக்கல முன்னாள் தோழர் தளையசிங்கம் சிவகுமார் அல்லது அன்டன் மாஸ்டர் அந்த நாட்களில் விடுதலைப்புலிகள் எவ்வாறு ‘டைம்’ மற்றும் ‘நியூஸ் வீக்’ சஞ்சிகைகளுக்கு சந்தா செலுத்தினர் என்பது பற்றி என்னிடம் கூறினார். கட்டுரைகளை மொழிபெயர்க்கவும் விளக்கவும் பிரபா ஆங்கிலத்தில் அறிவுள்ள நண்பர்களைக் கேட்பார்.

விடுதலைப்புலிகள் முழுமையான அமைப்பாக வளர்ச்சியடைந்திருந்த பிற்காலங்களில் பிரபாகரனுக்காக பத்திரிகைகள் மற்றும் முக்கியமான கட்டுரைகள் தமிழில் மொழிபெயர்க்கப்பட்டன. இராணுவ விவகாரங்கள் மற்றும் போர் பற்றிய பல புத்தகங்கள் தமிழில் மொழிபெயர்க்கப்பட்டன.

பிள்ளைப்பராய நாட்டங்கள் - ஒரு பள்ளி மாணவனாக, பிரபாகரன் தனது பராய பெரும்பாலான இளைஞர்களைப் போலவே சைக்கிள் ஓடுதல் மற்றும் கரப் பந்து மற்றும் கால்பந்து விளையாடுவதை விரும்பினார். ஆனால் அவர் எந்த விளையாட்டு வீரராகவும் இல்லை. அதிரடி படங்களை பார்க்க விரும்பினார். கிளின்ட் ஈஸ்ட்வுட் திரைப்படங்களிலிருந்து தனது சண்டை நுட்பங்களை கற்றுக்கொண்டதாக ஒரு அமெரிக்க பத்திரிகையாளரிடம் கூறியதற்காக அவர் அடிக்கடி கேலி செய்யப்படுகிறார். ஆனால் உண்மையில் நடந்தது என்னவென்றால், அவர் கியூபாவில் பயிற்சி பெற்றாரா என்று அமெரிக்க எழுத்தாளர் அவரிடம் கேள்வி எழுப்பி இருந்தார். அதற்கு ஈஸ்ட்வுட் டைமேற்கோள் காட்டி பிரபாகரன் பதிலளித்தது நகைச்சுவையாக இருந்தது.

சிறுவயதில் அவருக்கிருந்த மற்றொரு நாட்டம் அணில், பல்லி, அறனை பச்சோந்திகள் மற்றும் சிறிய பறவைகளை ஒரு கவண் கொண்டு குறிவைப்பதாகும். அவரது நினைவாற்றல் வியப்புணர்வை ஏற்படுத்துவதாகும். பல வருடங்களுக்கு முன்பு கடைசியாக யாரையாவது பார்த்த முகங்களும் பெயர்களும் நேரமும் பிரபாகரன் நினைவில் வைத்து இருப்பார். அவரது கண்கள் எப்பொழுதும் கூர்மையாகவும் சுற்றி சுழன்றவாறும் எப்போதும் எச்சரிக்கையாகவும் இருந்தன. அவரது கண்கள் பெரியதாகவும், கூர்மையாகவும் இருந்தன. அதனால், “முழியன்” என்றும் கிண்டல் செய்யப்பட்டது .

ஒழுக்கத்தை இறுக்கமாக கடைப்பிடிப்பவர் – பிரபாகரனும் பல வழிகளில் ஒரு “கடும்கண்டிப்பாளர் ” ஆவார். இயக்கத்தின் ஆரம்ப நாட்களில் அவர் குடிப்பழக்கம் அல்லது, புகைத்தல் என்பனவுக்கு எதிராக மற்றும் பாலியல் தவிர்ப்பு போன்றவற்றை பின்பற்றுமாறு அறிவுறுத்தியிருந்தார். ஒழுங்கு மற்றும் தூய்மை கிட்டத்தட்ட ஒரு ஆவேசமாகவே அவரிடம் இருந்தது. அவர் ஒழுக்கத்தில் கடும் கண்டிப்பானவராக இருந்தார். அவர் எப்போதும் “நீள சட்டைகள்” மற்றும் கட்டைக்கை சட்டைகளை விரும்புவார். மறைக்கப்பட்ட துப்பாக்கிகளை மூடி வைத்திருப்பதற்கு நீளச் சட்டை உதவியாக இருந்தது. போராட்டத்தின் ஆரம்ப கட்டங்களில் கடுமையான நிதி பற்றாக்குறை இருந்தபோது, பிரபாகரன் தனது சில துணிகளை தவறாமல் கழுவி சலவை செய்வார். எப்போதும் மிடுக்கான தோற்றத்தை பேணுவார் என்று கூறப்படுகிறது. அவர் ஒரு நல்ல சமையல்காரர் மற்றும் நல்ல உணவை விரும்பினார். அவர் சீன உணவு வகைகளை விரும்புபவர். பிரபாகரன் பிட்டு, தேங்காய் சம்பல் மற்றும் பொரித்த இறால் போன்றவையும் அவருக்கு பிடிக்கும். உடும்பு மற்றும் ஆமை இறைச்சியை அவர் விரும்பினார். பழங்கள் மற்றும் இயற்கை தேனும் அவருக்கு விருப்பம்.

வழக்கமாக விடுதலைப் புலி உறுப்பினர்களுக்கு தண்டனையின் கீழ் சமையலறையில் கடமைகள் ஒதுக்கப்படுகின்றன. “ஒரு நல்ல சமையல்காரர் மட்டுமே ஒரு நல்ல கெரில்லாவாக இருக்க முடியும்” என்று பிரபாகரன் கேடர்களை சமைக்க ஊக்குவிப்பார். அவர் வீட்டில் இருக்கும்போது சமையலறையில் அடிக்கடி சமைப்பார் அல்லது உதவுவார். ஒருமுறை அவரைச் சந்தித்த ஒரு நெருங்கிய உறவினர், அஞ்சப்பட்ட கெரில்லா தலைவர் சமையலறையில் தேங்காய்களை பரபரப்பாக துருவுவதை கண்டு குழப்பமடைந்து உள்ளார்.

அரசியல் உந்துதல் – வல்வெட்டித்துறையில் பிரபாகரன் முந்தைய நூற்றாண்டின் அறுபதுகளின் பிற்பகுதியிலும் எழுபதுகளின் ஆரம்பத்திலும் அரசியல் உந்துதல் பெற்றார். முன்னாள் ஊர்காவற்றுறை எம்.பி. வ. நவரத்தினம் தமிழரசுக்கட்சியிலிருந்து வெளியேறிய காலகட்டத்தில் இது நிகழ்ந்திருந்தது.

ஒரு காலத்தில் தமிழரசுக்கட்சியின் “தங்க மூளை” என்று வர்ணிக்கப்பட்ட நவரத்னம், 1968 ஆம் ஆண்டில் “தமிழர் சுயாட் சி கழகம்” அல்லது தமிழ் சுய-ஆட்சி கட்சியை உருவாக்கினார் . நவரத்னம் கூட்டாட்சி கோரிக்கையை கைவிட்டு அதற்கு பதிலாக “சுயாட் சி” அல்லது “சுய-ஆட்சி” கோரிக்கையை முன்வைத்திருந்தார். சுயாட்சி என்பது ஒரு தனிஅரசுக்கான தன்மையை கொண்டதாகும் .

வேணுகோபால் மாஸ்டர் என்ற ஒரு கல்வியாளர் இருந்தார். அவர் மீது பிரபாகரனுக்கு மிகுந்த மரியாதையும் அன்பும் இருந்தது. வேணுகோபால் மாஸ்-

டர் நவரத்தினத்தின் தீவிர ஆதரவாளராக இருந்தவர். பிரபாகரன் உட்பட பல மாணவர்கள் அவரைப் பின்பற்றுபவர்களாக மாறி, தமிழ் சுயராஜ்யத்தின் தீவிர விசுவாசிகளாக மாறினர். சுயாட் சிக் கழகம் விடுதலைப் (சுதந்திரம்) என்ற செய்தித்தாளையும் ஆரம்பித்திருந்தது. லியோன் யூரிஸ் எழுதிய புகழ்பெற்ற நாவலான 'எக்ஸோடஸை' நவரத்தினம் தானே மொழிபெயர்த்து தொடர்ச்சியாக வெளியிட்டிருந்தார். அதற்கு 'நமக்கென்றொரு நாடு' (எங்கள் சொந்த நாடு) என்று பெயரிடப்பட்டது. இளம் பிரபாகரன் அதை ஆவலுடன் உள்வாங்கி கொண்டதுடன் , தமிழர்களுக்கான ஒரு நாட்டின் கனவில் இணைந்துவிட்டார் .

1970 தேர்தலில் தமிழ் சுயராஜ்யக் கட்சி தோற்கடிக்கப்பட்டது. நவரத்னம் உட்பட எந்த வேட்பாளரும் வெற்றி பெறவில்லை. ஆனால், பிரசாரத்தில் விதைக்கப்பட்ட சுயராஜ்யத்தின் விதைகள் "தம்பி" பிரபாகரனின் இதயத்திலும் மனதிலும் உறுதியாக வேரூன்றின.

புலிகளின் தோற்றம் - பிரபாகரன் வேறு சிலருடன் இணைந்து 1972 இல் தமிழ் புதிய புலிகளை உருவாக்கினார். தமிழ் புதிய புலிகள் தங்களை டி.என்.டி என்று அழைத்தனர். டி.என்.டி என்ற சுருக்கெழுத்து "டிரினிட்ரோடோலூயீன்" என்ற வெடிபொருள் கலவைக்கும் பொருந்தும்.

1975 ஆம் ஆண்டு ஜூலை மாதம் முன்னாள் யாழ்ப்பாண எம்.பி.யும் மேயருமான அல்பிரட் துரையப்பா பொன்னாலை வரதராஜபெருமாள் (விஷ்ணு) கோவிலில் வழிபட சென்றிருந்தபோது படுகொலை செய்யப்பட்டதன் மூலம் டி.என்.டி தனது அடையாளத்தை வெளிப்படுத்தியது. பிரபாகரன் உட்பட நான்கு இளைஞர்கள் இந்த கொலையில் ஈடுபட்டனர். இந்த கொலை அவரது "முதல் இராணுவ நடவடிக்கை" என்று பின்னர் பிரபாகரன் பதிவு செய்தார்.

டி.என்.டி 5 மே 1976 அன்று தமிழீழ விடுதலைப் புலிகளாக உருமாறியது. தமிழ் ஐக்கிய முன்னணி (டி.யு.எப்) அதன் புகழ்பெற்ற வட்டுக்கோட்டை மாநாட்டை ஒன்பது நாட்களுக்குப் பிறகு 14 மே1 976 அன்று நடத்தியது. அப்போதுதான் தமிழர் ஐக்கிய முன்னணி , தமிழர் விடுதலைக் கூட்டணியாக மாறியதுடன் தமிழீழ கோரிக்கையையும் முறையாக ஏற்றுக்கொண்டது.

பிரபாகரன் 8 ஆம் வகுப்பில் இருந்தபோது, அவரது பாடப் புத்தகங்களில் 'திருமாவளவன்' பற்றி படித்திருந்தார். சோழப் பேரரசர் கரிகாலன், திருமாவளவன் என்று அழைக்கப்படுபவர். அவரின் ஆட்சியில் "புலிக்கொடி" "இமயம் முதல் குமரி வரை " (இமயமலை முதல் குமரிமுனை வரை) பறந்ததாகக் பெருமையுடன் கூறப்படுகிறது. இதனால் பிரபாகரன் கரிகாலன் மற்றும் புலி கொடியால் ஈர்க்கப்பட்டார். தமிழில் "புலி" என்பது புலியைக் குறிக்கிறது, ஆனால், சோழக் கொடியில் புலி "வேங்கை" அல்லது சிறுத்தை

இருந்துள்ளது. விடுதலைப் புலிகளின் கொடியில் வங்காள புலி பொறிககப்பட்டிருந்தமை மிகவும் வேறுபட்டதொன்றாகும். மணி மற்றும் மணியம் என்று அழைக்கப்படும் பிரபாகரன் விரைவில் கரிகாலன் என்ற புனை பெயரை எடுத்துக் கொண்டார்.

சோழ சக்கரவர்த்திக்கு கரிகாலன் என்ற பெயர் அவர் தீயில் சிக்கி கால்கள் எரிந்திருந்ததால் வந்திருந்தது. கரிகாலன் என்றால் "இருண்ட அல்லது கறுப்பு கால்கள்" உடையவர் என்று பொருள். தனது இளமைப் பருவத்தில் வெடிபொருட்களை பரிசோதிக்கும் போது பிரபாகரனுக்கும் இதே போன்ற அனுபவம் ஏற்பட்டது. அங்கு ஒரு வெடிப்பு ஏற்பட்டது. மற்றும் அவரது கால்கள் எரிந்துவிட்டது . தோல் பல ஆண்டுகளாக கறுப்பாக இருந்தது. இதனால் "கரிகாலன்" என்ற பெயர் அவருக்குப் பொருத்தமாக அமைந்தது. பின்னர் பிரபாகரனின் வயர்லெஸ் குறியீட்டு பெயர் எச்.ஏ அல்லது ஹோட்டல் அல்பா. இது கரிகாலனில் இருந்து பெறப்பட்டது. அங்கு கரி ஹரியாகவும் பின்னர் எச்.ஏ.யாகவும் மாறியிருந்தது.

1976 இல் விடுதலைப் புலிகள் உருவாக்கப்பட்டபோது, பிரபாகரன் அதன் இராணுவத் தளபதி மட்டுமே. விடுதலைப்ப் புலிகளின் ஐந்து உறுப்பினர்களைக் கொண்ட மத்திய குழுவின் தலைவர் உமாமகேஸ்வரன் ஆவார். பிரபாவும் மத்தியகுழு உறுப்பினராக இருந்தார். 1980 இல் விடுதலைப்புலிகள் அமைப்பு உடைந்தது. உமாமகேஸ்வரன் புளோட்டை உருவாக்கினார். பிரபாகரனின் கீழ் உள்ள விடுதலைப்ப் புலிகள் தங்கத்துரை மற்றும் குட்டிமணி தலைமையிலான டெலோவுடன் பணிபுரியும் உறவைக் கொண்டிருந்தனர். 1981 ஆம் ஆண்டில் பிரபாகரனின் முழுமையான தலைமையின் கீழ் விடுதலைப்புலிகள் மீண்டும் குழுவாக அமைந்தது.

திருமணம் மற்றும் குழந்தைகள் - "மன்மதன்" 1983-'84 இல் தனது 'மலர்' அம்புகளால் பிரபாகரனின் இதயத்தைத் துளைத்தார். 1983 இல் 'கறுப்பு ஜூலை' க்குப் பிறகு இடம்பெயர்ந்த சில பல்கலைக்கழக மாணவர்கள் 1983 செப்டம்பரில் யாழ்ப்பாண பல்கலைக்கழக வளாகத்தில் உண்ணா விரதத்தில் ஈடுபட்டனர். சில பெண் பிள்ளைகளின் நிலை மோசமடைந்தபோது, விடுதலைப்ப் புலிகள் உண்ணாவிரதம் இருந்தவர்களைக் கடத்திச் சென்றனர். அவர்கள் தமிழகத்திற்கு கொண்டு செல்லபட்டனர்.

ஒரு கட்டத்தில் கடத்தப்பட்ட பெண்பிள்ளைகளில் நான்கு பேர் அன்டன் மற்றும் அடே ல் பாலசிங்கம் ஆகியோரின் இல்லத்தில் தங்கி அவர்களுடன் இந்திரா நகரில் உள்ள விடுதலைப்ப் புலிகளின் அலுவலகத்திற்குச் செல்வது வழக்கம். அவர்கள் அனைவரையும் விட மிக அழகானவர் மதிவதனி ஏரம்பு. அவரது தந்தை ஏரம்பு யாழ்ப்பாணத்தில் புங்குடுதீவை சேர்ந்த பாடசாலை ஆசிரியராக இருந்தார்.

இந்திய பண்டிகைகளில் ஒன்றான கோலி பண்டிகையின் போது வல்வெட்டித்துறை இளைஞனுக்கும் புங்குடுதீவு பெண்ணுக்கும் இடையில் புதிய உறவு மலர்ந்தது. பிரபாகரன், பாலசிங்கம் இல்லத்திற்கு அடிக்கடி செல்லத் தொடங்கினார். அவர் மதிக்கு பூக்கள் மற்றும் இனிப்புகளைக் கொண்டு வந்தார். பிரபாகரன் ஒரு கூச்ச சுபாவமுள்ளவராக இருந்தவர். இதற்கு முன்பு தனது குடும்பத்திற்கு வெளியே இருந்த பெண்களுடன் ஒருபோதும் பழகியிருக்கவில்லை. இது ஒரு புதிய அனுபவம். அன்டன் பாலசிங்கம் காதலை ஊக்குவித்தார். அவர்கள் 1984 இல் திருமணம் செய்து கொண்டனர்.

மதிவதனி-பிரபாகரனுக்கு மூன்று குழந்தைகள் இருந்தன. மூத்தவர் சார்ள்ஸ் அன்டனி 1985 இல் பிறந்தார். அவருக்கு பிரபாவின் சிறந்த நண்பரும் இராணுவத் தளபதியுமான சார்ள்ஸ் அன்டனி அல்லது சீலனின் பெயரிடப்பட்டது. சார்ள்ஸ் அன்டனி சாவகச்சேரி மீசாலையில் பிறந்திருந்தார். அடுத்தவர் 1986 ஆம் ஆண்டில் பிறந்த மகள் துவாரகா. அவருக்கு பிடித்த மெய்க்காப்பாளர் மயூரனின் பெயர் இடப்பட்டது. மயூரனின் உண்மையான பெயர் துவாரகன். மூன்றாவது 1997 இல் பிறந்த ஒரு மகனாவார். மதிவதனியின் சொந்த சகோதரரின் பெயர் அவருக்கு பாலச்சந்திரன் என்று சூட்டப்பட்டது. அவர் மதிவதனியின் சகோதரர். விடுதலைப்ப்புலிகள் அமைப்பில் சேர்ந்து போரில் இறந்தார். மே 2009 இல் நடந்த போரின் இறுதிக் கட்டத்தில் பிரபாகரனும் அவரது குடும்ப உறுப்பினர்களும் கொல்லப்பட்டனர்.

அவரை பின்பற்றுவோரால்' 'சூரிய தேவன்'' சூரியக்கடவுள் என்ற அந்தஸ்துக்கு உயர்த்தப்பட்டிருந்தவரும் சில சமயம் உலகிலேயே மிகவும் சக்திவாய்ந்த கெரில்லா அமைப்பொன்றை தனது கட்டுப்பாட்டின் கீழ் வைத்திருந்தவருமான பிரபாகரனின் மரணத்தால் அதிகாரத்தின் நிலையற்ற தன்மை தெளிவாக விளக்கப்பட்டுள்ளது. பல ஆண்டுகளாக அதிகாரத்தின் உச்சத்தில் இருந்தபோதிலும் விருப்பமின்மை அல்லது நெகிழ்வுத்தன்மையின்மை காரணமாக பிரபாகரன் தனது இயக்கம், குடும்பம் மற்றும் எல்லாவற்றிற்கும் மேலாக அவரது வாழ்க்கையை இழந்தார்.

தமிழீழ விடுதலைப்ப் புலிகளின் அதிஉயர் தலைவரான திருவேங்கடம் வேலுப்பிள்ளை பிரபாகரனின் 54 வயது உடல் மே 19 செவ்வாய்க்கிழமை 'நந்திகடல்' என அழைக்கப்படும் முல்லைத்தீவு கடல்நீரேரி க்கு அருகே கண்டெடுக்கப்பட்டது.

களப்பிரர் ஆட்சியில் தமிழகம் - 1. தோற்றுவாய்

கடைச்சங்க காலத்துக்குப் பிறகு தமிழகத்தின் அரசியல் நிலைமை இன்னதென்று தெரியாமல் சரித்திரத்தில் 'இருண்டகால'மாக இருந்தது, கடைச் சங்க காலத்தின் முடிவு ஏறத்தாழ கி.பி. 250 என்று கருதப்படுகிறது. கடைச் சங்க காலத்தின் இறுதியில் இருந்த சேர சோழ பாண்டிய மன்னர்களின் பெயர்-

கள் சங்கச் செய்யுட்களிலிருந்து கிடைக்கின்றன. சங்க நூல்களில் காணப்படுகிற கடைசி சேர அரசன் பெயர் கோக்கோதைமார்பன் என்பது. இவனைக் கோதை என்றும் கூறுவர். கோக்கோதை மார்பன் சேரன் செங்குட்டுவனுடைய மகன். இவன் சிறுவனாக இருந்தபோது இவனுக்குக் குட்டுவன்சேரல் என்று பெயர் இருந்தது. தன் மேல் பதிற்றுப்பத்து ஐந்தாம் பத்துப் பாடிய பரணருக்குச் செங்குட்டுவன் உம்பர்காடு என்னும் நாட்டின் வருவாயையும் தன்னுடைய மகன் குட்டுவன் சேரலையும் பரிசாகக் கொடுத்தான்.[1]

புலவராகிய பரணருக்குச் செங்குட்டுவன் தன்னுடைய மகனான குட்டுவன் சேரலைப் பரிசாகக் கொடுத்தான் என்பதன் பொருள், புலவரிடத்தில் கல்வி கற்பதற்கு மாணாக்கனாகக் கொடுத்தான் என்பதாகும். இளமையில் குட்டுவன் சேரல் என்று பெயர் பெற்றிருந்த இவன் முடிசூடின பிறகு கோக்கோதை மார்பன் என்று பெயர் பெற்றான் என்று அறிகிறோம்.

கடைச்சங்க காலத்தில் கொங்கு நாட்டைச் சேர அரசர்களின் இளைய வழியினரான பொறையர் அரசாண்டார்கள். கொங்கு நாட்டையரசாண்ட கடைசிப் பொறையன் கணைக்கால் இரும் பொறை. இவன் கோதை மார்பனுடைய தாயாதி உறவினன் இருவரும் சம காலத்தில் இருந்தவர்கள். கணைக்காலிரும் பொறை. சோழன் செங்கணானோடு போர் செய்து தோற்றுப் போரில் பிடிக்கப்பட்டுச் சிறை வைக்கப்பட்டாள். பிறகு சிறையிலிருந்து விடுவிக்கப்பட்டு மீண்டும் கொங்கு நாட்டையரசாண்டான். அதாவது சோழன் செங்கணானுக்குக் கீழடங்கி கணைக்காலிரும்பொறை அரசாண்டான். ஆகவே சோழன் செங்கணானும் சேரமான் கோக்கோதை மார்பலும் கணைக்கால் இரும்பொறையும் சமகாலத்தவர் என்று தெரிகின்றனர்.

கடைச்சங்க காலத்தின் இறுதியில் பாண்டிய நாட்டையர சாண்டவன் தெடுஞ்செழியன். இந்த நெடுஞ்செழியன், கோவலன் கண்ணகி காலத்திலிருந்த நெடுஞ்செழியன் அல்லன். அவனுக்குப் பிறகு இருந்த நெடுஞ்செழியன், இவனைத் தலையாலங்கானத்துச் செருவென்ற நெடுஞ்செழியன் என்று வரலாறு கூறுகிறது. இந்த நெடுஞ்செழியன், சேரநாட்டுக் கடற்கரையோரத்தில் பேரியாற்றின் புகுமுகத்தில் இருந்த முசிறிப் பட்டினத்தை முற்றுகை செய்து அங்கிருந்த ஒரு தெய்வத் திருமேனியை எடுத்துக் கொண்டு மதுரைக்குப் போனான்.[2] இவனுடைய சமகாலத்திலிருந்த சேர அரசன் மேற்சொன்ன கோக்கோதை மார்பனே.

கோக்கோதை மார்பன், கணைக்கால் இரும்பொறை, சோழன் செங்கணான், தலையாலங்கானத்துச் செருவென்ற நெடுஞ்செழியன் ஆகிய இவர்கள் கடைச் சங்ககாலத்தின் இறுதியில் சமகாலத்தில் இருந்த அரசர்கள். இவர்களுக்குப் பிறகு இவர்களுடைய மக்கள் அல்லது உறவினர் சேர, கொங்கு, சோழ, பாண்டிய நாடுகளை அரசாண்டார்கள். இவர்களுடைய பெயர் தெரியவில்லை. இவர்கள் காலத்தில் அயல் நாட்டவர் வந்து இவர்களை வென்று தமிழகத்தைக் கைப்பற்றியரசாண்டார்கள். அவர்கள் களப்பிரர்

என்று கூறப்பட்டார்கள். களப்பிரர் தமிழகத்தைக் கைப்பற்றியரசாண்ட வரலாறு மறைத்து போய் நெடுங்காலமாகப் பல நூற்றாண்டு வரையில் தெரியாமல் இருந்தது.

கி.பி. 20-ம் நூற்றாண்டு வரையில் மறைந்துபோயிருந்த களப்பிர அரசரைப் பற்றின வரலாற்றுச் செய்தி, பாண்டியருடைய செப்பேடுகள் கிடைத்த பிறகு அவைகளிலிருந்து தெரியவந்தன. திரு.கே.ஜி.சங்கரன் அவர்கள், வட்டெழுத்தில் எழுதப்பட்ட வேள்விக்குடிச் செப்பேட்டை இக்காலத் தமிழ் எழுத்தில் செந்தமிழ்த் திங்களிதழில் வெளியிட்டார்.[3] அதன் பிறகு இந்திய சாசன இலாகா 1923-ம் ஆண்டில் எபிகிறாபியா இந்திகா என்னும் ஆங்கில வெளியீட்டில் வேள்விக்குடிச் சாசனத்தை ஆங்கில (இலத்தீன்) எழுத்தில் வெளியிட்டது.[4] சில ஆண்டுகளுக்குப் பிறகு தளவாய்புரச் சாசனம் கிடைத்ததும் இந்தச் செப்பேடுகளிலிருந்து களப்பிர அரசர்களைப் பற்றி அறிகிறோம்.[5]

வேள்விக்குடிச் செப்பேடு வெளியான பிறகுதான் களப்பிரரைப் பற்றின செய்தி தெரியவந்தது. அதன் பிறகு களப்பிரரைப் பற்றிப் பல அறிஞர்கள் எழுதத் தொடங்கினார்கள். ஆனால் களப்பிரரைப் பற்றின முழுவரலாறு இன்றுங் கிடைக்க வில்லை.

களப்பிரர் வேறு, களம்பாளர் (களப்பாழர்) வேறு என்று சில வரலாற்று அறிஞர்கள் கருதினார்கள். சிலர் இருவரும் ஒருவரே என்று கருதினார்கள். திரு. கே.ஏ. நீலகண்ட சாஸ்திரியும் திரு.மு.இராகவையங்காரும், களப்பிரரும் களம்பாளரும் ஒருவரே என்று கருதினார்கள். திரு.டி.வி. சதாசிவ பண்டாரத்தார் அவர்கள் இருவரும் வெவ்வேறு இனத்தவர் என்று கருதினார். பண்டாரத்தார் இதுபற்றி இவ்வாறு எழுதினார்: "அன்றியும் தமிழ் நாட்டுக் குறுநில மன்னர் குடியினராகிய முத்தரையர் என்போர் களப்பிரரேயாவர் என்று சிலர் கூறுவது சிறிதும் ஏற்புடைத்தன்று.

களப்பாள் என்த சோணாட்டுரொன்றில், முற்காலத்தில் வாழ்ந்து கொண்டிருந்த அரசியல் தலைவன் ஒருவன் களப்பாளன் என்று சிறப்பித்து வழங்கப்பெற்றமையால், அவன் வழியினர் களப்பாளர் எனவும் களப்பாளராயர் எனவும் குடிப்பெயர் பெற்றுப் பெருமையோடு வாழ்ந்து வருவாராயினர். எனவே தமிழராகிய களப்பாளரும் ஏதிலராகிய களப்பிரரும் ஒருவரேயாவரென்னும் முடிவு எவ்வாற்றானும் ஒத்துக் கொள்ளத் தக்கதன்று."[6]

தளவாய்புரச் செப்பேடு கிடைப்பதற்கு முன்பு திரு.சதாசிவ பண்டாரத்தார் அவர்கள் இவ்வாறு எழுதினார். அந்தச் செப்பேடு கிடைத்த பிறகு களப்பிரரும் களப்பாளரும் ஒருவரே என்பது தெரிந்துவிட்டது. வேள்விக்குடிச் செப்பேடு களப்பிரர் என்று கூறுவதைத் தளவாய்புரச் செப்பேடு களப்பாழர் (களப்பாளர்) என்று கூறுகிறது. "கடிராறு கவனலங்கல் களப்பாழர் குலங்களைந்தும்" என்றும் (வரி 99) களப்பாழரைக் களை கட்ட மற்றிரண்டோன் மாக்கடுங்கோள் மானம் பேர்த்தருளிய கோன் என்றும் தளவாய்புரச் செப்பேடு

(வரி.131-132) கூறுகிறது. எனவே களப்பிரரும் களப்பாளரும் ஒருவரே என்பது தெளிவாகத் தெரிகிறது. இனிக் களப்பிரரைப் பற்றித் தொடர்ந்து ஆராய்வோம்.

2. களப்பிரர் யார்?

களப்ரர், களப்பரர், களப்பிரர், களப்பாளர், களப்பாழர் என்றெல்லாம் கூறப்படுகிற இவர்களைக் களப்பிரர் என்று கூறுவோம். களப்பிரர் தமிழர் அல்லர். ஆனால், அவர்கள் ஆரியரோ என்றால் ஆரியரும் அல்லர். அவர்கள் வட இந்தியாவில் இருந்து தமிழ் நாட்டுக்கு வந்தவர் என்று திரு. சதாசிவ பண்டாரத்தார் கருதுகிறார் "......அன்னோர் (களப்பிரர்) பிராகிருதம், பாலி ஆகியவற்றைத் தமக்குரிய மொழிகளாகக் கொண்டு ஆதரித்துள்ளமையால் அம்மரபினர் தமிழர் அல்லர் என்பதும் வடபுலத்தினின்றும் போந்த ஏதிலர் ஆவர் என்பதும் நன்கு தெரியப்படும்," என்று அவர் எழுதுகிறார்.[1]

களப்பிரர் சைன மதத்தையும் பௌத்த மதத்தையும் ஆதரித்தனர். இந்த மதங்களின் 'தெய்வ பாஷை' பிராகிருதம் (சூரசேனீயும் பாலிமொழியும்) ஆகையால், இயற்கையாகவே இந்தப் பிராகிருத மொழிகளுக்கு ஆக்கம் ஏற்பட்டது. ஆனால் அவர்களுடைய தாய்மொழி பிராகிருதம் அன்று, கன்னட மொழியே. களப்பிரர் வட இந்தியாவிலிருந்து வந்தவர் அல்லர். அவர்கள் தமிழகத்துக்கு அண்மையில் இருந்த கன்னட வடுகர். எனவே அவர்கள் திராவிட இனத்தவரே.

களப்பிரரைப் பற்றி ஆராய்ந்த அறிஞர்கள் அவர்களைப் பற்றித் தங்கள் தங்கள் கருத்துக்களை எழுதியுள்ளனர். பழந்தமிழகத்தின் வடக்கில் இருந்த வேங்கட தாட்டை அரசாண்ட சிற்றரசர் புல்லி என்று கூறப்படுகின்றனர். 'கள்வர் கோமான் புல்லி' என்று அவர்கள் கூறப்படுகிறார்கள்.[2] கள்வர் என்பதைக் களவர் என்றும் படிக்கலாம். பழைய ஏட்டுச் சுவடிகளில் புள்ளியிட வேண்டிய எழுத்துக்களுக்குப் புள்ளி இடாமலே எழுதும் வழக்கம் இருந்தது. ஆகவே, இந்தச்சொல் களவர் என்பதா கள்வர் என்பதா என்பதை அறுதியிட்டுக் கூறமுடியவில்லை. இந்தச் சொல்லைக் களவர் என்று கொண்டு திரு. மு. இராகவையங்கார் களவர் என்பது களப்பிரரைக் குறிக்கிறது என்று எழுதினார்.[3]

டாக்டர் எஸ். கிருஷ்ணசாமி அய்யங்காரும் இதே கருத்தைக் கூறியுள்ளார். வேங்கட நாட்டையாண்ட களவர் அல்லது கள்வர்தான் (புல்லி அரசர்) களப்பிரர் என்று இவர் கூறுகிறார்.[4] இந்த அறிஞர்கள் கூறுவது ஏற்கத்தக்கது அன்று. வேங்கட நாட்டிலிருந்த களவர் அல்லது கள்வர் என்பவர் தமிழர். களப்பிரரோ தமிழர் அல்லாத கன்னடர். மற்றும், சங்ககாலத்து வேங்கட நாடு தொண்டை மண்டலத்தைச் சேர்ந்து தமிழகத்தின் பகுதியாக இருந்தது. ஆகவே தமிழராகிய கள்வர் (களவர்) வேறு. கன்னடராகிய களப்-

பிரராக இவர்கள் இருக்க முடியாது. கள்வர் (களவர்) வேறு, களப்பிரர் வேறு.

பல்லவ அரசர் ஆண்ட தொண்டைமண்டலம் தவிர, சோழ பாண்டிய சேரநாடுகளைக் கைப்பற்றியரசாண்ட களப்பிரர் கருநாட நாட்டுக் கன்னடர் என்பதில் ஐயமில்லை. பாண்டி நாட்டில் இருந்த மூர்த்திநாயனார் காலத்தில் பாண்டி நாட்டை யரசாண்ட மன்னன் கன்னட நாட்டு அரசன் என்று சேக்கிழார் கூறுகிறார். "கானக்கடி சூழ் வடுகக் கருநாடர் மன்னன்" என்று அவர் கூறுகிறார்.[5] 'வடுகக் கருநாடர் மன்னன்' என்பதன் பொருள் வடுக நாடாகிய கன்னட நாட்டைச் சேர்ந்த அரசன் என்பது. பிற்காலத்து நூலாகிய கல்லாடம் 'மதுரை வவ்விய கருநடர் வேந்தன்' என்று கூறுகிறது.[6] கன்னட நாட்டை அக்காலத்தில் ஒரே அரசன் ஆட்சி செய்யவில்லை.

வெவ்வேறு பகுதிகளை வேவ்வேறு அரசர் ஆண்டனர். கருநாடர் மன்னன், கன்னட நாட்டில் எந்த ஊரை யரசாண்டவன் என்பதைப் பெரியபுராணமும் கல்லாடமும் கூறவில்லை. அவர்கள் கன்னட தேசத்தில் களபப்பு என்னும் நாட்டையாண்ட சிற்றரசர் என்பது கன்னட நாட்டுக் கல்வெட்டுகளிலிருந்தும் கன்னட நூலிலிருந்தும் தெரிகிறது. சந்திரகுப்த மௌரியன் (அசோகர் சக்கரவர்த்தியின் பாட்டன்) அரசாட்சியை துறந்து சைன சமயத்தைச் சார்ந்து பத்திரபாகு முனிவருடனும் அவரைச் சார்ந்த சமண சமயத் துறவிகளுடனும் தென்னாட்டுக்கு வந்து களபப்பு நாட்டில் உள்ள களபப்பு மலையில் தங்கினார்கள் என்று சமண சமய நூலாகிய 'வட்டாராதனெ' என்றும் நூல் கூறுகிறது.[7]

அவர்கள் கழ்ப்பு நாட்டுக்கு வந்தார்கள் என்று இந்நூல் கூறுகிறது." கழ்பப்பு என்பதும் களபப்பு என்பதும் ஒன்றே. கழ்பப்பு (களபப்பு) என்பதைச் சமஸ்கிருதத்தில் 'கடவப்ர' என்று கூறினார்கள். இப்போதைய சிரவண பௌகொள என்னும் பிரதேசமே பழங்காலத்தில் கள்பப்பு நாடு என்று பெயர் பெற்றிருந்தது.[8] களபப்பு நாட்டில் உள்ள சந்திரகிரி மலையின் பழைய பெயர் களபப்பு பெட்ட (பெட்ட - மலை) என்று கூறப்பட்டது.[9]

ஹொஸகோட்ட தாலுகாவில் கிடைத்துள்ள பழைய வீரகல் சாசனம் கன்னடமொழியில் பழைய கன்னட எழுத்தில் எழுதப்பட்டிருக்கிறது. இதில் களப்பிர இராச்சியம் கூறப்படுகிறது. இதன் வாசகம் இது: 'ஸ்வஸ்திஸ்ரீ மதுராணக் கள்வர திருராஜ்யதல் மள்ளே கவுண்டரும் சாவா காவுண்டுரு துயீநாத பல்கனிளலுதுவ காமுண்ட ஸத்த எர்ரதயக் கர்ளனபூழ்திகம்.[10] இதனால், களபப்பு நாடு களவர இராச்சியம் என்பது மைசூர் தேசத்தில் இப்போது சிரவண பௌகொள என்று கூறப்படுகிற வட்டாரத்தைச் சேர்ந்திருந்தது என்பது தெரிகிறது. களவர் நாடு, களப்பிரர் நாடு என்னும் பெயர்கள் வேறு சாசனங்களிலும் கூறப்படுகின்றன.[11] திருத்தொண்டர் புராணம் கூறுகிற 'வடுகக் கருநாடர் மன்னன்' இந்தக் களபப்பு நாட்டைச் சேர்ந்தவன் என்று கருதலாம்.

கருநாடதேசத்தில் இருந்த களப்பிரரின் களப்பு இராச்சியம் மைசூர் நாட்டைச் சேர்ந்த கோலார் (கோலாலபுரம்) வரையிலும் பரவியிருந்தது. கோலாலபுரத்திலுள்ள நந்திமலை களப்பிரரின் மலை என்று கூறப்படுகிறது.[12] பழைய தமிழ்ச் செய்யுட்கள், தமிழகத்தை யாண்ட களப்பிரரை நந்தி என்றும் தந்திமலையையுடையவர் என்றும் கூறுகின்றன: "நந்தி மால்வரைச் சிலம்பு நந்தி," "புகழ்துறை நிறைந்த பொருவேல் நந்தி."

கன்னட நாட்டுக் களபப்பு இராச்சியத்தை யாண்ட களப்பிரர் எப்பொழுதும் சுதந்தரராக இருக்கவில்லை. அவர்கள் கடம்பர், கங்கர் போன்ற வேறு அரார்களுக்கு வெவ்வேறு காலத்தில் அடங்கி யிருந்தனர் என்பது தெரிகிறது. கடம்ப அரசனான சாகுஸ்தன் (கி.பி. 425-450) களபோரருக்குப் (களப்பிரர்) பகைவன் என்று பேலூர்தாலுகாவில் ஹல்மிடி என்னும் ஊரிலுள்ள கல்வெட்டு எழுத்துக் கூறுகிறது.[13] களபப்பு நாட்டின் அரசனான திண்டிகன் என்பவன், மேலைக்கங்க அரசனான ஶ்ரீபுருஷனுடைய அனுமதி பெற்று ஒருதானத்தைக் கொடுத்தான் என்று ஒரு சாசனம் கூறுகிறது.[14] இதிலிருந்து களடப்பு அரசர் சில காலம் கங்க அரசருக்குக் கீழடங்கியிருந்தனர் என்பது தெரிகிறது.

மேற்கூறிய சான்றுகளினாலே கன்னட நாட்டவராகிய களப்பிர அரசர் அங்கு ஒரு பகுதியான களப்பிர நாட்டையரசாண்டனர் என்பது தெரிகிறது. அவர்கள் ஏழத்தாழ கி.பி.250-ல் அல்லது அதற்குச் சற்றுப் பின்னர் தமிழகத்தைக் கைப்பற்றிச் சேரசோழபாண்டிய நாட்டையரசாண்டனர் என்று கருதலாம்

3. களப்பிரர் எப்போது வந்தனர்?

வடுகக் கருநாடராகிய களப்பிரர் தமிழகத்தைக் கி.பி. மூன்றாம் நூற்றாண்டில், ஏழத்தாழ கி.பி.250-ல் அல்லது அதற்குச் சற்றுப் பின்னர் கைப்பற்றினார்கள் என்று கூறினோம். பேராசிரியர் நீலகண்ட சாஸ்திரி, தமிழ்நாட்டில் களப்பிரர் ஆட்சி ஏற்பட்டது கி.பி.275-ல் என்று கூறுகிறார்.[1] கி.பி.மூன்றாம் நூற்றாண்டின் தொடக்கத்தில் களப்பிரர் ஆட்சி ஏற்பட்டிருக்க வேண்டும் என்று திரு சதாசிவபண்டாரத்தார் கூறுகிறார்.[2] திரு.எம்.எஸ்.இராமசாமி அய்யங்கார், கி.பி.6-ஆம் நூற்றாண்டில் களப்பிரர் தமிழ் நாட்டைக் கைப்பற்றி அரசாண்டார்கள் என்று கூறுகிறார். "சங்கம் (வச்சிரநந்தி கி.பி.470-ல் நிறுவன திராவிட சங்கம்) கி.பி.5ஆம் நூற்றாண்டின் இறுதியில் அமைக்கப்பட்டது. கி.பி.6-ஆம் நூற்றாண்டு தொடங்கின போது தமிழ் நாட்டின் அரசியல் விரைவாக மாறுதல் அடைந்தது.

இந்தக் காலத்தில்தான் களப்பிரரின் படையெடுப்பும் அவர்கள் பாண்டி நாட்டைக் கைப்பற்றியதும் நிகழ்த்தன" என்று அவர் எழுதுகிறார்.[3] இவர் கூறுவது ஏற்கத்தக்கது அன்று. களப்பிரர் தமிழகத்தை ஆட்சி செய்யத்

தொடங்கிய பிறகுதான் வச்சிர நந்தியின் திராவிட சங்கம் ஏற்பட்டதே தவிர வச்சிர நந்தியின் திராவிட சங்கம் ஏற்பட்ட பிறகு களப்பிரர் ஆட்சி ஏற்படவில்லை . ஆகவே, கி.பி.6-ஆம் நூற்றாண்டில் களப்பிரர் ஆட்சி ஏற்பட்டது என்று இவர் கூறுவது தவறு. கி.பி. மூன்றாம் நூற்றாண்டின் இடைப் பகுதியில் களப்பிரர் ஆட்சி ஏற்பட்டது என்பதில் ஐயம் இல்லை . மேலும், இராமசாமி அய்யங்கார் இன்னொரு செய்தியையும் கூறுகிறார். "தமிழ் நாட்டில் ஜைனமதத்தை மேலும் உறுதியாக நிலைநாட்டுவதன் பொருட்டு ஜைனர் களப்பிரரைப் படையெடுத்து வருமாறு அழைத்தார்கள் என்று தோன்றுகிறது" என்று இவர் எழுதுகிறார்.[4]

இவ்வாறு இவர் கூறுவதற்குச் சான்று இல்லை. கி.பி.இரண்டாம் நூற்றாண்டின் இறுதிக் காலத்திலும் மூன்றாம் நூற்றாண்டின் தொடக்கக் காலத்திலும் தமிழகத்தில் இருந்த அரசியல் சூழ்நிலை கன்னட நாட்டுக் களப்பிரர் தமிழகத்தின்மேல் படையெடுத்து வருவதற்கு ஏற்றதாக இருந்தது. கடைச் சங்ககாலத்தில் இருந்த தமிழரசர்களும் குறுநில மன்னர்களும் ஒருவர் மேல் ஒருவர் அடிக்கடி போர் செய்து கொண்டிருந்ததைச் சங்கச் செய்யுட்களிலிருந்து அறிகிறோம். காரணம் இல்லாமலே தங்களுடைய போர் வல்லமையைக் காட்டுவதற்காகவே அரசர்கள் அக்காலத்தில் அடிக்கடி ஒருவர் மேல் ஒருவர் போர் செய்தனர். போர் செய்வது அவர்களின் வழக்கமாகவும் குறிக்கோளாகவும் இருந்தது. தமிழ் நாட்டு வேந்தர்களுக்குள்ளாகவே போர் செய்வதைப் பெருமையாகக்கருதினார்கள். போர் செய்வதை ஒரு கலையாகலே அமைத்துக் கொண்டனர், அரசர்களின் போர்ச் செயல்களைப் புலவர்கள் புகழ்ந்து பாடினார்கள்.

போர் முறைகளில் பல முறைகளை வகுத்துக் கொண்டு அதற்குப் புறத்திணை என்றும் புறத்துறை என்றும் போர்க்கலையை வகுத்தனர். போர்த்துறைகளைக் கலையாகவே போற்றிவந்தனர். காரணம் இருந்தாலும் இல்லையானாலும் ஒவ்வொரு அரசனும் போர் செய்துதான் ஆகவேண்டும் என்னும் வழக்கம் ஏற்பட்டுவிட்டது. தம்முடைய போர் வெற்றிகளைப் புலவர்கள் புகழ்ந்து பாடவேண்டும் என்னும் ஆசை அரசர்க்குள் ஏற்பட்டு விட்டது. போர்க்களத்துக்குப் போகாமல் அரசன் இறந்து விட்டால் அவனுடைய உடலைத் தருப்பைப் புல்லின் மேல் கிடத்தி வாலினால் மார்பை வெட்டி 'விழுப்புண்' உண்டாக்கிய பிறகு அடக்கம் செய்த நிலையும் ஏற்பட்டுவிட்டது.

இந்தப் 'போர்க்களச் சூழ்நிலை' தமிழ் நாட்டையும் தமிழரசர்களையும் பலவீனப்படுத்தி விட்டபடியால், அயல்நாட்டரசர்கள் இதைப் பயன்படுத்திக் கொண்டு படையெடுத்து வரக்காரணமாக இருந்தது. கி.பி.இரண்டாம் நூற்றாண்டில் இருந்த இந்தச் சூழ்நிலை களப்பிர அரசரைத் தமிழகத்தின்மேல் படையெடுத்து வரத்தூண்டியது. அன்னிய நாட்டவர் படையெடுப்பைத் தடுத்து நிறுத்த ஆற்றல் மிக்க பேரரசர் இல்லாத நிலை களப்பிரரின் ஆட்சி தமிழகத்தில் ஏற்படக் காரணமாக இருந்தது.

முன்பு கூறியபடி பாண்டியன் உக்கிரப் பெருவழுதி, சோழன் செங்கணான், சேரமான் கோக்கோதைமார்பன், கொங்கு நாட்டுக் கணைக்கால் இரும்பொறை ஆகியோர் கடைச்சங்க காலத்தின் இறுதியில் இருந்த தமிழரசர்கள். இவர்கள் காலத்துக்குப் பிறகு இவர்களுடைய மக்கள் அல்லது உறவினர் ஆட்சிக் காலத்தில் ஏறத்தாழக் கி.பி. 250-ல் களப்பிரர் தமிழகத்தைக் கைபற்றித் தங்கள் ஆட்சியை நிறுவினார்கள் என்று அறிகிறோம்.

களப்பிரர் வென்ற சேர சோழ பாண்டிய மன்னரின் பெயர்கள் தெரிவில்லை. மூவேந்தர்களையும் இவர்களின் கீழடங்கியிருந்த சிற்றரசர்களையும் களப்பிரர் வென்றனர் என்று வேள்விக்குடிச் செப்பேட்டுச் சாசனம் கூறுகிறது. "அளவரிய ஆதிராஜரை அகல நீக்கி அகலிடத்தைக் களப்ரனென்னுங் கலி அரைசன் கைக் கொண்ட"னன் என்று வேள்விக்குடிச் செப்பேட்டு வாசகம் கூறுகிறது.[5]

களப்பிரர் தமிழகத்தைக் கைப்பற்றினபிறகு 'கடைச் சங்க காலம்' முடிவடைந்தது. களப்பிரர், மேற்கூறியபடி, கி.பி. மூன்றாம் நூற்றாண்டின் இடைப்பகுதியில் கி.பி.250-ல் தமிழகத்தைக் கைப்பற்றினார்கள் என்று கொள்வதில் தவறு இல்லை.

4. சில களப்பிர அரசர்கள்

களப்பிரர் முன்னூறு ஆண்டுகள் அரசாண்டார்கள். அவர்களுடைய ஆட்சிமுறை எப்படி இருந்தது, அவர்களுடைய ஆட்சி செங்கோல் ஆட்சியாக இருந்ததா, அடக்கி அரசாண்டார்களா என்பது தெரியவில்லை அவர்கள் எத்தனைபேர் அரசாண்டார்கள், அவர்களுடைய பெயர் என்ன என்னும் வரன்முறையான சரித்திரம் கிடைக்கவில்லை. சங்க காலத்துச் சேர, சோழ, பாண்டியர் வரலாறே வரன்முறையாகக் கிடைக்காத போது அன்னியராகிய களப்பிரரைப் பற்றின வரன்முறையான வரலாறு எப்படிக் கிடைக்கும்? முன்னூறு ஆண்டு ஆட்சிக்காலத்தில் அவர்கள் எழுதிவைத்த செப்பேடுகளோ கல்வெட்டுகளோ இதுவரையில் ஒன்றேனும் கிடைக்கவில்லை.

அவர்கள் வழங்கின காசு - அவர்கள் காசுகளை வெளியிட்டிருந்தால். ஒன்றேனும் கிடைக்கவில்லை. அக்காலத்தில் வரலாறு எழுதும் வழக்கமும் இல்லை. அவர்கள் கட்டின கோயில் கட்டடங்களோ சிற்பங்களோ எதுவும் காணப்படவில்லை. ஆகவே அவர்களுடைய வரலாற்றையறிவதற்கு யாதொரு சான்றும் கிடைக்க வில்லை. அங்கொன்றும் இங்கொன்றுமாக ஒன்றிரண்டு இலக்கியச் சான்றுகள் மட்டுங்கிடைக்கின்றன. அவ்வளவுதான்.

களப்பிரரின் போர்க்கள வெற்றியைப் பழைய வெண்பா ஒன்று கூறுகிறது. மிகத் தொன்மை வாய்ந்த அந்த வெண்பா கி.பி. 10-ம் நூற்றாண்டு நூலாகிய யாப்பருங்கலம் என்னும் யாப்பிலக்கண நூலின் விருத்தியுரையில் மேற்கோள் காட்டப்பட்டுள்ளது.

படுபருந்தும் சூர்ப்பேயும் பல்லிலங்கும் நாயும்
கொடியும் கழுகுமிவை கூடி -வடிவுடைய
கோமான் களப்பாளன் கொல்யானை போமாறு
போமாறு போமாறு போம்.

என்பது அந்தப்பாடல். களப்பாள (களப்பிர) அரசனுடைய யானை சேனைகள் போர்க்களத்துக்குப் போகும்போது, பேய்களும், நரி, ஓநாய், நாய், பருந்து, கழுகு முதலான பிணந்தின்னிப் பிராணிகளுக்கு அந்தச் சேனையோடு போயின என்று இச்செய்யுள் கூறுகிறது. அதாவது போர்க்களத்தில் போர்வீரர்களும் யானை, குதிரைகளும் செத்து மடியுமாகையால் இந்தப் பிணத்தின்னிப் பிராணிகளும் இறைச்சி விருந்து கிடைத்தது என்பது இதன் கருத்து. களப்பாயா அரசன் மற்ற அரசர்களோடு போர்செய்து வெற்றி பெற்றான் என்பது இதன் திரண்ட பொருள்.

மற்றும் நான்கு பழைய வெண்பாக்களை யாப்பருங்கல விருத்தியுரை மேற்கோள் காட்டுகிறது. அந்தப் பழைய வெண்பாக்கள், களப்பிர அரசன் சேர, சோழ, பாண்டியரை வென்று அவர்களைச் சிறையிலிட்டுத் தளை (விலங்கு) இட்டபோது அந்த மூவரசர்களால் பாடப்பட்டவை. யாப்பருங்கல விருத்தியுரை மேற்கோள் காட்டுகிற அந்தப் பழம் பாடல்கள், பிற்காலத்தில் தனிப்பாடற்திரட்டு, புலவர் புராணம் முதலான நூல்களிலும் சேர்க்கப்பட்டுள்ளன. அப்பழம் பாடல்கள் இவை:

சேர மன்னன் பாடியது:

தினை விதைத்தார் முற்றந் தினை யுணங்கும், செந்நெல்
தனை விளைத்தார் முற்ற மதுதானாம் - கனைசீர்
முரகணங்கும் சங்குணங்கும் மூரித்தேர்த் தானை அரசுணங்கும் அச்சுதன்தன்
முற்றத்து

சோழ அரசன் பாடியது:

அரசர்குல திலகன் அச்சுதன் முற்றத்தில்
அரச ரவதரித்த வந்தாள்- முரசதிரக்
கொட்டிவிடு மோசையினுங் கோவேந்தர் காற்றளையை வெட்டிவிடும் ஓசை
மிகும்

பாண்டிய மன்னன் பாடியது:

குறையுளார் எங்கிரார் கூர்வே லிராமன்
நிறையறு திங்கள் இருந்தான் முறைமையால், ஆலிக்குத்தானை யலங்குதார்
அச்சுத! முன்
வாலிக் கிளையான் வரை

இதைக் கேட்ட அச்சுதக் களப்பாளன் பாண்டியனுக்கு இன்னொரு தளை இட்டாள். அப்போது பாண்டியன் இன்னொரு வெண்பாவைப் பாடினான்.

குடகர் குணகடலென் றார்த்தார் குடகர்க்
கிடகர் வடகடலென் றார்த்தார்- வடகடலர்
தென்கடலென் றார்த்தார் தில்லையைச் சுதானந்தன்
முன்கடை நின்றார்க்கும் முரசு

இந்தக் களப்பிர அரசனை இப்பாடல்கள் அச்சுதன் என்று கூறுகின்றன. அச்சுதன் என்பது களப்பிர அரசர்களின் பொதுப்பெயர் என்று தோன்றுகிறது. பாலி மொழியில் எழுதப்பட்ட ஒரு பௌத்தச் செய்யுள் ஒரு களப்பிர அரசரை அச்சுதன் என்று கூறுகிறது. இன்னொரு தமிழ்ச் செய்யுள் ஒன்று இன்னொரு களப்பிர அரசனை அச்சுதன் என்று கூறுகிறது. ஆகையால் களப்பிர அரசர்கள் ஒவ்வொருவரும் அச்சுதன் என்று பெயர் கொண்டிருந்தனர் என்பது தெரிகின்றது.

சேர, சோழ, பாண்டியர் களப்பாளரைத் (களப்பிரரைத்) தமிழ்ச் செய்யுளில் பாடினபடியால், களப்பிரரும் தமிழரசரே என்று பி.டி.சீனிவாச அய்யங்கார் கூறுகிறார்.[1] இவர் கூற்றுத் தவறு. களப்பிரர் தமிழரல்லர்; கன்னடர் என்பதில் ஐயமில்லை.

யாப்பருங்கலம் என்னும் செய்யுள் இலக்கண நூலின் விருத்தியுரை யாசிரியர் தம்முடைய உரையில் நான்கு அழகான செய்யுட்களை மேற்கோள் காட்டியுள்ளார். அந்தச் செய்யுட்கள் களப்பிர அரசரைப் பற்றியவை. (இணைப்பு 1 காண்க) அச்செய்யுட்களில் 'கெடலரு மாமுனிவர்' என்று தொடங்குகிற செய்யுள் அச்சுதன் என்னும் களப்பிர அரசனைக் காத்தருள வேண்டும் என்று திருமாலை வேண்டுகிறது. ('புயலுறழ் தடக்கைப் போர்வேல் அச்சுதன், தொன்றுமுதிர் கடலுலகம் முழுதுடன் ஒன்றுபுரி திகிரி உருட்டு வோன் எனவே')

'அலைகடற் கதிர்முத்தம்' என்று தொடங்கும் இன்னொரு செய்யுள், களப்பிர அரசன் சங்கு சக்கரம் ஏந்திய திருமாலை வழிபட்டு அவன் அருளினால் பெரிய நிலத்தை ஆளும் பேறுபெற்றான் என்றும் அந்த அரசனை அருகக் கடவுள் காத்தருள வேண்டும் என்றும் வேண்டுகிறது. 'அகலிடமும் அமருலகும்' என்று தொடங்குகிற இன்னொரு செய்யுள் ஒரு களப்பிர அரசனுடைய ஆற்றல், கொற்றம், வீரம் முதலியவற்றைப் புகழ்கிறது. அதில் அந்தக் களப்பிர அரசன் 'அச்சுதர்கோ' என்று கூறப்படுகிறான். அதாவது அச்சுத குலத்தில் பிறந்த அரசன் என்று கூறப்படுகிறான்.

'நலங்கிளர் திருமணியும்' என்று தொடங்குகிற இன்னொரு செய்யுள், செங்கோல் விண்ணவன் (விண்ணன் - விஷ்ணு) என்றும் களப்பிர அரசனுடைய ஆட்சி ஓங்கவேண்டும் என்றும் அருகக் கடவுளை வேண்டுகிறது. விண்ணவன் (விண்ணு - விஷ்ணு) என்று பெயர் பெற்றிருப்பதனால் இவ்வரசன் வைணவ சமயத்தவன் என்று தெரிகிறான். சேர, சோழ, பாண்டியர்

களப்பிர அரசனைப்பாடிய பாடல்களில் களப்பிரன் அச்சுதன் என்று கூறப்பட்டதை முன்னமே கண்டோம்.

கி.பி. 5-ம் நூற்றாண்டின் முற்பாதியில் வாழ்ந்திருந்த ஆசாரிய புத்ததத்தேரர் சோழ நாட்டுத் தமிழர். அவர் பேர் போன பௌத்தப் பெரியார், அவர் பாலி மொழியில் புத்தவம் சாட்டசுதா, அபிதம்மாவதாரம், வினய வினிச்சயம், உத்தரவினிச்சயம், ரூபாரூபலிபாகம், ஜினாலங்காரம் முதலான நூல்களை எழுதியுள்ளார். சோழ நாட்டுப் பூதமங்கலம் என்றும் ஊரில் வேணுதாசர் கட்டின பௌத்த விகாரையில் இவர் தங்கியிருந்த போது வினயவினிச்சயம் என்னும் நூலை களம்ப (களப்ர) அரசன் காலத்தில் இவர் எழுதி முடித்ததாக இவர் அந்த நூலில் கூறியுள்ளார்.[2]

பஸாத ஜனனே ரம்மே பாஸாதே வஸதா மயா
புத்தஸ்ஸ புத்தஸீஹேன வினயஸ்ஸ வனிச்சயோ
புத்தஸீஹம் ஸமுத்திஸ்ஸ மம ஸத்தி விஹாரிம்
கதோயம் பன பிக்கூனம் ஹிதத்தாய ஸமாஸதோ
வியைஸ்ஸாவ பொத்தந்தம் ஸுகேனே வாசிரேன ச
அச்சுதச்சுத விக்கந்தே களப்ப குலநத்தனே
மஹிம் ஸமனு ஸாலத்தே ஆரத்தோ ச ஸமாபிதோ

இதில் அச்சுத விக்கத்தன் களப்ப (களப்பிர) குலத்தில் பிறந்தவன் என்று கூறப்படுகிறான்.

இந்தச் சான்றுகளினாலே களப்பிர அரசர் வைணவர் என்றும் வைணவப் பெரியராகிய அச்சுதன் என்னும் சிறப்புப் பெயரைக் கொண்டிருந்தார்கள் என்பதும் தெரிகின்றன. . களப்பிர அரசர் தொண்டை நாட்டைத்தவிர சேர, சோழ, பாண்டிய நாடுகளை வென்று அரசாண்டார்கள் என்பது உறுதியாகத் தெரிகிறது. இவர்கள் சேர, சோழ, பாண்டியரின் கொடிகளைத்தங்களுடைய கொடிகளாகக் கொண்டிருந்தனர் என்பதைக் 'கெடலருமா முனிவர்' என்று தொடங்கும் செய்யுளினால் அறிகிறோம். (இணைப்பு காண்க) அந்தச் செய்யுளின் இறுதிப் பகுதி இவ்வாறு கூறுகிறது:

அடுதிறல் ஒருவ! நிற் பரவுதும், எங்கோன்
தொடுகழற் கொடும்பூண் பகட்டெழில் மார்பிற்
கயவொடு கிடந்த சிலையுடைக் கொடுவரிப்
புயலுறழ் தடக்கைப் போர்வேல் அச்சுதன்
ஒன்றுகடல் உலகம் முழுவதும்
ஒன்றுபு திகிரி யுருட்டுவோன் எனவே

இதனால், கயல் (மீன்), சிலை (வில்), கொடுவரி (புலி) ஆகிய அடை-

யாளங்களைக் களப்பிரர் கொண்டிருந்தனர் என்பது தெரிகின்றது. அதாவது பாண்டியனுடைய மீன் கொடியையும் சேரனுடைய வில் கொடியையும் சோழனுடைய புலிக்கொடியையும் களப்பிரர் தங்களுடைய கொடியாகக் கொண்டிருந்தார்கள் என்பது தெரிகிறது. சேர, சோழ, பாண்டியரின் அடையாளங்களைக் கொண்டிருந்தபடியால் இம்மூன்று நாடுகளையும் அவர்கள் கைப்பற்றி அரசாண்டார்கள் என்று ஐயமறத் தெரிகின்றது.

களப்பிரர் எத்தனை பேர் அரசாண்டார்கள் அவர்கள் நாட்டுக்கு என்னென்ன செய்தார்கள் என்பது தெரியவில்லை பாண்டி நாட்டில் மதுரையைத் தலைநகரமாக்கிக் கொண்டு களப்பிரர் அரசாண்டதை அறிகிறோம். உறையூர், காவிரிப் பூம்பட்டினங்களிலும் இருந்து சோழ நாட்டைக் களப்பிரர் அரசாண்டனர் என்பதும் தெரிகின்றது. தில்லையில் (சிதம்பரம்) இருந்தும் அரசாண்டதையறிகிறோம். சோழ நாட்டிலே களப்பாள் என்னும் ஊரில் ஒரு களப்பாளன் இருந்ததையறிகிறோம்.

சேர நாட்டில் எந்த ஊரில் இருந்து களப்பிரர் ஆட்சி செய்தனர் என்பது தெரியவில்லை. களப்பிரர் ஆட்சி, தொண்டை மண்டலத்தைத் தவிர ஏனைய தமிழ்நாடெங்கும் இருந்தது என்பது தெரிகிறது. களப்பிரர் தமிழ்நாட்டைக் கைப்பற்றியபோதே பல்லவ அரசர் தமிழகத்தின் வடபகுதியாகிய தொண்டை நாட்டைக் கைப்பற்றிக் கொண்டனர். ஆகவே களப்பிரர் ஆட்சி தொண்டை நாட்டில் ஏற்படவில்லை. அவர்களுடைய ஆட்சி தென் பெண்ணையாற்றுக்குத் தெற்கே சேர சோழ பாண்டிய நாடுகளில் இருந்தது.

களப்பிர அரசனுக்குக் கீழ் அவனுக்கு அடங்கிக் களப்பி குலத்து அரசர் சேர சோழ பாண்டிய நாடுகனை யரசாண்டனர் என்பது தெரிகிறது.

மூர்த்தியார்: பாண்டிய நாட்டில் களப்பிரர் ஆட்சிக் காலத்தில் சிலகாலம் மூத்திநாயனார் என்னும் ஒரு வணிகர் அரசாண்டதைப் பெரிய புராணம் கூறுகிறது. மதுரையை ஆண்ட களப்பிர அரசன் பிள்ளைப்பேறு இல்லாமல் இறந்துபோனாள். அவன் சைவ சமயத்துக்கு இடையூறுகளைச் செய்தவன். அவன் இறந்தபோது, அமைச்சர்கள் பட்டத்து யானையின் கண்ணைத் துணியினால் கட்டி மறைத்து நகரத்தில் போகவிட்டனர். அந்த யானை யாரைத் தன் மேல் ஏற்றிக் கொண்டு வருகிறதோ அவரை அரசனாக்கி பட்டம் கட்டுவது அக்காலத்து மரபு. நகர வீதிகளில் சென்ற யானை சொக்கநாதர் ஆலையத்தருகில் நின்று கொண்டிருந்த மூத்தியாரை தன் மேல் ஏற்றிக்கொண்டு சென்றது. அமைச்சர்கள் அவருக்கு முடிசூட்டி, அரசனாக்கத் தொடங்கினார்கள்.

மூர்த்தியார் தமக்கு பொன்முடி வேண்டாம் என்று மறுத்துவிடார். சிவனடியார் ஆகையால், அவர் திருநீற்றையும் உருத்திராக்கத்தையும் சடை முடியையும் அளித்து பட்டங்கட்டப் பெற்றார். அதனால் அவர்'மும்மையால் உலகாண்ட மூர்த்தியார்' என்று கூறப்பட்டார். இவருடைய வரலாற்றை பெரிய புராணத்தில் காணலாம். (மூர்த்திநாயனார் புராணம்) மூர்த்தியார் எத்-

தனையாண்டுகள் அரசாண்டார், அவருக்குப் பிறகு களப்பிரர் ஆட்சி மீண்டும் எப்படி மதுரையில் ஏற்பட்டது என்பது தெரியவில்லை. இது நிகழ்ந்த காலமும் தெரியவில்லை.

கூற்றனார்: சோழ நாட்டை யரசாண்ட களப்பிர அரசர்களில் கூற்றனாரும் ஒருவர். இவரைக் கூற்றனார் என்றும் கூற்றுவநாயனார் என்றுங் கூறுவர். இவருடைய வரலாற்றைப் பெரிய புராணத்தில் அறிகிறோம். (கூற்றுவநாயனார் புராணம்) ' 'ஆர் கொண்ட வேற்கூற்றன் களந்தை கோன் அடியேன்' என்று சுதந்தரமூர்த்திதாயனார் திருத்தொண்டத் தொகையில் இவரைக் கூறுகிறார். இவர் களப்பாளன் (களப்பிரன்) குலத்தவர் என்று திருத்தொண்டர் திருவந்தாதியில் நம்பியாண்டார் நம்பி கூறுகிறார்.[3]

நாதன் திருவடியே முடியாகக் கலித்து நல்ல
போதங் கருத்திற் பொதித்தமை யாலதுகை கொடுப்ப
ஓதந்தரு வியஞான மெல்லாம் ஒருகோலின் வைத்தான்
கோதை தெடுவேற் களப்பாள ளாகிய கூற்றுவனே

களப்பிர அரசர்கள் பொதுவாகச் சைனசமயத்தவர் என்றாலும், அவர் குலத்தைச் சேர்ந்த கூற்றுவர் சைவ சமயத்தைச் சேர்ந்தவராக இருந்தார். சோழ நாட்டிலிருந்த இவர், சோழ் அரசர்களுடைய முடியைத் தரித்து அரசாள வேண்டும் என்று விரும்பினார். களப்பிரர் ஆட்சிக் காலத்தில் பழைய சோழ அரச பரம்பரையார் களப்பிரருக்குக் கீழடங்கியிருந்தார்கள். அவர்களுடைய முன்னோரான சோழர் அணிந்திருந்த மணிமுடி தில்லை வாழ் அந்தணர்களிடத்தில் இருந்தது. 'முடி ஒன்று ஒழிய அரசர் திருவெல்லாம்' உடையராக இருந்த கூற்றுவர், சோழ அரசருடைய பழைய முடியைத் தரித்து அரசாள விரும்பினார். அவர் சோழ அரசருடைய முடியை வைத்திருந்த தில்லைவாழந்தணர்களை அணுகி அந்த முடியைக் கொண்டு தனக்கு முடி சூட்டும்படி கேட்டார். அவர்கள், 'சோழ அரசர் குடியில் பிறந்தவர்களுக்கு அல்லாமல் மற்றவர்களுக்கு முடிசூட்டமாட்டோம்' என்று சொல்லி, சோழர் முடியைத் தம்மில் ஒரு குடும்பத்தாரிடம் ஒப்படைத்து விட்டு மற்றவர் எல்லோரும் சேர நாட்டுக்குப் போய்விட்டார்கள்.[4]

மல்லல் ஞாலம் புரக்கின்றார் மணிமா மவுலி புனைவதற்கு
தில்லைவா முத்தணர் தம்மை வேண்ட அவரும் 'செம்பியர்தம்
தொல்லை நீடுங்குல முதலோர்க் கன்றிக் கட்டோம்முடி' என்று
நல்கா ராகிச் சேரலன் தன் மலைதாடனைய நண்ணுவார்

ஒருமை உரிமை தில்லைவாழந்தணர்கள், தம்மில் ஒரு குடியைப்
பெருமை முடியை அருமைபுரி காவல் கொளும்படி இருத்தி

இருமை மரபுத் தூயவர்தாம் சேரர் நாட்டில் எய்திய பின்
வரும்ஐயுற வால்மனந் தளர்ந்து மன்றுள் ஆடும் கழல்பணிவார்
இதனால், கூற்றுவனார், முடிசூடாமலே சோழ நாட்டை யரசாண்டார் என்பது தெரிகின்றது.

ஏறத்தாழ முன்நூறு ஆண்டுகளாகத் தமிழகத்தை யரசாண்ட களப்பிர அரசர்களைப் பற்றி வரன்முறையான வரலாறு கிடைக்காமல், மேற்காட்டியபடி, அங்கொரு துணுக்கும் இங்கொரு துணுக்குமாகக் கிடைக்கிறது. ஆனால், தமிழ்நாட்டு அரசியலில் களப்பிர அரசருக்குப் பெரிய எதிர்ப்புகளும் அரசியல் கலகங்களும் குழப்பங்களும் நாட்டில் இருந்து கொண்டிருந்தன என்பதைச் சில குறிப்புகளைக் கொண்டு அறிகிறோம். தமிழகத்தை யரசாண்ட களப்பிர அரசர்கள் எத்தனைபேர், அவர்களுடைய பெயர் என்ன அவர்கள் ஒவ்வொருவர் காலத்திலும் நடந்த நிகழ்ச்சிகள் எவை என்னும் வரலாறு ஒன்றும் தெரியவில்லை.

5. களப்பிரர் காலத்து இரேணாட்டுச் சோழர்

தமிழகத்தில் களப்பிரர் ஆட்சிக்காலத்தில் சோழ அரசர்கள் களப்பிரருக்குக் கீழடங்கியிருந்தனர். அக்காலத்தில் சோழர் குலத்தைச் சேர்ந்த ஒரு சோழன் தமிழகத்துக்கு வடக்கே இருந்த வடுக (தெலுங்கு) நாட்டுக்குச் சென்று அங்கு ஒரு சிறு இராச்சியத்தை அமைத்துக் கொண்டு அரசாண்டான். அவன் அமைத்துக் கொண்ட அந்த இராச்சியத்தை அவனுடைய பரம்பரையினர் சில நூற்றாண்டுகள் வரையில் அரசாண்டார்கள். இந்த வரலாற்றுச் செய்தி கல்வெட்டுச் சாசனங்களில் இருந்து புதிதாகக் கிடைத்திருக்கிறது. தெலுங்கு நாட்டில் கடப்பை மாவட்டத்தில் கிடைத்துள்ள பழைய கல்வெட்டுச் சாசனங்களும் செப்பேட்டுச் சாசனங்களும் இந்த வரலாற்றுச் செய்தியைக் கூறுகின்றன.

இப்போதைய கடப்பை, கர்னூல் மாவட்டங்கள் அக்காலத்தில் சோழர்களுடைய ஆட்சியில் இரேணாடு ஏழாயிரம் என்று பெயர் பெற்றிருந்தன. இரேணாடு ஏழாயிரத்தை யாண்ட சோழர், இரேணாட்டுச் சோழர் என்றும், தெலுங்குச் சோழர் என்றும் பெயர் பெற்றிருந்தனர். பிற்காலத்தில் சோழர் என்னும் பெயர் சோடர் என்று திரித்துவிட்டது. அவர்கள் பிற்காலத்தில் ரேணாட்டுச் சோடர் என்றும் தெலுங்குச் சோடர் என்றும் கூறப்பட்டனர். தமிழராகிய அந்தச் சோழர் தெலுங்கு நாட்டை யரசாண்டபடியால், நாட்டு மொழியாகிய தெலுங்கு மொழியைத் தங்களுடைய அரசாங்க பாஷையாக அமைத்துக் கொண்டு தெலுங்கிலேயே கல்வெட்டுச் சாசனங்களையும் செப்பேட்டுச் சாசனங்களையும் எழுதினார்கள். பிற்காலத்தில் அவர்கள் தெலுங்கராகவே மாறிவிட்டார்கள்.

இரேணாட்டுச் சோழர் தங்களைத் தமிழச் சோழர் பரம்பரையினர் என்று தங்களுடைய கல்வெட்டிலும் செப்பேட்டிலும் எழுதியுள்ளனர். காவிரியாற்றுக்குக் கரைகட்டின பேர்போன கரிகாற் சோழனுடைய குலத்தினர் என்றும் உறையூரிலிருந்து வந்தவர் என்றும் தங்களை இவர்கள் கூறியுள்ளனர். மற்றும், சோழர்களுடைய அடையாளமாகிய புலியையே இவர்களும் தங்களின் அடையாளச் சின்னமாகக் கொண்டிருந்தார்கள். ஆகவே இவர்கள் காவிரி பாயும் சோழ நாட்டையாண்ட சோழர்களின் பரம்பரையினர் என்பதில் சற்றும் ஐயமில்லை . இரேணாடு ஏழாயிரம் சோழர்களின் ஆட்சியில் இருந்தபடியால் அந்த நாடு சோழ நாடு என்றும் கூறப்பட்டது.

சீன தேசத்திலிருந்து பாரத தேசத்துக்கு வந்து பல நாடுகளைச் சுற்றிப் பார்த்த யுவான் சுவாங் என்னும் பௌத்தன் தன்னுடைய யாத்திரைக் குறிப்பில் இரேணாட்டை சு-லி-ய என்று எழுதியுள்ளார். சு-லி-ய என்பது சோழிய அல்லது சோழ என்னும் சொல்லின் திரிபு. பாரத நாட்டில் தல யாத்திரை செய்த யுவான் சுவாங் ஆந்திர நாட்டில் அமராவதி நகரத்தில் சில காலம் தங்கியிருந்து, பிறகு தெற்கே யாத்திரை செய்து தொண்டை மண்டலத்தில் காஞ்சிபுரத்துக்கு வந்து தங்கினார். கி.பி.639-40-ஆம் ஆண்டில் இவர் அமாரவதியிலும் காஞ்சியிலும் தங்கியிருந்தார். அமராவதியிலிருந்து காஞ்சிபுரத்துக்கு வந்த போது இடை வழியில் சுலிய (சோழி) நாடு இருந்தது என்று இவர் தம்முடைய யாத்திரைக் குறிப்பில் எழுதியுள்ளார்.

தொண்டை நாட்டுக்குத் தெற்கே காவிரியாறு பாய்கிற சோழ நாடு இருக்கிறது என்பதை அறிவோம். ஆனால், சீனராகிய யுவான் சுவாங், தொண்டை நாட்டுக்கு வடக்கே சோழ நாடு இருந்தது என்று எழுதியுள்ளார். இவர் கூறுவது தவறாக இருக்குமோ என்னும் ஐயம் இருந்தது. ஆனால், அண்மைக் காலத்தில் தெலுங்கு நாட்டில் கடப்பை மாவட்டத்தில் கிடைத்த கல்வெட்டுகளும் செப்பேடுகளும் அந்தப் பகுதி நாட்டைச் சோழ குலத்து மன்னர் அரசாண்டனர் என்னும் வரவலாற்றுச் செய்தியைக் கூறுகின்றன.

எனவே, தொண்டை நாட்டுக்கு வடக்கே சோழ நாடு இருந்தது என்று யுவான் சுவாங் கூறியுள்ளது தவறு அன்று என்பதும் உண்மையான செய்தி என்றும் தெரிகின்றது. அவர் சு-லி-ய என்று கூறுவது இரேணாட்டையாகும். தமிழ் நாட்டின் வட எல்லையில் இருந்த திருவேங்கடக் கோட்டத்துக்கு (வேங்கட மலைக்கு) வடமேற்கேயுள்ள இப்போதைய கடப்பை, கர்னூரல் மாவட்டங்களே அக்காலத்தில் இரேணாடு என்றும் சோழியநாடு என்றும் பெயர் பெற்றிருந்தது என்பதையறிகிறோம். இரேணாட்டைச் சோழ அரசர் பரம்பரையார் அரசாண்டனர் என்னும் வரலாறு அண்மைக் காலம் வரையில் தெரியாமல் மறைந்திருந்தது.

இரேணாட்டுச் சோழர் தங்களுடைய சாசனங்களிலே தங்களைச் சோழன் கரிகாலனுடைய பரம்பரையில் வந்தவர் என்று கூறுகிற படியினாலே, கரிகால் சோழன் காலத்திலிருந்து இரேணாட்டைச் சோழர் அரசாண்டு வந்தனர்

என்று சில வரலாற்று ஆசிரியர் கருதுகிறார்கள். இவர்கள் கருத்து சரியன்று. கடைச்சங்க காலத்தில் கி.பி. முதலாம் நூற்றாண்டில் இருந்த கரிகாற் சோழன் தமிழகத்துக்கு வடக்கே இருந்த நாடுகளையும் வென்றான் என்று சங்கச் செய்யுட்கள் கூறுகின்றன.[1] ஆகவே கரிகாற் சோழன் காலத்திலிருந்து இரேணாட்டைச் சோழர் அரசாண்டு வந்தனர் என்று சிலர் கருதுகின்றனர். சோழன் கரிகாலன் அடைந்த வெற்றிகள் போர்க்கள வெற்றியே. அவன் வென்ற வடதாட்டு நாடுகளை அவன் தன்னுடைய ஆட்சியில் வைத்து அரசாளவில்லை.

ஆகவே இரேணாட்டைச் சோழர் கரிகாற் சோழன் காலத்திலிருந்து அரசாண்டனர் என்பது ஏற்கத்தக்கதன்று. களப்பிர அரசர் சோழ நாட்டைக் கைப்பற்றி யரசாண்டபோது அவர்களுக்குக் கீழடங்கியிருந்த சோழர் பரம்பரையைச் சேர்ந்த ஒரு சோழன் இரேணாட்டை வென்று தன்னுடைய ஆட்சியை நிறுவினான் என்பதும் அவனுடைய பரம்பரையார் சில நூற்றாண்டுகள் அந்நாட்டையரசாண்டனர் என்பதும் வரலாற்று உண்மை என்று தோன்றுகிறது. இரேணாட்டுச் சோழர் தங்களைக் கரிகாற் சோழனுடைய பரம்பரையைச் சேர்ந்தவர் என்று கூறுகிறார்களே தவிர, அவன் காலத்தைத் தொடர்ந்து இரேணாட்டையரசாண்டதாகக் கூறவில்லை.

இரேணாட்டுச் சோழர்கள் எழுதியுள்ள சாசனங்களில் சிலவற்றை இங்குச் சுருக்கமாக அறிமுகப்படுத்துவது பொருத்தமாகும்.

கடப்பை மாவட்டம் ஜம்மல மடுகு தாலுகாவில் கோ சினெ பள்ளி கிராமத்தில் ஒரு களத்து மேட்டில் கருங்கற்றூண் ஒன்று இருக்கிறது. இந்தத் தூணின் மூன்று பக்கங்களில் தெலுங்கு எழுத்தில் சாசனம் எழுதப்பட்டுள்ளது. இதில் சோழ மகாராசன் என்னும் அரசன் பெயர் காணப்படுகிறது. இந்த அரசன், கரிகாற் சோழனுடைய பரம்பரையில் சூரிய குலத்தில் காசிப கோத்திரத்தில் பிறந்தவன் என்று தன்னைக் கூறிக்கொள்கிறான்.[2] மேற்படி தாலுகாவில் முட்டனூருக்கு அருகில், சிலம்கூரிலிருந்து வருகிற சாலையின் ஓரத்தில் உள்ள கருங்கற்சாசனம், சோழ மகாராசன் ஆதித்தபட்டாரகருக்கு நிலத்தையும் பொன்னையும் தானஞ்செய்ததைக் கூறுகிறது.[3]

இந்த ஊரிலேயே உள்ள சிவன் கோயில் முற்றத்தில் கிடக்கிற கல்லில் சோழ அரசனுடைய கல்வெட்டெழுத்துச் சாசனம் காணப்படுகிறது. இந்தச் சாசனக் கல்லின் அடிப்புறம் உடைந்து கிடக்கிறது. கல்லின் மேற் புறத்தில் சாசன எழுத்துக்கு மேலே, வாலைச் சுருட்டிக் கொண்டு நிற்கிற புலியின் உருவம் பொறிக்கப்பட்டிருக்கிறது.[4] புலியின் உருவம் சோழருடைய அடையாளக் குறி என்பதையறிவோம். இரேணாட்டுச் சோழரும் புலியின் அடையாளத்தைக் கொண்டிருந்த படியால் இவர்கள் சோழர் குலத்தவர் என்பது தெளிவாகிறது.

கடப்பை மாவட்டம் ஜம்மல மடுகு தாலுக்காவில் பெத்த முடியம் என்னும் ஊரில் சிதைந்து போன கல் எழுத்துச்சாசனம் காணப்படுகிறது. இந்தச்

சாசனத்தில் சோழ மகாராசன் என்னும் பெயர் காணப்படுகிறது. சாசனக் கல்லின் மேற்புறத்தில் புலியின் உருவம் பொறிக்கப்பட்டிருக்கிறது. இந்தப்புலி வாயைத்திறந்து கொண்டு (உறுமிக்கொண்டு) நிற்பது போலக் காணப்படுகிறது.[5] இந்த மாவட்டத்தில் சமயபுரம் தாலுகாவில் சிலம்கூர் என்னும் ஊரில் ஒரு வயலில் உடைந்து கிடக்கிற கற்றூணில் தெலுங்கு எழுத்துச் சாசனங்கள் காணப்படுகின்றன. இதில் சோளமாறாதேவுலு (சோழ மகாதேவர்) என்னும் பெயர் காணப்படுகிறது.[6] இவ்வூர் அகத்தீஸ்வரர் கோவிலின் முன்புறத்தில் விழுந்து கிடக்கிற கற்றூணில் மூன்று பக்கங்களில் தெலுங்கு எழுத்துச் சாசனம் எழுதப்பட்டுள்ளது.

இச்சாசனத்தில் விக்கிரமாதித்திய சோள மஹாராஜுலு எளஞ்சோள மஹாதேவி (இளஞ்சோழமகாதேவி) என்னும் சோழ அரச அரசியரின் பெயர்கள் காணப்படுகின்றன.[7] கலமள்ள என்னும் ஊரில் உள்ள சென்னகேசவ கோவிலின் முற்றத்தில் உடைந்து கிடக்கிற கற்றூணின் இரண்டு பக்கங்களில் தெலுங்கு எழுத்துச் சாசனம் காணப்படுகிறது. இதில் இரேணாட்டு அரசன் தனஞ்சயேண்டு என்பவன் பெயர் காணப்படுகிறது.[8] கடப்பை மாவட்டம் கமலபுரம் தாலுக்கா மலெபாடு என்னும் ஊருக்கு மேற்கேயுள்ள கிணற்றின் அருகில் கிடக்கிற கற்றூணில் இரேணாட்டுச் சோழ அரசர்கள் சாசனம் எழுதப்பட்டுள்ளது. சித்தி ஆயிரம், இணோடு, ஏழாயிரம் ஆகிய நாடுகளை அரசாண்ட சக்தி கோமர விக்கிரமாதித்தியனின் மகனான சோள மகாராஜாதிராஜ விக்கிரமாதித்திய சத்யாதி துன்று என்னும் அரசன் நிலங்களைத் தானங்கொடுத்ததை இந்தச் சாசனம் கூறுகிறது.[9]

மலெபாடு என்னும் இந்த ஊரிலேயே 1906-ம் ஆண்டில் இரேணாட்டுச் சோழன் புண்ணிய குமாரனுடைய செப்பேட்டுச் சாசனம் கிடைத்துள்ளது. இந்தச் செப்பேட்டுச் சாசனம் எபிகிறாபியா இந்திகா என்னும், சஞ்சிகையின் பதினொன்றாம் தொகுதியில் திரு. கிருஷ்ணசாஸ்திரியால் வெளியிடப்பட்டுள்ளளது.[10] இரணிய இராஷ்டத்தில் சுப்ரயோக ஆற்றின் தென்கரையில் உள்ள பிரிபாறு என்னும் கிராமத்தில் சில நிலங்களைப் போர்முசக ராமன் புருஷசார்த்துல புண்ணிய குமாரன் என்னும் அரசன் தானங்கொடுத்ததை இந்தச் செப்பேடு கூறுகிறது. இந்தப் புண்ணிய குமாரனுக்கு மார்த்த வசித்தன், மதனவிலாசன் என்னும் சிறப்புப் பெயர்களும் இருந்தன.

இவன், சூரிய குலத்தில் பிறந்த கரிகாலச் சோழனுடைய பரம்பரையில் வந்த சோளமகாராசனுடைய மகன் என்றும் தனஞ்சயவர்மனுடைய பேரன் என்றும் நந்திவர்மனுடைய இரண்டாம் பேரன் என்றும் தன்னை இச்செப்பேட்டில் கூறிக்கொள்கிறான். இந்தச் சாசனம் கி.பி.8ம் நூற்றாண்டில் எழுதப்பட்டது. இந்தச் செப்பேட்டின் தலைப்பில் புலியின் உருவம் எழுதப்பட்டிருக்கிறது. இதைக் கிருஷ்ண சாஸ்திரி சிங்கம் என்று கூறுகிறார். திரு. வெங்கையா அவர்கள் இதுபுலி என்ற கூறுகிறார். சோழர்களுக்குப் புலி அடையாளக்குறியாக இருந்தது. சில கல்வெட்டுச் சாசனங்களிலும் புலியின் உருவம் பொறிக்-

கப் பட்டுள்ளதை முன்னமே காட்டினோம்.

நன்னிச் சோடன் (நன்னிச்சோழன்) என்னும் பெயருள்ள இரேணாட்டு அரசன் ஒருவன் தெலுங்கு மொழியில் குமாரசம்பவம் என்னும் சிறந்த செய்யுள் இலக்கியத்தை எழுதியுள்ளான் அது மிகச் சிறந்த தெலுங்கு இலக்கியமாகப் புகழப்படுகிறது. இந்த நூலில் இந்த அரசன் தன்னுடைய சோழர் குலத்தைக் கூறுகிறான். தான், கரிகால் சோழனுடைய பரம்பரையைச் சேர்ந்தவன் என்றும், உறையூர் சோழ மரபைச் சேர்ந்தவளன் என்றும் கூறிக்கொள்கிறான். கற்கோழி கூவிற்று என்றும் கூறுகிறாளன்.
உறையூருக்குக் கோழி என்றும் பெயருண்டு. உறையூரில் கோழிச் சேவல் ஒன்று யானையோடு போர் செய்து வென்றபடியால் உறையூருக்குக் கோழி (கோழியூர்) என்று பெயர் வந்தது என்றும் கூறுவர். ஆனால், கல்லினால் செய்யப்பட்ட கோழிகூவிற்று என்று கூறுவது வியப்பாக இருக்கிறது. இந்தக் குமாரசம்பவம் என்னும் நூலில் பல தமிழ்ச் சொற்கள் உள்ளன என்றும் அச்சொற்களின் பொருள் விளங்கவில்லை என்றும் கூறுகின்றனர். தெலுங்குச் சோழர்களின் கல்வெட்டுக்கள் எல்லாவற்றையும் இங்குக் கூறவேண்டுவதில்லை.

தமிழ் நாட்டையரசாண்ட களப்பிர அரசர் ஆட்சிக்காலத்தில் இரணோட்டையாண்ட சோழர்களைப் பற்றி மட்டும் இங்கு கூறுவோம்.

இரேணாட்டை யரசாண்ட சோழர் அங்கு நிலைத்து நெடுங்காலம் அரசாண்டபோதிலும் அவர்கள் முழுச்சுதந்தரராக இருக்க வில்லை. தங்களைவிடப் பேரரசரின் துணையை நாடி வாழ வேண்டியவராக இருந்தனர். முதலில் அவர்கள் தொண்டை நாட்டையரசாண்ட பல்லவ மன்னர்களுக்கு அடங்கியிருந்தனர். அவர்கள் தங்களுக்கு, அக்காலத்துப் பல்லவ மன்னர்கள் பெயரைச் சூட்டிக் கொண்டதிலிருந்து இதனை அறிகிறோம். பிறகு, மேலைச் சாளுக்கியர் வலிமை பெற்று ஓங்கினபோது இவர்கள் சாளுக்கிய மன்னரைச் சார்ந்து வாழ்ந்தனர்.

களப்பிரரின் ஆட்சிக்காலத்தில் இரேணாட்டையாண்ட தெலுங்குச் சோழர்களின் பெயரையும் அவர்கள் சூட்டிக் கொண்டிருந்த பல்லவ அரசர் பெயர்களையும் கீழே தருகிறோம். (பக்கம் 29) அவர்கள் ஆண்ட காலத்தையும் உத்தேசமாகத் தருகிறோம்.

இந்தச் சோழருடைய காலங்களைத் திரு.எம்.இராமராவ் அவர்களின் 'ஆந்திர தேசத்தின் பழைய வரலாற்று ஆய்வுகள்' என்னும் நூலிலிருந்து (பக்கம் 148-149) எடுத்துள்ளோம்.[11]

மற்ற இரேணாட்டுச் சோழர்களைப் பற்றி இங்குக் கூறவில்லை. இங்குக் கூறப்பட்ட முதல் ஆறு அரசர்கள் பல்லவ அரசர்களைச் சார்ந்து இருத்ததை அறிகிறோம். கி.பி. 5-ஆம் நூற்றாண்டின் கடைசியில் இருந்த ஒரு சோழன் இரேணாட்டில் சோழ இராச்சியத்தை நிறுவினான். இவன், முதலாம் தந்திவர்மன் என்னும் பல்லவனுடைய சமகாலத்தில் இருந்தவன். இவன் தன்னு-

டைய மகனுக்குப் பல்லவ நந்திவர்மனுடைய பெயரைச் சூட்டினான். நந்திவர்ம சோழன், சிம்மவிஷ்ணு என்னும் பல்லவ அரசனுடைய சமகாலத்தில் இருந்தவன். இவள் தன்னுடைய மூத்த மகனுக்குச் சிம்மவிஷ்னுப் பல்லவனுடைய பெயரைச் சூட்டினான். தந்திவர்ம சோழனுடைய முதலாம் இரண்டாம் மூன்றாம் மகன்களான சிம்ம விஷ்ணுவும் சுத்த சனத்தலும் தனஞ்சயனும் பல்லவ சிம்மவிஷ்ணு காலத்தில் இருந்தவர்கள் என்பதை அறிகிறோம்.

சோழன் தனஞ்சயவர்மனின் ஆட்சிக்காலத்தில் பல்லவ சிம்மவிஷ்ணு, காவிரி பாய்கிற சோழ நாட்டையரசாண்ட களப்பிரனோடு போர் செய்து வென்று சோழ நாட்டைக் கைப்பற்றி அதனைத் தன்னுடைய பல்லவ இராச்சியத்தோடு இணைத்துக் கொண்டான். இந்தப் பல்லவ- களப்பிரப் போரில் இரேணாட்டுத் தனஞ்சயவர்மன் சிம்மவிஷ்ணுப் பல்லவனுக்கு உதவியாக இருந்திருக்கக் கூடும் என்று எண்ணத் தோன்றுகிறது. ஒரு வேளை இந்தப் போரில் தனஞ்சயவர்மன் போர்க்களத்தில் இறந்திருக்கக் கூடுமோ என்றும் ஐயத் தோன்றுகிறது. இரேணாட்டுச் சோழன் தனஞ்சயவர்மன் தன்னுடைய மகனுக்கு மகேந்திர விக்ரமன் என்று, முதலாம் மகேந்திர விக்கிரமவர்மனின் பெயரைச் சூட்டினான்.

இரேணாட்டுச் சோழன் மகேந்திர விக்கிரமன் ஆட்சிக் காலத்தில் மேலைச் சாளுக்கிய அரசனான புலிகேசி (இரண்டாம் புலிகேசி)

களப்பிரர் காலத்து இரேணாட்டுச் சோழர்

1. சோழ ராசன் (கி.பி 475-500)

இவனுடைய பெயர் தெரியவில்லை. இவன் இரேணாட்டை வென்று தன் ஆட்சியை நிறுவிய ஆதி சோழன். இவன், முதலாம் நந்திவர்ம பல்லவன் காலத்தில் இருந்தவன். அந்த நந்திவர்மனின் பெயரைத் தன் மகனுக்குச் சூட்டினான்.

2. சோழன் நந்திவர்மன் (கி.பி.500-520)

3. சோழன் சிம்மவிஷ்ணு (கி.பி. 520 -540)---4. சோழன் சுந்தசநந்தன் (கி.பி.540-550)

|

5. சோழன் தஞ்சயவர்மன் (கி.பி.550 - 575)

|

6. சோழன் மகேந்திரவர்மன் (கி.பி. 575-610)

7. சோழன் குணமுடிதள் (கி.பி.610-625)--8. சோழன் புண்ணியகுமாரர் (கி.பி 625-650)

|

சோழன் விக்கிரமாதித்தன்(கி.பி.650 -60)

மகேந்திரவர்ம பல்லவன் மேல் படையெடுத்து வந்து அடிக்கடி தொண்டை நாட்டில் போர்செய்தான். அந்தக் காலத்தில் புலிகேசியின் கை ஓங்கியருந்தபடியால், இணோட்டு மகேந்திரவிக்கரம சோழன், பல்லவர் சார்பை விட்டுச் சாளுக்கியர் சார்பைச் சேரவேண்டிய நிலை ஏற்பட்டது. ஆகவே அவன் பல்லவ அரசர் சார்பிலிருந்து நீங்கிச் சாளுக்கியரைச் சார்ந்தான் என்று அறிகிறோம். இவனுடைய பேரனுக்கு இவன் விக்கிரமாதித்தன் என்று சாளுக்கிய அரசனுடைய பெயரைச் சூட்டியிருப்பதிலிருந்து இதனையறியலாம்.

இரேணாட்டை யரசாண்ட முதல் ஐந்து சோழர்கள் களப்பிரர் ஆட்சிக் காலத்தில் தெலுங்கு நாட்டையரசாண்டார்கள். இவர்கள் ஏறத்தாழ கி.பி.475 முதல் 575 வரையில் அரசாண்டார்கள். பல்லவ சிம்மவிஷ்ணு களப்பிரரை வென்று சோழநாட்டைக் கைப்பற்றிக் கொண்ட காலத்தில், பாண்டியன் கடுங்கோன் களப்பிரரை வென்று பாண்டி நாட்டைக் கைப்பற்றிப் பாண்டியர் ஆட்சியை நிலை நாட்டினான் என்பதை வேள்விக்குடிச் செப்பேட்டிலிருந்து அறிகிறோம்.

களப்பிரர் ஆட்சிக்காலத்தில் சோழநாட்டுச் சோழரில் ஒரு கிளை இரேணாட்டில் அரசாட்சி செய்து கொண்டிருந்தபோது, சோழநாட்டுச் சோழ பரம்பரையார் சோழநாட்டிலேயே சில ஊர்களைக் களப்பிரருக்குக் கீழடங்கி அரசாண்டார்கள். பாண்டியன் கடுங்கோன் களப்பிரரை வென்று பாண்டி நாட்டை மீட்டுக் கொண்டபோது சோழர் களப்பிரரைவென்று தங்கள் சோழநாட்டை மீட்டுக் கொள்ளவில்லை. களப்பிரருடன் போர் செய்து சோழநாட்டைக் கைப்பற்றியவன் சிம்மவிஷ்ணுபல்லவன். ஆகவே களப்பிரருக்குக் கீழடங்கியிருந்த சோழர், சிம்மவிஷ்ணு சோழநாட்டை வென்ற பிறகு பல்லவருக்குக் கீழடங்கிவிட்டனர்.

6. களப்பிரர் காலத்து இலங்கை அரசர்

களப்பிரர் தமிழகத்தை ஆண்ட காலத்தில் பக்கத்து நாடாகிய இலங்கையின் அரசியல் நிலை எப்படி இருந்தது என்பதைப் பார்ப்போம். இலங்கையிலும் நிலைத்த ஆட்சியில்லாமல் அரசியல் குழப்பங்களும் கலகங்களும் இருந்தன.

தமிழ் நாட்டுக்கும் இலங்கைக்கும் நெடுங்காலமாக அரசியல் தொடர்பும் வாணிகத் தொடர்பும் சமயத் தொடர்பும் இருந்து வந்தன. ஏறத்தாழ கி.மு.5-ம் நூற்றாண்டிலிருந்து, இலங்கை - தமிழ்நாடு உறவு இருந்தது. களப்பிரர் காலத்திலும் இரு நாடுகளுக்கும் தொடர்பு இருந்தது. அந்தத் தொடர்பைச் சுருக்கமாகக் கூறுவோம். களப்பிர அரசர்களைப் பற்றின வரலாற்றுச் செய்திகள் வரன்முறையாகத் தெரியவில்லையானாலும் அக்காலத்து இலங்கையரசருடைய வரலாறு வரன்முறையாகவும் தொடர்ச்சியாகவும் தெரிகின்றது. சூலவம்சம் என்னும் நூலிலே இலங்கை வரலாறு தெரிகின்றது. பாண்டிய நாட்டைக் களப்பிர அரசர் ஆண்ட காலத்திலே, பாண்டிய அரச குலத்தார்

இலங்கையைக் கைப்பற்றிச் சிலகாலம் அரசாண்ட செய்தியை இலங்கை வரலாற்றிலிருந்து அறிகிறோம். களப்பிரர் ஆட்சிக் காலத்தில் இலங்கையை யரசாண்ட அரசர்களைக் கூறுவோம். இந்த அரசர்கள் ஆண்ட காலத்தை 'இலங்கை வரலாற்றுச் சுருக்கம், என்னும் நூலிலிருந்து எடுத்துள்ளோம்.[1]

திஸ்ஸன்: திஸ்ஸன் என்னும் இவன் ஸ்ரீதாசனுடைய மகன். இவன் விவகாரம் (சட்டம்) அறிந்தவனாகையால் ஓகாரிசு திஸ்ஸன் என்று பெயர் பெற்றான். இவன் இருபத்திரண்டு ஆண்டுகள் அரசாண்டான். இவனுடைய ஆட்சிக் காலத்தில் இலங்கையில் மகாயான பௌத்த மதம் நுழையத் தொடங்கிற்று. இலங்கையின் பழைய தேரவாதப் பௌத்தறதுக்கு மாறானது மகாயான பௌத்த மதம். தேரவாதப் பௌத்தத்துக்கு இடையூறாக இருந்த மகாயான பௌத்தம் இலங்கையில் நுழைத்தபோது, ஓகாரிக திஸ்ஸன் தன்னுடைய அமைச்சனான கபிலன் என்பவனைக் கொண்டு மகாயானத்தை அடக்கிக் தேரவாதப் பௌத்தத்தை நிலைக்கச் செய்தான்.

அபயநாகன்: இவன் ஓகாரிக திஸ்ஸனுடைய தம்பி. இவனுக்கும் இராணிக்கும் கூடா ஒழுக்கம் இருந்தது. இது கண்டறியப்பட்டபோது இவன் தமிழ்நாட்டுக்கு ஓடிவிட்டான். தமிழ் நாட்டில் எங்குத் தங்கினான் என்பது தெரியவில்லை. ஆனால் களப்பிர அரசனுடைய ஆதரவில் தங்கியிருந்தான் என்று கருதலாம். தமிழ் நாட்டில் தங்கியிருந்த இவன் சில காலத்துக்குப் பிறகு பெரிய சேனையை அழைத்துக் கொண்டு இலங்கைக்குப் போய் அண்ணனாகிய அரசனோடு போர் செய்தான். ஓகாரிக திஸ்ஸன் தன்னுடைய இராணியுடன் இலங்கையின் மத்தியில் உள்ள மலைநாட்டுக்கு ஓடினான். அபய நாகன் அவனைத் தொடர்ந்து சென்று போர் செய்து ஓகாரிக திஸ்ஸனைக் கொன்று அவனுடைய இராணியைக் கைப்பற்றிக் கொண்டுவந்து அவளை இராணியாக்கி அரசாண்டான். இவன் எட்டு ஆண்டுகள் அரசாண்டான்.

ஸ்ரீ நாகன் II: இவன் ஓகாரிக திஸ்ஸனுடைய மகன். இவனை இரண்டாம் ஸ்ரீநாகன் என்றும் கூறுவர். அப்யநாகன் இறந்த பிறகு ஸ்ரீநாகன் இலங்கையை இரண்டு ஆண்டுகள் அரசாண்டான்.

விஜயகுமரன்: ஸ்ரீநாகனுக்குப் பிறகு அவனுடைய மகனான விஜயகுமாரன் அரசனானான். இவனுடைய ஆட்சிக் காலத்தில் சங்க திஸ்ஸன், சங்கபோதி, கோதாபயன் என்னும் மூன்றுபேர் வந்து அரசாங்க ஊழியராக அமர்ந்தார்கள். இவர்கள் அரசகுலமல்லாத இலம்பகள்னர்.

ஸ்ரீகங்க போதி (கி.பி.252-254): இவனுடைய ஆட்சியின் இரண்டாம் ஆண்டில், இவனுக்கு அமைச்சனாகவும் பொக்கிஷதாரனுமாக இருந்த கோதாபயன் என்னும் இலம்ப கன்னன், நாட்டில் இவனுக்கு எதிராகக் கலகஞ் செய்தான். நாட்டிலே கலகமும் குழப்பமும் ஏற்பட்டன. கோதாபயன் சேனையோடு வந்து இவன்மேல் போர்தொடுத்தான். அரசளான ஸ்ரீசங்கபோதி இவனோடு போர் செய்யாமல் ஓடினான். ஓடிய இவனைப் பிடித்து ஒரு

சேனைத் தலைவன் இவன் தலையை வெட்டிக் கோதாபயனிடம் அனுப்பி-னான். கோதாபயன் அதைத் தக்க முறையில் அடக்கஞ் செய்துவிட்டு, மேக-வண்ணாபயன் என்று பெயர் சூட்டிக் கொண்டு அரசனானான்.

மேகவண்ணாபயன் (கி.பி. 254-267): கோதாபயன், மேகவண்ணாபயன் என்று பட்டப்பெயர் கொண்டு பதின்மூன்று ஆண்டுகள் அரசாண்டான். இவனுடைய ஆட்சிக் காலத்தில் இலங்கையில் பேதுமல்லியமதம் (மகாயான பௌத்தம்) பரவத் தொடங்கிற்று, பழைய தேரவாதப் பௌத்தத்துக்கு மாறு-பட்டதான வேதுல்லியமத்தை நீக்கி இவ்வரசன் பழைய தேரவாத பௌத்-தத்தை நிலைநிறுத்தினான். மகாயான பௌத்தத்தைச் சார்ந்த பௌத்தப்பிக்-குகளை இவ்வரசன் நாடு கடத்தினான். நாடுகடத்தப்பட்ட பிக்குகள் தமிழ் நாட்டுக்கு வந்து சோழ நாட்டில் தங்கினார்கள்.

அக்காலத்தில் சோழ நாட்டில் மகாயாளப் பௌத்தத் தலைவராக இருந்த சங்க மித்திரன் என்னும் தமிழப் பிக்கு, நாடுகடத்தப்பட்டு வந்த சிங்கள நாட்-டுப் பிக்குகள் கூறியதைக் கேட்டுத்தான் இலங்கைக்குப் போய் தன்னுடைய மகாயான பௌத்தத்தை அங்கு நிலை நிறுத்த எண்ணினார். ஆகவே சங்-கமித்திரர் இலங்கைக்குப் போய் மேகவண்ணாபய அரசனுடைய சபையில் தேரவாத பௌத்தர்களோடு சமயவாதஞ்செய்து வென்றார். மேகவண்ணாபயன் வெற்றிபெற்ற சங்கமித்திரரை ஆதரித்தான். தன்னுடைய மக்களான ஜேட்-டதிஸ்ஸன், மகாசேனன் என்பவர்களைச் சங்கமித்திரரிடத்தில் கல்வி கற்க விட்டான். மேகவண்ணா பயன் காலமான பிறகு அவன் மகனான ஜேட்ட-திஸ்ஸன் அரசனானான்.

ஜேட்டதிஸ்ஸன் (கி.பி. 267-277): இவன் மேகவண்ணாபயனுடைய மூத்-தமகன். இவன் பத்து ஆண்டுகள் அரசாண்டான். இவன் சங்கமித்திரரிடம் கல்வி பயின்ற மாணவன். ஆனால், அவரிடத்தில் இவன் பகை கொண்-டிருந்தான். ஆகையால் சங்கமித்திரர் இவன் காலத்தில் இலங்கையிலிருந்து சோழநாட்டுக்கு வந்துவிட்டார்.

மகாசேனன் (கி.பி. 277-304): ஜேட்டதிஸ்ஸனுக்குப் பிறகு அவனுடைய தம்பியான மகாசேனன் அரசனானான். இவன் அரசனாவதையறிந்த இவனு-டைய குருவாகிய சங்கமித்திரர் சோழநாட்டிலிருந்து இங்குவந்து தம்முடைய கையினாலே இவனுக்கு முடி சூட்டினார். இவ்வரசனுடைய ஆதரவைப் பெற்ற இவர், மகாயான பௌத்த மதத்தை இலங்கையில் பரவச் செய்தார். இலங்கையில் தேரவாத (ஈனயான) மகாயானச் சமயப்பூசல்கள் ஏற்பட்டன. மகாசேனன் இலங்கையில் அக்காலத்தில் இருந்த பேர் போன சிவன் கோயில்களை இடித்து அழித்தான்.

ஸ்ரீமேகவண்ணன் (கி.பி. 304-332): இவன் இலங்கையின் பழைய தேர-வாதப் பௌத்தத்தை ஆதரித்தான். பல பரிவேணைகளையும் லிகாரைகளை-யும் கட்டினான். இவனுடைய ஒன்பதாம் ஆட்சியாண்டில் கலிங்க நாட்டி-லிருந்து கொண்டுவரப்பட்ட புத்தருடைய பல் தாதுவை அநுராத புரத்தில்

வைத்துச் சிறப்புச் செய்தான். வட இந்தியாவை இவன் காலத்தில் ஆட்சி செய்தவன் சந்திரகுப்தன் (கி.பி.345-380). ஸ்ரீமேகவண்ணன், சந்திரகுப்த அரசனிடத்தில் இரண்டு பௌத்தப் பிக்குகளைத் தூது அனுப்பி, புத்தகயா-வுக்கு யாத்திரை போகிற இலங்கைப் பௌத்தப் பிக்குகளுக்குப் பாதுகாப்-புக் கொடுத்து ஆதரிக்கும்படி கேட்டுக் கொண்டான். இவன் இருபத்தெட்டு ஆண்டு ஆட்சி செய்தான்.[2] இவனுடைய கல்வெட்டுச் சாசனங்கள் இலங்-கையில் கிடைத்துள்ளன. அந்தச் சாசனங்களில் இவ்வரசன் கிரி மேகவண்ண என்றும் கிரி மேகவன் என்றும் கூறப்படுகிறான்.

ஜேட்டதிஸ்ஸன் II (கி.பி. 332-341): ஜேட்டதிஸ்ஸன், ஸ்ரீமேகவண்ணனு-டைய தம்பி, இவன் யானைத் தந்தத்தில் அழகான உருவங்களையும் கலைப்-பொருள்களையும் செய்வதில் வல்லவன். அந்தத் தொழிலைப் பலருக்கும் கற்பித்தான். இவன் இலங்கையை ஒன்பது ஆண்டுகள் அரசாண்டான்.[3]

புத்ததாசன் (கி.பி.341-370): இவன் ஜேட்டதிஸ்ஸனுடைய மகன். மருத்-துவக் கலையில் வல்லவனான இவன் மனிதரின் நோயைத் தீர்த்ததுமல்லாமல் ஒரு பாம்பின் நோயையும் தீர்த்தானாம். நாட்டில் ஆங்காங்கே மருத்துவர்-களை நியமித்து நோயாளிகளுக்கு மருத்துவம் செய்ய ஏற்பாடு செய்தான். மருத்துவருக்கு மருத்துவ விருத்தி நிலங்களைக் கொடுத்தான். யானை குதி-ரைகளின் நோய்களையும் போரில் புண்பட்ட வீரர்களின் நோயையும் போக்க வைத்தியர்களை நியமித்தான்.

இவ்வரசன் காலத்தில் மகாதம்ம கீர்த்தி என்னும் பிக்கு பௌத்த சூத்தி-ரங்களைச் சிங்கள மொழியில் பெயர்த்தெழுதினார். இவ்வரசனுக்கு எண்பது மக்கள் இருந்தார்களாம். ப-ஹியன் என்னும் சீன யாத்திரிகர் இவ்வரசன் காலத்தில் இலங்கைக்கு வந்து தங்கினார். ப-ஹியன் இலங்கையில் கி.பி. 411-12-ம் ஆண்டு தங்கினார் என்று அறியப்படுகிறது. புத்ததாச அரசன் இருபத்தொன்பது ஆண்டுகள் அரசாண்டான்.[4]

உபதிஸ்ஸன் (கி.பி.370-412): புத்ததாசன் காலமான பிறகு அவனுடைய மூத்த மகனான உபதிஸ்ஸன் இலங்கையை யரசாண்டான். இவனை இரண்-டாம் உபதிஸ்ஸன் என்பர். பௌத்தப் பள்ளிகளுக்கும் பௌத்தப் பிக்குகளுக்-கும் இவன் தான தருமங்களைச் செய்தான். அங்கு ஊனம் உள்ளவர்க்கும் குருடர் தோயாளிகளுக்கும் மருத்துவமனைகளை அமைத்தான். இவன் 18 ஆண்டுகள் அரசாண்டான். இவனுடைய இராணி, இவனுடைய தம்பியான மகாநாமன் என்பவளோடு கூடா வொழுக்கங் கொண்டிருந்தாள்.

மகாநாமன் பௌத்த பள்ளியில் சேர்த்து பௌத்த பிக்குவாகத் துறவு கொள்ள இருந்தான். அவன் புத்தப் பள்ளியில் பப்பஜா என்னும் நிலையில் இருந்-தாள். பப்பஜா என்பது துறவு பூணுவதற்கு முந்திய புகுநிலை. (முழுத்துறவு கொள்வதற்கு உபசம்பதா என்பது பெயர்) மகாநாமனோடு கூடாவொழுக்கங் கொண்டிருந்த இராணி அரசனைக் (உபதிஸ்ஸனை) குத்திக் கொன்று விட்-டாள். இதையறிந்த பௌத்தப் பள்ளியில் இருந்த மகாதாமன் அரண்மனைக்கு

வந்து அரசாட்சியைக் கைக்கொண்டான். [5]

மகாநாமன் (கி.பி. 412-434): உபதிஸ்ஸனுக்குப் பிறகு அவனுடைய தம்பியான மகாநாமன் அரசனானான். இவன் தன்னுடைய அண்ணுடைய இராணியைத் தன்னுடைய பட்ட மகிஷியாக்கிக் கொண்டான். இவர்களுக்கு ஆண் மக்கள் இல்லை. ஒரே ஒரு பெண்மகள் சங்கா என்பவள் இருந்தாள். மகாநாமனுக்கு இன்னொரு மனைவி இருந்தாள். அவன் தமிழ் குலத்தைச் சேர்த்தவள். ஆகவே அவள் தமிழமகிஷி என்று கூறப்பட்டாள். அந்தத் தமிழ் இராணிக்கு சொத்திசேனன் என்னும் ஒரு மகன் இருந்தான்.

மகாநாமனுடைய ஆட்சிக்காலத்தில் புத்த கோஷர் என்னும் பெயருள்ள பேர் போன பௌத்தப்பிக்கு இலங்கைக்கு வந்தார். அவர் இலங்கைக்கு வருவதற்கு முன்பு ஆந்திர நாட்டிலும் பிறகு தமிழ் நாட்டிலும் இருத்தார். தமிழ்நாட்டுப் பௌத்த விகாரைகளில் தங்கியிருந்தபோது அவர் சில பௌத்த நூல்களைப் பாலிமொழியில் எழுதினார். காஞ்சிபுரத்துப் பௌத்தப் பள்ளியில் தங்கியிருந்தபோது, அப்பள்ளியில் இருந்த சுமதி, ஜோதிபாலர் என்னும் தமிழப்பிக்குகள் புத்தகோஷரை இலங்கைக்குப் போய் அங்குச் சிங்கள மொழியில் எழுதப்பட்டிருந்த பௌத்தமத உரை நூல்களைக் கற்கும்படித் தூண்டினார்கள், புத்தகோஷர், மகாதாமன் ஆட்சிக்காலத்தில் இலங்கைக்கு வந்து தங்கி பௌத்த விகாரைகளில் இருந்த சிங்கள உரை நூல்களைக் கற்றார். இலங்கையில் மகாவிகாரையில் இருந்த பௌத்த சங்கத்தலைவரான சங்கபாலர் என்னும் மகாதேரர் புத்தகோஷருக்குச் சிங்கள மொழியில் இருந்த திருபிடக உரைகளைக் கூறினார். அவற்றையறிந்த பிறகு புத்தகோஷர் விசுத்தி மக்கம் முதலான நூல்களைப் பாலி மொழியில் எழுதினார். புத்தகோஷர் சோழநாட்டில் இருந்த பேர்போன ஆசாரிய புத்ததத்ததேரர் என்னும், தமிழ்ப்பிக்குவின் சமகாலத்தவர். புத்தகோஷர் தம்முடைய நூலில், சோழ நாட்டையைரசாண்ட அச்சுதவிக்கந்தன் என்னும் களப்பிர அரசரைக் குறிப்பிடுகிறார்.

மகாதாமன் இருபத்திரண்டு ஆண்டுகள் ஆட்சி செய்த பிறகு காலமானான்.[6]

சொத்திசேனன் (கி.பி.434): மகாநாமன் இறந்த பிறகு அவனுடைய ஒரே மகனான சொத்திசேனன் இலங்கையின் அரசனானான். இவன் மகாசேன்னுக்கும் அவனுடைய தமிழமகிஷிக்கும் பிறந்த மகன். சொத்திசேனன் முடிசூடின அதே நாளில் அவனுடைய மாற்றாந்தாயின் மகளான சங்கா என்பவளால் கொலை செய்யப்பட்டிருந்தான். சங்காவின் தாய் சிங்களவள். அவள் தன்னுடைய முதல் கணவனான உபதிஸ்ஸனைக் கொன்று அரசாட்சியைத் தன்னுடைய காதலனான மகாதாகலுக்குக் கொடுத்ததையறிந்தோம். அவளுடைய மகளான சங்காவும் தன் தாயைப் போலவே, கொலைக்கு அஞ்சாதவளாய்க் தன்னுடைய தம்பியான தமிழ சொத்திசேனனைக் கொன்று விட்டாள்.

7. இலங்கையில் பாண்டியர் ஆட்சி

இலங்கையில் பாண்டியர் ஆட்சி (கி.பி. 436-463) - தமிழகத்தைக் (சேர சோழ பாண்டிய நாடுகளை) களப்பிர அரசர் ஆட்சி செய்த போது பழைய சேர சோழ பாண்டிய அரச பரம்பரையார் களப்பிரருக்குக் கீழடங்கிச் சிற்றரசர்களாக இருந்தார்கள். அவர்களைப் பற்றி ஒன்றுமே தெரியவில்லை. பாண்டி நாட்டில், களப்பிரருக்குக் கீழடங்கியிருந்த பாண்டிய பரம்பரையில் ஒரு பாண்டியன், தன்னுடைய இரண்டு மகள்களையும் ஒரு தமிழச் சேனையையும் அழைத்துக் கொண்டு, இலங்கைக்கு வந்தான். அங்கு அரசாண்டு கொண்டிருந்த மித்தசேனனோடு போர் செய்தான். மிந்தசேனன் போரில் இறந்து போனான். பாண்டியன் இலங்கையாட்சியை கைப்பற்றி அனுராதபுரத்திலிருந்து இலங்கையை யரசாண்டான். இந்தப் பாண்டியனுடைய பெயர் தெரியவில்லை. இவனைப் பாண்டு (பாண்டியன்) என்று இலங்கை வரலாறு கூறுகிறது.

பாண்டு (பாண்டியன், கி.பி. 436-441) - பாண்டியன் இலங்கையை யரசாண்ட போது தலைநகரமான அநுராதபுரத்திலிருந்த சிங்கள அரச குடும்பத்தவரும் பெருங்குடி மக்களும் தெற்கே உரோகண நாட்டுக்குப் போய்விட்டார்கள். இலங்கையின் தென்கிழக்கிலிருந்த உரோகணநாடு அந்தக் காலத்தில் கலகக்காரர்களுக்குப் புகலிடமாக இருந்தது. உரோகண நாட்டுக்குச் சென்றவர்கள் தனக்கு எதிராகக் கலகஞ் செய்வார்கள் என்பதையறிந்த பாண்டியன் தன்னுடைய சிங்கள இராச்சியத்தின் தெற்கெல்லைகளில் பல கோட்டைகளை அமைத்து பாதுகாப்புகளைச் செய்தான். அவன் தெற்கு எல்லையில் இருபத்தொரு கோட்டைகளை அமைத்துப் பாதுகாத்தான்.

பாண்டியனுடைய இலங்கை இராச்சியம் வழக்கம் போல இராஜரட்டம் (இராஜ ராட்டிரம்) என்று கூறப்பட்டது. அதன் எல்லை கிழக்கு மேற்கு வடக்குப்புறங்களில் கடல்களும் தெற்கே மாவலிகங்கையாறும் ஆக அமைந்திருந்தன. மாவலிகங்கை என்பது இலங்கையின் பெரிய ஆறு. இதன் சரியான பெயர் மாவாலுக கங்கை என்பது. மா- பெரிய வாலுகம்- மணல், பொருள். மாவாலுக கங்கை என்பது மாவலிகங்கை - என்று வழங்கப்படுகிறது.

அநுராதபுரத்தில் மகாவிகாரை என்னும் பௌத்தப்பள்ளியில் மோரிய குலத்தைச் சேர்ந்த ஒரு பௌத்தப் பிக்கு இருந்தான். அவனுடைய தங்கை மகனான தாதுசேனன் என்பவன், மகாவிகாரையைச் சேர்ந்த தீக சந்தனப் பரிவேணையில் (பரிவேணை - பௌத்த மதக் கல்லூரி) பௌத்த மத நூல்களைப் படித்துக் கொண்டிருந்தான். அவனுக்கு அரசாலும் ஊழ் இருக்கிறது என்று நம்பிய அந்தப்பிக்கு மதக்கல்வியைப் போதிக்காமல் அரசியல் நூல்களைக் கற்பித்துக் கொண்டிருந்தான்.

தனக்கு எதிராகப் பௌத்த விகாரையில் தாதுசேனன் மறைவாக இருக்கிறான் என்பதையறிந்த பாண்டியன் அவனைப் பிடித்துக் கொண்டு வரும்படி தன்னுடைய வீரர்களை அனுப்பினான். பிடிக்க வருகிறார்கள் என்பதை முன்னமேயறிந்த தாது சோனும் அவனுடைய மாமனான பிக்குவும் நகரத்தை விட்டுப் புறப்பட்டுத் தெற்கு எல்லையான மாவலிகங்கையைக் கடந்து தெற்கே போய் விட்டார்கள். அவர்கள் தெற்கு சென்று கோண ஓயாவைக் (இப்போதைய காளஓயா) கடந்து உரோகண நாட்டுக்குப் போய் விட்டார்கள். அவர்கள் உரோகண நாட்டில் கலகக்காரர்களோடு சேர்ந்துகொண்டு அரசனுக்கு எதிராகக் கலகஞ் செய்யும் வாய்ப்பை எதிர்பார்த்துக் கொண்டிருந்தார்கள்.

பாண்டியன் இலங்கை இராச்சியத்தை ஐந்து ஆண்டுகள் அரசாண்டபிறகு காலமானான்.[1]

பரிந்தன் (கி.பி. 441-444) - பாண்டியன் காலமான பிறகு அவனுடைய மூத்த மகனான பரிந்தன் இலங்கையை யரசாண்டாள். இவனுடைய ஆட்சிக் காலத்து வரலாறு தெரியவில்லை. இவனுடைய ஆட்சிக்காலத்தில் உரோகண நாட்டிலிருந்த தாதுசேனன் கலகக்காரர்களைச் சேர்த்துக் கொண்டு படை திரட்டிக் கொண்டிருந்தான் என்று தோன்றுகிறது. பாண்டியன் பரித்தன் மூன்று ஆண்டுகள் அரசாண்டான்.[2]

இளம்பரிந்தன் (குட்டபரிந்தன், கி.பி.444-460) - பாண்டியன் பரிந்தன் காலமான பிறகு அவனுடைய தம்பியான இளம்பரித்தன் அரசாண்டான். இவனைக் குட்டபரிந்தன் என்று இலங்கை நூல்கள் கூறுகின்றன. குட்டபரிந்தன் என்றால் இளம்பரிந்தன் என்பது பொருள். அதாவது பரிந்தனுடைய தம்பி என்பது பொருள். இவன் பதினாறு ஆண்டுகள் அரசாண்டான். இவனுடைய ஆட்சிக்காலத்தில், கலகக்காரனான தாதுசேனன் படைதிரட்டிக் கொண்டுவந்து இவனோடு போர் செய்தான். குட்டபரித்தன் அவனோடு போர் செய்து வென்றான். தோற்றுப் போன தாது சேனன் போர்க்களத்தைவிட்டு ஓடினான். போரின்போது தாதுசேனனை ஆதரித்துக் கலகஞ் செய்தவர்களை அடக்கினான். குட்ட பரித்தன் பல நன்மையான காரியங்களையும் தீமையான காரியங்களையும் செய்தான் என்று சூலவம்சம் கூறுகிறது.[3] என்ன நன்மைகளைச் செய்தான் என்ன தீமைகளைச் செய்தான் என்று கூறவில்லை. கலகக்காரர்களை அடக்கினது தீமையாகாது.

பாண்டியன் குட்டபரித்தன் இலங்கை நாட்டின் மதமான பௌத்த மதத்தைச் சேர்ந்தவன் என்று தெரிகிறான். இவனுடைய கல்வெட்டுச் சாசனம் கிடைத்திருக்கிறது. இந்தச் சாசன எழுத்து இலங்கையின் பழைய தலைநகரமான அநுராதபுரத்தில் கண்டு பிடிக்கப்பட்டு இப்போது அநுராதபுரத்து ஆர்க்கியாலஜி இலாகாவின் காட்சிச்சாலையில் வைக்கப்பட்டிருக்கிறது. இந்தச் சாசனத்தில் இவன், பரிதேவன் என்றும், பரிததேவன் என்றும், புத்தாசன் (புத்ததாசன்) என்றும் கூறப்படுகிறான். இவனுடைய இராணி பௌத்த விகாரைக்குத் தானஞ் செய்ததை இந்தக் கல்வெட்டுக் கூறுகிறது. [4]

திரிதரன் (ஸ்ரீதரன், கி.பி. 460) - இவன் குட்டபரிந்தனுக்குப் பிறகு அரசாண்டான். இவன் இளம் பரிந்தனுக்கு எந்தவகையில் உறவினர் என்பது தெரியவில்லை . இவன் அரசனான இரண்டாம் மாதத்தில், கலகக்காரனான தாதுசேனன் இவன் மேல் படையெடுத்து வந்து போர் செய்தான். அந்தப் போரில் இவன் இறந்து போனான். போர்க்களத்தில் இறந்து போனாலும் வெற்றி இவனுக்குக் கிடைத்தது. தாதுசேனன் தோற்று ஓடினான்.[5]

தாட்டியன் (கி.பி. 460-463) - திரிதரன் போர்க்களத்தில் இறந்த பிறகு பாண்டியன் தாட்டியன் அரசனானாள். இவனுக்கும் முந்திய அரசனுக்கும் உள்ள உறவு தெரியவில்லை. இவன் தாட்டியன் என்றும் தாட்டிகன் என்றும் மகாதாட்டிக மகாநாகன் என்றும் மகாதானிக மகாநாகன் என்றும் கூறப்படுகிறான். இவன் மேல் போர் செய்ய வந்த தாதுசேனனை இவன் வென்று துரத்தினான், உரோகண நாட்டில் உள்ள பேர் போன சுதரகாம (கதிர்காமம்) நகரத்தில் தாட்டிகனுடைய கல்வெட்டுச் சாசனம் சிதைந்து காணப்படுகிறது.

இந்தச் சாசனம் இவன் கிரிலிகாரை என்னும் பௌத்தப் பள்ளிக்குத் தானஞ்செய்ததைக் கூறுகிறது. எனவே இவனும் பௌத்த மதத்தைச் சேர்ந்தவன் என்று தெரிகிறான். இலங்கையின் தென்கிழக்குக் கோடியில் இவனுடைய கல்வெட்டுச் சாசனம் கிடைத்திருக்கிற படியால், இவன் தாதுசேனன் இருந்த உரோகண நாட்டின் மேல் படையெடுத்துச் சென்று அவனோடு போர் செய்து வென்றான் என்பது தெரிகிறது. அங்கு வெற்றியடைத்த போது இந்தத் தானத்தைச் செய்து இக்கல்வெட்டெழுத்தை எழுதினான். உரோகண நாட்டில் இவன் சில காலத்தங்கியிருந்தான் என்று தெரிகிறது.[6]

இந்தப் பாண்டியனுக்கும் கலகக்காரனான தாது சேன்னுக்கும் பல போர்கள் நடத்திருக்க வேண்டும் என்று தெரிகிறது. அந்தப் போர்களைப் பற்றிச் சூலவம்சம் ஒன்றும் கூறவில்லை . கூறாதபடியினால் தாதுசேனன் பல தடவை தோற்றுப் போனான் என்று ஊகிக்கலாம். கடைசியாக நடந்த போரிலே பாண்டியன் மகாதாட்டிக மகாநாகன் இறந்து போனான். இறந்து போனாலும் வெற்றி இவனுக்கே. கிடைத்தது.[7]

பிட்டியன் (கி.பி. 463) - தாட்டிகனுக்குப் பிறகு பிட்டியன் அரசனானான். களப்பிரர் காலத்தில் இலங்கையை யரசாண்ட பாண்டியர்களில் இவன் கடைசிப்பாண்டியன். இவன் ஆட்சிக் காலத்தில் ஏழாம் மாதத்தில் தாது சேனன் இவன் மேல் படையெடுத்து வந்து போர் செய்தான். அந்தப் போரில் பிட்டியன் இறந்து போனான். ஆகவே தாதுசேனன் இலங்கையாட்சியைக் கைப்பற்றினான்.

களப்பிரர் ஆட்சிக் காலத்தில் பாண்டிய மரபைச் சேர்ந்த ஆறு பாண்டியர்கள் இலங்கையை இருபத்தேழு ஆண்டுகள் அரசாண்டார்கள்.[8] களப்பிரர் ஆட்சிக் காலத்தில் இலங்கையை யரசாண்ட வேறு சிங்கள அரசர்களைப் பற்றிக் கூறுவோம்.

தாதுசேனன் (கி.பி.463 -479) - பாண்டியருக்கு எதிராக இருபத்தேழு ஆண்டுகளாகக் கலகஞ் செய்து கொண்டிருந்த தாதுசேனன் கடைசியில் இலங்கையின் அரசனானான். ஆனால் தாதுசேனனுடைய வாழ்க்கை துன்பகரமாகவும் இரங்கத் தக்கதாகவும் இருந்தது. இவனுக்கு இரண்டு மனைவியர் இருந்தனர். இவர்களில் ஒருத்தி இவனுக்குச் சமமான குலத்தைச் சேர்ந்தவள். இவளுக்கு ஒரு அழகான பெண்மகளும் மொக்கல்லானன் என்னும் ஒரு மகனும் பிறந்தனர். தாதுசேனனுடைய இன்னொரு மனைவி இவளைவிடச் சற்றுத் தாழ்ந்த குலத்தைச் சேர்ந்தவள். இவளுக்குக் கஸ்ஸபன் என்னும் ஒருமகன் பிறந்தான். தாழ்த்த குலத்தில் பிறந்தவனாகையினால் கஸ்ஸபனுக்கு அரசாளும் உரிமை இல்லை.

தாதுசேனன் தன்னுடைய அருமை மகளைத் தன்னுடைய மருமகனுக்குத் (தங்கையின் மகனுக்கு) திருமணஞ் செய்து கொடுத்தான். கொடுத்து அவனைத் தன்னுடைய சேனாபதியாக்கிக் கொண்டான். இவனுடைய பெயர் உபதிஸ்ஸன். இவ்வாறு இருந்தபோது, தன்னுடைய மருமகனும் சேனாபதியுமான உபதிஸ்ஸன் தன்னுடைய மனைவியைச் (அரசனுடைய மகளை) சவுக்கினால் துடைகளிலே அடித்து விட்டான். இரத்தம் பீறிட்டு வெளிப்பட்டது. இதனைக் கண்ட அரசன், தன் மகளைக் கண்போல தேசித்தவனாகையினால், பெருஞ்சினங்கொண்டான்.

அடித்த காரணத்தை விசாரித்தான். காரணம் இல்லாமலே தன்னுடைய மகள் அடிக்கப்பட்டாள் என்று அறிந்த போது இதற்குக் காரணமான தன்னுடைய தங்கையை (சேனாதிபதியின் தாயை) உயிரோடு நெருப்பில் இட்டுக் கொளுத்திக் கொன்று விட்டான். தன்னுடைய தாய் பதைபதைத்துத் தீயில் வெத்து இறந்த கொடுமையைக் கண்ட மருகனாகிய சேனாதிபதி அரசன் மேல் பெருஞ்சினங்கொண்டான். தன்னுடைய தாயைச் சுட்டுக் கொன்ற அரசனைப் பழிக்குப்பழி வாங்கத் தீர்மானஞ் செய்து கொண்டான்.

அரசனை ஆட்சியிலிருந்து விலக்கி அவனைத் துன்புறுத்திக் கொல்லத் திட்டம் இட்டான். தன்னுடைய திட்டத்துக்கு உதவியாக, கருவியாக அரசனுடைய மகனான கஸ்யைனைப் பயன் படுத்திக் கொண்டான். அரசு உரிமை இல்லாத கஸ்ஸபனுக்கு அரசாட்சி ஆசையை உண்டாக்கி அரசனுக்கு எதிராகக் கலகஞ் செய்து ஆட்சியைக் கைப்பற்றும்படித் தூண்டி விட்டான்.

உபதிஸ்ஸனுடைய பேச்சைக் கேட்டு அரசாட்சிப் பதவியைப் பெறுவதற்கு ஆசை கொண்ட கஸ்பன் நகர மக்களைத் தன் பக்கம் சேர்த்துக் கொண்டு தன்னுடைய தந்தையான தாதுசேன அரசனைப் பிடித்துச் சிறைச்சாலையின் இருட்டறையில் அடைத்து விட்டுத் தான் ஆட்சியைக் கைப்பற்றிக் கொண்டான். அரசனைச் சார்ந்தவர்களை யெல்லாம் துன்புறுத்தி அடக்கினான். அரசாட்சிக்கு உரிமை யுள்ளவனான மொக்கல்லானனை விஷம் இட்டுக் கொல்ல முயன்றான். மொக்கல்லானன் உயிர் தப்பித் தமிழ் நாட்டுக்கு ஓடி

அடைக்கலம் புகுந்தான். அவன் தமிழ்நாட்டிலிருந்து சேனையைச் சேர்த்துக் கொண்டு வந்து கஸ்ஸபன் மேல் போர் செய்து ஆட்சியைப் பெறுவதற்காகக் தமிழ் நாட்டுக்குப் போனான்.

போனவன் களப்பிர அரசரின் ஆதரவைப் பெற அவர்களிடம் சென்றான் போலும். சிறைச் சாலையில் தாதுசேன அரசனுக்குச் சரியாக உணவும் கிடைக்கவில்லை. தன்னுடைய மகனான மொக்கல்லானன் தமிழ் நாட்டுக்குப் போய் விட்டதையறிந்து அவன் மனக்கவலையும் துன்பமும் அடைந்தான். பழிக்குப்பழி வாங்கத் திட்டமிட்ட சேனாபதியான உபதிஸ்ஸன் தன்னுடைய திட்டத்தில் வெற்றியடைந்தான். ஆனால், சேனாபதி இதோடு நிற்கவில்லை. அரசனைச் சித்திரவதை செய்து கொல்லத் திட்டமிட்டான்.

அவன் ஆட்சியைக் கைப்பற்றியுள்ள கஸ்ஸபனிடஞ்சென்று, 'உம்முடைய தந்தை தாதுசேன மன்னன் அரண்மனையில் இரகசியமாகப் பெருஞ்செல்வத்தை வைத்திருக்கிறாரே, அது பற்றி அவர் உம்மிடம் ஒன்றும் சொல்லவில்லையா?' என்று கேட்டான். கஸ்ஸபன் 'ஒன்றுஞ் சொல்லவில்லை' என்று கூறினான். அதற்குச் சேனாதிபதி 'அவருடைய உள்நோக்கம் உமக்குத் தெரியவில்லையா? அவர் தம்முடைய செல்வமகனான மொக்கல்லானலுக்குக் கொடுக்க அதை வைத்திருக்கிறார்' என்று கூறினான். சேனாபதி கூறியதை உண்மை என்று நம்பிய கஸ்ஸபன், பொருளாசை கொண்டவனாகித் தன்னுடைய ஆட்களைச் சிறைச் சாலையிலுள்ள தாதுசேனனிடம் அனுப்பி அவர் பொருள் வைத்திருக்கும் இடத்தையறிந்து வரும்படி சொன்னான்.

அவர்கள் சென்று கேட்ட போது அரசன் 'இந்தக் கொடியவன் என்னைக் கொன்று விடுவதற்குச் செய்யும் சூழ்ச்சி இது' என்று எண்ணி, பதில் கூறாமல் வாளா இருந்தான். ஆட்கள் திரும்பி வந்து அரசன் ஒன்றும் பேசாமலிருந்ததைக் கூறினார்கள். கஸ்ஸபன் பலமுறைத் தன்னுடைய ஆட்களை அனுப்பிக் கேட்டான். கடைசியாகக் கேட்ட போது, காலவாபிவாரியில் என்னை நீராட அழைத்துக் கொண்டு போனால் அங்குச் சென்று அந்த இடத்தைக் காட்டுவேன் என்று கூறினான்.

ஆட்கள் வந்து அரசன் கூறியதைச் சொன்னார்கள். கஸ்ஸபன், தாதுசேன்னை காலாவாபியில் நீராட அனுமதி கொடுத்தான் தாதுசேனன் காலவாபியில் நீராடின பிறகு, அரசனுடைய ஆட்களிடம் ஏரியைக் காட்டி, அதுதான் தான் பொருள்வைத்துள்ள இடம் என்று கூறினான். தாதுசேனன் பொருள் உள்ள இடத்தைத் தெரிவிக்காமல் இருப்பதை அறிந்த கஸ்ஸபன் அரசனைக் கொன்று விடும்படி சேனாபதிக்குக் கட்டளையிட்டான்.

இதை எதிர்பார்த்துக் கொண்டிருந்த சேனாபதி, தன்னுடைய பழிவாங்கும் எண்ணம் நிறைவேறிற்று என்று மகிழ்ச்சியடைந்து அரண்மனைக் கட்டடத்தின் ஓரிடத்தில் சுவரில் உயரமாக அமைந்திருந்த மாடத்தில், தாதுசேன அரசனைக் கொண்டுபோய் அவனுடைய ஆடைகளைக்களைந்து அவனை அம்மணமாக மாடத்தில் சுவரோடுசுவராக நிறுத்திச் செங்கல்லினால்

மாடத்தை மூடிக் கட்டிவிட்டான். இவ்வாறு சேனாபதி, தன்னுடைய தாயைத் தீயிட்டுக் கொன்ற தாது சேனனை உயிரோடு கவரில் வைத்துக் கட்டிப்பழி தீர்த்துக் கொண்டான்.[9]

கஸ்ஸபன் I கி.பி. (479-497) - தன் தந்தையான தாதுசேன அரசனிடமிருந்து அரசாட்சியைக் கைப்பற்றிக் கொண்டு அவனைச் சிறையில் அடைத்துப் பிறகு கொன்றுவிட்டுக் கஸ்ஸயன் இலங்கையின் அரசனானான். இவனை முதலாம் கஸ்ஸபன் என்று கூறுவர். இவனுடைய தம்பியான மொக்கல்லானன் தமிழ் நாட்டுக்குச் சென்றிருப்பதையறிந்த இவன், எப்படியும் மொக்கல்லானன் தமிழச் சேனையோடு வந்து தன்னைக் கொன்று விடுவான் என்று அஞ்சித் தன்னுடைய பாதுகாப்புக்காகச் சீககிரி மலைமேல் கோட்டையமைத்து அதனுள் அரண்மனை கட்டிக்கொண்டு அங்கிருந்து அரசாண்டான். (சீககிரி என்பது இப்போது சிகிரிம் என்று கூறப்படுகிறது. இந்த மலை அநுராதபுரத்திலிருந்து தென்கிழக்கே 38கல் தூரத்திலும் தம்புல்லா என்னும் ஊரிலிருந்து வடகிழக்கே பத்துக் கல் தூரத்திலும் இருக்கிறது. கஸ்ஸபன் இந்த மலைமேல் கட்டின கோட்டைக் கொத்தளங்களும் அரண்மனைக் கட்டடமும் இன்றும் சிதைந்த நிலையில் உள்ளன.)

கஸ்ஸபன் பதினெட்டு ஆண்டுகள் அரசாண்டான். உதவியை நாடித் தமிழகத்துக்குச் சென்ற மொக்கல்லானன் தமிழகத்தில் களப்பிரருடைய உதவியை நாடியிருக்க வேண்டும் என்று தோன்றுகிறது. ஆனால் உடனே அவனுக்கு உதவி கிடைக்கவில்லை. பதினெட்டு ஆண்டு அவன் தமிழ் நாட்டிலே தங்கிவிட்டான். பன்னிரண்டு தமிழ நண்பர்கள் அவனுக்கு உதவியாக வந்தனர். அவர்கள் போர் செய்வதில் தேர்ந்த சேனைத் தலைவர்கள் என்று தோன்றுகிறது. மொக்கல்லானன் சேனையோடு வந்து கஸ்ஸபனோடு போர் செய்தான். போரில் கஸ்ஸபன் தோல்வியடையும் நிலை ஏற்பட்டபோது அவன் தன்னுடைய யானை மேல் இருந்தபடியே வாளால் குத்திக்கொண்டு தற்கொலை செய்து கொண்டான். மொக்கல்லானன் ஆட்சியைக் கைப்பற்றினான்.[10]

கஸ்ஸபனுடைய காலத்தை ஒருவாறு நிச்சயிக்கலாம். இவன் சீன நாட்டு அரசனுக்கு எழுதின திருமுகம் கி.பி.527-ல் போய்ச் சேர்ந்தது என்று தெரிகிறபடியால் இவன் அந்த ஆண்டில் வாழ்ந்திருக்கிறான் என்பது தெரிகிறது.[11]

மொக்கல்லானன் I (கி.பி.497 -515) - கஸ்ஸபனுக்குப் பிறகு மொக்கல்லானன் அரசாண்டான். இவன், கஸ்ஸபனால் துரத்தப்பட்டுத் தமிழ் நாட்டுக்குப் போய் அடைக்கலம் புகுந்தான் என்பதை அறிந்தோம் "கஸ்ஸயனுடைய பதினெட்டாம் ஆட்சியாண்டில் மொக்கல்லானன் என்னும் வீர மன்னன் நிகந்தர்களின் செய்தியறிந்து பன்னிரண்டு வீரர்களான நண்பர்களோடு ஜம்புத்தீவிலிருந்து தமிழ் நாட்டிலிருந்து" இங்கே (இலங்கைக்கு) வந்தான் என்று சூலவம்சம் கூறுகிறது.[12] நிகந்தர் என்பது இங்குக் களப்பிரரைக் குறிக்கிறது. நிகந்தர் என்றால் சமணர் அல்லது ஜைனர் என்று பொருள்.

களப்பிரர், ஜைனர் ஆகையினாலே அவர்களை நிகந்தர் என்று சூலவம்சம் கூறுகிறது. எனவே மொக்கல்லாளன் தமிழ் நாட்டிலிருந்தும் களப்பிர அரசரின் உதவி பெற்று இலங்கைக்குப் போனான் என்பது தெரிகிறது.

மொக்கல்லாளன் அரசனாளவுடனே தன்னுடைய தந்தையான தாதுசேனனைக் கொல்வதற்குக் கஸ்ஸபனோடு உதவியாக இருந்த ஆயிரம் பேரைக் கொன்றுவிட்டான். மற்றும் அவனுக்கு உதவியாக இருந்த பலரைப் பிடித்து அவர்களுடைய காதையும் மூக்கையும் அரிந்து அவர்களை நாடுகடத்தி விட்டான். தமிழ் தாட்டிலிருந்து இலங்கை மேல் போர் செய்யப் படையெடுத்து வருவார்கள் என்து அஞ்சி இவ்வரசன் இலங்கையின் மேற்குக் கடற்கரை யோரங்களில் ஆங்காங்கே பாதுகாப்புகளை அமைத்தான். மொக்கல்லானன் பதினெட்டு யாண்டு அரசாண்டான்.[13]

குமார தாதுசேனன் (கி.பி.515-524) - மொக்கல்லானன் இறந்த பிறகு அவனுடைய மகனான குமார தாதுசேனன் அரசாண்டான். இவனும் காளிதாசன் என்பவனும் தெருங்கிய நண்பர்கள், காளிதாசன் மொக்கல்லானனுடைய அமைச்சனுடைய மகன். குமார தாதுசேனன் ஒன்பது ஆண்டு அரசாண்டான்.[14] இவன் தன்னுடைய நண்பனான காளிதாசன் இறந்த போது அந்தத் துயரம் பொறுக்க முடியாமல் அவனுடைய ஈமத்தீயில் விழுந்து உயிர்விட்டான் என்பர்.

கீத்தி சேனன் (கி.பி.524): பிறகு, குமார தாதுசேனனுடைய மகனான சுத்திசொன் அரசனானான். இவனுடைய ஆட்சிக்காலத்தில் 9-ம் மாதம் இவனுடைய தாய் மாமனான சிவன் என்பவன் இவனைக் கொன்று ஆட்சியைக் கைப்பற்றி யரசாண்டான்.[15]

சிவன் (கி.பி.524): தன்னுடைய மருமகனான கீத்திசேனனைக் கொன்று அரசனான சிவன் இருப்பதைந்தாம் நாளில் உபதிஸ்ஸன் என்பவனால் கொல்லப்பட்டு இறந்தான்.[16]

உபதிஸ்ஸன் III (கி.பி. 525 -526) - சிவனைக் கொன்று இலங்கையாட்சியைக் கைப்பற்றின உபதிஸ்ஸன், மொக்கல்லானனுடைய தங்கையை மணந்தவன். கஸ்ஸபனுக்கு அரசாட்சி ஆசையை யுண்டாக்கித் தாதுசேன அரசனைச் சிறையில் அடைக்கச் செய்து பிறகு அவ்வரசனைச் சுவரில் வைத்துக் கட்டிக்கொன்றவன். இவன் ஆட்சியைக் கைப்பற்றியவுடன் முக்கியமானவர்களுக்கு அரசாங்க அலுவல்களைக் கொடுத்து அவர்களைத் தன் வசப்படுத்திக் கொண்டான். இவன் தன்னுடைய மகளைச் சிலாகாலன் என்பவனுக்கு மணஞ்செய்து கொடுத்தான். இவனுக்குக் கஸ்ஸபன் என்து ஒரு மகன் இருந்தான்.

உபதிஸ்ஸனுடைய மகளை மனஞ்செய்த சிலாகாலன் ஆட்சியில் அமர்ந்து அரசனாக இருக்க ஆசைப்பட்டுத் தன்னுடைய மாமனாரான உபதில்லனோடு போர் செய்தான். உபதிஸ்ஸன் வயதானவனாகையால் அவனுடைய மகனான கஸ்ஸபன் சிலாகாலலோடு போர் செய்தான். சிலபோர்களில் கஸ்ஸபன்

வெற்றி பெற்றுச் சிலாகாலனைத்துரத்தி விட்டான். கடைசியில் சிலாகாலன் போரில் வெற்றியடைந்தான். தோல்வியடைந்த கஸ்ஸபன் (சிலாகாலனுடைய மைத்துனன்) போர்க் களத்தில் தற்கொலை செய்து கொண்டிறந்தான். இச் செய்தியையறிந்த வயது தளர்ந்தவளான உபதிஸ்ஸன் மனம் உடைந்து இறந்து போனான். உபதிஸ்ஸன் ஒன்றரை யாண்டு அரசாண்டான்.[17]

சிலாகாலன் (கி.பி.526-539) - தன்னுடைய மாமனாரான உபதிஸ்ஸனை வென்று ஆட்சியைக் கைப்பற்றி அரசனான சிலாகாலன் பதின்மூன்று ஆண்டு இலங்கையை அரசாண்டான். இவனை அம்பா சாமணேர சிலா-காலன் என்றும் கூறுவர். இவ்வரசனுக்கு மூன்று மக்கள் இருந்தனர். அவர்களின் பெயர் மொக்கல்லானன், தாட்டாபபூதி, உபதிஸ்ஸன் என்பது. மூத்த மகளான மொக்கல்லானலுக்கு ஆதிபத என்று சிறப்புப் பெயர் சூட்டி அவனைக் கிழக்கு நாடுகளின் அதிபதியாக்கினான். இரண்டாவது மகனான தாட்டாப பூதிக்கு மலைய ராஜன் என்று சிறப்புப் பெயர் கொடுத்து அவளை மலையநாட்டுக்கும் தக்கிண தேசத்துக்கும் அதிபதியாக்கினான். கடைசி மகனான உபதிஸ்ஸனைத் தன்னிடத்தில் வைத்துக் கொண்டான்.

இவன் அரசாண்ட காலத்தில், மகாநாகன் என்னும் வழிப்பறிக் கொள்-ளைக்காரன் இருந்தான். அவன் சிலாகாலனிடம் வந்து அரசாங்க அலுவலில் அமர்ந்தான். அலுவலில் அமர்த்த மகாரதாகனைச் சிலாகாலன், தென்கி-ழக்கேயுள்ள உரோகண நாட்டுக்கு அனுப்பி இதை (வரி) தண்டி வரும்படி நியமித்தான். அவன் சென்று இறை தண்டிவந்து கொடுத்தான். அவனுக்கு அரசன் அண்ட சேனாபதி என்னும் பெயர் கொடுத்து உரோகண நாட்டின் வரிதண்டும் அலுவலனாக அமைத்தாif. உரோகண நாட்டுக்குச் சென்ற அண்டசேனாபதி மகாநாகன் அங்கேயே தங்கியிருந்து வரிப்பணத்தைத் தானே வைத்துக் கொண்டு சுதந்தரனாக இருந்தான்.[18]

தாட்டாபபூதி (கி.பி.539-540) - சிலாகாலன் காலமான பிறகு அவனு-டைய இரண்டாவது மகனான தாட்டாபபூதி தக்கண நாட்டிலிருந்து வந்து ஆட்சியைக் கைப்பற்றிக் கொண்டான். மூத்த மகனான மொக்கல்லானன் முறைப்படி அரசுக்கு உரியவன். அவனுக்குரிய ஆட்சியை அவனுடைய தம்பியான தாட்டாபபூதி கைப்பற்றிக் கொண்டதைக் கடைசித் தம்பியான உபதிஸ்ஸன் கண்டித்தான். கண்டித்தவனைத் தாட்டாபபூதி கொன்று விட்-டான். கிழக்கு நாட்டிலிருந்த மொக்கல்லாளன், தனக்குரியதான ஆட்சியைத் தன்னுடைய தம்பியான தாட்டாபபூதி கைப்பற்றிக் கொண்டதையறிந்து படை-யெடுத்து வந்து போர் செய்யத் தொடங்கினான்.

இருவர் சேனையும் போர்க்களத்தில் சந்தித்தன. அப்போது மொக்கல்லா-னன், தாட்டாபபூதிக்கு இவ்வாறு செய்தியனுப்பினான்: நமக்காக போர் வீரர்-கள் வீணாக மடிய வேண்டாம். நாம் இருவர் மட்டும் போர் செய்வோம். போரில் வென்றவருக்கே அரசாட்சியுரியதாகும். என்று சொல்லியதற்குத் தாட்டாபபூதியும் இசைந்தான். இருவரும் தங்கள் தங்கள் யானை மேல்

அமர்ந்து போர் செய்யத் தொடங்கினார்கள். மொக்கல்லானனுடைய யானை தாட்டாப பதியின் யானையைத் தன்னுடைய தந்தங்களினால் குத்திற்று. குத்துண்ட யானை அஞ்சிப் புறங்கொடுத்து ஓடிற்று. அப்போது தனக்குத் தோல்வி நேரிடப் போவதையறிந்த தாட்டாபபூதி தன்னுடைய போர் வாளை எடுத்துத் தன்னையே குத்திக்கொண்டு இறந்து போனான். தாட்டாபபூதி ஆறு திங்கள் ஆறு நாட்கள் அரசாண்டான்.[19]

மொக்கல்லானன் II (கி.பி.540-560) - தாட்டாபபூதி இறந்த பிறகு அவனுடைய அண்ணனான மொக்கல்லாளன் இலங்கையை அரசாண்டான். இரண்டாம் மொக்கல்லானனாகிய இவனைச் சுல்ல மொக்கல்லானன் (சிறிய மொக்கல்லானன்) என்று கூறுவர். இவன் இருபது ஆண்டு அரசாண்டான்.[20]

கீர்த்தி ஸ்ரீமேகன் (கி.பி.560-561) - மொக்கல்லானன் இறந்த பிறகு அவனுடைய இராணி, உறவினர்களை நஞ்சு இட்டுக் கொன்று விட்டு அரசாட்சியைத் தன்னுடைய மகனான கீர்த்தி ஸ்ரீமேகனுக்குக் கொடுத்தாள். அவன் அரசாட்சியைத் தானே நடத்தினாள். கீர்த்தி ஸ்ரீமேகவண்ணனுக்கு முன்பு ஒரு கீர்த்தி ஸ்ரீமேகவண்ணன் இருந்தபடியால் இவனைக் குட்டநீர்த்தி ஸ்ரீமேகவண்ணன் என்று கூறுவர். இவனுடைய தாய் அரச காரியங்களில் அடிக்கடி தலையிட்டபடியால் அரசாட்சி முறையாகவும் ஒழுங்காகவும் நடைபெறவில்லை. ஆட்சி முறையில் குழப்பங்கள் நேர்த்தன. அரசாங்கத்து அலுவலர்கள் கைக்கூலி வாங்கியபடியால் ஆட்சி ஒழுங்கீனமாக இருந்தது. வலியோர் எளியோரை அச்சுறுத்தி வருத்தினார்கள். ஆட்சியில் குழப்பமும் கலகமும் ஏற்பட்டன.

கீர்த்தி ஸ்ரீமேகனுடைய பாட்டனான சிலாகால அரசனால் உரோகண நாட்டில் இறை தண்டும் அலுவலில் நியமிக்கப்பட்டிருந்த மகாநாகன் என்பவன், இராஜராட்டிரத்தில் குழப்பமான ஆட்சி நடப்பதையறிந்து இதுவே தக்கச்சமயம் என்று கண்டு உரோகண நாட்டிலிருந்து படையெடுத்து வந்து கீர்த்தி ஸ்ரீமேகனோடு போர் செய்து வென்று அரசாட்சியைக் கைப்பற்றினான். கீர்த்தி ஸ்ரீமேகன் இலங்கையைப் பத்தொன்பது நாட்கள் அரசாண்டான்.[21]

களப்பிரர் ஆட்சிக் காலத்தில் இலங்கையில் இருத்த அரசியல் நிலையை இதனோடு நிறுத்துகிறோம். அரசனை ஊழியர் கொன்று ஆட்சியைக் கைப்பற்றுவதும் தந்தையை மகன் கொன்றும் அரசனை இராணி கொன்றும் தமயனைத் தங்கை கொன்றும் மருமகனை மாமன் கொன்றும் இவ்வாறெல்லாம் இலங்கை அரசியலில் கொலைகள் மலித்து இருந்த காலம் அது.

8. களப்பிரர் காலத்து இருக்குவேள் அரசர்

பாண்டி நாட்டின் வடக்கு எல்லைக்கும் சோழ நாட்டுத் தெற்கு எல்லைக்கும் இடைநடுவே கொடும்பாளூர் இருந்தது. கொடும்பாளூரைக் கொடும்பை

என்று சிலப்பதிகாரம் கூறுகிறது. இப்போதைய புதுக்கோட்டை. மாவட்டத்தில் அடங்கியுள்ள கொடும்பாளூர் புதுக்கோட்டை நகரத்துக்கு இருபத்தைந்து கல் தொலைவில் இருக்கிறது. சங்க நூல்களில் கொடும்பாளூரைப் பற்றியும் அதனையரசாண்ட அரசர்களைப்பற்றியும் கூறப்படவில்லை. அக்காலத்தில் கொடும்பாளூர் வட்டாரம் மிழலைக் கூற்றம் என்று பெயர் பெற்றிருந்ததாகத் தோன்றுகிறது.

தமிழ் நாட்டைக் களப்பிரர் அரசாண்ட காலத்தில் கொடும்பாளூர் வட்டாரத்தை இருக்குவேள் அரசர் அரசாண்டனர். இருக்குவேளிர், களப்பிரருக்குக் கீழடங்கி அரசாண்டனர் என்று தெரிகின்றனர். கொடும்பாளூர் மூவர் கோவில் கல்வெட்டு இருக்குவேள் பரம்பரையில் வந்த அரசர்களின் பெயர்களைக் கூறுகிறது. மூவர் கோவில் கல்வெட்டுச் சாசனம் கி.பி. 1907-ம் ஆண்டில் பழம்பொருள் ஆய்வுத் துறையினரால் கண்டுபிடிக்கப்பட்டது. 1907-08-ம் ஆண்டு அறிக்கையில் இந்தச் சாசனத்தைப் பற்றிய செய்தி வெளியிடப்பட்டது.[1]

இந்தச் சாசனத்தின் தொடக்கமும் இறுதியும் உடைந்து போனபடியால் இது எழுதப்பட்ட காலத்தை யறிய இயலவில்லை . இது சோழக் கிரந்த எழுத்தினால் சம்ஸ்கிருத மொழியில் எழுதப்பட்டுள்ளது. இந்தச் சாசனத்தை ஆராய்ந்து திரு. நீலகண்ட சாஸ்திரி 1933- ம் ஆண்டில் ஒரு கட்டுரை எழுதினார்.[2] பிறகு இதை இவர் தாம் எழுதிய சோழர் என்ற வரலாற்று நூலிலும் எழுதினார்.[3] மூவர் கோயில் சாசனத்தின் எழுத்து அமைப்பைக் கொண்டு, இது கி.பி. 10-ம் நூற்றாண்டில் எழுதப்பட்டது என்று சாஸ்திரி கருதினார்.

மூவர் கோவில் கல்வெட்டுச் சாசனத்தை ஆராய்ந்த ஹீராஸ் அடிகள், இச்சாசனத்தில் காணப்படுகிற வரலாற்றுச் செய்திகளைக் கொண்டு இது கி.பி. 7-ம் நூற்றாண்டில் எழுதப்பட்டது என்று கூறி ஒரு கட்டுரை எழுதினார்.[4] ஹீராஸ் அடிகள் கூறியதே சரி என்று ஏற்றுக்கொள்ளப்பட்டது. அடிகளுடைய மாணவரான டாக்டர் எம். ஆரோக்கியசாமி அவர்கள் தாம் எழுதிய 'வெள்ளாறு வட்டாரத்தின் பழைய வரலாறு' என்னும் நூலில், மூவர் - கோயில் சாசனம் கி.பி. 7-ம் நூற்றாண்டில் எழுதப்பட்டது என்று கொண்டார்.

இந்தச் சாசனத்தில் கூறப்படுகிற இருக்குவேள் அரசர்களில் பரதுர்க்க மர்தனன் என்பவன் வாதாபிஜிக் (வாதாபி நகரத்தை வென்றவன்) என்று கூறப்படுகிறான். சாளுக்கிய அரசனான இரண்டாம் புலிகேசியோடு போர் செய்து வென்று அவனுடைய வாதாபி நகரத்தைக் கைப்பற்றின முதலாம் நரசிம்மவர்மன் காலத்தில் (மாமல்லன்காலத்தில்) இந்தப் பரதுர்க்கமர்தன்ன் இருந்தான் என்பதும், இவன் நரசிம்மவர்மன் சார்பாகப் புலிகேசியோடு போர் செய்து வாதாபியை வென்று 'வாதாபிஜித்' என்று பெயர் பெற்றான் என்பதும் தெரிகின்றன.

வாதாபி நகரம் கி.பி.642 - ம் ஆண்டில் வெல்லப்பட்டது என்பதை வரலாற்றாசிரியர் யாவரும் ஒப்புக் கொண்டுள்ளனர். ஆகவே இருக்குவே-னாகிய பரதுர்க்க மர்த்தனன் கி.பி.642-ல் இருந்தவன் என்பதில் சற்றும் ஐயமில்லை . இவனுடைய காலத்தை அடிப்படையாகக் கொண்டு இவனுக்கு முன்னும் பின்னும் இருந்த இருக்குவேள் அரசர் காலங்களை ஒருவாறு அறியலாம். தலைமுறையொன்றுக்கு 30 ஆண்டு என்று கணக்கிட்டால் கீழ்-வருமாறு இவர்களின் காலம் தெரிகிறது.

இருக்குவேள்அரசர் - உத்தேசமானகாலம்கி.பி.

1. இருக்குவேள்[5]-- 435-465
2. பரவீரஜித்து--- 465-495
3. வீரதுங்கன்--- 495-525
4. அதிவீரன்--- 525-555
5. அநுபமன் (சங்ககிருத்து) -- 555-585
6. நிருப கேசரி ---585-615
7. பரதுர்க்க மர்த்தனன் -- 615-645
8. சமராபிராமன் -- 645-675
9. பூதிவிக்கிரம கேசரி -- 675-705
10. பராந்தகன் -- 705-735
11. ஆதித்திய வர்மன்[6]--735-765

இதில் கூறப்படும் ஆட்சி ஆண்டுகளில் ஏறத்தாழ ஐந்து ஆண்டுகள் கூடுதல் குறைதலாக இருக்கக் கூடும்.

இதில் கூறப்பட்ட இருக்குவேள்களில் முதல் ஐந்து பேர் களப்பிரர் ஆட்சிக்-காலத்தில் அவர்களுக்குக் கீழடங்கியிருந்தவர் என்று தெரிகின்றனர். 6, 7, 8 எண்ணுள்ள அரசர் பல்லவ அரசர்களைச் சார்த்து அவர்களுக்கு அடங்கியி-ருந்தனர். 9, 10, 11 எண்ணுள்ள அரசர், அக்காலத்தில் சிற்றரசர் நிலையில் இருந்த சோழர் குலத்தோடு உறவு கொண்டு பல்லவ அரசருக்கு எதிரிகனாக இருந்தனர்.

இங்கு, நம்முடைய ஆராய்ச்சிக்கு உரிய களப்பிரர் காலத்தில் கொடும்-பாளூரையாண்ட இருக்குவேள் அரசரைப் பற்றிக் கூறுவோம். முதலாமவனா-கிய இருக்குவேளின் பெயர் சாசனக் கல்லில் மறைந்து போய் விட்டபடியால், அவனுடைய பெயர் தெரியவில்லை. இவன் களப்பிர அரசனுக்கு அடங்கிக் கொடும்பாளூரை அரசாண்டான். களப்பிரருக்கு அடங்கியிருந்த பாண்டியர் அடிக்கடி மேலெழுந்து களப்பிர அரசனுடன் போர் செய்து சுதந்திரம் பெற முயன்றனர் என்று தெரிகிறது. அவ்வாறு பாண்டியர் களப்பிரரோடு செய்த போர் ஒன்றில், களப்பிரர் சார்பாக இந்த இருக்குவேள் அரசன் பாண்டி-யனோடு போர் செய்து பாண்டியரின் யானைப்படையை வென்றான் என்று

தெரிகிறது. இவனைப் பற்றி வேறு ஒன்றும் தெரியவில்லை.

இவனுக்குப் பிறகு ஆண்ட பரவீர ஜித்து என்பவன் பகைவரான வீரர்களைப் போரில் வென்றவன் என்று அவனுடைய பெயரில் தெரிகிறது. அவனுக்குப் பிறகு ஆண்ட வீரதுங்கனும் அவனுக்குப் பிறகு ஆண்ட அதிவீரனும் போரில் வல்லவர்கள் என்பதை அவர்களுடைய பெயரிலிருந்து அறிகிறோம். இவர்களுக்குச் பிறகு அரசாண்டவன் இருக்குவேள் அநுபமன் என்பவன், இவனுக்குச் சங்ககிருத்து (சங்கத்தைச் செய்தவன்) என்று சிறப்புப் பெயர் இருந்தது. இதனால் இவன் சைன சங்கத்தை ஆதரித்தவன் என்று தோன்றுகிறான். மலையத் துவஜன் என்னும் ஜைன முனிவர் தேனிமலைக் குகையில் (தேனூர் மலைக்குகையில்) தவஞ் செய்து கொண்டிருந்தார். கொடும்பாளூர் இருக்குவேள் அரசன் இந்த முனிவரைக் கண்டு வணங்கி இவருக்கு நிலத்தைத் தானஞ்செய்தான் என்று இங்குள்ள சாசனம் கூறுகிறது.[7] இந்தக்கல் வெட்டெழுத்து இந்தக் குகைக்கு எதிரில் உள்ள பாறையில் எழுதப்பட்டுள்ளது. அதன் வாசகம் இது:

"ஸ்வஸ்தி ஸ்ரீ மலையத் துவஜன் தேனூர் மலையில் தவஞ்
செய்யக் கண்டு இருக்குவேள் வந்தித்து அவிப்புறஞ் செய்த
பள்ளிச் சந்தத் தாலே கால், இவ்வறக் காத்தான் அடி
நித்தஞ் சென்னி. அன."

இந்தக் கல்வெட்டில் தானஞ்செய்த அரசன் பெயர் இருக்கு வேள் என்று எழுதப்பட்டிருக்கிறது. அரசனின் சொந்தப் பெயர் எழுதப்படவில்லை. ஆனால் இந்த இருக்குவேள் அனுபமன் என்று கருதப்படுகிறான். இவனுடைய சங்ககிருத்து (ஜைன சங்கத்தைச் செய்தவன், ஆதரித்தவன்) என்ற சிறப்புப் பெயர் இதை உறுதி செய்கிறது. இவனுடைய ஆட்சிக் காலத்தின் பிற்பகுதியில் (இறுதியில்) சிம்மவிஷ்ணு என்னும் பல்லவ அரசன் காஞ்சியிலிருந்து படையெடுத்து வந்து களப்பிர அரசனோடு போர் செய்து வென்று சோழ நாட்டைக் கைப்பற்றினான். அப்போது இந்த இருக்குவேள் (முன்பு களப்பிரரைச் சார்ந்திருந்தவன் பிறகு) சிம்மவிஷ்ணுவுக்குக் கீழடங்கிப் பல்லவரைச் சார்ந்து இருந்தான் என்று தோன்றுகிறான். இவனுடைய பின் சந்ததியர் பல்லவ அரசர்களைச் சார்ந்து இருந்தனர்.

இருக்குவேள் அரசரும் இருங்கோவேள் அரசரும் ஒருவரே என்று ஆரோக்கியசாமி தம்முடைய நூலில் கூறுகிறார்.[8] சங்க காலத்தில் இருந்த இருங்கோவேள் அரசருக்கும் பிற்காலத்தில் இருத்த இருக்குவேள் அரசருக்கும் யாதொரு தொடர்பும் இல்லை. அவர்கள் வேறு. இவர்கள் வேறு. பெயர்களில் காணப்படுகிற ஒற்றுமை பற்றி இருவரையும் ஒருவராக ஊகிப்பது கூடாது.

களப்பிரருக்குக் கீழடங்கியிருந்த வேறு சிற்றரசர்களைப் பற்றி ஒன்றும் தெரியவில்லை.

9. களப்பிரரின் வீழ்ச்சி

களப்பிரர் தமிழகத்தை ஏறத்தாழ முன்னூறு ஆண்டுகள் அரசாண்டார்கள். அவர்களுடைய ஆட்சிக் காலத்தில் சைன மதமும் பௌத்த மதமும் நெடுகப்பரவி வளர்ந்து செல்வாக்கடைந்து பெரும்பான்மையோர் மதங்களாக இருந்தபடியாலும் களப்பிரரும் சைன சமயத்தவரானபடியாலும் அவர்களுக்கு நாட்டில் ஆதரவு இருந்தது. களப்பிரர் முக்கியமாகச் சைன சமயத்தை ஆதரித்தார்கள், சைன சமயத்துக்கு அடுத்தபடியாகப் பௌத்த மதத்துக்குச் செல்வாக்கிருந்தது. களப்பிரரை சூலவம்சம் என்னும் சிங்கள நாட்டு நூல் திகத்தர் (ஜைனர்) என்று கூறுகிறது. மொக்கல்லானன் என்னும் சிங்கள அரசகுமரன் தமிழ் நாட்டுக்கு வந்து களப்பிர அரசரை உதவி கேட்டபோது அவர்கள் அவனுக்கு சேனைத் தலைவரைக் கொடுத்து உதவினார்கள். இதைக் கூறுகிற சூலவம்சம் களப்பிரர் பெயரைக் கூறாமல் நிகந்தர் (ஜைனர்) என்று கூறுவதை முன்னமே காட்டினோம்.

ஆகவே களப்பிரர் நிகந்தர் என்று அழைக்கப்பட்டனர் என்பது தெரிகிறது. களப்பிரருக்குப் பெரும்பான்மை மதமான ஜைன மதத்தின் ஆதரவு இருத்த போதிலும், நாட்டில் அரசியல் ஆதரவு இல்லையென்றே தோன்றுகிறது. சேர சோழ பாண்டியர் களப்பிரரை வீழ்த்துவதற்குச் சமயம் பார்த்திருந்தார்கள். தொண்டைநாட்டிலிருந்த பல்லவ அரசர் களப்பிரரை வென்று அவர்களுடைய ஆட்சியைக் கைப்பற்றுவதற்கு நேரத்தைப் பார்த்திருந்தனர். களப்பிரருக்குக் கீழடங்கியிருந்த பாண்டியர் தாங்கள் சுதந்திரம் பெறுவதற்குப் பெருமுயற்சி செய்ததாகத் தெரிகிறது. களப்பிரர் ஆட்சிக்காலத்திலேயே, பாண்டிய அரசர் குலத்தைச் சேர்ந்த ஒரு பாண்டியன் இலங்கைக்குப் படையெடுத்துப் போய் சிங்கள அரசனை வென்று இலங்கையை அரசாண்டான். அவனுடைய பிள்ளைகளும் பேரர்களும் அவனுக்குப் பிறகு அரசாண்டதை முன்னமே அறிந்தோம்.

கி.பி.6-ம் நூற்றாண்டின் பிற்பகுதியில் பாண்டியர் களப்பிரரை வென்று தங்களுடைய பாண்டிய இராச்சியத்தை மீட்டுக் கொண்டார்கள். பாண்டியன் கடுங்கோன் பாண்டு நாட்டு ஆட்சியைக் களப்பிரரிடமிருந்து மீட்டுக் கொண்டான் என்று பாண்டியர் செப்பேடுகள் கூறுகின்றன.

"அளவரிய ஆதிராஜரை அகல நீக்கி அகலிடத்தைக் களப்ரனென்னுங்கலி அரைசன் கைக் கொண்டதனை இறக்கிய பின் படுகடன் முளைத்த பரிதி போல பாண்ட்யாதி ராஜன் வெளிப்பட்டு விடுகதி ரவிரொளி விலக வீற்றிருந்து வேலை சூழ்ந்த வியலிடத்துக் கோவும் குறும்பும் பாவுடன் முருக்கிச் செங்கோலோச்சி வெண்குடை நீழற் றங்கொளி நிறைந்த தரணி மங்-

கையைப் பிறர்பாலுரிமை திறவிதி நீக்கித் தன்பாலுரிமை நன்கன மமைத்த மானம் பேர்த்த தானைவேந்தன் னொடுங்கா மன்னரொலி நிகரழித்த கடுங்கோ னென்னுங் கதிர்வேற்றெள்ளான்" என்று வேள்விக்குடிச் செப்பேடு கூறுகிறது.[1]

'கற்றறிந்தோர் திறல் பரவக் களப்பாழரைக் களைகட்ட மற்றிரண்டோன் மாக்காடுங்கோன் மானம் பேர்த்தருளிய கோன்" என்று தளவாய்ப்புரச் செப்-பேடு கூறுகிறது.[2]

பாண்டியன் கடுங்கோன், 'மானம்பேர்த்த தானை வேந்தன்' என்றும் 'மானம் பேர்த்தருளிய கோன்' என்றும் செப்பேடுகளின் தமிழ் வாசகம் கூறு-வதைப் போலவே, சமஸ்கிருதச் கலோகமும் அவனை மானம் பேர்த்த கடுங்-கோன் என்று கூறுகிறது.[3] எனவே 'மானம் பேர்த்த கடுங்கோன்' என்பது அவனுடைய சிறப்புப் பெயர் என்று தோன்றுகிறது.

பாண்டியன் கடுங்கோன் பாண்டிய நாட்டைக் களப்பிரரிடமிருந்து மீட்டுக் கொண்டபோது, ஏறக்குறைய அதே காலத்தில் தொண்டை நாட்டு அரசனான பல்லவ சிம்மவிஷ்ணு சோழ நாட்டைக் களப்பிரரிடமிருந்து கைப்பற்றிக் கொண்டான். இந்த வரலாற்றைப் பள்ளன் கோவில் செப்பேடும் வேலூர்ப்பா-ளையம் செப்பேடும் கூறுகின்றன.

"சிம்மவர்மனுடைய மகன் சிம்மவிஷ்ணு. அந்தச் சிம்மவிஷ்ணு, மற்றொரு சிம்மவிஷ்ணு என்னும் அரசனை வென்றான். அவன், பலத்தில் வெற்றி வீரனாகிய அர்ச்சுனனைப் போன்றவன். வில் வித்தையிலும் வீரன். போரிலே வெற்றி கொள்வதில் சமர்த்தன்" என்றும்,

"உண்மை தியாகம் வணக்கம் போன்ற பரிசுத்தமான நற்குணங்கள் யாரி-டத்தில் உள்ளனவோ, வீர குணங்கள் யாரை அடைக்கலமாகக் கொண்-டுள்ளனவோ (அந்தச் சிம்ம விஷ்ணு) கவேரன் மகளான காவிரி ஆற்றை மாலையாகவும் செழுமையான நெல்வயல் கரும்பு வயல்சளை ஆடையாகவும் கமுகத் தோட்டம் வாழைத் தோட்டங்களை ஒட்டியாணமாகவும் அணிந்த சோழ நாட்டைக் கைப்பற்றினான்" என்றும் பள்ளன் கோயில் செப்பேடு கூறு-கிறது.[4]

"புகழ்வாய்ந்த திறலையுடையவனும் பகைவர்களின் ஆற்றலையடக்கும் பலமுள்ளவனுமான சிம்மவர்மனுக்கு வெற்றி வீரனான சிம்மவிஷ்ணு மகனா-கப் பிறந்தான். அவன், கமுகத் தோட்டங்களும் நெல்வயல்களும் நிறைந்-துள்ள கவேரன் மகளான காவிரி ஆற்றினால் அலங்கரிக்கப்பட்ட சோழ நாட்டைக் கைப்பற்றினான்" என்று வேலூர்ப்பாளையச் செப்பேடு கூறுகி-றது.[5]

இவ்வாறு பல்லவ அரசருடைய செப்பேடுகள் கூறுகின்றன. இவற்றிலி-ருந்து சிம்ம விஷ்ணு என்னும் பல்லவ அரசனுடைய மகனான சிம்ம-விஷ்ணு, சோழ நாட்டையாண்ட சிம்ம விஷ்ணு என்னும் அரசனை வென்று சோழ நாட்டைக் கைப்பற்றினான் என்றும் அறிகிறோம். சிம்மவிஷ்ணு பல்-

லவன் சோழ நாட்டைச் சோழரிடமிருந்து வென்று கொண்டானா, களப்பிரரிடமிருந்து வென்று கொண்டானா என்று செப்பேடுகள் கூறவில்லை. களப்பிரரிடமிருந்து சோழ நாட்டைக் கைப்பற்றினான் என்று வரலாற்று அறிஞர்கள் கருதுவது முற்றிலும் உண்மை.

அக்காலத்தில் சோழ நாட்டைச் சோழ மன்னர் ஆளவில்லை. சங்க காலத்தின் இறுதியில் களப்பிரர் தமிழகத்தைக் கைப்பற்றி ஆண்டபோது சோழர் அவருக்குக் கீழடங்கியிருந்தார்கள். ஆகவே சிம்ம விஷ்ணு களப்பிரரிடமிருத்துதான் சோழ நாட்டை வென்றான் என்பது வெளிப்படை. களப்பிரருக்குக் கீழடங்கியிருந்த சோழர், பல்லவர் சோழ நாட்டை வென்ற பிறகு பல்லவருக்குக் கீழடங்கினார்கள்.

பாண்டியன் கடுங்கோனும் பல்லவ சிம்மவிஷ்ணுவும் களப்பிரரை வென்று வீழ்த்தியது ஏறத்தாழ கி.பி. 575 என்று கருதப்படுகிறது. கி.பி.575ல் அல்லது அதற்குச் சற்று முன் பாண்டியன் கடுங்கோன் களப்பிரரை வென்றிருக்க வேண்டும் என்று திரு. சதாசிவ பண்டாரத்தார் கூறுகிறார்.[6] கி.பி. 590-ல் களப்பிரர் வெல்லப்பட்டனர் என்று திரு. நீலகண்ட சாஸ்திரி கருதுகிறார்.[7] கி.பி.575-ல் களப்பிரர் வீழ்ச்சியடைந்தனர் என்று கொள்வதே சரி என்று தோன்றுகிறது.

கி.பி. 450-க்கும் 550-க்கும் இடையில் களப்பிரர் ஆட்சி தமிழகத்தில் இருந்தது என்று திரு.பி.தி. சீனிவாச அய்யங்கார் கூறுகிறார். பிறகு கி.பி. 5-ம் நூற்றாண்டின் இறுதியில் பாண்டியர் களப்பிரரிடமிருந்து ஆட்சியைக் கைப்பற்றினார்கள் என்று கூறுகிறார்.[8] அதாவது கி.பி.450 முதல் 600 வரையில் 150 ஆண்டு களப்பிரர் ஆட்சி இருந்ததென்று கூறுகிறார். இவர் கூற்று தவறு என்று தோன்றுகிறது. ஏறத்தாழ கி.பி. 250 முதல் 573 வரையில் தமிழ் நாட்டைக் களப்பிரர் ஆண்டனர் என்று கருதுவது தவறாகாது.

பாண்டி நாட்டைக் கடுங்கோனும் சோழ நாட்டைச் சிம்ம விஷ்ணுவும் வென்று கொண்டபோது சேர நாட்டைச் சேர அரசன் களப்பிரரிடமிருந்து வென்று கொண்டிருக்க வேண்டும் என்று தோன்றுகிறது. ஆனால் அந்தச் சேரனது பெயர் தெரியவில்லை. களப்பிரர் தங்கள் இராச்சியத்தைச் சேர பல்லவ பாண்டியர்களுக்கு இழந்துவிட்ட பிறகு அவர்கள் பேரரசர் நிலையிலிருந்து வீழ்ச்சியடைந்து சிற்றரசர் நிலையை அடைந்தனர். அவர்கள் சோழ நாட்டிலே தஞ்சாவூர், செந்தலை முதலான ஊர்களில் தங்கிச் சிற்றரசர்களாகப் பல்லவ அரசருக்கு அடங்கிவிட்டனர்.

மாமல்லன் (முதலாம் நரசிம்மவர்மன்) இரண்டாம் நந்திவர்மன் ஆகிய பல்லவ அரசர்களப்பிரரை வென்றதாகக் கூறிக் கொள்கின்றனர்.[9] சாளுக்கிய அரசர்களான முதலாம் விக்கிரமாதித்தன், விசயாதித்தன் முதலான அரசர்கள் களப்பிரரை வென்றதாகக் கூறிக் கொள்கின்றனர். இவர்கள் வென்ற களப்பிரர் பேரரசாகத் தமிழ் நாட்டையாண்ட களப்பிரர் அல்லர், அரசை இழந்து சிற்றரசர் நிலையையடைந்த பிற்காலத்துக் களப்பிரர்

ஆவார்.

பிற்காலத்தில் களப்பிரர் முத்தரையர் என்று பெயர் பெற்றிருந்தனர் என்று அறிகிறோம். முத்தரையர் என்னும் பெயர் சேர, சோழ, பாண்டியம் என்றும் மூன்று தரைகளை அரசாண்டவர் என்னும் பொருளுள்ள சொல்லாக இருக்கலாம். முத்தரையர், செந்தலை தஞ்சாவூர் நாடுகளை யரசாண்டார்கள், முத்தரையர் களப்பிரர் அல்ல என்று திரு. சதாசிவ பண்டாரத்தார் கருதுகிறார். "அன்றியும் தமிழ் நாட்டுக் குறுநில மன்னர் குடியினராகிய முத்தரையர் என்போர் களப்பிரரே யாவர் என்று சிலர் கூறுவது சிறிதும் ஏற்புடைத்தன்று.[10]

செந்தலைத் தூண் சாசனங்களிலிருந்து முத்தரையரும் களப்பிரரும் ஒருவரே என்று அறிகிறோம். திருக்காட்டு பள்ளிக்கு (தஞ்சை மாவட்டம்) இரண்டு கல் தொலைவில் செந்தலைக் கிராமத்தில் மீனாட்சி சுந்தரேசுவரர் கோவில் மண்டபத் தூண்களில் வட்டெழுத்துக் கல்வெட்டுகள் காணப்படுகின்றன. இவை செந்தலைத் தூண் கல்வெட்டுகள் என்று கூறப்படுகின்றன. இந்தச் சாசனங்களைத் திரு.டி.ஏ. கோபிதாத ராவ் செந்தமிழ் ஆறாம் தொகுதியில் வெளியிட்டுள்ளார். திரு.கே.வி. சுப்பிரமணிய அய்யர் இந்தத் தமிழ்ச் சாசனங்களை ஆங்கில எழுத்தில் 'எபிகிறாபியா இத்திகா' என்னும் இதழில் வெளியிட்டுள்ளார்.[11] இந்தச் சாசனத்தில்

பெரும்பிடுகு முத்தரைய னாயின குவாவன் மாறன்
அவன் மானிளங் கோ வதியரைய னாயின மாறன்பரமேஸ்வரன்
அவன்மகன் பெரும்பிடுகு முத்தரைய னாயின சுவரன் மாறன்
அவன் எடுப்பித்த படாரிகோயில் அவன் எறிந்த ஊர்களும்
அவன் பேர்களும் அவனைப் பாடினார் பேர்களுமித் தூண்கண்மே
லெழுதின இவை என்று காணப்படுகிறது.

நான்கு தூண்களிலும் பெரும் பிடுகு முத்தரையனுடைய சிறப்புப் பெயர்கள் எழுதப்பட்டுள்ளன. அப்பெயர்களில் ஸ்ரீகள்வர கள்வன் என்று நான்கு தூண்களிலும் எழுதப்பட்டுள்ளது. கள்வர கள்வன் என்பதைக் களவர கள்வன் என்றும் படிக்கலாம். இதிலிருந்து முத்தரையரும் களவர கள்வரும் (களப்பிரரும்) ஒருவரே என்பது தெரிகிறது. முத்தரையரை நாலடியார் கூறுகிறது.[12]

விடேல் விடுகு முத்தரையன், சத்துருபயங்கர முத்தரையன் என்னும் முத்தரையர் பெயர்கள் சாசனங்களில் காணப்படுகின்றன.

களப்பிரரின் பின் சந்ததியார் களப்பாளர் என்னும் பெயர் பெற்றிருந்தனர். சிவஞான போதத்தை எழுதிய மெய்கண்ட தேவருடைய தந்தையாரின் பெயர் அச்சுதகளப்பாளர் என்பதாகும். நெற்குன்றம் கிழான் என்றும் ஒரு களப்பாள சிற்றரசன் ஒரு சாசனத்தில் கூறப்படுகிறான்.[13]

10. களப்பிரர் ஆட்சியில் சமயங்கள்

தமிழ் நாட்டிலே இருந்த பழமையான மதங்கள் சைவமும் வைணவமும் ஆகும். கி.பி.மூன்றாம் நூற்றாண்டிலே சந்திரகுப்த மௌரியன் காலத்திலும் அவனுடைய பேரனான அசோகச் சக்கரவர்த்தி காலத்திலும் ஜைன மதமும் பௌத்த மதமும் தமிழ் நாட்டுக்கு வந்தன. வந்த மதங்கள் பையப் பையத் தமிழகத்தில் பரவிக் கொண்டிருந்தன. களப்பிரர் ஆட்சிக் காலத்தில் ஜைனமும் பௌத்தமும் மேன்மேலும் சிறப்புப் பெற்றுப் பெருகி வளர்ந்தன. பொதுவாகக் களப்பிர அரசர்கள் ஜைன பௌத்த மதங்களுக்குச் சார்பாக இருந்தார்கள்.

களப்பிர அரசர் அச்சுதப் பரம்பரையினர் என்று கூறப்படுகிறபடியால் அவர்கள் வைணவ சமயத்தார் என்று கருத வேண்டியிருக்கிறது. கூற்றுவ நாயனார் போன்ற ஒன்றிரண்டு களப்பிர அரசர் சைவ சமயத்தவராக இருந்தனர் என்பதும் உண்மையே. ஆனால் பொதுவாகக் களப்பிரர் ஆட்சிக் காலத்தில் ஜைன பௌத்த மதங்கள் சிறப்படைந்திருந்தன. இந்த மதங்கள் சிறப்படைந்ததற்குக் காரணம் இந்த மதங்களின் பிரச்சாரம் என்று தோன்றுகிறது. சைவ சமயம் சிறப்படையாமல் மங்கிக் கிடந்தது. வைதிக மதமும் மங்கியிருந்தது.

களப்பிரரும் பிராமணரும்: களப்பிரர் பிராமணருக்குப் பகைவர் என்று சிலர் எழுதியுள்ளனர். பாண்டியன் முதுகுடுமிப் பெருவழுதி, கொற்சைக்கிழான் நற்கொற்றன் என்னும் பிராமணனுக்கு முற்காலத்தில் வேள்விக்குடி என்னும் ஊரைத் தானங்கொடுத்ததை அவனுடைய குடும்பத்தார் பரம்பரையாக அனுபவித்து வந்ததைக் களப்பிரர் தங்கள் ஆட்சிக் காலத்தில் அந்த ஊரைப் பிடுங்கிக் கொண்டனர் என்னும் சாசனச் சான்றை ஆதாரமாகக் காட்டுகின்றனர். வேள்விக்குடிச் செப்பேடு இந்தச் செய்தியைக் கூறுகிறது.

"கொல்யானை பலவோட்டிக் கூடாமன்னர் குழாத் தவிர்த்த பல்யானை முதுகுடுமிப் பெருவழுதி என்னும் பாண்ட்யாதிராசன் தாகமா மலர்ச் சோலை தளிர்சினை மிசை வண்டலம்பும் பாகனூர்க் கூற்றமென்னும் பழனக்கிடக்கை நீர்நாட்டுச் சொற்கண்ணாளர் சொலப்பட்ட ச்ருதி மார்க்கம் பிழையாத கொற்கை கிழானற் கொற்றன் கொண்டவேள்வி முற்றுவிக்க கேள்வி அந்தணானர் முன்பு கேட்க என்றெடுத்துரைத்து வேள்வி சாலை முன்பு நின்று வேள்லிகுடி என்றப் பதியைச் சீரோடு திருவளரச் செய்தார்.

வேந்தனப் பொழுதேய் நீரோடட்டிக் கொடுத்தமையால் நீடுபுக்திதுய்த்தபின்னளவரிய ஆதிராஜரை அகல நீக்கி அகலிடத்தைக் களப்ர னென்னும் கலியரைசன் கைக்கொண்டதளை இறக்கிய பின் [1] "அங்கொருநாண் மாடமாமதிற் கூடற்பாடு நின்றவர் ஆக்ரோதிக்கக் கொற்றனேய் மற்றவரைத் தெற்றென நன்கு கூவி'என்னேய் நுங்குறை' என்று முள்ளாகப் பணித்தருள 'மேனாணின் குரவராற் பான்முறையின் வழுவாமை மாகந்தோய் மலர்ச்சோ-

லைப் பாகனூர்க் கூற்றத்துப் படுவது, ஆள்வ தானை அடல் வேந்தேய்! வேள்விக்குடி என்னும் பியர் உடையது ஒல்காத வேற்றாளை ஓடோதவேலி உடன் காத்த பல்யாக முதுகுடுமிப் பெருவழுதி என்னும் பரமேச்வரனால் வேள்விக்குடி என்னப்பட்டது. கேள்வியாற் றரப்பட்டதனை துளக்கமில்லாக் கடற்றானை யாய் களப்ர ராலிறக்கப் பட்டது என்று நின்றவன் விஞ்ஞாப்யஞ் செய்ய......"[2]

களப்பிரர், வேள்விக்குடி தானத்தை இறக்கினார்கள் என்று செப்பேடு கூறுவது உண்மைதான். ஆனால், அதன் காரணம் பார்ப்பனர் மாட்டுப் பகையன்று. அதற்கு வேறு ஏதோ காரணம் இருக்க வேண்டும் என்று தோன்றுகிறது. களப்பிரர் பிராமணருக்குப் பகைவர் அல்லர். களப்பிரர் பிராமணருக்குத் தானங்கொடுத்து ஆதரித்ததை 'அகலிடமும் அமருலகும்' எனத் தொடங்குகிற செய்யுள் (இணைப்பு 1 காண்க) கூறுகிறது.

பொருகடல் வளாகம் ஒரு குடை நிழற்றி
இருபிறப் பாளர்க் கிருநிதி ஈந்து
மனமகிழ்த்து
அருள்புரி பெரும் அச்சுதர் கோவே

என்று அந்தச் செய்யுள் கூறுவது காண்க. இதனால் களப்பிரர் பார்ப்பனரை வெறுத்தவர் அல்லர் என்பது தெரிகிறது.

1. ↑ பாண்டியர் செப்பேடு பத்து, தமிழ் வரலாற்றுக் கழக வெளியீடு 1967, வேள் விக்குடி செப்பேட்டு 31-40)
2. ↑ வேள்விக்குடிச் செப்பேடு, வரி 104-112.

ஜைன சமய வளர்ச்சி: ஜைன பௌத்த மதங்கள் செழித்து வளர்ந்ததையும் சைவ வைதிக மதங்கள் ஒடுங்கிப் போவதையும் சேக்கிழார் பெரிய புராணத்தில் தெளிவாகக் கூறுகிறார்.

மேதினிமேல் சமண்சையர் சாக்கியர்தம் பொய்ம்மிகுத்தே
ஆதி அரு மறைவழக்கம் அருகி அரன் அடியார் பால்
பூதிசாதன விளக்கம் போற்றல் பெறாதொழியக் கண்டு
ஏதமில் சீர் சிவபாத விருதயர்தாம் இடருழந்தார்'[1]

களப்பிரர் காலத்தில் வளர்ந்து சிறப்படைந்திருந்த ஜைன பௌத்த மதங்கள் அவர்களின் ஆட்சிக் காலத்துக்குப் பிறகும் சிறப்படைந் திருந்ததைச் சேக்கிழார் கூறுகிறார்.

மெய்வகை நெறியில் நில்லா வினை அமண் சமயம் மிக்குக்
கைவகை முறைமைத் தன்மை கழியமுள் கலங்குங்காலை[2] என்றும்

பூழியர் தமிழ்நாட்டுள்ள பொருவில் சீர்ப்பதிகள் எல்லாம்
பாழியும் அருகர்மேவும் பள்ளிகள் பலவும் ஆகிச்
சூழிருட் குழுக்கள் போலத் தொடை மயிறபீலி யோடு
மூழிநீர் கையிற்பற்றி அமணரே யால் மொய்ப்ப[3] என்றும்

பறிமயிர்த் தலையும் பாயும் பீலியும் தடுக்கும் மேனிச்
செறியு முக்குடையுமாகித் திரிபவர் எங்கும் ஆகி
அறியுமச் சமயநூலின் அளவினில் அடங்கிச்சைவ
நெறியினில் சித்தஞ் செல்லா நிலைமையில் நிகழுங்காலை [4]

என்றும் சேக்கிழார் கூறுகிறார். இது களப்பிரர் வீழ்ச்சிக் காலத்துக்குப் பின் கி.பி.7-ம் நூற்றாண்டில் சமயங்கள் இருந்த நிலை. இந்தநிலை களப்பிரர் காலத்திலிருந்து தொடர்ந்து இருந்தது.

மதுரையை யாண்ட களப்பிரர் அரசன் ஒருவன் சிவன் கோவில்களில் வழிபாடு செம்மையாக நடக்காதபடி தடை செய்தான். சிவன் கோவிலில் சந்தனக் காப்பு வழிபாடு நடக்காத படி தடைசெய்தான்.[5] அவன் சடையன் (சிவன்) அடியாரை வன்மை செய்தான்.

மடக்குகைகளிலே சமண (ஜைன) சமயத்து முனிவர்கள் தங்கித் தவஞ் செய்தார்கள். அவர்கள் பாண்டிய நாட்டிலே எட்டுக் குன்றுகளில் இருந்தனர். அந்த மலைகளை 'எண்பெருங் குன்றம்' என்றும், அங்கிருந்து தவஞ்செய்தவர்களை 'எண்பெருங் குன்றத்து எண்ணாயிரம் சமணர்' என்றும் சேக்கிழார் பெரிய புராணத்தில் கூறுகிறார்.[6] ' ஆனைமாமலை ஆதியாய இடங்களில்' ஜைனமுனிவர் இருந்ததைத் திருஞானசம்பந்தர் கூறுகிறார்.[7] 'எண்பெருங் குன்றத்து எண்ணாயிரம் சமணர்' என்று கூறுவதன் பொருள் மலை யொன்றுக்கு ஆயிரம் பேராக எட்டுமலைகளில் எட்டாயிரம் சமணர் என்று கருதக் கூடாது. ஆயிரம் என்பது இங்குப் பெருந்தொகையைக் குறிக்கிறது.

ஆனைமலை, அழகர்மலை, திருப்பரங்குன்றம், சமணர்மலை கழுகுமலை, சித்தன்னவாசல், கொங்கர் புளியங்குளம், கீழைவளவு, முத்துப்பட்டி, நாகமலை (விக்கிரம மங்கலம்), சித்தர்மலை, விருச்சியூர், மருகால்தலை முதலாள மலைக்குன்றுகளில் ஜைனத்துறவிகள் தங்கித் தவஞ்செய்ததற்கு அடையாளமாக இன்றும் அங்கெல்லாம் ஜைனத் தீர்த்தங்கரர்களின் திருமேனிகளும் வட்டெழுத்துச் சாசனங்களும் காணப்படுகின்றன. களப்பிரர் வருவதற்கு முன்னேயே இந்தக் குகைகளில் ஜைன முனிவர் இருந்து தவஞ்செய்தனர். சில குகைகளில் பௌத்தப் பிக்குகளும் தங்கித் தவஞ்செய்தார்கள்.

களப்பிரர் ஆட்சிக் காலத்திலே, பல்லவ அரசர் ஆட்சி செய்த தொண்டை நாட்டிலும் ஜைனமதம் சிறப்பாக இருந்தது. குணபரன் என்றும் குணதரன் என்றும் சிறப்புப் பெயர் படைத்த மகேந்திரவர்மனும் ஜைன சமயத்தவனாக இருந்தான் என்று அறிகிறோம். தொண்டை நாட்டிலே பாடலிநகரத்தில்

(திருப்பாதிரிப் புலியூரில்) அந்தக் காலத்தில் பேர் போன திகம்பர ஜைனமடம் இருந்தது. அந்த ஜைனமடத்தில் சிம்ம சூரி என்னும் ஜைனப்பெரியார் இருந்து லோகலிபாகம் என்னும் பெயருள்ள ஜைன மத நூலைச் சமஸ்கிருத பாஷையில் மொழி பெயர்த்தார் என்று அறிகிறோம்.

பாணராஷ்டிரத்தில் (தொண்டைநாட்டில்) பாடலி நகரத்தில் இருந்தபோது சகர ஆண்டு 380-ல் (கி.பி. 4598-ல்) சிம்மவர்மன் என்றும் அரசனுடைய 22-ம் ஆட்சியாண்டில் இந்த நூலை அவர் பெயர்த் தெழுதினார்.[8] இந்த ஜைனமடத்திலே கி.பி.7-ம் நூற்றாண்டின் தொடக்கத்தில் மருள்நீக்கியார் என்பவர் (பிற்காலத்தில் திருநாவுக்கரசர்) தருமசேனர் என்றும் பெயர்பெற்று மடத்தலைவராக இருந்தார்.[9]

தேவசேனர் என்றும் ஜைன சமய ஆசாரியர், விக்கிரம சம்வத்ரம் 909-ல் (கி.பி.853-ல்) திகம்பரதர்சனம் என்னும் நூலை எழுதினார். அந்த நூலில் அவர், பாண்டி நாட்டில் வச்சிரநந்தி ஆசாரியர் திரமிள (திராவிட - தமிழ்) சங்கத்தை நிறுவினதாக எழுதியுள்ளார். பூஜ்ஜிய பாதர் என்றும் தேவ நந்தி ஆசாரியரின் மாணாக்கர்களில் வச்சிர நந்தி ஆசாரியரும் ஒருவர். வச்சிர நந்தி விக்கிரம் ஆண்டு 525-ல் (கி.பி. 170ல்) தக்கிண மதுரையில் (பாண்டி நாட்டு மதுரையில்) திரமிள சங்கத்தை நிறுவினார். இந்தக் காலம் மதுரையில் களப்பிர அரசர் ஆட்சிசெய்த காலம். களப்பிரர் ஜைனமதத்தை ஆதரித்தவராகையால் அவர்கள் காலத்தில் வச்சிரநந்தி திராவிடசங்கத்தை (ஜைன முனிவர்களின் திராவிட சங்கத்தை) நிறுவினார்.

ஏற்கனவே பாண்டி தாட்டில் வேர் ஊன்றி நிலைத்திருந்த சமண சமயம், ஜைனத் துறவிகளைக் கொண்ட திராவிட சங்கத்தை வச்சிர நந்தி மதுரையில் நிறுவினபோது, மேன்மேலும் தழைத்து வளர்வதற்குக் காரணமாக இருந்தது. சமண சமயத்தை வளர்ப்பதற்காக வச்சிர நந்தி அமைத்த திரமிள சங்கத்தையும் சங்ககாலத்தில் பாண்டியர் தமிழ் மொழியை வளர்க்க அமைத்த தமிழ்ச் சங்கத்தையும் ஒன்று என்று கருதுவது தவறு. இந்த இரண்டு சங்கங்களும் வெவ்வேறு காலத்தில் வெவ்வேறு காரணத்துக்காக அமைக்கப்பட்ட சங்கங்கள். இரண்டையும் ஒன்றாக இணைத்துக் கூறுவது வரலாறு அறியாதவரின் தவறான கூற்றாகும். (இணைப்பு 2 காண்க)

11. பௌத்த சமய வளர்ச்சி

பௌத்தமதம் கி.மு. மூன்றாம் நூற்றாண்டில் அசோக சக்கரவர்த்தியின் ஆட்சிக்காலத்தில் தமிழகத்துக்கு வந்தது என்று கூறினோம்.[1] பௌத்தப் பிக்குகள் நாடெங்கும் பிரசாரஞ் செய்து பௌத்தமதத்தை வளர்த்தார்கள். ஆகவே பௌத்த மதம் பையப் பைய வளர்ந்து தமிழ்நாட்டில் சிறப்படைந்தது. களப்பிரர் ஆட்சிக் காலத்தில் பௌத்தம் தமிழ் நாட்டில் மேலும் பரவி வளர்த்தது. தமிழகத்துக்குப் பக்கத்தில் உள்ள இலங்கையிலும் பௌத்தமதம் பரவியிருந்த-

படியால் அதன் காரணமாகவும் பௌத்தமதம் வலிவு பெற்றிருந்தது.

திருநாவுக்கரசரும் திருஞானசம்பந்தரும் தங்களுடைய தேவாரப் பாடல்களில் பிண்டியர் போதியரையும் சாக்கியர் சமணரையும் கூறுகிறார்கள். (பிண்டியர் -சமணர், போதியர் - பௌத்தர், சாக்கியர்- பௌத்தர், சமணர் - ஜைனர்) தேவார காலத்துக்கு முன் (கி.பி.7-ம் நூற்றாண்டுக்கு முன்பு) களப்பிரர் காலத்தில் சமணசமயத்தைப் போலவே பௌத்தமதமும் செழித்திருந்தது. களப்பிரர் காலத்தில் இருந்த பௌத்தர்களின் ஊர்கள் சில தெரிகின்றன. காவிரிப் பூம்பட்டினம், உறையூர் (உரகபுரம்), பூதமங்கலம், சங்கமங்கை , நாகைப்பட்டினம், மயூரபட்டணம், மதுரை, பாண்டிநாட்டுத் தஞ்சை, காஞ்சிபுரம் முதலான ஊர்கள் பௌத்தமதம் வேரூன்றியிருந்த ஊர்களாகும்.

சாக்கிய நாயனார்: திருத்தொண்டர் புராணத்தில் (பெரிய புராணத்தில்) சாக்கிய தாயனார் புராணமும் ஒன்று. சாக்கிய நாயனார் பௌத்த மதத்தவர். (சாக்கியம் - பௌத்தம்) இவர் பழைய சிவனடியார்களில் ஒருவர். பௌத்தராக இருந்து கொண்டே சிவனை வழிபட்டவர். கி.பி.7-ம் நூற்றாண்டில் வாழ்த்திருந்த திருநாவுக்கரசருக்குச் சில நூற்றாண்டுகளுக்கு முன் இருந்தவர். சாக்கிய நாயனார், தொண்டை நாட்டில் சங்கமங்கை என்னும் ஊரில் பிறந்தார். பிறகு காஞ்சிபுரத்துக்குப் போய் அங்கு அக்காலத்தில் பேர்போன பௌத்த ஆசிரியர்களிடம் சென்று சமயக்கல்வி பயின்றார். வயது வந்த பிறகு துறவு பூண்ட இவர் ஆடையணிந்து பௌத்தப் பிக்கு ஆனார்.[2] சில காலஞ்சென்ற பிறகு சைவ சமயத்தை மேற்கொண்டார். சிவலிங்க வழிபாடலைச் செய்ய எண்ணினார்.

ஆனால், அக்காலத்தில் பௌத்த மதம் பலமாக இருந்த படியால், வெளிப்படையாகப் பௌத்த மதத்தை விட்டுச் சைவ சமயத்திற்கு வர இயலாமற்போயிற்று. சிவலிங்கப் பூசைசெய்த பிறகு உணவு கொள்ள வேண்டும் என்று அவர் உறுதி கொண்டார். இவர் அணிந்த பௌத்தத் தோற்றத்தை மாற்றாமலே ஒரு பொட்டலில் இருந்த சிவலிங்கத்தைச் சிறு கல்லால் எறிந்து, அக்கல்லை மலர் போலப் பாவித்துப் பூசை செய்தார். இவ்வாறு நாள்தோறும் தவறாமல் செய்து வந்தார். இச்செயலைக்கண்ட பௌத்தர் சிவலிங்கத்தைக் கல்லால் எறிகிறார் என்று எண்ணி மகிழ்ந்தனர். இதனால், அக்காலத்தில் பௌத்தமதம் ஆதிக்கம் பெற்றிருந்தது என்பதும், சைவசமயம் எளிய - நிலையில் இருந்ததென்பதும் தெரிகின்றன.

களப்பிரர் ஆட்சிக்காலத்தில் தமிழ் நாட்டில் பேர்போன பௌத்தர்கள் இருந்தார்கள். அவர்களுடைய முழுவரலாறு தெரியவில்லை . அங்குமிங்குமாகச் சில பௌத்தப் பெரியார்களுடைய வரலாறுகள் தெரிகின்றன.

சங்கமித்திரர்: இவர் சோழ நாட்டில் இருந்த தமிழ்ப் பௌத்தர். கி.பி.4-ம் நூற்றாண்டின் முற்பாதியில் இருந்தவர். மகாயான பௌத்த மதத்தைச் சேர்ந்த இவர் இலங்கைக்குச் சென்று தம்முடைய மகாயான பௌத்தக் கொள்கையை அங்குப் பிரசாரஞ்செய்தார். இவர் காலத்தில் இலங்கையில் கோதாபயன்

(மேகவண்ணாபயன்) என்னும் அரசன் (கி.பி.302-315) அரசாண்டிருந்தான், அக்காலத்தில் இலங்கையில் தேரவாதப் பௌத்தம் (ஈனயானம்) நெடுங்காலமாக இருந்து வந்தது. அப்போது அநுராதபுரத்தில் அபயகிரி விகாரையில் இருந்த அறுபது பௌத்தப்பிக்குகள் வைதுல்ய மதத்தை (மகாயானபௌத்தத்தை) மேற்கொண்டனர். அதுகண்ட மகாவிகாரையில் இருந்த தேரவாத பௌத்தப்பிக்குகள் அரசனிடஞ்சென்று அபயகிரிலிகாரைப் பிக்குகள் மகாயான பௌத்தத்தை மேற்கொண்டதையும் பழைய தேரவாத பௌத்தத்தைத் கைவிட்டு விட்டதையும் கூறினார்கள். கோதாபய அரசன், மகாயான பௌத்தத்தைக் கைக்கொண்ட அறுபது பிக்குகளையும் நாடுகடத்திவிட்டான்.

நாடு கடத்தப்பட்ட பிக்குகள் சோழ நாட்டுக்கு வந்து சங்கமித்திரரைக் கண்டனர். சங்க மித்திரர், இலங்கைக்குப் போய்த் தம்முடைய மகாயான பௌத்தக் கொள்கையை நிலைநாட்ட உறுதி கொண்டார். அவர் இலங்கைக்குப் போய் தலைநகரமான அநுராதபுரத்தில் மகாயான பௌத்தத்தைப் போதித்தார். அப்போது தேரவாத பௌத்தப் பிக்குகள் இவரைப்பற்றி அரசனிடம் கூறினார்கள். அரசன் சங்கமித்திரரை அழைத்துத் தேரவாத பௌத்தரின் தலைவரான சங்கபாலருடன் சமயவாதம் செய்யும்படிக் கூறினான். சங்கபாலரும் சங்கமித்திரரும் அரச சபையில் வாதம் செய்தார்கள். வாதத்தில் மகாயான பௌத்தரான சங்கமித்திரர் வெற்றியடைந்தார். அரசன் இவருடைய ஆழ்ந்த புலமையையும் கல்வியையும் பாராட்டினான். தன்னுடைய பிள்ளைகனான ஜேட்டதிஸ்ஸன், மகாசேனன் என்பவர்கனை இவரிடம் கல்விகற்க மாணாக்கராகவிட்டான். இதனால், சங்கமித்திரரின் மகாயான பௌத்தம் இலங்கையில் பரவத் தொடங்கிற்று.

கோதாபயன் இறந்தபிறகு அவனுடைய மகனான ஜேட்ட திஸ்ஸன் முடிசூடி அரசாண்டான் (கி.பி. 323-333). அவன் காலத்தில் சங்கமித்திரர் சோழ நாட்டுக்கு வந்து விட்டார். ஜேட்டதிஸ்ஸனுக்குப் பிறகு அவனுடைய தம்பியான மகாசேனன் அரசனானான். (கி.பி.334-351) இந்த அரசன் காலத்தில் சங்கமித்திரர் சோழ நாட்டிலிருந்து இலங்கைக்குப் போய் மீண்டும் தம்முடைய மகாயான பௌத்த மதத்தைப் பிரசாரஞ்செய்து பரப்பினார். அரசனுடைய அமைச்சனான சோணன் என்பவுன் இவருக்கு உதவியாக இருந்தான். தேரவாத (ஈனயான) பௌத்தருக்கும் மகாயான பௌத்தருக்கும் சமயச் சார்பாகப் பகைமை முற்றிற்று. அதன் காரணமாக சங்கமித்திரர் கொல்லப்பட்டு இறந்தார்.[3]

புத்ததத்த மகாதேரர்புத்ததத்த மகாதேரர் சோழநாட்டுத் தமிழர். பௌத்தமதத் துறவியாக வாழ்ந்தவர். பாலிமொழியில் எழுதப்பட்ட பௌத்த மத நூல்களையும் திரிபிடகங்களையும் நன்றாகக் கற்றவர். பாலி மொழியில் இனிமையாகக் கவி இயற்றும் ஆற்றல் பெற்றவர். கி.பி.5 ம் நூற்றாண்டின் முற்பாதியில் வாழ்த்திருந்தார். தேரர் என்பது பௌத்தப்பிக்குகளில் சிறந்தவருக்கு வழங்கும் பெயர். ஆசாரியர் என்றும் தேரர் என்றும் இவர் சிறப்புப்

பெயர் பெற்று ஆசாரிய புத்ததத்ததேரர் என்று பெயர் கொண்டிருந்ததிலேயே இவருடைய சிறப்பும் உயர்வும் நன்கு தெரிகிறது. இலங்கையையாண்ட சிறிகுட்டன் (கி.பி.409 430) காலத்தில் இவர் இலங்கைக்குச் சென்று அநுராதபுரத்திலிருந்த மகாவிகாரை என்னும் பௌத்த விகாரையில் தங்கியிருந்தார். சிறிகுட்ட அரசனுக்கு மகாதாமன், ஸ்ரீநிவாகன் என்னும் பெயர்களும் இருந்தன.

புத்ததத்த மகாதேரர் கவீரபட்டினம் (காவிரிப்பூம்பட்டினம்) உரகபுரம் (உறையூர்) பூதமங்கலம், காஞ்சிபுரம் முதலான ஊர்களில் இருந்த பௌத்த விகாரைகளில் தங்கியிருந்தார். அநுராதபுரத்து மகாவிகாரையில் இருந்த போது அந்த விகாரையின் தலைவரான சங்கபால மகாதேரரின் வேண்டுகோளின்படி இவர் உத்தரவினிச்சயம் என்னும் நூலை எழுதினார். காவிரிப்பூம்பட்டினத்தில் களப்பிர அரசனுடைய அமைச்சனாக இருந்த கண்ணதாசன் கட்டின பௌத்த விகாரையில் இவர் தங்கியிருந்தபோது தம்முடைய மாணவரான புத்தசிகா என்பவரின் வேண்டுகோளின்படி இவர் மதுராந்த விலாசினி என்னும் நூலை எழுதினார்.

இது திரிபிடகத்தில் ஒன்றான சூத்திரபிடகத்தில் குட்டக நிகாயம் என்றும் பிரிவில் புத்தவம்சம் என்னும் உட்பிரிவுக்கு உரையாகும். ஆகையால் இந்த நூலுக்கு புத்தவம்சாட்டகதா (புத்தவம்சத்தின் அர்த்த கதை) என்றும் பெயர் உண்டு. இவர் தம்முடைய சீடரான புத்தசிகா என்பவரின் வேண்டுகோளின்படி விளயவிளிச்சயம் என்னும் நூலை எழுதினார். சோழ நாட்டில் பூதமங்கலம் என்னும் ஊரில் வேணு தாசர் என்பவர் கட்டிய பௌத்த விகாரையில் தங்கியிருந்த போது இவர் இந்த நூலை எழுதினார். இந்த நூல், களப்பிர அரசன் அச்சுத விக்கந்தன் ஆட்சிக் காலத்தில் எழுதப்பட்டது.[4]

புத்ததத்த மகாதேரர் தம்முடைய இன்னொரு மாணவரான சுமதி என்பவரின் வேண்டுகோளுக்கு இணங்கி அபிதம்மாவதாரம் என்னும் நூலையும் எழுதினார். இது, திரிபிடகங்களில் ஒன்றான அபிதம்ம பிடகத்துக்குப் பாயிரம் போன்றது. ரூபா ரூப விபாகம் என்னும் நூலையும் இவர் எழுதியுள்ளார். புத்த பெருமானைப் பற்றி ஜினாலங்காரம் என்னும் நூலையும் இவர் எழுதியதாகக் கூறுவர். இவர் எழுதிய இந்த நூல்கள் எல்லாம் பாலிமொழியில் எழுதப்பட்டவை. புத்ததத்த மகாதேரரும் புகழ்பெற்ற புத்தகோஷ மகாசாரியரும் சம காலத்தவர். இவர்கள் இருவரும் ஒருவரை யொருவர் சந்தித்துள்ளனர்.[5]

சுமதி, ஜோதிபாலர்: இவர்கள் இருவரும் தமிழப் பௌத்தப் பெரியார்கள். புத்ததத்த மகாதேரர் வாழ்ந்த கி.பி 5-ம் நூற்றாண்டில் இருந்தவர்கள். காஞ்சிபுரத்தில் ஒரு பௌத்த விகாரையில் இவர்கள் இருந்தனர். புத்தகோஷ ஆசாரியர் காஞ்சிபுரத்துக்கு வந்து இவர்கள் இருந்த விகாரையில் தங்கியிருந்தார். இவர்களின் விருப்பப்படி புத்த கோஷாசாரியர் ஸாரத்த பகாசினீ, மனோரத பூரணி என்னும் இரண்டு பௌத்தமத நூல்களைப் பாலி மொழியில் எழுதினார். சுமதியும் ஜோதிபாலரும் புத்தகோஷரை இலங்கைக்குப் போய் அநு-

ராதபுரத்து மகாவிகாரையில் இருந்த பௌத்த மத நூல்களை ஆராயும்படி தூண்டினார்கள். அப்படியே அவர் அங்குப் போய்ப் பௌத்த மத நூல்களை எழுதினார். இந்தச் செய்தியை அவர் எழுதிய மனோரத பூரணீ என்னும் நூலில்,

ஆயாசிதோ ஸூமேதினாதேரேன பத்தந்த ஜோதிபாலேன
காஞ்சீபுரா திஸூ மயா புப்பே ஸத்திம் வலம்தேன

என்று கூறியுள்ளார்.[6]

புத்தமித்திரர்: புத்தமித்திரர் என்று பெயர் பெற்ற பௌத்த தேரர்கள் சிலர் இருந்தனர். அவர்களில் வீரசோழியம் என்னும் இலக்கண நூலை எழுதிய புத்தமித்திரர் களப்பிரர் காலத்தவர் அல்லர். பிற்காலத்தில் இருந்தவர். இங்குக் கூறப்படுகிற புத்தமித்திரர் மயூரப்பட்டணத்தில் ஒரு பௌத்த விகாரையில் இருந்தவர். மயூரப்பட்டணம் என்பது இப்போது 'மாயவரம்' என்று கூறப்படுகிற மாயூரமாக இருக்கலாம். புத்தகோஷாசாரியர் மயூர பட்டணத்துப் பௌத்த விகாரைக்கு வந்து தங்கியிருந்தபோது இந்தப் புத்த மித்தரரின் விருப்பப்படி 'பஞ்ச சூடானி' என்னும் நூலைப் பாலி மொழியில் எழுதினார். இந்த நூல் திரிபிடகத்தின் ஒரு பகுதியாகிய மஜ்ஜிம நிகாயத்துக்கு உரைநூல் ஆகும்.

ஆசாரிய திக்நாகர் இவரைத் தின்னாகர் என்றுங்கூறுவர். காஞ்சிபுரத்துக்குத் தெற்கே இருந்த சிம்மவக்தரம் என்னும் ஊரில் இவர் பிறந்தார். சிம்மவக்தரம் என்பது சீயமங்கலம் என்றும் ஊராக இருக்கலாம் என்று தோன்றுகிறது. (சிம்மம் - சிங்கம் - சீயம்) சீயமங்கலம் செங்கற்பட்டு மாவட்டம் காஞ்சிபுரம் தாலுகாவில் உள்ளது. இவ்வூரில் பிராமண குலத்தில் பிறந்தவராகிய இவர் வைதிக நூல்களைக் கற்றுப் பிறகு காஞ்சிபுரத்தில் பௌத்த நூல்களைக் சுற்றுப் பௌத்தப் பிக்கு ஆனார். பிறகு வடஇந்தியாவுக்குப் போய் அங்குப் பேர் போன வசுபந்து என்னும் பௌத்த ஆசிரியரிடத்தில் மகாயான பௌத்த நூல்களைக்கற்றுத் தேர்ந்தார். பின்னர் நளாந்தா பல்கலைக் கழகத்துக்குச் சென்று பல நாள் தங்கி அங்குப் பல நூல்களைக் கற்றார். இவருடைய மாணவர்களில் காஞ்சிபுரத்திலிருந்த தருமபால ஆசாரியரும் ஒருவர்.

ஆசாரிய திக்தாகர் தர்க்க நூல்களை தன்கு கற்றவர். நியாயப் பிரவேசம், நியாயத்துவாரம் என்னும் இரண்டு தர்க்க நூல்களை இவர் வடமொழியில் எழுதினார். இவர், பௌத்த மதத்தில் விஞ்ஞானவாதப் பிரிவை உண்டாக்கினார் என்பர். வசுபந்து கி.பி.420 முதல் 500 வரையில் வாழ்ந்திருந்தார் என்று கூறப்படுகிறபடியால் அவரிடம் பயின்ற இவரும் கி.பி.5-ம் நூற்றாண்டில் வாழ்ந்தவராதல் வேண்டும். இவர், பற்பல நாடுகளுக்குச் சென்று பலரோடு தர்க்கவாதம் செய்து மீண்டும் காஞ்சிபுரத்துக்கு வந்தார் என்பர். காஞ்சிபுரத்துக்கு வருவதற்கு முன்பே ஒருயா நாட்டில் காலமானார் என்று சிலர் கூறுவர்.[7]

போதிதருமர்: இவர் காஞ்சிபுரத்தை யரசாண்ட ஓர் அரசனுடைய மகன். இவர் பௌத்தமதத்தைச் சேர்ந்த பௌத்தப்பிக்கு ஆனார்; பௌத்த மதத்தில்

தியானமார்க்கம் என்னும் பிரிவைச் சேர்ந்தவர். கி.பி.520-ல் இவர் சீனநாட்டுக் காட்டன் பட்டினம் போய்ச் சேர்ந்தார். கி.பி.525-ல் சீனதேசத்துக்குப் போனார் என்று சிலர் கூறுவர். சீன நாட்டிலும் ஜப்பான் தேசத்திலும் இவர் தம்முடைய பௌத்தக் கொள்கையைப் பரப்பினார். இவர் போதித்த பௌத்தக் கொள்கையைச் சீனர் சா'ன் மதம் என்பர் ஜப்பானியர் ஜென்மதம் என்பர், போதிதருமரைச் சீனர் தமக்குரிய இருபத்தெட்டுச் சமய குரவர்களில் ஒருவராகப் போற்றுகிறார்கள். ஜப்பான் தேசத்திலும் சீனதேசத்திலும் இவருடைய நினைவாகக் கோயில்கள் உண்டு.[8]

காஞ்சி தருமபால ஆசாரியர்: இவர் காஞ்சிபுரத்தில் பிறந்து வாழ்ந்தவர். காஞ்சிபுரத்து அரசனுடைய அமைச்சராக இருந்த ஒருவரின் மகன். பெற்றோர் இவருக்குக் திருமணஞ்செய்யத் தொடங்கினபோது இவர் திருமணத்துக்கு உடன்படாமல் பௌத்த மதத்தைச் சேர்த்து பௌத்தத் துறவியானார். பல நாடுகளுக்குச் சென்று தம்முடைய கல்வியை வளர்த்துக் கொண்டார். திக்நாகரிடத்திலும் இவர் சமயக் கல்வி பயின்றார். வடநாட்டில் சுற்றுப் பிரயாணம் செய்தபோது கௌசாம்பி நகரத்தில் பௌத்தருக்கும் வேறு மதத்தாருக்கும் சமயவாதம் நடந்தபோது பௌத்தர் எதிர்வாதம் செய்ய முடியாத நிலையில் இருந்ததைக் கண்டு இவர் தனித்து நின்று எதிர்வாதம் செய்து வெற்றி பெற்றார்.

எதிர்வாதம் செய்தவர்களையும் தலைமை தாங்கிய அராசனையும் பௌத்தமதத்தை மேற்கொள்ளச் செய்தார். இவர் மகாயான பௌத்த மதத்தைச் சேர்ந்தவர். ஈனயான பௌத்தரோடு ஏழுநாட்கள் சமயவாதஞ் செய்து அவர்களை வென்று தம்முடைய மகாயான பௌத்தக் கொள்கையை நிலை நாட்டினார்.

தருமபால ஆசாரியர் பல நூல்களைக் கற்றுத் தேர்ந்து பேராசிரியராக விளங்கின படியால், அக்காலத்தில் புகழ் பெற்றிருந்த நாளாந்தாப் பல்கலைக்கழகத்தின் தலைமைப் பேராசிரியராக இவர் நியமிக்கப்பட்டார். இந்தப் பதவி எளிதில் வாய்ப்பது அன்று. துறைபோகக் கற்ற பேறறிஞர்கட்கே இந்தப் பதவி கிடைக்கும். இவர் இளமையிலேயே காலமானார் என்பர். கி.பி.528 முதல் 560 வரையில் இவர் உயிர்வாழ்ந்திருந்தார் என்று தெரிகிறது. இவருக்குப் பிறகு இவருடைய மாணாக்கரான சீல பத்திரர் நாளந்தாப் பல்கலைக் கழகத்தின் தலைவரானார்.[9]

தஞ்சை தருமபால ஆசாரியர்: இவர் பாண்டி நாட்டுத் தஞ்சாவூரில் இருந்தவர். தம்பரட்டே வசந்தேன நகரே தஞ்சா நாமகே' என்று கூறப்படுகிறபடியால், தம்பராட்டிரமான தாம்பிரபரணி பாய்கிற திருநெல்வேலியில் இருந்த தஞ்சை நகரத்தைச் சேர்ந்தவர் என்று தெரிகிறார். சோழ நாட்டுத் தஞ்சாவூரில் இவர் இருந்தார் என்று திரு.பி. ஸி.லா அவர்கள் கருதுவது தவறு.[10] தருமபால ஆசாரியர் பாலி மொழியிலுள்ள பௌத்தமத நூல்களை நன்குக் கற்றவர். தமிழ் சிங்களம் பாலி மொழிகளை நன்றாகக் கற்றவர், பௌத்த

உரையாசிரியர்களில் சிறந்தவர். இலங்கையின் அநுராதபுரத்தில் இருந்த மகாவிகாரை என்னும் பௌத்தப் பள்ளிக்குப் போய் அங்குத் திரிபிடகங்களுக்குச் சிங்கள மொழியில் எழுதப்பட்டிருந்த உரைநூல்களைப் பயின்றார். பிறகு தமிழ்நாட்டுப் பௌத்தப் பள்ளிகளில் இருந்த பிடகநூல்களின் திராவிட (தமிழ்) உரைநூல்களைப் பயின்றார்.

சூத்திரபிடகத்தின் ஐந்தாவது பிரிவாகிய குட்டக நிகாயத்தைச் சேர்ந்த உதான, இதிவுக்தக, விமானவத்து, பேதவத்து, தேரகாதா, தேரிகாதா, சரியாபிடகம் என்னும் பகுதிகளுக்கு தரும் பால ஆசாரியர் பாலி மொழியில் சிறந்த உரை எழுதினார். இவர் எழுதின உரைக்குப் 'பரமார்த்த தீபனீ' என்று பெயர். மற்றும் பரமார்த்த மஞ்சுஸா, நெட்டிப கரணாட்டகதா என்னும் நூல்களையும் இவர் எழுதினார். 'இதிவுத்தோதான சரியாபிடக தேர தேர் விமானவத்து பேதவத்து நெட்டியட்டகதாயோ ஆசாரிய தம்மபால தேரோ அகாஸீ ஸோ ச ஆசாரிய தம்ம பால தேரோ ஸீஹள தீபஸ்ஸ ஸமீபே தமிள நாட்டே படராதித்தமிஹி நிவாஸித்தா ஸீஹளதீபே ஏவ ஸங்கஹேத்வா வத்தபோ' என்று சாசனலம்சம் என்னும் நூல் இவரைப் பற்றிக் கூறுகிறது.

இதன் கருத்து ஆசாரிய தம்ம பாலதேரர் சிங்களத் (இலங்கை) தீவுக்கு அருகில் உள்ள தமிழ் நாட்டில் படராதித்த விகாரையில் இருந்தபோது இதிவுத்தகம், உதானம், சரியாபிடகம், தேரசாதா, தேரிசாதா, விமானவத்து, பேதவத்து, நெட்டியட்டகதா என்னும் உரை நூல்களை எழுதினார். இந்த ஆசாரியதம்ம பாலிதேரர் சிங்களத்தீவுக்கு அருகில் உள்ள தமிழ்தேசத்தில் படராதித்த விகாரையில் இருந்தபோது இவற்றை எழுதினார்' என்பது. இவர் கி.பி.6-ம் நூற்றாண்டின் முற்பாதியில் களப்பிரர் ஆட்சிக் காலத்தில் இருந்தவர் எனத் தெரிகிறது.

களப்பிரர் ஆட்சிக்காலத்தில், பௌத்தமதம் சமண சமயத்தைப் போலவே நாட்டில் பரவி வளர்த்திருந்தது. பௌத்த மத நூல்கள் பிற்காலத்தில் அழித்து போனபடியால் பௌத்த மதத்தின் முழு வரலாற்றையறிய முடியவில்லை.

முரண்பட்ட மூன்று மதங்கள்: கி.மு. மூன்றாம் நூற்றாண்டிலேயே சமண சமயமும் பௌத்த மதமும் வடநாட்டிலிருந்து தென்னாட்டுக்கு வந்தன என்பதையறிவோம். அந்தக் காலத்திலேயே இன்னொரு மதமும் தமிழ் நாட்டுக்கு வந்தது. அது வடமொழி வேதத்தை முதன்மையாகக் கொண்டமதம். இருக்கு யஜுர் சாமம் அதர்வனம் என்னும் நான்கு வேதங்களை அடிப்படையாகக் கொண்ட வைதிகமதம் அக்காலத்தில் தமிழ்நாட்டுக்கு வந்தது. வைதிகமதத்தைப் பிராமணர் போற்றினார்கள். வேள்வி (யாகம்) செய்வதையே முதன்மையாகக் கொண்டது வைதிகமதம். பிராமணர் மிகச்சிறு தொகையினர். அன்றியும் சாதி வேறுபாட்டை அடிப்படையாகக் கொண்ட குறுகிய நோக்கமுடையது. பிராமணரைத் தவிர வேறு சாதியர் வேதம் ஓதுவது கூடாது, பிராமணர்தான் உயர்ந்தசாதி, இவ்வாறு குறுகிய சிறிய கொள்கையுடைய வைதிகபிராமணர் மதம் நாட்டில் செல்வாக்கடையாமல் - மக்களிடையே

பரவாமல் மூலையில் முடங்கிக் கிடந்தது.

ஜைனமதமும் பௌத்த மதமும் தத்தம் மதக்கொள்கையை நாடெங்கும் பிரசாரஞ் செய்து மக்களைத் தங்கள் மதத்தில் சேரும்படி அழைத்தன. தங்கள் மதக்கொள்கைகளை நாடெங்கும் பரப்பின. எந்தச் சாதியரானாலும் இந்த மதங்களைச் சேர்த்து ஒழுகினால் அவர்களைச் சிறப்புச் செய்து போற்றின. சமய நூல்களை நன்கு கற்று அதன்படி ஒழுகுகிறவர்களை சமய காரியர்களாக உயர்த்தி வைத்தன. ஆகவே பௌத்த மதமும் சமண சமயமும் நாட்டில் செல்வாக்குப் பெற்றுப்பரவிவளர்ந்தன. வைதிக மதமாகிய பிராமணமதமோ வேதத்தைப் பிறருக்குப் போதிக்கவில்லை. பிறர் வேதத்தைப் படிக்கவும் விடவில்லை. பிராமணப்பதவி என்னும் பதவியை அமைக்காமல் பிராமணப் பிறப்பு என்று ஜாதிக்கு ஏற்றம் தந்தது. ஆகவே வைதிகப் பிராமணமதம் தாழ்ந்து மங்கி மூலையில் கிடந்தது.

பௌத்தம் சமணம் வைதிகம் என்னும் இந்த மூன்று மதங்கள் ஆதிகாலம் முதல் பிறவிப்பகைமையுடைய மதங்கள். பிராமணர் பௌத்த சமண சமயங்களைப் பகைத்து வெறுத்து விஷம் போலக் கருதினார்கள். பிராமணர் பௌத்த சமண சமயங்களைத் தாக்கிப் பிரசாரஞ் செய்தார்கள். அது போலவே பௌத்தமதம் வைதிகமதத்தையும் சமணமதத்தையும் கண்டித்து ஒதுக்கியது. வைதிகம் சமணசமயக் கொள்கைகளைத்தாக்கிக் கண்டித்தது. சமண சமயமும் வைதிகமதத்தையும் பௌத்த மதத்தையும் பகைத்து அந்த மதக்கொள்கைகளை வெறுத்துப் பிரசாரஞ்செய்தது.

இவ்வாறு வைதிகமதம் சமண சமயம் பௌத்தமதம் ஆகிய மூன்று மதங்களும் ஒன்றையொன்று பகைத்துக் கண்டித்து முரண்பட்டு இருந்தன. வட நாட்டிலும் சரி தென்னாட்டிலும் சரி இந்த மூன்று மதங்களும் ஒன்றை யொன்று வெறுத்துப் பகைத்து வந்தன. களப்பிரர் ஆட்சிக்காலத்திலும் இந்த நிலைமதான் இருந்தது. பௌத்தமும் சமணமும் விரிந்து பரந்த கருத்துள்ள மதங்களாகையால் நாட்டில் செழித்து வளர்த்தன. வைதிக மதமான பிராமணமதம் குறுகிய கொள்கையும் சுருங்கிய கருத்தும் கொண்டிருந்தபடியால் நாட்டில் செல்வாக்குப் பெறாமலும் வளர்ச்சியடையாமலும் முடங்கிக் கிடந்தது.

12. வைணவ சமயம்

சைவ சமயத்தைப்போலவே வைணவ சமயமும் மிகப் பழமையானது. களப்பிர அரசர் வைணவ சமயத்தவர் என்பதை முன்னமே கூறினோம். திருமாலுக்கு அச்சுதன் என்னும் பெயரும் உண்டு. களப்பிர அரசர் தங்களை அச்சுத குலத்தவர் என்று கூறிக்கொண்டனர். அதாவது திருமாலின் வழிவந்தவர் என்பது பொருள். அவர்கள் திருமாலை (விஷ்ணுவை) வழிபட்டு திருமாலின் அருளினால் பெரிய இராச்சியத்தைப் பெற்றார்கள் என்பதை முன்னமே கூறி-

னோம்.

இருளறு திகிரியொடு வலம்புரித் தடக்கை
ஒருவனை வேண்ட இருநிலம் கொடுத்த நந்திமால்வரை சிலம்பு நத்தி

என்று களப்பிர அரசர் கூறப்பட்டதைக் கூறினோம். திகிரி (சக்கரம்)யையும் வலம்புரியையும் (வலம்புரிச்சங்கு) கையில் ஏந்தியுள்ள திருமாலை வேண்ட அவர் இவனுக்குப் பெரிய நிலத்தைக் (இராச்சியத்தை) கொடுத்தார் என்பதை அதித்தோம். இதனால் களப்பிரர் அச்சுதனை (திருமாலை) வழிபட்டவர் என்பது தெரிகிறது.

களப்பிரர் சமண சமயச் சார்புடையவர் என்று வரலாற்றாசிரியர் பலரும் எழுதியுள்ளனர். அது தவறான கருத்து என்று தோன்றுகிறது. கன்னட நாட்டில் களபப்பு (சிரவணபௌகொள) என்னும் நாட்டைக் களப்பிரர் ஆதிகாலம் முதல் அரசாண்டவர் ஆனபடியாலும், களபப்பு நாட்டைச் சேர்ந்த சிரவண பௌகொளத்தில் பத்திரபாகு முனிவரும் சந்திர குப்த மௌரிய அரசரும் ஜைன முனிவர்களோடு வந்து தங்கின இடமாகையால் ஜைன மதச் சூழலில் நெடுங்காலம் இருந்த படியாலும் களப்பிரர் சமண சமயச் சார்பு கொண்டிருந்தனர் என்று கருதுவது தவறாகாது. ஆனால், அவர்களின் சொத்த சமயம் வைணவம் என்பது ஐயமில்லாமல் தெரிகிறது.

ஆனால், வைணவ மதம், பௌத்த சமண சமயங்களின் வளர்ச்சியினால் சிறப்புப் பெறாமல் தாழ்த்த நிலையை யடைத்திருந்தது என்பதை அறிகிறோம்.

13. சைவ சமயம்

களப்பிரர் ஆட்சிக் காலத்தில் தமிழ் நாட்டில் சைவ சமயம் குன்றிக் குறைந்திருந்தது என்பதை அறிகிறோம். களப்பிர அரசர்கள் சைவ சமயத்துக்கு மாறுபட்டவர் என்றும் சமண சமயத்துச் சார்புடையவர் என்றும் பொதுவாகக் கருதப்படுகின்றனர். ஒரு களப்பிர அரசன், பாண்டி நாட்டில் சிவன் கோயிலில் வழிபாடு நடைபெறாதபடிச் செய்தான் என்பதைப் பெரிய புராணம் மூர்த்தி நாயனார் புராணத்தில் அறிகிறோம் என்றாலும் சைவ சமயத்தைச் சார்ந்த கூற்றுவன் என்னும் களப்பிர அரசன் சிவன் கோயில்களுக்குச் சிறப்புச் செய்து வழிபட்டதைக் கூற்றுவ நாயனார் புராணத்தில் அறிகிறோம். ஏதோ ஒரு களப்பிர அரசன் சைவ சமயத்துக்கு மாறுபாடாக இருந்தான் என்பது பற்றி எல்லாக் களப்பிர அரசர்களும் சைவ சமயத்துக்கு மாறுபட்டவர் என்று கருதுவது கூடாது.

களப்பிரர் ஆட்சிக்காலத்தில் சைவ சமயம் பொதுவாக மங்கி மறையும் நிலையில் இருந்ததற்குக் காரணம் பௌத்த சமண சமயங்களின் பிரசாரமே என்று கருதலாம். தத்தம் மதங்களைப் பிரசாரஞ் செய்து வளர்த்த சமண பௌத்தப் பிரசாரகர் தங்கள் மதங்களை உயர்த்திப்பேசி அதே சமயத்தில் சைவத்தைத் தாழ்த்திக் குறைத்துப் பேசிப் பிரசாரம் செய்தார்கள். இதனால்

சைவ சமயம் செல்வாக்குப் பெறாமலும் உயர்வு அடையாமலும் குன்றிக் குறைவதாயிற்று. பௌத்த சமண சமயத்தாரைப் போலச் சைவ சமயத்தார் சைவ சமயத்தைப் பற்றிப் பிரசாரஞ் செய்யாததும் சைவ சமய வீழ்ச்சிக்கு இன்னொரு காரணமாகும்.

கி.மு. நான்காம் நூற்றாண்டின் தொடக்கத்திலிருந்து சைவ சமயத்தைப் பௌத்தரும் சமணரும் தாக்கினார்கள் என்பது தெரிகிறது. அக்காலத்தில் இலங்கையை யரசாண்ட மகாசேனன் என்னும் சிங்கள அரசன், இலங்கையில் அக்காலத்தில் பேர்போன சிவன் கோயில்களை இடித்து அழித்து அந்த இடங்களில் பௌத்த விகாரைகளைக் கட்டினான். கோகள்ள (கோகர்ண) விகாரை, எரகாவில்ல விகாரை, கலந்த விகாரை, மிக்காம விகாரைகளைக் கட்டினாள் என்று மகாவம்சம் கூறுகிறது.[1]

கோகர்ண விகாரை இலங்கையின் கிழக்குக் கரையோரமாக இருந்தது என்றும் மற்ற இரண்டு விகாரைகள் இலங்கையின் தென்கிழக்கே உரோகண நாட்டில் இருந்தன என்றும் இதனுடைய டீகை (உரை) கூறுகிறது. மற்றும் இந்த உரை இதனைக் கீழ் வருமாறு வினக்குகிறது. 'ஏவம் ஸப்பத்த லங்க தீபமிஹி குதிட்டகானம் ஆலயம் வித்தம்ஸேத்வர ஸிவலிங்காயதோ நாஸேத்வர புத்த ஸாஸனம் ஏவ பதிட்டபேஸி' இதன் பொருள் 'இலங்கைத் தீவெங்கும் ஆலயங்களை அழித்துச் சிவலிங்கம் முதலானவைகளை நாசஞ் செய்து புத்த சாசனத்தை நிறுவினான்' என்பது.

இதனால், அக்காலத்தில் மதப்பூசல்கள் இருந்தது தெரிகிறது.

14. பக்தி இயக்கம்

சைவ சமயம் நாளுக்கு நாள் நலிவடைந்து குன்றிக் குறைத்து மங்கிவருவதைக் கண்ட சைவ சமயத்தார் விழிப்படைந்தனர். சைவ சமயத்தை வளர்த்து ஓங்கச் செய்வதற்கு முயன்றார்கள். நாட்டில் பொது மக்களின் ஆதரவு பெற வழிவகைகளைத் தேடினார்கள். தேடி நல்லதோர் கொள்கையைக் கண்டார்கள். அதுதான் பக்தி இயக்கம். செல்வாக்குப் பெற்று வளர்ந்து கொண்டிருந்த பௌத்த சமண சமயங்களை வீழ்த்தவும் சைவசமயத்தை ஓங்கச் செய்யவும் பக்தி இயக்கம் அரியதோர் சாதனமாக அமைந்தது. பக்தி இயக்கம் களப்பிரர் ஆட்சிக்காலத்தில் கி.பி.6-ம் நூற்றாண்டின் தொடக்கத்தில் (வச்சிர தந்தியின் திராவிட ஜைனசங்கம் ஏற்பட்ட பிறகு) தோன்றியது.

பக்தி இயக்கத்தில் வைணவரும் சேர்த்து தங்கள் வைணவ மதத்தை வளர்க்க முயன்றார்கள். பக்தியால் முக்தி எளிதாகும், பக்தியினால் இம்மை மறுமைப் பயன்களை எளிதில் பெறலாம் என்பதே பக்தி இயக்கத்தின் அறைகூவலாக இருந்தது. பக்தி இயக்கம் நாட்டு மக்களின் மனத்தைக் கவர்ந்தது. இந்த இயக்கம் நாளடைவில் பௌத்த சமணசமயங்களை வீழ்த்துவதற்கும் சைவ வைணவ மதங்களை வளர்ப்பதற்கும் ஏற்றதோர் கருவியாக அமைத்-

தது. அடுத்த நூற்றாண்டில் சைவ நாயன்மார்களும் வைணவ ஆழ்வார்களும் தோன்றிப் பௌத்த சமணசமயங்களை அழிக்கவும் சைவ வைணவ மதங்களை வளர்க்கவும் பக்தி இயக்கம் காரணமாக இருந்தது.

பக்தி இயக்கம் நாட்டில் மக்களிடையில் செல்வாக்குப் பெற்று சைவ வைணவ மதங்களின் வளர்ச்சிக்கும் பௌத்த சமண சமயங்களின் வீழ்ச்சிக்கும் காரணமாக இருந்தது. தெய்வ வழிபாட்டில் நாயகநாயகி பாவக் கொள்கை ஏற்படுவதற்கும் பக்தி இயக்கம் காரணமாக இருந்தது. அதாவது சிவனை நாயகனாகவும் (தலைவனாகவும்) அவனை வழிபடும் அடியார்களை நாயகிகளாகவும் (தலைவிகளாகவும்) பாவிக்கும் வழிபாட்டுமுறை ஏற்பட்டது. வைணவர்களும் நாயக நாயகி பாவத்தை ஏற்றுக்கொண்டனர்.

ஆனால், சைன சமயத்தவரும் பௌத்த மதத்தவரும் நாயக நாயகி பாவத்தை (பேரின்பக் காதலை) ஏற்றுக் கொள்ளவில்லை. அவர்கள் இந்தக் கொள்கைக்கு மாறுபட்டிருந்தனர். சைவவைணவ பக்தர்கள் தங்கள் கடவுளை நாயகனாகவும் தங்களை நாயகியாகவும் பாவித்து அகத்துறையமைந்த பாடல்களைப் பாடியது போல சைன பௌத்த மதத்தினர் நாயக நாயகி பாவம் அமைந்த பாடல்களைப் பாடவே இல்லை. ஆகையால்தான் சைவ வைணவ சமய இலக்கியங்களில் காணப்படுகிற அகத்துறைப் பாடல்களைப் போன்ற பாடல்கள் சைன பௌத்தச் சமய இலக்கியங்களில் காணப்படவில்லை.

பக்தி இயக்கம் தோன்றுவதற்கு முன்புள்ள அகப்பொருள் இலக்கண இலக்கிய நூல்கள் மனிதக்காதலைக் கூறுகின்றனவே யல்லாமல் தெய்வ மனிதக்காதலைக் கூறவில்லை. சைன பௌத்த மதத்தவர் நாயகநாயகி பக்திக் கொள்கையை ஏற்றுக் கொள்ளாதது போலவே சைன பௌத்தரல்லாத ஏனைய தமிழர்களும் இந்தப்புதிய நாயக. நாயகிக் கொள்கையை ஏற்றுக் கொள்ளத் தயங்கினார்கள். ஆகையால் இந்தக் கொள்கைக்கு ஆதாரமான நூல் வேண்டியிருந்தது. அந்த ஆதாரநூல்தான் 'இறையனார் அகப்பொருள்' என்னும் களவியல் நூல், (இந்த இறையனார் அகப்பொருள் என்னும் களவியல் நூலைப் பற்றி இந்நூலில் இணைப்பு 3-ல் காண்க)

பக்தி இயக்கமும் பேரின்பக்காதல் (நாயக நாயகி பாவம்) கொள்கையும் சைன பௌத்த மதங்களை வீழ்த்திச் சைவ வைணவ மதங்களை வளர்ப்பதற்குப் பேருதவியாக இருந்தன. சைவ நாயன்மார்களும் வைணவ ஆழ்வார்களும் சைவ வைணவ மதங்களை ஓங்கி வளரச் செய்யவும் சைன - பௌத்த மதங்களைத் தாழ்த்தொஉம் செய்ததற்கு முதற்காரணமாக இருந்தது பக்தி இயக்கத்தான் என்பதில் சற்றும் ஐயமில்லை.

15. களப்பிரர் காலத்தில் தமிழ் மொழி

கன்னட மொழியைத் தாய்மொழியாகக் கொண்ட களப்பிரர் ஆட்சிக்காலத்தில் தமிழ் மொழிக்கு அவர்கள் ஆக்கம் அளித்ததாகத் தெரியவில்லை.

ஆனால் களப்பிரர் ஆட்சிக்காலத்தில் தமிழர் தமிழ் மொழியைப் புதிய முறையில் வளர்த்தார்கள். இந்த முயற்சியில் அக்காலத்துத் தமிழர் மதபேதம் பாராட்டாமல் ஒன்றாக இணைந்து தாய்மொழியை வளர்த்தனர். பௌத்த சமண சைவ வைணவ சமயத்துத் தமிழ்ப் புலவர் அனைவரும் தமிழை வளர்த்தார்கள். புதுவகையான பாக்களும் புதுவகையான இலக்கியங்களும் களப்பிரர் ஆட்சிக்காலத்தில் உண்டாக்கப்பட்டன. அந்த வளர்ச்சி புதுமையான வளர்ச்சியாகவே இருந்தது.

வட்டெழுத்து: சங்க காலத்தில் வழங்கி வந்த பிராமி எழுத்து சங்க காலத்தின் இறுதியில் மாற்றம் அடையத் தொடங்கியது. இந்த மாற்றம் எழுது கருவிகளின் மூலமாக ஏற்பட்ட மாற்றம். பனையோலையும் எழுத்தாணியுமே அக்காலத்து எழுது கருவிகளாக இருந்தபடியால் இந்த மாற்றம் ஏற்பட்டது. களப்பிரர் ஆட்சிக்காலத்தில் பிராமி எழுத்தின் மாற்றம் முழுமாற்றமாகிப் பையப் புதுவகையான எழுத்தாயிற்று. இப்புதுவகையான எழுத்து வட்டெழுத்து என்று பெயர் பெற்றது. வட்டெழுத்து தமிழ் நாடெங்கும் பரவி வழங்கிற்று. சேர சோழ பாண்டிய நாடுகளிலும் தொண்டை நாட்டிலும் வட்டெழுத்து நெடுங்காலம் வழங்கிவந்தது. வட்டெழுத்து கி.பி.10-ம் நூற்றாண்டுவரையில் வழக்கத்தில் இருந்தது. களப்பிரர் ஆட்சிக் காலத்தில் தமிழ்நாடு முழுவதும் வட்டெழுத்து வழங்கியது என்பதில் ஐயம் இல்லை.

பிராகிருத மொழியையும் சம்ஸ்கிருத மொழியையும் எழுதுவதற்காகப் புது வகையான கிரந்த எழுத்துக்களைப் பௌத்தரும் சைனரும் உண்டாக்கினார்கள். அந்தக் கிரந்த எழுத்து தென்னிந்தியாவில் குமரி விந்தியம் வரையில் வழங்கிவந்தது. களப்பிரர் ஆட்சிக் காலத்தில் பிராகிருத சம்ஸ்கிருத மொழிச் சொற்கள் பௌத்த சமண சமயங்களின் வழியாகத் தமிழில் கலந்து விட்டன.

புதுவகைப் பாக்கள்: களப்பிரர் காலத்துக்கு முன்பு கடைச்சங்க காலத்தின் இறுதிவரையில் தமிழில் நான்குவகைப் பாக்களே இருந்தன. அவை வெண்பா, ஆசிரியப்பா, கலிப்பா, வஞ்சிப்பா என்பவை.

ஆசிரியம் வஞ்சி வெண்பாக் கலியென
நாலியற் றென்ப பாவகை விரியே

என்று தொல்காப்பியம் கூறுகிறது.[1]

கடைச் சங்க இறுதிக் காலம் ஏறத்தாழ கி.பி. 250 என்று கொள்ளலாம். அதற்குப் பிறகு களப்பிரர் ஆட்சி தமிழகத்தில் ஏற்பட்டது. அவர்களுடைய ஆட்சிக்காலத்தில் சைனசமயமும் பௌத்தமதமும் தமிழகத்தில் பரவலாகவும் விரைவாகவும் வளர்ந்தன. அவர்களுடைய 'தெய்வபாஷை' பிராகிருத மொழி, சைன சமயத்தாரின் 'தெய்வபாஷை' சூரசேனி என்னும் பிராகிருதம். பௌத்த மதத்தாரின் 'தெய்வபாஷை'பாலி என்னும் பிராகிருதம். பிராகிருத மொழிகள், சமஸ்கிருதம் தோன்றுவதற்கு நெடுங்காலத்துக்கு முன்னமே இந்தியாவில் வழங்கிவந்தன. சமண சமய நூல்களும் பௌத்தமத நூல்களும் முறையே சூரசேனி, பாலி என்னும் பிராகிருத மொழிகளில் எழுதப்பட்டி-

ருந்தன. ஆகவே அந்த மதத்தவர் தங்கள் மத நூல்களைச் சூரசேனியிலும் பாலியிலும் ஓதினார்கள்.

அந்த மதங்கள் தமிழ்நாட்டில் பெருவாரியாகப் பரவின. களப்பிரர் ஆட்சிக் காலத்தில், பிராகிருத மொழிகளின் தொடர்பு காரணமாகத் தமிழ்ப்பா வகையில் புதிய செய்யுட்கள் தோன்றத் தொடங்கின. பிராகிருத மொழிகளோடு சம்ஸ்கிருத மொழியும் அக்காலத்தில் அந்த மதத்தவரால் பயிலப்பட்டது. இந்த மொழிகளின் தொடர்பு காரணமாகத் தமிழ்ச் செய்யுள் வகையில் புதிய பாவினங்களை உண்டாக்கினார்கள். புதியனவாகத் தோன்றிய பாவினங்கள் தாழிசை, துறை, விருத்தம் எனப்பெயர் பெற்றன.

பழமையான நான்கு வகைப் பாக்களோடு புதுவகையான மூன்று பாவினங்களை அமைத்துப் பன்னிருவகையான செய்யுட்களை உண்டாக்கினார்கள். பழைய ஆசிரியப்பாவோடு ஆசிரியத் தாழிசை, ஆசிரியத்துறை, ஆசிரிய விருத்தம் என்றும், வெண்பாவோடு வெண்டாழிசை, வெண்டுறை, வெளிவிருத்தம் என்றும், கலிப்பாவோடு கலித்தாழிசை, கலித்துறை, கலிவிருத்தம் என்றும் வஞ்சிப்பாவோடு வஞ்சித்தாழிசை, வஞ்சித்துறை, வஞ்சி விருத்தம் என்றும் பாவகைகளை வளர்த்தார்கள். பாவினங்களின் அமைப்பு திடீரென்று அமைந்து விடவில்லை. அவை சரியானபடி முழு உருவை அடைவதற்குப் பல ஆண்டுகள், சில தலைமுறைகள் சென்றிருக்க வேண்டும். புதிய பாவினங்களைப் புலவர் உலகம் சம்மதித்து ஏற்றுக்கொள்வதற்குப் பல ஆண்டுகள் சென்றிருக்க வேண்டும்.

இந்தப் புதிய ஆக்கம், தமிழர் சமஸ்கிருத பிராகிருத மொழிகளைப் பயில வாய்ப்பு ஏற்பட்ட காலத்தில் உண்டான வளர்ச்சியாகும். இந்தப் புதிய முயற்சியில் அக்காலத் தமிழர் தமிழ் மொழியின் தனித்தன்மையும் இயல்பும் கெடாதபடி பார்த்துக் கொண்டார்கள். கன்னடர், தெலுங்கர், மலையாளிகள் பிராகிருத சம்ஸ்கிருத எழுத்துக்களையும் சொற்களையும் அப்படி அப்படியே சேர்த்துக் கொண்டு கன்னடம் தெலுங்கு மலையாள மொழிகளின் தூய்மையையும் தனித்தன்மையையும் கெடுத்துக் கொண்டது போல, பாவினங்களை அமைத்த காலத்தில் தமிழர் பிராகிருத சம்ஸ்கிருத மொழிச் சொற்களையும் எழுத்துக்களையும் அப்படி அப்படியே எடுத்துக் கொண்டு தமிழின் தூய்மையையும் தனித்தன்மையையும் கெடுத்து விடவில்லை. பிராகிருத சம்ஸ்கிருத மொழிச் சொற்கள் ஓரளவு தமிழில் கலந்த போதிலும், அச்சொற்கள் தமிழ் மரபுக்கேற்பக் கிருதம் பெற்றபடியால் தமிழ், திராவிட இயல்பை இழக்காமல் இருக்கிறது.

16. புறப் பொருளும் அகப்பொருளும் - புதிய கருத்துக்கள்

பழமையான நான்கு வகைப் பாக்களோடு புதுவகையான பாவினங்கள் நல்லதோர் ஆக்கமாகும். களப்பிரர் ஆட்சிக் காலத்தில் இன்னொரு மாற்றமும் தமிழ் இலக்கியத்தில் ஏற்பட்டது. அது அகப்பொருள் புறப்பொருள்களில் உண்டான புதிய கருத்துக்கள் ஆகும். சங்க காலத்தில் அகப் பொருளையும் புறப் பொருளையும் மக்களின் வாழ்க்கையோடு அமைத்துச் செய்யுட்களைப் பாடினார்கள். போர் வீரர் தங்களுடைய வீரத்தினால் பகைவரை வென்றதைப் பாராட்டிச் சங்கப் புலவர் செய்யுட்கனைப் பாடினார்கள். அவ்வாறே மக்களின் காதல் வாழ்க்கையைச் சிறப்பித்துச் செய்யுட்களை இயற்றினார்கள்.

இந்தப் பழைய புறப்பொருள் போரிலே கொன்று வெற்றி பெறுகிற உலகியல் வெற்றியைவிட அகப்பகையை வென்று வெற்றி கொள்வது சிறந்த உயர்ந்த வெற்றி என்றும் புதிய கருத்தைச் சைனரும் பௌத்தரும் உண்டாக்கினர். மெய், வாய், கண், மூக்கு, செவி ஆகிய ஐம்புலன்களையும் அடக்கிக் காமம், வெகுளி, மயக்கம் என்னும் அகப்பகைகளை வெல்கிற வெற்றி போர்க்களத்தில் பகைவரைக் கொல்கிற வெற்றியைவிட மேலான வெற்றி என்று புறப்பொருளுக்குப் புதிய கருத்துத் தோன்றிற்று.

அகப் பகையை வென்ற அருகரும் (தீர்த்தங்கரரும்) புத்தர் பெருமானும், 'ஜினர்' (வெற்றி பெற்றவர்) என்றும் அந்த வெற்றியே மனிதன் உயர்கதிக்குச் செல்லக்கூடிய சிறந்த வெற்றி என்றும் சைனரும் பௌத்தரும் தங்கள் மதச்சார்பாகப் புறப்பொருளுக்குப் புதுப் பொருள் கூறினார்கள். அதாவது, மாந்தனின் போர்க்கள வெற்றியைப் புகழ்ந்து பாடுவதை விட ஜினர்களின் ஐம்புல வெற்றியைப் பாடுவது சிறந்தது என்னும் கருத்தைத் தோற்றுவித்தனர்.

பௌத்தரும் சைனரும் புறப்பொருளுக்குப் புதிய கருத்தை உண்டாக்கியதைப் போல, சைவ வைணவர் அகப் பொருளுக்குப் புதியதோர்கருத்தைக் கூறினார்கள். மனித வாழ்க்கையில் ஆளும் பெண்ணும் காதலித்துப் பெறுகிற சிற்றின்பத்தைவிட உயிர்கள் கடவுளைக் காதலித்துப் பெறுகிற பேரின்பம் சிறந்தது என்னும் புதிய கருத்தை அகப்பொருளுக்கும் கற்பித்தார்கள். உயிர்கள் (அதாவது ஆணும் பெண்ணும் ஆகிய உயிர்கள்) தலைவிகள் (காதலிகள்) என்றும் கடவுள் (சிவனும் திருமாலும்) தலைவன் (காதலன்) என்றும் இந்த முறையில் காதலி காதலன் பாவத்தில் கடவுளிடம் பக்தி செய்தால் பேரின்பமாகிய மோட்சம் (வீடுபேறு) பெறலாம் என்றும் சைவ வைணவர் அகப் பொருளுக்குப் புதிய கருத்துக் கூறினார்கள்.

அதாவது, நாயகி நாயகன் பாவத்தில் அகப்பொருள் கருத்து அமையக் கடவுளின்மேல் பக்திப்பாடல் பாடுவது சிறந்தது. என்று கூறினார்கள். ஆனால், அகப்பொருளைப் பற்றிய இந்தப் புதிய கருத்தைச் சைனரும் பௌத்தரும் ஏற்றுக் கொள்ளவில்லை. அவர்கள் நாயகி நாயகன் பாவத்தில்

தங்களுடைய கடவுளின் மேல் அகப்பொருட்டுறை யமைத்த செய்யுட்களை இயற்றவில்லை. சைவ வைணவ சமயத்தார் மட்டும் அகப்பொருட்டுறை யமைந்த பாடல்களைத் தங்கள் கடவுளின் மேல் பாடினார்கள். இந்த மாற்றங்கள் கி.பி. 5-ம் நூற்றாண்டில் களப்பிரர் ஆட்சிக் காலத்தில் உண்டாயின என்று தோன்றுகின்றது.

பக்தி இயக்கம் தோன்றின காலத்திலிருந்து அகப்பொருள் துறைகள் அமைந்த தோத்திரப் பாடல்கனைச் சைவ வைணவர்கள் பெற்றத் தொடங்கினார்கள். இவ்விதப் பாடல்களைச் சங்ககாலத்தில் சங்கப் புலவர்கள் பாடவில்லை. பிற்காலத்து நாயன்மார்களும் ஆழ்வார்களும் அகப்பொருட்டுறையமைந்த பாடல்களைத் தங்கள் கடவுள் மேல் பாடினார்கள். இந்த மரபு தொடர்ந்து வந்து கொண்டிருக்கிறது. சைன பௌத்தர்களுக்கு இந்தக்கருத்து உடன் பாடில்லையாகையால் அவர்கள் தங்கள் கடவுளின்மேல் அகப் பொருட்டுறைப் பாடல்களைப் பாடவில்லை.

யாப்பிலக்கண நூல்கள்: பழைமையான நால்வகைப் பாக்களுக்குப் புதிதாகப் பாவினங்கள் உண்டாக்கப்பட்டன என்று கூறினோம். புதிய பாவினங்களுக்கு இலக்கணம் தேவைப்பட்டது. ஆகவே யாப்பிலக்கணம் (செய்யுள் இலக்கணம்) எழுதப்பட்டது. அந்தக் காலத்தில் பல புலவர்கள் புதிதான செய்யுள் இலக்கண நூல்களை எழுதினார்கள். பல செய்யுள் இலக்கண நூல்கள் எழுதப்பட்டன. அந்தச் செய்யுள் இலக்கண நூல்கள் பிற்காலத்தில் வழக்கிழந்து மறைந்து போயின. மறைத்து போன அந்நூல்களைப் பற்றிச் சிறிதளவு, பிற்காலத்து நூலாகிய யாப்பருங்கல விருத்தியுரையில் மேற்கோள் காட்டப்பட்டிருப்பதிலிருந்து அறிகிறோம். மறைந்து போன அந்த நூல்களைப்பற்றி நாம் அறிந்தவரையில் கூறுகிறோம்.

அவிநயம்: அவிநயம் என்னும் இந்த நூலை எழுதியவர் அவிநயனார். இவர் சைன சமயத்தவர் என்று தெரிகிறார். அவிநயனார்யாப்பு என்றும் பெயரும் இதற்கு உண்டு. இராசப்பவுத்திரப் பல்லவ தரையன் என்னும் புலவர் இந்நூலுக்கு உரை எழுதினார். கி.பி.10 ம் நூற்றாண்டு வரையில் இந்த நூல் வழங்கிவந்து பிறகு மறைந்து போயிற்று. இந்த நூலிலிருந்து உரையாசிரியர் சிலர் சில சூத்திரங்களை மேற்கோள் காட்டியுள்ளனர்.

அவிநயப் புறனடை என்றும் நாலடி நாற்பது என்றும் பெயருள்ள இன்னொரு நூலை அவிநயனாரே எழுதியுள்ளார். இந்நூலும் பிற்காலத்தில் மறைந்து போயிற்று. இந்நூற் செய்யுட்கள் சில உரையாசிரியர்களால் மேற்கோள்காட்டப்பட்டுள்ளன.[2]

காக்கைபாடினியம்: இந்த யாப்பிலக்கண நூலை எழுதியவர் காக்கைபாடினியார், காக்கை பாடினியார் என்றும் பெயருள்ளவர் இருவர் இருந்தனர். குறுந்தொகை 210-ம் செய்யுளையும், புறநானூறு 278-ஆம் செய்யுளையும், பதிற்றுப்பத்து ஆறாம்பத்தையும் பாடினவர் சங்ககாலத்துக் காக்கைபாடினியார். காக்கைபாடினியம் என்னும் செய்யுளிலக்கண நூலை எழுதிய இவர் பிற்-

காலத்திலிருந்த காக்கைபாடினியார். சிறு காக்கை பாடினியம் என்று இன்னொரு யாப்பிலக்கண நூலும் உண்டு. இந்த நூலை எழுதியவர் சிறுகாக்கைப் பாடினியார். இந்த இரண்டு செய்யுளிலக்கண நூல்களிலிருந்து சூத்திரங்களைப் பிற்காலத்து உரையாசிரியர் தங்களுடைய உரையில் மேற்கொள் காட்டியுள்ளனர்.[3]

நக்கீரர் அடிநூல், நக்கீரர் நாலடி நானூறு என்னும் செய்யுள் இலக்கண நூலை யாப்பருங்கல விருத்தியுரைகாரர் தம்முடைய உரையில் குறிப்பிடுகிறார். இவ்விரண்டும் ஒரே நூலாக இருக்க வேண்டும் என்று தோன்றுகிறது. இந்த நக்கீரர் சங்க காலத்து நக்கீரர் அல்லர், பிற்காலத்தில் (பக்தி இயக்கம் தோன்றின காலத்தில்) இருந்த நக்கீரர் என்று தோன்றுகிறார்.

நத்தத்தம்: இப்பெயருள்ள செய்யுள் இலக்கண நூலை இயற்றியவர் நத்தத்தனார். (இவர் பெயர் நற்றத்தனார் என்றும் இவருடை நூல் நற்றத்தம் என்றும் கூறப்படுகிறது). தத்தனார் என்பது இவருடைய பெயர் என்பதும் ந என்றும் சொல் சிறப்புப் பெயரை உணர்த்துகிறது என்றும் தோன்றுகிறது. இந்த நூலும் மறைந்து போயிற்று. இந்நூலிலிருந்து சில சூத்திரங்கள் யாப்பருங்கலம், யாப்பருங்கலக்காரிகை உரைகளில் மேற்கோள் காட்டப் பட்டுள்ளன.[4]

பல்காப்பியம், பல்காப்பியப் புறனடை: இந்த இரண்டு யாப்பிலக்கண நூல்களை எழுதியவர் பல்காப்பியனார். இந்த நூல்கள் பிற்காலத்தில் மறைந்துபோயின. இந்நூல்களிலிருந்து சில சூத்திரங்கள் உரையாசிரியர்களால் மேற்கோள் காட்டப்பட்டுள்ளன.[5]

பல்காயம்: பல்காயனார் என்னும் புலவர் இந்நூலை இயற்றினார். இந்நூல் பிற்காலத்தில் மறைந்து போயிற்று. இந்நூலிலிருந்து சில நூற்பாக்கள் உரையாசிரியர்களால் மேற்கோள் காட்டப்பட்டுள்ளன.[6]

இலக்கிய நூல்கள் (சமணர் இயற்றியவை)

களப்பிரர் ஆட்சிக் காலத்தில், கி.பி.250 முதல் 575 வரையில் என்னென்ன தமிழ் இலக்கிய நூல்கள் உண்டாயின என்பதற்கு முழுவிவரங்கள் கிடைக்கவில்லை. அந்தக் காலத்தில் புதுவகையான பாவினங்கள் தோன்றின என்பதை அறிந்தோம். புதிய பாக்களினாலே புதிய தமிழ் நூல்கள் பல தோன்றியிருக்க வேண்டும் என்பது உறுதி. நமக்குத் தெரிகிற வரையில் அக்காலத்தில் தோன்றின தமிழ் இலக்கிய நூல்களைக் கூறுவோம்.

நரிவிருத்தம்: கி.பி.7-ம் நூற்றாண்டில் திருநாவுக்கரசு சுவாமிகள் தம்முடைய தேவாரப்பதிகத்தில் நரிவிருத்தம் என்னும் நூலைக் கூறுகிறார்.

எரிபெருக்கவர் அவ்வெதி ஈசானது
உருவருக்க மாவது உணர்கிலர்

அரி அயற்கு அரியானை அயர்த்துபோய்
நரிவிருத்தம் தாகுவர் நாடரே[7]

நரி விருத்தம் என்பதன் பொருள் நரியின் வரலாறு என்பது. (விருத்தம் - விருத்தாந்தம், வரலாறு) விருத்தம் என்பதற்கு விருத்தப் பாவாலான நூல் என்றும் கூறலாம். இந்நூலாசிரியர் திருத்தக்க தேவர் என்று பெயர் பெற்ற புலவர். சோழ அரசர் குலத்தில் பிறந்தவரான திருத்தக்கதேவர் சமண சமயத்துத் துறவியாகிச் சமண சமயத்துத் தேவகணத்தைச் சேர்ந்திருந்தார். இவர் சீவகன் என்னும் அரசனுடைய வரலாற்றைச் சிவகசிந்தாமணி என்னும் பெயரினால் பாட எண்ணித் தம்முடைய சமய குருவின் அனுமதியைக் கோரினார். சீவகன் சரிதையில் சிற்றின்பச் செய்திகளும் உலகியல் செய்திகளும் அதிகமாக இருப்பதால் அதை எழுத முன்வந்த திருத்தக்கதேவர் தம்முடைய துறவு நிலையில் உறுதியுள்ளவராக இருக்கிறாரா என்பதை அறிய விரும்பின குரு.

இவரை முதலில் நிலையாமையைப் பற்றி ஒரு நூல் எழுதிக்காட்டும்படி கட்டளையிட்டார். அவர் கட்டளையை மேற்கொண்டு எழுதப்பட்டதுதான் நரி விருத்தம். நரிவிருத்தத்தைப் படித்த ஆசிரியர் திருத்தக்கதேவரின் உறுதியான துறவு நிலையையறிந்து, சீவக சிந்தாமணிக் காவியத்தை இயற்றுவதற்கு அனுமதி கொடுத்தார். ஆகவே நரிவிருத்தம், சீவகசிந்தாமணிக்கு முன்னோடியாகச் செய்யப்பட்ட நூல் என்பது தெரிகிறது. நூறு செய்யுட்களைக் கொண்ட நரிவிருத்தம் இப்போதும் இருக்கிறது.

சீவகசிந்தாமணி: நரிவிருத்தத்தைப் பாடிய திருத்தக்கதேவர் தம்முடைய ஆசிரியரின் அனுமதிப்படி சிந்தாமணிக் காவியத்தை இயற்றினார். இது சீவகசிந்தாமணி என்றும் மாணநூல் என்றும் பெயர் பெற்று விளங்குகிறது. சீவக சிந்தாமணி, சிலப்பதிகாரக் காவியத்துக்கு அடுத்தபடி, சிறந்த காவியமாகப் போற்றப்படுகிறது. புதிய விருத்த யாப்பினால் இயற்றப்பட்ட முதல் காவியம் இது. சீவக சிந்தாமணியின் தலைவனான சீவககுமாரன் வர்த்தமான மகாவீரரின் காலத்தில் இருந்தவன். மகாவீரர் நிர்வாணமோட்சம் அடைந்து இப்போது 2500 ஆண்டுகள் ஆகின்றன. எனவே சீவகனும் அந்தக்காலத்தில் இருந்தவன் ஆவன்.

இவ்விடத்தில் ஒரு செய்தியை விளக்கிக்கூற வேண்டும். சீவக குமாரன், பல்லவதேசத்தின் அரசன் மகளை மணஞ்செய்தான் என்று கூறப்படுகிறான். பல்லவ தேசம் என்பது எது என்பதை அறியவேண்டும். பல்லவ அரசர் தமிழ் நாட்டுத் தொண்டை மண்டலத்தைக் கி.பி. 5-ம் நூற்றாண்டு முதல் சிறப்பாக அரசாண்டதை வரலாற்றினால் அறிகிறோம். கி.மு.6-ம் நூற்றாண்டிலிருந்த சீவகன் கி.பி.6-ம் நூற்றாண்டில் இருந்த பல்லவ அரசன் மகளை மணஞ்செய்ய இயலுமா? "படுமழை பருவம் பொய்யா பல்லவ தேயம் என்னும், தடமலர்க் குவளை பட்டத்தழுவிய யாணர் நன்னாடு" (1185) என்-

றும், "கோங்குபூத் துதிர்ந்த குன்றிற் பொன்னணி புளகம் வேய்ந்த, பாங்கமை பருமயானைப் பல்லவ தேசமன்னன்," (2253) என்றும், "பாகத்தைப் படாத நெஞ்சிற் பல்லவ தேய மன்னன், சேவகன் சிங்கதாதன் செருக்களம் குறுகினானே" (2278) என்றும் பல்லவ தேசமும் பல்லவ தேயமன்னனும் சீவக சிந்தாமணியில் கூறப்படுகின்றனர்.

இங்கு கூறப்பட்ட பல்லவ தேசம் தமிழ் நாட்டில் இருந்த பல்லவ தேயம் அன்று. சீவகன் வாழ்ந்த காலத்தில் தமிழ் நாட்டில் பல்லவ தேசமும் பல்லவ அரசரும் இருந்திலர். இதில் கூறப்படுகிற பல்லவதேசம் இப்போது ஈரான் என்று பெயர் கூறப்படுகிற பழைய பாரசீக தேசமாகும். பழைய பாரசீக தேசத்தையாண்டவர் பல்லவர் என்றும் அந்த நாடு பலவ நாடு என்றும் கூறப்பட்டது. பலவ தேசம் என்றது தமிழில் பல்லவதேசம் என்றாயிற்று. சீவக சிந்தாமணி கூறுகிற பல்லவதேசம் பழைய பாரசீக நாடாகிய பலவ தேசம் ஆகும்.

சீவக சிந்தாமணி களப்பிரர் ஆட்சிக்காலத்தில், சமணசமயம் ஓங்கிவளர்த்திருந்த காலத்தில், கி.பி. 5, அல்லது 6-ம் நூற்றாண்டில் இயற்றப்பட்ட நூலாகுகம். [8]

எலிவிருத்தம், கிளிவிருத்தம்: கி.பி.7-ம் நூற்றாண்டில் இருந்த திருஞானசம்பந்த மூர்த்தி நாயனார் தம்முடைய தேவாரப் பதிகத்தில் எலிவிருத்தம், கிளிவிருத்தம் என்னும் இரண்டு நூல்களைக் கூறுகிறார். "கூட்டினார் கிளியின் விருத்தம் உரைத்ததோர் 'எலியின்தொழில், பாட்டு மெய்கொலிப் பக்கமே செலுத்தும்"[9] நரிவிருத்தம் போன்று இந்த நூல்களும் சமண சமய நூல்களே. இந்த நூல்கள் பிற்காலத்தில் மறைந்து போயின. இந்நூல் செய்யுட்களில் கலித்துறைச் செய்யுட்களும் பயின்றுள்ளன என்பது தெரிகின்றது. "குண்டலகேசி விருத்தம் **கிளிவிருத்தம் எலிவிருத்தம் நரிவிருத்தம்** முதலாயுள்ளவற்றுள் கலித்துறைகளும் உளவாம்" என்று வீரசோழிய உரையாசிரியர் எழுதியுள்ளார்.

விளக்கத்தார் கூத்து: இது கூத்து நூல். இதைச் செய்தவர் விளக்கத்தார் (விளக்கத்தனார்) என்னும் புலவர். இந்த நூல் பிற்காலத்தில் மறைந்து விட்டது. இந்த நூலின் கடவுள் வாழ்த்துச் செய்யுளை யாப்பருங்கல விருத்தியுரையாசிரியர் தம்முடைய உரையில் மேற்கோள் காட்டியுள்ளார்.[10] இந்தக் கடவுள் வாழ்த்துச் செய்யுளில் இவர் அச்சுதன் என்னும் களப்பிர அரசனை வாழ்த்துகிறார்.

அடுதிறல் ஒருவ நிற் பரவுதும், எங்கோன்
தொடுகழத் கொடும்பூண் பகட்டெழு மார்பிற
கயலொடு கிடந்த சிலையுடைக் கொடுவரிப்
புயலுறழ் தடக்கைப் பேர்வேல் அச்சுதன்
ஒன்றுகடல் உலகம் முழுவதும்

ஒன்றுபு திகிரி யுருட்டுவே னெனவே

இதனால் இந்த நூல் களப்பிர அரசன் ஆட்சிக்காலத்தில் இயற்றப்பட்டது என்பது தெரிகிறது. இந்த நூலின் வரலாற்றை 'மறைந்துபோன தமிழ் நூல்கள்' என்னும் புத்தகத்தில் காண்க.

பெருங்கதை: பெருங்கதை என்னும் இந்த நூலுக்கு 'மாக்கதை' என்றும் 'உதயணன் கதை' என்றும் சுருக்கமாகக் 'கதை' என்றும் பெயர் உண்டு. இதனை இயற்றியவர் கொங்கு நாட்டில் வாழ்த்திருந்த கொங்குவேள். இதனால் இதனைக் 'கொங்குவேள் மாக்கதை' என்றும் கூறுவர். கொங்கு-வேள் கொங்கு நாட்டு விசயமங்கலம் என்றும் ஊரில் இருந்தவர். பெருங்க-தையின் தொடக்கமும் அதன் முதற்காண்டமும் இறுதிக்காண்டமும் இப்போது கிடைக்க வில்லை. வெற்றைத் தவிர மற்ற பகுதிகள் எல்லாம் கிடைத்-துள்ளன. இந்த நூலில் திரி சொற்கள் அதிகம். சற்றுக் கடினமான நடை-தான். மணிமேகலை காவியம் போலவே பெருங்கதையின் செய்யுட்கள் ஆசி-ரியப் பாவாலானவை. இப்பாக்களின் இறுதியில் மணி மேகலை காவியம் போன்றே 'என்' என்று முடிகின்றன. இந்த நூலைக் கொங்குவேள் களப்பிரர் ஆட்சிக்காலத்தில் இயற்றியிருக்க வேண்டும் என்று தோன்றுகிறது.

கி.பி. எட்டாம் நூற்றாண்டில் இருந்த திருமங்கையாழ்வார் பெருங்கதை-யைப் படித்திருக்கிறார் என்பது அவருடைய சிறிய திருமடல் என்னும் செய்-யுளில் பெருங்கதையின் தலைவியாகிய வாசவதத்தையைப் பற்றிக் கூறுவதி-லிருந்து அறிகிறோம்.

ஆராலும் ஆதாலும் அல்லன் அவள் காணீர்
வாரார் வனமுலை வாசவ தத்தை என்று
ஆராலும் சொல்லப் படுவாள்-அவளுந்தன்
பேராயம் எல்லாம் ஒழியப் பெருந்தெருவே
தாரார் தடத்தோள் தனைக்காவன் பின்போனாள்
ஊரார் இகழ்ந்திடப் பட்டாளே[11]

கி.பி 2-ம் நூற்றாண்டின் இறுதியில் எழுதப்பட்ட மணிமேகலை காவியத்தில் பெருங்கதையின் குறிப்புக் காணப்படுகிறது.[12] அக்காலத்திலேயே பெருங்க-தையைத் தமிழர் அறிந்திருந்தனர் என்பது தெரிகிறது. ஆனால் அவர்கள் காலத்தில் கொங்குவேளின் பெருங்கதை எழுதப்படவில்லை. வேறுயாரோ எழுதிய பெருங்கதையை அவர்கள் அறிந்திருந்தனர்.

பெருங்கதையின் மூல நூல் பிருஹத்கதை என்பது (பிருஹத் கதை - பெருங்கதை) பிருஹத்கதையை குணாட்டியர் என்னும் புலவர் பைசாச பாஷையில் எழுதினார். குணாட்டியர், தக்கண தேசத்தை அரசாண்ட சாத-வாகன அரசனுடைய அமைச்சராக இருந்தவர். சாதவாகன அரசர்களுக்குச்

சதகர்ணி என்றும் பெயர் உண்டு. சாதவாகன அரசர்களாகிய சதகாணி-யசரைத் தமிழர் நூற்றுவர்கன்னர் என்று கூறினார்கள். ஏறத்தாழக் கி.பி. முதல் நூற்றாண்டில் குணாட்டியர் என்னும் அமைச்சர் பிருஹத்கதையைப் பைசாச பாஷையில் எழுதினார். இது விந்திய மலைப் பிரதேசத்தில் பேசப்-பட்ட மொழி ஆகும். பைசாச பாஷை திராவிட இனத்தைச் சேர்ந்த மொழி என்பர். பைசாச பாஷை என்பது பிராகிருத பாஷையைச் சேர்த்தது. பிரு-ஹத்கதையின் பெரும் பாகம் அழிந்துபோயிற்று. எஞ்சி இருக்கும் பகுதியே இப்போதுள்ள பெருங்கதை.

பிருகத் கதையை தமிழில் எழுதியவர் கொங்குவேள் என்னும் சைனர். சைவர்கள் பிராகிருத பாஷைகளைக் கற்றவர்கள். எப்படி என்றால் சைன-சமய நூல்கள் பிராகிருத பாஷையில் எழுதப் பட்டுள்ளபடியால் அக்காலத்து சைனர் பிராகிருத பாஷையையும் நன்கு கற்றிருந்தார்கள். அந்த முறையில் சைனராகிய கொங்குவேள் நேரே, பைசாச பாஷையில் எழுதப்பட்ட குணாட்-டியரின் பெருங்கதையைப் படித்து அதைத் தமிழில் பெயர்த்தெழுதினார் என்-பதில் தவறு இல்லை. துர்வினிதன் என்னும் கன்னட நாட்டு அரசன் குணாட்டியருடைய பிருகத்கதையை வடமொழியில் பெயர்த்து எழுதினான் என்றும் அந்த வடமொழியிலிருந்து கொங்குவேள் பெருங்கதையைத் தமிழில் எழுதினார் என்றும் சிலர் கூறுவர். இவர்கள் கூற்று ஏற்கத்தக்கதன்று, பிரா-கிருத பாஷையை அறிந்தவரான சைனராகிய கொங்குவேள் நேரே பைசாச பாஷையிலிருந்து பெருங்கதையைப் பெயர்த்தெழுதினார்.

நூல்களும் கருத்துக்களும் (சொற்களும் கூட) சம்ஸ்கிருதத்தில் வந்த பிற-குதான் தமிழில் மொழிபெயர்க்கப்பட்டது என்றும் முட்டாள்தனமான மூடக்-கொள்கை ஆராய்ச்சி இல்லாத சம்ஸ்கிருதப் பண்டிதர்களிடம் இருந்து வரு-கிறது. இந்த மூடத்தனத்தைத் தமிழ்ப்பண்டிதர் சிலர் உண்மை எனக் கருதிக் கொண்டுள்ளனர். பௌத்த சைனர் காலத்தில் பிராகிருத மொழியிலிருந்து தமிழில் நூல்களும் கருத்துக்களும் வெளிவந்தன. சமஸ்கிருதம் போலக் காணப்படுகிற பல சொற்கள் உண்மையில் பிராகிருத மொழியிலிருந்து தமி-ழில் வந்தவை. சைனப் புலவர்களில் தமிழ் பிராகிருதம் சம்ஸ்கிருதம் ஆகிய மொழிகளை நன்கு கற்றவர்கள் பலர் அக்காலத்தில் இருந்தார்கள். சைன சமயத்துத் தமிழராகிய கொங்குவேள் பிராகிருதப் பாஷையைக் கற்றவராகை-யினால் அவர் பைசாச மொழியிலிருந்த பிருகத்கதையை நேராகத் தமிழில் எழுதினார்.

களப்பிரர் காலத்தில் பௌத்த மதமும் சிறப்புற்றிருந்தது. அக்காலத்தில் பௌத்தர்களும் நூல் எழுதினார்கள். அவர்களுடைய நூல்கள் முழுவதும் மறைந்து போயின.

இலக்கிய நூல்கள் (சைவ சமய நூல்கள்) - சமண சமய நூல்களைப்பற்றி மேலே கூறினோம். இனி, களப்பிரர் காலத்தில் தோன்றிய சைவ இலக்கி-யங்களைப் பற்றிக் கூறுவோம். தமிழ் நாட்டில், முக்கியமாகப் பாண்டி நாட்-

டில் சமண சமயமும் பௌத்த மதமும் பரவி ஆதிக்கம் செலுத்தியதைக் கண்டு சைவ சமயத்தார் தங்கள் சமயம் ஓங்கி வளர வழிவகைகளைத் தேடிக் கடைசியில் பக்தி என்னும் புதிய இயக்கத்தை உண்டாக்கினார்கள் என்று கூறினோம். அகப்பொருளுக்குப் பேரின்பத் தொடர்பான கருத்தை கற்பித்து மாந்தருக்கும் (உயிர்களுக்கு) கடவுளுக்கும் தெய்வீகக் காதலைப் பொருத்தி அதைப் பக்தியுடன் இணைத்தார்கள். இந்தப் புதிய கொள்கைக்கு ஆதாரமாக ஒரு நூல் வேண்டுமல்லவா? அதற்காக இறையனார் அகப்பொருள் என்றும் களவியல் என்றும் பெயருள்ள ஒரு நூலை எழுதினார்கள். அது தெய்வீகக் களவியலுக்கு ஆதார நூல் என்று கூறினார்கள். அந்த நூலைச் சிவபெருமானே (இறையனார்) இயற்றினார் என்று கூறினார்கள்.[13] இனி அக்காலத்தில் உண்டான சைவ சமய நூல்களைப் பார்ப்போம்.

மூத்த திருப்பதிகங்கள்: திருவாலங்காட்டுச் சிவபெருமான் மேல் பாடப்பட்டபடியால் திருவாலங்காட்டு மூத்த திருப்பதிகங்கள் என்று கூறப்படும் இந்தப் பதிகங்களைப் பாடியவர் காரைக்கால் அம்மையார் என்னும் அடியார். இவர் அறுபத்து மூன்று சைவ அடியார்களில் ஒருவர். இவருடைய வரலாற்றைத் திருத்தொண்டர் புராணத்தில், காரைக்கால் அம்மையார் புராணத்தில் காண்க, திருப்பதிகங்களைப் பாடியவர் திருநாவுக்கரசு நாயனார். அவர் காலத்திலே திருப்திகங்களைப் பாடியவர் அவருக்கு வயதில் இளையவராகிய திருஞான சம்மந்த மூர்த்தி நாயனார். இவர்கள் பாடிய பதிகங்களுக்குத் தேவாரத் திருப்பதிகங்கள் என்பது பெயர். இவர்களுக்கு முன்பு முதன் முதலாகத் திருப்பதிகம் பாடியவர் காரைக்கால் அம்மையாரே. ஆகையினால் அம்மையார் பாடிய திருப்பதிகங்களுக்கு மூத்த திருப்பதிகம் என்று பெரியோர் பெயரிட்டுள்ளனர்.

அம்மையார் பாடிய மூத்த திருப்பதிகங்கள் இரண்டே. இவற்றில் முதலாம் மூத்த திருப்பதிகம் கொங்கை திரங்கி நரம்பெழுந்து என்று தொடங்கும் பதிகம். இதன் பண் நட்டபாடை. இந்தப் பதிகம் பதினொரு செய்யுட்களைக் கொண்டது. இரண்டாவது மூத்ததிருப்பதிகம் எட்டி இலவம் ஈகை சூரை என்று தொடங்குவது. இதன் பண் இந்தளம். இதுவும் பதினொரு பதிகங்களைக் கொண்டது. காரைக்கால் அம்மையார் 7-ம் நூற்றாண்டிலிருந்த திருநாவுக்கரசருக்கு முந்தியவர் ஆகையால் இவர் கி.பி. 5.அல்லது 6-வது நூற்றாண்டில் இருந்தவராதல்வேண்டும். பழைய தேவாரப் பதிப்புகளில் காரைக்கால் அம்மையாரின் மூத்த திருப்பதிகங்களை முதலில் அச்சிட்டுப் பிறகு மற்றத் தேவாரப் பதிகங்களை அச்சிடுவது வழக்கமாக இருந்தது.

திருவிரட்டை மணிமாலை: இதனையியற்றியவரும் காரைக்கால் அம்மையாரே. இது கட்டளைக் கலித்துறையும் வெண்பாவும் ஆக இரண்டு செய்யுட்களால் ஆனது. அந்தாதியாகப் பாடப்பட்டது. இருபது செய்யுட்களைக் கொண்டது.

அற்புதத் திருவந்தாதி: இதை இயற்றியவரும் காரைக்கால் அம்மையாரே, நேரிசை வெண்பாவினால் அந்தாதியாக நூற்று ஒன்று செய்யுட்களைக்

கொண்ட நூல். சிவபெருமான் மேல் பாடப்பட்டது.

காரைக்கால் அம்மையார் இயற்றிய இந்தத் தோத்திரப் பாடல்கள் பதினோராந் திருமுறையில் தொகுக்கப்பட்டுள்ளன.

கயிலைபாதி காளத்திபாதித் திருவந்தாதி: இது நேரிசை வெண்பாலினால் அந்தாதித் தொடையாகச் செய்யப்பட்ட நூறு செய்யுட்களையுடையது. கயிலைமலையிலும் காளத்திமலையிலும் எழுந்தருளியுள்ள சிவபெருமான் மேல் பாடப்பட்டது. இதனைப் பாடியவர் நக்கீரதேவநாயனார். இவர் கடைச் சங்க காலத்திலிருந்த நக்கீரர் அல்லர், களப்பிரர் ஆட்சிக்காலத்தில் இருந்த மற்றொரு நக்கீரர்.

திரு ஈங்கோய்மலை எழுபது: ஈங்கோய்மலையில் எழுந்தருளியுள்ள சிவபெருமான் மேல்பாடப் பட்ட எழுபது வெண்பாக்களால் ஆன நூல். இதில் 49 முதல் 61 வரையில் உள்ள பதின்மூன்று பாடல்கள் மறைந்து போயின. இந்த நூலைப் பாடியவரும் கபிலதேவ நாயனாரே.

திருவலஞ்சுழி மும்மணிக்கோவை: இது திருவலஞ்சுழியில் கோயில் கொண்டுள்ள சிவபெருமான் மேல் பாடப்பட்ட தோத்திர நூல். அகவல் வெண்பா கலித்துறை என்னும் மூன்றுவகைச் செய்யுட்களினால் அந்தாதித் தொடைய மையப் பாடப்பட்ட பதினைந்து செய்யுட்களையுடையது. இதுவும் நக்கீரதேவநாயனாரால் இயற்றப்பட்டது.

திருவெழு கூற்றிருக்கை: இது அகவற்பாவினால் இயற்றப்பட்ட 56 அடிகளைக் கொண்டது. கடைசியில் ஒரு வெண்பாவையும் உடையது. இச்செய்யுனை யாப்பருங்கல விருத்தியுரையாசிரியர் ஒழிபு இயல் உரையில் மேற்கோள் காட்டியுள்ளார். அதில் இதனை, இணைக்குறள் ஆசிரியப்பா என்று கூறுகிறார். பதினோராந் திருமுறையில் அச்சிடப்பட்டுள்ள இந்தச் செய்யுளுக்கும் யாப்பருங்கல விருத்தியுரையில் மேற்கோள் காட்டப்பட்டுள்ள இச்செய்யுளுக்கும் பாடபேதங்கள் உள்ளன. இதனை இயற்றியவர் நக்கீர தேவநாயனார்.

பெருந்தேவபாணி: இது அறுபத்தேழு அடிகளைக் கொண்ட ஆசிரியப் பாவாலானது. இதன் இறுதியில் ஒரு வெண்பாவும் உண்டு. இதனை இயற்றியவரும் நக்கீரதேவதாயனாரே.

கோபப்பிரசாதம்: இது தொண்ற்றொன்பது அடிகளைக் கொண்ட அகவற் பாவாலான நூல், சிவபெருமான் மேல் பாடப்பட்டது. நக்கீர தேவதாயனாரால் இயற்றப்பட்டது.

காரெட்டு: இது எட்டு வெண்பாக்காளால் ஆன சிறு நூல், காருக்கும் (மழைக்கும்) சிவபெருமானுக்கும் உவமை கூறுமுகத்தான் சிவனை வாழ்த்துகிறது இந்நூல். இதுவும் நக்கீர தேவ நாயனாரால் இயற்றப்பட்டது.

போற்றிக் கலிவெண்பா: கலிவெண்பாவினால் சிவ பெருமானைப் போற்றிக் கூறுகிறது இந்நூல். இதுவும் நக்கீரதேவநாயனாரால் இயற்றப்பட்டது.

திருக்கண்ணப்பதேவர் திருமறம்: நூற்று ஐம்பத்தெட்டு அடிகளைக் கொண்ட அகவற் பாவினாலானது. இந்நூல் கண்ணப்ப நாயனார் சிவபெருமானிடம் பக்தி (அன்பு) செய்து முக்தி பெற்ற வரலாற்றைக் கூறுகிறது. இறுதியில் ஒரு வெண்பாவையும் உடையது. நக்கீரதேவநாயனாரால் பாடப்பட்டது.

இந்தச் செய்யுட்களைப் பாடிய நக்கீர தேவநாயனார், சங்க காலத்தில் இருந்த நக்கீரர் அல்லர். ஆனால், அவரும் இவரும் ஒருவரே என்று கூறுகின்றனர். இது தவறான கருத்து. நக்கீர தேவநாயனார் பாடிய மேற்காட்டிய செய்யுட்கள் எல்லாம் பதினோராந் திருமுறையில் தொகுக்கப்பட்டுள்ளன. பதினோராத் திருமுறையை முதன் முதலாக அச்சிற்பதிப்பித்த திரிசிரபுரம் சோடசாவதானம் சுப்புராய செட்டியார் அவர்கள், 'மதுரைக் கடைச் சங்கத்துத் தெய்வப் புலவர்களின் ளொருவராகிய நக்கீரதேவ நாயனார் அருளிச் செய்த கயிலைபாதிகாளத்திபாதித்திருவந்தாதி' என்று ஏட்டுச் சுவடியில் இருந்தபடியே எழுதியுள்ளார். கடைச் சங்ககாலத்தில் இருத்த சங்கப்புலவரான நக்கீரரைப் பிற்காலத்தில் (களப்பிரர் காலத்தில்) இருந்த நக்கீரதேவதாயனார் என்பவருடன் இணைத்து இருவரும் ஒருவரே என்று கூறுவது பொருந்தாது. சங்ககாலத்து நக்கீரருக்குத் தேவர் என்றும் நாயனார் என்றும் சிறப்புப் பெயர்கள் இருந்ததில்லை.

கடைச்சங்க காலத்துப் புலவரான நக்கீரர் இயற்றிய திருமுருகாற்றுப் படை பதினோராந் திருமுறையில் தொகுக்கப்பட்டுள்ளது. அதில் 'நக்கீரதேவ நாயனார் அருளிச்செய்த திருமுரு காற்றுப்படை' என்று குறிக்கப்பட்டுள்ளது. இவ்வாறு சங்க காலத்து நக்கீரரையும் பிற்காலத்திலிருந்த நக்கீரதேவநாயனாரையும் சைவ சமயத்தவர் பிற்காலத்தில் ஒருவரே என்று தவறாகக் கருதினார்கள். (திருமுருகாற்றுப்படை. கடைச்சங்க காலத்திலிருத்த நக்கீரரால் இயற்றப்பட்டது. திருமுருகாற்றுப்படை பிற்காலத்து நூல் என்று சிலர் கருதுவர். இவர்கள் கருத்துத் தவறானது.[14] (திருமுருகாற்றுப்படை கடைச்சங்ககாலத்தில் இருந்த நக்கீரரால் இயற்றப்பட்டது. அது பற்றிய ஆராய்ச்சி இங்கு வேண்டா)

நக்கீரர் அடிநூல், நக்கீரர் நாலடி நானூறு என்னும் இரண்டு செய்யுள் இலக்கண நூல்களைப் பற்றி முன்பு கூறினோம். அந்நூற்களின் ஆசிரியராகிய நக்கீரரே, இங்கு கூறப்பட்ட நக்கீரதேவ நாயனார் என்று தோன்றுகிறது. நக்கீரதேவ நாயனார் வேறு, நக்கீரர் வேறு என்பதையறிய வேண்டும்.

திருக்கண்ணப்பதேவர் திருமறம்: நக்கீரதேவ நாயனார் இயற்றிய திருக்கண்ணப்பதேவர் திருமறம் என்னும் நூலை மேலே கூறினோம். இந்தத் திருக்கண்ணப்ப தேவர் திருமறத்தைப் பாடியவர் கல்லாடதேவநாயனார். இது முப்பத்தெட்டு அடிகளைக் கொண்ட அகவற்பாவாலானது. கண்ணப்ப நாயனாருடைய பக்தியைப் புகழ்ந்து பேசுகிறது இந்நூல். இந்தச் செய்யுள், சைவத் திருமுறைகளில் ஒன்றான பதினோராந் திருமுறையில் தொகுக்கப்பட்டிருக்-

கிறது. கடைச்சங்க காலத்தில் இருந்த கல்லாடர் என்னும் புலவர் வேறு, பிற்காலத்தவரான கல்லாடதேவ நாயனார் வேறு. அகநானூற்றில் ஏழு செய்யுட்களையும் குறுந்தொகையில் ஒரு செய்யுளையும் புற நானூற்றில் ஐந்து செய்யுட்களையும் பாடிய கல்லாடனார் என்னும் சங்கப் புலவர், தலையாலங்கானத்துச் செருவென்ற பாண்டியன் நெடுஞ்செழியன் காலத்தில் இருந்தவர். அந்தப்பாண்டியனை நேரில் பாடியவர். கண்ணப்பதேவர் திருமறம் பாடிய கல்லாடதேவ நாயனார் பிற்காலத்தில் (களப்பிரர் அரசர் காலத்தில்) இருந்தவர். இருவரும் வெவ்வேறு காலத்திலிருந்த வெவ்வேறு புலவர்கள். இருவரையும் ஒருவராகக் கருதுவது தவறு.

மூத்த நாயனார் இரட்டை மணிமாலை: இது, மூத்தநாயனார் (ஆனைமுகன்) மேல் பாடப்பட்ட வெண்பாவும் கலித்துறையும் ஆகிய செய்யுட்களினால் செய்யப்பட்ட இருபது செய்யுட்களையுடைய அந்தாதி நூல். இதனைச் செய்தவர் கபிலதேவ நாயனார். இது பதினோராந் திருமுறையில் தொகுக்கப்பட்டுள்ளது.

சிவபெருமான் திருவிரட்டை மணிமாலை: வெண்பாவும் கலித்துறையும் ஆகிய இரண்டுவகைச் செய்யுட்களினால் சிவபெருமான் ஒன்றுக்கு மேல்பாடபட்ட தோத்திர நூல். முப்பத்தேழு செய்யுட்களைக் கொண்டது. கபிலதேவ நாயனாரால் பாடப்பட்டது. பதினோராந் திருமுறையில் தொகுக்கப்பட்டுள்ளது.

சிவபெருமான் திருவந்தாதி: வெண்பாக்களினால் அந்தாதித் தொடையாகச் செய்யப்பட்ட நூறு செய்யுட்களைக் கொண்ட தோத்திரநூல் கபிலதேவ நாயனார் செய்தது. இதுவும் பதினோராத் திருமுறையில் தொகுக்கப்பட்டிருக்கிறது.

இந்த மூன்று செய்யுட்களையும் (மூத்த நாயனார் இரட்டை மணிமாலை, சிவபெருமாள் இரட்டைமணிமாலை, சிவபெருமான் திருவந்தாதி) பாடியவர் கபிலதேவநாயனார், இவர் கடைச்சங்க காலத்தில் இருந்த கபிலர் அல்லர். பிற்காலத்தில் இருந்த கபில தேவ நாயனார். சங்க காலத்தில் இருந்த கபிலர் ஐங்குறு நூற்றில் குறிஞ்சித்திணையையும் கலித்தொகையில் குறிஞ்சிக்கலியையும் பாடியவர். அகநானூற்றில் பதினெட்டுச் செய்யுட்களையும், குறுத்தொகையில் இருபத்தேழு செய்யுட்களையும், புறநானூற்றில் இருபத்தெட்டுப் பாடல்களையும், பத்துப்பாட்டில் குறிஞ்சிப் பாட்டையும் பாடினார். மற்றும் பதிற்றுப்பத்து ஏழாம் பத்தைச் செல்வக்கடுங்கோ வாழியாதன் மேல் பாடியுள்ளார்.

அவர் வேறு, களப்பிரர் காலத்தில் பக்தி இயக்கம் தோன்றிய காலத்தில் இருந்த கபிலதேவதாயனார் வேறு. பதினெண் கீழ்க்கணக்கு நூல்களில் ஒன்றான இன்னா நாற்பது என்னும் நூலைச் செய்தவர் கபில தேவநாயனாரே. சங்ககாலத்தில் மூத்தநாயனார் (கணபதி, பிள்ளையார்) வணக்கம் ஏற்படவில்லை. மூத்த நாயனார் இரட்டை மணிமாலையை ஆனைமுகன் மேல் பாடிய கபிலதேவ நாயனார் பிற்காலத்தவர் என்பது வெளிப்படை. இவர்

இயற்றிய இன்னா நாற்பது என்னும் நூலைப்பற்றிப் பதினெண் கீழ்க்கணக்கு என்னும் தலைப்பில் இந்நூலில் வேறு இடத்தில் காண்க.

வித்துவான் திரு. வேங்கடராஜுலு ரெட்டியாரும் இக்கருத்தையே கூறுகிறார். "பிற்காலத்து நூல்களிலேயே முதலில் விநாயக வணக்கம் காணப்படுகின்றது. இவற்றால், கி.பி.6-ம் நூற்றாண்டு வரையில் தமிழ் நாட்டில் விநாயக வழிபாடு நடை பெற்றிலது என்பது அறியலாகும். 'மாணிக்கவாசகர் வரலாறும் காலமும்' என்னும் நூலிலும் இவ்வாறே கூறப்பட்டுள்ளது. இவற்றால், பண்டைத் தமிழ்ப் புலவராய் விளங்கிய கபிலர், தமது காலத்தில் வழக்காற்றிலில்லாத கடவுளை வழிபட்டுப் பாடியுள்ளார் என்று கூறுதல் பொருத்தமுடையதாகாது.

அன்றியும் இரட்டை மணிமாலை போன்ற பிரபந்தங்களும் அவர் காலத்தில் தோன்றிவிருக்கவில்லை. கட்டளைக் கலித்துறைப் பாட்டுக்களும் கபிலர் காலத்தில் வழங்கவில்லை . அவ்வாறே பிரபந்தங்கள் பலவும், கபிலர் வாழ்ந்த காலத்தில் வழங்கின என்றல் பொருந்தாதே. அவை, அவர் காலத்துக்குப் பல நூற்றாண்டுகளின் பின்னர்த் தோன்றியனவே. ஆசிரியர் நச்சினார்க்கினியர் கருத்தும் இதுவே யாதலறிக. இவையெல்லாற்றையும் ஆராயாது பெயரொற்றுமை யொன்று மட்டும் கருதி, கபிலதேவநாயனாரைக் கபிலர் என்றும் பழம் புலவர் என்று கோடல் மயக்க உணர்வேயாகும்.[15]

'பதினென் கீழ்க்கணக்கு நூல்களில் ஒன்றான இன்னா நாற்பது என்னும் நூலைச் செய்தவரும் கபிலதேவதாயனாரே. இவர் இந்நூலில் கபிலர் என்று கூறப்படுகின்றார். இவர் சங்ககாலத்துக் கபிலர் அல்லர். மூத்த நாயனார் சிவபெருமான் திருவந்தாதி இவற்றைச் செய்தவரே இந்தக் கபிலர் என்று தோன்றுகிறது.[16]

சிவபெருமான் திருவந்தாதி: பரணதேவ நாயனார் இயற்றியது சிவபெருமான் திருவந்தாதி. இது நூறு வெண்பாக்களினால் அந்தாதித் தொடையாகப் பாடப்பட்டுள்ளது. பதினோராந்திருமுறையில் தொகுக்கப்பட்டுள்ளது. இவ்வந்தாதியின் கடைசியில் இதன் சிறப்பைக் கூறுகிற வெண்பா ஒன்று காணப்படுகிறது. இவர் சங்ககாலத்தில் இருந்த பரணர் அல்லர். பக்தி இயக்க காலத்தில் களப்பிரர் ஆட்சிக் காலத்தில் இருந்த நக்கீர தேவதாயனார், கல்லாடதேவ நாயனார், கபிலதேவ நாயனாரைப் போலவே இந்தப் பரணதேவதாயனாரும் பிற்காலத்தில் இருந்தவர்.

சங்க காலத்துப் பரணர் அகநானூற்றில் 34 செய்யுட்களையும் குறுந்தொகையில் 16 பாடல்களையும் நற்றிணையில் 12 செய்யுட்களையும் புறநானூற்றில் 13 செய்யுட்களையும் பாடியுள்ளார். மற்றும் சேரன் செங்குட்டுவன் மேல் பதிற்றுப்பத்து ஐந்தாம் பத்தைப் பாடினார். சோழன் உருவப் பறேரிளஞ் சேட் சென்னியையும் வையாவிக் கோட்பெரும் பேகனையும் பாடியுள்ளார். அவர் கி.பி.2-ம் நூற்றாண்டின் முற்பகுதியில் கடைச்சங்க காலத்தில் இருந்தவர். சிவபெருமான் திருவந்தாதி பாடிய இந்தப் பரணதேவ நாயனார் பிற்காலத்தில்

களப்பிரர் ஆட்சிக் காலத்தில் இருந்தவர். இவர் வேறு அவர் வேறு.

கீழ்க்கணக்கு நூல்கள்

இதுவரையில் களப்பிரர் காலத்தில் சைவ சமண சமயத்தவர் எழுதிய தமிழ் நூல்களைக் கூறினோம். களப்பிரர் காலத்தில் எழுதப்பட்ட வேறு நூல்களும் உள்ளன. அவை கீழ்க்கணக்கு நூல்கள். கீழ்க்கணக்கு நூல்களைப் பதினெட்டாகப் பிற்காலத்தில் தொகுத்துள்ளனர். பதினெட்டு கீழ்க்கணக்கு தூல்களில் காலத்தால் முற்பட்டவையும் பிற்பட்டவையும் உள்ளன. ஆனால், அவைகளில் பெரும்பான்மையானவை களப்பிரர் ஆட்சிக் காலத்துக்குள்ளாக எழுதப்பட்டவை. பதினெண் கீழ்க்கணக்கு நூல்களாவன:- 1.நாலடியார் 2. நான்மணிக்கடிகை 3, இன்னாநாற்பது 4. இனியவை நாற்பது 5.கார்நாற்பது 6.களவழி நாற்பது 7.ஐந்திணை ஐம்பது 8. திணைமாலை நூற்றைம்பது 9.திணைமாலை ஐம்பது 10.திணை மொழி ஐம்பது 11. ஐந்திணை எழுபது 12. முப்பால் (திருக்குறள்) 13. திரிகடுகம் 14. ஆசாரக்கோவை 15 சிறுபஞ்ச மூலம் 16. முதுமொழிக் காஞ்சி 17. ஏலாதி 18.கைந்நிலை.

இந்தக் கீழ்க்கணக்குப் பதினெட்டு நூல்களில் திருக்குறள், களவழிநாற்பது, முதுமொழிக்காஞ்சி ஆகிய மூன்றும் கடைச்சங்க காலத்தில் கி.பி.250-க்கு முன்பு எழுதப்பட்ட நூல்கள். நாலடியார் என்னும் நூல் கி.பி. 7-ம் நூற்றாண்டில், களப்பிரர் ஆட்சிக்குச் சற்று பின்பு எழுதப்பட்டது. பிற பதினான்கு நூல்களும் களப்பிரர் ஆட்சிக்காலத்தில் கி.பி.3-ம் நூற்றாண்டுக்கும் 6-ம் நூற்றாண்டுக்கும் இடைப்பட்ட காலத்தில் எழுதப்பட்டவை. திரு. பி.தி. சீனிவாச அய்யங்கார் போன்ற சிலர் பதினெண்கீழ்க் கணக்கு நூல்கள் எல்லாம் கி.பி. 6-நூற்றாண்டு முதல் கி.பி.சி-ம் நூற்றாண்டுக்கு இடைப்பட்ட காலத்தில் எழுதப்பட்டன என்று கூறுவர்.[17] இவர் கூறுவது தவறு. இதுபற்றிய ஆய்வுரையை இணைப்பு 5-ல் காண்க.

கீழ்க்கணக்கு என்பதன் பொருள் என்ன என்பதைப் பார்ப்போம். மாந்தர் தம்முடைய உலக வாழ்க்கையில் அடைய வேண்டியவை அறம் பொருள் இன்பம் வீடு என்னும் நான்கு பயன்களாகும். இந்த நான்கு பயன்களில் வீடு (மோட்சம்) என்பது மறுமையில் பெறப்படுவது. மற்ற அறம் பொருள் இன்பம் ஆகிய மூன்றும் இம்மையில் (இவ்வுலக வாழ்க்கையில்) அடையப்படுவன. அறம் பொருள் இன்பம் ஆகிய மூன்றையும் கூறுகிற நூல்களுக்குக் கீழ்க்கணக்கு என்று பெயர் கூறினார்கள். இதைப் பழைய உரையாசிரியர்களும் திருநாவுக்கரசரும் கூறியுள்ளனர். அவற்றைக் காட்டுவோம். பேராசிரியர் என்னும் உரையாசிரியர், தொல்காப்பியம் பொருளதிகாரம் செய்யுளியல் 47-ம் சூத்திரத்துக்கு உரையில் இவ்வாறு கூறுகிறார்:

வனப்பியல் தானே வகுக்குங் காலை

சின்மென் மொழியாற்றாய பனுவலொடு
அம்மை தானே அடிநிமிர் பின்றே

'தாய பனுவலொ'டென்பது அறம் பொருள் இன்பமென்னும் மூன்றிற்கும் இலக்கணஞ் சொல்லும்; வேறிடையிடை அவை யன்றியும் தாய்ச்செல்வ தென்றவாறு. அதாவது பதினெண் கீழ்க்கணக்கென உணர்க. அதனுள் இரண்டடியாறும் ஐந்தடியானும் ஒரே செய்யுள் வத்தவாறும். அவை சிவவாய மெல்லிய சொற்களான் வந்தவானும், அறம் பொருள் இன்ப மென அவற்றுக்கு இலக்கணங் கூறிய பாட்டுப் பயின்று வருமாறும் கார்நாற்பது களவழிநாற்பது முதலாயின வந்தவாறுங் கண்டு கொள்க.'

திருநாவுக்கரசு சுவாமிகள் கீழ்க்கணக்கைப் பற்றிக் கூறுவதைப் பார்ப்போம். திருக்குறுந்தொகை இன்னம்பர் பதிகத்தில் அடிகள் இவ்வாறு கூறுகிறார்.

தொழுது தூமலர் தூவித் துதித்து நின்று
அழுது காமுற்று அலற்று கின்றாரையும்
பொழுது போக்கிப் புறக்கணிப் பாரையும்
எழுதும் கீழ்க்கணக்கு இன்னம்பர் ஈசனே

இம்மை வாழ்க்கையில் அறம் பொருள் இன்பங்களைப் பெற்று மறுமைக்கு அடையவேண்டிய கடவுள் வழிபாட்டைச் செய்யாதவர்களைக் கடவுள் கணக்கு எழுதிவைக்கிறார் என்று கூறுகிறார். அறம் பொருள் இன்பம் என்னும் இம்மைப் பயன்களைக் கீழ்கணக்கு என்று கூறுவது காண்க.

அடி நிமிர் வில்லாச் செய்யுட் டொகுதி
அறம் பொருள் இன்பம் அடுக்கி அவ்வகைத்
திறம்பட வருவது கீழ்க்கணக் காகும்
என்பது பன்னிருபாட்டியல்.

உலக வாழ்க்கையில் பெறவேண்டிய அறம் பொருள் இன்பம் ஆகிய மூன்றும் கீழ்க்கணக்கு என்று கூறப்பட்டதைக் கண்டோம். இனி, களப்பிரர் காலத்தில் எழுதப்பட்ட கீழ்க்கணக்கு நூல்களைக் கூறுவோம்.

நான்மணிக்கடிகை: இது 104 செய்யுட்களையுடையது. விளம்பிநாகனார் என்பவரால் செய்யப்பட்டது. இப்பெயரைக் கொண்டு இவர் விளம்பி என்னும் ஊரில் இருந்தவர் என்பது தெரிகிறது. ஒவ்வொரு வெண்பாவிலும் நான்கு நான்கு நீதிகளைக் கூறுகிறபடியால் நான்மணிக்கடிகை என்று பெயர்பெற்றது. இவர் வைணவ சமயத்தவர் என்பது இந்நூல் கடவுள் வாழ்த்தினால் அறிகிறோம்.

மதிமன்னு மாயவன் வாண்முகம் ஒக்கும்
கதிர் சேர்ந்த ஞாயிறு சக்கரம் ஒக்கும்
முதுநீர்ப் பழனத்துத் தாமரைத் தாளின்
எதிர்மலர் மற்றவன் கண்ணொக்கும் பூவைப்
புதுமலர் ஒக்கும் நிறம்
என்பது இந்நூலின் கடவுள் வாழ்த்து.

இன்னா நாற்பது: இன்னாதவைகளைத் (துன்பத்தருகிற செயல்களை) தொகுத்துக் கூறுகிறபடியால் இந்நூல் இன்னாநாற்பது என்று பெயர் பெற்றது. நாற்பது வெண்பாக்களையுடையது. தனியாகக் கடவுள் வாழ்த்து ஒன்றைப் பெற்றுள்ளது. சிவபெருமான், பலராமன், மாயவன் (திருமால்) சத்தியான் (வேலாயுதனாகிய முருகன்) ஆகியோரைக் கடவுள் வாழ்த்தில் இதன் ஆசி-ரியர் கூறுகிறார்.

முக்கட் பகவன் அடி தொழாதார்க் கின்னா
பொற்பனை வெள்ளையை யுள்ளாது ஒழுகின்னா.
சக்கரத் தானை மறப்பின்னா ஆங்கின்னா
சத்தியான் தாள் தொழா தார்க்கு
என்பது இந்நூல் கடவுள் வாழ்த்து.

இதன் ஆசிரியர் பெயர் கபிலர். இந்த ஆசிரியரும் முன்பு கூறப்பட்ட சுபில தேவதாயனார் என்பவரும் ஒருவரே. இந்தக் கபிலர் (கபில தேவநாயனார்) சங்ககாலத்தில் பாரிவள்ளலின் நண்பரும் அவ்வள்ளல் இறந்த பிறகு செல்-வக்கடுங்கோ வாழியாதனைப் பதிற்றுப்பத்து 7-ம் பத்தில் பாடியவருமான சங்-ககாலத்துக் கபிலர் அல்லர். இந்தக் கபிலர் களப்பிரர் காலத்தில் இருந்த கபிலர். இந்தக் கபிலரும் மூத்தநாயனார் இரட்டை மணிமாலை சிவபெரு-மான் திருவந்தாதி முதலான செய்யுட்களை இயற்றிய கபில தேவநாயனாரும் ஒருவரே.

இன்னாநாற்பது பாடிய கபிலரும் மூத்தநாயனார் திருவிரட்டை மணி-மாலை, சிவபெருமான் திருவிரட்டை மணிமாலை, சிவபெருமான் திரு-வந்தாதி என்ற நூல்களைப்பாடிய (பதினோராந் திருமுறையில் தொகுக்-கப்பட்டவை) கபிலதேவநாயனாரும் வெவ்வேறு கபிலர்கள் என்று திரு. சதாசிவபண்டாரத்தார் கருதுகிறார். இவர் மூன்று கபிலர்களைக் கூறுகிறார். சங்ககாலத்தில் இருந்த கபிலர், அவருக்குப் பிறகு இன்னாநாற்பது பாடிய கபிலர், மூத்தநாயனார் இரட்டை மணிமாலை முதலான நூல்களை இயற்றிய கபிலதேவதாயனார் ஆகிய மூன்று கபிலர்கள் என்று கூறுகிறார்.

இதற்கு இவர் கூறும் காரணம் கபிலதேவநாயனார் மூத்த பிள்ளையார் மீது இரட்டை மணிமாலை பாடியிருப்பதும் சிவபெருமான் திருவந்தாதியில் திருச்சிராப்பள்ளி மலையில் சிவபெருமான் எழுந்தருளியிருப்பதாகக் கூறியிருப்பதும் ஆகும்.

அதாவது, மூத்தபிள்ளையார் (கணபதி) கி.பி.7-ம் நூற்றாண்டில் தரசிம்மவர்மன் மாமல்லன் காலத்தில், சிறுத்தொண்ட நாயனார் (பரஞ்சோதியார்) வாதாபியிலிருந்து கணபதி உருவங்களைக் கொண்டுவந்து தமிழ் நாட்டில் முதல் முதலாகக் கணபதி வணக்கத்தை உண்டாக்கினார் என்று பொதுவாகக் கூறப்படும் கருத்தை உடன்பட்டு, மூத்தபிள்ளையார் இரட்டைமணிமாலை பாடியிருப்பதனாலும் அந்தாதியில் திருச்சிராப்பள்ளிமலையில் சிவனுக்குக் கோயில் இருந்ததைக் கூறியிருப்பதனாலும், (திருச்சி மலையில் முதலாம் மகேந்திரவர்மன் ஒரு குகைக்கோயிலை அமைத்தான் என்பது கொண்டும்) சதாசிவ பண்டாரத்தார் கபிலதேவதாயனார் கி.பி. 7-ம் நூற்றாண்டில் இருந்தவர் என்று கருதுகிறார்.[18]18

மாமல்லன் முதலாம் நரசிம்மவர்மன் காலத்தில் சேனாதிபதியான பரஞ்சோதியார் (சிறுத்தொண்டநாயனார்) இரண்டாம் புலிகேசியின் நகரமான வாதாபியை வென்று அங்கிருந்து கணபதி உருவங்களைக் (வாதாபி கணபதி) கொண்டுவந்து கணபதீச்சரம் என்னும் ஊரில் கணபதிக்குக் கோயில் கட்டினார் என்பது வரலாற்றறிஞரின் பொதுவான கருத்து. ஆனால், சிறுத்தொண்ட நாயனாருக்கு முன்பே களப்பிரர் ஆட்சிக் காலத்தில் கணபதி வழிபாடு தமிழகத்தில் இருந்தது என்று இப்போது ஆராய்ச்சியினால் அறியப்படுகிறது. மற்றும், கபிலதேவநாயனாரின் 'சிவபெருமான் திருவந்தாதி'யில் சிவபெருமான் திருச்சிராப்பள்ளி மலையில் எழுந்தருளியிருப்பதாகக் கூறியிருப்பது கொண்டு, அந்த மலையில் மகேந்திரவர்மன் (கி.பி.600-630) குகைக்கோயிலை சிவபெருமானுக்கு அமைத்த படியால் அந்த மலையைக் கூறுகிற கபிலதேவதாயனார் கி.பி. 7-ம் நூற்றாண்டில் இருந்தவர் என்று திரு. சதாசிவபண்டாரத்தார் கருதுகிறார்.

சிவபெருமான் திருவந்தாதியில் 'காவிரி வந்தேறு மறுகிற் சிராமலையெங் கோமான்' என்று சிராமலையில் இருந்த சிவபெருமானைக் கபிலதேவ நாயனார் கூறினார்.[19] இதில், மகேந்திரவர்மன் அமைத்த குகைக்கோவிலைத்தான் இவர் கூறுகிறார் என்று கருதவேண்டியதில்லை. அதற்கு முன்பு அம்மலைமேல் இருந்த சிவன் கோயிலைக் குறிப்பதாகக் கொள்ளலாம். ஆகவே கபிலதேவ நாயனாரும், இன்னா நாற்பது கபிலரும் வெவ்வேறு கபிலர்கள் என்று கருதுவது வேண்டா. இருவரும் ஒருவரே என்பது எம்முடைய கருத்து.

இனியவை நாற்பது: இந்த நூலை இயற்றியவர் பெயர் மதுரைத் தமிழாசிரியர் மகனார் பூதஞ்சேந்தனார். இது நாற்பது வெண்பாக்களையும் ஒரு கடவுள் வாழ்த்தையும் உடையது. மாந்தர் செய்ய வேண்டிய இனிய (நல்ல)

செயல்களைக் கூறுகிறது இந்நூல். இதன் கடவுள் வாழ்த்து இது:

கண்மூன்றுடையான் தாள்சேர்தல் கடிதினிதே
தொன்மாண் துழாய்மாலை யானைத் தொழலினிதே
முந்துறப் பேணி முகதான் குடையானைச்
சென்றமர்ந் தேத்தல் இனிது

திரிகடுகம்: இது நூறு வெண்பாக்களையும் ஒரு கடவுள் வாழ்த்தையும் உடைய நூல். சுக்கு மிளகு திப்பிலி என்னும் மூன்று மருத்துச் சரக்குகளைத் தனித்தனியே பொடி செய்து, இப்பொடிகளைச் சம அளவாகச் சேர்த்து அமைக்கப்பட்ட மருந்து திரிகடுகம் என்பது. இதைத் திரிகடுகு சூரணம் என்றும் கூறுவர். இது காரமாக இருக்கும். இதனால் இது திரிகடுகம் (மூன்று காரமான பொருள்) என்று பெயர் பெற்றது. இதை நாள்தோறும் காலையில் சிறு அளவாக உட்கொண்டால் உடல் நோயை நீக்கி நலம் உண்டாக்கும். திரிகடுகமாகிய சுக்கு மிளகு திப்பிலியைச் சமனளவாகச் சிதைத்து நீர்விட்டுக் காய்ச்சிய கியாழத்தையும் உட்கொள்ளலாம். திரிகடுகக் கியாழமும் சூரணமும் உடல் நோயைப் போக்குவது போல, திரிகடுகம் என்னும் இந்நூலைப் படிப்பவரின் உள்ள தோய் (மனநோய்) நீங்கும் என்னும் கருத்தினால் இந்நூல் திரிகடுகம் என்று பெயர் பெற்றது. ஒவ்வொரு செய்யுளிலும் மும்மூன்று கருத்துகள் கூறப்படுகின்றன. இதன் கடவுள் வாழ்த்துச் செய்யுள் இது:

கண்ணகன் ஞாலம் அனத்ததூஉம் காமருசீர்த்
தண்ணறும் பூங்குருத்தம் சாய்த்ததுஉம் -
தண்ணிய மாயச் சகடம் உதைத்த தூஉம் இம்மூன்றும்
பூவைப் பூவண்ணன் அடி

ஆசாரக் கோவை: இந்நூல் நூறு செய்யுட்களையும் ஒரு சிறப்புப் பாயிரத்தையும் உடையது. இந்நூல் வெண்பாவின் வகைகளான குறள் வெண்பா, சிந்தியல் வெண்பா, நேரிசை வெண்பா, இன்னிசை வெண்பா, பறொடை வெண்பா ஆகிய வெண்பாக்களால் அமைத்த நூல். மனிதர் ஒழுக வேண்டிய ஒழுக்கங்களைத் தொகுத்து இதில் இதன் ஆசிரியர் கூறுகிறார். இதன் ஆசிரியர் பெருவாயில் முள்ளி என்பவர். கயத்தூர்ப் பெருவாயில் முள்ளி என்று கூறப்படுவதால், இவர் கயத்தூரைச் சேர்ந்த பெருவாயில் என்னும் ஊரில் இருந்தவர் என்று கருதலாம். புதுக்கோட்டையில் அன்னவாயில், சித்தன்ன வாயில், பெருவாயில் என்னும் ஊர்கள் உள்ளன. ஆகவே இவர் புதுக்கோட்டைப் பகுதியில் வாழ்ந்தவராதல் வேண்டும். இதன் சிறப்புப்பாயிரம் இது!

ஆரெயில் மூன்றும் அழித்தான் அடியேத்தி

ஆரிடத்துத் தானறிந்த மாத்திரையான், ஆசாரம்
யாரும் அறிய, அறனாய மற்றவற்றை
ஆசாரக் கோவை எனத் தொகுத்தான்; தீராத்
திருவாயிலாய திறல்வண் சயத்தூர்ப்
பெருவாயில் முள்ளி என்பான்

பழமொழி நானூறு: முன்றுறையரையர் என்பவர் இந்நூலின் ஆசிரியர். இந்நூல் கடவுள் வாழ்த்து உட்பட நானூறு வெண்பாக்களையுடையது. ஒவ்வொரு வெண்பாவின் இறுதியிலும் ஒவ்வொரு பழமொழி கூறப்படுகிறது. எனவே இதில் நானூறு பழமொழிகள் கூறப்படுகின்றன. இந்தப் பழமொழிகள் எல்லாம் இந்நூலாசிரியர் காலத்துக்கு முன்பு (களப்பிரர் ஆட்சிக் காலத்துக்கு முன்பு) வழங்கிவந்தவை. இந் நூலாசிரியர் ஆருகத மதத்தைச் சேர்ந்தவர்.

பிண்டியின் நீழற் பெருமான் அடிவணங்கிப்
பண்டைப் பழமொழி நானூறும் - கொண்டினிதா
முன்றுறை மன்னவன் நான்கடியும் செய்தமைத்தான்
இன்றுவை வெண்பா இவை!
என்பது இந்நூல் தற்சிறப்புப் பாயிரம்,

சிறுபஞ்சமூலம்: இந்நூல் நூற்றிரண்டு செய்யுட்களையும் இரண்டு சிறப்புப் பாயிரச் செய்யுட்களையும் உடையது. பஞ்சமூலம் என்பது ஐந்து வகையான வேர்கள். அவை கண்டக்கத்திரிவேர், சிறுவழுதுணைவேர், சிறுமல்லிவேர், பெருமல்லி வேர், நெருஞ்சிவேர் என்பவை. இந்த ஐந்து வேர்களைத் கொண்டு சிறுபஞ்சமூலம் என்னும் மருந்து செய்யப்பட்டு நோயாளிகளுக்குத் தரப்பட்டது. இந்தச் சிறு பஞ்சமூலம் என்னும் நூலில் ஒவ்வொரு செய்யுளிலும் ஐந்து ஐந்து பொருள்கள் கூறப்படுகின்றன. இவை உடல் நோயைத் தீர்க்கிற சிறுபஞ்சமூலம் போன்று மன நோயைத் தீர்ப்பன ஆகையால் சிறுபஞ்சமூலம் என்று பெயர் பெற்றது. இந்நூலாசிரியரின் பெயர் காரியாசான். இந்நூலின் கடவுள் வாழ்த்துச் செய்யுள் இது:

முழுதுணர்ந்து மூன்றொழித்து மூவாதான் பாதம்
பழுதின்றி மாற்றப் பணிந்து - முழுதேத்தி
மண்பா ஞாலத்து மாந்தர்க் குறுதியா
வெண்பா உரைப்பன் சில

ஏலாதி: எண்பத்தேழு பாடல்களையுடைய இந்த நூலை எழுதியவர் பெயர் கணிமேதாவியார். கணி என்னும் சிறப்புப் பெயர். இவர் வான நூலைக்கற்றவர் என்பதைத் தெரிவிக்கிறது. வானநூலைப் பயின்றவர்கட்குக் கணி,

கணியன் என்று பழங்காலத்தில் பெயர் இருந்தது. அரசருடைய கணிவருக்குப் பெருங்கணி என்னும் கணிமேதாவியார் தமிழ்ப்புலமை பெற்றிருந்ததோடு வான நூலையும் கற்றிருந்தார் என்பது தெரிகிறது. ஏலாதி என்பது, திரிகடுகம், சிறுபஞ்சமூலம் என்பவை போன்று ஒரு மருந்தின் பெயர். ஏலம், இலவங்கப்பட்டை, நாகேசரம், மிளகு, திப்பிலி, சுக்கு என்று ஆறுவகையான சரக்குகளை மருத்துவ நூல் கூறும் அளவுப்படி ஒன்றாகச் சேர்ந்து செய்யப்பட்ட சூரணத்துக்கு ஏலாதி என்பது பெயர். ஏலாதி என்னும் பெயருடைய இந்த நூலில் ஒவ்வொரு செய்யுளிலும் ஆறு பொருள்கள் கூறப்படுகின்றன. இவர் சமண சமயத்தவர்.

இல்லறநூல் ஏற்ற துறவற நூல் ஏயுங்கால்
சொல்லறநூல் சோர்வின்றித் தொக்குரைத்து - நல்ல
அணிமேதை யாய்தல்ல வீட்டு நெறியுங்
கணிமேதை செய்தான் கலந்து
என்பது இந்நூலின் பாயிரச் செய்யுள்.

கார் நாற்பது: இது நாற்பது வெண்பாக்களையுடைய நூல். இது, அகப்பொருளில் முல்லைத்திணையைக் கூறுகிறது. அலுவல் காரணமாக வெளியூருக்குச் சென்ற தலைவன் தான் கார் காலத்தில் திரும்பி வருவதாகத் தன் தலைவிக்குக் (காதலிக்கு) கூறிச் சென்றான். அவன் சொன்ன கார் காலம் வந்ததும் அவன் திரும்பி வராதபடியால் தலைவி கவலைப்பட்டாள். தோழி அவனுக்கு ஆறுதல் கூறினாள். கடைசியில் காதலன் திரும்பி வந்தான். இவற்றைக் கூறுகிறது இந்தச் செய்யுள். இதனை இயற்றிய ஆசிரியர் பெயர் மதுரைக் கண்ணன் கூத்தனார்.

பொருகடல் வண்ணன் புனைமார்பில் தார்போல்
திருவில் விலங்கூன்றித் தீம்பெயல் தாழ
வருவதும் எனமொழிந்தார் வாரார்கொல் வானம்
கருவிருந் தாலிக்கும் போழ்து
என்பது இந்நூலின் பாயிரச் செய்யுள்.

ஐந்திணை ஐம்பது: அகப்பொருளைப் பற்றிய ஐந்திணைகளும் பத்துப்பத்துப் பாக்களினால் இயற்றப்பட்டதாதலின் இந்நூல் ஐந்திணை ஐம்பது என்று பெயர் பெற்றது. இதைப் பாடியவர் மாறன் பொறையனார் என்னும் புலவர். இதன் பாயிரச் செய்யுள்,

பண்புள்ளி நின்ற பெரியார் பயன்தெரிய
வள்புள்ளி மாறன் பொறையன் புணர்த்தியாத்த

ஐந்திணை யைம்பதும் ஆர்வத்தின் ஓதாதார்
செந்தமிழ் சேராதவர்

என்று கூறுகிறது. இதில் செந்தமிழ் என்பது அகப்பொருளைக் குறிக்கிறது. தமிழ் என்பதற்கு அகப்பொருள் என்னும் பொருளும் உண்டு. அகப்பொருளைத்தான் இச்செய்யுள் செந்தமிழ் என்று கூறுகிறது.

திணைமொழி ஐம்பது: அகத்திணை ஐந்துக்கும் திணையொன்றுக்குப் பத்துச் செய்யுளாக அமைத்து ஐம்பது பாக்களினால் இயற்றப்பட்டது இந்நூல், இயற்றியவர் கண்ணன் சேந்தனார். இவருடைய தந்தையாரின் பெயர் சாத்தந்தையார். ஆகவே இவர் சாத்தந்தையார் மகனார் கண்ணஞ் சேந்தனார் என்று கூறப்பட்டார்.

ஐந்திணை எழுபது: இந்நூலும் அகப்பொருள் ஐந்திணைகளைப் பற்றிக் கூறுகிறது. ஒவ்வொரு திணைக்கும் பதினான்கு பாக்களாக ஐந்து திணைகளுக்கு எழுபது பாடல்களைக் கொண்டது. இதன் ஆசிரியர் பெயர் மூலாதியார். இதன் கடவுள் வாழ்த்துக் கணபதியாகிய பிள்ளையாருக்குரியது.

எண்ணும் பொருளினிதே யெல்லா முடித்தெமக்கு
நண்ணுங் கலையனைத்து நல்குமால் - கண்ணுதலின்
முண்டத்தான் அண்டத்தான் மூலத்தான் ஆலஞ்சேர்
கண்டத்தான் ஈன்ற களிறு
என்பது இதன் கடவுள் வாழ்த்து.

இந்தப் பிள்ளையார் கடவுள் வாழ்த்து இந்நூலாசிரியர் செய்ததன்று என்றும் பிற்காலத்தவர் யாரோ செய்தமைத்தது என்றும் திரு. சதாசிவ பண்டாரத்தார் கருதுகிறார். இதற்கு இவர் கூறும் காரணம் இது: "பிள்ளையாரென்று வழங்கப் பெற்று வரும் விநாயகக் கடவுளின் வழிபாடு கி.பி. ஏழாம் நூற்றாண்டில் தான் நம் தமிழ் நாட்டில் தொடங்கியது என்பது ஆராய்ச்சியால் அறிந்ததோர் உண்மையாகும். எனவே, அக்கடவுளுக்கு வாழ்த்துக் கூறப்பட்டுள்ள பாடல் இந்நூலாசிரியரால் இயற்றப்பட்டதன்று என்பது தேற்றம். அக்கடவுள் வாழ்த்துச் செய்யுள் நூலின் புறத்தேயுள்ளமையும் அதற்குப் பழைய உரை காணப்படாமையும் இவ்வுண்மையை நன்கு வலியுறுத்துதல் அறியற்பாலதாம்.[20]

விநாயகர் வழிபாடு தமிழகத்தில் கி.பி.7-ம் நூற்றாண்டில் மாமல்லன் நரசிம்மவர்மன் காலத்தில் அவ்வரசனுடைய சேனாதிபதியான பரஞ்சோதியார் (சிறுத்தொண்டநாயனார்) காலத்தில் முதன் முதலாக உண்டாயிற்று என்னும் கொள்கையை ஆதாரமாகக் கொண்டு பண்டாரத்தார் அவர்கள் இவ்வாறு கூறுகிறார். விநாயகர் வணக்கம் கி.பி.7-ம் நூற்றாண்டில் உண்டாயிற்று என்னும் கருத்து அண்மைக் காலத்தில் இருந்தது. ஆனால் கி.பி. 7-ம் நூற்றாண்டுக்கு முன்பே களப்பிரர் ஆட்சிக்காலத்திலேயே ஏற்பட்டிருந்தது என்பது

இப்போது ஆராய்ச்சியினால் தெரிகிறபடியால் இக்கடவுள் வாழ்த்து இந்நூ-லுக்கு உரியதே எனக் கொள்ளலாம். (இது பற்றி 'இன்னா நாற்பது' என்-னும் தலைப்பில் விளக்கிக் கூறியிருப்பது காண்க) பண்டாரத்தார் அவர்களே இந்நூலாசிரியராகிய மூலாதியார் 'கி.பி. ஐந்தாம் நூற்றாண்டில் இருந்தவர் ஆவார்' என்று கூறுகிறபடியால், இந்நூல் களப்பிரர் ஆட்சிக் காலத்தில் இயற்றப் பட்டது என்பது தெளிவாகிறது.

திணைமாலை நூற்றைம்பது: இதுவும் அகப் பொருள் ஐந்திணைகளைக் கூறுகிற நூல், குறிஞ்சிக்கு 31 செய்யுளும் நெய்தலுக்கு 31 செய்யுளும் பாலைக்கு 30 செய்யுளும் முல்லைக்கு 31 செய்யுளும் மருதத்துக்கு 30 செய்யுளும் ஆக 153 செய்யுட்களைக் கொண்டிருக்கிறது. ஆனால் நூலின் பெயரிலிருந்து 150 செய்யுட்கள்தாம் இதற்குரியவை என்று தோன்றுகிறது. எஞ்சியுள்ள மூன்று செய்யுட்கள் பிற்காலத்து இடைச்செருகலாக இருக்-குமோ, அல்லது, நூலாசிரியரே இச் செய்யுட்களையும் இயற்றியிருக்கலாமோ என்று ஐயம் ஏற்படுகிறது.

இந்நூலாசிரியரின் பெயர் கணிமேதாவியார். இவரே ஏலாதி என்னும் நூலின் ஆசிரியர் என்பதை முன்பு அறிந்தோம். இந்நூலின் பாயிரம் இது:

முனிந்தார் முனிவொழியச் செய்யுட்கண் முத்துக்
கனிந்தார் களவியற் கொள்கைக் - கணித்தார்
இணைமாலை யீடிலா வின்றமிழால் யாத்த
திணைமாலை கைவரத் தேர்ந்து

இந்தப் பாயிரத்தைப் பற்றித் திரு. சதாசிவ பண்டாரத்தார் தம்முடைய கருத்-தைக் கூறியுள்ளார்கள். அதனை (பாயிரத்தை) நோக்குமிடத்து, இவ்வாசி-ரியர் காலத்தில் அகப்பொருளாகிய களவியலை வெறுத்துக் கொண்டிருந்த ஒரு குழுவினர் நம் தமிழ் நாட்டில் இருந்திருத்தல் வேண்டும் என்பதும் அவர்கட்கு அதன் சிறப்பினை விளக்கி அவர்கள் கொண்டிருந்த வெறுப்-பினைப் போக்க வேண்டியே இவ்வினிய நூலை இவர் இயற்றியிருத்தல் வேண்டும் என்பதும் நன்கு வெளியாகின்றன. சைவ வைணவருக்கும் பௌத்த சமணருக்கும் அகப்பொருள் பற்றிக் கருத்து வேற்றுமை அக்காலத்தில் இருந்-தது. பக்தி இயக்கம் தோன்றிய அக்காலத்தில் அகப் பொருளுக்குப் பேரின்பக் (தெய்வ) காதல் கொள்கையைச் சைவ-வைணவ சமயத்தார் புதிதாகக் கற்-பித்துத் தங்கள் சமயத்தில் செய்யுட்களை இயற்றினார்கள். ஆனால், இந்தக் கொள்கையைப் பௌத்த சமயத்தாரும் சமண சமயத்தாரும் ஏற்றுக்கொள்ளா-மல் இக்கொள்கைக்கு மாறுபட்டிருந்தார்கள்.

இந்தப் பாயிரச்செய்யுளில் 'ஈடிலா இன்தமிழால் யாத்த திணைமாலை' என்று கூறப்படுகிறது. இதில் 'இன்தமிழ்' என்பது அகப்பொருளைச் சுட்டுகி-றது என்பது தெரிகிறது. 'ஐந்திணை ஐம்பது' என்னும் நூலின் பாயிரச்செய்-யுளில் செந்தமிழ் என்பது அகப்பொருளைச் சுட்டுகிறது என்பதைக் கண்-டோம்.[21]

கைந்நிலை: இதுவும் அகத்திணைபற்றிய நூல், ஒவ்வொரு திணைக்கும் பன்னிரண்டு பாடல்களையுடைய அறுபது வெண்பாக்களைக் கொண்ட சிறு நூல், தென் ஆசிரியர் மாறோக்கத்து முள்ளி நாட்டு நல்லூர்க் காவிதியார் மகனார் புல்லங்காடனார். இச்சிறு நூலிலுள்ள சில வெண்பாக்கள் அழிந்து மறைந்து போயின. இந்த நூலை 1931-ம் ஆண்டு திரு. அநந்தராமையர் அவர்கள் அச்சிட்டு வெளியிட்டார்கள். இதுவும் பதினெண்கீழ்க் கணக்கைச் சேர்ந்த நூல்.[22]

17. களப்பிரர் காலத்தில் நுண்கலைகள்

களப்பிரர் ஆட்சிக் காலத்தில் தமிழகத்தில் நுண்கலைகள் நன்றாக வளர்ந்திருக்க வேண்டும் என்று தோன்றுகிறது. ஆனால், அந்தக் கலைகளைப் பற்றிய விவரமான செய்திகள் கிடைக்கவில்லை. சங்க காலத்திலே வளர்ந்திருந்த நுண்கலைகளைப் பற்றிச் சிலப்பதிகாரம், மணிமேகலை என்னும் நூல்களிலிருந்து அறிகிறோம். அதன் பிறகு களப்பிரர் ஆட்சிக் காலத்தில் அந்தக் கலைகள் மேலும் வளர்ந்திருக்க வேண்டும் என்று நம்பலாம். ஆனால் அந்தக் காலத்துக் கலைகளைப் பற்றி அறிவதற்கு ஆதாரமான சான்றுகள் கிடைக்கவில்லை.

கிடைத்துள்ள சான்றுகளும் குறைவாகவே கிடைத்துள்ளன. நுண்கலை என்னும் அழகுக்கலைகளை ஐந்தாகக் கூறுவர். அவை கட்டடக் கலை, சிற்பக்கலை, ஓவியக்கலை, இசைக்கலை, காவியக்கலை என்பவை. நமது நாட்டுச் சிற்பக்கலை நூல்கள் கட்டடக்கலையையும் சிற்பக்கலையையும் ஒன்று சேர்த்துச் சிற்பக்கலை என்றே கூறுகின்றன. இசைக்கலை என்பதில் கூத்தும் நாடகமும் அடங்கும். களப்பிரர் காலத்தில் இருந்த இந்த நுண்கலைகளைப் பற்றிப் பார்ப்போம்.

கட்டடக்கலை: சைவம், வைணவம், பௌத்தம், சமணம் ஆகிய நான்கு மதங்களும் இருந்த களப்பிரர் காலத்துத் தமிழகத்தில் கட்டடக்கலை வளர்த்திருக்க வேண்டும். இந்த மதங்களின் கோயிற் கட்டடங்கள் கட்டாயம் இருந்திருக்க வேண்டும். அந்தக் கட்டடங்கள் செங்கல், சுண்ணாம்பு, மரம், இரும்பு ஆகிய பொருள்களைக் கொண்டு கட்டப்பட்டவை யாகையால் அவை இக்காலத்தில் நிலைபெற்றிருக்கவில்லை. கருங்கற்களை ஒன்றின்மேல் ஒன்றாக அடுக்கிக் கட்டப்படுகிற கற்றளிக் கோயில் கட்டடங்களும் பாறைகளைக் குடைந்து அமைக்கப்படும் குகைக் கோயில்களும் களப்பிரர் ஆட்சிக் காலத்தில் உண்டாகவில்லை. அவை பிற்காலத்தில் முதல் மகேந்திரவர்மன் காலத்தில் கி.பி.7-ம் நூற்றாண்டில் உண்டாக்கப்பட்டவை. (பிள்ளையார்பட்டி குகைக்கோயில் களப்பிரர் காலத்தில் உண்டாக்கப்பட்ட குகைக்கோயிலாக இருக்கலாமோ என்னும் ஐயம் தோன்றுகிறது. இதுபற்றி ஆராய்ந்து பார்க்க வேண்டும்.)

களப்பிரர் ஆட்சிக் காலத்துக்குப் பிறகு கி.பி.7-ம் நூற்றாண்டில் இருந்த திருநாவுக்கரசரும் திருஞானசம்பத்தரும் தங்களுடைய தேவாரப்பதிகங்களில் கூறுகிற கோயிற் கட்டட வகைகளான சுரக்கோயில், நாழற்கோயில், கோகுடிக்கோயில், பெருங்கோயில், இளங்கோயில், மாடக்கோயில், தூங்கானைமாடம், மணிக்கோயில் முதலான கட்டட வகைகள் களப்பிரர் காலத்திலேயே தோன்றி இருக்க வேண்டும். ஏனென்றால், இந்தக் கட்டட வகையெல்லாம் திடீரென்று 7-ம் நூற்றாண்டிலே தோன்றியிருக்க முடியாது.

அக்காலத்தில் அவை செங்கற்கட்டடங்களாக இருந்தன. கி.பி. 7-ம் நூற்றாண்டின் நடுப்பகுதியில் முதல் மால்லபுரத்தில் அமைக்கப்பட்ட பஞ்சபாண்டவ ரதங்கள் முதலான கோயில் அமைப்புகள் அவன் காலத்துக்கு முன்பு களப்பிரர் ஆட்சிக்காலத்தில் அல்லது அதற்கு முன்பு இருந்த செங்கற்கட்டடங்களின் மாதிரியயைக் காட்டுகிற பாறைக்கல் அமைப்புகள். இந்தப் பாறைக் கற்கோயில்களில் பல அகநாழிகை (கர்ப்பக்கிருகம்) இல்லாமலே ஆகையால், மாமல்லபுரத்து இரதக் கோயில்கள், செங்கற் கட்டடங்களாக இருந்த பழைய கோயில்களின் தத்ரூப உருவ அமைப்புகள் என்பதில் ஐயமில்லை.

களப்பிரர் ஆட்சிக் காலத்தில் பௌத்தரும் சமணரும் பள்ளிகளையும் விகாரைகளையும் கட்டியிருந்தனர். அந்தக் கட்டடங்களின் உருவ அமைப்பும் இந்தக் கட்டிடங்களின் அமைப்புப் போலவே இருந்திருக்க வேண்டும் என்று தோன்றுகிறது. சமண சமயக் கோயில்களுக்குச் சினகரம் என்று பெயர் இருந்தது. (ஜினன்+நகரம்= ஜினகரம், சினகரம்) விஷ்ணுவின் கோயிலுக்கு விண்ணகரம் என்று பெயர் இருந்தது. சமண பௌத்தக் கோயிலுக்குச் சேதியம் என்னும் பெயரும் உண்டு. பௌத்தப் பிக்குகள் இருந்த ஆசிரமம் அல்லது விகாரைகள் பெரிய கட்டடங்கள். அவை காஞ்சி, நாகை, உறையூர், காவிரிப் பூம்பட்டினம் முதலான நகரங்களில் இருந்தன.

காவிரிப்பூம்பட்டினத்தில் இருந்த பௌத்த விகாரை, நெடுஞ்ச் சுவர்களும் பெரிய வாயில்களும் உடையதாக வெண்சுதை பூசப்பெற்றுக் கயிலாயம் போன்று இருந்ததென்றும் அது கண (கண்ண)தாசன் என்னும் அமைச்சனால் (களப்பிர அரசனுடைய அமைச்சன்) கட்டப்பட்ட தென்றும் அபிதம்மாவதாரம் என்னும் பௌத்த மத நூல் கூறுகிறது. சோழநாட்டில் பூதமங்கலம் என்னும் ஊரில் இருந்த பௌத்த விகாரையைக் கட்டியவர் வேணுதாசர் (விஷ்ணுதாசர்) என்று வினயவினிச்சயம் என்னும் நூல் கூறுகிறது. இவையெல்லாம் செங்கற்கட்டடங்களே.

சிற்பக்கலை: சிற்பக்கலை என்பது தெய்வங்கள், மனிதர், மிருகம், பறவை மரம், செடி, கொடி முதலியவைகளின் உருவங்களைச் சுதை, மரம் கல் முதலியவற்றில் அமைப்பது. சிற்பக்கலையையும் கட்டடக் கலையையும் சிற்பம் என்றே நமது நாட்டுக் கலை நூல்கள் கூறுகின்றன. களப்பிரர் காலத்துச் சிற்பங்களும் கிடைக்கவில்லை. சுதை மரங்களினால் செய்யப்பட்டபடியால்

அவை அழிந்துபோயின. கருங்கல்லில் சிற்பவடிவங்கள் புடைப்புச் சிற்பமாக (புடைப்புச் சிற்றம்- Baselief) அழைக்கப்பட்டன.

ஓவியக்கலை: ஓவியம் என்பது சித்திரம். ஓவியம் பலவித நிறங்களினால் எழுதப்பட்டது. அந்தக் காலத்து ஓவியங்கள் பெரும்பாலும் சுவர்களில் எழுதப்பட்ட சுவர் ஓவியங்களே. பௌத்த சைன விகாரைகளிலும் பள்ளிகளிலும் கோவில்களிலும் சுவர் ஓவியங்கள் எழுதப்பட்டன. கடைச்சங்க காலத்தில் திருப்பரங்குன்றத்தின் மேல் இருந்த முருகக் கடவுளின் ஆலயத்தின் மண்டபச் சுவர்களில் வண்ண ஓவியங்கள் எழுதப்பட்டிருந்ததைப் பரிபாடல் கூறுகிறது. 'சுவரை வைத்தல்லவோ சித்திரம் எழுத வேண்டும்' என்னும் பழமொழி, கட்டடச் சுவர்களில் சித்திரங்கள் எழுதப்பட்டதைத் தெரிவிக்கிறது.

படத்தில் (படம் -துணி) சித்திரம் எழுதும் பழக்கமும் இருந்தது. படம் என்னும் சொல் துணியில் எழுதப்பட்ட ஓவியத்துக்குப் பெயராம். இக்காலத்தில் பலகை, காகிதம், ஆகிய பொருள்களில் எழுதப்பட்ட ஓவியங்களுக்குப் படம் என்று கூறப்படுகிறது. ஓவியக்கலை எளிதில் மறைத்துவிடக் கூடிய இயல்புடையது. களப்பிரர் காலத்துக் கட்டடங்கள் அழிந்து போனபடியால் அக்காலத்துச் சுவர் ஓவியங்களும் மறைந்து போயின. துணியில் எழுதப்பட்ட படங்களும் மறைந்து போயின.

இசைக்கலை: நுண்கலைகளில் ஓவியக்கலைக்கு அடுத்தபடியாகக் கூறப்படுவது இசைக்கலை. இசையில் யாழ், குழல், முழவு முதலான இசைக் கருவிகளும் அடங்கும். இசைக்கலையோடு கூத்துக் (நாடகம்) கலையும் அடங்கும். கூத்துக்கலையைப் பரத நாட்டியம் என்று இக்காலத்தில் வழங்குகிறோம். இசையும் கூத்தும் சங்ககாலத்திலே பெரிதும் வளர்த்திருந்ததைச் சிலப்பதிகாரத்தினால் அறிகிறோம். களப்பிரர் காலத்தில் இந்தக் கலைகள் மேலும் வளர்ந்திருந்தன என்பதை அறிகிறோம். களப்பிரர் காலத்தில் இருந்த காரைக்கால் அம்மையார் பதிகம் என்னும் இசைப்பாடலைப் பாடியுள்ளார்.

'தேவாரப் பதிகங்கள் இசைப்பாடல்களே. தேவாரப்பதிகங்களைப் பாடிய அப்பர், சம்பந்தர் காலத்துக்கு முன்னே களப்பிரர் ஆட்சிக்காலத்தில் இருந்த காரைக்கால் அம்மையார் முதல் முதல் பதிகம் (இசைப்பாடல்) பாடினார். அவர் பாடியவை இரண்டு பதிகங்கள். அவை திருவாலங்காட்டுச் சிவபெருமான் மேல் பாடப்பட்டவை. அப்பதிகங்களுக்குத் திருவாலங்காடு மூத்த திருப்பதிகங்கள்' என்று பெயர் உண்டாயிற்று. முதல் பதிகத்தின் பண் நட்டபாடை. இரண்டாம் பதிகத்தின் பண் இந்தளம். காரைக்கால் அம்மையார் பாடிய முதலாம் மூத்த திருப்பதிகத்தில் 9-ம் பாடலில் பண்களின் பெயர்களையும் இசைக்கருவிகளின் பெயர்களையும் கூறுகிறார். அப்பாடல் வருமாறு:

துத்தம் கைக்கிளை விளரி தாரம் உழை இளி
ஓசை பண்கெழுமப் பாடிச்
சச்சரி கொக்கரை தக்கையோடு தகுணிச்சற்

துந்துமி தாளம் வீணை
மத்தளங் காடிகை முன்கை மென்தோல் தமருகம்
குடமுழா மொத்தை வாசித்
தத்தனமை வினோ டாடு மெங்கள்
அப்பனிடம் திருவாலங்காடே

களப்பிரர் காலத்தில் இசைக்கலை முன்பிருந்ததைவிட அதிக வளர்ச்சி பெற்றிருக்க வேண்டும். அவற்றின் விவரம் தெரியவில்லை.

கூத்துக்கலையும் களப்பிரர் காலத்தில் வளர்த்திருந்தது. இசையும் கூத்தும் தமிழரின் பழமையான செல்வங்கள். சங்க காலத்தில் இசையும் சூத்தும் வளர்ந்திருந்ததைச் சிலப்பதிகாரம் மணிமேகலை என்னும் இரண்டு காவியங்களினால் அறிகிறோம். களப்பிரர் காலத்தில் கூத்துக்கலையும் இசைக்கலையைப் போலவே வளர்ந்திருக்க வேண்டும் என்பதில் ஐயமில்லை. களப்பிரர் காலத்தில் கூத்துக்கலையைப் பற்றி ஒரு நூல் எழுதப்பட்டிருந்தது. அந்நூலை எழுதியவர் விளக்கத்தார் (விளக்கத்தனார்) என்பவர். அந்நூலின் பெயர் 'விளக்கத்தனார் கூத்து' என்பது. அது அச்சுதன் என்னும் களப்பிர அரசன் காலத்தில் எழுதப்பட்டது. அத்நூலின் கடவுள் வாழ்த்துக் கிடைத்திருக்கிறது. (இணைப்பு 1-ல் காண்க) அந்நூலின் கடவுள் வாழ்த்தைத் தவிர பிற பகுதிகள் முழுதும் கிடைக்கவில்லை.[1]

காவியக்கலை: ஐந்து துண்கலைகளில் மிகவும் சிறந்தது காவியக்கலை. கட்டடக்கலையும் சிற்பக்கலையும் ஓவியக்கலையும் கண்ணால் கண்டு இன்புறத்தக்கவை. இசைக்கலை காதால் கேட்டு இன்புறுவது, காவியக்கலை அறிவிளால் உணர்த்து இன்புறத்தக்கது. ஆகவே காவியக்கலை அழகுக் கலைகளில் சிறந்தது என்பர்.

காவியத்தில் ஒன்பது வகையான சுவைகளைக் (நவரசங்களை) காணலாம். களப்பிரர் காலத்துக் காவியங்களில் தலைசிறந்தது சீவக சிந்தாமணி. அதற்கு அடுத்ததாக உள்ளது பெருங்கதை எனப்படும் உதயணன்கதை. கவிச்சக்கரவர்த்தியாகிய கம்பன் சிந்தாமணிக் காவியத்திலிருந்து பல கருத்துக்களை முகந்து கொண்டான் என்பர். பெருங்கதையில் அதிகமாகத் திரிசொற்கள் இருப்பதனால் அதனைப் படித்து விளங்கிக் கொள்வது சற்றுக் கடினந்தான். பலாப்பழத்தை அறுப்பது கடினம். பிசுபிசுப்பையும் அதனுள்ளிருக்கும் நார்களையும் அப்புறப்படுத்துவதும் பெருங்கதையைப் படித்து இன்புறுவதும். களப்பிரர் காலத்தில் உண்டான இந்தச் சிந்தாமணியும் பெருங்கதையும் சமணர் செய்த காவிய நூல்களாகும்.

*மயிலை சீனிவேங்கடசாமி, மறைந்து போன தமிழ் நூல்கள், 1967, பக்கம் 221 (விளக்கத்தளார் கூத்து காண்க)

2

இணைப்பு - 1: களப்பிரர் பற்றிய வாழ்த்துப் பாக்கள்

அம்போதரங்கஒத்தாழிசைக்கலிப்பா
(தரவு)
கெடலரு மாமுனிவர் கிளர்ந்துடன் தொழுதேத்தக்
கடல்கெழு கனைசுடரிற் கலந்தொளிரும் வாலுளைஇ
அழலவிர் சுழல் செங்கண் அரிமாவாய் மலைத்தானைத்
தாரோடு முடிபிதிரத் தமனியப் பொடிபொங்க
ஆர்புனல் இழிகுருதி அகலிடம் உடலனைப்பக்
கூருகிரான் மார்பிடத்த கொலைமலி தடக்கையோய்!
(தாழிசை)
முரைசதிர் வியன்மதுரை முழுவதூஉம் தலைபணிப்பப்
புரைதொடித் திரடிண்டோட் போர்மலைத்த மறமல்லர்
அடியோடு முடியிறுப்புண் உயர்ந்தவன் நிலஞ்சேரப்
பொடியெழ வெங்கனத்துப் புடைத்துநின் புகழாமோ?

கவியொழி வியனுலகம் கலந்துட னனிநடுங்க
வலியியல் அவிராழி மாறெதிர்ந்த மருட்கோவும்
மாணாதார் உடம்போடு மறம்பிதிர வெதிர்கலங்கச்
சேணுயர் இருவிசும்பிற் செகுத்ததுநின் சினமாமோ?

படுமணி இளநிரைகள் பரந்துடன் இரிந்தோடக்
கடுமுரண் எதிர்மலைந்த காரொலி எழிலேறு
வெரிநொடு மருப்பொசிய வீழ்த்துதிறல் வேறாக
எருமலி பெருத்தொழுவின் இறுத்ததுநின் இல்லாமோ?
(அம்போதரங்கம்)
(பேரென்)
இலங்கொலி மரகதம் எழில்மிகு வியன்கடல்

வலம்புரித் தடக்கை மாஅல் நின்னிறம்
விரியிணர்க் கோங்கமும் வெந்தெரி பசும்பொனும்
பொருகளி றட்டோய்! புரையும் நின்னுடை

(சிற்றெண்)

கண்கவர் கதிர்மணி கனலும் சென்னியை
தண் சுடர் உறுபகை தவிர்த்த ஆழியை
ஒலியியல் உவணம் ஓங்கிய கொடியினை
வலிமிகு சகடம் மாற்றிய அடியினை

(இடையெண்)

போரவுணர்க் கடந்தோய் நீ
புணர் மருதம் பிளந்தோய் நீ
நீரகிலம் அளந்தோய் நீ
நிழல்திகழும் படையோய் நீ

(அளவெண்)

ஊழி நீ உலகு நீ உருவு நீ அருவு நீ
ஆழி நீ அருளு நீ அறமு நீ மறமு நீ
(தனிச்சொல்) எனவாங்கு

(கரிதகம்)

அடுதிறல் ஒருவநிற் பரவுதும் எங்கோன்
தொடுகழற் கொடும்பூட் பகட்டெழில் மார்பிற்
கயலொடு கிடந்த சிலையுடைக் கொடுவரிப்
புயலுறழ் தடக்கைப் போர்வேல் அச்சுதன்
தொன்று முதிர்கட லுலகம் முழுதுடள்
ஒன்றுபுரி திகிரி உருட்டுவோன் எனவே

2. தலையளவு அம்போதரங்க ஒத்தாழிசைக் கலிப்பா பெருதேவபாணி

(தரவு)

அலைகடற் கதிர்முத்தம் அணிவயிரம் அவையணிந்து
மலையுறைமா சுமந்தேந்தும் மணியணைமேல் மகிழ்வெய்தி
ஓசனை சூழ் திருநகருள் உலகொருமூன் றுடனேத்த
ஈசனையாய் இனிதமர்ந்தங் கிருடிகட்கும் இறையவர்க்கும்
அருளறமே அறமாக அயலார்கண் மயலாக
இருளறதன் கெடுத்தியம்பி இருவினை கடிந்திசினோய்!

{தாழிசை)

துன்னாத வினைப்பகையைத் துணிசெய்யும் துணிவினையாய்
இன்னாத பகைமுனைபோல் எரித்தடக்கும் நினைப்பினால்
இருளில்லா உணர்வென்னும் இலங்கொளியால் எரித்தனையாய்
அருளெல்லாம் அடைத்தெங்கண் அருளுவதுன் அருளாமோ?

மதிபுரைமுக் குடைநீழல் மகிழ்வெய்தி அடைத்தோரைக்
கதிபொருதக் கருவரைமேல் கதிர்பொருத முகம்வைத்துக்
கொன்முனைபோல் வினை தீங்கக் குளிர்நிழற்கண் மகிழ்ந்தனிர்
போல் நின்மினீர் எனவுணர்த்தல் திருமல நின் பெருமையோ?

மனைதுறந்து வனம்புகுமின் மலமறுக்கல் உறுவீரேல்
வினையறுக்கல் உறுவார்க்கு விழுச்செல்வம் பழுதென் நீங்
கருகில்லாப் பெருஞ்செல்வத் தமரரசர் புடைசூழ
உலகெல்லாம் உடன்றுறவா உடைமையுநின் உயர்வாமோ
(அராகம்)
அரசரும் அமரரும் அடிநிழல் அமர்தர
மூரசதிர் இமிழிசை முரணிய மொழியினை
(அம்போதரங்கம்)
(பேரெண்)
அணிகிளர் அவிர்மதி அழகெழில் அவிர்சுடர்
மணியொளி மலமறு கனலி நின்னிறம்
மழையது மலியொலி மலிகடல் அலையொலி
முழையுறை அரியது முழக்கம் நின்மொழி
(இடையெண்)
வெலற்கரும் வினைப்பகை வேரொடும் வென்றனை
சொலற்கரு மெய்ப்பொருள் முழுவதும் சொல்லினை
அருவினை வெல்பவர்க் கரும்புணை ஆயினை
ஒருவினை ஆகி உலகுடன் உணர்ந்தனை
(சிற்றெண்)
உலகுடன் உணர்த்தனை
உயிர்முழு தோம்பினை
நிலவுறழ் நிலத்தனை
நிழலியல் ஆக்கையை
மாதவர் தாதையை
போதிவர் பிண்டியை
புலவருட் புலவனை
(தனிச்சொல்)
எனவாங்கு
(சுரிதகம்)
அருளுடை ஒருவர் நிற் பரவுதும் எங்கோ
இருளறு திகிரியொடு வலம்புரித் தடக்கை
ஒருவனை வேண்ட இருநிலம் கொடுத்த

நந்தி மால்வரைச் சிலம்பு நந்தி
ஒற்றைச் செங்கோல் ஒச்சிக்
கொற்ற வெண்குடை நிழற்றுக எனவே

3. அம்போதரங்க ஒரு போகு

(தாழிசை)

கரைபொருநீர்க் கடல்கலங்கக் கருவரைமத் ததுவாகத்
திரைபொருது புடைபெயரத் திண்டோளாற் கடைந்தனையே
முகில்பொரு துடல்கலங்க முழவுத்தோள் புடைபெயர
அகல்விசும்பின் அமரர்க்கும் ஆரமுதல் படைத்தனையே
வரைபெரிய மத்தாக வாளரவம் கயிறாகத்
திரையிரியக் கடல் கடைந்து திருமகளைப் படைத்தனையே

(அராகம்)

(பேரெண்)

அமரரை அமரிடை அமருல கதுவிட
நுமரது புகழ்மிக மிகவிகல் அடுத்தனை
அலைகடல் உலகமும் அந்தணர்க் கீந்தனை
உலகொடு நிலவிய ஒருபுகழ் சுமந்தனை

(இடையெண்)

ஆதிக்கண் அரசெய்தினை
நீதிக்கண் மதிநிரம்பினை
விளங்கெரி முதல்வேட்டனை
துளங்கெரியவர் புகழ்துளக்கினை

(அளவெண்)

அலகு நீ உலகு நீ அருளு நீ பொருளு நீ
நிலவு நீ வெயிலு நீ நிழலு நீ நீரு நீ

(தனிச் சொல்)

எனவாங்கு

(சுரிதகம்)

பவழம் எறிதிரைப் பரதைக் கோவே!
புகழ்துறை நிறைந்த பொருவேல் நந்தி!
உலகுடன் அளந்தனை நீயே,
உலகொடு நிலவுமதி உதயவரை ஒத்தே

4.வண்ணக ஒரு போகு

(அராகம்)

அகலிடமும் அமருலகும் அமர்பொருதும் அறந்தோற்றப்
புகலிடநின் குடை நிழலாப் புகுமரணம் பிறிதின்றி

மறத்தோற்று நிறங்கருகி மாற்புகழும் நிறைதளரப்
புறத்தோற்றுக் கழலார்ப்பப் பொருதகளம் வெறிதாக
மண்ணுலகும் மறிகடலும் மாமலையும் நிலைகலங்க
விண்ணுலகம் வியப்பெய்த வெஞ்சமத்துள் அவைத்தனையே
அதனால்,
கனைகடல் உடைதிரை கரைபொரக் கடைந்தனை
முனைவரும் அமரரும் முறைமுறை வந்துநின்
இணைமலர் பலர்புகழ் பயில்வருதார் பண்பினை
மருளுறு துதைகதிர் மணியது
மணிநிற மருளும் நின்குடை
குடையது குளிர்நிழல் அடைகுன
உயிர்களை அளிக்கும் நின்கோல்
கோலது செம்மையிற் குரைகடல் வளாகம்
மாலையும் காலையும் மகிழ்தூங் கின்று.
(பேரெண்)
ஆருயிர்க் கெல்லாம் அமிழ்தின் றமையா
நீரினும் இனிதுநின் அருள்
அருளும் அலைகடலும் ஆயிரண்டும் ஒக்கும்
இருள்கொடிமேற் கொண்டாய் நினைக்கு
(சிற்றென்)
நீரகலம் காத்தோய் நீநிலவுகம் ஈந்தோய் நீ
போரமர் கடந்தோய் நீபுனையெரிமுன் வேட்டோய் நீ,
ஒற்றைவெண் குடைபோய் நீகொற்றச்செங் கோலாய் நீ
பாகையந் துறைவனிபரியவர் இறைவனீ.
(தனிச்சொல்)
எனவாங்கு
(சுரிதகம்)
பொருகடல் வளாகம் ஒருகுடை நிழற்றி
இருபிறப் பாளர்க் கிருநிதி ஈந்து
மனமகிழ்ந்து

அருள்புரி பெரும்புகழ் அச்சுதர் கோவே!
இளையை ஆதலின் பனிமதி தவழும்
நந்தி மாமலைச் சிலம்ப
நந்திநிற் பரவுதல் நாவலர்க் கரிதே!

5. அம்போதரங்க ஒத்தாழிசைக் கலிப்பா

(தரவு)
நலங்கிளர் திருமணியும் நன்பொன்னும் குயின்றழகார்
இலங்கெயிற் றழலரிமான் எருத்தஞ்சேர் அணையின்மேல்
இருபுடையும் இயக்கரசர் இணைக்கவரி எடுத்தெறிய
விரிதாமம் துயரூஉம் வெண்குடைமூன் றுடனிழற்ற
வண்டாற்ற நாற்காதம் வகைமாண உயர்த்தோங்கும்
தண்டளிர்ப்பூம் பிண்டிக்கீழ்த் தகைபெறவீற் றிருந்தனையே
(தாழிசை)
ஒல்லாத பிறப்புணர்த்தும் ஒளிவட்டம் புடைசூழ
எல்லார்க்கும் எதிர்முகமாய் இன்பஞ்சேர் திருமுகமோ
ஏர்மலர மணிப்பொய்கை எழிலாம்பற் பொதியவிழ
ஊர்கோளோ டுடன்முளைத்த ஒளிர்வட்டம் உடைத்தன்றே?

கனல்வயிரம் குறடாகக் கனற்பைம்பொன் சூட்டாக
இனமணி ஆரமா இயன்றிருள் இரித்தோட
அந்தரத் துருளுநின் அலர்கதிர் அறவாழி
இந்திரர்கள் இனிதேத்த இருவிசும்பிற் றிகழ்ந்தன்றே?

வாடாத மணமாலை வானவர்கள் உள்ளிட்டார்
நீடாது தொழுதேத்த நிற்சேர்ந்த பெருங்கண்ணு
முகிழ்பருதி முகநோக்கி முறுவலித் துண்ணெகிழ்ந்து
திகழ்தகைய கோட்டைசூழ் திருநதிகள் திளைத்தன்றே?
(அம்போதரங்கம்)
(பேரெண்)
மல்லல் வையம் அடிதொழு தேத்த
அல்லல் நீக்கற் கறப்புனை ஆயினை
ஒருதுணி வழிய உயிர்க்காண் ஆகி
இரு துணி ஒருபொருட் கியல்வகை கூறினை
(இடையெண்)
ஏடலர் தாமரை ஏந்தும் நின்னடி
வீடொடு கட்டினை விளக்கும் நின்மொழி
விருப்புறு தமனிய விளக்கு நின்னிறம்
ஒருக்குல கூடுற உஞற்றும் நின்புகழ்
(சிற்றெண்)
இந்திரர்க்கும் இந்திரன் நீஇணையில்லா இருக்கையை நீ
மந்திர மொழியினைநீ மாதவர்க்கு முதல்வனும் நீ
அருமை சால் அறத்தினை நீஆருயிரும் அளித்தனை நீ
பெருமைசால் குணத்தினை நீபிறர்க்கறியாத் திறத்தினை நீ

(தனிச்சொல்)
எனவாங்கு
(சுரிதகம்)
அருள்தெறி ஒருவ! நிற் பரவுதுல் எங்கோத்
திருமிகு சிறப்பிற் பெருவரை அகலத்
தென்மிகு தானைப் பண்ணமை தெடுந்தேர்
அண்ணல் யானைச் செங்கோல் விண்ணவன்
செபிமனை செறுக்கறத் தொலைச்சி
ஒருதனி வெண்குடை ஓங்குக எனவே'

இணைப்பு - 2: வச்சிரநந்தியின் திரமிள சங்கம்

மூன்று வகையான சங்கங்கள்: களப்பிரர் ஆட்சிக்காலத்தில் கி.பி. 5-ம் நூற்றாண்டில் (கி.பி.470-ம் ஆண்டில்) மதுரை நகரத்தில் திரமிள (திராவிட தமிழ) சங்கத்தை வச்சிரநந்தி அமைத்தார் என்று அறிந்தோம். வச்சிரநந்தி ஏற்படுத்திய சங்கம் சைன மதத்தை வளப்பதற்கான சங்கமாகும். (சங்கம்-கூட்டம்) பௌத்த பிக்குகளின் கூட்டத்துக்குப் பௌத்த சங்கம் என்பது பெயர். பௌத்த பிக்குகளின் சங்கத்தலைவர் சங்கபாலர் என்று பெயர் கூறப்பெற்றார். பௌத்தர்களுடைய மும்மணிகளில் பௌத்த பிக்குகளின் சங்கமும் ஒன்று. 'சங்கம் சரணம் கச்சாமி' என்பது காண்க. இதன் பொருள் பௌத்த சங்கத்தைச் சரணம் அடைகிறேன் என்பது. சைனத் துறவிகளின் கூட்டத்துக்கும் சங்கம் என்பது பெயர். சங்கத்தைச் (கூட்டத்தை) சைனர் 'கணம்' என்றும் கூறுவர்.

கணம் என்றாலும் சங்கம் என்றாலும் ஒன்றே. களப்பிரர் ஆட்சிக்கு முன்னே பாண்டியர் தமிழ் மொழியை ஆராய்வதற்குப் புலவர்களின் கூட்டத்தை ஏற்படுத்தினார்கள். அந்தக் கூட்டத்துக்குத் தமிழ்ச் சங்கம் என்பது பிற்காலத்துப் பெயர். அதன் பழைய பெயர் தமிழ்க்கழகம் என்பது. பிற்காலத்துப் பாண்டியர் அமைத்திருந்த சங்கம் மதச்சார்பான சங்கம் அன்று, அது தமிழ் மொழியை ஆராய்வதற்கு ஏற்பட்ட சங்கம். அந்தச் சங்கத்தில் இயல், இசை, நாடகம் என்னும் முத்தமிழ் ஆராயப்பட்டது. சங்கப்புலவர்கள் முக்கியமாக அகத்தையும் (காதலையும்) புறத்தையும் (போர் அல்லது வீரத்தையும்) ஆராய்ந்து செய்யுட்களை இயற்றினார்கள்.

சைன சங்கம்: சைன சமயத்திலே பழங்காலத்தில் சைனத் துறவிகளின் கூட்டம் பெரிதாக இருத்தது. சைனத் துறவிகளின் சங்கத்தை அக்காலத்தில் நான்கு பிரிவாகப் பிரித்திருந்தார்கள். அந்தப் பிரிவுகளுக்கு நந்திகணம், சேனகணம், சிம்மகணம், தேவகணம் என்று பெயர். ஒவ்வொரு கணத்திலும் கச்சை என்றும் அன்வயம் என்றும் உட்பிரிவுகள் இருந்தன. இந்த நான்கு கணங்களிலே நந்திகணம் பேர் போனது. வச்சிரநந்தி ஆசாரியர் நந்திக-

ணத்தை இரண்டாகப் பிரித்தார். புதிய பிரிவுக்குத் திராவிடகணம் (தமிழ சங்கம்) என்று பெயர் இட்டு அதனை மதுரையில் அமைத்து நிறுவினார். இது கி.பி. 470 ல் களப்பிரர் ஆட்சிக் காலத்தில் நடந்தது. இதுதான் வச்சிரநந்தி அமைத்த திரமிள சங்கம். இந்தத் திரமிள சங்கத்தில் சைன சமயத் துறவிகள் மட்டுமே இருந்தார்கள். இவர்களுடைய வேலை, முன்னமே சொல்லியது போல சைன சமயத்தைப் பரப்பியதாகும்.

வச்சிரநந்தியின் தமிழ்ச் சங்கம் கி.பி. 470ல் நிறுவப்பட்டது என்று வரலாற்று ஆசிரியர் எல்லோரும் ஒப்புக்கொண்டுள்ளனர். ஆனால் 'பழங்கால இந்திய வரலாற்றுக்குச் சைன மூலங்கள்' என்றும் நூலை எழுதிய ஜியோதி பிரசாத் ஜெயின், வச்சிரநந்தி திராவிட சங்கத்தை அமைத்தது கி.பி.604-ம் ஆண்டு என்று கூறுகிறார்.[1] இவர் கூறுவது தவறு. விக்கிரம ஆண்டு 526 என்பதை சாலிவாகன ஆண்டு 526 என்று கணக்கிடுவதால் இவர் தவறுபடுகிறார். விக்கிரம ஆண்டு 526 என்பது கி.பி.470 அல்லது 469 ஆகும்.

சாலிவாகன சகம் 526 என்று கணக்கிட்டால் அது கி.பி. 604 ஆகிறது. வச்சிரநந்தி விக்கிரம ஆண்டு 526-ல் (கி.பி. 170] மதுரையில் தமிழச் சங்கத்தை நிறுவினார் என்பதே சரியாகும். களப்பிரர் ஆட்சி ஏறத்தாழ கி.பி.575-ல் முடிந்து விட்டது. களப்பிரர் ஆட்சிக்குப் பிறகு கி.பி. 604-ல் வச்சிரநந்தி மதுரையில் தமிழச் சங்கம் நிறுவியிருக்க முடியாது. எனவே வச்சிர நந்தி கி.பி.470- ல் திராவிட சங்கத்தை நிறுவினார் என்பதே சரி எனத் தோன்றுகிறது.

முற்காலத்தில் பாண்டியர் மதுரையில் மொழிவளர்ச்சிக்காக அமைத்த சங்கம் வேறு, பிற்காலத்தில் சைன சமய வளர்ச்சிக்காக வச்சிரநந்தி ஆசாரியர் ஏற்படுத்திய சங்கம் வேறு. வெவ்வேறான இரண்டு சங்கங்களையும் ஒன்று எனக் கருதுவது தவறு. திரு.பி.தி. சீனிவாச அய்யங்கார் 'தமிழர் வரலாறு' என்னும் நூலில் இது பற்றித் தெளிவாகவும் சரியாகவும் எழுதியுள்ளார். இது (வச்சிர நந்தியின் திரமிள சங்கம்) நாம் அறிந்துள்ள தமிழ்ச்சங்கம் (பாண்டியரின் தமிழ்ச்சங்கம்) அன்று, சாதாரண மக்களுக்கு சைன மதத்தைப் போதிப்பதற்காகத் தமிழ்நாட்டில் சைன சமயத்தாரால் அமைக்கப்பட்ட ஒரு நிறுவனம் என்பதை அறிந்து கொள்ள வேண்டும் என்று அவர் எழுதியுள்ளார்.[2]

திரு.எம்.எஸ். இராமசாமி அய்யங்கார் இது சம்பந்தமாக வரலாற்றுக்கு மாறுபட்ட கருத்தைக் கூறுகிறார். களப்பிரர் ஆட்சிக்கு முன்பே, பாண்டியர் ஆட்சிக் காலத்திலேயே வச்சிரநந்தி மதுரையில் திராவிட சங்கத்தை அமைத்தார் என்று இவர் கூறுகிறார். இவர் கூறுவது வருமாறு:

"திகம்பர தர்சனம் என்னும் சைன சமய நூல் ஒரு பெரிய செய்தியைக் கூறுகிறது. விக்கிரம ஆண்டு 526-ல் (கி.பி.470) பூச்சிய பாதரின் மாணாக்கரான வச்சிரநந்தி என்பவர் தென் மதுரையிலே ஒரு திராவிட சங்கத்தை நிறுவினார் என்று அந்த நூல் கூறுகிறது. சைன சமயத்தைப் பரப்புவதற்காகத்

தெற்கே வந்த திகம்பர சைனரின் கூட்டந்தான் அந்தச் சங்கம் என்று அந்த நூலிலிருந்து அறிகிறோம். பாண்டிய நாட்டை அரசாண்ட அரசர்களின் ஆதரவு இல்லாமற் போனால், சைன சமயத்தார் கொடுந்தண்டனை கொடுக்கப்பட்ட அந்த நாட்களிலே, ஒரு சங்கத்தை நிறுவியிருக்க மாட்டார்கள். இந்தச் சங்கம் அமைக்கப்பட்டதில் (பாண்டிய) அரசருடைய ஆதரவு சைனருக்கு இருந்தது என்பதை யறிகிறோம்.

இந்த ஆதரவு பிராமணியத்தின் தலைவர்களுக்குப் பொறாமையை உண்டாக்கியிருக்க வேண்டும். அதனால் சமயச் சண்டை உண்டாகித்தான் இருக்க வேண்டும்.ஆனால், தற்காலிகமாகச் சமயப் பூசல் தள்ளிவைக்கப்பட்டது. இந்த வச்சிர நந்தியின் சங்கம் கி.பி. 5-ம் நூற்றாண்டில் அமைக்கப்பட்டது என்பதை யறித்தோம். கி.பி. 6-ம் நூற்றாண்டு தொடங்கியபோது, தமிழகத்தின் அரசியலில் விரைவான மாறுதல்கள் ஏற்பட்டன. களப்பிரரின் படையெடுப்பும் அவர்கள் பாண்டி நாட்டைக் கைப்பற்றியதும் இந்தக் காலத்தில்தான் நேரிட்டன.[3]

பாண்டியருடைய ஆட்சிக்காலத்திலே வச்சிரநந்தி திராவிட சங்கத்தை அமைத்தார் என்றும் அதைப் பாண்டியரின் ஆதரவு பெற்று அமைத்தார் என்றும் வச்சிரநந்தி இந்தச் சங்கத்தை அமைத்த பிறகுதான் களப்பிரர் தமிழகத்தில் வந்து தங்களுடைய ஆட்சியை நிலைநிறுத்தினார்கள் என்றும் ஐயங்கார் கூறுகிறார். இவர் கூற்று வரலாற்றுக்கு முற்றிலும் மாறுபடுகிறது. கி.பி. 470-ல் வச்சிரநந்தி திராவிட சங்கத்தை ஏற்படுத்தினார். அந்தக் காலத்தில் பாண்டி நாட்டில் பாண்டியர் ஆட்சி இல்லை, களப்பிரர் ஆட்சிதான் இருந்தது. பாண்டிய சேர சோழர்களின் ஆட்சி கடைச்சங்க காலத்தின் இறுதியிலே, ஏறத்தாழக் கி.பி. 250-ல் முடிவடைந்து விட்டது. ஆகவே, பாண்டியர் ஆட்சிக்காலத்திலேயே வச்சிர நந்தி திராவிட சைன சங்கத்தை அமைத்தார் என்று இவர் கூறுவது தவறு.

இனி, திரு.எஸ்.வையாபுரிப் பிள்ளையவர்கள் வச்சிரநந்தியின் திராவிட சங்கத்தைப்பற்றிக் கூறுவதைப் பார்ப்போம். இவர் கூறுகிற சில கருத்துக்களை ஒவ்வொன்றாகப் பார்ப்போம். தொல்காப்பியம் வச்சிர நந்தியின் திராவிட சங்கத்தில் எழுதி வெளியிடப்பட்ட நூல் என்று வையாபுரியார் எழுதுகிறார். இதற்குச் சான்று, தொல்காப்பியத்தில் ஓரை என்னுஞ்சொல் காணப்படுகிறதாம்

ஓரை விளையாட்டென்பது, சங்க இலக்கியம் முழுவதும் அச்சொல்லுக்கு அப்பொருளாட்சியுண்மையால் விளங்கும். ஓரைக்கு இராசி அல்லது முகூர்த்தம் எனும் பொருளுண்மைக்குத் தொல்காப்பியத்திலேனும் சங்க இலக்கியம் எதிலேனும் சான்று காணுதலரிது. மிகவகன்ற பிற்காலப் புலவர் சிலர் முகூர்த்தம் (அதாவது ஒரு நாளிறுன் நன்மை தீமைகளுக் குரியதாகப் பிரித்துக் கொள்ளப்படும் உட்பிரிவு) என்ற பொருளில் இசொல்லைப் பிரயோகிக்கலானார். அக்கொள்கைக்கே சான்றில்லாத சங்க இலக்கியத்தில், ‘ஓரை’

என்னுந் தனித் தமிழ்ச் சொல்லுக்கு, அக்காலத்திலக்கியங்களால் அதற்குரிய பொருளாகக் காணப்பெறும் விளையாட்டையே அச்சொல் குறிப்பதாகக் கொள்ளுவதே முறையாகும். அதை விட்டுப் பிற்கால ஆசிரியர் கொள்கையான இராசி அல்லது முகூர்த்தம் எனும் பொருளை இத்தமிழ்ச் சொல்லுக்கு ஏற்றுவதே தவறாகும். அதற்கு மேல் அச்சொல்லைக் கொண்டு தொல்காப்பியம் அடையப் பிற்காலத்து நூலென்று வாதிப்பது அறிவுக்கும் ஆராய்ச்சியறத்திற்கும் பொருந்தாது.

ஓரை என்னும் தமிழ்ச் சொல்லுக்குப் பேராசிரியர் சோமசுந்தர பாரதியாரவர்கள் விளையாட்டு என்று பொருள் கூறியுள்ளார். இது அச்சொல்லுக்கு மிக அண்மையான பொருளே. இதற்குச் சரியான பொருள் சிறுவர் சிறுமியர் வாழும் இடம் என்று தோன்றுகிறது. பழங்காலத்துத் திராவிட இனத்தார் தாங்கள் வாழ்ந்த கிராமத்திலுள்ள சிறுவர் கூட்டத்தையும் சிறுமியர் கூட்டத்தையும் வெவ்வேறாகப் பிரித்து அவர்களைத் தனித்தனியே வெவ்வேறு இடங்களில் வைத்து வளர்த்தார்கள். வட இந்தியாவில் வாழ்ந்த திராவிடர்களும் இவ்வாறு சிறுவர் சிறுமியரை வெவ்வேறு இடங்களில் பிரித்து வைத்து வளர்த்தார்கள். சிறுவர் சிறுமியரை வெவ்வேறாகப் பிரித்து வைத்துள்ள இடத்துக்கு ஓரை என்று பெயர் கூறினார்கள் என்று தெரிகிறது.

வடஇந்தியாவிலும் ஆதிகாலத்தில் திராவிட இனமக்கள் வெவ்வேறு இடங்களில் வாழ்ந்தார்கள். அந்தத் திராவிடர் இக்காலத்தில் ஆரியரோடு கலந்து மொழி, கலை, பண்பாடுகளில் மாறிப் போனார்கள். அவர்களில் சில இனத்தார் இன்றும் உள்ளனர். அவர்கள் தங்கள் பழைய இடங்களிலிருந்து துரத்தப்பட்டு வேறு இடங்களில் போய் வாழ்கிறார்கள். அவர்களில் முண்டா என்னும் திராவிட இனத்தார் சோட்டா நாகப்பூரில் இருக்கிறார்கள். அவர்களுடைய திராவிட மொழியில் இக்காலத்தில் மைதிலி, வங்காளி, இந்தி முதலான மொழிகளின் சொற்களும் கலந்து விட்டன. ஆனாலும், பழைய திராவிட இனத்தவரின் முண்டாரி மொழியில் ஓரை என்னும் சொல் இன்றும் வழங்குகிறது. இது ஹோரா என்னும் சொல்லின் திரிபு அன்று, பழைய திராவிடச் சொல்லாகும். முண்டா இனத்து மணமாகாத இளைஞர்களும் மணமாகாத இளம் பெண்களும் தங்கள் வீடுகளில் படுத்து உறங்குவதில்லை.

அவர்களுக்கென்று தனித்தனியே பெரிய கொட்டகை அமைக்கப்பட்டு அந்தக் கொட்டகையில் போய்ப் படுத்து உறங்குகிறார்கள், இந்தக் கொட்டகைகளுக்கு கிதிஓரா என்று அவர்கள் பெயர் கூறுகிறார்கள். ஆண் மக்களுக்குத் தனியாகக் கிதி ஓராவும் பெண் மகளிர்க்குத் தனியாகக் இதிஓராவும் இருக்கின்றன. முண்டாரி மொழியின்கிதிஓராவுடன் தமிழ் மொழியின் ஓரையை ஒப்பிட்டு நோக்குக. கிதிஓரா என்பதில் கிதி என்பதன் பொருள் தெரியவில்லை. ஓரா என்பது ஓரை என்பதில் சற்றும் ஐயமில்லை, எனவே ஓரை என்பது திராவிட இனமொழிச் சொல் என்பது தெளிவாகத் தெரிகிறது. தொல்காப்பியர் இந்த ஓரையைத்தான் கூறியுள்ளார். இந்த ஓரை கிரேக்க

சம்ஸ்கிருத ஓரை அன்று.

மிகப் பழங்காலத்திலேயே திராவிட இனமக்கள் வாழ்ந்த ஊர்களில் சிறு-வர்களுக்குத் தனியாகவும் சிறுமிகளுக்குத் தனியாகவும் ஓரா (ஓரை) என்-னும் பெரிய கொட்டகைகளை அமைத்திருந்தனர் என்பது தெரிகிறது. இக்-காலத்தில் பழங்குடி மக்களைப் பற்றி ஆராய்ச்சி செய்கிறவர்கள் இதுபற்றியும் ஆராய்ந்தால் உண்மை கிடைக்கும். தொல்காப்பியர் காலத்திலும் தமிழ்த் திராவிடர்கள் தங்கள் இளைஞர்களுக்கும் மகளிர்க்கும் தனித் தனி ஓரைக-ளைக் கட்டிவைத்திருந்தனர் என்பதைத் தொல்காப்பியர் கூறுகிற ஓரை என்-னுஞ் சொல்லிலிருந்து ஊகிக்கலாம். சங்கச் செய்யுட்களில் ஓரை (ஓரா) என்னுஞ்சொல் காணப்படுகிறது. சங்கப் புலவரான உலோச்சனாரும் ஓரை என்னுஞ் சொல்லை ஆள்கிறார்.

“ஓரை மகளிரும் ஊரெய் தினரே” (நற்றிணை.398:5) என்று அவர் கூறுவது காண்க. ஆகவே, சிவராசபிள்ளையும் வையாபுரிப்பிள்ளையும் மற்ற-வர்களும் தவறாகக் கருதுகிறபடி ஓரை என்னுஞ்சொல் கிரேக்க-சம்ஸ்கிருதச் சொல் அன்று. அது தூய திராவிட மொழிச் சொல் என்பதை அறிகிறோம். ஓரை என்னும் திராவிடச் சொல்லின் பழமையை அறியாத சிவராசர்களும் வையாபுரியார்களும் ஓரையைக் கூறுகிற தொல்காப்பியரை மிகமிகப் பிற்கா-லத்து வச்சிரநந்தி சங்கத்தில் இருந்தவர் என்று கூறுவது வரலாறு அறியாத போலிவாதம் ஆகும். திராவிட இனத்து மக்கள் பழங்காலத்தில் வழங்கிவந்த ஓரா-ஓரையைக் கூறுகிற தொல்காப்பியர் மிகமிகப் பழங்காலத்தில் இருந்தவர் என்பது இதிலிருந்து நன்றாகத் தெரிகிறது.

வையாபுரியார், தொல்காப்பியரைப் பிற்காலத்து வச்சிரநந்தி சங்கத்தில் இருந்தவர் என்று அறியாமல் கூறியது போலவே வேறு சில சங்கப் புலவர்-களையும் பிற்காலத்து வச்சிரதந்தி சங்கத்தில் இருந்தவர்கள் என்று போலிக் காரணங்காட்டிக் கூறுகிறார். ஆழ்ந்த பாராமல் மேற்போக்காகக் கூறுகிற இவருடைய கருத்து இதிலும் போலிவாதமாகக் காணப்படுகிறது. கடைச் சங்க காலத்துப் புலவர்களான உலோகச்சனார், மாதீர்த்தனார் முதலானவர்களைப் பிற்காலத்து வச்சிரநந்தியின் திராவிடச் சங்கத்தோடு இவர் இணைக்கிறார். "தமிழ் மொழி தமிழ் இலக்கிய வரலாற்றிலே முதல் தரமான முக்கிய நிகழ்ச்-சியொன்று கி.பி.470-ல் நிகழ்ந்தது. அதுதான் மதுரையிலே வச்சிரநந்தியின் மேற்பார்வையில் நிறுவப்பட்ட தமிழ்ச்சங்கம், பழைய புலவர்களிலே உலோச்-சனார், மாதிர்த்தனார் முதலான ஜைனப் புலவர்களைப் பார்க்கிறோம். புறநா-னூறு 175-ஆம் பாடலிலும் அகநானூறு 59ம் பாடலிலும் மறுபிறப்பும் புரா-ணக்கதையும் கூறப்படுகின்றன.

அகம் 193-ல் மதக்கொள்கையைப் பற்றின குறிப்பைக் காண்கிறோம். ஆனால், தமிழ் மொழி தமிழ் இலக்கியங்களை ஆராயும் பழைய ஜைன நிறுவனத்தைப்பற்றி தெற்கு முன்பு கேள்விப்படவில்லை.[7] (வச்சிரதந்தியின் ஜைன நிறுவனத்தைத்தான் முதல் முதலாகக் கேள்விப்படுகிறோம்). இவரு-

டைய இந்தக் கூற்றையும் அலசி ஆராய்வோம். உலோச்சனாரும் மாதீர்த்தனாரும் சைன சமயப் புலவராகையால் அவர்கள் வச்சிரநந்தியின் சைன சங்கத்தில் இருந்திருக்க வேண்டும் என்பது இவர் கூறும் காரணமாகும். உலோச்சனாரும் மாதீர்த்தனாரும் சைனரா அல்லரா என்னும் ஆராய்ச்சியில் நுழையவேண்டியதில்லை. அவர்கள்சைன சமயத்தவர் என்றே வைத்துக் கொள்வோம். அவர்கள் சைனர் என்ற காரணத்தினாலே அவர்கள் வச்சிரநந்தியின்சைனத் திராவிட சங்கத்தில்தான் இருந்தார்கள் என்று கூறுவது உண்மை இல்லாத போலிக் காரணமாகும்.

பாண்டியரின் தமிழ்ச் சங்கத்தில் சைன பௌத்த மதத்தவர் உட்பட எல்லாச் சமயத்துப் புலவர்களும் தமிழ் ஆராய்ந்தார்கள். வச்சிர நந்தியின் தமிழ்ச்சங்க காலத்திலேதான் சைனமதம் தமிழ்நாட்டுக்கு வரவில்லை. கி.மு.மூன்றாம் நூற்றாண்டிலேயே சந்திரகுப்த மௌரியன், அசோகச் சக்கரவர்த்தி காலத்திலேயே சைன மதமும் பௌத்த சமயமும் தமிழகத்துக்கு வந்து விட்டதை வரலாறு கூறுகிறது. ஆகவே, பாண்டியரின் கடைச் சங்கத்திலே சைனப்புலவரும் இருந்தனர் என்பதில் ஐயமில்லை . இந்த வரலாற்று உண்மையை அறியாமல் வையாபுரியார் வச்சிரநந்தியின் தமிழ்ச்சங்கத்தில்தான் உலோச்சனார், மாதீர்தனார் போன்ற சைனசமயப் புலவர்கள் இருத்திருக்க வேண்டும் என்று கூறுவது ஆதாரமற்றப் போலிக் கூற்றாகும்.

வச்சிரநந்தியின் தமிழ சைனச் சங்கம் சைன சமயத்தாருக்கே உரியது. அதில் சைனத் துறவிகள் மட்டுமே இருந்தார்கள். வேறு சமயத்தவர்க்கு அதில் இடம் இல்லை . வச்சிர தந்தியின் சங்கத்துச் சைனத் துறவிகள் சிற்றின்பத்தில் (அகப்பொருளில்) ஈடுபடக் கூடாது. கள், இறைச்சி உண்ணக்கூடாது. கொலை செய்வது கூடாது. இவையெல்லாம் சைன சமயத்தின் அடிப்படையான கண்டிப்பான கொள்கைகள். ஆனால், வையாபுரியார், வச்சிரநந்தி சைனத் தமிழச்சங்கத்தில் இருந்தவர் என்று கூறுகிற உலோச்சனார் எதையெதைப்பாடினார் என்பதைப் பார்ப்போம்.

அகதானூற்றில் எட்டுப் பாடல்களும் குறுந்தொகையில் நான்கு செய்யுட்களும் நற்றிணையில் இருபது பாடல்களும் ஆக முப்பத்திரண்டு செய்யுட்களை உலோச்சனார் பாடியுள்ளார். இந்தப் பாடல்கள் எல்லாம் அகப்பொருள் துறையமைந்த காதற்பாட்டுகள். சைனமுனிவர் எதைப் பாடக் கூடாதோ அந்த அகப்பொருள் காதற்பாட்டுகளை இவர் பாடியுள்ளார். இந்தப் புலவர் சைனராக இருக்க முடியுமா? அதிலும் துறவிகள் மட்டும் உள்ள வச்சிரநந்தியின் திரமினச் சைன சங்கத்தில் இவர் இருந்திருக்க முடியுமா? மேலும், இந்தக் காதற்பாட்டுகளிலே கொலையையும் இறைச்சியையும் சிறப்பித்துப்பாடுகிறார் இந்த சைனத் துறவி!

மீன்களை மணலில் பரப்பி வெயிலில் உலர்த்துவதைக் கூறுகிறார். (அகம் 20, நற்றிணை,63,331) மீன்பிடிக்கும் வலையைப் பாடுகிறார் (அகம் 300) மீனைச் சுடுகிற நெருப்பிலிருந்து வருகிற புகையைப் பாடுகிறார்! {நற்றிணை

311) பனங்கள்ளைப் பாடுகிறார்! (நற்றினை 18) மதுபானம் செய்து மகிழ்ந்திருக்கும் பெரியன் என்பவனைப் பாடுகிறார்! (நற்றிணை 13!) பனைத்தின்ற எச்சிற்கையில் உள்ள இறைச்சியின் கொழுப்பை வீட்டுச்சுவரில் தேய்த்துவிட்டுப் போர்க்கூத்துக்குச் சென்ற வீரனையும், அவன் திரும்பிவந்து குடிப்பதற்காக வைத்துள்ள கட்சாடியையும் பாடுகிறார். (புறம் 258) மற்றும் இவர் பாடியுள்ள காதற் செய்திப்பாட்டுக்கள் பல உள்ளன. சைனத் துறவிக்கு விலக்கப்பட்டவைகளை யெல்லாம் பாடுகிற உலோச்சனாரை வையாபுரிப்பிள்ளை, வச்சிரநந்தியின் சைனத்துறவிகளின் சங்கத்தில் இருந்தவர் என்று கூறுகிறார்.

இவர் கூற்று நம்பத்தக்கதா? இதை ஒப்புக்கொள்ள முடியுமா? களப்பிரர் ஆட்சிக் காலத்தில் கி.பி. 5-ம் நூற்றாண்டில் வச்சிர நந்தியின் சைனமுனிவர் சங்கத்தில் இருந்தவர் என்று வையாபுரிப் பிள்ளை கூறுகிற உலோச்சனார், களப்பிரர் காலத்துக்கு சில நூற்றாண்டுக்கு முன்பு வாழ்ந்திருந்த சோழன் இராசசூயம் வேட்ட பெருநற் கிள்ளியைப் பாடுகிறார். (புறம்377) கி.பி. 5-ம் நூற்றாண்டில் வச்சிரநந்தியின் சங்கத்தில் உலோச்சனார் இருந்தவர் என்றால், அவருடைய செய்யுட்கள் கடைச்சங்க காலத்துத் தொகை நூல்களில் எப்படி இடம் பெற்றிருக்கக்கூடும்?

மாதீர்த்தன் என்னும் கடைச்சங்கப் புலவரையும் வையாபுரியார் வச்சிரநந்தியின் தமிழச் சைன சங்கத்தவர் என்று கூறுகிறார். மாதீர்த்தனார் குறுந்தொகை 113-ம் செய்யுளைப் பாடியவர். இந்தப் பாட்டு அகப்பொருளைப் பற்றிய காதற்பாட்டு. இந்தக் காதற்பாட்டைப் பாடிய மாதீர்த்தனார் வச்சிரநந்தி சங்கத்தைச் சேர்ந்த சைன முனிவராக இருக்க முடியுமா? இவற்றையெல்லாம் கருதாமல், பேராசிரியர் வையாபுரிப் பிள்ளை இவர்களைச் சைன முனிவர்களின் சங்கத்தைச் சேர்ந்தவர்கள் என்று கூறுகிறார்! பகுத்தறிவு உள்ளவர் இவர் கூற்றை ஏற்றுக் கொள்ள முடியுமா?

புறம் 175-ம் செய்யுளிலும் அகம் 59-ம் செய்யுளிலும் அகம் 193-ம் செய்யுளிலும் சைனரின் மதக்கொள்கைகள் கூறப்படுகின்றன என்றும் ஆகவே அந்தச் செய்யுட்களைப் பாடிய புலவர்கள் வச்சிர நந்தியின் வனத் தமிழச் சங்கத்தைச் சார்ந்தவர்கள் என்றும் வையாபுரியார் குறிப்பாகக் கூறுகிறார் "புறம் 175- ம் பாட்டிலும் அகம் 59-ம் பாட்டிலும் மறுபிறப்புப் பற்றியும் ஒரு புராணக்கதையைப் பற்றியும் அகம் 103-ல் சைனருடைய சமயக் கொள்கை பற்றியும் குறிப்புகள் காணப்படுகின்றன.

தமிழ் மொழி தமிழ் இலக்கிய வளர்ச்சியைப் பற்றின பழைய சைன நிறுவனத்தைப் பற்றி நாம் கேள்விப் படவில்லை". (வச்சிரநந்தியின் சங்கத்தைத்தான் கேள்விப்படுகிறோம்) என்று வையாபுரியார் எழுதுகிறார்.[8] அதாவது புறம் 175, அகம் 59, 193 ஆகிய செய்யுட்களைப் பாடியவர்களும் சைன சமயத்தார் என்றும் அவர்கள் வச்சிரநந்தியின் தமிழ்ச் சைன சங்கத்தைச் சேர்ந்தவர்கள் என்றும் வையாபுரியார் கூறுகிறார். இவர் கூறுவதை

ஆராய்ந்து உண்மை காண்போம்.

புறம் 175-ம் செய்யுளைப் பாடியவர்களில் ஆத்திரையனார். இவருடைய பெயரே இவர் பிராமணர் என்பதைத் தெரிவிக்கிறது. இவருக்கு உதவி செய்த ஆதனுங்கன் என்பவனை இவர் இச்செய்யுளில் பாடுகிறார். என் உயிர் போமளவும் என் மனம் உன்னை மறக்காது என்று இவர் கூறுகிறார். இதில் சைன சமயக் கொள்கை என்ன இருக்கிறது? இது எல்லாச் சமயத்தாருக்கும் உரிய கருத்துத்தானே! வையாபுரியார் சுட்டிக் காட்டுகிற இன்னொரு செய்யுள் (அகம்59) மருதன் இளநாகனார் பாடியது. யமுனை யாற்றில் நீராடிய மகளிரின் ஆடைகளைக் கண்ணன் ஒளித்து வைத்ததை இச்செய்யுள் குறிப்பிடுகிறது.

வண்புனல் தொழுநை வார்மணல் அகன்றுறை
அண்டர் மகளிர் தண்டழை உடீஇயர்
மரஞ்செல மிதித்த மாஅல் போல[9]

இது சைன சமயக் கருத்து என்று வையாபுரியார் கூறுகிறார். இது தமிழ் நாட்டில் அக்காலத்தில் வழங்கிவந்த எல்லாச் சமயத்தாருக்கும் உரிய பொதுக் கருத்து. இதை வையாபுரியார் சைனரின் புராணக் கதை என்று கூறுகிறார். இதைப் பாடியவர் மருதானிளநாகனார். இவர் சைனர் அல்லர் கடைச் சங்கப் புலவரான இவர் எப்படி வச்சிரநந்தியின் சைன சங்கத்தில் (கி.பி.5-ம் நூற்றாண்டில்) இருக்க முடியும்? வையாபுரியார் சுட்டிக் காட்டுகிற இன்னொரு அகம் 193-ம் செய்யுளும் மருதன் இளநாகனார் பாடியதே. பருந்து ஒன்று இறைச்சித் துண்டைக் கொண்டுபோய் மலையுச்சியில் மரத்தின்மேல் இருந்த தன்னுடைய குஞ்சுக்கு ஊட்ட, அவ்விறைச்சி தழுவிக் கீழே விழுந்ததை அங்கிருந்த நரி கவ்விக் கொண்டு ஓடியது என்னும் இயற்கை நிகழ்ச்சியை இப்புலவர் இப்பாடலில் கூறுகிறார்.

செஞ்செவி எருவை
குறும்பொறை எழுந்த நெடுந்தாள் மராஅத்து
அருட்கவட் டுயர்சினை பிள்ளை யூட்ட
விரைந்துவாய் வழுக்கிய கொழுங்கண் ஊன்றடி
கொல்பசி முதுநரி வல்சி யாகும்[10]

இது எப்படிச் சைனருக்கு மட்டும் சிறப்பானது? எல்லாச் சமயத்தாருக்கும் இந்த நிகழ்ச்சி பொதுவன்றோ? இந்தச் செய்யுட்களைப் பாடிய மருதனிளநாகனார் சைனரல்லர். அவர் சைவ சமயத்தவர். அன்றியும் கடைச்சங்கப் புலவர். இவரைச் சைனர் என்றும் வச்சிரநந்தி அமைத்த பிற்காலத்துச் சைன சமயச் சங்கத்தைச் சேர்ந்தவர் என்றும் வையாபுரியார் எழுதுகிறார். களப்-

பிரர் ஆட்சிக்காலத்தில் கி.பி. 5-ம் நூற்றாண்டில் வச்சிர நந்தியின் சைனத் தமிழ்ச் சங்கத்தில் இவர் இருந்தார் என்று, ஆராயாமல் வையாபுரியார் கூறுகிறார். ஆனால், மருதனிளநாகனார் வச்சிரநந்தி சங்கம் ஏற்படுவதற்குப்பல நாற்றாண்டுக்கு முன்பு கடைச்சங்க காலத்தில் இருந்தவர் என்பதை அவர் பாண்டியன் கூடகாரத்துத் துஞ்சிய மாறன் வழுதியையும் (புறம்52), பாண்டியன் இலவந்திகைப்பள்ளித் துஞ்சிய நன் மாறனையும் (புறம் 55) நாஞ்சில் வள்ளுவனையும் (புறம் 138, 19) பாடிய செய்யுட்கள் வெள்ளிடைமலை போலவும் உள்ளங்கை நெல்லிக்கனி போலவும் தெரிவிக்கின்றன. ஆனால், இவற்றை யெல்லாம் பாராமல் வையாபுரியார், மயிலை சீனி வேங்கடசாமி கடைச்சங்க காலத்தில் இருந்த புலவர்களை இழுத்துக்கொண்டுவந்து பல நூற்றாண்டுகளுக்குப் பின் இருந்த வச்சிரநத்திச் சங்கத்தில் விடுகிறார்,

வையாபுரிப் பிள்ளை தாம் எழுதிய தமிழ்மொழி தமிழ் இலக்கிய வரலாற்றில் கூறுகிற இவை போன்ற வேறு பல போலிச் செய்திகளை இங்கு ஆராயாமல் இதனோடு நிறுத்துகிறோம்.

எப்பொருள் யார்யார்வாய்க் கேட்பினும் அப்பொருள்
மெய்ப்பொருள் காண்பது அறிவு.

இணைப்பு - 3
இறையனார் அகப்பொருள் - வரலாற்று ஆய்வு

களப்பிரர் ஆட்சிக் காலத்தில், பக்தி இயக்கம் தோன்றிய போது இறையனார் அகப்பொருள் என்னும் களவியல் நூல் எழுதப்பட்டது என்று கூறினோம். தொல்காப்பியப் பொருளதிகாரம் இருக்கும்போது இந்தப் புதிய அகப்பொருள் நூலை எழுதிய நோக்கம் என்ன? யாது காரணம் பற்றி இந்தப் புதிய நூல் எழுதப்பட்டது என்பதை ஆராய்வோம். களவியல் உரைப்பாயிரம் இந்த ஆராய்ச்சிக்குப் பெரிதும் உதவுகிறது. மூன்று தமிழ்ச் சங்கங்களின் வரலாற்றைக் கூறிய பிறகு கடைச் சங்கத்தின் இறுதியில் நிகழ்ந்ததைக் களவியல் உரைப்பாயிரம் கூறுகிறது 'அவர்க்கு நூல் அகத்தியமும் தொல்காப்பியமுமென்க.

அவர்களைச் சங்கம் இரீஇயினார் கடல் கொள்ளப்பட்டுப் போத்திருந்த முடத்திருமாறன் முதலாக உக்கிரப் பெருவழுதியீறாக நாற்பத்தொன்பதின்மர் என்ப. அவருட் கலியரங்கேறினார் மூவர் பாண்டியர் என்ப. அவர் சங்கமிருந்து தமிழாராய்ந்தது உத்திர மதுரை (இப்போதைய மதுரை) என்ப" என்று உரைப்பாயிரங் கூறுகிறபடியால் கடைச்சங்க காலம் முடிந்த பிறகு இறையனார் அகப்பொருள் என்னும் நூல் இயற்றப்பட்டது என்பது தெரிகிறது. இறையனார் அகப்பொருள் எழுதப்பட்ட வரலாற்றை இந்நூல் உரைப்பாயிரம் கூறுகிறது. அதன் வாசகம் இது.

"அக்காலத்துப் பாண்டியநாடு பன்னீசியாண்டு வற்கடஞ் சென்றது. செல்லப் பசி கடுகுதலும், அரசன் சிட்டரையெல்லாங் கூவி வம்மின் யான் உங்களைப் புறந்தரகில்லேன்; என் தேயம் பெரிதும் வருந்துகின்றது. நீயிர் போய் நுமக்கறிந்தவாறு புக்கு, நாடு நாடாயின ஞான்று என்னை யுள்ளி வம்மின், என்றான், என, அரசனை விடுத்து எல்லாரும் போயினபின்றைக் கணக்கின்றிப் பன்னீரியாண்டு கழிந்தது. கழிந்த பின்னர், நாடு மலிய மழை பெய்தது. பெய்த பின்றை அரசன் இனி நாடு நாடாயிற்றாகலின் நூல் வல்லாரைக் கொணர்க வென்று எல்லாப் பக்கமும் ஆட்போக்க, எழுத்ததிகாரமுஞ் சொல்லதிகாரமும் வல்லாரைத் தலைப்பட்டுக் கொணர்த்து பொருளதிகாரம் வல்லாரை எங்குந் தலைப்பட்டிலேமென்று வந்தார்.

வர, அரசனும் புடைபடக் கவன்று என்னை? எழுத்துஞ் சொல்லும் ஆராய்வது பொருளதிகாரத்தின் பொருட்டன்றே! பொருளதிகாரம் பெறேமெனின் இவைபெற்றும் பெற்றிலேம் எனச் சொல்லா நிற்ப, மதுரை ஆலவாயில் அழனிறக்கடவுள் சித்திப்பான்: என்னை பாவம்! அரசற்குக் கவற்ச்சி பெரிதாயிற்று. அதுதாலும் ஞானத்திடை யதாகலான், என்று, இவ்வறுபது சூத்திரத்தையுஞ் செய்து மூன்று செப்பிதழகத்தெழுதிப் பீடத்தின் கீழிட்டாள்." இங்குப் பொருளதிகாரம் என்பது அகப்பொருளைச் சுட்டுகிறது. அகப்பொருள் கற்க. அது ஞானத்தைத் தரும் என்றும் கூறப்படுவது காண்க. மேலும் உரை கூறுகிறது:

"இட்ட பிற்றை ஞான்று, தேவர் குலம் வழிபடுவான் தேவர் கோட்டத்தை சாங்குந் துடைத்து, நீர் தெளித்துப், பூவிட்டுப் பீடத்தின் கீழ்ப் பண்டென்றும் அலகிடாதாள் அன்று தெய்வத் தவக் குறிப்பினான் அலகிடுவனென்று உள்ளங்குளிர அலகிட்டாள். இட்டாற்கு அவ்வலகினோடும் இதழ் போத்தன. போதரக் கொண்டு போந்து நோக்கினாற்கு வாய்ப்புடைத் தாயிற்றோர் பொருள திகாரமாய்க் காட்டிற்று. காட்டப் பார்ப்பான் சித்திப்பான்: அரசன் பொருளதிகாரம் இன்மையிற் கவல்கின்றானென்பது பட்டுச் செல்லா தின்ற துணர்ந்து நம்பெருமான் அருளிச் செய்தாலாகும் என்று தன் அகம்புகாதே கோயிற் றலைக்கடைச் சென்று நின்று கடைக் காப்பார்க்குணர்த்தக் கடைக்காப்பார் அரசர்க்குணர்த்த, அரசன் புகுதருகவென்று பார்ப்பானைக் கூவச் சென்று புக்குக் காட்டக் கொண்டு நோக்கி, இது பொருளதிகாரம்! நம்பெருமான் நமது இடுக்கண் கண்டு அருளிச் செய்தாளாகற்பாலது என்று, அத்திசை நோக்கித் தொழுது கொண்டு நின்று, சங்கத்தாரைக் கூவுவித்து நம்பெருமான் தமது இடுக்கண் கண்டு அருவிச்செய்த பொருளதிகாரம்.

இதனைக் கொண்டுபோய்ப் பொருள் காண்மின் என அவர்கள் அதனைக் கொண்டு போந்து கன்மாப்பலகை ஏறியிருந்தாராய்வுழி, எல்லாரும் தாந்தாம் உரைத்த உரையே நன்றென்று சில நாளெல்லாஞ் சென்றன. செல்ல நாம் இங்ஙனம் எத்துணையுரைப்பினும் ஒருதலைப்படாது. நாம் அரசலுழைச் சென்று நமக்கோர் காரணிகளைத் தரல் வேண்டும் என்று கொண்டு போந்து,

அவனாற் பொருளெனப் பட்டது பொருளாய் அன்றெனப்பட்டது அன்றா யொழியக் காண்டுமென, எல்லாரும் ஒருப்பட்டு அரசலுழைச் சென்றார். செல்ல அரசனும் எதிர் எழுந்து சென்று, 'என்னை? நூற்குப் பொருள் கண்டீரோ?' என, 'அது காணுமாறு மெக்கோர் காரணிகளைத் தரல் வேண்டும்' எனப், 'போமின். துமக்கோர் காரணிகளை எங்ஙனம் நாடுவேன்? நீயிர் நாற்பத்தொன்பதின் மராயிற்று.

நமக்கு நிகராவார் ஒருவர் இம்மையினின்றே' என்று அரசன் சொல்லப் போந்து பின்னையும் சுன்மாப்பலகை ஏறியிருந்து அரசனும் இது சொல்லினான் 'யாங் காரணிகளைப் பெறுமாறு என்னைகொ' வென்று சிந்தித் திருப்புழிச், சூத்திரஞ் செய்தான் ஆலவாயி லவிர்சடைக் கடவுளன்றே! அவளையே காரணிகளை யுந் தரல் வேண்டுமென்று சென்று வரங்கிடத்தும்' என்று சென்று வரங்கிடப்ப, இடையாமத்து, 'இவ்வூர் உப்பூரிகுடி கிழார் மகனாவான் உருத்திரசன்மன் என்பான், பைங்கண்ணன் புன்மயிரான் ஜயாட்டைப் பிராயத்தான் ஒரு மூங்கைப் பிள்ளை உவன்; அவனை அன்னனென் றிகழாது கொண்டு போத்து ஆசனமேலிரீஇக் கீழிருந்து சூத்திரப் பொருளுரைத்தாற் கண்ணீர் வார்ந்து மெய்ம் மயிர் சிலிர்க்கும் மெய்யாயின உரை கேட்ட விடத்து; மெய்யல்லா உரைகேட்டவிடத்து வாளாஇருக்கும்.

அவன் குமார தெய்வம், அங்கோர் சாபத்தினாற் தோன்றினான்' என முக்காலிசைத்த குரல் எல்லார்க்கும் உடன் பாடாயிற்றாக, எழுந்திருந்து தேவர் குலத்தை வலங்கொண்டு போத்து, உப்பூரிகுடிகிழாருழைச் சங்கமெல்லாஞ் சென்று, இவ்வார்த்தை யெல்லாஞ் சொல்லி ஐயனாவான் உருத்திரசன்மனைத் தரல் வேண்டுமென்று வேண்டிக் கொடுபோத்து, வெளியதுடீஇ, வெண்பூச்சூட்டி, வெண்சாத்தணித்து, கன்மாப்பலகையேற்றி இரீஇக் கீழிருந்து சூத்திரப் பொருளுரைப்ப, எல்லாரும் முறையே உரைப்பக் கேட்டு வாளா இருந்து, மதுரை மருதனிளநாகனார் உரைத்த விடத்து ஒரே வழிக் கண்ணீர் வார்த்து மெய்ம்மயிர் நிறுத்திப் பின்னர்க் கணக்காயனார் மகனார் நக்கீரனார் உரைத்த விடத்துப் பதந்தோறுங் கண்ணீர் வார்த்து மெய்ம்மயிர் சிலிர்ப்ப இருந்தாள். இருப்ப, ஆர்ப்பெடுத்து மெய்யுரை பெற்றாம் இந்நூற்கென்றார்.

"அதனால் உப்பூரிகுடி கிழார் மகனாவான் உருத்திர சன்மனாவான் செய்தது இந்நூற்குரை யென்பாருமுளர்; அவர் செய்திலர், மெய்யுரை கேட்டாரென்க. மதுரை ஆலவாயிற் பெருமானடிகளாற் செய்யப்பட்ட நூற்கு நக்கீரனரால் உரைகண்டு. குமாரசுவாமியாற் கேட்கப்பட்ட தென்க."[1]

இறையனார் அதன் உரையும் எழுதப்பட்ட வரலாற்றை அறிந்தோம். இனி இவைபற்றி ஆராய்வோம்.

முரண்பட்ட செய்திகள்

கடைச்சங்கத்தார்க்கு இலக்கண நூலாகத் தொல்காப்பியம் இருந்தது என்று உரைப்பாயிரம் கூறுகிறது. இன்னொரு இடத்தில் பொருளிலக்கணம் கிடைக்-காமல் இடர்ப்பட்டனர் என்று கூறுகிறது. இது முன்னுக்குப்பின் முரணாக உள்ளது. தொல்காப்பியப் பொருளதிகாரம் அக்காலத்தில் மறைந்து போயிற்றா? அப்படிக் கருதுவதற்கு இடமில்லை. ஏனென்றால் தொல்காப்பி-யம் பொருளதிகாரம் உட்பட முழுவதும் இப்போதும் இருக்கிறது. தொல்காப்-பியப் பொருளதிகாரம் கிடைத்திருக்க ஆலவாயிற் கடவுள் அறுபது சூத்தி-ரங்கள் அடங்கிய புதியதோர் அகப்பொருள் நூலை உண்டாக்கிக் கொடுத்த காரணம் என்ன?

ஒரு விளக்கம்: இந்த முரண்பாட்டுக்கு வினக்கங் கூறுவது போல உரைப்-பாயிரம் இன்னொரு இடத்தில் இவ்வாறு கூறுகிறது: "அரசன் இனி நாடு நாடாயிற்றாகலின் நூல்வல்லாரைக் கொணர்கவென்று எல்லாப் பக்கமும் ஆட்போக்க, எழுத்ததிகாரமும் சொல்லதிகாரமும் **வல்லாரைத்** தலைப்பட்டுக் கொணர்ந்து பொருளதிகாரம் **வல்லாரை எங்குந்தலைப் பட்டிலே** மென்று வந்தார்," என்று உரைப் பாயிரம் கூறுவதிலிருந்து தொல்காப்பியப் பொருள-திகாரம் கிடைத்திருந்தும் அதற்குப் பொருள் கூற வல்லார் கிடைக்கவில்லை என்பது தெரிகிறது. **மீண்டும் ஓர் ஐயம்**

தொல்காப்பியப் பொருளதிகாரத்துக்குப் பொருள் கூறவல்லார் கிடைக்-காமற்போனார்கள் என்று உரைப்பாயிரம் கூறுவது வியப்பாக இருக்கிறது. இருக்கட்டும். பொருளதிகாரத்துக்கு உரை காணவல்லார் கிடைக்காமற்போன-போது ஆலவாயிற்கடவுள், பொருள்கூற வல்லவரை அளித்திருக்க வேண்டும் அல்லது தொல்காப்பியப் பொருளதிகாரத்துக்கு உரை எழுதிக் கொடுத்திருக்க வேண்டும். இரண்டும் செய்யாமல் அறுபது சூத்திரங்களைக் கொண்ட ஒரு புதிய நூலைக் களவியல் என்றும் பெயர் கொடுத்து ஆக்கித் தந்தார். இப்-படிச் செய்ததேன்? தொல்காப்பியப் பொருளதிகாரச் சூத்திரங்கள் இருக்கும்-போது, புதிய அகப்பொருள் சூத்திரங்களை எழுதித் தந்ததேன்?

இந்தப் புதிய அகப்பொருள் நூலுக்குச் சங்கப்புலவர் பொருள் கண்டார்-களா என்றால் காணவில்லை. தங்களுக்கோர் காரணிகளைத் தரவேண்டும் என்று தவங்கிடந்து சிவபெருமானை வேண்டினார்கள். அவரும் ஒரு கார-ணிகளைக் காட்டினார். அந்தக் காரணிகளும் ஊமைப்பிள்ளை! இந்தக் கார-ணிகள், இந்தப் புதிய அகப்பொருளுக்கு நக்கீரர் உரைத்த உரைதான் உண்-மையான உரை என்று மெய்ம்மயிர் சிலிர்த்துக் கண்ணீர் வடித்ததன் மூலம் மெய்யுரைக்குச் சான்று தந்தார்.

களவியல் சூத்திரங்களும் அகப்பொருள் சூத்திரங்களும்: மேற்கொண்டு ஆராய்ச்சியைச் செலுத்துவதற்கு முன்பு இறையனார் அகப்பொருள் (களவி-யல்) சூத்திரங்களைப் பற்றிக் காண்போம். இறையனார் புதிதாகச் செய்து

கொடுத்த களவியல்ல அறுபது சூத்திரங்கள் முழுவதும் புதியவை அல்ல. அவர் தொல்காப்பியத்திலிருந்தும் சில சூத்திரங்களை எடுத்துத் தம்முடைய புதிய களவியலில் சேர்த்துக் கொண்டார். அவை: (1) தொல், வேற்றுமை 114. இறையனார் அகம் 59 (3)தொல், வேற்றுமை 174-இறையனார் அகம் 54 (3) தொல்கற்பியல் 187-இறையனார் அகம்43 (4) தொல். களவியல் 139- இறைனார் அகம் 18 (5) தொல். களவியல் 133 - இறையனார் அகம் 17 (6) தொல். களவியல் 27இறையனார் அகம்.7

தொல்காப்பிய அகப்பொருள் இருக்கும்போதே இறையனார் அகப்பொருளைப் புதிதாகச் செய்தார். ஏன்? தொல்காப்பிய அகப் பொருளுக்கும் இறையனார் அகப்பொருளுக்கும் வேறு பொருள்கள் உண்டா ? பழைய கருத்துகளுக்குப் பதிலாகப் புதிய கருத்துகள் கூறப்பட்டுள்ளனவா? ஒன்றும் இல்லை.

இறையனார் அகப்பொருளின் காலம்: இறையனார் அகப்பொருளின் உரையாசிரியர் அதனுடைய உரைப்பாயிரத்தில் இந்நூல் இயற்றப்பட்ட காலம் கடைச்சங்கக் காலம் என்று கூறுகிறார். "இனிக் காலமென்பது கடைச் சங்கத்தார் காலத்துச் செய்யப்பட்டது. இனிக் களமென்பது உக்கிரப் பெருவழுதியார் அவைக்களமென்பது. காரணமென்பது அக்காலத்துப் பாண்டியனாருஞ் சங்கத்தாரும் பொருளிலக்கணம் பெறாது இடர்ப்படுவாரைக்கண்டு ஆலவாயிற் பெருமானடிகளால் வெளியிடப்பட்டது, என்று பாயிரம் கூறுகிறது.

இங்கும் முரண்பாடு காணப்படுகிறது. கடைச்சங்கத்தார்க்குத் தொல்காப்பியம் இலக்கண நூலாக இருந்தது என்பதைக் கூறி, அத்தொல்காப்பியத்தில் பொருளதிகாரமும் இருந்தது என்று கூறிய பிறகு 'காரணம் என்பது அக்காலத்துப் பாண்டியனாரும் சங்கத்தாரும் பொருளிலக்கணம் பெறாது இடர்ப்படுவாரைக் கண்டு வெளியிடப்பட்டது' என்று கூறுவது முன்னுக்குப் பின் முரண்படுகிறது. பாண்டியன் உக்கிரப்பெருவழுதி கடைச்சங்க காலத்தின் இறுதியில் இருந்த பாண்டியன். அவன் ஏறத்தாழக் கி.பி. 200-ல் இருந்தவன், தொல்காப்பியம் முழுவதும் அகப்பொருள் இலக்கணம் உட்பட இன்றளவும் நின்று நிலவுகிறது.

ஆனால், உரைப்பாயிர ஆசிரியர் முன்னுக்குப் பின் முரணாக, உக்கிரப்பெருவழுதியும் சங்கத்தாரும் பொருளிலக்கணம் பெறாது இடர்ப்பட்டனர் என்றும் அந்த இடர்ப்பாட்டை நீக்குவதற்கு இறையானர் களவியலை உண்டாக்கினார் என்றும் எழுதுகிறார். தொல்காப்பியப் பொருளதிகாரத்துக்குப் பொருள் காண வல்லார் கிடைத்திலர் என்று முன்பு கூறிய இவர், பிறகு 'பொருளதிகாரம், பெறாது இடர்ப்பட்டனர்*என்று கூறுகிறார். இங்கும் முன்னுக்குப் பின் முரண்படுகிறார்.*

முதல்நூல்: இறையனார் அகப்பொருள் முதல் நூலா வழி நூலா என்னும் கேள்வி எழுகிறது. தொல்காப்பியம் பொருளதிகாரம் இருக்கும் போதே இறையனார் இந்தக் களவியல் நூலைப் (அகப்பொருளை) புதியதாகப் பிற்காலத்தில் எழுதினார். இதனால் இது வழிநூல் எனப்படும் என்று கூறுவார்க்கு

விடையாக உரைப்பாயிரம் எழுதியவர் இது முதல் நூல் என்று கூறுகிறார். "வழியென்பது இந்நூல் இன்னதன் வழித்து என்பது. இது வினையின் நீங்கி விளங்கிய அறிவின் முனைவனாற் செய்யப்பட்டமையால் வழி நூலென்று சொல்லப் படாது, முதனூல் எனப்படுமென்பது.

இறைவனே செய்த நூலாகையினால், பிற்காலத்து வழி நூலானாலும், இது முதல் நூல் என்று கூறுகிறார். முதல் நூல் இருக்கும்போது வழிநூல் (அல்லது இன்னொரு முதல் நூல்) செய்யப்பட்ட காரணம் என்ன? தொல்காப்பியம் பொருளதிகாரத்துக்கு உரை கூறுவோர் இல்லாமற் போனார்கள் என்று ஓரிடத்திலும் அது {பொருளிலக்கணம்) கிடைக்காமற் போயிற்று என்று இன்னொரு இடத்திலும் எழுதுகிற உரைப்பாயிரம் இந்த இடத்தில் குழப்புகிறது.

தொல்காப்பிய அகப்பொருளும் இறையனார் அகப்பொருளும்: தொல்காப்பியப் பொருளதிகாரத்தின் அகத்திணை இயல், களவியல், கற்பியல் ஆகிய மூன்று இயல்களும் உலகில் வாழ்கிற மாந்தரின் காதல் வாழ்க்கையைக் கூறுகின்றன; மாந்தருக்கும் கடவுளுக்கும் உள்ள தெய்வீகக் காதலைக் கூறவில்லை. இறையனார் அகப்பொருளும் மாந்தரின் உலகக் காதலைத்தான் கூறுகிறது. மாந்தருக்கும் தெய்வத்துக்கும் காதல் உண்டென்று இறையனார் அகப்பொருள் கூறவே இல்லை.

ஆனால், அதனுடைய உரை மட்டும், மாந்தருக்கும் தேவருக்கும் உள்ள காதலைக் (பக்தியை) கூறுகிறது. உரை கூறுகிறதேயல்லாமல் நூல் கூறவில்லை. பழைய தொல்காப்பியம் மனிதக் காதலை மட்டும் கூறுகிறபடியால் அது பக்தி இயக்கத்தைச் சேர்ந்த பேரின்பக் காதலுக்கு ஓர் ஆதார நூலாகக் கொள்ளப்படவில்லை. பேரின்பக் காதலுக்கு ஆதார நூல் ஒன்று தேவைப்பட்டபடியால் இறையனார் அகப்பொருள் நூல் புதிதாக உண்டாக்கப்பட்டது. இந்த நூலை மக்கள் நம்பிக்கையோடு ஏற்றுக் கொள்வதற்காக இறைவனே இந்த நூலை இயற்றினார் என்று கதை கற்பிக்கப்பட்டது.

தமிழ்- அகப்பொருள்: தமிழ் என்னுஞ் சொல்லுக்குத் தமிழ் மொழி, இனிமை, அழகு என்னும் பொருள்கள் உண்டு. இச்சொல்லுக்கு அகப் பொருள் என்றும் இன்னொரு பொருளும் உண்டு. ஆனால் இக்காலத்தில் இந்தச் சொல்லும் பொருளும் மறைந்து போயின. பழங்காலத்தில் இந்தப் பொருளில் தமிழ் என்னும் சொல்லாட்சி இருந்தது. கடைச் சங்க காலத்தில் வாழ்ந்த கபிலர், ஆரிய அரசன் பிரகத்தனுக்குத் தமிழ் (அகப்பொருள்) கற்பிக்கக் குறிஞ்சிப் பாட்டைப் (பெருங்குறிஞ்சி) பாடினார். இச்செய்யுளின் அடிக்குறிப்பு 'ஆரியவரசன் பிரகத்தனைத் தமிழ் அறிவித்தற்குப் பாடியது' என்று கூறுகிறது. இங்குத் தமிழ் என்பதன் பொருள் அகப்பொருள் என்பது.

பரிபாடல் 9-ம் பாடலைப் பாடிய குன்றம்பூதனார் இச்செய்யுளில் அகப்பொருளைத் **தண்தமிழ்** என்று கூறுகிறார்.[2] இதற்கு உரை எழுதிய பரிமேலழகர் 'தமிழ்' என்பதற்கு அகப்பொருள் என்று உரை எழுதியுள்ளார்.

சீவக சிந்தாமணி பதுமையார் இலம்பகம் 163-ம் செய்யுளில் அகப்பொருள் **தெண்தமிழ்** என்று கூறப்படுகிறது. இதற்கு நச்சினார்க்கினியார் எழுதிய உரை காண்க.

ஐந்திணை ஐம்பது என்னும் நூல் அகப்பொருளைச் செந்தமிழ் என்று கூறுகிறது. திணைமாலை நூற்றைம்பதின் பாயிரம் அகப் பொருளை இன்தமிழ் என்று கூறுகிறது. பாண்டிக் கோவை 25-ம் செய்யுள் அகப்பொருளைக் **கொழுத்தமிழின் ஒண்துறை** என்று கூறுகிறது. திருக்கோவையார் 20-ம் செய்யுள் அகப்பொருளைத் **தீந்தமிழின்துறை** என்று கூறுகிறது.[3]

இறையனார் அகப்பொருள் உரையும் அகப்பொருளைத் தமிழ் என்றும் கூறுகிறது. "இனி நுதலிய பொருள் என்பது நூற்பொருளைச் சொல்லுதலென்பது. இந்நூல் என்னுதலிற்றோவெனின் தமிழ் நுதலிய தென்பது" என்றும், "இனி நூனுதவியதூஉம் உரைக்கற்பாற்று. அது பாயிரத்துள்ளே உரைத்தாம்; தமிழ் நுதலிய தென்பது" என்றும் அகப்பொருள் உரை கூறுகிறது.

அகப்பொருளின் பயன்: இறையனார் அகப்பொருளைக் கற்பதனால் உண்டாகும் பயன் என்ன என்பதை இந்நூலின் உரை கூறுகிறது. "இனிப் பயன் என்பது இது கற்க இன்னது பயக்கும் என்பது......... என்பயக்குமோ இது கற்க வெனின் வீடுபேறு (மோட்சம்) பயக்கும் என்பது" என்றும், "இங்குப் பிறவுங் களவுண்மை சொல்லி அக்களவுகட் கெல்லாம் இக்களவு சிறப்புடைமை சொல்லும், **துறக்கம் வீடு பேறுகளை** முடிக்குமாகலான்" என்றும் உரை கூறுகிறது. அதாவது பக்திக் காதல் மறுமையில் வீடுபேற்றை அளிக்கிறது என்று உரை கூறுகிறது. இறையனார் அகப்பொருள் **ஞான** நூல் என்றும் கூறப்படுகிறது. "மதுரை ஆலவாயில் அழனிறக் கடவுள் சிந்திப்பாள்: என்னை பாவம்" அரசற்குக் கவற்சி பெரிதாயிற்று அதுதானும் **ஞானத்திடையாகலான்,** யாம் அதனைத் தீர்க்கற் பாலம்" என்று கூறியது காண்க. இந்த உரையின் கருத்துப்படி, இறையனார் அகப்பொருள் நூலைக் கற்றால் ஞானமும் அதன் பயனாகிய **வீடுபேறும்** பெறலாம் என்பது தெரிகிறது.

இறையனார் களவியல் தோன்றியதேன்? - தொல்காப்பிய அகப்பொருள் இலக்கணம் இருக்கும் போது இறையனார் அகப்பொருள் (களவியல்) என்னும் பேரால் ஒரு புதிய அகப்பொருள் இலக்கணம் எழுதப்பட்டதேன்? பிற்காலத்தில், களப்பிரர் ஆட்சிக்காலத்தில் பக்தி இயக்கம் தோன்றியபோது அகப்பொருளுக்குப் பக்திக் காதல் என்ற புதிய பொருள் கற்பிக்கப்பட்டது. தொல்காப்பிய அகப்பொருள் உலகியம் காதலை மட்டும் கூறுகிறபடியால், அது புதிய பக்திக் காதல் கருத்துக்கு உரிய ஆதார நூலாகப் பயன்படவில்லை. ஆகவே பக்திக் காதலாகிய பேரின்பக் காதலுக்கு ஆதாரமான ஓர் இலக்கணநூல் தேவைப்பட்டது. இந்தத் தேவையை நிறைவு செய்ய இறையனார் அகப்பொருள் என்னும் களவியல் புதிதாக உண்டாக்கப்பட்டது. ஆனால் இறையனார் அகப்பொருள் சூத்திரங்கள் பக்திக் காதலைப்பற்றி

ஒன்றுமே கூறவில்லை. ஆனால் அதனுடைய உரைமட்டும் பக்திக் காதலைப் பற்றி எழுதிக்கொண்டு போகிறது. இந்த உரையைக் கேட்டுத்தாள் உப்பூரிகுடி கிழான் மகன் உருத்திரசன்மன் மெய்ம்மயிர் சிலிர்த்துக் கண்ணீர் வடித்தார் என்று கூறப்படுகிறது. களவியல் உரை கூறுவதைப் பார்ப்போம்:

"அதேயெனின்.. அவ்வெட்டும் (எண்வகை மணமும்) உலகினுள்ளன; இது (இறையனார் அகப்பொருள்) அன்னதன்று. இல்லது இனியது நல்லதென்று புலவரால் நாட்டடப்பட்டதோர் ஒழுக்கமாகலின், இதனை (இறையனார் அகப்பொருளை) உலகவழக்கிலோடு இயையானென்பது."[4]

15-ம் சூத்திர உரையில் "எனவே, இவ்வாற்றாறும் உலகக் களவு (களவியல்) அன்று என்பது பெற்றாம்" என்றும், 31 வது சூத்திர உரையில் "இல்லதனையே இல்லை என்றார்; இவன் உலகத்துத் தலைமகன் அல்லன் புலவரால் நாட்டப்பட்ட தலைமகன் என்பதனை யாப்புறுத்தற்கு" என்றும் உரை கூறிச்செல்கிறது.

32-வது சூத்திர உரையில் "இவ்வாற்றானும் இது (இறையனார் களவியல்) உலகத்து இயல்பள்றென்பது பெற்றாம்.....மூப்புப்பிணி உள்வழிச் சாக்காடும் உண்மையாம் என்பது கடா. அதற்கு விடை எங்கனமோ வெனின், இருதிங்கட் புக இவளும் பன்னீராட்டைப் பிராயத்தனாய் இவனும் பதினாறாட்டைப் பிராயத்தனாய்ச் செல்வதல்லது, மற்றைய நிகழா; உலகத்தினோடு இத்துணை மாத்திரையே ஒத்து மற்றை விகற்பமெல்லாம் ஒவ்வாவெனக் கொள்க" என்றும், 39 வது சூத்திர உரையில், "இந்நூல் (களவியல்) உலகினோடு ஒத்தும் ஒவ்வாதும் நடக்கின்றதாகலின், உலகியல் தோக்கிச் சாதிவரையான் இழிந்தாரெனப்பட்டது" என்றும், 60- வது சூத்திர உரையில், "அது இவ்வுலகினும் இயற்கையான் நிலைபெறாது புலவரான் இல்லது இனியது நல்லதென தாட்டப்பட்டதோர் ஒழுக்கமென்பார் 'கண்ணிய' என்றார்" என்றும் களவியல் உரை கூறுகிறது.

இதனால், புதிதாக உண்டாக்கப்பட்ட களவியல், உலகியல் அல்லாத இல்லது இனியது நல்லது என்று புலவரால் புனைந்துரைக்கப்பட்ட காதலைக் கூறுகிறதென்பது தெரிகிறது.

சமண சமயமும் பௌத்த சமயமும் தமிழகத்தில் பெருகி வளர்ந்து சைவ வைணவ சமயங்கள் தாழ்ந்து குன்றியிருந்த களப்பிரர் ஆட்சிக் காலத்தில் (கி.பி.5-ம் 6-ம் நூற்றாண்டுகளில்) சைவரும் வைணவரும் தங்கள் சமயங்களை வளர்ப்பதற்காகப் புதிய பக்தி இயக்கத்தை உண்டாக்கினார்கள்ழ அதன் காரணமாக அகப்பொருளுக்குப் புதிய கருத்துக்களைக் கற்பித்தார்கள். கடவுளுக்கும் உயிர்களுக்கும் தலைவன் - தலைவி முறையைக் கற்பித்தார்கள். சிவபெருமானை அல்லது திருமாலைத் தலைவனாகவும் பக்தனாகிய உயிரைத் தலைவியாகவும் கற்பித்து நாயகன் நாயகி பாவத்தையமைத்தார்கள்.

இந்த முறையில் செய்யுள் பாடுவதற்கு இலக்கணச் சான்று உண்டா என்ற கேள்வி எழுந்திருக்க வேண்டும். இக்கேள்விக்கு விடையாக இறையனார் அகப்பொருள் என்னும் நூலைப் புதிதாக உண்டாக்கி அதற்குத் தெய்வத்தன்மை கற்பித்தார்கள் போலும். இந்த நூலில் பேரின்பக் காதலைப்பற்றி வெளிப்படையாகவோ மறை முகமாகவோ சான்றுகள் இல்லையானாலும் உரையாசிரியர்கள் உரையில் சான்று காட்டினார்கள். ஆனால் அந்த உரை ஏட்டில் எழுதப்படாமல் பத்துத் தலைமுறை வரையில் மந்திரம் போல மறைபொருளாகவே வைக்கப்பட்ட ஆசிரிய மாணவர் பரம்பரையாகச் செவி வழியாக வந்தது.

இதற்குள்ளாகப் புலவர்கள் களவியல் துறையமைத்துப் பாடல்களை இயற்றினார்கள். களவியல் துறையமைந்த பக்தித் தோத்திரப் பாடல்கள் வெளிவந்து வழக்கத்தில் ஒன்றினபிறகு களவியல் நூலையும் அதன் உரையையும் எழுதினார்கள். அதாவது கி.பி. 8-ம் நூற்றாண்டில், திருநாவுக்கரசர், திருஞானசம்பந்தர் ஆகியோரின் தேவாரப்பாடல்கள் தோன்றிய பிறகுதான் இந்நூலையும் உரையையும் ஏட்டில் எழுதினார்கள்.

பத்தாவது தலைமுறையில் வந்த முசிறியாசிரியர் நீலகண்டனார் இறையனார் களவியலையும் அதன் உரையையும் ஏட்டில் எழுதி வெளியிட்டார். அந்த உரையின் இடையிடையே மாறவர்மன் பராங்குசன் என்னும் பாண்டியன்மேல் பாடப்பட்ட 'பாண்டிக் கோவை' செய்யுட்கள் (ஏறத்தாழ 350 செய்யுட்கள்) மேற்கோள் காட்டப்பட்டுள்ளன. மாறவர்மன் பராங்குசன் கி.பி.770-ல் பாண்டி நாட்டை யரசாண்டான். எனவே கி.பி. 8-ம் நூற்றாண்டில் இவன் இருந்தான் என்பது தெரிகிறது. இவனுக்கு முன் பத்துத் தலைமுறைக்கு முன்பு இறையனார் களவியல் உண்டாயிற்று என்று கூறப்படுவதால், தலை முறையொன்றுக்கு 30 ஆண்டுகள் என்று கணக்கிட்டால் 30 x 10 = 300 ஆண்டுகள் ஆகின்றன.

எனவே கி.பி.8-ம் நூற்றாண்டுக்கு 30 ஆண்டுகளுக்கு முன், அதாவது கி.பி. 5-ம் நூற்றாண்டில் இறையனார் அகப்பொருளும் அதன் உரையும் எழுதப்பட்டன என்பது தெரிகிறது. கி.பி. 5-ம் நூற்றாண்டில் தமிழகத்தைக் களப்பிர அரசர்கள் அரசாண்டார்கள். களப்பிரர் ஆட்சிக் காலத்துக்கு முன்னூறு ஆண்டுகளுக்கு முன்பு கி.பி.2-ம் நூற்றாண்டில் கடைச்சங்க காலத்தில் நக்கீரர் வாழ்ந்திருந்தார்.

அந்த நக்கீரர் இறையனார் களவியலுக்கு உரை கண்டிருக்க முடியாது. கி.பி. 2-ம் நூற்றாண்டில் இருந்தவர் கி.பி.3- ம் நூற்றாண்டில் எப்படி இருக்கமுடியும்? ஆனால் இறையனார் அகப்பொருள் உரைப்பாயிரம் சங்ககாலத்து நக்கீரர் இந்நூலுக்கு உரை கண்டார் என்றும் அவ்வுரையைக் கேட்டவர் காரணிகள் உருத்திரசன்மன் என்றும் கூறுகிறது!

நக்கீரர், தலையாலங்கானத்துச் செருவென்ற நெடுஞ்செழியன் காலத்தில் இருந்தவர். இந்த நெடுஞ்செழியன் காலத்துக்குப் பிறகு பாண்டியன் உக்கிரப்

பெருவழுதி இருந்தான். இந்தப் பாண்டியன் அகநானூற்றைத் (நெடுந்தொகையை) தொகுப்பித்தான். தொகுத்தவர் உருத்திரசன்மன். இவர்கள் எல்லாரும் கி.பி.250 -க்கு முன்பு இருந்தவர்கள். நக்கீரர் உருத்திரசன்மனுக்கு முன்பு இருந்தவர். உருத்திரசன்மன், இறையனார் அகப்பொருளுக்கு உரை கேட்டார் என்றும் நக்கீரர் உரை கூறினார் என்றும் களவியல் உரைப்பாயிரம் கூறுவது வரலாற்றுக்குப் பொருந்தாது. உருத்திரசன்மருக்கு, முன்பே நக்கீரர் காலமாய் விட்டார்.

நக்கீரர், உருத்திரசன்மர், உக்கிரப் பெருவழுதி ஆகியோர் ஒரே காலத்தில் இருந்தவர்கள் என்று கொண்டாலும், கடைச்சங்க காலத்தில் இருந்த இவர்கள், களப்பிரர் காலத்தில், கி.பி.5- ம் நூற்றாண்டில் வெளிவந்த இறையனார் அகப்பொருளுக்கு எப்படி உரை கண்டிருக்க முடியும்? ஆகவே, உரைப்பாயிரம் கூறுகிற செய்திகள் நம்பத்தக்கனவல்ல. பக்தி இயக்கக் காலத்தில் இருந்த நக்கீரதேவநாயனாரைக் கடைச்சங்ககாலத்தில் இருந்த நக்கீரரோடு தவறாக இணைத்துக் கூறுகிறது உரைப்பாயிரம்.[5]

பக்தி இயக்கக் காலத்தில் கீரன் என்றும் நக்கீரதேவ நாயனார் என்றும் பெயர் கூறப்பட்ட ஒரு சிவபக்தர் இருந்தார். அவருடைய பாடல்கள் பதினோராம் திருமுறையில் தொகுக்கப்பட்டுள்ளன. இந்த நக்கீரனாரையும் இவருக்கு முன்பு சங்க காலத்தில் இருந்த நக்கீரனாரையும் பொருத்திக் கூறுகிறது இறையனார் அகப்பொருள் உரைப்பாயிரம். ஆனால் இது வரலாற்றுக்குப் பொருந்தாத கற்பனையாகும்.

முடிவுரை

இறையனார் அகப்பொருள் உரைப்பாயிரம் கூறுகிற முரண்பட்ட செய்திகள், விழிப்புடன் படிக்கிறவர்களைக் குழப்பத்தில் ஆழ்த்துகின்றன என்பதைக் கண்டோம். இதன் காரணத்தை விளக்குவோம்.

களப்பிரர் காலத்துக்கு முன்பு, சங்ககாலத்தில் அகப்பொருள் புறப்பொருள் என்று இரண்டு கொள்கைகள் நாட்டிலும் ஏட்டிலும் இருந்தன. இவைப்பற்றிப் புலவர்கள் பாடிய செய்யுட்கள் தற்காலமாக இப்போதும் நமக்குக் கிடைத்திருக்கின்றன. இவற்றிக்கு இலக்கனமாக இருந்தது தொல்காப்பியம் (தொல். பொருளதிகாரம்- புறப்பொருளியல், அகப்பொருளியல்)

சங்ககாலத்துக்குப் பிறகு களப்பிரர் ஆட்சி ஏற்பட்ட பின்னர் முத்தமிழை ஆராய்வதற்காகப் பாண்டியர் அமைத்த தமிழ்ச் சங்கம் கலைந்து விட்டது. பௌத்த சைன சமயங்கள் களப்பிரர் காலத்தில், முன்னைவிடச் செல்வாக்கும் சிறப்பும் பெற்றுவளர்ந்தன. அப்போது புறப்பொருளைப் பற்றிய புதிய கருத்துச் செல்வாக்கடைந்தது. அதாவது போரில் புறப்பகைவரை வென்று வெற்றி பெறுவதை விட, அகப்பகையான மனமாசுகளையும் ஐம்புலன்களையும் அடக்கி பெருகின்ற வெற்றியே சிறந்த வெற்றியென்னும் சைன பௌத்த

மதக்கொள்கை பரவிற்று (அகப்பகையை வென்று வீரராக விளங்கிய புத்த பெருமானுக்கும் அருகக்கடவுளுக்கும் ஜீனன் - வெற்றி கொண்டவன் என்று பெயர் உண்டு) புலன்களையும் மனத்தையும் அடக்கி அகப்பகையை வெல்லும் கொள்கை சைனருக்கும் பௌத்தருக்கும் புதியவையன்று இக்கொள்கை அவர்களுக்குப் பழமையானது. ஆனால், அந்தக் கொள்கை சங்ககாலத்தில் தமிழகத்தில் சிறப்புப் பெறவில்லை. புற வெற்றியே- போர்க்கள வெற்றியே பெரிதும் போற்றப்பட்டது.

களப்பிரர் ஆட்சிக் காலத்தில், சைன பௌத்த சமயங்கள் சிறப்பும் செல்வாக்கும் பெற்ற காலத்தில், அகப்பகையை வென்று வீரனாகும் சமயக்கொள்கை வலுப்பெற்றுப் பரவிற்று. இது புறப் பொருளுக்குப் புதிதாக ஏற்பட்ட புது மாற்றம் ஆகும். அந்தக் காலத்திலே சைவ-வைணவ சமயங்கள் சமயப் பிரசாரத்துக்காகப் பக்திக் கொள்கையைப் புத்தம் புதிதாக உண்டாக்கின. இக்கொள்கைக்கு ஆதரவாக அகப்பொருளில் புதிய கொள்கையைப் புகுத்தினார்கள். புறப்பகையை வென்று வெற்றி வீரனாகத் திகழ்வதைவிட அகப்பகையை வென்று வீரனாவதே சிறந்தது என்று சைனரும் பௌத்தரும் புறப்பொருளுக்குப் புதிய கருத்துக் கூறியது போல, சைவரும் வைணவரும் உலகியல் அகப்பொருள் பற்றிச் சிற்றின்பக் காதலைப் பாடுவதை விடக் கடவுளுக்கும் பக்தருக்கும் உள்ள தெய்வீகக் காதலைப் (பேரின்பக் காதலை) பாடுவது சிறந்தது என்று அகப்பொருளுக்குப் புதிய பொருள் கற்பித்தார்கள்.

அதாவது கடவுளைக் காதலனாகவும் (தலைமகனாகவும்] பக்தர்களைக் காதலியாகவும் (தலைவிகளாகவும்) கற்பித்துப் பாடுகிற பேரின்பப் பக்திப் பாடல்களைப் புதிதாகத் தோற்றுவித்தார்கள். இந்தப் பக்திக் காதலைச் சைனரும்- பௌத்தரும் ஏற்றுக்கொள்ளவில்லை. தெய்வத்துக்கும் மனிதருக்கும் காதல் உறவு கற்பிப்பது சரியன்று என்பது அவர்களது கொள்கை.

ஆனால், சைவ-வைணவர், சமணருக்கும் பௌத்தருக்கும் மாறுபாடான பக்திக் காதலை வற்புறுத்தி அகப்பொருள் துறையமைந்த பக்திப் பாடல்களைப் பரப்பினார்கள். தொடக்கக் காலத்தில் இந்தக் கொள்கை தமிழர்களால் ஏற்றுக்கொள்ளப் படவில்லை என்று தோன்றுகிறது. பொதுமக்கள், முக்கியமாகப் புலவர்கள், தொல்காப்பிய இலக்கணம் கூறுகிற உலகியல் அகப்பொருளையே பின்பற்றினார்கள். ஆகவே, தெய்வீகக் காதலுக்கு இலக்கணச் சான்று பக்தி இயக்கத்தாருக்குத் தேவைப்பட்டது. ஆகவே, 'இறையனார் அகப்பொருள்' அல்லது 'களவியல்' என்னும் புதிய நூலை எழுதி அதை இலக்கணச் சான்றாகக் காட்டினார்கள். இதற்குத் தெய்வீகமும் பழமையும் கற்பிப்பதற்காகக் கதைகளைக் கற்பித்துக் கூறினார்கள்.

இது இறைவனால் (சிவபெருமானால்) உண்டாக்கப்பட்ட நூல் என்றும், தொல்காப்பியத்துக்குப் பின்னர் இயற்றப்பட்ட நூலானாலும் இது முதல்வனால் செய்யப்பட்டபடியால் 'முதல் நூல்' என்றும் இது பேரின்பக் காதலைக் கூறுகிறபடியால் 'ஞானநூல்' என்றும் கூறினார்கள். இதற்குப் பழமை கற்பிப்பதற்காக

இந்த நூலுக்கு உரை கேட்ட காரணிகள், கடைச்சங்க காலத்தில் இருந்த-வரும் அகநானூறு என்னும் அகப்பொருள் செய்யுட்களைத் தொகுத்தவரும் ஆன உருத்திரசன்மன் என்றும், இதற்கு 'மெய்யுரை' கண்டவர் சங்கப்புலவர் என்றும், ஆனால் சங்கப்புலவரான நக்கீரர் கூறிய உரையே இதற்கு 'மெய்-யான உரை' என்றும் கற்பித்தார்கள். ஆனால் இந்த உரை உடனே ஏட்டில் எழுதப்படாமல், மந்திர உபதேசம் செய்வதுபோல, பரம்பரை பரம்பரையாகப் பத்துத் தலைமுறைவரையில் ஆசிரியர் மாணவர் வழியில் ஓதப்பெற்றது என்-றும் பத்தாவது தலைமுறையில் முசிறியாசிரியர் நீலகண்டனாரால் இவ்வுரை ஏட்டில் எழுதப்பட்டது என்றும் கதைகள் கற்பிக்கப்பட்டன.

இவ்வாறு, புதிய கருத்துக்கும் பழமையும் சிறப்பும் கற்பிப்பதற்காகவும் புதிய கொள்கைக்கு இலக்கணச்சான்று காட்டுவதற்காவும் இறையனார் அகப்பொ-ருளும் அதுபற்றிய கதைகளும் கற்பிக்கப்பட்டன என்று தோன்றுகிறது. இவர்-கள் புதிதாக உண்டாக்கிய பேரின்ப அகப்பொருள் கொள்கை நாட்டில் மான்-றிப் பரவுவதற்கு ஒரு நூற்றாண்டு சென்றிருக்க வேண்டும். ஏனென்றால் கி.பி.7-ம் நூற்றாண்டில் தாள் அப்பர், சம்பந்தர் ஆகிய சைவ நாயன்மார்-களும் ஆழ்வார்களும் அகப்பொருள் துறையமைந்த பக்திப் பாடல்களைப் பாடினார்கள் என்பதை அறிக்றோம். பக்தி இயக்கமும் பேரின்பமான அகப்-பொருள் கொள்கையும் தோன்றிய பிறகே இத்தகைய பாடல்களைக் காண்-கிறோம். இதற்கு முன்பு, கடவுளுக்கும் பக்தனுக்கும் உண்டான பேரின்பக் காதல் பற்றிய செய்யுள் ஒன்றேனும் கிடையாது. இது தமிழிலக்கிய வரலாற்-றில் முக்கியமான செய்தியாகும்.

நக்கீரர் காலம்

சங்க காலத்தில் கி.பி. 200க்கு முன்பு இருந்த நக்கீரர் வேறு, களப்பிரர் காலத்தில் இருந்த நக்கீரதேவ நாயனார் வேறு என்பதைக் கண்டோம். ஆனால் சில அறிஞர்கள் இரண்டு நக்கீரரும் ஒருவரே என்று கருதிக் கொண்டு இவர்கள் இருவரும் கி.பி. 5-ம் நூற்றாண்டில் களப்பிரர் காலத்தில் இருந்தவர்கள் என்று எழுதியுள்ளனர். இவர்கள் இவ்வாறு எழுதுவதற்குக் காரணம் என்னவென்றால், இறையனார் அகப்பொருள் என்னும் களவிய-லுக்கு உரை எழுதியவர், அத்தூலின் உரைப்பாயிரத்தில், சங்ககாலத்து நக்-கீரரும் களவியலுக்கு முதன்முதல் உரை கண்ட நக்கீரரும் ஒருவரே என்று கருதும்படி எழுதியுள்ளதுதான். களவியல் உரைப்பாயிரம் கூறுவதை முழு-உண்மை என்று இவர்கள் கருதிக்கொண்டு ஆராய்கிற படியால் இரண்டு வேறு நக்கீரர்களும் ஒருவரே என்று எழுதியுள்ளனர். இரு.எம். எஸ். இரா-மசாமி அய்யங்கார். தாம் எழுதிய 'தென்னிந்திய சைன ஆய்வுகள்' என்னும் ஆங்கில நூலில் இவ்வாறு எழுதுகிறார்:

“நக்கீரரும் செங்குட்டுவனும் சாத்தனாரும் ஆகிய இவர்கள் சமகாலத்தில், சங்க காலத்தில் வாழ்ந்தவர்கள் என்பதை எல்லோரும் ஒப்புக் கொண்டுள்ளனர். இந்த நக்கீரர் இறையனாரில் களவியலுக்கு உரை எழுதிய நக்கீரர் ஆவார்; இந்த உரையை அவர் எழுதாமல் வாய்மொழியாகவே கூறினார். ஆசிரியர்-மாணவர் என்னும் வழிமுறையில் பத்துத் தலைமுறைவரையில் இந்த உரை வாய்மொழியாகவே கூறப்பட்டு வந்தது. இந்தச் செய்தியை, பின்னர் உரையை ஏட்டில் எழுதிவைத்த ஆசிரியர் கூறுகிறார்.

உரையை ஏட்டில் எழுதிய உரையாசிரியர் எந்தக் காலத்தில் இருந்தவர் என்பதை, அவர் தம்முடைய உரையில் அடிக்கடி கூறுகிற நெல்வேலியிலும் சங்கமங்கையிலும் போரில் வென்றவனும் அரிகேசரி பராங்குசன் நெடுமாறன் என்னும் பெயர்களைக் கொண்டவனும் ஆகிய பாண்டியன் இருந்த காலத்தைக் கொண்டு தீர்மானிக்கலாம். வேள்விக்குடிச் செப்பேட்டிலிருந்து இந்தப் பாண்டியன் கி.பி.770-ல் வாழ்ந்திருந்த ஜடிலவர்மன் பராந்தகனுடைய தந்தை என்பதை அறிகிறோம்.

ஆகையினாலே களவியல் உரையை ஏட்டில் எழுதிய ஆசிரியர் கி.பி.8-ம் நூற்றாண்டில் வாழ்ந்தவராதல் வேண்டும். இவர் காலத்திலிருந்து பத்துத் தலைமுறைகளைக் கணக்கிட்டால், தலைமுறை ஒன்றுக்குச் சராசரி 30 ஆண்டு என்று கணக்கிடுவோமானால், முதல்முதல் உரை கூறிய நக்கீரர் காலம் கி.பி.5-ம் நூற்றாண்டு என்றாகிறது. கி.பி.770-ல் இருந்து 108x30 ஐக் கழிக்க வேண்டும். ஆகவே இந்த நூற்றாண்டே சங்கம் (கடைச்சங்கம்) இருந்த காலமாகும்.”

இவர் ஆராய்ந்து கண்ட முடிவு சரியே. இறையனார் அகப்பொருள் உரைப்பாயிரத்தின்படி ஆராய்ந்து, களவியலுக்கு உரை கண்ட நக்கீரர் கி.பி.5-ம் நூற்றாண்டில் இருந்தவர் என்று கூறியது முற்றிலும் சரியே. இதையே நாமும் கூறியுள்ளோம். நக்கீரர் அடிநூல், நக்கீரர் நாலடி நானூறு, கயிலைபாதி காளத்திபாதித்திருவந்தாதி, திரு ஈங்கோய்மலை எழுபது, இருவலஞ்சுழி மும்மணிக் கோவை, திருவெழுகூற்றிருக்கை, பெருந்தேவபாணி, கோபப்பிர சாதம், காரெட்டு, போற்றிக் கலிவெண்பா, கண்ணப்பதேவர் திருமறம் ஆகிய நூல்களைப் பாடிய (இந்நூல்கள் சைவ சமயத் திருமுறைகளில் ஒன்றான பதினோராம் திருமுறையில் தொகுக்கப்பட்டுள்ளன) நக்கீரதேவ நாயனார் களப்பிரர் ஆட்சிக் காலத்தில் இருந்தவர் என்று கூறினோம்.

ஆனால் இந்த நக்கீரர், கடைச்சங்க காலத்தில் தலையாலங்கானத்துச் செருவென்ற பாண்டியன் நெடுஞ் செழியனையும் தெடுதல்வாடை முதலான சங்கச் செய்யுட்களையும் பாடிய சங்ககாலத்து நக்கீரர் அல்லர் என்றும் கூறினோம். களவியல் உரைப்பாயிரக் கருத்துப்படி இரண்டு வேறு நக்கீரர்களும் ஒருவரே என்று தெரிகின்றனர். இது வரலாற்றுக்குப் பெரிதும் மாறுபாடாக இருக்கிறது. ஆகவே, இறையனார் அகப்பொருள் உரை இரண்டு வேறு நக்கீரர்களை ஒருவரே என்று இணைத்துக் கூறுவது தவறு என்பது நன்றாகத்

தெரிகிறது.

சங்ககாலத்தில் இருந்த திருமுருகாற்றுப்படை பாடிய நக்கீரரை நக்கீரதேவ நாயனாருடன் பிணைத்துக் கூறினால் இறையனார் அகப்பொருள் உரைக்குப் பெருமதிப்பு ஏற்படும் என்னும் காரணம்பற்றி இரு நக்கீரர்களையும் ஒருவ-ராகப் பிணைத்துக் கூறினார்கள் போலும். ஆனால் இரண்டு நக்கீரர்களும் வெவ்வேறு காலத்தில் இருந்தவர்கள் என்பதும் இருவரும் சில நூற்றாண்டு-களுக்கு முன்பும் பின்பும் இருந்த வெவ்வேறு நக்கீரர்கள் என்பதும் தெரி-கின்றன.

திரு. பி.தி. சீனிவாச அய்யங்கார், தாம் எழுதிய ‘தமிழர் வரலாறு’ என்ற ஆங்கில நூலில், நான்கு நக்கீரர்கள் இருந்தனர் என்று கூறுகிறார். அவர்-களில் முதல் நக்கீரர் திருமுருகாற்றுப் படையையும் பத்துப்பாட்டில் நெடு-நல்வாடையையும் சங்கத் தொகைகளில் பல செய்யுட்களையும் பாடியவர். இரண்டாம் நக்கீரர், நாலடி நாற்பது என்னும் செய்யுள் இலக்கணம் எழு-தியவர். மூன்றாம் நக்கீரனார், அகப்பொருளுக்கு (இறையனார் அகப்பொ-ருளுக்கு) முதன்முதல் உரை கண்டவர். நான்காம் நக்கீரர், பிற்காலத்தில் (பதினோராந் திருமுறையில்) சைவப்பாடல்களைப் பாடியவர். இந்த நால்வ-ரையும் தமிழ்ப் புலவர்கள் ஒருவர் என்று இணைத்துக் கூறுகிறார்கள் என்று எழுதுகிறார்.[1]

இவர் கூறுகின்ற நான்கு நக்கீரர்களை இரண்டு நக்கீரர்களாக அடக்க-லாம். ஒருவர் சங்கச் செய்யுட்களையும் நெடுநல் வாடையையும் திருமுரு-காற்றுப் படையையும் பாடிய கடைச்சங்க காலத்து நக்கீரர். இவர் கி.பி. 2-ம் நூற்றாண்டில் இருந்தவர். இரண்டாம் நக்கீரர் நாலடி நாற்பது என்றும் யாப்-பிலக்கண நூலை எழுதியவர் என்று யாப்பருங்கல உரைகாரர் கூறுகிறவரும் இறையனார் அகப்பொருள் உரைக்கு முதன்முதல் உரைகண்ட வரும் பதி-னோராம் திருமுறையில் தொகுக்கப்பட்டுள்ள தோத்திரப் பாடல்களைப் பாடி-யவரும் ஆவார்.

திரு.கே.ஏ. நீலகண்ட சாஸ்திரி, இறையனார் அகப்பொருள் உரைகூறுகிற நக்கீரர் காலத்தையறிய முடியாமலிருப்பது பற்றித் தம்முடைய 'பாண்டிய இராச்சியம்' என்னும் நூலில் இவ்வாறு எழுதுகிறார். இறையனார் அகப்பொ-ருளுக்குத் தலைமுறை தலைமுறையாகத் தொடர்ந்து வந்த நக்கீரனாருடைய உரை, இப்போதுள்ளபடி சங்கச் செய்யுள்களிலிருந்து மேற்கோள் காட்டுவ-தோடு, கி.பி. 7-ம் நூற்றாண்டின் பிற்பகுதிக்கு முன்பு நடக்காத நிகழ்ச்சிக-ளையும் மேற்கோள் காட்டுகிறது.

இந்த மேற்கோள்களிலிருந்து (இவர் காலத்தைப்பற்றி) ஒன்றும் அறிய முடியவில்லை " என்று எழுதுகிறார். மேலும் அவர் எழுதுவது வருமாறு: "தலையாலங்கானத்துச் செருவென்ற பாண்டியன் நெடுஞ்செழியனின் சமகா-லத்தில் இருந்தவரும் அவனுக்கு வயதில் இளையவருமான நக்கீரரின் காலத்தையறிய இறையனார் அகப்பொருள் உரையில் கூறப்படுகிற பாண்டிய

அரசர் காலத்திலிருந்து பத்துத் தலைமுறையைப் பின்னால் கொண்டு கணிக்கும் முயற்சியும் அவர் காலத்தைத் திருப்திகரமாகக் கூறமுடியவில்லை ."[2]

இவர், நக்கீரனாரின் காலத்தை அறிய முடியாத காரணம் என்ன? இறையனார் அகப்பொருளின் உரைப்பாயிரம் பழைய காலத்து நக்கீரரையும் பிற்காலத்து நக்கீரரையும் ஒருவராக இணைத்துப் பொருத்திக் கூறுகிற தவறு காரணமாகக் காலத்தை அறிய முடியவில்லை . இரண்டு நக்கீரர்களையும் தனித்தனிப் பிரித்து விட்டுக் கவனித்துப்பார்த்தால் காலம் தெளிவாகத் தெரிகிறது. இறையனார் அகப்பொருளுக்கு உரை கண்ட நக்கீரர் கி.பி.5-ம் நூற்றாண்டிலிருந்தவர் என்பதும் சங்ககாலத்து நக்கீரர் அவருக்கு முன்பு பல நூற்றாண்டுக்கு முன்னர் கி.பி. 2-ம் நூற்றாண்டில் இருந்தவர் என்பதும் தெளிவாகத் தெரிகின்றன.

நூலடைவு

இலக்கியம்: 1. அகநானூறு 2. குறுந்தொகை 3. சிலப்பதிகாரம் 4. சீவகசிந்தாமணி 5. நற்றிணை 6. நாலாயிர திவ்வியப் பிரபந்தம் 7. பதிற்றுப்பத்து 8. பதினெண் கீழ்க்கணக்கு நூல்கள் 9. பட்டினப்பாலை 10. பரிபாடல் 11. பன்னிரு திருமுறைகள் 12. பாண்டிக்கோவை 13. புறநானூறு 14. பெரிய புராணம் 15. பெருங்கதை 16. மணிமேகலை

இலக்கணம்: 17. இறையனார் களவியல் உரை 18. கல்லாடம் 19. தொல்காப்பியம் 20. யாப்பருங்கலம்- பழைய விருத்தி உரை

கல்வெட்டுகள்

21. பல்லவர் செப்பேடுகள் முப்பது 22. பாண்டியர் செப்பேடுகள் பத்து

23. Annual Reports on; South Indian Epigraphy (From 1887) .

24. Epigraphia Camatica 25. Epigraphia Indica

26. Epigraphia Zeylonics 27. Inscripitions of Pudukkottai State

28. Mysore Archaeological Report 29. Rangacharya, V., A Topographical List of the Inscriptions of the Madras Presidency. (Three Volumes) 30. South Indian Inscriptions

தமிழ்நூல்கள்

31. சதாசிவ பண்டாரத்தார், டி.வி., தமிழ் இலக்கிய வரலாறு (கி.பி. 250 - 800), 1965

32. பாண்டியர் வரலாறு 1969 33. பன்னீர் செல்வம், இரா., தமிழ்நாடும் களப்பிரரும், 1973

34. மயிலை சீனி வேங்கடசாமி, சமணமும் தமிழும்
35. பௌத்தமும் தமிழும் 36. மறைந்துபோன தமிழ் நூல்கள்
37. 19-ஆம் நூற்றாண்டில் தமிழ் இலக்கியம்
38. வேங்கடராஜுலு ரெட்டியார், வே., கபிலர், 1936

ஆங்கில நூல்கள்

39. Arokiaswamy, M., The Early History of the Vellar Basin, 1954
40. Codrington, H.W., A Short History of Ceylon
41. Jyoti Prasad Jain, The Jaina Sources of History of Ancient India Ancient India (100 BC-900 AD), 1964
42. Krishna Rao, N., A History of the Early Dyrnasties of Andhra Desa
43. Krishnaswamy Ayyangar, The Age of Imperial Unity, Vol
44. Law. B.C., Geography of Early Buddhism
45. Nilakanta Sastri, K.A., The Colas
46. A Comprehensive History of India, Vol ii
47. Foreign Notices of South India 48. Pandyan Kingdom
49. Rama Rao, M., Studies in the Early History of Andradesa
50. Ramaswamy Ayengar, M.S., Studies in South Indian Jainism
51. Sivaraja Pillai, K.N., The Chronology of the Early Tamils
52. Srinivasa lyanger, P.T., History of the Tamils, 1929
53. Subramaniam, N., History of Tamilnadu (to AD 1336)
54. Valyapuri Pillai, S., History of Tamil Language and Literature.
55. Wilhelm Geiger (Translation), Sulavamsa, 1929

மலர்கள்

36. அண்ணாமலைப் பல்கலைக்கழக இதழ், தொகுதி 6
57. சீவகசிந்தாமணி சொற்பொழிவு மலர், 1952/58. செந்தமிழ், தொகுதி 12, 20
59. Journal of Indian History, VIII, XXXIV
60. Journal of Oriental Research, Madras, 1933
61. Journal of Royal Asiatic Society, 1934
62. Joumal of Royal Asiatic Society. Ceylon Branch, XXIV
63. Journal of Tamil Studies, III
64. Madras Christian college Magazine, January 192

65. University of Ceylon Review, Vol ill, PtI

கன்னட நூல்கள்: 66. கிருஷ்ண ராவ், டாக்டர் எம்.வி., கேசவபட்ட, எம்., கர்நாடக இதிஹாஸ தர்ஸன (கன்னட தேசத்தின் வரலாறு), 1970 67. சிதானந்த மூர்த்தி, டாக்டர் எம்., கன்னட ஸாஸனகள ஸாம்ஸ் கிருதிக அத்யயன (கி.பி.450-1150), 1966
பாலி மொழி நூல்கள்: 68. ஆசாரிய புத்ததத்ததேரர், வினய வினிச்சயம் 69. வட்டார தனெ; பத்ராபாஹுபட்டாரா கதெ

பிற்சேர்க்கை - 1

அறிஞர் மயிலை சீனி.வேங்கடசாமி அவர்களின் "களப்பிரர் ஆட்சியில் தமிழகம்": ஒரு பார்வை. - அ.மார்க்ஸ்

"எவ்விடத்தும் சிவன் கோயில்; எவர் நெஞ்சிலும் சிவஞானம்; எவர் மொழியிலும் சிவநாமம்; எவர் மேனியிலும் சிவ வேடம்; எவர் பணியும் சிவப்பணி. எங்கும் எல்லாம் சிவமேயாய்ச் சிறந்து நின்றமையின் தென் தமிழ்நாடு சிவலோகமாய்க் காட்சியளித்தது" என (ஔவை சு.துரைசாமிப்பிள்ளை, சிவஞான போதம் மூலமும் சிற்றுரையும், அண்ணாமலைப் பல்கலைக்கழக வெளியீடு, 1953), சைவப் பண்பாடே தமிழர் பண்பாடு என்று நம் தமிழறிஞர்கள், தமிழ் வரலாற்றையும் பண்பாட்டையும் ஒற்றைப் பரிமாணமாய், இறுக்கமாகக் கட்டமைத்துக் கொண்டிருந்த ஒரு கால கட்டத்தில் சமணமும் பவுத்தமும் இன்றித் தமிழில்லை என்பதை அடித்து நிறுவியவர் அறிஞர் சீனி. வேங்கடசாமி அவர்கள். மறைந்து போன தமிழ் நூல்கள், களப்பிரர் காலம், முதலான தமிழ் மரபால் ஒதுக்கப்பட்டவற்றின் பால் அவர் கரிசனம் குவித்திருந்தது போற்றத் தக்கது.

தமிழாய்வுகள் என்பன பல்கலைக்கழகங்களுக்குள்ளும் சைவ மடங்களுக்குள்ளும் சிறைப்பட்டிருந்த காலம் அது. தமிழகச் சாதிப் படிநிலை வரிசையில் உச்சியிலிருந்த இரு சாதிப் பிரிவினரின் கையில் தமிழாய்வுகள் முடங்கியிருந்த உண்மையையும் இன்று நம்மால் மறந்து தொலைக்க இயலவில்லை. இந்தத் தளைகள் எல்லாவற்றிலிருந்தும் விடுபட்டிருந்ததால் தானோ என்னவோ வேங்கடசாமியவர்களின் கரிசனங்கள் ஒதுக்கப்பட்டவற்றின் பால் திரும்பின. அன்னாரின் நூற்களிலேயே முக்கியம் என எனக்குத் தோன்றுவது 'களப்பிரர் ஆட்சியில் தமிழகம்.'

வாழ்க்கையில் ஏற்பட்ட மனக்கவலையும் துன்பமும் நோயும் தொடர்ந்து வருத்துகிற காலத்தில் இந்நூலை எழுதினேன் என அவரலால் குறிப்பிடப்படும் இந்நூல் 1975ம் ஆண்டு வெளிவந்தது. "அக்கால சமயங்களின் வரலாறு, செய்யுள் இலக்கண வரலாறு ஆகியவற்றைப் பற்றி ஆராய்ந்த

போது களப்பிரர் ஆட்சிக் காலத்தைப் பற்றிய சில செய்திகள் புதிதாய்ப் புலனாயின'' என்று முகவுரையில் குறிப்பிடும் வேங்கடசாமி அவர்கள், களப்பிரரின் இருண்ட காலம் இந்த நூலில் விடியற்காலம் ஆகிறது'' எனவும், மேலும் வரலாற்றுச் சான்றுகள் கிடைக்குமாயின் ''களப்பிரர் காலத்தின் பகற்காலத்தைக் காணக்கூடும்'' எனவும் நம்பிக்கை தெரிவிக்கிறார்.

களப்பிரரின் இருண்ட காலம் எவ்வாறு வேங்கடசாமி அவர்களின் முயற்சியால் விடியற்காலம் ஆகிறது என்பதை அறிய இந்நூல் வெளிவருவதற்கு முந்தைய நாட்களில் களப்பிரர் காலம் குறித்து எத்தகைய கருத்துக்கள் இங்கே கட்டமைக்கப்பட்டு வந்தன என அறிதல் அவசியம்.

2

களப்பிரர் கால வரலாற்றைக் கட்டமைப்பதற்கு மிக அடிப்படையான ஆவணமாக விளங்கும் வேள்விக்குடிச் செப்பேடுகள் 1923ம் ஆண்டு பதிப்பிக்கப்பட்டது. 1935ம் ஆண்டு கே.ஏ. நீலகண்ட சாஸ்திரியாரின் புகழ்பெற்ற 'சோழர்கள்' நூல் சென்னைப் பல்கலைக் கழகத்தால் வெளியிடப்பட்ட போது களப்பிரர் காலம் குறித்த சில உறுதியான கருத்துக்களை அவர் அதில் முன் மொழிந்திருந்தார்.

பாண்டியரது வேள்விக்குடிச் சாசனமும் பல்லவரது சில ஆவணங்களும் களப்பிரர் எனப்படும் தெளிவற்ற இருண்ட (obscure) குலம் ஒன்றைக் குறிப்பிடுகின்றன. பெரும் அரசியற் சீர்குலைவிற்கு (Political Unsettlement) இவர்கள் காரணமாயிருந்தனர். ஆறாம் நூற்றாண்டின் இறுதி வாக்கில் அவர்களை (அரசியலதிகாரத்திலிருந்து) தூக்கி எறிந்ததென்பது பாண்டிய - பல்லவரது அதிகாரங்கள் மீண்டும் அரியணை ஏறுதற்கான முதற்படியாக அமைந்தது.

முற்காலச் சோழர்களின் அதிகாரம் முடிவிற்கு வருவதற்கும் கூட களப்பிரரின் காட்டுமிராண்டித்தனமான கொள்ளைக்காரச் செயற்பாடுகள் (Predatory activitles) காரணமாயின எனவும் நாம் கருதலாம் (Colas 1975 ம் ஆண்டு பதிப்பு, பக்கம் 100 - அழுத்தம் நமது) என்று குறிப்பிடும் சாஸ்திரியார், களப்பிரர் கால பவுத்தப் பேறறிஞரான உறையூரைச் சேர்ந்த புத்ததத்தர் பற்றிச் சொல்லவரும்போது,

''சங்க இலக்கியம் பாய்ச்சுகிற ஒளி மங்கியதற்கும் மேலே குறிப்பிட்ட பாண்டிய பல்லவச் சாசனங்களின் மூலமான புதிய விடியல் (Fresh dawn) தொடங்கியதற்கும் இடைப்பட்ட இருண்ட காலத்தில் (dark period) (புத்ததத்தர்) வாழ்ந்திருக்க வேண்டும் என்பது உறுதி'' (பக்.100- அழுத்தம் நமது) என்றும் கூறுவது குறிப்பிடத்தக்கது. இறுதியாக,

"... எனினும் வேள்விக்குடிச் சாசனம், களப்பிர குலத்தைக் கலியரசர் எனச் சொல்வதிலிருந்தும் பல ஆதியரசர்களைக் களைந்தெறித்தவர்கள் எனக் கூறுவதிலிருந்தும், பிரம்மதேய உரிமைகளில் கைவைத்தவர்கள் என்று உரைப்பதிலிருந்தும் அவர்களால்

தூக்கியெறியப்பட்ட இந்நிலத்திற்குரிய மக்களுக்கும் (Peoples of land) இடைமறித்துத் தொல்லையளித்த (interlopers) களப்பிரருக்கும் இடையில் பகை நிலவியது என்பது உறுதி" (பக் 101. அழுத்தம் நமது) என்று முடிக்-கிறார்.

சாஸ்திரியார் 'இருண்ட குலம்,' 'இருண்ட காலம்' என்றெல்லாம் களப்பி-ரரைக் குறிப்பதென்பது ஏதோ, அக்காலகட்டத்திற்கான வரலாற்றாவணங்கள் இல்லாமையைக் குறிப்பதற்காக மட்டுமன்று. அவரது 'தென்னிந்திய வரலாறு' நூலில்,

"சங்க காலத்திற்குப் பிறகு ஒரு நீண்ட இருள் படர்ந்த காலம் நிலவக் காண்கிறோம்..... மறுபடியும் இருள் அகன்று கி.பி.ஆறாம் நூற்றாண்டு அளவில் வரலாறு ஒளிவீசத் தொடங்குகிறது. 6ம் நூற்றாண்டில் இனங் கண்டு கொள்ள முடியாத நாகரீகத்தின் எதிரிகளான களப்பிரர் என்னும் கொடிய அரசர் வந்து நிலைகொண்டு விட்டனர். நிலைபெற்ற அரசியல-மைப்பு தூக்கியெறியப்பட்டது."

(இலங்கை அரசு வெளியீடு, 1966, பக். 158-அழுத்தம் நமது.) என்று குறிப்பிடுவதிலிருந்து களப்பிரர் காலத்தை நாகரீக வளர்ச்சியற்ற இருண்ட காலமாகவே கருதினாரென்பது புலப்படும்.

களப்பிரர் காலத்தைக் குறிக்கப் பேராசிரியர் பயன்படுத்திய சில சொற்கள்- interregnum, interlopers, dark age, Political unsettlement.. முதலியன பின்னாளில் களப்பிரர் கால வரலாறு எழுதுவதற்கான குறியீட்டு வழிகாட்டல்க்ளாகவே மாறின. இச்சொற்களுக்கு அகராதிகள் அளிக்கும் விளக்கங்கள் அறியத் தக்கன.

(Kalabrha)

interegunm: the time between two reigns, any breach of continuity in order, break in the continuity and norms, ஒழுங்கான அரசனில்லாக் காலம்.

interloper : தலையிடுபவர், தன் ஆதாயங்கருதிப் பிறர் காரியங்களில் தலையிட்டுத் தொல்லை தருபவர், உரிமையற்ற வணிகர் 'சேம்பர்ஸ்' மற்றும் ஏ.சி.செட்டியார் அகராதிகள் அளிக்கும் பொருள்கள் இவை.

ஆக, நேர்ப்போக்கான ஒரு வரலாற்று வளர்ச்சியையும், சீரான ஒழுங்-கையும் குலைத்துச் சிதைத்த, இம் மண்ணுக்கு உரிமையற்ற அநாகரிகர்கனா-கக் களப்பிரரின் இருண்ட காலம் அமைந்தது என்கிற புரிதலை உருவாக்கி நிலைப்படுத்தியமையில் பேராசிரியர் சாஸ்திரியாரின் பங்கு கணிசமானது.

இதர வரலாற்றறிஞர்களும் சளைத்தவர்களல்ல. அண்ணாமலைப் பல்கலைக் கழக வெளியீடாக வந்த 'சிவஞான போதம் மூலமும் சிற்றுரையும்' நூலின் (1953) முகப்புரையில் சைவத் தமிழறிஞர் ஔவை துரைசாமிப் பிள்ளையவர்கள்,

"இக்களப்பிரர் தமிழரல்லர்; தமிழ் நாட்டவருமல்லர். பல்லவர்

புகுவதற்கு முன்பே தமிழகத்தில் புகுந்து சங்ககாலத் தமிழ் வாழ்வைச் சீரழித்தனர். அவர்கள் புகுவதற்கு முன் தமிழகம் நாடு புகழும் நலம் சிறந்து விளங்கிற்று. அத்தகைய தமிழகம் கல்வி, வணிகம், பொருள், அரசியல், சமயம் என்ற துறைகளில் களப்பிரர் வரவால் பெருவீழ்ச்சியுற்றது. அவ்வத் துறைகளை விளக்கும் தமிழ்நூல்கள் அழிந்தது அக்காலத்தேயாகும்.

சுருங்கச் சொல்லுமிடத்து தமிழர்களின் கல்வியைச் செல்வாக்கிழப்பித்துக், கடல் வாணிகத்தை உடலறக் கெடுத்துப், பொருள் விளக்கத்தை இருட்டடித்து அரசியலை அலைத்தொழித்துச், சமயத்தைக் குமைத்து நின்றது களப்பிரரின் கொடுங்கோலாட்சி என்பது அமையும்.... இக்களப்பிரர் பண்டைய வரலாற்றில் காணப்பட்ட போதிலும் அவர்கள் நிலைபெறத் தங்கி ஆட்சி நடத்தியதாக ஒரு நாளும் காணப்படவில்லை. எனவே அவர்கள் ஓரிடத்தும் நிலையாகத் தங்காமல் மக்களைச் சூறையாடுவதே தொழிலாகக் கொண்டிருந்த நாடோடிகள் எனத் தெரிகிறது." (பக் 45, 46, அழுத்தம் நமது).

எனக் கடுஞ் சொற்களால் சாடுவதனூடாக நிலையாகத் தங்கி அரசாளுதலின் சிறப்பையும் நாடோடித் தன்மையின் கொடுங்கோன்மையையும் வலியுறுத்துவது கவனிக்கத்தக்கது. தமிழ்நாட்டுப் பாடநூல் நிறுவனம் 1972ல் வெளியிட்ட 'தமிழக வரலாறு: மக்களும் பண்பாடும்' நூலில் பேராசிரியர் கே.கே.பிள்ளையவர்கள்,

"தமிழகம் கி.பி. 3ம் நூற்றாண்டு தொடக்கத்திலேயே களப்பிரர் என்ற ஒரு குலத்தாரின் படையெடுப்புக்கு உட்பட்டு அல்லலுற்றது. அவர்கள் தமிழரல்லர்; பிற மொழியினர். அவர்கள் மாபெரும் சூறாவளியைப் போல நாட்டில் நுழைத்து மக்களைக் கொன்று குவித்து உடமைகனைச் சூறையாடினார்........ அயல்நாட்டினர் வேறு ஒரு நாட்டை வென்று கைக்கொண்ட பிறகு அவர்களது மொழி, இலக்கியம், கலை, நாகரீகம் ஆகியவற்றை அழிப்பதையே தம் முதற்கடமையாகக் கொள்வர். இது வரலாறு கண்ட உண்மையாகும். ....தமிழகத்தில் இவர்களால் ஏற்பட்ட குழப்பமும் இழப்பும் அளவிறந்தன. இவர்கள் கொடுங்கோலர்கள், கலியரசர்கள்" (பக் 171,172-அழுத்தம் தமது)

என்று குறிப்பிடுவார். குழப்பம் மிகுந்த காலம் என்கிற கருத்தாக்கத்தை பேரா. என்.சுப்பிரமணியம் அவர்களும் குறிப்பிடுவார் (Sangam Polity, Asia Publishing House, 1966, பகா.) சங்கம் அழிக்கப்பட்டது களப்பிரர்களால் தான் எனவும் அவர் உறுதியாய்ச் சொல்வார்.

சுருக்கம் கருதி அறிஞர் சதாசிவப் பண்டாரத்தார் முதலான வேறு பல வரலாற்றாசிரியர்கள் களப்பிரர் பற்றிச் சொன்ன கடுஞ் சொற்களைத் தவிர்ப்போம். சீனி.வேங்கடசாமியவர்களின் நூலுக்குப் பின்னால் வந்ததாயினும், அந்நூலின் கருத்துக்களை வெளிப்படையாக மறுக்காமல் முன்னாற் சொல்லி நிலைநிறுத்தப்பட்ட கருத்துக்களையே மீண்டும் நிலைநாட்ட முயன்ற மு.அருணாசலம் பிள்ளையவர்களின் கருத்தை (1976) மட்டும் இங்கே இறுதியாய்க் குறிப்பிடுவது அவசியம். சொல்வார்:

"களப்பிரர் எந்த அரச பாரம்பரியத்திலும் (Royalty) வந்தவர்களல்லர். தொன்மைக் காலத்தில் அரசப் பாரம்பரியத்திற்கே ஆளுமை (Personality) இருந்தது. இந்த ஆளுமை எல்லாவிதமான மத மற்றும் இலக்கிய நிறுவனங்களிலும் தனது முத்திரையைப் பதித்து வந்தது. எனவே அரசப்பாரம்பரியமற்ற களப்பிரர்கள் நமது பழம்பெருமைக்குச் சொல்லத்தக்க பங்களிப்பு எதையும் செய்ய இயலாதவராக இருந்தனர். மொழியையும் பண்பாட்டையும் அவர்களது ஆட்சி அழித்தது ஒன்றைத் தவிர வேறெதையும் செய்யவில்லை....ஏழாம் நூற்றாண்டில் திருஞான சம்பந்தர் மேற்கொண்ட புனிதப் போர் (crusade) மீண்டும் சைவத்தை நியாயமான அதன் பீடத்தில் (legitimate pedestal) ஏற்றியது."

(Kalabhras in the Pandya country, University of Madras, 1979 பக். 35, 36- அழுத்தம் நமது)

நூறாண்டு வரிசையில், இலக்கிய வரலாற்றைத் தொகுத்தளித்த அருணாசலத்தின் மேற்கண்ட கூற்றில் பல அம்சங்கள் ஆழ்ந்து சிந்தித்தற்குரியன. களப்பிரரை அரச பாரம்பரிய மற்றவர்கள் என்கிறார். அரசபாரம்பரியம் அற்றவர்களால் பண்பாட்டுப் பெருமைக்குப் பங்களிப்பு ஏதும் செய்ய இயலாது என்கிறார். சம்பந்தரின் புனிதப் போர் எண்ணாயிரம் சமணரைக் கழுவேற்றியது முதலானவை 'மீண்டும்' சைவத்தை அதன் 'நியாயமான' பீடத்திவேற்றியது என்கிறார்.

ஆக வேங்கடசாமிக்கு முந்திய தமிழாய்வறிஞர்கள் அனைவரும் களப்பிரர் பற்றிக் கூறிய கருத்தைக் கீழ்க்கண்டவாறு தொகுத்துக் கொள்ளலாம். களப்பிரர் என்னும் அரச பாரம்பரியமும் நாகரிகமும் அற்ற அந்நியப் படையெடுப்பாளர்கள், சங்க கால இறுதியில் தமிழகத்தின் மீது படையெடுத்துச் சங்கப் பொற்காலத்தை அழித்தனர். மீண்டும் ஆறாம் நூற்றாண்டு இறுதியில் பாண்டிய பல்லவர்கள் அவர்களை அகற்றியது வரை தமிழக வரலாறு ஓர் இருண்ட காலம்; மொழியும், பண்பாடும், கலைகளும், நாகரீகமும் சீரழிக்கப்பட்ட காலம் புறச் சமயங்களான சமணமும் பவுத்தமும் கோலோச்சிய காலம். மீண்டும் ஏழாம் நூற்றாண்டில் சம்பந்தப் பெருமான் தோன்றி பாண்டிய, பல்லவ ஆட்சிகளின் துணையோடு புறச் சமயங்களை ஓட்டி, சைவத்தை அதற்குரிய இடத்தில் அமர்த்தினார். பிற்காலத்தில் வேளான மரபினராகச் சைவம் போற்றிய களப்பாளர், களப்பாளராயர் முதலானோருக்கும் நாடோடி

அநாகரிகர்களான களப்பிரருக்கும் எவ்விதத் தொடர்புமில்லை.

இக்கருத்துக்கள் யாவும் சென்ற நூற்றாண்டில் அதிகாரம் மிக்கவர்களாக விளங்கிய அறிஞர் பெருமக்களால் முன்மொழியப்பட்டதோடன்றி பல்கலைக்கழகங்களாலும் பாடநூல் நிறுவனங்களாலும் முன்வைக்கப்பட்டு அதிகாரபூர்வமான சொல்லாடல்களாக நிலை நிறுத்தப்பட்டன என்பதும் சிந்தனைக்குரியது.

இப்பிரதிகள் அனைத்தையும் நீங்கள் கூர்ந்து வாசித்தீர்களேயானால் இவர்களது முன் தீர்வுகளுக்கு (apriori judgements) முற்றிலும் பொருந்தாத தரவுகளை அவர்களே முன் வைத்திருப்பது விளங்கும். களப்பிரர் காலத்தை இருண்ட காலம் எனச் சொன்ன அடுத்த வரியிலேயே அக்கால பவுத்த ஆசிரியர் புத்ததத்தரின் 'அபிதம்மாவதார'த்தின் இறுதியில் காவேரிப் பட்டணம் குறித்துச் சிறப்பாக எழுதப்பட்டுள்ளதைக் குறிப்பார் நீலகண்ட சாஸ்திரி, வளம் நிறைந்த வணிகர்கள், பெரிய அரண்மனைகள், தோட்டங்கள், துரவுகள் எனக் காவிரிப் பூம்பட்டிணம் சிறந்திருந்ததையும், காவேரிக்கரையில் புத்தமங்கலத்திலிருந்த புத்த விகாரைகள் குறித்தும், மூவேந்தர்களையும் சிறை வைத்த அச்சுத களப்பாளனைப் பற்றியும் சொன்ன அடுத்த கணமே' 'எனினும்...' என இருண்ட காலக் கதையாடலைத் தொடங்குவார் சாஸ்திரியார்.

கே.கே.பிள்ளையும் அவ்வாறே களப்பிரர் காலத்தில் வச்சிரநந்தியால் உருவாக்கப்பட்ட திரமிள சங்கத்தின் சிறப்புகளைச் சொல்வார். மணிமேகலை, நீலகேசி, குண்டலகேசி, யசோதரா காவியம், சீவக சிந்தாமணி ஆகிய காவியங்கள் தமிழில் உருவான காலம் இது எனக் குறிப்பிடும் பிள்ளை, வஞ்சிமா நகரில் மணிமேகலை முன்பாக பல் சமய அறிஞர்கள் தத்தம் திறன்களை எடுத்துக் கூறிய காட்சியை விவரித்து, அக்காலத்து மக்களின் பண்பாட்டு மேம்பாட்டையும். அறிவின் உயர்ச்சியையும் சமயப் பொறையையும் வியப்பார். எனில் களப்பிரர் காலத்திய குழப்பமும் இழப்பும் அளவில எனத் தான் கொண்ட முடிவின் அடிப்படை யாது என அவர் விளக்க எத்தனிக்கவில்லை. எந்த ஆதாரங்களின் அடிப்படையில் மக்களைக் கொன்று குவித்த கொடுங்கோலர்கள் என்று களப்பிரரைச் சொன்னாரென்றும் அவர் சுட்டிக் காட்டவில்லை.

தொகுத்து நோக்கும்போது ஒன்று தெளிவாகத் தெரிகிறது. களப்பிரர் காலத்துத் தமிழக வரலாற்றை விளங்கிக் கொள்ள வினய வினிச்சயம், அபிதம்மாவதாரம் சீவக சிந்தாமணி முதலான அவைதீகப் பாரம்பரிய நூற்களை ஏற்க இவர்கள் தயாராக இல்லை. சைவத்தையும், வடக்கிலிருந்து இங்குப் போந்த வைதீக மரபையும் இந்த மண்ணுக்குரியதாக ஏற்றுக் கொண்டு வரலாறு எழுதத் துணிந்த அவர்கள் கிட்டத்தட்ட அதே கால சுட்டத்தில் (கி.மு.3ம் நூ) இங்கு நுழைத்து பரவிய சமண, பவுத்த அவைதீக மதங்களைப் புறச்சமயங்களாகக் கருதினர். சைவத்தை இம்மண்ணுக்குரிய இயல்-

பான ஒழுங்கு எனக் கருதியதன் விளைவாகவே சமணமும் பவுத்தமும் ஏற்றம் பெற்ற ஒரு காலகட்டத்தை ஒழுங்கு குலைத்த ஒரு தொடர்ச்சியின்மை (interregnum) யாகக் கருதினர்; சமணத்தையும் பவுத்தத்தையும் ஆதரித்த களப்பிரரை ஏதிலராகக் (அந்நியராக) கட்டமைத்தனர்.

கருநாடகத்திலுள்ள இன்றைய சிரவண பௌகோளாப் பகுதியிலிருந்து வந்தவர்களாகக் களப்பிரர்கள் இருக்க வேண்டும் என்பது வேங்கடசாமி உட்படப் பலரும் சொல்கிற முடிவு. சங்ககாலத்தில் அப்பகுதி எருமை நாடு என அழைக்கப்பட்டது. இன்றைய தேச எல்லைப் புவியியல் அடிப்படையில் அன்றைய எருமை நாட்டை அந்நிய தேசமாகக் கட்டமைப்பது பொருந்தாது. எருமை வெளியனார் என்கிற சங்கப்புலவர் இருந்தமையும் சங்ககாலப் புறத்திணைகளின் எருமை மறம் என்றொரு துறை வழங்கப் பட்டமையையும் தாம் இங்கு கருதிப் பார்க்க வேண்டும்.

எனவே கலாச்சார மையத்தின் விளிம்பாய் இருந்த மக்கட் பிரிவினரை 'அந்நிய' ராய்க் கட்டமைப்பதும் பிறகு 'அந்நியர்'களை எதிரிகளாய்க் கட்டமைப்பதும் சென்ற நூற்றாண்டு தேசிய வரலாறெழுதியலின் ஆபத்தான கூறு என்பதை தாம் இத்துடன் இணைத்துப் பார்க்கத் தவறக்கூடாது. அகில இந்தியத் தேசிய வரலாற்றாசிரியர்கள் இந்து அல்லாதோரை அந்நியர்களாகவும் எதிரிகளாகவும் கட்டமைத்தனர்; தமிழ்த் தேசிய வரலாற்றாசிரியர்கள் சைவர்களும் வைதீகர்களும் அல்லாதோரை அந்நியர்களாகவும் எதிரிகளாகவும் கட்டமைத்தனர். மு.அருணாசலம் அவர்கள் களப்பிரர் காலம் பற்றிச் சொல்ல வரும் போது,

"(இது)தமிழ்க் கலாச்சாரத்தின் மிக மோசமான காலங்களில் ஒன்று. 14ம் நூற்றாண்டின் முதற் காற்பகுதியில் மாலிக்காபூர் மதுரையைக் கைப்பற்றியதற்கும் அடுத்த நூற்றாண்டில் முகமதியப் படைகள் விஜய நகரத்தை அழித்ததற்கும் இது சமம். யாருக்கேனும் இது பொற்காலமாய் அமைந்தது எனச் சொல்வது வரலாற்றைத் திரிப்பதாகும் (அதே நூல் பக். 34)

எனக்கூறி களப்பிரர்களை மாலிக்காபூருடலும், விஜயநகர இந்து ராச்சியத்தை வீழ்த்திய முகமதியர்களுடனும் ஒப்பிடுவதைக் காண்க.

மயிலை சீனி. வேங்கடசாமி அவர்களின் களப்பிரர் ஆட்சியில் தமிழகம் நூல் வெளிவருவதற்கு முன்பு ஓங்கி ஒலித்த குரல்கள் இவைதான். நிறுவனங்களால் ஏற்றுக் கொள்ளப்பட்ட கருத்தும் இதுதான். அங்கொன்றும் இங்கொன்றுமாக எழுந்த மாற்றுக்குரல்கள் மிகவும் பலவீனமாகவே அமைந்தன.

3

இனி சீனி.வேங்கடசாமி அவர்கள் தனது நூல் வாயிலாக வந்தடைந்த முடிவுகளையும் அவரால் விடைகாண இயலாமற் போன புள்ளிகளையும்

தொகுத்துக் கொள்வோம். அவர் வந்தடைந்த முடிவுகளாவன:

1. காலம்:களப்பிரர் காலமென்பது கி.பி. 250 தொடங்கி கி.பி.575க்கு இடைப்பட்டதாகும்.

2. களப்பிரர் யார்: களப்பிரர் என்போர் இப்போதைய சிரவண பௌகோள என்னும் களபப்பு நாட்டுப் பகுதியிலிருந்து குடிபோந்த கன்னடரே. இப்போதைய பெங்களூர் கோலார் வரையிலும் களபப்பு நாடு பரவியிருந்தது. எனவே"களப்பிரர் வட இந்தியாவிலிருந்து வந்தவரல்லர். அவர்கள் தமிழகத்திற்கு அண்மையிலிருந்த கன்னட வடுகர். எனவே அவர்கள் திராவிட இனத்தவரே" (அழுத்தம் நமது). மு. இராகவையங்காரும் கிருஷ்ணசாமி அய்யங்காரும் சொல்வது போல வேங்கடக் கள்வரும் 'கள்வர் கோமான் புல்லி' களப்பிரரும் ஒன்றன்று. இருவரும் வேறுவேறு, வேங்கடநாடு தொண்டை மண்டலத்தைச் சேர்ந்த தமிழகத்தின் பகுதி, எனவே கள்வர் தமிழர், களப்பிரரோ கன்னடர்.

3. களப்பிரர் சமயம்: களப்பிரர் காலத்தில் சமணமும் பவுத்தமும் மென்மேலும் சிறப்புப் பெற்று பெருகி வளர்ந்தன. சைவ, வைதீக சமயங்கள் சிறப்படையாமல் மங்கியிருந்தன. எனினும், களப்பிரர் சமணச் சார்புடையவர் என்று வரலாற்றாசிரியர் எழுதியுள்ளது தவறான கருத்து. களப்பிர அரசர் அச்சுத பரம்பரையினர் என்று கருதப்படுகிறபடியால் அவர்கள் வைணவ சமயத்தார் என்று கருதுவதே சரி.

4. சங்க கால இறுதியும் களப்பிரர் காலத்தோற்றமும் பற்றி: போர் செய்வதையே வழக்கமாகவும், குறிக்கோளாகவும், பெருமையாகவும் கொண்ட சங்க கால வீரயுகத்தின் இறுதியில் களப்பிரர் படையெடுப்பு நிகழ்ந்தது. இப்போர்க்களச் சூழ்நிலை (கி.பி. 2ம்நூ) தமிழ்நாட்டையும் தமிழ் அரசர்களையும் பலவீனப்படுத்தி இருந்தது. அந்நிய நாட்டைத் தடுத்து திறுத்த ஆற்றல் மிக்க பேரரசர் இல்லாத நிலை களப்பிரர் ஆட்சி தமிழகத்தில் ஏற்படக் காரணமாக இருந்தது.

5. களப்பிரர் வீழ்ச்சி பற்றி: களப்பிரருக்குப் பெரும்பான்மை மதமான ஜைன மதத்தின் ஆதரவு இருந்த போதிலும், நாட்டில் அரசியல் ஆதரவு இல்லையென்றே தோன்றுகிறது." சோழ பாண்டியர், தொண்டை மண்டலப் பல்லவர் சமயம் பார்த்திருந்தனர். கி.பி. 6ம்நூ. இறுதியில் பாண்டியர் களப்பிரரை வென்று தமது இராச்சியத்தைக் கைப்பற்றிக் கொண்டனர் (அழுத்தம் நமது).

6. வீழ்ச்சிக்குப் பின் களப்பிரர்: களப்பிரர்தம் இராச்சியத்தைச் சேர, பல்லவ, பாண்டியர்களுக்கு இழந்துவிட்ட பிறகு அவர்கள் பேரரசர் நிலையிலிருந்து வீழ்ச்சியடைந்து சிற்றரசர் நிலையை அடைத்தனர். களப்பிரரும் முத்தரையரும் ஒருவரே. பண்டாரத்தார் சொல்வது போல வேறு வேறல்ல. களப்பிரரின் சந்ததியாரே களப்பாளர் என்பதும் தளவாய்புரச் செப்பேட்டிற்குப் பின் தெரிந்துவிட்டது. பண்டாரத்தாரும் ஔவையும் சொல்வது போல வேறு-

வேறல்ல.

7. பார்ப்பனர்களுக்கான தானங்களை இறக்கியமை குறித்து: "களப்பிரர் வேள்விக்குடி தானத்தை இறக்கினார்கள் என்று செப்பேடு கூறுவது உண்மைதான். ஆனால் அதன் காரணம் பார்ப்பனர் மாட்டுப் பகையன்று. அதற்கு வேறு ஏதோ காரணம் இருக்க வேண்டும் என்று தோன்றுகிறது." களப்பிரர் பிராமணருக்குப் பகைவர் அல்லர். பார்ப்பனருக்குத் தானம் கொடுத்து அவர் ஆதரித்ததை' அகலிடமும் அமருலகும்' எனத் தொடங்குகிற செய்யுள் கூறுகிறது. (அழுத்தம் நமது)

8. களப்பிரர் காலம் தமிழ் மொழியும் பண்பாடும் அழிக்கப்பட்ட இருண்ட காலம் என்பது பற்றி: இதனைக் கடுமையாக மறுக்கிறார் வேங்கடசாமி. தமிழும் இலக்கியமும் பண்பாடும் பெரிதும் வளர்ச்சியுற்ற காலமாக அவர் இதனைக் கருதுகிறார். இக்காலகட்டத்தில்தான் தமிழ் எழுத்து பிராமியிலிருந்து வட்டெழுத்தாக வளர்ச்சியுற்றது. நால்வகைப் பாக்களோடு (ஆசிரியம், வெண்பா , கலி, வஞ்சி) முடங்காமல் தாழிசை, துறை, விருத்தம் எனப்புதிய பா வகைகள் தமிழில் கிளைத்ததும் இக்காலத்தில் தான். அகம், புறம் ஆகிய துறைகளில் புதிய கருத்துக்கள் விரிந்ததும், அவிநயம், காக்கைபாடினியம், தத்தத்தம், பல்காப்பியம், பல் காப்பியப் புறனடை, பல்காயம் முதலான இலக்கண நூற்களும், நரிலிருத்தம், எலிவிருத்தம், கிளி விருத்தம் முதலான தத்துவ நூற்களும், சீவக சிந்தாமணி, பெருங்கதை முதலான காப்பியங்களும், கீழ்க்கணக்கு நூற்கள் பலவும் மூத்த திருப்பதிகம், திருவிரட்டை மணிமாலை, அற்புதத் திருவந்தாதி, கயிலை பாதி காளத்தி பாதி திருவந்தாதி முதலான பல சைவ இலக்கியங்களும் களப்பிரர் காலத்திலேயே உருவாயின.

காவியக்கலை தவிர ஓவியம், சிற்பம் முதலான நுண் கலைகளும் வளர்ச்சியுற்றன. இசைக்கலை சிறந்திருந்தது காரைக்காலம்மையின் பாடல்களிலிருந்து வெளிப்படுகிறது. விளக்கத்தார் கூத்து எனப்படும் கூத்து நூலும் இக்கால கட்டத்தியதே. புத்ததத்த மகாதேரர், சங்கமித்திரர், ஜோதிபாலர், சுமதி, காஞ்சி தருமபாலர், தஞ்சை தருமபாலர், ஆச்சாரிய திக்நாகர், புத்தமித்திரர் போன்ற உலகறித்த அறிஞர் பெருமக்கள் தமிழகத்தில் பிறந்து சிறந்ததும் களப்பிரர் காலத்தில்தான்.

9. பிற முடிவுகள்: வச்சிர நந்தியின் திரமிள சங்கமும் (கி.பி.470) கடைச் சங்கமும் வேறு வேறு, வையாபுரிப் பின்னை சொல்வது போல இரண்டும் ஒன்றன்று. முதற் சங்கங்கள் தமிழ் வளர்ச்சிக்காகப் பாண்டிய மன்னரால் தோற்றுவிக்கப் பட்டவை. வச்சிரநந்தியின் சங்கமோ ஜைனத் துறவிகளுக்கானது. வையாபுரியாரும் சிவராஜப் பிள்ளையும் கருதுவது போல தொல்காப்பியர் திரமிள சங்கத்தைச் சேர்ந்தவரல்லர்; பழைய அகப் பொருளில் இறைவன் மீதான காதலுக்கு இடமில்லையென்பதால் இறையனார் அகப் பொருளுரை எழுதப்பட்டது;

சங்க கால நக்கீரரும் களப்பிரர் கால நக்கீர தேவ நாயனாரும் வேறு வேறு என்றாலும் பி.டி.சீனிவாசய்யங்கார் சொல்வது போல நான்கு நக்கீரர்கள் கிடையாது என்பன இந்நூலில் சீனி.வேங்கடசாமி வந்தடையும் பிற முடிவுகளாகும். தொல்காப்பியரின் காலத்தைப் பின்னுக்குத் தள்ளிய வையாபுரிப் பிள்ளையைச் சாடுமிடத்து வேங்கடசாமி அவர்கள் தனக்கியல்பான நடை அமைதியிலிருந்து வழுவி கடுஞ்சொற்களைப் பயன்படுத்துவது இங்கு சுட்டிக் காட்டப்பட வேண்டிய ஒன்று.

வேங்கடசாமி அவர்கள் அவர் காலத்தில் எழுச்சியுற்றிருந்த திராவிடக் கருத்தியலுக்கு ஆட்பட்டவர். இளமைக்காலத்தில் நீதிக்கட்சியின் 'திராவிடன்' இதழாசிரியர் குழுவில் ஒருவராகப் பணியாற்றியவர். பார்ப்பன ஆதிக்க எதிர்ப்பு, வடமொழிக் கெதிரான தமிழின் தொன்மை, சைவப் பெருமை இம் மூன்று கூறுகளின் கலவையாகவே தொடக்க காலத் திராவிடக் கருத்தியல் உருவாகியது. திராவிடக் கருத்தியலிலிருந்து சைவப் பெருமையைத் துண்டித்த பணியைப் பெரியார் ஈ.வெ. ரா அவர்களே தொடங்கினார், செய்தார்.

இதனால் அவர் சைவப் பெருமை பேசியவர்களால் தாக்கப்பட்டது வரலாறு, பெரியாரளவிற்கு சைவத்தை மறுக்காதவராயினும் மிகவும் பிற்படுத்தப்பட்ட வகுப்பொன்றில் தோன்றி வளர்த்த வேங்கடசாமி, இதர வேளாளத் தமிழறிஞர்கள் போல சைவப் பெருமை பாராட்டவும் அவைதீக மதங்களை இழிவு செய்யவும் தயாராக இல்லை . அதே சமயத்தில் இதர திராவிட இயக்கத்தாரைப் போல சங்கப் பெருமையைப் பேசுவதற்கும், தமிழ் இலக்கியங்களின் தொன்மையைக் குலைப்பவர்களைக் கடுஞ்சொற்களால் சாடுவதற்கும் அவர் தயங்கவில்லை. சிலம்பு, மேகலை, குறன், தொல்காப்பியம் முதலானவற்றைக் களப்பிரர் காலத்தை நோக்கிப் பின்னுக்குக் கொண்டு வருபவர்களை அவர் ஏற்கவும் தயாராக இல்லை .

மயிலை சீனி. வேங்கடசாமியவர்களின் சிறப்பு என்பது நான் முன்பே குறிப்பிட்டவாறு தமிழ் மரபிலிருந்து சமணத்தையும் பவுத்தத்தையும் ஒதுக்கி அந்நியமாக்குவது இயலாது என்பதை வற்புறுத்தியதிலும் அதன் வாயிலாகத் தமிழ்த் தொன்மையின் பன்மைத் தன்மையை வலியுறுத்தியதிலேயுமே அடங்கியுள்ளது.

வேங்கடத்தைத் தொண்டை மண்டலத்தைச் சேர்ந்த தமிழ்ப்பகுதியாக ஏற்றுக் கொள்ளும் வேங்கடசாமி எடுமை நாட்டை, களபப்புப் பகுதியை தமிழிலிருந்து முற்றிலும் வேறுபடுகிற கருநாடக தேசம் என்கிறார். அதே தருணத்தில் பிற சைவத் தமிழறிஞர்களைப் போல களபப்புப் பகுதியைச் சேர்த்தவர்களான களப்பிரரை அந்நியர்களாகவும், எதிரிகளாகவும் கட்டமைக்கத் தயாராக இல்லை.

அவர்களைத் தமிழகத்துக்கு அண்மையில் இருந்தவர் எனவும் திராவிட இனத்தவர் எனவும் அனைத்துக் கொள்ளும் பாங்கு குறிப்பிடத்தக்கது. களப்பிரர் காலத்தை interregnum ஆகவும் களப்பிரரை அவர் interlopers

ஆகவும் அவர் கருதவில்லை. களப்பிரர் காலத்தில் சைவம் சற்றே தாழ்வுற்றிருந்திருக்கலாம். அதன் பொருட்டு தமிழ்ப் பண்பாடு அழிவுற்றது எனச் சொல்ல இயலாது என்று கருதும் அவர் மொழி, இலக்கியம், பண்பாடு ஆகியவற்றில் தொடர்ச்சியின்மையைக் காட்டிலும் தொடர்ச்சியையும் ஏற்றத்தையுமே காண்கிறார்.

சமூகத்தின் பன்மைத் தன்மையை ஏற்றுக் கொண்டவராயினும் வரலாற்று இயக்கத்தில் அடித்தள மக்களின் (Subalterns) பங்கிற்கு உரிய முக்கியத்துவம் அளிக்கும் பார்வையை அவர் பெற்றிருந்தாரில்லை. மீண்டும் வரலாறு என்பதை அரச வமிச வரலாறாக, அணுகும் பார்வையே அவரிடமிருந்தது. வரலாற்று இயக்கத்தில் அரச நடவடிக்கைகட்கு அளிக்கும் முக்கியத்துவத்தை சமூக வளர்ச்சி, உற்பத்தி வடிவங்கள், சமூக உருவாக்கம் ஆகியவற்றிற்கு அளிக்கவும் இவற்றினடியான முரண்பாடுகள் ஆகியவற்றினடிப்படையில் வரலாற்று இயக்கத்தைப் பார்க்கவும் அவர் தயாராக இல்லை.

எனவேதான் சங்கப் பொற்காலத்தின் வீழ்ச்சிக்கு அன்றைய போர்ச்சூழலே காரணமென்றும், ஓயாத போரின் விளைவால் பலவீனமுற்ற தமிழ் நாட்டின் மீது பிறநாட்டார் படையெடுப்பு சாத்தியமாயிற்று என்றும் களப்பிரர் காலத்தோற்றத்தை அவர் விளக்க வேண்டியதாயிற்று. சங்க காலப் போர்ச் சூழலின் பின்னணி குறித்து அவர் யோசிக்கவில்லை.

களப்பிரர் வீழ்ச்சி குறித்தும் அவரால் முழுமையாக விளக்க இயலவில்லை. சமண மத ஆதரவு இருந்த போதிலும் களப்பிரருக்கு நாட்டில் அரசியலாதரவு இல்லை என்று சொல்வதோடு முடித்துக் கொள்ள வேண்டியதாகிறது. யாருடைய அரசியலாதரவு? பாண்டிய, பல்லவ, சோழ மன்னர்களுக்குக் கிடைத்த அரசியலாதரவு களப்பிரர்க்குக் கிடைக்காமற் போனதேன் முதலான கேள்விகட்கு வேங்கடசாமியிடம் பதிலில்லை.

களப்பிரர் காலத்தை இருண்ட காலமாகக் குறித்த சைவ அறிஞர்கள் அனைவரும் வேள்விக்குடிச் சாசனத்தையே முழு அடிப்படையாகக் கொண்டதன் விளைவாக, இருண்ட காலம் என்பதை மறுக்கப் புகுந்த வேங்கடசாமி வேள்விக்குடி சாசனத்தை முழுமையாக ஒதுக்குகிறார். அதனை மறுவாசிப்புச் செய்யப் புகுந்தாரில்லை. களப்பிரர் காலத்தில் பார்ப்பனர்களுக்கான தானங்கள் இறக்கப்பட்டமை குறித்து வேள்விக்குடிச் செப்பேடு தெளிவாக இயம்புகிறது. இதை வேங்கடசாமி ஏற்கத் தயாராக இல்லை, எனினும் தானம் இறக்கப்பட்ட செய்தியை அவரால் மறுக்கவும் முடியவில்லை. அதற்கு வேறு ஏதோ காரணம் இருக்க வேண்டும் என்பதோடு நிறுத்திக் கொள்கிறார். என்ன காரணம் என அவர் விளக்கவில்லை. அவரது அணுகல் முறையில் அது சாத்தியமுமில்லை . எனவே இருண்ட காலம், விடியற்காலத்தோடு நின்றுவிடுகிறது; பகற் காலத்தை எட்டவில்லை.

4

களப்பிரர் கால ஆய்வை அடுத்த கட்டத்திற்கு இட்டுச் சென்றவர்கள் என இருவரைக் குறிப்பிடத் தோன்றுகிறது. ஒருவர் பேராசிரியர் கார்த்திகேசு சிவத்தம்பி; மற்றவர் பர்ட்டன் ஸ்டெய்ன். களப்பிரர் காலத்தை ஆராய்வது இவ்விருவரின் நோக்கங்களுமில்லையாயினும் தமது ஆய்வு போக்கில் இவர்கள் தொட்டுச் சென்றுள்ள புள்ளிகள் வேங்கடசாமியவர்கள் விட்ட இடத்திலிருந்து மேற்செல்ல நமக்குப் பயன்படுகின்றன.

காலத்தால் ஓராண்டு பிற்பட்டதாயினும் முதலில் சிவத்தம்பியின் "ஆய்வை எடுத்துக் கொள்வோம். பழந் தமிழ்ச் சமூகத்தில் நாடகம் என்கிற அவரது நூலில் சங்ககாலச் சமூக உருவாக்கம் குறித்து பல முக்கிய சிந்தனைகளை அவர் முன் வைக்கிறார். விவசாயம் முதன்மை பெறாத (non-agriculture) சமூக அமைப்பிலிருந்து விவசாயச் சமூகமாக தமிழகம் உருப்பெறுதல், ஆரிய மயமாதல், வேந்துருவாக்கம் ஆகியவற்றைச் சங்க காலச் சமூகத்தின் முக்கிய கூறுகளாக அவர் காண்கிறார். வடக்கே ஆரியமயமாதல் என்பது அதிகம் அரசியற்தன்மையுடையதாக இருப்பதையும் தெற்கே அது அதிகம் கலாச்சார வடிவிலமைவதையும் சுட்டிக்காட்டும் பேராசிரியரின் கவனம் பார்ப்பனியமயமாதலுக்கும் விவசாயச் சமூக உருவாக்கத்திற்கு மிடையிலான உறவின் பால் திரும்புகிறது.

சங்க காலத்திற்குப் பிந்திய அரசியல் இருண்மையின்பால் கவனம் கொள்ளும் சிவத்தம்பி, "சங்க காலப் பாண்டிய சோழ அரசியல் வரலாற்றின் ஒரு முக்கியமான அம்சமாக உள்ளது என்னவெனில் இந்தப் பாரம்பரியங்களின் இறுதியில் வரும் மிகப்பெரிய அரசனுக்குப் (வேந்தன்) பின்னால் உடனடியாக ஒரு அரசியல் இருண்மை {political darkness) தொடர்வது என்பதுதான். பாண்டியர்களைப் பொருத்தமட்டில் தலையாலங்கானத்துச் செருவென்ற நெடுஞ்செழியனுக்குப் பின்னால் ஏதும் தெரியவில்லை. சோழ அரசியல் கரிகாலனுக்குப் பிறகு தகவலேதுமில்லை.

சில காலத்திற்குப் பின் நலங்கிள்ளிக்கும் நெடுங்கிள்ளிக்குமிடையிலான உன் தகராறு பற்றிய செய்தி மட்டும் விதி விலக்கு, சேரரிலும்கூட முக்கியத்துவமிக்க அரசர்கள் இருந்துள்ளனர். பரணரால் பாடப்பட்ட செங்குட்டுவன், இரும்பொறைக்குச் சம காலத்தவனாக இருந்திருக்க வேண்டும். எனவே சேரரிலும் கூட கடைசி அரசர்களாகிய செங்குட்டுவனும் யானை கட் சேய் மாந்தரன் சேரல் இரும்பொறையும் முக்கியமானவர்களாக உள்ளனர்." (Drama in Ancient Tamil society,NCBH, 1981 - பக், 169)

என்று கூறுவதன் மூலம் சங்க கால இறுதியில் சேர, சோழ, பாண்டியர் எனப்படும் மூன்று வேந்துருவாக்கங்களும் உச்ச நிலைக்குச் சென்று முக்கிய அரசர்களின் ஆட்சி உருப்பெருவதைச் சுட்டிக் காட்டுகிறார். இந்த வேந்துருவாக்கங்கள் உச்சத்தை எட்டும் போது சங்க காலம் இறுதியெய்துகிறது.

இந்த வேந்துருவாக்கங்களோடு இணைகிற முக்கிய நிகழ்வுகளாகப் பேராசிரியர் சுட்டிக் காட்டுகிற அம்சங்களும் முக்கியமானவை. அவை:

(1) மூன்று முக்கிய அரசுகளும் தமிழகத்தின் மூன்று முக்கிய நதிக்கரைகளில் உருவாயின. இங்கு விவசாய வளர்ச்சியின் முக்கியத்துவம் சங்கப் பாடல்களில் உணர்த்தப்படுகின்றன. (புறம்.35, 184, 186, நற். 226, அய்ங்.29). இந்த மூன்று வேந்துப் பாரம்பரியங் களிலும் தோன்றிவருகிற முக்கிய அரசர்கள் விவசாய வளர்ச்சியோடு தொடர்புபடுத்தப் படுகின்றனர். இதன் விளைவாக நாட்டின் பொருளியல் ஒழுங்கில் மாற்றங்களை இவர்கள் விளைவிக்கின்றனர். எ.டு. கரிகாலன் காவிரிக்குக் கரை எடுத்தாள். என்பது.

(2). கடைசிப் பெருவேந்தர்கள் கரிகாலன் (புறம் 224, பட்டி), நெடுஞ்செழியன் (மதுரை.), இரும்பொறை (பதிற்.74) ஆகிய மூவரும் வேதச் சடங்குகள், வேள்விகள் ஆகியவற்றுடன் தொடர்புடையவர்களாக உள்ளனர்.'

சங்க காலத்தில் இறுதி என்பது மூன்று வேந்துருவாக்கங்களும் உச்சம் பெறும் நிகழ்வோடும் இம் மூவேந்துகள் என்பன விவசாயமயமாக்கலுடனும், ஆரியமயமாக்கலுடனும் இணைந்துள்ளதையும் சுட்டிக் காட்டும் சிவத்தம்பி அவர்கள் இவ்வேந்துகளின் வீழ்ச்சிக்குக் காரணங்களாகக் கீழ்க் கண்டவற்றைச் சுட்டிக் காட்டுவார். அவை:

(1) வலிமையான வாரிசுகள் உருவாகவில்லை . (2) ஏற்படுத்திய மாற்றங்கள் ஒரு வலிமையான மத்திய அதிகாரம் என்பதைத் தேவையற்றதாக்கவில்லை.

(3) புதிதாக உருவான பிரபுக்கள் (aristocrazy) பணக்காரர்கள், வணிகர்கள் ஆகியோரின் முன்பாக அரசியல் ரீதியாகப் பலவீனமடைந்த வேந்தர்கள் நிற்க முடியவில்லை. வேந்தர்கள், வேள்வி/வேதங்கள் ஆகியவற்றுடன் தொடர்புடையவர்களாயின் இந்தப் புதிய அதிகார மய்யங்கள் பவுத்த, சமண மதங்களுடன் தொடர்புடையனவாக இருந்திருக்கக் கூடும். களப்பிரர் காலத்தில் இம் மதங்கள் ஓங்கி நின்றன.

எனவே பேராசிரியரின் கருத்துப்படி களப்பிரர் காலம் என்பது விவசாய மயமாக்கலின் விளைவாக உருவான புதிய பிரபுத்துவம் எழுச்சி பெற்ற காலம் என்றாகிறது. வேந்தர்கள் வைதீக மயமானபோது இந்தப் புதிய பிரபுத்துவம் மட்டும் அவைதீக மரபில் தம்மை இனம் கண்டதேன்? வேந்துகள் பலவீனப்பட்டதால் புதிய பிரபுத்துவத்தின் கை ஓங்கியது என்பதும் பொருத்தமாய்ப்படவில்லை. அதேன் மூன்று பாரம்பரியங்களும் ஒரே சமயத்தில் பலவீனமடைந்தன? அதெப்படி வலிமையான வாரிசுகள் ஒரே நேரத்தில் உருவாகவில்லை? சிவத்தம்பியவர்களின் ஆய்வு இந்தக் கேள்விகட்கு விடையளிப்பதாயில்லை. விவசாய மயமாதலினால் உருவான புதிய பிரபுத்துவம் அவைதீக மரபைச் சார்ந்ததாக இருந்தது எனச் சொல்வது பிற ஆதாரங்களுடன் பொருந்துவதாகவும் இல்லை.

சிவத்தம்பியவர்கள் மார்க்சிய ஆய்வு முறையை ஏற்றுக் கொண்டவர். உற்பத்தி உறவுகள், உற்பத்தி சக்திகளுக்கிடையிலான முரண்டாட்டில் வரலாற்று இயக்கத்தைக் காண்பவர். எனினும் மையப்படுத்தப்பட்ட ஒரு அரசியல் உருவாக்கம் என்பது வளர்ச்சிக்கு இன்றியமையாத நிபந்தனை என நம்புபவர். விவசாயமயமாக்கலினால் உருவான புதிய ஆதிக்க வர்க்கங்களின் பால்தான் அவர் கவனம் சாய்கிறதேயொழிய விவசாயமயமாக்கலினால் தமது மண்ணையும் வாழ்வையும் இழந்த அடித்தள மக்களின்பால் அவர் பார்வை திரும்பவில்லை.

"களப்பிரர் படை எடுப்பு (invasion) நாம் இதுகாறும் பார்த்தது போல, ஒரு ஒருங்கிணைக்கப்பட்ட அரசியல் உருவாக்கத்திற்கு (unified political entity) வழிவகுக்கலில்லை . பல்வேறு பகுதிகளில் பல்வேறு குடும்பங்கள் சிதறுண்டு அரசமைத்ததின் மூலம் பொதுவான குழப்பம் களப்பிரர் ஆட்சியில் மேலும் அதிகமாகியது'' (அதே நூல், பக் 181-அழுத்தம் நமது)

என்று அவர் கூறுவதிலிருந்து களப்பிரர் காலம் என்பது பெருங்குழப்பமான காலம் என்கிற முந்தைய ஆசிரியர்களின் கருத்துக்களிலிருந்து அவர் பெரிதும் வேறுபடவில்லை என்பது விளங்குகிறது. குழப்பத்திற்கே களப்பிரர்கள்தான் காரணம் என்று சைவ அறிஞர்கள் சொன்னார்களெனில் சிவத்தம்பியவர்கள் குழப்பத்தின் விளைவாகவே களப்பிரர் படையெடுப்பு சாத்தியமாயிற்று என்றும் களப்பிரர் வரவால் குழப்பம் மேலும் அதிகமாயிற்று என்றும் முடிக்கிறார். அரசியல் ரீதியாகக் சிதறுண்டு போதலுக்கு (Political fragmentation) எதிரான குரலை வலிமையாக ஒலிக்கும் பேராசிரியர் இத்தகைய சிதறுண்டு போதலுக்கு எதிரான கருத்தை ஒலித்து ஒரு பெரிய அரசுருவாக்கத்தின் தேவையை வற்புறுத்திய காவியமாகவே சிலப்பதிகாரத்தைக் காண்கிறார் (பக். 182).

சங்க கால வீழ்ச்சியின் பிரதான கூறுகளைச் சரியாகவே இனங்கண்ட சிவத்தம்பி, களப்பிரர் கால சமூக இயக்கத்தையும் முரண்களையும் சரியாக விளக்க இயலாமற் போனதைக் கண்டோம். பர்ட்டன் ஸ்டெய்னின் ஆய்வு (1980) இப்பகுதி ஓரளவு துலக்கம் பெறுவதற்கு தமக்கு உதவுகிறது.

வமிச பாரம்பரிய நோக்கிலிருந்து வரலாற்றை எழுதுவது ஸ்டெய்னின் நோக்கமன்று. தென்னிந்தியாவில் மத்திய காலத்தில் அமைத்த விவசாயச் சமூகம் மற்றும் விவசாயம் சார்ந்த அரசமைப்பை ஆய்வு செய்தவர் அவர். இனக்குழுச் சமூகங்களை அழித்துத்தான் உலகெங்கிலும் விவசாயச் சமூகங்கள் நிலைபெறுகின்றன. இனக்குழுச்சமூகங்களிடையே புழக்கத்தில் இருந்த நீர்ப்பாசனத்தை நம்பியிராத புராதன விதைப்பு முறை என்பது தொழில் நுட்ப ரீதியில் விவசாயச் சமூகங்களின் சாகுபடி முறையைக் காட்டிலும் மிகவும் உற்பத்தித் திறன் குறைந்த ஒன்று. ஏரி, குளம் முதலானவற்றில் நீரைத் தேக்கி ஆறுகளின் கரைகளை உயர்த்தி, பாசனத்தை அடிப்படையாகக் கொண்டு உருவாகும் விவசாயச்சமூகங்களின் இன்னொரு முக்கிய பண்பு

அவை ஆற்றங்கரைகளிலும் சமவெளிகளிலும் அமைந்த வளமான வண்டல் மண் பகுதிகளில் நிரந்தரக் குடிகளாக (Agriculture settlements) உருப்பெறுவது.

இனக்குழுக்களின் புராதன விதைப்பு முறையோ இடம்விட்டு இடம் பெயரும் (swifting/shifting cultivation) தன்மையிலானது. இவ்வகையில் நிரந்தரக் குடியிருப்புகளாக உருப்பெறும் (sedantary) விவசாயச் சமூகங்களையும் சற்றே நாடோடித் தன்மையிலான (nomadic) இனக்குழுச் சமூகங்களையும் வேறுபடுத்திப் பார்த்தல் அவசியம். உற்பத்தித் திறன் வாய்ந்த விவசாயச் சமூகங்கள் உற்பத்தித் திறன் குறைந்த புராதன இனக்குழுச் சமூகங்களை அழித்தொழித்ததும், இரண்டாம் நிலைக் குடிமக்களாக விவசாயச் சமூகத்திற்குள் அவர்களை உட் செரித்துக் கொண்டதுமே உலக வரலாறாக இருந்து வந்துள்ளது. விவசாயச் சமூகம் உருப்பெற்று நிலைபெறுவதற்கு இடைப்பட்ட காலமென்பது பாசன அடிப்படையிலான விவசாயச் சமூகத்திற்கும் பாசனம் சாராத இனக்குழுச் சமூகத்திற்கும் இடையில் கடும் முரண்களும், எதிர்ப்புகளும், ஆயுதம் தாங்கிய கலவரங்களும் நிறைந்ததாகவே இருந்தது.

சங்ககால இறுதி தொடங்கி களப்பிரர் காலத்திறுடாக நடைபெற்ற இந்த எதிர்ப்புகள் மீது கவனத்தை ஈர்க்கிறார் ஸ்டெய்ன். சங்க காலத்தில் இத்தகைய விவசாய மயமாதல் தொடங்குகிறது. இனக் குழுச் சமூகங்களை அழித்து வேந்துகள் உருவாகின்றன. விவசாய மயமாதலுடன் வேத்துருவாக்கங்கள் இணைத்திருந்ததை முன்பே பார்த்தோம். சங்க காலத்தின் இறுதியில் உச்சம் பெறுகிற விவசாய உருவாக்கம் பின்னர் திடிரென வீழ்ச்சியுறுவதையும் பார்த்தோம். பல்லவர்களுக்கு முந்திய இக் கால கட்டத்திய முரண்கள் கலித்தொகை மற்றும் சிலப்பதிகாரத்தின் வேட்டுவ வரி முதலானவற்றில் வெளிப்படுவதை ஸ்டெய்ன் சுட்டிக்காட்டுகிறார். இது குறித்து அவர் சொல்லுவதைக் கீழ்க்கண்டவாறு சுருக்கிச் சொல்லலாம்.

"பல்லவர்களுக்கு முந்தைய காலகட்டத்தில் தமது அதிகாரங்களை அதிகரித்துக் கொண்டவர்களாக விளங்கிய தாழ்திலச் சமவெளி (low land plain) மக்களுக்கும் மலைசார்ந்த மற்றும் புன்செய் நிலங்(hilly and dry lands) களைச் சேர்ந்த அச்சத்திற்குரிய மக்களுக்குமிடையே இருந்த விரோதத்தை (hostility) இப்பாடல்கள் (வேட்டுவவரி, கலி,...) குறிக்கின்றன. சங்க இறுதியில் வளத்திலும் சனச்செறிவிலும் (populots) மிக்கவர்களாக இருந்த விவசாயச் சமூகங்கள் மேய்ச்சல் இன (ஆயர்கள்) மற்றும் மீன் பரவர் குழுக்களில் பெரும்பாலானவற்றை உட்செரிப்பதில் (assimilating) வெற்றியடைந்திருக்க வேண்டும். வளர்ச்சியடைந்த விவசாயச் சமூகங்களின் வளங்கள் (சமவெளி, வண்டல் நிலங்கள் முதலியன) இந்த இனக்குழு மக்களுக்குக் சுவர்ச்சிகரமாய் இருந்திருக்கும்.

குறிப்பிடத்தக்க நலன்களை அளிப்பதாகக் சொல்லி {substantial advantages) மலைசார்ந்த மற்றும் புன்செய் நில மக்கள் விவசாயச் சமூகங்களின் விளிம்புகளாக உட்செரிக்கப்பட்டனர். எனினும் இந்த விவசாயம் சாராத மக்களில் ஒரு குறிப்பிடத்தக்க அளவினர் ஆங்காங்கு சிதறுண்டு தனித்தனிக் குழுக்களாய்க் (Scattered isolated pockets) கிடந்தனர். இந்தத் துணைக் கண்டத்திலும் தென் கிழக்கு ஆசியாவின் ஏனைய பகுதிகளிலும் சமவெளி மக்களுக்கும் மலைசார்ந்த மற்றும் புன்செய் நில மக்களுக்குமிடையிலான இழுபறி (tension) நீண்ட காலம் நிலவியது போலவே இங்கும் இருந்தது' (Peasant state and society in Medival South India, OUP, 1980 பக். 75)

என்று இங்குள்ள நிலையைத் துணைக் கண்டத்தின் பிற பகுதிகளோடு ஒப்பிட்டுச் சொன்னாலும் ஒரு வேறுபாட்டையும் ஸ்டெய்ன் குறிப்பிட்டுச் சொல்வார். தென்னிந்தியாவில் இந்த இழுபறி ஒப்பீட்டளவில் அதிக காலம் நீடித்தது. இதற்கான காரணங்கள் இரண்டு. முதலாவதாக, இங்கே விவசாயம் சமூகம் ஒற்றைப் பெருஞ் சமூகமாக உருத்திரளவில்லை. தாக்குதல்களுக்கு வாய்ப்பான (vulnerable to raids) சிதறுண்ட விவசாயக் குடியிருப்புகளாகவே அவை அமைந்தன. மலைத் தொடர்கள் குறுக்காக நீளும், தென்னிந்தியப் புவியியல் இதற்கொரு காரணமாக இருந்திருக்கலாம். எனவே மலைசார்ந்த மற்றும் புன்செய் நிலக்குடிகள் முற்றிலுமாய் அழித்தொழிக்கப்பட இயலாதவர்களாக இருந்தனர்.

தவிரவும் இவர்கள் விவசாயச் சமூகத்திலிருந்து தங்களை முற்றிலுமாய்த் துண்டித்துக் கொள்ளவுமில்லை. பௌதிக ரீதியாகவும் கலாச்சார ரீதியாகவும் இரு பிரிவினருக்குமிடையே ஒரு அருகாமை (Physical and cultural proximity) இருந்து வந்தது. இது மேலாண்மைக்கான ஒரு தொடர்ச்சியான போராட்டமாக நீண்ட காலம் நீடித்தது. இந்தப் பின்னணியிலேயே களப்பிரர் காலத்தைப் பார்க்க வேண்டும் என்கிறார் ஸ்டெய்ன்,

இது வரை வரலாற்றாசிரியர்களால் முன் வைக்கப்பட்டது போல களப்பிரர் என்போர் வெளியிலிருந்து வந்த படையெடுப்பாளர்களா? இல்லை, அது உள்நாட்டுக் குடிகளின் வெற்றியா? ஒற்றைக் குலத்தைச் சேர்ந்தவர்களா? பல்வேறு படை எடுப்பார்களா? கிடைக்கும் சான்றுகளை வைத்துக் கொண்டு உறுதியாக ஒன்றும் சொல்ல இயலவில்லை எனக் கூறும் (பக். 76) ஸ்டெய்ன், சமவெளிகளின் உள்ளூர்த் தலைமைகளும் (local chiefs) கிராமங்களில் தானங்கள் பெற்று வாழ்ந்திருந்த பார்ப்பனர்களும் இவர்களால் கீழிறக்கப்பட்டது (abused) என்பது மட்டும் தெரிகிறது என்கிறார். சமவெளிப் பகுதி மக்களிலிருந்து வேறுபட்ட இந்த வெற்றியாளர்கள் பவுத்த, சமண நிறுவனங்களைத் தவிர சில இந்து நிறுவனங்களுக்கும் ஆதரவளித்தனர் என்றும் ஸ்டெய்ன் குறிப்பிடுவார். இறுதியாக,

களப்பிரர் இடைவெளி (Kalabra Interegnun) எனச் சில நேரங்களில் குறிப்பிடப்படுகிற இக்காலகட்டம் என்பது விவசாயம் சாராத மக்கள் non-peasant people) ஒரு குறிப்பிட்ட அளவிலான விவசாயச் சமூகத்தையாவது தங்களின் கட்டுப்பாட்டிற்குள் கொண்டு வருவதற்கு மேற்கொள்ளப்பட்ட கடும் முயற்சிகளின் காலமாக இருந்திருக்கலாம். தீபகற்பத்தின் தென் கோடியில் இது நிகழ்ந்திருக்கலாம். இங்குதான் பாண்டியரின் சாசனங்கள் கடுஞ் சொற்களில் களப்பிரர்களைக் குறிக்கின்றன. பாண்டிய நாடாயினும் அல்லது வேறெங்காயிலுஞ்சரி இந்தத் தாக்குதல் (Onslaught) என்பது விவசாயுச் சமூக விரிவாக்கத்திற் கெதிரான விவசாயம் சாராத மக்களின் நீண்டட கால ஆயுதத் தாங்கிய போராட்டத்தின் உச்ச இறுதியில் நிகழ்ந்திருக்க வேண்டும்.

சோழமண்டல விவசாயக் கலாச்சாரத்தின் முக்கியமான கூறுகளை ஏற்றுக் கொள்ளாமலே விவசாயம் சார்த்தவர்களின் மீதான தங்களின் செல்வாக்கை நீலகண்ட சாஸ்திரியால் 'தொல்லைதரும் இடைமறிப்பாளர்கள்' (interlopers) என அழைக்கப்பட்டவர்கள் உறுதி செய்திருக்க வேண்டும். (ஆனால்) இவர்களின் இந்த முயற்சி தோற்றது. ஆறாம் நூற்றாண்டின் இறுதியில் வடக்கிலும் மத்தியிலும் உள்ள சமவெளிகளில் பல்லவர்களும், தெற்குச் சமவெளியில் பாண்டியர்களும் தங்களை நிலைநிறுத்திக் கொண்ட பின்பு எக்காலத்திலும் விவசாயச் சமூகத்தின் ஆதிக்கம் வீழவேயில்லை ."

(அதே நூல்.பக். 77) ,

என்று குறிப்பிடும் பர்ட்டன் ஸ்டெய்ன் களப்பிரரின் வீழ்ச்சிக்கான காரணத்தைத் தொட்டுக் காட்டுகிற புள்ளி மிக மிக முக்கியமானது. மலைசார்ந்த மற்றும் புஞ்சை நிலப்போர்ச் சமூகங்கள் தொடர்ந்து விவசாயக் குடியிருப்புகளின் விளிம்புகள் மீது தாக்குதல்கள் புரிந்த போதும், கன்னடத்தில் ஹொய்சளர்களைப் போல வெகுசில சந்தர்ப்பங்களில் மட்டுமே விவசாயச் சமூகத்தின் மீதான இந்த ஆதிக்கம் வெற்றி பெற்றது. வெற்றி பெறும் போது அது இரு அம்சங்களை உள்ளடக்கியதாக இருந்தது என்கிறார் ஸ்டெய்ன் அவை:

(1) இந்து மதம், பார்ப்பன நிறுவனங்கள் ஆகியவற்றை வணங்கி ஏற்பது, ஆதரிப்பது.

(2) விவசாயச் சமூகங்களின் ஆதிக்க சக்திகளாக விளங்கிய உள்ளூர்த் தலைமைகளை (locality chiefs) அங்கீகரித்து ஏற்பது.

(அதே நூல் பக். 77)

களப்பிரர் காலத்தில் விவசாயம் சாராத மேட்டு நில மக்களின் மேலாண்மை முயற்சி தோற்றதற்குக் காரணம் இந்த இரு அம்சங்களையும் அவர்கள் ஏற்கத் தவறியதுதான் என்கிறார் ஸ்டெய்ன். பார்ப்பன நிறுவனங்களையும், இந்துப் பண்பாட்டையும், பார்ப்பன வேளாள உள்ளூர் ஆதிக்க சக்திகளையும் அவர்கள் ஏற்கவும், வணங்கவும் மறுத்ததே காரணம் என்கிற ஸ்டெய்னின் கூற்று. வேங்கடசாமி குறிப்பிடும் அரசியலாதரவு இல்லாமற் போனதற்கான காரணத்தைத் தொட்டுக் காட்டி விடுகிறது.

ஏழாம் நூற்றாண்டிற்குப் பின்னர் இராணுவ மேலாதிக்கத்திலும் கலாச்சார மேலாண்மையிலும் தன்னை உறுதி செய்து கொண்ட விவசாயச் சமூகம், விவசாயம் சாராத பாக்களையும் அவர்தம் வளங்களையும் சில நேரங்களில் மெதுவாகவும் சில நேரங்களில் வேகமாகவும் அபகரித்து வளர்ந்தது என முடிக்கிறார் ஸ்டெய்ன். விவசாயம் சாராத இப் போர்ச் சமூகத்தினர் சமண பவுத்த மதங்களால் ஈர்க்கப்பட்ட காரணம் என்னவெனில் இந்துப் பிரிவி-னருடன் பிணைத்திருந்த சமகால விவசாயப் பண்பாட்டுக் கூறுகளை ஏற்-றுக் கொள்ளாமலேயே ஆரிய மரியாதையையும் அங்கீகாரத்தையும் இந்த (அவைதீகச்) சமயங்கள் அவர்களுக்கு வழங்கின என்கிற அவரது கருத்தும் மிக முக்கியமானது.

5

மயிலை சீனி. வேங்கடசாமி, கார்த்திகேசு சிவத்தம்பி, பர்ட்டன் ஸ்டெய்ன் ஆகிய அறிஞர்களின் கருத்துக்களைத் தொகுத்துக் கொள்வதற்கு முன்பாக, களப்பிரர் காலம் குறித்து அறிந்து கொள்வதற்கான முக்கிய ஆவணங்களில் ஒன்றாய்த் திகழ்வதும், வேங்கடசாமியவர்களால் சற்றே ஒதுக்கி வைக்கப்பட்-டதுமான வேள்விக் குடிச் சாசனத்தைச் சிறிது வாசிக்க முயல்வோம். 'செந்-தமிழ்' 20ம் தொகுதி; Epigraphica India Vol XVII,1923-291/1309; 'பாண்டியர் செப்பேடுகள் பத்து', கழகம், 1967 ஆகியவற்றிலும் பாண்டியர் மற்றும் களப்பிரர் வரலாறு கூறும் வேறு சில நூற்களிலும் இதனை முழு-மையாகக் காண இயலும்.

தனது களப்பிரர் குறித்த நூலில் (முன் குறிப்பிட்டது) பின்னிணைப்பாகச் சாசனத்தின் தமிழ்ப்பகுதியை முழுமையாக வெளியிட்டு, அதில் கண்ட சுமார் பதினேழு சொல்லாட்சிகட்கு விரிவாக விளக்கமெழுதுவார் மு.அருணாசலம், களப்பிரர் தமிழரல்லர் என்பதற்குரிய ஆதாரங்களில் ஒன்றாக களப்பிரர் என்-னும் சொல் சாசனத்தில் கிரந்த எழுத்தில் எழுதப்பட்டுள்ளதைச் கட்டிக் காட்-டுவார் அவர். களப்பிரரால் முடியிறக்கப்பட்ட தமிழ் ஆதிராசர்களையும்கூட கிரத்தத்திலேயே குறிப்பிடுவது ஏன் என்பதை அவர் விளக்கினாரில்லை.

பெருவழுதி, தேர்மாறன், தற்கொற்றன், கேள்வி அந்தணாளர், நீடு புக்தி துய்த்தபின், ஆதிராஜர், கலியரசன், மானம் போர்த்த தானை வேந்தன், மது-பமல், மேல் நாள், நின்குரவர்கள், பால் முறையின் வழுவாமை, நாட்டால் நின் பழமையாதாய், நற்சிங்கள், அங்கு அப்பொழுதே முதலான சொற்க-ளுக்கு நீண்ட விளக்கங்கள் எழுதச் சிரமம் எடுத்துக் கொள்ளும் அரு-ணாசலம் கண்டு கொள்ளாத வேறுசில சொற்கள், வாக்கியங்களின் பால் தாம் திரும்புவோம். முக்கியமாய்ப்படுகிற சிலவற்றைப் பார்க்குமுன் இச்சா-சனம் குறித்த ஒரு சிறு குறிப்பு:

பராந்தகன் நெடுஞ்சடையன் என்னும் பாண்டிய மன்னன் ஒரு நாள் மதுரையில் நகர் வலம் வருகையில் கொற்கைக் கிழான் நற்சிங்கன் என்றும் பார்ப்பனன் அவன்முன் வீழ்ந்து ஒரு முறையீட்டைச் சமர்ப்பிக்கின்றான். நெடுங்சடையனின் முன்னோனும் சங்க காலப் பாண்டியனுமாகிய பல்யாகசாலை முதுகுடுமிப் பெருவழுதியின் காலத்தில் நற்சிங்கனின் முன்னோனாகிய நற்கொற்றன் என்னும் பார்ப்பனன், அரசனுக்காக ஒரு வேள்வி நடத்திக் கொடுத்தான் எனவும், அதற்குப் பரிசாகப் பாண்டிய மன்னன் பாகலூர்க் கூற்றத்தைச் சேர்ந்த வேள்விக்குடி என்னும் கிராமத்தை அப்பார்ப்பனின் பரம்பரைக்கு மானியமாகத் தாரை வார்த்துக் கொடுத்தான் எனவும், அந்த மானியத்தைப் பாண்டியருக்குப் பின் வந்த களப்பிரர் என்னும் கலியரசர் பிடுங்கிக் கொண்டதாகவும், தனக்கு உரிமையான அதை மீண்டும் திருப்பித் தர வேண்டும் எனவும் தற்சிங்கன் முறையிடுகிறான்.

ஆவணங்களைப் பரிசீலித்த நெடுஞ்சடையன் அவ்வாறே அப்பார்ப்பனனுக்கும் அவனைச் சேர்ந்தவர்களுக்கும் வேள்விக் குடியைத் திருப்பித் தருகிறான். வடமொழியிலும் தமிழிலும் ஆக்கப்பட்ட பதினெட்டு பக்கங்களிலானது இச் செப்பேடு, இதில் களப்பிரரை வீழ்த்திய கடுங்கோன் தொடங்கி நெடுஞ்சடையன் ஈறான பாண்டிய வமிசப் பரம்பரையும் அவர் தம் பெருமைகளும் விரிவாய்ச் சொல்லப்படுகின்றன. இனி சில முக்கிய வரிகள்!

சுருதி மார்க்கம் பிழையாத கேள்வியந்தணாளர் வேள்வி முற்றுவித்து" (வரி 5,6) வேள்விக்குடியைப் பெற்றனர்.

அளவரிய ஆதிராஜரை அகல நீக்கு அகலிடத்தைக் களப்பிரன் என்னும் கலியரசன் கைக் கொண்டதனை இறக்கி" (வரி 11, 12) பாண்டியன் கடுங்கோனின் சாதனை.

"பிறர்பாலுரிமை திறவிதி நீக்கித் தன்பாலுரிமை நன்களம் அமைத்த மானம் பேர்த்த தானை வேந்தன்" (வரி 19-20-21) கடுங்கோன்.

“மகீதலம் பொதுநீக்கி" (வரி 24)...." மண்மகளை மறுக்கடித்து" (வரி 29) அரசாண்டவன் அவன்

"விரவி வத்தடையாத பரவரைப் பாழ்படுத்தும், அறுகாலினம்

புடைதிளைக்கும் குறுநாட்டவர் குலங்கெடுத்தும், கைந் நலத்த களிறுத்திச் செந்திலத்துச் செருவென்றும்'' (வரி: 36, 37, 38) - பாண்டியப் பெருமைகள்

"வியன் பறம்பு மேலாமை சென்தெறித்து அழித்தும், ஹிரண்ப கர்ப்பமும் துலாபாரமும் தரணி மிசைப் பல செய்தும் அந்தணர்க்கும் அசக்தர்க்கும் வந்தணைக என்றீத்தவித்த" (வரி 43, 44, 45) - பாண்டியப் பெருமைகள்

"அறைகடல் வளாகம் பொதுமொழி அகற்றி" (வரி 11) - பாண்டியப் பெருமை

"எண்ணிறந்தன கோசசுகிரமும் இரணியகர்ப்பமும் துலாபாரமும் மண்ணின் மிசைப் பல செய்து மறை நாவினோர் குறை தீர்த்து, கூடல், வஞ்சி, கோழி, என்றும் மாடாமதில் புதுக்கி" (வரி 80, 81, 83,) அரசாண்டவர் பாண்டியன்

"கலியரசன் வலிதளரப் பொலிவினோடு வீற்றிருந்தான் (வரி 89)பாண்டியர்

"ஆய்வேளையும் குறும்பரையும் அடலமருள் அழித்தோட்டிக் காட்டுக் குறும்பு சென்றடைய நாட்டுக் குறும்பிற் செறுவென்று..." (வரி 96, 97)- அரசாண்ட பாண்டியர்.

“வேள்விக்குடி எனப்பட்டது கேள்வியிற் தரப்பட்டதனைத் துளக்கமில்லாக் கடற் தானையாய் களப்ரராலிறக்கப்பட்டது" (வரி119, 120). (அழுத்தங்கள் அனைத்தும் நமது)

இவ்வரிகளில் பலவற்றிற்கு விரிந்த விளக்கம் தேவையில்லை. பாசன விவசாயம் சாராத பல்வேறு குழுக்களை வென்றழித்து அவரது நிலங்களைக் கைப்பற்றியவர்கள் என்றும், இரண்ய கர்ப்பமும் துலாபாரமும் மண்ணின் மிசைப் பல செய்து, மறை தாவினோராகியப் பார்ப்பனர்களின் குறை தீர்த்தவர்கள் என்றும் பாண்டிய மன்னர்கள் போற்றப்படுகின்றனர். இது குறித்து எந்த விளக்கங்களையும் அருணாசலம் அளிக்க முயலவில்லை . வேங்கடசாமியும் இவற்றை ஒதுங்கிச் சென்று விட்டார். சிவத்தம்பி, ஸ்டெய்ன் ஆகியோர் சுட்டிக் காட்டிய தரவுகளைப் பரிசீலித்த நம்மால் அப்படிச் செய்ய இயலவில்லை.

வேள்விக்குடிச் சாசனத்தில் மிக முக்கியமாகக் கவனம் குவிக்க வேண்டிய ஒரு சொல் பொது (வரிகள் 24 மற்றும் 54.) "மகீதலம் பொது நீக்கியும், "அறைகடல் வளாகம் பொது மொழி அகற்றி"யும் அரசாண்டவர் பாண்டியர் என்கிறது சாசனம். விவசாயம் சாராத மக்கட் குழுக்களை வென்றதோடன்றி அங்கு நிலவிய பொது நிலையை நீக்கியும் அங்கு வழக்கத்திலிருந்த பொது என்கிற மொழியை (discourse) அகற்றியும் பாண்டியர் அரசாண்டனர் என்பது குறிப்பு. பொது என்பதன் மூலம் சாசனம் என்ன சொல்லவருகிறது? சாசனத்தை ஆதாரமாகக் கொண்ட யாரும் இதுவரை அதனை விளக்கினாரில்லை . '

மலைசார்ந்த மற்றும் பாசன வசதியற்ற நிலங்களில் வசித்த மக்கட் தொகுதியினர் மத்தியில் புழக்கத்திலிருந்த இருக்கிற சாகுபடி முறையே 'பொது' என அழைக்கப்படுகிறது. இரு சான்றுகள் கொண்டு அதனை இங்கு சந்தைக்காகவும், திருவிழாவிற்காகவும் சமவெளிக்குச் செல்லலாம்.நிறுவ இயலும். ஆந்திராவில் கோதாவரி ஆற்றையொட்டிய 'குடம் ரம்பா' மலைச் சரிவில் வாழ்கிற கோயா, மலைரெட்டி, கொண்ட பாகவதர்கள் முதலான மலையின மக்கள் மத்தியில் புழக்கத்திலுள்ள சாகுபடி முறைக்குப் 'பொது' எனப் பெயருள்ளதை வரலாற்றறிஞர் டேவிட் ஆர்னால்டு குறிப்பிடுகிறார் (Rebellious Hlimer: The Gudem, Rampa Risings 1839-1924, Subaltern Studies Vol 1, Oxford, 1982) இம் மலையின மக்கள் குறித்து கிறிஸ்தோப் வான்ப்பூரர் ஹெய்மன்டோர்ப் என்னும் மானுடவியலாளர் விரிவாக ஆய்வு செய்துள்ளார் (The Reddis of the Bison Hills: A study in occuturation, 1945), இச்சமூகம் குறித்து இவர்கள் சொல்வதைக் கீழ்க்கண்டவாறு சுருக்கிச் சொல்லலாம் (பார்க்க: கர்னால்டின் கட்டுரை! பக். 94-96, 115-123.)

"பெரும்பாலும் சுய தேவைப் பூர்த்திப் பொருளாதாரம்; இடம் பெயர் சாகுபடி (shifting cultivation); தளரக் கட்டமைக்கப்பட்ட சமூகம் சமீன்தார்களைப் போன்ற உள்ளூர்த் தலைவர்கள் முக்தாதார்கள்,/ முட்டாதார்கள் எனப்படுவர். காட்டைத் தூய்மை செய்து திணை, கிழங்கு வகைகளைச் சாகுபடி செய்யும் அவர்களது வழக்கமான விவசாய முறைக்குப் பொதுச் சாகுபடி என்று பெயர், ஒரு மலையாளி, தனது நெருக்கமான இரத்த உறவினர்களின் துணையோடு காட்டில் ஒரு சிறு துண்டு நிலத்தைத் தேர்வு செய்கிறார். கோடையில் அங்குள்ள மரம் செடி கொடிகளை வெட்டி, எரித்து சாகுபடிக்குத் தகுந்த வெளியாக்குகிறார், கலப்பை இல்லாத நிலையில் தாறுமாறாகக் குச்சி கொண்டு கிளறப்பட்ட நிலத்தில் விதைகளைத் தூவுகிறார். இரண்டு அல்லது மூன்றாண்டுகட்குப் பின்னர் அந்த நிலத்தின் உற்பத்தித் திறன் குறைந்த பின்னர் தேர்வு செய்வர்.

அவர்கள் மத்தியில் நிலம் என்பது வாங்க, விற்கக் கூடிய ஒரு பொருளல்ல. புளி, பலா போன்ற மரங்களின் மீது வேண்டுமானால் பாத்தியதை உரிமைகளை அவர்கள் கோரலாம். சொந்த இரத்த உறவுகளுக்கப்பால் எந்த ஒத்துழைப்பையும் கோராத (அதாவது கூலியாட்கள், குத்தகை முதலான சுரண்டல்களுக்கு வாய்ப்பில்லாத) பொதுச் சாகுபடி இது. வெளியிலுள்ளவர்களுக்கு (அதாவது சமவெளி விவசாயச் சமூகத்திற்கு) எதிரான ஒரு அடையாளத்தையும் பொது உணர்வையும் இது அவர்களுக்கு வழங்கியது .....எப்போதேனும் அவர்கள் எனிலும் பெரும்பாலும் இம்மலையாளிகள் (Hillmen) தமது பொதுச் சாகுபடியுடன் பிணைத்தே கிடந்தார்கள்" (அழுத்தங்களும் அடைப்புக் குறிக்குள் உள்ளவையும் நம்முடையன).

என்று பொதுச் சாகுபடியை விளக்குவார் டேவிட் ஆர்னால்டு, அந்த நிலத்தை ஒதுக்கிவிட்டு வேறொரு துண்டு நிலத்தை அவர்கள்

வெள்ளை அரசு பொதுச் சாகுபடியைக் கட்டுப் படுத்தியது. காடுகளில் 'ரிசர்வ்' பகுதிகளை உருவாக்கி அவற்றில் பொதுச் சாகுபடியைத் தடை செய்தது. 'கோடரி வரி' முதலான புது வரிகளும் அவர்கள் மீது விதிக்கப்பட்டன. 'பொது' வினிடத்தில் புதிய நில உறவுகள் உருவாக்கப்பட்டன. காடுகள் வணிகத்திற்குரிய பொருளாயின. மலையின் சாத்தியமான பகுதிகளில் குடியேற்ற விவசாயம் உருவாக்கப்பட்டது. இத்தகைய நடைமுறைகளின் விளைவாக மலையாளிகள் தம் சுதந்திர வாழ்வை இழந்து கீழான நிலைக்குத் தள்ளப்பட்டனர். வெறும் குத்தகைதாரர்களாகவோ, கூலி விவசாயிகளாகவோ, பணியாட்களாகவோ அவர்கள் மாற நேரிட்டது. பழைய முறையைச் சீரழித்த இப்புதிய மாற்றங்கள் அவர்களைத் திசையற்றவர்களாக்கியது; தோல்வியடைந்தவர்களாக உணரச் செய்தது. அரசு மற்றும் ஆதிக்க சக்தி-

களுக்கு முன்னால் அவர்கள் பலமிழந்து நின்றனர் என்கிறார் ஆர்னால்டு. இது 1800களின் இறுதியிலும் 1900களின் முதற் காற்பகுதியிலும் அரசுக்கு எதிரான பெருங்கலவரங்களாக உருவெடுத்தது.

கிட்டடத்தட்ட ஆயிரத்தெழுநூறு ஆண்டுகட்கு முந்திய விவசாய மயமாக்கலையும், விவசாய மயமாக்களுக்கு (Seltled Agriculture) எதிரான எழுச்சியையும் இத்துடன் ஒப்பிடலாம்,

கேரளத்திலுள்ன வயனாடு பகுதியிலுள்ள மலைப் பகுதி விவசாயத்திற்கும் பொது என்கிற பெயரிருந்ததை அய்யப்பன் சுட்டிக் காட்டுகிறார். (A. Ayyappan, Report on the socio- Economic conditions of the Aboriginal tribes of the province of Madras - Quoted in K.Sivathambi, Op.clt.p.191)"வயநாடு பகுதியிலுள்ள குறிச்சியார்கள் எனப்படும் மலையின மக்கள் மத்தியில் நடைமுறையிலுள்ள பொதுச் சாகுபடிக்கு புனம் சாகுபடி என்று பெயர்" என அய்யப்பன் குறிப்பிடுவதைக் சுட்டிக் காட்டும் சிவத்தம்பி, "சங்க இலக்கியங்களில் குறிஞ்சிச் சாகுபடி விளக்கப் பட்டுள்ள மைக்கும் (புறம் 120) பதித் 58, அகம் 308, 368, குறிஞ்சி 100, நற்.5, 209 மலை 286-801...) அய்யப்பன் விளக்குகிற பொதுச் சாகுபடிக்கும் எந்த வேறுபாடும் இல்லை " எனக் குறிப்பிடுவது இங்கே கருதத்தக்கது. (முன்குறிப்பிட்ட நூல், பக். 154- அழுத்தம் நமது.)

பாசனம் என்கிற உயர் தொழில் நுட்பத்தோடு களம் புகுந்த விவசாயமயமாக்கல் என்கிற செயற்பாடு இந்திய, தமிழகச் சூழல்களைப் பொருத்தமட்டில் தனித்துப் பார்க்க இயலாத ஒன்றாக உள்ளது. அது பார்ப்பனமயமாக்கலுடனும் வேந்துருவாக்கத்துடனும் இணைந்து வருகிறது; பின்னிப் பிணைந்து கிடக்கிறது. பாசனஞ் சாராத உற்பத்தியை மேற்கொண்டிருந்த மக்கட் பகுதியின் அதிகாரங்களும் அவர்தம் நிலங்களும் பறிபோவதாகவும் விவசாயச் சமூகம் என்றழைக்கப்படுகிற பார்ப்பான - வேளாண் குடி மக்கள் அதிகாரம் பெறுவதாகவும் அது அமைகிறது. பாசனம் சாராத உற்பத்தியை மேற்கொண்டிருந்த மக்கட் பகுதியினரின் பொதுச் சாகுபடியும் அவர்கள் மத்தியில் நிலவிய பொது உணர்வும் அழிக்கப்பட்டன. பல்வேறுபட்ட தனியுரிமை உறவுகளுடன் விவசாயமயமாக்கல் இணைந்து நிற்கிறது.

வேள்விகளும் யாகங்களும் தழைத்தோங்கிய ஒரு விவசாயப் பண்பாடும் அத்தோடு உருக்கொள்கிறது. இது பின்னாளில் ஆலயம் சார்ந்த ஆகம வழிபாடுகளாகப் பரிணாமம் பெறுகிறது. விவசாயமயமாதல் என்பது இவ்வாறு வைதீகத்துடன் இணைந்த போது, இதனால் பாதிக்கப்பட்டு இரண்டாம் நிலைக் குடிமக்களாகவும், அடிநிலைச் சாதியினராகவும் உட் செரிக்கப்பட்ட மக்கட் குழுவினர் அவைதீக மரபுகளோடு இனம் காண்பது தவிர்க்க இயலாததாயிற்று. புத்தர், மகாவீரர் இருவருமே இமயமலைச் சரிவிலுள்ள சாக்கியர் என்னும் இனக் குழுவில் உதித்தவர்கள் என்பதை நாம் மறந்து விடக்கூடாது.

தமிழகத்தைப் பொருத்த மட்டில் சங்க கால வேந்துருவாக்கங்களையும் அவர்தம் விவசாய விரிவாக்க முயற்சிகளையும், வேள்வி முதலான சடங்குகளில் அவர்க்கிருந்த ஈடுபாட்டையும், பார்ப்பானர்களுக்கு வழங்கப்பட்ட தானங்களையும் அதன் விளைவாக விளிம்பிற்குள் தள்ளப்பட்டவர்களுக்கும் விவசாயச் சமூகத்திற்குமிடையே விளைந்த முரண்களையும் நாம் இந்தப் பின்னணியிலிருந்துதான் பார்க்க வேண்டும். ஸ்டெய்ன் குறிப்பிடுவது போல இந்த முரண்கள் மற்றும் தொடர்ந்த போராட்டங்களில் விவசாயம் சாராத அடி நிலை மக்கள் மேலாண்மை பெற முயற்சித்த காலமாகவே களப்பிரர் காலத்தைப் பார்ப்பது தகும். பார்ப்பனர்களுக்கு வழங்கப்பட்ட தானங்கள் இறக்கப்பட்ட தென்பது இத்தகைய அடிநிலை மக்களது மேலாண்மையின் விளைவேயாகும். சிதறுண்டு கிடந்த இம் மக்கட் குழுவினர் ஒரு வலிமையான மையப்படுத்தப்பட்ட ஆட்சியொன்றை நிறுவ இயலாமற் போயிற்று, அவர்களது குறிக்கோளும் அதுவன்று.

தமிழகம், மலையாளம், தெலுங்கு நாடு, கருநாடகம் என்ற இன்றைய வரையறுக்கப்பட்ட அரசியல் புவியியல் எல்லைகளினூடாக அன்றைய அரசியலை நோக்க இயலாது என்பதை தாம் நினைவிற் கொள்ளுதல் அவசியம். இன்றைய கருநாடகத்திலுள்ள சிரவணபௌகோளாப் பகுதியிலிருந்த சற்றே வலிமை வாய்ந்த போர்ச் சமூகம் ஒன்று இச்சூழலில் ஆதிக்கம் செலுத்தியிருக்கலாம். அக்கால அரசியலில் இது மிகவும் இயல்பான ஒன்றுதான். இன்றைய தமிழகப் பகுதியில் களப்பிரர்கள் ஆட்சி நடைபெற்ற சம காலத்தில் இன்றைய தெலுங்கு நாட்டில் இங்கிருந்து சென்ற சோழநாட்டைச் சேர்ந்த ரேணாட்டுச் சோழர்கள் (தெலுங்குச் சோடர்கள்) ஆட்சி புரிந்ததையும் இலங்கையின் இன்றைய சிங்களப் பகுதிகளை இங்கிருந்து சென்ற பாண்டியர்கள் ஆட்சி புரிந்ததையும் நாம் மறந்துவிடக் கூடாது. எனவே களப்பிர ஆட்சிக் காலத்தை அந்திய ஆட்சிக் காலமாகவும், இருண்ட காலமாகவும், அக்காலகட்டத்தில் மேலாண்மை பெற்றவர்களை எதிரிகளாகவும் கட்டமைப்பது சைவ உயர்சாதி ஆதிக்க அரசியலுக்கு வேண்டுமானால் பயன்படலாமேயொழிய அன்றைய வரலாற்றைப் புரிந்து கொள்ளப்பயன்படாது,

வேளாண்மை சாராத இம் மக்களால் அரசியலதிகாரத்தைத் தக்க வைத்துக் கொள்ள இயலாததையும் நம்மால் விளங்கிக் கொள்ள முடிகிறது. தல அளவில் நிலை பெற்றுவிட்ட பார்ப்பன நிறுவனங்கள், உள்ளூர் பார்ப்பன வேளாள அதிகாரத் தலைமைகள் ஆகியனவும் வேளாண் சாராத இம் மக்களின் மேலாண்மைக்கு எதிராக இருந்தன. களப்பிரருக்கு அரசியலாதரவு இல்லாமற் போயிற்று என வேங்கடசாமியவர்கள் சொல்வதன் பொருள் இதுதான்.

களப்பிரர் காலம் குறித்து மேலும் விளக்கங்கள் பெற வேண்டுமானால் அக் காலத்தில் எழுதப் பெற்ற பாலி மற்றும் பிராகிருத மொழியிலான நூற்-

களை விரிவாக ஆராய வேண்டும். சங்க இலக்கியங்களை முற்றிலும் புதிய மறு வாசிப்பிற்குள்ளாக்க வேண்டும். அன்றைய சாகுபடி முறைகள், சீறூர் மன்னர்கள், இதர இனக்குழு மக்களின் வாழ்க்கைகள் முதலியன மறுபார்வைக்குள்ளாக்கப் பட வேண்டும். சைவத்தையும் வைதீகத்தையும் இயற்கையானதாகவும், உள் நாட்டினதாகவும் இவையல்லாத ஏனைய மரபுகளை, குறிப்பாக அவைதீக மரபுகளை அயல் நாட்டினதாகவும், எதிரியாகவும் கட்டமைக்கிற வரலாற்றுப் பார்வையிலிருந்து நாம் விடுபட வேண்டும். தமிழகம் போன்ற வேறுபட்ட புவியியற் பகுதிகளை உள்ளடக்கிய ஒரு நாட்டினது பண்பாட்டின் பன்மைத் தன்மைகளைப் புறக்கணிக்கும் வன்முறைக்கு வரலாறெழுதியலில் இடமளிக்கலாகாது. அறிஞர் மயிலை. சீனி வேங்கடசாமி அவர்களிடமிருந்து நாம் கற்றுக் கொள்கிற தலையாய பாடம் இதுவே.

'டிசம்பர் 13, 2000.'

55, ரோசரி சர்ச் இரண்டாம் சந்து,
மயிலாப்பூர் - சென்னை 600004.

அ.மார்க்ஸ்

குறிப்பு:நீலகண்ட சாஸ்திரி, மு.அருணாசவம், கா. சிவத்தம்பி, பர்ட்டன் ஸ்டெய்ள், டேவிட் ஆர்னால்டு ஆகியோரின் மேற்கோள்கள் ஆங்கிலத்திலிருந்து மொழியாக்கம் செய்யப்பட்டவை. முக்கியச் சொற்கள் அடைப்புக் குறியில் ஆங்கிலத்தில் தரப்பட்டுள்ளன.

பிற்சேர்க்கை - 2

வேள்விக்குடிச் சாசனம் (தமிழ்ப் பகுதி)

கொல்யானை பலவோட்டிக் கூடாமன்னர் குழாந்தவிர்த்த
பல்யாக முதுகுடுமிப் பெருவழுதியெனும் பாண்டியாதிராஜனால்
நாகமா மலர்ச்சோலை நனிர்சினை மிசை வண்டலம்பும்
பாகனூர்க் கூற்றமென்னும் பழனக்கிடக்கை நீர்நாட்டுச்
சொற்களாளர் சொலப்பட்ட சுருதிமார்க்கம் பிழையாத
கொற்கைகிழா னற்கொற்றன் கொண்டவேள்வி முற்றுவிக்கக்
கேள்வியந்த ணாளர்முன்பு கேட்கவென் றெடுத்துரைத்து
வேள்விச்சாலை முன்பு நின்று வேள்விகுடியென் றப்பதியைச்
சீரோடு திருவளரச் செய்தார்வேத்த எப்பொழுதே
நீரோடட்டிக் கொடுத்தமையா னீடுபுக்தி துய்த்தபின்
னளவரிய ஆதிராஜரை யகல நீக்கி யகலிடத்தைக்
களப்ரனென்றும் கலியரைசன் கைக்கொண்டதனை யிறக்கிய பின்
படுகடன் முளைத்த பருதிபோல பாண்டியாதிராஜன் வெனிற்பட்டு
விடுகதி ரவிரொளி விலகவீற் றிருந்து

வேலை சூழ்ந்த வியலிடத்துக்
கோவுங் குறும்பும் பாவுடன் முருக்கிச்
செங்கோ லோச்சி வெண்குடை நீழற்
றங்கொளி நிறைந்த தரணி மங்கையைப்
பிறர்பாலுரிமை திறவிதி னீக்கித்
தன்பாலுரிமை நன்கன மமைத்த
மானம் பேர்த்த தானை வேந்தன்
னொடுங்கா மன்ன ரொளிதக ரழித்த
கடுங்கோ னென்னுங் கதிர்வேற் றென்னன்;
மற்றவற்கு மகனாகி மகீதலம் பொதுநீக்கி
மலர்மங்கை ஒடு மணனயர்ந்த
அற்றமி லடர்வேற்றானை ஆதிராஜன் அவனிசூளாமணி
எத்திறத்து மிகலழிக்கும் மத்தயானை மாறவர்ம்மன்; மற்றவற்கு

மருவினிய வொருமகனாகி மண்மகளை மறுக்கடித்து
விக்ரமத்தின் வெனிற்பட்டு விலங்கல் வெல்பொறி -வேந்தர் வேந்தன்

சிலைத்தடக்கைக் கொலைக்களிற்றுச் செழியன்வானவன் '- செங்கோற்சேந்-
தன்;

மற்றவற்குப் பழிப்பின்றி வழித்தோன்றி
உதயகிரி மத்ய மத் துதுசுடர்போலத்
தெற்றென்று திசை நடுங்க மற்றவன் வெனிற்பட்டுச்
சூழியாளை செலவுத்திப் பாழிவா யமர் கடந்து
வில்வேலிக் கடற்றானையை நெல்வேலிச் செருவென்றும்
விரவிவத் தடையாத பரவரைப் பாழ்படுத்தும்
அறுகாலினம் புடைதிளைக்குங் குறுநாட்டவர் குலங்கெடுத்தும் :
கைந்தலத்த களிறுத்திச் செந்நிலத்துச் செருவென்றும்
பாரளவுத் தனிச்செங்கோற் கேரளனைப் பலமுறையும்
உரிமைச் சுற்றமோ டவர்யாளையும்
புரிசைம்மதிற் புலியூர்ப்
பகல் நாழிகை யிறவாமை இகலாழியுள் வென்று கொண்டும்
வேலாழியும் வியன்பறம்பு மேலாமைசென் றெறிந்தழித்தும்
ஹிரண்யகர்ப்ப முந் துலாபார முந் தரணிமிசைப் பலசெய்தும்
அந்தணர்க்கு மசக்தர்க்கும் வந்தணைகஎன் றீத்தளித்த
மகரிகையணி மணிநெடுமுடி
அரிகேசரி யசமசமன் சிரீமாறவர்ம்மன்;
மற்றவற்கு மகனாகிக் கொற்றவேல் வலனேத்திப்

பொருதூருங் கடற்றானையை மருதூருண் மாண்பழித்
தாய்வேளை யகப்பட ஏயெள்ளாமை பெறித்தழித்துச்
செங்கொடியும் புதான்கோட்டுஞ் செருவென்றவர் சினந்தவிர்த்துக்
கொங்கலரு தறும்பொழில்வாய்க் குயிலோடு மயிலகவும்
மங்கலபுரமெனு மகாதகருண் மகாரதரையெறிந்தழித்து
அறைகடல் வளாகம் பொதுமொழி யகற்றிச்
சிலையும் புலியுங் கயலுஞ் சென்று
நிலையமை நெடுவரை யிடவயிற் கிடா அய்
மண்ணினி தாண்ட தண்ணளிச் செங்கோற்
றென்ன வானவன் செம்பியன் சோழன்
மன்னர் மன்னன் மதுரகரு நாடகன்
கொன்னலின்ற நெடுஞ்சுடர் வேற் கொங்கர்கோமான் கோச்சடையன்;
மற்றவற்குப் புத்ரளாய் மண்மகளது பொருட்டாக
மத்தயானை செலவுத்தி மானவேல் வலனேந்திக்
கடுவிசையா லெதிர்ந்தவரை தெடுவயல்வாய் நிகரழித்துக்
கறுவடைந்த மனத்தவரைக் குறுமடைவாய்க் கூர்ப்பழித்து
மன்னிகுறிச்சியுந் திருமங்கையு முன்னின்றவர் முரணழித்து
மேவலோர் கடற்றானையோ டேற்றெதிரே வந்தவரைப்

பூவலூர்ப் புறங்கண்டும்
கொடும்புரிதை நெடுங்கிடங்கிற் கொடும்பாளூர்க்கூடார் (தம்)
கடும்பரியுங் கடுங்களிறுங் கதிர்வேலிற் கைக்கொண்டும்
செழும்புரவிப் பல்லவனைக் குழும்பூருட் டேசழிய
எண்ணிறந்த மால்களிறு மிவுளிகளும் பலகவர்ந்தும்
தரியலராய்த் தறித்தவரைப் பெரியலூர்ப் பீடழித்தும்
பூலிரியும் பொழிற்சோலைக் காவிரியைக் கடந்திட்
டழகமைந்த வார்சிலையின் மழகொங்க மடிப்படுத்தும்
ஈண்டொளிய மணியிமைக்கு மெழிலமைந்த நெடும்புரிசைப்
பாண்டிக் கொடுமுடி சென்றெய்திப்
பசுபதியது பதுமபாதம் பணிந்தேத்திக்
கனகராசியும் கதிர்மணியும் மனமகிழக் கொடுத்திட்டுங்
கொங்கர்வன் தறுங்கண்ணிக் கங்கராஜனொடு சம்பந்தஞ்செய்தும்
எண்ணிறத்தன கோசகசிரமும் இரணியகர்ப்பமுந் துலாபாரமும்
மண்ணின் மிசைப் பலசெய்து மறைதாவினோர் குறைதீர்த்துங்
கூடல்வஞ்சி கோழியென்லு மாடமா மதில் புதுக்கியும்
அறைகடல் வளாகங் குறையா தாண்ட
மன்னர் மன்னன் றென்னவர் மருகன்
மான வெண்குடை மான்றேர் மாறன்;

மற்றவற்குமகனாகி மாலுருவின் வெளிர்ப்பட்டுக்
கொற்றமுன்றுடனியம்பக் குணீர்வெண்குடை மண்காப்ப பூ
மகளும் புலமகளு நாமகளு நலனேத்தக்
கலியரைசன் வலிதளரப் பொலிவினொடு வீற்றிருந்து
கருங்கட லுடுத்த பெருங்கண் ஞாலத்து
நாற்பெரும் படையும் பாற்படப் பரப்பிக்
கருதாதுவத் தெதிர்மலைந்த காடவனைக் காடடையப்
பூவிரியும் புனற்கழனிக் காவிரியின் றெண்கரைமேல்
தண்ணாக மலர்ச்சோலைப் பெண்ணாகடத் தமர்வென்றும்
தீவா யயிலேந்தித் திளைத்தெதிரே வந்திறுத்த
ஆய்வேளையுங் குறும்பரையு மடலமரு ளழித்தோட்டிக்
காட்டுக்குறும்பு சென்றடைய நாட்டுக்குதும்பிற் செருவென்றும்
அறைகடல் வளாக மொருமொழிக் கொளீஇய சி
லைமலி தடக்கைத் தென்ன வானவன்
அவனே,
சிரீவரன் சிரீமனோகரன் சினச்சோழன் புனப்பூமியின்
வீதகன் மஷன் விநயலிச்ருதன் விக்ரமபாரகள் வீரபுரோகன்
மருத்பலன் மான்பசாசனன் மதுபமன் மர்த்திதவீரன்
கிரிஸ்திரன் திகிந்தரன் கிரிபாலயன் கிருதாபதாவன்
கலிப்பகை கண்டகதிஷ்டூரன் கார்யதவன் கார்முகபார்த்தன்
பராந்தகன் பண்டிதவத்ஸலன் பரிபூர்ண்ணன் பாபபீரு
குரையுறுகடற் படைத்தானைக் குணக்ராஷ்யன் கூடந்ருணயன்

நிறையுறுமலர் மணிநீண்முடி தேரியர்கோன் னெடுஞ்சடையன்;
மற்றவன்றன் ராஜ்யவற்சரம் மூன்றாவது செலாநிற்ப;
ஆங்கொருதாண்
மாடமா மதிற்கூடற் பாடு நின்றவர் ஆக்ரோதிக்கக்
கொற்றவனே மற்றவரைத் தெற்றென நன்குகூவி
என்னேறுங் குறையென்று முன்னாகப் பணித்தருள
மேனாணின் குரவராற் பான்முறையின் வழுவாமை
மாகந்தோய் மலர்ச்சோலைப் பாகனூர்க் கூற்றத்துப்படுவது
ஆள்வதானை யடல்வேந்தே வேள்விகுடியென்றும் பெயருடையது
ஒல்காத வேற்றானையொ டோதவேலி யுடன் காத்த
பல்யாக முதுகுடுமிப் பெருவழுதியென்றும் பரமேச்வரனால்
வேள்விகுடி யென்னப்பட்டது கேள்வியிற் றரப்பட்டதனைத்
துளக்கமில்லாக் கடற்றானையாய் களப்ரரா விறக்கப்பட்டது
என்று தின்றவன் விக்ஞாப்பஞ்செய்ய, நன்றுநன்றென்று முறுவலித்து
நாட்டானின் பழமையாதய் காட்டித் கொள்கவென்ன

நாட்டடற்றான் பழமையாதல் காட்டினானங் கப்பொழுதே
காட்டமேனா ளெங்குரவராற் பான்முறையிற் றரப்பட்டதை
எம்மாலுந் தரப்பட்டதென்று செம்மாந்தவ னெடுத்தருளி
விற்கைத்தடக்கை விறல் வேந்தன் கொற்கை கிழான்
காமக்காணி நற்சிங்கற்குத்
தேரோடுங் கடற்றானையயான் நீரோடட்டிக் கொடுத்தமையின்;
மற்றிதற்குப் பெருநாள் கெல்லை தெற்றென விரித்துரைப்பிற்-
புகரறு பொழின் மருங்குடுத்த நகரூரெல்லைக்கு மேற்கும்;
மற்றிதற்குத் தென் எல்லை குளந்தைவங்கூழ் வத்தெசைக்குங்
களந்தைக் குளத்தி லாலுக்கு வடக்கும்;
மற்றிதற்கு மேலெல்லை
அற்றமில்லாக் கொற்றன் புத்தூரொடு
மையிருப்பைச் செய்யிடை மேற்றலைப் பெருப்பிற்குக் கிழக்கும்;
மற்றிதற்கு வடபாலெல்லை
காயலுட், கமலமலரும்ம பாயலுள் வடபாலைப் பெருப்பிற்குத் தெற்கும்;
இவ்வியைத்த பெருநான் கெல்லையிற்
பட்டபூமி காராண்மை மீயாட்சி யுள்ளடங்க
மேலென் குரவராற் கொடுக்கப்பட்ட பரிசே
யெம்மாலும் கொடுக்கப்பட்டது;
மற்றிதற் காணத்தி குற்றமின்றிக் கூறுங்காலைக்
கொங்கர்வன் நறுங்கண்ணிக் கங்கராசனது கந்யாரத்தம்
கொங்கர் கோற்குக் கொணர்ந்து கொடுப்ப
ஆர்ப்பறா வடற்றானைப் பூர்வராசர் புகன்றெழுந்து
வில்லிரவுங் கடற்றானை வல்லபனை வெண்பைவாய்
ஆளமரு வழிந்தோட வாளமரு ளுடன்வவ்விய
ஏனப்பொறி யிகலமரு ளிடியுருமென வலனேந்த

மலைத்ததானை மதவிலகள் மன்னர்கோ னருனிற்
பெற்றும் கோல்வனைக்கும் வேற்றானைப்
பல பல்வளைக்கோள் கொணரப்பட்டுப்
பொரவந்தவர் மதந்தவிர்க்கும்
கரவந்தபுரத்தவர் குலத்தோன்றல்
மாவேந்தும் கடற்றானை மூவேந்தமங்கலப்
பேரரையனாகிய வைத்யசிகாமணி மாறங்காரி
இப்பிரம தேயம் உடைய
கொற்கைகிழான் காமக்காணி கவரஞ்சிங்கன்
இதனுள் மூன்றிலொன்றும் தனக்குவைத்
திரண்டுகூறும் ஐம்பதின்மர் பிராமணர்க்கு

நீரோடட்டிக் கொடுத்தான்; இதனுள்
மூர்த்தி எயினன் சவையோ டொத்தது
நான்கரை படாகாரம் உடையன்; இதனுள்
தனக்குவைத்த ஒரு கூற்றிலுத்தம்பிமார்க்கு நான்குந்தஞ்
சிற்றப்பனார் மக்களுக்கு ஆறும்
சபையோ டொத்த படாகாரங் கொடுத்தான்;
இப்பிரசஸ்தி பாடின சேனாபதி ஏனாதி ஆயின
சாத்தஞ்சாத்தற்கு மூன்று கூற்றாருமாய்த்
தங்களோ டொத்த நான்கு படாகாரங் கொடுத்தார்;
மற்றிதனைக் காத்தார் மலரடியென் முடிமேல் என்று
கொற்றவனே பணித்தருளித்
தெற்றெனத் தாம்ர சாசனஞ் செய்வித்தான்;
இதெழுதின சுத்தகேசரிப் பெரும்பணைக் காரனுக்கு
பெருமக்கள் அருளாற் பெற்றது ஒரு இல்லவளாவும்
இரண்டுமாச் செய்யும் ஒரு புஞ்சையும் பெற்றான்:
இவை யுத்தகேசரிப் பெரும்பணைகாரன் எழுத்து.

சாசனத்தில் தமிழில் அமைந்துள்ள பகுதி மட்டும் இங்கே தரப்படுகிறது. அடிக்கோடிட்ட சொற்கள் மூலத்தில் கிரந்த எழுத்துக்களில் அமைந்துள்ளன. கழக வெளியீடான (1967) பாண்டியர் செப்பேடுகள் பத்து நூலில் உள்ளவாறு இங்கு சாசனம் அச்சிடப்பட்டுள்ளது. முதல் 16 வரிகள் வரை கலிப்பகை என்னும் சொல் தவிர மற்ற அனைத்தும் வட எழுத்துக்களால் அமைத்துள்ளன. 47ம் வரியும் அவ்வாறே வட எழுத்துக்களால் அமைத்துள்ளது.

3

மகாபலிபுரத்து ஜைன சிற்பம்

முகவுரை

நமது நாட்டிலே முற்காலத்திலே ஜைன மதம் சிறப்பும் செல்வாக்கும் பெற்று இருந்தது. ஜைன மதம் சிறப்புற்றிருந்த அந்தக் காலத்திலே, ஜைனர் கலைகளையும் காவியங்களையும் வளர்த்தார்கள் காவிய இலக்கியங்களை எழுதியதோடு அமையாமல் சிற்பம், ஓவியம் இசை, நாட்டியம் முதலிய கலைகளை வளம்பட வளர்த்தார்கள் பிற்காலத்திலே சமயப்பூசல்கள் கிளம்பி. குழப்பங்கள், உண்டான போது, ஜைன மதம், தான் இருந்த உயர் நிலையிலிருந்து பின்னடைந்து, காலஞ் செல்லச் செல்ல குன்றி குறைந்துவிட்டது ஜைனர்கள் வளர்த்த கலைகள் மறைக்கப்பட்டன, அல்லது மாற்றம்பட்டன. ஆனாலும், தமிழ்நாட்டிலே ஆங்காங்கே காணப்படுகிற சிற்பங்களும் ஓவியங்களும் குகைக் கோயில்களும் கற்கோயில்களும், பண்டைக்காலத்திலே ஜைனர் வளர்த்த கலைப்பண்புகளை இப்போதும் வெளிப்படுத்துகின்றன.

ஆனால், அக்கலைப் பொருள்களின் காட்சியைக்கண்டு அக் கலையின்பங்களைத் துய்க்கிறவர் இக்காலத்தில் எத்தனை பேர் உளர்? அந்தோ ! நமது நாடு- கலைகளை வளர்த்துக் கலையின்பத்தைத் துய்த்து வளர்ந்த நமது நாடு, இப்போது கலைப் பெருமையை உணராமல் கலையின்பத்தை துய்க்காமல் காலங்கழிக்கிறது! இப்போது சிலகாலமாகக் கலை கலை என்னும் கூக்குரல் நாட்டிலும் ஏட்டிலும் கேட்கப்படுகிறது. எனினும் நமது பழங்கலையில், இன்னும் நமது மக்களுக்கு ஆர்வம் பிறக்கவில்லை.

ஜைனர் அமைத்துக் கொடுத்த பல கலைச் செல்வங்களிலே ஒன்று, மகாபலிபுரத்திலே கற்பாறையில் அழகுறச் செதுக்கிய மைக்கப்பட்டுள்ள புடைப்புச் சிற்பம் (Bas italief Sculpture). இச்சிறந்த சிற்பம் இப்போது, அர்ச்சு-

னன் தபசு என்று பாமர மக்களாலும், பகீரதன் தபசு என்று வேறு சில-ராலும் பெயர் கூறப்படுகிறது. அனால், இக்கதைகளுக்கும் இச்சிற்பத்திற்கும் யாதொரு பொருத்தமும் காணப்படவில்லை. ஜைனரின் அஜிதநாதர் புரா-ணத்தில் கூறப்படுகிற சகர சாகரர்களின் கதை இச்சிற்பத்சல் எழுதப்பட்-டிருக்கிறது. இந்த ஜைனக்கதை இப்போது மறக்கப்பட்டு, இச்சிற்பத்திற்குப் பொருத்தமற்ற வேறு கதைகள் கற்ப்பிக்கப் படுகின்றன. ஆகவே, இச்சிற்பத்-தின் உண்மைக் கருத்தை விளக்கி இச்சிறு தூலை எழுதினேன்.

இதை எழுதிச் சில ஆண்டுகளாயினும், இதனை அச்சிட்டு வெளிப்ப-டுத்தும் வாய்ப்பு ஏற்படவில்லை. சில நாட்களுக்கு, முன்பு வேதாரணியம், திரு. A. J. அனந்தராஜய்யன் முதலியார் அவர்களைத் தோழர் திரு. T. S. ஸ்ரீபால் அவர்களுடன் தற்செயலாகச் சந்திக்க நேரிட்டது. அச்சமயம், இந்தச் சிற்பத்தைப் பற்றிய செய்தியை ,முதலியார் அவர்கள் அறிந்தார்கள். உடனே, தமது சொந்தச் செலவில் இந்நூலை அச்சிட்டு, வெளியிடுவதாகக் கூறி அவ்வாறே இதனை வெளியீட்டுதவினார்கள். முதலியார் அவர்கள் இதனை வெளியிட்டிராவிட்டால், இந்நூல் வெளிவராமலே மறைந்திருக்கும். இதன் பொருட்டு, கலையார்வம் உள்ள இப்பெரியாரைப் பராட்டுவதோடு, எனது வணக்கத்தையும் நன்றியையும் செலுத்துகிறேன். தமிழுலகம் இப்பெரி-யாருக்கு நன்றி செலுத்தக் கடமைப்பட்டுள்ளது.

மகாபலிபுரத்துச் சிற்பக்கலை போன்று, வேறுபல சிற்பங்களும் ஓவியங்-களும் நமது நாட்டில் இருக்கின்றன. தமிழ் நாட்டின் கலைச் செல்வத்-திற்கு அளவில்லை. அவற்றின் அருமை பெருமை வெளிப்படும்நாள் என்-னாளோ? அக்கலைக் காட்சிகளைக்கண்டு நமது நாட்டு மக்கள் இன்புறும் நாள் எந்நாளோ? பழைய கலைச் செல்வங்களை அழியவீட்டுப் புதிய புதிய கலைச் செல்வங்களை உண்டாக்குவது அறிவுடைமையாகாது. பழைய கலைச் செல்வங்களைச் காப்பாற்ற வேண்டும், போற்ற வேண்டும். அதோடு புதிய புதிய நவீன கலைச் செல்வங்களையும் உண்டாக்கவேண்டும். பழைய கலைப் பொக்கிஷங்களை நாம் போற்றிப் பாதுகாக்க இன்னும் கற்றுக்கொள்-ளவில்லை. இனியேனும் போற்றிப் பாதுகாப்போமாக.

மலரகம்,
மயிலாப்பூர்.
சென்னை

சீனி. வேங்கடசாமி.

முன்னுரை

மகாபலிபுரம் என்பது சென்னப் பட்டினத்துக்குத் தெற்கே 30 மைலில், கடற்-கரை ஓரத்தில் இருக்கிற சிறு கிராமம். இது செங்கற்பட்டு ரயில் நிலயத்தி-லிருந்து கிழக்கே பதினெட்டுமைல் தூரத்தில் இருக்கிறது. இக்கிராமத்திற்குச்

சென்னையிலிருந்தும், செங்கற்பட்டிலிருந்தும் பஸ் வண்டிகள் போகின்றன. மாவலிவரம் என்றும் மகாபலிபுரம் என்றும் இதற்கு இப்போது பெயர் வழங்கப்படுகிறது. இப்பெயரைக் கேட்டவுடனே மகாபலிச் சக்கரவர்த்தி கதை நினைவுக்கு வருகிறது.

ஆனால், மகாபலிச்சக்கரவர்த்திக்கும் மகாபலிபுரத்துக்கும் யாதொரு சம்பந்தமும் இல்லை. பல்லவ அரசர்களுக்கு இந்தப்பட்டினம் முற்காலத்திலே துறைமுகப் பட்டினமாக இருந்தது. பல்லவ அரசர்களில் ஒருவனான நரசிம்மவர்மன் என்னும் அரசன், தன்னுடைய சிறப்புப் பெயராகிய மாமல்லன் என்னும் பெயரை இந்த ஊருக்குச் சூட்டினான். ஆகவே இது மாமல்லபுரம் என்று வழங்கப்பட்டது. பிற்காலத்தில் இந்தப் பெயர் சிதைந்து மகாபலிபுரம் என்றும் மாவலிவரம் என்றும் வழங்கப்படுகிறது.

பல நூற்றாண்டுகளுக்கு முன்னே, பல்லவ அரசர் காலத்தில் பெரிய துறைமுகப்பட்டினமாகச் சிறப்புடன் இருந்த இப்பட்டினம் இப்போது சிறு கிராமமாக இருக்கிறது. சிறிய கிராமமாக இருந்தாலும், இது உலகம் முழுவதும் பேர் பெற்றிருக்கிறது. அமெரிக்கா ஐரோப்பா கண்டங்களிலிருந்தும், சீனா, பர்மா, ஜப்பான், இலங்கை, ஜாவா, சுமாத்ரா முதலிய நாடுகளில் இருந்தும் சென்னைக்கு வருகிற யாத்திரிகர்கள் மகாபலிபுரத்திற்கு வந்து இங்குள்ள குகைக் கோயில்களையும், கற்றேர்களையும், பாறைகளில் செதுக்கப்பட்டுள்ள சிற்ப வேலைப்பாடுகளையும் கண்ணாறக்கண்டு மனமாற மகிழ்ந்து செல்கிறார்கள். இந்தியா தேசத்தில், சிற்பக்கலைப் பெருமையினால் சிறப்படைக்துள்ள பல இடங்களில் மகாபலிபுரமும் ஒன்று. சென்னை அரசாங்கத்தார் ஞாயிற்றுக்கிழமைதோறும் மகாபலிபுரத்திற்கென்று தனிபஸ் வண்டி விடுகிறார்கள் என்றால், இங்குள்ள சிற்பக்கலைகளின் சிறப்பையும் அழகையும் விளக்கிக் கூற வேண்டுமோ?

இந்தச் சிறு நூலிலே, நாம் ஆராயப்புகுவது, மகாபலிபுரத்திலே இருக்கிற அர்ச்சுனன் தபசு என்று பெயர் வழங்கப்படுகிற ஒரு சிற்பத்தைப் பற்றித்தான். இந்தச் சிற்பம் ஒரு கற்பாறைக் குன்றில் வெகு அழகாகச் செதுக்கப் பட்டிருக்கிறது. இக்கற்பாறைக் குன்றின் கிழக்குப்பக்கம், நெடுஞ்சுவர்போன்று செங்குத்தாக அமைந்திருக்கிறது. சுமார் 96 அடி நீளமும் 43 அடி உயரமும் உள்ள இந்தச் செங்குத்தான பாறையிலே, கைதேர்ந்த சிற்பிகள் பல அழகான உருவங்களை அமைத்திருக்கிறார்கள். இந்தச் சிற்பம், பார்ப்பவர் கண்களையும் மனத்தையும் கவர்ந்து மிகக் கம்பீரமாகவும் அழகாகவும் காணப்படுகிறது. கி. பி. 7- ஆம் நூற்றண்டிலே, அதாவது இற்றைக்கு 1300 ஆண்டுகளுக்கு முன்னே அமைக்கப்பட்ட இந்தச் சிற்பம், கடம் காற்றினாலும் மழை வெயிலினாலும் தாக்குண்டு சிறிது மழுங்கிவிட்ட போதிலும், இன்னும் அதன் அழகும் கம்பீரமும் குறையாமல் மக்கள் மனத்தைக் கொள்ளை கொள்கிறது. (படம் 1 காண்க.)

இந்தச் சிற்ப உருவம், அர்ச்சுனன் தபசு என்னும் கதையைக் குறிக்கிறது என்று சிலர் கருதுகிறார்கள். அதாவது மகாபாரதத்திலே வன பர்வத்தில் கூறப்படுகிற, அர்ச்சுனன் தபசு செய்து சிவனிடம் பாசுபதாஸ்திரம் பெற்ற கதையைக் காட்டுகிறது இந்தச்சிற்பக் காட்சி என்று சொல்லுகிறார்கள். 1914-ஆம் ஆண்டில், பிரான்ஸ் தேசத்து அறிஞரான M. Victor Goloubonw என்பவர், இந்தச் சிற்பக்காட்சி யை நேரில்வந்து பார்த்தபோது, இது அர்ச்சுனன் தபசு அல்ல என்றும், இராமாயணம் பால காண்டத்தில் கூறப்படுகிற பகீரதன் தபசு என்னும் கதையை இது காட்டுகிறது என்றும் தமது கருத்தை வெளியிட்டார். அதன் பிறகு, இவர் கூறிய கருத்து தான் உண்மை என்று பலர் அபிப்பிராயப்படுகின்றனர்.

ஆனால், இந்தச் சிற்பக் காட்சியை நேரில் போய் ஊன்றிப் பார்த்துக் கூர்ந்து பவனித்தால், இது அர்ச்சுனன் பாசுபதாஸ்திரம் பெற்ற கதையும் அல்ல, பகீரதன் தபசு செய்து கங்கையைப் பூலோகத்துக்குக் கொண்டுவந்த கதையும் அல்ல என்று தெரியவருகிறது. ஏனென்றல் இதில் காணப்படும் சிற்ப உருவங்களுக்கும் இக்கதைகளுக்கும் பொருத்தம் காணப்படவில்லை இந்தச் சிற்பத்தில், ஒற்றைக் காலில் நின்று

கைகளைத் தலைக்குமேல் உயர்த்தித் தவம் செய்கிற உருவம் அர்ச்சுனன் என்றும், அதற்கு எதிரில் நான்கு கைகளுடன் நிற்கும் தெய்வம் சிவ-பெருமான் என்றும் சிலர் கூறுகிறார்கள். இவர்கள் சொல்வதை ஒப்புக் கொண்டால், இந்தச் சிற்பத்தில் காணப்படுகிற மற்ற உருவங்கள் எதைக் குறிக்கின்றன என்ற கேள்வி எழுகிறது. இந்தச் சிற்பத்தில் காணப்படுகிற நாககுமாரர்கள், தெய்வகணங்கள், யானைகள், கங்கை ஆறு, கோயில், தலையற்ற மூன்று உருவங்கள், மற்றும் பல மனித உருவங்கள் இவை எல்லாம் ஏன் இந்தச் சிற்பத்தில் காணப்படுகின்றன? மேலும், தபசுசெய்கிற அர்ச்சுனனிடத்திற்குச் சிவபெருமான், வேடன் உருவங்கொண்டு போனார் என்றும் உமையம்மையார் வேடுவச்சி உருவம் எடுத்து உடன் சென்றார் என்-றும் புராணம் கூறுகிறது. வேடன் வேடுவச்சி உருவங்கள் இதில் காணப்பட-வல்லை.

ஆனால், கதைக்குத் தொடர்பு இல்லாத அநாவசியமான உருவங்கள் இதில் காணப்படுகின்றன. அன்றியும் இந்தியச் சிற்ப முறைப்படி, கதைக்கு முக்கியத்துவம் உள்ள கதைத் தலைவர்களான அர்ச்சுனனையும் சிவபெரு-மானையும் பெரிய உருவமாக அமைத்து, கதைக்கு முக்கியத்துவம் இல்-லாத மற்ற உருவங்களைச் சிறிய உருவமாக அமைத்திருக்க வேண்டும். இந்-தச் சிற்பத்தில் அப்படி அமைக்கப்படவில்லை. நாகர்கள், தெய்வ கணங்கள், யானை கோயில் தலையற்ற உருவங்கள் முதலியன முக்கிய இடம் பெற்-றிருக்கின்றன. இவற்றை எல்லாம் சேர்த்து யோசிக்கும்போது, இந்தச்சிற்பக்-காட்சி, அர்ச்சுனன் தபசைக் குறிப்பதல்ல என்றும் வேறு ஏதோ கதையைக் குறிக்கிறது என்றும் கருத வேண்டியிருக்கிறது.

இனி, மற்றொரு சாரார் கருதுகிறபடி இந்தச் சிற்பக்காட்சி பகிரதன் தபசைக்குறிக்கிறதா என்று பார்ப்போம். M. Victor Goloubeaw அவர்கள் கருதுகிறபடி, இச்சிற்பத்தின் நடுவில் காணப்படுகிற, கங்கை ஆறு இழிந்து ஓடுவது போன்ற காட்சி, முக்கிய இடம் பெற்றிருக்கிறது. ஆனால் கங்கையில் நாக அரசனும் அவன் மனைவியும் ஏன் கணப்படுகிறார்கள்? மேலும் அவர் கூறுவதுபோல, ஒற்றைக்காலில் நின்று தவம் செய்கிறஉருவம் பகீரதனைக்-குறிக்கிறது என்று ஒப்புக்கொள்வோமானால். அவனுக்கு எதிரில் நான்கு கைகளுடன் காணப்படுகிற உருவத்தைச் சிவன் என்று ஏற்றுக்கொள்ள முடியவில்லை. ஏனென்றால், இந்த உருவத்துக்குத் தலையில் கிரீடமகுடம் காணப்படுகிறது. சிவன் ஜடாமகுடம் உடையவர்.

அல்லாமலும் இவ்வுருவத்தின் கையில் கதாயுதம் போன்ற ஆயுதம் காணப்படுகிறது. சிவனுக்குச் சூலம், மழு முதலிய ஆயுதங்கள் உண்டே-யன்றிக் கதாயுதம் கிடையாது. எனவே இந்த உருவம் சிவனைக் குறிப்பது அன்று. முக்கியமான இன்னொரு விஷயத்தை இங்கு கவனிக்க வேண்டும். அதாவது பகீரதன் தபசு என்னும் கதையில், கங்கை ஆகாயத்திலிருந்து பூமியல்மிகவேகமாக இறங்கிய போது சிவபெருமான் அக்கங்கையைத் தமது ஜடையில் தாங்கிக் கொண்டார் என்பது. அந்தக்காட்சி, இந்தச்சிற்பத்தில் காணப்படவில்லை. இந்தச் சிற்பம் பகீரதன் தபசு என்னும் காட்சியைக்குறிப்-பதாக இருந்தால், கங்காதரமூர்த்தியின் உருவம் இதில் இடம்பெற வேண்டும் அல்லவா? கங்காதரமூர்த்தியின் அழகான சிற்ப உருவங்கள் பல்லவ அரசர் காலத்தில் அமைக்கப்பட்டவை, இன்றும் பல இடங்களில் காணப்படுகின்-றனவே.

கங்காதரமூர்த்தியின் உருவம் இந்தச் சிற்பத்தில் ஏன் இடம்பெறவில்லை? கதைக்குப் புறம்பான யானை, நாகர்கள், தேவர்கள், தலையற்ற உடல்கள், தலைவணங்கி உட்கார்ந்திருக்கும் முனிவரின் உருவம், கோயில் இவைகள் ஏன் முக்கிய இடம் பெற்றிருக்கின்றன? இவைகளை எல்லாம் யோசிக்கும்-போது, இந்தச் சிற்பக்காட்சி, சிலர் கருதுவது போல பகீரதன் தபசைக் குறிக்-கவில்லை என்றும் வேறு ஏதோ கதையைக் குறிக்கிறதென்றும் தெரிகிறது.

அப்படியானால் இந்தச் சிற்பக்காட்சி எந்தக் கதையைக் குறிக்கிறது?

இந்தக் கேள்வி பல ஆண்டுகளாக என் மனத்தில் குடி கொண்டிருந்தது. நெடுநாட்களாகச் சரியான விடை எனக்குக் கிடைக்கவில்லை. கடைசியாக, ஜைன நூல்களைப் படித்தபோது இக்கேள்விக்கு விடை கிடைத்தது! இந்தச் சிற்பம் ஒரு ஜைனக் கதையைக் குறிக்கிறது என்பதை அறிந்தேன். அந்த ஜைனக் கதைக்கும் இந்தச் சிற்பத்திற்கும் பலவகையில் நல்லபொருத்தங்கள் இருப்பதைக்கண்டேன். மேலும் ஊன்றி நன்றாக ஆராய்ந்துபார்த்தபோது நிச்-சயமாக இந்தச் சிற்பம் ஜைனக் கதையத்தான் குறிக்கிறது என்னும் உண்மை-யைக் கண்டேன். என் கருத்தை, தென் இந்திய புதைபொருள் ஆராய்ச்சி சங்கத்தில் (Archaeological Socety) (1947-ஆம் ஆண்டு ஜனவரி 21-ம்

தேதி) பேராசிரியர், ராவ்சாகிப் A. சக்கரவர்த்தி நயினார் M. A. அவர்கள் தலைமையில் சுருக்கமாகப் படித்தேன்.

அஜிதநாதசுவாமி என்னும் இரண்டாவது ஜைன தீர்த்தங்கரர் புராணத்தில் கூறப்படுகிற சகரசக்கரவர்த்தியின் கதை இந்தச் சிற்பக் காட்சியில் அமைந்திருக்கிறது என்று விளக்கினேன். இந்தச் சகரசக்கரவர்த்திக் கதை இராமாயணத்தில் கூறப்படுகிற சகரசக்கரவர்த்தியின் கதையல்ல. ஜைன புராணங்களில் கூறப்படுகிற ஒரு ஜைனக்கதையாகும் இந்தக் கதைக்கும் மகாபலிபுரத்துச் சிற்பத்துக்கும் பொருத்தங்காட்டுவதற்கு முன்பு, இந்தக்கதையை முதலில் தெரிந்துகொள்ள வேண்டும். இந்தக் கதை தமிழில் ஸ்ரீ புராணத்திலும், ஜீவசம்போதனை என்னும் நூலிலும் சுருக்கமாகக்காணப்படுகிறது. இந்தியில் உள்ள திரிஸஷ்டி ஸலாகா புருஷ சரித்திரம் என்றும் நூலில் விரிவாகக் கூறப்பட்டிருக்கிறது. இந்த இந்தி நூலை Helen M. Johnson அம்மையார் ஆங்கிலத்தில் மொழிபெயர்த்திருக்கிறார். Gaekwad's Oriental Series ஆக இது அச்சிடப்பட்டிருக்கிறது. அக்கதையைச் சுருக்கமாகக் கூறுகிறேன்

சகர, சாகரர் கதை

ஜீத-சத்துரு என்னும் அரசன் பரத கண்டத்தை அரசாண்ட. காலத்தில், அவருக்கு இரண்டு ஆண் குழந்தைகள் பிறந்தனர். மூத்தக் குழந்தைக்கு **அஜிதன்** என்றும் இளைய குழந்தைக்குச் **சகான்** என்றும் அரசன் பெயரிட்டு வளர்த்தான். மூத்த குழந்தை வளர்ந்து வயதடைந்த பிறகு **அஜீதநாதர்** என்னும் தீர்த்தங்கரராக விளங்கி உலகத்திலே ஜைன மதத்தைப் பரவச்செய்து இறுதியில் வீடுபேறடைந்தார். இளைய பிள்ளையாகிய சகரன், பெரியவனாக வளர்ந்து, தனது தந்தைக்குப் பிறகு அரசாட்சியை ஏற்றுப் பரத கண்டத்தின் சக்கரவர்த்தியாக விளங்கினார். இந்தச் சகரசக்கரவர்த்தி அரசாட்சி செய்துவருங்காலத்தில், ஒரு சமயம் கண்டப்பிரபாத மலைக்குத் தன் மந்திரி முதலியவர்களுடன் சென்று **நாட்யமாலகன்** (இந்திரன்) என்னும் தெய்வத்தைக் குறித்து மூன்று நாள் நோன்பிருந்தார்.

இவர் நோன்பிருப்பதைத் தன்னுடைய சிம்மாசனம் துளங்கியதனால் அறிந்த நாட்டியமாலகன் என்னும் தெய்வம், சகரசக்கரவர்த்தியின் முன்பு தோன்றி, எண்ணிறந்த செல்வங்களைக் கொடுத்து. சக்கரவர்த்திக்கு வேண்டிய உதவிகளை எந்த நேரத்திலும் செய்யச் சித்தமாயிருப்பதாகத் தெரிவித்தது. அந்த வரத்தை ஏற்றுக்கொண்ட சகரசக்கரவர்த்தி, தனது மந்திரிகளைக்கொண்டு அந்தத் தெய்வத்திற்குச் சிறப்பு செய்வித்து அனுப்பினார். பிறகு சக்கரவர்த்தி கங்கைக்கரையை யடைந்து, நவநிதி என்னும் ஒன்பதுவிதமான செல்வங்களைப் பெறுவதற்காக மூன்று நாள் கடுநோன்பிருந்தார். நோன்பின் முடிவில் நவநிதிகள் அவருக்குக் கிடைத்தன. அந்த ஒன்பது வகையான நிதிகளாவன :-

1-நைசர்ப்பம் 2-பாண்டுகம் 3-பிங்கலம் 4-மகாபத்மம் 5-காலம் 6-மகாகாளம் 7-மானவம் 8-சங்கம் 9-சர்வரத்னம் என்பன.

இந்த நவநிதிகள் ஒவ்வொன்றுக்கும் தலைமையாக ஒவ்வொரு தேவகுமாரனும், காவலாக ஆயிரம் ஆயிரம் பூதங்களும் இருந்தனர். ஒன்பது நிதிகளுக்கும் தலைவராக இருந்த ஒன்பது தேவகுமாரர்களும் அந்தந்த நிதியின் பெயரைக்கொண்டவர்கள். நவநிதியோடு தோன்றிய இவர்கள், சகரசக்கரவர்த்தியைப் பார்த்து, " உமது நல்வினையால், நாங்கள் உமது ஊழியர்களானோம். நவநிதிகளாகிய எங்கள் துணையைக்கொண்டு உமது விருப்பப்படி எல்லா இன்பங்களையும் துய்ப்பீராக, பெரியதாகிய கடல் நீர் வரண்டாலும் வரண்டுவிடும். எங்கள் நிதிச் செல்வம் ஒருபோதும் குறையாது. சக்கரவர்த்தியாகிய தங்களது கட்டளைப்படி ஏவல் செய்ய நாங்கள் காத்திருக்கிறோம். " என்று பணிந்து கூறின. இவ்வாறு பெறுதற்கரிய நவநிதிகளைச் சகரசக்கரவர்த்தி தமது புண்ணிய வசத்தினால் அடையப்பெற்றார்.

இந்த ஒன்பது வகையான செல்வங்களின் இயல்பாவன:- கைசர்ப்பநிதி, வீடுகள் பாசறைகள் கிராமங்கள் அரண்பொருந்திய நகரங்கள் முதலியவற்றை அமைத்துக்கொடுக்கும். பாண்டுகம் என்னும் நிதி நெல், கோதுமை, பருப்பு வகைகள் முதலிய தானியங்களையும் உணவுப் பொருள்களையும் வேண்டிய அளவு உண்டாக்கிக் கொடுக்கும். பிங்கல நிதி, ஆடவர்க்கும் பெண்டிர்க்கும் யானை குதிரை முதலிய பரிவாரங்களுக்கும் உரிய அணிகலன்களை அமைத்துக்கொடுக்கும். மகா பதுமம் என்னும் நிதி, வெண்மை கருமை செம்மை முதலிய பலவித நிறங்களையுடைய பட்டினாலும் பருத்தியினாலும் ஆன உடைகளை பலப்பல உருவத்தில் அமைத்துக் கொடுக்க வல்லது.

காலம் என்னும் நிதியானது, இறந்த காலம் நிகழ் காலம் எதிர் காலம் என்னும் முக்கால நிகழ்ச்சிகளையும் அறிவிப்பதோடு, உழவு கைத்தொழில் முதலியவற்றின் பலாபலன்களையும் முன்னதாகவே தெரிவிக்க வல்லது. மகாகாளம் என்னும் நிதியானது முத்து, பவழம், பொன், வெள்ளி, இரும்பு முதலிய உலோகச் செல்வங்களை வேண்டிய அளவு அளிக்கவல்லது. - மானவம் என்னும் நிதியானது போருக்குரிய சேனைகளையும் யானைப்படை, குதிரைப்படை, தேர்ப் படைகளையும் ஆயுத தளவாடங்களையும் குறைவற அளிக்கவல்லது. சங்கநிதி குழல், யாழ் முதலிய இசைகளையும் நாடகம், பாட்டு, சிற்பம் ஓவியம், காவியம் முதலிய கலையின்பங்களை அளிக்கவல்லது.

சர்வ ரத்தினம் என்னும் நிதியானது ஜீவரத்தினம் ஏழையும் அஜீவரத்தினம் ஏழையும் அளிக்கவல்லது. (ஜீவரத்தினம் ஏழாவன;- கிரகபதி, சேனாபதி, வில்வகர்மன், புரோகிதன், குதிரை, யானை, ஸ்திரீ என்பன. அஜீவரத்தினம் ஏழாவன:- சக்கரம், குடை, வாள், தண்டடம், சூடாமணி, தோல், காசிணி என்பன.) நவநிதிகளின் இயல்புகளையும் ஜீவ அஜீவரத்தினங்களின் இயல்பையும் **ஜீவசம்போதனை** என்னும் ஜைன நூலில் விரிவாகக் கூறப்பட்டிருக்கிறது. அதனை இந்நூலின் கடைசியில் சேர்த்திருக்கிறேன், ஆங்குக் காண்க.

இவ்வாறு, நவநிதிகளையும் அடைந்து சக்கரவர்த்தியாகச் செங்கோல் நடாத்தி அளவற்ற இன்ப சுகங்களை அனுபவித்து வருகிற சகர சக்கரவர்த்திக்கு அறுபதினாயிரம் பிள்ளைகள் பிறந்தார்கள். அப்பிள்ளைகளுக்கு சாகரர் என்பது பொதுப்பெயர். அதாவது சகரன் 'பிள்ளைகள் என்பது கருத்து. இவர்களில் மூத்த மகன் பெயர் **ஜானு** என்பது.

தக்க வயதடைந்த பிறகு, சாகர குமாரர்கள் அறுபதினாயிரவரும், தேசத்தைச் சுற்றிப்பார்க்க விரும்பினார்கள், விரும்பியபடியே அவர்கள் சக்கரவர்த்தியிடம் போய் உத்தரவு கேட்டார்கள். அவர்கள் விருப்பத்திற்கு இணங்கிய சக்கரவர்த்தி, ஸ்திரீ ரத்தினம் ஒன்று தவிர ஏனய ஆறு ஜீவரத்தினங்களையும் ஏழு அஜீவரத்தினங்களையும் அவர்களுக்குத் துணையாகக்கொடுத்து விடை கொடுத்து அனுப்பினான். பிறகு, சகர குமாரர்கள் புறப்பட்டுச்சென்று பலநாடு நகரங்களைச் சுற்றிப்பார்த்த பிறகு கடைசியாக **அஷ்டாபதமலைக்கு** வந்து சேர்ந்தார்கள்: அஷ்டாபதமலை என்பது கயிலாயமலை. இதற்கு ஹராரத்திரி என்றும் ஸ்படிகாத்திரி என்றும் வேறு பெயர்கள் உண்டு.

(இந்தக் கயிலாய மலையில், சகர குமாரர்களின் முன்னோறான ரிஷபதீர்த்தங்கரர் வீடுபேறடைந்தார். ரிஷபதீர்த்தங்கரரின் மகனான பரத சக்கரவர்த்தி, ரிஷபதீர்த்தங்கரர் வீடுபேறடைந்த இடமாகிய இந்தமலையிலே விலைமதிக்கமுடியாத செல்வங்களைக்கொண்டு சிறந்ததோர் திருக்கோயில் அமைத்திருந்தார். இத்திருக்கோயிலுக்கு எதிரில், ரிஷபதீர்த்தங்கரரின் உபதேசங்களைச் செவிசாய்த்துக்கேட்பது போன்று தன்னுடைய (பரதச் சக்கரவர்த்தியுடைய) உருவத்தையும் அவர் அமைத்திருந்தார்.)

கயிலாயமலைக்கு வந்த சாகர குமாரர்கள், பரத சக்கரவர்த்தி கட்டிய இக் கோயிலுக்குள் சென்று வணங்கினார்கள். பிறகு, மிக்க அழகுள்ளதும் விலைமதிக்கப்படாததுமான இப் பொற் கோயிலைப் பாதுகாக்கா விட்டால், வரப்போகிற துஷ்மயுகத்தில் மக்கள் இக்கோயிலிலுள்ள இரத்தினங்களயும் பொன்னையும் கொள்ளையடிப்பார்கள் என்று நினைத்து, அக் கோயிலுக்குப் பாதுகாப்பு அமைக்க முயன்றார்கள். கோயிலைச் சுற்றிலும் அகழிதோண்டி அதில் நீரை நிறப்பி விட்டால் ஒருவரும் கோயிலுக்குள் சென்று கொள்ளையிடமுடியாது என்று கருதினார்கள், கருதினபடியே, தம்மிடம் இருந்த அஜீவரத்தினங்களில் ஒன்றான, தண்ட ரத்தினத்தினால் கோயிலைச் சுற்றிலும் அகழி தோண்டினார்கள்.

ஆற்றல் மிக்க அந்தத் தண்ட ரத்தினம் ஆயிரம் யோசனை ஆழமாக நாகலோகம் வரையில் அகழ்ந்து விட்டது. அதைக்கண்ட நாகர்கள் அஞ்சினார்கள். **ஜுவலனப்பிரபன்** என்னும் நாகராசன் அவ்வகழியின் வழியாகப் பூலோகத்துக்கு வந்து கடுங்கோபத்துடன் சகர குமாரர்கணப்பார்த்து, "பவன லோகத்தை ஏன் அழிக்கிறீர்கள். அஜிதநாத சுவாமியின் தம்பியாகிய சகர சக்கரவர்த்தியின் பிள்ளைகளாகிய நீங்கள் இத் தகாத செயல ஏன் செய்கிறீர்கள்?" என்று வினவினான்.

நாகராசன் கோபத்தோடு வினவியதைக் கேட்ட, சாகரரில் மூத்தவனான ஜாலு, "உமது நாகலோகத்தை அழிக்க நாங்கள் நினைக்கவில்லை. ரிஷப தீர்த்தங்கரரின் கோயிலைச்சூழ்ந்து அகழி தோண்டினோம். தண்ட ரத்தினத்தின் ஆற்றலினால், அகழி நாகலோகம் வரையில் ஆழமாக அகழப்பட்டது. இனி உங்களுக்குத் துன்பம் உண்டாகாதபடி, பார்த்துக் கொள்கிறோம்" என்று விடையளித்தான். நாகராசன் "எங்களுக்குத் தொந்தரவு கொடுக்காதீர்கள்" என்று கூறி, மறுபடியும் நாகலோகம் போய்விட்டான்.

பிறகு சாகர குமாரர்கள், தம்மிடமிருந்த தண்டரத்தினத்தின் உதவியினால், கங்கையின் நீரைத் திருப்பிக் கொண்டுவந்து தாங்கள் தோண்டிய அகழியில் பாய்ச்சினார்கள். கடல் நீர் பெருக்கெடுத்தது போன்று கங்கை நீர் புரண்டோடி வந்து ஆயிரம் யோசனை ஆழமுள்ள அகழியை நிறப்பிற்று.

கங்கை, பாதாளம் வரையில் சென்று பாயவே, நாகலோகம் வெள்ளக்காடாயிற்று. நாகர்கள் அஞ்சி நடுங்கினார்கள். நாகராசனாகிய ஜுவலனப்பிரபன், அங்குசத்தால் குத்துண்ட மதயானை வெஞ்சினம் கொண்டதுபோல், கடுஞ்சினங் கொண்டு நாக குமாரருடன் புறப்பட்டுச் சாகரர் இடம்வந்து தீப்பொறி பறக்கும் தன் விஷக்கண்களினால், அறுபதினாயிரவரையும் விழித்துப்பார்த்தான். அப்பார்வையினால், சாகரர் அறுபதினாயிரவரும் எரிந்து சாம்பலாயினர்.

குமாரர்கள், இறந்த செய்தியைக்கேட்ட சகர சக்கரவர்த்தி ஆற்றொணாத்துயரம் அடைந்தார். இதற்குள், அரண்மனை வாயிலில் பெருங் கூட்டமாக மக்கள் கூ.டி பெருங்கூச்சலிட்டழுவதைக் கேட்டு, அவர்கள அழைத்து விசாரித்தார். "சாகர் குமாரர்கள் கங்கையை அகழியில் திருப்பி விட்டபடியால் அந்நீர் அகழியை நிறப்பியதோடு மேலும் மேலும் வெள்ளப் பெருக்கெடுத்து வந்து அங்குள்ள காடுகளையும் அவர்களையும் அழித்துவிட்டது. மேன் மேலும் வெள்ளம் பெருகிவருகின்றது.

எங்களைக் காப்பாற்றவேண்டும்" என்று அவர்கள் முறையிட்டார்கள். இதைக்கேட்ட, சகர சக்கரவர்த்தி, தன்னுடைய பேரனான பகீரதனை அழைத்து, "நீ போய் கண்ட்டரத்தினத்தின் உதவியினால், ஊரை அழிக்கும் கங்கையைக் கொண்டுபோய், கடலிற் பாய்ச்சிவீட்டு வா" என்று கட்டளையிட்டார். பாட்டன் கட்டளைப்படி, பகீரதன் கயிலாய மலைக்குச் சென்று தண்ட இரத்தினத்தின் உதவியினால் கங்கையை இழுத்துக் கொண்டு போய் கட்லில் பாயச்செய்தான்.

இதுதான். திரிசஷ்டி சலாகாபுருஷர் [அறுபத்து மூன்று பெரியார்] சரித்திரம் என்னும் ஜைன நூலிலே அஜிதநாத சுவாமி சரித்திரத்திலே கூறப்படுகிற சகர சாகரர்களின் கதை. இந்தக் கதையைத்தான், மகாபலி புரத்தில் உள்ள, சிற்ப உருவத்தில் விளக்கமாகக் காட்டப்பட்டிருக்கிறது. இனி, இந்தக்கதைக்கும் மகாபலிபுரத்துச் சிற்பத்துக்கும் உள்ள பொருத்தங்களை ஆராய்வோம்.

சிற்பக் காட்சியின் விளக்கம்

படம் 2. காண்க. இது மகாபலிபுரத்துச் சிற்பத்தை எதிர் நின்று பார்ப்பவருக்கு இடது புறத்தின் மேல்பகுதித் தோற்றம். இந்தப் பகுதியின் வலது புறத்தில், ஒடுங்கிய வயிறும் வளர்ந்த தாடியும் உள்ள ஒருவர், தனது இரண்டு கைகளையும் தலை மேல் தூக்கி ஒற்றைக்காலில் நின்று தபசு செய்கிறார். இது சகர சக்கரவர்த்தியின் உருவம்: கண்டப்பிரபாத மலையில் தபசு செய்கிறதைக் குறிக்கிறது. இவருக்கு எதிரில் தண்டாயுதத்துடனும் நான்கு கைகளோடும் ஒரு தெய்வம் நிற்கிறது. இது நாட்யமாலகன் (இந்திரன்) உடைய உருவம், இந்திரனுக்குரிய தண்டாயுதம் கையில் காணப்படுகிறது. இங்கு ஒரு ஐயம் ஏற்படக்கூடும்.

அதாவது, இந்திரனுக்கு நான்கு கைகள் உண்டா என்கிற கேள்வியுண்டாகும். சைவ வைணவ சிற்ப சாஸ்திரப்படி, இந்திரனுக்கு இரண்டு கைகள் தான் உண்டு. ஆனால், ஜைன சிற்ப சாஸ்திரக் கருத்துப்படி. இந்திரனுக்கு நான்கு கைகள் உண்டு, நான்கு கைகளையுடைய இந்திரனுடைய சிற்ப உருவம், வேறு ஜைனக் கோயில்களில் இன்றும் காணப்படுகிறது. ஆகையால் இந்த உருவம் - நாட்யமாலகன் (இந்திரன்) என்னும் தெய்வம் என்பதில் சிறிதும் ஐயம் இல்லை.

இந்தச் சகர சக்கரவர்த்தி நாட்யமாலகன் உருவங்களுக்குப் பக்கத்தில் மிகக்குறுகிய குறள் உருவங்கள் குறுகிய கைகால்களுடன் காணப்படுகின்றன. இவ்வாறு ஆறு குறள் உருவங்கள் காணப்படுகின்றன. இந்தச் சிற்பப் பகுதியின் இடது கோடியில் இன்னும் இரண்டு குறள் உருவங்கள் காணப்படுவதை நேரில் காணலாம். படத்தில் மறைந்திருக்கின்றன. ஆக மொத்தம் 8 குறள் உருவங்கள் இதில் காணப்படுகின்றன. இவை 8 பூதங்கள் ஆகும். அன்றியும், கிரீடமகுடம் உடையனவாய் ஆகாயத்தில் பறப்பது போல -ஆண் பெண் ஆகிய எட்டு ஜதை தேவர்கள் இதில் காணப்படுகிறார்கள்.

இந்த எட்டு ஜதை தெய்வ உருவங்களும் எட்டு பூதங்களும் எதைக் குறிக்கின்றன என்றால், சகர சக்கரவர்த்திக்குக் கிடைத்த ஒன்பது நிதிகளில், எட்டு நிதிகளைக் குறிக்கின்றன. (ஒன்பதாவது நிதியைப் பற்றிப் பிறகு விளக்குவேன்.) எட்டு நிதிக்கும் எட்டுத் தலைவராக எட்டு தேவர்களும் காவலாக எட்டாயிரம் பூதங்களும் இருந்ததை இந்தச் சிற்பப்பகுதி குறிக்கிறது.

இதில், எட்டு நிதிகளின் தலைவர்களான எட்டு தேவர்களும் மனைவியரோடு எட்டு ஜோடியாகக் காட்டப்பட்டிருக்கின்றனர். இவர்கள் பெயரும் எட்டு நிதிகளின் பெயரே யாகும். அதாவது, நைசர்ப்பன், பாண்டுகன், பிங்கலன், மகாபத்மன், காலன், மகாகாலன், மானவன், சங்கன் என்னும் எட்டு தெய்வங்களாகும். இவ்வாறு, கலையறிஞர்களாகிய சிற்பிகள், எட்டு தெய்வ உருவங்களையும் எட்டு பூதங்களையும் சிற்பத்தில் சித்திரித்து எட்டு நிதிகளைக் காட்டியிருக்கிறார்கள். ஒவ்வொரு நிதிக்கும் ஆயிரம் பூதம் வீதம்

எட்டு நிதிகளுக்கு எட்டாயிரம் பூதம் காவலாக இருந்தன.

ஆனால், சிற்பத்தில் எட்டாயிரம் பூதங்களைக் காட்டினால் நன்றாக இருக்குமா? இராது. ஆகையினால், 8 நிதிக்கு 8 பூதங்களை மட்டும் காட்டியிருக்கிறார்கள், இவ்வாறு 8 நிதிகளை 8 பூத உருவத்துடனும் 8 ஜதை தெய்வ உருவத்துடனும் சிற்பிகள் அழகாகக் காட்டியிருக்கிறார்கள், இப்படியில்லாமல் வேறு எப்படி நிதிகளக்காட்டமுடியும். எட்டு நிதிகளின் தலைவர்கள் சிற்பத்தில் ஆகாயத்தில் பறப்பதுபோல ஏன் காட்டப்பட்டனர் என்றால், அவர்கள் மானிடர் அல்லர், மானிட்ருக்கு மேற்பட்ட தெய்வச் சத்தியுள்ள தேவர்கள் என்பதைக்காட்ட இவ்வாறு சிற்பத்தில் அமைக்கப்பட்டனர். இந்தச் சிற்பத்திலேயே வேறு நான்கு உருவங்கள் காணப்படுகின்றன.

இந்த உருவங்கள், ஆகாயத்தில் பறப்பது போன்று இல்லாமல் தரையில் நிற்பது போன்றும், கையில் சில ஆயுதங்களைத் தாங்கிக்கொண்டும் காணப்படுகின்றன. தரையில் நிற்பது போல் காணப்படுவதால், இவை மனித உருவங்களாகும். இவை எதனைக் குறிக்கின்றன? சகர சக்கரவர்த்தி கண்டப்பிரபாத மலைக்குச்சென்று நோன்பு நோற்றபோது அவருடன் போயிருந்த மந்திரிகளைக் குறிக்கின்றன. இங்குக் காணப்படுகிற சிங்கம், புலி, மான் முதலிய உருவங்கள் தண்டப்பிரபாத மலையைச் சேர்ந்த காடுகளை நினைவூட்டுகின்றன.

படம் 3 காண்க, இது மகாபலிபுரத்துச் சிற்பத்தை, எதிர் நின்று பார்ப்பவருக்கு வலக்கைப்புறத்தின் மேற்புறக் காட்சியாகும், இது ஒன்பதாவது இரத்தினமாகிய சர்வ ரத்தினம் என்னும் நிதியைக் குறிக்கிறது. இந்நிதியிலிருந்து கிடைக்கிற ஜீவரத்தினங்கள். ஏழு அஜீவரத்தினங்கள் ஏழு ஆக பதினான்கு இரத்தினங்களையும் இப்பகுதி பற்பல உருவங்களாக விளக்கிக்காட்டுகிறது. மற்றும் இசை முதலியவற்றையும் கின்னர உருவங்கள் முதலியவற்றால் வெளிப்படுத்துகின்றது. எனவே, 2-ஆவது 3-ஆவது படங்கள் சகரசக்கரவர்த்தி நோன்பிருந்து நோற்றதையும் அவர் அடைந்த ஒன்பது வகையான நிதிகளையும் உருவகவாயிலாக வெளிப்படுத்துகின்றன.

படம் 4 காண்க, இதில் ஒரு கோயிலும் அதன் எதிரில் ஒரு முனிவர் அமர்ந்து செவி சாய்த்துக் கேட்பது போன்றும் சிற்பங்கள் அமைக்கப்பட்டுள்ளன. இவை கயிலாய மலையில் பரதச் சக்கரவர்த்தி அமைத்த ரிஷபதேவர் கோயிலையும், அக்கோயிலுக்கு எதிரில் பரதச் சக்கரவர்த்தி தமது உருவத்தை, ரிஷபர் செய்யும் உபதேசத்தைச்

செவிசாய்த்துக் கேட்பது போல அமைத்திருந்ததையும் (பரதச் சக்கர வர்த்தியின் உருவத்தையும்) குறிக்கின்றன. (கோயிலுக்கு எதிரில் உள்ள பரதச் சக்கரவர்த்தியின் உருவத்தை ரிஷி என்று தவறாகத் தற்காலத்தில் கருதுகிறவர்கள் உண்டு. பண்டைக்காலத்தில் அரசர்களும் சக்கரவர்த்திகளும் தாடி மீசை தலைமயிர்களை நீட்டி வளர்த் திருந்தனர். இதற்குப் பௌத்த நூல்களிலும் ஜைன, நூல்களிலும் சான்றுகள் உண்டு. சிற்ப உருவங்களின்

சான்றுகளும் உள்ளன.) இந்தக் கோயிலுக்குப் பக்கத்தில் ஆறுபோன்ற காட்சியும் அதில் நாகர்களின் உருவங்களும் காணப்படுகின்றன.

இதைக் கங்கையாறு என்று தவறாகக் கருதுகிறார்கள். இது ஆறு அன்று. சகர குமரரர்கள், கோயிலைச்சுற்றிலும் தோண்டிய அகழியின் ஒரு பகுதியை இச்சிற்பம் காட்டுகிறது. இதில் காணப்படுகிற நாகர்கள், ஜுவலனப்பிரபன் என்னும் நாகராசனும் அவனுடன் வந்த அவன் மனைவி, மந்திரி முதலியவர்களும் ஆவர். பாதாளம் வரையில் அகழிதோண்ட. அதனால், நாகர்களுக்குத் துன்பம் உண்டாக, அப்போது சினங்கொண்ட. நாகராசன் சாகரரிடம் வந்து அவர்களை எச்சரித்த செய்தியை இப்பகுதி குறிக்கிறது.

இனி, கோயிலுக்குப் பக்கத்தில் தலையற்ற மூன்று மனித உருவங்களும், அதற்கு எதிர்ப்புறத்தில் யானைகளின் உருவங்களும் காணப்தைக்குறிக்கிறது என்பதைப் பார்ப்போம், தலயற்ற மூன்று உருவங்கள், நாகராசன் கோபப் பார்வையினால் இறந்துபோன சகர குமாரர்களைக் குறிக்கிறது. சகரகுமாரர்கள் அறுபதினாயிரவரையும் சிற்பத்தில் அமைத்துக் காட்ட முடியாதாகையினால், மூன்று தலையற்ற உருவங்களாச் சிற்பிகள் காட்டியுள்ளார்கள். தலையற்ற உடலாக அமைத்து இறந்து போனார்கள், என்பதைச் சிற்பிகள் காட்டுவது அவர்களின் நுண் அறிவைப் புலப்படுத்துகிறது. தமிழில் ஒருமை பன்மை என்று இரண்டு எண்கள் மட்டும். இலக்கண நூலில் கூறப்படுகின்றன.

வடமொழியில் ஒருமை, இருமை, பன்மை என்று மூன்று எண்கள் இலக்கண நூலில் கூறப்படுகின்றன,

வடமொழி முறையைப் பின்பற்றி, சகர குமாரர்கள் பலர் என்பதைக்குறிக்க மூன்று உருவங்களாக அமைத்தனர் போலும். சிற்பத்தில் இவ்வளவு நுட்பமாகவும் சுருக்கமாகவும் விளக்கமாகவும் காட்டப்பட்டிருப்பது பாராட்டத்தக்கது. இச்சிற்பத்தில் காணப்படும் யானைகள் ஜுவலனப்பிரபன் என்னும் நாகராசனையும் அவலுடன் வந்த நாகப் பரிவாரங்களையும் குறிக்கிறது. பெரிய யானை (நாகராசன்)கோபித்துப் பார்ப்பது போலக் காணப்படுகிறது. இதன் பார்வையினால், சகர குமாரர்கள் இறந்து மாண்ட செய்தி, கோயிலுக்குப் பக்கத்தில் தலையற்ற உடலோடு உள்ள (மூன்று உருவங்களில்) காட்டப்பட்டிருக்கிறது.

நாகராசன், பாம்பரசன் ஆகையால், (அகழியில் நாகராசன் காட்டப்பட்டிருப்பது போல) பாம்பு உருவத்துடன் காட்டப்படாமல், யானை உருவத்துடன் ஏன் காட்டப்பட்டான் என்கிற கேள்வி உண்டாகிறது. நாகலோகத்தில், கங்கை நீர் பாய்ந்து வெள்ளக் காடாகிய போது, நாகராசனாகிய ஜுவலனப்பிரபன், "அங்குசத்தால் குத்துண்ட மதயானை வெஞ்சினம் கொண்டது போல "கடுஞ்சினம் கொண்டு சாகரரைச் சினந்து நோக்கினான் என்று இக்கதை எழுதிய காவியப்புலவர் கற்பனை செய்து எழுதியிருக்கிறார். நாகம் என்னும் சொல்லுக்கு யானை என்றும், பாம்பு என்றும் இரண்டு அர்த்தங்கள் இருக்-

கிறபடியால், இக்காவியப் புலவர் இரண்டு பொருளிலும், சிலேடையாக இச்சொல்லை அமைத்து எழுதியிருக்கிறார்.

காவியப்புலவர் இவ்வாறு சிலேடையாகக் கூறிய கருத்தை ஓவியப்புலவராகிய சிற்பிகளும், சிலேடையையும், உபமானத்தையும் தமது சிற்பக்கலையில் அமைத்துக் காட்டியிருக்கிறார்கள். காவியப் புலவர்களை ஓவியப்புலவர்கள் எவ்வளவு நுட்பமாகப் பின்பற்றிச் சிற்பத்தைச் செய்திருக்கிறார்கள் என்பது இதனால் நன்கு விளங்கும். அன்றியும் சிற்பிகள் யானையை அமைத்திருக்கிற இடத்தில், ' நாகராசன் உருவத்தைப் பாம்பு உருவமாக அமைத்திருந்தால் இந்தச் சிற்பம் இவ்வளவு கம்பீரமாகவும் இவ்வளவு அழகாகவும் விளங்குமா என்பதை யோசித்துப் பார்த்தால் இதன் சிறப்பு நன்கு விளங்கும்.

படம் 5 காண்க, இந்தப் பகுதியில் மனிதர் சிலர் காணப்படுகின்றனர். இவர்களில் ஒரு ஆள், தனது இடதுதோளின் மேல் குடம் ஒன்றை வைத்துக் கொண்டு வலது கையினால் எதையோ தண்ணீரில் எறிவது போன்று காணப்படுகிறது. இந்த உருவத்தைச் சிலர், சுவாமிக்குத் திருமஞ்சனம் செய்வதற்காகக் குடத்தில் நீர் கொண்டு போகிற அர்ச்சகன் என்று கருதுகிறார்கள். இது தவறு, குடத்தில் இருப்பது இறந்தவர் எலும்பு. அதை இந்த ஆள் நீரில் போடுகிறார். அதாவது இறந்தவர் எலும்புகளை ஆற்றில் போடுகிற வழக்கத்தை இந்தச்சிற்பம் காட்டுகிறது. பகீரதன் கங்கையைக் கடலுக்கு இழுத்துச் சென்ற போது. இறந்து போன சாகரர்களுடைய எலும்புகளைக் கங்கை அடித்துக்கொண்டு போயிற்று என்றும், அது முதல் இறந்தவர் எலும்பைக் கங்கையில் போடுகிற வழக்கம் ஏற்பட்டதென்றும் அஜிதநாகதீர்த்தங்கரர் புராணம் கூறுகிறது. ஆகவே, இந்தச் சிற்பம், இறந்தவர் எலும்பைக் கங்கையில் போடுகிறதைக் காட்டுகிறது.

இந்த உருவத்தின் பக்கத்தில் இன்னொரு ஆள் எதையோ ஒரு பொருளைக் கையில் தூக்கி வைத்திருப்பது போல் காணப்படுகிறது. இதை, கங்கையில் குளித்து துணியைப் பிழிகிறான் என்று சிலர் கூறுவர். இது தவறு. துணியைப் பிழிவது போல் இல்லை இது கனமான பொருளாகக் காணப்படுகிறது. சிலர் இப்பொருளைக் Cornicopia என்று கூறுகிறார்கள். Cornicopia என்பது கிரேக்க உரோம தேசங்களில், உணவுப் பொருள்களின் அபரிமிதமான விளைச்சலக் காட்டுவதற்காகச் சிற்பிகளும் ஓவியர்களும் காட்டுகிற ஒரு அடையாளம்.

இது, மாட்டுக் கொம்பின் உள்ளே பழங்களையும் பூக்களையும் வைத்திருப்பது போன்று காட்டப்படுவது வழக்கம். இந்த மேல்நாட்டுச் சிற்பம் நமது நாட்டுச்சிற்பங்களில் அமைக்கப்படுவது இல்லை. ஆகவே இது Cornicopia அன்று. அதில் இருப்பதுபோன்று இந்தப்பொருளில் பூக்களும் பழங்களும் காணப்படவில்லை. ஆனால், இது எதைக் காட்டுகிறது என்றால், தண்டரத்தினத்தைக் காட்டுகிறது. தண்ட. ரத்தினத்தினால் சாகரர் அகழி தோண்டி, அதனால் தான் கங்கையைக் கொண்டுவந்தார்கள் என்று கதை கூறுகிறது.

அந்த தண்ட ரத்தினத்தைத்தான் ஒரு ஆள் கையில் வைத்திருப்பதுபோன்று இச்சிற்பத்தில் காட்டப்பட்டுள்ளது.

அது கனமாக இருப்பதால் இந்த ஆள் இரண்டு கைகளாலும் பிடித்துத் தூக்கிக்கொண்டிருக்கிறான். தண்ட இரத்தினத்தினாலே அகழி ஆழமாகத் தோண்டப்பட்டது என்பதையும், தண்ட ரத்தினத்தினாலே கங்கையாறு அகழிக்குக் கொண்டுவரப்பட்டது என்பதையும், வெள்ளப் பெருக்கெடுத்து ஓடிய கங்கையைப் பகீரதன் தண்ட இரத்தினத்தினால்தான் கடலில் கொண்டு போய் விட்டடான் என்பதையும் காட்டுவதற்கு இங்குத் தண்ட, இரத்தினம் சிற்பத்தில் காட்டப்பட்டிருப்பது பொருத்தம் அல்லவா? கடைசியாக இந்தச் சிற்பத்தில் காட்டப்பட்டுள்ள கோயிலில் இருக்கிற உருவத்தைப்பற்றி விளக்கவேண்டுவது அவசியம் ஆகிறது. இந்தக்கோயில், கயிலாய மலையில் அமைக்கப்பட்டிருந்த ரிஷபதீர்த்தங்கரரின் கோயிலைக் குறிக்கிறது என்று கூறினேன். அப்படியானால், இதில் காணப்படும் உருவம் ரிஷபதீர்த்தங்கரர் உருவமாக இருக்க வேண்டும்.

ஆனால், இதில் காணப்படுவது திருமால் (விஷ்ணு) உருவமாகக் காணப்படுகிறது. இதன் காரணம் என்ன? ஜைன தீர்த்தங்கரராகிய ரிஷபதேவரின் உருவம் இருக்கவேண்டிய இடத்தில் பெருமாள் உருவம் இருக்கக் காரணம் என்ன? இதற்கு இரண்டு விதமாக விடை... கூறலாம். முதலாவது காரணம்: திருமால் (விஷ்ணு) ரிஷபதீர்த்தங்கரராக அவதாரம் செய்து ஜைன மதத்தைப் பரவச் செய்தார் என்று பாகவத புராணம் கூறுகிறது. அதாவது ரிஷப தீர்த்தங்கரரும் விஷ்ணுவும் ஒருவரே என்று கூறுகிறது. ஆகவே, சிற்பிகள் ரிஷப தீர்த்தங்கரருக்குப் பதிலாகத் திருமால் திருஉருவத்தை அமைத்தார்கள் போலும்.

இரண்டாவது காரணம் : விஜயநகர அரசர் ஆதிக்கம் இருந்த காலத்தில் கி. பி. 17-ஆவது நூற்றாண்டில், மகாபலிபுரத்தில் வைணவர் ஆதிக்கம் பலமாக இருந்தது. அக் காலத்து வைணவர்கள், மகாபலிபுரத்துச் சிற்பங்களில் சிலவற்றை மாற்றியிருக்கிறார்கள் என்பதற்குச் சில சான்றுகள் உள்ளன. (இங்கு வைணவர் ஆதிக்கம் இருந்த செய்தியையும் வைணவர்கள் இங்குச் செய்துள்ள சில காரியங்களையும் இல்விடத்தில் விளக்கினால் விஷயம் விரியும். ஆனதுபற்றி விளக்கவில்லை.) ஆகவே, வைணவர் காலத்தில், ஜைன உருவமாக இருந்த சிற்ப உருவத்தை மாற்றித் திருமால் உருவமாக அமைத்திருக்கலாம் என்று தோன்றுகிறது.

(இதுகாறும் விளக்கிக் கூறப்பட்ட சிற்பங்கள் தவிர, ஏனைய சில சிற்ப உருவங்கள் இதில் காணப்படுகின்றன. அவை பூனை ஒன்று தபசு செய்து கொண்டிருக்க அதனைச் சூழ்ந்து எலிகள் விளையாடுவது போன்றும், குரங்குகள், புலி முதலிய உருவங்களும் இச்சிற்பத்தில் அமைக்கப்பட்டுள்ளன. இவை இச்சிற்பத்தை அழகுபடுத்துவதற்காகச் சிற்பிகள் அமைத்தார்கள் என்று தோன்றுகிறது.)

அஜிதநாதர் புராணத்தில் கூறப்படுகிற சகர சக்கரவர்த்தியின் கதைக்கும், இந்தச் சிற்பத்தில் காணப்படுகிற உருவங்களுக்கும் பெரிதும் பொருத்தம் இருப்பதும், இச்சிற்பம் சகா சக்கரவர்த்தியின் கதையைக் குறிக்கிறதென்பதும் இதனால் விளக்கப்பட்டது. இந்தக் கதை, தமிழ்நாட்டிலே ஜைன மதம் சிறப்பும் செல்வாக்கும் அடைந்திருந்த அந்தக் காலத்தில் (கி.பி. 7-ஆம் நூற்கண்டில்), எல்லோரும் அறிந்திருந்த கதையாக இருக்கவேண்டும். ஆகையினால் தான், இக்கதையின் சிற்பத்தைச் சிற்பிகள் இப்பாறையில் செதுக்கிக் காட்டினார்கள் என்று கருதவேண்டியிருக்கிறது.

இனி, இப்பெரிய அழகிய கம்பீரமான சிற்பத்தை அமைத்ததின் நோக்கம் யாது? என்பதை ஆராய்வோம். முக்கியமான நோக்கம் இல்லாமல் இச் சிற்பத்தை அமைத்திருக்கமாட்டார்கள், இதில் ஒரு நீதி அமைந்திருக்கவேண்டும். அது யாது? எத்தகைய பேராற்றல் உடையவராக இருந்தாலும், பெறுதற்கு அரிய நவநிதிகளைப் பெற்று தெய்வங்களின் உதவியையடைந்திருந்தாலும், சக்கரச் செல்வனாக விளங்கிய சகர சக்கரவர்த்தியின் புதல்வராகவிருந்தாலும், ஊழ்வினைக்கு உட்பட்டு ஆக வேண்டும் என்பதை உணர்த்தவே இச் சிற்பம் அமைக்கப்பட்டதன் நோக்கம் என்று தோன்றுகிறது. இக்கருத்தை உட்கொண்டு இக்கதையைச் சிற்பத்தில் நோக்குவோர்க்கு

வகுத்தான் வகுத்த வகையல்லால், கோடி
தொகுத்தார்க்கும் துய்த்தல் அரிது.

என்னும் திருக்குறளின் பொருள் பசுமரத்தாணிபோல் மனத்தில் பதிகின்றது.

(குறிப்பு: இந்தக்கதையை ஆங்கிலத்தில் படிக்க விரும்புவோர், Trisashti Salaka Purusha Charitra Vol. II Translated by Helen M. Johnson. Gaekwads' Oriental Series) என்னும் நூலில் விளக்கமாகக் காணலாம். இந்த நூலில் கூறப்பட்ட கதைக்கும் இந்தச் சிற்பத்திற்கும் சிறிதும் வித்தியாசம் இல்லை. தமிழில் உள்ள ஸ்ரீபுராணம் ஜீவசம்போதனை என்னும் நூல்கள், சில மாறுதல்களோடு இக்கதையைக் கூறுகின்றன.)

தொடர்பு: I

ஜீவ சம்போதனை என்னும் ஜைன சமய நூலிலே சகஸச் சக்க வர்த்தியின் கதை கூறுகிற பகுதியில், நவநிதிகளின் இயல்பு கீழ்க்கண்டவாறு கூறப்பட்டுள்ளது:

இருநாற் கையுயர்ந் தீராறு நீண்டே
ஒருநஸன் கொன் பானகன்று ஓவாதே - பெருநீர்மை
பின்றா நவதிகள் பெய்யும் பெருமுகில் போல்
வென்றாழி வேந்தற்கோர் வித்து.

இருக்குமிடத்தில் அற்ப நிலத்திலே அடங்கிப் போமிடத்து எட்டு யோசனை உயரமும் பன்னிரண்டு யோசனை நிகளமும் ஒன்பது யோசனை அலமும் உலடயவாய் ஓவாதே கொளினும் நவநிதிகளின் பெயர் யாவையோ எனின்.

வண்டோகை மானோகை பிங்கலிகை யேபதுமை
விண்டோயுஞ் சங்கையே வேசங்கை - தண்டார் ?
சீர்க் காளையே மாகாளை சவ்வாதனம் பெயர்கள்
ஆகுமாம் என்றுரைப்பார் ஆய்ந்து.

வண்டோகை என்றும் மானோகை என்றும் பிங்கலிகை என்றும், பதுமை என்றும் சங்கை என்றும் வேசங்கை என்றும், காளை என்றும் மகாகாளை என்றும் சவ்வாதம் என்றும் நவாதிகளின் பெயர் சொன்னவாறு, இவற்றின் செய்கை யாதோ எனின்;

சாலிமுத லாகிய தானியம் அனைத்தும்
ஏலமின் கோடெழில் திகழ மருந்து
தண்டுத லின்றி வண்டோகை கொடுக்கும்,
கத்தித் தோமரத் தண்டெழு காஞ்சில்
வித்தக வாள்வளை வீற்கணை பிறவும்
மிக்க வாயுதம் விரலங் கரக்கை
பக்கரை வினையன மானோகை கொடுக்கும்,
பெரியோர் சிறியோர் பேதையர் தமக்கும்
கரிபரி தேர்க்கும் கவினுடை மணிப்பூண்
சிங்குதல் இன்றி பிங்கலிகை கொடுக்கும்,
துகிலொடு நூலுங் கவரியஞ் சவரியம்
தகவதின் சயந் தான்பது மையே,
தண்ணிய காற்றும் சந்தனக் குழம்பும்
புண்ணிய நறுநீர்த் திவலையும் நிழலும்
என்றிவை முதலாச் சங்கை பயக்கும்,
தாளமுஞ் சங்கும் சகண்டையுந் திமிலையும்
காளமும் குழலும் கரடியுந் துடியும்
விணையும் யாழும் விளங்குசூ ளிகையும்

இனையன பிறவும் வேசங்கை கொடுக்கும்,
எழுத்தும் சொல்லும் பதமும் சுலோகமும்
விழுத்தகு நூலும் புராணமும் விருத்தமும்
சோதிட நிமித்தமும் சொல்லிய பிறவும்

காளை என்னும் கன நிதி கொடுக்கும்.
உழவும் தொழிலும் வரைவும் வாணிகமும்
செழுமிசை விச்சையும் சீலமும் பிறவும்
ஒழிவுதல் இன்றி மாகாளை கொடுக்கும்,
மரகதம் வச்சிரம் வயிடு ரியமும்
பரவிய நீலமும் பதும ராகமும்
கோமே தகமும் கொழும்புருட ராகமும்
தாமமும் முத்தும் தடமா ணிக்கமும்
சந்திர காந்தமும் சூரிய காந்தமும்
இந்திர நீலமோ டெழுவகை லோகமும்
தவ்வுத லின்றிச் சவ்வாதம் ஈயும்.
இன்னன முதலா பன்னிய பிறவும்
வணியோர்க் கடவச் சக்கர வர்த்தி
பணியி னின்றும் அருளும் என்ப
நவநிதி எல்லாம் நன்கொடு சிறந்தே.

மாவானைத் தச்சன்பெண் மன்னுசே னாபதியும்
காவாளன் சோதிடனும் காகணியும்-தாவாத
சக்கரம் தோல் சூளா மணி தண்டு தண்குடைவாள்
இக்கிரமத் தேழிரண்டாம் ஈங்கு.

இச்சொல்லப்பட்ட பதினான்கு இரத்தினங்களுள்,
ஜீவரத்தினம் ஏழு.

யானைதேர் குதிரை கருவி காலாள்
எத்தனை சூழிலும் அத்தனைக்கு மத்தனையாகி
உழிதரு மரகதமேனி மாவென்னு மிரத்தினமும்,
அண்டமுற் நிமிர்வரைபோ ரானைகளுக் கரியேயாய்
எண்டிசையும் படையிரிய விடியுருமா வெனமுழக்கிக்
காற்றுத்தீ எனக்கடுகிக் காலத் துயிருண்ணும்
கூற்றுப்போல் கொடியதொரு கொலைக்களிறாம் இரத்தினமும்,
பரிப்பந்தி தேர்க்கூட்டம் பாய்களிற்றின் ஒலிகளுடன்
பெருத்துயர்ந்த திண்மதிலும் பீடார்ந்த மண்டபமும்
அம்பலங் களுமறச் சாலையுங்கூ டங்களும்
கோபுரங்களும் குறைவின்றி நிறைவெய்தப்
பன்னிரண்டோ சனைவிரிவாம் பதியமைக்கும் பெருந்தச்சனும்,
சீதகாலத்தி லுஷ்ணமாய்ச் செழுங்கோடையில் குளிர்சிறந்து
காதல் பெருகும் கவின் இளமையும்

வேந்தர்களால் விருப்புடைய விரைகுழலா ரனைவரிலும்
ஆய்ந்ததோர் குணமுடைய அருங்கலப்பெண் இரத்தினமும்,
போர்த்தொழிற்கண் நிலையுடைமையும் பொருபடையின் வித்தகமும்
ஆர்த்தமைந்த வாகனங்களின் அழகமைந்த பெருங்கல்வியும்

யூகங்களை வகுக்க வன்மையும் உற்றிடத்துப் பேராண்மை
வேரங்களால் செயிர்த்துவந்த வேற்றரசை வெல்திறமும்.
செப்பியவும் பிறகுணமும் செய்துதன் நலங்காட்டும்
அப்படித்தாய் அரசுவக்கும் சேனாபதி ரத்தினமும்,
எப்பொருளும் அறநெறியால் ஈண்டியபண் டாரங்களை
தப்பாமை யடைத்துவைத்து அவை தகைபெறமுன் வழங்குதலும்
கண்டார்க்கே யருளுடைமையும் கனவிலும் பொய் யுரையாத
பண்டாரியாய்ச் சிறந்த பரிசமைந்த இரத்தினமும்,
நிகழ்ந்ததுவும் போனதுவும் வருவதுவும் மனவேகம்
புகழ்ந்துரைக்கும் நிமித்திகனாம் பொய்தீர்ந்த இரத்தினமும்.

அஜீவ இரத்தினம் ஏழு.

துன்னிருளை அறத்துறக்கும் சூரிய சந்திரர் போல
மின்னொளியால் மனம் வேண்டும் வெளியெல்லாம்
வரவிரிக்கும் மன்னியகா கணியென்னும் மாண்பமைந்த இரத்தினமும்,
வேந்தனது பணியாலே விரிதிரை சூழ் மேதினியில்
காய்ந்தவரை உயிர்செகுக்கும் கதிராழி இரத்தினமும்,
நரபதிதன் பணியென்று நாற்பத்தெண் காதம் வளர்
திரை போல்நீர் மேல்விரியும் சருமா மகா இரத்தினமும்,
நஞ்சினொடு மாயங்கள் நணுகாமல் காக்க வல்ல
எஞ்சலில் திகழ் சூளா மணி என்னும் இரத்தினமும்,

மேடுகளும் வரையிடங்களும் விழு குழியும் வியத் தக்க
காடுகளும் திரவ வல்ல கடுந்தண்டா ரத்தினமும்.

கன்மழையும் கார்மழையும் கனன்மழையும் மாயத்தால்
மன்னவரும் வானவரும் பொழிந்தாலும் வழிந்தோட
விடை நின்ற தந்திரத்தால் எய்தாமை காத்துய்க்கும்
குடை என்னும் பெயருடைய கொள்கைமிக்க இரத்தினமும்,
குழுவாகிய கம்பலையும் குதிரைகளும் கொடி படையும்
வழுவாமல் கொல்லவல்ல வாள் என்னும் இரத்தினமும்,

இத்தன்மைத்தாகிய. ஈரேழிரத்தினமும் முன்னுரைத்த தன்மை நவநிதியும் அமைவுற உடையனாகிய சக்கரவர்த்தி சகர ராஜன் என்டவனுக்கு ஸ்ரீ இன்னும் எவ்வகைத்தோ எனின்,

திருவுருவும் திட்பமும் திறலுடைமைத் தேவர்
மருவி யுடன் காத்தல் காட்சி - முருகுடைய
தார்வேந்தர் எல்லாந் தனக்குநேர் இன்மையால்
ஆர் வேந்தர் ஒப்பார் அவற்கு!

தொடர்பு: II

இருபத்தினான்கு தீர்த்தங்கரரின் சரிதங்களைச் கூறுகிற ஸ்ரீபுராணம் என்னும் ஜைன சமய நூலிலே, ஆதிநாதர் புராணத்திலே, நவநிதிகளின் இயல்பும் ஜீவ அஜீவ ரத்தினங்களின் இயல்பும் இவ்வாறு கூறப்படுகின்றன:

" இவனுக்கு நிதிகள் ஒன்பது அவையாவன - காளம், மஹாகாளம், நைஸர்ப்பம், பாண்டுகம், பத்மம், மாணவம், பிங்கலம், சங்கம், சர்வரத்தினம் என. அவற்றுள், காளம் என்னும் நிதி, வீணா வேணு மிருதங்கம் முதலாகிய வாத்தியங்களைக் கொடுக்கும். ம்ஹாகாளம் என்பது உழவு தொழில் வரைவு வாணிஜ்யம் வித்யா சில்பங்களை முடிக்குங் கருவிகளைக் கொடுக்கும். நைசர்ப்பம் என்பது ஆசன சயனாதிகளைக் கொடுக்கும். பாண்டுகம் என்பது சர்வ தான்யங்களையும் ஷட்ரசங்களையும் கொடுக்கும். பத்மம் என்பது, பட்டுந்துகிலும் முதலானவற்றைக் கொடுக்கும். மாணவம் என்பது, ஸஸ்த்ரங்களையும் அஸ்த்திரங்களையும் கொடுக்கும். பிங்கம் என்பது திவ்யாபரணங்களைக் கொடுக்கும். சங்கம் என்பது, படகமத்தளாதிகளைக் கொடுக்கும். சர்வரத்னம் என்பது நானாவித சர்வரத்தினங்களையும் கொடுக்கும்.

இவனுக்கு இரத்தினங்கள் பதினாலு. அவற்றுள் ஜீவரத்னம் ஏழாவன -- ஸ்திரீயும் புரோகிதனும் சேனாபதியும் கிருகபதியும் ஸ்தபதியும் கஜமும் அஸ்வமும் என. அஜீவரத்னம் ஏழாவன சக்கரமும் தண்டமும் சத்ரமும் மணியும் காகிணியும் வாளும் சர்மமும் என.

முற்றிற்று

4

தமிழ் இலக்கிய வரலாறு

பத்தொன்பதாம் நூற்றாண்டு

பதிப்புரை

19ஆம் நூற்றாண்டின் இறுதிப் பகுதியும், 20ஆம் நூற்றாண்டின் தொடக்கப் பகுதியும் தமிழுக்கும், தமிழினத்திற்கும் புகழ்பூத்த பொற்காலமாகும். தமிழ்மொழியின் மீட்டுருவாக்கத்திற்கும், தமிழின மீட்சிக்கும் வித்தூன்றிய காலம். தமிழ்மறுமலர்ச்சி வரலாற்றில் ஓர் எல்லைக் கல்.

இக்காலச் சூழலில்தான் தமிழையும், தமிழினத்தையும் உயிராகவும் மூச்சாகவும் கொண்ட அருந்தமிழ் அறிஞர்களும், தலைவர்களும் தோன்றி மொழிக்கும், இனத்திற்கும் பெரும் பங்காற்றினர். இப்பொற்காலத்தில்தான் அறிஞர் மயிலை சீனி. வேங்கடசாமி அவர்கள் 6.12.1900இல் தோன்றி 8.5.1980இல் மறைந்தார். வாழ்ந்த காலம் 80 ஆண்டுகள். திருமணம் செய்யாமல் துறவு வாழ்க்கை மேற்கொண்டு தமிழ் முனிவராக வாழ்ந்து அரை நூற்றாண்டுக்கு மேல் அரிய தமிழ்ப் பணி செய்து மறைந்தவர். தமிழ்கூறும் நல்லுலகம் வணங்கத்தக்கவர்.

இவர் எழுதிய நூல்கள் அனைத்தும் தமிழினம் தன்னை உணர்வதற்கும், தலைநிமிர்வதற்கும், ஆய்வாளர்கள் ஆய்வுப் பணியில் மேலாய்வை மேற்கொள்வதற்கும் வழிகாட்டுவனவாகும். ஆய்வுநோக்கில் விரிந்த பார்வையுடன் தமிழுக்கு அழியாத அறிவுச் செல்வங்களை வைப்பாக வைத்துச் சென்றவர். தமிழ் - தமிழரின் அடையாளங்களை மீட்டெடுத்துத்தந்த தொல்தமிழ் அறிஞர்களின் வரிசையில் குறிப்பிடத்தக்கவர். தமிழ்மண்ணில் 1937-1938இல் நடந்த முதல் இந்தி எதிர்ப்புப் போரை முன்னெடுத்துச்சென்ற தலைவர்கள், அறிஞர்கள் வரிசையில் இவரும் ஒருவர். வரலாறு, இலக்கியம், கலை,

சமயம் தொடர்பான ஆய்வு நூல்களையும், பொதுநலன் தொடர்பான நூல்களையும், பன்முகப் பார்வையுடன் எழுதியவர்.

பேராசிரியர் முனைவர் வீ. அரசு அவர்கள் எழுதிய சாகித்திய அகாதெமி வெளியிட்டுள்ள 'இந்திய இலக்கியச் சிற்பிகள்' நூல்வரிசையில் மயிலை சீனி. வேங்கடசாமி பற்றிய வரலாற்று நூலில் ஆவணப்பணி, வரலாறு எழுது பணி, கலை வரலாறு, கருத்து நிலை ஆகிய பொருள்களில் இவர்தம் நுண்மாண் நுழைபுல அறிவினை மிக ஆழமாகப் பதிவுசெய்துள்ளார்.

'முறையான தமிழ் இலக்கிய வரலாற்றை இனி எழுதுவதற்கு எதிர்கால ஆய்வாளர்களுக்கு வழிகாட்டிச் சென்றவர்' - என்பார் கா. சுப்பிரமணியபிள்ளை அவர்கள். 'மயிலை சீனி. வேங்கடசாமி ஆண்டில் இளையவராக இருந்தாலும், ஆராய்ச்சித் துறையில் முதியவர், நல்லொழுக்கம் வாய்ந்தவர். நல்லோர் கூட்டுறவைப் பொன்னே போல் போற்றியவர்.' என்று சுவாமி விபுலானந்த அடிகளார் அவர்களும், "எண்பதாண்டு வாழ்ந்து, தனிப் பெரும் துறவுபூண்டு, பிறர் புகாத ஆய்வுச்சூழலில் புகுந்து தமிழ் வளர்த்த, உலகச் சமயங்களையும், கல்வெட்டு காட்டும் வரலாறுகளையும், சிற்பம் உணர்த்தும் கலைகளையும் தோய்ந்து ஆய்ந்து தோலா நூல்கள் எழுதிய ஆராய்ச்சி அறிஞர் மயிலை சீனி. வேங்கடசாமி அவர்கட்குத் தமிழ்ப் பேரவைச் செம்மல் என்ற பட்டத்தினை வழங்கியும், தமிழ்ச் செம்மல்கள் பேரவையின் ஓர் உறுப்பினராக ஏற்றுக்கொண்டும், மதுரைக் காமராசர் பல்கலைக்கழகம் பாராட்டிச் சிறப்பிக்கிறது" என்று இப்பெருந்தமிழ் அறிஞரை அப்பல்கலைக் கழகம் போற்றியுள்ளதை மனத்தில் கொண்டு இவரின் அனைத்துப் படைப்புகளையும் வெளியிடுவதில் பெருமை கொள்கிறோம்.

சென்னைப் பல்கலைக்கழக தமிழ் இலக்கியத்துறைத் தலைவர் வீ. அரசு அவர்கள் - போற்றுதலுக்கும், புகழுக்கும் உரிய இவ்வாராய்ச்சிப் பேறறிஞரின் நூல்கள் அனைத்தையும் பொருள்வழிப் பிரித்து, எங்களுக்குக் கொடுத்து உதவியதுடன், பதிப்பாசிரியராக இருந்தும், வழிகாட்டியும், இவ்வாராய்ச்சித் தொகுதிகளை ஆய்வாளர்களும், தமிழ் உணர்வாளர்களும் சிறந்த பயன்பெறும் நோக்கில் வெளியிடுவதற்கு பல்லாற்றானும் உதவினார். அவருக்கு எம் நன்றி. இவ்வருந்தமிழ்ச் செல்வங்களை அனைவரும் வாங்கிப் பயனடைய வேண்டுகிறோம்.

இவ்வாராய்ச்சி நூல்கள் எல்லா வகையிலும் சிறப்போடு வெளிவருவதற்கு உதவிய அனைவர்க்கும் நன்றி.

- பதிப்பாளர்

தமிழ் இலக்கிய வரலாறு
பத்தொன்பதாம் நூற்றாண்டு

அறிஞர் மு. அருணாசலம் அவர்கள் 1969ஆம் ஆண்டு முதல் தமிழிலக்கிய வரலாறு நூற்றாண்டு வரிசை எனும் தொகுதிகளை வெளியிடத் தொடங்கினார். இதற்குமுன் தண்டபாணி தேசிகர், பதினேழு மற்றும் பதினெட்டாம் நூற்றாண்டு இலக்கிய வரலாற்று நூல்களை வெளியிட்டுள்ளார். இம்மரபில் மயிலை சீனி.வேங்கடசாமி அவர்கள் உருவாக்கியதே பத்தொன்பதாம் நூற்றாண்டு தமிழிலக்கிய வரலாறு என்னும் நூல். இத்தொகுதியில் அந்நூல் இடம்பெற்றுள்ளது. கிறித்துவமும் தமிழும் எனும் நூலை (1936) தமது முதல் நூலாக மயிலை சீனி. வேங்கடசாமி வெளியிட்டுள்ளார். அந்நூலில் தமிழின் அச்சு மரபு உருவான வரலாற்றைப் பதிவு செய்துள்ளார். அச்சுவழி புதிது புதிதாக உருவாக்கப்படும் நூல்கள் குறித்து இவர் கவனம் செலுத்தத் தொடங்கினார். அதன் விளைவாகவே இந்நூல் உருப்பெற்றுள்ளது என்று கூறமுடியும்.

தமிழர்களின் எழுத்துப்பதிவு மரபு, எழுத்துப் பயிற்சி மரபு ஆகியவை அச்சு மரபு வருவதற்கு முன் வேறுவகையில் செயல்பட்டது. ஆனால் அச்சுமரபு வந்தவுடன் அதன் தன்மை மாறத் தொடங்கியது. இந்நூலில் இவ்விரு கூறுகளையும் மயிலை சீனி.வேங்கடசாமி அவர்கள் விரிவாக ஆய்வு செய்துள்ளார். பத்தொன்பதாம் நூற்றாண்டில் உருப்பெற்ற எழுத்துப் பயிற்சி என்பது எவ்வகையில் அமைந்திருந்தது என்பதையும் கல்விக்கூடங்கள் எவ்வாறு உருவாக்கப்பட்டன என்பதையும் இந்நூலில் பதிவு செய்துள்ளார்.

தொடர்ச்சியான கால வரன்முறையோ பொருள் வரன் முறையோ இந்நூலில் காணப்படுவதாகக் கூறமுடியாது. இருந்தாலும் பத்தொன்பதாம் நூற்றாண்டு பற்றிய முதல் பதிவாக இந்நூல் அமைகின்றது.

இத்தொகுப்புகள் உருவாக்கத்தில் தொடக்க காலத்தில் உதவிய ஆய்வாளர்கள் மா. அபிராமி, ப. சரவணன் ஆகியோருக்கும் இத்தொகுதிகள் அச்சாகும் போது பிழைத்திருத்தம் செய்து உதவிய ஆய்வாளர்கள் வி. தேவேந்திரன், நா. கண்ணதாசன் ஆகியோருக்கும் நன்றி.

சென்னை - 96
ஏப்ரல் 2010

தங்கள்
வீ. அரசு
தமிழ்ப்பேராசிரியர் - தமிழ் இலக்கியத்துறை
சென்னைப் பல்கலைக்கழகம்

அணிந்துரை

திரு. மயிலை சீனி.வேங்கடசாமி அவர்களால் எழுதப்பட்டு வெளியிடப்படும் "பத்தொன்பதாம் நூற்றாண்டில் தமிழ் இலக்கியம்" என்னும் நூலினைப் படித்துப் பார்த்து மிக்க மகிழ்ச்சி எய்தினேன். திரு. சீனி.வேங்கடசாமி அவர்கள் பல அரிய பனுபவல்கள் முன்னரே தந்து தமிழகத்திற்குப் பெருந்தொண்டாற்றிய அறிஞர். சாசனச் செய்யுள் மஞ்சரி போனற் நல்ல பல நூல்களின் ஆசிரியராகிய திரு.சீனி வேங்கடசாமி அவர்கள் இப்புத்தகத்தைப் பொதுவியல் சிறப்பில் ஒழிபியல் என மூன்று பிரிவுகளாகப் பிரித்துக் கொண்டு பத்தொன்பதாம் நூற்றாண்டில் தமிழ் இலக்கியத்தின் நிலையைப் பற்றி நன்கு ஆராய்ந்து காட்டியுள்ளார். இப்புத்தகத்திலிருந்து அறியக்கூடிய உண்மைகள் பல உள. அவற்றுள் சில பின்வருவன :-

சிலப்பதிகாரத்தை 1872-இல் சுப்பராய செட்டியார் வெளியிட்டார் என்பதும், டாக்டர் உ.வே. சாமிநாரைதயர் 1892-இல்அதனை வெளியிடுதற்கு முன்னர்ப் புகார்க் காண்டம் மாத்திரம் 1876-ல் திரு.சீனிவாச ராகவாச்சாரி யாரால் வெளியிடப்பட்டது என்பதும் ஒன்று. மணிமேகலை என்னும் காப்பியம் 1894-இல் வித்வான் மயிலை, சண்முகம்பிள்ளை அவர்களால் முதன்முதல் வெளியிடப்பட்டது என்பது ஒன்று. திருத்தணிகை விசாகப் பெருமாள் ஐயரும், கொட்டையூர் சிவக்கொழுந்து தேசிகரும் சேர்ந்து 1857-இல் திருவாசகத்தை முதன் முதல் அச்சிட்டுத் தந்தார்கள் என்பதும் ஒன்று.

டாக்டர் திரு.உ.வே. சாமிநாதையர் சங்க இலக்கியங்கள் பற்றியும் சிலப்பதிகாரம் சீவக சிந்தாமணி பற்றியும் சேலம் இராமசாமி முதலியார் அவர்கள் தூண்டுதலால் ஆராய்ச்சி செய்யத் தலைப்பட்டார் என்பதை இந்நூலாசிரியர் சான்றுகளுடன் எடுத்து விளக்கியுள்ளார். திருநெல்வேலிக் கவிராச நெல்லையப்ப பிள்ளை, ஈசுவரமூர்த்தி பிள்ளை ஆகியவர்கள் உதவியினால் ஏட்டுச்சுவடிகள் பல டாக்டர் சாமிநாதையர் அவர்களுக்குக் கிடைத்தன என்பது எடுத்துக்காட்டப் பட்டுள்ளது. தமிழ்ச் சுருக்கெழுத்து திரு. அரிகிருட்டின படையாட்சி அவர்களால் 1898-இல் கும்பகோணத்தில் முதன்முதல் வெளியிடப் பட்டது என்பது எடுத்துக்காட்டப்பட்டுள்ளது.

பதினெண்கீழ்க்கணக்கு நூல்களில் இன்னிலை என்ற ஒரு நூல் இல்லை என்பதும், கைந்நிலை என்ற நூல்தான் உண்டு என்பதும் பத்தொன்பதாவது நூற்றாண்டிற் செய்யப்பட்ட பெரிய ஆராய்ச்சிகளால் முடிவு காணப்பட்டது என்பதை நூலாசிரியர் இந்நூலகத்தும் ஒழிபியலிலும் எடுத்து விளக்கியுள்ளார். பத்தொன்பதாவது நூற்றாண்டில் அச்சான புத்தகங்களில் அட்டவணை பக்கங்கள் 2 முதல் 273 வரை உள்ளவற்றில் தரப்பட்டுள்ளது. பத்தொன்பதாவது நூற்றாண்டில் வெளியான உரைநடை நூல்களின் சிறு பட்டியல் ஒன்றும், இந்நூற்றாண்டில் வெளியான தமிழ்நாடக நூல்களின் சிறு பட்டியல் ஒன்றும் இணைக்கப்பட்டுள்ளன.

இவை தமிழ் இலகயீகய வரலாற்றை அறிய முற்படுவோருக்குப் பெரிதும் பயன்படும். பக்கம் 189 முதல் 215 வரை உள்ளவற்றிற் காணப்படும் புலவர்களுடைய பிறந்த ஆண்டு மறைந்த ஆண்டும் உறுதியாகத் தெரியவில்லை என ஆசிரியர் கூறியுள்ளார். இப்புலவர்கள் தோன்றி மறைந்த காலங்கள் ஆராயத்தக்கன. நூல் பத்தொன்பதாம் நூற்றாண்டைப் பற்றியிதானாலும், பத்தொன்பதாம் நூற்றாண்டில் தோன்றி இருபதாம் நூற்றாண்டில் வாழ்ந்திருந்த புலவர் சிலரைப் பற்றிக் கூறியுள்ளது. (பக்கங்கள் 216-217.)

ஆசிரியர் சிலரது மாணவர் பரம்பரையினைக் காட்டும் விளக்கப் படங்கள் நூலிற்கு அணி செய்கின்றன. கிறித்தவத் தொண்டர்களும் முஸ்லீம் புலவர்களும் தமிழ் இலக்கியத்திற்குச் செய்த தொண்டுகள் சிறப்பாக எடுத்துக் காட்டப்பட்டுள்ளன. அராபிய எண்ணுமுறை என்பது பண்டைய தமிழ்எண்ணு முறைதான் என்பதைக் காரணத்தோடு நூலாசிரியர் எடுத்துக் காட்டியுள்ளார். பத்தொன்பதாவது நூற்றாண்டில் வாழ்ந்து தமிழிலக்கியத்திற்குத் தொண்டாற்றிய அறிஞர் பலருடைய தொண்டுகள் நூலகத்தே விரித்துரைக்கப்பட்டுள்ளன. ஒவ்வொரு நூற்றாண்டைப் பற்றியும் இத்தகைய ஆராய்ச்சி வெளியீடுகள் வெளிவருதல் விரும்பத்தக்கது. திருமயிலை சீனி. வேங்கடசாமி அவர்களுடைய அறிய உழைப்பின் பயனாகக் கிடைத்துள்ள இத்தமிழ்ப்பெருஞ் செல்வத்தைத் தமிழ்ப்பெரு மக்கள் போற்றுவார்கள் என்று நம்புகறேன்

சென்னை -5. 12-5-62.

அ. சிதம்பரநாதன்,

தலைமையாசிரியர்
ஆங்கிலத் தமிழ்ச சொற்களஞ்சியம்,
சென்னைப் பல்கலைக்கழகம்

முகவுரை

பழந்தமிழ் நூல்களைப் படிக்கவும் இலக்கிய ஆராய்ச்சி செய்யவும் என்னுடைய இளமைக் காலத்தில் வாய்ப்புகள் கிடைத்தன. என்னுடைய தமயனார் திரு.மயிலை சீனி வோவிந்தராசனார் அவர்கள் பழைய இலக்கியங்களைப் படிப்பதிலும் தமிழ் நூல்களைப் பிறருக்குப் பாடஞ் சொல்லுவதிலும் புதிதாகச் செய்யுள் புனைவதிலும் காலங்கழித்தார். அந்தச் சூழ்நிலையில் அவருடன் நெருங்கிப் பழகிய எனக்குப் பழைய தமிழ் நூல்களைப்பற்றி அறிவதற்கு ஆர்வமும் ஆசையும் ஏற்பட்டது. எங்கள் வீட்டில் எங்கள் முன்னோர் சேர்த்து வைத்திருந்த அச்சுப் புத்தகங்களும் ஏட்டுச் சுவடிகளும் அவை அதிகமானவையல்லவாயினும் போதிய அளவு கணிசமானவை என் ஆர்வத்தை அதிகப்படுத்தின. எங்கள் வீட்டுக்கு அருகிலே புலவர் பரம்பரையைச் சேர்ந்த ஒருவர் ஒரு பெரிய தமிழ் நூல்நிலையம் வைத்திருந்தார்.

அவர் பெயர் திரு.சே. சோமசுந்தரம் பிள்ளை என்பது. அவர் பழைய அச்சுப் புத்தகங்களைச் சேர்த்து வைப்பதில் ஊக்கமும் ஆர்வமும் உடையவர். அவர் வீட்டுக்கு நான் அடிக்கடி சென்று அந்த நூல்களையெல்லாம் பார்ப்பது உண்டு. இச்சூழ்நிலைகள் என்னுடைய இளைய உள்ளத்தில் தமிழ் இலக்கியங்களைப் படிக்க ஆர்வத்தை வளர்த்தன. என்னுடைய இருபதாவது வயதுக்குள்ளேயே தமிழில் உள்ள இலக்கண இலக்கிய நூல்களையெல்லாம் அறிந்து கொண்டேன். அறிந்துகொண்டேன் என்றால், அவற்றை யெல்லாம் படித்தேன் என்பது கருத்தல்ல.. அந்நூல்களையெல்லாம் அறிமுகம் செய்து கொண்டேன் என்பதுதான்.

காலம் சுழன்றது. மாற்றங்கள் ஏற்பட்டன. அவற்றுள் முக்கியமானவை மூன்று குறிப்பிடத்தக்கவை. என்னுடைய தமிழ் மொழியார்வத்தை வளர்த்து வந்த என்னுடைய தமையனார் என்னுடைய இருபத்து மூன்றாவது வயதில் காலமானது ஒன்று. என்னுடைய வீட்டிலிருந்த நூல்கள் சிறிது சிறிதாக மறைந்து போனது மற்றொன்று. பல அச்சுப்புத்தகங்களை மிக அருமையாகச் சேர்த்து வைத்திருந்த - நான் அடிக்கடி சென்று படித்து வந்த நூல் நிலையத்தின் தலைவர் - திரு. சோமசுந்தரம் பிள்ளையவர்கள் சில ஆண்டுகளுக்குப் பிறகு காலஞ்சென்றதும், உடனேஅவருடைய நூல்நிலையத்திலிருந்த புத்தகங்களை எல்லாம் மறைந்து போனதும் இன்னொன்று. இவை எல்லாம் என்னுடைய இளமை வயதில் ஏற்பட்ட அனுபவங்கள்.

என்னுடைய அறுபதாவது ஆண்டில், இந்த நூலை எழுத வேண்டும் என்னும் எண்ணம் தோன்றியது. இதற்குக் காரணம் மேலே கூறியஎன்னுடைய இளமைக் காலத்தில் ஏற்பட்டிருந்த பழம் புத்தகங்களின் தொடர்புதான். என்னுடைய சிறு அநுபவத்தைக் கொண்டு 'பத்தொன்பதாம் நூற்றாண்டில் தமிழ் இலக்கியம்' என்னும் இந்நூலை எழுதி வெளியிடுகிறேன். கி.பி. 1800-முதல் 1900 வரையில் உள்ள ஒரு நூற்றாண்டு வரலாறு இதில் கூறப்படுகிறது. இது ஒரு மேற்போக்கான வரலாறு.

இந்நூல் எழுதுவதற்குப் பல நூற்றுக்கணக்கான புத்தகங்கள் எனக்குத்துணையாக இருந்தன. புத்தகம் எழுதுவதற்குத் துணையாக இருந்த நூல்களின் பட்டியலைத் தருவது என்னுடைய வழக்கம். ஆனால், இந்நூலுக்கு அவ்வித பட்டியலைத் தரவில்லை. காரணம் அப்பட்டியல் மிகப் பெரிதாகிவிடும் என்பதே.

மறதிகாரணமாகவும் அறியாமை காரணமாகவும்சில செய்திகள் இந்நூலில் விடுபட்டிருக்கக் கூடும். அறிஞர்கள் அவற்றைப் பொறுத்தருள வேண்டுகிறேன். தெரிந்துள்ள விஷயங்களும் மறந்து போகலாகாது என்னும் கருத்துதான் இந்நூலை எழுதுவதற்கு முக்கிய காரணமாகும். என்னுடைய வேண்டுகோளுக்கிணங்கி, செந்தமிழ்க் காவலர், சென்னைப் பல்கலைக்கழக ஆங்கிலத் தமிழ்ச் சொற்களஞ்சியத் தலைமை ஆசிரியர், டாக்டர் அ.சிதம்பரநாதன், எம்.ஏ., எம்.எல்.சி. அவர்கள் இந்நூலுக்கு முன்னுரை வழங்கியது பற்றி

அவருக்கு என்னுடைய நன்றியுரித்தாகும்.

இந்நூலினை அச்சிடும்போது அச்சுப் பிழைகளைத் திருத்தி உதவி புரிந்த நண்பர், குழந்தைக் கவிஞர், புலவர் தணிகை உலகநாதன் அவர்களுக்கும் என்னுடைய நன்றி உரியது.இந்நூலை அழகாக அச்சிட்டு வெளிப்படுத்திய சென்னை சாந்தி நூலகத்தாருக்கு நன்றி செலுத்துகிறேன்.

சென்னை — 4.
23-5-62.

சீனி.வேங்கடசாமி.

சூழ்நிலை

சூழ்நிலைக்கும் சுற்றுச் சார்புக்கும் தக்கவாறு மனிதரின் பண்பாடும் நாகரிகமும் அமைவதுபோலவே. இலக்கியங்களும் அந்தந்தச் சூழ்நிலை சுற்றுச் சார்புக்குத் தக்கவாறு அமைகின்றன. பத்தொன்பதாம் நூற்றாண்டின் தமிழ் இலக்கியம் அந்த நூற்றாண்டின் சூழ்நிலைக்கு ஏற்ப வளர்ந்திருக்கிறது. அரசியல் சூழ்நிலை, வாழ்க்கைச் சூழ்நிலை, சமயங்களின் சூழ்நிலை, மேல்நாட்டுத் தொடர்பு முதலியவற்றினாலே பத்தொன்பதாம் நூற்றாண்டிலே தமிழ் இலக்கியம் பெரிதும் வளர்ச்சி யடைந்திருக்கிறது. அந்தச் சூழ்நிலைகளைச் சுருக்கமாகவேனும் அறிந்தால் தான் அந்த நூற்றாண்டின் இலக்கிய வளர்ச்சியைத் தெரிந்துகொள்ள முடியும். ஆகவே, அவற்றைச் சுருக்கமாகக் கூறுவோம்.

அரசியல் சூழ்நிலை: பத்தொன்பதாம் நூற்றாண்டிலே தமிழ் நாட்டின் அரசியல், அதற்கு முன்பு மூன்று நூற்றாண்டுகளில் இருந்த அரசியல் நிலையைவிட நன்கு அமைந்திருந்தது. கி.பி. 16, 17, 18-ஆம் நூற்றாண்டுகளிலே தமிழ்நாட்டின் அரசியல் — ஏன்? இந்தியநாட்டின் அரசியலுங்கூட, சண்டை சச்சரவும் போரும் குழப்பமுமாக இருந்தன. அதனால் மக்கள் அல்லல் பட்டனர். சேர சோழ பாண்டியர் பல்லவர் முதலிய பழைய அரசர்கள் மறைந்துபோய், சிற்றரசர்களும் குறுநில மன்னர்களும் நாட்டைச் சிறு சிறு பகுதிகளாகப் பிரித்து அரசாண்டனர்.

இவர்களுக்குப் பாளையக்காரர் என்பது பெயர். இந்த நிலையில் விஜயநகர அரசர்களும், பின்னர் முகம்மதியரும் மராட்டியரும் தமிழ்நாட்டைக் கைப்பற்றி அரசாண்டனர். ஆனால் நாட்டில் அமைதி ஏற்படவில்லை. போரும் சண்டையும் குழப்பமும் கூச்சலும் அதிகப்பட்டன. மேலும், போர்ச்சுகீசியர் (பரங்கியர்), ஒல்லாந்தர் (டச்சுக்காரர்), பிரெஞ்சுக்காரர், ஆங்கிலேயர் ஆகிய மேல்நாட்டு ஐரோப்பியர் "கும்பினி" என்னும் வாணிகக்குழுவை அமைத்துக் கொண்டு நமது நாட்டுக்கு வந்து ஆங்காங்கே கோட்டைகளைக் கட்டிக் கொண்டு வாணிகம் செய்யத் தொடங்கினார்கள்.

இந்த வாணிகக் குழுவினர் வாணிகப் போட்டியின் காரணமாகத் தமக்குள் பகைமை பாராட்டிச் சண்டையிட்டுக் கொண்டார்கள். மேலும், அவர்கள்,

நாட்டை ஆண்ட நவாப்புக்கள், பாளையக்காரர்கள் முதலியவர்களுடன் சேர்ந்து அவர்கள் நிகழ்த்திய போர்களிலும் சண்டைகளிலும் தாங்களும் கலந்து கொண்டனர். 'தடிஎடுத்தவன் தண்டக்காரன்' என்பதுபோல, வெற்றி பெற்றவன் அரசனானான். நீதி, நியாயம், முறை, ஒழுங்கு என்பது இல்லாமல் குழப்பமும் கொள்ளையும் நாட்டில் தாண்டவமாடின.

நாடுகடந்து வாணிகம் செய்ய வந்த இவர்கள், நாட்டின் நிலைமையைக் கண்டு தாங்களே ஆட்சியைக் கைப்பற்றி அரசாள ஆசைகொண்டனர். இதன் காரணமாகவும் இந்த வாணிகக் குழவினருக்குள் சண்டையும் சச்சரவும் ஏற்பட்டன. இவர்களில் போர்ச்சுகீசியரும் ஒல்லாந்தரும் நாளடைவில் மறைந்தனர். பிரெஞ்சுக் காரரும் ஆங்கிலேயரும் தங்களுக்குள் சண்டை-யிட்டுக்கொண்டு. நவாப்புக் குடும்பச் சண்டையில் தலையிட்டு, ஆட்சியைக் கைப்பற்ற முயன்றார்கள். இந்த முயற்சியில் ஆங்கிலேயர் கடைசியில் வெற்-றிபெற்றார்கள்.

கி.பி. 19-ஆம் நூற்றாண்டின் தொடக்கத்தில் சண்டைகளும் போர்களும் ஒருவாறு அடங்கி நாட்டின் ஆட்சி ஆங்கிலேயக் கிழக்கிந்தியக் கும்பினி-யாரின் கையில் வந்து. இவர்கள் ஆட்சிக்கு உட்படாத சுற்றுப்புறத்திலிருந்த அரசர்களும் இவர்களுக்குக் கீழடங்கினார்கள். சின்னா பின்னமாகச் சித-றுண்டு கிடந்த நாடு ஒரே ஆட்சியின் கீழ் வந்தது. ஆட்சியைக் கைப்பற்றிய ஆங்கிலேயக் கும்பினியார் குழப்பங்களை அடக்கி நாட்டில் அமைதியை-யும் ஒழுங்கையும் உண்டாக்கினார்கள். 19-ஆம் நூற்றாண்டின் முற்பகுதியில் நாட்டிலே முழு அமைதி ஏற்படாமற் போனாலும், பிற்பகுதியில் முழு அமைதி ஏற்பட்டது. அந்த நூற்றாண்டின் பிற்பகுதயிலே கி.பி. 1858-ஆம் ஆண்-டிலே, ஆங்கிலக் கிழக்கிந்தியக் கம்பெனி, தான் கைப்பற்றியிருந்த ஆட்சியை ஆங்கில மன்னரின் ஆட்சிக்குக் கொடுத்துவிட்டது.

அன்னியர் ஆட்சியாக இருந்த போதிலும் நாட்டிலே அமைதியும், ஒழுங்-கும், நீதியும், நம்பிக்கையும் பாதுகாப்பும் ஏற்பட்டன. முன்பு மூன்று நூற்-றாண்டுகளாக நாட்டில் ஏற்பட்டிருந்த அரசியல் புயல் ஒய்ந்து, இந்த நூற்-றாண்டில் அமைதி ஏற்பட்டபடியால் மக்கள் ஆறுதல் அடைந்தனர். நாட்டில் நிரந்தரமான ஆட்சியும் அந்த ஆட்சியில் அமைதியும் ஒழுங்கும் வாழ்க்-கையில் நம்பிக்கையும் ஏற்பட்டன. உயிருக்கும் பொருளுக்கும் பாதுகாவல் ஏற்பட்டது. ஆகவே, மக்கள் நூல்களைப் படிக்கவும் கல்விகற்கவும் வாய்ப்புப் பெற்றனர். அன்றியும் ஆங்கில ஆட்சி ஒருவகையில் நாட்டு மொழியைப் போற்றியது.

ஆங்கிலேயக் கிழக்கு இந்தியக் கம்பெனியார் ஆங்கிலேயர்களை ஆட்சி-செலுத்தும் அலுவலாளராக அமர்த்தியிருந்தார்கள். அந்த ஆங்கிலேய உத்-தியோகஸ்தர்கள், அவர்கள் ஆட்சி செய்யும் வட்டாரத்துத் தாய் மொழியை அறிந்திருக்கவேண்டும் என்று சட்டம் ஏற்படுத்தி யிருந்தார்கள். அக்காலத்-தில் ஆங்கில மொழி அரசியல் மொழியாக ஏற்படவில்லை. வட்டாரமொ-

ழியைப் பயின்று பரீட்சையில் தேறியவர்களுக்குத்தான் சம்பளம் உயர்த்தப் பட்டது. இக்காரணத்தினாலே, தமிழ்நாட்டில் இருந்த ஆங்கில உத்தியோகஸ்தர்கள் தமிழ்மொழியைப் படிக்க வேண்டிய கட்டாயத்துக் குள்ளாயினர்.

அவர்கள் தமிழ் படிப்பதற்காகவும், அவர்களைப் பரீட்சிப்பதற்காகவும் சென்னைத் தமிழ்ச் சங்கம் (Fort st. George college) என்னும் சங்கத்தை அமைத்தார்கள். கம்பெனி ஆட்சிக்குப் பின்னர் ஆங்கில மன்னர் ஆட்சி ஏற்பட்ட பிறகு, அவர்கள் கல்லூரிகளையும் கலா சாலைகளையும் ஏற்படுத்தித் தமிழ்க் கல்விக்கு ஆக்கம் அளித்தனர். இவ்வாறு அரசியல் சூழ்நிலையினாலும் பத்தொன்பதாம் நூற்றாண்டில் தமிழ் இலக்கிய வளர்ச்சிக்கு வாய்ப்பு ஏற்பட்டது.

வாழ்க்கைச் சூழ்நிலை: அமைதியான அரசியல் காரணமாக சமூக வாழ்க்கையிலே மக்களின் உயிருக்கும் பொருளுக்கும் பாதுகாப்பு ஏற்பட்டது. அதனால் அமைதியும் ஒழுங்கும் நம்பிக்கையும் மக்களுக்கு ஏற்பட்டன. மக்களின் நல்வாழ்விற்கும் ஆக்கத்திற்கும் இவை இன்றியமையாதவை யல்லவா? இந்த நல்ல சூழ்நிலையின் காரணமாக, முந்திய நூற்றாண்டுகளைவிடப் பத்தொன்பதாம் நூற்றாண்டில், தமிழ் இலக்கியம் அதிகமாக வளர்ச்சி யடைந்தது. அரசியல் அமைதிமட்டும் அல்லாமல் அதுவரையில் சிடைத்திராத வேறு சில வசதிகளும் கிடைத்தன. அந்தப் புதிய வசதிகள் எவை என்றால், இருப்புப்பாதையும் தபால் தந்தியும் ஆகும். ஆங்கில அரசாங்கத்தார் மேல்நாட்டுமுறையை ஒட்டி இவற்றை அமைத்தார்கள்.

இந்தப் புதிய வசதிகள் இல்லாத காலத்தில் மக்கள் பல ஊர் மக்களுடன் நெருங்கிப் பழகவும் கடிதம் எழுதிச் செய்தி யறியவும் வாய்ப்பு இல்லாமல் இருந்தனர். இந்த வாய்ப்புக்கள் ஏற்பட்ட 19-ஆம் நூற்றாண்டிலே, ஏனைய மக்களைப் போலவே, புலவர்களும் பண்டிதர்களும் மற்ற ஊராருடன் எளிதில் பழகவும் அளவளாவவும் கருத்துக்களைப் பரிமாறிக் கொள்ளவும் முடிந்தது. பெரும்பொருட் செலவும் அதிககாலச் செலவும் இல்லாமல் குறைந்த செலவில் சுருங்கிய நேரத்தில் வேறு ஊரில் உள்ள புலவர்களுடனும் கவிஞர்களுடனும் நெருங்கிப் பழக நல்ல வாய்ப்பு ஏற்பட்டதால் அதன் காரணமாகக் கல்வியறிவு வளர்வதாயிற்று.

இந்நாட்டிலே நெடுங்காலமாக இருந்துவந்த சாதி வேற்றுமை களையும் உயர்வு தாழ்வுகளையும் ஆங்கில அரசாங்கம் ஏற்றுக் கொள்ளாமல் எல்லோருக்கும் சரி சமானமான நிலையையளித்தபடி யினாலே, "உயர்ந்தசாதி" மக்கள் மட்டும் அல்லாமல், "தாழ்ந்த சாதி" மக்களும் கல்விகற்கத் தொடங்கினார்கள். அரசாங்கத்தார் பாடசாலைகளையும் கலாசாலைகளையும் ஏற்படுத்திய படியால் அவற்றில் மாணவர் சாதி பாகுபாடு இல்லாமல் கல்வி கற்றனர். தமிழ் வித்துவான்களும் பண்டிதர்களும் அக் கலாசாலைகளிலும் பாடசாலைகளிலும் தமிழ் ஆசிரியராக அமர்ந்தனர். பெண்களுக்காகவும் பாட சாலைகள் ஏற்பட்டபடியால், பெண்மணிகளும் கல்வி கற்கத் தொடங்கினார்-

கள். இவ்வாறு சமூகச் சூழ்நிலையினாலும் பத்தொன்பதாம் நூற்றாண்டில் தமிழ்மொழி இலக்கியம் வளர்ச்சியடைந்தது.

சமயச் சூழ்நிலை: பத்தொன்பதாவது நூற்றாண்டுக்கு முந்திய நூற்றண்டுகளிலே அயல் நாட்டிலிருந்து வேறு இரண்டு சமயங்கள் நமது நாட்டில் வந்திருந்தன. அவை, முகம்மதிய மதம் எனப்படும் இஸ்லாம் மதமும், விவிலிய மதம் எனப்படும் கிறிஸ்துவ மதமும் ஆகும். பதினாறாம் நூற்றண்டிலே வாணிகத்தின் பொருட்டு நமது நாட்டுக்கு வந்த போர்ச்சுகீசியரும் அவருக்குப் பின்வந்த வேறு ஐரோப்பிய வணிகக் குழுவினரும் தங்களுடன் கிறிஸ்துவப் பாதிரிமார்களை அழைத்து வந்து நமது நாட்டில் கிறிஸ்துமதப் பிரசாரம் செய்து மக்களில் பலரைக் கிறிஸ்தவராக்கினார்கள்.

ஆனால், 19-ஆம் நூற்றண்டில் முந்திய நூற்றண்டுகளைவிட அதிகமாகக் கிறிஸ்துவப் பாதிரிமார் ஐரோப்பாவிலும் அமெரிக்காவிலும் இருந்து வந்து நமது நாட்டு மக்களைக் கிறிஸ்துவராக மதம் மாற்றினார்கள். அவ்வாறு மதம் மாறிய மக்களுக்கு மதசம்பந்தமான பல தமிழ்நூல்களை முக்கியமாக வசன நூல்களை அவர்கள் எழுதினார்கள். அவர்களைப்போலவே இஸ்லாமியரான முகம்மதியர்களும் அந்த நூற்றண்டிலே தமது மதசம்பந்தமான நூல்களைத் தமிழில் வெளியிட்டார்கள்.

இவர்கள் செயலைக் கண்ட இந்துக்களாகிய சைவ வைணவர்கள் விழித்துக் கொண்டு தாங்களும் தங்கள் மதசம்பந்தமான நூல்களைத் தமிழில் எழுதி வெளியிட்டார்கள். முக்கியமாக வசன நூல்களே எவளிவந்தன. எனவே, சமயச் சார்பாகச் சென்ற பத்தொன்பதாம் நூற்றண்டிலே பல புதிய இலக்கிய நூல்கள், முக்கியமாக வசன இலக்கியங்கள் தோன்றி வளர்ந்தன. இதற்கு முந்திய நூற்றாண்டுகளில் தமிழில் வசன நூல்கள் பெரும்பாலும் இல்லை என்றே கூறலாம்.

அச்சியந்திரம்: பத்தொன்பதாம் நூற்றாண்டிலே தமிழ் இலக்கிய வளர்ச்சிக்குப் பேருதவியாக இருந்தவை அச்சியந்திரங்களாகும். கி.பி. பதினாறாம் நூற்றண்டிலேயே அச்சியந்திரங்கள் நமது நாட்டுக்கு வந்துவிட்டன என்பது உண்மையே, ஆனால், அவையெல்லாம் கிறிஸ்துவப் பாதிரிமாரிடத்திலும் ஐரோப்பிய வணிகக் "கும்பினி" யாரிடத்திலும் இருந்தன. அவர்கள் சில சிறிஸ்துவ நூல்களைமட்டும் தமிழில் அச்சிட்டார்களே தவிர, தமிழ் இலக்கிய நூல்களை அச்சிடவில்லை. அக்காலத்தில் சுதேசிகள் அச்சியந்திரம் அமைக்க வாய்ப்பில்லாமல் இருந்தார்கள். கி.பி. 19-ஆம் நூற்றண்டிலேதான் நமது நாட்டவர் அச்சியந்திரம் அமைக்கும் உரிமை பெற்றனர்.

கி.பி. 1835- க்குப் பிறகுதான் நம்மவர் அச்சியந்திரங்களை அமைந்து "எழுதா எழுத்தினால்" அச்சுப் புத்தகங்களை அச்சிடத் தொடங்கினார்கள். இந் நூற்றாண்டில்தான் நெடுங்காலமாக ஏட்டுச்சுவடியாகக் கிடந்த பழைய தமிழ் நூல்களும் புதிய தமிழ் நூல்களும் அச்சிடப்பட்டு வெளி வரலாயின. அச்சுப் புத்தகம் வெளிப்பட்டு ஏழை எளியவரும் சொற்பச் செலவில் புத்தகம்

வாங்கிப் படிக்க வாய்ப்பு ஏற்பட்டபடியால், மக்களிடத்தில் கல்வி பரவுவதற்கு வாய்ப்பு உண்டாயிற்று. இந்த நூற்றண்டுக்கு முன்பு இவ்வித நல்ல வாய்ப்பு பொது மக்களுக்கு ஏற்படவில்லை. அக்காலத்தில் அதிகப் பொருள் செலவு செய்து பல நாட்களாக உழைத்து எழுதி ஓர் எட்டுச் சுவடியைப் பெறவேண்டும்.

அப்படிப் பெறப் பொருள் வசதியுள்ளவர்களுக்குத் தான் முடியும். அச்சியந்திரம் வந்தபிறகு சொற்ப காலத்தில் சொற்ப விலையில் ஆயிரக்கணக்கான அழகுள்ள அச்சுப் புத்தகங்களை யுண்டாக்க முடிந்தபோது, ஏழை எளியவரும் புத்தகம் வாங்கிப் படிக்கும் நிலை ஏற்பட்டது. இந்நிலை மக்கள் கல்வி கற்பதற்குப் பேருதவியாக இருந்தது. இதனால், தமிழ் இலக்கியம் வளம் பெறுவதாயிற்று.

வீரமாமுனிவர் இயற்றிய சதுரகராதி என்னும் நூலை 1835-ஆம் ஆண்டுக்கு முன்பு, ஓலைச்சுவடிப் பிரதியை 10 பவுன் (ஏறக்குறைய 150 ரூபா) கொடுத்து வாங்கியதாகப் பெர்சிவல் ஐயர்1 தம்மிடம் கூறியதாகவும், அதே சதுரகராதி அச்சுப் புத்தகமாக வெளிவந்தபோது பிரதிஒன்று 2½ ஷில்லிங்கு (ஏறக்குயை 2 ரூபா)க்குக் கிடைத்ததாகவும் 1865-ஆம் ஆண்டில் மர்தாக்கு2 என்பவர் எழுதியிருக்கிறார். இதனாலே, ஏட்டுச் சுவடிகள் அதிக விலையுள்ளவை என்பதையும் அச்சுப்புத்தகங்கள் மலிவான விலையுள்ளவை என்பதையும் நன்கு அறியலாம்.

அச்சுப் புத்தகங்கள் கிடைக்கிற இந்தக் காலத்திலே அச்சுப் புத்தகத்தின் அருமை பெருமையை நாம் நன்கு உணர வில்லை. அதிகப் பொருள் கொடுத்து, பிரிப்பதற்கும் படிப்பதற்கும் துன்பமாக உள்ள ஏட்டுச் சுவடியை வாங்கியவர்களுக்கு அல்லவா அச்சுப்புத்தகத்தின் அருமை பெருமைகள் தெரியும்? நிழலின் அருமை வெயிலிலே சென்றவர்களுக்குத்தானே தெரியுமே?.

அச்சியந்திரம் ஏற்பட்ட பத்தொன்பதாம் நூற்றாண்டிலேதான் நமது நாட்டில் செய்தித் தாள்களும், வார இதழ், திங்கள் இதழ் முதலிய வெளியீடுகளும் தோன்றி மக்களிடம் அறிவு வளர்ச்சியைப் பரப்பின.

சென்ற நூற்றாண்டிலே அச்சியந்திரம் வராமல், இன்னும் ஒரு நூற்றாண்டுக்குப் பிறகு வந்திருக்குமானால் இப்பொழுது நமக்குக் கிடைத்துள்ள பல பழைய இலக்கிய நூல்கள் நமக்குக் கிடைக்காமலே அழிந்து போயிருக்கும். பத்தொன்பதாம் நூற்றாண்டுக்கு முந்தியே, ஒன்றிரண்டு நூற்றாண்டுகளுக்கு முன்பு அச்சியந்திரம் நம்மவரிடம் வந்திருக்குமானால், இப்போது, மறைந்து போய்விட்ட பல பழைய இலக்கிய நூல்கள் நமக்குக் கிடைத்திருக்கும்! பத்தொன்பதாம் நூற்றாண்டிலே அச்சியந்திரம் கல்வி வளர்ச்சிக்கும் இலக்கிய வளர்ச்சிக்கும் பேருதவியாக இருந்தது என்பதில் சிறிதும் ஐயமில்லை.

19-ஆம் நூற்றாண்டில் தமிழ் இலக்கிய வளர்ச்சிக்கு மேற்கூறிய சூழ்நிலைகள் எல்லாம் பெருந்துணையாக இருந்தன. இந்தச் சூழ்நிலைகள் அல்-

லாமல் வேறு சில சூழ் நிலைகளும் தமிழ் இலக்கிய வளர்ச்சிக்குத் துணையாக இருந்தன. அவற்றையும் தொடர்ந்து கூறுவோம்.

சென்னைக் கல்விச் சங்கம்

ஆங்கிலேயக் கிழக்கிந்தியக் கம்பெனி அரசாண்ட காலத்தில் சென்னைப் பட்டினத்தில் சென்னைக் கல்விச் சங்கம் நிறுவப் பட்டது. ஆங்கில மொழியில் இந்தச் சங்கம் The College of Fort St. George என்று பெயர் பெற்றிருந்தது. 1812ஆம் ஆண்டில் நிறுவப் பட்ட இந்தச் சங்கம் 1820 முதல் நன்றாக அலுவல் செய்யத் தொடங்கிற்று. முப்பது ஆண்டுகளுக்கு அதிகமாக அலுவல் புரிந்த இந்தச் சங்கம் 1854-ஆம் ஆண்டு ஜூலை மாதம் 21-ஆம் தேதி மூடப்பட்டது.

அரசாங்க ஊழியம் செய்வதன் பொருட்டு இங்கிலாந்து தேசத்திலிருந்து நமது நாட்டுக்கு வந்த ஆங்கிலேயர் இந்நாட்டு மொழிகளில் பயிற்சி பெறுவதற்காக இந்தச் சங்கம் அமைக்கப்பட்டது. அக்காலத்தில் அமைந்திருந்த சென்னை மாகாணத்தில் தமிழ், தெலுங்கு, கன்னடம் முதலிய மொழிகள் பேசப்பட்ட நாடுகள் அடங்கியிருந்தன. இம்மொழிகள் வழங்கும் நாடுகளில் அரசாங்க உத்தியோகஸ்தராக இருக்கும் ஆங்கிலேய உயர்தர அதிகாரிகள் ஒரளவு இந்த மொழிகளை அறிந்திருக்க வேண்டும் என்றிருந்த படியால், அவர்கள் இந்த மொழிகளைக் கற்பதற்கு வாய்ப்பாக இச்சங்கம் அரசாங்கத்தாரால் நிறுவப்பட்டது.

இச்சங்கத்தின் சார்பில் அச்சியந்திர சாலையும், புத்தகவிற்பனை நிலையமும், நூல் நிலயமும் அமைந்திருந்தன. கர்னல் மக்கன்ஸி அவர்கள் தொகுத்து வைத்திருந்த ஒலைச்சுவடி நூல்கள் இந்தச் சங்கத்தின் பொறுப்பில் சிலகாலம் வைக்கப்பட்டிருந்தன.

ஆங்கிலேய உத்தியோகஸ்தர் தமிழ் தெலுங்கு, கன்னடம் முதலிய மொழிகளைக் கற்பதற்காக இந்தச் சங்கம் நிறுவப்பட்டதென்று சொன்னோம். இந்த மொழிகளைக் கற்பிப்பதற்காக ‘முனிஷி’ என்னும் பெயருள்ள ஆசிரியர்கள் இச்சங்கத்தில் இருந்தார்கள். இந்தச் சங்கத்தின் சார்பில் அவ்வப்போது நடந்துவந்த நாட்டுமொழிப் பரீட்சைகளில் தேர்ச்சி பெற்றவர்களின் பெயர் அரசாங்கத்துக் ‘கெஜட்’டில் வெளியிடப்பட்டன. அந்தந்த வட்டார மொழிகளில் தேர்ச்சி பெற்றவர்களுக்குத்தான் சம்பள உயர்வு கிடைத்தது. ஆகவே, ஆங்கிலேய உத்தியோகஸ்தர் இந்த மொழிகளை முயன்று கற்று வந்தார்கள்.

சென்னையில் கலெக்டராக இருந்தவரும் தமிழ்அறிந்த வருமான எல்லீஸ் துரையும், கர்னல் மக்கன்ஸி துரையும் இச்சங்கத்தை நிறுவிய முதன்மையாளர்கள். சிதம்பர உபாத்தியாயர் என்றும் சிதம்பர பண்டாரம் என்றும் பெயருள்ள வித்துவான் இச்சங்கத்தின் தலைமைத் தமிழாசிரியராக இருந்தார். இவர் 1832-ஆம் ஆண்டுக்கு முன்னரே காலமானார். பிறகு, தாண்டவராய

முதலியார் அவர்கள் இதன் தலைமைத் தமிழாசிரியர் ஆனார். சிறந்த தமிழ்ப் புலவர்களான முத்துசாமி பிள்ளை, புதுவை நயனப்ப முதலியார், தஞ்சை சரபோஜி அரசரின் அவைப் புலவராக இருந்த கொட்டையூர் சிவக்கொழுந்து தேசிகர், மதுரைக் கந்தசாமிப் புலவர் முதலியோரும் இச்சங்கத்தின் தமிழாசிரியர்களாக இருந்தார்கள். கொற்றமங்கலம் இராமசுவாமி பிள்ளை இச்சங்கத்தின் நூல்நிலையத் தலைவராக இருந்தார்.

இவர்களில் முத்துசாமி பிள்ளையவர்கள் கல்விச் சங்கத்தின் மேற்பார்வையாளராக இருந்தார். இச்சங்கத்தின் தலைவராக இருந்த எல்லிஸ் துரை அவர்கள் விரும்பியபடி, பிள்ளையவர்கள் தமிழ் நாடெங்கும் சுற்றுப் பிரயாணம் செய்து வீரமாமுனிவர் இயற்றிய நூல்களை - அக்காலத்தில் அந்நூல்கள் அச்சிடப்படாமல் ஏட்டுச் சுவடியாக இருந்தன - தேடிச் சேர்த்துக்கொண்டு வந்தார். வீரமாமுனிவர் இயற்றிய நூல்களைத் தேடிக்கொண்டு வந்ததல்லாமல் அவருடைய வாழ்க்கை வரலாற்றினைத் தமிழிலும் ஆங்கிலத்திலும் பிள்ளையவர்கள் எழுதி அச்சிட்டார்கள்.

இச்சங்கம் இருந்த அதே காலத்தில் இங்கிலாந்து தேசத்தில் ஹலிபரி1 என்னும் ஊரில் இது போன்ற கல்வி நிலையம் ஒன்று நிறுவப்பட்டிருந்தது. அந்த நிலையத்தின் பெயர் ‘கனம் பொருந்திய கிழக்கிந்திய கம்பெனியின் கல்லூரி2 என்பது. அரசாங்க ஊழியம் செய்வதற்காக நமது நாட்டுக்கு வந்த ஆங்கிலேயர் அந்தக் கல்லூரியில் நமது தேச மொழிகளில் ஒன்றைக் கற்றுப் பிறகு நமது தேசத்துக்கு வந்தார்கள். அந்தக் கல்லூரியில் கிழக்கு நாட்டு மொழிகளின் உதவிப் பேராசிரியராக இருந்தவர் ராபர்ட் அண்டர்சன்3 என்பவர். இவர் சென்னை மாகாணத்தில் அரசாங்க உத்தியோகஸ்தராக இருந்து, உடல்நலம் குன்றிய காரணத்தால், 1819-ஆம் ஆண்டில் இங்கிலாந்து சென்று அந்தக் கல்லூரியில் ஆசிரியராக அமர்ந்தார்.

அவர் அந்தக் கல்லூரியில் தமிழ் பயின்ற ஆங்கில மாணவர்களுக்காகத் தமிழ் இலக்கண நூல் ஒன்றை எழுதி 1821-ஆம் ஆண்டு வெளியிட்டார். அந்த இலக்கண நூலுக்கு Rudiments of Tamil Grammar என்பது பெயர். அந்த இலக்கண நூல் வீரமா முனிவர் எழுதிய செந்தமிழ் இலக்கணம், கொடுந்தமிழ் இலக்கணம் என்னும் நூல்களையும் எல்லிஸ் துரையவர்கள் ஆங்கிலத்தில் எழுதிய திருக்குறள் மொழிபெயர்ப்பையும் துணையாகக்கொண்டு எழுதப்பட்டது.

அக்காலத்தில் ஆங்கிலேய உத்தியோகஸ்தர் தமிழ், தெலுங்கு, கன்னடம், உருது முதலிய மொழிகளைக் கற்றுப் பரீட்சையில் தேறிச் சம்பள உயர்வு பெற்றனர். சென்னைக் கல்விச் சங்கத்திலே ஆங்கிலேயே உத்தியோகஸ்தர் பலர் தமிழ்மொழி பயின்றார்கள். இந்தக் கல்விச் சங்கம் பரிட்சைகளை நடத்தியதோடு புத்தகங்களை எழுதியும் மொழிபெயர்த்தும் அச்சிட்டது. 1854-ஆம் ஆண்டில் இந்தச் சங்கம் எடுபட்டபோது, இச்சங்கத்தின் முக்கிய பணியாகிய தேச பாஷைப் பரீட்சைகளை நடத்தும் பொறுப்பு Board of Examiners

என்னும் குழுவிடம் ஒப்படைக்கப் பட்டது.

சென்னைக் கல்விச் சங்கம் சில தமிழ் நூல்களையும் அச்சிட்டு வெளிப்படுத்தியது. இச்சங்கம் அச்சிட்டு வெளியிட்ட தமிழ் நூல்களின் பெயர்களை, நான் அறிந்த வரையில், கீழே தருகிறேன்.

பஞ்ச தந்திரக் கதை: இதன் முகப்புப் பக்கத்தில் இவ்வாறு அச்சிடப்பட்டிருக்கிறது.

'இது தமிழ்த் தலைமைப் புலமை நடாத்தும் தாண்டவராய முதலியார் மொழி பெயர்த்த பஞ்சதந்திரக் கதை.'

"சாலீவாகன சக வருடம் 17474 -க்கு மேற் செல்லா நின்ற விய வருடத்திற்குச் சரியான கிரீஸ்து 18264-ஆம் வருடத்திற் சென்னைக் கல்விச் சங்கத் தச்சுட் பதித்தது."

இந்நூலின் பாயிரம் கீழ்க்கண்டவாறு எழுதப்பட்டிருக்கிறது:

"தமிழ் கற்கப் புக்கோர் தமிழிலெழுதி வழங்குகின்ற பஞ்சதந்திரக் கதையைக் கற்கப் புகுந்தாற் குளிக்கப்புக்கோர் சேற்றைப் பூசிக்கொண்டாற் போல வழுக்களையே கற்றுத் தடுமாற்ற முறுதலால், சென்னைச் சங்கத்துத் தலைவராகிய ஸ்ரீ. ரிச்சர்டுக் கிளர்க்குத் துரையவர்கள் உத்தரவினால், மஹா ராஷ்டிரத்தி லச்சுப்படுத்தி யிருக்கின்ற பஞ்சதந்திரக் கதையைத் தமிழின் மொழி பெயர்த்துச் சொற்பொருளழகுறப் பலவிடத்துச் சில கூட்டியுங் கற்போருலக நடையுஞ் சில செய்யுண்டையுமான தமிழ் நண்குணரவுஞ் சுவையுற விம்மொழி பெயர்ப்புப் பஞ்சந்திரக் கதை, சாலீவாகன சக வருடம் 17464-க்கு மேற் செல்லா நின்ற பார்த்திவ வருடத்துக்குச் சரியான கிரீஸ்து 18254-ஆம் ஆண்டு செய்து முற்றுப் பெற்றது."

கதா மஞ்சரி: 1826-இல் பதிக்கப்பட்டது. இதன் முகப்புப் பக்கம் இவ்வாறு எழுதப்பட்டுள்ளது.

"கதா மஞ்சரி. சென்னைக் கல்விச் சங்கத்துத் தமிழ்த் தலைமைப் புலமைநடாத்தும் தாண்டவராய முதலியாரால் தொகுத்து சாலிவாகன சக வருடம் 17484-க்கு மேற் செல்லா நின்ற விய வருடத்திற்குச் சரியான கிரீஸ்து 18264-ஆம் வருடத்தின் மேற் சொன்ன கல்விச் சங்கத் தச்சு பதித்தது."

இந்நூலின் பாயிரம் இவ்வாறு எழுதப்பட்டுள்ளது:

"ஸ்ரீ. ரிச்சர்ட்டுக் கிளார்க்குத் துரையவர்கள் சென்னைக் கல்விச் சங்கத்திற் றலைவராயிருந்த காலத்தில், தமிழ்ப் படிப்போர் தொடக்கத்திற் படிக்கத் தக்கதோர் கதைத் திரட்டுவாயென் றேவ மேற்கொண்டு சில கதைகளைச் சந்தி பிரித்தும் புணர்த்தும் பல கதைகளையவ்வா றின்றி யேற்றவாறு சிலவிடத்துச் சந்தி புணராமலும் பலவிடத்துப் புணர்த்துங் கதாமஞ்சரியென்னும் பெயர்தந் திவ்வாறிக் கதை தாண்டவராய முதலியாராற் றொகுக்கப்பட்டது."

மிருதி சந்திரிகை: விவகார சார சங்கிரகம். இதுவும் 1826-இல் அச்சிடப்பட்டது. இதன் முகப்புப் பக்கம் இது:

“தரும நூல். மிருதி சந்திரிகை. விவகார சார சங்கிரகம். சென்னைக் கல்விச் சங்கத்திலிருக்கும் மதுரைக் கந்தசாமிப் புலவரால் செய்யப்பட்டது.”

“இது, சாலிவாகன வருஷம் 1748-வது பார்த்திவ வருஷத்தில் மேற்படி கல்விச் சங்கத்து அச்சிற் பதிக்கப்பட்டது. A.D. 1826. S.S.1748.”

தமிழ் ஹரிச்சுவடி: 1827-இல் அச்சிடப்பட்டது. இதன் முகப்புப் பக்கம் இவ்வாறு எழுதப்பட்டுள்ளது. “தமிழ் ஹரிச்சுவடி, ஆறாவது, பன்முகாண்டம். இந்த தமிழ் பாஷையில் திருத்தமான இலக்கண ஞானம் சம்பாதிக்கிறதில் தமிழ் மாணாக்கர்களுக்கு உதவ ஏற்படுத்திய கண்டமாலையில் ஒன்று.”

“இது சென்னைக் கல்விச் சங்கத்து செக்கிரட்டேரி கேப்டன் ஹென்றி ஹார்க்னெஸ் துரையவர்களாலும் மேற்படி சங்கத்தில் தமிழ்ப்புலவர் திருவேங்கடாசல முதலியாராலும் செய்யப்பட்டது. சென்னபட்டணம் கல்வி சங்கத்து அச்சில் பதிப்பிக்கப்பட்டது. கிரிஸ்து ஆண்டு 18274. சாலிவாஹன சகாப்தம். 1749.”4

கீழ்க்கண்ட நூல்களும் இந்தச் சங்கத்தில் அச்சிடப்பட்டன. எந்த ஆண்டில் அச்சிடப்பட்டன என்பது தெரியவில்லை. ஆனால், 1832-க்கு முன்பு அச்சிடப்பட்டன என்பது தெரிகின்றன.

செந்தமிழ் இலக்கணம்: இது, பெஸ்கி என்னும் வீரமா முனிவர் இலத்தீன் மொழியில் எழுதிய தமிழ் இலக்கணத்தைப் பாபிங்டன் துரையவர்களால் ஆங்கிலத்தில் மொழிபெயர்த்து அச்சிடப்பட்டது. வீரமாமுனிவர் இலத்தீன் மொழியில் எழுதிய தமிழ் இலக்கணமும் இலத்தீன் மொழியிலேயே அச்சிடப்பட்டது.

வால்மீகி இராமாயணம்: உத்தரக்காண்டம், சென்னை கல்விச் சங்கத்தின் தலைமைத் தமிழாசிரியராக இருந்த சிதம்பர வாத்தியார் அவர்களால் மொழி பெயர்க்கப்பட்டது.

நீதிநெறி விளக்கம்: குமரகுருபர சுவாமிகள் இயற்றிய இந்நூல். மதராஸ் சிவில் செர்விஸ் உத்தியோகஸ்தராக இருந்த கனம் ஸ்டோக்ஸ்5 அவர்கள் எழுதிய ஆங்கில மொழி பெயர்ப்புடன் அச்சிடப்பட்டது.

திருவள்ளுவர் குறள், நாலடி நானூறு: மூலம் மட்டும் இதில் அச்சிடப்பட்டன.

இலக்கண வினாவிடை: கல்விச் சங்கத்தின் தலைமைத் தமிழாசிரியராக இருந்த தாண்டவராய முதலியார் இயற்றியது.

பரமார்த்த குருகதை: வீரமாமுனிவர் எழுதிய இக்கதை பாபிங்டன் துரை அச்சிட்டது.

எல்லிஸ் குறள்: எல்லிஸ் துரையவர்கள் ஆங்கிலத்தில் விளக்கவுரை எழுதி அச்சிட்ட நூல்.

ஒரு பத்திரத் திரட்டு: ஆன்றியு ரோபர்ட்சன்6 என்பவரால் 1839-இல் எழுதி அச்சிடப்பட்ட நூல். இதில் கதைகள், மனு எழுத வேண்டிய முறைகள்

முதலியன கூறப்பட்டிருக்கின்றன. தமிழில் வழங்கிய அரபுச் சொற்கள், பாரசீக மொழிச் சொற்கள், இந்துஸ்தானி சொற்கள் முதலியவைகளைக் கூறுகிறார்.

அடிக்குறிப்புகள்
1. Hayley bury.
2. The Honarable East India Company's College.
3. Robert Anderson.
4. இந்த ஆண்டு எண்கள் தமிழ் எண்களால் அச்சிடப் பட்டுள்ளன.
5. H. Stokes.
6. Andrew Robertson.

கையெழுத்துச்சுவடி நூல்நிலையம்

சென்னை அரசாங்கத்துக் கீழ்நாட்டுக் கை யெழுத்துச்சுவடி நூல் நிலையம்1 சென்னப் பட்டினத்தில் இருப்பது பலரும் அறிந்ததே. இந்த நூல் நிலையம் 19-ஆம் நூற்றாண்டில் நிறுவப்பட்டது. இந் நிலையத்தில் தமிழ்ச் சுவடிகளும் இருக்கிறபடியினாலே, இதன் வரலாற்றை அறிவது நலமாகும்.

இந்த நிலையத்தின் ஏட்டுச் சுவடிகளை முதன் முதலாகத் தொகுத்தவர் கர்னல் காலின் மெக்கன்ஸி என்னும் ஆங்கிலேயர். காலின் மெக்கன்ஸி 1753-ஆம் ஆண்டில் இஸ்காத்லாந்து தேசத்தில் பிறந்தவர். கணித சாத்திரத்தை ஆழ்ந்து பயின்றவர். 1782-ஆம் ஆண்டில் ஆங்கிலேயக் கிழக்கிந்தியக் கம்பெனியில் இஞ்சினியர் என்னும் பொறியியல் துறையில் உத்தியோகம் ஏற்றுச் சென்னைக்கு வந்தார். சென்னையிலும் பிறகு இலங்கை, சாவகத்தீவு என்னும் இடங்களிலும் அலுவல் செய்தார். மீண்டும் சென்னைக்கு வந்தார், 1818— ஆம் ஆண்டு சர்வேயர் ஜெனரல் என்னும் உயர்ந்த உத்தியோகம் பெற்றுக் கல்கத்தாவுக்குச் சென்றார். அங்குத் தமது அறுபத்தெட்டாவது வயதில் 1821-இல் காலமானார்.

இவர் சென்னையில் அலுவல் செய்தபோது தெற்கே கன்னியாகுமரி முதல் வடக்கே கிருஷ்ணா நதிவரையில் தமது உத்தியோக அலுவலின் பொருட்டு அடிக்கடி சுற்றுப் பிராயணம் செய்தார். இந்தப் பிரயாண வாய்ப்பைப் பயன்படுத்திக்கொண்டு, தாம் சொல்லும் இடங்களிலுள்ள ஏட்டுச் சுவடி நூல்களை வாங்கித் தொகுத்தார். இவ்வாறு நமது நாட்டு இலக்கியம், சரித்திரம், பூகோளசாத்திரம், வைத்தியம், புராணம் முதலிய நூல்களின் சுவடிகளைச் சேர்த்துத் தொகுத்தார்.

ஏட்டுச் சுவடிகளைச் சேகரிப்பதற்கும் சாசனங்களைப் பிரதி எழுதுவதற்கும் சிலரைச் சம்பளங்கொடுத்து அமர்த்தியிருந்தார். இவர் தொகுத்த ஏட்டுச் சுவடிகள் தமிழ், தெலுங்கு, கன்னடம், மலையாளம், மராத்தி, அரபி, பாரசீகம்,

சமஸ்கிருதம் முதலிய மொழிகளில் இருந்தன. இவர் கல்கத்தாவுக்குச் சென்றபோது, இச் சுவடிகளையும் தம்முடன் கொண்டு போனார். கொண்டுபோய் இந் நூல்களுக்குப் பட்டியல் எழுதத் தொடங்கினார். ஆனால், எழுதி முடிப்பதற்கு முன்னரே காலமானார்.

மெக்கன்ஸி காலமான பிறகு இவருடைய ஏட்டுச் சுவடிகளை இவருடைய மனைவியரிடமிருந்து அரசாங்கத்தார் விலை கொடுத்து வாங்கினார்கள். அக்காலத்தில் கவர்னர் ஜெனரலாக இருந்த ஹேஸ்டிங்ஸ் பிரபு, கிழக்கிந்தியக் கம்பெனி டைரக்டர்களின் அனுமதிபெற்று இந்தச் சுவடிகளைப் பத்தாயிரம் பவுன் விலை கொடுத்து வாங்கிக் கல்கத்தாவிலிருந்த ஆசிய சங்கத்தாரிடம்2 ஒப்படைத்தார்.

இந்த ஏட்டுச் சுவடிகளில் தென் இந்திய மொழிகளான தமிழ், தெலுங்கு, கன்னடம், மலையாளம் என்னும் மொழிகளில் உள்ள சுவடிகள் 1828-ஆம் ஆண்டு சென்னைக் கல்விச் சங்கத்துக்கு அனுப்பப்பட்டு, அச்சங்கத்தின் புத்தக சாலையில் வைக்கப்பட்டன. இங்கு இந் நூல்களுக்குப் பட்டியல் விவரம் எழுதப்படாமலே இருந்தன. சென்னைக் கல்விச் சங்கத்தில் உபயோகப்படுத்தப்படாமல் கிடந்த இச் சுவடிகளைத் தம்மிடம் சேர்ப்பிக்கும்படி சென்னை இலக்கியச் சங்கத்தார்3 அரசாங்கத்தாரைக் கேட்டுக் கொண்டார்கள். இச்சங்கத்தின் வேண்டுகோளின்படி சென்னைக் கல்விச் சங்கத்தி லிருந்த ஏட்டுச்சுவடிகளை 1830-ஆம் ஆண்டு அரசாங்கத்தார் சென்னை இலக்கியச் சங்கத்திடம் சேர்ப்பித்தனர்.

இங்கிலாந்திலே ஈஸ்ட் இந்தியா ஹவுஸ்4 என்னும் நிலையத்திலும் ஏட்டுச் சுவடிகள் இருந்தன. அச்சுவடிகளில் தமிழ் தெலுங்கு கன்னடம் முதலிய தென் இந்திய மொழிகளின் சுவடிகள் பயன்படுத்தப்படாமல் வாளாவிருந்தன. பயன்படுத்தப் படா மலிருந்த அந்தச் சுவடிகளையும் சென்னையில் உள்ள மெக்கன்ஸி தொகுத்த ஏட்டுச் சுவடிகளுடன் சேர்த்துவிடவேண்டும் என்று சென்னை இலக்கியச் சங்கம் 1843-ஆம் ஆண்டில் அரசாங்கத்தாரைக் கேட்டுக்கொண்டது. இச்சங்கத்தின் வேண்டுகோளின்படி, அரசாங்கத்தார் அங்கிருந்த ஏட்டுச் சுவடிகளை 1845-ஆம் ஆண்டு "டியூக் ஆவ் கார்ன்வால்" என்னும் கப்பலில் ஏற்றிச் சென்னை இலக்கியச் சங்கத்துக்கு அனுப்பினார்கள்.

1847-ஆம் ஆண்டில் சென்னை இலக்கியச் சங்கத்தினிடம் இருந்த ஏட்டுச் சுவடி நூல் நிலையத்தில் ஐந்து தொகுப்புகள் இருந்தன. அவை:

1. இந்தியா ஹவ்ஸிலிருந்து அனுப்பப்பட்ட சுவடிகள். இதில் டாக்டர் லைடனுடைய5 தொகுப்பும் அடங்கிருந்தது.
2. பிரௌன்6 என்பவருடைய தொகுப்பு.
3. கல்கத்தாவிலிருந்து வந்த மெக்கன்ஸியின் தொகுப்பு.
4. காலேஜின் (சென்னைக் கல்விச் சங்கம்) புத்தகாலயத் தொகுப்பு.
5. இலக்கியச் சங்கத்தின் தொகுப்பு.

இலக்கியச் சங்கத்திலிருந்த ஏட்டுச்சுவடிகள் பிறகு சென்னைக் கல்விச் சங்கத்துக்கு மாற்றப்பட்டன. 1853-இல் இந்த ஏட்டுச் சுவடிகளுக்கு விளக்கமான பட்டியல் எழுதப்பட்டது. பட்டியலை எழுதியவர் உல்லியம் தய்லர்7 என்பவர்.

பிறகு, சுவடிகள் சென்னை மாகாணக் கல்லூரி நூல் நிலையத்துடன் சேர்க்கப்பட்டு "அரசாங்கத்துக் கிழக்கு நாட்டுக் கையெழுத்து நூல் நிலையம்"8 என்னும் பெயர் பெற்றது. 1867-இல் இந்த நூல் நிலையம் கல்வித்துறைத் தலைவர்9 பொறுப்பில் ஏற்பிக்கப்பட்டது. 1868-ஆம் ஆண்டு சென்னை மாகாணக் கல்லூரியின் சமஸ்கிருத ஆசிரியரிடம் இந்தப் புத்தகசாலையின் சில பொறுப்புகள் ஏற்பிக்கப்பட்டன. அவர் புதிய சமஸ்கிருத ஏட்டுச் சுவடிகளையும் தமிழ், தெலுங்கு, கன்னடம் முதலிய ஏட்டுச் சுவடிகளையும் சேகரிக்கவும், அவற்றிற்கு விளக்கமான பட்டியல் எழுதவும் கடமையளிக்கப்பட்டார். 1869-ஆம் ஆண்டு இப்புத்தக சாலையின் முழு ஆட்சிப் பொறுப்பும் மாகாணக் கல்லூரியின் சமஸ்கிருத ஆசிரியரிடம் ஒப்படைக்கப்பட்டது. 1873-ஆம் ஆண்டு இதன் தலைவர் குயூரேட்டர்10 என்னும் பெயருடன் பொறுப்பேற்றார்.

அடிக்குறிப்புகள்

1. Madras Govt. Oriental Mss. Library.
2. Asiatic Association.
3. Madras Liberary Society and Auxiliary of the Royal Asiatic Society.
4. East India House.
5. Dr. Leyden's Collection.
6. Mr. Brown's Collection.
7. William Taylor.
8. Government oriental Mss. Library. Madras.
9. The Director of Public Instruction.
10. Curator.

சாசன எழுத்து, பழம்பொருள் ஆய்வு

(எபிகிறாபியும் ஆர்க்கியாலஜியும்)

பழைய சாசன எழுத்துக்களின் ஆராய்ச்சியும் பழம் பொருள்களின் ஆராய்ச்சியும் அண்மைக் காலத்திலே மேல் நாடுகளில் புத்தம்புதிதாக ஏற்பட்ட சாத்திரக் கலைகளாகும். இவை பழைய எழுத்துச் சாசனங்களை ஆராய்வதும் பழைய கலை நாகரிகம் முதலியவைகளை ஆராய்வதும் ஆகும். இவ்வாராய்ச்சிகளினாலே பன்னூற்றாண்டுகளுக்கு முன்னமே மறைந்-

துபோன பல செய்திகளை அறியலாம். நமது நாட்டை அரசாண்ட ஆங்கிலேயர் இந்த ஆராய்ச்சிக் கலைகளை நமது நாட்டிலே சென்ற 19-ஆம் நூற்றாண்டிலே அமைத்தார்கள். இந்தக் கலைத் துறைகளை ஆராயும் இலாகா ஏற்பட்டபிறகு, நமது இந்திய நாட்டிலே பல நூற்றாண்டுகளாக மறைந்து கிடந்த பல சரித்திர உண்மைகள் புத்தம் புதிதாகக் கண்டு பிடிக்கப்பட்டன.

இந்த இலாகாவினால் தமிழ் நாட்டுக்குப் பெரும் பயன் ஏற்பட்டிருக்கிறது. இந்த இலாகாவினால் ஏற்படும் நன்மைகளைப் பொதுஜனங்கள் இன்னும் நன்றாகத் தெரிந்துகொள்ளவில்லை. இவ்வாறு ஓர் இலாகா இருக்கிறது என்பதையே பலர் அறியாமலிருக்கின்றனர். மறைந்துபோன பழைய தமிழரின் கலை, நாகரிகம், சரித்திரம், பண்பாடு முதலியவற்றை அறிந்து கொள்ள இந்த ஆராய்ச்சித்துறை பேருதவியாக இருப்பதுடன் தமிழ் இலக்கியம் சம்பந்தமாகவும் பல செய்திகளைத் தெரிந்துகொள்ளப் பேருதவியாக இருக்கின்றது. சென்ற 19-ஆம் நூற்றாண்டிலே ஏற்படுத்தப்பட்ட இந்த இலாகாக்களின் வரலாற்றினைச் சுருக்கமாகக் கூறுவோம்.

ஆங்கிலேயக் கிழக்கு இந்தியக் கம்பெனியார் இந்தியா தேசத்துக்கு வந்து வாணிகம் செய்துகொண்டே சிறிது சிறிதாக நாட்டைக் கைப்பற்றி ஆட்சி செய்யத் தலைப்பட்டனர். ஆங்கில அரசாங்க ஊழியர்களாக இங்கிலாந்து தேசத்திலிருந்து பலர் இங்கு வந்தார்கள். அவர்களில் சர் வில்லியம் ஜோன்ஸ் என்பவரும் ஒருவர். இவர் சுப்ரீம் கோர்ட்டு நீதிபதியாக நியமனம் பெற்றுக் கி.பி. 1783-ஆம் ஆண்டு கல்கத்தாவுக்கு வந்தார். இவர் வந்து அலுவல் செய்யத் தொடங்கியபின், கிழக்கிந்திய நாடுகளின் கலைகளையும் இலக்கியங்களையும் ஆராய்ந்தறிய ஒரு நிலையத்தை ஏற்படுத்தவேண்டும் என்று கருதினார்.

அதன்படியே 1784-ஆம் ஆண்டு ஜனவரித் திங்களில் கல்கத்தால நகரத்தில் ஒரு கூட்டம் கூட்டப்பட்டு ஆசிய சங்கம்1 என்னும் பெயருடைய ஒரு சங்கம் ஏற்படுத்தப்பட்டது. இந்தச் சங்கத்தின் ஆதரவில் “ஆசிய நாட்டு ஆராய்ச்சிகள்2 என்னும் திங்கள் இதழ் ஆங்கிலத்தில் வெளியாயிற்று. பழைய கட்டடங்கள், பழைய சிற்பக்கலைகள், பழைய சாசனங்கள், பழைய நாணயங்கள், இந்திய மொழிகளின் இலக்கியங்கள் முதலியவற்றின் ஆராய்ச்சிக் கட்டுரைகள் இந்தத் திங்கள் இதழில் எழுதப்பட்டன.

ஏறக்குறைய 2000 ஆண்டுகளுக்கு முன்பு இந்திய தேசத்தின் வடமேற்குப் பகுதிகளில் வழங்கிவந்த ‘கரோஷ்டி’ எழுத்து சாசனங்களும், இந்தியாவின் மற்றப்பகுதிகளில் வழங்கிவந்த “பிராமி” எழுத்துச் சாசனங்களும் அக்காலத்தில் புதிதாகக் கண்டுபிடிக்கப்பட்டன. ஆனால் அந்தச் சாசன எழுத்துக்களைப் படிக்க யாராலும் முடியவில்லை. மிகப் பழமைவாய்ந்த அந்த எழுத்துக்கள் பல நூற்றாண்டுகளுக்கு முன்னே மறைந்துபோக, புதிய புதிய எழுத்துக்கள் தோன்றி வழங்கி வந்தபடியினாலே, அப்பழைய எழுத்துக்கள் மறக்கப்பட்டு மறைந்துபோயின. ஆனால், கற்களில் எழுதிவைக்கப்பட்ட

அந்தப் பழைய எழுத்துச் சாசனங்கள் அழியாமல் கிடந்தன. ஆனால், அந்தச் சாசன எழுத்துக்களைப் படிக்கத் தெரிந்தவர்கள் ஒருவரும் இலர். அந்த எழுத்துக்கள் பெரும் புதிராக இருந்தன. சில அறிஞர்கள் அந்தச் சாசன எழுத்துக்களைப் படிப்பதற்குத் திறவுகோலைக் காண முயன்றனர்.

இப்படி இருந்தபோது, மேற்படி 'ஆசிய சங்கத்தின்' செயலாளராக இந்த ஜேம்ஸ் பிரின்ஸெப்3 அவர்கள், பலநாள் உழைத்து ஆராய்ந்து, பிராமி எழுத்துச் சாசனத்தைப் படிப்பதற்கு ஒரு திறவுகோலைக் கண்டு பிடித்தார். இந்தியாவின் வடமேற்குப் பகுதியில் மிகப் பழைய காலத்தில் வழங்கிவந்த நாணயங்களில் ஒருபக்கம் பிராமி எழுத்தும், மற்றொரு பக்கம் கிரேக்க எழுத்தும் எழுதப்பட்டிருந்தன. கிரேக்க எழுத்துக்களின் உதவியினால் அந்நாணயங் களில் இருந்த பிராமி எழுத்துக்களை இவர் வாசித்தார். இவ்வாறு சில பிராமி எழுத்துக்களின் ஒலிகளைத் தெரிந்து கொண்டு, பின்னர் மேலும் ஆராய்ந்து மற்றப் பிராமி எழுத்துக்களின் ஒலியையும் கண்டறிந்தார்.

இவ்வாறு மறைந்து மறக்கப்பட்டுக் கிடந்த பிராமி எழுத்துக்களைப் படிப்பதற்குத் திறவுகோல் கண்டுபிடிக்கப்பட்டபடியால், பிராமி எழுத்துச் சாசனங்கள் வாசித்துப் பொருள் அறியப்பட்டன. பிறகு இவ்வாறே கரோஷ்டி எழுத்தும் வாசிக்கப்பட்டன. இவ்வாறு அறிஞர்கள் ஊக்கத்தோடும் விடா முயற்சியுடனும் முயன்று திறவு கோலைக் கண்டுபிடிக்காம லிருந்தால், இந்தப் பழைய சாசனஎழுத்துக்கள் படிக்கப்படாமலே இருந்திருக்கும். இந்தச் சாசனங்கள் படிக்கப்பட்ட பிறகு. கி.மு. மூன்றாம் நூற்றாண்டில் அரசாண்ட அசோக சக்கரவர்த்தியின் காலத்துச் சரித்திரங்கள் அறியப் படலாயின. நிற்க

அலெக்சாண்டர் கன்னிங்காம்4 அவர்கள், இந்திய அரசாங்கத்தில் உத்தியோகஸ்தராக இருந்தவர். இவர் தனிப்பட்ட முறையில், இந்தியப் பழம்பொருள் ஆராய்ச்சியையும் பழைய நாணயங்களைப் பற்றிய ஆராய்ச்சியையும் தமது பொழுது போக்காகக் கொண்டிருந்தார். இவர் 1848-ஆம் ஆண்டில் கல்கத்தா சங்கத்தின்திங்கள் இதழில்5 இந்தியாவில் ஆர்க்கியாலாஜி துறையை ஏற்படுத்துவது பற்றிக் கட்டுரை எழுதினார், அந்தக் கட்டுரையில், இந்தியதேசக் கலை, பண்பாடு, மதம் முதலியவற்றை அறிந்து சாசன ஆராய்ச்சி, பழைய நாணய ஆராய்ச்சி முதலியவற்றில் தேர்ச்சியுள்ள ஒருவரைப் பழைய கட்டடச் சின்னங்களைப் பாதுகாக்கும் உத்தியோகஸ்தராக நியமிக்க வேண்டும் என்று அவர் எழுதியிருந்தார். ஆனால், அக்காலத்திலிருந்த ஆங்கிலக் கிழக்கிந்தியக் கம்பெனி அரசாங்கம் இவருடைய யோசனையை ஏற்றுக் கொள்ளவில்லை.

பிறகு, கம்பெனி ஆட்சியிலிருந்து இந்திய தேசஅரசாட்சி, இங்கிலாந்து தேசத்து மன்னர் ஆட்சிக்கு மாற்றப்பட்டபோது, கானிங்கு பிரபு இந்தியா தேசத்தின் முதலாவது அரசப் பிரதிநிதியாக வந்தார். அவர், சில அறிஞர்களின் வேண்டுகோளுக் கிணங்கி, வட இந்தியாவுக்கு மட்டும் ஆர்க்கியாலஜி இலாகாவை ஏற்படுத்தினார். ஆகவே, அலெக்சாண்டர் கன்னிங்காம் அவர்-

கள் இந்த இலாகாவின் உத்தியோகஸ்தராக 1862-ஆம் ஆண்டில், 'ஆர்க்கியாலஜி சர்வேயர்' ஆக நியமிக்கப்பட்டார். இவர் நான்கு ஆண்டு இந்த உத்தியோகத்தில் இருந்தார். பிறகு 18-ஆம் ஆண்டு இந்த இலாகா மூடப்பட்டது. மேயோ பிரபு அரசப் பிரதிநிதியாக இருந்த காலத்தில் 1870-ஆம் ஆண்டில் மீண்டும் இந்த இலாகா தொடங்கப்பட்டு, அலெக்சாண்டர் கன்னிங்காம் அவர்களே இதன் தலைமை உத்தியோகஸ்தராக நியமிக்கப்பட்டார். இந்த இலாகா வட இந்தியாவுக்கு மட்டும் ஏற்பட்டிருந்தது.

1874-ஆம் ஆண்டில் இந்தியாவின் தென் பகுதிக்கும் ஆர்கியாலஜி இலாகா ஏற்பட்டது. ஆங்கிலேயர் ஆட்சிக் காலத்தில் பிரிக்கப்பட்டிருந்த பம்பாய் மாகாணம் சென்னை மாகாணம் என்னும் இரண்டு மாகாணங்களுக்கும் இந்த இலாகா ஏற்பட்டிருந்தது. அதாவது மேற்கு இந்தியாவுக்கும் தென் இந்தியாவுக்கும் இந்த இலாகா அமைந்திருந்தது. எனவே, தமிழ் நாட்டுக்கு ஆர்க்கியாலஜி இலாகா ஏற்பட்டது. இந்த ஆண்டில் தான். இந்த இலாகாவின் தலைமை அலுவலாளர் 'அரசாங்க ஆர்க்கியாலஜிகல் சர்வேயரும் அறிக்கையாளரும்' என்று பெயர் பெற்றிருந்தார்.6 பிறகு 1878-ஆம் ண்டில் 'புதைபொருள் உரிமைச்சட்டம்'7 ஏற்படுத்தப்பட்டது.

வட இந்திய ஆர்க்கியாலஜி இலாகாவின் தலைவராக இருந்த அலெக்சாண்டர் கன்னிங்காம் அவர்கள் 1885-ஆம் ஆண்டில் அலுவலி லிருந்து விலகிக்கொண்டு ஒய்வு பெற்றுக்கொண்டார். இந்த ஆண்டிலே, வட இந்திய தென் இந்திய இலாக்காக்கள் இரண்டும் ஒன்றாக இணைக்கப்பட்டு இந்திய தேசம் முழுவதுக்கும் ஒரே ஆர்க்கியாலஜி இலாகா ஏற்படுத்தப்பட்டது. இந்த இலாகாவின் தலைவர், டைரக்டர் ஜெனரல் ஆப் ஆர்க்கியாலஜி8 என்று பெயர் பெற்றார். இந்த இலாகாவின் தலைவராக முதன் முதல் அலுவல் செய்தவர் டாக்டர் ஜேம்ஸ் பர்கஸ்9 என்பவர். இவர் காலத்தில், சாசன எழுத்துக்களை ஆராய்ந்து சாசனங்களை அச்சிடுவதற்கு எபிகிராபிஸ்டு என்னும் பெயருள்ள ஒரு சாசன ஆராய்ச்சியாளர் ஏற்படுத்தப்பட்டார். முதன் முதலாக சாசன எழுத்து ஆராய்ச்சியாளராக இருந்தவர் Dr. E.Hultzsch என்பவர். இவர் தென் இந்திய சாசன எழுத்து ஆராய்ச்சியில் தேர்ந்த நிபுணர். அன்றியும் வட மொழி, பாலி மொழி சாசன எழுத்து ஆராய்ச்சியிலும் வல்லவர்.

சென்ற 19-ஆம் நூற்றாண்டிலே தென் இந்திய சாசனங்கள், இந்திய சாசனங்கள், இந்தியப் பழஞ் செய்திகள்10 என்னும் பெயருள்ள வெளியீடுகள் வெளிவந்தன. இந்த வெளியீடுகளில் ஏனைய இந்திய மொழிகளின் சாசனங்களும் வரலாறுகளும் இடம் பெற்றது போலவே தமிழ்ச் சாசனங்களும் வரலாறுகளும் இடம் பெற்றுத் தமிழகத்தின் வரலாறு, கலை, நாகரிகம் முதலியவை ஆராயப் பெற்றன.

தென் இந்திய சாசனங்கள் என்னும் சாசன வெளியீட்டின் முதல் தொகுதி 1890-ஆம் ஆண்டில் வெளியிடப்பட்டது. தமிழ், தெலுங்கு, கன்னடம் என்-

னும் மூன்று மொழிகளிலுள்ள பழைய சாசனங்கள் இவற்றில் இடம் பெற்றன. இவற்றை ஆராய்ந்து வெளியிட்டவர் மேற்கூறப்பட்ட Dr. E. Hultzsch ஆவர். 'தென் இந்திய சாசனங்கள்' என்னும் வெளியீடு இன்றும் தொடர்ந்து அவ்வப்போது வெளியிடப்படுகின்றன. இதுவரையில் பதின்மூன்று தொகுதிகள் வெளிவந்துள்ளன. பழையசாசன எழுத்துக்களைப் படி எடுத்து படித்து ஆராய்ந்து வெளியிடுவது எளிய காரியம் அன்று. ஏட்டுச் சுவடிகளை ஆராய்ந்து படித்து, படி எடுத்து அச்சுப் புத்தகமாக அச்சிடுவதில் என்னென்ன துன்பங்கள் உள்ளனவோ அத்தனைத் துன்பங்களும் சாசனங்களை ஆராய்ந்து அச்சிடுவதிலும் உள்ளன. இந்தத் துன்பங்களையும் இன்னல்களையும் Dr. E. Hultzsch அவர்கள், 'தென் இந்திய சாசனங்கள்' முதல் தொகுதியின் முகவுரையில் நன்கு விளக்கி எழுதியுள்ளார். அவர் எழுதியதன் தமிழாக்கத்தைக் கீழே தருகிறேன்:-

"......... பழைய காலத்துச் சாசனங்களை நன்றாகப் பதிப்பிப்பதற்குத் தேச பாஷைகளையும் வட மொழியையும் மேற்போக்காகக் கற்றுக்கொண்டால் போதுமானது என்ற எண்ணம் பொதுவாக எல்லோரிடத்திலும் இருந்து வருகிறது. ஆனால், இந்த வேலையைச் செய்வதற்கு அந்தந்த மொழிகளைப் பற்றிய தேர்ந்த அறிவும், ஐரோப்பிய முறைப்படி கற்ற மொழிநூல் ஆராய்ச்சியும் இலக்கிய ஞானமும் வேண்டியிருப்பதோடு, 'சயன்ஸ்' என்னும் சாத்திரங்களை அறிவதற்கு இன்றியமையாமல் வேண்டியிருக்கிற உண்மையைக் காண வேண்டும் என்னும் ஆசையும், பொறுமையோடு கூடிய அக்கறையும் விருப்பமும் இந்த ஆராய்ச்சிக்கும் வேண்டியதாக இருக்கின்றன. திரு வெங்கையாவைப்11 போன்ற சுதேச இளைஞர்களான பல்கலைக்கழகப்பட்ட தாரிகள், கவனிக்கப்படாமல் இருக்கிற தென் இந்திய சாசன ஆராய்ச்சியைத் தாங்களும் மேற்கொண்டு ஆராய்வார்கள் என்று நம்பிக்கை கொள்வோமாக.

"சாசனங்கள் ஏராளமாக உள்ளன. பல சிக்கல் உள்ளதும் விளங்காமலிருப்பதுமான சரித்திரச் செய்திகள் சிக்கறுக்கப்பட்டுத் தெளிவுபட வேண்டும். இந்தத் துறையில் தகுதி வாய்ந்தவர்கள் பலருக்கு இந்த ஆராய்ச்சியில் இடமிருக்கிறது.

"தமிழ்ச் சாசனங்களைப் பதிப்பிக்கும்போது சில விஷயங்களைக் கவனிக்க வேண்டும். மூல சாசனத்திலே சில சொற்களின் எழுத்துக்கள் ஒரே விதமாக எழுதப்படாமலிருப்பதனாலே சாசனப் பதிப்பாளர் சரியான சொல்லையும் பிழையான சொல்லையும் விளக்கிக் காட்ட வேண்டியவராக இருக்கிறார். உதாரணமாக எடுத்துக் காட்டுவோம்: ந், ர் என்னும் எழுத்துக்கள் ன், ற் என்னும் எழுத்துக்களாக மாறுகின்றன. நெட்டெழுத்துக்களான ஏ, ஓ என்னும் எழுத்துக் களை எ, ஒ என்னும குற்றெழுத்துக்களிலிருந்து பிரித்து அறிந்து கொள்ள முடியவில்லை.12 இகர உகர நெட்டெழுத்துக்கள் மிக அருமையாகச் சாசனங்களில் உபயோகப் படுத்தப்பட்டுள்ளன. மெய் எழுத்துக்களின் மேல் இடவேண்டிய புள்ளிகள், இடப்படாமலிருக்கின்றன. மிக

அருமையாக மட்டும் புள்ளிகள் இடப்பட்டுள்ளன.13

சில எழுத்துக்கள் உருவ அமைப்பு இன்ன எழுத்து என்று தெரிந்து-கொள்ள முடியாதபடி எழுதப்பட்டுள்ளன. முக்கியமானது ர என்னும் எழுத்து. இந்த எழுத்து ஆகாரத்தைக் குறிக்கும் காலாகவும். ரகரமாகவும் ர் என்னும் மெய்யெழுத்தாகவும் இப்போதைத் தமிழ் எழுத்தில் காண்ப்படுகின்றது. கொ என்னும் எழுத்தைச் சாசனத்தில் கொ என்றும், கோ என்றும், கெர் என்-றும், கேர் என்றும், கெர என்றும், கேர என்றும் வாசிக்கலாம். பழைய தமிழ் எழுத்துக்கள் தமிழரைக்கூடச் சில சமயங்களில் மயக்குகின்றன என்பதற்கு ஒர் உதாரணம் காட்டுவோம்: இராசேந்திர சோழ தேவரின் சாசனம் ஒன்றில் கொளா என்று எழுதப்பட்டிந்ததை ஒருவர் கொள்ள என்று எழுதினார்.14 இதன் சரியான வாசகம் கேரளர் என்பது. இராசேந்திர சோழ தேவரின் சிறப்-புப் பெயர் கொபரகேசரிபனம் என்று சாசனத்தில் காணப்படுகிறது. கோபரகே-சரிபன்ம என்று எழுதவும் படிக்கவும் படவேண்டிய இது கோபாகேசரி வர்ம என்று எழுதவும் படிக்கவும் படுகிறது.

“தமிழ்ச் சாசன எழுத்துக்களின் இடையிடையே கிரந்த எழுத்துக்களும் சொற்களும் எழுதப்பட்டிருப்பதும் மற்றொரு விசித்திரமாகும்.”

இதனால், சாசன எழுத்துக்களைப் பெயர்த்தெழுதுவோர் அடையும் துன்-பங்கள், ஏட்டுச் சுவடிகளிலிருந்து அச்சுப் புத்தகமாக அச்சிடுவோர் அடை-கிற துன்பங்களைப் போன்றதே என்பது தெரிகிறது.

பழைய சாசனங்களை வெளியிடுவதன் நோக்கத்தை அதன் முதல் பதிப்-பாசிரியராகிய Dr. E. Hultzsch அவர்கள் முதல் தொகுதியின் முக-வுரையில் தெளிவாகக் கூறுகிறார். அது வருமாறு. “இந்தத் தொகுதியை ஆயத்தப்படுத்தியதன் நோக்கம்; சாசனத்தில் உள்ள சிறு குறிப்புகளையும் உள்ளது உள்ளபடியே தவறில்லாமல் சரியானபடி பெயர்த்தெழுதுவது ஒன்று. ஒவ்வொரு சாசனத்தையும் ஆங்கிலத்தில்) மொழிபெயர்த்தெழுதுவது மட்டும் அல்லாமல், அவற்றிலிருக்கும் சரித்திரச் செய்திகளையெல்லாம் எடுத்து வேறு சான்றுகளுடன் ஒத்திட்டுப் பார்த்துத் தெளிவுபடுத்தி முடிவு காண்பதும், இவ்-வாறு காணப்பட்ட முடிவைக்கொண்டு தென் இந்திய சரித்திரம் எழுத உதவி செய்வதும் இரண்டாவது நோக்கமாகும்.”15

இவர் எழுதியது போலவே, இந்தச் சாசனங்களை ஆராய்ச்சி செய்த-தன்பயனாகத் தென்னிந்திய சரித்திரமும் தமிழ்நாட்டுச் சரித்திரமும் இப்போது நமக்குக் கிடைத்துள்ளன. முழுவதும் மறக்கப்பட்டு மறைந்து கிடந்த பல்லவ மன்னர் சரித்திரம் இப்போது பெருவாரியாகக் கிடைத்திருப்பதோடு பழைய காலத்துச் சேர சோழ பாண்டியர் குறுநில மன்னர் முதலியவர்களின் வரலா-றுகளும் கிடைத்துள்ளன. இவை எல்லாம் சென்ற 19-ஆம் நூற்றாண்டில் ஏற்பட்ட எபிகிராபி, ஆர்க்கியாலஜி இலாக்காக்களினால் நமக்குக் கிடைத்-துள்ள நன்மைகளாகும்.

"இந்தியப் பழமை ஆராய்ச்சி"16 என்னும் ஆங்கிலத்திங்கள் இதழ் 1872-ஆம் ஆண்டு ஜனவரித் திங்களில் தொடங்கப்பட்டது. இதன் ஆசிரியரான டாக்டர் ஜேம்ஸ்பர்கஸ் அவர்கள் இதைத் தமது சொந்தப் பொறுப்பில் நடத்தினார். பிறகு உடல் நலம் இல்லாத காரணத்தினால் ஆசிரியர் பொறுப்பை இவர் விட்டபொழுது, 1885- ஆம் ஆண்டு ஜனவரித் திங்கள் முதல் டாக்டர் பிளீட்17 அவர்களும் காப்டன் டெம்பிள்18 அவர்களும் இதன் கூட்டாசிரியர்களாக இருந்து இதனை நடத்தினார்கள். 1892-ஆம் ஆண்டில்முன்னையவர் விலகிக்கொண்ட பிறகு பின்னையவர் இதன் ஆசிரியராக இருந்தார்.

"இந்தியப் பழமை ஆராய்ச்சி" என்னும் இதழ் வெளியிடப் பட்டதன் நோக்கம் என்னவென்றால் இந்தியத் தொல் பொருள் ஆராய்ச்சி, பூகோள ஆராய்ச்சி (பழைமையும் புதுமையும்), சரித்திர ஆராய்ச்சி, பழங்காசு ஆராய்ச்சி, மொழி இலக்கியம் நாட்டுப் பாடல்கள் முதலியவற்றின் ஆராய்ச்சி முதலிய வற்றைப் வெளியிடு வதாகும். இந்திய தேசத்துப் பழைய சாசனங்களை ஆராய்வதும் இதன் முக்கிய நோக்கமாகும்.

இந்த இதழ் நடந்துவந்த காலத்தில், 1888-ஆம் ஆண்டில் இந்திய அரசாங்கத்தார் இந்திய சாசனம்19 என்னும் இதழை வெளியிட விரும்பினார்கள். ஆகவே அரசாங்கத்தார், "இந்தியப் பழமை ஆராய்ச்சி" இதழாசிரியருடன் கலந்து யோசித்து அந்த இதழின் காலாண்டு இணைப்பு வெளியீடாக "இந்திய சாசன"த்தை வெளியிடு வதென்று முடிவு செய்தனர். அதன்படியே இது 1892-ஆம் ஆண்டுமுதல் வெளிவந்தது. இவ்வாறு "இந்திய சாசனம்" 1920-ஆம் ண்டு வரையில் நடந்த பிறகு, இதனை அரசாங்கத்தார் தமது சொந்தப் பொறுப்பில் ஏற்று நடத்தினார்கள்.

"இந்தியப் பழைமை ஆராய்ச்சி", "இந்திய சாசனம்", "தென் இந்திய சாசனங்கள்" என்னும் ஆங்கில வெளியீடுகளுக்கும் தமிழுக்கும் என்ன தொடர்பு உண்டு என்று சிலர் கருதக்கூடும். மேற்போக்காகப் பார்த்தால் இவற்றிற்கும் தமிழுக்கும் யாதொரு தொடர்பும் இல்லாதது போலத் தோன்றும். பழைய இந்திய நாட்டுச் சரித்திரம், கலை, நாகரிகம், பண்பாடு முதலியவற்றை அறிவதற்கு இந்த வெளியீடுகள் பெரிதும் பயன்பட்டது போலவே, தமிழ்நாட்டு வரலாறு, கலை, நாகரிகம், பண்பாடு முதலியவற்றை அறிவதற்கும் இந்த இதழ்கள் உதவியாக இருந்தன். இந்த இதழ்கள் வெளிவராமலிருந்தால் இவைகளையெல்லாம் நாம் அறிந்திருக்க முடியாது.

உதாரணமாக, அசோக சக்கரவர்த்தி காலத்துக்கும் மொகலாய சக்கரவர்த்திகள் காலத்துக்கும் இடைப்பட்ட காலத்தில், இந்திய தேசத்து வரலாறு அறிய முடியாமல் அந்தக் காலத்தில் இருளடைந்திருந்தது. இந்த இதழ்கள் தோன்றிச் சாசனங்களையும் பழம் பொருள்களையும் ஆராய்ந்து வெளியிட்ட பிறகு, இருளில் மறைந்து கிடந்த உண்மைகளும் வரலாறுகளும் வெளிப்பட்டு,

பழைய வரலாறுகள் எழுதப்பட்டன. அவ்வாறே தமிழ் நாட்டுச் சரித்திரம், கலை, பண்பாடு முதலிய செய்திகள் இருளில் மறைந்து கிடந்தவை, இந்த இதழ்கள் தோன்றி, சாசனங்களும் பழம் பொருள்களும் ஆராய்ந்து வெளி-யிடப்பட்ட பிறகு அவையெல்லாம் நமக்குத் தெரியவந்தன. மறைந்து சிடந்த அரசர் வரலாறு, சேர சோழ பாண்டியர் வரலாறு முதலியவை இந்த

இதழ்கள் வெளிவந்த பிறகுதான் நமக்குத் தெரிய வந்தன. சென்ற 19-ஆம் நூற்றாண்டிலே இவை தமிழிலக்கிய வளர்ச்சிக்குப் பயன்படவில்லை யானாலும், இந்த 20-ஆம் நூற்றாண்டிலே இந்த இதழ்கள் தமிழ் ஆராய்ச்சி, தமிழ் நாட்டு வரலாற்றாராய்ச்சி முதலியவைகளுக்குப் பெரிதும் உதவியாக உள்ளன. மறைந்துபோன சேர, சோழ, பாண்டிய, பல்லவ அரசர்களின் வரலாறுகளை அறிவதற்கும், மறைந்து கிடந்த தமிழ்ச் சாசனங்களைப் படித்-தறிவதற்கும் இந்த வெளியீடுகள் காரணமாக இருந்தன; இருக்கின்றன என்-பதை நாம் மறக்க முடியாது.

இன்னும் மறைந்து கிடக்கிற தமிழ்நாட்டுச் சாசனங்களையும் பழம்பொ-ருள்களையும் கண்டுபிடித்து வெளிப்படுத்துமாறு ஆர்க்கியாலஜி, எபிகிறாபி இலாக்காக்களைத் தமிழர் பயன்படுத்திக் கொள்ள வேண்டும்.

அடிக்குறிப்புகள்

1. Asiatic Society. 2. Asiatic Researches
3. James Prinsep 4. Alexander Cunningham
5. Journal of the calcutta society.
6. Archaelogical surveyor and Reporter to Government.
7. The Indian Treasure Trove Act. (Act vi of 1878)
8. The Director - General of Archaeology.
9. Dr. James Burges
10. South Indian Inscriptions, Epigraphia Indica, Indian Antiquary.
11. திரு. வெங்கயா அவர்கள் அந்தக் காலத்தில் சாசன ஆராய்ச்சி இலா-காவில் சாசன ஆராய்ச்சி செய்யக் கற்றுக் கொண்டவர்.
12. ஏ, ஓ என்னும் எழுத்துக்களின் உருவ அமைப்பு, 18 ஆம் நூற்றாண்-டிலிருந்து பேர் பெற்ற பெஸ்கி பாதிரியாராகிய வீரமாமுனிவரால் புதிதாக அமைக்கப்பட்டவை. இதுபற்றி இந்நூலாசிரியர் எழுதியுள்ள "கிறிஸ்துவமும் தமிழும்" என்னும் நூலின் இரண்டாம் மூன்றாம் பதிப்புக்களில் காணலாம்.
13. "மெய்யினியற்கை புள்ளியொடு நிலையல்", "எகர ஒகரத் தியற்கையும் அற்றே", என்று தொல்காப்பியமும்,

"தொல்லை வடிவின எல்லா வெழுத்து மாண்டு

எய்தும் எகரம் ஒகரம் மெய் புள்ளி"

என்று நன்னூலும், "எகர ஒகர மெய்யிற் புள்ளி மேவும்" என்று வீர சோழியமும் கூறுகின்றன. அதாவது, எகர ஒகரக் குற்றெழுத்துக்களும், மெய் எழுத்துக்களும் மேலே புள்ளி பெறும் என்பது பொருள். ஆனால் பண்டைக் காலத்தில் பனை ஓலையில் எழுத்தாணியால் எழுதியவர்களும், கல்லிலும் செப்பேட்டிலும் சாசனங்களை எழுதிய சிற்பிகளும் இந்த இலக்கண விதிகளைக் கவனிக்காமல், பெரும்பாலும் அவ்வெழுத்துக்களின் மேல் புள்ளி வைக்காமலே எழுதினார்கள். இவைகளை வாசிக்கும்போது பலவகையான ஐயங்கள் தோன்றுவது வழக்கம். இதைத்தான் இவர் இங்குக் குறிப்பிடுகிறார்.

14. Madras Christian College Magazine Vol. V. P. 41. Text. line 2.
15. South Indian Inscriptions vol. I. 1890. Preface.
16. The Indian Antiquary 17. Dr. I.F. Fleet.
18. Captain R.C. Temple 19. Epigraphia Indica

எண்களின் வரிவடிவம்

தொன்று தொட்டுத் தமிழில் எண்களுக்குத் தனி வரிவடி வங்கள் இருந்தன. தமிழ் எண்களின் வரி வடிவங்கள் இவை:- க, உ, ங, ச, ரு, சா, எ, அ, கூ, ய, ள, தொன்று தொட்டு வழங்கி வந்த இந்த வரி வடிவங்கள், சென்ற 19-ஆம் நூற்றாண்டிலே ஐரோப்பிய எண்களின் வரிவடிவங்களாக மாற்றப்பட்டன. கிறிஸ்து சமய மிஷனரிமார்கள் 19-ஆம் நூற்றாண்டிலே நமது நாட்டிலே, பாடசாலைகளை அமைத்து ஐரோப்பிய முறைப்படிப் பாடங்களைக் கற்பித்தார்கள். ஐரோப்பிய நாட்டு முறைப்படி அவர்கள் நடத்திய பாடசாலைகளில் இலக்கியப் பாடத்தோடு, பூகோள பாடம், சரித்திர பாடம், இயற்கைப் பொருட் பாடம் முதலிய பாடங்களையும் கற்பித்தார்கள். கணக்குப் பாடம் கற்பித்தபோது, பழைய தமிழ் எண்கள் எளிதாக எழுதுவதற்கு வாய்ப்பாக இல்லாத படியால், எளிதாக இருந்த ஐரோப்பிய எண்களைப் புகுத்தினார்கள். புகுத்தப்பட்ட ஐரோப்பிய எண்கள் எழுதுவதற்கு எளிதாக இருந்தபடியால் அந்த வரிவடிவையே மற்றவர்களும் ஏற்றுக் கொண்டார்கள்.

மிஷனரிமார் புகுத்திய ஐரோப்பிய எண்களின் வரிவடிவங்கள். 1, 2, 3, 4, 5, 6, 7, 8, 9, 10, 100, 1000 முதலியன. இந்த எண்களுக்கு அரபி எண்கள் என்பது பெயர். ஐரோப்பிய எண்கள் ஏன் அரபி எண்கள் என்று பெயர் பெற்றன? இந்தக் கேள்விக்கு விடை கூறவேண்டு மானால் ஒரு சரித்திர நிகழ்ச்சியையும் சொல்லித் தீரவேண்டும்.

அரபி எண்கள் என்று கூறப்படுகிற ஐரோப்பிய எண்கள் உண்மையில் ஐரோப்பிய எண்களும் அல்ல, அரபிய எண்களும் அல்ல. அவை பாரதநாட்டு எண்களே. பாரத நாட்டு எண்களை அராபியர் இங்கிருந்து கடனா-

கப் பெற்றுக்கொண்டு போனார்கள். பிறகு அராபியரிடமிருந்து ஐரோப்பியர் கடனாகப் பெற்றுக் கொண்டு போனார்கள். அவர்கள். அராபியர் இந்தியரிடமிருந்து அவ்வெண்களின் உருவத்தைப் பெற்றுக் கொண்டதையறியாமல், தாங்கள் அராபியரிடமிருந்து பெற்றுக்கொண்டபடியால், அவற்றிற்கு அரபி எண்கள் என்று பெயர் சூட்டினார்கள்.1 மிஷனரி பாதிரிமார்கள் அந்த எண்களை மீண்டும் நமது நாட்டில் பாடசாலைகளில் புகுத்தினார்கள். இதனை இன்னுஞ் சற்று விளக்கமாகக் கூறுவோம்.

ஆதிகாலத்தில், அராபியர் கலை பண்பாடுகளில் வளர்ச்சி யடையாமல் இருந்தனர். இவர்கள் கி.பி. எட்டாம் நூற்றாண்டில் இஸ்லாம் மதத்தைப் பரப்புவதற்காகச் செய்த முயற்சியின் காரணமாகப் பெரியதோர் முஸ்லிம் சாம்ராச்சியத்தை அமைத்தார்கள். குறுகிய காலத்தில் இவர்கள் கிழக்கே மத்திய ஆசியா முதல் மேற்கே ஆபிரிகாக் கண்டத்தில் மொராக்கோ நாடு வரையில் பல நாடுகளையும் தேசங்களையும் கைப்பற்றி இஸ்லாம் மதத்தைப் பரப்பினார்கள். மற்றும் ஐரோப்பாக் கண்டத்தின் தென் பகுதி நாடுகள் சிலவற்றையும் கைப்பற்றி அரசாண்டார்கள்.

இவ்வாறு பெரிய சாம்ராச்சியத்தை அமைத்த அராபியர், தாங்கள் வென்ற நாடுகளில் இருந்த சிறந்த கலைகளையும் பண்பாடுகளையும் ஏற்றுக் கொண்டார்கள். அவர்கள் காகிதம் செய்தல், அச்சு அடித்தல் முதலிய கலைகளைச் சீனரிடமிருந்து கற்றுக்கொண்டது போல, பாரத நாட்டிலிருந்து எண்களின் வரிவடிவங்களைப் பெற்றுக் கொண்டார்கள். ஆதியில் அராபியர் களுக்கு எண்கள் (வரிவடிவ எண்கள்) கிடையா. எண்களையும் எண்களின் தொகைகளையும் எழுத்தினாலே எழுதினார்கள். பாரத நாட்டிலே எண்களுக்குத் தனி வரிவடிவம் வழங்கியதை அராபியர் கண்டு, இந்த எண்களின் வரிவடிவத்தைத் தாங்களும் ஏற்றுக் கொண்டார்கள். இந்த எண்களை அரபிநாட்டிலும் எகிப்து, மொராக்கோ முதலிய நாடுகளிலும் வழங்கினார்கள்.

அந்தக் காலத்திலே ஐரோப்பிய நாடுகளில் உரோம எண்கள் வழங்கப்பட்டன. உரோமர் எண் என்பது, உரோம் நாட்டார் பழைய காலத்தில் எழுதி வந்த எண்கள். உரோம எண்கள் இவ்வாறு எழுதப்பட்டன: I, II, III, IV, V, VII, VIII, IX, X. இந்த எண்கள் கணிதம் எழுதுவதற்கு ஏற்றவை அல்ல. உதாரணமாகப் பதினெட்டை இருபத்தெட்டால் பெருக்க வேண்டுமானால், இந்த எண்களினால் பெருக்கி விட எழுதுவது சங்கடமானது. XVIII x XXVIII இவ்வாறு எழுதிப் பெருக்க வேண்டும். பெருக்குத் தொகையை எழுதுவதும் சங்கடம். 1958 என்னும் எண்ணை உரோமன் எண்ணினால் எழுதும்போது MDCC CCLVIII என்று எழுதவேண்டும். இதில் M என்பது ஆயிரம். D என்பது ஐந்நூறு. C என்பது நூறு L என்பது ஐம்பது. VIII என்பது எட்டு. இவ்வாறு பண்டைக் காலத்தில் ஐரோப்பிய நாட்டார் எண்களை எழுதுவதில் துன்பப் பட்டனர்.

இந்தியாவிலிருந்து அராபியர் கற்றுக்கொண்டு போன எண்களை எகிப்து முதலிய நாடுகளில் வழங்கினார்கள் என்று கூறினோம் அல்லவா? இத்தாலி தேசத்துப் பைசா நகரத்தவராகிய லியோனார்டோ பிபோனசி2 என்பவர், ஆப்பிரிகாக் கண்டத்தின் வடபகுதியில் வியாபாரத்தின் பொருட்டுத் தங்கி-யபோது, அந்நாட்டு முஸ்லிம்கள் வழங்கிய இந்திய எண்களைக் கண்டு, அவற்றைக் கற்றுக்கொண்டு போனார். போய், கி.பி. 1202-ஆம் ஆண்டில் அந்த எண்களை அமைத்து ஒரு கணித நூல் எழுதினார்.

அக்காலத்தில் கிறிஸ்துவராகிய ஐரோப்பியருக்கும் முஸ்லிம்களாகிய அரா-பியருக்கும் மதச் சார்பாகப் பெரும்பகை மூண்டிருந்தபடியினாலே, இந்தக் கணிதத்தைக் கிறிஸ்துவராகிய ஐரோப்பியர் ஏற்றுக் கொள்ளவில்லை. ஆனால், நாளடைவில் பையப் பைய ஏற்றுக்கொள்ள வேண்டியதாயிற்று. கி.பி. 1259-இல் பிளாரன்ஸ் நகரத்தில் ஒரு சட்டம் இயற்றி, அவ்வூர் பாங்-கிகளில் இந்த அரபி எண்களினால் கணக்கு எழுதக் கூடாது என்று தடை செய்தனர். இவ்வாறு தடைகள் இருந்த போதிலும், கடைசியில் இந்த அரபி எண்கள் ஐரோப்பிய நாடுகளில் ஏற்றுக்கொள்ளப்பட்டன. கி.பி. 1500-இல் அரபி எண்களினால் கணக்குப் புத்தகங்கள் அச்சிற் பதிப்பிக்கப்பட்டன.

கி.பி. 19-ஆம் நூற்றாண்டின் முதற்பகுதியிலே நமது நாட்டில் வழங்கிய தமிழ் எண்களின் வரிவடிவத்தில் சிறு மாறுதல் ஏற்பட்டது. இந்த மாறுதலைக் கணித தீபிகை என்னும் சிறு நூலில் காணலாம். கணித தீபிகை, பண்டள இராமசாமி நாயக்கர் என்பவரால் 1825-ஆ ஆண்டில் எழுதப்பட்டது. இந் நூலின் முன் பக்கத்தின் வாசகம் இது:

“இது
பண்டளராமசாமி நாயக்கர்
செய்த
கணித தீபிகை
கிறிஸ்து 1825 - வருசத்துக்குச் சரியான
சாலிவாகன 41 வருசம் 1748-இல் பார்த்திவ. வருஷத்தில்
பள்ளிக்கூடப் புத்தகசாலையார் செலவினால்
வேப்பேரியி லச்சிற் பதிக்கப்பட்டது.

மாணவருக்காக எழுதப்பட்ட இந்நூலில், தமிழ் எண்களின் வரிவடிவத்தில் செய்யப்பட்ட சிறு மாறுதல்களையும் அதன் காரணத்தையும் இந்நூலின் பாயிரத்தில் நூலாசிரியர் கூறுகிறார். இந்தக் கணித தீபிகை இப்போது கிடைப்பது அருமையாகையால், அதன் பாயிரம் முழுவதையும் இங்குத் தரு-கிறோம்:

பாயிரம்

“உலக நடைக் குரித்தான மார்க்கம், லௌகீகம் வைதீக மென்றிரு வகைப்-படும். அவ்விரண்டு மார்க்கங்களையுங் கண்டும் நடப்பதற்கு, எண்ணென்பதும்

எழுத்தென்பது மிரண்டு கண்களாம். ஆனாலிவ் விரண்டனுள் எண்ணானது வேதாங்க மாறனுள் கண்ணெனச் சிறந்த சோதிடத்தோ ரங்கமாதலானும்,

தமிழினும் எண்ணும் எழுத்துங் கண்ணெனத் தகும் என ஔவையும்,

'எண்ணென்ப வேனை யெழுத்தென்பவிவ் விரண்டுங்,
கண்ணென்ப வாழு முயிர்க்கு' - எனத் திருவள்ளுவரும் மற்றும்

பிறரு மெண்ணி னையே முற்கூறுகையாலு மிவ்வெண்,
வலக்கண்ணெனவும் பட்டு, - உலகத்திற்குப் பெரும் பயனுடைய தாயிற்று.

"இவ்வாறு சிறப்புடைய எண்ணினை, ஆரிய முதலிய பாஷைகளில் வழங்குங்கால் ஒன்று முத லொன்பது வரைக்கு மொவ்வொரு அறிகுறி வடிவை யுண்டாக்கி அதைத் தசகுணோத்தரமாக மேல் ஸ்தானங்களுக்குக் கொண்டு போவதற்குப் பிந்து என்னுமோர் குறியை அவைகளோடு கூட்டி, அது மூலமாய் ஏகம் தசமுதலான ஸ்தானங்களை முறையே யேற்படுத்தியிருக்கையால், வேண்டிய எண்களை ஏகதசஸ்தானக் கிரமப்படி யெழுதிக் கூட்டல் கழித்தல் முதலான கணிதக் கிரியை செய்வதற் கெளிதா யிருக்கிறது.

"இத் தமிழ்க்கோ வென்றால் மேற்கூறிய புள்ளிவடிவுக் கீடாக தச சத சகசிர மென்று மூன்று ஸ்தானங்களுக்கும்? என்னு மிம் மூன்று குறிகளு மேற்படுத்தி மற்றை ஸ்தானங்களுக்கும் அப்படியே வெவ்வேறு குறிகளேற்பாடு செய்யாம விக்குறிகளைக் கொண்டுஞ் சொற்களைக் கொண்டும் வழங்குகிறதினால், எண்களுக்கு ஏக தச ஸ்தான முதலிய முறையா லியல்பாயுண்டான வலி குறைதலுங் கணிதக் கிரியைகளுக் கொவ்வாமையு நேரிட்டது.

"மற்றுமிக்காலத்து வழங்கு மெண்சுவடியுங் கணிதமுமாகிய நூல்களுள் வடநூற் கணிதம் போல முழுவதுஞ் சொல்லாமையுஞ் சில சொல்லியிருப்பனவுங் கற்போர்க் கெளிதுணரக் கூடாமையு மென்னு மிந்நால்வகைப் பெருங் குறைவாகிய மாசொழிப்பாயென்று.

"கல்விப் பயிற்சியின்மையின் களை மூடிக்கிடந்த இத்தேசத் தார் அறிவென்னும் பயிரை அக்களை களைந்து வளர்ந்தோங் குவிக்க வேண்டுமென்னும் அருட்கருத்தினால், சென்ன புரியில் பொற்பூவின் மணமிருப்பது போலுஞ் செல்வத்தோடுங் கல்வியிற் சிறந்த வுபகார சிந்தையுள்ள துரைகளேற்பாடு செய்த பள்ளிக்கூடப் புத்தக சங்கத்தாரிற் கணித நூற் கரைகண்டவராகிய மேசர் டி. அவிலாண்டு துரையும், தமிழ் முழுதுணர்ந்த கிளார்க்குத் துரையுமாகிய இவ்விருவரு மனமுவந்தேவ, அப்படியே அந்நால் வகைப்பட்ட குறைவு நீங்கும் பொருட்டு இக் கணித தீபிகை யென்னு நூல் செய்யப்பட்டது.

“இதிலேற்படுத்தியிருக்கிற கிரமங்களென்ன வென்றால், இப்போது வழங்குகிற ஒன்று முத லொன்பது வரையு மிருக்கின்ற எண்களையே வைத்துக் கொண்டு, ஸ்தான சங்கேதங்களுக்கு என்னுமிக் குறிகளொவ்வாமையா லிவைகளைப் பழையன கழிதலாக நீக்கி அவைகளுக்கீடாகப் புதியன புகுதலாகப் பிந்து முதலிய பெயர்பெற்ற o இக்குறி மேற்கொள்ளப்பட்டது. இப் புள்ளியினால் எண்களுடைய ஏக தச ஸ்தானாதியாகிய ஒன்று பத்து முதலான ஸ்தானங்களை யேற்படுத்திய முறையெப்படி யென்றால்.

பழையன க்கு புதியன

ய? க○ - உய? உ○ - ஙய? ங○

சய? ச○ - ருய? ரு○ - சாய? சா○

எய? எ○ - அய? அ○ - கூய? கூ○

ள? க○○ - ? க○○○ - ? க○○○○ - ? க○○○○○

இவ்வாறு ஏக தச ஸ்தானாதிகள் தப்பாமலெழுதி யெளிதாய்க் கணித கிரியை செய்வதற்கொரு நன்னெறி யேற்படுத்தப்பட்டது.

"ஆனா லிச்சித்த வொரு தொகை யெழுத வேண்டுமானால், அதற்குரிய எண்களை ஒன்றன்பினொன்றா யெழுதுகையில் ஏக தச ஸ்தானாதிகளே தோற்றும்படி என்கிற குறிகளைக் கூட்டியெழுது முன்னைய வழக்கம்போ லவ்விடத்திடையிலே புள்ளி கூட்டியெழுத வேண்டுமோவெனில் அப்படி வேண்டுவதில்லை, மேலெழுதிய படி யெளிதி லெழுதி வழங்கலாம். எப்படி யென்றால்.

பழையன புதியன

12 - 234 - 3456

45678 - 567891

இவ்வா றேற்படுத்தினதினாலே யெண்கள் ஏக தச ஸ்தானாதிகளை முறையே யடைந்து முன்னிழந்த வலியை அடைந்தன.

“ஆனாலிச்சித்த வொரு தொகையை யெழுதும் போது யாதொரு ஸ்தானத்திற் கெண்ணில்லாம லெழுதும்படி நேரிடுகிறதோ அந்த ஸ்தானத்திற்குப் புள்ளி வடிவு கூட்டியெழுதுக. எப்படியென்றால்.

1210 - 1205 - 1035

“இவைகளில் முதற்றொகையில் ஏகஸ்தானத்திலும், இரண்டாவதில் தசஸ்தானத்திலும், மூன்றாவதில் சதஸ்தானத்திலும் எண்ணில்லாமையினாலே புள்ளி கூட்டி எழுதப்பட்டது.

“இதில் கணித பரிகர்மத் திலக்கணத்துக்கு உதாரணங் கூறிய விடத்திற் கணிதக்கிரியைகள் செய்வதற்கெல்லாம் விதிகள் விளக்க முற வேற்படுத்திச் சொல்லியிருப்பதனாலே கற்போருக்கு மிகவு மெளிதாயிருக்கும்.

"இந்நூலிற் சொல்லியிருப்பன வெல்லா மிங்கே விவரித்துச் சொல்லிற் பாயிரம் பெருகு மென்றஞ்சிச் சுருக்கிக் கூறப்பட்டது. ஆதலால் அவ்வவ் அதிகாரங் கூறுமிடத்து அதனதன் முறை யெல்லாங் கண்டுணர்க."

16, 17-ஆம் பக்கங்களில் மேலும் அவர் எழுதுவது வருமாறு:-

"தமிழ் தேசத்தில் வழங்கப்பட்ட எண்சுவடியில் முக்காலரை முதலானவைகளுக்கு இந்தச் சாஸ்திரத்தி லேற்படுத்தினபடியே பின்னாம்சம் எழுதும் முறை:

இவ்வாறு மேலும் அரைக்காணி. முந்திரி, கீழ் முக்கால், கீழரை, கீழ்க்கால், கீழ்நாலுமா, கீழ் மூன்று வீசம், கீழ் மூன்றுமா, கீழரைக்கால், கீழே இரண்டுமா, கீழ் வீசம், கீழ் ஒருமா, கீழ் முக்காணி, கீழரைமா, கீழ்க்காணி, கீழரைக்காணி, முந்திரி, இம்மி, அதிசாரம் ஆகிய கணக்குகளின் குறியீட்டெழுத்துக்களையும் அவற்றின் விளக்கங்களையும் எழுதியுள்ளார்.

ஐரோப்பா நாடுகளில் வழங்கி வந்த கூட்டல் குறி (+), கழித்தல் குறி (-), பெருக்கல் குறி (x), வகுத்தல் குறி (÷) முதலிய குறிகளையும் இப்புத்தகத்தில் புதிதாகப் புகுத்தியுள்ளார். இவை பற்றி இந்நூலாசிரியர்இவ்வாறு விளக்குகின்றார். (இந்தக் குறிகள் 19-ஆம் நூற்றாண்டுக்கு முன்னர் நமது நாட்டில் வழங்கவில்லை.)

"அடியிலெழுதப்பட்ட குறிகள், கணிதக் கிரியை செய்யும் போது சுருக்கி யெழுதுவதி லுபயோகமான அடையாளங்கள்.

+ பிலுஸ், அல்லது கூட்டற் குறி. இது தனக் கிருபுறத்திலுமிருக்கிற சங்கியைகளைக் கூட்டத்தக்கதென்று காட்டும். வரலாறு: 12+3. இந்த மூன்றைப் பன்னிரெண்டுடனே கூட்ட வேண்டுமென்று காட்டும்.

- மீனுஸ் அல்லது கழிப்புக் குறி. இது தனக்கு வலப்புறத்திலிருக்கிற சங்கியையை தன்னிடப்புறத்திலிருக்கிற சங்கியையிலிருந்து எடுத்துப் போட வேண்டுவதென்று காட்டும். வரலாறு: 12-3. இது மூன்றை 12-இல் கழிப்பதென்றாயிற்று.3

பெருக்கல் குறி. இது தனக்கிருபுறத்திலுமிருக்கிற சங்கியை களை யொன்றை மற்றொன்றாலே பெருக்குகிறதெனக் காட்டும். வரலாறு. 12X3. இங்கே பன்னிரண்டினுடைய குணிதம் மூன்றினாலே என்றாயிற்று. என்றால் பன்னிரண்டை மூன்றாலே பெருக்கென்பதாம்.

ஈவுக் குறி. இது பாச்சியத்துக்கு4 வரும் ஈவு பாச கத்தா லென்று.5 பாசகத்தைப் பாச்சியத்தின் கீழேயெழுதிப் பின்னாம் சத்துக்கு நடுவே யெப்படிக்குக் கீற்றுக் சீறுகிறதோ அதுபோல நடுவிலே கீறப்படும். வரலாறு:12/3 இந்தப் பன்னிரண்டுக்கு வரும் ஈவு மூன்றினாலே யென்று காட்டு கிறது. அது பன்னிரண்டை மூன்றினாலே பங்கிடு, அல்லது 3- பேருக்குக் கொடு என்றாயிற்று.

= எக்குவால். அல்லது சமக்குறி. இந்த ரேகை தனக்கொரு புறத்திலிருக்கிற எண்களினாலே செய்யப்பட்ட கிரியை யினுடைய பலம் தனக்கு மற்றொரு புறத்திலிருக்கிற எண்ணுக்குச் சமானமென்று காட்டும். வரலாறு:

12+3=1512-3=9

12 3=3612/3=4

சென்னை மாகாண ஆட்சிக் கைப் புத்தகம்.6 2-ஆம் தொகுதியில் 245-ஆம் பக்கத்தில் இது பற்றிய குறிப்பு காணப்படுகிறது. அதன் கருத்து இது: "தமிழ் எண்களின் குறியீடுகள் கிரேக்க, ஹீப்ரு மொழிகளின் எண் குறியீடுகளைப் போலக் குறைபாடுள்ளவை. தமிழ் எண்கள், கணக்கை எழுதிச் செய்வதற்கு ஏற்றதாக இல்லாதபடியால், அந்த எண்களுக்குப் பதிலாக அரபு எண்களினால் எழுதுவது நன்றாக இருக்கும். இது பற்றிப் புள்ளி (சுன்னம்) 0 சேர்த்து எழுத முயற்சி செய்யப்படுகிறது.' ஆனால், இம் முயற்சிக்கு ஆதரவு ஏற்படவில்லை என்று அவ்வறிக்கை கூறுகிறது.

கணித தீபிகையிலிருந்து தமிழ் எண்களினால் அமைந்த கூட்டல், கழித்தல், பெருக்கல், வகுத்தல் கணக்குகளை மாதிரிக்காகக் கீழே தருகிறேன். அவை விரைவாக எழுதுவதற்கு எளிதாக இல்லாமல் எவ்வளவு சங்கடமாக இருந்திருக்கும் என்பது இக் கணக்குகளைக் கண்டு அறியலாம்.

கணித தீபிகை. பக்கம் 28, கூட்டல் கணக்கு.

476, 5723, 87, 54632. இவைகளைக் கூட்டிச் சொல்லு.

476
5723
87
54632
———

60918
———

1057, 369, 845932, 56. இவைகளைக் கூட்டத் தொகை யென்ன?

1057
369
845932
56
———

847414
———

கணித தீபிகை, பக்கம் 32. கழிததல் கணக்கு.

5327496—இல்
2136598கழி
———————

நீக்கு3190898
———————

1235476—இல்
1059654கழி
———————

நீக்கு175822
———————

கணித தீபிகை. பக்கம் 37. பெருக்கல் கணக்கு.

47235 — ஐ
3472 — ஆல் பெருக்கு
—————

94470
330645
188940
141705
———————

163999920
———————

87254763 — ஐ
2753 — ஆல் பெருக்கு.
———————

261764289
436273815
610783341
174509526
240212362539
————————

கணித தீபிகை. பக்கம் 43. (வகுத்தல்).

4796-ஐ 27 பேருக்குக் கொடு :

27) 4796 (177
27
——

209
189
——

206
189
——

17
——

87654 - ஐ 53 பேருக்குக் கொடு :

53) 87654 (1653
53
346
318
285
265
204
159
45

இதில் தமிழ் எண்கள் விரைவாக எழுதுவதற்கு வாய்ப்பாக இல்லாமல் இருப்பது தெரிகிறது. இந்த எண்களைவிட ஐரோப்பாக் கண்டத்திலிருந்து வந்த அரபி எண்கள் விரைவாக எழுதுவதற்கு எளிதாகவும் வாய்ப்பாகவும் இருக்கிறபடியால், அரபி எண்களையே இப்போது பயன்படுத்துகிறோம். இது சென்ற 19-ஆம் நூற்றாண்டில் ஏற்பட்ட மாறுதல் ஆகும். இந்த மாறுதலைக் கிறிஸ்துவப் பாதிரிமார்கள் 19-ஆம் நூற்றாண்டின் பிற் பகுதியில் செய்தார்கள்.

அடிக்குறிப்புகள்

1. பாரத நாட்டில் வழங்கி வந்த எண்வடிவங்களைப் பாரசீகர் எடுத்து வழங்கினார்கள். அவர்கள் இந்த எண்களுக்கு 'இந்து' எண்கள் என்று பெயரிட்டனர். பிறகு இந்த எண்களின் வடிவங்களைப் பாரசீகரிட மிருந்து அராபியர் எடுத்துக் கொண்டு வழங்கினார்கள். அராபியர் இந்த எண்களுக்குப் "பாரசீக எண்கள்" என்று பெயரிட்டனர். பிறகு அராபியரிடமிருந்துஇந்த எண்களை

ஐரோப்பயிர் எடுத்துக் கொண்டு வழங்கிய போது இதற்கு "அரபி" எண்கள் என்று பெயரிட்டார்கள்.

2. Leonardo Fibonacci.

3. இந்தக் கூட்டல் கழித்தல் குறிகள் ஐரோப்பிய வர்த்தகர்களால் முதன் முலாக வழங்கப்பட்டன. வர்த்தகர்கள் தாங்கள் அனுப்பும் சரக்கு மூட்டை-களின் மேல் இந்தக் குறிகளையிட்டார்கள். + இந்தக் குறி, மூட்டையில் சரக்குகள் அதிகமாக இருக்கின்றன என்பதைத் தெரிவிக்கவும், - இந்தக் குறி, மூட்டையில் சரக்குகள் குறைவாக உள்ளன என்பதைத் தெரிவிக்கவும் சரக்கு மூட்டைகளின் மேல் வியாபாரிகளால் குறிக்கப்பட்டன. பிறகு, கணித நூலிலே கூட்டல், கழித்தல் குறியாகக் கொள்ளப்பட்டன. (சீனி. வே.)

4. பாச்சியம் = வகுக்கப்படும் எண்.

5. பாசகம் = வகுக்கும் எண்

6. Manual of the Administration of the Madras Presidency. Vol II. 1885.

பழைய முறையில் தமிழ்க் கல்வி

19-ஆம் நூற்றாண்டிலே தமிழ்க் கல்வி இரண்டு விதமாகப் பயிற்றுவிக்கப்பட்-டது. அவை ண்பழைய முறைக் கல்வி, புதிய முறைக் கல்வி என்பனவாம். பழைய முறைக் கல்வி என்பது ஆசிரிய மாணவர் வழிமுறை. புதியமுறைக் கல்வி என்பது மேல்நாட்டு முறையைப் பின்பற்றியது. இதனைக் கற்பித்தவர் மிஷனரிமாரான கிறித்தவர். பழைய முறைக் கல்வியைக் கற்பித்தவர் கணக்-காயர், வித்துவான், மகாவித்துவான், கவிராயர், நாவலர் என்று பேர் பெற்ற புலவர்கள்.

அக்காலத்தில் கிராமங்கள் தோறும் சிறு பாடசாலைகள் இருந்தன. கிரா-மப் பாடசாலை, பெரும்பாலும் கிராமப் பெரியமனிதரின் வீட்டுத் திண்ணை-யில் இருக்கும். கோயில் மண்டபங்களிலும் இருப்பதுண்டு. பெரும்பாலும் திண்ணைகளில் நடைபெற்று வந்தமையால் திண்ணைப் பள்ளிக்கூடம் என்று பெயர் பெற்றிருந்தது. திண்ணைப் பள்ளிகளில் கல்வி கற்பித்த ஆசிரியர்க-ளுக்குக் கணக்காயர் என்பது பெயர்.

அக்காலத்தில் கற்பலகைகளும் எழுது குச்சிகளும் கிடையா, காகிதமும் பேனாவும் பென்சிலும் கிடையா. வகுப்புக்குத் தக்கபடி பாடப் புத்தகங்களும் கிடையா. தரையிலே மணலைப் பரப்பிக் கை விரலினாலே எழுத்தின் வரி-வடிவத்தைச் சிறுவர் எழுதிப் பழகினார்கள். எழுதும் போது தாம் எழுதும் எழுத்தின் ஒலியை உரத்துச் சொல்லிக்கொண்டே எழுதுவார்கள்1. எழுத்துக்-களைப் பயிலும் மாணவரின் இரைச்சலும் செய்யுள்களை நெட்டுருப் பண்-ணும் இரைச்சலும் தெரு முழுவதும் ஒலிக்கும்.

எழுத்துக்களைக் கற்ற சிறுவர் ஆத்திசூடி, கொன்றை வேந்தன், மூதுரை, நல்வழி, வாய்பாடு முதலியவற்றை நெட்டுருச் செய்வார்கள். இவற்றை மனப்பாடஞ் செய்த பிறகு நிகண்டு, திவாகரம், நன்னூல், சின்னூல் முதலிய நூல்களை நெட்டுருப்போட்டு மனப்பாடஞ் செய்வார்கள். ஏடுகளில் எழுத்தாணியால் எழுதிப் பழகுவார்கள். திண்ணைப் பள்ளிகளில் கணக்காயர் ஒருவர்தான் ஆசிரியர். அவருக்கு உதவியாகச் "சட்டாம்பிள்ளை" என்னும் தலைமாணவர் இருப்பார்.

திண்ணைப் பள்ளிகளில் பிள்ளைகள் நூல்களை மனப்பாடஞ் செய்வார்கள் என்று கூறினேன். வெறும் மனப்பாடந்தான். பொருள் கூறப்படமாட்டா. அச்சியந்திரச் சாலைகளும் அச்சுப் புத்தகங்களும் இல்லாத அக்காலத்தில், புத்தகங்கள் கிடைக்காதபடியால், மாணவர்கள் நூல்களை மனப்பாடம் செய்தார்கள். நூல்களை மனப்பாடஞ் செய்வதுதான் அக்காலத்துத் திண்ணைப் பள்ளிக்கூடங்களின் முதல் நோக்கமாக இருந்தது. எழுத்துக்களைக் கற்றுக்கொள்வதும் செய்யுள்களையும் சூத்திரங்களையும் மனப்பாடம் பண்ணுவதுந்தான் திண்ணைப் பள்ளிப் படிப்பின் நோக்கம்.

அக்காலத்தில் வார விடுமுறை கிடையா. உவா நாட்களில் விடுமுறை உண்டு. அதாவது காருவா என்னும் அமாவாசையிலும், வெள்ளுவா என்னும் பௌர்ணமியிலும் விடுமுறை உண்டு. பள்ளிக் கூட விடுமுறையை "வாவு" என்று கூறினார்கள். "வாவு" என்பது "உவா" என்பதன் திரிபு.

கணக்காயரிடம் பொருள் அறியாமல் செய்யுள் நூல்களை மனப்பாடஞ் செய்த மாணவர், பிறகு தகுந்த புலவரிடஞ் சென்று அவர்களிடம் தாம் மனப்பாடஞ் செய்த நூல்களுக்கு உரை கேட்பர். அச்சுப் புத்தகம் இல்லாத காலத்தில், ஏட்டுச் சுவடிகளும் கிடைப்பது அருமையாக இருந்த காலத்தில், இந்த முறை ஏற்றதாக இருந்தது. மாணவர் உருப்போட்டு மனப்பாடஞ் செய்த ஆத்திசூடி, கொன்றை வேந்தன், நல்வழி, நன்னெறி, சதகம், நிகண்டு நன்னூல் முதலியவற்றிற்குப் பொருள் கேட்டுக் கற்பர்.

திண்ணைப் பள்ளிப் படிப்போடு நின்றுவிடுகிற மாணவர்களும் இருந்தனர். அவர்கள் கிளிப்பிள்ளை போல மனப்பாடஞ் செய்த செய்யுட்களுக்குப் பொருள் அறியார். அவர்கள் படிப்பு வீண் படிப்பே. அப்படிப் பட்டவர்களில் சிலர், தாங்கள் பொருள் அறியாமல் மனப்பாடஞ் செய்த செய்யுட்களையும் சூத்திரங்களையும் பிறரிடஞ் சொல்லித் தாங்கள் கல்வியுடையவர் என்று பெருமிதங் கொள்வர். இவர்களைப் பற்றி நாலடியார் இவ்வாறு கூறுகிறது:

கற்றதூஉம் இன்றிக் கணக்காயர் பாடத்தால்
பெற்றதாம் பேதையோர் சூத்திரம் - மற்றதனை
நல்லார் இடைப்புக்கு நாணாது சொல்லித்தன்
புல்லறிவு காட்டி விடும்.

பாடமே ஓதிப் பயன்தெரிதல் தேற்றாத
மூடர் முனிதக்க சொல்லுங்கால் - கேடருஞ்சீர்ச்
சான்றோர் சமழ்த்தனர் நிற்பவே, மற்றவரை
ஈன்றாட் கிறப்பப் பரிந்து.

நாப்பாடஞ் சொல்லி நயமுணர்வார் போற்செறிக்கும்
தீப்புலவர் சேரார் செறிவுடையார் - தீப்புலவன்
கோட்டியுட் குன்றக் குடிப்பழிக்கும்; அல்லாக்கால்,
தோட்புடைக் கொள்ளா எழும்.

மனப்பாடஞ் செய்த சிறு நூல்களுக்குத் தக்க ஆசிரியரிடம் பாடங்கேட்டுப் பொருள் அறிந்த மாணவர், வேறு பிரபந்த நூல்களைக் கற்பர். காரிகை முதலிய இலக்கண நூல்களையும் பாடங் கேட்பர். பிறகு திருக்குறள், கம்பராமாயணம், கந்தபுராணம், பெரிய புராணம், சீவக சிந்தாமணி, சிலப்பதிகாரம் முதலிய பெரிய நூல்களைப் பாடங் கேட்பார்கள். செய்யுள் இயற்றவும் கவி பாடவும் வல்லவர் ஆவார்கள். அக்காலத்தில், கல்வி பயின்ற மாணவரும் வித்துவான்களும் புலவர்களும் விரைவில் கவி பாடும் ஆற்றல் பெற்றிருந்தனர். நினைத்தவுடன் கவி பாடும் வல்லமை அவர்களுக்கிருந்தது. ஆனால், வசனம் எழுதப் பழகவில்லை. பழகாத காரணத்தினால், வசன நடையில் நூல் எழுதுவது அவர் களுக்குக் கடினமான செயலாக இருந்தது.

அக்காலத்திலே மாணவருக்குப் பாடஞ் சொல்லிய நல்லாசிரியர்களான வித்துவான்களும், மகாவித்துவான்களும் இருந்தார்கள், அவர்களிடம் மாணவர்கள் சென்று கல்வி கற்றனர். இவர்கள் அல்லாமலும் ஆங்காங்கே மடாலயங்களும் இருந்தன. அந்த மடாலயங்களிலும் தக்க புலவர்களைக் கொண்டு இலக்கண இலக்கிய நூல்கள் மாணவர்களுக்குப் பாடஞ் சொல்லப்பட்டன. மடாதிபதிகளில் சிலர் தாங்களே பாடஞ் சொல்லும் ஆற்றல் பெற்றிருந்தனர்.

திருவாவடுதுறை மடம், தருமபுர மடம், திருப்பனந்தாள் மடம், காஞ்சி ஞானப்பிரகாசர் மடம், மதுரைத் திருஞான சம்பந்தர் மடம், திருநெல்வேலி செங்கோல் மடம், கும்பகோணம், சிதம்பரம், திருவண்ணாமலை, துறையூர், மயிலம் முதலிய ஊர்களில் இருந்த மடங்கள் சென்ற 19-ஆம் நூற்றாண்டிலும் அதற்கு முந்திய நூற்றாண்டுகளிலும் தமிழ்ப் புலவர்களை ஆதரித்து வந்தது மட்டு மல்லாமல், மாணவர்களுக்குக் கல்வி புகட்டி வந்தன.

குறுநில மன்னர்களும், பாளையக்காரர்களும், பெருநிலக்கிழார்களும், ஜமின்தார்களும், பிரபுக்களும் அக்காலத்தில் தமிழ்ப் புலவர்களைப் போற்றினார்கள். அவர்கள் தங்கள் மாளிகைகளில் தகுந்த புலவர்களை அமைத்துப் போற்றினார்கள். அப்படிச் செய்வதைத் தமது தகுதிக்குப் பெருமையாகக் கருதினார்கள். அன்றியும் அவர்கள் நூல் நிலையங்களையும் தங்கள் மாளிகைகளில் அமைத்திருந்தனார்.

புலவர்கள் அவதானம் செய்யும் வழக்கமும் அக்காலத்தில் இருந்தது. அஷ்டாவதானம், கோடசாவதானம், சதாவதானம் முதலிய அவதானங்கள் செய்யப்பட்டன. அவதானம் செய்வது அதிக நினைவாற்றல் உள்ளவர்களால்-தான் இயலும். நினைவாற்றலினாலே ஒரே சமயத்தில் பல வேலைகளைச் செய்வது அவதானம் எனப்படும். விறலிவிடு தூது (அஷ்டாவதானி சரித்தி-ரம்) என்னும் நூலில் அஷ்டாவனி எவ்வாறு அவதானம் செய்தார் என்பது கூறப்படுகிறது.

"வால சரஸ்வதியென் வாக்கிற் ப்ரசன்னமதாய்நாலு
கவித்திறமும் நானறிந்து - வேலும்
மயிலுமெனச் சொன்னவுரை மாறாமற் சொல்லக்
கயிலாட சிங்கி கழற்ற - அயலொருவன்
சொன்ன வினாச் சொல்ல வெதிர்சூதாடப் பின்முதுகு
தன்னி லெறிந்த கல்லுதா னெண்ணப் - பன்னுசது
ரங்க விளையாட்டுக் கடிபார்க்கச் சொற்புலவோர்
தங்கள் கவியை யவதானிக்கச் - சங்கத்தில்
எட்டெட் டெழுத்தாணிக் கேற்றகவி சொல்லவும்யான்
அட்டவா தானி யென்ப தாயினேன்."

இன்னொரு புலவர் அட்டாவதானம் செய்வதை.

"மாறாமல் வாய்வேலு மயிலுமென வேசொல்ல
வாசகங் கைகள் எழுத
வருகணக் கொருபுறம் தீரமற் றொருபுறம்

வரைத்திடும் இலக்க மாற
வளைதிரைக் குட்சிறிது கல்லணி வகுக்கின்ற
வன்கணக் கினிது பகர
மருவுசொக் கட்டானும் விளையாட மறைவாக
வைத்துசது ரங்க மாடக்
கூறாக வெட்டெழுத் தாணியெழு தும்படிக்
குங்கவிதை பகர வதிலோர்
கூரெழுத் தாணிசது ரங்கமுது குப்புறம்
குதிரையடி வெண்பா வரக்
கூறுபுல வோர்சபையில் அட்டாவதான முல
கோர்புகழ வேநடத்த." - என்று விளக்குகிறார்.

சென்ற 19-ஆம் நூற்றாண்டிலே சில அவதானிகள் இருந்தனர். அஷ்டாவதானம் சபாபதி முதலியார், அஷ்டாவதானம் நாகலிங்கம் பிள்ளை, அஷ்டாவதானம் பெருமாட் கவிராயர், அஷ்டாவதானி வைரக்கண் வேலாயுதப் புலவர், அஷ்டாவதானம் இராமசாமிப் பிள்ளை. சோடசாவதானம் சுப்பராய செட்டியார், சோடசாவதானி முத்தழகய்யங்கார், சதாவதானம் இராமசாமிச் செட்டியார், சதாவதானம் சுப்பிரமணிய ஐயர் முதலியவர்கள் சென்ற நூற்றாண்டில் இருந்த அவதானிகள் ஆவர்.

அடிக்குறிப்புகள்

1. அந்தகக் கவி வீரராகவ முதலியார் என்பவர் சிறந்த புலவர். இவர் பிறவிக் குருடர். பார்வை இல்லாத இவர் எழுத்தைக் கற்றது வியப்புள்ளது. இவருடைய முதுகில், எழுத்தின் வரிவடிவத்தை ஒருவர் விரலினால் எழுதிக்காட்டி அவருக்கு எழுத்தின் வரிவடித்தையும் ஒலி வடிவத்தையும் கற்பித்தாராம்! இவ்வாறு எழுத்துக்களைக் கற்ற இவர் பிற்காலத்தில் சிறந்த புலவராக விளங்கிப் பல நூல்களை இயற்றினார்.

புதுமுறையில் தமிழ்க் கல்வி

கி.பி. 16-ஆம் நூற்றாண்டு முதல் ஐரோப்பியக் கிறிஸ்துவப் பாதிரிமார்கள் நமது நாட்டுக்கு வந்து கிறிஸ்து மதத்தைப் பரப்புவதற்காகப் பெரிதும் பாடுபட்டார்கள். அவ்வாறு செய்த முயற்சியில் அவர்களால் கிறிஸ்துவர்களாகப்பட்ட மக்களின் கல்வியைப் பற்றியும் அவர்கள் கருத்துச் செலுத்திப் பாடசாலைகளை நிறுவினார்கள். அவர்களின் முயற்சி 19-ஆம் நூற்றாண்டில் மிகச் சிறந்து விளங்கியது. காரணம் என்னவென்றால், அந்த நூற்றாண்டில் ஆங்கிலேய அரசாங்கம் ஏற்பட்டு நாட்டிலே அமைதியும் ஒழுங்கு முறையும் பாதுகாப்பும் நிலவியதுதான். 19-ஆம் நூற்றாண்டுக்கு முன்னர் நிலையான ஆட்சி இல்லாமல் அமைதியும் பாதுகாப்பும் இல்லாமல், கொள்ளையும் கூச்சலும் கலகமும் குழப்பமும் சண்டையும் போரும் விளைந்து நாட்டிலே மக்களுக்குத் துன்பங்கள் விளைந்தன.

19-ஆம் நூற்றாண்டில் ஆங்கிலேயர் ஆட்சி ஏற்பட்ட பிறகு நாட்டிலே அமைதியும் பாதுகாப்பும் நிலைபெற்றன. இந்த வாய்ப்பைப் பயன்படுத்திக் கொண்டு பாதிரிமாரும் மிஷனரிமாரும், கிறிஸ்து மதத்தைப் பரவச் செய்யும் கருத்தோடு, கல்வி வளர்ச்சியையும் செய்துவந்தனர். அதன் காரணமாகத் தமிழ்க் கல்வித்துறையில் சில புதிய மாறுதல்களும் உண்டாயின.

கிறிஸ்துவப் பாதிரிமார் சில நூற்றாண்டுகளாகச் செய்து வந்த பிரசாரத்தின் பலனாகப் பத்தொன்பதாம் நூற்றாண்டில் பெருந்தொகையான தமிழர் கிறிஸ்து சமயத்தைச் சார்ந்திருந்தனர். தமிழக் கிறிஸ்துவ சமூகத்தின் கல்விக்காகவும் நல்வாழ்வுக்காகவும் பாதிரிமாரும் மிஷனரிமாரும் செய்த தொண்டுகள்

பாராட்டத் தக்கன. கிறிஸ்து மதத்தை அழுத்தமாக ஊன்றச்செய்யவேண்டும் என்பதே அவர்களுடைய அடிப்படையான நோக்கமாக இருந்த போதிலும், அவர்கள் செய்த கல்வித் தொண்டுகளின் மூலமாகத் தமிழ் இலக்கிய வளர்ச்சிக்கு ஆக்கம் ஏற்பட்டதை மறக்கவும் முடியாது, மறைக்கவும் முடியாது.

பாடசாலைகளில், மேல்நாட்டுப் புதிய முறைப்படி கல்வியைப் புகட்டியவர் கிறிஸ்துவப் பாதிரிமாரே. கணக்காயர்களான ஆசிரியர்களுக்குப் போதனா முறைகளைக் கற்பித்து அத்துறையில் பழகிப் பயிற்சிபெற்ற ஆசிரியர்களைக்கொண்டு பாடசாலைகளில் பாடங் கற்பித்தார்கள். ஆண் பாடசாலைகள் மட்டும் அல்லாமல் பெண் பாடசாலைகளையும் அமைத்துப் பெண் கல்வியையும் வளர்த்தார்கள். பாடசாலைகளில் வகுப்புகளுக்குத் தக்கபடி பாடப்புத்தகங்களை அமைத்து அப்புத்தகங்களைக் கொண்டு பிள்ளைகளைப் படிப்பித்தார்கள்.

பிழையின்றி எழுதப் பழகு வதற்குச் சொல்வதெழுதல் என்னும் 'டிக்டேஷன்' பயிற்சியையும் புகுத்தினார்கள். பூகோளம், சரித்திரம், இயற்கைப் பாடம் முதலிய பாடங்களைக் கற்பித்து மாணவர்களுக்குப் பொது அறிவைப் புகட்டினார்கள். வானநூல் உடல்நூல் முதலிய விஞ்ஞான (சயன்ஸ்) நூல்களையும் கற்பித்தார்கள். இந்நூல்களை யெல்லாம் தாய் மொழியாகிய தமிழிலே கற்பித்ததோடு, இந்நூற் புத்தகங்களைத் தமிழிலே எழுதி வெளியிட்டார்கள்.

பழைய திண்ணைப் பள்ளிக்கூடங்களில் இத்தகைய புதிய பாட அமைப்புகள் ஏற்படவில்லை. திண்ணைப் பள்ளிக்கூடங்களுக்கும் இந்தப் பள்ளிக்கூடங்களுக்கும் எவ்வளவோ வேறு பாடுகள் இருந்தன.

கிறிஸ்துவ மிஷனரிமார் செய்துவந்த கல்வித் தொண்டு இருக்க, ஆங்கில அரசாங்கத்தாரும் புதிய பாடசலைகளை அமைத்து மேல்நாட்டு முறைப்படி கல்வி கற்பித்தார்கள். பாடசாலைகள் மட்டும் அல்லாமல், கல்லூரிகளையும் பல்கலைக் கழகத்தையும் அமைத்தார்கள். ஆங்கில ஆட்சியினர் கிறிஸ்து சமயத்தவர் ஆகலின் அவர் செய்த கல்வித்தொண்டு கிறிஸ்து மதத் தொண்டென்று ஒரு வகையில் கூறலாம்.

கல்வித்துறை இலாகா[1] 1854-ஆம் ஆண்டில் அமைக்கப்பட்டது. இந்த இலாகாவின் சார்பாக ஒர் அச்சியந்திரசாலை[2] நிறுவி அதன் மூலமாகப் பாடப் புத்தகங்கள் வெளியிடப்பட்டன. வாரச் செய்தித்தாள் ஒன்றையும் இது அச்சிட்டு வந்தது. சில ஆண்டுகளுக்குப் பின்னர், வேறு அச்சியந்திரச்சாலைகள் தோன்றியபடியால் இந்த அச்சியந்திரசாலை 1868-இல் மூடப்பட்டது. ஆனால் பாடப்புத்தகங்களை வெளியிடும்பொறுப்பை இந்த இலாக்காவே 1889-வரையில் ஏற்று நடத்திக்கொண்டு வந்தது. இந்த ஆண்டுக்குப்பிறகு, பாடசாலைப் புத்தகங்களை வெளியிடுவோர் பலர் ஏற்பட்டபடியால், பாடப்புத்தகம் வெளியிடும் பொறுப்பை இந்த இலாக்கா விட்டுவிட்டு, பாடப்புத்தகக் கமிட்டியை[3] ஏற்படுத்திக்கொண்டது. இந்தக் கமிட்டியார் தகு-

தியுள்ள பாடப் புத்தகங்களைப் பாடசாலைகளுக்குச் சிபாரிசு செய்தனர்.

அடிக்குறிப்புகள்

1. Department of Public Instruction.
2. The Public Instruction Press.
3. The Madras standing committee for Text Books.

துண்டுப் பிரசுரங்கள்

1815-ஆம் ஆண்டு சென்னை நகரத்தில் சிறிஸ்துவ மதக் கொள்கைகளைப் பரப்புவதற்காக ஒரு சங்கம்1 நிறுவப்பட்டது. இச்சங்கம், கிறிஸ்துமத சம்பந்தமான துண்டுப் பிரசுரங்களை வெளியிட்டு இலவசமாக வழங்கியது, படிப்பதற்குப் புத்தகங்கள் கிடைக்காத அக்காலத்தில் இந்தப் பிரசுரங்களை மக்கள் ஆவலாகப் படித்தனர்.

1818-ஆம் ஆண்டு செப்டம்பர் மாதம் 29 ஆம் நாள் "சென்னை சமயத் துண்டுப் பிரசுரச் சங்கம்"2 என்னும் சங்கம் நிறுவப்பட்டு அதன் மூலமாகக் கிறிஸ்துமதச் சார்பான தமிழ்த் துண்டுப் பிரசுரங்கள் அச்சிட்டு வழங்கப்பட்டன.

1820-ஆம் ஆண்டில் யாழ்ப்பாணத்தில் துண்டுப் பிரசுரங்களை அச்சிடுவதற்காகப் பாதிரிமார் முயற்சி செய்தார்கள். அதற்காக அச்சுத் தொழிலாளர் ஒருவரை அமெரிக்கா தேசத்திலிருந்து வரவழைத்தார்கள். அவர் யாழ்ப்பாணம் வந்து சேர்ந்தவுடன் அவரைத் திரும்பிப் போய்விடும்படி கட்டளையிட்டு யாழ்ப்பாணத்துக் கவர்னர் பதினைந்து நாள் தவணை கொடுத்துக் கட்டளையிட்டார். ஆனால், பாதிரிமார் தமது முயற்சியைக் கைவிடவில்லை. அச்சுப் பிரதிகளுக்குப் பதிலாகக் கையெழுத்துப் பிரதிகளை வழங்கத் தொடங்கினார்கள். எழுத்தாணியினால் பனையேடுகளில் பிரதிகளை எழுதுவித்து அவ்வோலை பிரதிகளைக் கிராமங்களுக்குக் கொண்டுபோய் மக்களுக்கு இலவசமாகக் கொடுத்தார்கள். கையெழுத்தை நன்றாக எழுதக் கூடியவர்களுக்குச் சொற்பக் காசு கொடுத்துப் பிரதிகளை எழுதுவித்து அவர்கள் இந்த ஏட்டுப் பிரசுரங்களை வழங்கினார்கள்.

1823 -ஆம் ஆண்டு பெப்ருவரி மாதம் 19 ஆம் நாள் யாழ்ப்பாணத்தில் துண்டுப் பிரசுரசங்கம்3 நிறுவப்பட்டு, ஏராளமான துண்டுப் பிரசுரங்கள் அச்சிட்டு வழங்கப்பட்டன.

1922-ஆம் ஆண்டு அக்டோபர் மாதம் 31 ஆம் நாள் பாளையங்கோட்டையிலும் நாகர் கோயிலிலும் துண்டுப் பிரசுரசங்கங்கள் அமைக்கப்பட்டன. இவ்விரண்டு சங்கங்களும் இணைந்து வேலை செய்தன. இவற்றிற்கு "நாகர்கோவில் சமயத் துண்டுப் பிரசுர சங்கம்"4 என்பது பெயர்.

1830-ஆம் ஆண்டு நெய்யூரில் துண்டுப் பிரசுர சங்கம் நிறுவப்பட்டது. 1844-இல் நாகர் கோயில் சங்கமும் பாளையங்கோட்டை சங்கமும் நட்புமுறையில் பிரிந்து தனித்தனியே துண்டுப் பிரசுரங்களை வெளியிட்டன. பின்னர், 1855-ஆம் ஆண்டு செய்யூர் சங்கமும் நாகர்கோவில் சங்கமும் ஒன்றாக இணைந்து, தென் திருவாங்கூர் துண்டுப் பிரசுரசங்கம்5 என்னும் பெயருடன் செயலாற்றத் தொடங்கித் துண்டுப் பிரசுரங்களை வெளியிட்டன.

மதுரையிலிருந்த அமெரிக்கன் மிஷன், தஞ்சாவூர் துண்டுப் பிரசுரசங்கம்6 தரங்கம்பாடி மிஷன் ஆகிய சங்கங்களும் துண்டுப் பிரசரங்களை அச்சிட்டு வழங்கின.

இந்தச் சங்கங்கள் வெளியிட்ட ஏராளமான துண்டுப் பிரசுரங்களின் பட்டியலைக் கூறினால் அது மிக நீண்ட பட்டியலாகும். படிக்கும் பழக்கத்தை உண்டாக்கவும், புத்தகங்களை வாங்கிப்படிக்க இயலாதவர்களுக்கு உதவியாகவும் இருந்தன இந்தப் பிரசுரங்கள்.

சென்ற 19-ஆம் நூற்றாண்டிலே துண்டுப் பிரசுரங்களை வெளியிட்டது மல்லாமல் திங்கள் இதழ்கள். வார இதழ்கள், செய்தித்தாள்கள் முதலியவற்றை, முதன் முதலாக வெளியிட்டவர்களும் கிறிஸ்துவர்களே. கிறிஸ்துவர்களின் வெளியீடுகளைக் கண்ட இந்துக்களும் பிறகு வார இதழ், திங்கள் இதழ்களை வெளியிடத் தொடங்கினார்கள். 19-ஆம் நூற்றாண்டில் வெளிவந்த திங்கள் இதழ் வார இதழ்களின் பட்டியலை வேறு இடத்தில் காண்க. பத்திரிகை வெளியீடுகளைச் சென்ற நூற்றாண்டில் முதல் முதலாகத் தமிழில் வெளியிட்டவர்கள் கிறிஸ்துவர்கள்.

கிறிஸ்துவர் பைபிள் என்னும் விவிலிய நூலையும் கிறிஸ்துமதச் சார்பான வேறு பல நூல்களையும் வசனமாக எழுதி அச்சிட்டார்கள். தமிழ் வசன நடை வளர்ச்சிக்கு ஊக்கம் ஊட்டியவர் கிறிஸ்துவர்களே. தமிழில் மட்டுமல்ல, ஏனைய இந்திய மொழிகளிலே வசன நடையைப் பெரிதும் வளர்த்தவர்களும் அவர்களே. அவர்களே. அச்சியந்திரங்கள் அதிகமாகப் பரவிய காரணத்தினால், 19-ஆம் நூற்றாண்டில் வசன நடை நூல்கள் அதிகமாக வெளிவந்தன.

கிறிஸ்து மதத்தைப் பரவச் செய்வது நோக்கமாகக் கிறிஸ்துவர் இவற்றையெல்லாம் செய்தார்கள். இந்தத் தொண்டுகள் தமிழ் இலக்கிய வளர்ச்சிக்கும் வாய்ப்பாக இருந்தன. ஆகவே இதுவும் அவர்கள் செய்த தமிழ்த் தொண்டாகும்.

அடிக்குறிப்புகள்

1. Society for Promoting Christian Knowledge.
2. Madras Religious Tract society.
3. Jaffna Tract society.
4. Nagarcoil Religious Tract society.
5. South Travancore Tract Society.

6. Tanjore Tract society.

சமயக் காழ்ப்பு

தமிழ்க் கல்வியில் உயர்நிலை யடைந்த மாணவர்களும் வித்துவான்களும் புலவர்களும் தொல்காப்பியம், பத்துப்பாட்டு, எட்டுத்தொகை முதலிய சங்க-நூல்களையும் சிலப்பதிகாரம், மணிமேகலை பெருங்கதை முதலிய சங்ககா-லத்து நூல்களையும், சங்க காலத்துக்குப் பிற்பட்ட நூல்களாகிய பதினெண் கீழ்க்கணக்கு, சீவக சிந்தாமணி, சூளாமணி முதலிய நூல்களையும் பயில்வது தொன்று தொட்டு வந்த வழக்கமாகும். ஆனால் இந்த வழக்கம் 18-ஆம் நூற்றாண்டின் இடைப் பகுதியிலிருந்து தடைப்பட்டது. மேற்சொன்ன நூல்க-ளைப் படிக்கக் கூடாதென்று புதிய கருத்து ஒன்று அக்காலத்தில் தோன்றி-யது.

சங்க நூல்களையும் சங்கம் மருவிய நூல்களையும் படிப்பவர் சமயப் பற்-றற்றவர் என்றும் வீணர்கள் என்றும் பழிக்கப்பட்டனர். சைவ சமயத்தவர் இந்த நூல்களைப் படிக்கக் கூடாதென்று தடுக்கப்பட்டனர். சமயப் பற்றுக் காரணமாக உண்டான இந்தப் புதிய கருத்து தமிழரின் கலைகளுக்கும் பண்-பாட்டுக்கும் பேராபத்தாக இருந்தது. தமிழ் மொழிக்கே ஆபத்தாக இருந்தது.

சங்க நூல்களைப் படிக்கக்கூடாதென்ற இயக்கம் நீடித்திருந்து அச்சுப் புத்தகங்களும் அக்காலத்தில் வெளிவராமலிருந்திருக்குமானால், முன்னரே மறைந்து போன நூல்கள் போக இப்போது கிடைத்துள்ள பத்துப்பாட்டு, எட்-டுத்தொகை, பதினெண் கீழ்க்கணக்கு, சிலப்பதிகாரம், மணிமேகலை, பெருங்-கதை முதலிய இலக்கியச் செல்வங்களும் மறைந்துபோய், தமிழன் பழைய கலைகளும் பழைய இலக்கியங்களும் இல்லாத வறியவனாக ஆகியிருப்பான். நற்காலமாக அந்தக் குறுகிய நோக்கமுள்ள தவறான கருத்து சென்ற நூற்-றாண்டிலேயே தடுக்கப்பட்டு விட்டது. அதனால் நேர்ந்திருக்கக் கூடிய பேரா-பத்து நீக்கப்பட்டது.

இந்தத் தவறான கருத்தைப் பரப்பியவர் 18-ஆம் நூற்றாண்டிலிருந்த சுவா-மிநாத தேசிகரும், சிவஞான சுவாமிகளும் ஆவர். மிக அரிதாகச் சங்க நூல்களைப் பயின்றுவந்த சிறுபான்மைப் புலவரையும் அவற்றைப் படிக்காமல் தடுத்தவர் இலக்கணக் கொத்து நூலாசிரியராகிய சுவாமிநாத தேசிகர். மிகுந்த சைவப் பற்றுடைய தேசிகர், சங்க நூல்களையும் சமண பௌத்த வைணவ இலக்கியங்களையும் படிக்கக் கூடாதென்றும் சைவ நூல்களை மட்டுந்தான் படிக்கவேண்டும் என்றும் வற்புறுத்தி எழுதினார். அந்நூல்களைப் படிப்போரை இகழ்ந்து உரைத்தார். அவர் இயற்றிய இலக்கணக் கொத்து என்னும் நூலின் பாயிரத்தில். 7-ஆம் சூத்திரத்தின் விளக்கத்தில் அவர் இவ்வாறு எழுதியுள்-ளார்.

“மாணிக்க வாசகர் அறிவாற் சிவனே யென்பது திண்ணம். அன்றியும், அழகிய சிற்றம்பல முடையான் (சிவபெருமான்) அவர் (மாணிக்கவாசகர்) வாக்கிற் கலந்திருந்து அருமைத் திருக்கையா லெழுதினார். அப்பெருமையை நோக்காது சிந்தாமணி, சிலப்பதிகாரம், மணிமேகலை, சங்கப்பாட்டு, கொங்கு வேண்மாக்கதை முதலியவற்றோடு சேர்த்துச் செய்யுட்களோ டொன்றாக்கு-வர்.... அம்மட்டோ! இறையனார் அகப்பொருள் முதலான இலக்கணங்களை-யும், தேவாரம், திருவாசகம், திருவிசைப்பா, திருப்பல்லாண்டு, பெரிய புரா-ணம், சிவஞான போதம், சிவஞான சித்தியார், சிவப்பிரகாசம், பட்டணத்துப் பிள்ளையார்பாடல் முதலிய இலக்கியங்களையும் ஓர் பொருளாக எண்ணாது நன்னூல், அகப்பொருள் காரிகை, அலங்காரம் முதலிய இலக்கணங்களை-யும் பத்துப் பாட்டு, எட்டுத்தொகை, பதினெண் கீழ்க் கணக்கு. இராமன் கதை, நளன் கதை, அரிச்சந்திரன்கதை முதலிய இலக்கியங்களையும் ஓர் பொருளாக எண்ணி வாணாள் வீணாள் கழிப்பர். அவர் இவைகளிருக்கவே அவைகளை விரும்புத லென்னெனின், பாற்கடலுட் பிறந்து அதனுள்ளே வாழு மீன்கள் அப்பாலை விரும்பாது வேறு பலவற்றை விரும்புதல் போல அவரதியற்கை என்க.”

இது இவருடைய கருத்தைத் தெளிவாகத் தெரிவிக்கிறது. சைவர் சைவ-சமய நூல்களைத்தான் படிக்க வேண்டும். சமயச் சார்பற்ற சங்க நூல்களை-யும், சமணர், பௌத்தர், வைணவர் முதலியவர் இயற்றிய இலக்கிய நூல்க-ளையும் படிப்பது கூடாது. அந்நூல்களைக் கற்பது வாழ்நாளை வீணாளாகக் கழிப்பதாகும் என்பது இவருடைய கருத்து. இதே கருத்தை இவர் காலத்தில் இருந்த சிவஞான சுவாமிகளும் வலியுறுத்தினார். சிவஞான சுவாமிகள் தாம் இயற்றிய சோமேசர் முதுமொழி வெண்பாவில்.

சேக்கிழார் சிந்தா மணிப்பயிற்சி தீதெனவே
தூக்கியுப தேசித்தார் சோமேசா-நோக்கில்
‘பயனில்சொல் பாராட்டு டுவானை மகனெனல்
மக்கட் பதடி யெனல்’ - என்று கூறினார்.

இதில், சமண சமய நூலாகிய சிந்தாமணி காவியத்தைமட்டும் படிக்கக் கூடா-தென்று சொன்னபோதிலும், ஏனைய நூல்களையும் விலக்கியதாகக் கருதப்-பட்டது. “சிந்தாமணி என்றது உபலக்கணமாதலின், அதுபோலும் சிலப்பதிகா-ரம், மணிமேகலை, சூளாமணிப் பயிற்சியும் சைவ வைணவ நன்மக்களுக்கு ஆகா” என்று விளக்கம் கூறப்பட்டது.

சிவஞான சுவாமிகளின் மாணவராகிய திருத்தணிகை கச்சியப்ப முனிவர், தம்முடைய மாணவர்கள் சமண சமயக் காவியமாகிய சிவகசிந்தாமணியின் இலக்கியச் சுவையைப் புகழ்ந்து பாராட்டிப் பேசிய படியால், அது பொறாமல்

அதைவிடச் சிறந்த சுவையுள்ள நூலை இயற்ற எண்ணித் தணிகைப் புராணம் என்னும் நூலை இயற்றினார் என்னும் வரலாற்றையும் ஈண்டு நினைவு கூர்க.

இவர்கள் பதினெட்டாம் நூற்றாண்டில் இருந்தவர்கள். சுவாமிநாத தேசிகர் 18-ஆம் நூற்றாண்டின் இடைப்பகுதியில் இருந்தவர். சிவஞான சுவாமிகள் அந்த நூற்றாண்டில் வாழ்ந்து 1785-ஆம் ஆண்டு காலமானார். இவர் மாணவராகிய கச்சியப்ப முனிவர் 1790-ஆம் ஆண்டில் காலமானார். இவர்கள் செல்வாக்கடைந்திருந்த கல்வி வளர்ச்சிக்குத் தாயகமாயிருந்த சைவ மடங்களைச் சேர்ந்தவர்கள். இவர்கள் பரப்பிவந்த இந்தக் கருத்து. சங்க இலக்கியங்களையும் சமண பௌத்த இலக்கியங்களையும் சைவர்கள் படிக்கக் கூடாதென்னும் கொள்கை - அந்தக் காலத்தில் செல்வாக்கடைந்திருந்தது. இவர்களிடம் கல்வி பயின்ற மாணவர்கள் பலரும் இக்கொள்கையை ஆதரித்துப் பின்பற்றினார்கள். சைவமடங்களும் இவர்கள் கொள்கையை ஆதரித்துச் சங்க நூல்களையும் மணி மேகலை சிலப்பதிகாரம் முதலிய இலக்கிய நூல்களையும் மாணவர்களுக்குப் பாடஞ் சொல்வதை நிறுத்திக் கொண்டன.

குறுகிய நோக்கத்துடன் சைவ சமயக் கண்கொண்டு பார்க்கிறவர்களுக்குச் சிறந்தாகத் தோன்றுகின்ற இந்தக் கருத்து, பரந்து விரிந்த நோக்கத்துடன் தமிழ்மொழி, தமிழ் இலக்கியம் என்னும் கண்கொண்டு பார்க்கும் போது எவ்வளவு ஆபத்தானது என்பது நன்குதெரியும். தமிழரின் பண்டை நாகரிகம், கலை, பண்பாடுகளை அடியோடு அழித்து ஒழிப்பதற்கு அடிப்படையாக இருந்தது இந்தக் கொள்கை. இந்தக் கொள்கை 19-ஆம் நூற்றாண்டின் பிற்பகுதி வரையில் நிலைத்திருந்தது 18-ஆம் நூற்றாண்டில் தோன்றிய இந்த இயக்கம் நாலைந்து தலை முறைவரையில் ஏறக்குறைய ஒரு நூற்றாண்டுவரையில் நீடித்திருந்தது.

இந்தக் குறுகிய தவறான கொள்கையின் காரணமாகவே சில பழந்தமிழ் நூல்கள் மறைந்து விட்டன. மிக அருமையாகச் சிலரிடத்தில் மட்டும் இருந்த ஏட்டுச் சுவடிகள், இந்த இயக்கம் காரணமாக மறைந்துவிட்டன. சிதலாமான ஏட்டிலிருந்து பெயர்த்தெழுதிவைக்காத காரணத்தினால் அவை முழுவதும் அழிந்துவிட்டன. வளையாபதி, தகடூர் யாத்திரை என்னும் நூல்கள் இந்தக் குறுகிய கொள்கை காரணமாக அழிந்துபோன நூல்களாகும்.

19-ஆம் நூற்றாண்டிலே தமிழுலகத்திலே தலைசிறந்த ஆசிரியர் என்று உலகப் புகழ்ப்பெற்ற மகாவித்துவான் மீனாட்சிசுந்தரம் பிள்ளை அவர்கள், திருவாவடுதுறை ஆதீனத்தின் வித்துவானாக இருந்தார். இவரிடம் பாடம் கேட்டு வித்துவானானவர்கள் பலர். அவர்களுள் உ. வே (பிறகு, டாக்டர்) சாமிநாதையர் அவர் களும் ஒருவர். மாகவித்துவான் மீனாட்சி சுந்தரம் பிள்ளையவர்கள் தம் மாணவர்களுக்குச் சங்க இலக்கியங்களையும் மனிமேகலை சிலப்பதிகாரம் முதலிய நூல்களையும் பாடம் சொல்லவில்லை.

ஏனென்றால், அந்த நூல்களைப் படிக்கக்கூடாது என்ற கொள்கை அக்காலத்துச் சைவ மடங்களிலும் புலவர்களிடத்திலும் பரவியிருந்தது. வேறு சைவ வைணப் புலவர்களும் சங்க நூல்களை அக் காலத்தில் பாடஞ் சொல்லவில்லை. சங்க இலக்கியங்களைப் பிற்காலத்தில் அச்சிற் பதிப்பித்த டாக்டர் உ.வே. சாமிநாதையர் அவர்களுக்கும் அக்காலத்தில் சங்கநூல்களின் பெயர் கூடத் தெரியாதிருந்தது என்றால், இந்த நூல்கள் எவ்வளவு கட்டுப் பாடாகத் திட்டமிடப்பட்டுப் புறக்கணிக்கப்பட்டிருந்தன என்பதை யூகித்தறியலாம்.

டாக்டர் உ.வே. சாமிநாதையருக்குச் சங்க நூல்களைப் பற்றியும் மணிமேகலை, சிலப்பதிகாரம், சீவகசிந்தாமணி முதலிய காவியங்களைப் பற்றியும் முதல் முதலாகத் தெரிவித்தவர் சேலம் இராமசுவாமி முதலியார் ஆவார், ஐயர் அவர்கள் இதனைத் தமது சரித்திரமாகிய என் சரித்திரத்தில் "என்ன பிரயோசனம்" என்னும் தலைப்பில் நன்கு விளக்கி எழுதியிருக்கிறார்.

நல்ல காலம்

1880-ஆம் ஆண்டு அக்டோபர் திங்கள் 21-ஆம் நாள் வியாழக்கிழமையன்று சேலம் இராமசுவாமி முதலியார் என்னும் பெரியாரைக் காணும் வாய்ப்பு உ.வே. சாமிநாதையருக்கு ஏற்பட்டது. அது தமிழிலக்கிய வரலாற்றில் ஒரு நன்னாள். பொன் எழுத்தில் பொறித்து வைக்கவேண்டிய பெருநாள். இது பற்றி ஐயர் அவர்கள் எழுதியுள்ளதைப் படியுங்கள்.

"அச்சமயம் அரியலூரிலிருந்து சேலம் இராமசுவாமி முதலியார் ரென்பவர் கும்பகோணத்துக்கு முன்சீபாக மாற்றப்பெற்று வந்தார். அவரிடம் நல்லூழ் என்னைக் கொண்டு போய்விட்டது. அவருடைய நட்பினால் என் வாழ்க்கையில் ஒரு புதுத்துறை தோன்றியது. தமிழிலக்கியத்தின் விரிவை அறிய முடிந்தது. அந்தாதி, கலம்பகம், பிள்ளைத்தமிழ், உலா, கோவை முதுலிய பிரபந்தங்களிலும் புராணங்களிலும் தமிழின்பம் கண்டு மகிழ்வதோடு நில்லாமற் பழமையும் பெருமதிப்பு முடைய தண்டமிழ் நூல்களிற் பொதிந்து கிடக்கும் இன்றமிழியற்கையின்பத்தை மாந்தி நான் மகிழ்வதோடு, பிறரும் அறிந்து இன்புறச் செய்யும் பேறு எனக்கு வாய்த்தது" (பக்கம் 727. "என் சரித்திரம்" டாக்டர் உ.வே. சாமிநாதையர், 1950 பதிப்பு.)

ஐயரவர்கள் சென்று முதலியாரவர்களைக் கண்ட போது யாரிடம் பாடங் கேட்டீர்கள்?' என்று முதலியார் கேட்டாராம். மகாவித்துவான் மீனாட்சிசுந்தரம் பிள்ளை யவர்களிடம் பாடங்கேட்டதாக ஐயர் கூறினாராம். 'என்ன பாடம் கேட்டீர்கள்?' என்றாராம் முதலியார். ஐயர் தாம் பாடம் கேட்ட அந்தாதி, பிள்ளைத் தமிழ் கலம்பகம் கோவை, உலா முதலிய நூல்களின் பட்டியலை அடுக்கடுக்காகக் கூறினாராம். இவற்றைக் கேட்ட முதலியார் "இதெல்லாம் படித்து என்ன பிரயோசனம்?" என்று கூறினாராம். அவர் கூறியதைக் கேட்-

டுத் திடுக்கிட்ட ஐயர் தாம் பாடம் கேட்ட புராணங்களின் பட்டியலையும் நைடதம், பிரபுலிங்க லீலை, இலக்கணநூல்கள் முதலியவற்றின் பெயர்களையும் கூறிக் கடைசியில் கம்பராமயணத்தைப் பாடங் கேட்டதாகவும் சொன்னாராம்.

“சரி, அவ்வளவுதானே? பழை நூல்களில் ஏதாவது பாடங் கேட்டதுண்டா?” என்று வினவினார் முதலியார்.

“தாங்கள் எந்த நூல்களைச் சொல்லுகிறீர்களென்று தெரிய வில்லையே?” என்றார் ஐயர்.

“சீவக சிந்தாமணி படித்திருக்கிறீர்களா? மணிமேகலை படித்திருக்கிறீர்களா? சிலப்பதிகாரம் படித்திருக்கிறீர்களா?” என்று கேட்டார் முதலியார்.

இந்நூல்களை யெல்லாம் மடங்களில் படிக்கக்கூடாது, பாடம் சொல்லக் கூடாது என்றிருந்த காலமல்லவா அது? ஐயர் அவர்களுக்கு இவற்றின் பெயர் கூடத்தெரியாதிருந்ததில் வியப்பில்லை. முதலியார் அவர்கள் சிந்தாமனி காவியத்தின் சிறப்பைக் கூறி அதன் பிரதி ஒன்றையும் ஐயரிடம் கொடுத்தார்.

சங்க இலக்கியங்களைப் பற்றிச் சேலம் இராமசுவாமி முதலியாரவர்கள் தெரிவித்த செய்திகளும் கொடுத்த சிந்தாமணி ஏட்டுப் பிரதியும் ஐயரவர்களின் மனக் கண்ணைத் திறக்கச் செய்தன. பத்துப்பாட்டு, எட்டுத் தொகை, சிலப்பதிகாரம், மணிமேகலை முதலிய சங்க இலக்கியங்களைப் பெறுவதற்கும் அவற்றை ஆராய்ந்து அச்சிடுவதற்கும் ஐயரவர்களைத் தூண்டி ஊக்கப்படுத்தியது முதலியார் அளித்த சிந்தாமணி ஏட்டுச்சுவடி.

18-ஆம் நூற்றாண்டின் இடைப்பகுதியிலே சாமிநாததேசிகர், சிவஞான சுவாமிகள் காலம் முதல் ஒரு நூற்றாண்டு காலம்வரையில் இருந்து வந்த சங்க நூல்களையும் பௌத்த காவியங்களையும் கற்றல் கூடாது என்னும் வழக்கத்தைச் சேலம் இராமசுவாமி முதலியார் அவர்கள் உ.வே. சாமிநாதையரைக் கொண்டு தகர்த்தெறிந்தார். அக்கொள்கையை மாற்றவேண்டும் என்னும் எண்ணத்துடன் அவர் செய்ய வில்லை. தற்செயலாக நிகழ்ந்த நிகழ்ச்சி இது. ஆயினும், தமிழ் மொழியின் பழைய இலக்கிய நூல்கள் வாழ்வதற்கு ஏற்ற நற்செயலாக முடிந்தது இது.

தமக்குச் சிந்தாமணி, சிலப்பதிகாரம், மணிமேகலை முதலிய சங்க இலக்கிய நூல்களை முதன் முதலாக அறிமுகப் படுத்திய சேலம் இராமசுவாமி முதலியார் அவர்கள் காலஞ்சென்றபோது உ.வே. சாமிநாதையர் அவர்கள் மிகவும் மனம் வருந்தினார்.

“1892-ஆம் வருஷம் மார்ச்சு மாதம் இரண்டாந் தேதி அவர் உலகவாழ்வை நீத்தார். அந்தத் துக்கச் செய்தியைக் கேட்டு நான் துடித்துப் போனேன். அவருடைய பழக்கம் எனக்கு ஏற்பட்டதையும் அதனால் பழந்தமிழ் நூலாராய்ச்சியிலே நான் புகும்படி நேர்ந்ததையும் எண்ணிப் பார்த்தேன்.

அவருடைய தூண்டுதல் இல்லாவிட்டால் சிந்தாமணியை நான் அச்சிடுவது எங்கே? சங்க நூல்களின் பெருமையை உணர்ந்து இன்புற்று வெளிப்படுத்தும் முயற்சிக்கும் எனக்கும் என்ன சம்பந்தம்?'' (பக்கம் 969. 'என் சரித்திரம்' டாக்டர் உ.வே. சாமிநாதையர் 1950)

நற்காலமாக, ஒரு சேலம் இராமசாமி முதலியார் தோன்றி சங்க இலக்கிய நூல்கள் அழிந்து போகாதபடி காப்பாற்றினார். அவர் தோன்றிக் காப்பாற்றியிராவிட்டால் அந்த நூல்களின் கதி என்னவாயிருக்கும்? அவற்றில் பல அழிந்து போயிருக்கும் அல்லவா?

கீழ்க்கணக்கு

18-ஆம் நூற்றாண்டிலே சாமிநாத தேசிகரும் மற்றவர்களும் சைவ நூல்களைத் தவிர மற்ற நூல்களைப் படிக்கக் கூடாது என்னும் கருத்தைப் பரப்பிய காரணத்தினாலே, பதினெண் கீழ்க்கணக் நூல்களில் சிலமறைந்து போகும் நிலை 19-ஆம் நூற்றாண்டின் இறுதியில் ஏற்பட்டிருந்தது. கீழ்க்கணக்கு நூல்கள் எத்தனை? அவை எவை என்று ஆராய வேண்டிய அளவுக்கு அந்நூல்கள் சென்ற நூற்றாண்டிலே புறக்கணிக்கப்பட்டிருந்தன.

நாலடி நான்மணி நானாற்ப தைந்திணைமுப்
பால்கடுகம் கோவை பழமொழி மாமூலம்
இன்னிலைசொல் காஞ்சியுடன் ஏலாதி யென்பவே
கைந்நிலைய வாங்கீழ்க் கணக்கு.

என்பது கீழ்க்கணக்கு நூல்களின் பெயரைக் கூறுகிற பழைய வெண்பா. இதில் கூறப்படுகிற நூல்களில் சில எவை என்பதை அறியாமல் சென்ற 19-ஆம் நூற்றாண்டிலே புலவர்கள் ஆராயத் தொடங்கினார்கள்.

இந்த வெண்பாவில் வரும் ஐந்திணை என்பதைச் சிலர் "ஐந்தொகை" என்று பாடம் ஓதி அதற்கு நெடுந்தொகை (அகநானூறு) என்று பொருள் கூறினார்கள்! இச்செய்யுளில் வரும் முப்பால் என்பது திருக்குறளைக் குறிக்கிறது என்பது அறியாமல், "மூன்று தரும நூல்கள்" என்று கூறினார்கள் சிலர்! கோவை என்பது ஆசாரக் கோவை என்று அறியாமல், மாணிக்கவாசகர் இயற்றிய "திருக்கோவையார்" என்னும் நூல் என்று கருதினர் சிலர்!

மூன்றாவது அடியில் உள்ள இன்னிலை சொல் என்பது "காஞ்சி"க்கு அடைமொழி என்பதறியாமல் "இன்னிலை", "இன் சொல்" என்னும் இரண்டு நூல்களின் பெயர் என்று கூறினர் ஒருசாரார்! அம்மட்டோ! இன்னிலை என்னும் ஒரு போலி நூலைப் புதிதாக உண்டாக்கி, அது ஒரு பழைய நூல் என்று கூறி அச்சிட்டு வெளிப்படுத்தினார்கள். கைந்நிலை என்னும் நூல்

அக்காலத்தில் கிடைக்காத படியினால், அப்படி ஒரு நூல் இல்லை என்று கூறினர் சிலர்.

இது பற்றின விரிவான ஆராய்ச்சியை இந்நூல் ஒழிபியலில் "கீழ்க்கணக்கு நூலாராய்ச்சி" என்னும் தலைப்பில் காண்க.

சங்க நூல்களையும் பிற நூல்களையும் படிக்கக் கூடாது என்று தொடங்கப்பட்ட இயக்கத்தினால், இவ்வாறு தமிழ் நூல்கள் மறக்கப்படுவதற்கும் மறைந்து போவதற்கும் இடமுண்டாயிற்று. ஆனால் நற்காலமாக அந்தக் குறுகிய நோக்கமுடைய கொள்கை மறைந்தொழிந்தது. அக்கொள்கை காரணமாகச் சில நூல்கள் மறைந்து போயின என்பதையும் அறியவேண்டும்.

பாட பேதம்

இவையெல்லாம் சமயக் காழ்ப்பினால் உன்டான குறுகிய மனப்பான்மையைக் காட்டுகின்றன. சமயப் பற்றுக் காரணமாக ஏற்பட்ட இந்தக் குறுகிய மனப்பான்மையினால், பாரதம், கம்பஇராமாயணம் முதலிய நூல்களை 19-ஆம் நூற்றாண்டில் ஏட்டுச் சுவடியிலிருந்து அச்சுப் புத்தகமாக அச்சிட்டவர் சிலர், சிவபெருமானுக்கு ஏற்றந் தந்த செய்யுள்களை மாற்றியும் சிதைத்தும் புதுக்கியும் அச்சிட்டனர். சில நூல்களின் முதலில் அருகக் முதலில் அருகக் கடவுளுக்கு வாழ்த்துக் கூறிய செய்யுங்களைச் சிலர் எடுத்துப் போட்டு அந்த இடத்தில் விநாயகர் வணக்கப் பாடல் அமைத்துச் அச்சிட்டனர். நிகண்டுகளில் அருகப் பெருமானுக்குக் கூறப்பட்ட செய்யுள்களை மாற்றிவிட்டனர். இவ்வாறு சமயப் பற்றுக் காரணமாகச் சிலர் அச்சுப் புத்தகங்களை அச்சிட்டபோது மாற்றினார்கள்.

தம்மிடம் பாடம் கேட்க வரும் மாணவர் வேறு மதத்தவராக இருந்தால் அவர்களின் பெயரை மாற்றிவைத்துப் பாடம் சொல்லியவர்களும் உண்டு. வெங்கடராமன் என்னும் பெயர் கொண்டிருந்தவரை மாணவராக ஏற்றுக்கொள்வதற்கு முன்பு 'சாமிநாதன்' என்று புதுப் பெயரைச் சூட்டினார் மகாவித்வான் மீனாட்சிசுந்தரம் பிள்ளையவர்கள். அந்தப் பெயருடன் விளங்கியவர்தான் டாக்டர் உ.வே. சாமிநாதையர்.

சென்னைக் கோமளீசுவரன் பேட்டையில் வாழ்ந்து வந்த உரையாசிரியர் வித்துவான் இராசகோபாலப்பிள்ளை என்னும் வைணவரிடம் மகாவித்துவான் திருமயிலை சண்முகம் பிள்ளையவர்கள். இளையராக இருந்த காலத்தில், கம்பராமாயணம் பாடம் கேட்கச் சென்றபோது, நெற்றியில் நீறுபூசிக் சண்முகம் என்னும் பெயர் தாங்கியிருந்ததன் காரணத்தினால், கொடிய வைணவரான இராசகோபாலப்பிள்ளை அவருக்குப் பாடம் சொல்ல மறுத்து விட்டாராம். பிறகு. நெற்றியில் திருமண் அணிந்து சண்முகம் என்னும் பெயரை மாற்றி இராமாநுசன் என்று வைத்துக்கொண்டால் இராமாயணம் பாடம் சொல்ல இயலும் என்று கூறினாராம். அதன் படியே (அப்பாடம் முடிகிறவரையில்)

செய்து கொண்டு சண்முகம் பிள்ளையவர்கள் பாடங்கேட்டார் என்னும் செய்தி, அக்காலத்தில் சமயக் காழ்ப்பு எவ்வளவு பலமாக இருந்தது என்பதை விளக்குகின்றது.

சமயக் காழ்ப்பு தமிழ் இலக்கியங்கள் சில மறைதற்குக் காரணமாக இருந்தன என்பது மேற்கூறிய வற்றால் விளங்கும்.

அச்சுக்கூடங்கள்

19-ஆம் நூற்றாண்டிலே தமிழ் நூல்களை அச்சிற்பதிப்பித்த அச்சுக்கூடங்களின் பெயரை நாம் அறிந்த வரையில் கூறுவோம், இதனைக் கூறுவதற்கு முன்பு, அச்சுக்கலை எங்கே தோன்றி உலகத்தில் எவ்வாறு பரவியது என்பதைத் தெரிந்துகொள்வது பொருத்த மாகலின் அதன் வரலாற்றைச் சுருக்கமாகக் கூறுவோம்.

காகிதம் செய்யவும் அச்சடிக்கவும் முதன் முதல் கண்டறிந்தவர் சீன நாட்டினர். சீன நாட்டவரிடமிருந்து அராபியர் இக்கலைகளைத் தெரிந்து கொண்டார்கள். அராபியராகிய முஸ்லிம்கள், பிறகு இக்கலைகளைப் பாரசீகம் எகிப்து முதலிய நாடுகளில் பரப்பினார்கள். முஸ்லிம் நாடுகளில் பரவிய இந்தக் கலைகள் பிறகு ஐரோப்பிய நாடுகளில் பரவின. அச்சுக்கலை கி.பி. 15-ஆம் நூற்றாண்டில் ஐரோப்பாக் கண்டம் முழுவதும் பரவியது.

ஆதிகாலத்தில் அச்செழுத்துக்களைத் தனித்தனியாக அச்சுக் கோத்து அச்சிற் பதிப்பிக்கிற முறை தெரியாது. புத்தகத்தின் ஒவ்வொரு பக்கத்துக்கும் எழுத்துக்களை ‘பிளாக்’ செய்து புத்தகங்களை அச்சிட்டார்கள். எழுத்துக்களைத் தனித்தனியே அச்சுக் கோத்துப் புத்தகம் அச்சிடும் முறையை முதன்முதல் கண்டு பிடித்தவர் ஜெர்மனி தேசத்தவர். அவருடைய பெயர் ஜோஹன் கூட்டன்பெர்க்1 என்பது. அவர் ஜெர்மணி தேசத்து மென்ஸ் நகரத்திலே பிறந்தவர். கி.பி. 1450 வாக்கில் இஸ்த்ராஸ்பர்கு2 நகரத்தில் அவர் அச்சுத்தொழில் நடத்தினார். தனித்தனி அச்செழுத்துக்களை அச்சுக்கோத்துப் புத்தகம் அச்சிடுவதற்கு அவர் வகுத்த அச்சுக்கோப்பு முறை ஜெர்மனி தேசம் முழுவதும் பரவியது.

பின்னர் இத்தாலி, சுவிட்சர்லாந்து, பிரான்சு, ஒல்லாந்து, போலந்து முதலிய தேசங்களில் அவருடைய அச்சுக் கோப்புக்கலை 1475-ஆம் ஆண்டுக்குள் பரவியது. பின்னர் டென்மார்க்கு, நார்வே, சுவீடன், இஸ்பெயின், இங்கிலாந்து முதலிய தேசங்களிலும் பரவிற்று. கி.பி. 15-ஆம் நூற்றாண்டின் இறுதியில் அவருடைய அச்சுக் கோப்புக்கலை ஐரோப்பாக் கண்டம் முழுவதும் பரவியது. அமெரிக்காக் கண்டத்தில் மெச்சிக்கோ நகரத்தில் 1539-ஆம் ண்டு, முதன் முதல் அச்சியந்திர சாலை அமைக்கப்பட்டது.

இந்தியா தேசத்திலே முதன்முதலாக அச்சியந்திரம் நிறுவியவர்கள் ஐரோப்பியப் பாதிரிமார்கள். அதிலும் தமிழ்நாட்டிலே அவர்கள் முதன் முத-

லாக அச்சியந்திரசாலை அமைத்துத் தமிழ் மொழியிலே புத்தகங்களை அச்சிட்டார்கள். பாதிரிமார்கள். முதன் முதல் தமிழில் அச்சிட்ட நூல்கள் கிறிஸ்து சமய நூல்களே. தென் இந்தியாவுக்கு அச்சியந்திரங்களைக் கொண்டுவந்த ஐரோப்பியக் கிறிஸ்துவப் பாதிரிமார் தமிழில் அச்செழுத்துக்களை உண்டாக்கினார்கள். (1577 ஆம் ஆண்டில் கோண்ஸால்வஸ் என்னும் பாதிரியார்) தமிழில் அச்செழுத்துக்களை உண்டாக்கிக் 'கிறிஸ்துவ வணக்கம்' என்னும் நூலை அச்சுப் புத்தகமாக அச்சிட்டார் என்பர். மலையாள தேசத்தில் அம்பலக்காடு என்னும் இடத்தில் கி.பி. 17-ஆம் நூற்றாண்டில் அச்சியந்திரசாலை கிறிஸ்துமதப் பாதிரிமாரால் நிறுவப் பட்டது. அதில் தமிழ் நூல்களை அச்சிடுவதற்காக இன்னாசி ஆச்சாமணி3 என்பவர் 1679-ஆம் ஆண்டில் தமிழ் அச்சு எழுத்துக்களை உண்டாக்கினார் என்ப.

இலங்கைத் தீவிலும் தமிழ் நூல்கள் அக்காலத்திலே அச்சிடப்பட்டன. அவ்விடத்திலும் பாதிரிமார்களே தமிழ் நூல்களை அச்சிட்டார்கள். இலங்கையில் பரங்கியரும் (போர்ச்சுகீசியர்) அதன் பிறகு ஒல்லாந்தரும் ஆட்சி செய்த காலத்தில் அச்சுக் கூடங்களை நிறுவினார்கள். பிலிப்பு தெ மெல்லோ என்னும் தமிழ்ப் பாதிரியார் கிரேக்க மொழியிலிருந்து தமிழில் மொழிபெயர்த்த புதிய ஏற்பாடு என்னும் விலியவேதம் 1749-இல் இலங்கையில் அச்சிடப்பட்டது. அதன் பிறகு வேறு தமிழ் நூல்களும் அச்சிடப்பட்டன.

தஞ்சைக்கு அடுத்த தரங்கம்பாடியில் டேனிஷ்மிஷன் பாதிரிமார்கள் 18-ஆம் நூற்றாண்டில் அச்சியந்திர சாலையை நிறுவினார்கள். ஜெர்மனி தேசத்தவரான ஸீகன்பால்கு ஐயர்4 தரங்கம்படிக்கு வந்து கிறிஸ்து மதப் பிரசாரம் செய்யத் தொடங்கிய போது, தமிழ் அச்சுப் புத்தகங்கள் இல்லாத குறைபாட்டை யுணர்ந்து, தரங்கம்பாடியில் அச்சியந்திரசாலையை அமைக்க முயன்றார். தமக்கும் மற்றவர்களுக்கும் வேண்டிய தமிழ்ப் புத்தகங்களை ஓலைச் சுவடியில் எழுதுவித்துக் கொள்வது அதிகப் பொருள் செலவும் காலதாமதமும் ஆகிறது என்றும், அதிகப் பொருட்செலவும் காலதாமதமும் ஏற்பட்டுங்கூட மிகச் சில பிரதிகள் தான் கிடைக்கின்றன என்றும், ஆகையால் பணச் செலவைக் குறைத்துச் சொற்பகாலத்தில் அதிக எண்ணிக்கையுள்ள புத்தகங்களை அச்சிடுவதற்கு உதவியாக அச்சியந்திரத்தையும் தமிழ் அச்செழுத்துக்களையும் உடனே அனுப்பிவைக்க வேண்டும்மென்றும் ஸீகன்பால்கு ஐயர் இங்கிலாந்திலும் ஜெர்மனியிலும் இருந்த மிஷன் சங்கங்களுக்குக் கடிதம் எழுதினார். அவருடைய வேண்டுகோளுக்கு இணங்கி கிறிஸ்துவ ஞான வளர்ச்சிச் சங்கத்தார் 5 அச்சியந்திரத்தையும் தமிழ் அச்செழுத்துக்களையும் 1712-ஆம் ஆண்டில் தரங்கம்பாடிக்கு அனுப்பினார்கள். அவற்றுடன் அச்சுத்தொழில் தெரிந்தவர்களும் வந்தனர். 1713-ஆம் ஆண்டு முதல் தரங்கம்பாடியில் தமிழ் அச்சுப் புத்தகங்கள் அச்சிடப்பட்டன.

18-ஆம் நூற்றாண்டில் புரோட்டஸ்டண்டுக் கிறிஸ்துவரால் நிறுவப்பட்ட தரங்கம்பாடி அச்சுக்கூடத்தில் அச்சிடப்பட்ட கிறிஸ்வத் தமிழ்ப் புத்தகங்கள்

பொது ஜனங்களுக்கும் விற்கப்பட்டன. அதற்கு முன்பு கத்தோலிக்கக் கிறிஸ்துவப் பாதிரிகள் நிறுவிய அச்சுக் கூடங்களில் பதிப்பிக்கப்பட்ட புத்தகங்கள் பொதுஜனங்களுக்கு விற்கப்படாமல் பாதிரிமார்களின் உபயோகத்துக்காக மட்டும் கொடுக்கப்பட்டன.

மேலே கூறிய இவை எல்லாம் ஐரோப்பியப் பாதிரிமாரால் நிறுவப்பட்ட அச்சுக்கூடங்கள். இந்த அச்சுக் கூடங்களில் கிறிஸ்து மதச்சார்பான புஸ்தகங்கள் அச்சிடப்பட்டன. பழைய தமிழ் இலக்கிய நூல்கள் அச்சிடப் படாமல் ஏட்டுச் சுவடிகளாகவே இருந்தன.

19-ஆம் நூற்றாண்டிலே 1835-ஆம் ஆண்டிலே நமது நாட்ட வரும் அச்சியந்திரசாலைகள் வைக்கலாம் என்னும் சட்டம் ஏற்பட்ட பிறகுதான் நம்மவர் அச்சியந்திரசாலைகளை நிறுவினார்கள். இதன் பிறகுதான் ஓலைச்சுவடிகளாக இருந்த பழைய தமிழ்நூல்கள் அச்சுப் புத்தகங்களாக வெளிவந்தன.

புத்தகம் அச்சிடுவது பற்றி இந்த ஆண்டில் அரசாங்கத்து அறிக்கையொன்று வெளியிடப்பட்டது." 1835-ஆம் ஆண்டு ஆகஸ்டு மாதம் 3 ஆம் நாள் ஆனரேபில் கவர்னர் செனரலவர்களாலே ஆலோசனை சபையில் விதிக்கப்பட்ட அச்சுச்சட்டம்." இதற்கு "1835- ஆம் வருஷத்து ஆக்ட் என்னும் 11-ஆவது சட்டம்" என்பது பெயர்.

இந்தச் சட்டத்தின்படி 1823-ஆம் ஆண்டு கவர்னர் செனரலால் ஏற்படுத்தப்பட்ட சட்டமும் 1825, 1827-ஆம் ஆண்டுகளில் பொம் பாயில் ஏற்பட்ட சட்டங்களும் தள்ளுபடி செய்யப்பட்டன. தள்ளுபடி செய்யப்பட்ட சட்டங்களுக்குப் பதிலாக இந்தப் புதிய சட்டம் ஏற்படுத்தப்பட்டது. இந்தச் சட்டத்தைக் காலத்தவணைப் பதிப்புச் சட்டம் என்றும், புத்தகப் பதிப்புச் சட்டம் என்றும் இரண்டு விதமாகப் பிரிக்கலாம்.

காலத்தவணைச் சட்டம்:- "சர்க்கார் சமாசாரங்களின் மேல் பிரசித்த செய்திகளாவது யுக்திகளாவது அடங்கியிருக்கிற அச்சிற் பதிப்பித்த எவ்விதமான காலக்கிரம புத்தகங்களையும் பிரசித்தஞ் செய்யக் கூடாதென்று விதிக்கப்பட்டிருக்கிறது.

"காலக்கிரமமான அந்தப் புத்தகங்களை அச்சிற் பதிப்பிக்கிறவனும் பிரசித்தஞ் செய்கிறவனும் பிரசித்தம் பண்ணப்படும் அதிகார இடத்தின் மேஜிஸ்திரேட்டுக்கு முன்வந்து வாக்குமூலத்தை எழுதிக் கையெழுத்துப் பண்ணிக் கொடுக்கவேண்டும். எப்படி யென்றால், 'இன்னானாகிய நான் இந்த இடத்தில் அச்சுப் பதிப்பித்த அல்லது பிரசித்தம் பண்ணின அல்லது அச்சுப் பதிப்பித்துப் பிரசித்தம் பண்ணின இன்ன பெயரையுடைய காலக்கிரம புத்தகங்களை அச்சிற் பதிப்பித்தவன் அல்லது பிரசித்தம் பண்ணினவன் அல்லது அச்சுப் பதித்துப் பிரசித்தம் பண்ணினவன்' என்று வெளியிடவேண்டும்."

இந்த நிபற்தனைக்கு மாறுபட்டால் 5000 ரூபாய்க்கு மேற்படாத தொகை அபராதமும் 2 ஆண்டுக்கு மேற்படாத காவல் தண்டனையும் விதிக்கப்படும்.

புத்தகப் பதிப்புச் சட்டம்:- "கம்பினியாருடைய தேசங்களுக்குள்ளே மேற்சொன்ன 1835-ஆம் வருசம் செப்டம்பர் மாதம் 15ஆம் தேதிக்குப் பிறகு அச்சுப் பதிப்பிக்கப் பட்ட எல்லாப் புஸ்தகமும் காகிதமும் அச்சுப் போடுகிறவனுடைய பெயரையும் பிரசித்தம் பண்ணுகிறவனுடைய பெயரையும் அச்சுப் போட்டுப் பிரசித்தம் பண்ணுகிற இடத்தையும் அதன் மேல் தெரியும்படிக்கு அச்சுப் போட்டிருக்கவேண்டும். இந்த விதிக்கொத்த படிக்கில்லாமல் வேறே விதமாக யாதொரு புஸ்தகத்தை கடிதாசியை எவனாவது அச்சுப் போட்டதாய் அல்லது பிரசித்தம் பண்ணினதாய் ருசுவானால் 500 ரூபாய்க்கு மேற்படாத தொகையை அபராதத்தினாலேயுந் தெண்டிக்கப்படுவானென்று விதிக்கப் பட்டிருக்கிறது."

இந்தச் சட்டத்தின் முழு விவரம் 1835-ஆம் ஆண்டு வெளியான Fort St. George Gazette-இல் தமிழிலும் ஆங்கிலம் முதலிய மொழிகளிலும் வெளியிடப் பட்டிருக்கிறது. இந்தச் சட்டத்தில் கூறியுள்ளபடியே அக்காலத்தில் அச்சிடப்பட்ட புத்தகங்களின் முகப்புப் பக்கங்கள் அச்சிடப்பட்டுள்ளன. அவற்றின் மாதிரி ஒன்றைப் படத்தில் காண்க.

எழுதா எழுத்து

அச்சுப் புத்தகங்கள் வந்தவுடனே ஏட்டுச் சுவடிகள் மறைந்துவிடவில்லை. 19-ஆம் நூற்றாண்டிலே ஏட்டுச் சுவடிகளும் அச்சுப் புத்தகங்களும் இரண்டும் வழக்கத்தில் இருந்தன. பின்னர் 20— ஆம் நூற்றாண்டின் தொடக்கத்தில் மெல்ல மெல்ல ஏட்டுச் சுவடிகள் மறைந்து அச்சுப் புத்தகங்கள் நிலைபெற்றன.

அச்சு எழுத்தை எழுதா எழுத்து என்று கூறினர் சென்ற நூற்றாண்டிலிருந்த புலவர்களான அஷ்டாவதானம் சபாபதி முதலியாரும் திருத்தணிகை விசாகப் பெருமாளையரும். 1858-ஆம் ஆண்டு சாமுவேல் என்பவர் தொல்காப்பிய நன்னூல் என்னும் இலக்கணத்தை அச்சிற்பதிப்பித்தபோது, அதற்குச் சிறப்புப் பாயிரம் அளித்த புரசை அஷ்டாவதானம் சபாபதி முதலியார்,

இந்நூல் இயற்றி எழுதா எழுத்தில்
பன்னூல் நெறியிற் பதித்து நல்கினான்'

என்று கூறினார். ப. அரங்கசாமிப்பிள்ளை அவர்கள் 1883-ஆம் ஆண்டில் முதன் முதலாகச் சீவக சிந்தாமணியை அச்சுப் புத்தகமாக வெளியிட்டார். அந்தப் பதிப்புக்குச் சாற்றுகவி அளித்த மேற்படி முதலியார் அவர்கள்.

"கனக சபைமால் தனதுநல் லுதவியால்
எழுதா வெழுத்தில் இயைவித் தனனால்"

என்று கூறினார்.

கவிராஜசேகரர் ஆரோக்கிய நாயகர் என்பவர் "தேம்பாவணிக் கீர்த்தனை" என்னும் நூலை இயற்றி 1857-ஆம் ஆண்டு சென்னையில்

அரங்கேற்றினார். அந்நூலை ஞானாதிக்க நாயகர் அச்சிற் பதிப்பித்தார். அந்நூலுக்குச் சாற்றுகவி நல்கிய திருத்தணிகை விசாகப் பெருமாளையர் அவர்கள், அச்செழுத்தை எழுதா எழுத்து என்று கூறினார்.

"மருவார் தம்மைப் புறங்கண்டோன் மாரவேளின் எழில்கொண்டோன்.
மாண்பார் ஞானாதிக்கவியப்பேர் மகிபன் எழுதா வெழுத்ததனிற்
பெருகார் வத்திற் பொறித்தளித்தான் பிறங்கு நிலத்தில் வாழ்வோர்கள்
பேணி மகிழ்ச்சி யுளந்தன்னிற் பிறந்து களிப்பிற் சிறந்துறவே"
என்பது அவர் வாக்கு.

ஏட்டுச் சுவடிகளாயிருந்த தமிழ் நூல்களைச் சென்ற 19-ஆம் நூற்றாண்டில் முதன் முதலாக அச்சிற் பதிப்பித்த பதிப்பாசிரியர்கள் தாண்டவராய முதலியார், இராமச்சந்திர கவிராயர், முகவை இராமாநுச கவிராயர், கொட்டையூர் சிவக்கொழுந்து தேசிகர், திருத்தணிகை விசாகப் பெருமாளையர், களத்தூர் வேதகிரி முதலியார், ஆறுமுக நாவலர், மகாவித்துவான் திருமயிலை சண்முகம் பிள்ளை, தில்லையம்பூர் சந்திரசேகரக் கவிராச பண்டிதர், வீராசாமி செட்டியார், ராவ் பகதூர் சி.வை. தாமோதரம்பிள்ளை, டாக்டர் உ.வே. சாமிநாதஐயர் முதலியவர்கள்.

ஏட்டுச் சுவடியாக இருந்த பழந்தமிழ் நூல்கள் சென்ற நூற்றாண்டில் முதன் முதலாக அச்சிற் பதிப்பிக்கப்பட்டன என்பது உண்மை. ஆனால், எந்தெந்த நூல்கள் யார் யாரால் முதன்முதல் அச்சிடப்பட்டன என்பதற்கு முறையாக எழுதப்பட்ட குறிப்புகளோ வரலாறுகளோ கிடையாது சென்ற நூற்றாண்டில் முதன் முதல் அச்சிடப்பட்ட பிரதிகள் பெரும்பாலும் இப்போது மறைந்து விட்டன. இதனை தெளிந்து கண்டுபிப்பதே ஓர் ஆராய்ச்சியாகும். முதன் முதல் அச்சியந்திரம் வந்த 16-ஆம் நூற்றாண்டிலேயே ஏட்டுச் சுவடிகள் அச்சிடப்பட்டிருக்குமானால், பல நூல்கள் மறைந்து இருக்கமாட்டா. 16- ஆம் நூற்றாண்டுக்கும் 19-ஆம் நூற்றாண்டுக்கும் இடையே பல ஏட்டுச் சுவடிகள் மறைந்து போயின. தகடூர் யாத்திரை, தத்தாத்திரேயப் பாட்டியல், ஊசிமுறி முதலில் நூல்கள் இக்காலத்தில் மறைந்துபோன நூல்களைச் சேர்ந்தவை.

புலவர் பரம்பரையில் வந்தவர்கள் எல்லோரும் புலவர் அல்லர். அந்தப் பரம்பரையில் கல்வியருமையறியாத பதர்களும் இருந்தனர். இவர்கள் நூல்களின் பெருமையறியாமலும், பழுதான அருமை நூல்களைப் பிரதி எழுதி வைக்காமலும் இருந்தனர். அன்றியும் பதினெட்டாம் பெருக்கில் தம் வீட்டு ஏடுகளைக் கொண்டு போய் வெள்ளத்தில் போடுகிற வழக்கமும் இவர்களிடம் இருந்தது. சிதைந்துபோன ஏட்டுச் சுவடிகளை, அவற்றின் அருமை தெரியாமல், அடுப்பில் போட்டு நெருப்பில் இட்டுக் கொளுத்தியவர்களும் உண்டு.

இவ்வாறு அழிந்து போன நூல்கள் பல. அக்காலத்தில் அச்சியந்திரம் இருந்து பழைய நூல்கள் அச்சிடப்பட்டிருந்தால் பல நூல்கள் அழிந்திராமல் உயிர் பெற்றிருக்கும்.

அச்சுப் புத்தகம் உள்ள இந்தக் காலத்தில் புத்தகத்தின் அருமை பெருமை தெரிவதில்லை, காசு கொடுத்தால் புத்தகம் கிடைக்கும் என்னும் நம்பிக்கையினால். அச்சுப் புத்தகம் இல்லாத காலத்தில் ஏட்டுச் சுவடிகள் எவ்வளவு மதிப்பு வாய்ந்தவை என்பது நம்மவரில் பலருக்குத் தெரியாது. பெர்ஸிவல் ஐயர் என்னும் மேல் நாட்டவர் நமது நாட்டுக்கு வந்து 1835-ஆம் ஆண்டுக்கு முன்பு வீரமா முனிவர் எழுதிய சதுரகராதியின் ஓலைச் சுவடிப் பிரதியை விலைக்கு வாங்கியபோது பத்துப்பவுன் (ஏறக்குறைய நூற்றைம்பது ரூபாய்) கொடுத்து வாங்கியதாகவும், அதே சதுரகராதி அச்சுப்புத்தகமாக வெளிவந்தபோது அது 2½ ஷில்லிங்குக்கு (ஏறக்குறைய 1 ரூபா 14 அணா) விற்கப்பட்டது என்றும் கூறியுள்ளார். இதிலிருந்து ஏட்டுச் சுவடிக்கும் அச்சுப்புத்தகத்துக்கும் விலையில் உள்ள வேறுபாட்டைத் தெரிந்து கொள்ளலாம்.

ஏட்டுச் சுவடிகளைப் பெறுவது கடினமானதும் அதிகப் பொருட் செலவுள்ளதுமாக இருந்தபடியினாலே, ஜைனர்கள் (சமண சமயத்தவர்) ‘சாஸ்திரதானம்’ என்னும் ஒரு முறையைத் தமது சமயக் கொள்கையாகக் கொண்டிருந்தார்கள். சாஸ்திரதானம் என்பது, செல்வம் படைத்த ஜைன சமயப் பிரபுக்கள் தமது இல்லங்களில் நிகழ்கிற திருமணம் முதலிய நிகழ்ச்சிகளில், ஜைன சமய நூல்களில் சிலவற்றைப் பல படிகள் எழுதுவித்து, அவற்றைத் தகுந்தவர்களுக்குத் தானமாக வழங்குவது ஆகும். நூல்களை ஏட்டுச் சுவடிகளாகப் படி எழுதுவிப்பது அதிகப் பொருட்செலவுள்ள காரியம். ஏட்டுச் சுவடி எழுதி முடிப்பதற்கு பல நாட்கள் செல்லும். அவர்களுக்குத் தக்க ஊதியந்தரவேண்டும். இதிலிருந்து ஏட்டுச் சுவடிகள் எழுதிவைப்பதன் அருமை உணரலாம்.

18,19-ஆம் நூற்றாண்டுகளிலே சிலப்பதிகாரம், மணிமேகலை, சிந்தாமணி, சூளாமணி, பெருங்கதை முதலிய நூல்களைப் படிக்கக் கூடாது என்னும் கொள்கை (சைவ வைணவர்களிடம்) பரவியிருந்தது. காரணம் இவை சமண பௌத்த சமய நூல்கள் என்பது, சமயக் காழ்ப்புக்கு இடமில்லாத எட்டுத் தொகை, பத்துப்பாட்டு முதலிய நூல்களையும் படித்தல் கூடாது என்னும் கொள்கையும் சென்ற நூற்றாண்டில் இந்துக்களிடையே (சைவ வைணவர்களுக்குள்ளே) இருந்து வந்தது. இதனாலே, இந்த நூல்கள் மறைந்துபோகும் நிலைமையும் ஏற்பட்டிருந்தது. நற்காலமாக, சேலம் இராமசாமி முதலியாரின் வற்புறுத்தலினாலும் தூண்டுதலினாலும் உ.வே. சாமிநாதையர் அவர்கள் இந்நூல்களில் சிலவற்றை அச்சிற் பதிப்பித்து வெளியிட்டார். இதுபற்றி முன்னமே இந்நூலில் மற்றோரிடத்தில் விரிவாகக் கூறியுள்ளேன்.

ஏட்டுச் சுவடிகளில் காற்புள்ளி, அரைப்புள்ளி முற்றுப் புள்ளி, வினாக் குறி முதலிய குறியீடுகள் கிடையா. அச்செழுத்து வந்த காலத்தில் இக் குறிகள் மேல் நாட்டிலிருந்து பெறப்பட்டன. நிட்டானு பூதி என்னும் நூலுக்கு

முத்துக் கிருஷ்ண பிரம்மம் என்பவர் உரை எழுதினார். இவ்வுரை 1875-இல் சென்னை பூமகள் விலாச அச்சுக் கூடத்தில் அச்சிடப்பட்டது. அந்நூலில் அச்சுக் குறியீடுகளைப் பற்றி “இந்நூலுரையிலே காட்டப்பட்ட குறிகள்” என்னும் தலைப்பில் இவ்வாறு எழுதப்பட்டிருக்கிறது.

இம்முளை கூட்டுச் சொல் முதலியவற்றின் பின்னும், - இச்சிறு கீற்றுச் சொற்களின் பிரிவுக்குப் பின்னும், - இப்பொருங் கீற்றுப் பாதசாரத்துக்குப் பின்னும், () இவ்விருதலைப் பிறை வருவிக்கப்பட்ட சொற்களுக்கும், இக்குத்து முற்றுச் சொல்லுக்குப் பின்னும், இவ்விருதலைப் பகரந் தாத்பரியத்துக்கும், இத்தாரகை அடியிற் காட்டப்பட்டவற்றிற்கும் வைக்கப்பட்டன.

சென்ற நூற்றாண்டிலே வெளியான அச்சுப் புத்தகங்களின் முகப்பிலே அச்சுக் கூடத்தின் பொறுப்பாளர், அல்லது உரிமையாளர் பெயர்களும் பெரிய எழுத்தில் அச்சிடப்பட்டன. நூலாசிரியர் பெயரைவிட அச்சுக்கூடத் தலைவர் பெயர் பெரிய எழுத்தில் அச்சிடப்பட்டது. சில அச்சுப் புத்தகங்களில் அச்சுக் கோத்தவரின் பெயரும் அச்சிடப்பட்டன.

19-ஆம் நூற்றாண்டிலே தமிழ்ப் புத்தகங்களை அச்சிட்டு வெளிப்படுத்திய அச்சுக் கூடங்களின் முழுப்பட்டியல் நமக்குக் கிடைக்கவில்லை. இயன்றவரையில் தேடிக் கண்டுபிடித்த பெயர்களைக் கீழே தருகிறேன்.

அச்சுக்கூடத்தின் பெயர் - இடம், முகவரி
உரிமையாளர் பெயர் முதலியன

அமெரிக்கா மிசியோன் - அச்சுக்கூடம் சென்ன பட்டணம்.
அத்தீனியம் அண்டு டேலி நியூஸ் மலைச்சாலை,
பிராஞ்சு அச்சுக்கூடம் சென்ன பட்டணம்.
அஷ்ட லஷுமி - அச்சுக்கூடம் சென்ன பட்டணம்.
அல்பீனியன் அச்சுக்கூடம் சென்ன பட்டணம்.
ஆலிகலாநிதி அச்சுக்கூடம்சென்ன பட்டணம்.
ம. வெங்கடசாமி நாயகர். ஆதிவித்தியா விலாச முத்திராக்ஷரசாலை சென்னை
ஆரியா முத்தமிழ் வாணி பீடம் அச்சுக்கூடம்சென்ன பட்டணம்.
ஆரியப் பிரகாசினி திருநெல்வேலி அச்சுக்கூடம்
இந்து அச்சுக்கூடம் சென்ன பட்டணம்,
ஆர்மீனியன் வீதி, நெ. 13.
இந்து தியாலஜிகல்யந்திர சாலை சென்ன பட்டணம்.
இந்து நீதி யச்சுக்கூடம்93, நெ. வீடு, அண்ணாபிள்ளைத் தெருவு, சென்ன பட்டணம்.
மயிலை, அருணாசல முதலியார்.
இந்து யூனியன் சென்ன பட்டணம்.

அச்சுக்கூடம் இராமசாமி முதலியார்.
இந்து வித்தியா நிலயதாஞ்சாவூர்.
அச்சுக்கூடம் கன்னைய செட்டியார்.

இலட்சுமீ விலாச அச்சுக்கூடம், பு.சு. கிருஷ்ணசாமி பிள்ளை. தண்டையார்-பேட்டை,சென்னபட்டணம்
இலக்கணக் களஞ்சிய103-நெ. அவதானம் பாப்பையர் அச்சுக்கூடம்தெரு, சூளை, சென்ன பட்டணம்.
உவிக்கடர் பிரஸ்161, பிராட்வே சென்ன பட்டணம்.
ஏஷியாடிக் அச்சுக்கூடம் சென்ன பட்டணம்.
கம்மர்ஷியல் அச்சுக்கூடம் சென்ன பட்டணம்.
கல்விக்கடல் அச்சுக்கூடம் சென்ன பட்டணம். திருவண்ணா மலை வீரபத்தி-ரையர்.
கல்வி விலாச அச்சுக்கூடம் சென்ன பட்டணம்.
திருத்தணிகை விசாகப்பொருமாளையர்
கல்வி விளக்க அச்சுக்கூடம் சென்ன பட்டணம்.
திருத்தணிகை கந்தசுவாமி ஐயர்.
கல்விப் பிரவாகபச்சையப்ப பெருமாள் நாயகர்,
அச்சுக்கூடம் சென்னை.
கலாசார அச்சுக்கூடம் புதுவை, கோந்துரோல், பூ.ரா. பரமகுரு அரங்கநாத முதலியார். கலா ரத்நாகரம் சென்ன பட்டணம். கலாவர்த்தன அச்சுக்கூடம்-சபையார், ஊ. புஷ்பரத செட்டியார்.
கலைமாது விளக்கம்23. நம்மாழ்வார் தெரு, சென்ன பிரஸ் பட்டணம், கனக-ராய முதலியார்.
கலாநிதி அச்சுக்கூடம் சென்ன பட்டணம், பால்குரிசி
பா. குமாரையர்.
கிருபாலட்சுமி விலாசநெ. 17, தாண்டவராய பிள்ளை
அச்சுக்கூடம் வீதி, சென்ன பட்ணம்,

அமரம்பேடு கிருஷ்ணசாமி முதலியார்.
சண்முக விலாச அச்சுக்கூடம் சென்ன பட்டணம்.
சரஸ்வதி அச்சுக்கூடம் சென்ன பட்டணம்.
சரஸ்வதி விலாசசென்ன பட்டணம். சதுரங்கப்பட்டணம்
அச்சுக்கூடம் அண்ணாமலை முதலியார்.
சற்குணாநிதி அச்சுக்கூடம் சென்ன பட்டணம். வரதராஜுலு நாயுடு.
சிரோன்மணி விலாச அச்சுக்கூடம் சென்ன பட்டணம்.
பி. நா. சிதம்பர முதலியார்.
சிடி பிரஸ்13. அர்மீனியன் தெரு, சென்ன பட்டணம்.

சி. பாஸ்டர் அச்சுக்கூடம் சென்ன பட்டணம்.
சி. கே. எஸ். பிரஸ்வேப்பேரி, சென்ன பட்டணம்.
சுலக்ஷண சாதர
முத்திராக்ஷர சாலை - திருநெல்வேலி.
சென்ட்ரல் பிரஸ் சென்ன பட்டணம்.
சென்னை அமெரிக்கன் தங்கசாலை வீதி, பெத்து நாயக்கன்
அச்சுக்கூடம் பேட்டை, சென்ன பட்டணம்.

ஞானோற்பன புதுவை, தமிழு பாத்தியாயர்
அச்சுக்கூடம் ஆரோக்கியசாமி பிள்ளை.
தத்துவபோதினிசென்தோம், மயிலாப்பூர்,
அச்சுக்கூடம்சென்ன பட்டணம்.
தயாநிதி அச்சுக்கூடம் சென்ன பட்டணம்.
திராவிட ரத்தினாகரம்சூளை, சென்ன பட்டணம்.
அச்சுக்கூடம் இராசகோபால செட்டியார்.
திவாகர முத்திராட்சரதஞ்சாவூர், மாதுசாமி
சாலை சூரியவம்சி. தேசாபிமானி கூடலூர்.
அச்சியந்திரசாலை தாமஸ் லுண்டு, B.D.
தேவகாருணிய அச்சுக்கூடம் நாகர்கோயில்.
(Provident Press)
நிரஞ்சன விலாச அச்சுக்கூடம் சென்ன பட்டணம்.
நியூட்ரல் அச்சுயந்திரச்கௌல் பஜார், பல்லாரி. சாலை
பண்டித மித்திர யந்தி ரசென்ன பட்டணம். ஈக்காடு சாலை இரத்தின முதலியார்.
பரப்பிரம முத்திராட்சர திருவொற்றியூர், சென்னை.
சாலை பரசுராம முதலியார்.
பிரபாகர அச்சுக்கூடம் 53, மோப்பேர் சாமிநாயக்கன் வீதி, சிந்தாதிரிப்பேட்டை,
சென்னை, நாராயணசாமி முதலியார்.
பூமகள் விலாசசென்ன பட்டணம். அமரம்பேடு
அச்சுக்கூடம் இரங்கசாமி முதலியார்.
பூரண சந்திரோதய சிந்தாதிரிப்பேட்டை, சென்னை.
அச்சுக்கூடம் இராசரத்தின முதலியார்.
மதராஸ் ரிப்பன்சென்ன பட்டணம்.

அச்சியந்திர சாலை இரத்தின செட்டியார்.
மட்டுவார் குழலாம்பாள்திரிசிரபுரம், புத்தக வியாபாரம்
அச்சுக்கூடம்தி. சபாபதி பிள்ளை.

மனோன்மணி விலாச மிசியோன் அச்சுக்கூடம்வேப்பேரி, சென்ன பட்டணம்.
மிமோரியல் அச்சுக்கூடம்தம்பு செட்டித் தெரு, சென்ன பட்டணம்.
முத்தமிழ் விளக்க(சென்ன பட்டணம், பெத்து அச்சுக்கூடம்நாயக்கன் பேட்-டையில்
செங்காங்கடைக்கடுத்த முல்லா வீதியில் மேலண்டை வாடையில் 18-ஆவது நெ. வீடு)
வளவனூர் முத்துசாமி முதலியார் முத்தமிழாகர அச்சுக்கூடம் திருநெல்வேலி.
முத்தமிழ் மணிப்சென்ன பட்டணம். வீராசாமி பிரவாள அச்சுக்கூடம்நாயகர்.
மெய்ஞ்ஞான விளக்க அச்சுக்கூடம் சென்ன பட்டணம். பாரிப்பாக்கம்
முனியப்ப முதலியார்.
ரவணா அச்சுக்கூடம்-----
வச்சிர யந்திர சாலை யாழ்ப்பாணம், மயிலாட்டி
மு. நெல்லையா பிள்ளை.
வர்த்தமான அச்சுக்கூடம் தரங்கணிகுச்சிலிக்கடைத் தெரு, சென்னபட்டணம்.

வாணி நிகேதன அச்சுக்கூடம் சென்ன பட்டணம். ஆறுகாடு முத்தியாலு நாயகர்.
வித்தியானுபாலனதங்கசாலைத் தெரு, சென்னபட்டணம்
யந்திரசாலை, நல்லூர் ஆறுமுக நாவலர்.
வித்தியா வர்த்தனி அச்சுக்கூடம் சென்ன பட்டணம்.
விவேக ஞானசாகரதிரிசிரபுரம், சொக்கலிங்கம் பிள்ளை. அச்சுக்கூடம்
வி. என். ஜூபிலி அச்சுக்கூடம் சென்ன பட்டணம்.
வேதாந்த வித்தியா விலாச அச்சுக்கூடம் சென்ன பட்டணம்.
ஸ்காட்டிஷ் பிரஸ் சென்ன பட்டணம்.
ஸ்டார் ஆப் இந்தியா பிரஸ் சென்ன பட்டணம்.
ஹோபார்ட் பிரஸ் சென்ன பட்டணம்.
ஜீவகாருண்ய அச்சுக்கூடம் சென்ன பட்டணம்.
ஜீவரட்சாமிர்த அச்சுக்கூடம் சென்ன பட்டணம்.
குளத்தூர் வேலு முதலியார். ஸ்ரீ ரஞ்சினி அச்சுக்கூடம்

ஸ்ரீ வாசவாம்பா சரஸ்வதி
தீபிகை முத்திராட்சா சாலை சென்ன பட்டணம்.

அடிக்குறிப்புகள்

1. Johann Gutenberg.
2. Strasburg.
3. Ignatius Aichamani.
4. Barthalomew ziegenbalg.

5. Society for promoting christian knowledge.

ஏட்டுச்சுவடியும் அச்சுப் புத்தகமும்

தொன்றுதொட்டு நூல்கள் எல்லாம் பனை ஓலைகளில் எழுதப்பட்ட ஏட்டுச் சுவடிகளாக இருந்தன. ஏட்டுச் சுவடிகளாக இருந்த பழைய தமிழ் நூல்கள் முதல் முதலில் அச்சுப் புத்தகமாகப் பதிப்பிக்கப்பட்டன. சென்ற பத்தொன்பதாவது நூற்றாண்டிலே தான். 19— ஆம் நூற்றாண்டுக்கு முன்பே 16, 17, 18-ஆம் நூற்றாண்டு களிலே அச்சு இயந்திரங்கள் நமது நாட்டில் வந்திருந்தபோதிலும், அந் நூற்றாண்டுகளில் பழைய தமிழ் இலக்கிய நூல்கள் அச்சிடப்படாமல், கிறிஸ்துவ சமய நூல்கள் மட்டும் அச்சிற் பதிப்பிக்கப்பட்டன.

அந்தக் காலத்தில் அச்சியந்திரங்கள் கிறிஸ்துவப் பாதிரிமாரிடத்திலும் போர்ச்சுகீசு, பிரான்சு, ஆங்கில ஆட்சியாளரிடத்திலும் இருந்தன: நம் நாட்டவர் கையில் அச்சு இயந்திரங்கள் அக் காலத்தில் இல்லை. ஆகவே, அந்த நூற்றாண்டுகளில் பழைய தமிழ் நூல்கள் அச்சிற் பதிப்பிக்கப்படவில்லை, 19-ஆம் நூற்றாண்டிலே, கி.பி. 1835-ஆம் ஆண்டில் சுதேசிகள் அச்சியந்திரம் வைக்கக் கூடாது என்னும் தடை நீக்கப்பட்டு, இந்நாட்டினரும் அச்சியந்திரம் வைக்கலாம் என்னும் உரிமை கிடைத்த பிறகு, நம்மவரும் அச்சியந்திரம் நிறுவி, ஏட்டுச் சுவடிகளாக இருந்த பழைய நூல்களையும் புதிய நூல்களையும் அச்சிற் பதிப்பிக்கத் தொடங்கினார்கள்.

அச்சியந்திரங்களை இந்துக்கள் வைத்த உடனே எல்லா ஏட்டுச் சுவடிகளும் திடீரென்று அச்சுப் புத்தகங்களாக வெளிவந்துவிடவில்லை. ஏட்டுச் சுவடிகளும் திடீரென்று மறைந்துவிடவில்லை. 19- ஆம் நூற்றாண்டிலே அச்சுப் புத்தகங்களும் ஒருபுறம் வெளிவந்து கொண்டிருந்தன. அதே சமயத்தில் ஏடும் எழுத்தாணியும் இருந்து வந்தன. பிறகு, மெல்ல மெல்ல, இரண்டு மூன்று தலைமுறைகளுக்குப் பிறகு, ஏட்டுச் சுவடிகள் எழுதும் பழக்கம் மறைந்துபோய், அச்சுப் புத்தகங்கள் நிலைபெற்றுவிட்டன. இப்போது, ஏடும் எழுத்தாணியும் காட்சி சாலையில் காட்சிப் பொருள்களாக இடம் பெற்று விட்டன.

எழுதா எழுத்து

அச்சு எழுத்தை எழுதா எழுத்து என்று கூறினார்கள் அக் காலத்துப் புலவர்கள். இது பற்றி இந்நூல் 94, 95-ஆம் பக்கங்களில் கூறியுள்ளேன்.

சென்ற நூற்றாண்டிலே ஸ்ரீ தயாநிதி அச்சுக்கூடத்தில் அவிநாசிப் புராணத்தை அச்சிட்டபோது அதற்குச் சிறப்புப் பாயிரம் அளித்த கோயம்புத்தூர் காலேஜ் தமிழ்ப் பண்டிதர் கும்பகோணம் சபாபதி பிள்ளையவர்கள் அச்செழுத்தை எழுதா எழுத்து என்று கூறினார்.

"மானுடப் பிறவி தானடைந் ததற்குப்
புனைபய னிதுவென் மனமதி னினைவுறீஇ
வழுவி லதனை யெழுதா வெழுத்தில்
இட்டெவ்வுலகும் எட்ட விரித்தனன்"
என்பது அச்சிறப்புப் பாயிரத்தின் பகுதி.

எழுதா எழுத்து என்பது ஊராக் குதிரை, துவ்வா நறவு, நூலாக் கலிங்கம், மிதியாச் செருப்பு, வாடா வஞ்சி என்பன போல அமைந்திருப்பது காண்க.

பதிப்பாசிரியர்கள்

ஏட்டுச் சுவடிகளாக இருந்த பழைய தமிழ் நூல்களை முதல் முதலாக அச்சிற் பதிப்பித்தவர்களின் பெயர்கள் இப்போது மறக்கப்பட்டுள்ளன. மறக்கப்பட்ட அவர்களின் பெயரை, நான் அறிந்த வரையில் குறிப்பிடுகிறேன். சென்னைக் கல்விச் சங்கத்தின் வாரியஸ்தராக இருந்த முத்துசாமிப் பிள்ளை (? — 1840), புதுவை நயனப்ப முதலியார் (1779-1845), சென்னைக் கல்விச் சங்கத்தின் தலைமைத் தமிழ்ப் புலவராக இருந்த தாண்டவராய முதலியார் (? -1850), இயற்றமிழாசிரியர் முகவை இராமாநுசக் கவிராயர் (?-1852), களத்தூர் வேதகிரி முதலியார், வீர சைவராகிய திருத்தணிகை விசாகப் பெருமாளையர், கோட்டையூர் சிவக் கொழுந்து தேசிகர், தில்லையம்பூர் சந்திரசேகரக் கவிராசபண்டிதர், மகாவித்துவான் மயிலை சண்முகம் பிள்ளை, இராவ்பகதூர் சி.வை. தாமோதரம் பிள்ளை முதலியோர். உ.வே. (பின்னர் டாக்டர்) சாமிநாதையர் சென்ற நூற்றாண்டின் இறுதியில் ஏட்டுச் சுவடிகளை அச்சிடத் தொடங்கினார்.

19-ஆம் நூற்றாண்டிலே பழைய ஏட்டுச் சுவடிகள் அச்சுப் புத்தகமாகப் பதிப்பிக்கப்பட்டமையாலே பல தமிழ் நூல்கள் அழிந்து போகாமல் உயிர் பெற்றுள்ளன. சுதேசிகள் தம் நூல்களை அச்சிடுவதற்கு இன்னும் ஒரு நூற்றாண்டு தாமதப்பட்டிருக்கு மானால், இப்போது கிடைத்துள்ள பழைய நூல்களிலே பல நூல்கள் மறைந்து போயிருக்கும் என்பதில் சற்றும் ஐயம் இல்லை. ஏனென்றால், ஒரு நூலின் ஏட்டுப் பிரதிகள் தமிழ்நாடு முழுவதிலும் மிகச் சில பிரதிகளே இருந்தன. அதிலும் உயர்தர இலக்கிய நூல்களின் பிரதிகள் மிகமிகச் சிலவே இருந்தன.

அப்பிரதிகள் பழைமையாகி அழிந்துபோகும் நிலையில் இருக்கும்போது அவற்றை வேறு பிரதி எழுதி வைக்கா விட்டால், அவை முழுவதும் மறைந்து போகும். பிரதி எழுதி வைக்காத காரணத்தினால், மறைந்துபோன நூல்கள் பல. நமது நாட்டிலே 16, 17, 18-ஆம் நூற்றாண்டுகளிலே ஏற்பட்ட அரசியல் குழப்பத்தினாலும் கொந்தளிப்பினாலும் மக்கள் அமைதியில்லாமல்

அல்லற்பட்டபோது, ஏட்டுச் சுவடியாக இருந்த பல அருமையான நூல்கள், பிரதி எழுதி வைக்கப்படாத காரணத்தினாலே முழுவதும் மறைந்து போயின.

ஏட்டுப் பிரதிகள்

19-ஆம் நூற்றாண்டிலும் ஏட்டுப் பிரதிகளின் நிலைமை இரங்கத் தக்கதாக இருந்தது. 1887-ஆம் ஆண்டில் கலித்தொகையை முதன் முதலாக அச்சிட்ட சி.வை. தாமோரம் பிள்ளையவர்கள் இதுபற்றி எழுதியுள்ளதைப் படித்தால் இச்செய்தி நன்கு விளங்கும். நீருக்கும் நெருப்புக்கும் இரையான பழைய ஏட்டுச் சுவடிகள் போக, எஞ்சியிருந்த ஏட்டுச் சுவடிகளின் நிலைமையைப் பத்தொன்பதாம் நூற்றாண்டில் இருந்த அவர் நன்கு விளக்கிக் கூறுகிறார். தாம் பதிப்பித்த கலித்தொகை நூலின் பதிப்புரையில் பிள்ளையவர்கள் இவ்வாறு எழுதுகிறார்:

"இவர்கள் கைக்குத் தப்பின சின்னூல்களே இந்நாளில் தமக்குப் பெரிய அரிய நூல்களாயின. அவையும் இக்காலத்து இன்னுந் தமக்கு என்ன பேரவதி வருமோவென்று பயந்தாற்போல இங்கும் அங்கும் ஒளிந்து கிடந்து படிப்பாரும் எழுதுவாரும் பரிபாலிப்பாரு மின்றிச்

"செய்துளைப் புள்ளியன்றி மெய்ப்புள்ளி விரவாத சென்னா ளேட்டிற்
பல்துளைத்து வண்டு மணலுழுத வரியெழுத்து"

உடையவாய்ச் செல்லினால் அரிக்கப்பட்டும் பாணங்களாற்1 றுளைக்கப்பெற்றும் மூன்றாவது பூதமான மண்ணின் வாய்ப்படுகின்றன."

"என் சிறு பிராயத்தில் என் தந்தையார் எனக்குக் கற்பித்த சில நூல்கள் இப்போது தமிழ்நாடெங்கும் தேடியும் அகப்படவில்லை. ஒட்டித் தப்பியிருக்கும் புத்தகங்களும் கெட்டுச் சிதைந்து கிடக்கும் நிலைமையைத் தொட்டுப் பார்த்தவர்க்கன்றோ தெரியவரும்! ஏடு எடுக்கும்போது ஓரஞ் சொரிகிறது. கட்டு அவிழ்க்கும் போது இதழ் முரிகிறது, ஏட்டைப் புரட்டும்போது துண்டு துண்டாகப் பறக்கிறது. இனி எழுத்துக்களோ வென்றால் வாலுந் தலையுமின்றி நாலுபுறமும் பாணக்கலப்பை மறுத்து மறுத்து உழுது கிடக்கின்றது."

இவ்வாறிருந்தது பத்தொன்பதாம் நூற்றாண்டில் தமிழ் ஏட்டுச் சுவடிகளின் இரங்கத்தக்க நிலை. சில நூல்களின் ஏட்டுச் சுவடிகள் கிடைப்பதும் அருமையாக இருந்தன. 18-ஆ நூற்றாண்டில் இருந்த வைத்தியநாத தேசிகர் இயற்றிய இலக்கண விளக்கம் என்னும் நூல் 19-ஆம் நூற்றாண்டில் கிடைப்பது அரிதாயிற்று. இந்நூலை 1889-ஆம் ஆண்டு அச்சிற் பதிப்பித்த சி.வை. தாமோதரம் பிள்ளையவர்கள் இந்நூல் பதிப்புரையில் எழுதுவது காண்க:-

"(இலக்கண விளக்கம்) அச்சின்வாய்த் தோற்றாமையாற் கற்போர்க்குத் கிடைத்தற்கரிதாகி அதனால் அடையற்பாலதாம் பயனை உலகம் பெறாமற் போகத்தக்கதாய் வந்துவிட்டது. இதனை உணர்ந்தே அடியேன் இப்பொழுது

அதனை அச்சிட்டுப் பிரசுரஞ் செய்யத் தலைப்பட்டேன்.''

"அச்சின்வாய்த் தோற்றாமலும் பரிபாலனம் அடையாமலும் இருக்கும் நூல்கள் எத்துணைச் சீக்கிரம் இறந்து விடுகின்றன என்பதற்குச் சொற்ப காலத்துக்கு முன்னர் உதித்த நூலின் கடைசி இயல்களுக்குத் தமிழ் நாட்டிலே பிரதிகள் அகப்படாமையும், எங்கெங்குத் தேடியும் யாது முயற்சி செய்தும் பாட்டியலுக்கு இரண்டு பிரதிமாத்திரம் அகப்பட்டதும் சான்று பகரும். சில சில இடங்களில் அகப்பட்ட பொருளதிகாரப் பிரதிகள் அவிழ்த்துப் பார்ப்பதற்கும் உபயோகமில்லாத தசையடைந்துவிட்டன.

19-ஆம் நூற்றாண்டில் ஏட்டுச் சுவடிகளின் நிலைமை இவ்வாறு இருந்தது.

பாட பேதங்கள்

ஏட்டுப் பிரதிகள் கிடைத்தாலும் அப்பிரதிகளில் பாட பேதங்கள் மலிந்திருந்தன. ஏடெழுதுவோரால் நேரிட்ட பிழைகளும் இருந்தன. ஆகவே, ஏட்டுப் பிரதிகளை அச்சிடுவோர் முதலில் பல ஏடுகளை ஆராய்ந்து பார்த்துச் சரியான பாடங்களைக் கண்டறிந்து பிறகு அச்சிட வேண்டியவராயினர். சென்ற நூற்றாண்டில் முதன் முதலாக அச்சிற் பதிப்பிக்கப்பட்ட நூல்களில் இச்செய்திகள் காணப்படுகின்றன.

1832-ஆம் ஆண்டில் பழமலையந்தாதி, திருச்செந்தினி ரோட்டக யமகவந்தாதி என்னும் நூல்கள் ஒரே புத்தகமாகப் பதிப்பிக்கப்பட்டன. அந்நூலின் முகப்பில் இவ்வாறு எழுதப் பட்டுள்ளது.

"எழுத்துஞ் சொல்லும் கையெழுத்துப் பிரதிகளிலே மிகுத்துங் குறைத்தும் பிறழ்ந்தும் திரிந்தும் பாடந் தோறும் வேறுபட்டிருத்தலால் அப்பிழைகளை நீக்கிச்சுத்த பாடமாக வழங்குவிக்கும் பொருட்டுப் பழைமையாகிய பல பிரதிகளை அழைப்பித்துப் பரிசோதித்துச் சென்னப் பட்டினத்தில் கனம் பொருந்திய பிரபுக்க ளேற்படுத்தின விவேகக் கல்விச் சாலைத் தமிழ்த் தலைமைப் புலவராகிய திருத்தணிகை சரவணப் பெருமாளையரால் அச்சிற் பதிப்பிக்கப்பட்டன.''

1893-ஆம் ஆண்டில், தஞ்சைவாணன் கோவையை அச்சிற் பதிப்பித்த திருமயிலை தெய்வசிகாமணி முதலியாரும், திருமயிலை வித்துவான் சண்முகம் பிள்ளையும் அந்நூலின் முகவுரையில் இதனைக் குறிப்பிடுகிறார்கள்:

"இவ்விலக்கியத்தைப் பதிப்பிக்கத் தொடங்கி எம்பாற் கிடைத்த பிரதி பேதங்களைப் பரிசோரித்து வருங்கால் யாவும் ஒன்றுக்கொன்று ஓரிடத்தினன்றிப் பல விடத்தினும் முறையெழுதுவோரால் பிழைத்ததும் விடுவித்ததுமாகிய செயலாலும் பூச்சுக்களின் வாய்ப்பட்டு பழுதெய்திய மையாலும் ஆங்காங்கு அவையிற்றின் பொருள்களின்னவென எளிதிற்றேர்தற்கு இடம் பெறாமற் போயினமையின் இதுகாறும் காலம் நீட்டித்த தென வறிக.''

இவ்வாறு சென்ற நூற்றாண்டில் அச்சிடப்பட்ட அச்சுப் பிரதிகளில் ஏட்டுப் பிரதிகள்தோறும் பாடபேதங்கள் இருந்த செய்தி குறிப்பிடப்பட்டுள்ளது காண-லாம். ஏட்டுச் சுவடிகள் பிரதிக்குப் பிரதி பாடபேதங்கள் உள்ளவை பாட பேதம் இல்லாத ஏட்டுச்சுவடிகள் மிக அரியன. அச்சுப் புத்தகங்களில் பாட-பேதங்களைக் காண முடியாது. ஒரே பதிப்பில் ஆயிரக்கணக்கான பிரதிகள் அச்சிட்டபோதிலும் எவ்வாறு பாட பேதம் இருக்க முடியும்?

ஏட்டுச்சுவடிகளாக இருந்த தமிழ் நூல்களைத் தமிழ்ப் புலவர்களும் சைவ மடாலயங்களும் போற்றிப் பாதுகாத்து வந்தனர், அரசர்கள் பிரபுக்கள் முத-லியவர்களின் புத்தக சாலைகளிலும் ஏட்டுச் சுவடிகள் சேமித்து வைக்கப்-பட்டன. ஆனாலும், ஏட்டுச் சுவடிகளை முக்கியமாகப் போற்றிக் காப்பாற்றி-யவர்கள் புலவர் பரம்பரையும், கவிராயர் குடும்பங்களும், சைவ மடாலயங்-களுமே, அவற்றைப் புதிய ஏடுகளில் பிரதி எழுதிவைத்துக்கொண்டு பழைய பழுதுபட்ட சுவடிகளை அழித்து விடுவார்கள்.

பனை ஓலைகளில் இரும்பு எழுத்தாணியால் எழுதுவது கடினமான வேலை. ஒரு நூலைப்பிரதி எழுதுவதற்கு நேரமும் உழைப்பும் அதிகமாகக் கொண்டன. கூலி கொடுத்து எழுதினால் செலவு அதிகம் பிடிக்கும். ஏடெ-ழுதுவோர் கற்றறிந்த அறிஞராக இல்லாவிட்டால், அல்லது எழுதும்போது கருத்தைச் செலுத்தி எழுதாவிட்டால், அப் பிரதியில் பிழைகளும் பாட பேதங்களும் ஏற்படும். ஓலைச் சுவடிகளில் பிரதிக்குப் பிரதி பாடபேதங்கள் இருப்பதற்குக் காரணம் ஏடெழுதுவோரின் கவனயின்மையும் அறியாமையுமே.

ஏட்டுச் சுவடி விலை

அச்சுப் புத்தகங்களைவிட ஏட்டுச்சுவடிகள் அதிக விலை பெற்றன. பொருள் உள்ளவர் மட்டும் ஏட்டுச்சுவடியை ஏடெழுது வோருக்குப் பொருள்கொடுத்-துஎழுதிக் கொள்ள முடியும். பொருள் இல்லாதவர் பிரதி பெற முடியாது. இதனால், பண்டைக் காலத்தில் இருந்த சமணசமயத்தார் (ஜைனர்) சாஸ்திர தானம் என்னும் ஒரு தானத்தை ஏற்படுத்தி யிருந்தார்கள். செல்வர்களான சமணசமயத்தவர் வீடுகளில் திருமணம் முதலிய சிறப்புக்கள் நடைபெறும் போது தமது சமய நுல்களைப் பல பிரதிகள் எழுதுவித்து, அப் பிரதிகளைத் தகுந்தவர்களுக்குத் தானமாக வழங்கினார்கள். இதற்குத்தான் சாஸ்திர தானம் என்பது பெயர். பண்டைக் காலத்தில் செல்வர்கள் தான் பெரும்பொருள் செலவிட்டுப் புத்தகசாலை அமைக்க முடியும்.

பெர்சிவல் ஐயர். (Rev. P. Percival) 1835 -ஆம் ஆண்டுக்கு முன்னர் சதுரகராதி ஓலைப் பிரதியைப் பத்துப் பவுன் (நூற்றைம்பது ரூபா) விலை கொடுத்து வாங்கியதாகவும் அந்த அகராதி அச்சிற் பதிப்பிக்கப்பட்ட பிறகு ஒரு பிரதியை 2½ ஷில்லிங்கு (1 ரூபா 14 அணா) விலை கொடுத்து வாங்-கியதாகவும் மர்டாக் என்பவர் எழுதியுள்ளார். இதிலிருந்து அச்சுப் புத்தகத்-

துக்கும் ஏட்டுச் சுவடிக்கும் விலையில் உள்ள ஏற்றத் தாழ்வுகளைத் தெரிந்து கொள்ளலாம்.

அச்சுப் புத்தகம் இல்லாத காலத்தில், ஒரு நூல் வேண்டியிருந்தால் அந்நூல் வைத்திருப்பவரிடம் சென்று அந்நூலைப் பெற்றுப் பிரதி எழுதிக் கொள்ளவேண்டும். முதலில், யாரிடம் அந்த நூல் இருக்கிறது என்பதைக் கண்டுபிடிக்க வேண்டும். பிரதி உள்ளவர் அதனை இரவல் கொடுக்கமாட்டார். இரவல் கொடுத்தால் திரும்பி வராது என்னும் அச்சத்தினால், ஆகவே, அவர் வீட்டுக்குச் சென்று பிரதி எழுதிக் கொள்ளவேண்டும். பிரதி எழுதுவதற்குநேரமும் உழைப்பும் அதிகமாகச் செல்லும். இந்தக் கடினமான வேலைக்கு அஞ்சி, புலவர் தம்மிடமுள்ள ஒரு நூலை மற்றவருக்குக் கொடுத்து விட்டு, அதற்குப் பதிலாகத் தமக்கு வேண்டிய வேறு நூலைப் பெற்றுக் கொள்வதும் உண்டு.

அச்சுப் புத்தகங்கள் கிடைக்கிற இக்காலத்தில் புத்தகங்களின் அருமை பெருமை நமக்குத் தெரிவது இல்லை. காசு கொடுத்தால் புத்தகம் கிடைக்கும் என்னும் உறுதியினால். ஆனால், அச்சுப் புத்தகம் இல்லாத காலத்தில் ஏட்டுச் சுவடிகள் செல்வம் போலப் போற்றப்பட்டன. ஏட்டுச் சுவடிகள் புலவர் குடும்பங்களில் பெருஞ் செல்வமாக மதிக்கப்பட்டன.

மறைந்த நூல்கள்

அச்சியந்திரங்கள் வருவதற்குப் பல நூற்றாண்டுகளுக்கு முன்னரே, தமிழ்நாட்டில் பௌத்த மதமும் சமண சமயமும் மறைந்து விட்டபடியால், பௌத்த சமண சமய நூல்கள் பாதுகாக்க ஆளில்லாமல் மறைந்துவிட்டன. முக்கியமாகப் பௌத்த மத நூல்கள் அழிந்துவிட்டன. சமண சமயத்தவர் சிறுபான்மையோர் எஞ்சியிருக்கிற படியினால், சமண சமய நூல்கள் சில அழியாமல் பாதுகாக்கப்பட்டுள்ளன. ஆனாலும் பல நூல்கள் சில அழிந்து போயின. சமயக் காழ்ப்புக் காரணமாகச் சைவர்களும் வைணவர்களும் பௌத்த சமண சமய நூல்களைப் போற்றிப் பாதுகாவாமல் அழிய விட்டனர். இக்காரணத்தினாலே பௌத்த, சமணர்கள் இயற்றி வைத்த சிறந்த தமிழ் நூல்கள் பல அழிந்து மறைந்து விட்டன.

பௌத்த சமண மதங்களை அழித்து வெற்றி கொண்ட சைவ வைணவர்கள், பிற்காலத்திலே தமக்குள் சமயப் பூசல்களை வளர்த்துக் கொண்டனர். அது காரணமாகச் சைவர்கள் தங்கள் சைவ சமய நூல்களை மட்டும் படிப்பதும் வைணவ சமய நூல்களைப் படியாமலிருப்பதும் வழக்கமாயிற்று. அதுபோன்று, வைணவர்களும் தங்கள் வைணவ சமய நூல்களைப் படிப்பதும் சைவ சமய நூல்களைப் படியாமலிருப்பதும் வழக்கமாயிற்று. எஞ்சியிருந்த சிறு தொகையினரான சமணர்களும் தமது சமய நூல்களைப் படிப்பதல்லாமல் மற்றச் சமய நூல்களைப் படிப்பது இல்லை.

இதற்குப் புறனடையாகச் சிலப்பதிகாரம், மணிமேகலை, சிந்தாமணி, சூளாமணி முதலிய சில நூல்கள், பல புலவர்களால் சமய வேறுபாடு இல்லாமல் படிக்கப்பட்டன. இந்நூல்கள் சமண பௌத்த நூல்களாக இருந்தாலும் இலக்கியச் சுவை நிரம்பிய காவிய நூல்களான படியினாலே இவற்றை எல்லா மதத்தாரும் படித்து வந்தனர். அப்படிப் படித்தவர்கள் பெரும் புலமை வாய்ந்த சிலரே.

நல்ல காலம்

சமயக் காழ்ப்புக்கு இடமில்லாத சங்க நூல்கள். 18-ஆம் நூற்றாண்டு வரையில் புலவர்களாலும், உயர்தரக் கல்வி கற்கும் மாணவர்களாலும் பயிலப்பட்டன. ஆனால், 18-ஆம் நூற்றாண்டில் ஒரு புதிய கருத்துத் தோன்றிச் சங்க நூல்களையும் சிலப்பதிகாரம் மணிமேகலை முதலிய சங்ககாலத்து நூல்களையும் படிக்கக் கூடாது என்று தடுக்கப்பட்டது. சங்க நூல்களையும் சங்கம் மருவிய நூல் களையும் படிப்பவர் சமயப் பற்றற்றவர் என்றும் வீணர்கள் என்றும், பயனில் சொல்ல பாராட்டும் பதடிகள் என்றும் குறை கூறப்பட்டனர்.

(இதுபற்றி, 'சமயக் காழ்ப்பு' என்னும் தலைப்பில் கூறினோம் ஆதலின் இங்கு மீண்டும் கூற முற்படவில்லை.)

நல்ல காலமாக, அந்தக் காலத்தில் பொது நோக்கமும் பரந்த மனப்பான்மையும் உள்ள பெரியவர்கள் சிலர் இருந்த காரணத்தினாலே, சங்க நூல்களும் மற்ற நூல்களும் அழிந்து போகாமல் காப்பாற்றப்பட்டன. எட்டுத்தொகை, பதினெண் கீழ்க்கணக்கு, சிந்தாமணி, சிலப்பதிகாரம், மணிமேகலை, பெருங்கதை முதலிய சங்க நூல்களும் பிற்கால நூல்களும் மறைந்து போயிருக்குமானால், தமிழனுக்கு இலக்கியச் செல்வமும் கலைச்செல்வமும் சரித்திரச் செல்வமும் வேறு என்ன எஞ்சியிருக்க முடியும்? அழிந்து போகும் நிலையிலிருந்த இந்த நூல்கள் 19-ஆம் நூற்றாண்டிலே இருந்த சேலம் இராமசாமி முதலியார் போன்ற நல்லறிஞர்களின் நன் முயற்சியினால் காப்பாற்றப்பட்டன. அந்தப் பெரியவர்களுக்குத் தமிழுலகம் என்றும் கடமைப்பட்டுள்ளது.

மாறுபாடு

ஏட்டுப் பிரதியாக இருந்த பழைய நூல்களை அச்சிற்பதிப்பித்தவர்களில் சிலர், தாம் அச்சிட்டு நூல்களில் மாறுபாடுகளையும் செய்திருக்கிறார்கள். இருந்ததை இருந்தபடியே மாறுபாடு செய்யாமல் அச்சிற் பதிக்க வேண்டியது பதிப்பாசிரியர் கடமை. ஆனால், சில பதிப்பாசிரியர்கள் மதப்பற்றுக் காரணமாகத் தாம் அச்சிட்ட நூல்களில் மாறுபாடுகள் செய்தும் அச்சிட்டிருக்கிறார்கள். பழைய ஆசிரியர்கள், சமயக் காழ்ப்பு இல்லாமல், காய்தல் உவத்தல் இன்றி, அந்தந்த இடத்துக்கு ஏற்பச் சிவனுக்கும் திருமாலுக்கும் ஏற்றந் தந்து செய்-

யுள் இயற்றினார்கள். அந்த நூல்களைப் பிற்காலத்தில் அச்சிட்ட பதிப்பாசிரியர்கள் தம் மதக்கொள்கைக்கு ஏற்ப அந்தச் செய்யுள்களை மாற்றி அமைத்து அச்சிட்டு வெளிப் படுத்தினார்கள்.

கம்ப ராமாயணத்தை 19-ஆம் நூற்றாண்டில் அச்சிட்ட வைணவர் ஒருவர் பழைய பாடத்தை மாற்றித்தமது கருத்துக்கு ஏற்பப் புதிய பாடத்தைப் புகுத்தி அச்சிட்டார். அவர் செய்த மாறு பாட்டைத் தொழுவூர் வேலாயுத முதலியார் ஓர் இடத்தில் சுட்டிக் காட்டியுள்ளார். அவர் சுட்டிக் காட்டியதை இந்நூல் ஒழிபியலில் 'கம்ப இராமாயணம்' என்னும் தலைப்பில் காட்டியுள்ளேன்.

அவ்வாறே, சென்ற நூற்றாண்டிலே மகாபாரதத்தை அச்சிற் பதிப்பித்த மற்றொரு வைணவர், சிவபெருமானுக்கு ஏற்றங் கூறுகிற செய்யுட்களை மாற்றி அச்சிற்பதிப்பித்தார். அவர் செயலைக் கண்டித்துச் சென்ற நூற்றாண்டில் இருந்த சைவப் புலவரான சூளை சோம சுந்தர நாயகர் அவர்கள் தாம் எழுதிய ஒரு நூலில் எழுதியிருக்கிறார். அதில் அந்த வைணவர் செய்துள்ள மாறுபாடுகளையும் பழைய செய்யுள்களையும் எடுத்துக்காட்டியிருக்கிறார். அதை நான் சில ஆண்டுகளுக்கு முன்னே படித்தேன். இப்போது அந்த நூல் கிடைக்காதபடியால் அவர் காட்டிய மாறுபாடுகளை எடுத்துக் காட்ட இயலவில்லை.

ஜைன ஆசிரியர் இயற்றிய சூடாமணி நிகண்டை அச்சிட்ட ஒரு சைவர் அதில் சில செய்யுட்களை மாற்றி அமைத்து விட்டாராம். இது பற்றிக் காஞ்சீபுரம் தி. அநந்நாத நயினார் என்னும் ஜைனர் தாம் எழுதிய 'திருக்குறள் ஆராய்ச்சியும் ஜைந சமய சித்தாந்த விளக்கமும்' என்னும் நூலிலே 132-ஆம் பக்கத்தில் இவ்வாறு எழுதுகிறார்: "தவிர மண்டல புருடர், சூடாமணி நிகண்டு தெய்வப் பெயர்த் தொகுதியில் அருகன் 'எண்குணத்தான்' எண் குணங்களில் ஒவ்வொன்றன் நாமத்தினையும் தனித்தனியாகவும் கூறியிருக்கின்றார். இவற்றைப் பழைய ஏட்டுப் பிரதிகளிலும், 50,60 வருஷங்களுக்கு முன் பலர் அச்சிட்டிருக்கும் புத்தகங்களிலும் காணலாம். சிவபெருமானுக்கு இது சம்பந்தமான விஷயங்கள், அந்தத் தெய்வப் பெயர்த் தொகுதியிலும், 12-ஆவது தொகுதியிலும் சொல்லப்படவில்லை.

இவை அனாகவித்துவாம்சர்கள் நன்கு அறிந்த விஷயங்கள். பிற்காலத்தில், சில மத துவேஷமுடைய வித்வான்கள் சூடாமணி நிகண்டு 12-வது தொகுதியில் சிவபிரானுக்கும் எண்குண முண்டென்பதனைப் புகுத்தி இரண்டு போலிச் செய்யுட்களை இயற்றித் தாங்கள் அச்சிட்ட புத்தகங்களில் சேர்த்திருப்பதுவும் தவிர, ஏட்டுப் பிரதிகளிலும் பழைய அச்சுப் பிரதிகளிலும் உள்ள பழைய செய்யுட்களை நீக்கியும் தாங்களியற்றிய வேறு சில புதிய செய்யுட்களைச் சேர்த்தும் பல மாறுபாடுகளைச் செய்திருக்கின்றார்கள். திவாகரம் பிங்கலர் நிகண்டு முதலியவற்றிலும் இத்தன்மையாகவே சில மாறுபாடுகளை உண்டு பண்ணி இருக்கிறார்கள்."

எண்சுவடிகளின் தொடக்கத்தில் இருந்த அருகக் கடவுள் வணக்கத்தை நீக்கிவிட்டு அதற்குப் பதிலாக யானைமுகன் வணக்கத்தைப் புதிதாகச் சேர்த்து அச்சிட்டதும் உண்டு.

இவ்வாறு அச்சிற்பதிப்பித்த சில நூல்களிலே சில பதிப்பாசிரியர் சில மாறுபாடுகளைச் செய்திருக்கிறார்கள் என்பதை அறியவேண்டும்.

புத்தகப் பட்டியல்

ஏட்டுச் சுவடிகளாக இருந்த பழந்தமிழ் நூல்கள் சென்ற ஆண்டில் 19-ஆம் நூற்றாண்டிலே முதன் முதலாக அச்சுப் புத்தகங்களாகப் பதிப்பிக்கப்பட்டன என்பது உண்மையே. ஆனால், எந்தெந்த நூல்களை யார் யார் முதன் முதலாக அச்சிட்டார்கள்: ஒரு நூலின் முதற்பதிப்பு எந்த ஆண்டில் வெளிவந்தது என்பது பற்றி முறையாக ஏழுதிவைக்கப்பட்ட குறிப்பாவது வரலாறாவது கிடையா. அச்சிடப்பட்ட அந்த நூல்களின் முதற்பதிப்புகள் புத்தக சாலைகளில் சேமித்து வைக்கப்படவில்லை. பழைய அச்சுப் புத்தகங்களைச் சேமித்துப் போற்றி வைக்கும் பழக்கம் நம்மவர்களிடம் இல்லை. அக்காலத்தில் பாடப் புத்தகங்கள் சில 10,000 பிரதிகளும் அச்சிடப் பட்டன. ஆனால், விற்பனை ஆகாத பல நூல்கள் 200 பிரதிகளுக்கு அதிகமாக அச்சிடப்படவில்லை.

எனது வீட்டில் என்னுடைய முன்னோர் காலணாவிலையுள்ள சிறிய புத்தகம் முதலாக அதிக விலையுள்ள பெரிய புத்தகம் ஈறாகப் பல அச்சுப் புத்தகங்களை வாங்கிச் சேமித்து வைத்திருந்தார்கள். அத்தொகுதியில் 19-ஆம் நூற்றாண்டில் அச்சிடப்பட்ட பல அச்சுப் புத்தகங்கள் இருந்தன. ஏட்டுச் சுவடிகளும் பலவகை எழுத்தாணிகளும் இருந்தன. சின்னஞ்சிறு வயதில், இருபதாம் நூற்றாண்டின் தொடக்கத்தில், (நான், 1900-ஆண்டில் பிறந்தவன்.) நான் கண்டிருக்கிறேன். அந்த நூல்கள் எல்லாம் என் கைக்கு வந்தபோது, நான் விவரம் அறியாதவனாக இருந்தபடியால், அந்நூல்களைக் கேட்கிறவர்களுக்குக் கடனாகக் கொடுத்துத் திரும்பக் கொடுக்கப்படாமல் அவற்றை இழந்தேன்.

அதன் பிறகு முப்பது ஆண்டுகளுக்குமுன் 19-ஆம் நூற்றாண்டில் அச்சிடப்பட்ட நூல்களை ஒரு நண்பர் தொகுத்து வைத்திருந்ததைக் கண்டேன். அவரிடத்தில் பல பழைய அச்சுப் பிரதிகள் இருந்தன. அந்தக் காலத்தில், 19-ஆம் நூற்றாண்டின் இலக்கிய வரலாறு எழுதவேண்டும் என்னும் எண்ணம் எனக்கு உண்டாகவில்லை. இவ்வெண்ணம் அப்போது தோன்றியிருக்குமானால், 19-ஆம் நூற்றாண்டில் இலக்கிய வரலாற்றினை இன்னும் எவ்வளவோ, சிறப்பாக எழுதியிருக்க முடியும். இந்த நூலை எழுதவேண்டும் என்னும் எண்ணம் அண்மைக் காலத்தில்தான் எனக்கு உண்டாயிற்று. பழைய அச்சுப் பிரதிகளைத் தொகுத்து வைத்திருந்த நண்பர் சில ஆண்டுகளுக்கு

முன்பு காலமானார். அவர் காலமானவுடனே, அவருடைய ஒரே மகன், அப்புத்தகங்களின் சிறப்பை அறியாதவன், - அவற்றை யெல்லாம் யாருக்கோ சொற்ப விலைக்கு விற்றுவிட்டான் என்பதைப் பிறகு அறிந்தேன்.

சென்ற 19-ஆம் நூற்றாண்டில், எந்தெந்த நூல்கள் எந்தெந்த ஆண்டில் அச்சிடப்பட்டன என்பதை இப்போது அறிய முடியவில்லை. சென்ற நூற்றாண்டில் அச்சிடப்பட்ட நூல்கள் இப்போது பெரும்பாலும் மறைந்துவிட்டன. யாரிடத்தில் எந்தெந்த நூல்கள் இருக்கின்றன என்பது தெரியவில்லை. 19-ஆம் நூற்றாண்டில் அச்சிடப்பட்ட புத்தகங்களின் பட்டியலைத் தொகுக்க இயலவில்லை. இது ஓர் ஆராய்ச்சியாய் விட்டது. இவ்வாராய்ச்சி பொறுமையோடும் ஊக்கத்தோடும் செய்ய வேண்டிய கடினமான ஆராய்ச்சியாகும்.

அடிக்குறிப்புகள்

1. பாணம் - இராமபாணம் என்னும் பூச்சி

வசன நூல் வளர்ச்சி

19-ஆம் நூற்றாண்டில் தமிழ்மொழி அடைந்த சிறப்புகளில் முதன்மையானது வசன நூல்கள் வளர்ச்சியடைந்ததாகும். இந்த நூற்றாண்டுக்கு முன்பு தமிழில் வசன நூல்கள் மிகக்குறைவாகவே இருந்தன. இல்லை என்றே சொல்லலாம். தமிழ்மொழிமட்டும் அல்ல, இந்திய தேசத்தின் ஏனைய மொழிகள் எல்லாம், ஐரோப்பியரின் தொடர்பு. ஏற்பட்டபின்னரே வசன இலக்கியங்களை வளர்க்கத் தொடங்கின. நமது மொழியில் வசன நூல்கள் முற்காலத்தில் ஏற்படாததற்குக் காரணம் வாய்ப்பான எழுது கருவிகள் இல்லாததாகும். மற்றொரு காரணம் அச்சியந்திரங்கள் இல்லாததாம். பனை ஏடுகளும் இரும்பு எழுத்தாணியும் நூல்களை எழுதுவதற்கு வாய்ப்பான கருவிகள் அல்ல.

ஆகவே, சுருக்கமாக எழுத்து வேலையை முடிப்பதற்குச் செய்யுள் நடையை அக்காலத்தவர் கையாண்டனர். வாய்ப்பும் வசதியும் உள்ளஎழுது-கருவிகள் அமைந்த படியாலும், அச்சியந்திரங்கள் அதிகமாகப் பரவினபடியாலும், செய்தித்தாள்கள், வார இதழ், திங்கள் இதழ் முதலிய வெளியீடுகள் தோன்றிய படியினாலும், பலவகைப் பாடப் புத்தகங்கள் தேவைப்பட்டதனாலும் 19-ஆம் நூற்றாண்டிலே வசன நடைவளர்வதற்கு நல்லதோர் வாய்ப்பு ஏற்பட்டது.

இதற்கு முன்பு பாடசாலைகளிலுங்கூட மாணவர்களுக்கு வசன பாடங்கள் கிடையா. தரையின்மேல் மணலைப் பரப்பிப் பிள்ளைகள் எழுத்துக்களை வாயினால் சொல்லிக்கொண்டே விரலினால் எழுதப் பழகினார்கள். அதனால், திண்ணைப் பள்ளிக் கூடங்களில் கூச்சல் காதைத் துளைக்கும். எழுதக் கற்றுக்கொண்ட பிறகு பனைஏடுகளில் எழுத்தாணியால் எழுதப் பழகினார்கள். அக்காலத்தில் கற்பலகைகளும் எழுது குச்சிகளும், காகிதம்

பேனா மை பென்ஸில் முதலியனவும் கிடையா. வகுப்புக்களுக்கு ஏற்றபடி வசன பாடப்புத்தகங்கள் இல்லாதபடியால், ஆத்திசூடி, கொன்றைவேந்தன், மூதுரை, நல்வழி முதலிய செய்யுள் நூல்களையே சிறுவர்கள் பொருள் விளங்காமல் படித்து மனப்பாடஞ் செய்தார்கள். அதன் பிறகு சதகங்கள் நிகண்டுகள் சிறு பிரபந்த நூல்கள் முதலியவற்றைப் படித்தார்கள். இந்நூல்களும் வசனமாக இல்லாமல் பாட்டாகவே இருந்தன.

புது முயற்சி

19-ஆம் நூற்றாண்டிலே ஐரோப்பா முதலிய மேல் நாடுகளிலிருந்து பாதிரிமார்களும் மிஷன் சங்கங்களும் வந்து நமது நாட்டிலே கிறிஸ்துமதத்தைப் பரப்ப முயற்சி செய்தார்கள். அவர்கள் பாடசாலைகளை அமைத்து ஐரோப்பிய முறைப்படிப் பாடங்களைக் கற்பித்தபோது, பழைய பாடமுறைகள் மாற்றப்பட்டுப் புதிய முறைகள் புகுத்தப்பட்டன. வசன பாடப் புத்தகங்களும் சரித்திரம் பூகோளம் முதலிய பாடப் புத்தகங்களும் புதிதாக இடம் பெற்றன. வகுப்புகளுக்கு ஏற்ற முறையில் வசன பாடங்கள் அமைக்கப்பட்டன. மேலும், கிறிஸ்துமத நூல்களை மக்கள் எளிதில் படிக்கத்தக்கபடி வசன நூல்களாக எழுதி வெளியிட்டார்கள். பாடசாலையிலும் வெளியிலும் மாணவர்களும் மற்றவரும் வசன நூல்களைப் படிக்கும் சூழ்நிலை ஏற்பட்டது. இந்த நிலை ஏற்படுவதற்கு முன்பு நமது நாட்டில் தமிழ்ப் புத்தகங்கள் எல்லாம் பாட்டாகவும் சூத்திரங்களாகவும் எழுதப்பட்டிருந்தன. சமய நூல்கள், வைத்தியம், சோதிடம், நிகண்டு, சிற்பக்கலை முதலிய எல்லாம் பாட்டாகவே அமைந்திருந்தன.

19-ஆம் நூற்றாண்டிலே ஐரோப்பிய மிஷனரிமாரும் பாதிரிமாரும் நமது நாட்டில் சுறுசுறுப்பாகச் செய்து வந்த கிறிஸ்து மதப் பிரசாரத்தின் காரணமாக வசன நூல்கள் வளர்ச்சி பெற்றன என்பது குறிப்பிடத்தக்க முக்கிய நிகழ்ச்சியாகும். வசன நூல்கள் மலிந்துள்ள இந்தக் காலத்திலே, வசன நூல்களின் முதன்மையையும் இன்றியமையாமையையும் நாம் இப்போது நன்றாக உணர்ந்து கொள்வது இல்லை. ஆனால் 19-ஆம் நூற்றாண்டிலே, படிப்பதற்கு வசன நூல்கள் இல்லாத காலத்திலே, அதன் காரணமாக மக்கள் விரைவில் முன்னேற்றமடையாமல் தேங்கியிருந்த காலத்திலே, வசன நூல்களின் நன்மையையும் சிறப்பையும் இன்றியமையாமையையும் மக்கள் நன்குணர்ந்திருந்தார்கள், வசன நூல்கள் இல்லாத குறை பாட்டினால், அக்காலத்தவர் விரைவில் முன்னேற்றமடைய முடியாமல் இருந்த நிலையை அவர்கள் நன்குணர்ந்திருந்தார்கள். நம் நாட்டினரும் ஐரோப்பியரும் இந்தக் குறைபாட்டினை யுணர்ந்து அக்காலத்திலேயே கூறியுள்ளார்கள்.

உவின்ஸ்லோ

19-ஆம் நூற்றாண்டிலே இருந்த தமிழ்ப் புலவர்கள் நினைத்தவுடனே கவிபாடும் - பழக்கம் உள்ளவர்கள். அத்தகைய அவர்கள் வசனம் எழுதும் பழக்கம் இல்லாமல் அல்லற்பட்டார்கள். உலின்ஸ்லோ என்னும் ஐரோப்பியர் தாம் எழுதிய - தமிழ் - ஆங்கில அகராதியை 1862-இல் அச்சிட்டபோது அதன் முகவுரையில் தமிழ் வசன நடையைப் பற்றி இவ்வாறு கூறுகிறார்: 'தமிழனுடைய வசன நடை இன்னும் உருவடையா நிலையில்தான் இருக்கிறது. அதனைச் சரியாக உருப்படுத்துவதற்கு அறிஞர்கள் செய்யும் முயற்சி நல்ல பலன் தரும். சுதேசிகள் பலர் பாக்களை விரைவாகப் பாடக்கூடிய வர்களாக இருந்தும், பிழையின்றி வசனம் எழுதத் தெரியாமல் இருக்கிறார்கள்' என்று அவர் எழுதியுள்ளார்.1

மர்டாக்கு

"தமிழ் அச்சுப் புத்தகங்களின் பட்டியல்" என்னும் நூலை ஆங்கிலத்தில் 1865-ஆம் ஆண்டில் எழுதிய மர்டாக் என்னும் மேல்நாட்டறிஞரும் அந்நூலின் முகவுரையில் இதே கருத்தை எழுதியுள்ளார். 'பாட்டுகளுக்கு எழுதப்பட்ட உரைகள் தவிர, மருத்துவம் கணக்கு, இலக்கணம், அகராதிகள் உட்பட எல்லாத் தமிழ் இலக்கியங்களும் பாட்டாகவே எழுதப்பட்டுள்ளன. ஐரோப்பியரின் தொடர்பினால், தமிழ் வசன இலக்கியம் வளர்ச்சி பெற்றது என்று கூறலாம்' என்று அவர் எழுதுகிறார்.2

விசாகப் பெருமாள்

19-ஆம் நூற்றாண்டிலே வாழ்ந்து சிறந்த தமிழ்ப் புலவராய் விளங்கிய திருத்தணிகை விசாகப் பெருமாளையர் என்னும் வீரசைவர் 1852-ஆம் ஆண்டில் தாம் எழுதிய பாலபோத இலக்கணம் என்னும் நூலின் பாயிரத்திலே உரைநடை நூல்களின் முதன்மையைப் பற்றிக் கீழ்வருமாறு எழுதியுள்ளார்:-

"இலக்கண இலக்கிய கணித பூகோள ககோளாதி நூல்களையெல்லாம் இக்காலத்து இத்தேசத்தை யாளுகின்ற இங்கிலீஷ்காரர்களும், அவர்கள் வசிக்கும் கண்டத்திலுள்ள ஏனையோர்களும் செய்யுளில் இயற்றிக் கற்பிப்பதை விட்டு, வசனங்களிலே தெளிவுற இயற்றிச் சிறுவர்க்குக் கற்பித்துக்கொண்டு வருகின்றனர். அதனால் அக்கண்டத்தில் வாழும் சிறுவர்கள் சில நாட்களிலே பல நூல்களைக் கற்றுப் பல விஷயங்களையும் உணர்ந்து பல தொழில்களையும் இயற்றும் திறமுடையராகின்றனர்.

"இத்தேசத்தார் அந்நூல்களை யெல்லாம் செய்யுளிலே செய்து அவற்றிற்குத் திரி சொற்களால் உரையியற்றிச் சிறுவர்க்குக் கற்பித்து வருகின்றனர்.

இவ்வாறு செய்யுளில் இயற்றப்பட்ட நூல்கள், நிகண்டு முதலிய கருவி நூல்களைக் கற்றன்றிக் கற்கப்படாவாம். ஆகவே, அவற்றுள் ஒரு நூலைக் கற்பதற்கு நெடுநாள் செல்லுகின்றது. செல்லவே, பல நூல்களைக் கற்றுணர்ந்து எத்தொழில்களையுஞ் செய்யத்தக்கவர்களாவது அரிதாம்.

"இதனால் இந்நாட்டுச் சிறுவர்கள் தங்கள் வாழ்நாட்கள் வீழ்நாட்படாமற் சில நாட்களில் அப் பல நூல்களையும் கற்றறிந்து எத்தொழில்களையும் செய்யத் தக்கவல்லமை அடைவதற்கு. அந் நூல்களையெல்லாம் உலகவழக்கியற் சொற்களால் உரை வசனமாகத் தெளிவுறச்செய்து கல்விச் சாலைகளிலே உபயோகமுறும்படி செய்தல் நன்று."

வேதநாயகர்

மாயூரம் வேதநாயகம் பிள்ளையவர்கள் 1885-இல் தாம் எழுதிய பிரதாப முதலியார் சரித்திரம் என்னும் நவீனத்தில், 42-ஆம் அதிகாரத்தில். சுதேசபாஷாபிவிருத்தி என்னும் பகுதியில் வசன இலக்கியங்களைப் பற்றி இவ்வாறு எழுதுகிறார்.

"இங்கிலீஷ், பிரான்சு முதலிய பாஷைகளைப் போலத் தமிழில் வசன காவியங்கள் இல்லாமலிருப்பது பெருங்குறை வென்பதை நாம் ஒப்புக் கொள்ளுகிறோம். அந்தக் குறைவைப் பரிகரிப்பதற்காகத்தான் எல்லாரும் இராஜ பாஷைகளுந் தமிழுங் கலந்து படிக்கவேண்டுமென்று விரும்புகிறோம். இராஜபாஷைகளும் சுதேசபாஜைகளும் நன்றாக உணர்ந்தவர்கள் மட்டும் உத்தமமான வசன காவியங்கள் எழுதக் கூடுமேயல்லாது இதரர்கள் எழுதக் கூடுமோ? வசன காவியங்களால் ஜனங்கள் திருந்த வேண்டுமேயல்லாது செய்யுட்களைப் படித்துத்திருந்துவது அசாத்தியம் அல்லவா? ஐரோப்பிய பாஷைகளில் வசன காவியங்கள் இல்லாமலிருக்குமானால் அந்தத் தேசங்கள் நாகரீகமும் நற்பாங்கும் அடைந்திருக்கக் கூடுமா? அப்படியே நம்முடைய சுயபாஷைகளில் வசனகாவியங்கள் இல்லாமலிருக்கிற வரையில் இந்தத் தேசம் சரியான சீர்திருத்தம் அடையாதென்பது நிச்சயம்."

இந்தப் பிரதாப முதலியார் சரித்திரத்தின் ஆங்கில முகவுரையில் மாயூரம் வேதநாயகம் பிள்ளையவர்கள் இதே கருத்தை மிகத் தெளிவாக ஆங்கிலத்தில் எழுதியிருக்கிறார்.3

சபாபதி நாவலர்

சபாபதி நாவலர் அவர்கள் 1899-இல் தாம் எழுதிய திராவிடப் பிரகாசிகை என்னும் நூலின் மரபியல் என்னும் பகுதியில் தமிழில் வசன நூல்கள் இல்லாதிருந்ததைக் குறிப்பிடுகிறார். "தமிழ் மொழியார் சூத்திரஞ் செய்யுளென்-

றும் மிரண்டாற்றானே நூலியற்றுப: உரையானியன்ற தொல்லாசிரியர் தமிழ் நூல் அரிதென்றுணர்க'' என்று அவர் எழுதியுள்ளார்.

சாமுயல் ஐயர் அவர்கள்4 தாம் எழுதிய உள்ளது நாற்பது என்னும் நூலிலே "சொந்தப் பாஷை" என்னும் கட்டுரையில் இவ்வாறு எழுதுகிறார்:-

"இந்தக் காலத்தில் தமிழ்ப் பாஷையைச் சுத்தமாய் வாசிக்கவும் பிழையற எழுதவும் அறிந்த தமிழர் வெகுசிலர். சிலர் எழுதும் பத்து வரிக் கடிதத்தில் இருபது பிழைகள் காணலாம்."

கம்பெனி முயற்சி

19-ஆம் நூற்றாண்டில், ஆங்கிலக் கிழக்கிந்தியக் கம்பனியார் என்னும் வர்த்தகச் சங்கத்தார் இந்திய தேசத்தைக் கைப்பற்றி ஆட்சி செய்தனர். அவர்கள் இந்திய தேசத்தைச் சில மாகாணங்களாகப் பிரித்து ஆட்சி செய்தனர். அந்தப் பிரிவுகளில் சென்னை மாகாணமும் ஒன்று. சென்னை மாகாணத்தில் தமிழ் நாடும் சேர்ந்திருந்தது. நாட்டை ஆட்சி செய்வதற்கு இங்கிலாந்திலிருந்து ஆங்கிலேய உயர்தர உத்தியோகஸ்தர்கள் வந்தனர். இந்த உத்தியோகஸ்தர்கள் தாங்கள் எந்தப் பகுதியில் அலுவல் புரிகிறாரோ அந்தப் பகுதியின் பாஷையை அறிந்திருக்கவேண்டும் என்னும் சட்டம் அக் காலத்தில் இருந்தது. அந்தந்தப் பகுதியில் வழங்கும் தேச பாஷையை அறிந்திருந்தால்தான் அவர்களுக்குச் சம்பள உயர்வு அளிக்கப்பட்டது.

இந்த முறையில் தமிழ் நாட்டிற்கு வந்த உயர்தர ஆங்கில உத்தியோகஸ்தர்கள் தமிழ் மொழியைக் கற்கத் தொடங்கினார்கள். அவர்கள் படிக்க வசன நூல்கள் இல்லை. அன்றியும் தமிழ் இலக்கண நூல்கள் சூத்திரமாக அமைக்கப்பட்டிருந்தன. வசன நடையில் இலக்கணம் இருந்தால் எளிதில் படித்துத் தெரிந்துகொள்ள முடியும். ஆகவே, வசன நடையில் தமிழ் இலக்கணநூலை எழுதுவோருக்கு ஒரு தொகை பணம் பரிசளிப்பதாக விளம்பரம் செய்தார்கள். இதன் காரணமாக முதன் முதலில் வெளிவந்த தமிழ் வசன இலக்கண நூல் தமிழ் விளக்கம் என்பது, இந்தநூல் சக ஆண்டு 1732-இல் (கி.பி. 1811-இல்) திருவேற்காடு சுப்பராய முதலியார் என்பவரால் எழுதப்பட்டது. ஏறத்தாழ நூற்று ஐம்பது ஆண்டுகளுக்கு முன்பு அச்சிடப்பட்ட இந்நூலின் ஒரு பழைய பிரதியை நான் முப்பது ஆண்டுகளுக்கு முன்பு பார்த்திருக்கிறேன். இந்நூலின் பிரதி இப்போது எங்கேனும் இருக்கிறதா என்பது தெரியவில்லை. அந்த நூலின் முகப்புப் பக்கம் கீழ்க்கண்டவாறு அச்சிடப்பட்டிருந்தது.

A TAMEL EXPOSITOR
by Teroovorcaudoo
Subroya Mudaliar

Printed at Madras
A.D. 1811

தமிழுடைய வியலபைகவ
கேழவியு முத்தாமுமா யெழுதப்பட்ட
ஒரு
சுருக்கமான வயனம்
அடங்கிய
"தமிழ் விளக்கம்"
திருவேற்காடு சுப்பறாய முதலியாரால்
உண்டு பண்ணி யிங்கிலீசு பாஷையில்
மொழிபெயர்க்கப் பட்டது
சென்னை பட்டணத்தில் அச்சுபோட்டது.
சகாப்தம் தளளஙயஉளு

இதன் பிறகு வசன நடையில் எழுதப்பட்ட இலக்கண நூல், தாண்டவராய முதலியார் அவர்கள் எழுதிய இலக்கண வினா விடையாகும். சென்னைக் கல்விச் சங்கத்தின் தலைவராக இருந்த கிளார்க் துரையவர்களின் விருப்பப்படி அச்சங்கத்தின் தலைமைத் தமிழ்ப் புலவராக இருந்த தாண்டவராய முதலியார் அவர்கள் 1820-இல் இவ்விலக்கண நூலை எழுதினார். இதன் முகப்புப் பக்கம் படத்தில் காட்டியபடி அச்சிடப்பட்டிருந்தது.

அக்காலத்தில் ஆங்கிலமொழி அரசாங்க மொழியாக உத்தியோக தோரணையில் அமையவில்லை. ஆகவே, ஆங்கிலேய உயர்தர உத்தியோகஸ்தர்களும் தாங்கள் பணிபுரியும் பகுதியில் வழங்குகிற நாட்டு மொழியைக் கற்கவேண்டிய கட்டாயம் இருந்தது. சென்னை மாகாணத்தில் தமிழ், தெலுங்கு, கன்னடம், மலையாளம் என்னும் மொழிகள் வழங்குகிறபடியால் இந்த மொழிகளைக் கற்கும் ஆங்கிலேய உத்தியோகஸ்தர்களுக்காகச் சென்னைக் கல்விச்சங்கம் அமைக்கப்பட்டது. இதற்காகத் தமிழ்ப் புலவர்களும் நியமிக்கப்பட்டனர். இந்தச் சங்கத்தின் சார்பாகச் சில தமிழ்ப் புத்தகங்கள் (வசன நூல்கள்) அச்சிற் பதிப்பிக்கப்பட்டன.

புத்தகச் சங்கம்

சென்னைப் பாடப்புத்தக சங்கம்[5] என்னும் சங்கம் 1850-ல் ஏற்பட்டுப் பல வசன நூல்களை வெளியிட்டது. இந்தச் சங்கம் அளித்த பரிசு காரணமாகப் பல வசன நூல்கள் வெளிவந்தன. 'இராபிசன் குரூசோ', 'இந்திய சரித்திரம்', 'உலக சரித்திரம்' முதலிய சிறந்த மொழி பெயர்ப்பு நூல்கள் இச்சங்கத்தார் அளித்த பரிசு காரணமாக வெளிவந்தவை. பாடசாலைகளுக்கு வேண்டிய

முறைப்படிப் பாடப்புத்தகங்கள் இச்சங்கத்தால் வெளியிடப்பட்டன.

19-ஆம் நூற்றாண்டிலே வார இதழ்களும் திங்கள் இதழ்களும் வெளிவந்தபடியால், இவற்றின் மூலமாகவும் வசனநடை வளர்ச்சி பெற்றது. அன்றியும், கிறிஸ்து சமயத்தவர்களைப் பின்பற்றி இந்துக்களான சைவ வைணவர்களும், முஸ்லிம்களும் தமது மத நூல்களை வசனமாக எழுதி வெளியிட்டார்கள், கதைகளும், நாவல்களும், சாத்திர நூல்களும் வசன நடையில் வெளிவந்தன. இவ்வாறு சென்ற நூற்றாண்டில் தமிழ் உரை நடைநூல்கள் வளர்ச்சியடைந்தன.

அடிக்குறிப்புகள்

1. Its Prose - Style is yet in a forming state, and will well repay the labour of accurate scholars in moulding properly. Many Natives, who write poetry readily, cannot write a page of correct prose. - Preface. winslow's Tamil - English Dictionary. 1862.

2. Nearly the whole of Tamil Literature, including works on medicine, Arithmetic, grammar and even Dictionaries, is in poetry but the exception of the commentar- ies on poetical works. Prose composition may almost be said to owe its origin to European influence. - Preface. Classified catalogue of Tamil Printed Books. by John Murdoch. Madras - 1865.

3. *Grammars, Dictionaries, Biographies, Prefaces, Inscriptions, treatises on Medicine, Astrology, Astronomy, Metaphysical and moral questions were invariably written in metre, so that there was practically no purpose. The only branch of literature where we see the prose style much employed has been that of the learned commentaries on ancient works. Prose holds good in Tamil literature too. Tamil poetry has been in existence from the very beginning of the Christian era; wheras Tamil prose puts in its appearance only from the time of Constantius Beschi at least (1740 A.D.).

The absence of paper and printing also accounts for the dearth of Prose writ- ings. To write long prose works on palmyra leaves would be very tedious and it is no wonder that our forefathers did not think it worth while to waste their time in writing stories or tales in prose. The difficulty of the writing materials neces- sitated them to seek after compression of expression; and this they founal in poetry. This same difficulty accounts for the brevity and terseness of Commen- taries on the poetical works. Adiyarkku Nallar, after writing an elaborate annota- tion on the first two lines of the Padhigam of Silappatikaram says, "Lest the Commentary should get too long, I refrain from annotating the whole book in this elaborate fashion." If our ancient authors had the same Conveniences that we have now, surely, we would now be in possession of elaborate Commentaries and a good number of Prose works.

My object in writing this work of fiction is to supply the want of prose works in Tamil a want which is admitted and lamented by all.

- S. Vedanayagam Pillai. Preface to the
first Edition, 1885.

4. Rev. N. Samuel

5. The Madras School Book Society.

வார இதழ், திங்கள் இதழ் முதலியன

அச்சியந்திரங்கள் ஏற்பட்ட பிறகுதான் எல்லா நாடுகளிலும் பத்திரிகைகள் வெளிவரத் தொடங்கின. நமது நாட்டிலே அச்சியந்திரம் அதிகமாக ஏற்பட்ட பத்தொன்பதாம் நூற்றாண்டிலே வார இதழ், திங்கள் இதழ் முதலிய வெளி-யீடுகள் தோன்றின. பத்தொன்பதாம் நூற்றாண்டுக்கு முன்னர் பத்திரிகைகள் தமிழில் வெளிவந்ததாகத் தெரியவில்லை. முதன் முதலாகத் தமிழில் வார இதழ் திங்கள் முதலிய பத்திரிகைகளை வெளியிட்டவர்கள் கிருஸ்துவப் பாதி-ரிமார்களே சென்ற நூற்றாண்டின் தொடக்கத்தில் அச்சுக் கூடங்களை வைக்-கும் உரிமை ஐரோப்பியப் பாதிரிமார்களுக்கும் அரசாங்கத்தாருக்கும் மட்டும் இருந்தது.

மற்றச் சுதேசிகளுக்கு அந்த உரிமை இல்லாமலிருந்தது. சென்ற நூற்-றாண்டின் தொடக்கத்தில் ஐரோப்பியப் பாதிரிமார்கள் அச்சுக்கூடங்களை வைத்திருந்தபடியினாலும், ஐரோப்பிய நாடுகளில் வார, மாத இதழ்கள் வெளிவருவதைக் கண்டவர்களானபடியினாலும் அவர்கள் தமிழில் முதன் முதலாகத் தமிழ் இதழ்களை வெளியிட்டார்கள். அவர்கள் கிறிஸ்துவரானபடி-யினால் அவர்களின் வெளியீடுகள் எல்லாம் கிறிஸ்துமதச் சார்புடையனவாய் இருந்தன. சுதேசிகளுக்கும் அச்சுக்கூடம் வைக்கும் உரிமை ஏற்பட்டபிறகு.

இந்துக் களும் முஸ்லிம்களும் பத்திரிகைகளை வெளியிட்டார்கள்.

பொதுவாகப் பத்திரிகைகள் நெடுங்காலம் தொடர்ந்து நடை பெறுவது இல்லை. பத்தொன்பதாம் நூற்றாண்டிலே தோன்றிச் சிலகாலம் நடந்து பின்னர் மறைந்துபோன தமிழ்ப் பத்திரிகைகள் பல. சென்ற நூற்றாண்டில் என்னென்ன பத்திரிகைகள் வெளிவந்தன என்பதைத் திட்டமாகக் கூறமுடியாது. என்னால் இயன்றளவு முயன்று தேடிப் பார்த்ததில் எனக்குச் சில தகவல்கள் கிடைத்துள்ளன. அப்பட்டியலைக் கீழே தருகிறேன்.

ஆண்டு பெயர் முதலியன

1831 - "தமிழ்ப் பத்திரிகை" ? திங்கள் இதழ். கிறிஸ்து சமயப் பத்திரிகை "மதராஸ் ரிலிஜியஸ் டிராக்ட் ஸொஸைடி" யால் சென்னையில் அச்சிடப்பட்டது. கிறிஸ்துமத சம்மந்தமான கட்டுரைகள் இதில் எழுதப்பட்டன. தமிழில் முதல் முதல் வெளிவந்த பத்திரிகை இதுவே. அடிக்கடி ஆசிரியர்கள் மாறிய படியால் வெளிவருவதில் தவக்கம் ஏற்பட்டது.

1840 - பாலதீபிகை: சிறுவர்களுக்கான பத்திரிகை. மூன்று மாதத்துக் கொருமுறை நாகர் கோவிலிலிருந்து வெளிவந்தது. 1852 வரையில் நடந்தது.

1740 - Missionay Gleance இந்தக் கிறிஸ்துவத் தமிழ்ப் பத்திரிகை நாகர் கோவிலிலிருந்து வெளிவந்தது. பல ஆண்டுகள் நடைபெற்றது.

1840 - Friendly Instructor: இந்தக் கிறிஸ்துவத் தமிழ்ப் பத்திரிகை பாளையங் கோட்டையிலிருந்து வெளிவந்தது.

1840 - தற்போதகம்: பாளையங்கோட்டை சர்ச்சு மிஷன் அச்சுக் கூடத்தில் பதிப்பிக்கப்பட்டது. பல ஆண்டுகள் நடைபெற்றது. 1841 ஜனசிநேகன்: சென்னையிலிருந்து வெளிவந்து. மாதம் இருமுறை

1841 - சுவிசேஷ பிரபாவ விளக்கம்: நாகர் கோவிலிலிருந்து வெளி வந்தது.

1842 - The Aurora: மாதம் இரு முறை வெளிவந்த தமிழ்ப் பத்திரிகை.

1845 - உதய தாரகை: இலக்கியம், கல்வி, சமயம் முதலியவற்றைப் பற்றிய கட்டுரைகள் இதில் வெளிவந்தன. தமிழிலும் ஆங்கிலத்திலும் எழுதப்பட்டன.

1849 - சிறுபிள்ளையின் தேசத் தோழன்: மூன்று மாதத்துக் கொருமுறை நாகர் கோவிலிலிருந்து வெளிவந்தது.

1854Tamil quartely Repository: மதுரையில் இருந்த அமெரிக்கன் மிஷன் வெளியிட்ட தமிழ்ப் பத்திரிகை நான்கு ஆண்டு நடைபெற்றது. 1855தினவர்த்தமானி: பெயரைக் கண்டு தினசரி பத்திரிகை எனக் கருதவேண்டாம். இது வாரப் பத்திரிகை. வியாழக் கிழமை தோறும் வெளிவந்தது. பெர்சிவல் பாதிரியார் (Rev. P. Percival) இதைத் தொடங்கி இதன் ஆசிரியராக இருந்தார். தினசரி பத்திரிகையின் பெரிய அளவில் அச்சிடப்பட்டது.

செய்திகளுடன். இலக்கியம், விஞ்ஞானம் முதலிய கட்டுரைகளும் வெளிவந்தன.

அரசாங்கத்தார் மாதம் 200 ரூபாய் இப்பத்திரிகைக்கு நன்கொடையளித்தனர். பெர்சிவல் ஐயர் விலகிக் கொண்ட பிறகு, இந்நன்கொடை நிறுத்தப்பட்டது. அவருக்குப் பிறகு, ஏட்டுச் சுவடியிலிருந்து பல நூல்களைப் பதிப்பித்தவரான சி. வை. தாமோதரம் பிள்ளை அவர்கள் இதன் ஆசிரியராகச் சிலகாலம் இருந்தார். பிறகு விசுவநாத பிள்ளை இதன் ஆசிரியராக இருந்தார். தமிழில் செய்திகளை வெளியிட்ட முதல் பத்திரிகை இதுவே.

1856District Gazette: மாவட்டங்கள் தோறும், அங்கு வழங்குகிற தாய் மொழியிலும் ஆங்கிலத்திலும் அரசாங்கத்தாரால் அச்சிடப்பட்டது. தமிழ் மாவட்டங்களில் தமிழிலும் ஆங்கிலத்திலும் அச்சிடப்பட்டது. வாரப் பத்திரிகை. சன்னை பட்டினம், தென் ஆர்க்காடு, வட ஆர்க்காடு, கோயமுத்தூர், சேலம், மதுரை, திருநெல்வேலி, திருச்சிராப்பள்ளி. தஞ்சாவூர் ஆகிய தமிழ் மாவட்டங்களில் தமிழில் எழுதப்பட்டது. அந்தந்த மாவட்டம் சம்பந்தப்பட்ட அரசாங்க அறிக்கைகளும், பஞ்சாங்கம், தட்ப வெப்ப நிலை, விலைவாசி முதலியவை இதில் வெளியிடப்பட்டன.

1851 - பாலியர் நேசன்: யாழ்ப்பாணத்திலிருந்து வெளிவந்த சிறுவர்க்கான வெளியீடு.

1859 - தர்மப்பள்ளி போதம்: நாகர்கோவிலிலிருந்து வெளியாயிற்று.

1861 - தேசோபகாரி: திங்கள் இதழ். கிறிஸ்துவருக்காகவும் இந்துக்களுக்காகவும் ஓவியங்களுடன் அச்சிடப்பட்டது.

ஆம் ஆண்டிலும் அதன் பிறகும் 16,800 பிரதிகள் அச்சிடப்பட்டனவாம். எடுகேஷன் சொஸைடி என்னும் சங்கத்தாரால் நெய்யூரிலிருந்து வெளியிடப்பட்டது.

1861 - The Lamp of Truth: என்னும் தமிழ் வெளியீட்டை, சென்னை பிரீ சர்ச்சு மிஷனைச் சேர்ந்த ரெவரண்டு R. M. பாபூ என்பவர் வெளியிட்டார்.

1863 - தென் திருவாங்கூர் கிறிஸ்துவ தூதன்: இந்த ஆண்டில் வெளிவந்தது.

1863 - அருணோதயம்: இது தரங்கம்பாடி மிஷன் அச்சுக்கூடத்தில் அச்சிடப்பட்டு லூதரன் மிஷனால் வெளியிடப்பட்டது.

1863 - திருச்சபைப் பத்திரிகை: சென்னை லூதரன் மிஷனைச் சேர்ந்த சாமுவேல் பிள்ளை இதனை நடத்தினார்.

1864 - கற்பக விருட்சம்: இப்பத்திரிகையையும் சென்னை லூதரன் மிஷனைச் சேர்ந்த சாமுவேல்பிள்ளை நடத்தினார்.

1864 - தத்துவ போதினி: சென்னை பிரம சமாஜத்தினால் நடத்தப்பட்டது. சுப்பராயலு செட்டியார். இராஜகோபாலாசாரியார். ஸ்ரீதரர் என்பவர்கள் இதைத் தொடங்கினார்கள். சென்னை மயிலாப்பூருக்கடுத்த சென்தோம் என்-

னும் இடத்தில் தத்துவ போதினி அச்சுக்கூடம் அமைக்கப்பட்டது. இவ்வச்சுக்கூடம் அமைப்பதற்கு ஸ்ரீ பொன்னுச்சாமி தேவர் அவர்கள் 1000 ரூபா நன்கொடையளித்தார். அதில் இந்துமத, சமுதாய விஷயங்கள் மட்டும் எழுதப்பட்டன. இத்துக்களால் நடத்தப்பட்ட முதல் பத்திரிகை இதுவே.

1865 - விவேக விளக்கம்: மேற்படி பிரம சமாஜத்தினால் மேற்படி தத்துவ போதினி அச்சுக்கூடத்தில் அச்சிடப்பட்டது.

1865 - - உதய தாரகை: யாழ்ப்பாணத்திலிருந்து இந்த ஆண்டில் வெளிவந்துள்ளது. எப்போது தொடங்கப்பட்டது என்பது தெரியவில்லை.

1865அமிர்தவசனி: இந்துமதப் பெண்மணிகளுக்காகச் சென்னையிலிருந்து வெளிவந்த இதழ். இந்தியக் கிறிஸ்துவப் பெண்மணிகள் இதில் கட்டுரை எழுதினார்கள்.

1865 - திருச்சபைப் பத்திரிகை: கிறிஸ்து சமயப் பத்திரிகை. எஸ். சாமிவேல் பிள்ளை இதை நடத்தினார். இவராலேயே கற்பக விருட்சம் என்னும் பத்திரிகையும் சென்னையில் நடத்தப் பட்டது.

1867 - தேசாபிமானி: கிறிஸ்துவப் பத்திரிகை. சென்னையிலிருந்து வெளியாயிற்று 1877-இலும் இதுவந்தது.

1870 - Native Public Opinion: திவான் பகதூர் ரகுநாத முதலியார். அரங்கநாத முதலியார், வேங்கடரமண பந்துலு ஆகிய இவர்களால் நடத்தப்பட்டது. சென்னை பாஸ்டர் அச்சுக் கூடத்தில் அச்சிடப்பட்டது. தமிழ், தெலுங்கு, ஆங்கிலம் ஆகிய மூன்று மொழியிலும் எழுதப்பட்டன. பிற்காலத்தில் இது ஆங்கிலத்தில் மட்டும் வெளியாயிற்று.

1871 - ஞானாபானு: இதன் விபரம் தெரியவில்லை.

1871 - பிரம தீபிகை: சைதாபுரம் காசி விசுவநாத முதலியாரும், பாரிஸ்டர் ராமசாமி ராஜூவும் இதனைச் சென்னையில் நடத்தினார்கள். முதலியார் இறந்த பிறகு இது நிறுத்தப்பட்டது.

1874 - ஜனவினோதனி: திங்கள் இதழ். சென்னையில், C. K. S. அச்சியந்திர சாலையில் M. S. B. and V. K. சங்கத்தாரால் அச்சிடப்பட்டது. அரசாங்க ஆதரவு பெற்றது. 1889 வரையில் நடந்ததாகத் தெரிகிறது.

1875 - சிநேக போதன்: கிறிஸ்துவப் பத்திரிகை. திங்கள் இதழ். பாளையங்கோட்டையிலிருந்து வெளிவந்தது.

1876 - ஞானபானு: திங்கள் இதழ். வர்த்தமான தரங்கினி அச்சு யந்திர சாலையில் அச்சிடப்பட்டது. செங்கல்வராய முதலியார் இதன் ஆசிரியராக இருந்தார்.

1877 - சித்தாந்த சங்கிரகம்: சட்ட சம்பந்தமான திங்கள் இதழ். சி. இராமராவ் இதன் ஆசிரியர். 1878 இலும் நடந்தது.

1879 - தத்துவ விசாரிணி: இதைப்பற்றி ஒரு செய்தியும் தெரியவில்லை.

1879 - நடுத்தர உயர்தர பள்ளி நண்பன்: இதன் ஆசிரியர் அண்ணாதுரை ஐயர். சென்னை வித்தியா வர்த்தனி அச்சுக் கூடத்தில் அச்சிடப்பட்-

டது.

1880 - சுதேசமித்திரன்: இது இன்றும் நடைபெறுகிறது. தினசரிப் பத்திரிகை.

1881 - கலாநிதி: பகடால S. P. நரசிம்மலு நாயுடு அவர்களால் சேலத்தில் நடத்தப்பட்டது. இவரே, சுதேசாபிமானி என்னும் பத்திரிகையை இந்த ஆண்டுக்கு முன்பு நடத்தினார். எத்தனை ஆண்டு என்பது தெரியவில்லை.

1882 - தத்துவ விவேசினி: சென்னையிலிருந்து வெளிவந்தது. தமிழ்ப் புரொபஸர் பு. முனிசாமி நாயகர் இதன் ஆசிரியர்.

1882 - சத்திய வேதக்கொடி: திங்கள் இதழ் மாசிலாமணி என்பவரால் கிறிஸ்துவர்களுக்காக வெளியிடப்பட்டது.

1883 - சுகுணபோதினி: திங்களுக்கு இருமுறை சென்னையில் அச்சிடப்பட்டது. இதன் ஆசிரியர், இ. பாலசுந்தர முதலியார்.

1883 - இந்துமத சீர்திருத்தி: பாளையங்கோட்டையிலிருந்து வெளி வந்தது. இதன் ஆசிரியர், கே. ஆறுமுகம் பிள்ளை.

1884 - தீர்க்கதரிசன வர்த்தமானி: மூன்று திங்களுக்கு ஒரு முறை மாசிலாமணி என்பவரால் கிறிஸ்துவர்களுக்காக வெளியிடப் பட்டது.

1884 - சத்திய வேதானுசாரம்: கிறிஸ்துவ மதப் பத்திரிகை. சென்னையிலிருந்து வெளிவந்தது. இதன் ஆசிரியர், எம். சி. யோகப்பிள்ளை.

1886 - பிரம வித்தியா: திங்கள் இதழ். தமிழ் வடமொழி இரண்டிலும் எழுதப்பட்டது. K. R. சீனிவாச தீக்ஷிதரால் சிதம்பரத்திலிருந்து இரகுநாத பாஸ்கர சேதுபதி யவர்களின் பொருளுதவி பெற்று நடந்தது.

1886 - கலா தரங்கினி: திங்கள் இதழ். இராஜகோபால செட்டியாரால் சென்னை. சூளை திராவிட ரத்தினாகரம் அச்சுக்கூடத்தில் அச்சிடப்பட்டது. 1889 வரையில் நடந்ததாகத் தெரிகிறது.

1886 - லோக ரஞ்சனி: திங்கள் இதழ். T. நாதமுனி நாயுடு இதன் ஆசிரியர். பல்லாரி கௌல் பஜார் நியூட்ரல் அச்சு யந்திர சாலையில் அச்சிடப்பட்டது.

1887 - ஜனோபகாரம்: இதன் விபரம் தெரியவில்லை.

1887 - மாதர் மித்திரி: சென்னையில் வெளியிடப்பட்டது.

1887 - சிங்கை நேசன்: சிங்கப்பூரிலிருந்து வெளிவந்தது. 1890 வரையில் நடைபெற்றது.

1887 - விவேக போதினி: திங்கள் இதழ். சென்னை ரிப்பன் யந்திர சாலையில் எ.எல்.இராசு செட்டியாரால் வெளியிடப்பட்டது.

1887 - லோக ரஞ்சினி: திங்கள் இதழ். வேலூரிலிருந்து சி. ஜி. அப்பு முதலி என்பவர் இதனை வெளியிட்டார்.

1887 - திராவிட ரஞ்சினி: திங்கள் இதழ். திருச்சியிலிருந்து வெளி வந்தது. டி. வி. வெங்கடராசு நாயுடு இதன் ஆசிரியர்.

1887 - விவேக சுந்தரம்: திங்கள் இதழ். சென்னை ரிப்பன் அச்சு யந்திர சாலையில் அச்சிடப்பட்டு எஸ். நமசிவாய செட்டியாரால் வெளியிடப்பட்டது.

1887 - ஜனோபகாரம்: திங்கள் இதழ். சென்னை ரிப்பன் அச்சு யந்திர சாலையில் அச்சிடப்பட்டு, சி. சடையாண்டி செட்டியாரால் வெளியிடப்பட்-டது.

1887 - மகாராணி: திங்கள் இதழ். மகளிருக்காக வெளியிடப் பட்டது. சென்னை வி. என். ஜூபிலி அச்சகத்தில் அச்சிடப்பட்டது. வி. கிருஷ்ண மாச்சாரியார் இதன் ஆசிரியர்.

1887 - கிராமப் பள்ளி ஆசிரியன்: திங்கள் இதழ். கோபாலையர் இதன் ஆசிரியர். சென்னை அல்பினியன் அச்சகத்தில் அச்சிடப்பட்டது.

1887 - உலக நேசன். பினாங்கிலிருந்து வெளிவந்தது. முகமதியாரால் அச்சிடப்பட்டது.

1888 - பினாங்கு விஜயகேதனன்: திங்கள் இதழ். பினாங்கிலிருந்து வெளி வந்தது. 1899 வரையில் நடந்தது.

1888 - இந்து நேசன்: திங்களுக்கு இருமுறை. பினாங்கில் அச்சிடப்பட்-டது.

1888 - சன்மார்க்க போதினி: திங்கள் இதழ், சிதம்பரத்திலிருந்து சி. ஆர். சீனிவாச சாஸ்திரியாரால் வெளியிடப்பட்டது.

1889 - தீர்க்கதரிசன சுப்ரதீபிகை: திங்கள் இதழ். கிறிஸ்து வருக்காக வெளியிடப்பட்டது. மாசிலாமணி என்பவர் இதன் ஆசிரியர்.

1889 - பிரமவித்தியா: திங்கள் இதழ். சி. ஆர். சீனிவாச சாஸ்திரியாரால் வெளியிடப்பட்டது.

1890 - கிறிஸ்துவன்: இதுபற்றி ஒன்றும் தெரியவில்லை. கிறிஸ்துவப் பத்-திரிகை.

1890 - சிவபக்திசந்திரிகை: அநந்த வைத்தியநாத சிவன் என்பவரால் திருவாடியிலிருந்து வெளியிடப்பட்டது. 1893 வரையில் வெளிவந்ததாகத் தெரிகிறது.

1890 - வைதீக சித்தாந்த தீபிகை: திங்கள் இதழ். டி. நாதமுனி நாயுடு என்பவரால் சென்னையிலிருந்து வெளியிடப்பட்டது.

1890 - வேத விளக்கம்: கிறிஸ்துவப் பத்திரிகை. திங்கள் இதழ். சென்னை அல்பினியன் அச்சகத்தில் பதிப்பிக்கப்பட்டது.

1891 - ஞானமித்திரன்: சென்னை ஸ்டார் ஆப் இந்தியா அச்சுக் கூடத்-தில் பிரசுரிக்கப்பட்டது.

1892 - விவேக சிந்தாமணி: திங்கள் இதழ் சி.வி. விசுவநாதையர் இதன் ஆ சிரியர். சென்னை ரிப்பன் அச்சு யந்திரசாலையில் அச்சிடப்பட்டது.

1892 - வித்தியா வினோதினி: சென்னையிலிருந்து வெளியாயிற்று.

1892 - ஞானதீபம்: திங்கள் இதழ். M.C. சித்தி லெப்பை என்பவரால் கொளும்பில் அச்சிடப்பட்டது.

1893 - வித்தியாபானு: கோயமுத்தூரிலிருந்து வெளியான திங்கள் இதழ். கே. என். ஈசுவரய்யா என்பவர் இதன் ஆசிரியர்.

1893 - மாதச் சட்டப் பத்திரிகை: திங்கள் இதழ். வி.டி. வேங்கடராம அய்யரால் சென்னையில் வெளியிடப்பட்டது.

1894 - சண்முக விஜயம்: இதன் ஆசிரியர் டி.ஏ. கிருஷ்ணசாமி ஐயர். சென்னை ரிப்பன் அச்சுயந்திர சாலையில் அச்சிடப்பட்டது.

1895 - சோமரவி: தமிழ்-ஆங்கிலம். மூன்று திங்களுக்கு ஒருமுறை வெளியிடப்பட்டது. சென்னையிலிருந்து சி.ஈ. ஸ்ரீநிவாச ராகவாச்சாரியால் வெளியிடப்பட்டது.

1895 - கோமாலி: தமிழ்-ஆங்கிலம். மூன்று திங்களுக்கொருமுறை சென்னையிலிருந்து வெளியாயிற்று.

1896 - தேஜோபிமானி: திங்களுக்கு இரு முறை வெளிவந்தது. அம்பலவாணப் பிள்ளை இதன் ஆசிரியர். அரசியல், சமுதாயம், இலக்கியம் முதலிய விஷயங்கள் இதில் வெளியிடப்பட்டன. Perak என்னும் இடத்திலிருந்து வெளியிடப்பட்டது.

1897 - ஞானபோதினி: ஏம். எஸ். பூர்ணலிங்கம் பிள்ளை இதன் ஆசிரியர். சமயம், தத்துவம், இலக்கியம், விஞ்ஞானம் முதலியவை இதில் எழுதப்பட்டன. திங்கள் இதழ் சென்னை.

1897 - உண்மை விளக்கம்: அல்லது, சித்தாந்த தீபிகை. திங்கள் இதழ். N. வேதாசலம் பிள்ளை அவர்களால் சென்னை யிலிருந்து வெளியிடப்பட்டது.

1897 - தமிழ்க் கல்விபத்திரிகை: திங்கள் இதழ். சென்னையிலிருந்து. கே, பார்த்தசாரதி ஐயங்காரால் வெளியிடப்பட்டது.

1898 - அருணோதயம்: திங்கள் இதழ்; கிறிஸ்தவப் பத்திரிகை; விபரங்கள் தெரியவில்லை.

கீழ்க்கண்ட இதழ்களும் 19-ஆம் நூற்றாண்டில் வெளிவந் தவை. இவை எந்த ஆண்டில் தொடங்கப்பட்டன. யாரால் வெளியிடப்பட்டன என்னும் விபரங்கள் தெரியவில்லை.

அபிமான: திருவனந்தபுரம்

அமிர்தவசனி: திருச்சிராப்பள்ளி.

இலங்கை நேசன், இலங்காபிமானி, இந்துசாதனம்: இவை இலங்கை, யாழ்ப்பாணத்திலிருந்து வெளிவந்தன.

உதயபானு: யாழ்ப்பாணம்.

கோயமுத்தூர் பத்திரிகை: கோயமுத்தூர்.

சந்திய வர்த்தமானி: பசுமலை.

குடந்தை மித்திரன்: கும்பகோணம்.

சுதரிசனி: கோயமுத்தூர்.

சுதேசாபிமானி: சேலம்.சுதேசநாடியம்: யாழ்ப்பாணம். க. வேலுப்பிள்ளை இதன் ஆசிரியர்.

சைவ சூக்குமார்த்தபோதினி: யாழ்ப்பாணம் திங்கள் இதழ். வேலணை கந்தப்பிள்ளை இதன் ஆசிரியர்.

சேலம் பானு: சேலம்.

சைவாபிமானி: யாழ்ப்பாணம், ஆசிரியர் வல்வை வைத்திய லிங்கம். ஞானப்பிரகாசம்: யாழ்ப்பாணம். ஆசிரியர் ஆ. சண்முகரத்தின சர்மா.

ஞானசிந்தி: யாழ்ப்பாணம். ஆசிரியர், வதிரி தமோதரம் பிள்ளை.

தமிழ்ச்செல்வன்: திருச்சிராப்பள்ளி. தக்ஷிணதீபம்: சேலம்.

திவாகரன்: திருச்செங்கோடு. ஸ்ரீ இரணியகர்ப்ப இரகுநாத பாஸ்கர சேதுபதியவர்கள் பொருளுதவியால் நடந்தது.

தூதன்: கோயமுத்தூர்.

தென் இந்திய மித்திரன்: திண்டுக்கல்.

தேசாபிமானி: கூடலூர்.

நீலலோசனி: நாகைப்பட்டினம். ஸ்ரீ இரணியகர்ப்ப இரகுநாத பாஸ்கர சேதுபதி யவர்கள் பொருள் உதவிபெற்று நடந்தது.

நேசன்: திருச்சிராப்பள்ளி.

பிரமஞான போதினி: பெங்களூர்.

லோக வர்த்தமானி: சேலம்.

வித்தகம்: யாழ்ப்பாணம், தென்கோவை பண்டிதர் ச. கந்தையா பிள்ளை இதன் ஆசிரியர்.

விவேக திவாகரன்: யாழ்ப்பாணம்.

ஜனமித்திரன்: தஞ்சாவூர்.

ஜனப்பத்திரிகை: நாகைப்பட்டினம்.

ஸ்தலபூஷணி: ஸ்ரீரங்கம்.

இலக்கண நூல்கள்

பத்தொன்பதாம் நூற்றாண்டுவரையில் தமிழில் வசன நூல்கள் ஏற்படவில்லை என்று கூறினோம். 18-ஆம் நூற்றாண்டிலே கிருத்தவப் பாதிரிமார் சிலர் வசன நடையில் தமிழில் நூல் இயற்றத் தொடங்கியது உண்மைதான். ஆனால். 19-ஆம் நூற்றாண்டிலேதான் வசன நூல்கள் வளர்வதற்கு வாய்ப்பும் அச்சியந்திரம் முதலிய சூழ் நிலைகளும் ஏற்பட்டன. பத்தொன்பதாம் நூற்றாண்டில் ஆங்கிலக் கிழக்கிந்தியக் கம்பெனியார், நமது நாட்டைக் கைப்பற்றி அரசாளத் தொடங்கினார்கள். அவர்கள் இங்கிலாந்து தேசத்திலிருந்து ஆங்கிலேயரை அழைத்து வந்து இந்நாட்டின் அரசாங்க மேலதிகாரிகளாக அவர்களை நியமித்தார்கள்.

ஆங்கிலேயர் நமது நாட்டுமொழிகளை அறியாதவர்கள். மேலதிகாரிகளாக அமர்ந்த அவர்கள் நாட்டு மொழிகளை அறிந்திருக்க வேண்டியவராக இருந்தனர். ஆகவே, அவர்கள் அலுவல் நடத்தும் வட்டாரங்களில் வழங்கும் இந்தியமொழிகளை அறிந்திருக்கவேண்டும் என்னும் கட்டாயம் அக்காலத்தில் இருந்தது. அக்காலத்தில் ஆங்கில மொழி அரசாங்க மொழியாக அமையவில்லை. இந்திய நாட்டு மொழிகளில் ஏதேனும் ஒன்றைப் படித்துப் பரீட்சையில் தேறினர். ஆங்கில உத்தியோகஸ்தர்களுக்குச் சம்பளம் உயர்த்திக் கொடுக்கப்பட்டபடியால், ஆங்கிலேய உத்தியோகஸ்தர்கள் இந்திய மொழிகளில் ஏதேனும் ஒன்றைக் கற்கத் தொடங்கி னார்கள். இந்த முறையில் தமிழ் நாட்டில் வந்து அலுவல் செய்த ஆங்கிலேயர்கள் தமிழ் மொழியைப் படிக்கத் தொடங்கினார்கள்.

தமிழ் மொழியைப் படிக்கத் தொடங்கிய ஆங்கிலேயர்களுக்குத் தமிழ் இலக்கண நூல்கள் எளிதில் விளங்கவில்லை. ஏனென்றால், நன்னூல் முதலிய இலக்கணங்கள் செய்யுள் நடையில் அமைந்திருந்தன. வசன நடையில் இலக்கண நூல்கள் அந்தக் காலத்தில் இல்லை. சூத்திரங்களைப் படித்து அவற்றிற்குப் பொருள் தெரிந்துகொண்டு பின்னர் இலக்கணத்தை அறிந்து-கொள்வது கடினமாக இருந்தது. ஆகவே, அவர்களுக்கு வசன நடையில் அமைந்த இலக்கண நூல் தேவைப்பட்டது. ஆகவே, அக்காலத்து ஆங்கிலக் கிழக்கிந்திய அரசாங்கத்தார் தமிழில் வசன நடையில் இலக்கண நூல் எழுதுகிறவர்களுக்கு ஒரு தொகை ரூபா பரிசு அளிப்பதாக விளம்பரம் செய்தார்கள். இதன் காரணமாக முதன் முதல் தமிழில் வசன இலக்கண நூல் தோன்றியது.

அந்தப் பரிசுபெற்று வெளியிடப்பட்ட முதல் வசன இலக்கண நூல் தமிழ் விளக்கம் என்னும் பெயர் பெற்றிருந்தது. அந்நூல் 1811-ஆம் ஆண்டில், திருவேற்காடு சுப்பராய முதலியாரால் எழுதப் பட்டு அச்சிடப்பட்டது. நூற்றைம்பது ஆண்டுகளுக்கு முன்னர் அச்சிடப்பட்ட அந்த இலக்கண நூலின் பிரதியொன்றை, முப்பது ஆண்டுகளுக்கு முன்பு, சிதலமான நிலையில் நான் பார்த்தேன். அந்நூலின் பிரதி இப்போது எங்கேனும் இருக்கிறதா என்பது தெரியவில்லை. அந்த நூலில் முகப்புப்பக்கத்தின் அமைப்பை இந்நூல் 130, 131-ஆம் பக்கத்தில் காட்டியுள்ளேன்.

இந்நூலின் இரண்டாம் பதிப்பு 1817-ஆம் ஆண்டு அச்சிடப்பட்டது. இதன் பிறகு வசன நடையில் எழுதப்பட்ட தமிழ் இலக்கண நூல், தாண்டவராய முதலியார் எழுதிய இலக்கண வினாவிடையாகும். சென்னைக் கல்விச்சங்கத்தின் தலைமைத் தமிழ்ப் புலவராக இருந்த தாண்டவராய முதலியார். அக் கல்விச் சங்கத்தின் தலைவராக இருந்த ரிச்சார்டு கிளார்க்கு துரையவர்கள் விரும்பியபடி இந்த இலக்கண வினாவிடையை எழுதினார். இது 1820-ஆம் ஆண்டில் எழுதப்பட்டது. இதன் முகப்புப் பக்கத்தைப் படத்தில் காண்க.

அரசாங்க அலுவலில் இருந்த ஆங்கிலேயர் அல்லாமல் சென்ற நூற்றாண்டின் தொடக்கத்தில் தமிழ் நாட்டில் வந்திருந்த ஐரோப்பிய கிறித்துவப் பாதிரிமாரும் தமிழ்படிக்கத் தொடங்கினார்கள் அன்றியும். தமிழ்க் கிறித்துவப் பிள்ளைகள் படிப்பதற்காகப் பாடசாலைகளை அமைத்தார்கள். அரசாங்கத்தாரும் சென்ற நூற்றாண்டில் உயர்தரப் பாடாசாலைகளையும் கல்லூரிகளையும் அமைத்தார்கள். ஆகவே மாணவர்களுக்காகவும் வசன இலக்கண நூல்கள் தேவைப்பட்டன. சென்ற 19-ஆம் நூற்றாண்டில் வெளிவந்த வசன இலக்கண நூல்களின் பட்டியலையும், ஏட்டுச் சுவடியிலிருந்து அச்சுப் புத்தகமாக அச்சிடப்பட்ட பழைய இலக்கண நூல்களின் பட்டியலையும் நான் அறிந்தவரையில் தருகிறேன். இதனை முழுவிவரப் பட்டியல் என்று சொல்ல முடியாது. விடுபட்ட நூல்களும் இருக்கக்கூடும்.

பதிப்பித்த ஆண்டு - நூலின் பெயர் - பதிப்பித்தவர் பெயர்

1811 - தமிழ் விளக்கம்திருவேற்காடு சுப்பராய முதலியார், சென்னை
1817 - தமிழ் விளக்கம்திருவேற்காடு சுப்பராய முதலியார், சென்னை
இரண்டாம் பதிப்பு
1820 - இலக்கண வினா விடை தாண்டவராய முதலியார், சென்னை.
1828 - இலக்கணச்சுருக்க வினாவிடை திருத்தணிகை விசாகப் பொருமாள் அய்யர்.
1835 - நன்னூல் மூலம்.இவை, "இலக்கணப்பஞ்சகம் நம்பி அகப்பொருள்' என்னும் மூலம்.தொகுப்பில் தாண்டவராயமுதவியாரால் புறப்பொருள் வெண்பாமலைஅச்சிடப்பட்டன., மூலம்.சென்னை.
1845 - இலத்தீனிலக்கணச்ரோமன் சுருக்கம் கத்தோலிக்குப் பிஷப்பாகிய Climent Bonnand, எழுதியது.
புதுவை.
1846 - தமிழ் இலக்கணசுருக்க வினாவிடை நூற்ஜி.யு. போப்பையர், சென்னை. இது இரண்டாம் பதிப்பு.
1847 - நன்னூல் விருத்திமுகவை இராமாநுச் யுரைகவிராயர் எழுதியது. அவரது அச்சகத்தில் பதித்தது. சென்னை.
1847 - தொல்காப்பியம்மழவை மகாலிங்கய்யர். எழுத்ததிகாரம், நச்சினார்க்கினியர் உரையுடன்.

1847 . இலக்கண சுருக்கம் நூற்இயற் தமிழாசிரியர் இராமாநுச கவிராயர், சென்னை.
1848 - இலக்கண சுருக்கம்.இயற் தமிழாசிரியர்
எழுத்ததிகாரம், சொல்லதிகாரம், இராமாநுச கவிராயர்
வாசக நடை.எழுதியது, சென்னை.

1848 - நன்னூல் ஆங்கிலஜோயஸூம சாமுயல்
1851 - விளக்கத்துடன்.பிள்ளையும் எழுதியது
Rev. T.Brotherton திருப்பியது.
1849 - இலக்கண நூலாபுதுச்சேரி (1855-இல் தாரம்இதன் இரண்டாம் பதிப்பு)
1851 - நன்னூல். சங்கரஆறுமுக நாவலர் பதிப்பு.
நமச்சிவாயர் உரை.
1851 - யாப்பருங்கலக் காரிகைகளத்தூர் வேதகிரி
மூலமும், குணசாகரர்முதலியார் பதிப்பித்தது,
விருத்தியுரையும்.சென்னை.
1852 - பாலபோததிருத்தணிகை விசாகப்பெருமாளைய்யர்.
இலக்கணம்.
1853 - தமிழ் இலக்கணம்அருணாசலம் பிள்ளை,
பாளையங்கோட்டை.

1853 - இலக்கணநூற் சுருக்கம் நாகர்கோயில்.
1855 - இலக்கணச் சுருக்க வினா விடை வேதக்கண் எழுதியது.
1858 - நன்னூல் ஆங்கில விளக்கம் ஜி.யு.போப்பையர். 1859
1860 - இலக்கணச் சுருக்கம்மயிலை, சவேரிமுத்துப் பிள்ளை எழுதியது. புதுவையில் அச்சிடப் பட்டது.
1864 நன்னூல் மூலம், நம்பிநரசிங்கபுரம் வீராசாமி அகப்பொருள் மூலம்,முதலியார் பதிப்பித்தன.
புறப்பொருள்சென்னை இயற்றமிழ் வெண்பா மாலைவிளக்க அச்சுக்கூடம்.
மூலம். யாப்பருங்ஆனந்த வருசம், புரட்டாசி கலக்காரிகை மூலம்,மாதம்.
தண்டியலங்கார மூலம்.
1864 - நன்னூற் சுருக்கம்ஜி.பி.சவுந்தரநாயகம் பிள்ளை. சென்னை.
அணியியல் விளக்கம்திருத்தணிகை சரவணப் பெருமாளையர், சென்னை.
1870 - யாப்பிலக்கணச்சுருக்கம்.. கொட்டையூர் சி.சாமிநாத தேசிகர் எழுதியது
நாகர் கோவில் தேவகாருண்ய அச்சுக்கூடப் பதிப்பு.
1870 - நன்னூல் ஆங்கிலBy a Graduate of the
மொழி பெயர்ப்புMadras University. (J. Lazarus) சென்னை.
1878 - அகப்பொருள் வைத்தியலிங்கம் பிள்ளை விளக்கம் உரையுடன்.சென்னை. (1879-இல் மற்றொரு பதிப்பு)
1879 - இலக்கணச் சுருக்கம்வாசுதேவ முதலியார்.
1879இலக்கணச் சுருக்கம்மழவை மகாலிங்கய்யர். (இதனை 1898-இல் வி.கோ. சூரிய நாராயண சாஸ்திரியார் மீண்டும் அச்சிட்டார்.)

1880 - நன்னூல்,காண்டிகையுரை. இராசகோபாலப் பிள்ளை.
1880 - நன்னூல், காண்டிகைஆறுமுகநாவலர் பதிப்பு.
உரை.
1880 . இலக்கணச் சிந்தாமணி ஜகராவ் முதலியார்.
1880 - நூலாதாரத்தின் மேலாதாரம்.முத்துசாமி முதலியார்.
1880 - வினைமர விளக்கம் (Pictorial Tree of verbs)----
1881 - வீரசோழியம்சி.வை.தாமோதரம்பிள்ளை பதிப்பு. (1865-இல் இரண்டாம் பதிப்பு.) சென்னை.
1881 - கட்டளைக் கலித்துறைசி.வை.தாமோதரம்பிள்ளை
1882 - பிரயோக விவேகம் மூலமும் உரையும் சுப்பிரமணிய தீட்சிதர் எழுதியது.ஆறுமுக நாவலர். 1884-இல் மறுபதிப்பு.
1882 - யாப்பருங்கலக்காரிகைபரப்பிரம்ம முத்திராக்ஷர சாலை.
1883 - இலக்கணச் சூடாமணிகிருஷ்ணபிள்ளை.
1884 - இலக்கணச் சுருக்கம்வரதாச்சாரி.
1884 - இலக்கணச் சுருக்கம்சீனிவாச முதலியார்.
1884 - நன்னூல் ஆங்கில மொழிபெயர்ப்பு.Rev. John Lazarus.
1887 - வினைச்சொல் விளக்கம்வேங்கடசாமி ஐயர்.
1885 - தொல்காப்பியம்சி.வை.தாமோதரம்பிள்ளை பதிப்பு.

1885 - வினையுருவ விளக்கம்.சீனிவாச்சாரி
1885 - விருத்தயாப்பியல்.வீரபத்திர முதலியார்.
1886 - பஞ்சலக்ஷணம், நேமிநாதம் வீரசோழியம், மூலம்இராமசுாவமிகள்.
1886 - இலக்கணச் சுருக்கம்.தியாராஜ ஐயர்.
1886 - இலக்கணச் சுருக்கம்முத்துசாமி முதலியார்.
1887 - நன்னூல், சங்கரநமச்சிவாயருரைஆறுமுக நாவலர் பதிப்பு, யாழ்ப்பாணம்.
1888 - யாப்பிலக்கணச் சூசனம்முத்துத்தம்பிப் பிள்ளை.
1889 - முத்துவீரியம், முத்துவீர உபாத்தியாயர் இயற்றியது.டாக்டர் பழனியாண்டி பதிப்பித்தது. சென்னை.
1889 - பாட்டியல்.தியாகராஜ தேசிகர் இயற்றியது.
1889 - இலக்கண விளக்கம், உரையுடன் திருவாரூர் வைத்தியநாத தேசிகர் இயற்றியது.சி.வை.தாமேதரம்பிள்ளை பதிப்பு, சென்னை.
1891 - தமிழ் இலக்கண தீபிகைஜேம்ஸ். T. அப்பாபிள்ளை பட்டுக்கோட்டையில் அச்சிட்டது.
1891 - அல்-ஹிதாயத்அல்- காஸிமீயத். (அரபுமொழி இலக்கணம்)முகமது காசிம் இபின்ஸித்தீக் அவர்கள் எழுதியது. (அரபுத்தமிழ் எழுத்து.)
1892 - தமிழ் இலக்கணச் சுருக்கம்இராயப்பேட்டை சீனிவாச முதலியார், சென்னை.

1883 - தமிழ் இலக்கணச் சிந்தாமணிஞானமணிநாடார் சென்னை.
1894 - இளைஞர் பயில் இலக்கணம்.மோசூர் வேங்கடசாமி ஐயர். சென்னை.
1895 - குவலயாநந்தம் அணியிலக்கணம் (அப்பைய தீட்சிதர் வடமொழியில் எழுதியது)எட்டயபுரம் சங்கர நாரயண சாஸ்திரியும் முகவூர் மீனாட்சி சுந்தரக் கவிராயரும் தமிழில் மொழி பெயர்த்தது. சென்னை.
1897 - முதலிலக்கணம்.முனிசாமி நாயுடுவும் பார்த்தசாரதி ஐயங்காரும் எழுதியது. சென்னை.
1898 - யாப்பிலக்கணச் சுருக்கம்.முத்தி சிதம்பரம் பிள்ளை. திருச்சிராப்பள்ளி.
1900 - இலக்கண விளக்கம், செய்யுளியல், திரு வாரூர் வைத்தியநாத தேசிகர் இயற்றியது.சி.வை. தாமோ தரம்பிள்ளை பதிப்பு, சென்னை.
1900 - வச்சணந்திமாலை என்னும் வெண்பாப் பாட்டியல், வரையறுத்த பாட்டியல்.குணவீர பண்டிதர் இயற்றியது. சென்னையில் அச்சிடப்பட்டது.

இஸ்லாமும் தமிழும்

கி.பி. 12ஆம் முதல் முகம்மதிய மதத்தவரான முஸ்லிம்கள் நாட்டில் இருந்து வருகின்றனர். பிற்காலப் பாண்டியருடைய அரச சபையிலே அராபியர் ஒருவர் இடம் பெற்றிருந்தார் என்றும், அவர் பாண்டியனுடைய குதிரைப் படைக்குக் குதிரைகளை வெளிநாட்டிலிருந்து வரவழைத்துக் கொடுத்தார் என்றும் அறிகிறோம். 14-ஆம் நூற்றாண்டில் மாலிக்காபர் தென்னாட்டின் மேல் படையெடுத்து வந்து கோவில்களைக் கொள்ளையடித்த காலத்தில், இந்துக்கள் சிலர் இஸ்லாம் மதத்தைத் தழுவி முஸ்லிம் ஆனார்கள். 17, 18-ஆம் நூற்றாண்டுகளில் தமிழ் நாட்டிலே அரசியல் குழப்பங்கள் ஏற்பட்டு, முஸ்லிம்களாகிய நவாபுகள் நாட்டை ஆட்சிசெய்தனர். அவர்கள் காலத்திலே தமிழ் நாட்டிலே முஸ்லிம்களின் தொகை பெருகியது. மதம் மாறி முகம் மதியரான தமிழரின் தாய்மொழி தமிழ் மொழியே. ஆகவே, தமிழ் முஸ்லிம்கள் தமிழ் மொழியிலே தமது மத சம்பந்தமான நூல் களையும் இயற்றினார்கள்.

முஸ்லிம்களின் "தெய்வ பாஷை" அரபு மொழியாக இருந்தது. முகம்மதியரின் குர்ஆன் வேதம் அரபுமொழியில் எழுதப்பட்டது. குர் ஆன் வேதத்தை அரபு மொழியிலேயே படிக்க வேண்டும் என்றும் அதை வேறு மொழிகளில் மொழி பெயர்க்கக்கூடாது என்றும் அக்காலத்தில் முஸ்லிம்களுக்குள் ஒரு நம்பிக்கை இருந்தது. தமிழ் முஸ்லிம்களும் தமது மத சம்பந்தமான நூல்களை அரபு எழுத்திலேயே படிக்கவேண்டும் என்றும் அக்காலத்தில் ஒரு நம்பிக்கை இருந்தது. ஆகவே, அரபு மொழியிலிருந்து, அரபி எழுத்தைப்போலவேயுள்ள ஒருவித புதிய எழுத்தைத் தமிழ் நாட்டு முஸ்லிம்கள் அமைத்துக் கொண்-

டார்கள். அந்த எழுத்துக்கு அரபுத்தமிழ் என்பது பெயர். அரபுத் தமிழுக்கு "ஆர்வீ" என்று வேறு பெயரும் உண்டு. அரபுத் தமிழ் எழுத்து அரபி எழுத்து போலவே இருக்கும். அரபு எழுத்தைப்

போலவே வலதுபுறமிருந்து இடது புறமாக எழுதப்பட்டது. தமிழ் முஸ்லிம்களுடைய தமிழ் நூல்கள் பல, அரபுத்தமிழிலே எழுதப்பட்டிருந்தன. அரபுத் தமிழ்ப் புத்தகங்களைப் பார்த்தால் அவை 'அரபு பாஷைப் புத்தகம் என்று நினைக்கவேண்டியிருக்கும். ஆனால், அதைப் படித்தால் தமிழாக இருக்கும். தமிழ் முஸ்லிம்கள் தமது நூல்களை அரபுத் தமிழ் எழுத்திலும், தமிழ் எழுத்திலும் எழுதினார்கள்.

1. அஜாயிபுல் அக்பார்
2. மதராஸ் 1324 - முஹர்ரம் 5-ம் தேதிவியாழம்
3. சென்னை சுதேசிய மகாநாடு
4. சென்ற 23-ம் தேதி வெள்ளிக்கிழமையன்று சென்னை பச்சையப்பன் மண்டபத்திற்
5. கெதிரிலுள்ள மைதானத்தில் சுதேசிய மகாநாடு ஒன்று கூடிற்று.
6. அதில் வெகுஜனங்கள் கூடியிருந்தார்கள். இதற்கு முன் சுதேசிய மகா
7. நாடு கூடியிருந்தபோதிலும் இதுபோல் வெகுஜனங்கள் ஒருபோதும் கூட
8. வில்லை, பொதுக் காரியங்களில் பாடுபடும் ஜனங்களும் சில்லரைத் தொழில்.
9. களைக் செய்யும் சாமானியர்களும் வந்து கூடி நடந்ததை கவனமாய்க்
10. கேட்டார்கள், இதுவிஷயத்திற்காக இருபதாயிரம் நோட்டீஸ்கள்
11. தமிழிலும் தெலுங்கிலும் இங்கிலீஷிலும் அச்சிட்டு ஊரெங்கும் கொடுக்கப்பட்டது.
12. அங்குக் கூடினவர்கள் சுமார் 8000க்கு அதிகமிருப்பார்கள்.
13. இங்கிலீஷ் அறியாதவர்கள் மிகுதம்பேர்கள் இருந்ததால் அவர்கள்.

சீறாப் புராணம், இராசநாயகம் முதலிய நூல்களைத் தமிழ் முஸ்லிம்கள் இயற்றியபோதிலும் 19-ஆம் நூற்றாண்டிலேதான் தமிழ் முஸ்லிம்கள் அதிகமாகப் புத்தகங்களை வெளியிட்டார்கள் இதற்குக் காரணம் 19-ம் நூற்றாண்டிலேதான் நமதுநாட்டிலே அச்சுக்கூடங்கள் ஏற்படுத்தப்பட்டன. அதற்கு முன்பு அச்சுக்கூடங்களெல்லாம் பாதிரிமாரிடத்திலும் அரசாங்கத்தாரிடத்திலும் இருந்தன. நம் நாட்டவருக்கு அச்சுயந்திரம் வைக்கும் உரிமை 19-ஆம் நூற்றாண்டில் ஏற்பட்ட பிறகுதான் இந்துக்களும் முஸ்லிம்களும் நமது மத நூல்களை அச்சுப்புத்தகமாக அச்சிடத் தொடங்கினார்கள்.

17, 18-ஆம் நூற்றாண்டுகளிலே தமிழ் நாட்டில் நவாப்புகளின் ஆட்சி ஏற்பட்டிருந்தது என்று கூறினோம். நவாப்புகள் இஸ்லாம் மதத்தைச் சேர்ந்தவர்கள். நவாப்புகளின் ஆட்சிக் காலத்தில் உருது மொழியும் பாரசீக மொழி-

யும் அரசாங்க மொழியாக இருந்தன. முஸ்லிம்களின். "தெய்வ பாஷை" அரபு மொழியாக இருந்தது. ஆகவே, அவர்கள் குர்ஆன் வேதத்தைப் படிப்பதற்காக அரபு மொழியையும் அரசியலை நடத்துவதற்காக உருது, பாரசீக மொழிகளையும் பயின்றார்கள். ஆகவே தமிழ் மொழியிலும் அரபி உருது பாரசீக மொழிச் சொற்கள் சில கலந்தன.

பேச்சு வழக்கிலுள்ள பாஷையில், சமயம் அரசியல் வாணிகம் முதலிய காரணமாக வேறு மொழிச் சொற்கள் கலப்பது இயற்கைதானே. 19-ஆம் நூற்றாண்டிலே, நவாப்புகளின் ஆட்சி மறைந்து ஆங்கிலேயர் ஆட்சி தொடங்கிய பிறகும், அரசியல் சம்பந்தமாக முன்பு வழங்கி வந்த பாரசீக உருது அரபிச் சொற்கள் வழங்கிவந்தன. தமிழில் கலந்த அந்த மொழிச் சொற்கள் பேச்சு வழக்கில் அதிகமாகவும் இலக்கிய வழக்கில் குறைவாகவும் உள்ளன. ஆனால் இஸ்லாம் மதச் சார்பாகத் தமிழில் எழுதப்பட்ட நூல்களில் அரபுச் சொற்கள் சற்று அதிகமாகவுள்ளன.

முஸ்லிம் தமிழர் தமிழில் புதிதாக அமைத்துச் செய்த இலக்கியம் நொண்டி நாடகம் என்பது. நொண்டி நாடகம் என்னும் பெயரில் சில நூல்கள் தமிழில் உள்ளன. பாரசீக மொழியிலிருந்து தமிழில்மொழி பெயர்க்கப்பட்ட அரபிக் கதைகள் பேர் போனவை.

இஸ்லாம் மதச் சார்பாக அரபுமொழிச் சொற்களும் முஸ்லிம் அரசாட்சிச் சார்பாக உருது பாரசீக மொழிச் சொற்களும் தமிழில் கலந்தன என்று கூறினோம். அவற்றிற் சிலவற்றைக் காட்டுவோம்.

"குறவர் மகட்குச் சலாமிடற்கு ஏக்கறு
குமரனை முத்துக் குமரனைப் போற்றுதும்"

என்று சலாம் என்னும் சொல்லைக் குமர குருபரசுவாமிகள் வழங்கினார்.

"சுராதிபதி மாலயனும் மாலோடுசலாமிடு
சுவாமிமலை வாழும் பெருமாளே!"

என்று கூறினார் அருணகிரிநாதர்.

"மகராஜ ராஜுக்குச் சரபோஜி ராஜுக்கு
மந்தர ராஜுக்கு சலாமெனவே"

என்றும்

"வரபோ சலகுல மணியினைக் கண்டு
சரபோஜி மகாராஜா சலாமெனப் பணிந்து"

என்றும், சரபேந்திர பூபாலக் குறவஞ்சி நாடகத்தில் கொட்டையூர் சிவக்கொழுந்து தேசிகர் கூறினார்.

"சித்தர் விஞ்சையர் மாகர் சபாசென"

என்று அருணகிரிநாதர் சபாசு என்னும் சொல்லை எடுத்தாண்டார்.

"அந்நலங் கொளோர் துலுக்க வஞ்சிமை
ஹாத்தேக்கர் பொலந்1 என்றாள்

அன்னை கைக்குறி சொன்னதற் கவள்
மன்னிடாரம் அளித் தனள்."

என்று சரபேந்திர பூபாலக் குறவஞ்சி நாடகத்தில் உருது மொழிச் சொற்கள் புகுத்தப்பட்டன. இவ்வாறு சில சொற்களைத் தமிழ் இலக்கியங்களில் காணலாம்.

தமிழ் முஸ்லிம்கள், தமிழ் இலக்கியத்தில் புதிதாகப் படைத்துக் கொடுத்தது நொண்டி நாடகம் என்னும் இலக்கியமாகும். அவை திருக்கச்சூர் நொண்டி நாடகம் முதலியவை.

தமிழில் கலந்து வழங்கின அரபுச்சொற்கள், பாரசீகச் சொற்கள். இந்துஸ்தானிச் சொற்கள் ஆகியவற்றின் பட்டியலைக் கீழே தருகின்றேன். இச்சொற்களில் பல இக்காலத்து வழக்கிழந்து விட்டன.

I. அரபுமொழிச் சொற்கள்

அகபர், அகபார்=செய்தி.

அக்பர்=பெரியவர் (கடவுள்.)

அசல்=துவக்கம், ஆதி, முதல்.

அத்து=எல்லை, வரம்பு, உரிமை.

அஞ்சுமன்=சங்கம், கழகம்.

அமல்=செய்கை, நடவடிக்கை, இச்சொல் பறிமுதல் செய்தல் என்னும் பொருளிலும் வழங்கப்படுகிறது. அமுல் என்று தமிழில் வழங்கப்படுகிறது.

அமானி=கி(க)லெக்டரின் அதிகாரத்திற்கு உட்பட்டது, பாதுகாப்பு, ஒப்படை.

அனாமத்து=சேமிப்பு, ஒப்படை.

அமீனா=அமில்தாருக்குக் கீழ்ப்பட்ட கிராம உத்தியோகஸ்தன்.

அமில்தார்=வரி வசூலிக்கும் உத்தியோகஸ்தர்.

அயன்=உண்மை நிலை.

அயன்ஜமா=தண்டல் பணத்தின் மொத்தம்.

அய்வேஜ்=பொருள் அல்லது ஆளை ஈடு கொடுத்தல.

அர்ஜி=மனு, விண்ணப்பம்.

அர்ஜிதாஸ்து=எழுதி விண்ணப்பம் செய்தல்.

அர்-ரஹ்மான்=இரக்கம் உள்ளவன் (கடவுள்.)

அலாயிதா=தனியான, தனிப்பட்ட, (அலாதி என்று வழங்கப்படுகிறது.)

அல்-கபார்=மன்னிக்கிறவன். (கடவுள்.)

அல்-புர்கான்=குர்ஆன்.

அல்லா (ஹீ)=கடவுள்.

அல்லாஹீத்தஆலா=உத்தமமான கடவுள்.

அல்வா, ஹல்வா=இனிப்புச் சிற்றுண்டி.

அனாமத்து=சேமித்துவை, ஒப்படை.

ஆசர், ஆஜர்=தோன்றுதல், பலர் முன்னிலையில் காணப்படுதல்.

இமாம்=குரு.

இனாம்=கொடை, பரிசு.

இனாம்தார்=பரிசாகப் பெற்ற நிலத்தை வரி செலுத்தாமல் அனுபவிக்கிற-வன்.

ஈது=பண்டிகை.

ஈமான்=விசுவாசம், உறுதியான நம்பிக்கை.

உக்கும், உக்கூம், ஹுகும் - ஆணை, உத்தரவு, கட்டளை, அதிகாரம்.

உக்கும் நாமா=எழுத்து மூலமான கட்டளை.

உசூர்,அசூர்=நேரில் காணப்படு, தோன்று.

உசூர்க்கச்சேரி=கலெக்டர், மாஜிஸ்ரேட் முதலிய உத்தியோகத்தின் ஆபீஸ்.

உஸ்தாத்=உபாத்தியாயர்.

ஊக்கூம்=கட்டளை, உத்தரவு.

ஐவஜ், ஐவேஜ்=பதிலுக்கு வைத்த பொருள், மற்றொன்றுக்காக வைத்த ஈடு.

கசாபு=இறைச்சி விற்கிறவன்.

கசாலா=வருத்தம், துயரம்.

கசுபா=ஜில்லா அல்லது தாலுகாவின் தலைமை இடம், அல்லது கிராமம்.

கச்சேரி=நீதிமன்றம், வரி வசூல், போலிஸ் இலாகாக்களின் அலுவல் நிலையம்.

கபர்=செய்தி.

கரார்=உறுதி.

கரார்நாமா=எழுதப்பட்ட உறுதிச்சீட்டு.

கலால்=காய்ச்சிய மதுபானம்.

கலீமா=விசுவாசப் பிரமாணம். (லா இராஹில்லுல்லா முகம்மது ரசூலுல்லா என்னும் வாக்கியம்).

கலீபா=முகம்மது நபிக்குப் பின்னால் வந்த முஸ்லிம் மதத் தலைவர்கள்.

கஜானா=பொக்கிஷ சாலை.

கஜான்ஜி=நிதிக் காவலர்.

காயம்=நிலையான, உறுதியான.

காயம் ஜமாபந்தி=நிலையான ஏற்பாடு.

காய்தா=சட்டம், ஒழுங்கு, கட்டுப்பாடு, வரையறை,

காஜி=நியாயாதிபதி,-நீதிபதி.

கிஸ்து=வரி, தவணை, குறிப்பிட்டபடி பணம் செலுத்தல்.

கிதாபு=புத்தகம், நூல்.

கிலாபத் = கலீபாவின் உத்தியோகம்.

குர் ஆன் (குறு ஆன்)= குறான், இஸ்லாமிய வேதப் புத்தகம்.

குர் ஆன் ஷரீப்=மேன்மையான குறான்.
குலாம்=வேலைக்காரன், அடிமை.
குர்பான் (குர்பானி)=பலி.
கைதி=சிறை செய், காவலில் அடைத்தல்.
கைபியது=செய்தி, விவரம்.
சராப்பு=ஷராப், காசுக்கடை.
சலாம்=சமாதானம்.
சவால்=கேள்வி.
சன்னது=ஆதாரப் பத்திரம், உரிமைப்பத்திரம்.
சாமான்=பொருள், பிரயாண மூட்டைகள்.
சுபா=மாகாணம், மாவட்டம்.
டபேதார்=தலைமை ஊழியன், தலைமை வேலையாள்.
தகரார்=மறுத்தல், விவாதம், சச்சரவு.
தபா=சமயம், காலம், நேரம்.
தயார்=ஆயத்தமாயுள்ள.
தாக்கீது=உத்தரவு, கட்டளை.
தர்ஜுமா=மொழி பெயர்ப்பு.
தாலூகா=தாலுகா (நாட்டின் ஒரு பிரிவு).
தீன்=சன்மார்க்கம்.
துஆ=ஜெபம், வேண்டிக்கொள்ளுதல்.
தோபா=பெரிய அரசனுக்குச் சிறிய அரசன் செலுத்தும் கப்பம்.
நகல்=மாதிரி, பிரதி.
நபர்=ஆள், மனிதன்.
நபி=தீர்க்கதரிசி.
நமூனா=மாதிரி.
நிகரஹ்=திருமணம், கலியாணம்.
பதல், பதில்=ஒன்றுக்காக மற்றொன்று.
பக்கிரி=முஸ்லிம் துறவி.
பராரி=ஒளிந்துகொள், தலைமறைவாயிரு, ஓடிப்போதல்.
பாக்கி=மிச்சம், எஞ்சியுள்ளது, மீதமுள்ளது.
பாபத்து=ஒப்பந்தத்தின் ஒரு பகுதி, புள்ளி விபரங்களில் ஒன்று.
பிர்கா=நாட்டின் சிறு பிரிவு.
பிஸ்மில்லாஹி=கடவுளுடைய பெயரிலே.
பைசல்=ஒழுங்குசெய், தீர்ப்புசெய், முடிவுசெய், ஏற்பாடு செய்.
மசோதா=தீர்மானம்.
மதராஸா=பாடசாலை.
மராமத்து, மரமத்து=பழுது தீர்த்தல், செப்பனிடுதல்.
மஹல், மஹால்=அரண்மனை.

மாசூல்=பயிர் விளைச்சல்.

மாமூல்=வழக்கம், வாடிக்கையில் உள்ள.

மாரிபத்து=பாதுகாப்பில், பொறுப்பில்

மாஜி=காலஞ்சென்ற, முன் பதவியில் இருந்த.

முகாம்=பிரயாணத்தின் இடையிலே தங்குதல்.

முஸாபிர்=பிரயாணி.

முஸாபர்கானா=பிரயாணிகள் தங்கும் கட்டடம், சத்திரம்.

முன்சீபு=கிராமம் அல்லது மகாணத்தின் நீதிபதி.

மோசூல்=ஒரு ஆளைப்பார்த்துக் கொள்ளும்படி ஏற்படுத்தப்பட்ட சிப்பாய்.

மைதானம்=திடல்.

மௌலானா=பண்டிதர்.

மௌல்வி=பண்டடிதர்.

யாதாஸ்து=ஞாபகக் குறிப்பு.

ரத்து=விலக்கு, தள்ளு.

ரஸூல்=அப்போஸ்தலன் (முகம்மது நபி).

ராஜி=உடன்பாடு, இணங்கு, ஒப்பந்தம்.

ராஜிநாமா=உடன்படிக்கை. வேலை துறப்பதுப்பற்றி எழுதிக் கொடுக்கும் கடிதத்துக்கும் இச் சொல் வழங்கப்படுகிறது.

ருஜு=ஆதாரம் காட்டு.

லாயிக், லாயக்கு=தகுதி, யோக்கியதை.

வகாலத்து=ஒரு காரியத்தைச் செய்வதற்குக் காரணமாயுள்ள கருவி.

வகைரா=மற்ற, முதலானவர்கள்.

வக்கீல் (வைக்கீல்)=காரியத்தை இயற்றுகிறவன்.

வசூலத்து=திரட்டு (பணம் வாங்கிச் சேர்த்தல்).

வஜா=குறைவு செய், கழிவுசெய்.

வாயிதா=காலங் குறிப்பிடுதல், குறிப்பிடப்பட்ட காலம்.

வார்ஸ்=உரியவர், சொத்து உரிமையுடையவர்.

றஹிமான், றஹீம்=இரக்கமுள்ளவன் (கடவுள்)

ஜநாப்=மென்மையுள்ள.

ஜப்தி=பறித்தல், பற்றிக்கொள்ளல்.

ஜமா=வசூல்.

ஜமாபந்தி=வரியைப்பற்றி ஏற்பாடு செய்தல்.

ஜவாபு=பதில், விடைசொல்.

ஜாமீன்=பிணை, பிணைஇரு.

ஜாஸ்தி=அதிகம்.

ஜில்லா=மாவட்டம், கூற்றம், கோட்டம்.

ஜினுசு, ஜின்சு=வகை, பொருள்.

ஷரா=ஒன்றைப்பற்றிய கருத்து, காரணம், குறிப்பு.

ஷர்பத்து (சர்பத்து)=இனிப்புப் பானகம்.
ஹபீபுல்லா=கடவுளுடைய நண்பன்.
ஹராம்=அக்கிரமம், துன்மார்க்கம்.
ஹிஜ்ரத்=முகம்மது நபி மெக்காவிலிருந்து மதீனாவுக்குப் போனது.
அலைஹிஸ்ஸலாம்=அவரோடு சமாதானம்.

II. பாரசீக மொழிச் சொற்கள்

அம்பார், அம்பாரம்=தானியம் முதலிய பொருள்களின் குவியல்.
ஆகர்=கடைசி, முடிவு.
ஆப்காரி=காய்ச்சிய மதுபானங்களுக்கு வரி.
கம்மி=குறைவு.
கரம்=சூடு, காரம்.
கார்பாரி=மேற்பார்வையாளர், கண்காணிப்பவர்.
கில்லேதார்=கோட்டையின் தளகர்த்தன்.
கிஸ்தி=இறை, வரி.
குமாஸ்தா=கணக்குப்பிள்ளை, தொழிலில் பிரதிநிதி.
குலாம்=அடிமை.
சரகத்து=எல்லை, வரம்பு.
சர்க்கார்=அரசாங்கத்தார்.
சிப்பந்தி=ஊழியர்களை ஸ்தாபித்தல்
சிரஸ்தா, சிரஸ்தாதார், சிரஸ்தார்=கலக்டர் கச்சேரி, அல்லது நீதிமன்றத்தில் உள்ள ஒரு உத்தியோகஸ்தர்.
சுமார்=மதிப்பீடு, கணக்கிடு.
சுஸ்தி=சோம்பல், மந்தம்.
தராசு=துலை.
தர்காஸ்து=குத்தகை.
தயார்=ஆயத்தம்.
தஸ்தா=ஒரு கொயர் எண்ணிக்கையுள்ள கடதாசி.
தஸ்தாவேசு, தஸ்தாவேஜு=பத்திரம், உறுதிச்சீட்டு.
தீவான்ஜி=அமைச்சர்.
நமூது=நிருபனம், ருசு.
நாதார்=ஏழை, ஏழைக் குடியானவன்.
பந்து=கட்டு, அடை
பந்தேகானா=அடைத்து வைக்கும் இடம், ஜெயில்.
பந்தோபஸ்து=பாதுகாப்பு, ஏற்பாடு செய்.
படுதா, பர்தா=திரைச் சீலை, மறைப்பு.
பாரா=காவல்.

பிரியாதி=வாதி, வழக்குத் தொடர்வோன்.

பேஷ்=நல்லது, சரி, மிகவும் நல்ல.

பேஷ் கார்=தாசில்தாருக்குக் கீழ்ப்பட்ட ஒரு உத்தியோகஸ்தன்.

மனு=வேண்டுகோள்.

ரஸ்தா=சாலை, தெருவு.

வாபஸ்=திருப்பிக்கொடு.

ஜமீன்=நிலம், பூமி.

ஜரூர்=அவசரமாக, விரைவாக, இன்றியமையாத.

ஜவாபு=பதில், விடை.

ஜாகீர்=அரசாங்கத்தார் கொடுத்த நிலம், ஊழியம், தொண்டு, உதவி செய்ததற்காகப் பெற்ற நிலம்.

ஜோர்=விசையாக, ஆவேசமாக.

III. ஹிந்துஸ்தானிச் சொற்கள்

இலாக்கா=உடைமையாகக் கொள், தொடர்புடைய, பொறுப்புடைய.

சாப்பா=முத்திரை, பதிப்பு.

செக்குபந்தி = வரம்பை வரையறுத்தல், எல்லையைத் தீமானித்தல். டாணா=கீழ்ப்பட்ட போலீஸ் நிலையம்.

தண்டா = குழப்பம், தடை, இடையூறு.

தபால் = அஞ்சல்.

துக்கடி = பிரிவு, மாவட்டம்.

பட்வாடா, பட்டுவாடா = பணம் முதலியவற்றைப் பகிர்ந்து கொடு.

பர்த்தி = ஒன்றுக்குப் பதிலாக மற்றொன்றை வைத்தல். நிரப்புதல்.

பத்தொன்பதாம் நூற்றாண்டிலே நம்மவர் அச்சுயந்திரம் நிறுவி அச்சுப் புத்தகங்களை வெளியிடத் தொடங்கினார்கள் என்று கூறினோம். அச்சு யந்திரம் ஏற்பட்டதன் காரணமாகச் சென்ற பத்தொன்பதாம் நூற்றாண்டில் வெளிவந்த முஸ்லிம் தமிழ்ப் புத்தகங்களின் பட்டியலை (நான் அறிந்தவரையில்) கீழே தருகிறேன். இது முழுப் பட்டியலாக இருக்க முடியாது. சில புத்தகங்களின் பெயர்கள் விடுபட்டிருக்கும். கிடைத்த பட்டியலும் மறைந்துவிடக் கூடாது என்பதற்காகவே இப்பட்டியலைத் தருகிறேன்.

ஆண்டு - நூலின் பெயர் - ஆசிரியர், பதிப்பித்தவர் பெயர்கள்

1862 - தொழுகை அகீதத்து விளக்கம் (மவுல்வி அப்தல்லா அவர்கள் ஹிந்துஸ்தானியில் எழுதிய ஹகீதத் அல்ஸதாத் என்னும் நூலைத் தழுவி எழுதப்பட்டது)மகுதூ முகம்மது. திருநெல்வேலிப் பேட்டை.

1862 - தொழுகை அசீகத்து விளக்கம்.ஆமூர் வாலைபாவா சாகிபு, சென்னை.

1868 - கேசாதிபாதமாலை.நாகூர் முகமது புலவர்.

1869 - ராசூல்கூல் சண்டைகள்.குஞ்சுமூசு லப்பை ஹாஜி அலிம் புலவர்.

1869 - சகரத் நாமா.அப்துல் காதர் சாகிபு. (1874. 1875, 1878)

1870 - ஞான மணிமாலைதர்கலி பீர் முகமது சாகியு. (1875)

1870 - மஸ்தான் சாகிபு திருப்பாடற்றிரட்டு.(1873, 1874, 1879-ஆம் ஆண்டுகளிலும் அச்சிடப்பட்டது.)

1870 - விவேக விளக்கம்.அதிவீரபட்டினம் முகம்மது மஸ்தான் இபின் முகம்மது தம்பி மரக்காயர்.

1871 - இந்திராயன் படைப்போர்.ஆலியார் புலவர் (1874)

1871 - சக்கூன் படைப்போர்.மகமது இபுராகிம்சாகிபு.

1871 - தரிக்கத்துல் இஸ்லாம்.செயிது முகமது லப்பை,

1871 - விக்கிரமார்கள் கதை.மகமது இபுராகிம் சாகிபு.

1871 - சலாத்துல் அருக்கான் மாலை.சாமு நயினான் லப்பை.

1871 - பிசுமில் குறம்.தர்கலை பீர்முகமது சாகிபு.

1872 - நாகை அந்தாதி. (உரையுடன்)ஷெய்க் அப்துல் காதர் நயினா லப்பை ஆலிம்.

1872 - ஜரூருல் முசல்மான்.சையது மகமது லப்பை.

1873 - ஒருபா ஒருபது.ஷகாப் உத்தீன்.

1873 - பலபாடல் திரட்டு.மகுதூம் மகமது புலவர்.

1873 - முனா ஜாத்துகள்.----

1874 - அபூஷகா மாலை.சைத்காதி புலவர்.

1874 - அபூஷகா மாலை.மீரா சாகிபு.

1874 - அடைக்கல மாலை.செய்க்கப்துல் காதிர் புலவர்.

1874 - ஐயனைனான் காதல்.அப்துல் கரீம் சாகிபு.

1874 - அபாயசீதுல் புஸ் தாமி.சையது அபூபக்கர் புலவர்.

1874 - அருமை காரணமாலை.முகமது லப்பை ஆலிம் சாகிபு.

1874 - அருண்மணி மாலை.ஷெய்க் இபுராகிம் சாகிபு.

1874 - ஹக்யாத் நாமா.அப்துல் காதர் சாகிபு.

1874 - இன்னிசை வெண்பா.மகமது மஸ்தான்.

1874 - காசிம் படைப்போர்.மகமது புலவர்.

1874 - கிபாயதுல் அனாம்.நாகூர் முகமது புலவர்.

1874 - கியாமத்து நாலுடைய விலாசம்.ஷெய்க்கு முகமது புலவர்.

1874 - முனாஜாத்து.மகமது அப்துல் காதர்.

1874 - முங்கிரின் மாலை.நயினா முகமது புலவர்.

1874 - பல வித்துவான்கள் பாடிய பதங்கள்.அப்துல் காதர் சாகிபு.

1874 - பன்னிரண்டு மாலைமகமது புலவர்.

1874 - பிள்ளைத் தமிழ்.சவாது புலவர்.
1874 - இரத்தின மகமது காரண சரித்திரம்.மீரா ராவுத்தர்.
1874 - சரியத்து மாலை.சையது அப்துல் காதர்.
1874 - தரஜாத்து மாலை.சுல்தான் சாகிபு.
1874 - தவகீது மாலை.முகமது உசூன் புலவர்.
1874 - தீனிலை தங்கம் பாட்டுநயினா முகமது புலவர்.
1874 - தீதாரு மாலை.சைகு பீர் முகமது.
1874 - யூசுபுனபி மாலை.மொகிதீன் சாயபு.
1874 - ஞானரத்தினக் குறவஞ்சி.பீர் முகமது சாகிபு.
1875 - காரணப் புகழ்.அப்துல் காதர் சாகிபு.
1875 - கிபாயதுல் அனாம்.அல்லாபிச்சை புலவர்.
1875 - பருளு மாலை.அல்லாபிச்சை புலவர்.
1875 - சலவாத்து பாட்டு.அல்லாபிச்சை புலவர்.
1875 - தமிமன் சாரி மாலை.ஷெய்க் லப்பை.
1875 - பாப்பரட்டியார் அம்மானை.சையித் மீரா புலவர்.
1875 - தொழுகை அடைவு.சதகத் துல்லா.
1875 - விவேக சாகரம்.ஹுசெய்ன் கான்.
1876 - கிபாயதுல் அனாம்.மகமது இப்ராகிம்.
1876 - நூறு மசாலா.மகமது சாகிபு.
1876 - துத்திநாமா என்னும் கிளிக் கதை.-----
1876 - சரியத்து மாலை.மகமது புலவர்.
1876 - சொர்க்க நீதி.-----
1876 - கலறத்து மீறான் சாகிபு ஆண்டவர்கள் காரண சரித்திரம்.முகமது இமாம் கஜ்ஜாலி இபின் முகமது ஆலிமரக் காயர் எழுதியது. நாகூர் முகம்மது புலவர் பதிப்பித்தது. காரைக்கால்.
1876 - தொழுகை நாமா-----
1877 - ஹத்திம் தி கிஸ்ஸா என்னும் அறய்ஷ மபில்.ஹக்கீம் மகமது இஸ்மால் சாகிபு.
1877 - சார் தர்விஷ.பி.வி. முகமது இப்ராஹிம் சாகிபு.
1877 - புகழணிகூட்டத்தார் பேரில் கவிதைகள்.மகமது அப்துல் காதர்.
1877 - இரத்ந முகம்மது காரண சரித்திரம்.அப்துல் காதர், சென்னை.
1878 - அல்லாபிச்சைப் புலவர் பாடல்.அல்லாபிச்சைப் புலவர்.
1878 - இரவசுல்குல் படைப்போர்.குஞ்சுமூசு லப்பை.
1878 - காரண கும்மி.மகமது இப்ராகிம் சாகிபு.
1878 - கதிஸா நாயகி திருமண வாழ்த்து.மகமது புலவர்.
1878 - பிரபந்தக் கொத்து.அல்லி மரக்காயர்.
1878 - புத்தூ குஸ்ஸாம்.மக்தூ மகமது புலவர்.
1878 - ரவு சுல்குல் படைப் போர்.மீரா சாகிபு.

1878 - சரியத்து மாலை.ஷெய்க்கு அப்துல் காதர் லப்பை.

1878 - சொர்க்க நீதி.அப்துல் காதர் புலவர்.

1879 - அல்புதூஹாத்அரபுவாசகமும் தமிழ்

1884 - அல்ரஹ்மானீயத் (திருக்குரான்)உரையும். அரபுத் தமிழ் எழுத்து. ஹபீப் முகம்மது அல் காஹிரீ.

1879 - நசிகத் நாமா.அப்துல் காதர் சாகிபு.

1879 _ ஸலாதுல் அருக்கான் மாலை.சாமு நயினா லப்பை ஆலிம்

1879 - தவத் துது கதீது விலாசம்.ஷெய்க் அப்துல் காதர்.

1880 - - மலுக்கு முலுக்கு ராஜன் கதைஅப்துல் காதர் சாகிபு.

1880 - திருப்புகழ்.காசிம் புலவர்.

1880 - பஞ்சரத்தின ஒளி வட்டம்.----

1880 - அல்துரர் அல்ஹிஸான் (அரபுத் தமிழ் எழுத்து)அம்மாப்பட்டணம் முகமது யூஸுப் இபின் காதர் அகமது. சென்னை

1881 - ஆனந்தக் களிப்பு.அல்லாபிச்சைப் புலவர்.

1881 - முனாஜாத்து.முகமது அப்துல் காதர்.

1882 - ஆனந்தக் களிப்பு.அல்லாபிச்சைப் புலவர்.

1882 - ஞானப் புகழ்ச்சி.ஷெய்க் மன்சூரு லப்பை சாகிபு.

1882 - ஹயூப் நாயனுடைய கிஸ்ஸா.அப்துல் வஹாப் சாகிபு.

1882 - ஒசிய்யத்து என்னும் பொன்னரிய மாலை.நூருடீன் புலவர்.

1882 - சலவாத்து பாட்டுஅல்லாபிச்சைப் புலவர்.

1882 - தஜ்ஜால் நாமா.----

1882 - ஜைதூன் கிஸ்ஸா.----

1882 - அல்துரர்பி ஹிகாயத் அல்குரர் (கிஸஸ் அல் அவுலியா.)நூஹ் இபின் அப்துல் காதிறு அல் காஹிரி (அரபுத் தமிழ் எழுத்து) பம்பாய்.

1883 - குறமாதுகண்ணகுமது, முகுது மகமது புலவர்.

1883 - மஹமது மார்க்க மகத்துவ சிங்காரம்.டாக்டர் காதிர் ஹுசைன் சாகிபு.

1883 - ரவுசுல் குல் படைப்போர்.மகுத முகமது புலவர்.

1883 - ஹவரத் ஷெய்கு தாவு தொலி உல்லா பேரில் பாடல்கள்.அல்லா பிச்சைப் புலவர்.

1883 - நாகூர் ஆண்டவர் பேரில் பாடல்கள்.அல்லா பிச்சைப் புலவர்.

1883 - வெள்ளாட்டி மசால விளக்கம்மகமது லப்பை அலீம் ஹாஜி சாகிபு.

1883 - துத்திநாமா என்னும் கிளிக்கதைபாரசீக மொழியிலிருந்து முகம்மது காதிரீ அவர்கள் மொழி பெயர்த்து அருணாசல முதலியார் பதிப்பித்தது. சென்னை.

1884 - வெள்ளாட்டி மசால மறுமொழி விசாலம்.மகமது லப்பை அகிம் ஹாகி சாகிபு.

1885 - சீறா மூலம்.காயல் பட்டினம் ஷெய்க் அப்துல் காதிறு நயினார் இயற்றியது. அப்துல்காதிர் பதிப்பித்தது.

1886 - ஞானோதய தீப அலங்காரம்.ஷெய்க் ஹபிம் முகமது ஹாஜி ஆலிம் சாகிபு.

1887 - சீறாப் புராணம்கண்ணகுமது மகுது முகமது புலவர்.

1887 - நேர்வழி விளக்கம். தீன்மணி முழக்கம்ஷெய்க்கப்துல் காதர் அலீம் புலவர் சாகிபு.

1888 - ஜமேஸாபேரில் பாடல்கள்.V.S. காதர் சாகிபு.

1888 - ஹிதாயத் உல் முஸல்மின்ஷெய்க் முகமது லப்பை ஆலிம்.

1888 - சீறா வண்ணமும் சித்திரக் கவியும்.----

1888 - காசிம் படை வெட்டு----

1888 - முரிது விளக்கம் அல்லது ரத்தினச் சுருக்கம்.----

1888 - தொழுகை மாலை.----

1888 - ஷம்சுல் ஈமான்.அம்மா பட்டணம் முகம்மது யூசூப் இபின் காதிர் அகமது.

1888 - ஷம்சுல் ஈமான்ஷெய்க் முகமது யூசூப் லப்பை ஆலிம்.

1888 - தவுபா மாலையும் மக்கள் வாசகமும்.----

1889 - எண்ணெய்ச் சிந்து.காதர் நயினா லப்பை.

1889 - பத்துகுல் மன்னான்.ஹாபிலு முகமது இப்ராகிம் லப்பை.

1889 - ஷாம் ஊன் ரலியல்லாகு அங்குடைய கிஸ்ஸா.முகமது இஸ்மால் சாகிப் ஆலிம்.

1889 - தீதாரு மாலை.காதிர் நைனா லப்பை.

1889 - திருப்பாடற்றிரட்டு.குணங்குடி மஸ்தான் சாயபு (அப்துல் காதிர்) சென்னை.

1890 - யுஸ்தூஹத் அல் ஸலாம் (அரபுத் தமிழ் எழுத்தில்)அப்துல் காதிர் இபின் மதார், பம்பாய்.

1890 - பதாநந்த மாலை.முகமது சுல்தான் மரக்காயர், பினாங்கு.

1891 - அல் ஹிதயத் அல் காஸிமீயாத் (அரபுத் தமிழ் எழுத்தில்)அரபு-மொழி இலக்கணம். தமிழில். முகமது காசிம் இபின் ஸித்திக் லப்பை கண்டி.

1891 - துர்பாத் அல் நஹவ் (அரபுத் தமிழ் எழுத்து)அரபுமொழி இலக்-கணச் சுருக்கம். முகமது காசிம் இபின் ஸித்திக் லப்பை, கண்டி

1891 - உஸூல் அல் கிரா அத் அல் அரபீயத். (அரபுத் தமிழ் முதல் வாசகம்) தமிழ் விளக்கத்துடன் 2 பாகம்.முகமது காஸிம் இபின் சித்திக் லப்பை. கண்டி, (அரபுத் தமிழ் எழுத்தில்)

1891 - மிப்டாஹ் அல் ரஹ்மான் (அரபுத் தமிழ் எழுத்தில்)முகம்மது சாகிபு இபின் ஹபீப் முகம்மது. சென்னை.

1891 - உம் தத் அல் ஸிபியான். (அரபுத் தமிழ் எழுத்தில்)முகமது தமீம் இபின் முகமது. சென்னை.

1891 - நபியுல்லா பேரில் பதிகமும் யானைக் காதலும்முயீ அல்தீன் கற்புடையார் இபின் சின்ன இப்ராஹிம், யாழ்ப்பாணம்.

1892 - தீன் நெறி விளக்கம் வசன காவியம்மஹ்தூம் முகமது இபின் மஹ்தும் பிள்ளை, கண் அஹ்மது. சென்னை.

1892 - கம்ஸீனா பரீளாமாலை.பொருமாள் துறை வைத்தியம், அ.முகமது கண்ணு. கொளும்பு.

1892 - ஞான தீபம் (திங்கள் இதழ்)முகமது காசிம் இபின் சித்திக் லப்பை, கொளும்பு.

1892 - துபத் அல் அஹ்பாப் (அரபுத் தமிழ் எழுத்தில்)தமீன் இபின் சுல்தான் சென்னை.

1893 - நீதி விளோதக் கதை.பாபு ராஜபுரம் முகமது நிஜாம் முஹ்யீ அல்தீன் இபின் முகம்மது எழுதியது. உத்மான் லப்பை அச்சிட்டது. கொளும்பு.

1893 - துர்ரத் அல்-மா-பப்கிர் (அரபுத் தமிழ் எழுத்து)அஹ்மத் இபின் முகம்மது ஹசன் கொழும்பு.

1893 - யூனானி வைத்தியதாது விர்த்தி போதினி.முகமது அப்துல்லா. சென்னை.

1893 - ஆஷுறாக் காரணக் கும்மிச் சிந்து.பெருமாள் துறை வைத்தியம் அ. முகம்மது கண்ணு. கொழும்பு.

1893 - துபத் அல் கிராம், (அரபுத் தமிழ் எழுத்தில்)தாஹ் இபின் அப்துல் காதில் அல் காஹிரி, பம்பாய்.

1894 - பத்து குல் மிசிர்.முகமது லப்பை ஆலிம் சாகிபு. கண்டி.

1894 - பத்து குல் மிசிர்- பஹனசா. வசன காவியம்.அரபு மொழியிலிருந்து, முகம்மது லப்பை ஆலிம் சாகிபு மொழிபெயர்த்தது. கண்ணகமது மக்தூம் முகம் மது அச்சிட்டது. சென்னை.

1894 - வேதபுராணம்.காயற்பட்டினம் பெரிய நூஹ் லப்பை இயற்றியது. கண்ணகம்மது மக்தூம் பதிப்பித்தது. சென்னை.

1895 - அப்துறகுமானபிச் சதகம்.பாலக்காடு பவானி புலவர், (சையித் புகாரி) பாடியது, சென்னை.

1895 - திருநடை வழியலங்காரம். (செய்யுள்)முகமது இபின் காதிர்முயி அல்தீன். கொளும்பு.

1895 - சருவபந்தமேகபதார்த் தோவம தருக்க நிராகரணம்.முகமது சுலைமான் லப்பை. யாழ்ப்பாணம்.

1896 - சித்திரகவி முதலிய பாடற்றிரட்டு.ஷெய்க் அப்துல் காதிரு நயினார். சென்னை.

1896 - அல் வித்ரீயஹ். (அரபுத் தமிழ் எழுத்தில்)அரபுச் செய்யுளும் தமிழ் உரையும். சதகத் அல்லா அல் காஹிரி. பம்பாய்.

1896 - கீர்த்தனைத் திரட்டுமுகமது அப்துல் காதிறு புலவர். சிங்கப்பூர்.

1896 - நஸர் அல் ஜவாஹிர் (அரபுத் தமிழ் எழுத்து)முகம்மது மதினஹ் கோட்டாரி. சென்னை.

1896 - ஞான ரத்தினாகரம்முகமதி மீரான் மஸ்தான் இபின் லுக்மான் ராவுத்தர்.

1897 - ரஹ்மத் அல் மன்னான் (திருக்குரான். சூரா 78- 114) தமிழ் உரை. அரபுத் தமிழ் எழுத்தில்.சுலைமான் இபின் முகமது அல் சைலானீ. கொழும்பு.

1897 - பிரமேக நிவாரண போதினி (யூனானி வைத்தியம்)முகமது அப்துல்லா. சென்னை.

1897 - அஸ்றாருல் ஆலம்.முகம்மது காசிம் இபின் சித்திக், கொழும்பு.

1897 - தொழுகை ரஞ்சித அலங்காரம்.முகம்மது மீர் ஜவாது.

1898 - ஹாஸ்ய மஞ்சரி.S.P.S.K.காதிர் சாகிபு, பினாங்கு.

1898 - பத் அல் தையான் (அரபுத் தமிழ் எழுத்தில்)அல் காதிரீ முகமது இபின் அஹமத், பம்பாய்.

1898 - ஹிதாயத் அல் ஸாலின் கீன் (அரபுத் தமிழ் எழுத்தில்)முகம்மது இஸ்மாயில் இபின் முகம்மது மதீனா, சென்னை.

1898 - மெய்ஞ்ஞானத் திருப்பாடற்றிரட்டு.கோட்டாறு ஞானியார் சாகிபு வலி அல்லாஹ் (முயீ அல்தீன் மலுக்கு முதலியார்) இயற்றியது. இதனுடன் கறுப்பையா பாவலர் இயற்றிய கோட்டாற்றுக் கலம்பகம் அச்சிடப்பட்டுள்ளது, சென்னை.

1898 - மெய்ஞ்ஞான விளக்கம்.கோட்டாற்று தம்பி ஞானியார் சாகிபு (முயீ அல்தீன் மலுக்கு முதலியார்) இயற்றியது, சென்னை.

1899 - இராஜ வைத்திய மகுடம்.முகம்மது அப்தல்லா.

கீழ்க்கண்ட நூல்கள் எந்த ஆண்டில் அச்சிடப்பட்டன என்பது தெரியவில்லை. ஆனால், 1865-க்கு முன்னர் அச்சிடப்பட்டன என்பது உறுதி.

?ஆயிரம்சலா.வண்ணப்பரிமளப் புலவர்.

?இபுலிசு நாமா.செய்யிதபுபக்கர் புலவர்.

?சீறா கீர்த்தனம். (மூன்று பாகம்)செய்க் அபுபக்கர் புலவர்.

?சுக பூல்லீமான்.ஜமாலுட்டீன் புலவர்.

?திருப்புகழ்.காசிம் புலவர்.

?தொழுகை யடைவு (வசனம்) (அரபி மொழியிலிருந்து எழுதப்பட்டது. அரபி வாசகமும் தமிழ் விளக்கமும் உடையது).----

?நபியவதார அம்மானை.கவிக்களஞ்சியப் புலவர்.

?பரசு விளக்கம் வசனம். (இமாம் இஸ்லாம் என்பது பற்றி).வாலியப்ப சாயபு.

அடிக்குறிப்பு

(1. மை ஹாத் தேக்கர் போல்நா = என் கையைப் பார்த்துச் சொல்.)

5

புலவர்களும் நூல்களும்

19-ஆம் நூற்றாண்டில் இருந்த புலவர்களைப்பற்றியும் அவர்கள் இயற்றிய நூல்களைப் பற்றியும் கூறுகிறேன். நான் அறிந்தவரையில் எல்லாப் புலவர்களைப் பற்றியும் இதில் கூறியுள்ளேன். விடுபட்ட புலவர்களும் இருக்கக்கூடும். என் ஆராய்ச்சிக்குக் கிடைத்த புலவர்களைப் பற்றி மட்டும் இங்கு எழுதுகிறேன். சுருக்கமான வரலாறுகள் இவை.

முத்தப்ப செட்டியார் (1760-1836) / கீழைச்சிவல்பட்டியில் பிறந்தவர். வெண்பாப்புலி வீரகவிராயர், மிதிலைப்பட்டி. வேலுகவிராயர் என்னும் புலவர்கள் இவர் காலத்திருந்தனர். இவர் இயற்றிய நூல்கள் : திருமுகவிலாசம், செயங்கொண்டார் சதகம், செட்டிமார் வரலாறு, செயங்கொண்ட சோழீசர்பிள்ளைத் தமிழ் மேற்படி பதிற்றுப்பத்தந்தாதி, மேற்படி கலித் துறையந்தாதி, நேமக்கலம்பகம், செயங்கொண்ட சோழீசர் ஊசற்றிருநாமம்.

முத்துசாமி பிள்ளை (?-1840) / இவர் ஊர் புதுச்சேரி. கிறிஸ்துவர். தமிழ், ஆங்கிலம், இலத்தீன் தெலுங்கு வடமொழி என்னும் மொழிகளைக் கற்றவர். சென்னைக் கல்விச் சங்கத்தின் ஆட்சிப் பொறுப்பாளராக இருந்தவர். வால்டர் எல்லிஸ் துரையின் விருப்பப்படி அச்சங்கத்துக்காக ஏட்டுச் சுவடிகளைச் சேகரித்து வருவதற்காக 1816-ஆம் ஆண்டு தென்னாட்டில் சுற்றுப்பிரயாணம் செய்தார். முக்கியமாக வீரமா முனிவர் இயற்றிய நூல்களைச் சேகரித்தார். வீரமா முனிவரின் சரித்திரத்தைத் தமிழில் எழுதி 1822-ஆம் ஆண்டு வெளியிட்டார். அதையே ஆங்கிலத்தில் எழுதி 1840-ஆம் ஆண்டில் வெளியிட்டார். சென்னைக் கல்விச் சங்கத்தின் முக்கிய அங்கத்தினரான ரிச்சார்டு கிளர்க்கு துரையுடன் சேர்ந்து சில தமிழ்ப் புத்தகங்களை எழுதினார்.

மயில்வாகனப் புலவர் (1779-1816-?) / ஈழநாட்டு மாதகல் என்னும் ஊரில் பிறந்தவர். கூழங்கைத் தம்பிரானிடம் கல்வி பயின்றார். இவர் இயற்றிய நூல்கள்: புலியூர் யமக அந்தாதி. யாழ்ப்பாண வைபவம் (இது வசன நூல்). ஞானாலங் கார ரூப நாடகம், காசியாத்திரை விளக்கம். இவ்விரண்டு நூல்கள் வெளிவரவில்லை.

கந்தப்ப ஞான தேசிகர் (?-1829) / தொண்டை நாட்டு இராய வேலூரில் பிறந்தவர். கந்தப்பர் என்பது இவர் பெயர். பின்னாளில் திருவண்ணாமலை ஈசானிய திசையில் தங்கியிருந்தபடியால் ஈசானிய தேசிகர் என்று கூறப்பட்டார். இவர் இயற்றிய நூல்கள். அண்ணாமலையார் தோத்திரப் பாமாலை. அண்ணாமலையார் வெண்பா, அண்ணாமலை அந்தாதி, அண்ணாமலைக் கண்ணி, ஞானக் கட்டளை, மௌனகுரு தேசிகர் சிகாமணிப் பதிகம், மௌனகுரு ஞானதேசிகர் பஞ்சரத்தினம்.

ப. கந்தப் பிள்ளை (17-1842) - இவர் யாழ்ப்பாணத்து நல்லூரில் பிறந்தவர். ஸ்ரீல ஸ்ரீ ஆறுமுக நாவலரின் தந்தையார். கூழங்கைத் தம்பி ரானிடத்தில் தமிழ் பயின்றவர். உல்லாந்து மொழி, போர்ச்சுகீசு மொழி, ஆங்கில மொழிகளையும் கற்றவர். மருத்துவமும் அறிந்தவர். இவர் இருபத்தொன்று நாடக நூல்களை இயற்றினார் என்பர். இவர் இயற்றிய நூல்கள் சில இராம விலாசம். ஏரோது நாடகம், சண்டி நாடகம், சந்திரகாச நாடகம், நல்லைநகர்க் குறவஞ்சி, நீக்கிலார் நாடகம் முதலியன. இவர் தொடங்கி முடிக்காமல் விட்ட இரத்தினவல்லி விலாசத்தை இவர் மகனார் ஸ்ரீலஸ்ரீ ஆறுமுக நாவலர் அவர்கள் பாடி முடித்தார்.

வேதநாயக சாஸ்திரியார் (1773-?) - புரொடெஸ்டண்டு கிறிஸ்துவர். தஞ்சாவூரில் இருந்தவர். கவி பாடுவதில் வல்லவர். உவின்ஸ்லோ என்பவருடன் சேர்ந்து குருட்டுவழி என்னும் நூலை 1838-இல் எழுதினார். பேரின்பக் காதல் (1853), சாஸ்திரக் கும்மி (1840), இயேசுவின் பேரில் பதங்கள் (1853) முதலிய செய்யுள் நூல்களை இயற்றினார்.

இன்பகவி (?-1885) - திருநெல்வேலியில் மணப்பாறை என்னும் ஊரில் பிறந்தவர். கிறிஸ்துவர். எளிய நடையில் செய்யுள் செய்ய வல்லவர். பல தனிச் செய்யுட்கள் பாடியுள்ளார். யாழ்ப்பாணத்துக் கச்சேரி முதலியாராக இருந்த பிலிப்பு ரோட்ரிகோ முத்துக்கிருஷ்ணர் என்பவர் மீது குறவஞ்சி நூல் ஒன்று இயற்றினார்.

ராட்லர் ஐயர்1 (1749-1836) - பிரான்ஸ் தேசத்தில் பிறந்தவர். கிறிஸ்து சமயத் தொண்டு செய்வதற்காக 1776-இல் தரங்கம்பாடிக்கு வந்தார். பிறகு 1803-இல் சென்னைக்கு வந்து சமயத்தொண்டு செய்தார். தமிழ்-ஆங்கில அகராதியை எழுதிவெளியிட்டார்.

அநந்தபாரதி ஐயங்கார் (1786-1846) - தஞ்சாவூரில் உமையம்மாள்புரம் என்னும் ஊரில் பிறந்தவர். திருவள்ளூரில் சில காலம் உபாத்தியாயர் தொழில் செய்தார். பிறகு, தஞ்சை மாவட்டத்தில் சில கோவில்களில் கர்ணம் தொழிலும் பிறகு, சம்பிரதி உத்தியோகமும் செய்தார். கடைசியில் அவ் வேலைகளை விட்டுத் திருவிடை மருதூரில் நிலைத்து இருந்தார். அந்நாட்களில் அவ்வூர் சுவாமியின் பேரில் ஒரு நாடகம் இயற்றிய தாகவும், ஆலய தர்மகர்த்தராக இருந்த அய்யாத் தம்பிரான் என்பவர் இவருக்குக் ‘கவிராஜ சாமி’ என்னும் சிறப்புப் பெயர் கொடுத்து ஒரு வீட்டையும் தோட்டத்தையும்

பரிசாகக் கொடுத்ததாகவும் கூறுவர்.

இவர் இயற்றிய நூல்கள்: உத்தர ராமாயணக் கீர்த்தனை, பாகவத தசமஸ்கந்த நாடகம், யானைமேலழகர் நொண்டிச் சிந்து, மருதூர் வெண்பா, பாப்பாத்திரட்டு, இடபவாகனக் கீர்த்தனை, கல்லணை வைபவக் கீர்த்தனை, திருவிடை மருதூர் நொண்டி நாடகம், வேதாந்த தேசிகர் கீர்த்தனை.

குணங்குடி மஸ்தான் (1788-1835) - இவர் இராம நாதபுரத்துக் குணங்குடியில் பிறந்தவர், சுல்தான் அப்துல் காதிறு என்பது இவரது இயற்பெயர். துறவியான பிறகு குணங்குடி மஸ்தான் என்று பெயர் பெற்றார். இவர் சென்னை நகரத்தில் காலமானார். இவர் இயற்றியபாடல்களைத் தொகுத்துச் சீயமங்கலம் அருணாசல முதலியார் அச்சிட்டார். ஐயாசாமி முதலியார் என்பவர் இவர் மீது குணங்குடி நாதர் பதிற்றுப்பத்தந்தாதி என்னும் நூலை இயற்றினார். மகாவித்துவான் திருத்தணிகைச் சரவணப் பெருமா ளையர் இவர்மீது நான்மணிமாலை பாடினார்.

இரேனியூஸ் ஐயர்2 (1790-1838) - ஜர்மனி தேசத்திலே மேற்குப் பிரஷ்யா மாகாணத்தில் கிராவ்டென்ஸ் கோட்டையில் 1790-ஆம் ஆண்டு பிறந்தார். பெர்லின் நகரத்திலும் இங்கிலாந்து தேசத்திலும் மிஷனரிப் பயிற்சி பெற்று 1814— ஆம் ஆண்டு சென்னைக்கு வந்தார். பிறகு, தரங்கம் பாடிக்குச் சென்று தமிழ் கற்றார். மீண்டும் சென்னைக்கு வந்து சர்ச்சு மிஷன் சங்கத்தின் சார்பில் கிறிஸ்து சமய ஊழியம் செய்தார். 1820-ஆம் ஆண்டு திருநெல்வேலிக்குச் சென்று அங்குச் சமயத்தொண்டு செய்தார். அங்குப் பெருவாரியாக இந்துக்களைக் கிறிஸ்துவராக்கினார். 1838- ஆம் ஆண்டு ஜூன் மாதம் 9ஆம் நாள் காலமானார். இவர் உடல் திருநெல்வேலியில் முருகன் குறிச்சியில் அடக்கம் செய்யப்பட்டது.

இவர் இறந்தபோது இவருடைய நண்பரான திருநெல்வேலி பாற்கடல்நாதன் கவிராயர் இவர்மீது பாடிய இரங்கற்பாக்களில் ஒன்று இது.

அனைநிக ரன்பும் இயேசுவின் அருளும்
அவனியிற் பொறையும் விண்சுடரோன்
தனைநிக ரொளியும் மலைநிகர் வலியும்
தழைத்திட வாழ்ந்து நன்மொழியால்
கனைகழல் வேந்தர் முதலினோர்க்
காட்டிநற் கதியினைச் சேர்ந்தான்
தினையள வைய மின்றிநற் கலைகள்
தேர்ந்த விரோனியூ சென்போன்.

இவர், தமிழில் நன்றாக வசனநடை எழுதவும் சொற்பொழிவு செய்யவும் வல்லவர். இயற்றமி ழாசிரியரான இராமாநுச கவியாரிடம் கல்வி பயின்றார். பல தமிழ்ப் புலவர்களின் நண்பராக விளங்கினார். கனம் ஜீ. யு. போப்பையர்

அவர்கள், இரேனியூசையரைத் தமிழில் தேர்ந்த அறிஞர் என்று புகழ்ந்திருக்கிறார்.

இவர் இயற்றிய நூல்கள்: ஞானபோசன விளக்கம். இது வினாவிடையாக எழுதப்பட்டது. (1825), வேதப் பொருள், பூமி சாஸ்திரம் இலக்கண நூற்சுருக்கம். இவை 1832-ஆம் ஆண்டில் அச்சிடப்பட்டன. மோட்ச மார்க்கம். (எபிரேயு, கிரேக்க பாஷையிலே யிருக்கிற சத்திய வேதத்திலிருந்து எடுத்து எழுதியது. சர்ச்சு மிசியோன் அச்சுக்கூடத்தில் 1834-இல் அச்சிடப்பட்டது.) வேதவுதாரணத்திரட்டு (1835). A Grammar of Tamil Language. இது தமிழ் கற்கும் ஐரோப்பியருக்காக ஆங்கிலத்தில் எழுதப்பட்டது. (1836) வேதசாஸ்திரச் சுருக்கம் 1838. பலவகைத் திருட்டாந்தம் என்னும் பொது அறிவுநூலையும் எழுதினார். பெப்ரேஷியஸ் ஐயரால் தமிழில் எழுதப்பட்ட புதிய ஏற்பாடு என்னும் விவிலிய வேதத்தைப் பரிசோதித்து அச்சிட்டார். சமயச் சார்பான பல துண்டுப் பிரசுரங்களையும் எழுதி வெளியிட்டார்.

விசுவநாத சாத்திரியார் (?-1836) - யாழ்ப்பாணத்து அராலி என்னும் ஊரைச் சேர்ந்தவர். இலக்கியம், இலக்கணம், சோதிடம் இவற்றை நன்கு கற்றவர். 'இராசாவின் கணிதர்' என்னும் சிறப்புப் பெயரை அரசாங்கத்தாரால் தரப் பெற்றவர். வண்ணக் குறவஞ்சி, நகுமலைக் குறவஞ்சி என்னும் நூல்களை இயற்றினார்.

முத்துக் குமாரக் கவிராயர் (?-1841) - யாழ்ப்பாணத்துச் சுன்னாகம் இவர் ஊர். சுன்னாகம் அ. குமாரசுவாமிப் புலவர் இவருடைய பௌத்திரர். சி.வை. தாமோதரம் பிள்ளையின் ஆசிரியர். இவர் இயற்றிய நூல்கள்: ஞானக் கும்மி, ஏசுமத பரிகாரம், ஐயனாரூஞ்சல், நடராசர் பதிகம். இவர் இயற்றிய தனிப் பாடல்களைத் தொகுத்துச் சுன்னாகம் குமாரசுவாமிப் புலவர் 'முத்தக பஞ்ச விஞ்சதி' என்னும் பெயருடன் அச்சிட்டார்.

புதுவை நயனப்ப முதலியார் (1779-1845) - இவருடைய ஊர் புதுச்சேரி. சென்னைக் கல்விச் சங்கத்தில் தமிழ்ப்புலவராக இருந்தார். ஓய்வுநேரங்களில் ஓலைச்சுவடி நூல்களை ஆராய்ந்து அச்சிற் பதிப்பித்து வெளியிட்டார். அவ்வாறு இவர் வெளியிட்ட நூல்களாவன: திருச்சிற்றம்பலக் கோவை, தஞ்சைவாணன் கோவை, ஒருதுறைக் கோவை, நாலடியார், திவாகர நிகண்டு, சூடாமணி நிகண்டு (11-ஆவது நிகண்டு.)

அக் காலத்தில், வில்லிபுத்தூரார் பாரதத்தை, அச்சிடுவதற்காக ஒரு கூட்டம் கூட்டிக் கனவான்கள் சிலரைக் குழுவினராக ஏற்படுத்தி அதனைப் பதிப்பிக்கும் பொறுப்பை இவரிடம் ஒப்படைத்தார்கள். அதற்காக இவர் ஏட்டுச் சுவடிகளைச் சேர்த்துக் கொண்டிருக்கும் போது திடீரென்று காலமானார்.

இராமாநுச கவிராயர் (?-1852) - இயற்றமிழாசிரியர் இராமநாநுச கவிராயர் இராமநாதபுரத்து முகவை என்னும் ஊரினர். இவர் சிப்பாய்ப் பட்டாளத்தில் போர்வீரராக இருந்தவர். தமிழ் கற்றது பிற்காலத்தில். மாதவச் சிவஞானசுவாமிகளின் மாணவரும், இராமநாதபுர அரசரின் அவைப் புலவருமான

சோமசுந்தரம் பிள்ளையிடம் இவர் தமிழ் கற்றார்.

"சோமசுந் தரனெனுந் தொன்னூற் குரவன்
காமர்செஞ் சேவடி கண்ணிணை யாக்கொண்டு
இயல்பல வுணர்ந்தோர் எண்ணிலர் அவருழைத்
துயல்வரு கீழ்மையிற் றொடர்கீழ் நிலையினேன்."
என்று இவர் தம்மைப் பற்றிக் கூறுகிறார்.
பிற்காலத்தில் இவர் சென்னையில் சஞ்சீவிராயன் பேட்டையில் வாழ்ந்தார்.

இப்பேட்டையின் பெயர் இவரால் உண்டாயிற்று. இவர் குடியிருந்த வீதிவழியே ஒருவன் இரட்டைமாட்டு வண்டியின் பின் பளுவுக்காக ஒரு கருங்கல்லை வைத்துக் கொண்டு போனானாம். அந்தக் கல்லில் அனுமான் உருவம் அமைந்ததால், அதனைக் கண்ட கவிராயர், வைணவ பக்தியுள்ளவராகையால், அவனிடமிருந்து அந்த அனுமான் உருவக் கல்லைப் பெற்று அதனை அத் தெருவிலிருந்த பிள்ளையார் கோவிலில் அமைத்து அந்த உருவத்திற்குச் சஞ்சீவி ராயன் என்று பெயர் கொடுத்தாராம். பிறகு அந்தத் தெருவுக்குச் சஞ்சீவிராயன் தெரு என்றும் அந்தப் பேட்டைக்குச் சஞ்சீவிராயன் பேட்டை என்றும் பெயர் வந்தது. இவர் சென்னையில் சொந்தமாக ஒரு அச்சியந்திரசாலை வைத்து நடத்தினார்.

இவரிடம் தமிழ்க்கல்வி பயின்றவர் அஷ்டாவதானம் வீராசாமிக் கவிராயர், களத்தூர் வேதகிரி முதலியார், திருத்தணிகை விசாகப் பெருமாளையர், சரவணப் பெருமாளையர் முதலியோர். அன்றியும் தாம்சன் கிளார்க்கு, ராஜஸ், துருஐயர், போப்ஐயர், இரோனியூ சையர் முதலிய ஐரோப்பியர்களும் இவரிடம் தமிழ் பயின்றார்கள்.

1847-ஆம் ஆண்டில் கவிராயர் அவர்கள் நன்னூலுக்குக் காண்டிகை உரை எழுதி அச்சிட்டார். அவ்வுரை இவருடைய ஐரோப்பிய மாணவர்கள் கேட்டுக் கொண்டதற்கு இணங்கி எழுதப் பட்டது. இதனை அவ்வுரைச் சிறப்புப்பாயிரத்தில் கூறுகிறார்:

"இல்லையாந் தன்னிகர் எனவுல கேதுறூஉம்
முல்லையாந் துருவெனும்3 ஒளிகொள் போதகனும்
ஏமசன் மார்க்கத் தியனிலை வாழாஅத்
தாமசன்3 கிளார்க் கெனுந் தகைப்புர வலனுந்
துராசையி னீங்கித் தொன்னெறி வழாஅ
விராச ஸெனும்3 பெய ரியற்கோ மகனும்
இந்நூற் குரையீங் ஙனமியற் றுகவென
நன்னூற் குரைசெய நாடினன்"

என்று கூறுகிறார்.

இவருடைய நன்னூல் விருத்தியுரைக்குச் சாத்துக்கவி கொடுத்தவர் தொல்காப்பியம் வரதப்ப முதலியார், அஷ்டாவதானம் வீராசாமிக் கவிராயர், களத்தூர் வேதகிரிப் புலவர், சேமங்கலம் தமிழ்ப்புலமை நாராயண உபாத்தியார், சத்திய வெட்டி தமிழ்ப் புலமை சென்ன கேசவ உபாத்தியார் ஆகியோர்.

இவருடைய நன்னூல் விருத்தியுரையில், நன்னூல். சூத்திரம் ஒன்றை மாற்றி எழுதி விட்டார்.

"தொல்லை வடிவின எல்லா எழுத்துமாண்டு
எய்தும் எகரம் ஒகரம் மெய் புள்ளி"
என்னும் சூத்திரத்தை மாற்றி.
"தொல்லை வடிவின எல்லா எழுத்துமாண்டு
எய்தும் ஏகாரம் ஒகாரம் மெய் புள்ளி"
என்று அமைத்துவிட்டார்.

இதற்கு விளக்கம் எழுதும்போது, பழைய சூத்திரப்படி எழுத்துக் கள் இக்காலத்தில் எழுதப்படவில்லை என்றும் ஆகையால் சூத்திரம் மாற்றி அமைக்கப்பட்டது என்றும் விளக்கியுள்ளார்.4

ஆத்மபோதம் என்னும் நூலை மொழிபெயர்த்து 1840-இல் அச்சிட்டார். இலக்கணச் சுருக்கம் என்னும் நூலை 1848-இல் எழுதினார். ஆத்திசூடி, கொன்றை வேந்தன், வெற்றி வேற்கை ஆகிய நூல்களுக்கு உரை எழுதினார். திருக்குறள் 63 அதிகாரங்களைப் பரிமேலழகர் உரையுடனும், தமது தெளிபொருள் விளக்கத்துடனும். துரு ஐயர் எழுதிய ஆங்கில மொழி பெயர்ப்புடனும் அச்சிட்டார். உலின்ஸ்லோ ஆங்கிலத்தமிழ் அகராதி எழுத இவர் உதவி செய்திருக்கிறார்.

முத்துராமலிங்க சேதுபதி (?-1873) - இவர் இராமநாதபுரம் அரசர். பாஸ்கர சேதுபதியின் தந்தையார். முருகர் அநுபூதி, பிரபாகரமாலை, வள்ளி மணமாலை, சரசசல்லாப மாலை, சடாக்கர சாரப்பதிகம், நீதிபோதம், பாலபோதம் முதலிய நூல்களை இயற்றினார்.

குமாரசுவாமி முதலியார் (1791-1874) - யாழ்ப்பாணத்து உடுப்பிட்டியைச் சேர்ந்த வல்லுவட்டி இவர் ஊர். தாய் மாமனாகிய முத்துக்குமார முதலியாரிடம் கல்வி பயின்றார். பல தனிக் கவிகளைப் பாடினார். இவை, இன்கவித்திரட்டு என்னும் பெயருடன் ஆறுமுகம் பிள்ளையால் அச்சிடப்பட்டன. அருளம்பலக் கோவை, இந்திரகுமார நாடகம், திருவிற் சுப்பிரமணியர் பதிகம், மூளாய்ச் சித்திவினாயகர் ஊஞ்சல், நல்லைக் கலித்துறை, கந்தவன நாதர் ஊஞ்சல் என்னும் நூல்களையும் இயற்றினார்.

ஊர்காவற்றுறையில் நீதிபதியாக இருந்தவரும் மதுரைத் தமிழ்ச் சங்கத்தார் அச்சிட்ட தமிழகராதிக்கு ஆசிரியராக இருந்த வருமான கதிரைவேற் பிள்ளை அவர்கள் இவருடைய இரண்டாம் மைந்தர் ஆவர்.

கிருஷ்ண பாரதி (1791—1869) - திருச்சிராப்பள்ளி மாவட்டத்தைச் சேர்ந்த திருநயம் என்னும் ஊரில் பிறந்தவர். சேலம் முதலிய ஊர்களில் வசித்தவர். இறுதியில் துறவு பூண்டார். இசைப்பயிற்சியுள்ளவர். இசைப் பாடல்களும் செய்யுள் நூல்களும் இயற்றினார். மகாவித்துவான் மீனாட்சிசுந்-தரம் பிள்ளை, திரிசிரபுரம் தியாகராய செட்டியார். அநந்த பாரதி ஐயங்கார் முதலியவர்களின் நண்பர். இவர் இயற்றிய நூல்கள்: திருவிளையாடற் கீர்த்-தனை, திருவரங்க மான்மியம், திருத்தவத்துறை மான்மியம், திருவன்பிலாந்-துறை மான்மியம், குமார சம்பவம், பிரபோத சந்திரோதயம்.

ஐதுறூசு நயினார்ப் புலவர் (?-1876) - முஸ்லீம் மதத்தவர். நவமணி-மாலை என்னும் நூலை 1852-ஆம் ண்டு இயற்றினார். வெவ்வேறு சமயங்-களில் இவர் பற்பல செய்யுட்களைப் பாடியுள்ளார். அப்பாடல்கள் தொகுக்-கப்பட்டு, ஐதுறூசு நயினார்ப் புலவரவர்கள் பாடற்றிரட்டு என்னும் பெயருடன் அச்சிடப்பட்டுள்ளன.

முருகேசக் கவிராயர் (1792-1888) - பனையஞ்சேரி என்னும் ஊரில் பிறந்தவர். புதுக்கோட்டை சமஸ்தானத்தில் இராமச்சந்திர தொண்டைமானின் அவைப்புலவராக இருந்தார். பல தனிச்செய்யுட்களைப் பாடியிருக்கிறார். ஆனந்தக் களிப்பு, பஞ்சரத்தினமாலை சிந்து, உலகநாத சாமி சரித்திர அகவல் என்னும் நூல்களை இயற்றியிருக்கிறார். இவருடைய தம்பியார் ப. அரங்கசாமி பிள்ளை அவர்கள், அரங்கசாமி பிள்ளை, சீவகசிந்தாமணியை, (பதுமையார் இலம்பகம் வரையில், 1883-ஆம் ண்டில் சென்னை அஷ்ட-லட்சுமி விலாச அச்சுக்கூடத்தில் அச்சிற் பதிப்பித்தார்.

வேதகிரி முதலியார் (1795-1852) - தொண்டை நாட்டுக் களத்தூர் இவரூர். மகாவித்துவான் இயற்றமிழாசிரியர் இராமானுச கவிராயரிடம் கல்வி பயின்றார், கவிராயரால் நிறுவப்பட்ட தமிழ் இலக்கியச் சங்கத்தின் தலை-வராக இருந்தார். பின்னர் மதுரையில் ஒரு கனவான் நிறுவிய மதுரைக் கல்விச் சங்கத்துக்கு அழைக்கப்பட்டு அங்குச் சென்று ஏழு ஆண்டு தலை-மைத் தமிழ்ப் புலமை நடத்தினார். பிறகு, உடல் நலமில்லாத காரணத்தினால், புதுச்சேரிக்கு வந்து அங்குக் கத்தோலிக்குக் கல்லூரியில் தமிழ்ப்புலவராக இருந்தார். பின்னர் மீண்டும் சென்னைக்கு வந்து ஒர் அச்சுக் கூடம் வைத்து நடத்தினார்.

சூடாமணி நிகண்டின் பதினோராவது பகுதிக்கு உரை எழுதி 1843-இல் அச்சிட்டார். திருக்குறளுக்கு உரை எழுதி 1849-இல் அச்சிட்டார். யாப்ப-ருங்கலக் காரிகையை 1851-இல் அச்சிட்டார். பகவத்கீதையை 1852-இலும், நாலடியாரை 1855-இலும் அச்சிட்டார். நைடதத்திற்கு உரை எழுதி 1859-இல் அச்சிட்டார். யாழ்ப்பாணத்து ‘உதயதாரகை’ப் பத்திரிகையில்

இலக்கண இலக்கியங்களைப் பற்றி (1841 முதல் 1843 வரையில்) கட்டுரைகள் எழுதினார். பல இலக்கண இலக்கிய நூல்களிலிருந்து தொகுத்து இலக்கியக் களஞ்சியம், இலக்கணக் களஞ்சியம் என்னும் பெயருடன் அச்சிட்டார்.

மநுநீதி சதகம், மனுவியாக்கியான சதகம், நீதி சிந்தாமணி, (இவை ஒவ்வொன்றும் நூறு செய்யுட்களைக் கொண்டது.) சன்மார்க்க சாரம் (110 செய்யுள்) என்னும் நூல்களை இயற்றி யாழ்ப்பாணத்திலிருந்த ஒரு நண்பருக்கு அனுப்பினார். ஆனால், அவை அச்சிடப்படவில்லை.

தெய்லர் ஐயர்5 (1796-1878) - ஐரோப்பியர். 1815-ஆம் ஆண்டு சென்னைக்கு மதவூழியராக வந்தார். 1819-இல் இங்கிலாந்து சென்று மதகுருவுக்கான கல்வி பயின்று மீண்டும் சென்னைக்கு வந்தார். இவர் திருமணம் செய்து கொண்ட பிறகு இவருக்குப் போதிய செல்வம் கிடைத்தபடியால், இலக்கிய ஆராய்ச்சி செய்வதில் அதிகமாகக் காலத்தைச் செலவிட்டார். தமிழில் சிறு நூல்களை எழுதி வெளியிட்டார். வேதாத்தாட்சி என்னும் நூலைஎழுதி 1834-இல் சென்னையில் அச்சிட்டார். ஐரோப்பியர் தமிழ் கற்பதற்காகச் சில பாடப்புத்தகங்களை ஆங்கிலத்திலும் தமிழிலும் எழுதி வெளியிட்டார். வெற்றிவேற்கையை ஆங்கிலத்தில் மொழி பெயர்த்தார். கீழ்நாட்டுக் கையெழுத்துப் புத்தகச் சாலையில் இருந்த ஏட்டுச் சுவடிகளுக்கு விரிவான பட்டியலை எழுதி 1857-இல் வெளியிட்டார். தமிழிலிருந்த கீழ்நாட்டுச் சரித்திரக் கையெழுத்துச் சுவடியை ஆங்கிலத்தில் மொழிபெயர்த்தார்.

அப்புக்குட்டி ஐயர் (1797-?) - யாழ்ப்பாணத்து நல்லூர் இவரூர். தமிழிலும் வடமொழியிலும் வல்லுநர். சூதுபுராணம், நல்லூர் சுப்பிரமணியர் பிள்ளைத் தமிழ் என்னும் நூல்களை இயற்றினார்.

சரவணமுத்துப் புலவர் (1802-1845) - யாழ்ப்பாணத்து நல்லூர் இவர் ஊர். இருபாலைச் சேனாதிராய முதலியாரிடத்தில் கல்வி பயின்றார். சென்னையில் இருந்த களத்தூர் வேதகிரி முதலியாருடன் இலக்கண இலக்கியம் பற்றி வாதம் செய்து உதய தாரகைப் பத்திரிகையில் அவை சம்பந்தமான கட்டுரைகளை எழுதினார்.

வேதாந்த சுயஞ்சோதி, ஆத்தும போத பிரகாசிகை, நெல்லை வேலவர் உலா ஆகிய நூல்களை இயற்றினார்.

இவருடைய மாணவர்கள் ஸ்ரீல ஸ்ரீ ஆறுமுகநாவலர், சம்பந்தப் புலவர், கார்த்திகேய உபாத்தியாயர், சிவசம்புப் புலவர் முதலியோர்.

தெய்வசிகாமணிப் பிள்ளை (1802-1846) - இவர் ஊர் திண்டுக்கல்; கிறிஸ்துவர். இன்பமணி மாலை, தோத்திரக்கும்மி முதலிய நூல்களை இயற்றினார்.

சேலம் குமாரசுவாமி முதலியார் (1803-?) - இவர் ஊர் சென்னைக்கு அருகில் உள்ள குன்றத்தூர். அத்தப்ப உபாத்தியாயரிடம் கல்வி பயின்றார். சுந்தரம் ஐயர், இராமகிருட்டின ஐயர் என்பவர்களிடம் இசைக்கலை பயின்றார். கவிபாடுவதிலும் இசைப்பாட்டு இயற்றுவதிலும் வல்லவர். அரசாங்க

அலுவல் செய்தவர். அதன் காரணமாகப் பல ஊர்களுக்குச் சென்றார்.

இவர் இயற்றிய நூல்கள். சுப்பிரமணியர் பதிகம், பழநி மும்மணிமாலை, தண்டாயுதபாணி கலித்துறைப் பதிகம், தண்டாயுதபாணி ஒருபா ஒருபது, பழநியாண்டவர் சதகம்.

கந்தபுராணக் கீர்த்தனை, சுவாமிமலை சுவாமிநாத சுவாமிபதம், சுப்பிரமணியர் வாலி, தர்ம சம்வர்த்தனி கீர்த்தனை, தண்டாயுதக்கடவுள் பஞ்சரத்தின மாலை, இரட்டை வினாயகர் கீர்த்தனை, மூலவினாயகர் கீர்த்தனை, மீனாட்சி கீர்த்தனை, சோமசுந்தரக் கடவுள் பதம், பெரியநாயகி அம்மன் கும்மி, பழநியாண்டவர் வண்ணம். இவை இவர் இயற்றிய இசைத்தமிழ்ப் பாக்கள்.

இவர் இயற்றிய சுந்தரபுராணக் கீர்த்தனை, கந்தபுராணம் முழுவதையும் இசைப்பாட்டாகப் பாடப்பட்டநூல். சென்னையில், காஞ்சிபுரம் மகாவித்துவான் சபாபதி முதலியார், அஷ்டாவதானம் சபாபதி முதலியார் திருத்தணிகை கந்தப்பையர் முதலிய வித்துவான்கள் கூடிய பேரவையில் அரங்கேற்றப்பட்டது.

சேகனா லெப்பை (?-1848) - செய்கப்துல் காதர் நயினார் லெப்பை என்பது இவருடைய பெயர். இப்பெயர் குறுகி சேகனா லெப்பை என்றாயிற்று. சேகனாப்புலவர் என்றும் இவரைக் கூறுவார்கள். முகம்மதியர். காயல் பட்டினத்திலும் சென்னையிலும் இருந்தவர். தமிழ், சம்ஸ்கிருதம், அரபி, பார்சி முதலிய மொழிகளைப் பயின்றவர். திருத்தணிகை சரவணப் பெருமாள் ஐயர், அஷ்டாவதானம் சபாபதி முதலியார் முதலிய புலவர்களின் நண்பர்.

குத்புநாயகம் என்னும் நூலை 1805-ஆம் ஆண்டில் இயற்றினார். புத்ஹூஷ் ஷாம் என்னும் புராணத்தை 1816-ஆம் ஆண்டில் இயற்றினார். இவர் இயற்றிய வேறு நூல்கள்: திருக்காரணப்புராணம், திருமணிமாலை, கோத்திரமாலை, சுவர்க்கநீதி, நாகையந்தாதி, மக்காக்கலம்பகம்.

தாண்டவராய முதலியார் (?-1850) - சென்னைக்கடுத்த வில்லிவாக்கத்தில் பிறந்தவர் உழலூர் வேலப்ப தேசிகர். தொல்காப்பியம் வரதப்ப முதலியார், சீகாழி வடுகநாதத் தம்பிரான் இவர்களிடம் தமிழ் பயின்றார். ஆங்கிலம். தெலுங்கு, கன்னடம். இந்துஸ்தானி, மராட்டி, சம்ஸ்கிருதம் ஆகிய மொழிகளையும் கற்றவர். இவர் காலத்திலிருந்த மகாவித்துவான் இயற்றமிழாசிரியர் இராமாநுச கவிராயருடனும் அவர். மாணவராகிய உரையாசிரியர் சரவணப் பெருமாளையருடனும் இலக்கண இலக்கியங்களைப் பற்றி வாதம் செய்தவர்.

இவர் சென்னைக் கல்விச் சங்கத்தின் தலைமைத் தமிழ்ப் புலவராக இருந்தார். அந்தச் சங்கம் கலைக்கப் பட்ட பிறகு 1843-இல் செங்கல்பட்டு நீதிமன்றத்தின் நீதிபதியாகப் பணியாற்றினார்.

இவர் இயற்றிய நூல்கள்: இலக்கண வினா விடை (1820), பஞ்சதந்திரக் கதை. (மராட்டிய மொழியிலிருந்து மொழி பெயர்த்து 1826- இல் அச்சிட்-

டார்) கதாமஞ்சரி (1826), திருத்தணிகைமாலை, திருப்போரூர்ப் பதிகம்.

இவர் பதிப்பித்த நூல்கள்: வீரமா முனிவர் இயற்றிய சதுரகராதி. இதன் முதல் மூன்று (பகுதிகளை 1824-இல் அச்சிட்டார். இலக்கணப் பஞ்சகம் (நன்னூல் மூலம், அகப்பொருள் மூலம், புறப்பொருள் வெண்பா மாலை) இதனை 1835-இல் பதிப்பித்தார். சூடாமணி நிகண்டு, முதல் பத்துப் பகுதிகளை அச்சிட்டார். சேந்தன் திவாகரம் முதல் எட்டுப் பகுதிகளை அச்சிட்டார்.

முத்துராமலிங்க சேதுபதி (?-1873) - இவர் இராமநாதபுரத்தில் 1847-இல் அரசப் பதவியை ஏற்றார். இவர் பொன்னுச்சாமித் தேவரின் தம்பியார். தமிழை நன்கு கற்றவர். செய்யுள் இயற்றவல்லவர். துவாத்ரீம் சதாவதானம் சரவணப் பெருமாள் கவிராயர் முதலியோர் இவருடைய அவைப் புலவராக இருந்தனர். மாம்பழக்கவிச்சிங்கம் முதலிய புலவர்களை ஆதரித்தார். இவர் இயற்றிய நூல்கள்: காயகப்பிரியா, சடாக்கர சாரப்பதிகம், சரசசல்லாபமாலை, நீதிபோதம், பாலபோதம், பிரபாகரமாலை, முருகரனுபூதி, வள்ளிமண மாலை. இவர் இயற்றிய முந்நூறு தனிப்பாடல்கள் தனிச் செய்யுட் சிந்தாமணியில் சேர்க்கப்பட்டுள்ளன.

சைமன் காசிச் செட்டியார் (1807-1861) - யாழ்ப்பாணம் இவருடைய ஊர். கிறிஸ்தவர். இந்து-கிறிஸ்துவத் தமிழ்ப் புலவர்களின் வரலாற்றைத் தொகுத்து ஒரு சிறு நூலை ஆங்கிலத்தில் எழுதி Tamil Plutarch என்னும் பெயரினால் 1859-இல் வெளியிட்டார்.

கந்தசாமிக் கவிராயர் (?-1871) - இவர் திருவாவடுதுறை ஆதீன வித்துவானாக இருந்தவர். உடையார் பாளைய ஜமீன்தார் கச்சிரங்கப்ப உடையார் (1801-1835) மீது கோவைப் பிரபந்த நூல் பாடினார். அதற்காகப் பத்துக்காணி நிலத்தையும் பரிசுகளையும் பெற்றார்.

உயின்பிரிட் ஐயர்6 (1810-1879) - திருநெல்வேலியைச் சேர்ந்த வாழையடி என்னும் ஊரில் பிறந்த தமிழர். தமிழ் ஆங்கிலம். இலத்தீன். கிரேக்கம், எபிரேயம் என்னும் மொழிகளைக் கற்றவர், கனம் இரேனியூசையர் இவரைப் படிக்க வைத்தார். 1827-முதல் சென்னையிலும், 1830-இல் யாழ்ப்பாணத்து வட்டுக்கோட்டை சாஸ்திரப் பள்ளியிலும் படித்துத் தேர்ந்தார். பின்னர் பாளையங்கோட்டை வித்தியாசாலையில் ஆசிரியராக அமர்ந்தார். 1845-இல் மதுரையில் வேதசாஸ்திரப் பள்ளியில் ஆசிரியராகப் பணி புரிந்தார். 1855-இல் முழு குருப்பட்டம் பெற்றுக் கிறிஸ்துவ குருக்கள் வரிசையில் சேர்க்கப்பட்டார்.

இரேனியூசையர் 1838-ஆம் ஆண்டு காலஞ்சென்ற போது, அவர்மீது உவின்பிரிட்டையர் பாடிய கையறு நிலைச்செய்யுள் இது:

ஆயிரத் தெண்ணூற் றாறாரிரு வருடம்
காய மடைந்த குணமைந்தா-காயமதில்

ஆறெட் டரைவயதில் அப்பதிக்குப் போனீரோ
இரேனியூ சையா நீர்.

இவர் இயற்றிய நூல்கள். திருப்போராடல். இது Bunyan's Holy War என்னும் நூலின் மொழிப் பெயர்ப்பு, 1844-இல் இதனை இயற்றினார். தாவீதரசன் அம்மானை (1865), உதிரமகத்துவம் (இரண்டு பாகங்கள்), இரத்தினாவளி நாடகக் கதை, சான்றோர் குலமரபு காத்தல்.

இவருடைய வாழ்க்கை வரலாற்றை இவருடைய மகன் என்றி மார்ட்டின் உவின்பிரிட் உபாத்தியாயர், "கனம் பொருந்திய உவின் பிரிட்டையர் ஜீவ விருத்தாந்தம்" என்னும் பெயரால் எழுதி 1880-இல் அச்சிட்டார்.

இராமலிங்கம் பிள்ளை (?-1885) - இவர் ஊர் யாழ்ப்பாணம். நாவலியூர் கா. முத்துக் குமாரப் பிள்ளையிடம் கல்வி பயின்றார். கல்வளையந்தாதி: மாணிக்கவாசகர் விலாசம். நளச்சக்கரவர்த்தி விலாசம் என்னும் நூல்களை இயற்றினார்.

அழகிய சொக்க நாதபிள்ளை (?-1885) - திருநெல்வேலி தச்சநல்லூர் இவரூர். தந்தையாராகிய வன்னியப்ப பிள்ளையிடம் இலக்கண இலக்கியங்களைக் கற்றார். திருநெல்வேலி முனிசீப்பு கோர்ட்டில் எழுத்தாளர் உத்தியோகத்தில் இருந்தார். நகைச்சுவையுடன் பேசுவார். முத்துசாமி பிள்ளை என்னும் பெரும் செல்வரிடம் நண்பராக இருந்தார். அவர்மேல் காதல் பிரபந்தம் ஒன்று இயற்றினார்.

கவிராச நெல்லையப்பப்பிள்ளை, கல்போத்து புன்னை வனக் கவிராயர், இராமசாமிக் கவிராயர், சென்னிகுளம் அண்ணாமலை ரெட்டியார், முத்துவீருப்புலவர், கந்தசாமிப் புலவர், திருநெல்வேலி முத்துப்புலவர், வேம்பத்தூர் பிச்சுவையர் முதலியோர் இவர் காலத்தவர்.

இவர் இயற்றிய நூல்கள். காந்திமதியம்மை பிள்ளைத் தமிழ், காந்திமதியம்மை கலித்துறையந்தாதி, சங்கரநாயனார் கோயில் அந்தாதி, ஸ்ரீ வில்லிபுத்தூர்க் கோதையந்தாதி, அநவரத தானநாதர் பதிகம், காந்தி மதியம்மை பதிகம், நெல்லைநாயக மாலை, சிங்காரப்பதம். பதசாகித்தியங்கள்.

அஷ்டாவதானம் சபாபதி முதலியார் (?—1836) - சென்னையைச் சார்ந்த புரசைப்பாக்கத்தில் இருந்தவர். புரசையில் பள்ளிக்கூடம் நடத்திய புதுவை அச்சுத உபாத்தியாயரிடத்திலும், பிறகு சென்னைக் கல்விச் சங்கத்துத் தலைமைப் புலமை நடத்திய தாண்டவராய முதலியாரிடத்திலும், மழவை மகாலிங்கையரிடத்திலும் தமிழ் கற்றார். மற்றும் இயற்றமிழாசிரியர் விசாகப் பெருமாளையர், கொட்டையூர் சிவக்கொழுந்து தேசிகர், புதுவை நயனப்ப முதலியார் இவர்களிடத்திலும் தமிழ் பயின்றார்.

வண்ணப்பாக்களை விரைவாகப் பாடவல்லவர் இவர். பல புராணங்களையும், பிரபந்த நூல்களையும், உரை நூல்களையும் இயற்றியுள்ளார். அஷ்டாவதானம் செய்வதில் வல்லவர். சென்னைப் புரசை கங்காதரேசுவரர் கோயில்,

மயிலாப்பூர் செங்கற்பட்டு புதுச்சேரி திரிசிரபுரம், மதுரை திருஞானசம்பந்தர் ஆதீனம், திருப்போரூர், காஞ்சிபுரம் ஏகாம்பரேசுவர் கோவில் முதலிய இடங்களில் அஷ்டாவதானம் செய்து புகழ்பெற்றவர்.

இவர் தாம் இயற்றிய திருப்போரூர்ப் புராணத்தைத் திருப்போரூர் முருகன் கோவிலில், காஞ்சிபுரம் மகாவித்துவான் சபாபதி முதலியார் தலைமையில் அரங்கேற்றினார். திருப்புகழ் சுவாமிகள் என்றும் முருகதாச சுவாமிகள் என்றும் பெயர் பெற்ற தண்டபாணி சுவாமிகள், தாம் இயற்றிய நூல்களைச் சென்னையில் அரங்கேற்றிய போது, அந்தச் சபைக்கு அஷ்டாவதானம் சபாபதி முதலியார் தலைமை தாங்கினார்.

இவர் இயற்றிய நூல்கள்: திருப்போரூர் முருகன் மீது குறவஞ்சி, கலம்பகம், அலங்காரப்பஞ்சகம், யமகவந்தாதி, பதிற்றுப்பத்தந்தாதி, வெண்பாமாலை, நான்மணிமாலை, திரிபந்தாதி, இருசொல்யம கவந்தாதி, சதகம் முதலிய நூல்களை இயற்றினார். பிறவாசல சதகம், பிறவாசல வெண்பாமாலை, புரசைப் பதிற்றுப்பத் தந்தாதி, மேற்படி வெண்பா மாலை, மேற்படி இரட்டைச் சொல்யமக மாலை, சிதம்பர

" சுவாமிகள் சரித்திரம், சிதம்பர சுவாமிகள் பத்திற்றுப்பத்தந்தாதி, திருத்தணிகை இரட்டை மணிமாலை, திருவொற்றியூர் வடிவுடையம்மன் பதிற்றுப்பத்தந்தாதி, மேற்படி தோத்திரச் சந்தமாலை, பழனி வெண்பாமாலை, அருணை வெண்பாமாலை, மயிலை வெண்பா மாலை, காஞ்சி குமரகோட்டக் கலம்பகம், சென்னைக் மேற்படி கந்தசுவாமி வெண்பாமாலை, மேற்படி கந்தசுவாமி புராணம் ஆகிய நூல்களையும் இயற்றினார். இவர் இயற்றிய உரைகள்: திருப்போரூர் புராண வசனம், திருத்தணிகையாற்றுப்படை உரை சந்தரனுபூதி விருத்தியுரை, மீனாட்சியம்மை பிள்ளைத்தமிழ் உரை.

கால்ட்வெல் ஐயர்7(1814—1891) - வரைக் கால்வேல் ஐயர் என்றும் கூறுவர். அயர்லாந்து தேசத்தில் பிறந்தவர். சமயத்தொண்டு செய்வதற்காக 1838-ஆம் ஆண்டு சென்னைக்கு வந்தார். 1841, இல் குரு பட்டம் பெற்றார். திருநெல்வேலியில் இடையன் குடி என்னும் ஊரில் தங்கி ஐம்பது ஆண்டு கிறிஸ்துசமயத் தொண்டு செய்தார். பெருந்தொகையான இந்துக்களைக் கிறிஸ்துவ சமயத்தில் சேர்த்தார். 1877-இல் திருநெல்வேலி பிஷப்பாகப் பட்டம் சூட்டப்பட்டார். பிறகு தள்ளாமையினால் 1891-ஆம் ஆண்டு சனவரி மாதம் 31 ஆம் நாள் உத்தியோகத்திலிருந்து நீங்கிக் கோடைக்கானலில் வசித்துவந்தார். அங்கு அதே ஆண்டு ஆகஸ்டு மாதம் 28ஆம் நாள் காலமானார்.

கால்ட்வெல் ஐயர் இராயல் ஏஷியாடிக் சங்கத்திலும் சென்னைப் பல்கலைக்கழகத்திலும் அங்கத்தினராக இருந்தார். தமிழ், தெலுங்கு, கன்னடம், மலையாளம் முதலிய மொழிகளையும் கற்றவர். 'திராவிட மொழிகளின் ஒப்பிலக்கணம்'1 என்னும் மொழி ஆராய்ச்சி நூலை ஆங்கிலத்தில் எழுதியிருக்கிறார். இதில் திராவிட மொழிகளான தமிழ், தெலுங்கு, கன்னடம், மலை-

யாளம், துளுவம் முதலிய மொழிகள் ஓரினத்தைச் சேர்ந்தவை என்பதையும் அவற்றிற்குள்ள ஒற்றுமைகளையும் விளக்கி எழுதியிருக்கிறார். தமிழ் முதலிய திராவிட மொழிகள் ஓரினத்தைச் சேர்ந்தவை என்பதை முதன் முதலில் உலகம் அறியச் சொன்னவர் இவரே. இவருடைய நூலினாலே இவருடைய புகழ் மேல் நாடுகளிலும் கீழ் நாடுகளிலும் பரவியது. திருநெல்வேலி சரித்திரம் என்னும் நூலையும் இவர் ஆங்கிலமொழியில் எழுதியிருக்கிறார்.

இவர் தமிழில் எழுதிய நூல்கள்: நற்கருணைத் தியானமாலை (1853) தாமரைக் தடாகம் (1871). ஞானஸ்நானம், நற்கருணை என்னும் பொருள்களைப் பற்றித் தமிழில் நீண்ட கட்டுரைகள் எழுதியிருக்கிறார். இக்கட்டுரைகள், என்ரி பவர் ஐயர் 1841-இல் எழுதி அச்சிட்ட, “வேத அகராதி” என்னும் நூலில் சேர்க்கப்பட்டுள்ளன. கால்ட்வெல் ஐயர் சமயச் சார்பாகச் சில துண்டுப் பிரசுரங்களையும் தமிழில் எழுதி வெளியிட்டிருக்கிறார்.

மகாவித்துவான் மீனாட்சிசுந்தரம் பிள்ளை (1815-1876) - இவர் தம் தந்தையாராகிய சிதம்பரம் பிள்ளையிடத்தில் இளமையில் கல்வி பயின்றார். பின்னர்த் திரிசிரபுரத்தில் இருந்த வேலாயுத முனிவரிடம் கல்வி கற்றார். அப்போது இவருடன் கல்வி பயின்றவர் திரிசிரபுரம் வித்துவான் கோவிந்தப்பிள்ளையவர்கள். மீனாட்சிசுந்தரம் பிள்ளை சென்னையில் இருந்தபோது மகா வித்துவான் காஞ்சிபுரம் சபாபதி முதலியாரிடத்தில் தமிழ் பயின்றார். அப்போது இவருடன் இருந்து தமிழ் பயின்றவர் புரசை அஷ்டாவதானம் சபாபதி முதலியாரும். தாண்டவராயத் தம்பிரானும் ஆவர்.

சென்னையில் இருந்த திருவம்பலத்தின்னமுதம் பிள்ளை, எழும்பூர் திருவேங்கடாசல முதலியாரிடத்திலும் மீனாட்சி சுந்தரம் பிள்ளை கல்வி பயின்றார். சென்னையில் இருந்தபோது மகா வித்வான்களாகிய இராமாநுசக் கவிராயர், அவர் மாணவர்களாகிய திருத்தணிகை விசாகப்பெருமாளையர், சரவணப்பெருமாளையர் இவர்களின் மாணவராகிய மழவை மகாலிங்கையர் முதலியவர்களிடம் பிள்ளையவர்கள் பழகினார்கள்.

மகா வித்துவான் மீனாட்சி சுந்தரம் பிள்ளையவர்கள் திருவாடுதுறை ஆதீன வித்துவானாக விளங்கினார்கள். இவர்களிடம் தமிழ்பயின்ற மாணவர் பற்பலர். அவர்களில் முக்கியமானவர் சோடசாவதானம் சுப்பராய செட்டியார், பூவாளூர் தியாகராய செட்டியார் திருவீழி மிழலைச் சாமிநாதக் கவிராயர், வல்லூர் தேவராசப்பிள்ளை, புதுச்சேரி சவரிராயலு நாயகர், முனிசீபு வேதநாகயம் பிள்ளை, வெண்பாப்புலி வேலுச்சாமிப் பிள்ளை, உ.வே. சாமிநாதையர் முதலியோர்.

மகாவித்துவான் அவர்கள் பதினாறு தல புராணங்களையும், பதினாறு அந்தாதிகளையும், பத்துப் பிள்ளைத் தமிழ் நூல்களையும், அநேக பிரபந்த நூல்களையும் இயற்றினார்கள். திருவானைக்கா அகிலாண்டம்மை பிள்ளைத்தமிழ். திருத்தவத்துறை பெருந்தவப் பிராட்டி பிள்ளைத் தமிழ், பெருமணநல்லூர்த் திருநீற்றம்மை பிள்ளைத் தமிழ், திருவுறந்தை காந்திமதியம்மை

பிள்ளைத் தமிழ், திருக்குடந்தை மங்களாம்பிகை பிள்ளைத்தமிழ். கன்னபுரம் பாகம்பிரியாளம்மைப் பிள்ளைத்தமிழ், திருவெண் காட்டுப் பெரிய நாயகிம்மை பிள்ளைத் தமிழ், திருவிடைக் கழி முருகர் பிள்ளைத் தமிழ், திருவாவடுதுறை அம்பலவாண தேசிகர் பிள்ளைத்தமிழ், சேக்கிழார் சுவாமிகள் பிள்ளைத் தமிழ் முதலிய பிள்ளைத் தமிழ் நூல்களை இயற்றியுள்ளார்.

வாட்போக்கிக் கலம்பகம், துறைசைக் கலம்பகம், காழிக்கோவை, திருவிடை மருதூர் உலா, தில்லையமக அந்தாதி, திருத்துறைசை யமக வந்தாதி, திருச்சிராப்பள்ளிய மகவந்தாதி, திருக்குடத்தை திரிபந்தாதி, திருப்பைஞ்ஞீலித் திரிபந்தாதி, திருவிடை மருதூர் திரிபந்தாதி, திருவானைக்காத் திரிபந்தாதி, பட்டீச்சுரப் பதிற்றுப்பத்தந்தாதி, பூவளூர்ப் பத்திற்றுப்பத்தந்தாதி, பாலைவனப் பதிற்றுப்பத்தந்தாதி, திருவூறைப் பத்திற்றுப்பத்தந்தாதி. தண்டபாணி பத்திற்றுப்பத்தந்தாதி எறும்பீச்சரம் வெண்பாவந்தாதி, திருக்கலைசை மாலை, திருவானைக்கா மாலை, திருவாவடுதுறைச் சுப்பிரமணிய தேசிகர் மாலை, மருமைச் சச்சிதானந்த தேசிகர் மாலை, திருஞானசம்பந்தர் ஆனந்தக் களிப்பு முதலிய பிரபந்த நூல்களையும் இயற்றினார்.

திருவுறந்தைப் புராணம், திருகுடந்தைப் புராணம். மாயூரப் புராணம், திருச்செந்திற் புராணம், திருக்குறுக்கை வீரட்டப் புராணம், திருவாளொளிப்புத்தூர்ப் புராணம், திருநாகைக்காரோணப் புராணம், விளர்த் தொட்டிப் புராணம், ஆற்றூர்ப் புராணம், திருவாரூர்த் தியாகராசர்லீலை, தனியூர்ப்புராணம், மண்ணிக்கடிக்கரை புராணம், கோயிலூர் புராணம், கண்டதேவிப் புராணம், காரைக்குடிப் புராணம், வீரைவனப் புராணம், திருமயிலைப் புராணம், காசி ரகசியம், திருவம்பர்ப்புராணம், திருப்பெருந்துறைப் புராணம் முதலிய புராணங்களை இயற்றினார். பதிகங்களும் தனிப்பாடல்களும் பற்பல இயற்றினார்.

சச்சிதானந்த சுவாமிகள் (1815-1889) - தொண்டைநாட்டு ஈசூரில் பிறந்தார். சென்னைக் குயப்பேட்டையில் வசித்தார். திருத்தணிகை சரவணப் பெருமாளையரிடம் தமிழ் பயின்றார். புரசை அருணாசல சுவாமிகளிடம் ஞானோபதேசம் பெற்றார்.

இவர் இயற்றிய நூல்கள். உத்தமவாதம், எதார்த்தவாதம், சர்வமத சிந்தாந்த விளக்க வினாவிடை, சீவகாருணிய விளக்கம், சுவானிபூதி விளக்கம், சுவானுபூதி விநோத நான்மணி மாலை, திருக்குத் திரிசிய விவேகம், பிரத்தியட்சாநுபூதி விளக்கம், வேதாந்த இலக்கணம் என்பன.

அன்றியும், கைவல்ய நவநீதம், வேதாந்த சூளாமணி, பிரபுலிங்கலீலை, சொரூபசாரம், உபநிடதம், பகவத்கீதை ஆகிய நூல்களுக்கு விருத்தியுரை எழுதினார்.

பொன்னம்பலப் பிள்ளை (?-1891) - யாழ்ப்பாணத்து மாவிட்டபுரம் இவர் ஊர்: மாவையந்தாதி, சித்திரகவி என்னும் நூல்களை இயற்றியிருக்கிறார். மாவையந்தாதி, யமகமாக அமைந்த நூல்.

கருத்த முத்துப் பிள்ளை (1816-1895) - எட்டயபுரம்: இவருடைய ஊர். எட்டயபுரம் அரசரிடம் அலுவல் செய்தவர். தமிழ் வடமொழி இரண்டையும் கற்றவர். இவர் செய்த நூல்கள் கழுகுமலைப் பள்ளு. வேளாளர் பள்ளு. சிவகிரிக் குமரக் கடவுள் பிள்ளைத் தமிழ், சிவதத்துவ சிதாநிதி: திருச்செந்தூர் முருகர் கலித்துறை யந்தாதி, மேற்படி பதிற்றுப் பத்தந்தாதி, மேற்படி வெண்பா வந்தாதி, திருப்புவனப் புராணம், விருத்த பராசரியம்.

சுவாமிநாதர் (1819-?) - யாழ்ப்பாணத்து மானிப்பாய் இவரது ஊர். இசைத் தமிழ், இயற்றமிழ் இரண்டிலும், வல்லவர். இராம நாடகம், தருமபுத்திர நாடகம் முதலிய நாடக நூல்களை எழுதினார்.

சதாசிவம் பிள்ளை (1820-1896) - அருணாசலம் சதாசிவம் பிள்ளை என்றும் J. R. Arnold என்றும் கூறப்படுவார். யாழ்பாணத்து மானிப்பாய் என்னும் ஊரில் பிறந்தவர். கிறிஸ்து சமயத்தவர். 'உதயதாரகை' பத்திரிகையை நடத்தினார்.

இவர் எழுதிய நூல்கள்: சாதாரண இதிகாசம். இந்து தேச சரித்திரநூல். (1858 வானசாஸ்திரம் 1861). பாவலர் சரித்திர தீபகம் (1886), இல்லற நொண்டி (செய்யுள் நூல் 1887). வெல்லையந்தாதி, கீர்த்தனா சங்கிரகம் (கிறிஸ்து சமயநூல்கள் 1890), மெய்வேதசாரம், திருச்சதகம், நன்னெறிமாலை, நன்னெறிக் கொத்து, சற்போத சரணம். உரிச்சொல் நிகண்டை 1889-இல் அச்சிட்டார்.

போப்பையர்9 (1820-1903) - இவர் பிரின்ஸ் எட்வர்ட் தீவில் பிறந்தார். ஆங்கிலேயர், ஆங்கிலம், எபிரேயம், கிரேக்கம் என்னும் மொழிகளைக் கற்றவர். இவர் வெஸ்லியன் மிஷன் சார்பாகத் தமிழ்நாட்டில் சமயத்தொண்டு செய்தவர். இயற்றமிழாசிரியர் இராமாநுச கவிராயரிடத்திலும், ஆரியங்காவுப் பிள்ளையிடத்திலும் தமிழ் பயின்றார். செய்யுட்களைத் தொகுத்துத் 'தமிழ்ச்செய்யுட் கலம்பகம்' என்னும் பெயருடன் 1859— இல் அச்சிட்டார். தமிழ் இலக்கண வினாவிடையை 1895-இல் எழுதினார். திருக்குறளை ஆங்கிலத்தில் மொழி பெயர்த்து 1886-இல் வெளியிட்டார். நாலடியாரை ஆங்கிலத்தில் மொழியெர்த்தார் (1893). மாணிக்கவாசகரின் திருவாசகத்தையும், தாயுமானவர் பாடல்கள் சிலவற்றையும் ஆங்கிலத்தில் மொழிபெயர்த்து 1897-இல் அச்சிட்டார். புறப்பொருள் வெண்பாமாலை, புறநானூறு இவற்றிலுள்ள வீரச்சுவையுள்ள செய்யுட்களை ஆங்கிலத்தில் மொழிபெயர்த்தார் (1899). ஆங்கிலேயர் தமிழ் கற்பதற்காகச் சில நூல்களை எழுதியிருக்கிறார்.

ஸ்ரீலஸ்ரீ ஆறுமுக நாவலர் (1823-1879) - யாழ்ப்பாணத்து நல்லூரில் பிறந்தவர். இருபாலை சேனாதிராய முதலியார், நல்லூர் சரவணமுத்துப் புலவர் இவ்விருவரிடத்திலும் தமிழ் பயின்றார். பீற்றர் வெர்ஸிவல் ஐயர் விருப்பப்படி தமிழ் விவிலிய நூலைப் பிழை தீர்த்து வெளியிட்டார். இவர் சொற்பொழிவு செய்வதில் வல்லவர். திருவாவடுதுறை ஆதீனத்துப் பண்டார சன்னதிகளால் நாவலர் பட்டம் அளிக்கப்பட்டார். யாழ்ப்பாணத்து வண்ணார்

பண்ணையிலும் சிதம்பரத்திலும் சைவ சமயத்தையும் தமிழ் மொழியையும் கற்பிக்கும்பொருட்டுப் பாடசாலைகளை ஏற்படுத்தினார்.

யாழ்ப்பாணத்தில் நடைபெற்ற 'உதய தாரகை' 'இலங்கை நேசன்' பத்திரிகைகளில் அவ்வப்போது கட்டுரைகள் எழுதினார். யாழ்ப்பாணத்திலும் சென்னையிலும் அச்சியந்திரசாலைகள் அமைத்து அவற்றின் வாயிலாகப் பல நூல்களை அச்சிட்டு வெளிப்படுத்தினார்.

பெரியபுராண வசனம். திருவிளையாடற் புராண வசனம், கந்தபுராண வசனம். பாலபாடம் (நான்கு பாகங்கள்), சைவ வினா விடை (இரண்டு பாகம்), இலக்கணச் சுருக்கம், இலங்கைப் பூமி சாஸ்திரம், சிதம்பரமான்மிய வசனம் ஆகிய நூல்களை இயற்றினார்.

கோயிற்புராணம், நன்னூல், சைவ சமயநெறி, வாக்குண்டாம், நல்வழி, நன்னெறி முதலிய நூல்களுக்கு உரை எழுதினார்.

(இவருடைய வரலாற்றினை, த. கைலாச பிள்ளையவர்கள், 'ஆறுமுகநாவலர் சரித்திரம்' என்னும் பெயருடன் எழுதியிருக் கிறார்கள். அருணாசலக் கவிராயர் 'ஆறுமுகநாவலர் புராணம்' என்னும் பெயருள்ள நூலை எழுதியிருக்கிறார்.)

இராமலிங்க சுவாமிகள் (1823-1874) - கருங்குழி இராமலிங்கம்பிள்ளை என்னும் பெயருடன் இவர் சென்னையில் இருந்தபோது, மகாவித்துவான் காஞ்சிபுரம் சபாபதி முதலியாரிடத்தில் கல்வி பயின்றார், இவருடைய தமையன்மாராகிய சிதம்பரம் சபாபதிபிள்ளை பரசுராமப்பிள்ளை என்பவர்களும் மகாவித்துவான் சபாபதி முதலியாரிடம் கல்வி கற்றவர்கள். இராமலிங்கர், இளமைப் பருவத்தில் தமது தமையன்மார் புராணம் பிரசங்கம் செய்யும்போது அவர்களுக்குக் கையேடு வாசித்து வந்தார். துறவு பூண்ட பிறகு திருவருட்பிரகாச வள்ளலார் என்னும் பெயர் பெற்றார். முருகதாசர் என்னும் தண்டபாணி சுவாமிகள் இவருடைய நண்பர். தொழுவூர் வேதாயுத முதலியார் இவருடைய மாணவர். உத்தரஞான சிதம்பரம் என்னும் ஞான சபையை நிறுவினார்.

இவர் இயற்றிய நூல்கள்: மனுமுறைகண்ட வாசகம், சீவகாருணிய ஒழுக்கம், சிவநேச வெண்பா, நெஞ்சறிவுறுத்தல், மகாதேவ மாலை, இங்கிதமாலை முதலியன, இவருடைய பாடல்கள் இனிமையும், எளிமையும் உள்ளவை. இவருடைய பாடல்கள் தொகுக்கப்பட்டு 'திருவருட்பா' என்னும் பெயருடன் அச்சிற் பதிக்கப்பட்டுள்ளன. இப்பாடல்களை முதல் முதல் தொகுத்து வெளியிட்டவர். இவரது சீடரான தொழுவூர் வேலாயுத முதலியார் அவர்கள். திருவருட்பா வெளியானவுடன் அருட்பா, மருட்பா கட்சிகள் தோன்றி வாதப் பிரதிவாதங்கள் நிகழ்ந்தன.

அழகிய சொக்கநாதப் பிள்ளை (?-1885) - இவர் திருநெல்வேலிக்கு அடுத்த தச்சநல்லூரில் பிறந்தவர். தமது தந்தையாராகிய வன்னியப்பப்பிள்ளையிடம் கல்வி பயின்றார். இவர் இயற்றிய நூல்கள்: அநவரத தான நாதர் பதிகம் காந்திமதி யம்மை பிள்ளைத் தமிழ், காந்திமதி யம்மை பதிகம், சங்-

கரநயினார் கோயில் அந்தாதி, நெல்லைநாயக மாலை, முத்துசாமி பிள்ளை காதற் பிரபந்தம், ஸ்ரீ வில்லிபுத்தூர் கோவையந்தாதி, பதசா கித்யங்கள்.

கனகசபைப் புலவர் (1826-1873) - யாழ்ப்பாணத்து அளவெட்டி என்னும் ஊரிற் பிறந்தவர், பேர்போன வட்டுக்கோட்டை சாஸ்திரக் கலா சாலையில் கல்வி பயின்றார். உவாட் என்னும் ஐரோப்பியரிடம் மேல்நாட்டு வைத்தியமும், தமது தந்தையர்ராகிய வேலுபிள்ளையிடம் ஆயுர்வேத வைத்தியமும் கற்றார். செய்யுள் இயற்றவும் கற்றவர். ஆகவே புலவன், கனகசபை என்று அழைக்கப்பட்டார். கிறிஸ்து சமயத்தவர்.

கண்டி அரசன் மகனான அழகர்சாமி என்பவர் பேரில் 'அழகர் சாமி மடல்' என்னும் பிரபந்தம் பாடி அவர் இருந்த வேலூருக்குப் போய், அவர் முன்னிலையில் அரங்கேற்றினார். திருவாக்குப் புராணம் என்னும் நூலை இயற்றினார். இது 1751 விருத்தப்பாக்களையுடையது. நிகண்டு ஒன்றையும் உலாநூல் ஒன்றையும் இயற்றினார் என்பர். இவர் சென்னையில் அகராதி எழுதும் அலுவலில் வீராசாமி செட்டியாருடன் தொண்டு செய்தார்.

வேதநாயகம் பிள்ளை (1826-1889) - திருச்சி மாவட்டத்தைச் சேர்ந்த குளத்தூர் இவரூர். கிறித்தவர். திருச்சி ஜில்லாக் கோர்ட்டில் அலுவல் செய்தார். பிறகு, சீர்காழி, மாயூரம் முதலிய இடங்களில் முன்சீபு உத்தியோகம் செய்தார். மகாவித்துவான் மீனாட்சிசுந்தரம் பிள்ளையிடத்தில் தமிழ்க் கல்வியும் தியாகப்பிள்ளை என்பவரிடத்தில் ஆங்கிலமும் கற்றார். இவர் வேண்டுகோளின்படி மகாவித்துவான் அவர்கள் சீர்காழிக் கோவையைப் பாடினார். அக்கோவையை வேதநாயகம் பிள்ளை தலைமையில் சீர்காழியில் 1861-ஆம் ஆண்டில் அரங்கேற்றினார். மகாவித்துவான் அவர்கள், வேதநாயகம் பிள்ளைமீது குளத்தூர்க் கோவை என்னும் ஐந்திணைக் கோவைப் பிரபந்தத்தைப் பாடினார். இது 438 செய்யுட்களைக்கொண்ட நூல்.

வேதநாயகம் பிள்ளை இசைக்கலையிலும் வல்லுநர். இவர் இயற்றிய நூல்கள்: சித்தாந்த சங்கிரகம், 1862. இது நீதிமன்றச் சட்டங்களைத் தொகுத்துக் கூறுவது, பெண்புத்தி மாலை, 1869, திருவருளந்தாதி, 1873. பிரதாப முதலியார் சரித்திரம், 1876 தமிழில் முதல் முதலாக எழுதப்பட்ட நாவல் இது. சர்வ சமய சமரசக் கீர்த்தனை, 1878. சுகுணசுந்தரி சரித்திரம், 1887 சத்திய வேதக் கீர்த்தனை, 1889. திருவருள்மாலை, தேவதோத் திரமாலை, தேவமாதா அந்தாதி.

கிருஷ்ண பிள்ளை (1827-1900) - திருநெல்வேலியில் பாளையங்கோட்டைக்கு அடுத்த இரட்டியார்பட்டியில் பிறந்தவர். திருப்பாற்கடல்நாதன் கவிராயரிடம் கல்வி பயின்றவர். வைணவக் குடும்பத்தில் பிறந்து வைணவப் பற்று மிகுந்திருந்த இவர், பிற்காலத்தில் சிறிஸ்து சமயத்தில் சேர்ந்தார். அப்போது இவருக்கு என்ரி ஆல்பிரெட் கிருஷ்ண பிள்ளை என்று பெயர் ஏற்பட்டது. இவர் கம்ப ராமாயணத்தை நன்கு கற்றவர். இவர் இயற்றிய நூல் இரட்சணிய யாத்திரிகம் என்பது. இனிய பாக்களால் இயன்றது. 1894-ஆம் ஆண்டு

அச்சிடப்பட்டது.

நாகநாத பிள்ளை (1829-1884) - யாழ்ப்பாணத்துச் சுன்னாகம் இவர் ஊர். நாகநாத பண்டிதர் என்றும் இவருக்குப் பெயர் உண்டு. வட்டுக் கோட்டைக் கலாசாலையில் கல்வி பயின்றார். தமிழ் ஆங்கிலம், சிங்களம், வடமொழிகிய நான்கு மொழிகளைக் கற்றவர். சுன்னாகம் குமாரசுவாமிப் புலவர் இவரிடம் கல்வி கற்றார்.

நாகநாதபிள்ளை, 'இலங்காபிமானி' பத்திரிகையில் கட்டுரைகள் எழுதினார். வடமொழியிலிருந்து மானவ தருமசாத்திரம், பகவத்கீதை, மேக தூதம் சாந்தோக்கிய உபநிடதம், சாங்கிய தத்துவம் ஆகிய நூல்களைத் தமிழில் மொழிபெயர்த்தார்.

சின்னத்தம்பி (1830-1878) - யாழ்ப்பாணத்து உடுப்பிட்டிக் கோயிற்பற்றைச் சார்ந்த தனக்காரக் குறிச்சியில் பிறந்தவர். தியாகராச பண்டிதரிடம் கல்வி பயின்றார். இலக்கணம், இலக்கியம், கணிதம் கற்றவர். உடுப்பிட்டியில் தமிழ் வித்தியா சாலையை நிறுவினார். இவர் இயற்றிய நூல்கள்: இராமவிலாசம், சிவதோத்திரக் கீர்த்தனை, சோதிடச் சுருக்கம், நில அளவைச் சூத்திரம், புதுச்சந்நிதி முருகன் பதிகம், மதனவல்லி விலாசம், விக்கினேசுவரர் பதிகம், வீரபத்திரர் பதிகம், வீரபத்திரம் ஊஞ்சல், வீரமாகாளியம்மன் பதிகம்.

சிவசம்புப் புலவர் (1830—1909) - யாழ்ப்பாணத்துப் பருத்தித்துறையைச் சார்ந்த உடுப்பட்டி இவர் ஊர். நல்லூர் சரவண முத்துப் புலவரிடத்தும் அவர் மாணவரான நல்லூர் சம்பந்தப் புலவரிடத்தும் தமிழ் பயின்றார். பல பிரபந்த நூல்களை இயற்றினார். பாஸ்கர சேதுபதி மகாராசர் பேரில் கல்லாடக் கலித்துறை. நான்மணி மாலை. இரட்டைமணி மாலை. முதலிய பிரபந்த நூல்களை இயற்றினார் பாண்டித்துரைத் தேவர் மீது நான்மணி மாலை பாடினார்.

இவர் ஏறக்குறைய அறுபது பிரபந்த நூல்களை இயற்றினார் என்பர். கற்தவன நாதர் பதிகம். வல்லிபுரநாதர் பதிகம், செந்தில் யமக வந்தாதி (1888-இல் வல்வையில் அச்சாயிற்று.) திருவேரக அந்தாதி, எட்டிக்குடிப் பிரபந்தம், புலோலி நான்மணி மாலை, ஊஞ்சல் (இவை 1889-இல் வலுவெட்டித்துறையில் அச்சாயின.) திருச்செந்திற்றிருவந்தாதி (1888) முதலிய நூல்களை இயற்றினார். மறைசை யந்தாதிக்கு உரை எழுதி 1893இல் வெளியிட்டார். யாப்பருங்கலக் காரிகைக்கும் கந்த புராணத்திற்கும் (வள்ளியம்மை திருமணப்படலம் வரையில்) உரை எழுதினார்.

கோடக நல்லூர் சுந்தர சுவாமிகள் (1831-1878) - திருநெல்வேலிக்கு அருகில் உள்ள கங்கை கொண்டான் என்னும் ஊரிற் பிறந்தார். பிற்காலத்தில் துறவு பூண்டார். மனோன்மணிய நாடக ஆசிரியர் சுந்தரம்பிள்ளையின் ஞானகுரு. சுந்தர சுவாமிகளைச் சுந்தரம் பிள்ளையவர்கள் மனோன்மணிய நாடகத்தில் ஜீவக அரசனுடைய குலகுருவாக அமைத்திருக்கிறார்.

சுந்தரசுவாமிகள் இயற்றிய நூல்களாவன: சம்பிர தாயப்பிரகரணம், சுவானுபூதிரசாயனம், சுவானுபூதி ரச மஞ்சரி, மனோநாச மார்க்கம், மகாவாக்கியச்

சுருக்கம்.

சந்திரசேகர கவிராச பண்டிதர் (?-1883) - சோழநாட்டுத் தில்லையம்பூர் இவரது ஊர். சென்னையில் இருந்த திருத்தணிகை விசாகப் பெருமாளையர் சரவணப் பெருமாளையர் என்னும் வீர சைவச் சகோதரர்களிடத்தில் கல்வி பயின்றார். சித்தூர் உயர்நிலைப்பள்ளியில் தமிழாசிரியராக இருந்தார். கும்பகோணம் கல்லூரியில் ஆறுமாத காலம் தமிழாசிரியராக இருந்தார்.

மகா வித்வான் மகாலிங்கையர், இயற்றமிழாசிரியர் இராமநுச் கவிராயர், தாண்டவராய முதலியார். திருவாவடுதுறை ஆதீனத்துத் தலைவர் சுப்பிரமணிய தேசிகர், பொன்னுசாமித் தேவர் முதலியவர்களிடம் நண்பராகப் பழகினார்.

திருவாவடுதுறைச் சுப்பிரமணிய தேசிகர்மீது மும்மணிக்கோவை பாடினார். பொன்னுசாமித் தேவர் விருப்பப்படித் தனிப் பாடல்களைத் திரட்டி அச்சிற் பதிப்பித்தார்.

தமது ஆசிரியர்கள் இயற்றிய பாலபோத இலக்கணம், நன்னூற் காண்டிகையுரை, ஐந்திலக்கண வினாவிடை முதலிய நூல்களை அச்சிட்டார். அன்றியும் நன்னூல் விருத்தியுரை, யாப்பருங்கலக் காரிகையுரை, வெண்பாப் பாட்டியல் உரை, செய்யுட்கோவை, பழமொழித்திரட்டு, அரபத்த நாவலர் இயற்றிய பரத நூல் முதலிய பழைய நூல்களை ஏட்டுச் சுவடியிலிருந்து அச்சுப் புத்தகமாக அச்சிற் பதிப்பித்தார். தண்டியலங்கார மூலத்தையும் அதற்குச் சுப்பிரமணிய தேசிகராற் செய்யப்பட்ட உரையையும் பரிசோதித்து 1858 - இல் அச்சிற் பதிப்பித்தார். வருஷாதிநூற் சித்தாந்த விளக்கமும் அறுபது வருஷ பலனும் என்னும் பழைய நூலை ஆராய்ந்து 1875-ஆம் ஆண்டில் அச்சிட்டார்.

குமார குலசிங்கமுதலியார் (?-1884) - யாழ்ப்பாணத்துத் தெல்லிப்பதை இவர் ஊர். கிறிஸ்துவர். நியாய சபைகளில் துவிபாஷியாக இருந்தவர். பல தனிக் கவிகளையும் சில செய்யுள் நூல்களையும் இயற்றினார். அவகையில் இப்போது கிடைத்திருப்பது பதிவிரதை விலாசம் என்னும் நூல்.

சரவணப்பொருமாள் கவிராயர் (?-1886) - துவாத்ரீம் சதாவதானம் சரவணப்பொருமாள் கவிராயர் என்றும், சிறிய சரவணப்பொருமாள் கவிராயா என்றும் கூறப்படுவார். இவருடைய பாட்டனார் அட்டாவதானம். பெரிய சரவணக் கவிராயர். இவருடைய தகப்பனார். அருணாசலக் கவிராயர். பாண்டிநாட்டுப் பரம்பக் குடிக்கு அடுத்த முதுகுளத்தூர் இவருடைய ஊர்.

இவர், இராமநாதபுரம் சேதுபதிசமஸ்தான வித்வான் சேதுபதி அரசரிடம் பல்லக்கு முதலிய வரிசைகளைப் பெற்றவர். சாதாவதானம் செய்து புகழ் பெற்றவர். இவர் இயற்றிய நூல்களாவன:- மதுரைச் சிலேடை வெண்பா, குன்றைச் சிலேடை வெண்பா, திருச்சுழியில் ஒரெழுத்தந்தாதி, கழுகுமலை ஓரெழுத்தந்தாதி, மகரவந்தாதி, பனசைத் திரிபந்தாதி, கயற்கண்ணிமாலை, மதுரை யமகவந்தாதி, புவனேந்திரன் அம்மானை, கந்த வருக்கச் சந்த

வெண்பா முதலியன.

கோவிந்தப் பிள்ளை (?—1890) - இவர் ஊர் திரிசிரபுரம். வித்துவ ஜனசேகரர் கோவிந்தப்பிள்ளை என்று இவர் கூறப்படுவார். வைணவ சமயத்தவர். சில காலம் சென்னையிலும் வசித்தார். திரிசிரபுரத்தில் மலைக்கோட்டையில் மௌனசுவாமி மடத்தில் இருந்த வேலாயுத முனிவரிடத்தில் தமிழ் பயின்றார். இவருடன் மேற்படி முனிவரிடம் கல்வி பயின்றவர் திரிசிரபுரம் மகாவித்துவான் மீனாட்சி சுந்தரம் பிள்ளையவர்கள். கோவிந்தப் பிள்ளையவர்கள் மிகுந்த குருபக்தியுள்ளவர். தாம் எழுதுங் கடிதங்களின் தலைப்பில் "வேலாயுத முனிவர் பாதாரவிந்தமே கதி" என்று எழுதுவது வழக்கமாம். இவர் சிறந்த தமிழறிஞராக விளங்கினார்.

இராசமன்னார் கோயில் தலபுராணம், மேற்படி கோயில் அலங்காரக் கோவை என்னும் நூல்களைச் செய்யுளாக, இயற்றினார். கம்ப ராமயாண சுந்தர காண்டத்துக்கும் சடகோபரந்தாதி முதலிய நூல்களுக்கும் உரை எழுதினார். கம்ப ராமாயணம் முழுவதையும் அச்சிற் பதிப்பித்தார்.

இராமலிங்கத் தம்பிரான் (?-1893) - திருவாவடுதுறை ஆதீனத் தம்பிரான்களில் ஒருவர். மகா வித்துவான் மீனாட்சி சுந்தரம்பிள்ளை, சிரிசிரபுரம் தியாகராய செட்டியார் இவர்கள் காலத்தில் இருந்தவர். செய்யுள் இயற்ற வல்லவர்.

கல்வியில் தேர்ந்தவர். பல தனிப்பாடல்களைப் பாடியிருக்கிறார். நூல் இயற்றவில்லை.

மீனாட்சி சுந்தரக் கவிராயர் (?-1895) - பாண்டிநாட்டுச் சேற்றூருக்கு அருகியல் உள்ள முகவூரிற் பிறந்தவர். எட்டயபுரத்துச் சமஸ்தானப் புலவராக இருந்தார். முகவூர் கந்தசாமிக் கவிராயரின் (1823-1887) மகனார். இவர் இயற்றிய நூல்கள்: இராசவல்விபுரம் முத்துசாமிப்பிள்ளை மீது வண்டுவிடு தூது, பயோதரப் பத்து, எட்டயபுரம் ஆண்டியப்ப பிள்ளைமீது பிள்ளைத் தமிழ், உதாரசோதனை மஞ்சரி, ஒரு துறைக்கோவை, முருகர் அனுபூதி, கழுகுமலைத் திரிபந்தாதி, திருப்பரங்கிரிப் பதிகங்கள், குதிரைமலைப் பதிகம், வண்டுவிடுதூது, தனிச்செய்யுட்கள்.

சிதம்பர பாரதியார் (?-1897) - பாண்டிநாட்டுத் திருப்பூவணத்திற்குத் தென்கிழக்கிலுள்ள மழவராயனேந்தல் என்னும் ஊரில் பிறந்தவர். முத்தமிழ்ப் புலமை உள்ளவர். புதுக்கோட்டை, சிவகங்கை, இராமநாதபுரம் அரசர்களிடம் அடிக்கடி சென்று பரிசில் பெற்றுவந்தார். பிற்காலத்தில் துறவு பூண்டு சிதம்பர சுவாமிகள் என்னும் பெயருடன் விளங்கினார்.

இவர் இயற்றிய நூல்களாவன: அம்பரீட்ச சரித்திரம், 'உருக்குமணி கலியாணம்,' குலசேகர சரித்திரம், ஞானாநந்தப் பேரின்பக் கீர்த்தனை, திருக்கோகர்ணம் பிரகதாம்பாள் பல சந்தக் கும்மி, துருவ சரித்திரம், பெரியபுராணக் கீர்த்தனை, மதுரை மீனாட்சியம்மை பலசந்தக் கும்மி, மயூரகிரிநாதர் வண்ணம்.

முருகேச பண்டிதர் (?-1899) - இவர் ஊர் யாழ்ப்பாணத்துச் சுன்னாகம். சிவசம்புப் புலவரிடத்திலும், சங்கர பண்டிதரிடத்திலும் தமிழ் பயின்றார். யாழ்ப்பாணம், சிதம்பரம், கும்பகோணம், சென்னை, திருப்பாற்றூர் முதலிய ஊர்களில் தமிழாசிரியராக இருந்தார். இலக்கணம் நன்கு பயின்றவராதலால் இவரை "இலக்கணக் கொட்டன்" என்று கூறுவர்.

மயிலணிச்சிலேடை வெண்பா, ஊஞ்சல், பதிகம், சந்திரசேகர விநாயகர், ஊஞ்சல், குடந்தை வெண்பா நீதிநூறு, பதார்த்த தீபிகை என்னும் நூல்களை இயற்றினார். பல தனிக் கவிகளைப் பாடியுள்ளார்.

பொன்னம்பல சுவாமிகள் (1832-1904) - இவரது தந்தையார் ஊர் இராமநாதபுரத்து அநுமந்த குடி. இவர் விஜயநகரத்தில் பிறந்தவர். பதினாறாவது வயதில் சிதம்பரம் சென்று கோவிலில் திருத்தொண்டு செய்துவந்தார். அக் காலத்தில் பெத்தாச்சி சுவாமிகள் என்னும் துறவியிடம் துறவு பெற்றார். பிறகு. கோவலூருக்குச் சென்று முத்துராமலிங்க சுவாமிகளின் மரணவராகிய சிதம்பர சுவாமிகளிடம் வேதாந்த நூல்களைக் கற்றுத் தேர்ந்தார். தம் ஆசிரியரின் கட்டளைப்படி காசிக்குச் சென்று இந்தி மொழியையும் வடமொழியையும் கற்றுத் தேர்ந்தார். மீண்டும் கோவலூருக்கு வந்து ஆசிரியருடன் தங்கியிருந்தார். ஆசிரியர் காலமான பிறகு சிதம்பரம் சென்று அங்குக் கோவலூர் சிதம்பர மடம் என்னும் மடத்தை நிறுவி அதில் வசித்து வந்தார்.

இவர், பொன்னம்பல சுவாமிகள் இயற்றிய நூல்களை அச்சிட்டார். சில நூல்களுக்கு உரை எழுதியிருக்கிறார். கிருஷ்ணமி சிரர் இயற்றிய பிரபோத சந்திரோதயம் என்றும் மெய்ஞ்ஞான விளக்கம் என்றும் பெயருள்ள நூலை 1889-இல் அச்சிட்டார். பஞ்சதசி, பாடுதுறை முதலிய நூல்களையும் அச்சிற் பதிப்பித்தார். விசார சாகரம் என்னும் நூலை இந்தி மொழியிலிருந்து தமிழில் வசனமாக மொழி பெயர்த்தார். கைவல்லிய நவநீதம் என்னும் நூலுக்குத் தத்துவார்த்த தீபம் என்னும் உரை எழுதி 1898-இல் அச்சிற் பதிப்பித்தார். வேதாந்த சூடாமணி பகவத்கீதை என்னும் நூல்களுக்கு உரை எழுதினார்.

நெல்லையப்ப பிள்ளை (1832-1905) - இவர் ஊர் திருநெல்வேலி. நெல்லையப்பக் கவிராயர், மு. ரா. அருணாசலக் கவிராயர், மு.ரா. கந்தசாமிக் கவிராயர், கல்போத்து பிச்சுவையர், மேலகரம் சுப்பிரமணியக் கவிராயர், திருச்செந்தூர்க் குஞ்சி ஐய பாரதி, விக்கிரம சிங்கபுரம் அனந்தகிருட்டிண கவிராயர் முதலியவர்களிடம் இவர் கல்வி பயின்றார். இவர் இயற்றிய நூல்கள்: சந்திவிநாயகர் பதிகம், சுப்பிரமணியர் தோத்திரம், சுப்ரிமணியர் பதிகம், பழனியாண்டவர் தோத்திரம், சோமசுந்தரேசர் பதிகம், சுதர்ம சார சங்கிரகம் வசன நூல்), கால்நடை மருத்துவ நூல் (வசனம்). தொழுவூர் வேலாயுத முதலியார் (1832-1889)

தொண்டை நாட்டுத் தொழுவூர் இவருடைய ஊர். பிற்காலத்தில் சென்னையில் வசித்தார். சிதம்பரம் இராமலிங்க சுவாமிகளின் மாணவராயமர்ந்து அவரிடம் தமிழ் மொழியை நன்கு கற்றார். இவர் காலத்தில் நிகழ்ந்த

அருட்பா மருட்பாக் கட்சிகளில், மருட்பாக் கட்சியார் எழுதி வெளியிட்ட, 'போலியருட்பா மறுப்பு' என்னும் நூலுக்கு மறுப்பாக வேலாயுத முதலியார், 'போலியருட்பா மறுப்பென்னும் குதர்க்காரண்ய நாகமசாபரசு' என்னும் நூலை எழுதி வெளியிட்டார்.

இராமலிங்க சுவாமிகள் மறைந்த பிறகு, சென்னை இராசதானிக் கல்லூரியில் வேலாயுத முதலியார் தமிழாசிரியராக அமர்ந்தார். இவர் வடமொழியிலும் வல்லவர். இவர் இயற்றிய வசன நூல்கள்: பராசரஸ் மிருதி (ஆசார காண்டம்), சங்கர விஜய வசனம், மார்க்கண்டேய புராண வசனம், பெரியபுராண வசனம், வேளாண் மரபியல், திருவெண்காட்டடிகள் வரலாறு, யோகவித்தை, விநாயக சதுர்த்தி விரதம், போசராசன் சரிதம், மகாவீர சரித்திரம்.

செய்யுள் நூல்கள்: திருப்பாதப் புகழ்ச்சிமாலை, திருப்பதத் திருப்புகழ்மாலை, திருக்கழற் பல்லாண்டுமாலை, சித்திர யமகவந்தாதி, திருத்தணிகைச் சித்திரமாலை, திருத்தணிகைப் பதிற்றுப்பத்தந்தாதி, திருத்தணிகை வெண்பாவந்தாதி, திருத்தணிகை நான்மணிமாலை, திருத்தணிகை மும்மணிக்கோவை, திருத்தணிகை இரட்டை மணிமாலை, திருத்தணிகைக் கலம்பகம், திருப்போரூர்க் கலி விண்ணப்பம், திருப்பதி யழகாயிரத்தந்தாதி, அடைக்கலமாலை, அபயமாலை, சந்நிதி முறையீட்டுமாலை, மகிழ்மாக் கலம்பகம், வடிவுடையம்மன் சவுந்தரியாட்டகம், தசகமாலை, சீவஞான பாலைய தேசிகர் மும்மணிக்கோவை, நெஞ்சராற்றுப்படை, தாதகுருநாதர் கலிமாலை, திருவருட்பிரகாசர் சந்நிதிமுறை முதலியன.

குலாம் காதிறு நாவலர் (1833-1908) - இவர் நாகூரில் பிறந்தவர். நாகை நாராயணசாமி பிள்ளை, மகாவித்துவான் மீனாட்சி சுந்தரம் பிள்ளை முதலியவர்களிடத்தில் தமிழ் பயின்றார். பினாங்கு சென்று அங்கு, 'வித்தியா விசாரிணி' பத்திரிகையை நடத்தினார். நபிநாயகத்தின் மீது மும்மணிக் கோவையும், நாகூர் ஆண்டகைமீது நாகூர்க் கலம்பகமும் இயற்றினார். ஆரிபு நாயகம், நாகூர்ப்புராணம், பதாயிகுக் கலம்பகம், கன்ஜுல் கறாமாத்து என்னும் நூல்களையும் இயற்றினார். மற்றும், திருமக்காத் திருவந்தாதி, மதினாக் கலம்பகம், பஹனஷா வசனகாவியம், சமுத்திரமாலை, உமறு பாஷாவின் யுத்த சரித்திரம், சீறாப்புராண வசனம், அரபுத்தமிழ் அகராதி, புலவர் ஆற்றுப்படை என்னும் நூல்களையும் இயற்றினார்.

மாம்பழக் கவிச்சிங்க நாவலர் (1836-1886) - பழனியில் பிறந்தவர் இவர். இவருடைய குடிக்குமாம்பழக் குடி என்பது பெயர். அப்பெயரே இவர் பெயராக அமைந்துவிட்டது. இளமையில் இவருடைய தந்தையாராகிய முத்தைய ஆசாரியாரிடத்திலும் பிறகு. மாரிமுத்துக் கவிராயரிடத்திலும் கல்வி பயின்றார். வடமொழியும் அறிந்தவர். இளமையிலேயே பெரியம்மை நோயினால் கண்பார்வை இழந்தார்.

பாப்பம்பட்டி வேங்கடசாமி நாயக்கர் என்னும் செல்வரின் மேல் வேட்டைப் புகழ்ச்சி, புலப்பவனி, குறவஞ்சி, கீர்த்தனை முதலிய பிரபந்த நூல்களை

இயற்றி அவரிடம் பரிசு பெற்றார். இராமநாதபுர அரண்மனைப் புலவராக இருந்தார். இராமநாதபுரம் பொன்னுச்சாமித் தேவராலும், முத்துராமலிங்க சேதுபதியாலும் ஆதரிக்கப்பட்டவர். பொன்னுச்சாமித் தேவரால் 'கவிச் சிங்கம்' என்னும் சிறப்புப் பெயர் சூட்டப்பட்டார்.

இவர் இயற்றிய நூல்கள். விநாயக மூர்த்தி பதிகம், பழநிப் பதிகம், குமரகுருபர பதிகம், சிவகிரிப் பதிகம், திருச்செந்திற்பதிகம், பழநி நான்மணிமாலை, திருப்பழநி வெண்பா, பழநி வெண்பா அந்தாதி, பழனபுரிமாலை, குமரனந்தாதி, சிவகிரி யமக வந்தாதி, பழநிக் கோயில் விண்ணப்பம், தயாநிதிக் கண்ணி முதலியன. இவர் இயற்றிய நூல்கள் 'மாம்பழக் கவிச்சிங்க நாவலர் பிரபந்தத் திரட்டு' என்னும் பெயருடன் அச்சிடப்பட்டுள்ளன.

முத்துச்சாமிக் கவிராயர் (1834-1899) - திருநெல்வேலி சங்கர நயினார் கோவிலைச் சேர்ந்த நகரம் என்னும் ஊரில் பிறந்தவர். இசைக் கலையில் வல்லவர். இவர் இயற்றிய நூல்கள்: போடி நாயக்கனூர் பெருநிலைக்கிழார்மீது அன்னம் விடுதூது,

ஆத்திப்பட்டிச் சங்கிலி வீரப்ப பாண்டிய வன்னியனார்மீது பள்ளு, புரவிபாளையம் பெருநிலக்கீழார்மீது விசயக்கும்மி, கருங்காலக் குடி காதல், குறவஞ்சி, கும்மிப்பதம், இசைப்பாடல்கள் முதலியன.

அரங்கநாத முதலியார் (1837-1893) - ராய்பகதூர், பூண்டி அரங்கநாத முதலியார் என்பது இவர் பெயர். சென்னை மாகாணக் கல்லூரியில் கணிதப் பேராசிரியராக இருந்தவர். கணிதத்துடன் தமிழிலும் ஆங்கிலத்திலும் வல்லவர். கம்ப இராமாயணத்தையும் திருவிளையாடற் புராணத்தையும் மனப்படாமாக ஒப்பிப்பார். 1880-இல் அரசாங்க மொழிபெயர்ப்பாளராக நியமிக்கப்பட்டார். 1892-இல் சென்னை நகர ஷெரீப்பாக நியமிக்கப் பட்டார். கச்சிக் கலம்பகம் என்னும் செய்யுள் நூலை இயற்றி 1889-இல் சென்னைத் தொண்டை மண்டலம் துளுவ வேளாளர் பாடசாலையில் அரங்கேற்றினார். டாக்டர் உ.வே. சாமிநாதையர் அவர்களுக்கு இவர் பலவகையில் உதவி செய்தார். இவருடைய உருவச்சிலை சென்னை மாகாணக் கல்லூரியில் இருக்கிறது.

சபாபதி முதலியார் (1837-1898) - மகாவித்துவான் சு. சபாபதி முதலியார் என்பது இவர் பெயர். இவர் ஊர் மதுரை. தமிழ் வடமொழி, ஆங்கிலம் என்னும் மும்மொழிகளைக் கற்றவர். கணித நூல் வல்லவர். மதுரைக் கலாசாலையில் தமிழ் ஆசிரியராக இருந்து 1880-ஆம் ஆண்டு ஓய்வுபெற்றார். பரிதிமாற் கலைஞன் என்னும் வி. கோ. சூரிய நாராயண சாஸ்திரியார் இவரிடம் கல்வி பயின்ற மாணவர்களில் ஒருவர்.

இவர் இயற்றிய நூல்கள். திருப்பரங்கிரிக் குமரன் அந்தாதி, திருக்குளத்தை வடிவேலன் பிள்ளைத் தமிழ், மதுரைமாலை முதலியன. குளந்தை என்பது மதுரையைச் சேர்ந்த பெரிய குளம். இவ்வூரார் வேண்டு கோளின்படி குளந்தை வடிவேலன் பிள்ளைத் தமிழை 1863-இல் இயற்றினார். இந்நூல்

1896-இல் அச்சிடப்பட்டது.

இவர் காலஞ்சென்றபோது இவருடைய மாணாக்கராகிய பரிதிமாற்கலைஞன் அவர்கள் கூறிய இரங்கற்பாக்கள் இவை: சரபம், சரபகவி வித்துவான் என்னும் சிறப்புப் பெயர்களை யுடையவர்.

இவர் இயற்றிய நூல்கள்: தில்லைத் திருவாயிரம், திருவரங்கத் திருவாயிரம், ஏழாயிரப் பிரபந்தம், நான்கு நூல், திருமகளந்தாதி, ஏகபாதத்திகழகலந்தாதி, தெய்வத்திருவாயிரம், பழநித்திருவாயிரம். அருணகிரி நாதர் புராணம், பதிகச் சதகம், சதகப் பதிகம், திருச் செந்தூர்த் திருப்புகழ், திருச்செந்தூர்க் கோவை திருவாமாத்தூர்த் தலபுராணம்.

திருஞானசம்பந்த உபாத்தியாயர் (1839-1906) - யாழ்ப்பாணத்துச் சுழிபுரம் இவரூர். ஸ்ரீலஸ்ரீ ஆறுமுக நாவலரின் மாணவர். இவர் இயற்றிய நூல்கள்: மாணிக்கப் பிள்ளையார் திருவருட்பா, கதிர்காம வேலர் திருவருட்பா சில தனிச் செய்யுட்கள்.

கணபதி பிள்ளை (?-1895) - யாழ்ப்பாணத்துப் புலோலி இவர் ஊர். அ. சிவசம்புப் புலவரிடம் தமிழ் பயின்றார். வடமொழியும் ஆங்கிலமும் அறிந்தவர். காஞ்சிபுரம் பச்சையப்பன் கலாசாலை, திருவனந்தபுரம் மகாராஜா கல்லூரி ஆகிய இடங்களில் ஆசிரியராக இருந்தார். சென்னைத் திராவிட வர்த்தனி சங்கத்தின் பண்டிதராக இருந்தார்.

இவர் இயற்றிய நூல்கள்: வேதாரணியேசுவரர் ஊஞ்சற் பதிகம். வில்ஹணீயம் என்னும் நூலை வடமொழியிலிருந்து மொழி பெயர்த்தார். இரகுவமிசசுருக்கம். இந்திரசேனை நாடகம் என்னும் நூல்களை எழுதினார். வடமொழி நூலாகிய மான்மியத்திலிருந்து வாரபுரேசர் (மாணிக்க வாசகர்) கதையை மொழி பெயர்த்தார்.

இரகுவமிசம் மொழிபெயர்ப்பு, மார்க்கண்டேய புராணம், தருக்க சாஸ்திர வினாவிடை, பதப்பிரயோக விவரணம் என்னும் நூல்களையும் எழுதினார். இவை அச்சிடப்படவில்லை.

வயித்தியலிங்கம் பிள்ளை (1842-1900) - யாழ்ப்பாணத்து வல்வெட்டித்துறை என்னும் ஊரில் பிறந்தவர். உடுப்பிட்டி சிவசம்புப் புலவரிடத்தில் தமிழ் பயின்றார். தருக்கம், சோதிடம், வானநூல்களையும் கற்றவர். 'சைவாபிமானி' என்னும் பத்திரிகையை நடத்தினார்.

இவர் இயற்றிய நூல்கள்: சிந்தாமணி நிகண்டு, செல்வச் சந்நிதிமுறை, வல்வை வைத்தியேசர் பதிகம், சாதி நிர்ணய புராணம். கல்வளையந்தாதி. கந்தர் அலங்காரம் ஆகிய இந்நூல்களுக்கு உரை எழுதினார். கந்தபுராணத்தில் தெய்வயானை திருமணப்படலம், வள்ளியம்மை திருமணப்படலம், அண்டகோசப்படலம் ஆகிய மூன்று படலங்களுக்கு உரை எழுதினார். சிவராத்திரி புராணத்தை 1881-ஆம் ஆண்டிலும், சூடாமணி நிகண்டை 1875-ஆம் ஆண்டிலும் அச்சிட்டார்.

சி.வை. தாமோதரம் பிள்ளையவர்கள் எழுதிய சைவ மகத்துவம்' என்னும் நூலுக்கு மறுப்பாகக் கிறிஸ்தவராகிய அருளம்பல முதலியார் எழுதிய 'சைவ மகத்துவ திக்காரம்' என்னும் நூலுக்கு மறுப்பாக இவர், சைவ மகத்துவதிக்கார நிக்கிரகம்' என்னும் நூலை எழுதினார்.

சாமுவேல் பவுல் ஐயர் (1844-1900) - கிறிஸ்தவ சமயத்தவர். சில காலம் உபாத்தியாயராகவும் சில காலம் மதபோதகராகவும் இருந்தார். கிறிஸ்து மதச் சார்பாகத் துண்டுப் பிரசுரங்களையும் சிறு நூல்களையும் எழுதி அச்சிட்டார். 1874-ஆம் ஆண்டில் டீக்கன் பட்டம் பெற்றார். 1890-ஆம் ஆண்டு முதல் 'நற்போதகம்' என்னும் பத்திரிகையை நடத்தினார். 'பரதேசியின் மோட்சப் பிரயாணம்' என்னும் நூலை ஆங்கிலத்திலிருந்து மொழி பெயர்த்து 1882-ஆம் ஆண்டில் அச்சியற்றினார்.

சபாபதி நாவலர் (1844-1903) - யாழ்ப்பாணத்துக் கோப்பாய் இவ்வூர். வடகோவை ஜகநாதையர் நீர்வேலி சங்கர பண்டிதர், ஸ்ரீலஸ்ரீ ஆறுமுக நாவலர். வித்துவ சிரோமணி பொன்னம்பலப் பிள்ளை முதலியவர்களிடம் கல்வி பயின்றார். ஆங்கிலமும் கற்றவர். சென்னபட்டினத்தில் நீண்ட காலம் வசித்திருந்தார்.

திருவாவடுதுறை ஆதீனத்தில் நாவலர் பட்டமும், மதுரைத் திருஞான சம்பந்தர் ஆதீனத்தில் மகாவித்துவான் பட்டமும் பெற்றவர். பாஸ்கர சேதுபதி மன்னரால் நன்கு மதிக்கப்பட்டவர். சென்னையில் சித்தாந்த வித்தியானுபாலன யந்திரசாலை என்னும் அச்சியந்திர சாலையை நிறுவி, 'ஞானாமிர்தம்' என்னும் பத்திரிகையை நடத்தினார்.

சிதம்பரம் சைவப்பிரகாச வித்தியாசாலை அதிபரான பொன்னம்பலம் பிள்ளை, சுவாமிநாத பண்டிதர், சிவப்பிரகாசப் பண்டிதர், சங்கர பண்டிதர், ராவ்பகதூர் சி.வை. தாமோதரம் பிள்ளை முதலியவர்களின் நண்பர்.

இவர் இயற்றிய நூல்கள்: சதுர்வேத தாத்பரிய சங்கிரம் (1876), பாரததாத்பரிய சங்கிரகம், இராமாயண தாத்பரிய சங்கிரகம் (1884), சிவகர்ணாமிர்தம் (1885) இவைகளை வடமொழியிலிருந்து தமிழில் மொழி பெயர்த்தெழுதினார்.

இயேசுமத சங்கற்ப நிராகரணம் (1879), சிதம்பர சபாநாத புராணம் (1885), இலக்கண விளக்கப் பதிப்புரை மறுப்பு (1894), சித்தாந்த மரபு கண்டன கண்டனம் (1898), திராவிடப்பிரகாசிகை (1899), திருச்சிற்றம் பலயமக அந்தாதி, திருவிடைமருதூர் பதிற்றுப் பத்தந்தாதி, மாவை யந்தாதி, நல்லைச் சிவசுப்பிரமணியக் கடவுள் பதிகம், வைதீக காவிய தூஷண மறுப்பு முதலிய நூல்களையும் இயற்றினார்.

அமிர்தம் பிள்ளை (1845-1899) - முத்து வீரியம் என்னும் இலக்கண நூலை இயற்றிய உறையூர் முத்துவீரிய உபாத்தியாயரின் மாணவர் இவர். தமிழ்க் கவிஞர். ஆங்கிலம், கன்னடம், தெலுங்கு, வடமொழி, இந்துஸ்தானி ஆகிய மொழிகளைக் கற்றுப் பன்மொழிப் புலவராக விளங்கினார். சேலம்

அரசினர் கல்லூரியில் நெடுங்காலம் தமிழாசிரியராக இருந்தார். 1886—இல் திருச்சிராப்பள்ளி எஸ். பி. ஜி. கல்லூரியில் தமிழாசிரியராக அமர்ந்தார். "தமிழ்ச் செல்வம்" என்னும் பத்திரிகையை 1888-முதல் 1892 வரையில் நடத்தினார்.

இவர் இயற்றிய நூல்கள்: யாப்பிலக்கண வினாவிடை, தமிழ்விடுதூது. பெண்மை நெறிவிளக்கம், இது 200 வெண்பாக்களால் ஆனது.

ஆதிவயலூர் வெண்பாவந்தாதி முதலிய நூல்களை இயற்றிய சுந்தரநாதம் பிள்ளை இவருடைய மகனார்.

சோமசுந்தர நாயகர் (1846-?) - சென்னையில் சூளை என்னும் இடத்தில் இருந்தார். அச்சுதாநந்த சுவாமியிடம் தமிழ், வடமொழிகளைப் பயின்றார். ஆங்கிலம், தெலுங்கு மொழிகளையும் பயின்றவர். மாயாவாதியாக இருந்த தமது குருவான அச்சுதானந்த சுவாமியைச் சைவ சித்தாந்தியாக்கினார். முத்து வீரியம் என்னும் இலக்கணநூலை இயற்றிய முத்து வீரிய உபாத்தியாயரிடத்திலும் இலக்கணம் இலக்கியம் கற்றார். "நாகை நீலலோசனி", "திருச்செங்கோடு விவேகதிவாகரன்" பத்திரிகைகளில் கட்டுரைகள் எழுதினார். சைவ சிந்தாந்த விரிவுரைகள் நிகழ்த்தினார். சேதுபதி மன்னர் இவருக்கு "வைதிக சைவசித்தாந்த சண்ட மாருதம்" என்னும் பெயரைச் சூட்டினார்.

இவர் இயற்றிய நூல்கள்: அசம் பிரதிய நிரசனம், அஞ்ஞான திமிரபாஸ்கரம், அர்ச்சா தீபம், ஆசாரியப் பிரபாவம், ஆஞ்சநேய ராம வைபவ பங்கம், ஆதி சைவப் பிரபாவம், ஆபாச ஞான நிரோதம், இராம தத்தவ தீபிகையினது ஆபாச விளக்கம், இராமநுஜ மத சபேடிகை, உத்தமவாத தூலவாதூலம், கங்காதரணப் பிரக்யரம், கீதார்த்த தீபிகாபாச நிரசனம், குதர்க்கவாத விபஞ்சினி, கூரேசவிஜய பங்கம், சமரச ஞானதீபம், சன்மார்க்க போத வெண்பா, சித்தாந்த சேகரம், சித்தாந்த பூஷணம், சிவகிரி பதிற்றுப் பத்தாந்தாதி, சிவதத்துவ சிந்தாமணி, சிவநாமாவளி, (இரண்டு பாகங்கள்), சைவ சூளாமணி, ஞான சதுஷ்டய தர்ப்பணம், ஞான சம்பந்தர் பரத்வ நிரூபணம், ஞான பேதத் துணிவு, ஞானபேதத் தெளிவு, ஞானபேத விளக்கம், ஞானபேத விளக்க நியாயாரத ரக்ஷாமணி, பாரத தத்துவப் பிரகாசிகை, பாரதாத்பரிய சங்கிரகம், பிரஹ்மதத்துவ நிரூபணம், பிரமாநுபூதி, மூர்க்கவாத விபஞ்சிநி, மெய்கண்ட சிவ தூஷணநிக்ரகம், வேதபாஹ்ய சமாஜ கண்டனம் முதலியன.

சுப்பிரமணிய பிள்ளை (1846-1909) - இவரூர் செங்கற்பட்டு. அரசாங்க அலுவலில் இருந்தவர். திருப்புகழ் ஏடுகளைத் தேடி மூன்று பகுதியகளாக அச்சிட்டார். பிரமோத்தர காண்டத்தை வசன நடையில் எழுதி 1879-இல் அச்சிற் பதிப்பித்தார். திருத்தருப்பூண்டி, மானாமதுரை, திருநீடூர் என்னும் ஊர்களின் தல புராணங்களை வசனமாக எழுதி வெளியிட்டார். சிவஸ்தல மஞ்சரி என்னும் நூலை எழுதினார்.

கணேச பண்டிதர் (1849-1901) - யாழ்ப்பாணத்து வண்ணார் பண்ணை இவருடைய ஊர். வடமொழி தென்மொழி இரண்டையும் கற்றவர். திருவண்ணாமலை ஆதீனத்து வித்துவான். பாண்டிநாட்டு இளையான் இளையான் குடியில் இருந்தபோது அவ்வூர் வணிகர் விரும்பியபடி அவ்வூர்த் தல புராணத்தை "இளைசைப் புராணம்" என்னும் பெயருடன் விருத்தயாப்பில் பாடினார்.

திருஞானசம்பந்தப் பிள்ளை (1849-1911) - யாழ்ப்பாணத்து நல்லூர் இவருடைய ஊர், ஸ்ரீலஸ்ரீ ஆறுமுக நாவலர், பொன்னம்பலம் பிள்ளை இவர்களிடத்தில் கல்வி பயின்றார். தர்க்க குடார தாலுதாரி என்னும் சிறப்புப் பெயர் உடையவர். பிற்காலத்தில் கும்பகோணத்திலும் சிதம்பரத்திலும் வசித்தார்.

இவர் இயற்றிய நூல்கள்: அரிகர தார தம்மியம். வேதாகம வாத தீபிகை நாராயண பரத்துவ நிரசனம், தர்க்காமிர்தம் (மொழி பெயர்ப்பு.)

அச்சுதாநந்த சுவாமி (1850-1902) - வட ஆர்க்காடு மாவட்டம் போளூரில் பிறந்தவர். இவருடைய பழைய பெயர் அப்பாய் நாயுடு என்பது. கணக்காயராகத் தொழில் செய்தவர். வேலூரிலிருந்த வேங்கடகிருஷ்ண தாசர் என்னும் பெரியவரிடம் தொண்டராக இருந்தார். அவரால் அச்சுத தாசர் என்று பெயர் சூட்டப்பட்டார். பிறகு கடாமூர் நிசாநந்தர் என்னும் பெரியாரிடம் சீடரானார். அவரால் அச்சுதாநந்தர் என்று பெயரிடப்பட்டார். நிசாநந்தர்மீது இவர் "நிசாநந்தர் பதிகம்" பாடினார். இவர் இயற்றிய நூல்கள்: பிரகலாத சரித்திரம், துருவ சரித்திரம், சக்குபாய் சரித்திரம், தோத்திர இசைப்பாடல்கள், சன்மார்க்க தர்ப்பணம், அத்வைத கீர்த்தனாநந்தலகரி.

பிச்சுவையர் (1850-1910) - சேதுநாட்டு வேம்பத்தூரில் பிறந்தவர். சிலேடைச் செய்யுள் பாடுவதில் வல்லவர். பாற்கர சேதுபதி, சிவகெங்கை முத்து வடுகநாத துரை, ஊற்றுமலை இருதாலய மருதப்பதேவர், முறையூர் பழ. சி. சண்முகம் செட்டியார் முதலியவர்களால் ஆதரிக்கப் பெற்றவர். இவர் இயற்றிய நூல்கள்: முத்து வடுகநாத துரைமீது காதல் பிரபந்தம், திருப்பரங்குன்றம் முருகன் ஆநந்தக் களிப்பு, பனங்குடிப்பெரிய நாயகிஅம்மை பதிகம், சங்கராசாரியார் பதிகம். பொன்மாரிச் சிலேடை வெண்பா, மதுரை நிரோட்டக யமக வந்தாதி, குன்றக்குடி சண்முகநாதர் உலா.

மு. ரா. அருணாசலக் கவிராயர் (1852-1939) - இவர், இராமலிங்கக் கவிராயரின் மகனார். பாண்டி நாட்டுச் சேற்றூருக்கு அருகில் உள்ள முகவூரில் பிறந்தவர். சுப்பிரமணியக் கவிராயர், கந்தசாமிக் கவிராயர் என்பவர்களின்சகோதரர். திருவாவடுதுறை ஆதீனத்தில் சின்னபட்டத்தில் இருந்த நமசிவாய தேசிகரிடம் கல்வி பயின்றார்.

திருநெல்வேலி கவிராய நெல்லையப்பபிள்ளை, அழகிய சொக்கநாதபிள்ளை, சென்னிகுளம் அண்ணாமலை ரெட்டியார், குன்னூர்க் குமாரசாமிமுதலியார், சோழவந்தான் அரசன் சண்முகனார். வெள்ளக்கால் ப. சுப்பிரம-

ணிய முதலியார் ஆகிய புலவர்கள் இவருடைய நண்பர்கள்.

திருப்பரங்கிரிப் புராண வசனத்தை எழுதி 1899-இல் அச்சிட்டார். திருப்பரங்கிரிப் பிள்ளைத் தமிழையும் அதே ஆண்டில் அச்சிட்டார். திருச்செந்தூர்த் தலபுராண வசனத்தை எழுதி அதே ஆண்டில் அச்சிட்டார். பகழிக் கூத்தர் இயற்றிய திருச்செந்தூர்ப் பிள்ளைத் தமிழையும் அச்சிட்டார். திருக்குற்றாலப் புராணத்தை உரைநடையில் எழுதினார். சிவகாசிப் புராணம், குறுக்குத் துறைச் சிலேடை வெண்பா, ஆறுமுகநாவலர் சரித்திரம் (செய்யுள்), சிவகாசிக் கலிவிருத்த அந்தாதி, சிவகாசி வெண்பா வந்தாதி, (மூலமும் உரையும்) இயற்றினார். புதிய நூல்களை இயற்றியதோடு பழைய நூல்களை அச்சிற் பதிப்பித்தார்.

இராமசுவாமி ராசு (1852—1897) - இவர் ஊர் திண்டிவனம். சென்னையில் கல்வி கற்றார். தமிழ் தெலுங்கு, வடமொழி, ஆங்கிலம் என்னும் நான்கு மொழிகளைக் கற்றவர். சில காலம் ஆங்கில ஆசிரியராகவும், சென்னைத் துறைமுகச் சுங்க அலுவலகத்திலும் வேலை செய்தார். பாரிஸ்டர் படிப்புக்காக 1882- இல் லண்டன்மா நகரஞ் சென்றார். 1885-இல் சென்னையில் பாரிஸ்டர் தொழில் நடத்தினார். 1877-இல் பிரதாப சந்திர விலாசம் என்னும் நாடகநூலை எழுதினார். தீயவர்களின் வஞ்சனைகளுக்கு ஆளாகி நெறி தவறி யொழுகும் இளைஞர்களுக்கு நல்லறிவு புகட்டு வதற்காக இந்நூல் இயற்றப்பட்டது. ஆங்கிலமும் தமிழும் கலந்து பேசுவது போல இந்நூலில் சில செய்யுட்களை அமைத்திருக்கிறார். அவை இவை:

மைடியர் பிரதரே எங்கள் மதருக்குக் கூந்தல் நீளம்
ஐடிலா யவளுந் தூங்க அறுத்ததை விற்று நானும்
ஸைடிலோர் லேடியாகச் சட்காவில் ஏறிக்கொண்டே
ஒய்டான ரோட்டின்மீதில் உல்லாச மாகப் போனேன்”
(மைடியர் பிரதர் - My dear brother. மதர் - Mother. ஐடில் - Idle. ஸைடில்- Side. லேடி- Lady. ஒய்டான — Wide. ரோட் - Road.)

“ஆர்டா, எசமான்வீட்டின் அண்டையில் இடைவி டாமல்
கார்டுசெய் சிப்பாய் வாடா: கடுகியே சென்று உந்தன்
லார்டான பிரதாப சந்திர லட்சுமி புத்திரற்கிக்
கார்டையுங் கொடுத்து நீதான் கவனமாய்ப் பதில் சொல்வாயே”
(கார்டு- Guard. லார்டு - Lord. கார்டு - Card.)

சேலம் இராமசாமி முதலியார் (1852-1892) - இவர் ஊர் சேலம். பெருநிலக் கிழாராக இருந்த சேலம் கோபாலசாமி முதலியார் என்பவர் நாமக்கல்லில் தாசில்தாராக இருந்தார். அவருடைய மகன் சேலம் இராமசாமி முதலியார்.

இராமசுவாமி முதலியார் தமது ஆறாவது வயதில் கல்வி கற்பதற்காகச் சென்னைக்கு அனுப்பப்பட்டார். மகாவித்துவான் காஞ்சிபுரம் சபாபதி முதலியாரின் மகனார் நாகலிங்க முதலியார் இல்லத்தில் தங்கிப் படித்தார். கதிர்வேல் உபாத்தியாயர் என்பவரிடம் இளமையில் கல்வி பயின்றார். கதிர்வேல் உபாத்தியாயர் சிறந்த வித்துவான். அன்றியும் நகைச்சுவையுடன் பேசுவதில் பேர் படைத்தவர். சேலம் இராமசுவாமி, இளமையிலேயே பல பண்டிதர்களுடன் பழகும் வாய்ப்புப் பெற்றதோடு பல தமிழ் இலக்கியங்களைப் பற்றி யறியும் வாய்ப்புப் பெற்றார்.

இப்போது பிரசிடென்ஸி காலேஜ் என்னும் பெயருடன் உள்ள கல்லூரி அக்காலத்தில் மதராஸ் ஹைஸ்கூல் என்று பெயர் பெற்றிருந்தது. இராமசாமி அந்த உயர்தரப் பாடசாலையில் சேர்ந்து கல்வி பயின்றார். அந்தப் பாடசாலையில் கீழ்வகுப்புகள் எடுபட்ட பிறகு, பச்சையப்பன் உயர்தரப் பாடசாலையில் சேர்ந்து கல்வி பயின்றார். பிறகு, பிரஸிடென்ஸி காலேஜில் சேர்ந்து படித்தார். தமிழ் மொழியிலும் ஆங்கில மொழியிலும் சிறந்து விளங்கினார். இக்கல்லூரியில் படித்தபோது, பவர் ஐயர் என்பவர் அச்சிட்ட சீவகசிந்தாமணி நாமகள் இலம்பகம் பாடமாக வைக்கப்பட்டது.

அப்போது சிந்தாமணி காவியத்தின் சிறப்பையும் ஏனைய சங்க நூல்களின் மேன்மையையும் அறிந்தார். பி.ஏ. பரீட்சையில் தேறிய பிறகு, சட்டப் பரீட்சையிலும் தேறினார். 1876-இல் திருச்சிராப்பள்ளி மாவட்டத்தில், ஜில்லா முன்சீபாக அலுவல் செய்தார். 1882-இல் அவ்வலுவலை விட்டு, சென்னையில் வழக்கறிஞராக இருந்தார். "லா ஜர்னல்" என்னும் பத்திரிகையை நடத்தினார். தமிழ் மொழியில் புலமை பெற்றிருந்த படியால், சென்னைப் பல்கலைக் கழகத்தார் இவரைப் பி.ஏ. தமிழ்ப் பரீட்சை சோதகராக நியமித்தனர்.

1885-இல் இங்கிலாந்தில் நடந்த தேர்தலில், ஆங்கில வாக்காளர்களுக்கு இந்திய விஷயங்களைப் பற்றிப் பேசித் தெரிவிக்க இந்தியாவிலிருந்து மூன்றுபேர் இங்கிலாந்துக்கு அனுப்பப்பட்டனர். அவர்களில் ஒருவராகச் சேலம் இராமசாமி முதலியார் சென்று வந்தார். 1888-இல் அலகாபாத்தில் நடந்த காங்கிரஸ் மகாநாட்டுக்குத் தலைமை தாங்கும்படி கேட்டார்கள். இவர் மறுத்து விட்டார்.

சேலம் இராமசாமி முதலியார் ஜில்லா முன்சீப் அலுவல் செய்தபோது, 1880-ஆம் ஆண்டு கும்கோணத்துக்கு மாற்றப்பட்டார். முதலியார் அவர்களின் தமிழ்ப் புலமையைக் கேள்விப்பட்டிருந்த உ.வே. சாமிநாதையர். இவர் வீட்டுக்குச் சென்று இவரைக் கண்டார். ஐயர் இவரைக் கண்டது நன்மையாக முடிந்தது. அக்காலத்தில் ஐயர் அவர்களுக்குச் சிறு பிரபந்த நூல்களைப்பற்றித் தெரியுமே தவிர சங்க நூல்களைப் பற்றியும் பெருங்காப்பியங்களைப் பற்றியும் தெரியாது.

முதலியாரைச் சந்தித்த ஐயர் முதன் முதலாக அவரிடமிருந்து சங்க நூல்களைப் பற்றி அறிந்து சொண்டார். முதலியார் சங்க நூல்களைப் பற்றி ஐயர-

வர்களுக்குத் தெரிவித்தது அல்லாமல் தம்மிடமிருந்த சிந்தாமணி, மணிமேகலை காவியங்களின் ஏட்டுச் சுவடிகளையும் கொடுத்துப் படிக்கச் செய்தார். அல்லாமலும், சங்கநூல்களை ஆராயும் படியும் தூண்டினார், இவ்வாறு டாக்டர் உ.வே. சாமிநாதையரவர்களைச் சங்கநூல்களை அச்சிடும்படித் தூண்டியவர் இராமசாமி முதலியார் அவர்களே.

இதுபற்றி ஐயர் அவர்கள் தாம் இயற்றிய "சங்கத்தமிழும் பிற்காலத் தமிழும்" என்னும் நூலிலே இவ்வாறு எழுதுகிறார். "1880- ஆம் வருஷத்திற் கும்பகோணத்தில் டிஸ்ட்டிரிக்ட் முன்சீபாக இருந்தவரும் கல்வி யறிவொழுக்கங்களாற் சிறந்தவருமான சேலம் ஸ்ரீமான் இராமசாமி முதலியாரவர்கள், கம்பராமாயணம் முதலிய பிற்காலத்து நூல்களைப் படித்து ஆராய்ச்சி செய்து இன்புறுவதைக் காட்டிலும் வழங்காமலே இருக்கும் சீவக சிந்தாமணி முதலிய காப்பியங்களையும் சங்க நூல்களையும் படித்து ஆராய்ச்சி செய்தலும் கூடுமானால் அவற்றை அச்சிற் பதிப்பித்து வெளிப்படுத்தலும் உத்தமமென்று கூறித் தம்பாலிருந்த சீவக சிந்தாமணி முதலியவற்றின் கையெழுத்துப் பிரதிகளைக் கொடுத்து அடிக்கடி ஊக்கமளித்து வந்தார்கள்.

அவர்களையும், தம்முடைய மரண பரியந்தம் அவர் களைப் போலவே என்னை ஆதரித்து பாராட்டி ஊக்கமளித்து வந்த ஸ்ரீமான் பூண்டி அரங்கநாத முதலியாரவர்களையும் என்னுடைய உள்ளம் ஒரு போதும் மறவாதென்பதை இங்கே தெரிவியாமலிருக்க முடியவில்லை."

மேலும், ஐயர் அவர்கள் "என் சரித்திரம்" என்னும் தமது வரலாற்றில் சேலம் இராமசுவாமி முதலியாரவர்களைப் பற்றி இவ்வாறு எழுதுகிறார்.

"1892-ஆம் வருஷம் மார்ச்சு மாதம் இரண்டாம் தேதி அவர் (சேலம் இராமசுவாமி முதலியார்) உலக வாழ்வை நீத்தார். அந்தத் துக்கச் செய்தியைக் கேட்டுத் துடித்துப் போனேன். அவருடைய பழக்கம் எனக்கு ஏற்பட்டதையும் அதனால் பழந்தமிழ் நூலாராய்ச்சியிலே நான் புகும்படி நேர்ந்ததையும் எண்ணிப் பார்த்தேன். அவருடைய தூண்டுதல் இல்லாவிட்டால் சிந்தாமணியை நான் அச்சிடுவது எங்கே? சங்க நூல்களின் பெருமையை உணர்ந்து இன்புற்று வெளிப்படுத்தும் முயற்சிக்கும் எனக்கும் என்ன சம்பந்தம்?"

1892-ஆம் ஆண்டிலே தமது நாற்பதாவது வயதிலே சேலம் இராமசாமி முதலியாரவர்கள் காலமானார். அவர் மீது டாக்டர் சாமிநாதையர் கூறிய இரங்கற்பா இவை:

"என்புடையா ரன்புடைய இராமசா மிக்குரிசில்
உன்புடையார் நயசுகுணம் ஒவ்வொன்றை யுன்னி யுன்னி
அன்புடையார் பல்லோரும் ஆற்றும்வழி காணாசாய்த்
துன்புடையா ராகிமனஞ் சோர்ந்திரடவெங்க கன்றனையே!

இன்தேனும் பாலுமெனும் இன்சொலுடை யாய்வைரக்
குன்றேனும் ஒவ்வாக் குணனுடையாய் குன்றத்துள்
ஒன்றேனும் உனையணுக ஒண்ணாதோ சார்ந்திருப்பின்
என்றேனும் நிற்பிரிதல் எம்மை வருத்திடுமோ.

ஆர்க்குழைப்பான் போனானென் றுலைவாரும் போனாளில்
ஆர்க்குழைப்பா னென்று பதைப்பாருந் தமிழெனுமுந்
நீர்க்குழைப்பா னென்று நிற்பாரு மாய்க்கலங்க
ஆர்க்குழைப்பான் சென்றாய் அறிவுடைய அண்ணலே.

அம்பிகை பாகர் (1854-1904) - யாழ்ப்பாணத்து இணுவில் இவருடைய ஊர். இணுவில் நடராசையரிடத்திலும் ஸ்ரீலஸ்ரீ ஆறுமுக நாவலரிடத்திலும் கல்வி பயின்றார். சி. வை. தாமோதரம் பிள்ளை அவர்களின் நெருங்கிய நண்பர். இணுவையந்தாதி என்னும் நூலை இயற்றினார். சூளாமணி வசனம் எழுதினார். தணிகைப் புராணத்திற்கு நகரப் படலம் வரையில் உரை எழுதினார்.

குமாரசுவாமிப் புலவர் (1854-1922) - யாழ்ப்பாணத்துச் சுன்னாகம் இவர் ஊர். சுன்னாகம் முருகேச பண்டிதரிடம் கல்வி பயின்றார். வடமொழியும் பயின்றார். இராவ்பகதூர் சி. வை. தாமோதரம் பிள்ளையவர்கள் யாழ்ப்பாணத்து ஏழாலை என்னும் ஊரில் நிறுவிய சைவப் பிரகாச வித்தியா சாலையில் தமிழ்ப்புலவராக 1876 முதல் 1899 வரையில் இருந்தார். 1902-ஆம் ஆண்டு முதல், வண்ணார் பண்ணை சைவப்பிரகாச வித்தியாசாலை யின் தலைமைத் தமிழ்ப் புலவராக இருந்தார்.

இவர் இயற்றிய நூல்கள்: சாணக்கிய நீதிவெண்பா, மேக தூதக் காரிகை, இராமோதந்தம், சிசுபால வதம் (வசனம்). இவை வடமொழியிலிருந்து மொழி பெயர்க்கப் பட்டவை.

கீழ்க்கண்ட நூல்களுக்கு உரை எழுதினார்: திருக்காசைப் புராணப் பொழிப்புரை, (1890), யாப்பருங்கலக் காரிகைப் புத்துரை (1899), திருவாதவூரார் புராண உரை, அகப்பொருள் விளக்கப் புத்துரை, கம்பராமாயண பாலகாண்டம் அரும்பதவுரை, நீதிநெறி விளக்கவுரை தண்டியலங்கார உரை.

இவர் இயற்றிய வேறு நூல்கள். இலக்கியச் சொல் அகராதி, தமிழ்ப் புலவர் சரித்திரம். மிலேச்சமதவிகற்பம் (1888 ஆண்டு, செய்யுள் நூல்,) இலக்கணச் சந்திரிகை (1898), இரகுவமிசக் கருப்பொருள், கண்ணகி கதை வசனம், வினைப்பகுபத விளக்கம், வதுளைக் கதிரேசர் ஊஞ்சல், பதிகம். "செந்தமிழ்"ப் பத்திரிகையில் அவ்வப்போது பல கட்டுரைகளை எழுதியிருக்கிறார்.

வெண்பாப்புலி வேலுசாமிப் பிள்ளை (1854-1926) - சிதம்பரத்துக்கு வடகிழக்கில் உள்ள தில்லைவிடங்கன் இவரது ஊர். சென்னை மில்லர் (கிறிஸ்துவக்) கல்லூரியில் ஆங்கிலம் பயின்றார். மேற்படி கல்லூரியில்

தமிழ்ப் பேராசிரியராக இருந்த வித்துவான் சின்னசாமிப் பிள்ளையிடம் தமிழ் பயின்றார். பின்னர், புரசை அஷ்டாவதானம் சபாபதி முதலியாரிடத்திலும், மகா வித்துவான் மீனாட்சி சந்தரம் பிள்ளையவர்களிடத்திலும் தமிழ் பயின்றார் செய்யுள் இயற்றுவதில் வல்லவர். வெண்பாவை விரைவில் பாடும் வல்லமையுள்ளவர், ஆனது பற்றி மகாவித்துவான் மீனாட்சிசுந்தரம் பிள்ளையவர்கள் இவருக்கு 'வெண்பாப் புலி' என்னும் சிறப்புப் பெயரை வழங்கினார்கள். திருவாவடுதுறை ஆதீனத்துச் சுப்பிரமணிய தேசிகர் இடத்திலும் இவர் கல்வி பயின்றார். காஞ்சிபுரம் பச்சையப்பன் உயர்தரப்பள்ளியில் தலைமைத் தமிழாசிரியராக இருந்தார்.

இவர் இயற்றிய நூல்கள்: கந்தபுராண வெண்பா (5665 செய்யுளுடையது.) தேவார சிவதல வெண்பா, திருக்கச்சூர் ஆலக்கோயிற் புராணம், தில்லைவிடங்கன் புராணம், திருவேட்ட குடிப் புராணம், தேவார வைப்புத்தலக் கட்டளைக் கலித்துறை, தில்லைவிடங்கன் நிரோட்டயமகவந்தாதி முதலியன.

சுந்தரம் பிள்ளை (1855-1897) - இராய்பகதூர் பெ. சுந்தரம் பிள்ளை என்பது இவர் பெயர். திருவிதாங்கூரைச் சேர்ந்த ஆலப்புழை என்னும் ஊரில் பிறந்தவர். திருவனந்தபுரம் அரசர் கல்லூரியில் கல்வி பயின்றார். திருநெல்வேலி ஆங்கிலத் தமிழ்க் கல்விச் சாலையின் தலைமை ஆசிரியராக இருந்தார். கோடக நல்லூர் சுந்தர சுவாமிகளின் தொண்டாராக இருந்தார். அவரிடம் சமய நூல்களைக் கற்றார். 1879-இல் திருவனந்தபுரத்து அரசர் கல்லூரியில் அறிவு நூல் ஆசிரியராக அமர்ந்தார். சைவப்பிரகாச சபை என்னும் சபையைத் திருவனந்தபுரத்தில் நிறுவினார். தமிழ் இலக்கிய வரலாற்று ஆராய்ச்சி, சமயநூல் ஆராய்ச்சி, கல்வெட்டெழுத்து ஆராய்ச்சிகளைச் செய்துவந்தார்.

இவர் இயற்றிய நூல்கள்: நூற்றொகை விளக்கம், மனோன்மணீயம் என்னும் நாடக நூல், பத்துப்பாட்டுக்காலம், ஞானசம்பந்தர் கால ஆராய்ச்சி முதலிய கட்டுரைகளைச் சென்னைக் கிறிஸ்துவக் கல்லூரித் திங்கள் இதழில் எழுதினார்.

கனகசபைப் பிள்ளை (1855-1906) - யாழ்ப்பாணத்து மல்லாகம் என்னும் ஊரவராகிய விசுவநாத பிள்ளை என்பவர் சென்னை கோமளேசுவரன் பேட்டையில் இருந்தார். அவர், சென்னைக் கல்வி இலாகாவில் பணியாற்றினார். அவர் உவின்ஸ்லோ ஆங்கிலத் தமிழகராதி எழுத உதவி செய்தவர்.

விசுவநாத பிள்ளையின் மகனார் கனகசபைப்பிள்ளை. கனகசபை பி.ஏ. பரீட்சையில் தேறி, வழக்கறிஞர் கல்லூரியிற் பயின்று, மதுரையில் சில காலம் வழக்கறிஞராக இருந்தார். பின்னர்ச் சென்னையில் அஞ்சல் இலாகாவில் உத்தியோகம் பெற்று அஞ்சல் நிலையங்களின் மேற்பார்வையாளர் ஆனார். ஓய்வு நேரங்களில் தமிழ் இலக்கியங்களை ஆராய்ந்தார். ஏட்டுச் சுவடிகளைத் தேடி டாக்டர் உ.வெ. சாமிநாதையர் அவர்களுக்குக் கொடுத்தார். தமிழ் இலக்கிய வரலாறு. தமிழ்நாட்டு வரலாறுகளை ஆராய்ந்து, அவ்வா-

ராய்ச்சிகளை ஆங்கிலத்தில் எழுதி வெளியிட்டார்.

டாக்டர் உ.வே. சாமிநாதையர் அவர்கள் புறநானூறு என்னும் நூலை அச்சிட்டபோது, அதில் அரசர்களைப் பற்றிக் கூறும் இடத்தில் "துஞ்சிய" என்னும் சொல்லுக்குப் பொருள் விளங்காமல், கனகசபைப் பிள்ளையைக் கேட்க, பிள்ளையவர்கள் துஞ்சிய என்னும் சொல்லுக்கு விளக்கம் எழுதியுதவினார். அவ்விளக்கம் புறநானூறு முதற்பதிப்பின் இறுதியில் அச்சிடப்பட்டது.

'மதராஸ் ரெவ்யூ' என்னும் ஆங்கில இதழில், தமிழ் இலக்கிய வரலாறு பற்றித் தொடர்ச்சியாக ஆங்கிலத்தில் கட்டுரைகள் எழுதினார். பின்னர் அக்கட்டுரைகளைத் தொகுத்து 'TheTamils 1800 years ago' என்னும் பெயருள்ள நூலாக அச்சிட்டார். இந்நூல் தமிழறியாத ஏனைய நாட்டவரும் ஐரோப்பியர் முதலிய மேல் நாட்டவரும் தமிழ் மொழியின் பழைமையையும் தமிழரின் பண்பாட்டையும் தெரிந்து கொள்ளப் பேருதவியாக இருந்தது. இவர் தமிழ்நூல்களைப்பற்றி ஆங்கிலத்தில் எழுதிய கட்டுரைகளாவன:

'The Indian Antiquary' என்னும் ஆங்கிலத் திங்கள் இதழில் Tamil Historical Texts என்னும் தலைப்பின்கீழ்க் கீழ்க்கண்ட கட்டுரைகள் எழுதினார்:

Kalavali or the Battle field (vol. xviii 1889 pp. 258-265.)
The Kalingathu Parani (vol. xix. 1890, pp. 329-345.)
The Vikrama Cholan Ula (vol. xxii, 1893, pp. 141-150.)
The Conquest of Bengal and Burma by the Tamils; Raja Raja Chola

என்னும் சிறு நூல்களையும் ஆங்கிலத்தில் எழுதினார்.

நாராயண ஐயர் (1857-1914) - பாண்டி நாட்டு மானாமதுரை இவருடைய ஊர். மதுரையிலும் சென்னையிலும் கல்வி கற்றார். 1883 முதல் மதுரையில் வழக்கறிஞராகத் தொழில் செய்தார். மதுரைத் தமிழ்ச் சங்கத்துடன் தொடர்புடையவர், பதஞ்சலி யோக சூத்திரத்தை வட மொழியிலிருந்து தமிழில் மொழி பெயர்த்தார். சநாதனதர்மம், இந்துமத்தூடணையின் பரிகாரம். ஒழுக்கமுறை நூல், சன்மார்க்க தீபம் முதலிய நூல்களை எழுதியிருக்கிறார். "பூர்ண சந்திரோதயம்" என்னும் பத்திரிகையை நடத்தினார்.

சிற். கைலாசப் பிள்ளை (1857-1916) - இவரது ஊர் யாழ்ப்பாணத்து நல்லூர், இளமையில் நல்லூர்ச் சம்பந்தப் புலவரிடம் கல்வி பயின்றார். பின்னர், சென்ட் ஜோன்ஸ் காலேஜில் கல்வி பயின்றார். சி. வை. தாமோதரம் பிள்ளை, சர். பொன் இராமநாதர், சர் பொன் அருணாசலம், தொழுவூர் வேலாயுத முதலியார், அஷ்டாவதானம் சபாபதி நாவலர், டாக்டர் சாமிநாதைய்யர் முதலியவர்களிடம் நட்பு முறையில் பழகினவர். திருவாவடுதுறை ஆதீனத்துச் சுப்பிரமணிய தேசிகரால் வித்துவான் பட்டம் வழங்கப் பெற்றார். இலங்கை உயர்தர நீதி மன்றத்தில் துவிபாஷகராகவும், பின்பு யாழ்ப்பாணக்-

கச்சேரிப் பிரதம முதலியாராகவும், மட்டக்களப்புக் கச்சேரி முதலியாராகவும் ஈற்றில் தேசாதிபதியின் தமிழ் முதலியா ராகவும் உத்தியோகம் செய்தவர்.

இவர் சில தனிச் செய்யுட்களை இயற்றினார். வட திருமுல்லை வாயில் மும்மணிக் கோவையைப் பாடினார்.

பீமகவிப் புலவர் (1858-?) - பாண்டிநாட்டுக் குன்றக்குடிக்கு அடுத்த செந்நெற்குடி இவர் ஊர். திருவாவடுதுறை நமச்சிவாய தேசிகரிடத்தில் இலக்கண இலக்கியம் பயின்றார். சிலேடைப்புலி பிச்சுவையருடன் நட்புள்ள வர். முறையூர் சி. சண்முகஞ் செட்டியார் என்னும் பிரபுவினால் ஆதரிக்கப்-பட்டவர். பல தனிநிலைச் செய்யுட்களை இயற்றினார்.

இவர் இயற்றிய நூல்களாவன. காரிகை வெண்பா, கோட்டி மாதவன் பிள்-ளைத் தமிழ், சிவபுர மான்மியம், சிவபுரம் மீனாம்பிகை பிள்ளைத் தமிழ், செந்நெற்குடி சண்முகநாதன் பிள்ளைத் தமிழ், வால நைடதம், விசய சிந்-தாமணி.

மகா வித்துவான் திருமயிலை சண்முகம் பிள்ளை (1858-1905) - சென்-னையில் வாழ்ந்தவர். புரசை அஷ்டாவதானம் சபாபதி முதலியார், கோமள-புரம் உரையாசிரியர் இராசகோபால பிள்ளை இவர்களிடம் கல்வி பயின்றார் மதுரைத் தமிழ்ச் சங்கத்தாரால் "மகா வித்துவான்" என்னும் பட்டம் பெற்ற-வர்.

தொண்டைமண்டலம் துளுவ வேளாளர் பாடசாலையிலும், திருமயிலை சென்தோம் கல்லூரியிலும் தமிழாசிரியராக இருந்தார். "மனோன்மணியம்" சுந்தரம் பிள்ளை முதலிய அக்காலத்துப் புலவர்களால் நன்கு மதிக்கப்பட்ட-வர்.

"மணிமேகலை" என்னும் காவியத்தை முதன் முதல் அச்சிட்டவர் இவரே. 1894-ஆம் ஆண்டில், சென்னை ரிப்பன் அச்சியந்திர சாலையில் இந்-நூலைப் பதிப்பித்தார். (இவர் பதிப்பித்த நான்கு ஆண்டுகளுக்குப் பின்னர் டாக்டர் உ.வே. சாமிநாதையர் அவர்கள் மணிமேகலையைப் பதிப்பித்தார்கள். ஆனால், எக்காரணத்தாலோ ஐயரவர்கள், பிள்ளையவர்கள் மணிமேகலை பதிப்பித்ததைப் பற்றிக் கூறவேயில்லை.)

மகா வித்துவான் சண்முகம் பிள்ளையவர்கள், திருமுல்லை வாயிற் புரா-ணம், திருமயிலை உலா, சிற்றிலக்கண வினாவிடை, கந்தபுராண வசனம், கபாலீசர் பஞ்சரத்தினம், கற்பகவல்லி மாலை முதலிய நூல்களை இயற்றி-னார்.

இவர் இயற்றிய உரை நூல்கள். கம்பராமாயண அயோத்தியா காண்ட உரை (1891), பொன்வண்ணத்தந்தாதி, திருக்கயிலாய ஞான உலா, திருவா-ரூர் மும்மணிக்கோவை, பிச்சாடன நவமணி மாலை என்னும் நூல்களுக்கு உரை எழுதினார்.

நன்னூல் விருத்தியுரை, தஞ்சைவாணன் கோவையுரை, மச்ச புராணம், கண்ணுடைய வள்ளலார் இயற்றிய மாயாப் பிரலாபம், சிவவாக்கியர் பாடல்

முதலிய பழைய நூல்களை அச்சிற்பதிப்பித்தார். "வித்தியா விநோதினி" என்னும் வெளியீட்டை (1889-1892), இராமசாமி நாயுடு, வாசுதேவ முதலியார் இவர்களுடன் சேர்ந்து வெளியிட்டார்.

(இந் நூலாசிரியரின் தமயனாரான மயிலை சீனி. கோவிந்தராசனாரும், கா. நமச்சிவாய முதலியாரும் மகாவித்துவான் சண்முகம் பிள்ளையவர்களிடம் கல்வி பயின்ற மாணவர்கள்.)

பண்டித நடேச சாஸ்திரி (1859-1906) - இவர் கும்பகோணம் கல்லூரியில் கல்வி பயின்றார். இந்திய சாசன ஆராய்ச்சி இலாகாவில் அலுவல்செய்தார். பிறகு வேறு அரசாங்க இலாக்காக்களிலும் அலுவல் செய்தார். ஆங்கிலத்திலும் வட மொழியிலும் சில நூல்களை எழுதினார். தமிழில் சில கதைகளை எழுதினார். அவையாவன:

திராவிட பூர்வகாலக் கதைகள் (1836), திராவிட மத்தியகாலக் கதைகள் (1886) மாமி கொலுவிருக்கை (1903), முத்திரா ராக்ஷசம் (விசாக தத்தை என்னும் வடமொழி நூலின் மொழிபெயர்ப்பு 1885) தன்னுயிரைப்போல மன்னுயிரை நினை (ஷேக்ஸ்பியரின் Measure for Measure என்னும் கதை 1893), வயேலா சரித்திரம் (ஷேக்ஸ்பியரின் Twelfth Night or what you will என்னும் கதை, 1892) கோமளம் குமரியானது (1902). திக்கற்ற இரு குழந்தைகள் (1902), மதிகெட்ட மனைவி (1903)

இலக்கண முத்தையா (1861-1912) - கோவில்பட்டி தாலூகா பொம்மையபுரம் இவரூர் சோழவந்தான். கிண்ணிமடம் சிவப்பிரகாச சுவாமிகளிடம் இலக்கண இலக்கியங்களைக் கற்றார். சுங்குரும்பையந்தாதி, பதிற்றுப்பத்தந்தாதி முதலிய நூல்களை இயற்றினார்.

நாராயணசாமி ஐயர் (1862-1914) - தஞ்சை மாவட்டம் திருத்துறைப்பூண்டி தாலூகா பின்னத்தூரில் பிறந்தவர். மன்னார்குடிப் பாடசாலையில் தமிழ்ப் பண்டிதராக இருந்த நாராயணசாமி பிள்ளையிடம் தமிழ் கற்றார். அவர் மூலமாகத் தமிழ் நூல்களைப் படிப்பதில் பேரவாக் கொண்டார். பின்னர், வேதாரணியத்தில் இருந்த வித்துவ சிரோமணி பொன்னம்பல பிள்ளையிடம் தமிழ் பயின்றார். 1899 முதல் 1914-ஆம் ஆண்டில் தாம் இறக்கும்வரையில் கும்பகோணம் டவுன் உயர்நிலைப் பள்ளியில் தலைமைத் தமிழாசிரியராக இருந்தார். அண்ணாமலைப் பல்கலைக் கழகத்து ஆராய்ச்சித் துறைப் பேராசிரியராக இருந்த T. V. சதாசிவ பண்டாரத் தார் அவர்கள் இவருடைய மாணவர்களில் ஒருவர்.

பின்னத்தூர் நாராயணசாமி ஐயர் அவர்கள் இயற்றிய நூல்கள்:- மாணாக்கர் ஆற்றுப்படை, இயன் மொழி வாழ்த்து, தென் தில்லை (தில்லைவளாகம்) உலா. தென்றில்லைக் கல்ம்பகம், களப்பாழ்ப் புராணம், இராமாயண அகவல். இவை அச்சிடப்பட்டுள்ளன.

நற்றிணை நானூறு என்னும் சங்கத்தொகை நூலுக்கு இவர் சிறந்த உரை எழுதியுள்ளார். இந்த உரை 1915-ஆம் ஆண்டில் அச்சிடப்பட்டுள்ளது.

பிரகசன நாடகம், இடும்பாவன புராணம், இறையனாராற்றுப் படை, நீலகண்டேச்சுரக் கோவை, சிவபுராணம் (ஞான சங்கீதை), சிவ கீதை, பழையது விடுதூது, மருதப்பாட்டு, தமிழ்நாயக மாலை என்னும் நூல்களையும் இயற்றினார். இவை அச்சிடப்படவில்லை.

பிச்சை இபுராகிம் புலவர் (1863-1908) - திரிசிர புரத்துக்கு அருகில் உள்ள அரசங்குடியில் பிறந்தவர். உறையூர் வித்துவான் முத்துவீர உபாத்தியாயரிடம் தமிழ் பயின்றார். எஸ். பி. ஸி. கல்லூரியில் தமிழாசிரியராக இருந்தார். இவர் இயற்றிய நூல்கள்: பகுதாதுமாலை, ஆதமலை திருப்புகழ், வெள்ளாங்குளத்தூர் அவுலியாமாலை, திருமதீனத்துக் கலம்பகம், திருமதீனத்துப் பதிற்றுப்பத்தந்தாதி, நாகூர் பிள்ளைத் தமிழ், மகபூப் சுபகானி மாலை, நாயகத் திருப்புகழ், நத்தகறொலி யாண்டவர்கள் பிள்ளைத் தமிழ், சீதக்காதிப்பதிகம், மொகிதீன் ஆண்டவர் மாலை, திருமதீனத்து வெண்பா வந்தாதி, திருமதீனத்து மாலை, திருமதீனத்து யமகவந்தாதி முதலியன.

பண்டித மனோன்மணி யம்மையார் (1863-1908) - குன்றத்தூரையடுத்த மண்ணிவாக்கம் இவரூர். கவிபாடும் ஆற்றல் உடையவர். மருத்துவமும் அறிந்தவர். இவர் இயற்றிய நூல்கள்: பழநி வெண்பாப் பதிகம் பழநி இரங்கல், பழநிப் பாமாலை, திருவாமாத்தூர் அழகியநாதர் பஞ்சரத்தினம், சென்னை கந்தசுவாமிப் பதிகம், திருவானைக்கா அகிலாண்ட நாயகி அந்தாதி, திருமுல்லை வாயில் கொடியிடை நாயகி அந்தாதி, திருமயிலைக் கற்பகவல்லி அந்தாதி, திருக்கழுக்குன்றம் திரிபுரசுந்தரி மாலை. பழநிச் சந்நிதிமுறை, பழநிச் சிங்காரமாலை, பூவைச் சிங்காரச் சதகம், குன்றத்தூர் பொன்னியம்மன் பதிகம், புதுவைக் காமாட்சியம்மன் பதிகம் மனோன்மணியம் என்னும் வைத்திய நூல்.

கருப்பையா பாவலர் (1864-1907) - மதுரை மாவட்டம், மேலூர் தாலுகா கொட்டாம்பட்டி இவருடைய ஊர். சென்னைக்குச் சென்றிருந்த போது, அங்குக் க.வ. திருவேங்கட நாயுடு என்பவர் செய்த சொற்பொழிவைக் கேட்டு மகிழ்ந்த இவர் அவரைப் பாராட்டி இவ்வாறு கூறினார். "திருவேங்கட நாயுடவர்கள் செய்துவரும் பிரசங்கத்தை மகிழ்ந்தெவருங் கேட்கில் அன்பும் அருளுங்கொண்டு ஆனந்தமாகப் பகவன் பதத்தைச் சார்ந்து வாழ்வார்." சாதாரணப் பேச்சுப் போல இருக்கிற இது, வெண்பாவாகவும் அமைகிறது. அமைத்துப் பாருங்கள்.

"திருவேங் கடநா யுடவர்கள் செய்து
வரும்பிரசங் கத்தை மகிழ்ந்தெ-வருங்கேட்கில்
அன்பும் அருளுங்கொண் டாநந்த மாகப்பக
வன்பதத்தைச் சார்ந்து வாழ்வார்".

இவர் இயற்றிய நூல்கள். அழகர் பதிகம், இலக்குமி யந்தாதி, பாங்கிரி மாலை, நவரத்தினம், திருப்போரூர் ஆண்டவர் திரிபத்தாதி, கட்டளைக் கலிப்பா, திருப்பல்லாண்டு, சிதம்பரசுவாமி கலாமாலை, வண்ணங்கள், திருக்-கோட்டியூர் திரிபந்தாதி, திருச்செந்தில் திரிபந்தாதி, ஓரெழுத்தந்தாதி, திருக்கு-ரம்பைத் திரிபந்தாதி, திருமெய்யம் ரெழுத்தந்தாதி, மருதூர் நாகநாதர் மாலை, திருஞான சம்பந்தர் மாலை, வடமுல்லை வாயில் மாசிலாமணி சரித்திரம், மயிலைச் செந்தில்வேல் முதலியார் ஐந்திணைக் கோவை, பதிகங்கள் முறை-யூர் மீனாட்சி சுந்தரேசுவரர் பிரபந்தத் திரட்டு.

பால்வண்ண முதலியார் (18-1908) - திருநெல்வேலியைச் சேர்ந்த பேட்-டையில் பிறந்தவர். வைகுண்டபதிக் கவிராயரிடத்தில் தமிழ்க் கல்விபயின்-றார். சைவ சித்தாந்த நூல்களைக் கற்றவர். சொற்பொழிவு செய்யுந் திறம் உடையவர். இவர் இயற்றிய நூல்களாவன. சித்தாந்தஞான ரத்தினாவளி, தருக்க சூத்திரம், பண்டார மும்மணிக் கோவை, பசுபதிபாசத் தொகையுரை, பிரசங்க தீபிகை, மெய்ஞ்ஞான சாரம்.

முத்துத்தாண்டவராய பிள்ளை (1868-?) - இவருடைய ஊர் பரங்கிப்-பேட்டை 1893-இல் தரங்கம்பாடி லூதரன் மிஷன் கல்லூரியில் தமிழாசிரி-யராக அமர்ந்தார். பிறகு 1916— இல் சீர்காழி லூதரன் மிஷன் உயர்-தரப்பள்ளியில் தமிழாசிரியரானார். இவர், இயற்றிய நூல்கள். சிந்தாமணி விநாயகர் மாலை, சாதாக்கியத் திருமுறை, ஒருபா ஒருபது, பொய்யா வினா-யகர் இருபா இருபது, தில்லையாடிப் புராணம் வெள்ளை வாரணப் பிள்ளை-யார் திருவிரட்டை மணிமாலை, முருகன் வருவகைப் பத்து, ஐயனாரிதனார் மாலை, திருமகள் மாலை.

பரிதிமாற் கலைஞர் (1870-1903) - மதுரைக்கு அடுத்த விளாச்சேரியில் பிறந்தவர். இவருடைய இயற்பெயர் சூரியநாராயண சாஸ்திரி என்பது. இப்-பெயரை இவர் பரிதிமாற் கலைஞன் என்று தமிழாக்கிக்கொண்டார். மதுரை சபாபதி முதலியார் என்னும் ஆசிரியரிடம் தமிழ் பயின்றார். இராவ்பகதூர் சி. வை. தாமோதரம் பிள்ளை அவர்களால் திராவிட சாஸ்திரி என்னும் பட்டம் வழங்கப்பட்டார். சென்னைக் கிறிஸ்துவக் கல்லூரியில் தலைமைத் தமிழாசி-ரியராக இருந்தார்.

"ஞானபோதினி" இதழின் ஆசிரியராக 1897-98 ஆண்டுகளில் இருந்-தார். நாடகவியல் என்னும் நூலை 1897-இல் இயற்றினார். கலாவதி என்-னும் நாடக நூலை 1898-இல் இயற்றினார். மாலா பஞ்சகம், ரூபாவதி, மான விஜயம், பாவலர் விருந்து, தனிப்பாசுரத்தொகை, மதிவாணன், தமிழ் வியா-சங்கள், தமிழ்ப்புலவர் சரித்திரம், முத்திரா ராட்சம், தமிழ்மொழி வரலாறு முதலிய நூல்களையும் எழுதினார்.

சயங்கொண்டார் இயற்றிய கலிங்கத்துப்பரணியை 1898-இல் பதிப்பித்தார். மகாலிங்கையர் இயற்றிய இலக்கணச் சுருக்கத்தையும் அதே ஆண்டில் அச்-சிற் பதிப்பித்தார். உத்தரகோச மங்கை மங்களேசுவரி பிள்ளைத் தமிழை

1901-ஆம் ஆண்டு பதிப்பித்தார். புகழேந்தியின் நளவெண்பாவை 1899-இல் பதிப்பித்தார். தனிப்பாசுரத் தொகையை 1901-இல் பதிப்பித்தார்.

கதிரைவேற் பிள்ளை (1871-1907) - யாழ்ப்பாணத்து மேலைப்புலோலி இவரது ஊர். யாழ்ப்பாணத்து நல்லூர் மகாவித்துவான் தியாகராசப்பிள்ளை, நல்லூர் சதாசிவப் பிள்ளை முதலியவர்களிடம் தமிழ் பயின்றார். காசிவாசி செந்தினாதையரால் 'மாயாவாத தும்சகோளரி'' என்னும் பட்டம் பெற்றார். ஆரணி சமஸ்தானத்தில் வித்துவானாக இருந்தார். ஆரணி சமஸ்தானத் தலைவரால், "அத்துவித சித்தாந்த மதோத்தாரணர்'' என்னும் பெயர் சூட்டப்பட்டார். 1907-இல் சதாவதானம் செய்தார். புராணப் பிரசங்கம் செய்வதிலும், சொற்பொழிவு செய்வதிலும் வல்லவர்.

இவர் இயற்றிய நூல்கள்: மருட்பா மறுப்பு, கருவூர் மான்மியம், தமிழ்ப் பேரகராதி, புத்தமத கண்டனம், கதிர்காமக் கலம்பகம். அதிவீரராம பாண்டியன் இயற்றிய கூர்ம புராணத்துக்கும் சிவராத்திரி புராணத்துக்கும் உரை எழுதினார்.

வித்துவான் சிவானந்தையர் (1873-1916) - யாழ்ப்பாணத்துத் தெல்லிப்பழைக்கு அருகில் உள்ள பன்னாலை இவருடைய ஊர். ஏழாலை வித்தியாசாலையில் ஆசிரியராக இருந்த சுன்னாகம் குமாரசுவாமிப் புலவரிடம் கல்வி பயின்றார். சிதம்பரம் பச்சையப்ப முதலியார் பாடசாலையில் தமிழாசிரியராக இருந்தார். இவருக்கு, முன்தலையில் உயரமான புடைப்பு இருந்தபடியால் மிடாத்தலையர் என்று கூறப்பட்டார்.

வடமொழியில் உள்ள தருக்க சங்கிரகம் என்னும் நூலின் உரைகளாகிய நியாயபோதினி, பதகிருத்தியம், அன்னம்பட்டீயம், நீலகண்டீயம் என்னும் உரைகளைத் தமிழில் மொழி பெயர்த்து அச்சிட்டார். புலியூர்ப்புராணம் புலியூர் அந்தாதி என்னும் நூல்களை இயற்றினார்.

சலச லோசனச் செட்டியார் (1876-1897) - இவர், திருவெவ்வளூர் இராமசாமி செட்டியார் என்னும் புலவரின் மகனார். இராமசாமி செய்டியார் திருவிடை மருதூர்க் கலம்பகம், திருக்கழுக்குன்றக் கலம்பகம் முதலிய நூல்களை இயற்றியவர். இவருடைய மகனாராகிய சலசலோசனச் செட்டியார் இளமையிலேயே கவிபாடும் ஆற்றல் பெற்றிருந்தார். இளமையில் தந்தையாரிடம் கல்வி பயின்றபிறகு. சென்னைக் கிறிஸ்துவக் கல்லூரியில் கல்வி பயின்றார். அக்காலத்தில் அக்கல்லூரித் தலைமைத் தமிழாசிரியராக இருந்த பரிதிமாற் கலைஞர் என்னும் சூரியநாராயண சாஸ்திரியாரிடம் தமிழ் கற்றார். ஆசிரியருக்கும் மாணவருக்கும் நெருங்கிய தொடர்பு இருந்தது.

பரிதிமாற் கலைஞர், தம் தமிழாசிரியராகிய மதுரைச் சபாபதி முதலியார் இயற்றிய குளந்தை வடிவேலன் பிள்ளைத்தமிழை அரங்கேற்றுவதற்காக வடகரை ஜமீன்தார் இராமபத்திர நாயுடு அழைப்பிற்கிணங்கி பெரியகுளம் சென்றார். சென்றவர், ஜமீன்தாரின் வற்புறுத்தலினால் அங்கேயே சில நாட்கள் தங்கிவிட்டார். அப்போது, மாணவராகிய சலசலோசனர், விரைவில்

வரவேண்டும் என்னும் குறிப்புடன் தமது ஆசிரியருக்கு ஒரு வெண்பா எழுதி அனுப்பினார். அந்த வெண்பா இது:

"செல்வமலி குளந்தைச் சேயின் தமிழ்விரிப்பச்
செல்வலெனச் சென்றாய் தேசிகவான்-கல்விவயிற்
போந்தவன் தாழ்ப்பப் புலம்புகொண் டிற்கணுறை
ஏத்திழையை நேர்குவல்யான் எண்"

இவர் இயற்றிய நூல்கள்: திருவெவ்வளூர் வினாயகர் மீது பதிகம், சாவித்திரி சரிதை, சரசாங்கி என்பன. சரசாங்கி என்பது, ஷேக்ஸ்பியர் என்னும் நாடகக் கவிஞர் ஆங்கிலத்தில் எழுதிய சிம்பலின் என்னும் நாடகத்தைத் தழுவித் தமிழ் நடைக்கேற்ப அமைத்து எழுதப்பட்டது. சலசலோசனர் தாம் எழுதிய சரசாங்கி நாடகத்தைப் பம்மல் சம்பந்த முதலியாருடன் சேர்ந்து நடித்தார்.

இவர் தமது இருபத்தொன்றவது வயதில் காலஞ் சென்றது வருந்தத்தக்கது. இவர் காலஞ்சென்றது பற்றி இவரது ஆசிரியர் பரிதிமாற் கலைஞர் இவர். மீது ஐந்து கையறுநிலைச் செய்யுட்கள் பாடினார். அவற்றில் இரண்டு செய்யுட்கள் இவை:

"பொன்மலருங் கொன்றைப் புனிதமுடி யைங்கரன்மேல்
சொன்மலருஞ் செந்தமிழிற் றூயபதி கம்புகன்று
தென்மலருஞ் சாவித் திரிசரிதை செய்தோனே
கன்மவசந் தானோ கடிதிற் பிரிந்தனையே!
கஞ்சமலர்க் கண்ணா கடிதிற் பிரிந்தனையே!!"

"பேணிமுகில் போல்வார்சொல் பெற்றுவக்கும் சாதகமே யாணர்நூல் நாண்மலரின் இன்தேன் உணுஞ்சுரும்பே மாணெழில்சேர்ந் தோங்கு மதியே இயற்றமிழின்
மாணவர்தங் கண்ணே மறந்தெங்ஙன் ஏகினையோ!
மாமுளரிக் கண்ணா மறந்தெங்ஙன் ஏகினையோ!!"

அப்துல் காதிறு ராவுத்தர் (1877-?)

இளையான்குடிக்கு அருகில் உள்ள சோதுகுடி என்னும் ஊரில் பிறந்தவர். குலாம் காதிறு நாவலரிடம் தமிழ் பயின்றார். ஆங்கிலமும் கற்றவர். மதுரைத் தமிழ்ச்சங்கப் புலவராக இருந்தார். செய்யுள் இயற்ற வல்லவர். இவர் இயற்றிய நூல்கள்: மகுமூது பஞ்சரத்தினம், நாமகள் நவமணிமாலை, சோதுகுடிச் சிங்காரவழி நடைச்சிந்து, கட்டோம்பு அத்திவா வழிநடைச்சிந்து நாகூர் நாயகர் கீர்த்தனாரத்தினம்.

மு. ரா. கந்தசாமிக் கவிராயர் (?-1918) - முகவூர் இராமசாமிக் கவிராயரின் மூன்றாவது மைந்தர் இவர். தம் தந்தையாரிடத்திலும் திருவாவடுதுறை ஆதீனத்து நமச்சிவாயத் தம்பிரானிடத்திலும் கல்வி பயின்றார். உடுமலைப்பேட்டையில் போர்டு உயர்நிலைப் பள்ளியில் தமிழாசிரியராக இருந்தார். பிறகு, மதுரையில் 'விவேகபாநு' அச்சுக்கூடத்தையும் 'விவேகபாநு' பத்திரிகையையும் நடத்தினார். மகாவித்துவான் மீனாட்சி சுந்தரம்பிள்ளையின் நண்பர். இவர் இயற்றிய நூல்கள்: அரிமழத் தலபுராணம், கருமலையாண்டவர் துதி மஞ்சரி, குமண சரித்திரம், திருப்போரூர்த் திரிபந்தாதி, தனிச் செய்யுட் சிந்தாமணி, பலாநிவேத நாயகியம்மை பிள்ளைத்தமிழ், வியாசத்திரட்டு (இரண்டு பாகம்) கம்பராமாயணம் ஆரணியகாண்ட உரை.

வேங்கடரமண தாசர் (?-1900) - கோயமுத்தூருக்கு வடக்கேயுள்ள சாமக்குளம் இவருடைய ஊர், கோயமுத்தூர் கந்தசாமி முதலியாரின் மாணவர். கந்தசாமி முதலியார் எழுதிய கிள்ளைவிடு தூது என்னும் நூலுக்கு மறுப்பாகக் கிறிஸ்துவர் சிலர் பிள்ளைவிடுதூது என்னும் நூலை வெளியிட்ட போது. அப்பிள்ளைவிடு தூதுக்கு மறுப்பாக வேங்கடரமணதாசர். "பிள்ளைவிடுதூது ஆபாச விளக்கம்' என்னும் நூலையும் 'சிசு தௌத்திய திரணசண்டமாருதம்' என்னும் நூலையும் எழுதினார், கந்தசாமி முதலியார் இயற்றத் தொடங்கிய கொடுமுடிப் புராணம் நிறைவேறாமற் போனதை இவர் பாடி முடித்து நிறைவேற்றினார்.

கார்த்திகேய முதலியார் (?-1907) - காஞ்சிபுரத்துக்கு அடுத்த மாகறல் இவர் ஊர், கிண்டி தியாலஜி கல்லூரியில் தமிழாசிரியராக இருந்தார். கச்சி இதழகல் அந்தாதி, மொழிநூல் என்னும் நூல்களை இயற்றினார்.

இராமலிங்க சுவாமிகள் (1851?-1906) - ஈசானிய மடம் இராமலிங்க சுவாமிகள் என்று கூறப்படுவார். தில்லை ஈசானிய மடத்தில் இருந்தவர். பாடம் சொல்லுவதிலும் உரை எழுதுவதிலும் சொற்பொழிவு செய்வதிலும் வல்லவர். பூண்டி அரங்கநாத முதலியாரின் நண்பர். நால்வர் நான்மணிமாலைக்கும் பழமலையந்தாதிக்கும் உரை எழுதினார்.

குமரகுருபரர் பிரபந்தத் திரட்டு, சிவப்பிரகாச சுவாமிகள், பிரபந்தத்திரட்டு, திருவிளையாடற்புராணம், சீகாளத்திப் புராணம், முருகேசர் முதுமொழி வெண்பா முதலிய நூல்களை அச்சிற்பதிப் பித்தார்.

சுப்பராய செட்டியார் (?-1894) - இவர், சோடசாவதானம் சுப்பராய செட்டியார் என்று கூறப்படுவார். இவர் பாலக்கரை வீரராகவ செட்டியார் என்னும் வித்துவானுடைய மகனார். திரிசிரபுரத்தில் இருந்தவர். மகாவித்துவான் மீனாட்சிசுந்தரம் பிள்ளையவர்களின் மாணவர். பிள்ளையவர்களின் நண்பராகிய புரசை அஷ்டாவதானம் சபாபதி முதலியார், திரிசிர புரத்தில் தங்கியிருந்தபோது, அவ்வூர்ப் பிரபுக்களும் வித்துவான்களும் முதலியார் அஷ்டாவதானம் செய்வதைப் பார்க்க விரும்பினார்கள். அவர்கள் விருப்பத்தை மகாவித்துவான் பிள்ளையவர்கள் முதலியாரவர்களுக்குத் தெரிவித்த-

போது, அவரும் அதற்கு இசைந்து அஷ்டாவதானம் செய்து காட்டினார்.

அதைக் கண்ட பிரபு ஒருவர், உங்கள் மாணவரை அவதானம் செய்யப் பழக்கமுடியுமா என்று மகாவித்துவானைக் கேட்க, அவர்கள் தம் மாணவராகிய சுப்பராய செட்டியாரைப் பதினாறு அவதானம் செய்யப் பழக்கிச் சபை கூட்டி அவதானம் செய்வித்துச் சோடசாவதானி என்னும் பட்டத்தையும் வழங்கினார். அதுமுதல் சோடசாவதானம் சுப்பராய செட்டியார் என்று பெயர் பெற்றார். சுப்பராய செட்டியார் தமது ஆசிரியருக்கு எழுதும் கடிதங்கள் ஒவ்வொன்றிலும் குரு வணக்கமாக ஒவ்வொரு செய்யுளை எழுதுவது வழக்கம்.

சுப்பராய செட்டியார் சென்னை அரசாங்கத்து நார்மல் பாடசாலைத் தமிழ்ப் புலவராக இருந்தார். விரிஞ்சேகர் சதகம் என்னும் நூலை இயற்றினார். இந்நூலுக்கு இவருடைய ஆசிரியரான மகா வித்துவான் மீனாட்சிசுந்தரம் பிள்ளையவர்கள் அளித்த சிறப்புப் பாயிரம் இது:

மாமேவு கற்பகப் பூந்தளிரும் நறுமலரும் வாட்டமற்றொளிர
வான்மெல்
மாலென வுயர்ந்துதழை சோலைபுடை சூழும்வள
வாணியம் பதிதழைப்பப்
பூமேவு மொருபாற் பசுங்கொடி தழைப்பவளர் பொற்றரு
வினிற்றழைத்த
பூரணி யிடப்பரம காரணர் விரிஞ்சேசர் பொன்னங்
கழற்கணியெனப்
பாமேவு மொருசதகம் இனிது பாடுகவெனப் பரவுதம்பா
லேற்றவர்
பாலெவ மேற்பவருள் மால்வேங்க டப்பமுகில் பரிவுற்று
வந்துகேட்பத்
தூமேவு சொற்பொருள் நயம்பெறச் செய்தனன் துதிவீர
ராகவப்பேர்த்
தூயனருள் மைந்தன்நய மிகுசோட சவதானி சுப்பராயப்
புரவலனே

சுப்பராய செட்டியார், பரஞ்சோதி முனிவர் இயற்றிய திருவிளையாடற் புராணத்துக்கு உரை எழுதினார். கம்பராமாயணம் அயோத்தியா காண்டத்திற்கு உரை எழுதினார். சந்தணபுரி என வழங்கும் எயினனூர் ஆதிபுர தலபுராணத்தை இயற்றினார். பதினோராந்திருமுறை முழுவதையும், பல பிரதிகளைக் கொண்டு பரிசோதித்து முதன்முதலாக அச்சிட்டார் (1869). மகாவித்துவான் பிள்ளையவர்கள் இயற்றிய மாயூரப் புராணத்தையும், நாகைக் காரோணப் புராணத்தையும் அச்சிட்டார். காஞ்சிப் புராணத்துக்கும், புவியூர் வெண்பாவுக்கும் உரை எழுதி அச்சிற் பதிப்பித்தார். காங்கேயேன் உரிச்சொல் நிகண்டு,

சிதம்பரசுவாமி இயற்றிய திருப்போரூர் சந்நிதிமுறை என்னும் நூல்களையும் அச்சிற் பதிப்பித்தார்.

இதுவரையில் 19-ஆம் நூற்றாண்டில் இருந்த புலவர்களின் வரலாற்றைச் சுருக்கமாகக் கூறினோம். அவர்கள் பிறந்த ஆண்டு, இறந்த ஆண்டுகள் தெரிந்தமையால் கூடியவரையில் அவர்களை ஆண்டுக் கணக்குப்படி வரையறுத்து முறைப்படுத்தி எழுதினோம். பிறந்த ஆண்டும்மறைந்த ஆண்டும் தெரியாத புலவர்களைப்பற்றி, 19— ஆம் நூற்றாண்டில் இருந்தவர்கள் -, அகர வரிசையில் இங்கு எழுதுகிறோம்.

அப்பாவுப் பிள்ளை - திரிசிரபுரத்தில் இருந்தவர். இவரைப் பற்றி ஒன்றும் தெரியவில்லை. சித்திராங்கி விலாசம் (1886), நன்னெறி சத்தியாஷை அரிச்சந்திர விலாசம் (1890), நூதன புகழேந்தி சபா (1893) என்னும் நூல்களை எழுதினார்.

அப்பாவு முதலியார் - 19-ஆம் நூற்றாண்டில் இருந்தவர். முடிச்சூர் இவருடைய ஊர். இவர் இயற்றிய நூல்கள்: குமரேசவிசயம், தென்னாசாரியப் பிரபாவத் தீபிகை, சற்சம்பிரதாய தீபிகை, விட்டுணு தத்துவ விளக்கம், இராமாநுச நூற்றந்தாதிக்கு உரை எழுதினார்.

அண்ணாமலை ரெட்டியார் - 19-ஆம் நூற்றாண்டின் பிற்பகுதியில் இருந்தவர். பாண்டி நாட்டுக் கரிவலம்வந்த நல்லூருக்கு அடுத்த சென்னிக்குளம் இவருடைய ஊர்: முகவூர் மீனாட்சி சுந்தரக் கவிராயரின் மாணவர். ஊற்றுமலை சமீன்தாரின் புலவராக இருந்தவர். இவர் இயற்றிய நூல்கள்: சங்கர நாராயணகோயில் திரிபந்தாதி, நவநீத கிருட்டினன் பிள்ளைத் தமிழ், காவடிச்சிந்து.

ப. அரங்கசாமி பிள்ளை - புதுக்கோட்டை அரசரிடம் வித்துவானாயிருந்த ப. முருகேச கவிராயருடைய தம்பியார் இவர். இவரைப் பற்றிய செய்திகள் ஒன்றும் தெரியவில்லை. திருத்தக்க தேவர் இயற்றிய சீவக சிந்தாமணி காவியத்தின் முதற்பகுதியை (பதுமையார் இலம்பகம் வரையில்) அச்சிட்டார். அதாவது, டாக்டர் உ.வே. சாமிநாதையர் அச்சிடுவதற்குச் சில ஆண்டுகளுக்கு முன்பே அச்சிட்டார். 'இது சென்னபட்டணம் அஷ்டலஷ்மி விலாச அச்சுக்கூடத்தில் சாலிவாகன சகாப்தம் 1805- ஆம் வருஷத்தில் செல்லா நின்ற சித்திரபானு வருசம் பங்குனி மாதம் கி.பி.1883-இல் அச்சிடப்பட்டது.'

சென்னை இராஜதானி வித்தியாசாலைத் தமிழ்த் தலைமைப் பண்டிதராயிருந்த சீனிவாச ராகவாச்சாரியார், சென்னைப் புரசை அஷ்டாவதானம் சபாபதி முதலியார், சருவகலாசாலைத் தலைமைப் புலவர் கோமளபுரம் இராஜகோபாலபிள்ளை, திரிசிரபுரம் மகாவித்துவான் மீனாட்சிசுந்தரம்பிள்ளை மாணாக்கர் வேங்கட சுப்புபிள்ளை ஆகியோர் இந்தப் பதிப்புக்குச் சாற்று கவிகள் வழங்கியிருக்கிறார்கள்.

அரிகிருட்டின படையாட்சி - இவர் வரலாறு தெரியவில்லை. "தமிழ் சுருக்கெழுத்து" என்னும் நூலை எழுதி கும்பகோணத்தில் 1898-இல் அச்சிற்

பதிப்பித்தார்.

அனந்த தேவன் - உத்தர ராமாயணத்தை எழுதியவர் இவர். இந்த நூலைக் கும்பகோணம் சாரங்கபாணி பெருமாள் கோவில் சிங்கார மண்டபத்தில் கலி ஆண்டு 4910-இல் (கி.பி. 1810-இல்) அரங்கேற்றினார் என்று கீழ்க்கண்ட செய்யுளினால் தெரிகிறது.

கவிதிலகர் வான்மீகி சொலு மிராம
காதை யேழாங் காண்டம் நாடகமாய்ச் செய்தே
நவி லெழுபதுக் கெழுப தேழு மூன்றா
நல்ல கலியாண்டு கன்னி மதிப் பூசத்தில்
புவி புகழுங் குடந்தைக் கோமள வல்லிப்
பொன்புணரு மெங்கள் சாரங்கபாணி கோயிற்
கவிவாதி சிங்கார மண்டபத்தின் முன்னே
கவியனந்த தேவ னரங் கேற்றினானே.

இந்நூல் சென்னை அரசாங்கத்துக் கீழ்நாட்டுக் கையெழுத்துப் புத்தக சாலையில் இருக்கிறது.

ஆறுமுகத் தம்பிரான் - சோழநாட்டுக் கருவூரில் பிறந்தவர். தருமபுர ஆதீனத் தம்பிரான்களில் ஒருவர். தருமபுர மாகவித்துவான் என்னும் சிறப்புப் பெயர் உள்ளவர். தென்னாடு, வடநாடு, ஈழநாடு என்னும் நாடுகளில் தலயாத்திரை செய்தவர். இவர் எழுதிய பெரிய புராண உரை 1885- 1889-ஆம் ஆண்டுகளில் அச்சிடப்பட்டது.

சென்னையில் இவர் தங்கியிருந்தபோது வெஸ்லியன் மிஷன் பாதிரிமாரால் ஞானஸ்னானம் பெற்றுக் கிறிஸ்துவரானார். இது நிகழ்ந்தது கி.பி. 1836-ஆம் ஆண்டில். கிறிஸ்துவர் ஆன பிறகு இவருக்கு வெஸ்லி அப்ரகாம் என்று பெயர் ஏற்பட்டது. கிறிஸ்துவர் ஆனபிறகு இவர் எழுதிய நூல்கள்: அஞ்ஞானக்கும்மி, அஞ்ஞானம், இரட்சகர் அவதாரம், செகவுற்பத்தி, நரகம், மோட்சம், வாழ்த்து.

ஆறுமுகம் பிள்ளை - பூலாருசுவாமிப் பிள்ளையின் மகனார் இவர், இவரைப் பற்றிய செய்திகள் தெரியவில்லை. அரிச்சந்திர வெண்பா, மதுரை யமகவந்தாதி முதலிய நூல்களை இயற்றியுள்ளார். இவர் இயற்றிய அரிச்சந்திர வெண்பா, பச்சையப்பன் கல்விச்சாலையில் தமிழ்த் தலைமைப் புலமை நடாத்திய திருமயிலை முருகேச முதலியாரால் 1884-ஆம் ஆண்டில் அஷ்டலக்ஷ்மி விலாச அச்சுக்கூடத்தில் பதிப்பிக்கப்பட்டது.

இராமச்சந்திர கவிராயர் - இவரூர் இராசநல்லூர் சென்னைப்பட்டினத்தில் வாழ்ந்தார். சென்னைக் கல்விச் சங்கத்துப் போர்டு மெம்பரும் தமிழ் அறிஞருமான எல்லிஸ் துரையின் நண்பர். எல்லிஸ் துரையவர்கள் இவர்மேல் ஒரு செய்யுள் இயற்றினார். என்பதை முன்னமே கூறியுள்ளோம். மேற்படி கல்விச்

சங்கத்தின் தமிழ்ப் புலவராக இருந்தார். அச்சங்கத்தில் மற்றொரு புலவரான தாண்டவராய முதலியாரும் இவரும் சேர்ந்து வீரமாமுனிவர் இயற்றிய சது-ரகராதியை 1824-ஆம் ஆண்டில் முதன் முதலாக அச்சிற் பதிப்பித்தார்கள். இதனைப் பின்வரும் வாக்கியங்களினால் அறியலாம்.

"பின்னர்,

தோலா விறலுள கோலா னரசுசெய்
மேலா னிசை திகழ் நாலாம் ஜார்ஜ் நாளில்
நன்றா மனுமுறை குன்றா வகையிவண்
மன்றோ வதிபதி நின்றாளுகையில்.

கிறிஸ்து 1872-ஆம் வருஷத்துக்குச் செல்லாநின்ற சகவருஷம் 1746-இல் நிகழா நின்ற தாரண வருஷத்தில் மேற்சொல்லிய சங்கத்துத் தலைவராகிய ஸ்ரீ ரிச்சார்டு கிளார்க்குத் துரையவர்களனு மதிப்படி தமிழ்ச் சங்கத்தலைமைப் புலமை நடத்துந் தமிழ்ப் பண்டிதர்களாகிய தாண்டவராய முதலியார், இரா-மச்சந்திர கவிராயர் இவர்களால் சதுரகராதியில் மற்றைப் பெயர் தொகை தொடை என்னுமிம் மூன்றகராதிகளும் பரிசோதிக்கப்பட்டுக் கல்விச் சங்கத்துத் துரைகளால் மேற்சொல்லிய சென்னைச் சங்கத்தி லச்சிற் பதிப்பிக்கப்பட்டன." (1860-இல் அச்சிடப்பட்ட சதுரகராதி முகவுரை.)

இராமச்சந்திர கவிராயர் சகுந்தலை விலாசம், தாருக விலாசம், இரங்கூன் சண்டைநாடகம், இரணிய வாசகப்பா, மகாபாரத விலாசம் என்னும் நூல்-களை இயற்றினார். இவர் இயற்றிய சகுந்தலை விலாசத்தை G. Deverze என்பவர் 1886-87-இல் பிரெஞ்சு பாஷையில் மொழிபெயர்த்தார்.

இராமசாமி ஐயர் - இசைப்புலவராக இருந்த மகா வைத்தியநாத ஐயரின் தமயனார் இவர். இயற்றமிழ் இசைத் தமிழ்ப் புலவராக இருந்தவர். இவர் இயற்றிய நூல்கள்: திருச்செந்தில் சந்தவிருத்தம். திருச்செந்தில் யமக வந்-தாதி, பெரிய புராணம் கீர்த்தனை, பார்வதி சரித்திரக் கீர்த்தனை பெரிய புரா-ணக் கீர்த்தனையைத் திருவாவடுதுறை மடத்தில் அம்பலவாண தேசிகர், சுப்-பிரமணிய தேசிகர், மகாவித்து வான் மீனாட்சிசுந்தரம் பிள்ளை முதலியோர் முன்னிலையில் இவர் அரங்கேற்றினார்.

இராமசாமி செட்டியார் - இவரது ஊர் திருவெவ்வளூர் (திருவள்ளூர்.) சலசலோசனச் செட்டியாரின் தந்தையார் இவர். திருவிடைமருதூர்க் கலம்ப-கம், திருக்கழுக் குன்றக் கலம்பகம் என்னும் நூல்களை இயற்றியுள்ளார்.

இராமாநுச நாவலர் - புதுச்சேரியில் பிறந்தவர். இவரைப் பற்றிய செய்தி-கள் தெரியவில்லை. இவர் இயற்றிய நூல்கள்: சுதரிசன கிரிப் புராணம், ஸ்ரீ முஷ்ணப் புராணம், திருச்சித்திரகூட புராணம், புருடார்த்த தீபிகை என்னும் பால வினாவிடை, வைணவ தத்துவம், வைராக்கிய சூரியோதயம், தேசிகன் திருப்பதிகம், மணவாள மாமுனிகள் திருப்பதிகம் எதிராச சதகம், ஆழ்வார்

பஞ்சரத்தினம், வரதராசப் பெருமாள் பதிற்றுப்பத்தந்தாதி கூரத்தாழ்வார் பிரபாவம், போற்றித் திருப்பதிகம் முதலியன.

இலிங்கப்ப ஐயர் - உத்தமதானபுரம் இவர் ஊர். கம்பராமாயணச் சொற்பொழிவு செய்வதிலும் இசைப்பாட்டு பாடுவதிலும் வல்லவர். சுவாமிமலை முருகக்கடவுள்மீது குறவஞ்சி நாடகம் இயற்றியுள்ளார்.

உவின்ஸ்லோ ஐயர் - ஐரோப்பியர். பாதிரியாராக இருந்து யாழ்ப்பாணத்திலும் சென்னையிலும் கிறிஸ்து சமயத்தொண்டு செய்தவர். 1823 முதல் 1840 வரையில் தமிழில் பல துண்டுப் பிரசுரங்கள் எழுதி அச்சிட்டார். உவின்ஸ்லோ தமிழ் - ஆங்கில அகராதியை எழுதி 1862-இல் அச்சிற்பதிப்பித்தார்.

ஏகாம்பரப் புலவர் - யாழ்ப்பாணத்து உடுப்பிட்டியைச் சேர்ந்த வல்லிபட்டித் துறை இவரது ஊர். யாழ்ப்பாணத்திலிருந்த சேனாதிராய முதலியாரிடத்திலும் சென்னையில் இருந்த திருத்தணிகை விசாகப் பெருமாளையரிடத்திலும் கல்விகற்றார். கந்தரந்தாதிக்கு உரை எழுதியிருக்கிறார்.

இராஜராம் கோவிந்த ராவ் - இவர் தஞ்சாவூர் மராட்டிய அரசரின்கீழ் அலுவல் செய்த மராட்டிய குடும்பத்தினர். மராட்டிய பாஷையிலிருந்த வடநாட்டுப் பக்தர்களின் சரிதங்களைத் தமிழில் செய்யுளாக இயற்றி ஸ்ரீபக்தலீலாமிர்தம் என்னும் பெயருடன் வெளியிட்டார். புண்டலீகர், ஜயதேவர், துளசி தாசர், நாமதேவர், கபீர்தாசர் முதலாக சக்குபாயி, குபாகும்பார், கமலாகரர், துக்காராம் இறுதியாக எண்பத்திரண்டு பக்தர்களின் சரிதங்கள் இதில் கூறப்படுகின்றன. 5397 செய்யுட்களைக் கொண்ட நூல்.

இந் நூல், 1888-ஆம் ஆண்டு, இந் நூலாசிரியரின் தம்பியாகிய மாதுசாமி சூரியவம்சி அவர்களால் தமது தஞ்சை 'திவாகர முத்திராட்சரசாலையில்' பதிப்பிக்கப்பட்டது. திரிசிரபுரம் தமிழ்த் தலைமைப் புலவராகிய மாகவித்துவான், வீ. கோவிந்த பிள்ளை அவர்களால் பார்வையிடப்பட்டு, தஞ்சை மாநகர் தமிழ்த் தலைமைப் புலவராகிய மதுரை முத்து உபாத்தியாயர் அவர்களால் 'ஒருவாறு பார்வையிடப்பட்டு' அச்சிடப்பட்டது.

(இந் நூலுக்குச் சாற்றுகவி கொடுத்தோர்: இயற்றமிழாசிரியராகிய திரிசிரபுரம் மகாவித்துவான் வீ. கோவிந்த பிள்ளை அவர்கள், தஞ்சை மாநகரத்துத் தலைமைப் புலவராகிய மகாவித்துவான் மதுரை முத்து உபாத்தியாயர் அவர்கள், தஞ்சை மாநகரம் சதாவதானம் சுப்பிரமணிய ஐயரவர்கள், தஞ்சை மகாராஜா அவர்கள். மந்திரியாகிய பெரியண்ணாவென்னும் வேங்கடதாசர், வல்லம் மகாவித்துவான் சரவண உபாத்தியாயர் அவர்கள். தஞ்சை மாநகரம் மகாவித்துவான் மதுரை முத்து உபாத்தியாயர் சீடர்களான கோவிந்தசாமிபிள்ளை முன்ஷி கோதண்டராம பிள்ளை, தஞ்சாவூர் எஸ். பி. ஜி பாடசாலைத் தமிழாசிரியர் இராமையா வஸ்தாது, இரோஜிராவ் மகாவித்துவான் கோவிந்தசாமி பிள்ளை அவர்கள் குமாரர் மகாவித்துவான் முன்ஷி நாராயணசாமி பிள்ளை, முத்தாம்பாள்புரம் சத்திரம் மகாவித்துவான் வீராசாமி

உபாத்தியாயர், நாத்தூர் சுப்பு மூவரயர் புத்திரர் நல்லமுத்து என்கிற ராமநுஜதாசர் ஆகிய இவர்கள்.)

கந்தசாமிப் பிள்ளை (ச.மு.) - தென் ஆர்க்காடு மாவட்டம் காரணப்பட்டு கிராமத்தில் பிறந்தவர். வடலூர் இராமலிங்க சுவாமியுடன் நெருங்கிப் பழகியவர். இவர் இயற்றிய : வள்ளலார் வரலாறு, சுந்தர வினாயகர் மாலை, சாமிமலை கோடச வெண்பா, சாமிமலை வெண்பா, குருநேச வெண்பா, கொலை மறுத்தல், அருட்பிரகாசர் அற்புத அந்தாதி, நன்னிமித்தம் பராவல், உத்தரஞான சிதம்பர நாமாவளி, பாதார்ச்சனைக் கீர்த்தனை முதலியன.

கனகசபை நாயகர் - பொன்னப்ப நாயகரின் புத்திரர். புரசைப்பாக்கம் அஷ்டாவதானம் சபாபதி முதலியாரின் மாணாக்கர். காஞ்சிபுரத்திலிருந்த சில கனதனவான்கன் விரும்பியபடி சில நூல்களை இயற்றினார். அவை காமாட்சியம்மையார் தோத்திரம், கருக்கமர்ந்தாள் பதிகம், மஞ்சணீர்க் கரை காளிமாதேவியார் பதிகம், சந்தைவல்லியம்மன் பதிகம், நுங்கம் பாக்கம் கருக்கமர்ந்தாள் பதிகம், சத்தித் திருவேகம்பர் சந்தப்பதிகம். இந் நூல்கள் 1876-ஆம் ஆண்டில் சென்னை மெமோரியல் அச்சுக்கூடத்தில் அச்சிடப்பட்டன.

கவிராச நெல்லையப்ப பிள்ளை
கவிராச ஈசுரமூர்த்தி பிள்ளை

19-ஆம் நூற்றாண்டில் திருநெல்வேலியில் வாழ்ந்திருந்தவர்கள். வித்துவான் பரம்பரையைச் சேர்ந்தவர்கள். இருவரும் சகோதரர்கள். இவர்கள் வீட்டில் ஏட்டுச்சுவடிகள் பரம்பரை பரம்பரையாகச் சேர்த்துப் போற்றிப் பாதுகாக்கப்பட்டிருந்தன. அச்சுவடிகளைக் கண்ட டாக்டர் உ.வே. சாமிநாதையர் வியந்து புகழ்ந்திருக்கிறார். தூசி படியாமல் அழகாகவும் ஒழுங்காகவும் ஏட்டுச்சுவடிகள் வைக்கப்பட்டிருந்தனவாம்.

இவர்கள் வீட்டுப் புத்தகசாலையிலிருந்து பல ஏட்டுச் சுவடிகளை உ.வே. சாமிநாதையர் பெற்றுக் கொண்டார். இவர்கள் வீட்டிலேதான் முதன் முதலாகக் "கொங்குவேள் மாக்கதை" என்னும் நூலைக் கண்டாராம். கண்டு, "கொங்குவேள் என்பவருடைய கதையாக இருக்கலாம் என்றெண்ணி அச்சுவடியை வைத்துக் கொண்டேன்" என்னு ஐயர் அவர்கள் தமது சரித்திரத்தில் எழுதியிருக்கிறார். இவர்கள் வீட்டிலிருந்துதான் அய்யர் அவர்கள் பத்துப்பாட்டு, எட்டுத்தொகை முதலிய சங்க நூல்களையும் பெற்றுக்கொண்டார்.

இவர்கள் தங்கள் வீட்டு ஏட்டுச் சுவடிகளைச் சாமிநாதையருக்குக் கொடுத்ததல்லாமல், திருநெல்வேலியிலிருந்த வேறு பல புலவர்களிடமிருந்தும் ஏட்டுச் சுவடிகளை வாங்கிக் கொடுத்தார்கள். இவர்கள் இவ்வாறு செய்த பேருதவிக்காக ஐயரவர்கள் இவர்கள் மீது நன்றி பாராட்டி ஒரு வெண்பா பாடினார். அவ்வெண்பா இது:

"சங்கத் தமிழைத் தளர்வின்றி யான்பெறவே
அங்கங் குடன்வந்து அளித்திட்டோன்-பொங்குபுகழ்
இன்போடு மீசனடி யெண்ணுநெல்லை யப்பனைப்போல்
அன்போ டுதவிசெய்வா ரார்?"

காசி விசுவநாத முதலியார். - சைதாபுரம் என்பது இவர் ஊர். சைதாபுரம் என்பது சென்னைக்கு அருகில் உள்ள சைதாப்பேட்டை போலும். சென்னையில் இருந்தவர். டம்பாச்சாரி விலாசம், தாசில்தார் நாடகம், வேதப்பொருள் விளக்கம், யாப்பிலக்கண வினாவிடை என்னும் நூல்களை இயற்றினார். எடின்பர்க்கு பிரபு வந்தபோது "கும்மிப்பாட்டு" பாடினார் (1870) "கூலிக்கு மாரடிக்கும் கூத்தாடிச்சிகள் நடிப்பு" என்னும் நூலை 1870- இல் இயற்றினார். டம்பாச்சாரி விலாசம் என்பது சென்னையில் இருந்த டம்பாச்சாரி என்பவரின் உண்மை வரலாறு. பிரம்ஹ சமாஜ நாடகம்' என்னும் நூலை 1871-இல் இயற்றினார். இந்நூலுக்கு பூண்டி அரங்கநாத முதலியார் புரசை அஷ்டாவதானம் சபாபதிமுதலியார். வித்துவான் காஞ்சிபுரம் இராமசாமி நாயகர், திரிசிரபுரம் கோவிந்த பிள்ளை முதலியோர் சாற்றுக்கவிகள் வழங்கியுள்ளனர்.

கார்த்திகேயப் புலவர் - யாழ்ப்பாணத்துக் காரைத்தீவு இவர் ஊர், தம் தந்தையாராகிய முருகேசையரிடம் வடமொழியையும், சண்முக உபாத்தியாயரிடம் தமிழும் கற்றார். பின்னர், இருபாலைச் சேனாதிராய முதலியாரிடம் தமிழ் பயின்றார். இவருடைய தந்தையாரான முருகேசையர் "தன்னை யமகவந்தாதி" என்னும் நூலை இயற்றி அதனை முடிக்கும் முன்பே 1830-இல் காலமானார். அவர் முடிக்காமல் விட்டிருந்த முப்பது செய்யுட்களைக் கார்த்திகேயப் புலவர் பாடி முடித்தார். இவர், சிதம்பரம் சென்றிருந்தபோது திருத்தில்லைப் பல் சந்தமாலை என்னும் நூலை இயற்றினார். சி. வை. தாமோதரம் பிள்ளை. மகாவித்துவான் திருமயிலை சண்முகம் பிள்ளை இவர்களுடன் பழகியவர்.

கிருஷ்ணையங்கார் - அஷ்டாவதானம் செய்தவர். முத்துராமலிங்க சேதுபதியின் அரண்மனைப் புலவராக இருந்தார். இவர் இயற்றிய நூல்களாவன: நாலு மந்திரி கதை, பஞ்சதந்திரம், வீரகுமார நாடகம், விட நிக்கிரக சிந்தாமணி.

கிளார்க்கு ஐயர் - ஐரோப்பியர் கிறிஸ்துமத போதகர். தமிழில் சில நூல்களை எழுதியிருக்கிறார். தீர்க்க தரிசன வியாக்கியானம், போதகர் ஒழுக்கம் என்னும் நூல்களை எழுதி 1865-ஆம் ஆண்டில் பாளையங்கோட்டையில் அச்சிற்பதிப்பித்தார். இராமாநுச கவிராயரிடத்தில் தமிழ் கற்றார்.

குமரகுருதாச சுவாமிகள் - இவரூர் பாம்பன். இவர் இயற்றிய நூல்கள். நாலாயிரப் பிரபந்த விசாரம், பரிபூரணானந்த போதம், தகராலயம், திவோத்-

திய சடாச்சரோபதேசம் என்னும் சிவஞான தேசிகம் (1893), இராமசேது மான்மியம் (1897), சுப்பிரமணியம் என்பதைக் குறித்த விசாரம் (1899), திருப்பா (1899) முதலியன.

சரவணப்பொருமாள் கவிராயர் - இவருடைய ஊர் முதுகுளத்தூர். அஷ்டாவதானம் செய்தவர். இராமநாதபுரம் சோமசுந்தரம் பிள்ளையிடம் கல்வி பயின்றார். முத்துராமலிங்க சேதுபதியின் அவைப்புலவராக இருந்தார். சேதுபதி யமைச்சர் முத்திருளப்பப்பிள்ளைமீது காதல் பிரபந்தம் பாடினார். பணவிடு தூது, அசுவமேத யாக புராணம், வினாயகர் திருமுக விலாசம் என்னும் நூல்களை இயற்றினார். இவர் பாடிய "ஆரடி வீதியில்" என்னும் பாட்டு இனிமையுடையது என்பர்.

கோபாலகிருஷ்ண பாரதி - நாகைப்பட்டினத்துக்கு அடுத்த நரிமணம் என்னும் ஊரில் பிறந்தவர்: இசைக்கலையில் வல்லவர்: இசைப்பாட்டுக்கள் இயற்று வதிலும் வல்லவர். மகாவித்துவான் மீனாட்சிசுந்தரம் பிள்ளை, மாயூரம் வேதநாயகம் பிள்ளை. திருவையாறு தியாகையர் முதலியவர்களிடம் பழகியவர். இவர் இயற்றிய நூல்கள்: நந்தனார் சரித்திரக் கீர்த்தனை, திருநீலகண்ட நாயனார் கீர்த்தனை, இயற்பகை நாயனார் சரித்திரக் கீர்த்தனை.

சரவணப் பெருமாளையர் - திருத்தணிகை சரவணப் பெருமாளையர் என்று கூறப்படுவார். விசாகப் பெருமாளையர் இவருடைய தமையனார். இவ்விருவரும் திருத்தணிகை கந்தப்பையரின் பிள்ளைகள். வீரசைவ மரபினர். இவர்களுக்கு விசாகப்பெருமாள் சரவணப்பொருமாள் என்று பெயர் இட்டதற்கு ஒரு காரணம் கூறுவது உண்டு. அது என்ன வென்றால் கூறுதும்:

திருத்தணிகை கந்தப்பையர் திருத்தணிகையில் வாழ்ந்திருந்தார். இவர் வீரசைவர். இவருக்கு இரண்டு மனைவியர் உண்டு. இவர்களுக்குப் பிள்ளைப் பேறில்லாமையால் திருத்தணி முருகனை வேண்டிக் கொண்டனர். பிள்ளைப்பேறுண்டாகவில்லை. பிறகு இவ்விருமனைவியரும் திருப்பதிப் பெருமாளை வேண்டிக் கொண்டனர். பிறகு இவர்களுக்குப் பிள்ளைப்பேறுண்டாயிற்று. பிள்ளைகளுக்குப் பெயரிடும்போது தணிகைமலை முருகன் பெயரைச் சூட்டக் கந்தப்பையர் விரும்பினார். ஆனால், மனைவிமார் அதற்கு இணங்கவில்லை. திருமால் திருவருளால் பிறந்த பிள்ளைகள் ஆதலால் பெருமாள் பெயரைச் சூட்டவேண்டும் என்று பிடிவாதம் செய்தார்கள். வீரசைவராகிய கந்தப்பையர் என்ன செய்வதென்று சிந்தித்தார்.

மனைவியரையும் திருப்திப் படுத்தித் தமது சைவக்கொள்கை யையும் நிலைநிறுத்தி அப்பிள்ளைகளுக்குச் சரவணப்பெருமாள், விசாகப் பெருமாள் என்று பெயரிட்டார். சரவணன், விசாகன் என்பன முருகனுடைய பெயர்கள், பெருமாள் என்பது சிறப்பாகத் திருமாலுக் குரியபெயர். ஆனால், அப்பெயர் முருகனுக்கும் வழங்குவது உண்டு. திருப்புகழ்ப் பாக்களில் முருகன், பெருமாள் என்று கூறப்படுவது காண்க, பெருமாள் என்னும் பெயரைச் சூட்டியபடியால் மனைவியர் மகிழ்ச்சியடைந்தார்கள். முருகன் பெயரைச் சூட்டியபடி-

யால் கந்தப்பையர் மகிழ்ச்சியடைந்தார்.

சரவணப்பெருமாளையர், இயற்றமிழாசிரியர் இராமாநுச் கவிராயரிடம் கல்வி பயின்றார். இவர் இயற்றிய நூல்கள்: குளத்தூர்ப் புராணம், கோள-தீபிகை, அணியியல் விளக்கம். இயற்றமிழ்ச் சுருக்கம், இலக்கணச் சுருக்க வினாவிடை. திருவாசகத்தை அச்சிற் பதிப்பித்தார். 1857, நைடதத்தை 1842-இல் அச்சிற்பதிப்பித்தார்.

வாக்குண்டாம், நல்வழி இரண்டுக்கும் உரை எழுதினார் (1841); பழம-லையந்தாதிக்கு உரை எழுதினார்: (1832), திருக்குறளுக்கும் உரை எழுதி-னார் (1875), திருவள்ளுவமாலை நாலடி நானூறு, திருவெங்கைக் கோவை என்னும் நூல்களுக்கும் உரை எழுதினார். நைடதம் (கைக்கிளைப் படலம் வரையில்), பிரபுலிங்கலீலை (மாயை யுற்பத்திப் படலம் வரையில்) இவற்-றுக்கும் உரை எழுதினார்.

(குறிப்பு: இவர் முடிக்காமல் விட்ட உரைகளை இவருடைய மகனாரான கந்தசாமி ஐயர் உரை எழுதி முற்றுவித்தார். நைடதம் (மாலைப்படலம் முதல் இறுதி வரையிலும்), பிரபுலிங்கலீலை (மாயை பூசைகதி முதல் வசவண்ணர் வந்தகதி வரையில்) இவைகளுக்கு உரை எழுதினார். அன்றியும் கந்தசாமி ஐயர் திருவாதவூரர் புராணத்திற்கும் உரை எழுதினார்.)

சாமிநாதப் பிள்ளை - புதுவை வித்துவான் சாமிநாதப்பிள்ளை புதுச்சேரி-யில் பிறந்தவர், R. C. எல்லிஸ் துரைக்குத் தமிழாசிரியர். ஞானாதிக்கராயர் காப்பியம் என்னும் நூலைச் செய்யுளாக இயற்றினார். சேசு நாதர் பிள்ளைத் தமிழையும் இயற்றினார். சேசுநாதர் பிள்ளைத்தமிழ், தஞ்சைமாநகரம் வித்து-வான் அருளப்ப முதலியாரால் 1864-ஆம் ஆண்டில் சென்னையில் அச்சி-டப்பட்டது.

சிதம்பா சுவாமிகள் - திருப்போரூர் சரவண தேசிகரின் மாணவர் இவர். இவர் இயற்றிய நூல்கள், குமாரதேவர் நெஞ்சுவிடுதூது, குயிற்பத்து, மீனாட்-சியம்மை கலிவெண்பா, பஞ்சாதிகார விளக்கம், சரவணதேசிகர் கலித்துறை, சரவணதேசிகர் மாலை, சரவணதேசிகர் இரட்டை மணிமாலை, சரவணஞா-னியார் ஒருபா ஒரு பது, சரவணசற்குரு மாலை, தோத்திரப் பிரபந்தத்திரட்டு (1897)

இ. சாமுவேல் பிள்ளை - இவர் வரலாறு ஒன்றும் தெரியவில்லை. இவர், தொல்காப்பிய நன்னூல் என்னும் பெயருள்ள இலக்கண நூலை எழுதி 1858-ஆம் ஆண்டு அச்சிற் பதிப்பித்தார். தொல்காப்பியத்துக்கும் நன்னூ-லுக்கும் உள்ள ஒற்றுமை வேற்றுமைகளை விளக்கிக் கூறுவது இந்நூல். புது-வைத் தமிழ்ப் புலவர் பொன்னுசாமி முதலியார். தரங்காபுரம் சுண்முகக் கவி-ராயர், புரசை அஷ்டாவதானம் சபாபதி முதலியார் முதலியோர் இந்நூலுக்குச் சிறப்புப்பாயிரம் அளித்திருக்கிறார்கள். சாமுவேல் பிள்ளை வேறு நூல்களை-யும் எழுதியிருக்கிறார்.

சிவக்கொழுந்து தேசிகர் - கும்பகோணத்துக்கு அருகிலுள்ள கொட்டையூர் இவருடைய ஊர். கொட்டையூருக்குக் கோடீச்சுரம் என்னும் பெயரும் உண்டு. இவர் சிறந்த புலவர். தஞ்சாவூரை அரசாண்ட மகாராட்டிர மன்னர் மரபினரான சரபோஜி அரசரின் (கி.பி. 1798-1832) அவைப் புலவராக இருந்தார். அக்காலத்தில் சரபேந்திர வைத்திய முறைகள், சரபேந்திரர் வைத்தியம், சரபேந்திரர் சன்னிரோக சிகிச்சைகள் என்னும் வைத்திய நூல்களை எழுதினார். சன்னிரோக சிகிச்சைகள் என்னும் நூல் 1826- இல் இயற்றப்பட்டது.

அக்காலத்தில் அரசாண்ட ஆங்கிலக் கிழக்கிந்தியக் கம்பெனியார் சென்னையில் கல்விச் சங்கம் ஒன்றை நிறுவியிருந்தார்கள், அதில் தமிழ்த் தலைமைப் புலவராக இருந்தவர் தாண்டவராய முதலியார். அச் சங்கத்துக்கு மற்றொரு புலவர் வேண்டியிருந்தமையால், அரசாங்கத்தார் சரபோஜி மன்னருக்குக் கடிதம் எழுதிச் சிவக்கொழுந்து தேசிகரை அனுப்பும்படிக் கேட்டனர். அவ்வாறே மன்னர் அனுப்பி வைத்தபோது சிவக்கொழுந்து தேசிகர் சென்னைக்கு வந்து சங்கத்தின் புலவராக இருந்தார்.

தாண்டவராய முதலியார், காஞ்சிபுரம் சபாபதி முதலியார், திருத்தணிகை சரவணப் பெருமாளையர், விசாகப் பெருமாளையர், இயற்றமிழாசிரியர் இராமாநுசக் கவிராயர் அனந்தபாரதி ஐயங்கார் முதலியோர் இவர் காலத்துப் புலவர்.

திருத்தணிகை விசாகப் பெருமாளையரும் சிவக்கொழுந்து தேசிகரும் சேர்ந்து 1857-ஆம் ஆண்டில் திருவாசகத்தை ஏட்டுச் சுவடியிலிருந்து அச்சிற் பதிப்பித்தார்கள். இதுவே முதன்முதல் அச்சிடப்பட்ட திருவாசகம் போலும்.

சிவக்கொழுந்து தேசிகர் இயற்றிய நூல்கள். திருவிடை மருதூர்ப் புராணம், ஆச்சாபுரத் தல புராணம், கோட்டீசுவரக் கோவை, பெருவுடையாருலா, சரபேந்திர பூபால குறவஞ்சி நாடகம், கோட்டீசுவர உலா, கோட்டீசுவர உலா இப்போது கிடைக்கவில்லை. சிவக்கொழுந்து தேசிகர் 90 ஆண்டு வாழ்ந்திருந்தார்.

சிவசுப்பிரமணியக் கவிராயர் - 19-ஆம் நூற்றாண்டின் முதற்பகுதியில் இருந்தவர், திருநெல்வேலி மாவட்டம் அம்பாசமுத்திரம் தாலூகா கல்லிடைக்குறிச்சி இவருடைய ஊர். சாமிநாதம் என்னும் இலக்கண நூலையும், பொதிகைநிகண்டு என்னும் நிகண்டு நூலையும் இயற்றிய சாமிநாத கவிராயரின் மகனார் இவர். இவர் பூவைப் புராணம் என்னும் புராணத்தை இயற்றி அதனைக் கொல்லம் ஆண்டு 985-இல் (கி.பி. 1810-இல்) அரங்கேற்றினார்.

சின்னைய செட்டியார் - வீர. லெ. சின்னைய செட்டியார் தேவகோட்டையில் பிறந்தவர். திரிசிரபுரம் மகாவித்துவான் மீனாட்சிசுந்தரம் பிள்ளை, வன்றொண்டச் செட்டியார் என்னும் நாராயணச் செட்டியார் முதலியவர்களிடத்தில் தமிழ் பயின்றார். இவர் இயற்றிய நூல்கள் திருவொற்றியூர்ப் புரா-

ணம், குன்றக்குடிப் பிள்ளைத் தமிழ், நகரத்தார் வரலாறு, பிரபஞ்ச பந்தகம், தேவைத் திரிபந்தாதி. தேவைத் திரிபந்தாதியை இவரிடம் ரா. இராகவையங்கார் பாடங்கேட்டார்.

சுப்பிரமணிய ஐயர் - தஞ்சை சதாவதானம் சுப்பிரமணிய ஐயர் என்பது இவர் பெயர். இவர் இயற்றிய நூல்கள். காளையார் கோயிற் புராண வசனம், 1897: காளையார் கோயிற் புராணம், 1899: கோட்டூர்ப் புராணம், 1898, பருவகாலங்களின் வருணனையைப் பழைய நூல்களிலிருந்து தொகுத்துப் 'பருவகால வருணனை' என்னும் பெயருடன் 1904-ஆம் ஆண்டு அச்சிற் பதிப்பித்தார்.

சுப்பிரமணிய பண்டிதர் - ஆயுர்வேத பாஸ்கரர் சுப்பிரமணிய பண்டிதர் என்பது இவரது பெயர். சிதம்பரம் தளவரிசை முத்தைய ஞானியாரின் மகனார். வைத்தியம் பயின்றவர், தைலவருக்கச் சுருக்கம் என்னும் நூலுக்கு உரை எழுதி 1868-ஆம் ஆண்டில் அச்சிட்டார். ஜீவரக்ஷாமிர்தம் என்னும் நூலை 1864- இல் மொழி பெயர்த்து எழுதி அச்சிட்டார் பதார்த்தகுண சிந்தாமணி என்னும் பழைய நூலை 1867-இல் அச்சிட்டார்.

இவர் அச்சிட்ட தைலவருக்கச் சுருக்க உரைப்பதிப்புக்கு. உரையாசிரியராகிய காஞ்சிபுரம் வித்துவான் சபாபதி முதலியார் சிறப்புப் பாயிரம் வழங்கியுள்ளார். மேற்படி நூலுக்குச் சாற்றுகவி வழங்கிய வர்கள் கௌர்ன்மெண்டு யூனிவர்ஸிட்டி பாடசாலைத் தமிழ்த் தலை மைப் புலமை நடாத்திய திருத்தணிகை விசாகப் பெருமாளையர், வித்து வான் காஞ்சிபுரம் சபாபதி முதலியார் மாணாக்கர் அஷ்டாவதனம் சபாபதி முதலியார், பச்சையப்ப முதலியார் தலைமைக் கல்விச்சாலைத் தலைமைப் பண்டிதர் ஆ. சுப்பராய பிள்ளை, சென்னைக் கவர்ன் மெண்டு நார்மல் ஸ்கூல் தமிழ்த் தலைமைப் புலவர் சோமளபுரம் இராசகோபாலப் பிள்ளை, காஞ்சிபுரம் சபாபதி முதலியார் மாணாக்கர் மயிலை மா. சுப்பராய முதலியார், சுப்பிரமணிய பண்டிதர் மாணாக்கர் ஆ.செ. வெங்கடசால முதலியார். எனவே இவர்கள் ஒரே காலத்தில் வாழ்ந்திருந்தவராவார்கள்.

சுப்பிரமணிய பிள்ளை - யாழ்ப்பாணத்து மானிப்பாய் இவர் ஊர். பதார்த்த விஞ்ஞானம் (மெடீரியா மெடிகா அகராதி, யாழ்ப்பாணம் 1887), பாலவைத்தியம் (யாழ்ப்பாணம் 1889), பிரசவ வைத்தியம் (யாழ்ப்பாணம் 1892) என்னும் நூல்களை எழுதியுள்ளார்.

செய்யப்ப முதலியார் - சொர்க்கபுரம் இராமலிங்கத் தம்பிரானிடம் தமிழ் பயின்றார். சென்னை செய்ன்ட்மேரி கல்லூரியில் தமிழாசிரியராக இருந்தார். வெற்றிக்கொடியோன் என்னும் பத்திரிகையின் ஆசிரியராக இருந்தார். தமிழ் வித்தியார்த்தி விளக்கம் என்னும் நூலை 1894-ஆம் ஆண்டில் எழுதி அச்சிட்டார்.

சொக்கலிங்க சிவப்பிரகாசர் - சிதம்பரம் இவரூர். விருத்தாசலம் முத்தையா சுவாமிகளிடம் கல்வி பயின்றார். துறையூர் வீரசைவ ஆதீனத்தின்

20-ஆவது தலைவராக அமர்ந்து, சொக்கலிங்க சிவப்பிரகாச பண்டார சந்நிதிகள் என்னும் பெயர் பூண்டார். பெரியநாயகி அம்மன் பிள்ளைத்தமிழ் என்னும் நூலை 1889-இல் இயற்றினார். குமாரதேவர் அபிடேகமாலை திரிபதார்த்த உண்மை, உபதேச விளக்கம் என்னும் நூல்களையும் இயற்றினார். குமாரதேவர் இயற்றிய சுத்தசாதகம் என்னும் நூலுக்கு உரை எழுதினார்.

ஞானப்பிரகாசம் பிள்ளை - இவர், மாயூரம் வேதநாயகம் பிள்ளையின் தம்பியார், மாயூரம் முன்சீபு கோர்ட்டிலும், தரங்கம்பாடி முன்சீபு கோர்ட்டிலும் எழுத்தாளராக அலுவல் செய்தார். கிறிஸ்து சமயத்தவர். மகா வித்துவான் மீனாட்சி சுந்தரம் பிள்ளையவர்களின் மாணவர். அவரிடத்தில் மிகுந்த அன்புள்ளவர். மகாவித்துவான் பிள்ளையவர்கள் இவருக்குச் செய்யுளாக ஒரு கடிதம் எழுதி, ஒரு சாய்வு நாற்காலியை அனுப்பும்படிக் கேட்டுக்கொண்டிருந்தார், அந்தக் கடிதம் இது.

"உறுவலியின் இடங்கொண்டு வனப்பமைந்த
நாற்காலி ஒன்று வேண்டும்;
மறுவறுநாற் காலியெனல் யானையன்று
குதிரையன்று வல்லேறன்று
கறுவகல்பாற் பசுவன்றால் இவையெலாம்
இயங்குதல்செய் கடன்மேற்கொள்ளும்
பெறுபவர்பால் இயங்காது வைத்தவிடத்
தேயிருக்கப் பெற்றதாமே.

அத்தகைய தொன்றனுப்பின் அதினமர்ந்து
மிக்கசுகம் அடைவேன்யானும்
உத்தமநற் குணத்தினுயர் நீயுமிகு
சீர்த்தியனாய் ஒளிராநிற்பை
வித்தமற் றதெவ்வா றிருப்பதற்கும்
இடங்கொடுத்தல் வேண்டுமேய
சுத்தமிகும் அதனைவரு பவன்பாலே
யனுப்பிடுதல் தூயதாமே!"

பிள்ளையவர்கள் இக்கடிதத்தில் விரும்பியபடியே ஞானப் பிரகாசம் பிள்ளை ஒரு சாய்வு நாற்காலியை அனுப்பி வைத்தார்.

வேதநாயகம் பிள்ளையவர்கள் இயற்றிய நீதிநூல் என்னும் செய்யுள் நூலுக்கு ஞானப்பிரகாசம் பிள்ளை 1885-ஆம் ஆண்டில் உரை எழுதினார். வேதநாயகம் பிள்ளை விருப்பப்படியே இவ்வுரையை எழுதினார். ஆனால், நூலாசிரியர் உயிரோடிருக்கும்போது இவ்வுரை அச்சிடப்படாமற் போயிற்று. இவ்வுரையும் நீதிநூல் மூலமும் 1892-ஆம் ஆண்டில் அச்சிடப்பட்டன.

தானியல் பிள்ளை - இவர் கிறிஸ்துவர். தரங்கம்பாடியில் ஒல்லாத்து அரசாங்கத்தின் மொழிபெயர்ப்பாளராக இருந்தார். நாள்தோறும் ஒரு மணிக்கூறு கிறிஸ்து சமய சம்பந்தமான நூல்கள் எழுதுவது என்று உறுதி செய்துகொண்டு அதன்படி நாற்பது ஆண்டு எழுதினார். பல நூல்களை எழுதி வெளியிட்டார். இவர் எழுதிய நூல்கள்: பரமன்டலங்களில் தங்கள் பொக்கிஷம் உண்டென்றிருக்கிற பராபரனுடைய பிள்ளைகளின் ஆபரணப்பெட்டி. இது சென்னை வேப்பேரியில் 1800- இல் அச்சிடப்பட்டது. சன்மார்க்க விளக்கம் (1810), ஏசுநாதர் பாடுபட்ட சரித்திரத்தியானம் (இரண்டு பாகம் 1835), ஞான முசிப்பாறு நேரம் (1841), ஞான உபதேச விளக்கம் (1853) இந் நூல்களை ஜர்மனி மொழியிலிருந்து மொழிபெயர்த் தெழுதினார்.

திருச்சிற்றம்பல தேசிகர் - கம்ப ராமாயண வசனம். உத்தரகாண்ட வசனம் இவற்றை 1815- ஆம் ஆண்டில் எழுதினார். இலக்கணநூல் ஒன்றை வசனமாக எழுதினார்.

திருப்பாற்கடல் நாதன்கவிராயர் - இவர் திருநெல்வேலியிலிருந்த மகா வித்துவான் முத்து வீரிய உபாத்தியாயரின் நண்பர். முத்துவீரிய உபாத்தியாயர் இயற்றிய முத்துவீரியம் என்னும் இலக்கண நூலுக்கு இவர் உரை எழுதினார். இரேனியூஸ் ஐயர் என்னும் பாதிரியாரின் நண்பர். பாதிரியார் 1838-இல் காலமானபோது அவர்மீது இரங்கற்பாபாடினார். இவர் வீட்டில் ஏட்டுச் சுவடிகள் இருந்தன. உ.வே. சாமிநாதையர் இவரிடத்திலிருந்தும் பத்துப்பாட்டு, சீவக சிந்தாமணி, கொங்குவேள் மாக்கனத முதலிய ஏட்டுச் சுவடிகளைப் பெற்றுக்கொண்டார்.

திருவேங்கடம் பிள்ளை - பிரமபுரி இவரது ஊர். வேலூர் அமெரிக்கன் மிஷன் பாலிகா பாடசாலையில் தமிழ்ப் புலவராக இருந்தவர். காலப் புத்தகம் எழுதி அச்சிட்டார். நந்த மண்டல சதகத்துக்கு உரை எழுதினார். நந்த மண்டல சதகம், காஞ்சிபுரம் மாத்ருபூத ஐயரால் 220-விருத்தங்களினால் இயற்றப்பட்டது. அந்த நூலுக்குப் பிள்ளையவர்கள் உரை எழுதி, தொண்டை மண்டலம் அச்சியந்திர சாலையில் 1894-95-ஆம் ஆண்டில் அச்சிட்டார். அவ்வுரையைப் பாராட்டி, புரசை அஷ்டாவதானம் சபாபதி முதலியார் மாணாக்கர் மகாவித்துவான் திருமயிலை சண்முகம் பிள்ளையவர்கள் அளித்த சாற்றுகவி இது.

"அந்த மண்டலத் தவன்றனக் கிளையவ னுளரி யுறைகின்ற சொந்த மண்டல மீதெனச் செந்தமிழோர் சொலு நெறியோர்ந்து நந்த மண்டல சதகமா மாதுரு பூதநா லவனோத இந்த மண்டலஞ் சொலத்திரு வேங்கடக் கவியுரை யிசைத்தானே."

துருஜயர் - இவர் ஐரோப்பியப் பாதிரியார். இயற்றமிழாசிரியர் இராமாநுசக் கவிராயரிடம் தமிழ் பயின்றார். கிறிஸ்து சமயச்சார்பான துண்டுப் பிரசுரங்கள் பவலற்றைத் தமிழில் எழுதி வெளியிட்டார். நன்னூலுக்கு காண்டிகை உரை எழுதும்படி கேட்டுக்கொண்டவர்களில் இவரும் ஒருவர். காண்டிகை யுரை

எழுதிய இராமநுசக் கவிராயர், அவ் வுரைப்பாயிரத்தில் இவரை.

"இல்லையாத் தன்னிக ரெனஉல கோதுறூஉம்
முல்லையாத் துருவெனும் ஒளிகொள் போதகன்"

என்று கூறியிருக்கிறார்.

இராமாநுசக் கவிராயர் திருக்குறள் 63 அதிகாரங்களுக்குப் பரிமேலழர் உரையுடன் தமது விளக்க உரையும் எழுதி அச்சிட்ட போது, இவர் அதற்கு ஆங்கிலத்தில் விளக்கம் எழுதினார். இக்குறள் 1840-1852-ஆம் ஆண்டுகளில் பகுதி பகுதியாக அச்சிடப்பட்டது.

துரைசாமி மூப்பனார் - சோழ நாட்டினர். இவர் இயற்றிய நூல்கள் அயோத்திநகர் மான்மியம் (1881), பிரசன்ன ராகவம் (1883) ஹம்ச சந்தேசம் (1883), மகாபாரதச் சுருக்கம், கம்பராமாயண அருங்கவிப் பொருள் விளக்கம், ஜானகி பரிணயம்.

தேவராச பிள்ளை - மகாவித்துவான் திரிசிரபுரம் மீனாட்சிசுந்தரம் பிள்ளையவர்களின் மாணவர் இவர். சூதசங்கிதை, தணிகாசல மாலை, சேடமலை மாலை, பஞ்சாக்கர தேசிகர் பதிகம், பஞ்சரத்தினம், கு சேலோ பாக்கியானம் என்னும் நூல்களை இயற்றினார்.

நயினார் முகம்மது பாவாப் புலவர் - இவருக்குச் சொர்ணகவி என்னும் சிறப்புப் பெயர் உண்டு. கி.பி. 1852-இல் வாழ்ந்திருந்தவர். செய்குதாவூது வலிவுல்லா பேரில் பிள்ளைத்தமிழ் பாடியுள்ளார். கியாமத்மாலை, கொம்புரவ்வு இல்லா வண்ணம், வழி நடைச்சிந்து என்னும் செய்யுள்களையும் இயற்றியுள்ளார்.

நாராயணசாமிப் பிள்ளை (தி. கோ.) - பெங்களூர் கல்லூரியில் தமிழாசிரியராக இருந்தவர். இராமாயண வெண்பா என்னும் செய்யுள் நூலையும், மாமி மருகியர் வாழ்க்கை என்னும் வசன நூலையும் எழுதினார்.

பரமசிவத் தம்பிரான் - தருமபுர ஆதீனத்துத் தம்பிரான் சுவாமிகளில் ஒருவர். திருவாவடுதுறை ஆதீனத்தில் தங்கியிருந்து மாணவர்களுக்குத் தமிழ்க் கல்வி புகட்டி வந்தார். இலக்கணத்தில் வல்லவர். செய்யுள் இயற்றுவதிலும் சொற்பொழிவு செய்வதிலும் வல்லவர். திருவாவடு துறை யாதீனத்து மகா சந்நிதானமாக எழுந்தருளியிருந்த சுப்பிரமணிய தேசிகர் (1833-1888) மீது மும்மணிக் கோவை என்னும் நூலை இயற்றினார்.

பள்ளிகொண்டான் பிள்ளை - 19-ஆம் நூற்றாண்டின் பிற்பகுதியில் வாழ்ந்தவர். இவருக்கு எதிராஜ தாசர் என்னும் பெயரும் உண்டு. சென்னைப் புரசைப் பாக்கத்திலிருந்த அட்டவதானம் சபாபதி முதலியாரிடம் தமிழ் பயின்றார். செய்யுள் இயற்றும் வல்லமை படைத்தவர்.

இவர் இயற்றிய பிரபந்த நூல்கள்: மணவாள மாமுனிகள் நான்மணிமாலை, எதிராச மாமுனிகள் நான் மணிமாலை, நம்மாழ்வார் நான்மணிமாலை, முதலாழ்வார் மும்மணிக் கோவை, அத்திகிரி யந்தாதி, சேடகிரி யந்தாதி, கோதைநாயகியார் மாலை, வேதவல்லித் தாயார் மாலை, உருப்பிணித்

தாயார் மாலை, அணிமா மலர் மங்கைத் தாயார் மாலை, என்னைப் பெற்ற தாயார் மாலை, கனகவல்லித் தாயார் மாலை, பெருந்தேவித் தாயார் மாலை, அலர்மேல் மங்கைத் தாயார் மாலை, அரங்கநகரன்னை யடைக்கல மாலை, பார்த்தசாரதிப் பரஞ்சுடர் மாலை, பார்த்தசாரதி மாயவன்மாலை, பார்த்தசாரதிப் பெருமான்மாலை, வீரராகவப் பெருமாள் மாலை அரங்க நகரப்பனடிப் புகழ்ச்சி மாலை. இவை ஒவ்வொன்றும் 102 செய்யுட்களை யுடையன.

தொண்டைநாட்டு 22 வைணவத் திருப்பதிகளின் மேலும் பஞ்சரத்தினங்கள் இயற்றியிருக்கிறார். இவருடைய நூல்கள்: "பிரபந்த வித்வான் கொ. பள்ளி கொண்டான் பிள்ளையவர்கள் இயற்றிய பிரபந்தத் திரட்டு" என்னும் பெயரால் 1899-ஆம் ஆண்டு ஆகஸ்ட் மாதம், திருமணம் செல்வ கேசவராய முதலியார் அவர்களால், சென்னப்பட்டினம் செங்கல்வராய நாயகர் ஆர்பனேஜ் அச்சுக் கூடத்தில் பதிப்பிக்கப்பட்டன.

இந்தப் பதிப்பில் கீழ்க்கண்டவர்கள் சாற்று கவிபாடியுள்ளனர். பிரபந்த வித்துவான் காஞ்சிபுரம் இராமசாமி நாயுடு, பெங்களூர் சென்ட்ரல் காலேஜ் தமிழ்த் தலைமைப் பண்டிதர் தி. கோ. நாராயண சாமி பிள்ளை, தி. செல்வகேசவராய முதலியார் M.A. புவனகிரி பிரபந்த வித்வான் அழகிய மணவாளதாசர், கோயம் புத்தூரைச் சேர்ந்த பூளைமேடு வித்துவான் வேணு கோபாலசாமி நாயுடு.

பள்ளிகொண்டான் பிள்ளையவர்கள் தம் இயற் தமிழாசிரியர் புரசை அஷ்டாவதானம் சபாபதிமுதலியார் மீது பாடிய துதிகவி:

புரசைப்பதிவள ரட்டாவதானப் புலவர்கணத்
தரசைத் தமிழ்க் கல்வி வேட்டோர் நிளைக்கு மனக் கரினீள்
சரசைச் சபாபதிமாலை யெப்போதினுந் தாழ்த்து தொழுந்
சிரசைக் கரத்தைப் படைத்தே னிதுவுமென் செய்தவமே

பவர் ஐயர் - எஸ். பி. ஜி. மிஷனைச் சேர்ந்தவர். திருநெல்வேலியில் வேதியர் புரத்தில் இருந்தவர். சாஸ்திரம் ஐயர் என்னும் சைன வித்துவானிடம் கல்வி பயின்றவர். புலவர்களால் நன்கு மதிக்கப்பட்டவர். கிறிஸ்து மத சம்பந்தமான சில தமிழ் நூல்களை எழுதியிருக்கிறார். மிஷனரி சங்கங்கள் ஒன்று சேர்ந்து தமிழ் விவிலிய நூலைச் சுத்த பதிப்பாக வெளியிட முயன்றபோது. அந்தப் பொறுப்பைப் பவர் ஐயரிடத்தில் ஒப்படைத்தனர். பிறகு, பழைய ஏற்பாட்டையும் திருத்தி வெளியிட்டார்.

இவர் இயற்றிய நூல்கள். வேத அகராதி 1841, நியாயப் பிரமாண விளக்கம் 1847, விசுவாசப் பிரமாண விளக்கம், இந்து மதத்துக்கும் பாப்பு மதத்துக்கும் இருக்கிற சம்பந்த விளக்கம் 1851, தர்ம சாஸ்திர சாரம் 1857. சிந்தாமணி, நாமகளிலம்பகத்தை நச்சினார்க் கினியர் உரையுடனும் ஆங்கில விளக்கத்துடனும் அச்சிட்டார். இப்பதிப்புக்கு இவருடன் உதவியாக இருந்தவர் முத்தையாப்பிள்ளை என்பவர். இந்தப் புத்தகம் 1868-ஆம் ஆண்டு

சென்னையில் அச்சிடப்பட்டது. சென்னை மாகாணக் கல்லூரியில் பி.ஏ. வகுப்புக்குப் பாடமாக வைக்கப்பட்டது. சாதி வித்தியாச விளக்கம் 1857. கிறிஸ்து மார்க்கம் இந்து தேசத்தில் விருத்தியான சரித்திரம் 1879, பிரசங்க ரத்தினாவளி 1875, பதமஞ்சரி (ஆங்கிலத் தமிழ்ச் சொற்கள்) 1852 என்னும் நூல்களையும் எழுதினார்.

பவர் ஐயர் நன்னூல் இலக்கணத்தை ஆங்கிலத்தில் மொழி பெயர்த்தார். அந்த மொழிபெயர்ப்பை டாக்டர் கிரால் ஐயர்.14 ஜெர்மனி தேசத்தில் லீப்-ஸிக் நகரத்தில் 1855-ஆம் ஆண்டு அச்சிற் பதிப்பித்தார். பவர்ஐயர் தாம் இயற்றிய வேதஅகராதியின் கடவுள் வாழ்த்துச் செய்யுள் இது:

சீர்பெருகு பரமண்ட லாதிபதி யாவிலுஞ்
சிறந்த காரண ராகிய
திரியேக தேவனே யுமதருளினா லடிமை
செய்யத் துவக்கி யிந்தப்

பேர்பெருகு வேத அகராதியை முடித்ததாற்
பேதையேனு மது சமுகம்
பெருமையுற வெண்ணியே திருவடி மலர்க்குமுன்
பெலவீன காணிக் கையாய்

நேர்பெருக வைக்கிறேன் ஏற்றிதளை வாசிக்கு
நீணிலத் தோர்கட் கெலாம்
நெஞ்சினிற் பதியுமஞ் ஞானவிரு ளோடவும்
நிலைபெற்ற பாவ மறவும்

ஏர்பெருகு நற் சத்திய வேதமே யெவரிலு
மிருந்து நன்மாட்சி பெறவும்
ஏகனே கிருபை செய்தாசீர் வதித்தருளும்
எந்தையே முந்து பொருளே.

பீற்றர் பெர்சிவல் ஐயர் - வெஸ்ஸியன் மிஷனைச் சேர்ந்தவர் இவர். ஐரோப்-பியர். 1833- இல் யாழ்ப்பாணத்துக்கு வந்தார். யாழ்ப்பாணத்துக் கல்லூரியை நிறுவினார். தமது தமிழ்ப் பண்டிதரான ஸ்ரீ ஆறுமுகநாவலர் உதவியைக் கொண்டு விவிலிய விவிலிய நூலை மொழிபெயர்த்தார். யாழ்ப்பாணத்தில் 17 ஆண்டு கிறிஸ்து சமய ஊழியம் செய்தார். கிறிஸ்து சமயத் துண்டுப் பிர-சுரங்களை எழுதி அச்சிட்டார். 1842-இல் தமிழ்ப் பழமொழிகளைத் திரட்டி ஆங்கில மொழி பெயர்ப்புடன் அச்சிட்டார். தமிழ்ப் பழமொழிகளின் இரண்-டாவது பதிப்பை 1874-இல் அச்சிட்டபோது 6156 பழமொழிகளை ஆங்கில

மொழி பெயர்ப்புடன் அச்சிட்டார். தமிழ்-ஆங்கில, ஆங்கில-தமிழ் அகராதிகளை எழுதி அச்சிட்டர். 1855-இல் சென்னையில் தினவர்த்தமானி என்னும் செய்தித்தாளை வார இதழாக அச்சிட்டார். முதன் முதல் வெளியான தமிழ்ச் செய்தித்தாள் இதுவே.

மழவை மகாலிங்கையர் - மதுரைக்குக் கிழக்கிலுள்ள மழவராயனேந்தல் என்னும் ஊரில் பிறந்தவர். மழவரானேந்தல் என்பது மழவை எனக் குறுகியது. வீரசைவ மரபினர். சென்னையில் பெரும்புலவர்களாக இந்த வீரசைவர்களாகிய திருத்தணிகை விசாகப் பெருமாளையர், சரவணப்பெருமாளையர் என்னும் சகோதரர்களிடம் தமிழ் பயின்றவர் இவர். கல்லூரிகளில் தமிழாசிரியராக இருந்தார். மகாவித்துவான் காஞ்சிபுரம் சபாபதி முதலியாருடன் நட்புள்ளவர். தொல்காப்பியம் எழுத்ததிகாரத்தை நச்சினார்க்கினியர் உரையுடன் 1847-இல் சென்னையில் அச்சிற் பதிப்பித்தார். அருணாசல புராணத்திற்கு உரை எழுதினார். இலக்கணச் சுருக்கம் என்னும் நூலை 1879-ஆம் ஆண்டில் எழுதினார்.

மீனாட்சி சுந்தரக் கவிராயர் - இவருடைய ஊர் முகவூர். சேற்றூர் மன்னரிடம் புலவராக இருந்த கந்தசாமிக் கவிராயரின் மகனார் இவர். தந்தையாரிடத்தில் கல்வி பயின்றார். எட்டையபுரம் அரசரிடத்தில் வித்துவானாக இருந்தார். காவடிச்சிந்து பாடிய அண்ணாமலை ரெட்டியார் இவருடைய மாணவர்.

விருதை சிவஞான யோகியார், சி. சுப்பிரமணிய பாரதியார், மு. ரா. அருணாசலக் கவிராயர், மு. ரா. கந்தசாமிக் கவிராயர், சே. ரா. சுப்பிரமணியக் கவிராயர் முதலியோர் இவருடைய நண்பர்கள்.

இராசவல்லிபுரம் முத்துசாமிப்பிள்ளைமீது வண்டுவிடுதூது, பயோதரப்பத்து என்னும் நூல்களைப் பாடினார். எட்டையபுரம் ஆண்டியப்பபிள்ளை மீது பிள்ளைத்தமிழ், உதாரசோதனை மஞ்சரி பாடினார். பல தனிநிலைச் செய்யுட்களைப் பாடினார். கழுகு மலைத் திரிபந்தாதி திருப்பரங்கிரிப் பதிகங்கள், குதிரைமலைப் பதிகம் முதலிய நூல்களையும் இயற்றினார்.

முகமது காசிம் இபின் ஸித்தீக் லப்பை - இலங்கையில் இருந்தவர். இவர் வரலாறு தெரியவில்லை. கீழ்க்கண்ட நூல்களை எழுதி அச்சிட்டிருக்கிறார். அல்ஹிதாயத் அல்காஸீமியத், கண்டி 1891. இது அரபிபாஷை இலக்கணத்தைத் தமிழில் எழுதப்பட்டநூல். கிதாப் அல்ஹிஸாப். கண்டி 1891, இது கணக்கு நூல். தூர்பத் அல்நவ். இது அரபு பாஷையின் இலக்கணச் சுருக்கம், கண்டி 1891. உஸூல் அல்கிரா அத் அல் அராபியத். இது சிறுவர்களுக்குரிய அரபி வாசக புத்தகம், தமிழ் விளக்கத்துடன். கண்டி, 1891. ஞானதீபம், கண்டி 1892. தமிழ் முதற்புத்தகம், கொளும்பு 1892, அஸ்றாறுல் ஆலம். சயன்ஸ் சாத்திரம். கொளும்பு 1897.

முத்துக்கிருஷ்ண பிரமம் - இவர், சுத்த அத்வைத வேதாந்தாசாரியாராகிய முத்துராமப் பிரம தேசிகருடைய மருகர். மேற்படியாரின் திருக்கூட்டத் தலைவரில் இளவரசுப்பட்டம் பெற்றவர். திருக்கோவலூர் ஆறுமுக சுவாமிகள்

இயற்றிய நிட்டாது பூதி என்னும் நூலுக்கு இவர் உரை எழுதியிருக்கிறார். அந்த உரை, சென்னைப் பூமகள் விலாச அச்சுக்கூடத்தில் 1875- ஆம் ஆண்டு அச்சிடப்பட்டது. அவ்வுரைக்கு அக் காலத்திலிருந்த வித்துவான்களில் சிலர் 'சாத்துக் கவிகள்' அளித்துள்ளனர். அவர்களின் பெயர் வருமாறு:

புரசை அஷ்டாவதானம் சபாபதி முதலியார், சிதம்பரம், இராமலிங்கம் பிள்ளை (அருட்பா இராமலிங்க சுவாமிகள்), சேமங்கலம் வித்துவான் நாராயண முதலியார், திருநீர்மலை கோபாலகிருஷ்ண கவிராஜ சேகரர், தில்லையம்பூர்ச் சந்திரசேகர கவிராஜ பண்டிதர், திருப்போரூர்ச் சிதம்பரசுவாமிகள் ஆதீனம் முத்துக் குமாரசுவாமிகள், பிறசை அருணாசல சுவாமிகள் மாணாக்கராகிய கா. ஆறுமுகநாயகர், தஞ்சை குப்புசாமி நாயக்கர், தஞ்சை ஆறுமுகப் பிரமம். தஞ்சை நாராயணப் பிரமம், வித்வாசிகாமணி அஷ்டாவதானம் வீராசாமி செட்டியார் முதலியோர்.

இவ்வுரை நூலுக்கு, சிதம்பரம் இராமலிங்கம்பிள்ளை (பிற்காலத்தில் அருட்பா இராமலிங்க சுவாமிகள்) அளித்த 'சாற்றுகவி' இது:

நலங்கொள்சிவ யோகமணம் நாற்றிசையு மணக்கும்
ஞானமணங் கந்திக்கும் மோனமண நாறும்
விலங்கலில்சித் தாந்தமணம் பரிமளிக்கும் இன்பா
வேதாந்த மணங்கமழும் வேதமணம் வீசும்
தலங்கொளுமெய் யத்துவிதத் திருமணமும் பரவும்
தனிமுத்துக் கிருட்டிணப்பேர் தங்கியநம் பிரமம்
வலங்கொளு நன்னிட்டானு பூதியெனு நூற்கே
வாய்மலர்ந்த வுரையெனுமோர் மாமலரி னிடத்தே.

இவ் வுரைப் பதிப்பில், அச்சுக் குறியீடுகளுக்குக் கீழ்க் கண்ட பெயர்கள் கூறப்படுகின்றன: "இந் நூலுரையிலே காட்டப்பட்ட குறிகள்:-, இம்முளை கூட்டுச் சொல் முதலியவற்றின் பின்னும், இச்சிறு கீற்றுச் சொற்களின் பிரிவுக்குப் பின்னும், இப்பெருங் கீற்றுப் பதசாரத்துக்குப் பின்னும், ( ) இவ்விரு தலைப்பிறை வருவிக்கப்பட்ட சொற்களுக்கும், இக்குத்துமுற்றுச் சொல்லுக்குப் பின்னும், ( ) இவ்விருதலைப் பகரந்தாத்பரியத்துக்கும். இத்தாரகை அடியிற்காட்டப் பட்டவற்றிற்கும் வைக்கப்பட்டன."

முத்துகுமரப்ப கவி - புதுவைத் திரிபுரசுந்தரி பிள்ளைத்தமிழ் என்னும் நூலை - இவர் இயற்றினார். இந்நூல் அச்சிற் பதிப்பிக்கப்பட்டதா என்பது தெரியவில்லை. இதன் கையெழுத்துப் பிரதிசென்னை அரசாங்கத்துக் கையெழுத்துப் புத்தகசாலையில் இருக்கிறது. இந்நூலுக்குப் பத்துப் பேர் பாயிரம் பாடியுள்ளனர். அவர்கள்: தாண்டவராயக் கவிராயர், இராமச்சந்திர கவிராயர், நயினியப்ப கவிராயர், வீராசாமி முதலியார், வேங்கடாசல முதலியார், சாம்பசிவக் கவி, கூனிபோகு ராமசாமி, அருணாசல உபாத்தியாயர், இரா-

மநுசக் கவிராயர், வாலைதான் என்பவர். இவர்கள் 19-ஆம் நூற்றாண்டில் இருந்தவர்கள்.

முத்துக்குமாரத் தம்பிரான் - சென்னையைச் சேர்ந்த மயிலாப்பூரில் பிறந்தவர் இவர். வீர சைவ மரபினர். இவருடைய இயற்பெயர் வீரபத்திர ஐயர் என்பது. திருப்போரூர்த் திருக்குளத்துக்கு நீராழி மண்டபம் கட்டினார். திருப்போரூர்த் திருக்கோவிலை வளப்படுத்திப் பல திருப்பணிகளைச் செய்தார். திருப்போரூர்ச் சிதம்பர சுவாமிகள் ஆதீனத்தில் ஒன்பதாவது மடாதிபதியாகப் பட்டங்கட்டப் பெற்று முத்துக் குமாரத் தம்பிரான் என்று பெயர் பெற்று விளங்கினார். புரசை அட்டாவதனம் சபாபதி முதலியாரின் நண்பர்.

இவர் இயற்றிய நூல்கள். சமரபுரிமாலை, திருப்போரூர் அந்தாதி, திருப்போரூர் வெண்பா திருப்போரூர் கலித்துறையந்தாதி, பிரணவ சைவமாலை, பூசாவிதி அகவல், யுத்தபுரிமாலை. பல இசைப் பாடல்ளையும் இயற்றியுள்ளார்.

முத்து வீர உபாத்தியாயர் - உறையூர் வித்துவான் முத்துவீர உபாத்தியாயர் என்பது இவர் பெயர். திரிசிரபுரத்தில் இருந்தவர். இறுதிக் காலத்தில் சென்னையில் இருந்தார். திருநெல்வேலியில் இருந்த சுப்பிரமணிய தேசிகர் என்னும் இலக்கணப் புலவரின் வேண்டுகோளின்படி இவர் தம் பெயரினால் முத்து வீரியம் என்னும் இலக்கண நூலை இயற்றினார். இது எழுத்து, சொல், பொருள், யாப்பு, அணி என்னும் ஐந்து இலக்கணங்களும் பொருந்திய சூத்திர யாப்பினால் ஆன நூல். திருநெல்வேலி மகாவித்துவான் திருப்பாற் கடல்நாதன் கவிராயர் இந்த இலக்கண நூலுக்கு உரை எழுதினார்.

இந்நூலின் எழுத்து, சொல் என்னும் இரண்டு அதிகாரங்களை மட்டும் டிபுடி கலெக்டராக இருந்த பட்டாபிராமன் பிள்ளையவர்கள் 1889-ஆம் ஆண்டு அச்சிற் பதிப்பித்தார். பழனியாண்டி என்பவர் இந்நூல் முழுவதையும் 1889-ஆம் ஆண்டில் அச்சிற் பதிப்பித்தார்.

முருகேச முதலியார் - திருமயிலை இவரது ஊர். இயற்றமிழாசிரியர். அஷ்டா வதானம் வீராசாமி செட்டியாரின் மாணவர். இவர் சென்னைப் பச்சையப்ப முதலியார் கல்விச் சாலையில் தலைமைத் தமிழ்ப் புலவராக இருந்தவர். 1884-ஆம் ஆண்டில் அச்சிடப்பட்ட அரிச்சந்திர வெண்பாவைப் பரிசோதித்துக் கொடுத்தார்.

வடதிருமுல்லைவாயில் வரசித்தி விநாயகர் பதிகம், பழநியாண்டவர் மாலை என்னும் நூல்களை இயற்றினார். இவை, சென்னை கலாவர்த்தன சபையாரால் தமது கலாரத்நாகர அச்சுக் கூடத்தில் 18-ஆம் ஆண்டில் அச்சிடப்பட்டன.

வண்ணக்களஞ்சியப் புலவர் - ஹமீத் இபுறாகீம் என்பது இவரது இயற்பெயர். வண்ணக் களஞ்சியம் என்பது சிறப்புப் பெயர். முகம் மதியர். நாகூரில் வாழ்ந்தவர். இராசநாயகம் என்னும் காவியத்தைக் கி.பி. 1804-ஆம் ஆண்டில் இயற்றினார். தீன்விளக்கம் என்னும் நூலை 1817-இல் இயற்றி-

னார். குத்பு நாயகம், பாதுஷா நாடகம் என்னும் நூல்களையும் இயற்றினார்.

வயித்திய லிங்காசாரி - முத்துவீரியம் என்னும் இலக்கண நூலை இயற்றிய திரிசிரபுரம் உறையூர் வித்துவான் முத்துவீர உபாத்தியாயரின் மகனார் இவர். சென்னைப் பட்டனத்தில் இருந்தவர். இசைக் கலையிலும், ஓவியக் கலையிலும் வல்லவர். குங்குலியக் கலய நாயனார், எறிபத்த நாயனார், அமர்நீதி நாயனார் சரிதங்களைத் கீர்த்தனையாகப் பாடி இருக்கிறார். அமர்நீதி நாயனார் சரித்திரக் கீர்த்தனை 1879-ஆம் ஆண்டில் சென்னைக் கல்வி விளக்க அச்சுக் கூடத்தில் பதிப்பிக்கப்பட்டது. இதற்குச் சிறப்புப் பாயிரம் அளித்த (புரசை அஷ்டாவதானம் சபாபதி முதலியாரின் மாணவர்) பு. முனிசாமி முதலியார் இந்நூலாசிரியரைப் பற்றி இவ்வாறு கூறுகிறார்:

எவ்வெவ் வுருவும் அவ்வவ் வுருவாய்த்
தீட்டுந் திறமும் ஈட்டிய பொருளை
அறத்தின் வழிக்கே நிறக்கச் செய்யும்
கருத்தும் பண்பும் அருத்தியு முடையோன்
பெருமையாந் தெய்வத் திருவுரு வங்களை
யாவருங் கண்டு சேவை செய்யும் பொருட்
டெழுதிக் கொடுக்கும் பழுதிலாச் சிற்ப
சாஸ்திர நிபுணன் மாத்திரை யளவும்
வீண்பொழு தாக்கான் காண்பவர்க் கெளியன்
பெரிய புராணத் தரியநற் றொண்டர்
குங்கிலி யக்கலயங்கரத் தேந்திப்
பவசாகரம் போய்ச் சிவசா யுச்சியம்
பெற்றவர் சரிதமும் குற்றமற் றோங்கும்
அறிவித்தகர் சொல் எறிபத்த நாயனார்
அன்பின் திறத்தையும் இன்புடன் கீர்த்தனை
இயற்றிய தொண்டன் வயித்திய லிங்கன்
என்னு நாமந் துன்னிய
பகரருஞ் சேடனை நிகர்புல வோனே.”

வரதராஜுலு நாயுடு - போகல ராமகோபால சேஷாசலம் நாயுடு என்பவர் தெலுங்கு மொழியில் எழுதிய ஜடபரதோபாக்கியானம், ஸ்ரீராமஹிதயம் என்னும் ஷட்சக்கரவர்த்திகளின் இந்திரஜாலக் கதைகள், சுத்த நிராலம்ப மார்க்கம் என்னும் மூன்று நூல்களையும் அதே பெயருடன் தமிழில் மொழி பெயர்த்து எழுதி 1898-ஆம் ஆண்டில் அச்சிற்பதிப்பித்தார்.

விசாகப் பெருமாள் ஐயர் - இவர் வீர சைவ மரபினர். தமிழ்ப்புலவராகிய திருத்தணிகை கந்தப்பையரின் மகனார். சரவணப் பெருமாளையர் இவருடைய இளவல். இயற்றமிழாசிரியராகிய இராமாநுசக் கவிராயரிடம் கல்வி

பயின்றார். "கனம் பொருந்திய கம்பேனியாரால் நியமிக்கப்பட்ட யூனிவர்ஸிட்டி என்னும் சகலகலா சாஸ்திரி சாலை"யில் தலைமைத் தமிழ்ப் புலவராக இருந்தார். உவின்ஸ்லோ தமிழகராதி எழுதுவதற்கு உதவி செய்தார்.

இலக்கணச் சுருக்க வினாவிடை என்னும் நூலை எழுதி 1828- ஆம் ஆண்டில் அச்சிற் பதிப்பித்தார். அந்நூலில் தற்சிறப்புப் பாயிரம் இது.

"உலகு மேதகு மிவனெனக் கொருமுத லெனக்கொண்
டிலகவா ழருளிடத் தனாமீசனை யிறைஞ்சிக்
குலவுநூற் பொருளுணர்த்திய குரவனைப் பழிச்சி
யலகில் சீரெழுத் தாதியைந் தறைகுவ னமைந்தே!"

பாலபோத இலக்கணம் எழுதி 1852-இல் அச்சிற் பதிப்பித்தார். கல்விப்பயன், யாப்பிலக்கண வினா விடை. அணியிலக்கண வினா விடை ஆகிய நூல்களை எழுதினார். திருக்கோவையாருக்கு உரை எழுதி 1897-இல் அச்சிட்டார். நன்னூலுக்குக் காண்டிகையுரை எழுதி 1875-இல் அச்சிட்டார். இவ்வுரை 1882-லும் பதிப்பிக்கப்பட்டது.

வீரராகவ முதலியார் - முத்தமிழ்க் கவி வீரராகவ முதலியார் என்பது இவர் பெயர். அந்தகக் கவி வீரராகவ முதலியார் இவரின் வேறானவர். அந்தக் கவி இவருக்கு முற்பட்ட காலத்தவர். இவர் 19-ஆம் நூற்றாண்டில் இருந்தவர். இருவரும் தொண்டை நாட்டுப் பொன் விளைந்த களத்தூரில் பிறந்தவர்கள். முத்தமிழ்க்கவி வீரராகவ முதலியார் வைணவ சமயத்தவர். இவர் இயற்றிய நூல்கள் திருவேங்கடக் கலம்பகம், திருக்கண்ணமங்கை மாலை, திருவேங்கடமுடையான் பஞ்சரத்தினம், வரதராசர் பஞ்சரத்தினம், பெருந்தேவியார் பஞ்சரத்தினம்.

வீராசாமி செட்டியார் - அஷ்டாவதானம் வீராசாமி செட்டியார் என்பது இவர் பெயர். சென்னை சர்வ கலாசாலையில் தலைமைத் தமிழ்ப் புலவராக இருந்தவர். தினவர்த்தமானி என்னும் பத்திரிகையில் தாம் அவ்வப் போது எழுதி வெளியிட்ட கட்டுரைகளைத் தொகுத்து விநோத ரச மஞ்சரி என்னும் பெயருடன் வெளியிட்டார் (1891). இவருடைய மாணவர் விஷ்ணுதாசர் என்னும் அப்பாவுப்பிள்ளை. அப்பாவுப் பிள்ளை ஸ்ரீ பெரும்பூதூர் உடையவர் பஞ்சரத்தினம் என்னும் நூலை இயற்றினார்.

வீராசாமி செட்டியார் அகராதி தொகுப்பு வேலையில் இருந்தார். அப்போது அவருடன் இருந்து அலுவல் செய்தவர், யாழ்ப்பாணத்து அளவெட்டியூரினராகிய கனகசபைப் புலவர் என்பவர். வீராசாமி செட்டியாருடைய நரைத்த குடுமியைப் பாடும்படி ஒரு நண்பர் கனகசபைப் புலவரைக் கேட்க அவர் ஒரு செய்யுள் பாடினார். அச்செய்யுள் இது:

நாவலர் வியக்கப் பாவலர் நாவான்
நன்கலை மதிவளர்ந் தோங்கிப்
பாவலர் முகஞ்செம் பதுமமாக் குவிக்கும்
பான்மையோன் மாயனோ டுளந்து
மாவலர் வீரா சாமிவேள் குஞ்சி
மலரயன் றேவிவெண் கஞ்சப்
பூவலர்ந் திருப்ப வதன்மிசை யிருந்த
பொற்பெனப் பொலிந்திலங் குறுமால்.

இராமநுசக் கவிராயரின் மாணவராகிய அஷ்டாவதானம் வீராசாமிக் கவிராயர் என்பவர் இவரே.

வேங்கடசுப்புப் பிள்ளை - தொண்டை நாட்டு அரன்வயல் இவருடைய ஊர். இவர், மகாவித்துவான் மீனாட்சி சுந்தரம் பிள்ளை அவர்களின் பழைய மாணவர்களில் ஒருவர். முறையாகப் பாடங் கேட்டு நல்ல தமிழறிஞராகவும் செய்யுள் பாடும் ஆற்றல் உள்ளவராகவும் இருந்தார். இவருடைய வரலாறு ஒன்றும் தெரியவில்லை. ப. அரங்கசாமி பிள்ளையவர்கள் சீவக சிந்தாமணி முதற்பாகத்தை 1883-இல் முதன்முதலாக அச்சிற் பதிப்பித்தபோது கீழ்க்கண்ட சாற்றுக்கவிகளை வேங்கடசுப்புப் பிள்ளை பாடியுள்ளார்.

இலக்கணங்கள் முழுதுநிறைந் திலக்கியத்துக்
கோரிலக் காயிலகுஞ் சீர்சால்
நலக்கணுயர் காவியமாஞ் சீவகசிந்
தாமணியைநாட்டி லுள்ள
வலக்கணத்துக் கொல்லாத விரதியரும்
புலவர்களும் மகிழ்ந்து வாழ்த்தத்
தலக்கணறுங் கவியரங்க சாமிநல் லோன்
றானச்சிற் பதிப்பித் தானே.
பதிப்பித்தான் பிரதிகளிற் கரலிகித
வழுக்களைந்து பாவலோருள்
உதிப்பித்தான் பேருவகை யதேபோற்
கொல்லாத ஒழுக்கத்தோரைக்
குதிப்பித்தான் றம்மதனூ லெம்மதத்தும்
பரவவரும் கொள்கையாலே
மதிப்பித்தான் றனையுலகி லெழிலரங்க
சாமிநல்லோன் வல்லோன் மாதோ.

வேங்கடசால நாயகர் - இவர் ஊர் அத்திப்பாக்கம். செங்கல்பட்டு மாவட்டம் பாயக்காரி ஏஜெண்டாக இருந்தார். இந்து முதாசார ஆபாச தரிசினி என்னும்

நூலை விருத்தப்பாவினால் இயற்றினார். இந்நூல் 1882-ஆம் ஆண்டில் அஷ்டலக்ஷ்மி விலாச அச்சுக்கூடத்தில் பதிப்பிக்கப்பட்டது. இதிலிருந்து இரண்டு செய்யுட்களைக் காட்டுவோம்.

வஞ்சகர் மொழி யினாலே மாநிலத் துழல்வோ ரெல்லாம்
பஞ்சமுற் றழிதல் நோக்கிப் பரிதபித் திரங்கி நாளும்
நெஞ்சகங் குழைந்துவாழும் நீர்மையால் நெடுநூல் கற்றுப்
பஞ்சலட் சணமும் தேர்ந்த பாவலர் பொறுப்பர் மாதோ.

ஆகம புராண சாஸ்திர
மவைகொண்டு அறைந்தே னல்லேன்
மாகங்கொள் வைய கத்தி
னனுபவ மேற்கோள்கொண்டும்
தகாங்கொண் டனுச ரித்த
தகைமையோர் சாட்சி கொண்டும்
மோகங்கொண் டுலகத் தார்க்கு
மொழிந்திட லானேன் பின்பு.

வேலுச்சாமிப் பிள்ளை - புலியூர் வெண்பா முதலிய நூல்களை இயற்றிய தில்லை விடங்கன் மாரிமுத்துப் பிள்ளையின் பரம்பரையைச் சேர்ந்தவர் இவர். திரிசிரபுரம் மகாவித்துவான் மீனாட்சி சுந்தரம் பிள்ளை அவர்களிடத்திலும், சென்னைக் கிருஸ்துவக் கலாசாலைத் தமிழ்ப் பண்டிதர் சின்னசாமி பிள்ளை அவர்களிடத்திலும் கல்வி பயின்றார். இவர், தாம் எழுதிய புலியூர் வெண்பா உரைப்பாயிரத்தில் தம் ஆசிரியர்களுக்கு வணக்கங் கூறுவதிலிருந்து இதனை அறியலாம்:

சின்னைய மால்புரசைச் சின்னசா மிக்குரிசில்
என்னைய ராமிவரோ டெத்தலமும்-பொன்னெனமெச்
சுந்தரவா சானுந் துணையிலருண் மீனாட்சி
சுந்தரவா சானுந் துணை.

புலியூர் வெண்பாவுக்கு உரை எழுதிய இவர், வேறு நூல் களும் இயற்றியிருக்கிறரா என்பது தெரியவில்லை.

ஸ்ரீ நிவாச ராகவாசாரியார் - சென்னை சர்வகலாசாலைத் தலைமைத் தமிழ்ப் பண்டிதராக இருந்தார். உத்தரராமாயண வசனம், விஷ்ணு புராண வசனம், தசகுமார சரிதம் முதலிய மொழி பெயர்ப்பு நூல்களும், கதா சங்கிரகம் என்னும் வசன நூலும் தண்டியலங்கார சாரம் (1873) என்னும் நூலும் இவரால் எழுதப்பட்டன.

அண்ணாச்சாமி முதலியார் - தொண்டை நாட்டு அமரம்பேடு இவர் ஊர். இவரைப் பற்றிய வரலாறு தெரியவில்லை. இவர், அராபிக் கதையைத் தமிழில் மொழிபெயர்த்து 1876-ஆம் ஆண்டில் சென்னை சிந்தாதிரிப் பேட்டை பிரபாகர அச்சுக் கூடத்தில் பதிப்பித்தார். இந்நூலுக்கு அப்பாவு உபாத்தியாயர் அவர்கள் அளித்த சாற்றுக்கவி:

சிறந்திடு மராபிக் கதையினை யெவருஞ்
செப்பமா யுணர்ந்தின்ப மேவக்
கறந்திடு பாலின் சுவையெனத் தமிழாற்
கவினுற மொழிபெயர்த் திட்டான்
துறந்திடு பெரியோர் மறையவர் வியந்து
சொற்றிடு மாசியும் வளனும்
நிறைந்திடு மமரம் பேட்டில்லா ழண்ணாச்
சாமியா நிபுண நாவலனே.

தரங்காபுரம் சண்முகக் கவிராயர் அளித்த சாற்றுக் கவி:
பேர்பெறு மராபிப் பாஷையிற் பிறந்து
பெருந்துறை முகமெலாஞ் சிறந்து
சீர்பெறும் பாஷாந் திரங்களு டுழன்று
திருந்திய கதை முகச் செல்வி
கார்பெறு மமரம் பேட்டில்வா ழண்ணாச்
சாமிதன் கருத்தினாற் பொருந்தி
யேர்பெறுந் தமிழா லலங்கரித் தெழுந்தா
ளியாவரு மின்புறற் பொருட்டே.

ஞானசித்த சுவாமிகள் - திருக்குருகூர் ஞானசித்த சுவாமிகள் என்று கூறப்படுவார் இவர். இவரைப் பற்றி ஒன்றும் தெரியவில்லை. சாத்திரக் கோவை சேத்திரக் கோவை, என்னும் இரண்டு நூல்களை இவர் இயற்றியிருக்கிறார். சாத்திரக் கோவையில் அத்து விதாந்தம், ஞானபாஸ்கர உதயம், கலைஞான தீபம், (ஒவ்வொன்றும் 1000 செய்யுட்கள்) இரத்தினச் சுருக்கம் (500 செய்யுள்), சடாதார விளக்கம் என்னும் திருமந்திரம் (200 செய்யுள்), வழலை முறை, கற்பவிதி, யோகக் கும்மி, சுத்த சலத்தெளி வெட்டு, சித்தர்கள் பாமாலை என்னும் நூல்கள் அடங்கியுள்ளன. சேத்திரக் கோவையில் திருக்குற்றாலப் பதிகம், செப்பறைப் பதிகம், கூடுதுறை, சோமசுந்தரமாலை, ஆற்றூர்ப் பதிகம், திருமயிலைப் பதிகம், கருவூர்ப் பதிகம் முதுலிய 39 நூல்கள் உள்ளன. இவர் இயற்றிய கன்னியாகுமரிப் பகவதி யந்தாதி 100 செய்யுட்களை யுடையது.

ஆரோக்கிய நாயகர் - கவிராஜ சேகரர் பு. ஆரோக்கிய நாயகர் என்பது இவருடைய பெயர், சென்னையில் இருந்தவர். தேம்பா வணிக் கீர்த்தனை என்னும் நூலை இவர் இயற்றினார். இந்நூல் 1857-ஆம் ஆண்டில் அரங்கேற்றப் பட்டது. இந்நூலுக்குச் சில வித்துவான்கள் 'சாற்றுக் கவி' அளித்துள்ளனர். அவர்கள் திருத்தணிகை விசாகப் பெருமானையர், அஷ்டா வதானம் வீராசாமி செட்டியார், சி.வை. தாமோதரம் பிள்ளை, கோமள புரம் இராச கோபால பிள்ளை, புதுவை வித்துவான் செ. சவரிராயலு நாயகர், வித்துவான் தஞ்சை அருளப்ப முதலியார் முதலியோர். இந்நூலின் ஒரு 'சாற்றுக் கவி' இது :

அகிலமிசை கடவுளவதார ஆண்டோர்
ஆயிரத்தென் ணூற்றைம்பத் தேழில் மேவும்
புகலரிய தைமாதம் சனிவா ரத்தில்?
புதுப்பேட்டை அந்தோனியா ராலயத்தில்
அகமகிழ்ந்து வெகுஜனமுன் விஸ்வ கோத்திர
அருளானந் தன்பலவாய் முயற்சி செய்யத்
தகவுறுதேம் பாவணிக்கீர்த் தனையை நன்றாய்ச்
சாற்றியா ரோக்கியனரங் கேற்றி னானே.

இராசம் ஐயர் (1872 - 1898) - மதுரை மாவட்டத்து வத்தலகுண்டு இவரது ஊர். பிரபுத்தபாரதம் என்னும் ஆங்கில வெளியீட்டை நடத்தினார். இவர் எழுதிய தமிழ் நாவல் கமலாம்பாள் சரித்திரம்

19, 20 - ஆம் நூற்றாண்டுப் புலவர்கள்

19-ஆம் நூற்றாண்டின் பிற்பகுதியில் பிறந்தவர் பலர் பெரும்புலவராக 20-ஆம் ம் நூற்றாண்டின் முற்பகுதியில் வாழ்ந்திருந்தார்கள். அவர்கள் நூல்களை எழுதியது, பெரும்பாலும் 20- ஆம் நூற்றாண்டு ஆதலால் அவர்களின் வரலாற்றை இங்குச் சேர்க்கவில்லை. 19-ஆம் நூற்றாண்டின் பிற்பகுதியில் பிறந்து 20-ஆம் நூற்றாண்டின் முற்பகுதியில் நூலியற்றிய புலவர்களில் சிலர் பெயரைக் கீழே தருகிறேன்.

டாக்டர் உ.வே. சாமிநாதையர், தேசியகவி சுப்பிரமணிய பாரதியார் (1882-1921) தேசத் தொண்டர் வ. உ. சிதம்பரம் பிள்ளை (1872 - 1936), கனகசுந்தரம் பிள்ளை (1863-1922), செல்வ கேசவராய முதலியார் (1864 1921), திருப்பாதிரிப் புலியூர் சிவசண்முக மெய்ஞ்ஞான சிவாசாரிய சுவாமிகள் (1973-1942), செந்தில் நாயக அடிகள் (1884-1942), துடிசை கிழார் சிதம்பரனார் (?-1954), முத்து சாமிக்கோனார் (1854-1944), வெ. ப. சுப்பிரமணிய முதலியார் (1857-1946), முத்மிழ்ப் பேராசிரியர் விபுலா-

னந்த அடிகள் (1892 1947), மறைமலையடிகள் (?-1950) செய்குத் தம்பிப் பாவலர் (?-1950) தி. பொ. பழனியப்பப் பிள்ளை (1893-1951) கா. ர. கோவிந்தராச முதலியார் (1874- 1952) திரு. வி. கலியாணசுந்தர முதலியார் (1883-1953), பா. வே. மாணிக்க நாயகர் (1871-1931), பூரணலிங்கம் பிள்ளை. (1866-1947), பண்டித மணி கதிரேசச் செட்டியார் (1881-1953), கவிமணி தேசிகவினாயகம் பிள்ளை (1876-1954), டி. கே. சிதம்பரநாத முதலியார் (1882-1954), பாண்டித் துரைத் தேவர் (1867-1911), கா. நமச்சிவாய முதலியார் (1876-1937), பண்டித சுவரிராய பிள்ளை (1859-1923), ஆ. மாதவையர் (1870-1925), ஸர். பொன்னம்பலம் இராமநாதன் (1851-1930), அ. சிங்காரவேலு முதலியார் (1855-1931), சாணாங்குப்பம் இராமநாத பிள்ளை (1877-1938), தி. இலக்குமணப்பிள்ளை (1864-1950), மா. அ. கனகசபை முதலியார் (1888-1951), மாகறல் கார்த்திகேய முதலியார் (1857-1916), கரபாத்திர சிவப்பிரகாச சுவாமிகள் (1874 - 1918), அப்துல் சாதிறு ராவுத்தர் (1877-?), முத்து ராமலிங்க சேதுபதி (1889—1928) கே. எஸ். சீனிவாசப்பிள்ளை (?- 1929), தஞ்சை உலகநாத பிள்ளை (?-?), மாணிக்கவாசக சரணாலய சுவாமிகள் (1885-1944), து. அ. கோபி நாத ராயர் (1872-1919), வரதநஞ்சைய பிள்ளை (1877-1956), மற்றும் பலர், இவர்கள் பெயர் 20-ஆம் நூற்றாண்டுத் தமிழ் வரலாற்றில் சேர்க்கப்பட வேண்டும்.

ஆசிரிய - மாணவர் பரம்பரை விளக்கம்

பண்டைக் காலத்தில் கல்வி இரண்டு நிலையாக இருந்தது. அவை; கணக்காயரிடத்தில் கற்கும் பாட சாலைக் கல்வி; வித்துவான்களிடத்தில் கற்கும் உயர்தரக் கல்வி என்பன. முதல் முதலாகச் சிறுவர்கள் கணக்காயரிடத்தில் சென்று சென்று கிராமப் பாடசாலையாகிய திண்ணைப் பள்ளிக்கூடத்தில் எழுதப்படிக்கக் கற்றுக் கொள்வார்கள். பிறகு நீதி நூல்களையும் இலக்கணச் சூத்திரங்களையும் நிகண்டு, இலக்கணம் முதலிய கருவி நூல்களையும் மனப் பாடம் செய்வார்கள். இவற்றுடன் இவர்கள் பாடசாலைப் படிப்பு முடிந்து விடும். பிறகு, இவர்கள் வித்துவான்களிடம் சென்று இலக்கண இலக்கிய நூல்களைப் நூல்களைப் பாடங் கேட்டுப் பொருள் உணர்ந்து கொள்வார்கள். காரிகை கற்றுக் கவிபாடவும் பழகிக் கொள்வார்கள்.

இவ்வாறு ஆசிரிய - மாணவர் பரம்பரை அக்காலத்தில் தொடர்ந்து வந்தது. ஒரே மாணவர் வெவ்வேறு ஆசிரியர் இடத்தில் பாடங் கேட்பதும் உண்டு. ஒவ்வோர் ஆசிரியர் ஒவ்வொரு நூலைப் பாடஞ் சொல்வதில் தேர்ந்தவராயிருப்பர். யார் யார் எந்தெந்த நூல்களில் தேர்ந்தவரோ அவரவரிடம் சென்று அந்தந்த நூல்களைப் பாடங்கேட்பது வழக்கம். இவ்வாறு ஆசிரிய - மாணவர் பரம்பரை இருபதாம் நூற்றாண்டின் தொடக்கம் வரையில் இருந்தது.

ஆசிரிய மாணவர் பரம்பரைப் பட்டியலை எனக்குத் தெரிந்த வரையில் கீழே தருகிறேன். இதனை முழு விவரப் பட்டியல் என்று கூற முடியாது. சில பெயர்கள் விடுபட்டிருக்கவும் கூடும். தெரிந்த வரையில் பட்டியல் தரப்படுகிறது.

ஓழிபியல் - கீழ்க்கணக்கு நூலாராய்ச்சி

(இந் நூல் 85, 89-ஆம் பக்கத்தில் கூறியுள்ள 'கீழ்க்கணக்கு' நூல்களைப்பற்றிய தொடர்புரை.)

18,19-ஆம் நூற்றாண்டுகளிலே சங்க நூல்களையும் சங்கம் மருவிய நூல்களையும் படிக்கக் கூடாது என்னும் கொள்கை படித்தவர்களிடையே பரவிற்று. சமயப்பற்றுக் காரணமாகத் தோன்றிய இந்தக் கொள்கையினாலே, தமிழாசிரியர்கள் மாணவர்களுக்கு அந்த நூலைப் பாடஞ்சொல்லாமல் விட்டனர். இதனால் அந்த, நூல்கள் மறக்கப்பட்டுக்கிடந்தன. படிப்பாரற்றுக் கிடந்தமையால் அந்நூல்களின் பெயர்கூட மறக்கப்பட்டிருந்தன. சென்ற 19-ஆம் நூற்றாண்டின் இறுதியில் கீழ்க்கணக்கு நூல்கள் எவை என்பது பற்றிப் படித்த புலவர்களுக்குள்ளே ஐயங்களும் வாதப் பிரதிவாதங்களும் நடந்தன! கீழ்க்கணக்கு நூல்கள் பதினெட்டின் பெயர்களைப் பற்றியதே அந்த ஆராய்ச்சி! அந்த ஆராய்ச்சி ஏறத்தாழ ஐம்பது ஆண்டுகள் நடந்த பின்னர் ஓய்ந்தது. தமிழ் இலக்கிய வரலாற்றிலே இது ஒரு சுவையுள்ள கட்டம். இதுபற்றி இங்குக் கூறுவோம்.

கீழ்க்கணக்கு நூல்கள் பதினெட்டு என்று பேராசிரியர் என்னும் உரையாசிரியர் முன்னமே கூறியுள்ளார்.

"நெடுவெண் பாட்டே முந்நால் அடித்தே
சிறுவெண் பாட்டின் அளவெழு சீரே"

என்னும் தொல். பொருள், செய்யுள் 470-ஆம் சூத்திரத்தின் உரையில் பேராசிரியர் இவ்வாறு எழுதுகிறார்:-

இங்ஙனம் அளவியல் வெண்பாச் சிறப்புடைத்தாதல் நோக்கிப் பதினெண் கீழ்க்கணக்கினுள்ளும் முத்தொள்ளாயிரத்தும் ஆறடியின் ஏறாமல் செய்யுள் செய்தார் பிற்சான்றோருமெனக் கொள்க.

மேலும்,

"வனப்பியல் தானே வகுக்குங் காலை
சின்மென் மொழியாற் றாய பனுவலொடு
அம்மை தானே அடிநிமிர் பின்றே"

என்னும் தொல். பொருள். செய்யுள்547-ஆம், சூத்திர உரையிலும் பேராசி-

ரியர் பதினெண் கீழ்க்கணக்கு நூல்களைக் கூறுகிறார். அவர் கூறுவது:

"தாய பனுவலோடென்பது அறம் பொருள் இன்ப மென்னும் மூன்றற்கும் இலக்கணஞ்சொல்லுப; வேறிடையிடை அவையன்றியுந் தாய்ச் செல்வ தென்றவாறு. அதாவது பதினெண் கீழ்க்கணக்கென உணர்க. அதனுள் இரண்டடியானும் ஐந்தடியானும் ஒரோ செய்யுள் வந்த வாறும், அவை சில-வாய மெல்லிய சொற்களான் வந்த வாறும், அறம் பொருள் இன்பமென அவற்றுக்கு இலக்கணங் கூறிய பாட்டுப் பயின்று வருமாறுங் கார் நாற்பது, களவழி நாற்பது முதலாயின வந்தவாறுங் கண்டு கொள்க."

இவ்வாறு பேராசிரியர் பதினெண் கீழ்க்கணக்கு நூல்களைப் பற்றிக் கூறி-யுள்ளார். நன்னூலுக்கு உரை எழுதிய மயிலைநாதரும் (387- ஆம் சூத்திர உரையில்) பதினெண் கீழ்க்கணக்கு நூல்களைக் குறிப்பிடுகிறார்.

கீழ்க்கண்ட பழைய வெண்பா, கீழ்க்கணக்கு நூல்களின் பெயரைக் கூறு-கின்றது.

நாலடி நான்மணி நானாற்ப தைந்திணைமுப்
பால்கடுகம் கோவை பழமொழி மாமூலம்
இன்னிலைசொல் காஞ்சியுடன் ஏலாதி யென்பவே
கைந்நிலைய வாங்கீழ்க் கணக்கு.

இந்தப் பழைய வெண்பாவில் பதினெண் கீழ்க்கணக்கு நூல்களின் சில பெயர்-கள் தெளிவாகத் தெரிகின்றன. சில பெயர்கள் துணிந்துகூற முடியாதவையாக இருந்தன. நாலடி, நான்மணி (க்கடிகை), முப்பால், (திரி)கடுகம், (ஆசா-ரக்கோவை, பழமொழி, சிறுபஞ்சமூலம், (முதுமொழிக்)காஞ்சி, ஏலாதி என்-னும் நூற்பெயர்கள் தெளிவாகத் தெரிகின்றன. நானாற்பது ஐந்திணை என்பன பற்றியும் இன்னிலை, கைந்நிலை என்பன பற்றியும் சென்ற நூற்றாண்டிலே பலருக்கும் பலவித ஐயங்களை உண்டாக்கின. ஏன்? முப்பால், கோவை என்-னும் பெயரிலுங்கூட ஐயம் நிகழ்ந்து வாதப் பிரதிவாதங்கள் நடந்தன. இதற்-குக் காரணம் இடைக் காலத்திலே இந்நூல்கள் சில தலைமுறையாகப் பயி-லப்படாமல் போனதுதான் என்பதை முன்னரே கூறினோம்.

சென்ற நூற்றாண்டிலே நிகழ்ந்த பதினெண் கீழ்க்கணக் நூல்களின் பெய-ரைப்பற்றிய ஆராய்ச்சி இக்காலத்தவராகிய நமக்கு வியப்பாகவும் வேடிக்-கையாகவும் தெரிகின்றது. பதினெண் கீழ்க் கணக்கு நூல்களின் பெயரை அறிவதற்கே அக்காலத்தவர் எவ்வளவு முட்டுப்பட்டுத் துன்புற்றனர் என்பது அவர்கள் எழுதியவற்றிலிருந்து நமக்குத் தெரிகிறது. சென்ற 19-ஆம் நூற்-றாண்டிலே வாழ்ந்து பல அரிய ஏட்டுச் சுவடிகளை அச்சுப் புத்தகமாகப் பதிப்பித்து வெளிப்படுத்திய பெரியார் சி. வை. தாமோதரம் பிள்ளையவர்கள், தாம் 1887-ஆம் ஆண்டு பதிப்பித்த கலித்தொகை என்னும் நூலின் பதிப்பு-ரையிலே கீழ்க்கணக்கு பற்றி இவ்வாறு எழுதுகிறார்:

நாலடி நான்மணி நானாற்ப தைந்திணைமுப்
பால்கடுகம் கோவை பழமொழி மாமூலம்
இன்னிலைசொல் காஞ்சியுடன் ஏலாதி யென்பவே
கைந்நிலைய வாங்கீழ்க் கணக்கு'

"இவற்றுட் கோவை யென்றது ஆசாரக்கோவையை. முப்பாலென்றது திரிகடுகம் ஆசாரக்கோவை பழமொழி பஞ்சமூலம் ஆகிய போன்று நாலடி வெண்பாவால் இயன்று அக்காலத்திலே வழங்கிய மூன்று சிறு தரும நூல்களை யென்றும், இன்னிலை சொல் என்றது இன்னிலை இன்சொல் என்று பெயரிய இரண்டு நூல்கள் பெயரை என்றும் உத்தேசிக்கின்றேன். அன்றேல் ஐந்திணை அகப் பொருட்டு றைத்தாய் ஐம்பது செய்யுளான் மாறன் பொறையனார் இயற்றியது ஒர் நூலாக, இவர்க்குக் கீழ்கணக்குத் தொகை பதினெட்டாவ தெவ்வாறோ? இவ்விடர் நோக்கிப் போலுஞ் சிலர் ஐந்திணையை ஐந்தொகையென்று பாடம் ஓதுவர். அன்னோர் நெடுந்தொகை யொன்றொழிய வேறு தொகையின்மையிற் சட்டி சுட்டதென்று நெருப்பிற் பாய்ந்த கள்வனார் போலப் பின்னர் எட்டுத்தொகை நூல்காணாது பேரிடர்ப்படுவர். 'இன்னிலைய காஞ்சியுட னேலாதியென்பவே' என்னும் பாடமுண்டு.

அதனால் இன்னும் இரண்டு மூன்றாவதன்றிக் கணக்குச் சரிபெறாது. இவ்வாறு கொள்ளாது சிலர் கோவை முப்பால்களை. வாதபுரீ சராகிய மாணிக்கவாசக சுவாமிகள் திருவாய்மலர்ந்தருளிய திருச்சிற்றம்பலக்கோவையாருஞ் சங்கத்தாரைப் பங்கப்படுத்தி அழித்துவிட்ட தெய்வப் புலமைத் திருவள்ளுவ நாயனாரது பொய்யாமொழித் திருக்குறளுமென்று மயங்கித்தடுமாறுப. பெயர்படைத்த வித்துவான்களுள்ளுஞ் சிலர் இவ்வாறு மயங்கினது நம்போலியரை மிக மயக்குகின்றது.

இவ்விரண்டும் நமது தமிழ் வேத மென்றாவது சிந்தித்தாரில்லை. திருச்சிற்றம்பலமுடையார் கையெழுத்தா கீழ்க்கணக்கின் கீழ்ப்பட்டது!!! இதனை நிராகரிக்க அயற்சாட்சியும் வேண்டுமா? பன்னிரண்டு திருமுறைகளையும் ஒருங்கு சேர்த்துப் பத்தாக்கிவிட்டாரில்லை. மேலும், 'நாலடி நான்மணி' என்றற் றொடக்கத்துச் செய்யுள் யாரது? யார் காலத்தது? யாண்டையது? சங்கத்தார் காலத்துச் சங்கத் திருமுன்னர்ச் சங்கப்புலவருளொருவராற் சொல்லப்பட்டதென்பது உண்மையாயின், நாயனார் திருக்குறளின்பின் சங்கம் எங்கே இருந்தது?[1] இருப்பினன்றோ குறளுங் கூட்டிக் கூறப்படும்?"

1887-ஆம் ஆண்டில் கலித்தொகைப் பதிப்புரையில் மேற்கண்டவாறு எழுதிய சி. வை. தாமோதரம் பிள்ளையவர்கள், இரண்டு ஆண்டுக்குப் பிறகு 1889-ஆம் ஆண்டில் இலக்கண விளக்கம் என்னும் நூலை அச்சிட்டபோது, அதன் பதிப்புரையில், பதினெண் கீழ்க்கணக்கு நூற்பெயர் ஆராய்ச்சியைப் பற்றி மேலும் தொடர்ந்து எழுதியுள்ளார். அவர் எழுதியதிலிருந்து அக்காலத்தில் கீழ்க்கணக்கு நூல்களைப் பற்றி எவ்வளவு தவறான கருத்துக்கள் இருந்தன என்பதை அறியலாம். இலக்கண விளக்கப் பதிப்புரையில் பிள்-

ளையவர்கள் எழுதுவது இது:

“ஸ்ரீ கொ. ஸ்ரீநிவாச ராகவாசாரியாரவர்கள் தாம் எழுதிய நாலடியார் நூல் வரலாற்றில்.

’நாலடி நான்மணி நானாற்ப தைந்திணைமுப்
பால்கடுகங் கோவை பழமொழி‘

என்பவற்றுள், ’ஐந்திணை அகப்பொருட் டுறைத்தாய் ஐம்பது செய்யுளான் மாறன் பொறையனார் இயற்றியது ஓர் நூலாகக், கீழ்க் கணக்குத் தொகை பதினெட்டாய தெவ்வாறோ?‘ என? யான் கொண்ட கொள்கை மாற, ’ஐந்திணை என்றது ஐந்திணைகளைப் பற்றிச் சொல்லும் ஐந்து நூல்கள்‘ எனக் கூறி, ஐந்திணையைம்பது ஐந்திணை எழுபது திணைமொழி யைம்பது திணைமாலை நூற்றைம்பது இன்னான்கும் அவ்வைந்திணையைச் சேர்ந்தன வென்றும் இவை போன்றது இன்னும் ஒன்று இருத்தல் வேண்டும் என்றும். சொற்றனர்.

“கலித்தொகைப் பதிப்புரை எழுதிய பின்னர் மேற்கண்ட நான்கு நூல்கள் எனக்கும் அகப்பட்டன. ஐந்திணை விஷயத்தில் யான்கூறிய கூற்றுச் சரியன்றென்று ஒத்துக்கொள்வதுமன்றி ஆசாரியரவர்கட்கு என் வந்தனமுங் கூறுகின்றேன். பிறர் சில ரொப்பக் கோவையைத் திருச்சிற்றம் பலக்கோவை என்று கொள்ளாது யான் சொல்லியது போல ஆசாரக்கோவை என்று இவர்கள் உரையிட்டது சாலவும் பொருத்த முடையதேயாம்.

“முப்பால் தெய்வப் புலமைத் திருவள்ளுவ நாயனாரது பொய்யாமொழித் தமிழ் வேதமாகிய திருக்குறளல்ல வென்பதற்கு யான் கூறிய நியாயங்களை முற்றச் சீர்தூக்கி ஆராயாது ‘ஆலும் வேலும் பல்லுக்குறுதி நாலுமிரண்டுஞ் சொல்லுக்குறுதி’ என்னும் பிற்றை நாண்மொழியைச் சங்கத்தார் காலத்து முதுமொழிபோற் கொண்டது ஆசாரியார்பால் ஒரு தவறென்றே இன்னும் வற்புறுத்து கின்றேன். கோவை திருக்கோவை யாகாது ஆசாரக் கோவை யானாற்போல முப்பாலும் நாயனார் தமிழ்வேதமாகாது நமது கைக்கு இன்னும் அகப்படாத பின்னொரு சிறு நூலேயாதல் வேண்டுமென்பது என் துணிவு மாத்திரமன்று. இது விஷயத்தில் யான் கண்டு பேசிய பல மடாதிபதிகள் வித்துவான்கட்கும் இதொப்பென்றறிக.

இதெழுதிய பின்னர், ஸ்ரீ த. கனகசுந்தரம் பிள்ளையவர்கள் தமக்கு அகப்பட்டதோர் மிகப் பழைய கீழ்க்கணக்குச் சுவடியில், ’நாலடி நான்மணி‘ என்னுஞ் செய்யுள் அதிகஞ் சிதைவுபட்டுக் கிடப்பதில், ஐந்திணை என்பதற்கு ஐந்திணையைம்பது, ஐந்திணை எழுபது, திணைமொழி யைம்பது, திணைமாலை நூற்றைம்பது என்னும் நான்குமே உரையிற் குறிக்கப்பட்டிருக்கின்றன வென்றும் முப்பால் என்பதன் உரை நாயனார் திருக்குறளை ஒருவாற்றானுஞ் சுட்டாது முப்பாலென்றே கூறப்பட்டிருக்கிற தென்றும், கைந்நிலை என்பது அப்பெயரான் உரையோடு உள்ளதோர் தனி நூலாகக் கண்டிருக்கிற தென்றும் எழுதியறிவித்தனர். இது என் கூற்றை நன்கு வற்புறுத்துகின்றது.

இதனால், 'நானாற்ப தைந்திணை' என்றதில் நாலென்னும் அடையை நாற்பது ஐந்திணை என்றும் இரண்டனோடும் ஒட்டி நானாற்பது, நாலைந்திணை என்று கோடல் வேண்டுமென்றும், ஐந்திணை யான் கூறியவாறு ஒரு நூலுமன்று, ஆசாரியாரவர்கள் கூறுமாறு ஐந்து நூலுமன்று ஐந்திணைப் பொருள் உணர்த்திய நான்கு நூல்களென்று கொள்ளத் தக்கதென்றுஞ் சொல்ல ஏதுவாகின்றது. அங்ஙனமாயின் முப்பாலென்றது ஒரே நூலாகவும், இன்னிலை சொல்லென்றது இன்னிலை இன்சொல் என இரண்டு நூல்களாகாது காஞ்சிக்கு விசேஷணமாகவும் கைந்நிலையென்றது வேறொரு தனி நூலாகவுங் கொள்ளத்தகும்.

இவ்வாறு கொள்ளிற் 'கைந்நிலையோடாங் கீழ்க்கணக்கு என்று ஈற்றடிப் பாடந் திரிதல் வேண்டும். எட்டுத் தொகை பதினெண் கீழ்க்கணக்குகளுள் இன்னும் அச்சிற்றோற்றாதன தேடி வெளிப்படுத்தும் நோக்கமாகச் சில நாட்களுள், மதுரை, திருநெல்வேலி, கோயமுத்தூர் முதலிய தேசங்களுக்கு ஒர் யாத்திரை செய்ய உத்தேசித்திருக்கின்றேன். அவ்வாறு போய்த் திரும்பிய பின் இது விஷயத்தைப் பற்றி மறுபடியும் எழுதுவேன்."

மேலே காட்டிய மேற்கோள் சற்று விரிவாக இருந்த போதிலும் அது 19-ஆம் நூற்றாண்டின் பிற்பகுதியில் பதினெண் கீழ்க்கணக்கு நூல்கள் இன்னவை என்பதில் கருத்து வேற்றுமை இருந்ததைத் தெளிவாக விளக்குகின்றது. மேற்காட்டிய மேற்கோளில், "ஐந்திணை என்றது ஐந்திணைகளைப் பற்றிச் சொல்லும் ஐந்து நூல்கள் எனக் கூறி, ஐந்திணையைம்பது ஐந்திணை எழுபது திணைமொழி யைம்பது, திணைமாலை நூற்றைம்பது இந்நான்கும் அவ்வைந்திணையைச் சேர்ந்தனவென்றும் இவை போன்றது இன்னும் ஒன்று இருத்தல் வேண்டுமென்றும் சொற்றனர்" என்று கூறப்பட்டுள்ளதை மறுத்துக் கூறினார் செல்வகேசவராய முதலியாரவர்கள். பதினெண் கீழ்க் கணக்குகளில் ஒன்றாகிய ஆசாரக் கோவையை 1893-ஆம் ஆண்டில் அச்சிற் பதிப்பித்த முதலியாராவார்கள், அதன் பதிப்புரையில் இதுபற்றி இவ்வாறு எழுதியுள்ளார்.

"ஐந்திணை என்றது திணைகளைப் பற்றிச் சொல்லும் ஐந்து நூல்கள்: ஐந்திணை ஐம்பது முதலிய நான்கையும் போன்றது இன்னும் ஒன்று இருத்தல் வேண்டும் என்பர் ஒருதிறத்தார். இலக்கண விளக்க முடையார், 'உரிப்பொருடோன்ற வோரைந்திணையும், தெரிப்பதைந் தின ணைச் செய்யுளாகும்' என்றைந்திணைச் செய்யுளின் இலக்கணத் தைக் கூறினாரல்லது, அவ்விலக்கணமுடைய நூல்களை இன்ன இத்துணைய என வரையறுத்தாரில்லை. கீழ்க்கணக்கைப் பதினெட் டாகச் சரிவரக் காட்டுதற் பொருட்டு ஐந்திணைச் செய்யுட்கள் ஐந்தென்று கூறுவார்க்குப் பற்றுக்கோடாகின்ற ஆதாரம் இதுகாறும் ஒன்றுங் கிடைத்திலது."

முப்பால் என்பது திருவள்ளுவ நாயனார் அருளிச் செய்த திருக்குறள்தான் என்பதில் ஐயமில்லை. திருக்குறள் பதினெண் கீழ்க்கணக்கு நூல்களில் ஒன்று என்பதிலும் ஐயமில்லை. ஆனால், சி. வை. தாமோதரம் பிள்ளையவர்கள் முப்பால் என்பது "மூன்று சிறுத் தரும நூல்கள்" என்று 1887-ஆம் ஆண்டிலும், "முப்பால், நாயனார் தமிழ்வேதமாகாது நமது கைக்கு இன்னும் அகப்படாத பின்னொரு சிறு நூலேயாதல் வேண்டும்" என்று 1889-ஆம் ஆண்டிலும் எழுதினார்.

கீழ்க்கணக்கு நூல்களைக் கூறுகிற "நாலடி நான்மணி" எனத் தொடங்கும் பழைய வெண்பாவின் பின் இரண்டடிகள்.

"இன்னிலை சொல் காஞ்சியுடன் ஏலாதி என்பவே
கைந்நிலைய வாங்கீழ்க் கணக்கு"

என்பன. இதில் காஞ்சிக்கு (முது மொழிக் காஞ்சிக்கு) அடை மொழியாகிய "இன்னிலை சொல்" என்றதற்கு இன்னிலை, இன்சொல் என்னும் பெயருள்ள இரண்டு நூல்களின் பெயராக இருக்கக்கூடும் என்று தாமோதரம் பிள்ளையவர்கள் கருதினார்கள். கைந்நிலை என்று ஒரு நூல் இருப்பதாக அவர் கருதவில்லை. பின்னர், கைந்நிலை என்று பெயருள்ள ஒரு நூல் உண்டென்றும் அது கீழ்க்கணக்கைச் சேர்ந்த நூலென்றும் அறிந்த பிறகு "இன்னிலை சொல் என்பதற்கு இன்னிலை இன்சொல் என இரண்டு நூல்களாகாது. காஞ்சிக்கு விசேஷணமாகவும், கைந்நிலை யென்றது வேறொரு தனி நூலாகவும் கொள்ளத்தகும்" என்று எழுதினார்கள். ஆனால், கைந்நிலை என்னும் நூல் அக் காலத்தில் கிடைக்கவில்லை.

18, 19-ஆம் நூற்றாண்டுகளிலே சங்க நூல்களையும் வேறு சில நூல்களையும் பயிலக்கூடாது என்னும் குறுகிய தவறான எண்ணம் இருந்த காரணத்தினாலே அந்நூல்கள் பயிலப்படாமலும் அது காரணமாக அவை இன்னவை என்று அறியப் படாமலும் போயின. அவற்றில் பதினெண் கீழ்க்கணக்கும் ஒன்று. நற்காலமாக வேம்பத்தூர் முத்துவேங்கடசுப்ப பாரதியார் என்னும் புலவர் பதினெண்கீழ்க் கணக்கு நூல்களின் பெயரை ஒரு செய்யுளில் கூறிவைத்தார். சென்ற 19-ஆம் நூற்றாண்டிலே இருந்த அவர், 1849-ஆம் ஆண்டில் பிரபந்த தீபிகை என்னும் ஒரு நூல் இயற்றினார்.

அந்நூலில், பதினெண் கீழ்க்கணக்கு நூல்கள் இன்னவை என்பதை ஒரு செய்யுளில் அமைத்துப் பாடினார். அந்நூல் அக்காலத்தில் அச்சிற் பதிப்பிக்கப் படாமையால் அக்காலத்திலிருந்த தாமோதரம் பிள்ளை முதலிய அறிஞர்கள் அந்நூலை அறியவாய்ப்பு ஏற்படவில்லை. ஆகவே, அவர்கள் கீழ்க்கணக்கு நூல்கள் இன்னவை என்பதை உறுதியாக அறியாமல் மயங்கிப் பல கருத்துக்களை வெளியிட்டார்கள். பிரபந்த தீபிகையில், பதினெண் கீழ்க்கணக்கு நூல்கள் இன்னவை என்று கூறும் செய்யுள் இது:

"ஈரொன் பதின்கீழ்க் கணக்கினுட் படும்வகை
இயம்பு நாலடி நானூறும்
இன்னாமை நாற்பது நான்மணிக் கடிகை சதம்
இனிய நாற்பான் காரதே
ஆருகள் வழிநாற்ப தைந்திணையு மைம்பதும்
ஐந்துட னிருபானு மாம்
அலகிலா சாரக்கோ வைசதம் திரிகடுகம்
ஐயிருப தாகு மென்பர்
சீருறும் பழமொழிகள் நானூறு நூறதாஞ்
சிறுபஞ்ச மூலம் நூறு
சேர்முது மொழிக்காஞ்சி யேலாதி யெண்பதாம்
சிறுகைந்நிலை யறுபதாகும்
வாரிதிணை மாலைநூற் றைம்பதாம் திணைமொழி
வழுத்தைம்ப தாம் வள்ளுவ
மாலையீ ரொன்பதாய்ச் சாற்று பிரபந்தம்
வழுத்துவர்கள் புலவோர்களே."

இச் செய்யுளினால் பதினெண் கீழ்க்கணக்கு நூல்கள் இன்னவை என்பதை அறியலாம். எனவே.

நாலடி நான்மணி நானுற்ப தைந்திணைமுப்
பால்கடுகம் கோவை பழமொழி மாமூலம்
இன்னிலைசொல் காஞ்சியுடன் ஏலாதி யென்பவே
கைந்நிலைய வாங்கீழ்க் கணக்கு

என்னும் செய்யுளில் கூறப்பட்ட பதினெட்டு நூல்களின் பெயர்கள் இவை:

1. நாலடியார். 2. நான்மணிக்கடிகை. 3. இன்னாநாற்பது. 4. இனியவை நாற்பது. 5. கார் நாற்பது 6. களவழி நாற்பது (நால் நாற்பது) 7. ஐந்திணை ஐம்பது. 8. ஐந்திணை எழுபது. 9. திணை மாலை நூற்றைம்பது. 10. திணைமொழி ஐம்பது. (நாலைந்திணை) 11. முப்பால் (திருகுறள்). 12. திரிகடுகம். 13. ஆசாரக் கோவை. 14. பழமொழி நானூறு. 15. சிறு பஞ்சமூலம். 16. முதுமொழிக் காஞ்சி. 17. ஏலாதி 18. கைந்நிலை.

கைந்நிலை

இந்தப் பதினெட்டுக் கீழ்க்கணக்கு நூல்களும் இப்போது நமக்குக் கிடைத்திருக்கின்றன. ஆனால், சென்ற 19-ஆம் நூற்றாண்டில் கைந்நிலை என்னும் நூல் பலருக்குத் தெரியாமலும் அச்சிற் பதிப்பிக்கப்படாமலும் இருந்தது. அக்காலத்தில் சிலர் "இன்னிலை" என்பது பதினெட்டு நூல்களில் ஒன்று என்று

கருதினார்கள். 1888-ஆம் ஆண்டில் திரு. த. கனகசுந்தரம் பிள்ளையவர்கள், தமக்குக் கிடைத்த மிகப் பழைய ஏட்டுச்சுவடி யொன்றில் கைந்நிலை என்பது கீழ்க்கணக்கு நூல்களில் ஒன்று என்று எழுதியிருந்ததைக் கண்டு அதனைத் தாமோதரம் பிள்ளை யவர்களுக்குத் தெரிவித்தார்கள். பிறகு, கைந்நிலை கீழ்க்கணக்கு நூலைச் சேர்ந்தது என்பது அறியப்பட்டது. ஆனால், அந்த நூலின் பிரதி அவர்களுக்குக் கிடைக்கவில்லை.

திரு. தி. செல்வகேசவ முதலியாரவர்கள் கைந்நிலை என்னும் நூல் ஒன்று உண்டு என்பதை நம்பவில்லை. அவர் 1893-ஆம் ஆண்டில் அச்சிட்ட ஆசாரக் கோவை என்னும் கீழ்க்கணக்கு நூலின் பதிப்புரையில் இதுபற்றி எழுதியுள்ளார். "இதுவரையில் கிடைக்கப் பெற்றுள்ள இலக்கிய இலக்கண உரைகளிலும் கைந்நிலைச் செய்யுள் மேற்கோள்களாக வழங்கப்பட்டுள்ளதாகவும் எவர்க்கும் கட்புலனாயிற் றில்லை. ஆகவே, கைந்நிலையைக் கையில் நிலைபெறக் காணுந்தனையும் உறுதி கூறுதலாகாது" என்று அவர் எழுதியுள்ளார்.

கைந்நிலை என்னும் கீழ்க்கணக்கு நூலின் ஏட்டுப் பிரதி 19-ஆம் நூற்றாண்டின் இறுதிவரையிலும் கிடைக்கவில்லை. ஆகவே, அச்சிடப்படவில்லை. பிறகு, இந்த 20-ஆம் நூற்றாண்டிலே 1931-ஆம் ஆண்டிலே கைந்நிலை ஏட்டுப் பிரதி கிடைத்து அச்சிடப்பட்டது. அதன் ஏட்டுப்பிரதியைப் பெற்று அச்சிட்டவர் திரு. அநந்த ராமையரவர்கள். இது வெளிவந்த பிறகு, கீழ்க்கணக்கைச் சேர்ந்த பழையநூல் இது என்பது உறுதியாயிற்று. பின்னர் 1936-ஆம் ஆண்டில் வ.உ. சிதம்பரம்பிள்ளையவர்களும், எஸ். வையாபுரிப் பிள்ளை யவர்களும் சேர்ந்து பதிப்பித்த தொல்காப்பியம் பொருளதிகாரம் இளம்பூரணர் உரையிலே கைந்நிலைச் செய்யுட்கள் நான்கு இடங்களில் மேற்கோள் காட்டப்பட்டுள்ளதைக் காணமுடிந்தது. எனவே, கைந்நிலை பதினெண் கீழ்க்கணக்கு நூலைச் சேர்ந்தது என்பதும், அதன் செய்யுட்களை இளம்பூரண அடிகள் என்னும் உரையாசிரியரும் தமது உரையில் மேற்கோள் காட்டியுள்ளார் என்பதும் தெரியலாயின. கைந்நிலை அகப்பொருள் இலக்கிய நூல்.

இன்னிலை

இப்பெயரையுடைய நூல் ஒன்று அண்மைக்காலத்தில் வெளிவந்துள்ளது. இது கீழ்க்கணக்கு நூல்கள் பதினெட்டில் ஒன்று என்று தவறாகக் கருதப்பட்டது. பிறகு, இது கீழ்க்கணக்கைச் சேர்ந்த நூலன்று என்றும் போலி நூலென்றும் அறியப்பட்டது. இன்றும் சிலர் இதனைக் கீழ்க்கணக்கு நூல் என்று உண்மையறியாமல் நம்புகின்றார்கள். ஆகவே. இந்நூலைப் பற்றிய வரலாற்றைக் கூற வேண்டுவது முறையாகும்.

கீழ்க்கணக்கு நூல்களைக் கூறுகிற 'நாலடி நான்மணி' எனத்தொடங்கும் பழைய வெண்பாவின் பின் இரண்டடிகள்,

"இன்னிலை சொல் காஞ்சியுடன் ஏலாதி என்பவே
கைந்நிலைய வாங்கீழ்க் கணக்கு"

என்பது. இதில் காஞ்சிக்கு (முதுமொழிக் காஞ்சிக்கு) அடைமொழியாகிய இன்னிலை சொல் என்பதை இன்னிலை, இன்சொல் என்னும் பெயருள்ள இரண்டு நூல்கள் என்று சென்ற நூற்றாண்டிலிருந்த சி. வை. தாமோதரம்பிள்ளையவர்கள் கருதினார்கள். கைந்நிலை என்பது ஒரு நூலின் பெயர் என்பதை அவர் அறிய வில்லை.

பின்னர், கைந்நிலை என்பது கீழ்க்கணக்கில் ஒரு நூல் என்பதைக் கனகசுந்தரம் பிள்ளையவர்களால் அறிந்த பிறகு 1889- ஆம் ஆண்டில், "இன்னிலை சொல் என்பதற்கு இன்னிலை, இன்சொல் என இரண்டு நூல்களாகாது காஞ்சிக்கு விசேஷணமாகவும், கைந்நிலை யென்றது வேறொரு தனி நூலாகவும் கொள்ளத்தகும்" என்று இலக்கண விளக்கப் பதிப்புரையிலே எழுதினார்கள். ஆனாலும் இன்னிலை என்பது ஒரு நூலின் பெயர் என்று வேறு சிலர் அக்காலத்தில் நம்பினார்கள். நம்பினது மட்டுமல்லாமல் அந்நூலைப் பெறத் தேடினார்கள். இவ்வாறு பதினெண் கீழ்க் கணக்கு நூல்களில் பதினேழு நூல்கள் இன்னவை என்று ஐயமில்லாமல் உறுதியாகத் தெரிந்த பிறகு ஒரு நூலைப்பற்றி மட்டும் கருத்து வேற்றுமை இருந்தது. அது, பதினெட்டாவது நூல் கைந்நிலை என்று சிலரும் இன்னிலை என்றும் வேறு சிலரும் கருதியதாகும். இவ்வாறு இருசாராரால் கருதப்பட்ட இரண்டு நூல்களும் 19-ஆம் நூற்றாண்டில் கிடைக்கவில்லை.

இருபதாம் நூற்றாண்டிலே இரண்டு நூல்களின் ஏட்டுச் சுவடிகளும் கிடைத்தன. இன்னிலை ஏட்டுச்சுவடி 1915-ஆம் ம் ஆண்டிலும் கைந்நிலை ஏட்டுச்சுவடி 1931-ஆம் ஆண்டிலும் அச்சிற் பதிப்பிக்கப்பட்டன. (கைந்நிலையைப் பற்றி மேலே எழுதியுள்ளேன்) இன்னிலை ஏட்டுச்சுவடியைக் கண்டு பிடித்தவர் வித்துவான் த. மு. சொர்ணம்பிள்ளை யவர்கள். இந்தச் சுவடியைத் திரு. வ.உ. சிதம்பரம்பிள்ளை யவர்கள் 1915-ஆம் ஆண்டில் அச்சிற் பதிப்பித்தார்கள்.

இந்நூல் அறப்பால், பொருட்பால், இன்பப்பால், வீட்டுப்பால் என்று நான்கு பிரிவுடையது. நாற்பத்தைந்து வெண்பாக்களை யுடையது. "பொய்கையார் இன்னிலை" என்று பெயர் சூட்டப் பட்டிருக்கிறது. இதில் பெரிய வியப்பு என்னவென்றால், பாரதம் பாடிய பெருந்தேவனார் இந்நூலுக்குக் கடவுள் வாழ்த்துப் பாடியிருப்பதுதான்!

இந்நூல் முகவுரையில், வ.உ. சிதம்பரம்பிள்ளையவர்கள் இந்நூல் ஏட்டுப் பிரதியைப் பற்றி இவ்வாறு எழுதியுள்ளார்கள்.

“எனக்குக் கிடைத்த இந்நூலின் ஏட்டுப்பிரதி திருநெல்வேலி ஜில்லா ஆழ்வார் திருநகரியில் மூன்று நூற்றாண்டுகளுக்கு முன்னர் அவதரித்துத் தமிழ் இலக்கிய இலக்கணங்களை முற்றுறக் கற்று 'மாறனலங்காரம்' முதலிய சில அரிய நூல்களை இயற்றியருளிய ஸ்ரீமான் இரத்தினக் கவிராயரவர்களால் எழுதப்பட்டுள்ளது... இவ்வேட்டுப் பிரதியை எனக்கு அளித்தவர்கள் திருநெல்வேலி ஹிந்துக்கல்லூரித் தமிழ்ப் பண்டிதர் ஸ்ரீமான் த. மு. சொர்ணம் பிள்ளையவர்கள்.

இவர்களுக்கு இவ்வேட்டுப் பிரதியை வேறுபல தொன்னூலேட்டுப்பிரதிகளோடு சேர்த்தளித்தவர்கள் திருமேனிக் கவிராயரவர்கள் சந்ததியார்களுக்குத் தலைவராகவும், எனக் உறவினராகவும் நண்பராகவும், திருநெல்வேலி ஜில்லா தாலுக்கா போர்ட்டு மெம்பராகவும் விளங்கும் ஸ்ரீ அ. மீ. மலையையாப் பிள்ளையவர்கள். இதுகாறும் இந்நூலின் பெயரும், இந்நூல் கீழ்க்கணக்குப் பதினெட்டில் ஒன்றென்பதும் தெரியாதிருந்த நம் தமிழ் நாட்டார்க்கு இந்நூலை அளிப்பதற்குக் காரண கர்த்தர்களாயிருந்த இவ்விருவர்களுக்கும் தமிழுலகம் நன்றி பாராட்டக்கடன் பட்டுள்ளது.”

இன்னிலை நூலாசிரியரைப் பற்றிக் கூறுகிற இடத்தில் பதிப்பாசிரியரும் உரையாசிரியருமாகிய வ. உ. சிதம்பரம் பிள்ளை யவர்கள் இவ்வாறு எழுதுகிறார். “இந்நூலைத் தொகுத்தவர் மதுரை யாசிரியர் என்று இந்நூலின் ஏட்டுப் பிரதியின் முதல் ஏட்டில் எழுதப் பட்டிருக்கிறதென்று மேலே கூறியுள்ளேன். அதாவது, இந்நூலைக் கீழ்க்கணக்குப் பதினெட்டில் ஒன்றாகத் தொகுத்தவர் மதுரை யாசிரியர் என்று கொள்க. 'மதுரையாசிரியர்' என்னும் சிறப்புப் பெயரைப் பெற்று விளங்கியவர் மாறனார் என்பவரும் நல்லந்துவனார் என்பவருமே. இவ்விருவரும் கடைச் சங்கப் புலவர்கள். இவர்களில் எவர் இந்நூலைத் தொகுத்தவரென்பது தெரியவில்லை. இந்நூற்குக் கடவுள் வாழ்த்துப் பாடியவர் பாரதம்பாடிய பெருந்தேவர். இவர் எட்டுத் தொகை நூல்களில் சிலவற்றிற்குக் கடவுள் வாழ்த்துப் பாடியதுபோல இந்நூற்கும் பாடியுள்ளார். இவரும் கடைச்சங்கப் புலவர்”

இவர் கூறியுள்ளதை வரலாற்றோடு ஒப்பிட்டு ஆராய்ந்து பார்த்தால், இன்னிலை நூல் ஒருபோலி நூல் என்பதும், அது கீழ்க்கணக்கு நூலைச் சேர்ந்தது அன்று என்பதும் பட்டப்பகல் போல் விளங்குகின்றன.

கீழ்க்கணக்கு நூலைப் பதினெட்டாகத் தொகுத்தவர்யார் என்பது ஒருவருக்கும் தெரியாது. அதுபற்றிக் கர்ணபரம்பரையாகவோ நூல்மூலமாகவோ யாதொரு செய்தியும் கிடையாது. ஆனால், கடைச்சங்கப் புலவரான மதுரையாசிரியர் கீழ்க்கணக்கு நூல்களைத் தொகுத்ததாக இன்னிலைப் பதிப்பாசிரியர் கூறுகிறார். கீழ்க்கணக்கு நூல்கள் பதினெட்டும் கடைச்சங்க காலத்துக்கு முன்பு இயற்றப்பட்டவை அல்ல. கி.பி. முதல் நூற்றாண்டு தொடங்கி கி.பி. 8-ஆம் நூற்றாண்டு வரையில் வெவ்வேறு காலத்தில் வெவ்வேறு புலவர்க-

ளால் இயற்றப்பட்டவை கீழ்க்கணக்கு நூல்கள். நாலடி நானூறு கி.பி. 8-ஆம் நூற்றாண்டில் இயற்றப்பட்டது.

முப்பால் என்னும் திருக்குறள் கி.மு. முதல் நூற்றாண்டில் அல்லது கி.பி. முதல் நூற்றாண்டில் இயற்றப்பட்டது. எனவே, கீழ்க்கணக்கு நூல்கள் கி.பி. 8-ஆம் நூற்றாண்டுக்குப் பிறகு தொகுக்கப்பட்டிருத்தல் வேண்டும் கடைச்சங்க காலத்தில் (கி.பி. இரண்டாம் நூற்றாண்டில்) தொகுக்கப்பட்டிருத்தல் முடியாது. ஆனால், இன்னிலை பதிப்பாசிரியர், கடைச்சங்கப் புலவரான மதுரையாசிரியர் கீழ்க்கணக்கு நூல்களைத் தொகுத்ததாக இன்னிலை ஏட்டுச்சுவடி கூறுகிறதென்று எழுதுகிறார். இதனைப் பகுத்தறிவுள்ளார் எவ்வாறு ஏற்றுக்கொள்ளமுடியும்?

"நெடுவெண் பாட்டே முந்நான்கடித்தே
குறுவெண் பாட்டிற் களவெழு சீரே."

என்னும் தொல்காப்பியச் சூத்திர (செய்யுளியல் 159.) உரையில் பேராசிரியர் எழுதிய விளக்கம் இங்குக் கருதத்தக்கது:

"இங்ஙனம் அளவியல் வெண்பாச் சிறப்புடைத்தாத னோக்கிப் பதினெண் கீழ்க் கணக்கினுள்ளும் முத்தொள்ளாயிரத்தும் ஆறடியி னேறாமற் செய்யுள் செய்தார் பிற்சான்ரேருருமெனக் கொள்க." என்று பேராசிரியர் எழுதுகிறார். கீழ்க்கணக்கு நூலாசிரியர்களைப் பிற்சான்றோர் என்று அவர் கூறுவது நோக்குக. பிற்சான்றோர் என்றால், கடைச் சங்க காலத்திற்குப்பின் இருந்த சான்றோர் என்பது பொருள். எனவே பிற்காலத்துச் சான்றோர் இயற்றிய நூல்களை முற்காலத்துச் சான்றோர் ஒருவர் தொகுத்தார் என்று கூறுவது எவ்வாறு பொருந்தும்? எனவே, இன்னிலை ஏட்டுச் சுவடியில் எழுதப்பட்டதாகக் கூறப்படுகிற, கீழ்க் கணக்கு நூல்களை மதுரையாசிரியர் என்னும் கடைச் சங்க காலத்துப் புலவர் தொகுத்தார் என்னும் கூற்றுப் போலிக் கூற்றாமென்றறிக.

அடுத்தபடியாக, இன்னிலை நூலுக்குப் பாரதம் பாடிய பெருந்தேவனார் கடவுள் வாழ்த்துப் பாடினார் என்பது. இதுவும் போலிக் கூற்றாகும். கீழ்க் கணக்கு நூல்கள் சிலவற்றிற்கு அந்தந்த நூலாசிரியர்களே கடவுள் வாழ்த்துப் பாடியுள்ளனர். சில கீழ்க் கணக்கு நூல்களுக்குக் கடவுள் வாழ்த்து இல்லை. ஆனால், கீழ்க்கணக்கு நூல்கள் எதற்குமே, பாரதம் பாடிய பெருந்தேவனார் கடவுள் வாழ்த்துப் பாடவில்லை. இன்னிலை நூலுக்கு மட்டும் கடவுள் வாழ்த்துப் பாடினார் என்று கூறப்படுகிறது. இன்னிலை, கீழ்க்கணக்கு நூல்கள் பதினெட்டில் ஒன்றாக இருந்தால், இதற்கு மட்டும் பாரம் பாடிய பெருந்தேவனார் ஏன் கடவுள் வாழ்த்துப் பாட வேண்டும்? ஏனைய பதினேழு நூல்களுக்கு ஏன் கடவுள் வாழ்த்து இவர் பாடவில்லை.

தொகை நூல்கள் பதினெட்டில் பதினேழு நூல்களுக்குக் கடவுள் வாழ்த்துப் பாடாமல் ஒரு நூலுக்கு மட்டும் ஏன் பாடினார்? இல்லை. கீழ்க்கணக்குத் தொகை நூல்கள் பதினெட்டுக்கும் சேர்த்து இக்கடவுள் வாழ்த்தைப் பாடினார்

என்றால், ஏனைய கீழ்க்கணக்கு ஏட்டுச் சுவடிகள் ஒவ்வொன்றிலும் இந்தக் கடவுள் வாழ்த்துச் செய்யுள் இருக்க வேண்டும் அல்லவா? அவைகளில் பாரதம் பாடிய பெருந்தேவனாரின் கடவுள் வாழ்த்துக் காணப்படாமல், இந்த இன்னிலை ஏட்டுச் சுவடியில் மட்டும், (இது கீழ்க் கணக்கு நூலைச் சேர்ந்ததும் அன்று.) கடவுள் வாழ்த்துப் பாடினார் என்றால், இதனைப் பகுத்தறிவுள்ளார் எப்படி ஒப்புக்கொள்ளமுடியும்? எனவே, இன்னிலைப் பதிப்பாசிரியர், அந்நூல் முன்னுரையிலும், ஆசிரியரைப் பற்றிக் கூறிய இடத்திலும், இன்னிலை கீழ்க் கணக்கு நூல்களில் ஒன்றென்று கூறியது ஏற்கத்தக்கதன்று.

மேலும் இன்னிலைப் பதிப்பாசிரியர் வ.உ. சிதம்பரம் பிள்ளையவர்கள், இன்னிலை நூல் செய்யுட்களை உரையாசிரியராகிய இளம்பூராண அடிகள் தொல்காப்பிய உரையில் மேற்கோள் காட்டியுள்ளார் என்றும் ஆகவே இன்னிலை பழைய நூல் என்றும் மேற்படி நூலின் முன்னுரையில் எழுதியுள்ளார்கள். இளம்பூரணர் தமது தொல்காப்பியக் களவியல் 23-ஆம் சூத்திர உரையிலும், கற்பியல் 5- ஆம் சூத்திர உரையிலும் 12-ஆம் சூத்திரஉரையிலும், இன்னிலை நூற் செய்யுட்களை மேற்கோள் காட்டியிருப்பதாக எழுதியிருக்கிறார்கள். இவர் கூறுகிறபடி இச்செய்யுட்களை இளம்பூரண அடிகள் மேற்கோள் காட்டுகிறாரா என்பதைப் பலமுறை தேடித் தேடிப் பார்த்தேன். ஒரிடத்திலாவது மேற்கோள் காட்டப்பட்ட வில்லை.

திரு. எஸ். வையாபுரிப் பிள்ளையவர்களும் இது பற்றி இதையே கூறுகிறார்:

"இந்நூற் (இன்னிலை நூற்) செய்யுட்களை இளம் பூரணம் எடுத்தாண்டதாக ஐந்து இடங்கள் காட்டப்பட்டுள்ளன. இவை யனைத்தும் இளம்பூரணருரை ஏட்டுப்பிரதியிலும். அச்சுப் பிரதியிலும் காணப்படவில்லை, பொருளதிகாரத்தில் செய்யுளியல் தவிர ஏனைய இயல்களுக்குத் தமிழ்நாடு முழுவதிலும் உள்ள ஏட்டுப் பிரதி ஒன்றேயாம். இரண்டாவது ஒரு பிரதியில்லை என்பது இங்கே மனங்கொள்ளத் தக்கது."[3]

எனவே, இன்னிலை நூற்செய்யுட்களை இளம்பூரண அடிகள் தமது தொல்காப்பிய உரையில் மேற்கோள் காட்டியுள்ளார் என்று இந்நூற் பதிப்பாசிரியராகிய வ.உ. சிதம்பரம் பிள்ளையவர்கள். முகவுரையில் எழுதியிருப்பது தவறானது: உண்மைக்கு மாறானது. இதில் இன்னொரு வியப்பு என்னவென்றால், திரு வ.உ.சி. பிள்ளையவர்கள். எஸ். வையாபுரிப் பிள்ளையுடன் சேர்ந்து தொல் காப்பியம், பொருளாதிகாரம், இளம்பூரணர் உரை முழுவதையும் "அச்சிட்டிருக்கிறார்கள். என்பதுதான்."[4]

இன்னிலை நூலை அச்சிட்டு இருபத்தோரு ஆண்டுக்குப் பின்னர் இளம்பூரணர் உரையை அச்சிட்டிருக்கிறார்கள். இதன் பதிப்புரையில், வ.உ. சிதம்பரம் பிள்ளையவர்கள், எழுதியுள்ள கீழ்க்கண்ட பகுதி, இன்னிலைச் செய்யுட்களை இளம்பூரணர் தமது உரையில் மேற்கோள் காட்டியுள்ளார் என்று இன்னுரை முன்னுரையில் இவர் எழுதியது தவறு என்று கூறுவதுபோல

(வெளிப்படையாக இல்லாமல்) காணப்படுகிறது. தொல்காப்பியம், பொருளாதிகாரம், இளம்பூரணர் உரைப் பதிப்பில் பிள்ளை யவர்கள் எழுதுவது இது:

“தமிழ்நாடு முழுவதிலும் பொருளதிகார இளம் பூரணருரை முற்றுமடங்கிய பிரதி ஒன்றேயுள்ளது. இப்போது அங்கங்கே ஒரு சிலரிடத்துள்ள பிரதிகளனைத்தும் பிரதிகளனைத்தும் இவ்வேட்டுப் பிரதியைப் பார்த்தெழுதிக் கொண்ட கடிதப் பிரதிகளேயாகும். இக் கடிதப் பிரதிகள் சிலவற்றில் ஒரு சிலவிடங்களில் ஏட்டுப் பிரதியிற் காண்ப்பெறாத விஷயங்கள் ஆதாரமின்றி நுழைத்தெழுதப்பட்டன. அவ்வாறு நுழைத்தெழுதியவற்றை யெல்லாம் களைந்து ஏட்டுப் பிரதியி லுள்ளவாறே இப்பதிப்பு எனது நண்பர் வையாபுரிப் பிள்ளையவர் களாற் சித்தஞ் செய்யப்பட்டுள்ளது.”

இவ்வாறு 1936-இல் எழுதிய திரு. வ. உ. சி. அவர்கள், தாம் 1915-இல் பதிப்பித்த இன்னிலை நூல் முன்னுரையில் எழுதியவை. “ஆதாரமின்றி நுழைத்தெழுதப்பட்டன” என்பதை வெளிப்படை யாகக் கூறாமல் மறைமுகமாக ஒப்புக் கொள்கிறார்.இனி, இன்னிலை பதிப்புரையில் வ.உ.சி அவர்கள், பேராசிரியரும், உரையாசிரியரும். நச்சினார்க்கினியரும் தமது தொல்காப்பிய உரையிலும், யாப்பருங்கல விருத்தியுரைகாரர் தமது உரையிலும் இன்னிலை நூலிலிருந்து செய்யுட்களை மேற்கொள் காட்டிருப்பதாகக் குறிப்பிட்டு, “இவ்வாறு தொல்லாசிரியர்களும் தொல்லுரை யாசிரியர்களும் இந்நூலினை எடுத்தாண்டிருப்பதே இந்நூலின் மேம்பாட்டைக் காட்டா நிற்கும்” என்று எழுதியுள்ளார். இதுவும், “ஆதாரமின்றி நுழைத்தெழுதப்பட்ட” உண்மைக்குமாறானதாகும். இதுபற்றியும் திரு. எஸ். வையாபுரிப் பிள்ளை யவர்கள். கூறியிருப்பது கருதத்தக்கது.

“பேராசிரியரும். நச்சினார்க்கினியரும் இந்நூலை (இன்னிலை நூலை) எடுத்தாண்டதாக ஸ்ரீ பிள்ளை (வ.உ.சி.) அவர்கள் கூறுகிறார்கள். ஆனால், அவர்கள் காட்டும் இரண்டு இடங்களிலும் பூதத்தார் அவையடக்கு எனக்காணப்படுகிறதேயன்றிப் பொய்கையாரைப் பற்றியேனும், இன்னிலையைப் பற்றியேனும் ஒன்றும் குறிப்பிடப்பட வில்லை. கடைசியாக, யாப்பருங்கல விருத்தியில் ஒரு செய்யுள் இன்னிலையின் கண்ணே உள்ளது எனப் பிள்ளை யவர்கள் காட்டுகிறார்கள். ஆண்டும் அச்செய்யுள் ஔவையார் பாடியதாகக் கொள்ளக் கிடக்கின்றது.”5

இதனால், இன்னிலை என்னும் நூல் கீழ்க் கணக்கு நூலைச் சேர்ந்தது அன்று என்பதும், அது ஒரு போலி நூல் என்பதும் தெரிகின்றன.

சென்னை மாகாணக் கல்லூரியில் தமிழாசிரியராக இருந்த அநந்தராம அய்யரவர்கள். 1931-ஆம் ஆண்டு கைந்நிலையை அச்சிட்ட பிறகு. இன்னிலை போலிநூல் என்பது வெள்ளிடை மலைபோல் விளங்கிவிட்டது.

அடிக்குறிப்புகள்

1. (திருவள்ளுவ நாயனாரால் கடைச் சங்கம் அழிக்கப்பட்டது. என்னும் கதையைச் சரித்திர நிகழ்ச்சியுள்ள உண்மை என்று கருதிக் கொண்டு இவ்வாறு எழுதுகிறார் என்று அறிக. - மயிலை சீனி. வே.சாமி)

2. 1887-இல் இவர் பதிப்பித்த கலித்தொகைப் பதிப்புரையில் எழுதப்பட்டது இதனை மேலே காட்டியுள்ளேன். (- மயிலை சீனி. வே.சாமி)

3. இலக்கிய மணிமாலை, பக்கம் 81.1954 ஆம் ஆண்டு முதற் பதிப்பு. எஸ்.வையாபுரிப்பிள்ளை.

4. “தொல்காப்பியம் இளம்பூரணம். பொருளாதிகாரம் ஒன்பது இயல்களும். பதிப்பாசிரியர். வ.உ.சிதம்பரம் பிள்ளை. எஸ். வையாபுரிப்பிள்ளை. பிரசுரித்தவர்: வா விள்ள. இ. இராமஸ்வாமி சாஸ்த்ருலு அண்ட் ஸன்ஸ், சென்னை, 1936.”

5. பக்கம் 81, இலக்கிய மணிமாலை, எஸ்.வையாபுரிப்பிள்ளை, 1954.

கம்ப இராமாயணம்

(இந்நூல் 118ஆரம்பத்தில் கூறியுள்ள ‘கம்ப இராமாயணம்’ என்பதன் தொடர்புரை.)

1886-ஆம் ஆண்டில் அச்சிடப்பட்ட ஏரெழுபது, திருக்கை வழக்கம் என்னும் புத்தகத்துக்கு முகவுரை எழுதிய தொழுவூர் வேலாயுத முதலியார் அவர்கள், அக்காலத்தில் அச்சிடப்பட்ட கம்ப ராமாயணத்தில் அதனை அச்சிட்டோர் சமயக் காழ்ப்புக் காரணமாக என்னென்ன மாறுபாடுகள் செய்தார்கள் என்பதை அந்த முகவுரையில் எடுத்துக்காட்டியுள்ளார். அந்தப் பகுதியைக் கீழே தருகின்றேன்:

“தேவாரத்துள் ‘பத்தூர்புக் கிரந்துண்டு’ என்றாற் போல்வனவும், திருவாசகத்து ‘ஏகாசமிட்ட விருடிகள்’ என்றாற் போல்வனவும், பெரியபுராணத்துள் ‘காதில் வெண்குழையோன் கழறொழ நெடியோன் காலம் பார்த்திருந்தது மறியான்’ என்றாற் போல்வனவும் எங்ஙனம் வெள்ளிப் பாடலாக வழங்கியதோ, அவ்வண்ணமே இராமாயணத்துள்ளும் வெள்ளிப்பாடல் வழங்கிற்றாகலின், சைவபக்கமான செய்யுளு மவையேயென்பாரு முளராலோவெனின், அற்றன்று.

“தேவார முதலியவற்றுட் கலந்த அவ்வெள்ளிப் பாடலைச் சைவர்கள் யாரு முடன்பட்டபடி யன்று. யாமு மதுவே. அது நிற்க, மாணிக்கமும் போலிமணியும், வைரமும் பளிங்கு முதலிய வெள்ளைக் கல்லும் விரவச் செய்துழிப் பார்வை வல்லான் பிரித்தெடுக்குந் திறம் போலும், சான்றோர் செய்யுளும் பின்னை யோர் செய்யுளும், அவ்வாறே மொழிகளும் மயங்கியவழிச் செவிவல்லான் பிரித்துணர்ந் துணர்த்துமன்றே......

“அல்லதூஉம், வெள்ளிப் பாட்டெனச் சிலவற்றைக் கூறுவார் தம்மாற் கம்பர் பாட்டென வுடன்பட்ட வேனைய செய்யுளோடி யாவரு மொப்புக் கொண்ட.

‘சுடுதொழி லரக்கராற் றொலைந்த வானுளோர்
கடுவமர் களனடி கலந்து கூறலும்
படுபொரு ளுணர்ந்தவப் பரமன் யாமினி
யடுவதில் லென மறுத்து.

என்புழி ‘படுபொரு ளுணர்ந்தவப் பரமன்யாம்’ என்றதனாலே அவர் கொள்கையிது வென்பதினிது விளங்கும், இங்ஙனங் கூறிய செய்யுட்கள் பலவாகவும் அவற்றைப் பிற்காலத்து வைணவர் பலர் தம் மதனூலென்று கருத, மாற்றியும் நீக்கியும் வரம்பழித் - தொழிந்தனர். இதற்குச் சான்று அச்சிட்டு வெளிப்படுத்தியுள்ள அவ் விராமயணப் பிரதிக்கும் ஏட்டுப் பிரதிக்கும் பாடமொவ்வாமை யின்றுங் காணலாம். அன்றியும், அச்சொற்களும் அடிகளும் செய்யுட்களும் ஏறியுங் குறைந்தும் மாறியும் சிதைந்தும் உள்ளவற்றைக் கண்கூடாகக் காணலாம். இவ்விடத்ததனை யெடுத்துக் காட்டப்புகின் விரியுமாதலின் இடம் பெற்றுழிக் காட்டுவாம். இனிச்.

‘சுடுதொழி லரக்கராற் றொலைந்த வானுளோர்‘
என்ற செய்யுளில்.
‘படுபொரு ளுணர்ந்தவப் பரமன் யாமினி
அடுவதில் லெனமறுத் தவரை யேவினான்’

என்ற பாடத்தை மாற்றி, ’மறுத்தவரோ டேகினான்‘ எனவும், எழுந்தனர் கட்களிற்றிறையுந் தாமரைச் செழுந் தவிசகந்தத் தேவும்’ என்றதை மாற்றி ’எழுந்தனர் கறைமிடற்றிறை‘ எனவும் சிதைத்து வழங்கினர். இங்ஙனம் அச்சிடு முன்னே ஆனவை பல, பின்னிட்டா லானவற்றிற்கு வரம்பில்லை. படலப் பெயர்களையே முற்றும் வரம்பழிய மாற்றினர். இராமேசுரப்படலத்தை முற்றுமெடுத் தெறிந்தொழித்தனர். இப்படலம் வான்மீக விராமாயணத்தில்லையே யெனின், இரணியவதைப் படலமும் அவ்வாறே அவ்வான்மீக விராமாயணத்தில்லை, யாகவே அதனையுமொழித்தல் வேண்டும். இன்னு மிவ் விரணியன் வதைப் படலத்துள்

’தாமரைக் கண்ணன் றழற்கண்ணன் பேரவை தவிர நாமந் தன்னதே யுலகங்கள் யாவையு நவில’

என்ற செய்யுளைத் தம்மதம் பற்றித் ‘தாமரைத் தடங்கண்ணி னான் பேரவை தவிர, நாமந் தன்னதே நவில’ என மாற்றினாரு முளர். இதொன்றோ? பிரமனாதி யேனைவானோர் வணங்கியபடி கூறுவதன்றிச்,

சிவன் திருமாலை வணங்கியதாகக் கம்பர் யாண்டுங் கூறிய தில்லை யென்பது நன்குணர்ந்தும், தம்மனஞ் சான்று கூறவும், அங்ஙனம் அம்மதம் பற்றி யச்சிட்ட பிரதிகளிலையமுற்றுச் சோதிப்பான் புக்கவழிப், பழைய வேட்டுப் பிரதிகளோடு மாறுபட்டுக் கேட்டுப் பிரதியாகவே கிடந்திருக்கக் கண்டோம். இச்சிதைவு பாலகாண்டம் அயோத்தியா காண்டம் ஆரணிய காண்டத்தினும்; கிட்கிந்தை காண்டத்தும் சுந்தரகாண்டத்தும் மிகுதி; இவ்விரண்டினு முயுத்த காண்டம் பெருங்கேடுற்றது. என்செய்வாம்; கடவுள் செய்வகை யறியோம். அது நிற்க.

"இனி அவ்வுயுத்த காண்ட மொருமதத் திருதிறத்தா ரச்சிட்ட பிரதிகளுள், ஒன்று பரம்பரையேட்டுப் பிரதிகளோடு சிறிது ஒற்றுமையுள்ளது; மற்றொன்றோ பல மாறுபாட்டோடுங் கூடி யுள்ளது. இங்ஙனம் தேயம், மொழி (பாஷை), நூல், சாதி, சமயம், தருமம், மாதர், திரவியம், குழவிகள் முதலிய பொருள்களெல்லாம், தம்மது என்று அபிமானித்துக் காக்குந் தலைவனில்லாவழி, இயற்கை திரிந்து கெடும் என்பது யாவரு முணர்ந்தபடி யன்றோ?"

(பக்கம் 22-25. சென்னைத் துரைத்தன கல்விச் சாலைத் தமிழ்ப் புலமை, சமரச வேத சன்மார்க்க சங்கம் ஸ்ரீ தொழுவூர் வேலாயுத முதலியார் எழுதிய முகவுரை. ஏரெழுபது, திருக்கை வழக்கம் Memorial Press, Madras. 1886.)

எகர ஒகர எழுத்துக்களின் வரிவடிவ வரலாறு

(இந்நூல் 194-ஆம் பக்கத்தில் கூறிய எகர ஒகர எழுத்து என்பது பற்றிய தொடர்புரை)

எழுத்துக்கள் எல்லாம் எக்காலத்திலும் ஒரே விதமாக எழுதப்படவில்லை. வெவ்வேறு காலத்தில் வெவ்வேறு விதமாக எழுதப்பட்டன. இவ்வெழுத்துக்களில் எகர ஒகர எழுத்துக்களின் வரிவடிவங்கள் எவ்வாறெல்லாம் எழுதப்பட்டன என்பதை இங்கு ஆராய்வோம்.

இந்த எழுத்துக்களின் உருவ அமைப்பைப் பற்றி இலக்கண நூல்களிலே சூத்திரங்கள் கூறப்பட்டுள்ளன. மெய் எழுத்துக்களும் எகர ஒகர உயிரெழுத்துக்களும் புள்ளிபெறும் என்று அச் சூத்திரங்கள் கூறுகின்றன.

மெய்யின் இயற்கை புள்ளியொடு நிலையல்
எகர ஒகரத் தியற்கையும் அற்றே.

என்பன தொல்காப்பிய எழுத்ததிகாரம் 14, 15-ஆம் சூத்திரங்களாம்.

கி.பி. 11-ஆம் நூற்றாண்டில் புத்தமித்திரனார் இயற்றிய வீரசோழியம் என்னும் இலக்கணம்.

எகர ஒகர மெய்யிற் புள்ளிமேவும்

என்று கூறுகிறது. (எழுத்ததிகாரம் 3-ஆம் செய்யுள்.)

கி.பி. 13-ஆம் நூற்றாண்டின் தொடக்கத்தில் பவணந்தி முனிவர் இயற்றிய நன்னூல் இலக்கணம்.

தொல்லை வடிவின் எல்லா எழுத்தும் ஆண்டு எய்தும் எகர ஒகர மெய் புள்ளி.

என்று கூறுகிறது. (நன்னூல், எழுத்தியல் 43-ஆம் சூத்திரம்.)

இவ்விலக்கணச் சூத்திரங்களின்படி குற்றெழுத்துக்களாகிய எகர ஒகரங்கள், மெய்யெழுத்துக்களைப் போலவே புள்ளியிட் டெழுதப்பட வேண்டும். முதலியன. இக் காலத்து இவ்வெழுத்துக்கள் எ ஒ கெ கொ ஙெ ஙொ செ சொ ஞெ ஞொ டெ டொ ணெ ணொ தெ தொ என்று எழுதப்படுகின்றன. பழைய இலக்கண நூல்கள் எல்லாம் ஒரே புள்ளியைக் கூறுகின்றன. 18-ஆம் நூற்றாண்டின் முற்பகுதியிலே இருந்தவராகிய வீரமாமுனிவர் என்னும் இத்தாலி தேசத்தவர், தாம் இயற்றிய தொன்னூல் விளக்கம் என்னும் இலக்கண நூலிலே.

“நீட்டல் கழித்தல்
குறின்மெய்க் கிருபுள்ளி”

என்று சூத்திரம் செய்தார். நீண்ட புள்ளி என்றும் சுழித்த புள்ளி என்றும் இரண்டுவித புள்ளியைக் கூறுகிறார். எகர ஒகரக் குற்றெழுத்துக்கு நீண்ட புள்ளியையும் மெய்யெழுத்துக்களுக்குக் சுழித்த புள்ளியையும் அமைக்க வேண்டும் என்று கூறுகிறார் உதாரணம் எரி, ஒதி, மண் கண் ஆனால் இவர் கூறிய முறையை, பெரும்பான்மையோர் எற்றுக்கொண்டதாகத் தெரியவில்லை.

1828-ஆம் ஆண்டு வெளிவந்த தாண்டவராய முதலியார் இயற்றிய இலக்கண வினாவிடை என்னும் நூலிலே இதனை நன்கு விளக்குகிறார்:

“இவ்வெழுத்துக்களுள் வேறுபாடில்லாமல் சமான வடிவாக வழங்குகின்ற வெழுத்துகட்கு வேறுபாடறியு மடையாளமெது?

○ ○
எ ஒ

என்னு முயிர்க் குற்றெழுத்தும் இவ்விரண்டு மேறின

○ ○
கெ கொ

முதலிய உயிர்மெய்க் குற்றெழுத்தும் க் ங் முதலிய மெய்யெழுத்தும் மேலே. இப்படியொரு புள்ளியிட்டெழுதப்படும். வரலாறு.

○ ○ ○ ○
எவன். ஒப்பு, கெண்டை, கொண்டை

இவைகளுக்குள்ளே மெய்யெழுத்துக்கும் புள்ளியிட்டெழுதினமை காண்க.”

மெய்யெழுத்துக்களைப் போலவே எகர ஒகர எழுத்துக்கள் பண்டைக் காலத்தில் புள்ளியிட்டெழுதப்பட்டன என்பதற்குக் கீழ்க்கண்ட பழைய செய்-

யுட்களும் சான்றாகும்.

"நேரிழையார் கூந்தலின் ஓர் புள்ளிபெற நீள்மரமாம்
நீர்நிலை ஓர் புள்ளிபெற நெருப்பாம்"

நேரிழையார் (பெண்களின்) கூந்தலுக்கு ஓதி என்பது பெயர். ஓதி என்பது பண்டைக் காலத்தில், இலக்கண முறைப்படியும் வழக்க முறைப்படியும் ஓதி என்று எழுதப்பட்டது. இதில் உள்ள ஒகரம் ஓகாரமாகும். இதன் மேல் ஒரு புள்ளி இட்டு ஒதி என்று இப்படி எழுதினால், ஓகாரத்தின் ஒரு மாத்திரை குறைந்து ஒகரமாகி ஒதி என்று படிக்கப்படும். ஒதி என்பது ஒரு மரத்தின் பெயர் (ஒதி மரம்). நீர் நிலைக்குப் பெயர் ஏரி என்பது. இது பண்டைக் காலத்தில், இலக்கண முறைப்படியும் வழக்க முறைப்படியும் எரி என்று எழுதப்பட்டது. இந்த எகரத்தின்மேல் ஒரு புள்ளியிட்டு எரி என்று இப்படி எழுதினால், ஏகாரமாகிய நெட்டெழுத்து ஒரு மாத்திரை குறைந்து

○

எரி

என்று படிக்கப்படும். எரி என்றால் நெருப்பு. இதைத்தான் இச் செய்யுள்.

'நேரிழையார் கூந்தலின் ஓர் புள்ளிபெற நீள்மரமாம்,
நீர்நிலை ஓர் புள்ளிபெற நெருப்பாம்." என்று கூறுகிறது.

எகர ஒகர உயிர்மெய் யெழுத்துக்களுக்கு வீரமாமுனிவர் புதிய வடிவங்களை அமைத்தார். பண்டைக் காலத்தில்

இவ்வாறு குற்றெழுத்துக்குக் கொம்பின்மேல் புள்ளி வைத்தும் நெட்டெழுத்துக்குக் கொம்பின்மேல் புள்ளி வைக்காமலும் எழுதப்பட்டதை மாற்றி, வீரமா முனிவர் கொம்பின்மேல் புள்ளி வைக்காமல்விட்டால் குற்றெழுத்தாகவும் கொம்பை மேலே சுழித்தால் நெட்டெழுத்தாகவும் படிக்கவேண்டுமென்று புதிதாக ஒரு முறையமைத்தார்.

இதைப்பற்றி வீரமா முனிவர் தாம் லத்தின் மொழியில் எழுதிய 'கொடுந்தமிழ்' இலக்கணத்தின் முதல் அதிகாரத்தில் இவ்வாறு எழுதுகிறார். அதன் தமிழ் ஆக்கம் வருமாறு:

"எகரக் குற்றெழுத்தும் ஏகார நெட்டெழுத்தும், ஒகரக் குற்றெழுத்தும் ஓகார நெட்டெழுத்தும், குறில் நெடில் வேறுபாடுகளைக் காட்டும் அடையாளம் இல்லாமல், ஒரே விதமாக எழுதப் படுவதால், தமிழர் குற்றெழுத்து நெட்டெழுத்து என்னும் வேறுபாட்டினைப் பிரித்தறியும் பொருட்டு, குற்றெழுத்துக்களின்மேல் புள்ளி வைத்தும் நெட்டெழுத்தின்மேல் புள்ளி வைக்காமலும் எழுதும்படி கற்பிக்கிறார்கள். ஆகவே, மெய் என்னும் சொல்லில் உள்ள கொம்பின்மேல் புள்ளி வைக்காதபடியால் மேய் என்று படிக்கப்படுகிறது. மெய் என்னும் சொல்லில் கொம்பின்மேல் புள்ளி வைத்திருக்கிறபடியால் அது மெய்

என்று படிக்கப்படுகிறது.

அப்படியே பொய் என்னும் சொல்லில் கொம்பு புள்ளி பெறாதபடியால் போய் என்று படிக்கப்படுகிறது. பொய் என்பதில் கொம்பு புள்ளி பெற்றிருப்பதனால் பொய் என்று படிக்கப்படுகிறது. ஆனால், இந்தப் புள்ளிகள் வைத்து எழுதுவதை நான் பெரும்பாலும் பார்த்ததில்லை. இது ஏடெழுது வோரின் அசட்டைத்தனமாக இருக்கலாம். இந்த எகர ஒகரக் குற்றெழுத்து நெட்டெழுத்துக்களின் வேறுபாட்டை எளிதாகத் தெரிந்து கொள்ளுதற்கு வேறொரு வகையை நான் கண்டறிந்தேன் என்பதைத் தெரிவித்துக்கொள்கிறேன். இது பின்வருமாறு.

குறிலுக்கும் நெடிலுக்கும் ஒரே மாதிரியாக எழுதப்படுகிற கொம்பு என்று சொல்லப்படுகிற இந்த எழுத்தைக் குற்றெழுத்துக் காகவும், இந்தக் கொம்பையே மேலே சுழித்து இவ்விதமாக எழுதுவதை நெட்டெழுத் துக்காகவும் அமைத்தேன். உதாரணமாக மெய், மேய் பொய், போய். இந்த முறை ஒப்புக்கொள்ளப்பட்டு அநேகரால் வழங்கப்பட்டு வருகிறது.''

இவ்வாறு எகர ஒகர உயிர்மெய் யெழுத்துக்களுக்குப் புதிய குறியீடுகளை வீரமாமுனிவர் அமைத்தபடியே இப்போது நாம் எழுதிவருகிறோம். 1828-ஆம் ஆண்டில் இலக்கண வினாவிடை எழுதிய தாண்டவராய முதலியார்.

''வேறு பலர் கோடு (கொம்பு) பெற்ற நெடி
லுயிர்மெய்களைக் கோட்டுட்சுழித்து மெழுதுவர்.
வரலாறு: கொல்-கோல் என வழங்கும்.''

என்று வீரமா முனிவர் அமைத்த குறியீட்டைக் காட்டினார்.

வீரமா முனிவர் அமைத்த இக்குறியீடுகள், சென்ற 19-ஆம் நூற்றாண்டிலே எல்லோராலும் பயிலப்பட்டபடியினாலே

''எகர ஒகர மெய்புள்ளி பெறும்''

என்னும் பழைய இலக்கணச் சூத்திரம் மாற்றியமைக்கப் படவேண்டியதாயிற்று. ஆகவே. இயற்றமிழாசிரியர் இராமாநுச் கவிராயர் தாமியற்றிய நன்னூற் காண்டிகையை 1847-ஆம் ஆண்டு அச்சியற்றியபோது இச்சூத்திரத்தைத் தலைகீழாக மாற்றியமைத்தார்.

''தொல்லைவடிவின எல்லா எழுத்தும் ஆண்டு
எய்தும் ஏகாரம் ஓகாரம் மெய் புள்ளி''

என்று சூத்திரத்தை மாற்றினார். மாற்றியதற்கு இவ்வாறு விளக்கங் கூறினார்: தொல்லாசிரியர் முதலாயினோர்,

"பழையன கழிதலும் புதியண புகுதலும்
வழுவல கால வகையினானே" எனவும்.
"இறந்தது விலக்கல் எதிரது போற்றல்" எனவுங் கூறினமையால், எகர மொகர மெய் புள்ளிபெறும் என்ற இச்சூத்திரத்தை ஏகார மோகார மெய் புள்ளி பெறும் எனத் திருப்ப வேண்டிற்று என்னெனின், இக்காலத்தார் ஏகார ஒகாரங்களுக்கே புள்ளியிட்டெழுதுவது பெருவழக்காயினமையா லென்க."

இராமாநுச கவிராயர், ஏகாரம் ஒகாரம் புள்ளி பெறும் என்று கூறுவது, ஏகார ஒகார உயிர்மெய் எழுத்துக்களின் கொம்புகள் மேலே சுழிக்கப்படுவதையே. . ஆனால், பழைய இலக்கண முறைப்படி எகர ஏகார ஓகர ஓகாரங்கள்

என்று எழுதப்பட வேண்டியவை. இக் காலத்து எ ஏ ஒ ஓ என்று எகர ஒகரங்களின் புள்ளி எடுபட்டு ஏகார ஓகாரங்கள் கீழே நீண்ட புள்ளியையும் வட்ட புள்ளியையும் பெற்றது எப்போது யாரால் என்பது தெரியவில்லை.

"நீட்டல் சுழித்தல்
குறின் மெய்க் கிருபுள்ளி"

என்று வீரமா முனிவர் தமது "தொன்னூல் விளக்கம்" என்னும் நூலில் சூத்திரம் இயற்றினார். இதற்கு உதாரணம்

என்பன. நீண்ட புள்ளியை எகர ஒகரக் குற்றெழுத்துக்கு இடவேண்டும் என்றும் சுழித்த புள்ளியை மெய்யெழுத்துக்கிட வேண்டும் என்றும் அமைத்தார்.

இதில் நீண்ட புள்ளி, சுழித்த புள்ளி என்பது தவிர மற்றப்படி பழைய இலக்கணத்துக்கு மாறுபட்டதன்று: அவற்றை யொட்டியதே. ஆனால் எகர ஒகரத்திற்கு மேற் புள்ளியை மாற்றி ஏகார ஒகாரத்துக்குக் கீழே நீண்ட கோட்டையும் சுழித்த புள்ளியையும் அமைத்தது யார்? எப்பொழுது? என்பது ஆராயற்பாலது.

ஏகாரநெட் டெழுத்துக்குக் கீழ்க்கோடு அமைத்தவர் வீரமா முனிவர் என்று கூறுவர். (Burnell's South Indian Paleography P. 5.)

சாற்றுக் கவிகள்

ஓர் ஆசிரியர் புதிதாக நூல் இயற்றினால் அந்நூலுக்குப் பாயிரம் அமைப்பது பண்டைக் காலத்து வழக்கம். இப்போதும் அவ்வழக்கம் உண்டு. பாயிரம் இல்லாத நூல் நூலன்று. நூலுக்குப் பாயிரம் இன்றியமையாதது.

"ஆயிரம் முகத்தான் அகன்ற தாயினும்
பாயிரம் இல்லது பனுவல் அன்றே"

என்பது சூத்திரம். பாயிரம் வழங்குவோர் நூலாசிரியரின் ஆசிரியரும், அவருடன் பயின்றவரும், அவர் மாணாக்கரும் ஆகிய மூவரில் ஒருவராக

இருப்பர். நூலுக்கு உரை எழுதும் உரையாசிரியரும் பாயிரம் கூறுவர்.

சென்ற 19-ஆம் நூற்றாண்டிலே, ஏட்டுச் சுவடியாக இருந்த பழய நூல்களை அச்சுப் புத்தகமாக அச்சிட்டவரும், புதிதாக நூல்களை இயற்றி அச்சிற் பதிப்பித்தோரும், தம்முடன் பயின்றவர், தம் நண்பர், தம் ஆசிரியர், தமது மாணவர் முதலியவர்களிடமிருந்து சாற்றுக் கவிகளைப் பெற்றுத் தமது நூலில் அச்சிட்டனர். 19-ஆம் நூற்றாண்டில் நூல்களை அச்சிட்ட புலவர்கள் பெரும்பாலோரும் தம் நூல்களில் சாற்றுக் கவிகளை அச்சிட்டனர். சாற்றுக் கவிகள் இல்லாத நூல்கள் அக் காலத்தில் மிகச்சில. சாற்றுக்கவி அச்சிடும் வழக்கம் இந்த இருபதாம் நூற்றாண்டின் தொடக்கம் வரையில் இருந்துவந்தது. பிறகு அடியோடு மறைந்து போயிற்று. சாற்றுக் கவியைச் சிறப்புப் பாயிரம் என்றும் கூறுவர்.

சாற்றுக் கவி என்பது சாத்துக் கவி என்றும் கூறப்படும். சாற்றுக் கவி சாத்துக் கவி என்னும் சொற்கள் சார்த்துக்கவி என்பதன் மரூஉபோலும். சாற்றுக் கவிகள் எல்லாம் செய்யுளாகவே இருந்தன. அக்காலத்தில் புலவர்கள் எல்லோரும் செய்யுள் இயற்ற அறிந்திருந்தனர். செய்யுள் இயற்றத் தெரியாதவர் அக்காலத்தில் புலவராகப், பண்டிதராகக் கருதப்பட்டிலர். நினைத்தவுடன் எளிதாகச் செய்யுள் இயற்றுந் திறன் வாய்ந்திருந்த அவர்கள் நன்றாக வசனம் எழுத அறியாதவர்கள். இக்காலத்தில், அதற்கு நேர்மாறாக, வசனம் எழுதத் தெரிந்தவருக்குச் செய்யுள் இயற்ற முடிகிறதில்லை.

சாற்றுக் கவிகளைப் படிப்பதன் மூலமாக நூலைப்பற்றியும் ஆசிரியரைப் பற்றியும் உரையாசிரியரைப் பற்றியும் பதிப்பாசிரியரைப் பற்றியும் பல செய்திகள் அறிந்துகொள்ள முடிகிறது. அன்றியும் சாற்றுக் கவி வழங்கியவர்களைப் பற்றியும் தெரிந்துகொள்ள வாய்ப்புக் கிடைக்கிறது. இதற்கு மேலாக, ஒரே காலத்தில் இருந்த புலவர்களைத் தெரிந்துகொள்ள முடிகிறது. இந்த நூலை எழுதுவதற்கு அக் காலத்துச் சாற்றுக் கவிகள் எனக்குப் பெரிதும் உதவியாக இருந்தன.

சென்ற 19-ஆம் நூற்றாண்டில் வெளிவந்த நூல்களிலே உள்ள சாற்றுக் கவிகளை யெல்லாம் தொகுத்து அச்சிட்டால் அது பெருநூலாக அமையும். அதனால் புலவர்கள் வரலாறும் இலக்கியங்களின் வரலாறும் ஏனைய செய்திகளும் அறிவதற்கு முடியும் உதாரணமாகச் சில காட்டுவோம்.

திருக்கோவலூர் ஆறுமுக சுவாமிகள் "திட்டாநுபூதி' என்னும் நூலை இயற்றினார். அந்நூலுக்குச் சென்ற 19-ஆம் நூற்றாண்டிலிருந்த முத்துக்கிருஷ்ண பிரமம் என்பவர் உரை எழுதி அவ்வுரையுடன் அந்நூலை 1875-ஆம் ஆண்டில் அச்சிற் பதிப்பித்தார். அந்தப் பதிப்புக்கு அக் காலத்தில் அவருடன் பழகிய பல புலவர்கள் சாற்றுக் கவி வழங்கியுள்ளனர். அவர்கள்பெயர் வருமாறு:

புரசை அஷ்டாவதானம் சபாபதி முதலியார், சிதம்பரம் இராமலிங்கம் பிள்ளை, (அருட்பா இராமலிங்க சுவாமிகள்), சேமங்கலம் வித்துவான்

நாராயண முதலியார், திருநீர்மலை கோபாலகிருஷ்ண கவிராஜ சேகரர், தில்லையம்பூர்ச் சந்திரசேகர கவிராஜ பண்டிதர், நரசிங்கபுரம் தமிழ்ப் புலமை வீராசாமி முதலியார், தாயுமான சுவாமிகள் மரபில் எழுந்தருளிய எடுத்துக்கூட்டி அருணாசல சுவாமிகள், குளத்தூர்க் கரதல மூர்த்தியாகிய சட்டநாத சுவாமிகள், சேங்காலிபுரம் கோயிற்பத்து குழந்தைவேலு ஓதுவார், புரசை அருணாசல சுவாமிகள் மாணாக்கராகிய கா. ஆறுமுக நாயகர், சென்னை இங்கிலீஷ் உபாத்தியாயர் மயிலை குருசாமி முதலியார், தஞ்சை ஆறுமுகப் பிரமம், தஞ்சை இ. குப்புசாமி நாயகர், கொங்குணப்பட்டி தமிழ்ப் பள்ளிக் கூடத்து உபாத்தியாயர் அ. சேஷப் பிள்ளை, தமிழ்ப் பள்ளிக்கூடம் கோவிந்த உபாத்தியாயர், தானப்ப கவுண்டர், சின்னப்பாவு மூர்த்தியார், நாராயணப் பிரமம் ஆகியோர், இவ்வுரை நூலுக்குச் சிறப்புப் பாயிரம் வழங்கியவர், வித்துவசிகாமணியாகிய அஷ்டாவதானம் வீராசாமி செட்டியார் அவர்கள். இதனால் இவர்கள் ஒரே காலத்தில் இருந்தவர் என்பது தெரிகின்றது.

வல்லூர் தேவராசப் பிள்ளையவர்கள் சூதசங்கிதை என்னும் நூலை மொழிபெயர்த்து 1856-ஆம் ஆண்டு அச்சிற் பதிப்பித்தார். இந்த நூலுக்குப் பலர் சிறப்புப் பாயிரம் வழங்கியுள்ளனர். அவர்கள் பெயர் வருமாறு:

திரிசிரபுரம் வித்துவான் மீனாட்சிசுந்தரம் பிள்ளை, கொட்டையூர் சிவக்கொழுந்து தேசிகர் குமாரர் சாமிநாத தேசிகர், நாகவெளிப் பாளையம் வள்ளல் சந்தானம் சண்முக தேசிகர், தஞ்சை அண்ணாமலைப் பிள்ளை, திரிசிரபுரம் வீரராகவ செட்டியார், மகாவித்துவான் திரிசிரபுரம் மீனாட்சி சுந்தரம் பிள்ளையவர்கள் மாணாக்கருளொருவரும் உபாத்தியாயர் திரிசிரபுரம் சிதம்பரம் பிள்ளையவர்கள் குமாரருமாகிய சுந்தரம்பிள்ளை, சோடசாவதானம் சுப்பராய செட்டியார், தியாகராஜ செட்டியார், திரிசிரபுரம் குப்பமுத்தாப்பிள்ளை, திரிசிரபுரம் வித்துவ சிரோமணி மீனாட்சிசுந்தரம் பிள்ளையவர்கள் மாணாக்கரிலொருவராகிய திருவீழிமிழலை இராமாயணப் பிரசங்கம் சாமிநாதக் கவிராயர், தாரா நல்லூர் வீராச்சாமி நாயகர், திரிசிரபுரம் அப்பாவுப் பிள்ளை என்கிற முத்துசாமிப் பிள்ளை, கெம்புவேலை அழகிரிசாமி நாயகர், கோவிந்தசாமிப் பிள்ளை, திரிசிரபுரம் முருகப் பிள்ளை, திரிசிரபுரம் நீலகண்டப்பிள்ளை, திரிசிரபுரம் சரவண உபாத்தியாயர், உறையூர் சின்னையப் புலவர், மதுரை வீரபத்திரப் பிள்ளை, வித்வசிரோமணி காஞ்சீபுரம் கச்சபாலைய ஐயர், ஆறைமாநகர் முத்தமிழ்க் கவி திருவேங்கடப் பிள்ளை, ஆறைமாநகர் ஐயாசாமி முதலியார், கவித்வ பரிசீலக கஜகண்டீரவம் ஆ. நமச்சிவாய முதலியார், கலியாணபுர மென்னும் பெங்களூர் சதுர்வேத சிந்தாந்த சபையைச் சேர்ந்த தமிழ் வித்தியாசாலை முதலுபாத்தியாயர், காஞ்சீபுரம் இராமாநுஜ பிள்ளை, மெய்யூர் பொன்னம்பல நாயகர், காஞ்சீபுரம் பாரதப் பிரசங்கம் சாமையரென்கிற இரகுநாதய்யர், புன்னைப்பாக்கம் சுப்பராய முதலியார், தண்டலம் சிதம்பர முதலியார், காஞ்சீபுரம் சிங்காரவேலு பிள்ளை. இதனால் இவர் எல்லோரும் சமகாலத்தில் இருந்தவர் என்பது தெரிகின்றது.

தாண்டவராய சுவாமிகள் இயற்றிய கைவல்லிய நவநீதம் என்னும் நூலுக்குத் திருத்துருத்தி இந்திரபீடம் கரபாத்திர சுவாமிகள் தீனத்து ஈசூர் சச்சிதானந்த சுவாமிகள் உரை எழுதி 1889-ஆம் ஆண்டு அச்சிற் பதிப்பித்தார். இந்த உரை நூலுக்குச் சாற்றுக்கவி பாடினோர் பெயர் வருமாறு:

சென்னைச் சர்வகலாசாலைத் தமிழ்த் தலைமைப் பண்டிதராகிய இயற்றமிழாசிரியர் கோ. இராஜகோபால பிள்ளை, திருமயிலை வித்வான் சண்முகம் பிள்ளை, திரிசிரபுரம் காலேஜ் தமிழ்ப் பண்டிதர் அ. க. அமிர்தலிங்கம் பிள்ளை, திருவல்லிக்கேணி வேங்கடாசலப் புலவர், சேலஞ் சில்லா வைகீல் அத்துவிதானுபவி அப்பாசுவாமி பிள்ளை, திருமூலர் மரபு சதாசிவப் பிரமயோகியின் மாணாக்கர் தே. சுப்பராய முதலியார், சேலம் கோமளேசுவர முதலியார், ஸ்ரீமத் சுவகீயானந்தப் பிரமயோகீந்திரர் மாணாக்கரும் அத்வைத விவேக சமாஜ ஸ்தாபகருமாகிய மணிமங்கலம் திருவேங்கட முதலியார், மேற்படியார் மாணாக்கராகிய வாயலூர் சபாபதி முதலியார். இவர்கள் எல்லோரும் ஒரு காலத்தவர்.

இவ்வாறு பல நூல்களிலிருந்து சாற்றுக் கவி வழங்கியவர்களைக் காட்டலாம். விரிவஞ்சி நிறுத்துகிறோம். இந்தச் சாற்றுக் கவிகளிலிருந்து அந்தந்த நூல் வெளியிட்ட ஆசிரியர்களின் காலத்திலிருந்த புலவர்கள் பெயரையும் அவர்களின் தொழில் ஊர் முதலியவற்றையும் தெரிந்து கொள்கிறோம்.

நூல்களுக்குச் சிறப்புப் பாயிரம் அல்லது சாற்றுக் கவிகளை அச்சிடும் வழக்கம் சென்ற 19-ஆம் நூற்றாண்டில் இருந்தது. பின்னர் அவ்வழக்கம் 20-ஆம் நூற்றாண்டின் தொடக்கத்திலும் இருந்தது. பிறகு நின்றுவிட்டது.

சாற்றுக் கவிகளிற் சிவற்றை இங்குத் தருகின்றேன். 19- நூற்றாண்டில் வெளிவந்த நூல்களின் சாற்றுக் கவிகளை யெல்லாம் காட்டினால் அதுவே பெரிய நூலாகிவிடும். ஆகையால் மாதிரிக்காக ஒரு சிலவற்றை மட்டும் தருகிறேன்.

நீதிநூல்

மாயூரம் வேதநாயகம் பிள்ளை அவர்கள் இயற்றிய நீதிநூலுக்குத் திருத்தணிகை விசாகப் பெருமாளையரவர்களியற்றிய சாற்றுக் கவி. இச்சாற்றுக் கவி 1892-ஆம் ஆண்டு ச. ஞானப்பிரகாசம் பிள்ளையவர்களால் அச்சிடப்பட்ட நீதிநூல் மூலமும் உரையும் என்னும் புத்தகத்தில் உள்ளது.

நிலமண்டில வாசிரியப்பா

முதனடு வீறிலா முனைவன் படைத்த
நதிபதி யுடுத்த ஞாலத் துறைவோர்
பெறுதற் குரிய பெரும்பய னிவை யென்
றறைதரு சுருதி மிருதி யாதிய

வெண்மை யன்றுணர்வ தெனமுனி வரரு
முண்மைவள் ளுவரு முற்றியுள் ளிரங்கு
பறமுன் முப்பா லாகவப் பொருளைத்
திறனுறத் தமிழிற் றெள்ளிதின் வகுத்த
மாண்பமை நூலொடு சங்க மரீஇய
வேண்கொ ணாவலர்க ளியாத்த பன்னூலு
நன்கினி தாய்ந்து நயந்தெரிந் தெவர்க்கு
மங்கையிற் கனிபோ லையந்திரி பொரீஇப்
புலப்படச் சொற்சுவை பொருட்சுவை பொதுள்
விலக்கணக் கவிஞரி யாவரும் வியந்து
முடிதுளக் குறுவான் கடிகமழ் தேறலுங்
கன்னலு மமுதுங் கலந்து குழைத்தாங்
கின்னிசை தமீஇய பன்னருஞ் சிறப்பி
னணிகெழு செய்யுளான் மணிவட மேய்ப்பச்
சால்புடை நீதி நூலொன் றியற்றின
னளந்தறி வொண்ணா வலங்குழூஉ வுற்ற
தாடக வுலகெனு மதுபட் டாங்குகொ
னாடுது மென்னா வோடி நிமிர்ந்தென
வுயர்வற வுயர்ந்த புயறவழ் குடுமிப்
பொன்மா ணெயிலும் பன்மா ளிகையும்
விளங்கிச் செறிந்த குளந்ததைக் கிறைவன்
பவந்தெறு கங்கா குலபரி பாலன்

றவந்தரு பொன்னணை யெனுந்தண் ணதியோன்
செந்தேன் பில்கு பைந்தார்க் குவளையன்
றிசையிரு நான்கினுஞ் சென்று கவிந்து
வசையற வோங்கி மலிபெரும் புகழோன்
றன்னுயி ராமெனத் தண்ணளி புரிந்தே
மன்னுயிர்த் தொகுதி மல்கப் புரப்போ
னாழி பெயர்வுற் றகிலஞ் சிதைப்ப
வூழி பெயரினு முரைபிற ழாதோ
னகவை மூன்றுள மகவொன் றினுக்குப்
பெருமலைப் பாவை திருமலைப் பாறருஞ்
சேணுயர் சோலைத் தோணி புரத்தி
லொட்டார் நட்டா ருலகி லயலெனப்
பட்டா ரெனுமந் தரம்பா ராமே
நாடுந் துலைபோ னடுநின் றுய்க்கும்
பீடு பெறுநற் பிராட்டு விவாக

னாதி நாயக னடிபணிந் தேத்தும்
வேத நாயகனா மிகவல் லோனே.

ஆசிரியச் சந்த விருத்தம்

தாரு லாலிய மொய்ம்பனாடக தார்நேர்தரு செங்கையான்
றாழ்வி லாவுருமாரன் விஞ்சு தயாள னண்புதழைந்துளான்
நேரு லாவு பதாகையா னுலகேழு நீடிசை தங்குவான்
யாவு மாயிணை யொன்றிலா தொளிரேக தேவை
யிறைஞ்சுவான்.
நீரு லாவு தடாக மெங்கு நிலாவு கின்ற குளந்தைவாழ்
நிருபனு யிர்நதி மரபு தனில்வரு நிபுணன் வரகுண
சிங்கமாஞ்
சீரு லாவிய வேத நாயக சீலன் நீதி சிறந்த தோர்
தெளியு நூலினை யுதவினான்மதி தெளிஞர் யாரும்
வியக்கவே.

இலக்கணச் சுருக்க வினா விடை

இலக்கணச் சுருக்க வினா விடையைத் திருத்தணிகை விசாகப்பெருமாளை-யர் 1828-இல் எழுதினார். இந்நூலின் சிறப்புப் பாயிரம், இந்நூலாசிரியர்க் கிளவலாகிய திருத்தணிகை சரவணப் பெருமா ளையராற் சொல்லப்பட்டது.

“நிலம்பெறு நரர்க்கரு ணிலைமுதற் கடவுள்
பலம்பெற வருளிய பற்பல மொழிகளுள்
வடக்கின்மா வேங்கட வரையுந் தெற்கொடு
குடக்கிற் குணக்கி னீள்குதிரை நாலையு
மெல்லை யெனத்திக ழிடத்து மொழியாகி
யில்லை யிதற்கிணை யெனக்கெழு தகைமையின்
வழுத்தற் சிறப்பொடு வளர்தமி ழிலக்கண
மெழுத்துச் சொற்பொருள் யாப்பணி யைந்து
நூற்பா விலுமவை நனுகு மினத்திலு
நூற்பா விலும்பெற நுவன்றுள் வலகில
வொன்றா யினுமமை வுறவுணர் தற்கெளி
தன்றே கூரிய ரல்லார்க் காதலின்
யாவரு முணரவவ் வைந்தையுஞ் சுருக்கி
மேவரும் வினாவும் விடையு மாகத்
தகவி னல்லுரை வாசகத்தி னவில்கெனாச்

சுகவள நிறைதரு தொண்டநா டதனிற்
கச்சிக் கீரைங் கடிகையின் வடகீழ்ப்
பச்சிளஞ் சாலி பரூஉக்கழை யாமெனக்
கழைகமு காமெனக் கலிமடற் பாளைத்
தழைதரு கமுகு தாழையா மெனமே
லெழுந்துயர்ந் தண்மினோர்க் கிறும்பூது விளைக்குங்
கொழும்புனன் மருதக் கூவமா நகரோ
னோமக் கனலிக லுகப்பொரு சினக்கன
லேமக் கனல்செயு மிவர்க்குமற் றெவர்க்கு
முதரக் கனலவித் தோம்புறு வளங்கூர்
மதுரத் திலகுணா வகைசெய லானா
வறன்கடைக் கழிவுகா ணரும்பெற லுழவுத்
திறன்கடைப் பிடித்திடு திருத்தகு குலத்தினன்

கழைமொழி மங்கையர் கண்ணெனும் பகையினம்
விழையர ணாமிவண் மேவிப் பொருதுமென்
றணிநிரை யுற்றிருந் தாங்குபைங் குவளை
மணிமல ரொலியலார் வண்புய வரையின
னுருவொடு மிருந்திகழ் வுறாதி வன்முன
மருவ மெய்தியது நன்றாயதென் றநங்கன்
கருதியுளத் தழுக்கறுப்ப நோக்கி னர்க்கெலா
மிருவிழிக் கூணெனு மெழினிறை யுருவினன்
றக்கவர் நாப்பணோர் தான்சிறந் துறுமவை
யொக்குமென விலையுயர் பலமணிகளி
னடுவ ணொருபெரு நாயக மணியுடைச்
சுடர்விரி மதாணி துயல்வரு மார்பினன்
முத்தமிழ்ப் புலமையின் முந்திய நாவலர்
புத்தமிழ் தெனச்சுவை பொழிதர வகமலர்ந்
துகந்துதற் புகழ்ந்த வொப்பரும் பாட்டொடு
திகந்தமோ ரெட்டிலுஞ் சென்றொளிர் சீர்த்திய
னிருவிசும் பிறைவனுக் கிறைவனா தலுமொரு
பொருளெனா தெண்குணப் புனிதனெம் பசுபதி
யடியவர்க் கடியவ னாதலே பொருளென
வொடிவற வுளத்தெழுந் தோங்குறு மன்பினன்
திருமேனி வள்ளல் செய்பெருந் தவத்தா
லொருமேனி கொண்டிவ ணுதித்தசெவ் வேளெனப்
பொருந்தோகை மேலுறீஇப் புலவரைப் போற்றித்
தருந்திறன் ஞான சக்தியைத் தாங்கி

யங்கமல வேதனைச் செருக் கடக்கி
மங்கலில் பெரிய வரையடுத் துறைவோ
னாவின் கிழத்தி நயந்துறை பவர்வயிற்
பூவின் கிழத்தி புகாளென லேனை
யருக்கா மிவன்றனக் கன்றென விளங்குந்
திருக்காமி மாலுரை செய்தன னாக
நயத்தகு தொல்காப் பியநன் னூன்முத
லியற்றமிழ் நூல்களி லினியன பலதழீஇ
திடமுள வழக்கொடு செய்யுளிற் சிலதழீஇ
வடநூல் விதிசில வரத்தகு வனகொளீஇ

இலக்கணச் சுருக்க வினாவிடை யெனும்பெயர்
நலத்தியை தரநிறீஇ நடையுற வகுத்தனன்
சீர்பெறு தென்றிருத் தணிகைவாழ் செல்வன்
சார்புறு வீர சைவ சிகாமணி
மலகருட் குறையுள் வரகுண மேரு
கல்விப் பெருங்கடல் கந்தப்ப தேசிகன்
அருந்தவப் பெரும்பே றாமென வுதித்த
பெருந்தகை விசாகப் பெருமா ளையனென்
றுலகு புகழ்தர வோங்கி
இலகு மியற்பெய ரெய்து நாவலனே.”

நன்னூற் காண்டிகை யுரை

திருத்தணிகை விசாகப்பெருமாளையர் அவர்கள் நன்னூலுக்குக் காண்டிகை உரை எழுதி அச்சிட்டபோது, அதற்குச் சேயூர் முத்தைய முதலியார் அளித்த உரைப்பாயிரம்:

பூமலி துணர்ச்சினை பொதுளிய சந்தனக்
காமலி பொதியலிற் காட்சிகூர் நலத்திற்
பற்பல முனிவரர் பணிசெயூ வருகுறச்
சிற்பர னடியுளஞ் சேர்த்திருந் தறநெறி
முயலிசை யகத்திய முனிவனிற் றோன்றிய
வியலிசை நாடக மெனுமிவை புலப்பட
நுதலிய வரும்பெற னோக்கமை யகத்திய
முதலிய வாயுள முத்தமிழ் நூல்களு
மவன்மா ணாக்கரீ ரறுவரி னோங்கிய
தவன்மா ணாக்கரில் சாய்த்ததொல் காப்பியன்

வழுவா யறத்தெரீஇ வகுத்ததொல் காப்பிய
மெழுவா யாகிய வியற்றமிழ் நூல்களுந்
திங்கட் கவிகைசேர் தென்னவ னால்வளர்
சங்கப் பலகைவாழ் சான்றோர்க் களவையாய்க்
குசைநுனி போன்மதிக் கூர்மையோர் தமக்கே
யிசைதலி னிவைபோ லாதியா வருக்குந்
தெளியிய னூல்களிற் சிறந்ததோர் நூலுக்
கெளிதுண ருரையினி தியற்றித் தருகெனாப்
புகழ்தரு பாற்கடற் பொங்கவங் கதனிடைத்

திகழ்தரு கலைவளர் திங்கள்வந் துதித்தென
நிலமுழு தோங்குநன் னிலைகெழு வைசிய
குலமது மகிழுளங் கூரவந் துதித்தோன்
சொற்பல மலர்கொடு தொடுத்தபா மாலையு
முற்பல மாலையு மொளிர்மணி மொய்ம்பினன்
பருவமொன் றிடையொரு பயனுத வெழிலிநாண்
மருவவெப் பொழுதினு மருப்பல கொடையின
னெப்பொரு ளும்பகுத் திதிற் றாமென
வப்பொரு ளுண்மைதேர்ந் தறியநுண் ணுணர்வின
னடைச்சி வாண்முக மலரவாய் நலத்தொடு
புடைவளர் விபுதரைப் போற்றிவாழ் புனிதன்
சேது பதியெனுஞ் செங்கோன் மன்னவற்
கோதுநற் றுணையென வுற்றபூதம் பாவை
யண்ணா சாமிவே ளருந்தவ மென்கொலென்
றெண்ணாற் றிசையுளோ ரியம்பிடத் தோன்றியோன்
சிவனடி யவரையச் சிவனெனப் பரவுந்
தவனடி முடிவிலாச் சைவ சிகாமணி
சிங்கார முதலிதன் சிந்தைகூர் மகிழ்ச்சியி
னிங்கா ரமுதன வின்சொலால் வேண்டலின்
முன்னூ லொழியப் பின்னூல் பலவினு
ளெந்நூ லாரு நன்னூ லாருக்
கிணையோ வெனத்தமி ழினிதுணர் பவர்க்கெலாந்
துணையீ தாமெனத் தோன்றுநன் னூற்கு
நயன்மிகு சங்கர நமச்சி வாயனாற்
பயன்மிகச் செய்திடப் பட்டதன் பின்னர்
தவஞா னந்தனிற் சால்புகூர் துறைசைச்
சிவஞான முனிவனாற் றிருத்திடப் பட்ட
விருத்தி யுரைதனை வெளிப்படச் சுருக்கிக்

கருத்துப் பதப்பொருள் காட்டுமற் றுஞ்சில
வுறுமுறை காண்டிகை யுரையுளங் கொண்டு
சிறுவரு முணர்தருஞ் செவ்வியிற் செய்தனன்
றத்துவ முணர்திருத் தணிகை மடாதிபன்
சத்தெனும் வீர சைவமா கேசன்
கற்றுணர்ந் தோங்கிய கந்தப்ப தேசிகன்

பெற்றருள் விசாகப் பெருமா ளையனென்
றுலகு புகழ்தர வோங்கி
யிலகு மியற்பெய ரெய்து நாவலனே.

தொல்காப்பிய நன்னூல்

1858-ஆம் ஆண்டில் சாமுவேல் என்பவர் தொல்காப்பிய நன்னூலை இயற்றி அச்சிட்டார். அதற்கு அவரது இஷ்டராகிய புரசை அஷ்டாவதானம் சபாபதி முதலியாரவர்கள் இயற்றிய சிறப்புப் பாயிரம்:

பூமிசை யகலா நான்முகத் தொருவன்
படைப்புழி யின்சொலி னியக்கந் தெரிப்பான்
இருக்கையாய் வாழிய ரெனாமே னிறுவிய
வேங்கடங் குமரி யோங்கிய மேல்கீழ்ப்
புணரிசூழ் வரைப்பி லணவிய முத்தமிழ்
ஆன்றதொல் கடலுட் டோன்றுறு மைம்பொருள்
ஈரைஞ் ஞாற்றுச் சீரமை பணமணிச்
சூட்டரு ணெட்டுடற் கோட்டமில் பாப்பர
சேந்துபு கிடந்த மாண்பமை நீணிலத்
தேவரு முணராத் தாவரும் பயன்கொள
உயிர்தொறுஞ் சிவணிய செயிரறு பொதுநட
நவிலுந் தனிமுதல் தவலருங் கைவலந்
தமிழிசை கதுவிய தமருகத் தெழுமேழ்
இரட்டிய வெழுத்தொலி தெருட்டிய வாரிய
நெடுமொழிப் பாணினி மடனிகு முதியோன்
போன்மென விருந்தமிழ்ப் பான்மை முழுதுணர்
முகட்டுயர் பொதியப் பொகுட்டுழி யிருந்தருள்
டரும்பெற லியல்பெறீஇப் பொருந்திய பன்னிரு
பரமா சிரியற் பற்பகல் வழிபட்
மாணவக் குழாத்து ணீணிலை கொளுவிய
ஒல்காப் பெருஞ்சீர்த் தொல்காப்பிய முனி

தற்பெயர் தோற்றி யற்புறத் தந்த
ஐந்திர நிறைந்த வியந்தகு நுண்பொருட்
டொன்மைசால் காப்பியத் துண்மரீஇப் பொதிவன
பாட்டுவரை பெறுமேம் பாட்டுடை மையினில்
ஆனாக் கங்கன் மேனாள் வேண்டலின்

சனகா புரத்து ளினையாச் சால்பமை
சன்மதி தந்த வண்மைகூர் சிறப்பிற்
பவணந்தி யுரவோன் றுவளற வகுத்த
நன்னூ லென்னு மந்நூற் கிடந்தன
பொருளொரு சேரத் தெருளுறச் சூழ்ந்து
செந்தமிழ் நாடே யன்றியு மாந்திர
மலாடு கருநடங் குலாவுமிவ் வாதித்
தேத்தும் வழங்குந் திறன் நிறம்பாமை
யொருமொழிக் குரியவ ரன்றியும் விரவும்
ஐங்கிலி யம்முத லறிஞரு மேற்க
ஆரியந் திரவிட மாந்திரங் கருநடம்
ஒரு மைங்கிலியத் துரைபொதுச் சிறப்பு
நடைநு தலியன வடைவிற் கற்பவர்
பல்வகை நலனறி மல்கு முணர்ச்சியின்
உள்ளக் கிளர்ச்சியுங் கொள்ளப் பெறுவன
நூன்மொழி பெயர்க்கும் வாய்மைக் கருவியுந்
தெள்ளியோர் பயனடை செவ்வியுட் கொள்ளுபு
நந்தியம் பொருப்பி னந்தியும் பகலும்
அருகா வளங்கெழூஉம் வருவாய்த் திரிபிலாப்
பார்வ யினின்பு நீள்வழி யுதவுறூஉம்
பாற்பெய ராற்றொழுக் கேற்பதெஞ் ஞான்றும்
ஏனைநா டவைபோ லாதிரு மைக்கும்
பிறவிக் கெல்லை காணுஉ நிறைவுறக்
கல்லாப் புணரு நயனுடை நல்லோர்
பெட்புறுந் திருவின தொட்பமார் தொண்டை
நட்டாட் டிடைநீள் பன்மாண் புகழ்மை
மன்னுதெண் டிரைசூழ் சென்னையம் பதிக்க
ணிறைகொளும் புலமைத் துறைவந்தவர்தங்
குழுவகங் கவரா மகிழ்தலை சிறப்ப
ஒருதான் கண்டவை பிறருந் தெரிகெனு
நீக்கமி லுள்ளத் தார்வநன் கூக்கத்
தண்டரும் பெயரிய பண்டையோர் நூல்வழிப்

பன்னுதொல் காப்பிய நன்னூ லெனவும்
ஐந்திர பாணி னீய மெனவும்

சமரச பாடிய சித்தாந்த மெனவும்
வளம்பா டிலாத இளம்பூ ரணமும்
மெய்ச்சொலாற் பழிச்சு நச்சினார்க் கினியமும்
வானோர் மாண்பமை சேனா வரையமும்
சங்கர நமச்சி வாயமு மென்றிவை
[1]ஐந்துரை யுந்தொகுத் தின்புற வுண்மையின்
பூரண விருத்தி யெனவும் பெயர்புனைந்
திந்நூ லியற்றி யெழுதா வெழுத்திற்
பன்னூ னெறியிற் பதித்து நல்கினன்;
வளைநீர்க் கருங்கடன் மறிதிரை கொழிக்கும்
உளைவுறீஇப் பணில முயிர்த்தத நித்திலம்
கருங்கோட் டுப்புன்னை நறுங்கே ழரும்பர்
குருகின முயிர்க்கும் பரூஉமணி யொண்கரு
இததெனா வயிர்ப்புறவயின் றொருந்தொ கூஉம்
நறைவார் சோலைப் பிறையா றெனுநகர்
வதிதரு சோழ வேளாள மரபிற்
பதிதரு தாண்டவ ராயவேள் பயந்த
நாட வருசுவி சேடதிச் தாந்தி
செங்குவளை யந்தார் தங்குமணி மார்பன்
நாம வேலைப் புவி நயக்கும்
சாமு வேலெனுந் தகைமை யோனே.

குசேலோபாக்கியானம்

வல்லூர் தேவராஜ பிள்ளையவர்கள் இயற்றிய குசேலோ பாக்கியானத்திற்குத் திரிசிரபுரம் மகாவித்துவான் மீனாட்சிசுந்தரம் பிள்ளையவர்கள் இயற்றிய சிறப்புப்பாயிரம்.

நேரிசை ஆசிரியப்பா

பூமலி குளிர்தெண் புனற்பெருந் தடத்துக்
கவையடிச் செங்கட் கஞல்பிணர் மருப்புக்
கடமருள் செருத்தற் கவரிதளை பரிந்து
புழற்கா லாம்பற் பூநனி மிசைவான்

அடிக்குறிப்பு

1. சங்கர நமச்சிவாயருரையில் சிவஞான முனிவருரையுமிருக்கின்றதாகலின்.

றோறொடு நாட்பைஞ் சூட்டின மிரிய
மடச்செழு நாரை வயிரெனப் பிளிறக்
கயலின் மடவார் கண்ணிற் பிறழச்
சலஞ்சலப் புஞ்சந் தளைபுக் கொளிப்ப
முட்டாட் டாமரை மொய்த்தடை கிடக்கு
மஞ்சிறைத் தும்பியகன்குலைப் பரப்பிற்
றேங்கமழ் பொங்கர்ச் செறிந்திறை கொள்ள
மாங்கனிக் கொள்ளை வரம்பில வுதிரக்
குறுங்கழுத் தரம்பைக் கூன்குலை முறிய
முட்புறப் பாகன் முதிர்கனி கிழியச்
செறிபசுங் கந்திச் செழும்பழஞ் சிதறப்
பொலியிலாங் கலிமுப் புடைக்காய் வீழ
வெழுபுமீத் தகட்டகட் டிளவரால் பாயக்
கருங்கடற் பாயுங் கந்தர நிகர்ப்பக்
கதழிவிற் பாய்ந்து கலக்குபுழி தந்து
கதிரிளம் பசும்புற் கறிக்கக் கல்லா
மழவிளங் கன்றைப் படர்ந்துவார்ந் தொழுகப்
பொழிபால் பெருகிப் புணர்திரைத் தீம்பால்
ஆழிகொ லோவென் றமரரு மயிர்ப்ப
மடையுடைத் தோடும் வரையாப் பெருவள
நல்லூ ரென்னும் வல்லூ ரதிபன்
பார்கரு ணீப்பப் பயில்குல மென்னுஞ்
சீர்கரு ணீகர் செழுங்குல சிகாமணி
மின்னப் பேந்திய வேணியற் கன்புறு
மன்னப் பேந்திரன் வரத்தினி லுதித்தோன்
இமையர் தருவு மிமையாச் சுரபியுங்
கமஞ்சூன் முகிலுங் கதிர்கான் மணியும்
அருநிதி யிரண்டு மழுக்கா றடையப்
பெருங்கொடை யெவர்க்குந் தருங்கர வள்ளல்
ஒழுக்கமுஞ் சீலமும் விழுப்பெறு தவமு
மானா வன்பு மானமும் பொறையு
நாடொறு நாடொறு நலம்பெற வளர்ப்போன்
நீனிறஞ் சேரா நெடுமால் போல்வான்
நுண்ணறி வுடையோர் நூற்பொருள் விரும்புந்

தண்ணளி யிராம சாமிக் குரிசில்
தன்னுடை யரும்பெறற் றமய னாகிய
தழைபுகழ் வீராச் சாமி மகிபன்
உளுற்றிய தவத்தா லுதயஞ் செய்த
தேவ ராசச் செவ்வே ளென்பான்
நற்குணம் பொறுமை ஞான வொழுக்கங்
குறையா தமைந்த நிறைவு பூண்டு
தொல்காப் பியமுதற் றோன்றிலக் கணமு
முன்னுமைங் காப்பிய முதலிலக் கியமும்
பற்பல சமய ரற்புறு நூலும்
மற்றுள் கலைகளுங் கற்றினி துணர்ந்து
மிகுவட நூலுளும் வேண்டிய தெரிந்து
சோதிட நூலுந் துரிசற வோர்ந்து
பிறங்குறு மறிவிற் பெரியோ னாகி
வண்புகழ்க் குசேல மாதவன் சரிதையைத்
தமிழிற் பாடத் தான தறிந்து
தன்னவைக் களத்து மன்னுற வழைத்துத்
தொக்கள வில்லார் சூழ விருப்ப
விரித்துரைக் கென்று விருப்பிற் கேட்டுக்
கவிதொறுங் கிடக்குங் கற்பனை வியப்புஞ்
சொல்லுடை மாண்புந் தொகுபொருள் மாண்பும்
மற்றுள சிறப்பும் வகைப்பட வாராய்ந்
தற்புத மற்புத மென்றக மகிழ்ந்து
விரிகடல் சூழ்புவி விளங்கப்
பரிவுட னச்சிற் பதிப்பித் தனனே.

ஏராருஞ் சகாத்தமா யிரத்தெழு நூற் றெழுபத்திரண்டி
னிகழ்சௌமிய நல்லாண்டு தனுத் திங்கள்
வாராருங் மிருபத்து நான்காநாள் பரிதிவார
மொன்பான் றிதிசோதி சிங்கவிலக் கினத்திற்
பேராருங் குசேலமுனி தனதுசரித் திரத்தைப்
பெட்பினினி தருந்தமிழி னியல்செறியப் பாடித்
தாராரும் புயத்தேவ ராசவள்ள லான் றோர்தழைத்
துவகைபூப்ப அரங்கேற் றினனுண் மகிழ்ந்தே.

நைடத உரை - திருத்தணிகை சரவணப் பெருமாளையரும் அவர் மகனார் கந்தசுவாமி ஐயரும் நைடதத்துக்கு உரை எழுதினார்கள். அந்த நூல் சுபகி-ருது வருசம் வைகாசி மாதம் கல்வி விளக்க அச்சுக் கூடத்தில் அச்சிற்பதிப்

பிக்கப்பட்டது. அந்நூலுக்கு, "யூனிவர் ஸிட்டி யென்னும் சகல கலா சாஸ்திர சாலைத் தமிழ்த் தலைமைப் புலவராகிய" மழவை மகாலிங்கையர் அளித்த சிறப்புப் பாயிரம் இது:

"மதிக்கண மொருங்கு கிடந்தென வயங்குஞ்
சில்லிய விறாலின் நிரளினை வான்கழை
கோடுகொண் டுழுதிடக் கொட்டிய செந்தேன்
அருவிக டுயல்வரு மமைதி பூமாதின்
றடமுலைச் செம்மணித் தாழ்வட மேய்க்கு
மிமயமால் வரையி னிருந்தவத் தெழுந்த
மரகதக் கொம்பரோர் மாவுறை முதலைத்
தழீஇயெண் ணான்கறந் தப்பா தியற்றுங்
கச்சியின் கீழ்பாற் கடற்கோட் டிருந்த
மியிலையூ ரகத்தி னயிலையோர் கரங்கொண்
டடற்சூ ருயிர்குடித் தமரரைப் புரந்த
கந்தனே ஞானசம் பந்தனாக் காழியி
னவதரித் தமண்களை யனைத்தும் வேர்போக்கிச்
சைவப் பைங்கூழ் தழைவித் ததன்பின்
கடத்துறு மத்தியைக் கண்டு மட்டிட்ட
புன்னையங் கான லெனப்புகல் பதிகந்
தன்னான் முன்னர்த் தகைசா லுருவம்
பெற்றபூம் பாவை யுற்றநற் குலத்தோன்
குறிப்பறிந் தீகுவ துத்தமக் கொடையன்
றிவனாற் பொருணமக் கெய்து மென்றுள்ளத்
துள்ளலு மின்றியோன் விள்ளரு மகிழ்ச்சி
பூத்திட வளித்தல் பொற்புறு முதற்கொடை
யானெனக் கொண்ட வருமைசேர் வள்ளல்
அயலவர் நண்பின ரரிகளா மூவகை
மற்றையர்க் குளநண் புற்றவோத் தகையே
யிவர்க்குள தெனச்சொ லேதமில் குணத்தோன்

வேந்தர்தம் விடங்க மேலுயர்த் தெடுப்பப்
போந்த காரணப் பொற்புறு மேழிக்
கொடியினன் றன்பாற் குறையிரந் தொருகான்
மிடயன்யா னென்று விளம்புவோர் நாவா
னளகையான் மிடியனென் றறைந்திட செய்வோன்
ஏன்றநற் குணங்களுக் கெடுத்துக் காட்டு
மான்ற பல்லோ ராயதெற் றினுக்கிவ்

வொருவனே சாலு முதாரண மென்ன
வயன்மன முவப்புற் றமைக்க வந்தோ
னினங்கொ டோர்பொருள் கவர்ந்திடுதன் மாலைய தெனப்
புயத்துறு குவளையிற் பொன்னெனப் பிதிர் சுணங்
கவிர்முலைக் கன்னிய ரரிவிழித் திரளினைக்
கவர்வுறு சந்தங் கனிந்திடு வில்வேள்
எனுஞ்சிங் காரவேந் தின்புறக் களிகூர்ந்
துததி சுவற்று முடம்பிடி பரித்த
மீனவர் குலத்துதி வீர ராம
னியற்றிய நைடத மெனுநற் காப்பிய
மேவர் மாட்டு மியைந்து வழங்கலிற்
சொற்பொருட் பிழைகள் பற்பல வுற்றது
கற்றுவல் லாருமக் கவல்வழூஉக் கடிந்து
முடிபோர்ந் ததன்பொருள் மொழியலோ ருரையு
மின்றிது காறு மாதலி னேர்பெற
வேய்ந்த வோருரை யியற்றுக வென்ன
அலமரு கன்ம மகற்றிடுந் தணிகைத்
தலம்வளர் வீர சைவமா கேசன்
செந்தமிழ்க் கடலொரு சேரநெஞ் சடக்கி
யெண்டிசைப் பரப்ப ரெங்கணும் பெய்து
மன்பதை யுணர்ச்சியை வளர்க்குங் கொண்ட
லிவன்கூரியமதி யேகுறு மதரினுட்
சேடனார் பருமதி செலற்பாற் றன்றென
யாவ ருள்ளத்து மரசுவீற் றிருந்த
பேர்பெறுஞ் சரவணப் பொருமா ளையன்
வடமொழி தன்னின் மாண்புற் றுயர்ந்த
விதன்முத னூற்கு மியைபுற நாடி

இயல்பு மோனை யெதுகை பற்றி
வீற்றுறு பலவாம் விகற்பமுங் கருதித்
தூக்குத் தோறுந் துகளறு மணிவிரித்
திதனுக் கொப்போ வெந்நூ லுரையுமென்
றிருந்தமிழ்ப் புலவ ரெண்ணிலர் பலகாற்
பகர்ந்திடக் கைக்கிளைப் படலமாட் டுஞற்றின
னதன்பின் னவன்றவத் தார்ந்தகான் முளையெனுங்
கந்த சுவாமியாஞ் செந்தமிழ் நாவலன்
புலமைசேர் சிலர்தம் போதரு முதவியின்
மற்றைய படலமுந் தெற்றென விளங்கச்

செய்தமருங் கீர்த்தி யெய்தினன் மகிழ்ந்தே.

இலக்கண வினாவிடை - 1828-ஆம் ஆண்டு சென்னைக் கல்விச் சங்கத்தில் அச்சிற் பதிப்பிக்கப்பட்ட தாண்டவராய முதுலியார் செய்த "இலக்கண வினாவிடை" என்னும் நூலின் பாயிரம்:

"சென்னைக் கல்விச் சங்கத்ததிபராகிய கனம் பொருந்தியா போர்டுத்துரை யவர்களுத்தரவினால் சாலீவாகன சக ஆண்டு 1746-க்கு மேற்செல்லா நின்ற பார்த்திவ ஆண்டுக்குச் சரியான கிரிஸ்து 1825-ஆம் ஆண்டு இலக்கண வினாவிடை செய்து முற்றுப்பெற்றது.

பெருநூலுட் புகலறியாப் பிள்ளைகண்
ணெளிதுணரப் பேசு வாயோ
ருரைநூல் வினாவிடையாத் தமிழியலென்
றருட்குணத்தா னுணர்வின் மிக்கான்
அருநூல்கள் விளங்கு சென்னைச் சங்கத்துத்
தலைவன் கிளார்க் கதிபன் கூற
விரிநூலாய் கருவியெனத் தொகையுறத்தாண்
டவராயன் விளம்பி னானால்,

குற்றமுங் குணமாக் கொளுமறிஞ ரக்கொள்கை
மற்றென் பாலினும் வழாரென்ப தறிந்தயான் வழாது
கற்றநா வலரிச்சின் னூனும் மவைக்களத்துச்
சொற்றிடர்க் கஞ்சி நிற்பவோ மூதக்கீர் சொல்லீர்.

கடவுள் வணக்கம்
இலக்கண மின்னதிதென யார்க்கும்
அளக்க வொண்ணாதத னடிபரவுதும்
இலக்கண வினாவிடை விளக்க முறற்பொருட்டே

நன்னூற் காண்டிகையுரை
இயற்றமிழாசிரியர் இராமாநுச கவிராயர் 1846-இல் நன்னூலுக்கு விருத்தியுரை எழுதி அச்சிட்டார்கள். அவ்விருத்தி யுரையின் தொடக்கத்தில் கீழ்க்கண்ட செய்யுளை இயற்றியமைத் தார்கள். "மலர்தலையுலகின் மல்கிருள் அகல" என வரும் நன்னூல் சிறப்புப் பாயிரத் தின்கீழ் இச்செய்யுள் வைக்கப்பட்டுள்ளது.

தேசீகர் சேவடி மனக்கு
மாசறு மணிமுடி யெனக்கு.
கடல்புடை சூழ்தரூஉங் காசினி யதனிடை
வடதிசைக் கண்மரீஇ வளனெலாஞ் சுரந்து
முனிமுன நடந்துறூஉ மூங்கிலிற் படர்ந்து
குனிதிரை வைகையின் கொடுந்திற லழிந்தாங்
கடைந்ததென் குமரி யகநெகிழ்ந் தன்பி
னுடைந்துதன் வசப்படா துடல்சல சலத்து
நீரா ழமாமெய் நிலைதடு மாறித்
தீரா நீர்மையிற் றிரைக்கடல் படிந்து
மதிமுக மலரிடை மலர்க்கணீர் மல்கத்
துதி செய வென வாய் தூக்கி யாங்கே
யெழுத்திய றழாஅ தெழுமொழி குளறி
வழுத்தியு மாரா வவாவலை வளைக்கையாற்
பொன்மணி மலர்தூய்ப் புரிந்துநன் கிறைஞ்சுறூஉந்
தென்மலை மாமுனி தேத்திய லுணர்ந்தோ
ரோர்பன் னிருவர்பா லொண்டமி ழுணர்ந்தோர்
சீர்பெற வெண்ணிலர் தேரினாங் கவருழைச்
சிவக்கொழுந் தென்னுமோர் தேசிக ரவருழைத்
தவக்கொழுந் தென்ன மாதவத்தினார் துதித் துறூஉஞ்
சிவஞான தேசிகண் சேவடிக் கன்புபூண்
டவனூ லுணர்த்திய வைந்திய லோர்ந்தனன்

சோமசுந் தரனெனுந் தொன்னூற் குரவன்
காமர்செஞ் சேவடி கண்ணிணை யாக்கொண்
டியல்பல வுணர்ந்தோ ரெண்ணில ரவருழைத்
துயல்வரு கீழ்மையிற் றொடர்கீழ் நிலையினே
னில்லையாந் தன்னிக ரெனவுல கோதுறூஉ
முல்லையாந் துருவெனு[1] மொளிகொள் போதகனு
மேமசன் மார்க்கத் தியனிலை வழாஅத்
தாமசன் கிளர்க்கெனுந்[2] தகைப்புர வலனுந்
துராசையினீங்கித் தொன்னெறிவழாஅ
விராசஸெனும் பெய ரியற்கோமகனு
மின்னூற் குரை யீங்ஙன மியற்றுகவென
நன்னூற் குரைபெய நாடின னாவலர்
முகநகை நாணா முழுமக னாயினூஉந்
தகைகெழு சோம சுந்தரகுரு வருளுக்
கென்னா லெனுமகத் தினைப்பலி யீந்து

பீன்னா வதன்வழி பிழையா நிலைநின்
றியன்றவை யியற்று மிந்நூலுள்

இத்தலைச் சூத்திரம் யாதுணர்த்திற்றோவெனின், சிறப்புப் பாயிரத் தீலக்கண-மாக வகுத்தோதப்பட்ட, நூல் செய்தோன் பெயர் முதலிய பதினொன்றையு முணர்த்திற்றென்க.

விவகார சார சங்கிரகம்

மதுரைக் கந்தசாமிப் புலவர் சென்னைக் கல்விச் சங்கத்தில் இருந்தவர். விவ-கார சார சங்கிரகம் என்னும் நூலை வடமொழி யிலிருந்து தமிழில் எழுதி-னார். இது 1894-ஆம் ஆண் ண்டு அச்சிடப்பட்டது. இதன் சிறப்புப் பாயிரம் இது:

திருவருண் மூர்த்தி யோரைஞ் செயலினன் றேவர் தேவா
மொருவனல் லிருதா ளன்பி னுளங்கொடு பணிந்து மேன்மை
தருவிவ கார சார சங்கிரக மென்னு நாம்
மருவிய தருமநூலை வகுத்துரை செய்து நன்றே.

உலகினுறு நரர் பலரும் விவகார மெளிதுணர
வுரைநடையி னாற்ற ருமநூ
லொன்றுஞற் றுதியென்று நம்பினர் தமைக்காக்கு
முத்தமன் சித்தி யன்சீ
ரிலகுசென் னைத்திறற் சங்கத் தமிழ்த்தலைமை
யேற்றரிச் சார்ட்டுக் கிளார்க்
கேந்தல் சொல விங்கிலீ சீரிரண்டாஞ் சார்ச்சி
யிறைநீதி யரசு செயுநா
ளலகுகொண் டெண்சாலி வாகன சகாத்தமோ
ராயிரத் தெழுநூற் றோடே
ழாறீ ரிரண்டினன் றோங்குமன் றோமன்ன
னாளுமதி காரத் தினிற்
சலமின் மனு வாதிமிரு திகளோர்ந்து விவகார
சாரசங் கிரக மெனுநூற்
றன்னைப் புரிந்தனன் றென்னன்மது ரைக்கந்த
சாமிநா தப்புலவனே.

அராபிக் கதையின் சிறப்பு

1876ஆம் ஆண்டு அராபிக் கதை தமிழில் மொழி பெயர்க்கப்பட்டு அச்சி-டப்பட்டது. இதனை அமரம்பேடு அண்ணாசாமி முதலியார் மொழிபெயர்த்-

தார். இந்நூல் சென்னை சிந்தாதிரிப் பேட்டைப் பிரபாகர அச்சுக் கூடத்தில் அச்சிற் பதிப்பிக்கப்பட்டது. இதற்குத் தரங்காபுரம் சண்முகக் கவிராயர் எழு-திய "கதையின் சிறப்பு" என்னும் முன்னுரையைக் கீழே தருகிறேன்.

"கடவுளா லேர்ப்படுத்தப்பட்ட கடல்சூழ்ந்த காசினியிற் சிந்துதேச முதலா-கிய நமதிந்து தேசத்திலும் முந்த முதற் றொடங்கி அந்தமாக வந்திருக்கின்ற விந்தையான சரித்திரங்க ளெல்லாவற்றிலும் இனிமை பற்றி முதன்மையுற்று மகிமை சொற்ற பெருமை பெற்ற இரசக்கியப் பொருளை வித்வத்திறத்தின் மிகுத்த பிரசித்த சரித்திர விசித்ர கதைத்திற வித்தென யுக்தி விதைத்து விளைத்தருள் புத்தியின் சக்திபொருந்தி யொருத்தி இராவாற் கூறிய அறாபிக் கதையினை முன்னோர் முதலிய முத்திய பெற்றோர்கள் தொன்னூல் நன்-னூல் துதிநூல் விதிநூல் என்னூலாகவு மியற்றிய தமிழா லுறுத்தமாகத் திருத்த மாய்ச் செய்து நாவலரும்புகழ்க் காவலரும் மகிழ இச்சை மேலோங்க வச்சிட்டமையால் (இக்கதையின் பெருமையைக் காட்டுமிடத்து) ஜெகமெலாம் புரக்குஞ் சிந்து நாட்டிறைவன் தினமொரு விவாகஞ்செய்துதயத்திற் கொன்று விடவேண்டுமென்று குறித்து நடத்திய கருத்தைக் குறைத்து கண்கள் நீர்த-தும்பப் பெண்களையிழந்தோர் பெருந்துயர் களைந்து மந்திரி கொண்ட மருட்-சியை மாற்றி ஆயிரத்தெட்டிரா வகற்றி யன்பனோடே யிருத்தின்பமுற்றிளைய மாதுடன் ஷயரஸாட் டென்பவள் சத்தியால் மூன்று புத்திரப் பேறு பெற்று வாழ்ந்திருந்தாள்.

புத்தியால் யுக்தி புகன்ற விக்கதையைப் பத்தியால் வாசிக்கும் பாவலர்கள் முதலிய மற்றெவர்கட்கும் வாசக தாட்டியும் வாக்கின தகலமும் வசனவுசி-தமும் வரிசைக் கிரமமும் மரியாதைப் பெருக்கமும் வண்பதப் பொருளும் எழுவாய் பயனிலை இசை சந்தி நிலையும் பிரித்தலும் விரித்தலும் சொற்ப-யன் புணர்த்தலுந் தொகுத்தலும் வகுத்தலும் அறிவுநிறைவும் அபலக்குறைவும் நெறிநிலை நீதியும் அறம்பொறை ப்ரக்யாதியும் சபைக்குப் யோகமும் தனக்கு வையோகமும் தந்திர யுக்தியும் மந்திரச்சக்தியும் தையலார் சோர்வும் மைய-லாற் சோர்வும் கடவுளர் பத்தியும் அடையலர் வெற்றியும் கல்வியினூக்கமுஞ் செவ்வியினோக்கமும் நாயகனேசமும் நாயகி பாசமும் தந்தைதாய்ப் பேணலும் தன் பந்து காணலும் தாம்புகழ் பூணலும் தமைக்கண்டோர் நாணலும் நூதன விருந்தும் ஆதனத்திருந்தும் திரைகடலோடியுந் திரவியந் தேடியும் சேர்ப்பன சேர்த்தும் பார்ப்பன பார்த்தும் செவிப்புலன் மகிழ்ந்தும் சிந்தையுட் களித்தும் இன்னமுள்ள நன்மைகள் யாவையும் எளிதிற் பெருந் தெளிவைத்தரு மின் பக்கதை யிதன்றியும்.

பெரிய வயதினையுடைய முதியோர்களும் ஆரோக்கிய ஸ்தானஞ் செய்-தவர்களும் வியாதிக்காரர் முதலிய மெலிவுள்ளோரும் தங்கள் தங்கள் சுகங்-களுக்காக பக்திஸ்ரத் தையினால் சமய சம்பிரதாய சாஸ்திர நூல்களை ஆராய்ச்சி செய்யவாவது கேட்கவாவது ஏற்படும் போது சிலருக்கு உறக்கமும் சோம்பலும் வெறுப்பும் ஓய்வு முண்டாகிற துண்டு. அப்பேர்ப்பட்ட காலத்தில்

சொக்கட்டான். சோழி சதுரங்கம் காயிதம் ஆடத் தொடங்குவார்கள். அந்தச் சமயத்திலிப்பேர்ப்பட்ட கதையினைப் படிக்கவுங் கேட்கவும் பட்சம் வைப்பார்க-ளாகில் இந்தச் சுதாரசமானது காதின் வழியே கசப்பில்லாம னுழைந்து தேக-பீடையை நீக்கி, திரேகச் சோம்பல் வெறுப்பு ஒறுப்பு உறக்க முதலியதைப் போக்கி ஆக்க முண்டாக்குவது மல்லாமல் இக்கதையைக் கேட்பவர்கள், மேற்கதை யெப்படியோ; அதைக் கேட்கவேணு மென்னும் ஏக்கமேயன்றி தூக்க மிராது. வேறு விஷயங்களில் நோக்கம்வராது. விதரணை யுடைய புத்-திமான்களுக்கு யுகதி நுட்பம் மல்லாதன வற்றைத் தராது. இத்திரம் வாய்ந்த திக்சுதைச் சிறப்பே.

விந்தைத் தமிழால் விரித்துரை செய்த இந்துஸ்தான் சரித்திரமாகிய அரா-பிக்கதையை, சிந்தாதிரிப்பேட்டை சி. நாராயண சாமி முதலியாராற் றமது பிரபாகரவச்சுக் கூடத்திற பதிப்பிக்கப்பட்டது. யுவ ஆண்டு மாசி மாதம்.

(எழுசீர்க் கழிநெடிலடி யாசிரிய விருத்தம்)
பேர்பெறு மராபிப் பாஷையிற் பிறந்து
பெருந்துறை முகமெலாஞ் சிறந்து
சீர்பெறும் பாஷாந் திரங்களூ டுழன்று
திருந்திய கதைமுகச் செல்வி
கார்பெறு மமரம் பேட்டில் வாழண்ணாச்
சாமிதன் கருத்தினாற் பொருந்தி
ஏற்பெறுந் தமிழால் அலங்கரித் தெழுந்தாள்
யாவரு மினபுறத் பொருட்டே.

19-ஆம் நூற்றாண்டில் அச்சான இலக்கிய நூல்கள்

19-ஆம் நூற்றாண்டிலே அச்சுக்கூடம் வைக்கும் உரிமை நம்மவருக்குக் கிடைத்தபோது பழைய, புதிய நூல்கள் அச்சுப் புத்தகங்களாக வெளிவந்தன. அவை கணக்கிலடங்கா. பழைய இலக்கிய நூல்கள் முதல் முதலாக ஏட்டுச் சுவடியிலிருந்து அச்சுப் புத்தகமாக வெளிவந்தவற்றை இங்குக் காட்டுகிறேன். இதுவும் முழுவிவரப் பட்டியல் அன்று. இதில் பல நூல்கள் விடுபட்டுள்ளன. தெரிந்தவற்றில் சிலவற்றை மட்டும் கீழே தருகிறேன்.

ஆண்டு - நூற்பெயர் - பதிப்பித்தவர் பெயர் - ஆசிரியர் பெயர்.

1812 - திருக்குறள், நாலடியார்----
1830 - நீதி நெறி விளக்கம்.ஆங்கில மொழிபெயர்ப்புடன்
குமரகுருபர சுவாமிகள் H. Stokes என்பவர் அச்சிட்டார், சென்னை.
1834 - தஞ்சைவாணன் கோவை,புதுவை நயனப்ப முதலியார்

குன்றத்தூர் அட்டாவதானிபதிப்பு. சரஸ்வதி சொக்கப்ப நாவலர்அச்சுக்கூடம், 1843-இல் உரையுடன்.மகாவித்துவான் மயிலை பதிப்பு சென்னை.
1834 - பொன்வண்ணத் தந்தாதி.கல்வி விளக்க அச்சுக்கூடம் சென்னை.
1835 - புறப்பொருள் வெண்பா'இலக்கணப் பஞ்சகம்'
மாலை (மூலம்) ஐயன்என்னும் தொகுப்பில்
ஆரிதனார்தாண்டவராய முதலியார் பதிப்பித்தார், சென்னை.
1835 - அகப்பொருள் விளக்கம்மேற்படி (மூலம்) நாற்கவிராச நம்பி.தாமஸ் லுண்டு, B.D.
1835 - தாயுமான சுவாமிதிருத்தணிகை சரவணப் பாடல், தாயுமானபெருமா-ளையர் பதிப்பு.
சுவாமிகள்.1844, 1851, 1855, 1887-ஆம் ஆண்டுகளிலும் சிலர் பதிப்பித்-தனர்.

1835திவாகரம், சேந்தனார்.வித்துவான் தாண்டவராய முதலியார் தாம் புதி-தாக இயற்றிய சில சூத்திரங்களைச் சேர்த்துப் பதிப்பித்தார், சென்னை.
1839 - நளவெண்பா,கல்வி விளக்க புகழேந்திப் புலவர்.அச்சுக்கூடம், சென்னை,
1839 - திவாகரம். சேந்தனார்.இராமசாமிப் பிள்ளை.
சென்னைக் கல்விச் சங்க அச்சுக்கூடம், சென்னை.
1840 - திருக்குறள், பரிமேலழகர்இயற்றமிழாசிரியர்
உரையுடன்இராமாநுசகவிராயர் பதிப்பு, சென்னை.
1840 - உரிச்சொல் நிகண்டு.துத்தென் துரை பதிப்பு
புதுவை குவெர்னமா அச்சுக்கூடம்.
1841 - நீதி நெறி விளக்கம்.தமிழ் மூலமும் ஆங்கில குமரகுருபர சுவாமிகள்-விளக்கமும். J. Walker அச்சிட்டார். 1864, 1865, 1868-லும் 'நீதிமொழித் திரட்டு' என்னும் தொகுப்பில் அச்சிடப்பட்டது.
1841 - நாலடியார் —— சமண'நீதி மொழித் திரட்டு' முனிவர்.தொகுப்பில் அச்சிட்டார். சென்னை.

1841 - வாக்குண்டாம், நல்வழி.உரையுடன் - ஔவையார் - சரவணப் .பெரு-மாளையர் பதிப்பித்தார்.
1859, 1882-லும் அச்சிடப்பட்டன.
1842 - நைடதம். அதிவீரராமதிருத்தணிகை சரவணப் பாண்டியன்.பெருமா-ளையர் மகனார் கந்தசாமி ஐயர் பதிப்பு.
1842 - மேற்படிஉரையுடன் காஞ்சீபுரம்
குமாரசாமி தேசிகர் பதிப்பு.
1873, 1875, 1881 ஆண்டுகளிலும் நைடதம் அச்சிடப்பட்டது.
1842சூடாமணியிற் பதினோராம்களத்தூர் வேதகிரி

நிகண்டுமுதலியர். யாழ்ப்பாணப் பதிப்பு.

1845 - திருவாசகம். மாணிக்கஇராமசாமி முதலியார்

வாசக சுவாமிகள்.பதிப்பு. இவருக்கு முன்பு கொட்டையூர் சிவக்கொழுந்து தேசிகர் முதன் முதல் பதிப்பித்தார். அந்த ஆண்டு தெரிய வில்லை, 1845-க்குப் பிறகு 1900- வரையில் 8 பதிப்புகள் வெளிவந்துள்ளன.

1848 - ஆத்திசூடி. ஔவையார்.ஆங்கில விளக்கத்துடன் Rev. J. Sugden பதிப்பித்தார். பெங்களூர்.

1849 - திருக்குறள்,களத்தூர் வேதகிரி திருவள்ளுவர்.முதலியார் உரையுடனும், திருவள்ளுவ மாலைக்குச் சரவணப் பெருமாளையர் உரையுடனும் அச்சிடப் பட்டது. திருக்குறள், 1889 முதலிய ஆண்டுகளிலும் அச்சிடப்பட்டிருக்கிறது. முன்னரே 1812-இல் அச்சிடப்பட்டிருக்கிறது. பிறகு 1861, 1869, 1875, 1878, 1880, 1881, 1885, 1886, 1889 1855 - நாலடியார். சமணகளத்தூர் வேதகிரி முனிவர் முதலியார் உரையுடன்.

இதன் பிறகு 1869, 1874, 1875, 1883, 1885, 1892 முதலிய ஆண்டுகளிலும் அச்சிடப்பட்டது.

1858 - உரிச் சொல் நிகண்டுரா. ரா. அருணாசலம்

(12 தொகுதி)சதாசிவம் பிள்ளை. பதிப்பு, யாழ்ப்பாணம்.

1860 - மூதுரை, ஔவையார்ஆங்கில மொழி பெயர்ப்புடன் T. M, Scott அச்சிட்டார், சென்னை. 1868-இல் வேறு பதிப்பு.

1864 - தேவாரப் பதிகங்கள்,வித்துவான் காஞ்சீபுரம் திருஞான சம்பந்தசபாபதி முதலியார் சுவாமிகள் திருமுறை.பதிப்பு. கலாநிதி அச்சுக்கூடம் சென்னை.

1865 - தேவாரப் பதிகங்கள்திரிசிரபுரம் வித்துவான் சுந்தரமூர்த்தி சுவாமிகள்-கோவிந்தப் பிள்ளை அருளிய திருமுறை.பதிப்பு. சென்னை வாணி நிகேதன அச்சுக்கூடம்.

1865 - நாலாயிரத் திவ்வியப்அப்பாவு முதலியார் பிரபந்தம், ஆழ்வார்கள்பதிப்பு. 1898-இல் ஸ்ரீநிவாச அருளிச்செய்தது.ராகவாசாரியார் பதிப்பு.

1866 - தேவாரத் திருப்பதிகத்வித்துவான் காஞ்சீபுரம் திருமுறை; சுந்தரமூர்த்திசபாபதி முதலியார் சுவாமிகள் அருளியது.பதிப்பு. கலாநிதி அச்சுக்கூடம் சென்னை.

1867 - தேவாரத் திருப்பதிகத்மேற்படி திருமுறைகள். திரு நாவுக்கரசுசுவாமிகள்.

1868 - பட்டினத்துப் பிள்ளையார்---- பிரபந்தமும் பாடலும்.

1868 - சீவக சிந்தாமணி. திருத்நாமகள் இலம்பகம் தக்க தேவர்.ஆங்கில விளக்கத்துடன் Rev. H. Bower. பவர் ஐயர் வெளியிட்டார்.

1868 - திரிகடுகம். நல்லாதனார்.----

1868 - பாரதம். வில்லிபுத்தூரார்.சபாபர்வம் உரையுடன். திரிசிரபுரம் மகா-வித்துவான் கோவிந்த பிள்ளையவர்கள்.

1869 - அரிச்சந்திரபுராணம்மூலமும் உரையும். வீர கவிராயர்வெங்கடாசல முதலியார் பதிப்பு சென்னை.

1869 - கந்தபுராணம்ஆறுமுக நாவலர் பதிப்பு.

1869 - யசோதார காவியம்.காஞ்சீபுரம் பாகுபல நயினார். பதிப்பு.

1870 - மூதுரை, நல்வழி,உரைபாடம்.

நன்னெறி.

1870 - நளவெண்பா.சோடசாவதானம் சுப்பராய புகழேந்திப் புலவர்.செட்டி-யார்.

1870 - மேற்படிதி. ஈ. ஸ்ரீநிவாச ராகவாச்சாரியார்

'மணி விளக்கு' என்னும் உரையுடன் சென்னை.

1870 - இராமாயணம், கம்பர்.சுந்தரகாண்டம்.

சிதம்பரநாத கிவராயர். திருநெல்வேலி.

1872 - சிவப்பிரகாசம்.சண்முகசுந்தர முதலியார் பதிப்பு.

1872 - சிலப்பதிகாரம்,சோடசாவதானம்

இளங்கோவடிகள், (பகுதி)சுப்பராய செட்டியார் உரையுடன் சென்னை.

1873 - நைடதம் மூலம்.----

அதிவீர ராம பாண்டியன்.

1873 - பெரிய புராணம் (திருத்ஆறுமுக நாவலர் பதிப்பு. தொண்டர் புரா-ணம்)

1873 - தனிப்பாடற்றிரட்டு,---- பல புலவர்கள்.

1878 - இல் சந்திரசேகரக் கவிராயர் பதிப்பு. 1888-இல் வேறு ஒரு பதிப்பு.

1874 - பாரதம், வில்லிப் புத்தூரார்நல்லூர் ஆறுமுக நாவலர்

பதிப்பு. 1884-இல் சதாசிவ பிள்ளையும், 1888—இல் C.M.சாமி நாத ஐயரும் பதிப்பித்தனர்.

1874 - பழமொழி நானூறு.சோடசாவதானம்

முன்றுறையரையர்.சுப்பராய செட்டியார்

பதிப்பு. தமது உரையுடன். இதில் 10 செய்யுட்கள் விடுபட்டுப் போயின.

1875 - அரிச்சந்திர புராணம்.அருணாசல முதலியார் வீரகவிராயர்.பதிப்பு, சென்னை.

1875 - நைடதம். அதிவீரராமஉரையுடன் சரவணப் பெரு பாண்டி-யன்.மாளையர் சென்னை. பின்னர் 1876, 1879, 1881, 1882, 1883, 1887 முதலிய ஆண்டுகளிலும் அச்சிடப்பட்டது.

1876 - சிலப்பதிகாரம்.புகார்க் காண்டம் தி. ஈ. இளக்கோவடிகள்ஸ் ரீநிவாச ராகவாசாரியர் தமது உரையுடன் பதிப்பித்தார், சென்னை.

1876 - சிவஞானபோதம்.---- உரையுடன்.

1876 - முதுமொழிக்காஞ்சி.---- கூடலூர் கிழார்.
1876 - பாரதம். நல்லாப்சாந்தபர்வம், ஆரணிய பிள்ளைபர்வம், துரோணபர்-வம்,
1878 - இல் அச்சிடப்பட்டது. 1887-இல் தியாகராச ஐயர் அச்சிட்டார்.
1876 - சிவஞான சித்தியார்---- (சுபக்கம்)
1877 - களவழிநூற்பதுசோடசாவதானம் சுப்பராய பொய்கையார்.செட்டியார்.
1877 - பதினோராந் திருமுறைசோடசாவதானம் சுப்பராய செட்டியார்.
1879 - நான்மணிக்கடிகை.கோ. இராசகோபால விளம்பி நாகனார்.பிள்ளை உரையுடன். மேற்படியார் மாணவர் வாசுதேவ முதலியார் பதிப்பு.
1880 - திருவிளையாடற் புராணம்---- (அரும்பதவுரையுடன்)
1883 - இறையனார்சி. வை. தாமோதரம் அகப்பொருள்.பிள்ளை பதிப்பு.
1883 - திரிகடுகம்.'நீதிமஞ்சரி தருப்பணம்' நல்லந்துவனார்.வரிசையில் அச்-சிடப்பட்டது.
1883 - தணிகைப் புராணம்.சி. வை. தாமோதரம் பிள்ளை பதிப்பு.
1883 - சீவக சிந்தாமணி.முதற் பகுதி, பதுமையார் திருத்தக்க தேவர்.இலம்-பகம் வரையில், மூலம் ப. அரங்க சாமிபிள்ளை, சென்னை.
1884 - கூர்ம புராணம் (உரையுடன்)சிதம்பரநாத கவி. முதல் பகுதி.

1884 - அரிச்சந்திர வெண்பா.திருமயிலை, முருகேச முதலியார் பதிப்பு. சென்னை.
1885 - கூர்ம புராணம் (உரையுடன்)சிதம்பரநாத கவி.
இரண்டாம் பகுதி.
1886 - இராமாயணம், கம்பர் - இரண்டு பாகம்
1887 - கலித்தொகை.சி. வை. தாமோதரம் பிள்ளை
நச்சினார்க்கினியர் உரையுடன் பதிப்பு.
1887 - இரகுவம்மிசம் அரசநல்லூர் பொன்னம் பலம்
கேசரியார்.பிள்ளை. யாழ்ப்பாணம்.
1887 - புலியூர் வெண்பா.----
மாரிமுத்துப் பிள்ளை.
1887 - சீவக சிந்தாமணி,நச்சினார்க்கினியர்
திருத்தக்கதேவர். உரையுடன். உ.வே. சாமி நாதையர்.
1888 - ஒழிவி லொடுக்கம்கோயிலூர் இராமசாமிம் சுவாமிகள்.
1888 - திருக்கோவையார்.----
1889 - சூளாமணி, தோலாசி. வை. தாமோதரம் பிள்ளை.
மொழித் தேவர்.

1889 - பத்துப்பாட்டு. திருமுருநச்சினார்க்கினியர்

காற்றுப்படை, பொருஉரையுடன், உ.வே. சாமிநாதையர்
சிறுநராற்றுப்படை, பாணாற்றுப் படை, பெரும் பாணாற்றுப் படை,
முல்லைப்பாட்டு, மதுரைக் காஞ்சி, நெடுநல்வாடை,
குறிஞ்சிப் பாட்டு, பட்டினப் பாலை, மலைபடு கடாம். - , சென்னை.
1892 - சிலப்பதிகாரம்.அடியார்க்கு நல்லார்
இளங்கோவடிகள்.உரையுடனும், பழைய அரும்பத வுரையுடனும்.
உ.வே. சாமிநாதையர், சென்னை.
1893 - ஆசாரக்கோவை. பெருதி. செல்வ கேசவராய வாயில் முள்ளி-யார்.முதலியார். சென்னை.
1894 - புறநானூறு.பழைய உரையுடன் உ.வே. சாமிநாதையர் சென்னை.
1894 - மணிமேகலை, கூலதிருமயிலை, மகாவித்துவான்
வாணிகன் சாத்தனார்.சண்முகம் பிள்ளை பதிப்பு, சென்னை.
1895புறப்பொருள் வெண்பாபழய உரையுடன், உ. வே. மாலை. ஐயனாரி-தனார்.சாமிநாதையர் பதிப்பு, சென்னை.
1896 - கூர்மபுராணம் அதிவீரகல்லாடநகர் அ.சிதம்பரநாத ராம பாண்டி-யன்.கவிராயர் உரையுடன் மேற்படி கவிராயரால் பதிப்பிக்கப்பட்டது, திரு-நெல்வேலி.
1896 - இராமாயணம், கம்பர்.திருமயிலை மகாவித்துவான் சண்முகம் பிள்ளை உரையுடன், சென்னை.
1898 - மணிமேகலை கூலஉ. வே. சாமிநாதையர். வாணிகன் சாத்தனார்.

19-ஆம் நூற்றாண்டில் உரைநடை நூல்கள்

19-ஆம் நூற்றாண்டில், நம்மவரும் அச்சியந்திரம் வைப்பதற்கு வாய்ப்பு ஏற்-பட்ட பிறகு தமிழில் உரைநடை நூல்கள் பல வெளி வந்தன. பாடசாலைப் புத்த கங்களாகவும், சமய நூல்களாகவும், கதைகளாகவும், வேறு பொருள் பற்றியும் பல உரை நடை நூல்கள் சென்ற நூற்றாண்டில் அச்சுப் புத்தகங்-களாக வெளிவந்தன. அந்நூல்கள் எல்லாவற்றையும் தொகுத்துப் பட்டியலாக அமைப்பது இயலாது. சென்ற நூற்றாண்டில் அச்சுப் புத்தகமாக வெளிவந்த உரைநடை நூல்களில் சிலவற்றை மட்டும் இங்குப் பட்டியலாகத் தருகி-றேன். இது முழு விவரப் பட்டியல் அன்று என்பதைக் கருதவேண்டுகிறேன்.
ஆண்டு நூலின் பெயர்

ஆண்டு - நூலின் பெயர் - பதிப்பாசிரியர் - நூலிசிரியர் பெயர்

1815 - இராமாயணத் துத்தரதிருச்சிற்றம்பல தேசிகர்.
காண்டக் கதை (வால்மீகி இராமாயணம் உத்தர காண்டம் வசனம்)
1822 - பரமார்த்த குருவின் கதைபெஞ்சமின் பாபிங்கடன்.

(வீரமா முனிவர்(Benjamin Babington) எழுதியது)லண்டன் மாநகர்.
1826 - பஞ்சதந்திரக் கதை.மராட்டியிலிருந்து மொழி பெயர்க்கப் பட்டது. தாண்டவராய முதலியார், சென்னை.
1826 - கதாமஞ்சரி.தாண்டவராய முதலியார், (1846, 1850, 1860, 1869 ஆண்டுகளிலும் பதிப்பிக்கப் பட்டது.
1828 - ஆதிகாலச் சரித்திரச்புதுவை ஞானப்பிரகாச சங்கிரகம்.முதலியார், சென்னை.
1830 - இந்துஸ்தான் சரித்திரச்புதுவை ஞானப்பிரகாச சங்கிரகம்.முதலியார், சென்னை.
1847 - பஞ்சதந்திரக் கதை.எழுமூர் முத்துசாமி முதலியார், சென்னை.
1847 - இனிமையான கதைகள்.சென்னை.
1850 - பூர்வீக சரித்திரம்,Edmand Surgent.
(A manual of Ancient History)பாளையங்கோட்டை.

1852 - பஞ்சதந்திரக் கதை.ஸ்ரீ நிவாசபுரம் ஸ்ரீநிவாச ஐயங்கார்.
1853 - பரதேசி மோட்சப்Z. Spaulding மொழி பிரயாணம் (John Bunyan'sபெயர்த்தது, Pilgrim's Progress)யாழ்ப்பாணம்.
1853 - கட்டுக் கதைகள்திருவேங்கட பிள்ளை
(Aes-op's fables)
1855 - மதனகாமராஜன் கதை.சேலை பொன்னம்பலக் கவிராயர், சென்னை. 1869, 1874, 1878, 1879, 1880, 1881, 1883, 1884 ஆண்டுகளிலும் பதிப்பிக்கப்பட்டது.
1857 - பல தேச சரித்திரம்.சென்னை.
1859 - பரமார்த்த குருவின்புதுவை.
கதை. (வீரமா முனிவர் எழுதியது)
1864 - கதாமஞ்சரியும் நீதிசாரபுதுவை. வாக்கியமும்.
1865பஞ்சதந்திரக் கதைபுதுவை.
1867திருச்சபை சரித்திரம்Anders Blomstrand
2- பாகம்.தரங்கம்பாடி.
1868 - சிந்திரபுத்திர நாயனார்1876-இலும் பதிப்பிக்கப் 1868கதை.பட்டது.

1868 - மயில்ராவணன் கதை(1874, 1875, 1880, 1886, 1888 ஆண்டு-களிலும் பதிப்பிக்கப்பட்டது.
1868 - சீதா விஜய வசனம்,சுப்பராய முதலியார் யோக வாசிஷ்டபதிப்பித்-தது, சென்னை. இராமாயணத்திலிருந்து.
1869 - முப்பத்திரண்டு பதுமை1874, 1876, 1878, 1882
1868 - கதை.ஆண்டுகளிலும் பதிப்பிக்கப் பட்டது.
1869 - நாலு மந்திரி கதை.1874, 1877, 1878, 1881, 1883 ஆண்டிலும்

பதிப்பிக்கப் பட்டது.
1869 - பகல் சுக்கன் இராச்சீனிவாசாசாரி.
சுக்கன் கதை.
1869 - தமிழறியும் பெருமாள்1870, 1876, 1879, 1880 கதை.ஆண்டுகளி-லும் பதிப்பிக்கப்பட்டது.
1870 - வேதாளக் கதை.கருணானந்தசாமி.
1870 - கதாசிந்தாமணி.தாண்டவராய முதலியார்,
1873, 1876, 1878, 1879, 1883, 1884 ஆண்டிலும் பதிப்பிக்கப்பட்டது.
1870 - விக்கிரமார்க்கன் கதை.முகம்மது இப்ராகிம் சாகிபு.
1870 - கிளைவ் சரித்திரம்கதிர்வேலு பிள்ளை (1880-
(Lord Clive)இல் வேறுஒரு பதிப்பு.)
1871 - கொலம்பசு சரித்திரம்.உவின் பிரெட். H. W.
1873 - சதகண்ட ராவணன் கதை.----
1873பஞ்ச தந்திரம்தாண்டவராய முதலியார். 1874, 1879, 1880, 1881 ஆண்டுகளிலும் பதிப்பிக்கப் பட்டது.

1874 - சகஸ்ரமுக ராவணன் ஆறுமுக முதலியார்,
கதை சதமுக ராவணன் சென்னை. கதை
1875 - வில்ஹணீயம் (மொழிபுலோலி கணபதிப் பெயர்ப்பு)பிள்ளை.
1875 - சாரங்கதரன் கதை.அருணாசல முதலியார்.
1875 - மரியாதைராமன் கதை."கதாசிந்தாமணி."
1875 - விவேக சாகரம்.ஹுசேய்ன் கான்.
1876 - கந்தபுராண வசனம்----
1876 - அராபிக் கதைகள்,அண்ணாசாமி முதலியார். (இரண்டு பாகம்)
1876 - துத்திநாமா என்கிற1881, 1883 ஆண்டிலும் கிளிக் கதை.பதிப்பிக்-கப்பட்டது.
1877 - அறைஷ்மபில் என்னும் ஹத்தின் தி கிஸ்ஸாஹக்கிம் முகம்மது இஸ்-மால் சாகிபு.
1877 - சார் தர்விஷ்.முகம்மது இப்ராகிம் சாகியு.
1881 - பதிப்பு.
1877 - வினோத ரச மஞ்சரி.வீராசாமி செட்டியார். (1891.)
1878 - பிரமோத்தர காண்டசுப்பிரமணிய பிள்ளை. வசனம்.
1878 - தஜ்ஜல் நாமா.மகம்மது இப்ராகிம் சாகிபு.

1879 - சித்திரங்காட்டி சத்தியம்தி. கோ. நாராயணசாமி
நிறுத்திய கதை.பிள்ளை.
1879 - சைவ சமய விளக்க வினாகாஞ்சிபுரம் சபாபதி
1879 - சங்கர விஜயம் என்னும்தொ. வேலாயுத முதலியார்

சங்கராசாரியார் சரித்திரம்.
1879 - பிரதாப முதலியார் - வேதநாயகம் பிள்ளை
சரித்திரம்.1885-இல் 2- ஆம் பதிப்பு. விடை.முதலியார்.
1880 - தக்காணத்துப் பூர்வநடேச சாஸ்திரி. கதைகள்.
1880 - இதிகாசமாகிய திராவிடவிடசண்முகக் கவிராயர்.
மகாபாரத வசனம் - சென்னை.
நான்கு - பாகங்கள்.
1881 - பஞ்சதந்திரக் கதை.திருவெண்காடு ஆறுமுக சாமி.
1882 - முப்பத்திரண்டு பதுமைஅருணாசல முதலியார்,
கதை.சென்னை.
1882 - பரதேசியின் மோட்சப்சாமுவேல் பவுல் ஐயர்.
பிரயாயணம்.
1883 - காஞ்சிப் புராணம்கனகசபை நாயகர்.
வாசனம்.
1885 - முத்திரா ராக்ஷசம்.நடேச சாஸ்திரி.
(கதை)
1886 - திராவிட பூர்வக் காலக்நடேச சாஸ்திரி.
கதைகள்
1886 - திராவிட மத்திய காலக்நடேச சாஸ்திரி சென்னை
கதைகள்.(1887)
1886 - இராமநுஜார்ய திவ்யதிருவேங்கடாசாரியார்.
சரிதை.சென்னை.
1887 - சீறா வசன காவியம்.கன்னகுமது மகுது மகமது புலவர்.
1887 - சுகுண சுந்தரி சரித்திரம்.வேநாயகம் பிள்ளை.
1888 - கம்பராமாயண வசனம்மயிலை சண்முகம்பிள்ளை.
2 பாகம்.

1888 - கற்பின் விஜயம் அல்லது----
சத்தியாம்பாள் கதை.
1888 - அராபிக் கதைகள்.மாணிக்க முதலியார்.
1888அவிவேக பூரண குரு கதை----
1888 - விவேக சரித்திரம்.தி. கோ. நாராயண சாமி பிள்ளை.
1889 - ஷேக்ஸ்பியர் நாடகக்M.S.B. and V.L. Society.
கதைகள்.
1889 - கந்தபுராண வசனம்.ஜகனாத பிள்ளை.
1889 - பிரபோத சந்திரோதயமானிப்பாய் முத்துத் தம்பி பிள்ளை
வசனம்
1889 - திராவிட பால போதினி. சிவசங்கரபாண்டியாஜி,

வரதய்யா.
1890 - கந்த புராண வசனம்திருமயிலை சண்முகம்
2 பாகம்.பிள்ளை.
1891 - ஊசோன் பலந்தையாழ்ப்பாணம்.
கதை (Story of Valantine and orson)
1892 - தீன் நெறி விளக்கம்மக்தூம் முகம்மது இபின்
வசனகாவியம் மக்தூம் பிள்ளை, சென்னை.

1892 - வ யோ லா சரித்திரம்.
(Shakespear's Twelfth நடேசசாஸ்திரி,
Night or what you will.)கோயம்புத்தூர்.
1892 - தமிழ்ப் பாஷை,திருக்கோணமலை (கட்டுரை)சரவண முத்துப்-
பிள்ளை.
1893 - நீதி வினோதக் கதை.உத்மான் லெப்பை
(பாபுராஜபுரம் முகம்மதுபதிப்பித்தது. கொழும்பு,
நிஜாம் முயி அல்தீன்(1900-இல் 2-ஆம் பதிப்பு)
முகம்மது எழுதியது)
1893 - சீவக சிந்தாமணிகவித்தலம் துரைசாமி
வசனம். மூப்பனார் பூரணசந்தி
ரோதய அச்சுக்கூடம்.
1893 - நடுவேனிற் கனவுநாராயணசாமி ஐயர்,
(Shakespear's Midsummerதஞ்சை. Nights dream)
1893 - கதா ரத்தினாவலி.வெங்கடசுப்புராவ்
(அரபிக் கதைகள்.)சென்னை.
1894 - பத்து குல்மிசிர் பஹகண் அமது மத்தூம் னஸா வசன காவி-
யம்,முகம்மது பதிப்பித்தது
(அரபியிலிருந்துசென்னை. முகம்மது லெப்பை ஆலிம் சாகிபு மொழி
பெயர்த்தது)

1895 - வசன சம்பிரதாயக் கதை,தமிழ்ச் சக்கரவர்த்தி முத்துக் (குபேரனிடம்
குடியானவர்குட்டி ஐயர். திருவாதியில் முறையீடு. சிவராத்திரிஅச்சிடப்பட்டது.
விழாவின்போது சிவகங்கை ஜமீன்தாரை மகிழ்விப் பதற்காக எழுதப்பட்டது.)
1895 - மோகனாங்கி ஒரு கதை.திருக்கோணமாலை சரவண முத்துப்
பிள்ளை, சென்னை.
1896 - ஆபத்துக்கிடமான அப்வாதம்,இராஜம் ஐயர். அல்லது கமலாம்பாள்
சரித்திரம்.
1897 - திருவிரிஞ்சைப் புராண வசனம்.சுப்பிரமணிய ஐயர்.
1897 - மரியாதை ராமன் கதை.பூர்ணலிங்கம் பிள்ளை.

1897 - காளையார் கோயில்சுப்பிரமணிய ஐயர்.
மான்மிய வசனம்.
1897 - ஸ்ரீகிருஷ்ண போதாம்ருதம்தெலுங்கிலிருந்து மொழி என்னும் பன்னி-ரண்டுபெயர்த்தது. வீரமுத்து ராஜாக்கள் கதை.முதலியார் மொழிபெயர்ப்பு.
1897 - வாதவூரார் புராண வசனம்.வாசுதேவ முதலியார்.
1897 - கருத்த முத்துப் பிள்ளைவிருதை சிவஞானயோகி,
1898 - ஆழ்வார்கள் சரித்திரம்.சடகோப ராமாநுஜாசாரியார், சென்னை.
சரித்திரம்.திருநெல்வேலி.
1898 - பட்டினத்துப் பிள்ளையார் மாயூரம் நமசிவாயம் சரித்திரச் சுருக்-கம்.பிள்ளை.
1898 - சிவகீதை வசனம்.இராமசாமி தேசிகர், சென்னை.
1898 - ஜடபர தோபாக்கிதெலுங்கிலிருந்து வரதராஜு யானம் நாயுடு மொழி பெயர்த்தது.
1898 - ஸ்ரீராம ஹிருதயம்தெலுங்கிலிருந்து வரத என்னும் ஷட் சக்கரவர்த்-திகளின்ராஜு நாயுடு மொழி
இந்திர ஜாலக் கதைகள். பெயர்த்தது.
1898 - திவிட்ட குமாரன், அல்லதுசி. வை. தாமோதரம்
வசன சூளாமணி.பிள்ளை.

1998 - பத்மாவதி சரித்திரம் 2- பாகம்.அ. மாதவையா.
1899 - திருப்பரங்கிரிப்புராணம்அருணசலக் கவிராயர்,
வசனம் சென்னை.
1899 - ஸ்ரீபக்த லீலாம்ருதகாஞ்சிபுரம் இராமசாமி நாயுடு.
வசனம்.
1899 - திராவிடப் பிரகாசிகை.சபாபதி நாவலர்.
1899 - சகல கலா பூஷணம்,வைத்தியநாத சுவாமி.
(சமய சம்பந்தமான கதைகள்)

19-ஆம் நூற்றாண்டில் நாடக நூல்கள்

19-ஆம் நூற்றாண்டில் நாடக நூல்கள் எழுதப்பட்டு அச்சிடப்பட்டன. ஒன்றிரண்டு பழய நாடக நூல்களும் அச்சிடப்பட்டன. இந்த நாடக நூல்களில் இசைப் பாட்டுகள் அதிகமாகவும் வசனங்கள் குறைவாகவும் அமைந்திருந்தன. இவை பழய நாடக இலக்கண நூல்களின் முறைப்படி இல்லாமலும் மேல்நாட்டு முறைப்படி இல்லாமலும் புதுமுறையாக அமைந்திருந்தன. சிலப்பதிகாரம் முதலிய பழய நூல்களில் கூறப்படுகிற நாடக முறைப்படி இல்லாமலும் ஷேக்ஸ்பியர் நாடகங்கள் போன்ற மேல்நாட்டு முறைப்படி இல்லாமலும் இந்த நாடக நூல்கள் புது முறையாக அமைந்திருந்தன. இவை பெரும்பாலும்

புராணக் கதைகளை அடிப்படையாகக் கொண்டு இயற்றப்பட்டவை. சென்ற நூற்றாண்டில் இந்த நாடக நூல்களை அடிப்படையாகக் கொண்டு இயற்றப் பட்டவை. சென்ற நூற்றாண்டில் இந்த நாடக நூல்களை அதிகமாகப் போற்றினார்கள்.

தமிழ்நாட்டில் மட்டும் அல்லாமல், மலையாள நாட்டிலும் இத் தமிழ் நாடக நூல்கள் செல்வாக்குப் பெற்றிருந்தன. சில தமிழ் நாடக நூல்கள் மலையாள எழுத்தில் அச்சிடப்பட்டு விற்கப்பட்டன. சாவித்திரி நாடகம் மலையாள எழுத்தில் பாலக்காட்டில் 1890-ஆம் ஆண்டு அச்சிடப்பட்டது. சென்ற நூற்றாண்டின் இறுதியில் பேர் பெற்று விளங்கிய "சதாரம்" என்னும் நாடக நூலை "ஸதாரம்" என்னும் பெயரில் மலையாள நாட்டில் அச்சிட்டார்கள். தமிழ் நாடக நூல்கள் கேரள நாட்டில் போற்றப்பட்டன. ஹரிச்சந்திரன், கோவலன் சரித்திரம். நல்லதங்காள், கண்ணகி, வள்ளி திருமணம் முதலிய தமிழ் நாடக நூல்கள் சென்ற நூற்றாண்டில் கேரளத்தில் சிறப்புப் பெற்றிருந்தன.

இந்த நாடக நூல்களில், பாட்டுகள் அதிகம். "சாகப்போகும் தருவாயிலும் பாட்டு, செத்துக் கிடக்கும் போதும் பாட்டு, அழும்போதும் பாட்டு, எந்த எந்தச் சந்தர்ப்பத்திலும் பாட்டு" என்று இந்த நாடகங்களைப்பற்றி ஒருவர் எழுதுகிறார். ஆம். இந்த நாடகங்கள் தொடக்கம் முதல் முடிவு வரையில் பாட்டாகவே இருந்தன. இடையிடையே சில வசனங்களும் உண்டு. இந்த வசனங்களும் கட்டியக்காரன் கூற்றாக இருந்தனவே யல்லாமல், நாடகப் பாத்திரங்களின் உரையாடல்களாக அல்ல. ஆனால், அக்காலத்திலே இந்த நாடகங்களுக்கு நாட்டிலே அதிக செல்வாக்கிருந்தது.

என்னுடைய இளமைக் காலத்திலே, என்னுடைய இல்லத்தில் இருந்த நூல் நிலையத்தில் இந்த நாடக நூல்களில் பலவற்றைப் பார்க்கவும் படிக்கவும் நான் வாய்ப்புப் பெற்றிருந்தேன். சென்ற 19-ஆம் நூற்றாண்டில் அச்சிடப்பட்ட நாடக நூல்களின் பெயரையும், ஆசிரியர் பெயரையும் அச்சிட்டவர் பெயரையும் நான் அறிந்த வரையில் கீழே தருகிறேன். இது முழுப்பட்டியலாக இருக்க முடியாது.

ஆண்டு - நூலின் பெயர் - பதிப்பாசிரியர் பெயர்
ஆசிரியர் பெயர்

1864 - சோகி நாடகம்.சுப்பராய முதலியார்.
1867 - இராம நாடகம்.அருணாசலக் கவிராயர்
(18-ஆம் நூற்றாண்டு) இயற்றியது. தொட்டிக்கலை வையாபுரி முதலியார் இந்த ண்டில் பதிப்பித்தார். இதற்கு முன்பு வேங்கடாசல முதலியார்,ராமசாமி நாயகர் இருவரும் சேர்ந்து பதிப்பித்தார்கள். ஆண்டு தெரியவில்லை.

1867 - அரிச்சந்திர விலாசம்.அரங்க பிள்ளை.
1868 - அருணாசல மகத்துவம்------
என்னும் வல்லாள மகாராசன் விலாசம்.
1868 - சுமதி விலாசம்.ஆஸ்வாரப்ப பிள்ளை.
1868 - தாசில்தார் நாடகம்.சைதாபுரம் காசி விசுவநாத முதலியார்.
1868 - மார்க்கண்டேயர் நாடநரசிம்ம ஐயர்.

காலங்காரம்.
1868 - மார்க்கண்டேயர்வேங்கடராம உபாத்தியாயர்
விலாசம்.
1868 - வீரகுமார நாடகம்.முனிசாமி பிள்ளை.
1869 - அரிச்சந்திர உபாக்கிநரசிம்ம ஐயர்.
யான நாடகாலங்காரம்.
1869 - துருவாசு சரித்திரம்.குருசாமி தாசர்.
1869 - தேசிங்கு ராஜ நாடகம்.வீரபத்திர ஐயர்.
1869 - தேசிங்கு ராஜ விலாசம்.மதுரை முத்து கவி.
1869 - மாணிக்கவாசக சுவாமிகுப்புசாமி கிராமணி.

விலாசம்.
1870 - அலி பாதுஷா நாடகம்.வண்ணக்கள்ஞ்சியப்
புலவர்.
1870 - கூலிக்கு மாரடிக்கும்சைதாபுரம் காசிவிசுவநாத
சுத்தாடிச்சிகள் நடிப்பு.முதலியார்.
1870 - பாரத விலாசம் சூது,இராசநல்லூர் இராமச்சந்திர
துகிலுரிதல்.கவிராயர் இயற்றியது.
தியாகராச சுவாமி அச்சிட்டது, சென்னை.
1870 - மதுரைவீரன் நாடகம்.குட்டி உபாத்தியாயர்.
1870 - வள்ளியம்மை நாடகம்.முத்து வீர கவி (பல பதிப்புகள்)
1871 - இரணிய நாடகம்.இராசநல்லூர் இராமச்சந்திர
கவிராயர் இயற்றியது சோமசுந்தர முதலியார் பதிப்பு, சென்னை.
1871 - தமயந்தி நாடகம்.----
1871 - பிரம்மசமாஜ நாடகம்.சைதாபுரம் காசிவிசுவநாத முதலியார்.

1871 - மன்மத நாடகம்.திருமலை தாசர்.
1872 - டம்பாச்சாரி விலாசம்.சைதாபுரம் காசிவிசுவநாத முதலியார். (பல பதிப்புகள்)
1872 - நளவிலாசம்.தாமோதர முதலியார்.
1872 - நாலு மந்திரி விலாசம்.----

1872 - வள்ளி நாடகம்.நமசிவாய புலவர்.
1873 - அரிச்சந்திர விலாசம்.பரசுராம கவி.
1873 - அப்பாசு நாடகம்.மகமது இப்ராஹிம்.
1873 - குசலவ நாடகம்.வேங்கடாசலமுதலியார்.
1874 - அரிசந்திர விலாசம்.வெங்கடராம உபாத்தியாயர்.
1874 - கஜேந்திர மோட்சவெங்கடாசல முதலியார்.

நாடகம்.
1874 - சித்திராங்கதை விலாசம்.பரசுராம கவி.
1874 - நொண்டி நாடகம்.அப்துல் கரீம் சாயபு.
1874 - பாரத விலாசம்: வில்---- வளைத்துமாலையிடுதல்.
1874 - ஜோகி நாடகம்.சுப்பராய முதலியார்.
1875 - அரிச்சந்திர விலாசம்.அரங்கப்பிள்ளை கவிராயர்

அரிச்சந்திர நாடகம்வரதராசலு நாயுடு.,
1875 - குசலவ நாடகம்.வெங்கடாசல முதலியார்.
1875 - தத்துவக் குறவஞ்சி.முருகேச பண்டிதர்.
1875 - திருநீலகண்ட நாயனார்வேங்கடாசலம் பிள்ளை
விலாசம்.இயற்றியது. இராசகோபால பிள்ளை பதிப்பு, சென்னை.
1875 - நல்லதங்காள் நாடகம்வையாபுரிப் பிள்ளை இயற்றியது
1875 - மார்க்கண்ட நாடகவரதாஜ ஐயர்.
அலங்காரம்.
1875 - மார்க்கண்டேயர்சுப்ப ராமய்யர்.
விலாசம்.
1875 - வள்ளியம்மை நாடகம்.முத்து வீரக்கவிராயர்.
1876 - குசேல விலாசம்.சேஷகிரி ஐயங்கார்.
1876 - பரத சாஸ்திரம் -சந்திரசேகர பண்டிதர் உரையுடன்பதிப்பு.
1876 - சகுந்தல விலாசம்.இராசநல்லூர் இராமச் சந்திரகவிராயர் இயற்றியது.
1876 - சிவராத்திரி நாடகம்.வேலாயுதகவி.
1876 - நள நாடகம்.கிருஷ்ணசாமிப் பிள்ளை.
1876 - பாரத விலாசம்:----

அர்ச்சுனன் தபசு.
1876 - வெனிஸ் வணிகன்வேணுகோபாலசாரியார்.
(ஷேக்ஸ்பியர் நாடகம்)
1876 - பிரகலாத விலாசம்.அரங்கநாத கவி.
1876 - மார்க்கண்டேயநாடகம்.கோபாலகிருஷ்ணஐயர்.
1877 - பிரதாப சந்திர விலாசம்.இராமசாமி ராசு.

1877 - தமயந்தி நாடகம்.தஞ்சை கிருஷ்ணப்பிள்ளை.
1878 - சிந்திராங்கி விலாசம்.அப்பாவுப் பிள்ளை.
1878 - அப்பாசு நாடகம்.முகம்மது இப்ராஹும்.
பாரத விலாசம்: நச்சுப்---- பொய்கை.
1879 - மார்க்கண்டேயவிலாசம்.சுப்பிரமணிய ஐயர்.
1880 - பாரத விலாசம்: நச்சுப்வேலாயுத புலவர்.

பொய்கை.
1880 - மன்மத விலாசம்.தாண்டவராய முதலியார்.
1880 - வல்லீபரதம் (கழுகுமலைஎட்டயபுர சமஸ்தான
சுவாமி கார்த்திகேயர்வித்துவான் கடிகை
பேரில் இயற்றப்பட்டது.)நமசிவாயப் புலவர் இயற்றியது. மேற்படி சமஸ்தானம் சங்கீத சாகிய வித்துவான் சுப்பரா மய்யரால் வர்ண மெட்டு அமைக்கப்பட்-டது.
1880 - ஜலக்கிரீடை----
1881 - பாரதவிலாசம்:சரவண பண்டிதர்.
துகிலுரிதல்.
1881 - சாவித்திரி நாடகம்.கோவிந்தசாமி ராவு.
1881 - சிறுத்தொண்ட நாயனார் விலாசம்.பரசுராம கவி.
1882 - அதிபத்த நாயனார் கீர்த்தனைசடாதார அய்யர்.

நாடகம்.
1882 - மங்களவல்லி விலாசம்நாராணசாமி பிள்ளை.
திரிசிரபுரம்.
1882 - மன்மத விலாசம்தாண்டவராய முதலியார்.
1882 - ஸ்ரீமகாபாரத விலாசம்.இராமாநுச சுவாமிகள்.
1882 - ருக்குமாங்கத விலாசம்.இராமச்சந்திர கவி.
1883 - ஆறாதார விலாசம்.வேலாயுத முதலியார்.
1883 - சத்திய பாஷா அரிச்அப்பாவுபிள்ளை என்னும்
சந்திர விலாசம்.முத்துசாமி பிள்ளை.
1883 - நள நாடகம் என்றும்தஞ்சை கிருஷ்ணசாமி
வழங்குகிற தமயந்திபிள்ளை இயற்றியது.

நாடகம்.
1884 - பத்மினி சபா.அப்பாவுப் பிள்ளை.
1884 - மனுசோழ சக்கரவர்த்திநாராயணசாமி நாயுடு.
சரித்திரப்பா.
1884 - வீரகுமார் நாடகம்.வேதகிரி முதலியார்.

1885நந்தி துர்க்கம் (ஒருரங்காச்சாரி.
நாடகம்)
1884 - இந்திர சபா.அப்பாவு பிள்ளை என்னும் முத்துசாமி பிள்ளை.
1886 - காஞ்சிபுரம் ஸ்ரீகருக்இராமாநுச முதலியார்
கினில் அமர்ந்தவள் திருவருள் விலாசம்.
1886 - சாவித்திரி நாடகம்கோவிந்தசாமி ராவ்.
1886சித்திராங்கி விலாசம்.அப்பாவு பிள்ளை இயற்றியது. தாயுமான முதலியார் பதிப்பித்தது.
1886 - அபிநவ நவநீதம்.நாராயண அய்யங்கார்.
1886 - சிறுத்தொண்டர் நாடகம்.சாம்பசிவ பிள்ளை.
1886 - சோழ விலாசம்.அப்பாவுபிள்ளை.
1886 - பத்மினி சபா.அப்பாவுபிள்ளை என்னும் முத்துசாமிபிள்ளை.
1886 - முக்கூடற் பள்ளு நாடகம்.பொன்னுசாமி முதலியார்.
1887 - சகுந்தலை விலாசம்.லக்ஷ்மி அம்மாள்.
1887 - சாமு தேசத்தரசராகியவண்ணக் களஞ்சியப் அலிபாதுஷா நாடகம்.புலவர் இயற்றியது.
சுப்பிரமணிய சுவாமி அச்சிட்டது.
1887 - சாரங்கதரன் சரித்திரப்பா.நாராயணசாமி நாயுடு.
1887 - சிறுத்தொண்டநாயனார்நாராயணசாமி நாயுடு.

சரித்திரப்பா.
1887 - நள விலாசம்.தாமோதர முதலியார்.
1887 - மருச்சகடி நாடகம்சூத்தரகர் வடமொழியில் இயற்றியது. பண்டித நடேச சாஸ்திரி மொழிபெயர்த்தது.
1888 - அரிசந்திர விலாசம்.வேலாயுத முதலியார்.
1888 - ஆரவல்லி சூரவல்லிமீனாட்சிசுந்தர தாசர்.
நாடகம்.
1888 - இரணிய நாடகம்.லோகநாத முதலியார்.
1888 - சித்திராங்கி விலாசம்.திரிசிரபுரம் அப்பாவு பிள்ளை இயற்றியது. தாயுமான முதலியார் பதிப்பித்தது. சென்னை.
1888அபிநய சார சம்பூதம்P.C. நாராயண அய்யங்கார்.
(தமிழும் தெலுங்கும்)
1888 - பாகவதம் தசமஸ் கந்த ----
1888 - பூதத்தம்பி விலாசம்.தாவீது கொஸ்தீன் இயற்றியது, மயிலிட்டி நல்லய்யபிள்ளை பரி சோதித்து அச்சிட்டது. யாழ்ப்பாணம்.
1889 - சீதாகலியாணம்.வேம்பம்மாள்.
1889 - ஞானசவுந்தர அம்மாள்முத்து நாயகர்.

நாடகம்.
1889ஞான சவுந்தரியம்மாள்பெர்ணாண்டொ கணக்கப் நாடகம்.பிள்ளை.
இராமநாதபுரம் பதிப்பு.
1889 - கலாவதி-ஒரு புதியவி.கோ. சூரியநாராயண சாஸ்திரி.
1889 - சுகுணசேகரர் (ஷேக்ஸ்இராமசுவாமி ஐயங்கார்.
பியர், ஒரோனா நகரத்து இருகனவான்கள்)
1889 - சந்திரவதனை அல்லதுவிசுவநாத முதலியார்.
இரண்டு சகோதரர்கள்.
1889 - பதினெட்டாம் போர்கிருஷ்ணப்பிள்ளை.
நாடகம்.
1889 - நிஜலிங்க சிக்கியார்பொன்னுசாமி நாயகர்.
திவ்விய சரித்திரம்.
1889 - மகாவிந்த நாடகம்கல்யாண சுப்பிரமணிய என்னும் தரும நாட-கம்.ஐயர்.
1889 - மதுரை மீனாட்சிசுந்தரம் பிள்ளை.
யம்மாள் நாடகம்.
1889 - வாணாசுர நாடகம்கஸ்தூரி அய்யங்கார்.
என்னும் உஷா பரிணயம்.
1890 - கிருஷ்ண நாடகம்.வேங்கடராம ஐயர்.
1890 - எஸ்தாக்கியார் நாடகம்.அச்சுவேலிதம்பிமுத்துப் பிள்ளை.
யாழ்ப்பாணம்.
1890 - சாவித்திரி நாடகம்.மலையாள எழுத்தில் அச்சிடப்பட்டது.

பாலக்காடு.
1890 - தருமபுத்திர நாடகம்.மானிப்பாய் சாமிநாத முதலியார் இயற்றியது.
வீரசிங்க உடையார், முருகேச உபாத்தியாயர் பதிப்பித்தது, யாழ்ப்பாணம்.
1890வாணாசுர நாடகம்.கரடிகவி கம்மவார்
குலோத்துங்க அப்பண நாயக்கர் இயற்றியது.
1890 - ஸ்ரீ மீனாட்சி நாடகம்.மலையாள எழுத்தில் அச்சிடப்பட்டது நெல்ல பள்ளி சுப்பிரமணிய சாஸ்திரி பதிப்பித்தது. பாலக்காடு.
1891 - திரௌபதி துகிலுரிதல்இரத்தின சபாபதி
நாடகம்.முதலியார்.
1981 - மனோன்மணீயம்.சுந்தரம்பிள்ளை சென்னையில் பதிப்பித்தது.
1893காராளர் கார்காத்தகிருஷ்ணசாமி செட்டியார்

நாடகம்.பதிப்பு.
1893 - செண்பகவல்லி என்னும்திரிசிரபுரம் தியாக
1893பவளக் கொடி நாடகம்.ராசபிள்ளை இயற்றியது.

வீராசாமி நாயுடு பதிப்பு - சென்னை.
1893 - நூதன பவழேந்திர சபா.திரிசிரபுரம் அப்பாவு பிள்ளை இயற்றியது.
1893 - வீரகுமார் நாடகம்.மார்க்கண்ட முனிசாமி பிள்ளை. சென்னை.
1894 - வீல நாடகம்.ஸொபக்ளஸ் இயற்றிய Philoctetes என்னும் நூலின் மொழி பெயர்ப்பு. அகவற்பா வினால், தி.இலக்குமணப் பிள்ளை பொழிபெயர்த்தது.
1894 - வேனிற் காலத்துநாராயணசாமிப்பிள்ளை நல்லிருட் கனவு.
1894 - வேத சாக்ஷியாகிய தேவமுத்தையா புலவர்,
சகாயம்பிள்ளை - சென்னை.

வாசகப்பா
1894மங்களவல்லி நாடகம்நாராயணசாமிப்பிள்ளை
(சொபக்லீஸ் என்னும் கிரேக்க நூலாசிரியர் எழுதிய நாடகம்)
1894 - வீல நாடகம் மேற்படிஇலக்குமணப்பிள்ளை.
1895 - அரிச்சந்திர நாடகம்.பத்ரசாமி செட்டியார்.
1895 - நகுலமலைக் குறவஞ்சிவிசுவநாத சாஸ்திரி. நாடகம்.சொக்குவில்.
1895 - சயிந்தவ நாடகம்.கிருஷ்ணப்பிள்ளை.
1895 - முத்தையன் விலாசம்அருணாச முதலியார் என்னும் வள்ளியம்மை- பதிப்பித்தது. சென்னை.
விலாசம்.
ரூபாவதி அல்லதுவி.கோ. சூரியநாராயண காணாமறற்போனசாஸ்திரி, சென்னை.

மகள்.
1895 - லீலாவதி சுலோசனைபம்மல் சம்பந்த அல்லது இரண்டுமுதலியார், சென்னை.
சகோதரிகள்.
1896 - இராமநாடகம்.சாமிநாத முதலியார் இயற்றியது. மானிப்பாய் முருகேச முதலியார் அச்சிட்டது. யாழ்ப்பணம்.
1896 - நூதன அர்ச் இஸ்தாக்கிஞானப்பிரகாசம் பிள்ளை
யார் நாடகம்.இயற்றியது, மதுரைப் பிள்ளை பதிப்பு, சென்னை.
1896 - ரூபாவதி.வி.கோ. சூரியநாராயண சாஸ்திரியார்.
1896 - ஜன மனோல்லாசினிஆதிநாராயணையா.
1897 - கிருஷ்ணகோபிகா விலாசம்.ஸ்ரீநிவாச ஐயங்கார்.
1897 - கீசக விலாசம்வேலூர்கன்னையா நாயுடு. சென்னை
1897 - சரசாங்கி நாடகம். (சிம்பலைன் ஷேக்ஸ் பியர் நாடகம்.)சரசலோசன செட்டியார், சென்னை.
1897 - ஞானத்தச்சன் நாடகம்.வேதநாயக சாஸ்திரி, யாழ்ப்பாணம்.

1897 - புரூரவ சக்கரவர்த்தி நாடகம்.இராமச்சந்திரர் இயற்றியது, சென்னை.
1898 - கலாவதி.வி. கோ. சூரியநாராயண சாஸ்திரி.
1898 - சோழ விசலாம்.அப்பாவுப்பிள்ளை.
1898 - காஜேந்திர மோட்ச தோரா.முத்துலிங்க தேசிகர்.
1899 - ஒட்ட நாடகம்.கோவிந்த கவிராயர்.
1899 - சாரங்கதரன் சரித்திரப்பா.நாராயணசாமி நாயுடு, புதுவை.
1899 - திருவிளையாடல் நாடகம்.கிருஷ்ண பாரதி இயற்றியது, மசூலிப் பட்டணம்.
1899 - மோகனாங்கி விலசாம்.திருச்செந்தூர் ஒளிமுத்து சுப்பிரமணிய பண்டிதர் இயற்றியது. சங்கர சுப்புதாசர், வீராசாமி நாயுடு அச்சிட்டது, சென்னை.
1900 - கலியாண நாடகம்.ஆத்மாநந்த பாகவதர்.

6

மறைந்துபோன தமிழ் நூல்கள்

முதற் பதிப்பின் முகவுரை

வாழ்க்கையில் பல நிகழ்ச்சிகள் நேரிடுகின்றன. அந்நிகழ்ச்சிகளின் பயனாகச் சில சமயங்களில் எதிர்பாராத செயல்கள் விளைகின்றன. எனது வாழ்க்கையில் ஏற்பட்ட ஒரு நிகழ்ச்சியின் விளைவுதான் இந்த மறைந்துபோன தமிழ்நூல்கள் என்னும் புத்தகம்.

அந்நிகழ்ச்சி இது: எனக்கு மக்கட்பேறு கிடையாது. ஆனால், எனது நெருங்கிய உறவினரின் குழந்தைகள் இருவர் என் வீட்டில் வளர்ந்தனர். அன்பழகன் என்னும் பெயருள்ள மூன்று வயதுச் சிறுவனும், தங்கமணி என்னும் பெயருள்ள ஒன்றரை வயதுச் சிறுமியும் அக்குழந்தைகளாவர். அக்குழந்தைகள், வீட்டுக்கு இரண்டு விளக்குகளாத் திகழ்ந்தனர். குடும்பச் செல்வங்களாக விளங்கினார்கள். காட்சிக்கினிய கண்மணிகளாக வளர்ந்தார்கள். ஆனால், அந்தோ! எதிர்பாராத விதமாக அக்குழந்தைகள் மறைந்தன! மக்கட்செல்வங்கள் மறைந்தன: ஒளி விளக்குகள் அணைந்தன: சின்னஞ்சிறிய அரும்புகள், மலர்ந்து மணம் கமழ்வதற்கு முன்னே பறிக்கப்பட்டன.

அது காரணமாக எனது மனத்தில் துன்பம் சூழ்ந்தது; மனவேதனை பெருகிற்று. நிலையாமையைப்பற்றி நாலடியாரில் படித்த ஆணித்தரமான செய்யுள்கள் கூட என் மனத்துன்பத்தை அகற்றத் துணைபுரியவில்லை. காலம் என்னும் நூலினால் நெய்யப்பட்ட மறதி என்னும் திரை மூடினால்தான் மனத்துன்பம் மறையும். ஆனால், அந்தத் திரை விரைவில் மூடி மறைப்பதாக இல்லை. அதுவரையில் என்ன செய்வது? துன்பத்தை அகற்ற முயன்றேன், முடியவில்லை.

ஏதேனும் நூலைப் படித்துக்கொண்டேயிருந்தால் அது மனத்துயரத்தைத் தீர்க்கும் மருந்தாக இருக்கும் என்று கருதி, எதிரிலிருந்த ஒரு புத்தகத்தைக் கையில் எடுத்தேன். அது யாப்பருங்கல விருத்தி என்னும் நூல். அதனைப் படிக்கத் தொடங்கினேன். அந்நூலின் பழைய உரையாசிரியர், தமது உரை-யில் பல நூல்களிலிருந்து சில செய்யுள்களை உதாரணம் காட்டியிருந்தார். மேற்கோள் காட்டப் பட்ட நூல்களில் சில இறந்து மறைந்துபோன நூல்களாக இருந்தன. என் குடும்பத்தில் இரண்டு அருமைக் குழந்தைகள் மறைந்து-விட்டதுபோல, தமிழிலக்கியக் குடும்பத்திலும் சில குழந்தைகள் மறைந்துபோ-னதை அப்போது கண்டேன். என் மனத்தில் அப்போது புதியதோர் எண்-ணம் தோன்றிற்று. தமிழன்னை எத்தனை குழந்தைகளை - தமிழ் நூல்களை இழந்துவிட்டாள் என்பதைக் கணக்கெடுக்க வேண்டும் என்னும் எண்ணந்-தான் அது.

இந்தக் குறிக்கோளுடன் யாப்பருங்கலக்காரிகை விருத்தியுரையையும், ஏனைய உரையாசிரியர்கள் எழுதியுள்ள உரைநூல்களையும் படித்தேன். அவ்வுரையாசிரியர்கள் கூறுகிற நூல்களில் எவைஎவை மறைந்துபோயின என்பதை ஆராய்ந்து எழுதத் தொடங்கினேன். மறைந்துபோன நூல்களிலி-ருந்து எஞ்சிநின்ற செய்யுள்களையும் தொகுத்து எழுதினேன். இது நிகழ்ந்-தது 1952 ஆம் ஆண்டின் இறுதியில் ஆகும். ஆனால், இந்த ஆராய்ச்-சியைத் தொடர்ந்து செய்ய முடியவில்லை. இடையிடையே வேறு சில நூல்களை எழுதிமுடிக்க வேண்டியிருந்தபடியாலும், வேறு அலுவல்களாலும் இந்த வேலை இடையிடையே தடைப்பட்டது. ஆயினும், சமயம் வாய்க்கும்-போதெல்லாம் இதனையும் ஒருவாறு செய்து முடித்தேன்.

இதில் சில நூல்கள் மட்டும், ‘செந்தமிழ்ச் செல்வி’ என்னும் திங்கள் வெளியீட்டில் மறைவுண்ட தமிழ் நூல்கள் என்னும் பெயருடன் வெளியிடப்-பட்டன. அதனைக் கண்ட சில அன்பர்கள், நூல் முழுவதும் வெளிவருவது தமிழ் இலக்கிய ஆராய்ச்சிக்குத் துணைபுரியும் என்று கூறினார்கள். ஆகவே, இந்நூல் இப்போது புத்தக வடிவமாக வெளிவருகிறது. மறைந்துபோன நூல்க-ளின் முழுத் தொகுப்பல்ல இந்நூல்; விடுபட்ட நூல்களும் உள்ளன. அவற்-றைப் பிறகு எழுதித் தொகுக்கும் எண்ணம் உடையேன். இப்போது தொகுத்து முடிந்த வரையில் இந்நூல் முதன்முதலாக வெளிவருகிறது.

இந்நூலுக்கு ஒரு முகவுரை எழுதியருளுமாறு, சென்னைப் பச்சையப்பன் கல்லூரித் தமிழ்ப் பேராசிரியர் டாக்டர். மு. வரதராசனார் அவர்களைக் கேட்டுக்கொண்டேன். அவர்கள் அன்புடன் இசைந்து முகவுரை எழுதியரு-ளினமைக்கு எனது மனமார்ந்த நன்றியைத் தெரிவித்துக்கொள்கிறேன்.

சென்னை புத்தகப் பதிப்பமாகிய பாரி நிலையத்தின் உரிமையாளர் திரு. க. அ. செல்லப்பன் அவர்கள், இந்நூலை அச்சிட்டு வெளியிட்டமைக்கு, அவர்களுக்கு எனது நன்றியுரியதாகும். இந்நூலை விரைவாகவும் அழகாக-வும் அச்சிட்டுக் கொடுத்த மங்கை அச்சகத்தாருக்கும் எனது நன்றி உரியது.

மயிலாப்பூர், சென்னை-4
15.1.1959

சீனி. வேங்கடசாமி.

இரண்டாம் பதிப்பின் முன்னுரை

மறைந்து போன தமிழ் நூல்கள் என்னும் இந்நூல் எட்டு ஆண்டுகளுக்கு முன்பு வெளிவந்தது. சில ஆண்டுகளாக இந்நூல் கிடைக்காமையால் இதை மீண்டும் வெளியிட வேண்டும் என்று பலர் கேட்டுக்கொண்டதற்கு இணங்க இந்த இரண்டாம் பதிப்பு வெளியிடப்படுகிறது. இந்தப் பதிப்பில் புதிய சில செய்திகளும் சேர்க்கப்பட்டுள்ளன. இந்நூலை வெளியிடுவதில் தமது கருத்-துரைகளை வழங்கி உதவிய பேராசிரியர் மகாவித்துவான் திரு. மே. வீ. வேணுகோபால பிள்ளை அவர்களுக்கு எனது நன்றி உரியதாகும். இந்நூலை வெளியிட்ட சாந்தி நூலகத்தாருக்கும், அச்சுப் பிழைகளைத் திருத்தியுதவிய திரு. ஊ. ஜயராமன் அவர்களுக்கும் எனது நன்றி.

மயிலாப்பூர், சென்னை-4
30.4.1967

சீனி. வேங்கடசாமி.

மறைந்துபோன தமிழ் நூல்கள்
இலக்கிய நூல்கள் - 1. அகத்திணை

இப்பெயருடைய நூலிலிருந்து களவியற் காரிகை உரையாசிரியரும், நம்பி அகப்பொருள் உரையாசிரியரும் சில செய்யுள்களை மேற்கோள் காட்டியுள்-ளனர். இது அகப்பொருளைக் கூறும் நூல் என்பது இதன் பெயரினாலே தெரிகிறது. இதனை இயற்றிய ஆசிரியர் யார், இயற்றப்பட்ட காலம் எது என்பன தெரியவில்லை. களவியற் காரிகை உரையாசிரியர் கீழ்க்காணும் செய்யுள்களை இந்நூலிலிருந்து மேற்கோள் காட்டுகிறார்:

நெடுவே றுடக்கியநீர் நீக்குமதி காதல்
வடிவே றுடக்கியநீர் மாதோ-நெடுவேய்
கணமா மழைக்குவட்டெங் கார்வரைப்பூஞ் சாரல்
மணநாறு நின்வரைமேல் வந்து.11

கொன்னிலையோர் யாக்கைக்குக் கூடுயிரோ வொன்றென்ப
ரென்னுயி ரோரிரண்டா யான்கண்டேன் - மின்னுகலைப்
பைம்மலைத்த வல்குற்றுப் பாடகக்காற் றொன்றொன்று
வெம்முலைத்து வேல்போல் விழித்து.2

கொண்டதோர் காதற் குணமுடியாக் கொள்கைத்தேற்
குண்டுநீர் வேலைக் குவலயத்தோர்-வண்டின்
கணங்காட்டுங் கூந்தலாய் ... ...
மணங்காட்டுங் காந்தள் மலர்.23

2. அசதி கோவை

அசதி என்னும் ஆயர்மகன்மேல் பாடப்பட்டது அசதி கோவை. இதனைப் பாடியவர் ஔவையார் என்பவர். இவர், சங்ககாலத்திலிருந்த ஔவையார் அல்லர்; இடைக்காலத்தில் இருந்த ஓர் ஒளவையார் ஆவர். இக்கோவையின் சில செய்யுள்கள்மட்டும் இப்போது வழங்கிவருகின்றன; மற்றச் செய்யுள்-களெல்லாம் மறைந்துவிட்டன. இப்போது கிடைத்துள்ள அசதி கோவைச் செய்யுள்கள் இவை:

அற்றாங் கியகரத் தைவே லசதி யணிவரைமேன்
முற்றா முகிழ்முலை யெவ்வாறு சென்றனள் முத்தமிணூற்
கற்றார் பிரிவுங்கல் லாதவ ரிட்டமுங் கைப்பொருள்க
ளற்றா ரிளமையும் போலே கொதிக்கு மருஞ்சுரமே.1

அருஞ்சஞ் சலங்கொண்ட வைவே
லசதி யகல்வரையி
னிருஞ்சஞ் சலஞ்சொல்ல வேண்டுங்கொ
லோவென தன்னைமொழி
தருஞ்சஞ் சலமுந் தனிவைத்துப்
போனவர் சஞ்சலமும்
பெருஞ்சஞ் சலங்கொண்டு யானிருந்
தேனொரு பெண்பிறந்தே.2

அலைகொண்ட வேற்கரத் தைவே
லசதி யணிவரைமே
னிலைகொண்ட மங்கைதன் கொங்கைக்குத்
தோற்றிள நீரினங்கள்
குலையுண் டிடியுண்டென் கையினி
லெற்றுண்டு குட்டுமுண்டு
விலையுண் டடியுண்டு கண்ணீர்
ததும்பவும் வெட்டுண்டவே.3

அழற்கட்டுக் கட்டிய வைவே லசதி யணிவரையின்

மழைக்கட்டுக் கட்டிய மாளிகை மேலொரு மங்கைநல்லா
ளுழக்கிட் டுரியிட்டு முவ்வுழக் கிட்டுரி நாழியிட்டுக்
குழற்கட் டவிழ்த்துட னங்களின் றேமயிர் கோதினளே.4

அறங்காட் டியகரத் தைவே லசதி யகன்சிலப்பி
ன்றங்காட்டுங் கஞ்சத் திருவனை யீர்முக நீண்டகுமிழ்த்
திறங்காட்டும் வேலுஞ் சிலையுங்கொல் யானையுத் தேருங்கொண்டு
புறங்காட்ட வுந்தகு மோசிலைக் காமன்றன் பூசலிலே.5

ஆலவட் டப்பிறை யைவே லசதி யணிவரைமே
னீலவட் டக்கண்க ணேரொக்கும் போதந்த நேரிழையாள்
மாலையிட் டுச்சுற்றி வட்டமிட் டோடி வரவழைத்து
வேலைவிட் டுக்குத்தி வெட்டுவ ளாகில் விலக்கரிதே.6

ஆரா யிரங்கொண்ட வைவே லசதி யகன்கிரியி
னீராடப் போகு னெறிதனியே யந்தி நேரத்திலே
சீரான குங்குமக் கொங்கையைக் காட்டிச் சிரித்ததொருபெண்
போராள் பிடிபிடி யென்றே நிலாவும் புறப்பட்டதே.7

ஆய்ப்பாடி யாயர்தம் ஐவே லசதி யணிவரையில்
கோப்பா மிவளெழிற் கொங்கைக்குத் தோற்றிளக் கோடிரண்டுஞ்
சீப்பாய்ச் சிணுக்கரி யாய்ச்சிமி ழாய்ச்சின்ன மோதிரமாய்க்
காப்பாய்ச் சதுரங்க மாய்பல்லக் காகிக் கடைப்பட்டவே.8

ஆடுங் கடைமணி யைவே லசதி யணிவரைமே
னீடுங் கயற்கண்ணி யாடந்த வாசை நிகழ்த்தரிதாற்
கோடுங் குளமுங் குளத்தரு கேநிற்குங் குன்றுகளுங்
காடுஞ் செடியு மவளாகத் தோன்றுமென் கண்களுக்கே.9

3. **அண்ணாமலைக் கோவை** - திருவண்ணாமலையில் எழுந்தருளியுள்ள அண்ணாமலை நாதர் பேரில் பாடப்பட்டது. அண்ணாமலைக் கோவை. இதனை இயற்றியவர் கமலை ஞானப்பிரகாசர். இவர் இயற்றிய வேறு சில நூல்கள் இப்போதும் உள்ளன. ஆனால், அண்ணாமலைக் கோவை மறைந்து போயிற்று. இது கி.பி. பதினாறாம் நூற்றாண்டில் இயற்றப்பட்டது.

4. **அரையர் கோவை** - இந்நூலைக் களவியற் காரிகை உரையாசிரியர். தமது உரையில் குறிப்பிடுகிறார். இக்கோவையிலிருந்து ஒரு செய்யுளையும் தமது உரையில் மேற்கோள் காட்டுகிறார். அச்செய்யுள் இது:

பாக்கத் திரவின்கட் பட்டதொன்

றுண்டுபைங் கானலெங்கும்
சேக்கைத் துணைத்தலை யோடொன்றுஞ்
சேர்ந்தில சேர்ந்துசெங்கை
தாக்கச் சிவந்த தடந்தோட்
டயாபரன் றஞ்சையன்னாய்
பூக்கட் கழித்தலைக் கெண்டைமுள்
ளோடுண்ட புள்ளினமே.

இச்செய்யுளில் கூறப்பட்ட தயாபரன் என்னும் பெயர் பாட்டுடைத் தலைவனின் பெயர்தானா என்பது தெரியவில்லை. அவன் ஆண்ட தஞ்சை, சோழநாட்டுத் தஞ்சையா, அல்லது பாண்டி நாட்டிலிருந்த தஞ்சாக்கூர் என்னும் தஞ்சையா என்பதும் தெரியவில்லை.

அரையர் கோவை என்னும் இந்நூலைப் பற்றியும். இதன் ஆசிரியரைப் பற்றியும். இதன் பாட்டுடைத் தலைவரைப் பற்றியும் யாதொரு செய்தியும் தெரியவில்லை.

5. அறம் வளர்த்த முதலியார் கலம்பகம் - இப்பெயருள்ள ஒரு நூல் இருந்தது என்பதைத் தமிழ் நாவலர் சரிதையிலிருந்து தெரிந்துகொள்ளலாம்.

'அறம் வளர்த்த முதலியாரைப் பாண்டியன் கலம்பகம் பாடலாமோ?' என்று கேட்ட ஒரு புலவர்க்குப் பாண்டியன் கீழ்க்கண்ட செய்யுளைப் பாடி விடையிறுத்தான் என்று தமிழ் நாவலர் சரிதை கூறுகிறது:

“உங்கண் மனந்தெரியும் புலவீர், ஒருசீர் மரபோம்
திங்கண் மரபினம் திங்களின் கூடச்செம் பூரறமா
துங்கன் மரபிற் கங்கையுஞ் சூடினன் சோதியன்றோ?
எங்கண் மரபுண் டெனக்கவி பாடினம் யாமவற்கே.”

இச்செய்யுளில் செம்பூரறமாதுங்கன் என்பது செம்பூர் அறம் வளர்த்த முதலியாரைக் குறிக்கிறது. செம்பூர் அறம் வளர்த்த முதலியார் விஜய நகர அரசரின் அமைச்சராக ஹம்பி நகரத்தில் இருந்தவர். இவரை அம்பி (ஹம்பி) அறம் வளர்த்த முதலியார் என்றும் கூறுவர்.

இவர்மீது பிற்காலத்துப் பாண்டியர் ஒருவர் கலம்பகம் பாடினார். அதையறிந்த ஒரு புலவர், 'அரசராகிய நீர் மற்றவரைப் பாடலாமோ?' என்று வினவினார். அதற்கு விடையாக இந்தப் பாட்டைப் பாண்டியனார் பாடினார். இச்செய்யுளின் கருத்து இது: சிவபெருமான் திங்களையும் கங்கையையும் தமது திருச்சடையில் சூடினார். ஆகவே, திங்கள் மரபினராகிய பாண்டியருக்கும் கங்கைக் குலத்தவராகிய அறம் வளர்த்த முதலியாருக்கும் தொடர்பு உண்டு. இத்தொடர்பு பற்றித்தான் அவர்மீது கலம்பகம் பாடினேன் என்பது.

கி.பி.16 -ஆம் நூற்றாண்டில் விஜயநகர ஆட்சி இருந்த படியினாலே. இக்கலம்பகம் அந்நூற்றாண்டில் இயற்றப்பட்டிருக்க வேண்டும்.

6. இராமீசுரக் கோவை - இக்கோவையை இயற்றியவர் கயாதர நிகண்டு செய்த கயாதரர் ஆவார். இதனைக் கயாதர நிகண்டுச் செய்யுனினால் அறியலாம். என்னை?

"மேவு மரும்பொரு ளந்தாதி கேட்டிந்த மேதினியோர்
தாவும் வினைகெடச் சாற்றிய தென்றமிழ்த் தேவைமன்னுங்
கோவையி ராமீ சுரக் கோவை சொன்ன குருபரன்மற்
றோவுத லின்றி யமைத்தான் பத்தாவ தொலியியலே"

என்னும் செய்யுள் காண்க. தேவைநகரம் என்னும் பெயருள்ள இராமேச்சுரத்தில் எழுந்தருளியுள்ள சிவபெருமான் மீது இக்கோவை பாடப்பட்டது. இக்கோவையை இய்றிய கயாதரர் தமது பெயரால் கயாதரம் என்னும் நிகண்டு நூலை இயற்றியுள்ளார். கயாதரம் இப்போது அச்சிடப்பட்டுள்ளது. இவர் இயற்றிய இராமீசுரக் கோவை கிடைக்க வில்லை: கயாதரர், அரும்பொருளந்தாதி என்னும் நூலையும் இயற்றினார். இராமீசுரக் கோவை கி.பி. 15-ஆம் நூற்றாண்டின் முற்பகுதியில் இயற்றப்பட்டது.

7. இன்னிசை மாலை - இப்பெயரையுடைய நூல் ஒன்று இருந்ததென்பது களவியற் காரிகையுரையினால் தெரிகிறது. இவ்வுரையாசிரியர், இந்நூலினின்று இரண்டு வெண்பாக்களை மேற்கோள் காட்டுகிறார். இவற்றில் ஒரு வெண்பாச் சிதைந்து காணப்படுகிறது. சிதையாத வெண்பா இது:

தேனகு முல்லை சொரிய விடைநின்று
மீனகு வாண்மதிபோல் வெண்கூதம்-தான்விரியும்
கானக நாட கடனோ மடனோக்கி
யான தினையு மெனல்.

இந்நூலாசிரியர் பெயர் முதலியன தெரியவில்லை. பாட்டுடைத் தலைவன் பெயரும் தெரியவில்லை. இன்னிசை மாலை என்னும் பெயரை நோக்கும்போது, இது இசைத்தமிழ் பற்றிய நூலோ என்ற ஐயம் உண்டாகும். ஆனால், இது இசைத்தமிழ் நூல் அன்று: அகப்பொருளைக் கூறும் நூல். இன்னிசை என்பதற்கு ஈண்டு இனிய புகழ் என்று பொருள் கொள்ள வேண்டும். கொடை, வீரம் முதலியவற்றில் இசை பெற்ற (புகழ் பெற்ற) ஒருவர்மீது அகப்பொருள் துறைகள் அமையப் பாடப்பட்ட நூல் இது என்பது தெரிகிறது. செட்டிமார்களின் புகழைக் கூறும் நூல் ஒன்றிருந்தது. அதனை இயற்றியவர் செயங் கொண்டார் என்னும் புலவர்' செட்டிமார்களின் புகழைக் கூறும் அந் நூலுக்கு இசையாயிரம் என்று பெயர் சூட்டப்பட்டிருந்தது. அது போன்று,

இன்னிசை மாலை என்னும் இந்நூலும் ஒருவருடைய புகழைக் கூறுவதாக இருத்தல் வேண்டும்.

8. கச்சிக் கலம்பகம் - காஞ்சீபுரத்தில் உள்ள ஏகாம்பரேசுவரர்மீது பாடப்பட்டது கச்சிக் கலம்பகம். இக்கலம்பகத்தைப் பாடியவர், காஞ்சீபுரம் ஞானப்பிரகாசர் மடத்தைச் சேர்ந்த தத்துவப்பிரகாச ஞானப்பிரகாசர் என்பவர். இவர் விஜயநகரத்து அரசர் கிருஷ்ணதேவராயர் காலத்திலே மடாதிபதியாய் இருந்தவர். கிருஷ்ணதேவராயர்மேல் மஞ்சரிப்பா என்னும் நூலையும் கச்சிக் கலம்பகத்தையும் இவர் இயற்றியிருக்கிறார். இச்செய்தியைத் தொண்டைமண்டல சதகச் செய்யுளினாலறியலாம். அச்செய்யுள்:

வானப்ர காசப் புகழ்க்கிருஷ்ண ராயர்க்கு மஞ்சரிப் பா
கானப்ர காசப் புகழாய்ந்து கச்சிக் கலம்பகஞ்செய்
ஞானப்ர காச குருராயன் வாழ்ந்து நலஞ்சிறந்த
மானப்ர காச முடையோர் வளர்தொண்டை மண்டலமே.

இந்த இரண்டு நூல்களும் இப்போது கிடைக்கவில்லை பூண்டி அரங்க நாத முதலியாரால் செய்யப்பட்ட கச்சிக் கலம்பகம் என்னும் வேறு ஒரு நூலுமுண்டு.

9. கண்டனலங்காரம் - களவியற் காரிகை உரையாசிரியரும், நம்பி அகப்பொருள் உரையாசிரியரும் கண்டனலங்காரம் என்னும் நூலிலிருந்து சில செய்யுள்களை மேற்கோள் காட்டியிருக்கிறார்கள். இந்நூலாசிரியர் யார், எப்போது இந்நூல் இயற்றப்பட்டது என்னும் செய்திகள் தெரியவில்லை.

அலங்காரம் என்னும் பெயர் பெற்றிருப்பதனால். இது அணி இலக்கண நூல் என்பது தெரிகிறது. ஆனால், உண்மையில் இது அணியிலக்கண நூல் அன்று: அகப்பொருளைக் கூறுகிற நூலாகும்.

இந்நூலைப் பற்றிக் களவியற் காரிகைப் பதிப்பாசிரியர் திரு. எஸ். வையாபுரிப் பிள்ளை அவர்கள் இவ்வாறு குறிப்பு எழுதுகிறார்:

“கண்டனலங்காரம் எனக் குறிக்கப்பெற்றுள்ள நூல் பெரிதும் ஆராய்தற்குரியதொரு சிறந்த நூலாகும். ... ... சோழவரசர்களுள் இரண்டாம் இராஜராஜனுக்குக் ‘கண்டன்’ என்ற சிறப்புப் பெயருள்ளமை தக்கயாகப் பரணி யுரையாலும், இராஜராஜ சோழனுலாவாலும் விளங்குகின்றது. வீரசோழிய வுரையால் வீரராசேந்திரனுக்கும் கண்டன் என்னும் சிறப்புப் பெயருண்மை தெளியலாம். இப்பெயர் சோழர்க்குரிய பொதுப் பெயராகப் பிற்காலத்தோரால் வழங்கப்பெற்றிருத்தலும் கூடும். இப்பெயர் பற்றிச் சிலாசாஸன ஆராய்ச்சியாளர் அறுதியிடும்வரை ‘கண்டனலங்காரம்’ யாரைக் குறித்து இயற்றப் பெற்றதென ஒரு தலையாகத் துணிந்து கூறுதல் ஏலாது.”

பிள்ளையவர்கள் கூறுகிறபடி இந்நூல் சோழர்களைப் பற்றியது என்பதில் தடையில்லை. ஏனென்றால், இந்நூற் செய்யுள்களில் சோழர்களின் புகார்

நகரம் (காவிரிப்பூம்பட்டினம்) கூறப்படுகிறது.

கண்டன் என்பது வீரன், ஆண்மகன், வலிமையுள்ளவன் என்னும் பொருளுடைய திராவிட மொழிச் சொல். இச்சொல் கன்னட மொழியில் வழங்குகிறது.

நச்சினார்க்கினியர், தொல்காப்பிய (பொருளதிகாரம், புறத் திணையியல், 91-ஆம் சூத்திர) உரையில் கீழ்க்காணும் வெண்பாவை மேற்கோள் காட்டுகிறார். இது, கண்டனலங்காரத்தைச் சேர்ந்தது போலும்:

அறநீர்மை தாங்கி யளப்பரிதாய் வானப்
புறநீர்போன் முற்றும் பொதியும்-பிறரொவ்வா
மூவேந்த ருள்ளும் முதல்வேந்தன் முத்தமிழ்க்குக்
கோவேந்தன் கண்டன் குடை.

கண்டனலங்காரம் வெண்பாவினாலும் கலித்துறையினாலும் ஆன நூல். இந்நூலிலிருந்து கீழ்க்காணும் செய்யுள்களை களவியற் காரிகை உரையாசிரியர் மேற்கோள் காட்டுகிறார்:

கொங்கை யரும்பாக் குழலளகம் வண்டாக
அங்கை தளிரா வலர்விழியாத் - திங்கள்
குளிருந் தரளக் குடைக் கண்டன் கொல்லி
யொளிதருங் கொம்பொன் றளது.1

குழைமுகத்தாற் கொங்கை மலையு மருங்கால்
விழியரிய நாட்டத்தால் வேனற்-பொழிலெல்லாம்
புல்லார்ப் புறங்கண்ட கண்டன் புகாரனைய
நல்லாளே யாகு நமக்கு.2

கண்டு நிலைதளர்ந்தேன் காத்தருளுங் கார்வரைமேற்
புண்டரிகம் வைத்தான் புகாரனையீர்-வண்டின்
கிளையலம்பு கார்நீழற் கெண்டைமேல் வைத்த
வளையலம்பு செந்தா மரை.3

சீத விரைக்களபச் செந்தா மரைப்பொகுட்டு
மாதனையீ ரம்போடு வந்ததோ-சோதிப்
பொருதாரை வேற்கண்டன் பூபால தீபன்
கருதாரி னிங்கோர் களிறு.4

குருகு பெடையென்று கோலப் பணிலத்

தருகணையும் பூங்காவிற் றாகு-முருகவிழும்
பூந்தண்டார்க் கண்டன் புனனாட் டுயர்செல்வ
யாந்தண்டா வாழு மிடம்.5

போகக் கடவன புள்ளென் றிருந்திலம் போந்துதுணை
யாகக் கடவன வென்றிருந் தேமகி லாண்டமெல்லாந்
தியாகக் கொடிகொண்ட கண்டன் புகாரிற்றஞ் சேக்கைதொறு
மேகத் தொடங்கின வேயந்தி வாயெம்மை யிட்டுவைத்தே.6

ஊச றொழிலிழக்கு மொப்பு மயிலிழக்கும்
வாசந் தனையிழக்கும் வள்ளலே-தேசு
பொழிலிழக்கும் நாளையே பூங்குழலி நீங்க
எழிலிழக்கு மந்தோ விதண்.7

பொன்னிதழிற் பைந்தாதும் போதும் புறம்புதைத்த
வின்னறல்போ லேழை யிருங்கூந்தல்-பொன்னணியுந்
தேன்சூழுந் தார்க்கண்டன் றெவ்விற் றிகைத்தன்ப
யான்சூழ வுண்டோ வினி.8

நீலக் கருந்தடங்கண் ணித்தில வெண்ணகைக்குக்
கோலத் தளிர்வண்ணங் கூட்டுமே - வேல
வெறியாருந் தார்க்கண்டன் மேவாரில் வாட
மறியாடு கொல்லும் வழக்கு.9

10. காரி கோவை - காரி கோவை என்பது காரி என்பவரால் செய்யப்பட்டது. இந்தக் காரியார், பெரியபுராணத்தில் கூறப்படுகிற காரி நாயனார் ஆவார். இவர் திருக்கடவூரில் இருந்த சிவபத்தர்: தமிழ்ப் புலவர். இவர் சிவபெருமான் மீது செய்யுள் பாடினார் என்று நம்பியாண்டார் நம்பி தாம் இயற்றிய திருத்தொண்டர் திருவந்தாதியில் கூறுகிறார்:

“புல்லன வாகா வகையுல கத்துப் புணர்ந்தனவுஞ்
சொல்லின வுந்நய மாக்கிச் சுடர்பொற் குவடுதனி
வில்லனை வாழ்த்தி விளங்குங் கயிலைபுக் கானென்பரால்
கல்லன மாமதில் சூழ்கட வூரினிற் காரியையே3

இவர் சிவபெருமான்மேல் இயற்றிய செய்யுளுக்குக் காரிகோவை என்பது பெயர் என்றும், சொல் விளங்கிப் பொருள் விளங்காத முறையில் இது இயற்றப்பட்டதென்றும், சேரசோழ பாண்டிய அரசர்களிடம் இக் கோவையைக் கொண்டுபோய் ஓதிப் பொருள் உரைத்து அவர்கள் வழங்கிய பொருளைக் கொண்டு காரியார் சைவத்தொண்டு செய்து வந்தார் என்றும் சேக்கிழார்

அடிகள் தமது பெரியபுராணத்தில் கூறுகிறார்:

“மறையாளர் திருக்கடவூர் வந்துதித்து வண்டமிழின்
துறையான பயன்தெரிந்து சொல்விளங்கிப் பொருள்மறையக்
குறையாத தமிழ்க்கோவை தம்பெயரால் குலவும்வகை
முறையாலே தொகுத்தமைத்து மூவேந்தர் பாற்பயில்வார்.”

“அங்கவர்தாம் மகிழும்வகை அடுத்தவுரை நயமாக்கிக்
கொங்கலர்தார் மன்னவர்பால் பெற்றநிதிக் குவைகொண்டு
வெங்கண் அரா வொடுகிடந்து விளங்கும்இளம் பிறைச்சென்னிச்
சங்கரனார் இனிதமருத் தானங்கள் பலசமைத்தார்”

என்பன பெரியபுராணம், காரிநாயனார் புராணச் செய்யுள்கள்.

காரிநாயனார் இயற்றிய காரிகோவை இப்போது கிடைக்க வில்லை.

கி.பி. 9-ஆம் நூற்றாண்டில் இருந்த சுந்தரமூர்த்தி நாயனார், தமது திருத்தொண்டத்தொகையில் காரிநாயனாரைக் குறிப்பிடுகிற படியினாலே, இவர் காலம் 9-ஆம் நூற்றாண்டிற்கு முற்பட்ட காலம் எனக் கொள்ளவேண்டும்.

11. காரைக் குறவஞ்சி - யாழ்ப்பாணத்துக் காரைத்தீவில் இருந்த சுப்பையர் என்பவர் இயற்றியது இந்நூல். இவர் கி.பி. 1795-இல் வாழ்ந்திருந்தவர். இவர் இயற்றிய காரைக் குறவஞ்சி கிடைக்கவில்லை.

12. கிளவித் தெளிவு - இப்பெயரையுடைய நூல் ஒன்று இருந்ததென்பது. களவியற் காரிகையுரையினால் தெரிகிறது. இது அகப்பொருளைக் கூறுவது. இதன் ஆசிரியர் பெயர் முதலியன தெரியவில்லை, இது பெரிதும் வெண்பாவினாலும் ஆசிரியப் பாவினாலும் அமைந்த நூல். இப்போது கிடைத்துள்ள இந்நூற் செய்யுள்கள் இவை:

அணங்கென்ன லாமோ வடியிரண்டு மண்மே
லிணங்குங் குழையுடனே யேறிப் - பிணங்கிக்
குவளை வழியிமைக்குங் கொய்மலர்த்தார் வாடு
மிவளை மடநெஞ்சே யாம்.1

உள்ள படியுரையும் வண்டினங்கா ளோடைதொறுந்
தெள்ளி நறவத் திசைபரக்கும்-வெள்ள
வயல்கிடந்த தாமரைமேல் மையெழுதுஞ் செய்ய
கயல்கிடந்த துண்டாகிற் கண்டு.2

நின்னிற் பிரிந்தியா னாற்றுவனோ நின்மேனி
பொன்னிற் பசந்து புலம்புவதென்-தன்னின்

மயிர்பிரிந்தா லென்னாகு மானமா மாயு
மயிர்பிரிந்தா லென்னா முடம்பு.3

நின்னுடைய கூந்த னிறத்தால் நிறைவளையா
யென்னுடைய வூரு மிருளாகு - நின்னுடைய
முத்தனைய வெள்ளை முறுவலா லென்மலைய
மத்தனையும் வெள்ளைநில வாம்.4

தேயு மருங்குலாள் சேலனைய கண்கண்டு
நீயு நெறிதளர்ந்து நிற்றியா-லாயு
மறிவெங்கே யல்லா லருங்குணங்க ளான
செறிவெங்கே திண்சிலம்பா செப்பு.5

காதுடனே காதுங் கயலிரண்டுஞ் செங்கமலப்
போதுடனே நின்று புடைபெயரத் - தாதுடனே
வண்டாடுஞ் சோலை மயில்போல் வரிப்பந்து
கொண்டாட நான்கண்டேன் கொம்பு.6

முருக்கின் புதுமலரால் முல்லை நகையால்
நெருக்கியெழுஞ் செவ்விள நீராற் - குருக்கொடியா
னான்ற குழைமுகத்தா னானயந்த நன்னுதலைப்
போன்ற துயர்பூம் பொழில்.7

செய்ய மலரிற் றிருமகளே யென்றுன்னை
யைய முறுகின்றே னல்லையே - லுய்ய
வுரைதந் தருளாயுயிர் வருமோ போனால்
விரைதந்த மேனியாய் மீண்டு.8

வந்தெ னுடலி னுயிர்வாங்க வாணுதலாய்
சந்த வனமுலையே சாலாதோ-பைந்தளிரால்
நின்கண் புதைத்தனையே நின்வடிவெ லாம்புதைய
வென்கண் புதைத்தருளா யின்று.9

செய்யவாய் நுண்மருங்குற் சிற்றிடைப் பேரமைத்தோட்
பையர வல்குற் பணைத்தேந்தும்-வெய்யமுலைக்
காரே துவர்வாய்க் கருங்கூந்தற் காரிகையீர்
ஊரேது சொல்லீர் உமக்கு.10

நெருநலு முன்னா ளெல்லையு மொருசிறைப்
புதுமை யாதலிற் கிளத்த னாணி
நேரிறை வளைத்தோளுன் றோழி செய்த
வாருயிர் வருத்தங் களையா யோவென
வெற்குறை யுறுதி ராயிற் சொற்குறை
யெம்பதத் தெளியளோ மடந்தை
யின்ப வாழ்க்கைய ளிவண்மன் னெமக்கே.11
மாணெழி லண்ணல் வாங்கலம் யாமெஞ்
சேணுயர் சிலம்பின் யாங்கணுங்
காணல மன்னோ கமழ்பூந் தழையே.12

மாமலைச் சிலம்ப மயிலேர் சாயற்
றேமொழி நிலைமை தெரிந்தபின்
பூமென் றண்டழை கொள்குவன் புரிந்தே.13

காணாய் தோழிநம் மேனற் றண்புனம்
பேணா மன்னர் போய்ப்புறங் கொடுத்தென
வல்வேற் றானை வெள்வரிச்
செவ்வாய்ப் பாசினங் கவர்ந்துகொண் டனவே.14

தந்து நீயளித்த தண்டழை காண்டலும்
வந்தன ளெதிர்ந்த மடந்தை நெஞ்சம்
மண்மிசை விளங்கிய வழுத்தூர் மதிதர
னுண்ணிய றமிழி னுழைபொருள் துளித்த
வாய்மொழி யமிழ்த மடுத்தவர் மனமென
யானிலை பெற்றன் றியானறிந் திலனே.15

கழைகெழு திண்சினைப் பன்மரந் துவன்றிய
மழைதவழ் பூம்பொழில் யாவரும்
விழைதகைத் தம்ம வியன்புன மருங்கே.16

மணிநீர்ப் பொய்கை யணிபெற நிவந்த
தாமரை யனையளித் தூமலர்க் கண்ணி
ஞாயி றனையன் யானே யாவதும்
வெஞ்சொல் யான்வியந் துரைப்பவு
மெஞ்சாக் கவினிவ ளெய்த லானே.17

அடும்பின் மென்கொடி துமியக் கடும்பகற்

கொடுங்கழி மருங்கின் வந்தருள்
நெடுந்தோ எண்ணல்பின் சென்றதென் னெஞ்சே.18

ஆய்கதிர்ச் செல்வ னத்தஞ் சேர்ந்தென
நோய்கூர் நெஞ்சி னுழப்பப்
போயின மாதோ புள்ளினம் பிரிந்தே.19
மாலை மணந்து காலை பிரியுங்
காதல ருடையையோ கறையிலங்கு மதியே
யிரவே யாயி னல்லை பகலே
மெல்லியற் கொடிச்சி நுதலினும்
புல்லென் றனையா னோகோ யானே.20

இதற்கொண் டினியான் றெளிந்து மேனாண்
மதிகோடு துஞ்சு மால்வரை வாழ்க்கைக்
கடவுள ராக வல்லது
மடவரன் மாதரை மதித்தன்று மிலமே.21

அன்னை வாழி நெருநன் மாதர்
மென்முலை யரும்பிய வாகமு
மென்னும் பன்முறை நோக்கினள் பெரிதே.22

பாங்கின ராகித் தீங்குதலைத் தருந
ரீங்குப் பிரிவு சூழ்ந்தனர்
யாங்கன மொழிமோ வேங்கையது நிலையே.23

நறைகமழ் சாந்தமெஞ் சாந்தே பூவும்
பொறைமலி காந்தளம் பூவே யாடிடஞ்
சிறைவண் டார்க்குஞ் செயலையம் பொழிலே.24

புள்ளுந் துயிற்புடை பெயர்ந்த புனலுள்
வெள்ளிதழ்க் கைதை மணிக்காய் ததும்ப
வந்தனள் கொல்லோ தானே
வெந்திற லண்ண னினைந்தனன் விரைந்தே.25

13. கிளவி மாலை - இப்பெயருள்ள நூல் இருந்ததென்பது களவியற் காரிகை உரையினால் தெரிகிறது. இது வெண்பாவினால் ஆன நூல், அகப் பொருளைக் கூறுவது. இந்நூலிலிருந்து நான்கு செய்யுள்களைத் தமது உரை-யில் மேற்கோள் காட்டுகிறார் களவியற்காரிகை யுரையாசிரியர். அவற்றில் ஒன்று இப்பொழுது சிதைந்து காணப்படுகிறது. மற்ற மூன்று செய்யுள்கள்

இவை:

வெள்ளிய வள்ளத்து ளேந்தும் விரைச்சுண்ணத்
துள்ளகத்தி னொண்பவளம் வைத்தாங்குத் - தெள்ளுநீர்க்
கானலெல்லாம் பூக்குமே புன்னை களிவண்டு
பானலெல்லாம் பாடும் துறை.1

கொங்கைக்குந் தூய குலவளைசேர் கோகனகச்
செங்கைக்கு மென்னவிலை செப்புவோம்-மங்கை
தெரியா மருங்குலுக்குத் தேசம்விலை யென்னத்
தரியார் மலைவாணர் தாம்.2

தீய பெருவனமுஞ் செந்தறையு நந்தறையுந்
தூய பெருவனமுஞ் சோலையுமா-மாய
கலம்பா முலைமகட்குக் காமருபூங் கண்ணிச்
சிலம்பாநின் பின்னர்ச் செலின்.3

இந்நூலாசிரியர் பெயர், காலம் முதலிய வரலாறுகள் தெரியவில்லை.

14. கிளவி விளக்கம் - களவியற் காரிகை உரையாசிரியர், கிளவி விளக்கம் என்னும் இந்நூலைக் குறிப்பிடுகிறார். வன்னாட்டு நெய்தல்வாய் என்னும் ஊரிலிருந்த ஒருவரைப் பாட்டுடைத் தலைவராகக் கொண்டு வெண்பாவினால் இயற்றப்பட்டது இந்நூல். இது அகப்பொருள் சார்பான நூல். இந்நூலாசிரியரின் பெயர், காலம் முதலியன தெரியவில்லை. இந்நூலிலிருந்து களவியற்காரிகை உரையாசிரியர் மூன்று செய்யுள்களை மேற்கோள் காட்டுகிறார். அச்செய்யுள்கள் இவை:

என்னுயிர் நான்கண் டிளமுலையும் வேய்த்தோளும்
பொன்னிறமுங் கொண்டு புனமயில்போல்-மன்னி
வயங்குகின்ற நெய்தல்வாய் வன்னாடன் வெற்பி
லியங்குகின்ற தாயத் திடை.1

சேர்க்கு முலைமேற் சிறியோர் பெரும்பொருள்போல்
பார்க்கு மறைக்கும் பலகாலும்-கார்க்கொடையால்
வன்கைக் கலிகடந்த வன்னாட னெய்தல்வாய்
நின்கைத் தழைவாங்கி நின்று.2

அருக்கன் வருவதன்முன் னம்புயப்பூங் கோயிற்
திருக்கதவ மாரோ திறந்தார்-மருக்கமழ்தார்
வன்னாட னெய்தல்வாய் வல்லியிவ் வல்லிருளில்
என்னாட னீவருவா னீங்கு.3

15. குணநாற்பது - இப்பெயரையுடைய நூல் ஒன்று இருந்தது என்பது இளம் பூரணர், நச்சினர்க்கினியர் என்னும் உரையாசிரியர்களின் உரைகளிலிருந்து அறியப்படுகிறது. தொல்காப்பியப் பொருளதிகாரம் 575ஆம் சூத்திர உரையில் நச்சினார்க்கினியர் 'குனிகா யெருக்கின்' என்று தொடங்கும் செய்யுளை மேற்கோள் காட்டி, அது குண நாற்பது என்னும் நூலைச் சேர்ந்தது என்று கூறுகிறார். இளம்பூரணர் என்னும் உரையாசிரியரும், தொல், பொருள்., கற்பியல், "கரத்தினைந்து முடிந்த காலை" என்று தொடங்கும் சூத்திரத்தின் உரையில் அந்தச் செய்யுளையே மேற்கோள் காட்டியுள்ளார். ஆனால், அந்தச் செய்யுள் எந்த நூலைச் சேர்ந்தது என்று கூறவில்லை. நச்சினார்க்கினியர்மட்டும் அது குணநாற்பது என்னும் நூலைச் சேர்ந்தது என்று கூறியுள்ளார்.

குணநாற்பது அகப்பொருள் இலக்கிய நூல்; நாற்பது செய்யுள்களைக் கொண்டிருந்தது என்பது தெரிகிறது. இந்நூல் ஆசிரியர் பெயர் என்ன, எக்காலத்தில் இயற்றப்பட்டது முதலிய செய்திகள் தெரியவில்லை. இளம்பூரணர் உரையில் மேற்கோள் காட்டப்பட்ட குணநாற்பது செய்யுள் பிழைகளுடன் காணப்படுகிறது. இந்தச் செய்யுளின் சுத்தமான பாடத்தை ஓர் ஏட்டுச்சுவடியில் கண்டு, திரு.ம.ஆ.நாகமணி பண்டிதர் அவர்கள், தாம் எழுதிய 'தொல்காபியப் பொருளதிகார மேற்கோள் விளக்க அகராதி முதலியன' என்னும் நூலின் இறுதியில் பதிப்பித்துள்ளார் (சாது அச்சுக்கூடம், சென்னை, 1935). அந்தச் செய்யுளைக் கீழே தருகிறேன்:

"குனிகா யெருக்கின் குவிமுகிழ் வண்டலொடு
பனிவா ராவிரைப் பன்மலர் சேர்த்தித்
தாருங் கண்ணியுந் ததைஇத் தன்னிட
மூரு மடவோ னலர்வேன் கொல்லென
நீர்த்துறைப் பெண்டிர் நெஞ்சழிந் திரங்கினு

முணரா ளூர்தோ றணிமடற் கலிமா
மற்றத் தேறித்தன் னணிநலம் பாடினு
மறியா ளென்றி யாண பெருமலை
நெடுங்கோ டேறிப் பெருகென்
றுருமிடத் தீயி னுடம்புசுடர் வைத்த

வென்னுறு விழும நோக்கிப் பொன்னொடு
திருமணி யிமைக்குங் கோடுயர் நனந்தலை
விழவுடைப் பெண்டி ரிடும்பை நோக்கித்
தெளிவுமனங் கொண்ட தீதறு காட்சி
வெளியன் வேண்மான் விளங்கு கரிபோல்

மலிகட லுடுத்த மணங்கெழு நனந்தலைப்
பலபா ராட்டவும் படுவமோ வமர்தோ
டைந்துகவித் தன்ன கால்வீங்கு கருங்கட்
புடைதிரள் வனமுலை புலம்ப லஞ்சிக்
காமர் நுழைநுண் ணுசுப்பிற்
றாமரை முகத்தியைத் தந்த பாலே."20

16. குமாரசேனாசிரியர் கோவை - இப்பெயரையுடைய ஒரு நூல் இருந்தது என்பது யாப்பருங்கல விருத்தியினால் தெரிகிறது. குமாரசேனாசிரியர் என்னும் புலவரால் இயற்றப்பட்டதாகலின் இப்பெயர் பெற்றது. போலும். யாப்பருங்கல விருத்தியுரைகாரர் இந்நூலைப் பற்றி இவ்வாறு குறிப்பிடுகிறார்:

"குமாரசேனாசிரியர் கோவையும், தமிழ் முத்தரையர் கோவையும், யாருப்பருங்கலக் காரிகையும் போன்ற சந்தத்தால் வருவனவற்றின் முதற்கண் நிரையசை வரின் ஒரடி பதினேனெழுத்தாம். முதற்கண் நேரசை வரின் ஒரடி பதினாறெழுத்தாம். இவ்வாறன்றி மிக்கும் குறைந்தும் வாரா. அவை எண்ணுகின்றுழி ஆய்தமும் ஒற்றும் ஒழிந்து, உயிரும் உயிர் மெய்யும் குற்றியலிகரமும் குற்றியலுகரமுங் கொண்டு எண்ணப்படும்."

இவ்வாறு எழுதிய உரையாசிரியர் கீழ்க்காணும் கலித் துறைச் செய்யுளை உதாரணமாக மேற்கொள் காட்டுகிறார்:

"இருநெடுஞ் செஞ்சுட ரெகமொன் றேந்தி யிரவின்வந்த
வருநெடுங் காதற்கன் றேதரற் பாலதல் லாதுவிட்டால்
கருநெடு மால்கட லேந்திய கோன்கயல் சூடுநெற்றிப்
பெருநெடுங் குன்றம் விலையோ கருதிலெம் பெண்கொடிக்கே."

இந்தச் செய்யுளை இவ்வுரையாசிரியர், யாப்பருகலம், சீரோத்து 15ஆம் சூத்திர உரையிலும், ஒழிபியலில் இரண்டிடங்களிலும் மேற்கோள் காட்டியிருக்கிறார். ஆனால் இச்செய்யுள் எந்த நூலைச் சேர்ந்தது என்று கூறவில்லை என்றாலும். குமாரசேனாசிரியர் கோவையைச் சேர்ந்தது இந்தச் செய்யுள் என்று கருதப்படுகிறது.

குமாரசேனாசிரியர் கோவையைப் பற்றி வேறு ஒரு செய்தியும் தெரியவில்லை.

17. கோயிலந்தாதி - களவியற் காரிகை உரையாசிரியர், கோயிலந்தாதி என்னும் நூலிலிருந்து நான்கு செய்யுள்களை மேற்கோள் காட்டுகிறார். கோயில் என்பது, திருவரங்கம் பெரியகோயில் எனப்படுகிற ஸ்ரீரங்கம். திருவரங்கத்தில் எழுந்தருளியுள்ள அரங்காநாதர்மீது அகப்பொருள் துறைகள் அமையப் பாடப்பட்ட அந்தாதி நூல் இது என்பது தெரிகிறது. இந்நூலை இயற்றிய ஆசிரியர், காலம் முதலியன தெரியவில்லை. இந்நூலிலிருந்து,

களவியற் காரிகை உரையாசிரியர் நான்கு செய்யுள்களை மேற்கோள் காட்டியுள்ளார். இந்த நான்கு செய்யுள்களில் இரண்டு செய்யுள்கள் செல்லரித்துச் சிதைந்து காணப்படுகிறபடியால், அவற்றை நீக்கி, மற்ற இரண்டு செய்யுள்களைக் காட்டுவோம்.

பிறவா ரணங்கு மணிக்குறை யார்கழல் பேணினரென்
றறைவா ரணங்க ளரற்று மரங்க ரருளிலர்போன்
மறவா ரணங்கள் மடங்கலுக் கோடும் வழிபழிவந்
துறவா ரணங்கின் பொருட்டுர வோய்வர லோங்கிருளே.1

சேர்ந்தசங் கத்த சிறுநுதற் காகச்செவ் வேள்முருகற்
கீர்ந்தசங் கத்தையிட் டாலென் பயன்கட் டிலங்கைச்செந்தீக்
கூர்ந்தசங் கத்துவிற் கோலிய கொற்றவன் வெற்றிச்செங்கை
யார்ந்தசங் கத்தரங்கன் றிருத்தார்கொண் டணிமின்களே.2

18. **சிற்றெட்டகம்** - இப்பெயருடைய ஒரு நூல் இருந்ததென்பது களவியற் காரிகை உரையினால் தெரிகிறது. இந்நூற் செய்யுள்கள் சிலவற்றைக் களவியற் காரிகை உரையாசிரியர் மேற்கோள் காட்டியுள்ளார். இந்நூலைப் பற்றிக் களவியற் காரிகைப் பதிப்பாசிரியர் எழுதும் குறிப்பு கருதத்தக்கது. அக்குறிப்பு இது:

“”’இவ் வரியவுரையுள் மேற்கோளாக வந்துள்ள நூல்களுள் ஒன்று இதுகாறும் மயக்கத்திற்கேதுவாய்க் கிடந்த நூற்பெயரொன்றினைத் தெளிய வுணர்த்துகின்றது. ‘சிற்றெட்டகம்’ என்ற நூலின் பெயரைச் ‘சிற்றடக்கம்’ எனவும், ‘சிற்றட்டகம்’ எனவும் பலவாறாகக் கொண்டு தமிழறிஞர் எழுதி வருகின்றனர். உதாரணமாக, மதுரைத் தமிழ்ச் சங்கத்தினின்றும் வெளியிட்டுள்ள நம்பியகப் பொருள் விளக்கவுரையில் (அகத்திணையியல், சூத்திரம் 6), ‘பத்துப்பாட்டும் கலித்தொகையும் ஐங்குறுநூறும் கீழ்க் கணக்கும் சிற்றட்டகமு முதலாகிய சான்றோர் செய்யுள்களெல்லாம் வேண்டிய முறையானே வைத்தலானும்’ எனக் காணப்படுகின்றது. இதனடிக்குறிப்பிற் ‘சிற்றடக்கம்’ என்பது பிரதிபேதமாகக் காட்டப் பட்டுள்ளது.

களவியற் காரிகையுரை ‘சிற்றெட்டகஅமம்’ எனவே நூற் பெயரை யாண்டும் வழங்குகின்றது. இதுவே நூற்பெயராதல் வேண்டு மென்பது பெயரை நோக்கிய வளவானே உணர்தல் கூடும். ஐந்திணைகளுள் ஒவ்வொரு திணைக்கும் எட்டுச் செய்யுள்களாக நாற்பது செய்யுள்கள் கொண்ட சிறியதொரு நூலென்று இதனைக் கோடல் தகும். மேலே காட்டிய அகப்பொருள் விளக்கத்தின் உரைவாக்கியங் கொண்டும், அந்நூலின் ஒழிபியலில் (சூத்திரம் 251) ‘சிற்றட்டகத்துக் குறிஞ்சிப் பாட்டு’, ‘சிற்றட்டகத்துப் பாலைப்பாட்டு’ என்று வருங் குறிப்புகள் கொண்டும், இந்நூல் ஐந்திணையையுங் குறித்த-

வொரு முறையை மேற்கொண்டு விளங்குவதென்பது பெறப்படும்.

ஐங்குறு நூற்றின் அச்சுப் பிரதியிறுதியிற் காணப்படுகின்ற 6 செய்யுள்களும் சிற்றெட்டகத்தைச் சார்ந்தவை யென்று அதன் பதிப்பாசிரியராகிய ஸ்ரீ ஐயரவர்கள் ஒரு முறையெனக்குத் தெரிவித்தார்கள். அவ்வாறனுள் ஒன்றாய் 'எம்மூரல்ல தூர்நணித்தில்லை' என்று வருவதனைச் சிற்றெட்டகச் செய்யுளாகவே களவியற் காரிகையுரையுங் காட்டியிருப்பது கண்டு மகிழத்தக்கது. இந்நூலின் செய்யுள்கள் பல தொல்காப்பிய வுரைகளிற் பலவிடத்தும் மேற்கோளாகக் காட்டப் பெற்றுள்ளன."

இது சங்க காலத்துக்குப் பிறகு இயற்றப்பட்ட நூல் என்பது தெரிகிறது. இறையனார் அகப்பொருள் உரையாசிரியரும், இளம் பூரண அடிகளும், நச்சினார்க்கினியரும், யாப்பருங் கலக்காரிகை உரையாசிரியரும், நம்பியகப்பொருள் உரையாசிரியரும், தமிழ்நெறி விளக்கம் என்னும் நூலின் உரையாசிரியரும் இந்நூற் செய்யுள்களை மேற்கோள் காட்டியுள்ளார்கள். இந்நூலைப் பற்றிய வேறு செய்திகள் தெரியவில்லை; நூலாசிரியர் பெயரும் தெரியவில்லை.

களவியற் காரிகை யுரையாசிரியர் கீழ்க்காணும் செய்யுள் சிற்றெட்டகத்திலிருந்து மேற்கோள் காட்டுகிறார்:

இனையல் வாழி யெம்மூர் மலர்ந்த
பழனத் தாமரை கெழீஇ வண்டுநின்
கண்ணென மலர்ந்த காமர் சுனைமலர்
நறுங்கண்ணி நாளு நலனுக ரும்மே1.1

இந்தச் சிற்றட்டகச் செய்யுள் 'தமிழ்நெறிவிளக்க' உரையிலும் மேற்கோள் காட்டப்பட்டிருக்கிறது.'

இதன்கீழ் இன்னொரு செய்யுளின் முதல் இரண்டடிகள் செல்லரித்துப்போனமையால், அச்செய்யுளை இங்கு எழுதவில்லை.

கண்ணுஞ் செவ்வரி பரந்தன்று நுதலு
நுண்வியர் பொறித்து வண்டார்க் கும்மே
வாங்கமை மென்றோண் மடந்தை
யாங்கா யினள்கொ லென்னுமென் னெஞ்சே.2

இச்செய்யுளை இளம்பூரண அடிகள் (தொல்., பொருள். களவியல் 24ஆம் சூத்திர உரையில்) மேற்கோள் காட்டுகிறார்.

நிலையிருங் குட்டத்தி னெடுந்திமி லியக்கி
வலையிற் றந்த வாடுமீ னுணங்கல்
விலையோ விலையென வேட்பக் கூறி

நெல்லொடு பெயரு நிரம்பா வாழ்க்கை
வேட்டக் கிளையொடு வினவுதி ரெனினே
பூட்டுவிற் புரையும் புருவவாண் முகத்துப்
பிறைகிடந் தன்ன நுதலிவ
ளிறைவளைப் பணைத்தோ ளெய்தலோ வரிதே.3

வாரா தீமோ சார னாட
வுறுபுலி கொன்ற தறுகண் யானை
யாறுகடி கொள்ளு மருஞ்சுர
மூறுபெரி துடையது தமியை நீயே.4

இந்தச் செய்யுள் 'தமிழ்நெறி விளக்க' உரையிலும் மேற்கோள் காட்டப்பட்டிருக்கிறது.

ஐய வாழியோ வைவா யேனப்
புன்றலை மடப்பிடி புலியென வெரூஉம்
பொன்மருள் வேங்கை யெம்மூர் போல
ஆடவர்ப் பிரிந்தோர்க் கலைக்கும்
வாடையு முளதோநின் பெருங்கன் னாட்டே.5

முதுக்குறைந் தனளே முதுக்குறைந் தனளே
மலைய னெள்வேற் கண்ணி
முலையினம் வாரா முதுக்குறைந் தனளே.6

எம்மூ ரல்ல தூர்நணித் தில்லை
வெம்முரட் செல்வன் கதிரு மூழ்த்தனன்
சேந்தனை சென்மோ பூந்தார் மார்ப
இளையள் மெல்லியள் மடந்தை
யரிய சேய பெருங்கல் லாறே.7

இந்தச் செய்யுள்களை நச்சினார்க்கினியரும் (தொல். பொருள். 40ஆம் சூ.) இளம்பூரணரும் (தொல். பொருள். அகத்திணை, 43ஆம் சூ.), இறையனாரகப்பொருளுரையாசியரும் (23ஆம் சூ.) மேற்கோள் காட்டியுள்ளார்கள்.

கீழ்க்காணும் செய்யுள்களும் சிற்றெட்டகச் செய்யுள்களென்று கருதப்படுகின்றன:

உள்ளார் கொல்லோ தோழி சிள்ளெனப்
பருந்துவீழ்ந் தெடுத்த பைந்தலை யரவங்
காதறு கவண தேய்க்குந்

தீதுறு கள்ளியங் காடிறந் தோரே.8

உள்ளார் கொல்லோ தோழி முள்ளுடை
யலங்குகுலை யீந்தின் சிலம்பிபொதி செங்காய்
துகில்பொதி பவள மேய்க்கு
மகில்படு கள்ளியங் காடிறந் தோரே.9

இச்செய்யுள்களை நச்சினார்க்கினியரும் (தொல். சொல். 288ஆம் சூ.), யாப்பருங்கல விருத்தியுரைகாரரும் (19ஆம் சூ.), யா. காரிகை உரையாசிரியரும் (11ஆம் சூ) மேற்கோள் காட்டியுள்ளனர்.

உள்ளார் கொல்லோ தோழி முள்ளுடை
யிலவ மேறிய கலவ மஞ்ஞை
யெரிபுகு மகளி ரேய்க்கு
மரில்படு கள்ளியங் காடிறந் தோரே.10

உள்ளார் கொல்லோ தோழி வெள்ளைப்
புழுங்க னெல்லின் பொரிவீழ்த் தென்ன
நுண்குழிப் புற்றின் மண்கா லீயல்
கோல்பிடி குருட ரேய்க்கு
மாலுறு கள்ளியங் காடிறந் தோரே.11

அடும்பம னெடுங்கொடி யுள்புதைந் தொளிப்ப
வெண்மணல் விரிக்குந் தண்ணந் துறைவன்
கொடிய னாயிறு மாக
வவனே தோழியென் னுயிர்கா வலனே.12

இச்செய்யுள்களை நச்சினார்க்கினியர் (தொல். பொருள். 111ஆம் சூ.), மேற்கோள் காட்டியுள்ளார்.

நாற்கவிராச நம்பி இயற்றிய அகப்பொருள் விளக்கம் ஒழிபியலில் (42ஆம் சூத்திரம்) கீழ்க்காணும் சிற்றெட்டகச் செய்யுள்கள் மேற்கோள் காட்டப்பட்டுள்ளன:

“உரைத்திசிற் றோழியது புரைத்தோ வன்றே
துருக்கங் கமழு மென்றோள்
துறப்ப வென்றி யிரீஇயரென் னுயிரே413
என்னுஞ் சிற்றெட்டகத்துக் குறிஞ்சிப்பாட்டினுள் ஊடல் என்னும் உரிப்பொருள் கண்டுகொள்க.”

தொல். பொருள். அகத்திணையியல் 24ஆம் சூத்திர உரையில் இளம்பூரண அடிகள் மேற்கோள் காட்டியுள்ளார்.

"நாளு நாளு மாள்வினை யழுங்க
வில்லிலிருந்து மகிழ்வோற் கில்லையாற் புகழென
வொண்பொருட் ககல்வர்நங் காதலர்
கண்பனி துடையினித் தோழி நீயே514

என்பது இருத்தலென்னும் உரிப்பொருள் சிற்றெட்டகத்துப் பாலைப் பாட்டினுள் வந்தது." இந்தச் செய்யுளை இளம்பூரணர் (தொல். பொருள். அகத்திணை. 42ஆம் சூத்திர உரையில்) மேற்கோள் காட்டியுள்ளார்.

"சுறவுப்பிற ழிருங்கழி நீந்தி யல்கலு
மிரவுக்குறிக் கொண்கன் வந்தனன்
விரவுமணிக் கொடும்பூண் விளங்கிழை யோயே15

என்பது புணர்தல் என்னும் உரிப்பொருள் வந்த சிற்றெட்டகத்து நெய்தற் பாட்டு." இச்செய்யுளை இளம்பூராண அடிகள் (தெல். பொருள். அகத்திணை. 24ஆம் சூத்திர உரையில்) மேற்கோள் காட்டுகிறார்.

19. தமிழ் முத்தரையர் கோவை - இப்பெயரையுடைய ஒரு நூல் இருந்ததென்பது, தண்டியலங்கார உரையாசிரியர், யாப்பருங்கல விருத்தியுரைகாரர் ஆகிய இருவரும் கூறுவதிலிருந்து தெரிகிறது.

தண்டியலங்காரம், பொதுவணியியல் 7ஆம் சூத்திர உரையில், அதன் உரையாசிரியர், 'கோவை என்பன தமிழ் முத்தரையர் கோவை முதலாயின' என்று கூறுகிறார்.

யாப்பருங்கலம் ஒழிபியலில், அதன் விருத்தியுரைகாரர் இந்நூலைக் குறிப்பிடுகிறார். அவர் கூறுவது இது:

"குமாரசேனாசிரியர் கோவையும், தமிழ் முத்தரையர் கோவையும், யாப்பருங்கலக் காரிகையும்போன்ற சந்தத்தால் வருவனவற்றின் முதற்கண் நிரையசை வரின், ஓரடி பதினேழெழுத்தாம். முதற்கண் நேரசை வரின் ஓரடி பதினாறெழுத்தாம். இவ்வாறன்றி மிக்கும் குறைந்தும் வாரா, அவை எண்ணுகின்றுழி ஆய்தமும் ஒற்றும் ஒழித்து, உயிரும் உயிர் மெய்யும் குற்றியலிகரமும் குற்றியலுகரமுங் கொண்டு எண்ணப்படும்."

இவ்வாறு எழுதிய உரையாசிரியர் கீழ்க்காணும் செய்யுளை உதாரணங் காட்டுகிறார்:

"காய்ந்துவிண் டார்நையக் காமரு

கூடலிற் கண்சிவந்த
வேந்துகண் டாயென்ன வெள்வளை
சோரக் கலைநெகிழப்
போந்துகண் டாரொடும் போந்துகண்
டேற்கவன் பொன்முடிமேற்
போந்துகண் டாளென்று போந்ததென்
மாட்டோர் புறனுரையே."

இதே செய்யுளை யாப்பருங்கலம், தொடையோத்து 53ஆம் சூத்திர உரையிலும் மேற்கோள் காட்டுகிறார். இச்செய்யுள் இன்ன நூலைச் சேர்ந்தது என்பதை இவர் குறிப்பிட வில்லையாயினும், இது தமிழ் முத்தரையர் கோவையைச் சேர்ந்த செய்யுள் என்று கருதப்படுகிறது.

தமிழ் முத்தரையர் கோவை இப்போது கிடைக்கவில்லை யாகையினால், இது மறைந்துபோன தமிழ் நூல்களிலே ஒன்றாகும். இதைப்பற்றி வேறு செய்திகள் தெரியவில்லை.

20. திருவதிகைக் கலம்பகம் - இந்தக் கலம்பகம், திருவதிகை வீரட்டானேசுவரர் பேரில் பாடப்பட்டது. திருவதிகை, தென்ஆர்க்காடுமாவட்டம், கூடலூர்த் தாலுகாவில் உள்ளது. திருவதிகைக் கோவிலில் உள்ள கல்வெட்டுச் சாசனம் ஒன்று இந்நூலையும் இந்நூலாசிரியரையும் கூறுகிறது. இந்தச் சாசனம் சக ஆண்டு 1458, துன்முகி, ஆடி 10ஆம் நாள் எழுதப்பட்டது. அதாவது, கி.பி. 1536இல் இது எழுதப்பட்டது. உத்தர மேரூரில் மகிபால குலசேரி என்னும் தெருவில் வாழ்ந்துவந்த உத்தண்ட வேலாயுத பாரதி என்பவர் இந்நூலை இயற்றினார் என்று இச்சாசனம் கூறுகிறது. தொண்டை மண்டலத்துக் காலியூர்க் கோட்டத்து ராஜேந்திரசோழ சதுர்வேதி மங்கலம் என்னும் உத்தரமேரூர் என்று இந்தச் சாசனம் இவர் ஊரைக் கூறுகிறது. மேலும், கௌண்டன்ய கோத்திரத்து ஆபஸ்தம்ப சூத்திரத்து வீரவல்லி தேவராச பட்டர் காசிநாத குப்பையன் என்னும் உத்தண்ட வேலாயுத பாரதி என்றும் இவர் பெயரைக் கூறுகிறது.

இந்தக் கலம்பகம் பாடியதற்காக 2 மா நன்செய் நிலமும், 1மா புன் செய் நிலமும், திருவதிகை நகரத்துக் கோட்டைக்குள் இருந்த அக்கிர காரத்தில் ஒரு வீடும் இந்தப் புலவருக்குத்தானம் செய்யப்பட்டன. (376 of 1921., Annual Report of Epigraphy, Madras, 1922, page 99.)

21. திருமறைக் காட்டந்தாதி - இந்த அந்தாதியைப் பாடியவர், கி.பி. 9ஆம் நூற்றாண்டில் இருந்தவரும், சுந்தரமூர்த்தி நாயனாரின் நண்பருமான சேரமான் பெருமாள் நாயனார். இவருக்குக் கழறிற்றறிவார் என்னும் பெயரும் உண்டு. சேரமான் பெருமாளும் சுந்தரமூர்த்தி நாயனாரும் திருமறைக் காட்டுக்குச் சென்றார்கள். சுந்தரர் பதிகம் பாடினார். சேரமான் பெருமாள் நாயனார், திருமறைக்காட்டந்தாதியைப் பாடி அங்கு அரங்கேற்றினார். இச்செய்தியைத் திருத்தொண்டர் புராணம் என்னும் பெரியபுராணம் கூறுகிறது:

நிறைந்த மறைகள் அருச்சித்த
நீடு மறைக்காட் டருமணியை
இறைஞ்சி வீழ்ந்து பணிந்தெழுந்து
போற்றி யாழைப் பழித்தென்னும்
அறைந்த பதிகத் தமிழ்மாலை
நம்பி சாத்த அருட்சேரர்
சிறந்த அந்தா தியிற்சிறப்பித்
தனவே யோதித் திளைத்தெழுந்தார்.
(கழறிற்றறிவார் நாயனார் புராணம், 87)
இந்த அந்தாதியைப்பற்றி வேறு செய்திகள் தெரியவில்லை.

22. தில்லையந்தாதி - சிதம்பரத்தில் எழுந்தருளியுள்ள சிவபெருமான்மீது இயற்றப்பட்ட அந்தாதி நூல் இது. அகப்பொருள் துறையமைந்த செய்யுள்களைக் கொண்டது என்று தோன்றுகிறது. இந்நூல் ஆசிரியர் பெயர், காலம் முதலியன தெரியவில்லை. இந்நூலிலிருந்து ஒரு செய்யுளைக் களவியற் காரிகை யுரையாசிரியர் தமது உரையில் மேற்கோள் காட்டியுள்ளார். அச்செய்யுள் இது:

தொடிவா னரமங்கை யன்றிமைக் குங்கண்கள் தோயுநிலத்
தடிவா னரந்த மலரும் புலரு மயன்றலையைத்
தடிவா னரன் ... ... தாழ்சடை யோன்றில்லை யூசல்வல்லிக்
கொடிவா னரம்புரி யும்பொழில் வாய்வந்த கோல்வளைக்கே.

23. நந்திகோவை - இந்தக் கோவை, தெள்ளாறெறிந்த நந்திவர்மன் ஆகிய மூன்றாம் நந்திவர்மன் என்னும் பல்லவ மன்னன்மேல் பாடப் பட்டதென்று நந்தி கலம்பகச் செய்யுளினால் தெரிகிறது.

இந்தப் புவியில் இரவலருண் டென்பதெல்லாம்
அந்தக் குமுதமே அல்லவோ-நந்தி
தடங்கைப்பூ பாலன்மேல் தண்கோவை பாடி
அடங்காப்பூ பாலரா னார்

என்பது அச்செய்யுள். இதனால், புலவர்கள் பலர் நந்திவர்மன் மேல் பல கோவைப் பிரபந்தங்கள் பாடிப் பரிசு பெற்றனர் என்பது தெரிகிறது. அந்தக் கோவைகளில் ஒன்றேனும் இப்போது கிடைக்கவில்லை.

24. நறையூரந்தாதி - இதுவும் அகப்பொருள் துறையமையப் பாடப்பட்ட அந்தாதி நூல். இதன் ஆசிரியர் பெயர், காலம் முதலியன தெரியவில்லை. இந்நூலிலிருந்து ஒரு செய்யுளைக் களவியற்காரிகை யுரையாசிரியர் மேற்கோள் காட்டுகிறார். அச்செய்யுள் இது:

நல்லளந் தானு மமுதளந் தானு நகைக்குநல்ல
வில்லளந் தானுதற் கும்விலை கேட்கில் விரிதமிழின்
சொல்லளந் தானொரு பாவலர்க் காய்த்துறை யூர்நறையூர்
நெல்லளந் தானளந் தானெடு நாட்டிற்கு நேர்நிற்குமே.

துறையூரைச் சேர்ந்த நறையூரில் இருந்த ஒருவர்மீது இவ்வந்தாதி பாடப்பட்டதென்பது தெரிகிறது.

25. நாலாயிரக் கோவை - இந்நூல், புதுவைக் காங்கயன் என்னும் செல்வச் சீமான்மீது கடவுட் புலவன் என்னும் சிறப்புப் பெயரையுடைய ஒட்டக் கூத்தரால் பாடப்பட்டது. இதனைச் சோழமண்டல சதகத்தினால் அறியலாம். அச்செய்யுள்:

கோலா கலமன் னரிலவன்போற்
கொடுத்தே புகழுங் கொண்டாரார்
மேலார் கடவுட் புலவனெனும்
விழுப்பேர் கூத்தன் முழுப்பேரா
னாலா யிரக்கோ வையும்புனைய
நவில்கென் றிசைத்து நாட்டுபுகழ்
மாலா மெனுங்காங் கயன் வாழ்வு
வளஞ்சேர் சோழ மண்டலமே.

இந்நூலுக்கு நாலாயிரக் கோவை. என்று ஏன் பெயர் வாய்த்தது என்பது தெரியவில்லை. நாலாயிரம் பாடல்களால் ஆனது இக்கோவை என்று கருதுவது தவறு. கோவை நூல்கள் 4,000 செய்யுள்களால் பாடப்படுவது மரபன்று. நாலாயிரக் கோவை என்பதற்கு வேறு ஏதோ காரணம் இருக்க வேண்டும்.

26. பல்சந்தமாலை - பல்சந்தமாலை என்னும் நூலிலிருந்து சில செய்யுள்களைக் களவியற் காரிகை யுரையாசிரியர் மேற்கோள் காட்டுகிறார். இதனால் இப்பெயரையுடைய நூல் ஒன்றிருந்தது என்பது தெரிகிறது. பாண்டிநாட்டிலே காயற்பட்டினத்திலே இருந்த ஒரு முகமதியப் பிரபுவின்மீது பாடப்பட்டது. இந்நூல். இது அகப்பொருள் இலக்கிய நூல். களவியற் காரிகைப் பதிப்பாசிரியர் திரு. எஸ். வையாபுரிப் பிள்ளை அவர்கள் இந்நூலைப் பற்றிக் கூறுவது வருமாறு:

"பல்சந்தமாலை யென்ற பெயரையுடைய நூல் சில செய்திகளைப் புலப்படுத்துகின்றது. பன்னிரு பாட்டியலிற் பல்சந்த மாலை யென்றொரு பிரபந்தவகை கூறப்பட்டுள்ளது. இந்நூல் அப்பிரபந்த வகையைச் சார்ந்ததாக இருத்தல் கூடும். ஆனால், இதன் கண்ணின்று களவியற் காரிகை யுரையிற் காட்டப்படுவன வெல்லாம் கலித்துறைச் செய்யுள்களே. இந்நூல் வச்சிரநாட்டு

வகுதாபுரியில் அரசு புரிந்துவந்த அஞ்சுவன்னத்தவர் மரபினனாகிய ஓர் முகமதிய மன்னனைக் குறித்துப் பாடப்பெற்றதாகும்.

வகுதாபுரியை இக்கலாகாலத்திற் காயற்பட்டினம் என வழங்குவர் ... ... வகுதாபுரிக்கு 'அந்துபார்' என வொரு பெயரும் இருத்தல் வேண்டும் என்பது ஒரு செய்யுளால் புலப்படுகின்றது.''

பல்சந்தமாலை இயற்றிய ஆசிரியர் பெயர், காலம் முதலியன தெரியவில்லை. பல்சந்தமாலையிலிருந்து எட்டுச் செய்யுள்கள் களவியற் காரிகையுரையில் மேற்கோள் காட்டப்பட்டுள்ளன. அச்செய்யுள்கள் இவை:

கலைமதி வாய்மைக் கலுழ்பா வழிவருங் கற்பமைந்த
தலைமைய ரேழ்பெருந் தோங்க மும்பெற்ற நநதசச
மலையன மாமதில் வச்சிர நாடன்ன வாணுதறன்
முலையிணை தோய்ந்ததெல் லாங்கன வேயென்று முன்னுவனே.1

நாட்டம் புதைக்கின்ற தென்னீ மடந்தை நவகண்டமே
லீட்டம் புகழ்வின்னன் மேவா ரெனவிங்ஙன் யான்வருந்த
வாட்டம் பயின்றாங் ககிலின் குழம்பணிந் தாகமெங்கும்
வேட்டந் தெரிகின்ற கொங்கைக ளென்னை மிகைசெய்தவே.2

நகுதா மரைமலர் சூழ்வாவி சூழ்வச்ர நாடர்தங்கள்
வகுதா புரியன்ன வாணுத லீர்மற்ற வார்தழையு
மிகுநாண் மலர்களுங் கொண்மின்கள் கொள்ளாவிடின்மதுவந்
தொகுகாம னைங்கணை யாலெம் தாவி துவக்குண்ணுமே.3

செம்முக மானதர் செங்குங்கு மப்புயர் சீர்சிறந்த
மைம்மலி வாசப் பொழில்வாய் மதியன்ன வாணுதலீர்
மும்மத மாரி பொழியப் பொழிமுகில் போல்முழங்கிக்
கைம்மலை தான் வரக் கண்டதுண் டோநும் கடிபுனத்தே.4

இயவன ராசன் கலுபதி தாமுத லெண்ண வந்தோர்
அயன்மிகு தானைய ரஞ்சுவன் னத்தவ ரஞ்சலென்னாக்
கயவர்கள் வாழ்பதி போலத் தினைப்புனங் காய்கொய்துபோம்
பயன்விளை வாம்படி பூத்தது வேங்கை பணிமொழியே.5

பிறையார் நறுநுதற் பேதைதன் காரணத் தாற்பெரும
மறைநா ளிரவில் வருவது நீயொழி வச்சிரநாட்
டிறையா கியகலு பாமுத லானவர் யானைகணின்
றறைவாரும் விஞ்சத் தடவிகள் சூழு மணிவரையே.6

வானது நாணக் கொடையா லுவகை வளர்த்தருளும்
சோனகர் வாழுஞ் செழும்பொழில் சூழ்ந்தது பாரனையா
டானணி வாணுதல் கண்டும் பகலே தனித்தனியே
மானமி லாதிரை தேரும் பறவைக டாமகிழ்ந்தே.7

வில்லார் நுதலியு நீயுமின் றேசென்று மேவுதிர்சூ
தெல்லா முணர்ந்தவ ரேழ்பெருந் தாங்கத் தியவனர்க
எல்லா வென வந்து சதிதியுந்தார வகைதொழுஞ்சீர்
நல்லார் பயிலும் பழனங்கள் சூழ்தரு நாட்டகமே.8

27. பொருளியல்

அகப்பொருளைக் கூறும் இந்நூற் செய்யுள்கள் களவியற் காரிகை யுரையாசிரியரால் மேற்கோள் காட்டப்பட்டுள்ளன. இந்நூலை இயற்றிய ஆசிரியர் பெயர் முதலியன தெரியவில்லை. இந்நூற் செய்யுள்கள் சிலவற்றைக் கீழே தருகிறோம்:

நோக்கினும் பிறர்முக நோக்காள் சாரினும்
பூக்குழன் மடந்தை தோள்சா ரும்மே
யன்ன தலையளி யுடைமையி
னின்னுயிர்த் தோழி யேந்திழை யிவட்கே.1

உடையை வாழி நெஞ்சே யிடைக்கொண்
டழுங்க லோம்புமதி தழங்கொலி மிகுநீர்
வழுத்தூர் காக்கு மாபுணை
விழுத்துணைக் கான்ற மிகுபெருங் கிளையே.2

பொருந்தா தம்ம புனையிழை மடந்தை
முருந்தேர் முறுவ னோக்கின்
வருந்தின னென்பது பெருந்தகை பெரிதே,3

ஆய்தளிர் பொதுளிய வீததை
காய்கதிர் நுழையாக் கடிபொழில்
யாவயி னோரும் விழைவுறுந் தகைத்தே.4

தனிமை நெஞ்சத்து முனிவுகண் டகற்றலின்
வினைமாண் பாவை யன்ன
புனையிழை மாதரும் போன்றதிப் பொழிலே.5

தெய்வ மாக வையுறு நெஞ்சம்
பொய்யா தாயினின் செவ்வாய் திறந்து
கிளிபுரை கிளவியாம் பெறுக
வொளியிழை மடந்தை யுயிர்பெயர்ப் பரிதே.6

காவியங் கருங்கட் செவ்வாய்ப் பைந்தொடி
பூவிரிந் தன்ன கூந்தலும்
வேய்புரை தோளு மணங்குமா லெம்மே.7

அம்புமுகங் கிழித்த புண்வாய்க் கலைமான்
போந்தன வுளவோ வுரையீர்
மாமட னோக்க மரீஇனம் படர்ந்தே.8

புனையிழை யாயமொடு பூம்பந் தெறியவும்
நனைமயிர் ஞாழ லொள்வீ கொய்யவும்
வருந்தினள் கொல்லோ மடந்தை
பிரிந்தன்று மாதோ பண்புகெழு நிறனே.9

பூத்த வேங்கை வியன்சினை யேறி
மயிலின மகவு நாடன்
நன்னுதற் கொடிச்சி மனத்தகத் தோனே.10

கையது செம்மலந் தழையே வினாவது
தெய்ய புண்வாய் மாவே கைவிட்
டகலா னம்மவிவ் வகன்புனந்
தகையோ னுள்ளிய தறியோம் பெரிதே.11

பொன்னியல் சுணங்கின் மென்முலை யரிவைக்கு
மின்னிவ ரொளிவே லண்ணல்
நின்னுறு விழுமங் கூறுமதி நீயே.12

அலவனோ டாடலு மாடாண் மாடு
மலர்ப்பூங் கானல் வண்டலு மயரா
ளோவியப் பாவை யொத்தனள்
யாதுகொ லண்ணல்யான் சொல்லு மாறே.13

குன்றின் சுனையிற் குளித்தோ குளிர்காவி
லொன்ற மலர் கொய்ய வோடியோ - வன்றாயின்

மற்றின்றா துண்டோ மலர்வல்லி வாடியதின்
றெற்றினா லாமா றிது.14

வில்வேறு பட்ட படியே வினைவேறு
சொல்வேறு பட்டபடி தோற்றுவிக்க - மல்வேறு
போகாத தோளும் பொலிவழிய நம்புனம்விட்
டேகாத தென்கொ லிவர்.15
மங்கையர்தங் கண்ணால் மயங்கினார் வெள்ளெலும்புந்
துங்க வெருக்குந் தொடுத்தணிந் - தங்கமெலாம்
வெந்தேறு சாம்பல் மிகவணிந்து வீதிதொறும்
வந்தேறி யூர்வர் மடல்.16

செம்ம லொருவன் செறிபூந் தழையேந்தி
மம்மர் பெருகி வனப்பழித்து - நம்முடைய
நன்பூம் புனமகலான் நாமதற்குச் செய்வதுமற்
றென்பூங் குழலா யியம்பு.17

வங்கமு மீனெறியு மாக்களூ மீன்சுறவும்
பொங்குந் திரையும் பொருகடலு - மிங்கிவை
தேர்த்திரளுங் காலாளுந் திண்களிறும் வெம்பரியும்
போர்க்களமும் போலும் பொலிந்து.18

வட்ட முலையில் மலர்க்கண்ணில் வார்குழலிற்
பட்ட படியைப் பகர்வதோ - மட்டுவிரி
கந்தநறுங் கூந்தற் கனங்குழைக்குக் காவலநீ
தந்தநறுஞ் சாரற் றழை.19

தாது விரிபொழிலுந் தண்டுறையும் புண்டரிகப்
போது விரிகமழ்நீர்ப் பொய்கைகளூ - மீது
நெருங்குங் குருகினமு நெஞ்சுருக நம்மை
யுருக்குந் தனியிடமொன் றுண்டு.20

முல்லை மலர்நின் முடிமலராக் கொண்டியா
னொல்லை வருவ னொருபொருப்பன் - றில்லைநகர்
ஆரணங்கே யிங்கேநி லங்கே வரின்மன்னுஞ்
சூரணங்கே செய்யுந் தொடர்ந்து.21

எவ்விடத் தென்செய்த தென்றறியே னிப்போதைக்

கிவ்விடத்தி லென்னுழைவந் தெய்தாதே - வெவ்வினையேன்
இன்னலே கூர வினிதளித்தார் தேரின்பின்
நென்னலே போனவென் னெஞ்சு.22

அன்னை நெருந லணியிழையாள் கொங்கையையும்
என்னையும் நோக்கி யிருவரையும் - புன்னை
வளையாடு கானல்வாய் மானனையீர் இன்று
விளையாட லென்றாள் விரைந்து.23

கள்ளவிழுங் காவி முடித்துக் கமழ்பசுஞ்சாந்
தள்ளி முடிமே லழகெழுதிப் - புள்ளுறங்கும்
வேங்கை மரநிழற்கீழ் நிற்பேம் வியன்சிலம்பா
நாங்கள் விளையாட நன்கு.24

மொய்யிருளி னீரே முளரி யகந்திறந்து
செய்ய வடியிற் சிலம்பொதுக்கிப் - பையவொரு
மின்வந்த தென்ன வெறுந்தனியே வந்தவா
வென்வந்து சொல்லீ ரெமக்கு.25

அன்னநடைப் பேதை யருமை யறியாதே
என்னை வருத்துகின்ற தென்கொலோ -துன்னிருட்கண்
வஞ்சமே யன்ன மலர்விழியா லீடழியும்
நெஞ்சமே கட்டுரையாய் நீ.26

ஊர்துயிலி னாய்துயிலா வொண்டொடி யூர்காக்கும்
பேர்துயிலு மாறொருகாற் பெற்றாலும் - நேர்துயிலா
என்னை நெடுநிலா வல்லும் பகலாகு
மென்னை வருவதுநீ யிங்கு.27

கல்லதருங் கான்யாறு நீந்திக் கரடிகளும்
கொல்கரியுஞ் செய்யுங் கொலைபிழைத்து - வல்லிருளிற்
சாரன் மலைநாட தன்னந் தனிவந்து
சேரல் சிறியா டிறத்து.28

வார லிருபொழுதும் வந்தால் மலைநாட
வேரல் புனைதிருந்தோள் மெல்லியலாள் - சூரல்
வழியிடையூ றஞ்சு மிரவெலா மன்ன
பழியிடையூ றஞ்சும் பகல்.29

உன்னையு நீத்தகன்றா ருண்டோ வுடல்கருகிப்
புன்னை கமழும் பொருகடலே - யென்னைப்போல்
நெஞ்சா குலம் பெருகி நீயு மிரவெல்லாந்
துஞ்சாத தென்கொலோ சொல்லு.30

பந்தி யிளமிளகு பாராதே தின்றனைய
மந்தி தளரு மலைநாட - முந்தருவி
சோர வரிநெடுங்கண் சுற்றும் பனிவாடை
யீர மெலிவா ளிவள்.31

அம்பல் பெருகி யலரான தல்லிதொறுந்
தும்பி முரலுஞ் சுரிகூந்தற் - கொம்பனைய
பண்ணறா மென்சொல்லி பால்வந்து பல்காலும்
அண்ணறான் செய்யு மருள்.32

கொங்கைக்குந் தூய குலவளைசேர் கோகனகச்
செங்கைக்கு மென்னவிலை செப்புவோம் - மங்கை
தெரியா மருங்குலுக்குத் தேசம்விலை யென்னத்
தரியார் மலைவாணர் தாம்.33

தீய பெருவனமுஞ் செந்தறையு நந்தரையுந்
தூய பெருவனமுஞ் சோலையுமா - மாய
கலம்பா முலைமகட்குக் காமருபூங் கண்ணிச்
சிலம்பாநின் பின்னர்ச் செலின்.34

கோல மறியின் குருதியாற் கொய்ம்மலரால்
வேல னயரும் வெளியாட்டுச் - சால
மடவார் மயின்முருக னன்றியே யண்ணல்
தடமார்பு முண்ணுமோ தான்.35

தூய நினதறிவுங் கல்வியுந் தொன்முனிவ
ராய வவர்வரவு மன்றாயின் - மேயசீ
ரேலார்பூ வட்ட முறையிடவும் போதாது
வேலா முலைக்கு விலை.36

வஞ்சி யிடைமடவாய் வல்வினையே னுண்கண்ணு
நெஞ்சு மகலாது நிற்றலாற் - செஞ்சுரும்பு
பண்ணளிக்குந் தண்டார்ப் பருவரைசூழ் நன்னாடன்
றண்ணளிக்கு முண்டோ தவறு.37

அன்ன நடைமடவா யாற்றி யமைவார்
சொன்ன வரிய சுரங்கடந்தோ - முன்னமரர்
தங்களூர் போலத் தனியே வடகொங்கிற்
றிங்களூர் தோன்றுஞ் சிறந்து.38

எங்களூ ரிவ்வூ ரிதுவொழிந்தால் வில்வேடர்
தங்களூர் வேறில்லை தாமுமூர் - திங்களூர்
நானு மொருதுணையா நாளைப்போ கும்மிந்த
மானும் நடைமெலிந்தாள் வந்து.39

28. மழவை எழுபது - மழவை என்பது மழபாடி என்னும் ஊர். அவ்வூரில் எழுந்தருளியுள்ள சிவபெருமான்மீது பாடப்பட்ட எழுபது பாக்க-ளைக் கொண்ட மழவை யெழுபது என்னும் நூல் ஒன்று இருந்தது என்பது, களவியற்காரிகை உரையினால் தெரிகிறது. களவியற்காரிகை யுரையாசிரியர், மழவை யெழுபதிலிருந்து ஒரு செய்யுளை மேற்கோள் காட்டியுள்ளார். அச் செய்யுள் இது:

செருமலை தானவர் முப்புரந் தீயெழத் தேவர்கட்கும்
வருமலை தீர்த்தவன் மாமழ பாடியில் வந்தெதிர்ந்த
கருமலை வீட்டிய செம்மலை யன்றிக் கறங்குவதிம்
மருமலை கூந்தலை யார்கொள்ள வேண்டி மணமுரசே.

இந்நூல் அகப்பொருள் துறைகள் அமையப்பாடியது எனத் தெரிகிறது. இதைப் பற்றி வேறு செய்திகள் தெரியவில்லை.

29. வங்கர் கோவை - வங்கர் கோவை என்னும் இந்நூலைக் களவியற் காரிகை உரையாசிரியர் தமது உரையில் கூறுகிறார். இது வங்கர் என்பவர் மீது அகப்பொருள் துறையமையப் பாடப்பட்ட கோவைப் பிரபந்தம். வங்கர் என்பவர் யார் என்பது தெரியவில்லை. களவியற் காரிகைப் பதிப்பாசிரியர் வங்கர் கோவையைப் பற்றி இவ்வாறு கூறுகிறார்: “வங்கர் கோவையைக் குறித்து யாதும் அறியக்கூடவில்லை. ‘வங்கர் குலோத்தமன் வண்கடந்தை’ என வருதலால் சோழர், பாண்டியர் என்பன போன்று வங்கர் என்பதும் அரசர்குலப் பெயராமென்பதும், அக்குலத்தினர் கடந்தை என்பதைத் தலை-நகராகக் கொண்டு ஆட்சி புரிந்துவந்தனர் என்பதும் அறியக் கிடக்கின்றன. தலைநகர்ப் பெயர் தடந்தை எனவும் ஒரு செய்யுளிற் காணப்படுகிறது.”

களவியற் காரிகை உரையாசிரியர், வங்கர் கோவையிலிருந்து மூன்று செய்யுள்களைத் தமது உரையில் மேற்கோள் காட்டுகிறார். அச்செய்யுள்கள் இவை:

விந்தா சனிகொண்கண் வேந்தரி
லாண்பிள்ளை வென்றிவெற்பிற்
கொந்தார் தினைப்புனங் காவனிற்
பீர்வழி கூறுமென்று

வந்தார் சிலர்க்கு வழியறி
வாரொடு வார்த்தைசொன்னாற்
சிந்தாது காணும் பவழச்செவ்
வாயிற் றிருமுத்தமே.1

செங்கையில் வாங்கித் திருமுடி
சேர்த்தி விழியிலொற்றிக்
கொங்கையின் மேல்வைத்துக் கொண்டு
நின்றாள் குமரித்துறையுங்
கங்கையு மாடுங் கடகளிற்
றான்வங்கர் காவலவன்
பொங்கெயில் சூழ்தடந் தைபொருப்
பர்தந்த பூந்தழையே.2

மடலே சொரிதொங்கல் வங்கர் குலோத்தமன் வண்கடந்தை
யடலே புரியு மரும்பனி வாடையை யஞ்சும்வஞ்சி
யுடையேயு மன்றி யுயிருங் கிடந்ததென் றோரொருகாற்
கடலே கருங்கழி யேயுரை யீரெங்கள் காதலர்க்கே.3

இந்நூலைப் பற்றி வேறு செய்திகள் தெரியவில்லை.

30. வச்சத் தொள்ளாயிரம் - வீரசோழிய உரையாசிரியராகிய பெருந்தேவனார் தமது உரையில் இந்நூலைக் குறிப்பிடுகிறார். வச்சத்திளங்கோ என்னும் சிற்றரசன்மீது அகப்பொருள்துறையமைத்துப் பாடப்பட்ட 900 வெண்பாக்களை யுடையது இந்நூல் என்பது தெரிகிறது.

வீரசோழியம், அலங்காரப் படலம், 11ஆம் செய்யுள் உரையில் பெருந்தேவனார், இந்நூற் செய்யுள் ஒன்றை மேற்கோள் காட்டுகிறார். அச்செய்யுள் இது:

வேட்டொழிவ தல்லால் விளைஞர் விளைவயலுள்
தோட்ட கடைஞர் சுடுநந்து - மோட்டாமை
வன்புறத்து மீதுடைக்கும் வச்சத் திளங்கோவை
இன்புறுத்த வல்லமோ யாம்.

இச்செய்யுளைப் பற்றி உரையாசிரியர் மேலும் இவ்வாறு கூறுகிறார்: “இதனுட்

சிறப்புடையளாகிய தலைமகளை இகழ்ந்தது தலைமகன் சிறப்பில்லாத பரத்தையர்மாட்டு நிகழா நின்றமையில் நாட்டுக் கடைஞர் உள்ளார். சிறப்பில்லாத நந்தையூன் துப்புடைய ஆமையின் புறத்து உடைத்துத் தின்பர் என்னு மிதனாற் றொடுத்து விளங்கச் சொன்னமையால், தொகைமொழி யாயிற்று. வச்சத் தொள்ளாயிரம் முழுதும் தொகைமொழி எனக் கொள்க. தொகைமொழி எனினும் சுருக்கம் எனினும் ஒக்கும்."

கீழ்க்காணும் இரண்டு செய்யுள்களும் வச்சத் தொள்ளாயிரச் செய்யுள்கள்:

உன்னுயிரும் என்னுயிரும் ஒன்றென்ப தின்றறிந்தேன்
மன்னுபுகழ் வச்சத்தார் மன்னவா - உன்னுடைய
பொன்னாகத் தெங்கையர்தம் பொற்கைநகச் சின்னங்கண்
டென்னாகத் தேயெரிகை யால்.1
வாடை குளிர மருந்தறிவா ரில்லையோ
கூட லினியொருகாற் கூடாதோ - ஓடை
மதவாரணத் துதயன் வத்தவர்கோ னாட்டிற்
கதவானதோ தமியேன் கண்.2

சோழ அரசனுடைய படைத்தலைவனாகவும் சிற்றரசனாகவும் இருந்த வச்சன் என்பவன் வச்சராயன் என்றும், வத்தராயன் என்றும் கூறப்படுகிறான் பேராசிரியர் திரு. டி. வி. சதாசிவ பண்டாரத்தாரவர்கள். தாம் எழுதிய பிற்காலச் சோழர் சரித்திரத்தில் (பகுதி II. பக்கம் 62-63) வச்சராயனைப் பற்றி இவ்வாறு கூறுகிறார்:

"இவன், கஞ்சாறன் பஞ்சநதி முடிகொண்டானான வத்தராயன் எனப்படுவான். சோழநாட்டுக் கஞ்சாறு என்னும் ஊரின் பஞ்சநதி வாணன் என்பவனுடைய மகன் முடிகொண்டான் என்பது இவனது இயற்பெயர். முதலாங் குலோத்துங்கசோழனுடைய படைத்தலைவர்களில் ஒருவன், இச்சோழ அரசனால் வத்தராயன் (வச்சராயன்) என்னும் சிறப்புப் பெயர் அளிக்கப்பட்டவன்."

முதலாங் குலோத்துங்கன் கி.பி. 12ஆம் நூற்றாண்டின் முற்பகுதியில் இருந்தவனாதலின், அவன் சேனாபதியாயிருந்த வச்சராயனும் அக்காலத்தவனே. வச்சத் தொள்ளாயிரமும் அக்காலத்தில் இயற்றப்பட்டதே.

வச்சத் தொள்ளாயிரம் பாடிய புலவர் பெயர், அவர் வரலாறு முதலியவை ஒன்றும் தெரியவில்லை. இந்நூலைப் பற்றிய வேறு செய்திகளும் தெரியவில்லை.

31. வல்லையந்தாதி - வல்லை என்பது வல்லம் என்னும் ஊர். இது, வடஆர்க்காடு மாவட்டம் குடியாத்தம் தாலுகாவில் உள்ளது. திருவல்லம் என்னும் இவ்வூரில் பில்வநாதேசுவரர் என்னும் பெயருள்ள சிவன் கோயில் உண்டு. இச் சிவபெருமான் மீது பாடப்பட்டது வல்லையந்தாதி. இந்நூலை

இயற்றியவர். குறட்டி வரதையன் என்பவர். வல்லையந்தாதி இயற்றிய குறட்டி வரதையனுக்கு இக்கோயில் அதிகாரிகள் 100 குழி நிலத்தைப் (தீக்காலி வல்லம் என்னும் ஊரில் உள்ளது) பரிசு அளித்தனர் என்று சாசனங் கூறு-கிறது (M.E.R. 293 of 1921). இந்நூல் இப்போது கிடைக்கவில்லை.

32. **விஞ்சைக் கோவை** - இந்தக் கோவையைப் பாடியவர் பலபட்டரைச் சொக்கநாதக் கவிராயர் அவர்கள். இராமநாதபுரம் முத்துராமலிங்க சேதுபதி அரசர்மீது இந்நூல் பாடப்பட்டதென்பர். இரகுநாத சேதுபதியின் அமைச்ச-ரான தெய்வகன்னி என்பவர்மீது பாடப்பட்டது என்றும் கூறுவர்.

தேவைமுத்து ராமலிங்க சேதுபதி மீதுவிஞ்சைக்
கோவையென்ற பில்லிவைத்துக் கொன்றாயே - பாவிநீ
இட்டகவி தான்வசையா யேன்சொன்னாய் சேர்ந்தபல
பட்டரைச்சொக் காமுழுவம் பா.

முத்துராமலிங்க சேதுபதிமீது இந்நூல் பாடப்பட்ட தென்பதற்கு இந்த வெண்-பாவைக் காட்டுகிறார்கள். இந்த வெண்பாவைப் பாடினவர், சொக்கநாதக் கவிராயர் காலத்தவரான சுப்பிரதீபக் கவிராயர் அவர்கள்.6

தேவைரகு நாதன்மெச்சுந் தெய்வகன்னி மீதினிலே
கோவையென்று பில்லிவைத்துக் கொன்றாயே - பாவியுன்றன்
இட்டடைச்சொல் லார்பொறுப்பார் ஏண்டா மடயபல
பட்டடைச்சொக் காமுழுவம் பா

என்னும் இச்செய்யுளைக் காட்டி, இந்தக் கோவை தெய்வ கன்னி என்பவர் மீது பாடப்பட்டதென்பர். இவ்வெண்பாவைப் பாடியவரும் சுப்பிரதீபக் கவிரா-யர் என்பர். விஞ்சைக் கோவை அரங்கேற்றிய எட்டாம் நாளில் தெய்வ-கன்னி இறந்தார் என்று கூறுகிறார்கள். விஞ்சை என்பது இராம நாதபுரத்து நெட்டூர் என்பர்.

இந்தக் கோவை சேதுபதி அரசர்மீது பாடப்பட்டதா, அவர் அமைச்சர் தெய்வகன்னிமீது பாடப்பட்டதா என்பது தெரியவில்லை. நூலும் இறந்துபோ-யிற்று. இது கி.பி. 18ஆம் நூற்றாண்டில் இயற்றப்பட்டது.

அடிக்குறிப்புகள்

1. இச்செய்யுள் நம்பி அகப்பொருள் உரையிலும் மேற்கோள் காட்டப்பட்-டுள்ளது.
2. மூன்றாவது அடியில் சில எழுத்துக்கள் மறைந்துவிட்டன.
3. திருத்தொண்டர் திருவந்தாதி.
4. இந்தச் செய்யுளை இளம்பூரண அடிகள் (தொல். பொருள். அகத்திணை.

51 ஆம் சூத்திரம்) தமது உரையில் பாடபேதத்துடன் மேற்கோள் காட்டுகிறார். அவர் காட்டும் பாடம் இது:

"உரைத்திசிற் றோழியது புரைத்தோ வன்றே
துருக்கங் கமழு மென்றோள்
துறப்ப வென்றி யிரீ இயரென் னுயிரே.

இது துருக்கம் என உவமை கூறுதலாற் குறிஞ்சி யாயிற்று."

5. இச்செய்யுள் 'தமிழ்நெறி விளக்கத்' திலும் மேற்கோள் காட்டப்படுகிறது.
6. செந்தமிழ், மூன்றாந் தொகுதி

இசைத்தமிழ் நூல்கள்

1. இசைத்தமிழ்ச் செய்யுட்டுறைக் கோவை

இப்பெயருள்ள ஒரு நூல் இருந்தது என்பது, குணசாகரரின் யாப்பருங்கலக் காரிகை உரைப் பாயிரத்தினால் தெரிகிறது. என்னை?

"அற்றேல் இந்நூல் என்ன பெயர்த்தோ எனின், ... இசைத் தமிழ்ச் செய்யுட்டுறைக் கோவையே போலவும், அருமறை யகத்து அட்டக ஓத்தின் வருக்கக் கோவையே போலவும், உருபாவதாரத்திற்கு நீதகச் சுலோகமே போலவும் முதல்நினைப்பு உணர்த்திய இலக்கியத்த தாய்ச் ... ... செய்யப்பட்டமையான் யாப்பருங்கலக் காரிகை என்னும் பெயர்த்து." என்று அவர் கூறுவது காண்க.

இதனால், இசைத்தமிழ்ச் செய்யுட்டுறைக் கோவை என்னும் நூல், இசைத் தமிழ்ச் செய்யுளிலக்கணத்தைக் கூறுகிறது என்பதும், இந்நூலில் பாட்டுகளின் முதல் நினைப்பை உணர்த்தும் செய்யுள்களும் இருந்தன என்பதும் தெரிகின்றன. இந்நூலைப் பற்றிய வேறு செய்திகள் தெரியவில்லை.

2. இசைநுணுக்கம்

இந்நூலை இயற்றியவர் சிகண்டி என்னும் முனிவர். அநாகுலன் என்னும் பாண்டியனுக்கும் திலோத்தமை என்னும் தெய்வ மகளுக்கும் பிறந்த சாரகுமாரன் என்பவன் இசைநூல் அறிவதற்காக இவரால் இந்நூல் இயற்றப்பட்டது. இதனைச், சிலப்பதிகாரம், உரைப்பாயிரத்தில், அடியார்க்கு நல்லார் கூறுவதிலிருந்து அறியலாம்:

"இனித் தேவவிருடியாகிய குறுமுனிபாற் கேட்ட மாணாக்கர் பன்னிருவருட் சிகண்டி என்னும் அருந்தவ முனி, இடைச்சங்கத்து அநாகுலன் என்னும் தெய்வப் பாண்டியன் தேரேறி விசும்பு செல்வோன் திலோத்தமை என்னும் தெய்வ மகளைக் கண்டு தேரிற் கூடினவிடத்துச் சனித்தானைத் தேவரும் முனிவரும் சரியா நிற்கத் தோன்றினமையிற் சாரகுமாரனென அப்பெயர் பெற்ற குமாரன் இசையறிதற்குச் செய்த இசைநுணுக்கம்" என்று அவர் எழுதுவது காண்க.

"அவர்க்கு (இடைச்சங்கத்தார்க்கு) நூல் அகத்தியமும், தொல்காப்பியமும், மாபுராணமும், இசை நுணுக்கமும், பூத புராணமும் என இவை என்ப" என்பது இறையனார் அகப்பொருள் உரைப் பாயிரம்.

இந்நூலினின்று கீழ்க்காணும் செய்யுள்களை அடியார்க்கு நல்லார் தமது உரையில் மேற்கோள் காட்டுகிறார் :

"வேங்கடங் குமரி தீம்புனற் பெளவமென்
றிந்நான் கெல்லை தமிழது வழக்கே"
என்றார் சிகண்டியாருமாகலின்."

(சிலம்பு. வேனிற்காதை-வரி.1 உரை. மேற்கோள்.)
"இடைபிங் கலையிரண்டு மேறும் பிராணன்
புடைநின் றபானன்மலம் போக்கும் - தடையின்றி
யுண்டனகீ ழாக்கு முதானன் சமானனெங்குங்
கொண்டறியு மாறிரதக் கூறு.1 எனவும்,

கூர்ம னிமைப்புவிழி கோணாகன் விக்கலாம்
பேர்வில் வியானன் பெரிதியக்கும் - போர்மலியுங்
கோபங் கிருகரனாங் கோப்பி னுடம்பெரிப்பத்
தேவதத்த னாகுமென்று தேர்.2 எனவும்,

ஒழிந்த தனஞ்சயன்பே ரோதி லுயிர்போய்க்
கழிந்தாலும் பின்னுடலைக் கட்டி - யழிந்தழிய
முந்நா ளுதிப்பித்து முன்னியவான் மாவின்றிப்
பின்னா வெடித்துவிடும் பேர்ந்து3
எனவும் இசைநுணுக்கமுடைய சிகண்டியாரும் கூறினாராகலின்."

(சிலம்பு. அரங்கேற்று காதை, 26ஆம் அடி, உரை, மேற்கோள்)

"அன்றி இசைப்பா, இசையளவுபா வென்னும் இரு பகுதியுள் இது இசைப்பாவின் பகுதியென்ப. அது பத்து வகைப்படும்: செந்துறை, வெண்டுறை, பெருந்தேவபாணி, சிறுதேவபாணி, முத்தகம், பெரு வண்ணம், ஆற்றுவரி, கானல்வரி, விரிமுரண், தலைபோகு மண்டில மென. என்னை?

செந்துறை வெண்டுறை தேவபா ணிய்யிரண்டும்
வந்தன முத்தகமே வண்ணமே - கந்தருவத்
தாற்றுவரி கானல் வரிமுரண் மண்டிலமாத்
தோற்று மிசையிசைப்பாச் சுட்டு"
என்றார் இசைநுணுக்கமுடைய சிகண்டியாரென்க."

(சிலம்பு. கடலாடு காதை, 35ஆம் அடி, உரை. மேற்கோள்)

சிகண்டி என்பவரைப் பற்றிப் பௌத்த சமய நூல்களில் ஒரு செய்தி காணப்படுகிறது. சக்கன் (இந்திரன்) உடைய தேர்ப்பாகனான மாதவியின் மகன் சிகண்டி என்பவன். இந்தச் சிகண்டியின் மீது, திம்பரு (தும்புரு?) என்னும் கந்தருவனுடைய மகளான பத்தா சூரிய வச்சசா என்னும் மங்கை காதல் கொண்டிருந்தாள்.

பஞ்சசிகா என்னும் கந்தருவன் பதினாறு வயதுடைய இளைஞன்; அழகன்; இசைக்கலையில் தேர்ந்தவன். சக்கனுடைய (இந்திரனுடைய) இசைப்புலவனாக இருந்தவன். பஞ்சசிகா பத்தவச்சசாலின்மேல் காதல்கொண்டு அக்காதலைப் பற்றி இசைப்பாட்டு ஒன்றை இயற்றினான். அவன் அப்பாடலை அவளிடம் பாடினான். அதனைக் கேட்ட அவள், அதில் புத்தர் பிறந்த சாக்கிய குலத்தின் சிறப்புக் கூறப்பட்டிருந்தபடியால், தான் காதலித்திருந்த சிகண்டியை மணஞ்செய்துகொள்ளாமல், பஞ்சசிகாவை மணஞ்செய்து கொண்டாள்.

இந்தக் கதையில் கூறப்பட்ட சிகண்டியும் இசைநுணுக்கம் செய்த சிகண்டியும் ஒருவரா, அல்லது வெவ்வேறு ஆண்களா என்பது ஆராய்ச்சிக்குரியது.

3. இந்திர காளியம்

அடியார்க்கு நல்லார், சிலப்பதிகார உரைச்சிறப்புப் பாயிரத்தில், 'இந்திர காளியம்' என்னும் நூலைக் குறிப்பிடுகிறார். "பாரசவ முனிவரில் யாமளேந்திரர் செய்த இந்திர காளியம்" என்று அவர் கூறுகிறார். எனவே, இந்நூலாசிரியர் பாரசவ இனத்தைச் சேர்ந்தவர் என்றும், யாமளேந்திரர் என்பது அவர் பெயர் என்றும் கருதலாம். இது இசைத் தமிழ் நூல்.

பாரசவன் என்பது கொற்றவை (துர்க்கையைப் பூசை செய்கிறவர்களுக்குப் பெயர். என்னை? "தேவிக்குத் திருவுடையாக உபாசக் பாரசவன் சார்த்துவன கௌசிகப் பட்டாடைகளேயோ?... ... ... அன்றியும், தேவியைப் பூசிக்கும் பாரசவன் அமுது செய்விப்பன அறுசுவையடி சிலேயோ" எனவரும் தக்கயாகப் பரணி (தேவியைப் பாடியது - 15) உரையைக் காண்க.

இனி, யாமளேந்திரர் என்னும் பெயரும் இவருடைய இயற்பெயர் அன்று; சிறப்புப் பெயர் ஆகும். என்னை? தேவியைப்பற்றிக் கூறும் நூல்களுக்கு யாமள நூல் என்பது பெயர். இதனை, தக்கயாகப் பரணி (கோயிலைப் பாடியது - 1) உரையினால் அறியலாம். "யாமள சாத்திரத்தினாற் சொல்லப்படுகின்ற ஈசுவரியின் பதினெண் கணநாதராலும் விரும்பப்படுகின்ற கோயில்" என்று அவ்வுரை கூறுவதி லிருந்து அறியலாம்.

எனவே, இந்திரகாளியம் என்னும் இசைத்தமிழ் நூலை இயற்றிய பாரசவ முனிவராகிய யாமளேந்திரர் என்பவர் தேவியைப் பூசை செய்யும் குடும்பத்தைச் சேர்ந்தவர் என்பதும் தெரிகின்றது.

இந்திரகாளியம், சிலப்பதிகார உரை எழுத அடியார்க்கு நல்லார்க்கு உதவியாயிருந்தது என்பதைத் தவிர அதைப் பற்றி வேறு செய்திகள் தெரியவில்லை.

4. குலோத்துங்கன் இசைநூல்

குலோத்துங்க சோழன், சோழ அரசர்களில் பேர்பெற்றவன். இவனுக்கு விசயதரன், செயங்கொண்டான் என்னும் சிறப்புப் பெயர்களும் உண்டு. கலிங்கப் போரை வென்றவன் இவனே. அதனால், கலிங்கத்துப் பரணி என்னும் நூலைச் செயங்கொண்டார் என்னும் புலவரால் பாடப் பெற்றவன். இவன் இசைக் கலையில் வல்லவன் என்றும், இசைத்தமிழ் நூல் ஒன்றை இயற்றினான் என்றும் கலிங்கத்துப்பரணி கூறுகிறது.

வாழி சோழகுல சேகரன் வகுத்த விசையின்
மதுர வாரியென லாகுமிசை மாத ரிதெனா
வேழு பாருலகொ டேழிசை வளர்க்க வுரியான்
யானை மீதுபிரி யாதுட னிருந்து வரவே.
(கலிங்கத்துப் பரணி, அவதாரம், 54 ஆம் தாழிசை).

தாள முஞ்செல வும்பிழை யாவகை
தான்வ குத்தன தன்னெதிர் பாடியே
காள முங்களி றும்பெறும் பாணர்தங்
கல்வி யிற்பிழை கண்டனன் கேட்கவே.
(மேற்படி, காளிக்குக் கூளி கூறியது. 13ஆம் தாழிசை)

இதனால், இவன் இசைக்கலையை நன்கறிந்தவன் என்பதும், இசைக் கலையில் வல்லவரான பாணர்களின் இசையிலும் இவன் பிழை கண்டவன் என்பதும், இசை நூல் ஒன்றை இவன் வகுத்தான் (இயற்றினான்) என்பதும், இவன் வகுத்த இசைநூல் முறைப்படி இசை பாடி, இவனிடம் பாணர்கள் பரிசு பெற்றார்கள் என்பதும் அறியப்படுகின்றன.

இவ்வரசன் இயற்றிய இசைநூலின் பெயர் தெரிய வில்லை. அந்நூலைப்பற்றிய வேறு செய்திகளும் தெரியவில்லை.

5. சிற்றிசை, 5 A பேரிசை

இப்பெயருள்ள இரண்டு நூல்களின் பெயரை இறையனார் அகப்பொருள் உரையாசிரியர் குறிப்பிடுகிறார்: "அவர்களால் (கடைச் சங்கத்தாரால்) பாடப்பட்டன நெடுந்தொகை நானூறும் குறுந்தொகை நானூறும் நற்றிணை நானூறும் புறநானூறும் ஐங்குறு நூறும் பதிற்றுப்பத்தும் நூற்றைம்பது கலியும் எழுபது பரிபாடலும் கூத்தும் வரியும் சிற்றிசையும் பேரிசையும் என்று இத் தொடக்கத்தன" என்பது இறையனார் அகப்பொருள் உரைப்பாயிரம்.

இதில் கூறப்பட்ட நெடுந்தொகை (அகநானூறு), குறுந்தொகை, நற்றிணை, ஐங்குறுநூறு, கலித்தொகை என்னும் நூல்கள் இப்போதும் உள்ளன.

புறநானூற்றில் சில பாடல்கள் தவிர மற்றப் பாடல்கள் கிடைத்துள்ளன. பதிற்றுப்பத்தில் முதல்பத்தும் கடைசிப்பத்தும் தவிர, ஏனைய எட்டுப் பத்துகளும் கிடைத்துள்ளன. பரிபாடலில் சில பாடல்கள் மட்டும் கிடைத் துள்ளன. சிற்றிசை, பேரிசை என்னும் நூல்கள் கிடைக்கவில்லை.

சிற்றிசை பேரிசை என்பன இசைத்தமிழ் நூல்கள் என்பது இவற்றின் பெயரினால் தெரிகிறது.

தொல், பொருள், செய்யுளியல், 158 ஆம் சூத்திர உரையில், பேராசிரியர், "கந்தருவ மார்க்கத்து (இசைத் தமிழ்) வரியும் சிற்றிசையும் பேரிசையும் முதலாயின போலச் செந்துறைப் பகுதிக்கே உரியவாகி வருவனவும் கூத்தநூலுள் வெண்டுறையும் அராகத்திற்கேயுரியவாகி வருவனவும் ஈண்டுக் கூறிய செய்யுள் போல வேறு பாடப்பெறும் வழக்கின என்பது கருத்து" என்று எழுதுகிறார்.

தொல். பொருள். செய்யுளியல், 172ஆம் சூத்திர உரையில், இளம் பூரணர், "பண்ணைத் தோற்றுவித்தலாற் பண்ணத்தி என்றார். அவை யாவன, சிற்றிசையும் பேரிசையு முதலாக இசைத்தமிழில் ஓதப்படுவன" என்று எழுதுகிறார்.

இவர்கள் கூறுகிற சிற்றிசை, பேரிசை, வரி என்பன இசையின் பகுதிகள். இவை சிற்றிசை பேரிசை என்னும் நூலின் பெயர்களைக் குறிப்பன அல்ல. ஆனால், மேலே இறையனார் அகப்பொருள் உரைப் பாயிரத்தில் குறிப்பிடப்பட்ட சிற்றிசை பேரிசை என்பன இசையைப் பற்றிய நூல்கள் என்பது ஐயமற விளங்குகிறது.

இவ்வாறே, கூத்து, வரி என்று இறையனார் அகப்பொருள் உரைப்பாயிரம் குறிப்பது, நாடகத்தையும் வரிக் கூத்தையும் குறிக்கிற இரண்டு நூல்கள் என்பது தெரிகின்றது.

6. பஞ்ச பாரதீயம்

இப்பெயருடைய நூல் ஒன்று இருந்தது என்பது, சிலப்பதிகாரத்திற்கு அடியார்க்குநல்லார் எழுதிய உரையினால் தெரிகிறது. இந்நூலை இயற்றியவர் நாரதன் என்பவர். இந்த நூல் அடியார்க்குநல்லார் காலத்திலேயே மறைந்து விட்டது. இந்நூலிலிருந்து ஒரே ஒரு செய்யுளே அடியார்க்கு நல்லார் மேற்கோள் காட்டியிருக்கிறார்.

அடியார்க்குநல்லார், சிலப்பதிகார உரைப்பாயிரத்தில் இந் நூலைப் பற்றி எழுதுவது:

"இனி, இசைத்தமிழ் நூலாகிய பெருநாரை பெருங்குருகும் பிறவும் தேவவிருடி நாரதன் செய்த பஞ்ச பாரதீயம் முதலாவுள்ள தொன்னூல்களு மிறந்தன."

சிலப்பதிகாரம், வேனிற்காதை, 'செம்பகை யார்ப்பே கூட மதிர்வே. வெம்பகை நீக்கும் விரகுளி யறிந்து" என்னுய் அடிகளுக்கு உரைகூறிய அடி-

யார்க்குநல்லார், இந்நூலிலிருந்து கீழ்க்காணும் செய்யுளை மேற்கோள் காட்டுகிறார்:

இன்னிசை வழிய தன்றி யிசைத்தல்செம் பகைய தாகுஞ்
சொன்னமாத் திரையினோங்க விசைத்திடுஞ் சுருதியார்ப்பே
மன்னிய விசைவ ராது மழுங்குதல் கூட மாகு
நன்னுதால் சிதற வுந்த லதிர்வென நாட்டி னாரே.

7. பஞ்சமரபு

இதோர் இசைத்தமிழ் நூல். அறிவனார் என்பவர் இந் நூலாசிரியர். "அறிவனார் செய்த பஞ்சமரபு" என்று அடியார்க்குநல்லார் சிலப்பதிகார உரைச்சிறப்புப் பாயிரத்தில் கூறுகிறார். இந்நூலினின்று ஒரு சூத்திரத்தை அடியார்க்கு நல்லார் மேற்கோள் காட்டுகிறார்:

"இன்னும் சுத்தம் சாளகம் தமிழென்னும் சாதி யோசைகள் மூன்றினுடனும் கிரியைக (தாளங்கள்)ளுடனும் பொருந்தும் இசைப் பாக்கள் ஒன்பதுவகை யென்ப. அவை: சிந்து, திரிபதை, சவலை, சம்பாத விருத்தம், செந்துறை, வெண்டுறை, பெருந்தேவ பாணி, சிறுதேவ பாணி, வண்ணமென விவை. என்னை?

'செப்பரிய சிந்து திரிபதை சீர்ச்சவலை
தப்பொன்று மில்லாச் சமபாத - மெய்ப்படியுஞ்
செந்துறை வெண்டுறை தேவபாணி வண்ணமென்ப பைந்தொடியா யின்னிசையின் பா'
என்றார் பஞ்சமரபுடைய அறிவனாரென்னு மாசிரிய ரென்க"
(சிலம்பு, கடலாடுகாதை, அடியார்க்குநல்லார் உரை)

8. பதினாறு படலம்

பதினாறு படலம் என்னும் பெயருள்ள இசைத்தமிழ் நூல் ஒன்று இருந்தது என்பது, சிலப்பதிகார அரும்பத உரையாசிரியரின் உரையிலிருந்து தெரிகிறது. பதினாறு படலம் பல ஒத்துகளாகப் பிரிக்கப்பட்டிருந்தது என்பதும் தெரிகிறது.

"தெருட்ட லென்றது செப்புங் காலை
யுருட்டி வருவ தொன்றே மற்ற
வொன்றன் பாட்டு மடையொன்ற நோக்கின்
வல்லோ ராய்ந்த நூலே யாயினும்
வல்லோர் பயிற்றுங் கட்டுரை யாயினும்
பாட்டொழிந் துலகினி லொழிந்த செய்கையும்
வேட்டது கொண்டு விதியுற நாடி
என வரும். இவை இசைத்தமிழ்ப் பதினாறு படலத்துள் கரணவோத்துட்

காண்க.''
(சிலம்பு, கானல்வரி, அரும்பத உரையாசிரியர் உரை மேற்கோள்)

9. 9A. பெருநாரை, பெருங்குருகு

இவை இசைத்தமிழ் நூல்கள். இவற்றை அடியார்க்கு நல்லார் சிலப்பதிகாரப் பாயிரவுரையில் குறிப்பிடுகிறார்.

“இனி, இசைத்தமிழ் நூலாகிய பெருநாரை, பெருங்குருகும், பிறவும், தேவனிருடி நாரதன் செய்த பஞ்சபாரதீய முதலாவுள்ள தொன்னூல்களுமிறந்தன''

என்று அவர் எழுதுவது காண்க. இறையனார் அகப்பொருளுரை யாசிரியர் குறிப்பிடுகிற முதுநாரை முதுகுருகு என்னும் நூல்கள், பெருநாரை பெருங்குருகு போலும்.

“அவர்களால் (தலைச்சங்கத்தார்) பாடப்பட்டன எத்துணையோ பரிபாடலுடன் முதுநாரையும், முதுகுருகும், களரியா விரையுமென இத்தொடக்கத்தன''

என்று அவ்வுரையாசிரியர் கூறுகிறார். இந்நூல்களைப் பற்றி வேறு செய்திகள் தெரியவில்லை.

10. வாய்ப்பியம்

யாப்பருங்கல விருத்தியுரையில் வாய்ப்பியம் என்னும் நூல் கூறப்படுகிறது. இந்நூல் ஆசிரியரை வாய்ப்பியனார் என்றும், வாய்ப்பியமுடையார் என்றும் கூறுகிறார் யாப்பருங்கல விருத்தியுரைகாரர். வாய்ப்பியம், இசைத்தமிழ் இலக்கணத்தைக் கூறுகிற நூல் என்று தெரிகிறது. இந்நூலைப் பற்றிய வேறு செய்திகள் தெரியவில்லை.

“இவையெல்லா மொருபுடை யொப்பினாற் பெயர் பெற்றன எனக் கொள்க. ஒன்றுக்கொன்று சிறப்புடைமை நோக்கி வெண்பா, ஆசிரியம், கலி, வஞ்சியென விம்முறையே பாற்படுத்துவைத்தாரென்க. வெள்ளை யென்றும் பாவென்றும் நின்று வெண்பாவென்று முடிந்தது. வேதியர், அரசர், வணிகர், சூத்திரர் என்று சாதிமேற் சார்த்தி வழங்குவாருமுளர்.

‘வெண்பா முதலா நால்வகைப் பாவும்
எஞ்சா நால்வகை வருணம் போலப்
பாவினத் தியற்கையு மதனோ ரற்றே'
என்றார் வாய்ப்பியமுடையா ராகலின்.''
(யாப்பருங்கல விருத்தி, செய்யுளியல், 2)

மன்னவ னென்ப தாசிரியம்மே
வெண்பா முதலா நால்வகைப் பாவு
மெஞ்சா நாற்பால் வருணர்க் குரிய'

என்றார் வாய்ப்பியமுடையா ராகலின்.''
(யாப்பருங்கல விருத்தி, செய்யுளியல், 37)

“இனிப் பண் நான்கு வகைய, அவை பாலை யாழ், குறிஞ்சி யாழ், மருத யாழ், செவ்வழி யாழ் என்பன. என்னை?

'பாலை குறிஞ்சி மருதஞ்செவ் வழியென
நால்வகைப் பண்ணா நவின்றனர் புலவர்'

என்றார் வாய்ப்பியனார். விளரி யாழோ டைந்து மென்ப. இனிப் பண் சார்பாகத் தோன்றியன திறமாம், என்னை?

'பண்சார் வாகப் பரந்தன வெல்லாந்
திண்டிற மென்ப திறனறிந் தோரே'

என்றாராகலின், அத்திறம் இருபத்தொரு வகைய.

'அராக நேர்திற முறழம்புக் குறுங்கலி
யாசா னைந்தும் பாலையாழ்த் திறனே.'

'நைவளங் காந்தாரம் பஞ்சுரம் படுமலை
மருள்வியற் பாற்றுஞ்
செந்திற மெட்டுங் குறிஞ்சியாழ்த் திறனே.'

'நவிர்படு குறிஞ்சி,
செந்திற நான்கு மருதயாழ்த் திறனே'

'சாதாரி பியந்தை நேர்ந்த திறமே
பெயர்திறம் யாமையாழ்
சாதாரி நான்குஞ் செவ்வழியாழ்த் திறனே'

என்றார் வாய்ப்பியனார்.''

(யாப்பருங்கல விருத்தி, ஒழிபியல்)

“மதுவிரி வாகையும்,
பொதுவிறற் படலமும் புறமா கும்மே
என்றார் வாய்ப்பியனார்.''

(யாப்பருங்கல விருத்தி, ஒழிபியல்)

“எப்பொரு ளேனு மொருபொருள் விளங்கச்
செப்பி நிற்பது பெயர்ச்சொல் லாகும்.

'வழுவின் மூவகைக் காலமொடு சிவணித்
தொழில்பட வருவது தொழிற்சொல் லாகும்.'

'சுடுபொன் மருங்கிற் பற்றா சேய்ப்ப

விடைநின் றிசைப்ப திடைச் சொல்லாகும்.'

'மருவிய சொல்லொடு மருவாச் சொற்கொணர்ப்
துரிமையோ டியற்றுவ துரிச்சொல் லாகும்'

என்பது வாய்ப்பியம்.''

(யாப்பருங்கல விருத்தி, ஒழிபியல்)

'எப்பொரு ளேனு மொருபொருள் விளங்கச்
செப்பி நிற்பது பெயர்ச்சொல் லாகும்'

'வழுவின் மூவகைக் காலமொடு சிவணித்
தொழில்பட வருவது தொழிற்சொல் லாகும்'

'சுடுபொன் மருங்கிற் பற்றா சேய்ப்ப
விடைநின் றிசைப்ப திடைச் செல்லாகும்'

'மருவிய சொல்லொடு மருவாச் சொற்கொணர்ப்
துரிமையோ டியற்றுவ துரிச்சொல் லாகும்'

என்பது வாய்ப்பியம்''

(யாப்பருங்கல விருத்தியுரை, ஒழிபியல்)

"இனிச் செந்துறை மார்க்கமும் வெண்டுறை மார்க்கமும் ஆமாறு: நாற்பெரும் பண்ணும், இருபத்தொரு திறனும் ஆகிய இசையெல்லாம் செந்துறை, ஒன்பது மேற்புறமும் பதினோராடலும் என்றிவையெல்லாம் வெண்டுறையாகும் என்பது வாய்ப்பியம்.''

(யாப்பருங்கல விருத்தி, ஒழிபியல்)

நாடகத் தமிழ் நூல்கள்

----

1. அகத்தியம்

அகத்திய முனிவர் தமது பெயரால் அகத்தியம் என்னும் நூலை இயற்றினார் என்பர். அகத்தியம், இயல் இசை நாடகம் என்னும் முத்தமிழ் இலக்கணத்தைக் கூறும் நூல் என்பர்.

"நாடகத்தமிழ் நூலாகிய பரதம், அகத்திய முதலாவுள்ள தொன்னூல்களு மிறந்தன.''

என்று அடியார்க்கு நல்லார் சிலப்பதிகார உரைப் பாயிரத்தில் கூறுகிறார். அகத்தியம் அக்காலத்திலேயே மறைந்து விட்டது.

2. இராஜஇராஜேசுவர நாடகம்

இப்பெயருள்ள நாடகநூல் ஒன்று இருந்ததென்பதைக் தஞ்சைப் பெருவுடையார் கோவில் கல்வெட்டுச் சாசனத்தினால் அறிகிறோம். கி.பி. 985 முதல் 1014 வரையில் அரசாண்ட இராசராசன் என்னும் சோழ அரசனைப் பற்றிய நாடகம் இது.1

தஞ்சைப் பருவுடையார் கோவிலில் ஆண்டுதோறும் நடைபெற்ற வைகாசித் திருவிழாவில் இந்த நாடகம் நடிக்கப் பட்டது. இந்த நாடகத்தை நடித்தவர் பெயர், விசயராசேந் திர ஆசாரியன் என்னும் சிறப்புப் பெயரையுடைய சாந்திக் கூத்தன் திருவாலன் திருமுதுகுன்றன் என்பவர். இவருக்கு ஆண்டுதோறும் ஆடவல்லான் என்னும் மரக்காலினால் நூற்றிருபது கலம் நெல் அளிக்கப்பட்டது. இந்த நாடக நூலை இயற்றிய ஆசிரியரின் பெயர் தெரியவில்லை. ஆனால், இந்த நாடகத்தை நடித்த திருவாலன் திருமுதுகுன்றன் என்பவரே இதனை இயற்றியிருத்தல் கூடும். இவருக்குரிய வீரராசேந்திர ஆசாரியன் என்னும் சிறப்புப் பெயரினாலும் இது உறுதியாகிறது. பண்டைக் காலத்தில் நாடகத்தை நடிப்பவரே நாடகநூலை இயற்றும் ஆற்றலைப் பெற்றிருந்தனர்.

இந்த நாடகத்தைப் பற்றிய சாசனம் இது:

"... ... ...கோப்பரகேசரிவர்மரான உடையார் ஸ்ரீராஜராஜேஸ்வர தேவற்கு யாண்டு ஆறாவது. உடையார் ஸ்ரீ ராஜராஜேஸ்வர முடையார் கோயிலில் ராஜராஜேஸ்வர நாடகமாட நித்த நெல்லுத் தூணியாக நிவந்தஞ் செய்த நம் வாய்க் கேழ்விப்படி சாந்திக் கூத்தன் திருவாலன் திருமுதுகுன்றனான விஜயராஜேந்திர ஆசார்யனுக்கும் இவன் வர்க்கத் தார்க்கும் காணிக்கையாகக் குடத்தோமென்று ஸ்ரீ கார்யக் கண்காணி செய்வார்க்கும் கரணத்தார்களுக்கும் திருவாய்மொழிந்தருளித் திரு மந்திர வோலை உதாரவிடங்க விழுப்பரையர் எழுத்தினால் யாண்டு நாலாவது நாள் திருமுகம் பிரசாதம் செய்தருளி வந்தமையிலும் இவன் காணி அனுபவித்துவருகிற படியே ஸ்ரீ ராஜராஜேஸ்வரமுடையார் கோயிலிலே கல்வெட்டுவித்துக் குடுக்கவென்று ... ... கல் வெட்டியது."

"திருவாலன் திருமுதுகுன்றனான விஜயராஜேந்திர ஆசாரியன் உடையார் வைய்காசிப் பெரிய திருவிழாவில் ராஜராஜேஸ்வர நாடகமாட இவனுக்கும் இவன் வர்க்கத்தார்க்கும் காணியாகப் பங்கு ஒன்றுக்கும் ராஜராஜேஸ்வரியோடொக்கும் ஆடவலா னென்னும் மரக்காலால் நித்த நெல்லுத் தூணியாக நூற்றிருபதின் கல நெல்லும் ஆட்டாண்டு தோறும் தேவர் பண்டாரத்தேய் பெறச் சந்திராதித்தவற் கல் வெட்டித்து ... ..."2

இராஜராஜ நாடகம் தொன்றுதொட்டுத் தொடர்ந்து நடிக்கப்பட்ட தென்பதும், பிற்காலத்தில் தஞ்சாவூரை மராட்டியர் ஆண்ட காலத்தில் இந்நாடகம்

நிறுத்தப்பட்டு இதற்குப் பதிலாக சரபோஜி நாடகம் என்னும் ஒரு நாடகம் நடிக்கப்பட்டதென்பதும் தெரிகின்றன.

3. காரைக் குறவஞ்சி - இந்நூலை இயற்றியவர், யாழ்ப்பாணத்துக் காரைத் தீவில் இருந்த சுப்பையர் என்பவர். இவர் கி.பி. 1795இல் இருந்தவர் என்பர். இவர் தமிழ், தெலுங்கு வடமொழிகளைக் கற்றவர். இவர் இயற்றிய காரைக் குறவஞ்சி மறைந்து போயிற்று.

4. குணநூல்

இது ஒரு நாடகத்தமிழ் நூல். இதனை, அடியார்க்கு நல்லார் சிலப்பதிகார உரையில் குறிப்பிடுகிறார்.

"பின்னும் முறுவல், சயந்தம், குணநூல், செயிற்றிய மென்பன வற்றுள்ளும் ஒருசார் சூத்திரங்கள் நடக்கின்ற அத்துணை யல்லது முதல் நடு இறுதி காணாமையின், அவையும் இறந்தன போலும்" என்று சிலப்பதிகார உரைப்பாயிரத்தில் எழுதுகிறார்.

சிலப்பதிகார அரங்கேற்றுக் காதையின் 12ஆம் வரி, "இருவகைக் கூத்து" என்பதன் உரையில்.

"குணத்தின் வழியதகக் கூத்தெனப் படுமே"

என்னும் குணநூற் சூத்திரம் ஒன்றை மேற்கோள் காட்டுகிறார். குணநூல் ஆசிரியரின் பெயர் முதலியன தெரியவில்லை. அடியார்க்கு நல்லார் காலத்தில் சிதைந்துபோன இந்நூல் இக்காலத்தில் அடியோடு மறைந்து விட்டது.

5. குருக்ஷேத்திர நாடகம் - யாழ்ப்பாணத்துக் காரைத்தீவில் இருந்த முருகேசையர் (கி.பி. 1774-1830) என்பவர் இந்நூலை இயற்றினார். இவர் தமிழ் வடமொழி இரண்டிலும் வல்லவர். இவர் இயற்றிய குருக்ஷேத்திர நாடகம் மறைந்து விட்டது.

6. கூத்தநூல்

இது கூத்துப் பற்றிய நாடகநூல். இந்நூலை அடியார்க்கு நல்லார் சிலப்பதிகார உரையில் குறிப்பிடுகிறார்:

"கூலம் எண்வகைத்து, அவை: நெல்லு, புல்லு, வரகு, தினை, சாமை, இறுங்கு, தோரை, இராகி: பதினெண் வகைத் தென்பர் கூத்தநூலார்.

(சிலம்பு., பதிகம், உரை)

"எண்வகைக் கூலமாவன. "நெல்லுப் புல்லு வரகுதினை சாமை இறுங்கு தோரையொடு, கழைவிளை நெல்லே' எனவிவை. இனிக் கூலம் பதினெண் வகைத் தென்பர் கூத்தநூலாசிரியர்."

(சிலம்பு., இந்திர விழா, வரி 23 உரை)

இந்நூலைப் பற்றி வேறொன்றும் தெரியவில்லை. கூத்த நூலும் மதிவாணனார் நாடகத் தமிழ்நூலும் ஒரு நூல் என்று சிலர் கருதுகின்றனர்.

7. சந்தம்

இது கூத்து சம்பந்தமான ஒரு நாடகத்தமிழ் நூல். இந்த நூலை யாப்பருங்கல உரையாசிரியர் தமது உரையில் குறிப்பிடுகிறார். யாப்பருங்கலம், ஒழிபியலில், உரையாசிரியர் இந்நூலை இவ்வாறு குறிப்பிடுகிறார்:

"வெண்டுறை வெண்டுறைப் பாட்டாவன; பதினோராடற்கும் ஏற்ற பாட்டு. அவை அல்லியம் முதலியவும் பாடல்களாக ஆடுவாரையும், பாடல்களையும், கருவியையும் உந்து இசைப்பாட்டாய் வருவன ... ...

இனி இவற்றினுறுப்பு ஐம்பத்து மூன்றாவன: அல்லிய உறுப்பு 6, கொடுகொட்டி யுறுப்பு 4, குடையுறுப்பு 4, குடத்தினுறுப்பு 5, பாண்டரங்க உறுப்பு 6, மல்லாடலுறுப்பு 5, துடியாடலுறுப்பு 6, கடையத்துறுப்பு 6, பேட்டின் உறுப்பு 4, மரக்காலாடல் உறுப்பு 4, பாவையுறுப்பு 3 எனவிவை. இவற்றின் தன்மை செயிற்றியமும், சந்தமும், பொய்கையார் நூலும் முதலியவற்றுட் காண்க. ஈண்டுரைப்பிற் பெருகும்."

இதனால், சந்தம் என்னும் இந்நூல், பதினோராடற்கும் ஏற்ற பாட்டுகளின் இலக்கணங்களைக் கூறும் நூல் என்பது தெரிகிறது.

பதினாறு வகையான ஆடல்களைப் பற்றிச் சிலப்பதிகாரத்திலும், அதன் உரையிலும் கண்டுகொள்க.

இந்நூலைப் பற்றி வேறு செய்திகள் தெரியவில்லை.

8. சயந்தம்

இதுவும் ஒரு நாடகத் தமிழ் நூல். இந்நூலைப் பற்றி அடியார்க்கு நல்லார் சிலப்பதிகார உரைப்பாயிரத்தில் பின்வருமாறு கூறுகிறார்:

"நாடகத்தமிழ் நூலாகிய பரதம் அகத்தியம் முதலாகவுள்ள தொன்னூல்களுமிறந்தன. பின்னும் முறுவல் சயந்தம், குணநூல், செயிற்றிய மென்பனவற்றுள்ளும் ஒருசார் சூத்திரங்கள் நடக்கின்ற அத்துணை யல்லது முதல் நடு இறுதி காணாமையின், அவையும் இறந்தன போலும்."

இவ்வாறு எழுதிய அடியார்க்குநல்லார், சிலப்பதிகாரம், அரங்கேற்று காதை, 12ஆம் அடி "இருவகைக் கூத்து" என்பதன் உரையில் சயந்த நூலிலிருந்து ஒரு சூத்திரத்தை மேற்கோள் காட்டியுள்ளார்:

"அகத்தெழு சுவையா னகமெனப் படுமே
என்றார் சயந்துநூ லுடையாருமெனக் கொள்க"

என்று அவர் எழுதுகிறார்.

அடியார்க்கு நல்லார் காலத்திலேயே சிதைந்துபோன இந்நூல் இப்போது முழுவதும் மறைந்துவிட்டது.

9. செயன்முறை

செயன்முறை என்பது நாடகத்தமிழ் இலக்கண நூல் எனத் தெரிகிறது. இந்நூலை யாப்பருங்கல விருத்தியுரைகாரர் தமது உரையில் குறிப்பிடுகிறார்.

"கலியுறுப்புக்கு அளவை செயன்முறையுள்ளும், செயிற்றியத் துள்ளுங் கண்டுகொள்க. அவை யீண்டுரைப்பிற் பெருகும்."

என்று மேற்படி உரையாசிரியர் (யாப்பருங்கலம், செய்யுளியல் 29ஆம் சூத்திர உரை) எழுதுகிறார். செயன்முறை என்னும் இந்நூலைச் செயிற்றியம் என்னும் நாடகத்தமிழ் இலக்கண நூலுடன் சேர்த்து உரையாசிரியர் குறிப்பிடு-கிறபடியினாலும், செயன்முறை என்னும் பெயரினாலும் இந்நூல் நாடகத்தமிழ் இலக்கண நூல் என்பது நன்கு தெரிகிறது.

இந்நூலைப் பற்றியும், இந்நூலாசிரியரைப் பற்றியும் வேறு செய்தி ஒன்றும் தெரியவில்லை.

10. செயிற்றியம்

செயிற்றியம், என்னும் நாடகத்தமிழ் இலக்கண நூல் ஒன்று இருந்தது என்பது சிலப்பதிகார உரையாசிரியர் அடியார்க்கு நல்லாரும், அரும்பத உரையாசிரியரும், இளம் பூரண அடிகளும், பேராசிரியரும், யாப்பருங்கல-விருத்தி யுரைகாரரும் ஆகிய உரையாசிரியர்களின் உரைகளினால் தெரிகி-றது. செயிற்றியனார் என்பவர் செய்த நூல் ஆகலின் இதற்குச் செயிற்றியம் என்னும் பெயர் வாய்த்தது. இந்நூல், அடியார்க்கு நல்லார் காலத்திலேயே மறைந்துவிட்டது. என்னை?

“நாடகத்தமிழ் நூலாகிய பரதம், அகத்திய முதலாகவுள்ள தொன்னூல்களு மிறந்தன, பின்னும் முறுவல் சயந்தம், குணநூல், செயிற்றியம் என்பனவற்-றுள்ளும் ஒருசார் சூத்திரங்கள் நடக்கின்ற அத்துணை யல்லது முதல் நடு இறுதி காணாமையின் அவையும் இறந்தனபோலும்”

என்று சிலப்பதிகார உரைப் பாயிரத்தில் அவர் கூறுவது காண்க.

செயிற்றியத்தைப் பற்றிப் பேராசிரியர் கூறுவதாவது:

“இங்ஙனம் அடங்குமென்பது நாடக நூலுள்ளுஞ் சொல்லுப வோவெனின், சொல்லுபவாகலி னன்றே அதன் வழிநூல் செய்த செயிற்றியனார் சுவையு-ணர்வும் பொருளும் ஒன்றாக வடக்கிச் சுவையுங் குறிப்புஞ்சத்துவமு மென மூன்றாக்கி வேறுவேறிலக்கணங் கூறிஅவற்றை,

‘எண்ணிய மூன்று மொருங்கு பெறுமென
நுண்ணிதி னுணர்ந்தோர் நுவன்றன ரென்ப’

என்றோதினா ராயிற்றென்பது.”

(தொல். பொருள். மெய்ப்பாட்டியல், 2ஆம் சூத்திர உரை)

யாப்பருங்கல விருத்தியுரைகாரர் இந்நூலைப் பற்றிக் கூறுவது:

“கலியுறுப்புக்கு அளவை செயன்முறையுள்ளும், செயிற்றியத் துள்ளும், அகத்தியத்துள்ளும் கண்டுகொள்க, அவை யீண்டுரைப்பிற் பெருகும்.”

(யாப்பருங்கலம், செய்யுளியல், 29ஆம் உரை)

“மற்றையன விவ்வாறு செயிற்றியத்துள்ளும் அகத்தியத்துள்ளும் ஓதிய விலக்கணந் தழுவிக் கிடந்தனவில்லை யென்பது.”

(யாப்பருங்கலம், செய்யுளியல், 31 ஆம் உரை)

"வெண்டுறை வெண்டுறைப் பாட்டாவன: பதினோராடற்கு மேற்ற பாட்டு. அவை அல்லிய முதலியனவும், பாடல்களாக ஆடுவாரையும், பாடல்களையும், கருவியையும் உந்து இசைப் பாட்டாய் வருவன ... .. இனி, இவற்றினுறுப்பு ஐம்பத்து மூன்றாவன: அல்லிய உறுப்பு 6, கொட்டியுறுப்பு 4, துடையுறுப்பு 4, குடத்தினுறுப்பு 5, பாண்டரங்கு உறுப்பு 6 மல்லாடலுறுப்பு 5, துடியாடலுறுப்பு 6, கடையத்துறுப்பு 6, பேட்டின் உறுப்பு 4, மரக்காலாடல் உறுப்பு 4, பாவையுறுப்பு 3, எனவிவை, இவற்றின் றன்மை செயிற்றியமும், சந்தமும், பொய்கை யார் நூலும் முதலியவற்றுட் காண்க."

(யாப்பருங்கலம், ஒழிபியல், "மாலை மாற்றே" என்னும் சூத்திர உரை)

அடியார்க்கு நல்லார் தாம் எழுதிய சிலப்பதிகார உரையில், செயிற்றிய நூலிலிருந்து சில சூத்திரங்களை மேற்கோள் காட்டுகிறார். அவை வருமாறு:

'அறமுத னான்கு மொன்பான் சுவையு
முறைமுன் நாடக முன்னோ னாகும்'1

எனவும்,

'அறம்பொரு ளின்ப மரசர் சாதி'2

எனவும்,

'அறம்பொருள் வாணிகர் சாதியென் றறைப்'3

எனவும்,

"அறமேற் சூத்திர ரங்க மாகும்4

எனவும் சொன்னார் செயிற்றியனார்."

(சிலம்பு., அரங்கேற்று காதை. 13ஆம் அடி,
அடியார்க்கு நல்லார் உரை மேற்கோள்)

அக்கோ லேழகன் றெட்டு நீண்டு
மொப்பா லுயர்வு மொருகோ லாகு
நற்கோல் வேந்த னயங்குறு வாயின்
முக்கோ றானு முயரவு முரித்தே5
என்றார் செயிற்றியனார்."

(சிலம்பு., அரங்கேற்று காதை. 101ஆம் அடி,
அடியார்க்கு நல்லார் உரை மேற்கோள்)

"பிணியுங் கோளு நீங்கிய நாளா
லணியுங் கவினு மாசற வியற்றித்
தீதுதீர் மரபிற் றீர்த்த நீரான்
மாசது தீர மண்ணுநீ ராட்டித்
தொடலையு மாலையும் படலையுஞ் சூட்டிப்

பிண்டமுண்ணும் பெருங்களிற்றுத் தடக்கைமிசைக்
கொண்டு சென்றுநீஇக் கொடியெடுத் தார்த்து
முரசு முருடு முன்முன் முழங்க
வரசு முதலான வைம்பெருங் குழுவுந்
தேர்வலஞ் செய்து கவிகைக் கொடுப்ப
வூர்வலஞ் செய்து புகுந்த பின்றைத்
தலைக்கோல் கோட றக்க தென்ப
என்றார் செயிற்றியனார்.'' இந்தச் சூத்திரத்தை அரும் பொருள் உரை யாசிரியரும் மேற்கோள் காட்டுகிறார்.

(சிலம்பு, அரங்கேற்று காதை, தலைக்கோலமைதி,
அடியார்க்கு நல்லார் உரை மேற்கோள்)

இளம்பூரண அடிகள் தாம் எழுதிய தொல்காப்பியம், மெய்ப்பாட்டியல் முதல் சூத்திர உரையில் செயிற்றிய நூலிலிருந்து கீழ்க் காணும் சூத்திரங்களை மேற்கோள் காட்டுகிறார்:

"மத்திம மென்பது மாசறத் தெரியிற்
சொல்லப் பட்ட வெல்லாச் சுவையொடு
புல்லா தாகிய பொலிவிற் றென்ப.1

நயனுடை மரபி னிதன்பய மியாதெனிற்
சேர்த்தி யோர்க்குஞ் சார்ந்துபடு வோர்க்கு
மொப்ப நிற்கு நிலையிற் றென்ப.2

உய்ப்போ னிதனை யாரெனின் மிக்கது
பயக்குந் தாபதர் சாரணர் சமணர்
கயக்கறு முனிவ ரறிவரொடு பிறருங்
காமம் வெகுளி மயக்க நீங்கிய
வாய்மை யாளர் வகுத்தனர் பிறரு
மச்சுவை யெட்டு மவர்க்கில வாதலி
னச்சுவை யொருதலை யாதலி னதனை
மெய்த்தலைப் படுக்கவிதன் மிகவறிந் தோரே.'3

என்பது செயிற்றியச் சூத்திரம்.''

"இருவகை நிலத்தி னியல்லது சுவையே என்றும்,
நின்ற சுவையே... ... ...
ஒன்றிய நிகழ்ச்சி சத்துவ மென்ப4 என்றும்,

சத்துவ மென்பது சாற்றுங் காலை
மெய்ம்மயிர் குளிர்த்தல் கண்ணீர் வார்த
னடுக்கங் கடுத்தல் வியர்த்த றேற்றங்
கொடுங்குரற் சிதைவொடு நிரல்பட வந்த
பத்தென மொழிய சத்துவந் தானே5
என்றும் சார்பொருள் உரைப்ப.''

(தொல்., பொருள்., மெய்ப்பாட்டியல்,
1ஆம் சூத்திரம், இளம்பூராண அடிகள் உரை மேற்கோள்)

(மெய்ப்பாடு)

"உய்ப்போன் செய்தது காண்போர்க் கெய்துதன்
மெய்ப்பா டென்ப மெய்யுணர்ந் தோரே.6

(தொல்., பொருள்., மெய்ப்பாட்டியல், 3ஆம் சூத்திரம்,
இளம்பூரண அடிகள் உரை மேற்கோள்)

நகையெனப் படுதல் வகையா தெனினே
நகையெனச் செய்வோன் செய்வகை நோக்கு
நகையொடு நல்லவை நனிமகிழ் வதுவே.''7

(நகைச்சுவை)

"உடனிவை தோன்று மிடமியா தெனினே
முடவர் செல்லுஞ் செலவின் கண்ணு
மடவோர் சொல்லுஞ் சொல்லின் கண்ணுங்
கவற்சி பெரிதுற் றுரைப்போர்க் கண்ணும்
பிதற்றிக் கூறும் பித்தர் கண்ணுஞ்
சுற்றத் தோரை யிகழ்ச்சிக் கண்ணு
மற்று மொருவர்கட் பட்டோர் கண்ணுங்
குழவி கூறு மழலைக் கண்ணு
மெலியோன் கூறும் வலியின் கண்ணும்
வலியோன் கூறும் மெலிவின் கண்ணும்
ஒல்லார் மதிக்கும் வனப்பின் கண்ணுங்
கல்லார் கூறுங் கல்விக் கண்ணும்
பெண்பிரி தன்மை யலியின் கண்ணு
மாண்பிரி பெண்மைப் பேடிக் கண்ணுங்
களியின் கண்ணுங் காவாலி கண்ணுந்
தெளிவிலா ரொழுகுங் கடவுளார் கண்ணு
மாரியர் கூறுந் தமிழின் கண்ணுங்
காரிகை யறியாக் காமுகர் கண்ணுங்
கூனர் கண்ணுங் குறளர் கண்ணு

மூமர் கண்ணுஞ் செவிடர் கண்ணு
மான்ற மரபி னின்னுழி யெல்லாந்
தோன்று மென்ப துணிந்திசி னோரே."8

(தொல்., பொருள்., மெய்ப்பாட்டியல்,
4ஆம் சூத்திரம், இளம்பூராண அடிகள் உரை மேற்கோள்)
(அழுகைச் சுவை)

"கவலை கூர்ந்த கருணையது பெயரே
யவலமென்ப வறிந்தோ ரதுதா
னிலைமை யிழந்து நீங்குதுணை யுடைமை
தலைமை சான்ற தன்னிலை யழிதல்
சிறையணி துயரமொடு செய்கையற் றிருத்தல்
குறைபடு பொருளொடு குறைபா டெய்தல்
சாப மெய்தல் சார்பிழைத்துக் கலங்கல்
காவ லின்றிக் கலக்கமொடு திரிதல்
கடகந் தொட்டகை கயிற்றொடு கோடல்
முடியுடைச் சென்னிபிற ரடியுறப் பணித
லுளைப்பரி பெருங்க றூர்ந்த சேவடி
தளைத்திளைத் தொலிப்பத் தளர்ந்தவை
நிறங்கிள ரகல நீறொடு சேர்த்தல்
மறங்கிளர் கயவர் மனந்தவப் புடைத்தல்
கொலைக்களங் கோட்டங் கோன்முனைக் கவற்சி
யலைக்கண் மாறா வழுகுர லரவ
மின்னோ ரன்னவை யியற்பட நாடித்
துன்னின ருணர்க துணிவறிந் தோரே."9

"இதன்பய மிவ்வழி நோக்கி
யசைந்தன ராகி யழுத லென்ப."10

(தொல்., பொருள்., மெய்ப்பாடு, 5ஆம் சூத்திரம்,
இளம்பூரண அடிகள் உரை மேற்கோள்)
(உவகைச் சுவை)

"ஒத்த காமத் தொருத்தனு மொருத்தியு
மொத்த காமத் தொருவனொடு பலரு
மாடலும் பாடலுங் கள்ளுங் களியு
மூடலு முணர்தலுங் கூடலு மிடைந்து
புதுப்புனல் பொய்கை பூம்புன லென்றிவை

விருப்புறு மனத்தொடு விழைந்து நுகர்தலும்
பயமலை மகிழ்தலும் பனிக்கட லாடலும்
நயனுடை மரபி னன்னகர்ப் பொலிதலுங்
குளம்பரிந் தாடலுங் கோலஞ் செய்தலுங்
கொடிநகர் புகுதலுங் கடிமனை விரும்பலுந்
துயிற்க ணின்றி யின்பந் துய்த்தலு
மயிற்கண் மடவா ராடலுண் மகிழ்தலு
நிலாப்பயன் கோடலு நிலம்பெயர்ந் தறைதலுங்
கலம்பயில் சாந்தொடு கடிமல ரணிதலு
மொருங்கா ராய்ந்த வின்னவை பிறவுஞ்
சிருங்கா ரம்மென வேண்டுப விதன்பயன்
றுன்ப நீங்கத் துகளறக் கிடந்த
வின்பமொடு புணர்ந்த வேக்கழுத் தம்மே.11

(தொல்., பொருள்., மெய்ப்பாடு, 11ஆம் சூத்திரம், இளம்பூரணர் உரை மேற்கோள்.)

11. சோமகேசரி நாடகம் - இந்நாடக நூலை இயற்றியவர் மாப்பாண முதலியார் என்பவர் (கி.பி. 1777-1827). இவருக்கு, இருமரபும் துய்ய குலசேகரப் புதுநல்ல மாப்பாண முதலியார் என்னும் பெயரும் உண்டு. இவர் யாழ்ப்பாணத்துத் தென்மராட்சிப் பகுதியைச் சேர்ந்த மட்டுவாள் என்னும் கிராமத்தில் பிறந்தவர். தென்மராட்சியில் மணியகார உத்தியோகம் செய்தவர். தமிழ், வடமொழி, ஆங்கிலம் கற்றவர். இவர் இயற்றிய சோமகேசரி நாடகம் மறைந்துபோயிற்று.

12. ஞானாலங்கார நாடகம் - யாழ்ப்பாணத்து மாதகல் என்னும் ஊரில் இருந்த மயில் வாகனப் புலவர் இயற்றியது இந்நூலை. இவர் கி.பி. 18ஆம் நூற்றாண்டில் இருந்தவர். தமிழ் நாட்டிலிருந்து போய் யாழ்ப்பாணத்தில் தங்கியிருந்த கூழங்கைத் தம்பிரானிடம் கல்வி பயின்றவர். இவர் இயற்றிய ஞானாலங்கார நாடகம் இப்போது மறைந்துவிட்டது.

13. திருநாடகம்

திருநெல்வேலி மாவட்டம், திருச்செந்தூர் தாலூகா, ஆத்தூரில் உள்ள சோமநாதேசுவரர் கோவில் சாசனம் ஒன்று இந்நாடகத்தைக் கூறுகிறது. திருமேனி பிரியாதாள் என்னும் நாடக மகள், திருநாடகத்தை ஆவணி மாதத்துத் திருவிழாவில் ஒரு நாள் நடிப்பதற்காக 2மா நிலம் அவளுக்குத் தானம் வழங்கப்பட்டது. பாண்டியன் திரிபுவனச் சக்கரவர்த்தி கோனேரின்மைகொண்டான் என்னும் அரசனுடைய 5ஆம் ஆண்டில் எழுதப்பட்டது இந்தச் சாசனம்; கி.பி. 13ஆம் நூற்றாண்டு.3 திருவிழாவில் நடிக்கப்பட்ட இந்தத் திருநாடகம், யாரால் எழுதப்பட்டது. எந்தக் கதையைக் கூறுகிறது. என்பன தெரியவில்லை.

சிலம்பு அரங்கேற்று காதை முதல் அடியாகிய "தெய்வமால் வளரத் திரு-முனி யருள" என்பதற்கு அடியார்க்கு நல்லார் எழுதிய உரையில் கீழ்க்கண்ட செய்யுளை மேற்கோள்காட்டி "நூன் முகத்து" உள்ளது என்று கூறுகிறார். நூல் முகம் என்பது நூல் என்னும் இந்நூலின் பாயிரம் ஆக இருக்க வேண்-டும். அடியார்க்கு நல்லார் மேற்கோள் காட்டிய இதே செய்யுளை, அரும்பத-வுரை யாசிரியரும் மேற்கோள் காட்டியுள்ளார். ஆனால், அவர் இச் செய்யுள் எந்த நூலைச் சேர்ந்தது என்று கூறவில்லை. அடியார்க்குநல்லார் மட்டும் இச் செய்யுள் நூன்முகத்தது என்று கூறுகிறார். இவர்கள் மேற்கோள் காட்டும் செய்யுள் இது:-

"திருந்திய பொதியி லருந்திற லகத்தியன்
சுந்தர மணிமுடி யிந்திரன் மகனை
மாளூ விறலோய் வேணு லாகென
விட்ட சாபம் பட்ட சயந்தன்
சாபவிடை யெமக்கரு டலத்தோ யென்று
மேவினன் ஒருமுது மேதக வுரைப்ப
வருந்தவ மாமுனி தமிழ்கூத் தியர்க்குந்
திருந்திய தலைக்கோற் றானத் தீருமென்
றவனினி துரைப்ப லாசிவந் தனனேன்"

இச் செய்யுள் நூல் என்னும் நூலின் பாயிரச் செய்யுட் பகுதியாக இருக்கக்-கூடும்.

14. நூல்

நூல் என்னும் பெயருள்ள நூல் ஒன்று இருந்ததென்பது இறையனார் அகப்பொருள் உரை, அடியார்க்கு நல்லார் உரை, மயிலைநாதர் உரை என்-னும் உரைநூல்களினால் தெரிகிறது. இறையனார் அகப் பொருள் உரையா-சிரியர், உரைப்பாயிரத்தில் எழுதுவது வருமாறு:

"நூற்பெயரென்பது நூலது பெயர் என்றவாறு. நூல் பெயர் பெறுமிடத்துப் பல்விகற்பத்தாற் பெயர் பெறும்: என்னை? செய் தானாற் பெயர் பெறுதலும், செய்வித்தானாற் பெயர் பெறுதலும், இடுகுறியாற் பெயர்பெறுதலும் அளவி-னாற் பெயர் பெறுதலும், சிறப்பினாற் பெயர் பெறுதலுமென. செய்தானாற் பெயர் பெற்றன, அகத்தியம், தொல்காப்பியம் என இவை. செய்வித்தானாற் பெயர் பெற்றன, சாதவாகனம், இளந்திரையமென இவை. இடுகுறியாற் பெயர் பெற்றன நிகண்டு, நூல், கலைக் கோட்டுத் தண்டென இவை. அளவினாற் பெயர் பெற்றன பன்னிரு படலமென்பது. சிறப்பினாற் பெயர் பெற்றது களவிய லென்பது."

மயிலைநாதரும், நன்னூல் உரையில், "இடுகுறியாற் பெயர் பெற்றன நிகண்டு, நூல், கலைக்கோட்டுத் தண்டு" என்று கூறுகிறார்.

இது நாடகத்தமிழ் நூல் என்பது அடியார்க்கு நல்லார் உரைப் பாயிரத்தினால், தெரிகிறது. அடியார்க்கு நல்லார் இந்நூலிலிருந்து இரண்டு சூத்திரங்களை மேற்கோள் காட்டியுள்ளார்:

"இறக்கவே வரும் பெருங்கல முதலிய பிறவுமாம், இவற்றுட் பருங்கலமாவது பேரியாழ்: அது கோட்டின தளவு பன்னிரு சாணும், வணரளவு சாணும், பத்தரளவு பன்னிரு சாணும் இப்பெற்றிக்கேற்ற ஆணிகளும், திவவும், உந்தியும் பெற்று ஆயிரங்கோல் தொடுத்தி யல்வது. என்னை?

'ஆயிர நரம்பிற் றாதியா ழாகு
மேனை யுறுப்பு மொப்பன கொளலே
பத்தர தளவுங் கோட்டின தளவு
மொத்த வென்ப விருமூன் றிரட்டி
வணர்சா ணொழித்தென வைத்தனர் புலவர்'

என நூலுள்ளும் ... ... கூறினாராகலாற் பேரியாழ் முதலிய ஏனவும் இறந்தனவெனக் கொள்க."

(சிலம்பு, அடியார்க்கு நல்லார், உரைப்பாயிரம்)

சிலம்பு., அரங்கேற்று காதை, 130ஆம் அடியாகிய "குயிலுவ மாக்க ணெறிப்பட நிற்ப" என்னும் அடியின் உரையில் அடியார்க்கு நல்லார், நூலினின்று மற்றொரு சூத்திரத்தை மேற்கோள் காட்டுகிறார்:

"முறைமையாவது:-

'ஆடிட முக்கோ லாட்டுவார்க் கொருகோல்
பாடுநர்க் கொருகோ லந்தர மொருகோல்
குயிலுவர் நிலையிட மொருகோல்'

என்று நூலிற் கூறின முறையென்க."

சிலப்பதிகாரம் அரங்கேற்று காதை, முதல் அடியாகிய "தெய்வமால் வரைத் திருமுனி" என்பதற்கு உரை எழுதுகிற அடியார்க்கு நல்லார் பின்வரும் செய்யுளை மேற்கோள் காட்டி' இச்செய்யுள் நூன்முகத்துள் உள்ளது என்று கூறுகிறார். நூன்முகம் என்பது, நூல் என்னும் இசைத்தமிழ் நூலின் பாயிரம் என்பது தெளிவு. அடியார்க்கு நல்லார் மேற்கோள் காட்டுகிற இச்செய்யுளையே அரும்பத உரையாசிரியரும் மேற்படி உரையில் மேற்கோள் காட்டுகிறார். ஆனால், அவர் இந்த மேற்கோள் செய்யுள் எந்த நூலைச் சேர்ந்தது என்று கூற வில்லை; அடியார்க்கு நல்லார்மட்டும் கூறியுள்ளார். இவர்கள் மேற்கோள் காட்டுகிற நூன்முகச் செய்யுள் இது:

"திருந்திய பொதியி லருந்திற லகத்தியன்
சுந்தர மணிமுடி யிந்திரன் மகனை
மாணா விறலோய் வேணு வாகென

விட்ட சாபம் பட்ட சயந்தன்
சாபவிடை யெமக்கரு டவத்தோ யென்று
மேவினன் றொழுது மேதக வுரைப்ப
வருந்தவ மாமுனி தமிழ்க்கூத் தியர்க்குத்
திருந்திய தலைக்கோற் றானந் தீருமென்
றவளினி துரைப்ப வாகிவந் தனனென்.''

இச்செய்யுள் நூல் என்னும் இசைத்தமிழ் நூலின் பாயிரம் என்று துணியலாம். இந்நூலை இயற்றியவர் பெயர், அவர் இருந்த காலம் முதலியவை தெரியவில்லை.

15. பரதம்

இந்த நாடகத்தமிழ் நூல் தமது காலத்திற்கு முன்னரே மறைந்து போனதாக அடியார்க்கு நல்லார், சிலப்பதிகார உரைப்பாயிரத்தில் கூறுகிறார்.

''நாடத் தமிழ் நூலாகிய பரதம், அகத்தியம் முதலாகவுள்ள தொன்னூல்களும் இறந்தன''

என்று அவர் எழுதுகிறார். இதனால், இது மிகப் பழைய நூல் என்று தெரிகிறது.

16. பரதசேனாபதீயம்

இது நாடக இலக்கணத்தைக் கூறும் நூல். இதனை இயற்றியவர் ஆதிவாயிலார் என்பவர். இதனை, ''ஆதிவாயிலார் செய்த பரதசேனாபதீயம்'' என்று அடியார்க்கு நல்லார் சிலப்பதிகார உரைச் சிறப்புப் பாயிரத்தில் எழுதுவதனால் அறியலாம். இந்நூலைப்பற்றி வேறு செய்திகள் தெரியவில்லை. இந்நூலினின்று சில செய்யுள்களை அடியார்க்கு நல்லார் மேற்கோள் காட்டுகிறார். பரதநாட்டியத்தைப் பற்றிக் கூறுவது இந்நூல் என்று தெரிகிறது.

"பண்ணியம்வைத் தானைமுகன் பாதம் பணிந்துநாட்
புண்ணிய வோரை புகன்றனகொண்-டெண்ணியே
வண்டிருக்குங் கூந்தன் மடவரலை யையாண்டிற்
றண்டியஞ்சேர் விப்பதே சால்பு' எனவும்,

'வட்டணையுந் தூசியு மண்டலமும் பண்ணமைய
வெட்டுட னீரிரண்டாண் டெய்தியபின்-கட்டளைய
கீதக் குறிப்பு மலங்கார முங்கிளரச்
சோதித் தரங்கேறச் சூழ்' எனவும்,

நன்னர் விருப்புடையோ ணற்குணமு மிக்குயர்ந்தோள்
சொன்னகுலத் தாலமைந்த தொன்மையளாய்ப் - பன்னிரண்டாண்
டேய்ந்ததற்பி னாடலுடன் பாடலழ கிம்மூன்றும்

வாய்ந்தவரங் கேற்றல் வழக்கு'
எனவுங் கூறினார் பரதசேனாபதியார்."
(சிலம்பு., அரங்கேற்று., 10ஆம் அடி,
அடியார்க்கு நல்லார் உரை மேற்கோள்)

மேற்காட்டிய செய்யுள்களில், "வட்டணையுத் தூசியும்" என்னும் இரண்டாவது செய்யுளை, சீவக சிந்தாமணி 673ஆம் செய்யுள் உரையில் நச்சினார்க்கினியர் மேற்கோள் காட்டியுள்ளார்:

உவர்ப்பிற் கலக்கமாங் கைப்பின்வருங் கேடு
துவர்ப்பிற் பயமாஞ் சுவைக - ளவற்றிற்
புளிநோய் பசிகாழ்ப்புப் பூங்கொடியே தித்திப்
பளிபெருகு மாவ தரங்கு.
(சிலம்பு., அரங்கேற்று., அடி 95, 96,
அடியார்க்கு நல்லார் உரை மேற்கோள்)

"... ... ...
... ... அரிதரங்கிற்
செய்தெழினி மூன்றமைத்துச் சித்திரத்தாற் பூதரையு
மெய்த வெழுதி யியற்று' என்றார் பரதசேனாபதியாரும்."
(சிலம்பு., அரற்கேற்று., 109ஆம் அடி,
அடியார்க்கு நல்லார் உரை மேற்கோள்)

"புண்ணியமால் வெற்பிற் பொருந்துங் கழைகொண்டு
கண்ணிடைக் கண்சாண் கனஞ்சாரு-மெண்ணிய
நீளமெழு சாண்கொண்டு நீராட்டி நன்மைபுனை
நாளிற் றலைக்கோலை நாட்டு.'

'ஆவ தகத்தியனார் சாபத்தா னான்மூங்கில்'
என்றார் பரதசேனாபதியார்."
(சிலம்பு., அரங்கேற்று., 116ஆம் அடி,
அடியார்க்கு நல்லார் உரை மேற்கோள்)

குறிப்பு:'பரத சேனாபதீயம்' என்னும் வேறொரு நூலும் உண்டு. இது, பழைய பரத சேனாபதீயத்திற்கு மிகப் பிற்பட்டது. இதுவும், பாயிரம்வரையில் கிடைக்கிறதல்லாமல் நூல் முழுவதும் கிடைக்கவில்லை. இது, டாக்டர் உ.வே. சாமிநாதையர் நூல் வெளியீட்டின் முதல் நூலாக அச்சிடப்பட்டிருக்கிறது.

17. பரிமளகா நாடகம் - இந்நாடகம் இயற்றியவர், சோமகேசரி நாடகம் இயற்றிய மாப்பாண முதலியார் (1777-1827) என்பவர். இவர், யாழ்ப்பாணத்துத் தென்மராட்சியைச் சேர்ந்த மட்டுவாள் என்னும் கிராமத்தில் பிறந்தவர். இவர் இயற்றிய பரிமளகா நாடகமும், சோமகேசரி நாடகமும், குறவஞ்சி நாடகமும் மறைந்துபோயின.

18. மதிவாணர் நாடகத்தமிழ் நூல்

மதிவாணன் என்னும் பாண்டிய அரசன் இயற்றிய தாகலின் இந்நூலுக்கு இப்பெயர் வந்தது. சிலப்பதிகார உரைப்பாயிரத்தில் அடியார்க்கு நல்லார் இந்நூலைப்பற்றி.

"கடைச்சங்க மிரீஇய பாண்டியருள் கவியரங்கேறிய பாண்டியன் மதிவாணனார் செய்த முதனூல்களிலுள்ள வசைக்கூத்திற்கு மறுதலையாகிய புகழ்க்கூத்தியன்ற மதிவாணர் நாடகத்தமிழ் நூல். என்று எழுதுகிறார். எனவே. இது கடைச்சங்க காலத்தில் இயற்றப் பட்ட நூலாகும்.

அடியார்க்கு நல்லார் தமது உரையிலே இந்நாடகத்தமிழ் நூலிலிருந்து சில சூத்திரங்களை மேற்கோள் காட்டுகிறார். அவை வருமாறு:

"அவைதாம்
'நாடகம் பிரகரணப் பிரகரணம்
ஆடிய பிரகரணம் அங்கம் என்றே
ஒதுப நன்னூல் உணர்ந்திசி னோரே'
என்றார் மதிவாணரும்."
(சிலம்பு., அரங்கேற்று காதை, 13ஆவதுவரி, உரை மேற்கோள்)

"முன்னிய வெழினிதான் மூன்று வகைப்படும்"
என்றார் மதிவாணனார்."
(சிலம்பு., அரங்கேற்றுகாதை, 109ஆம் வரி, உரை மேற்கோள்)

"பூராடங் கார்த்திகை பூரம் பரணிகலஞ்
சீரா திரையவிட்டஞ் சித்திரையோ - டாருமுற
மாசி யிடப மரிதுலை வான்கடகம்
பேசிய தேள்மிதுளம் பேசு'
என்றார் மதிவாணனாரும்."
(சிலம்பு., அரங்கு, 123ஆம் வரி உரை மேற்கோள்)

"திருவள ரரங்கிற் சென்றினை தேறிப்
பரவுந் தேவரைப் பரவுங் காலை
மணிதிகழ் நெடுமுடி மாணிபத் திரனை
யணிதிகழ் பளிங்கி னொளியினை யென்றுங்
கருந்தா துடுத்த கடவுளை யென்றும்
இரும்பனைத் தனிக்கொடி யேந்தினை யென்றும்

கொடுவாய் நாஞ்சிற் படையோ யென்றும்
கடிமலர் பிணைந்த கண்ணியை யென்றும்
சேவடி போற்றிற் சிலபல வாயினும்
மூவடி முக்கால் வெள்ளையின் மொழிப'
என்றார் மதிவாணனாரென்க.''
(சிலம்பு., கடலாடு., 35ஆம் வரி, உரை மேற்கோள்)

“அந்தணர் வேள்வியோ டருமறை முற்றுக
வேந்தன் வேள்வியோ டியாண்டுபல வாழ்க
வாணிக ரிருநெறி நீணிதி தழைக்க
பதினெண் கூலமு முழவர்க்கு மிகுக
அரங்கியற் கூத்து நிரம்பிவினை முடிக
வாழ்க நெடுமுடி கூர்கவென் வாய்ச்சொலென்
றிப்படிப் பலிகொடுத் திறைவனிற் றொக்குச்
செப்பட வமைத்துச் செழும்புகை காட்டிச்
சேவடி தேவரை யேத்திப் பூதரை
மூவடி முக்கால் வெண்பா மொழிந்து
செவியிழுக் குறாமை வேந்தனை யேத்திக்
கவியொழுக் கத்து நின்றுழி வேந்தன்
கொடுப்பன கொடுப்ப அடுக்கு மென்ப
என்றார் மதிவாணனாரென்க.''
(சிலம்பு., கடலாடு காதை, மேற்படி)

இந்நூல் இப்போது மறைந்து விட்டது. இதைப்பற்றி வேறு செய்திகள் தெரியவில்லை.

19. முறுவல்

இப்பெயரையுடைய நாடகத்தமிழ் நூல் ஒன்று இருந்தது என்பது அடியார்க்கு நல்லார் உரையினால் அறிகிறோம்.

“நாடகத் தமிழ் நூலாகிய பரதம், அகத்தியம் முதலாகவுள்ள தொன்னூல்களு மிறந்தன. பின்னும் முறுவல், சயந்தம், குணநூல், செயிற்றிய மென்பனவற்றுள்ளும் ஒருசார் சூத்திரங்கள் நடக்கின்ற அத்துணையல்லது முதல் நடு இறுதி காணாமையின், அவையும் இறந்தன போலும்''

என்று அவர் சிலப்பதிகார உரைப்பாயிரத்தில் எழுதுகிறார் அவர் காலத்தில் வழங்கிய முறுவல் சூத்திரங்கள் சிலவும் இப்போது மறைந்துவிட்டன: முறுவல் ஆசிரியரின் பெயரும் தெரியவில்லை.

20. பூம்புலியூர் நாடகம்

தென் ஆர்க்காட்டு மாவட்டம், கூடலூர்த் தாலூகா, திருப்பாதிரிப் புலியூரில் உள்ள பாடலிபுரீசுவரர் கோவில் கல்வெட்டுச் சாசனங்களினால் இந்-

நூலின் பெயர் தெரியவருகிறது. வீரைத் தலைவன் பாசய கோளரி மாமுனி என்பவர் இந்நூலை எழுதியவர். குலோத்துங்க சோழவர் என்னும் முதலாம் குலோத்துங்கன் காலத்தில் இவர் இருந்தார். இந்த அரசனுடைய 41,49ஆம் ஆண்டுகளில் இந்தச் சாசனங்கள் எழுதப்பட்டன. இந்தச் சாசனங்கள் செய்யுள் நடையில் எழுதப்பட்டுள்ளன. இந்த நூலாசிரியர், கன்னிவன புராணம், அஷ்டதச புராணம் என்னும் வேறு இரண்டு நூல்களையும் எழுதியிருக்கிறார். இந்நூல்களை எழுதியதற்காக இவர் பாலையூரில் நிலங்களை இறையிலியாகப் பெற்றார்.

மேற்படி கோயில் சாசனச் செய்யுள்களில் இது ஒன்று:

"மாங்கொல்லை... ... ரண்டு மாவொரு மாமுக்காணி
யோங்க மறப்பெருஞ் செல்வி யொருகாணி... ...
பூவமர் காணியினிற் பூம்புலியூர் நாடகஞ்செய்
நாவலன் பெற்ற நிலம்."4

இந்தச் சாசனச் செய்யுள்களில் இடையிடையே சில எழுத்துகள் மறைந்துவிட்டன.

இந்த நாடகநூல் இப்போது கிடைக்கவில்லை.

21. கடகண்டு, 22. வஞ்சிப்பாட்டு 23. மோதிரப்பாட்டு

பேராசிரியர், தொல்காப்பிய உரையில் இந்நூல்களைக் குறிப்பிடுகிறார். தொல்., பொருள்., செய்யுளியல், 180ஆம் சூத்திரத்தில், பண்ணத்தி என்பதை விளக்குகிற இடத்தில் பேராசிரியர் இந்நூல்களைக் கூறுகிறார். அவர் கூறுவது இது:

"மெய்வழக் கல்லாத புறவழக்கினைப் பண்ணத்தியென்ப. இது எழுதும் பயிற்சியில்லாத புறவுறுப்புப் பொருள்களைப் பண்ணத்தியென்ப வென்பது. அவையாவன நாடகச் செய்யுளாகிய பாட்டுமடையும் வஞ்சிப்பாட்டும், மோதிரப்பாட்டும், கடகண்டும் முதலாயின. அவற்றை மேலதே போலப் பாட்டெனனாராயினார். நோக்கு முதலாயின உறுப்பின்மையி னென்பது. அவை வல்லார் வாய்க் கேட்டுணர்க."

இதனால் மோதிரப்பாட்டு, வஞ்சிப்பாட்டு, கடகண்டு என்பன நாடகம் பற்றிய நூல்கள் எனத் தெரிகின்றன.

24. விளக்கத்தார் கூத்து

விளக்கத்தார் கூத்து என்னும் நாடகத்தமிழ் நூலை பேராசிரியர் தமது உரையில் குறிப்பிடுகிறார். தொல்காப்பியம், பொருளதிகாரம் செய்யுளியல்.

"சேரி மொழியாற் செவ்வி திற்கிளந்
தோதல் வேண்டாது குறித்தது தோன்றிற்
புலனென மொழிப புலனுணர்ந் தோரே"

என்னும் சூத்திரத்திற்குப் பேராசிரியர் இவ்வாறு உரை எழுதுகிறார்:-

"சேரிமொழி என்பது பாடிமாற்றங்கள், அவற்றானே செவ்விதாகக் கூறி ஆராய்ந்து காணாமைப் பொருட்டொடரானே தொடுத்துச் செய்வது புலன் என்று சொல்லுவர் புலனுணர்ந்தோர் என்றவாறு. அவை விளக்கத்தார் கூத்து முதலாகிய நாடகச் செய்யுளாகிய வெண்டுறைச் செய்யுள் போல்வன வென்பது கண்டு கொள்க."

இதனால், விளக்கத்தார் என்னும் புலவர் கூத்து நூல் ஒன்று செய்தார் என்பது தெரிகிறது.

இந்த விளக்கத்தார் என்பவர் விளக்கத்தனார் என்றும் கூறப் படுகிறார். இவர் செய்த "கெடலரு மாமுனிவர்" என்று தொடங்கும் கலிப்பாச் செய்யுளை இளம்பூரண அடிகளும் பேராசிரியரும் தமது உரைகளில் மேற்கோள்காட்டுகிறார்கள். ஆனால், இச்செய்யுளை இயற்றிய ஆசிரியர் யார் என்று இவர்கள் கூறவில்லை. யாப்பருங்கல விருத்தியுரைகாரர் இந்தச் செய்யுளை 30ஆம் சூத்திரவுரையில் மேற்கோள் காட்டி 40ஆம் சூத்திரவுரையில் இதனைப் பாடியவர் விளக்குகின்றார் என்று கூறுகிறார். அவர் எழுதுவது.

"அதேயெனில், விளக்கத்தனார் பாடிய கெடலரு மாமுனிவர். என்னும் கலிப்பா புறநிலை வாழ்த்தாய் வந்தது பிறவெனின், அது ஆசிரியச் சுரிதகத்தான் வந்தமையாற் குற்றமின்றெனக் கொள்க."

இதனால், விளக்கத்தார் கூத்து என்னும் நூலை இயற்றியவரும், கெடலருமா முனிவர் என்னும் தொடக்கத்துப் பெருந்தேவபாணிச் செய்யுளை இயற்றியவரும் விளக்கத்தனார் என்னும் புலவர் என்பது தெரிகிறது. கெடலருமா முனிவர் எனத் தொடங்கும் அழகிய பெருந் தேவபாணிச் செய்யுள், இவர் இயற்றிய கூத்த நூலின் ஒரு செய்யுள் என்று கருதலாம். இந்தச் செய்யுளில் அச்சுதன் என்னும் அரசன் கூறப்படுகிறான். இந்த அச்சுதன், அச்சுத விக்கந்தன் என்று கூறப்படுகிற களபர அரசனாக இருக்கலாம். அப்படியானால், விளக்கத்தனாரும் கி.பி. 450-இல் வாழ்ந்தவராதல் வேண்டும்.

கி.பி. 5ஆம் நூற்றாண்டில் சோழநாட்டில் வாழ்ந்திருந்த ஆசாரிய புத்தத்த மகாதேரர் என்னும் பௌத்த சமய ஆசாரியர், பாலிமொழியில் சில நூல்களை எழுதியிருக்கிறார். அந் நூல்களில் வினயவினிச் சயம் என்பதும் ஒன்று. சோழநாட்டுப் பூதமங்கலம் என்னும் ஊரில் வேணுதாசர் என்பவர் அமைத்த பௌத்த விகாரையில் தங்கியிருந்து, அச்சுத விக்கந்தன் என்னும் அரசன் சோழ நாட்டை யரசாண்ட காலத்தில்) வினயவினிச்சய நூலை ஆசாரிய புத்ததத்தர் எழுதியதாகக் கூறுகிறார். எனவே, விளக்கத்தனார், அச்சுதன் அல்லது அச்சுதவிக்கந்தன் இருந்த கி.பி. 5ஆம் நூற்றாண்டில் வாழ்ந்திருந்தவர் ஆவர்.

விளக்கத்தனார் இயற்றிய 'கெடலருமாமுனிவர்' எனத் தொடங்கும் செய்யுள் இது:

தரவு

கெடலரு மாமுனிவர் கிளர்ந்துடன் றொழுதேத்தக்
கடல்கெழு கனைசுடரிற் கலந்தொளிரும் வாலுளைஇ
யழல்விரி சுழல்செங்க ணரிமாவாய் மலைந்தானைத்
தாரோடு முடிபிதிரத் தமனியப் பொடிபொங்க
வார்புனலி னிழிகுருதி யகலிட முடனனைப்பக்
கூருகிரான் மார்பிடந்த கொலைமலி தடக்கையோய்.

தாழிசை

முரசதிர வியன்மதுரை முழுவதூஉந் தலைபனிப்பப்
புரைதொடித் திரடிண்டோட் போர்மலைந்த மறமல்ல
ரடியோடு முடியிறுப்புண் டயர்ந்தவ ணிலஞ்சேரப்
பொடியெழ வெங்களத்துப் புடைத்ததுநின் புகழாமோ.

கலியொலி வியனுலகங் கலந்துட னனிநடுங்க
வலியிய லவிராழி மாறெதிர்ந்த மருட்சோர்வு
மாணாதா ருடம்போடு மறம்பிதிர வெதிர்கலங்கச்
சேணுய ரிருவிசும்பிற் செகுத்தலுநின் சினமாமோ.

படுமணி யினநிரைகள் பரந்துட னிரிந்தோடக்
கடுமுர ணெதிர்மலைந்த காரொலி யெழிலேறு
வெரிநொடு மருப்பொசிய வீழ்ந்துதிறல் வேறாக
வெருமலி பெருந்தொழுவி னிறுத்ததுநின் னிகலாமோ.

பேரெண்

இலங்கொளி மரகத வெழின்மிகு வியன்கடல்
வலம்புரித் தடக்கையோய் மானு நின்னிறம்
வரியிணர்க் கோங்கமும் வெந்தெரி பசும்பொன்னும்
பொருகளி றட்டோய் புரைவு நின்னுடை.

அளவெண்

கண்கவர் கதிர்மணி கனலுஞ் சென்னியை
தண்சுட ருறுபகை தணித்த வாழியை
ஒலியிய லுவண மோங்கிய கொடியினை.
வலிமிகு கசட மாற்றிய வடியினை.

இடையெண்

போரவுணர்க் கடந்தோய் நீ.

புணர்மருதம் பிறந்தோய் நீ.
நீரகலம் அளந்தோய் நீ.
நிழறிகழைம் படையோய் நீ.

சிற்றெண்
ஊழி நீஇ. உலகு நீஇ.
உருவு நீஇ. அருவு நீஇ.
ஆழி நீஇ. அருளு நீஇ.
அறமு நீஇ. மறமு நீஇ.

தனிச்சொல்
என வாங்கு
சுரிதகம்
அடுதிற லொருவநிற் பரவுது மெங்கோன்
றொடுகழற் கொடும்பூட் பகட்டெழின் மார்பிற்
கயலொடு கிடந்த சிலையுடைக் கொடுவரிப்
புயலுறழ் தடக்கைப் போர்வே லச்சுதன்
ஒன்று கட லுலக முழுவதும்
ஒன்றுபு திகிரி யுருட்டுவோ னெனவே.

'கொடிநிலை கந்தழி வள்ளி என்ற, வடுநீங்கு சிறப்பின் முதலன மூன்றும், கடவுள் வாழ்த்தொடு கண்ணிய வருமே' என்னும் தொல் (பொருள் புறத்திணையியல்) சூத்திர உரையில் இளம்பூராண அடிகள், கொடிநிலை முதலிய மூன்றும், 'பாட்டுடைத் தலைமகனைச் சார்த்தி வருங்காலத்துக் கடவுள் வாழ்த்தொடு பொருந்தி வரும்' என்று கூறி உதாரணமாகக் 'கெடலரு மாமுனிவர்' எனத் தொடங்கும் இந்தக் கலிப்பாட்டின் சுரிதகப் பகுதியை மேற்கோள் காட்டி, 'என்பதனுட் பாட்டுடைத் தலைமகனைச் சார்த்திய வரலாறு காண்க' என்று எழுதுகிறார்.

அடிக் குறிப்புகள்
1. ஸ்ரீஇராஜராஜ விஜயம் என்னும் பெயருள்ள நூல் ஒன்றை சவர்ணன் நாரண பட்டாதித்தன் என்பவன் இயற்றினான் என்று திருப்பூந்துருத்திச் சாசனம் ஒன்று கூறுகிறது. (Annual Report on S.I. Epigraphy, 1930 - 31). ஆனால், இது வடமொழி நூலா, தமிழ்மொழி நூலா என்பது தெரியவில்லை இந்நூலும் கிடைக்கவில்லை.

இலக்கண நூல்கள் - 1. அகத்தியம்

அகத்தியர் என்பவர் செய்தது அகத்தியம் என்னும் இலக்கண நூல். அகத்தியர் என்னும் பெயருள்ளவர் பலர் இருந்திருக்கிறார்கள். சிவபெருமானிடத்தில் தமிழ் கற்றுத் தலைச்சங்கத்தில் புலவராகத் திகழ்ந்த அகத்தியர் ஒருவர் உளர். பௌத்தக் கடவுளாகிய அவலோகிதர் என்னும் போதிசத்துவரிடத்தில் தமிழ் கற்ற ஓர் அகத்தியர் உளர். இவர் பௌத்தர்களால் போற்றப்படுகிறவர். இராமாயணத்தில் கூறப்படுகிற அகத்தியர் ஒருவர் உளர். பாரதத்தில் கூறப்படுகிற கண்ணபிரான் காலத்தில் இருந்த ஓர்' அகத்தியர் உளர். இந்த அகத்தியர், கண்ணபிரானிடம் சென்று அவர் அனுமதி பெற்று, துவாரகையிலிருந்து யதுகுலத்தைச் சேர்ந்த பதினெண்குடி வேளிரையும் அருவாளரையும் அழைத்துவந்து, அவர்களைத் தமிழ் நாட்டிலே குடியேற்றியவர் என்று நச்சினார்க்கினியர் கூறுகிறார். இந்த அகத்தியர் ஜைனரால் போற்றப்படுகிறவர்.

இன்னும் ஜாவா, சுமாத்திரா முதலிய தீவுகளுக்குச் சென்று, அங்குச் சைவ சமயத்தைப் போதித்த சிவகுரு என்னும் அகத்தியரும் ஒருவர் உளர். இவ்வாறு அகத்தியர் என்னும் பெயருள்ளவர் பலர் இருந்திருக்கிறார்கள். இவர்களில் எந்த அகத்தியர் அகத்தியம் என்னும் நூலை இயற்றினார் என்பது தெரியவில்லை. வெவ்வேறு காலத்திலிருந்த இந்த அகத்தியர்களில் சிலர் தத்தம் பெயரால் அகத்தியம் என்னும் சில நூல்களை இயற்றியிருத்தலும் கூடும். சிற்றகத்தியம், பேரகத்தியம் என்னும் நூல்கள் இருந்தன என்று கூறப்படுகின்றன. காக்கை பாடினியார் என்னும் பெயருள்ளவர் இருவர் தத்தம் பெயரால் இயற்றிய 'காக்கைபாடினியம்' என்னும் நூல்களுக்குப் பெருங் காக்கைப் பாடினியம், சிறுகாக்கைப்பாடினியம் என்று பெயர்கள் வழங்கப்படுவதுபோல, வெவ்வேறு காலத்திலிருந்த அகத்தியர்கள் தத்தம் பெயரால் இயற்றிய அகத்தியம் என்னும் நூல்களுக்குச் சிற்றகத்தியம், பேரகத்தியம் என்று பெயர் வழங்கினார்கள் போலும்.

தலைச்சங்கத்தில் இருந்தவரும், தொல்காப்பியருக்கு ஆசிரியர் என்று கூறப்படுகிறவருமாகிய அகத்தியனார் செய்த அகத்தியம் என்னும் நூல் இடைச்சங்க காலத்திலேயே மறைந்துவிட்டது என்பர். அதாவது, தொல்காப்பியம் தோன்றிய பிறகு அகத்தியம் இறந்துவிட்டது. என்பர். பிற்காலத்தில், அகத்தியர் பெயரால் அகத்தியம் என்னும் நூலைப் புனைந்தெழுதி வழங்கிவந்தார்கள் என்று கருதுவதற்கு இக்காலத்து வழங்கும் 'அகத்திய'ச் சூத்திரங்கள் இடந்தருகின்றன. உதாரணமாக இதைக் காட்டுவோம்:

நன்னூலுக்கு உரை எழுதிய மயிலைநாதர். (பெயரியல், 16ஆம் சூத்திர உரை) கீழ்க்காணும் அகத்தியச் சூத்திரத்தை மேற்கோள் காட்டுகிறார்.

"கன்னித் தென்கரைக் கட்பழந் தீவம்
சிங்களங் கொல்லங் கூவிள மென்னும்

எல்லையின் புறத்தவு மீழம் பல்லவம்
கன்னடம் வடுகு கலிங்கந் தெலிங்கம்
கொங்கணம் துளுவம் குடகம் குன்றம்
என்பன குடபா லிருபுறச் சையத்
துடனுறைபு பழகுந் தமிழ்திரி நிலங்களும்
முடியுடை மூவரு மிடுநில வாட்சி
அரசுமேம் பட்ட குறுநிலக் குடிகள்
பதின்மரு முடனிருப் பிருவரும் படைத்த
பன்னிரு திசையிற் சொன்னய முடையவும்
என்றார் அகத்தியனார்.''

இதே அகத்தியச் சூத்திரத்தைச் சில வேறுபாடுகளுடன் தெய்வச் சிலையார் தமது தொல்காப்பிய உரையில் (சொல் எச்சம்., 4ஆம் சூத்திர உரை) மேற்கோள் காட்டுகிறார். அது:

“கன்னித் தென்கரைக் கடற்பழந் தீபம்
கொல்லங் கூபகஞ் சிங்கள மென்னும்
எல்லையின் புறத்தவும் கன்னடம் வடுகம்
கலிங்கந் தெலிங்கம் கொங்கணம் துளுவம்
குடகம் குன்றகம் என்பன குட்பா
விருபுறச் சையத் துடனுறையு புகூஉந்
தமிழ்திரி நிலங்களும்
முடிநிலை மூவர் இடுநில வாட்சியின்
அரசுமேம் பட்ட குறுநிலக் குடுமிகள்
பதின்மரு முடனிருப் பிருவரும் படைத்த
பன்னிரு திசையில் சொன்னய முடையவும்
என்பது அகத்தியச் சூத்திரம்.''

இவ்வாறு இவர்கள் மேற்கோள் காட்டுகிற அகத்தியச் சூத்திரத்தில் கொங்கணம், துளுவம், குடகம் என்னும் நாடுகள் தமிழ் திரிந்த நிலங்கள் என்று கூறப்படுகின்றன. இந்த நாடுகள், கடைச்சங்க காலத்தில், அதாவது, கி.பி. 300-க்கு முன்பு தமிழ் நாடுகளாகவும், தமிழ் மொழி வழங்கிய இடங்களாகவும் இருந்தன என்பதைச் சரித்திர ஆராய்ச்சி வல்லார் அறிவர். இந்த நிலங்களில் தமிழ் மொழி திரிந்து வேற்று மொழியானது பிற்காலத்தில்; கி.பி. 300-க்குப் பிற்பட்ட காலத்தில். எனவே, இந்நிலங்களைத் தமிழ் திரிந்த நிலங்கள் என்று மேற்படி அகத்தியச் சூத்திரம் கூறுகிறபடியால். இந்தச் சூத்திரத்தை எழுதிய அகத்தியர், கடைச்சங்க காலத்திற்குப் பிற்காலத்தில் இருந்த அகத்தியராதல்வேண்டும்: அல்லது, அகத்தியர் பெயரால் பிற்காலத்-

தில் இருந்த புலவர் புனைந்துரைத்த சூத்திரமாதல் வேண்டும்.

மேலும் மயிலைநாதர் மேற்கோள் காட்டுகிற மேற்படி அகத்தியச் சூத்திரத்தில், பல்லவம் என்னும் நாடு தமிழ் திரிந்த மொழி வழங்கும் நாடு என்று கூறப்படுகிறது. பல்லவம் என்பது பல்லவ நாடு1; அதாவது, பல்லவ அரசர்கள் அரசாண்ட நாடு. அது தொண்டைநாடு என்றும், தொண்டை மண்டலம் என்றும், அருவா நாடு என்றும் வழங்கப்படும். இந்தச் சூத்திரம், பல்லவ நாட்டை (தொண்டை நாட்டைத் தமிழ் திரிந்த நிலம் என்று கூறுவது வியப்பாக இருக்கிறது. சிங்களம், கொங்கணம், துளுவம், குடகம் முதலிய நாடுகளைப்போன்று பல்லவ நாடு (தொண்டைமண்டலம்) தமிழ் திரிந்து மொழி வேறுபட்ட நிலமா? அல்லவே! தமிழ் நாடாகிய தொண்டைமண்டலத்தையும் (கொங்கணம், துளுவம், குடகம் முதலியவை போன்று) தமிழ் திரிந்த நிலம் என்று கூறுவது எவ்வாறு பொருந்தும்? இவற்றையெல்லாம் ஆராயும் போது, இந்த "அகத்தியச் சூத்திரம்" போலி அகத்தியச் சூத்திரம் என்று கருத வேண்டியிருக்கிறது.

இவ்வாறு அகத்தியரைப் பற்றியும், அகத்தியத்தைப் பற்றியும் ஆராயும்போது பலப்பல சிக்கல்களும் குழப்பங்களும் ஏற்படுகின்றன. ஆனால், ஒன்றுமட்டும் உறுதியாகச் செல்லலாம். அகத்தியம் என்னும் பெயருள்ள நூல் ஒன்று இருந்தது என்பதும், அதனை உரையாசிரியர்களும் ஏனைய புலவர்களும் பயின்றுவந்தனர் என்பதும் உறுதி.

தேவாரப் பாடல்கள் சிலவற்றை அகத்தியர் தொகுத்து வைத்தார் என்றும், அதற்கு "அகத்தியர் தேவராத் திரட்டு" என்பது பெயர் என்றும் சைவர் கூறுவர். ஆழ்வார்களின் பாடல்களைத் தொகுத்த நாதமுனிகள், முதலில் அகத்தியர் ஆணை பெற்றுப் பிறகு நாலாயிரப் பிரபந்தத்தைத் தொகுத்தார் என்று வைணவர் கூறுவர்.

இனி, அகத்தியத்தைப் பற்றி உரையாசிரியர்கள் கூறும் கருத்தைக் காட்டுவோம்:

"அகத்தியனாராற் செய்யப்பட்ட மூன்று தமிழ்."

(தொல்.,பொருள்., உவமவியல், 37, பேராசிரியர் உரை)

"இதன் (தொல்காப்பியத்தின்) முதனூல் செய்த ஆசிரியனால் (அகத்தியரால்) செய்யப்பட்ட யாழ்நூலுள்ளும் சாதியும் உவமத் துருவும் திருவிரியிசையும் எனக் கூறப்பட்டவற்றுட் கட்டளைப் பாட்டுச் சிறப்புடையன சாதிப்பாட்டுகளே."

(தொல்., பொருள்., செய்யுள், 51, பேராசிரியர் உரை)

"அது முதனூலாகிய அகத்தியமே போலும். என்னை? அது இயற்றமிழ், இசைத்தமிழ், நாடகத்தமிழ் என்னும் மூன்று பிண்டத் தினையும் அடக்கி நிற்றலின்."

(தொல்.,பொருள்., செய்யுள், 172, பேராசிரியர் உரை)

இதனால் அகத்திய முனிவர் இயற்றமிழ், இசைத்தமிழ், நாடகத் தமிழ் என்னும் முத்தமிழுக்கும் இலக்கணம் செய்திருந்தார் என்பது தெரிகிறது.

மேலும், பேராசிரியர் கூறுகிறார்:

த“லைவர் (சிவபெருமான்?) வழிநின்று தலைவனாகிய அகத்தியனாற் செய்யப்பட்டதும் முதனூலென்பது அறிவித்தற்கும், பிற்காலத்துப் பெருமானடிகள் களவியல் (இறையனார் அகப் பொருள்) செய்தாங்குச் செய்யினும் பிற்காலத்தானும் முதனூலென்பது அறிவித்தற்கும். அங்ஙனம் வினையினீங்கி விளங்கிய அறிவினான் முதனூல் செய்தா னென்பது அறிவித்தற்கும் இது கூறினானென்பது. எனவே, அகத்தியமே முற்காலத்து முதனூலென்பதூஉம். அதன் வழித்தாகிய தொல்காப்பியம் அதன் வழிநூலென்பதூஉம் பெற்றாம்.

“என்றார்க்கு முந்துநூ லெனப்பட்டன முற்காலத்து வீழ்ந்தனவெனக் கூறித் தொல்காப்பியர் அகத்தியத்தோடு பிறழவும் அவற்று வழிநூல் செய்தார் என்றக் கால் இழுக்கென்னை யெனின், அது வேத வழக்கோடு மாறுகொள்வார் இக்காலத்துச் சொல்லினும் இறந்த காலத்துப் பிற பாசண்டிகளும் மூன்று வகைச் சங்கத்து நான்கு வருணத் தொடு பட்ட சான்றோரும் அது கூறாரென்பது. என்னை? கடைச் சங்கத் தாருட் களவியற் பொருள் கண்ட கணக்காயனார் மகனார் நக்கீரர், இடைச் சங்கத்தார்க்குங் கடைச் சங்கத்தார்க்கும் நூலாயிற்றுத் தொல் காப்பியம்” என்ற ராகலானும், பிற்காலத்தார்க்கு உரையெழுதினோரும் அது கூறிக் கரிபோக்கினா ராகலானும், அவர் புலவுத் துறந்த நோன் புடையா ராகலாற் பொய்கூறா ராகலானு மென்பது. இங்ஙனங் கூறாக் கால், இதுவும் மரபுவழுவென்று அஞ்சி, அகத்தியர் வழித் தோன்றிய ஆசிரிய ரெல்லாருள்ளும் தொல்காப்பியனாரே தலைவரென்பது எல்லா ஆசிரியருங் கூறுபவென்பது. எங்ஙனமோவெனின்,

‘கூறிய குன்றினு முதனூல் கூட்டித்
தோமின் றுணர்தல் தொல்காப் பியன்ற
னாணையின் றமிழறிந் தோர்க்குக் கடனே.’
இது பல்காப்பியப் புறனடைச் சூத்திரம்.

‘வீங்குகட லுடுத்த வியன்கண் ஞாலத்துத்
தாங்கா நல்லிசைத் தமிழ்க்குவிளக் காகென
வானோ ரேத்தும் வாய்மொழிப் பல்புக
ழானாப் பெருமை யகத்திய னென்னு
மருந்தவ முனிவ னாக்கிய முதனூல்
பொருந்தக் கற்றுப் புரைதப வுணர்ந்தோர்
நல்லிசை நிறுத்த தொல்காப் பியனும்’

என்பதனால் அகத்தியர் செய்த அகத்தியத்தை முதனூலெனவும், அவர்

வானோர் ஏத்தும் வாய்மொழிப் பல்புகழ் ஆனாப் பெருமையுடையா ரெனவும். அவராற் செய்யப்பட்ட முதனூல் பொருந்தக் கற்றுப் புரைதப உணர்ந்தோருள் தலைவராயினார் தொல்காப்பியனா ரெனவும், பன்னிரு படலத்துப் புனைந்-துறை வகையாற் பாயிரச் சூத்திரத்துள் உரைக்கப்பட்டது. இனிப் பன்னிரு படலம் முதனூலாக, வழிநூல் செய்த வெண்பா மாலை ஐயனாரிதனாரும் இது கூறினார். என்னை?

'மன்னிய சிறப்பின் வானோர் வேண்டத்
தென்மலை யிருந்த சீர்சால் முனிவரன்
றன்பாற் றண்டமிழ் தாவின் றுணர்ந்த
துன்னருஞ் சீர்த்தித் தொல்காப் பியன்முதற்
பன்னிரு புலவரும் பாங்குறப் பகர்ந்த'
எனப் பாயிரஞ் செய்தற்கு உடன்பட்டமையி னென்பது.

இவற்றா னெல்லாம் அகத்தியமே முற்காலத்து முதனூ லென்பதூஉந், தொல்-காப்பியம் அதன் வழிநூலென்பதூஉம்.... ....படுமென்பது."

(தொல்.,பொருள்.,மரபு, 94, பேராசிரியர் உரை)

"தீயினன்ன ஒண்காந்தள்" என வரும் மலைபடுகடாம் 145ஆம் அடிக்கு உரையெழுதிய நச்சினார்க்கினியர் கூறுவது :

"இதற்கு நன்ன னென்னும் பெயர் தீயோ டடுத்த தன்மையின், ஆனந்த-மாய், பாடினாரும் பாடப்பட்டாரும் இறந்தாரென்று ஆளவந்த பிள்ளையாசிரி-யர் குற்றங் கூறினாரா லெனின், அவர் அறியாது கூறினார்: செய்யுட் செய்த கௌசிகனார் ஆனந்தக் குற்றமென்னும் குற்றமறியாமற் செய்யுட் செய்தாரேல், இவர் நல்லிசைப் புலவராகார். இவர் செய்த செய்யுளை நல்லிசைப் புலவர் செய்த ஏனைய செய்யுள்களுடன் சங்கத்தார் கோவாமல் நீக்குவர்; அங்ஙன நீக்காது கோத்ததற்குக் காரணம் ஆனந்தக் குற்ற மென்பதோர் குற்றம் இச்-செய்யுளுட் கூறாமையா னென்றுணர்க..... ....நூற்குற்றங் கூறுகின்ற பத்துவகைக் குற்றத்தே, 'தன்னா னொருபொருள் கருதிக் கூறல்' என்னுங் குற்றத்தைப் பின்னுள்ளோர் ஆனந்தக் குற்றமென்பதோர் குற்றமென்று நூல் செய்ததன்றி' அகத்தியனாரும் தொல்காப்பியனாரும் இக் குற்றங் கூறாமை-யிற் சான்றோர் செய்யுட்கு இக்குற்றமுண்டாயினும் கொள்ளா ரென மறுக்க."

(பத்துப்பாட்டு, மலைபடுகடாம், நச்சினார்க்கினியர் உரை)

தொல்காப்பிய (பொருள்., மரபு., 108ஆம் சூத்திரம்) உரையில் பேரா-சிரியர் எழுதுவதாவது : "தன்னா னொரு பொருள் கருதிக் கூறலென்பது மலைபடுகடாத்தினை ஆனந்தக் குற்றமெனப் பிற்காலத்தா னொருவன் ஒரு சூத்திரங் காட்டுதலும், பதமுடிப்பென்பதோர் இலக்கணம் படைத்துக் கோட-லும் போல்வன."

“இனி ஆனந்தவுவமை யென்பன சில குற்றம் அகத்தியனார் செய்தாரெனக் கூறுபவாகலின் அவையிற்றை எவ்வாறு கோடு மெனின், அவைகள்தாம் அகத்துள்ளும் பிற்சான்றோர் செய்யு ளுள்ளும் வருதலிற் குற்றமாகா; அகத்தியனாராற் செய்யப்பட்டது மூன்று தமிழினும் அடங்காமை வேறு ஆனந்தவோத் தென்பது ஒன்று செய்தாராயின், அகத்தியமும் தொல்காப்பியமும் நூலாக வந்த சான்றோர் செய்யுங் குற்றம் வேறுபடா வென்பது.”

(தொல்., பொருள்., உவமை, 37, பேராசிரியர் உரை)

யாப்பருங்கல உரையாசிரியர் கூறுவதாவது:

“சீருந் தளையுஞ் சிதைந்து செய்யுள் அழிய நிற்பதன்றாயினும், விளி முதலியவற்றுள் அளபெழுந்து செய்யுளிடத்தும் வந்து அவ்வாறே சொல்லப்படும் என்னும் கருத்தினானே அகத்தியனார் அறுவகை யானந்த ஓத்தினுள் இதனை,

‘இயற்பெயர் சார்த்தி யெழுத்தள பெழினே
யிடியற்பா டில்லா வெழுத் தானந்தம்’

என்றார் என்க.”

(யாப்பருங்கலம், எழுத்தோத்து, விருத்தியுரை)

பேராசிரியரும் நச்சினார்க்கினியரும் அகத்தியர் செய்யுளில் ஆனந்தக் குற்றம் என்னும் இலக்கணத்தைக் கூறவில்லை என்று எழுதுகிறார்கள். யாப்பருங்கல உரையாசிரியர், அகத்தியர் ‘ஆனந்த ஓத்து’ என்னும் இலக்கணம் செய்துள்ளார் என்று கூறி, ஒரு சூத்திரத்தையும் மேற்கோள் காட்டுகிறார். இது குழப்பத்தை உண்டாக்குகிறது. இதனால், பிற்காலத்திலே அகத்தியர் பெயரினால் சில இலக்கண நூல்கள் இயற்றப்பட்டிருந்தன என்பது தெரிகிறது.

அகத்தியர் சூத்திரங்கள் என்று உரையாசிரியர்கள் மேற்கோள் காட்டுகிற சூத்திரங்களைக் கீழே தருகிறோம் :

“மற்றுச்சொ னோக்கா மரபின அனைத்தும்
முற்றி நிற்பது முற்றியன் மொழியே.”
(தொல்., சொல்., வேற்றுமையியல், 63,
தெய்வச் சிலையார் உரை மேற்கோள்)
“அராகந் தாமே நான்கா யொரோவொன்று
வீதலு முடைய மூவிரண் டடியே.1

ஈரடி யாகு மிழிபிற் கெல்லை.2
தரவே யெருத்த மராகங் கொச்சக
மடக்கியல் வகையோ டைந்துறுப் புடைத்தே.3
கொச்சக வகையினெண்ணொடு விராஅ
யடக்கிய லின்றி யடங்கவும் பெறுமே.”4

(தொல், பொருள், செய்யுளியல், 117, இளம்பூரணர், உரைமேற்கோள்)

"இருவயி னொத்து மொவ்வா வியலினுந்
தெரியிழை மகளிரொடு மைந்தரிடை வரூஉங்
கலப்பே யாயினும் புலப்பே யாயினு
மைந்திணை மரபி னறிவரத் தோன்றிப்
பொலிவொடு புணர்ந்த பொருட்டிற முடையது
கலியெனப் படூஉங் காட்சித் தாகும்
என்று அகத்தியனார் ஓதுதலின் கலிப்பா அகப்பொருளென வழங்கும்."

(தொல்.,பொருள்., செய்யுளியல், இளம்பூரணர் உரை மேற்கோள்)

கீழ்க்காணும் அகத்தியச் சூத்திரங்களை மயிலை நாதர் தமது நன்னூல் உரையில் மேற்கோள் காட்டுகிறார்:

"பெயரினும் வினையினு மொழிமுத லடங்கும்1
வயிர வூசியு மயன்வினை யிரும்பும்
செயிரறு பொன்னைச் செம்மைசெய் யாணியும்
தமக்கமை கருவியுந் தாமா மவைபோல்
உரைத்திற முணர்த்தலு முரையது தொழிலே.2

பலவி னியைந்தவு மொன்றெனப் படுமே
அடிசில் பொத்தகஞ் சேனை யமைந்த
கதவ மாலை கம்பல மனைய.3

ஏழியன் முறைய தெதிர் முக வேற்றுமை
வேறென விளம்பான் பெயரது விகாரமென்
றோதிய புலவனு முளனொரு வகையா
னிந்திர னெட்டாம் வேற்றுமை யென்றனன்.4

வினைநிலை யுரைத்தலும் வினாவிற் கேற்றலும்
பெயர்கொள வருதலும் பெயர்ப்பய னிலையே.5

ஆலு மானு மோடு மொடுவும்
சாலு மூன்றாம் வேற்றுமைத் தனுவே
செய்வோன் காரணஞ் செயத்தகு கருவி
யெய்திய தொழின்முத லியைபுடைத் ததன்பொருள்.6

ஆற னுருபே யதுவா தவ்வும்
வேறொன் றுரியதைத் தனக்குரி யதையென
விருபாற் கிழமையின் மருவுற மருமே

ஐம்பா லுரிமையு மதன்றற் கிழமை.7

மற்றுச்சொன் னோக்கா மரபின வனைத்து
முற்றி நிற்பன முற்றியன் மொழியே.8
காலமொடு கருத வரினு மாரை
மேலைக் கிளவியொடு வேறுபா டின்றே.9

முற்றுச் சொற்றாம் வினையொடு முடியினு
முற்றுச்சொ லென்று முறைமையிற் றிரியா.10
காலமும் வினையுந் தோன்றிப்பா றோன்றாது
பெயர்கொள் ளும்மது பெயரெச் சம்மே.11
காலமும் வினையுந் தோன்றிப்பா றோன்றாது
வினைகொள் ளும்மது வினையெச் சம்மே.12

எனைத்துமுற் றடுக்கினு மனைத்துமொரு பெயர்மேல்
நினைத்துக்கொள நிகழு நிகழ்த்திய முற்றே
வினையெஞ்சு கிளவியும் பெயரெஞ்சு கிளவியும்
பலப்பல வடுக்கினு முற்றுமொழிப் படிய.13

உலக வழக்கமு மொருமுக் காலமு
நிலைபெற வுணர்தரு முதுமறை நெறியான்.14
அசைநிலை யிரண்டினும் பொருண்மொழி மூன்றினும்
இசைநிறை நான்கினு மொருமொழி தொடரும்.15

கண்டுபான் மயங்கு மையக் கிளவி
நின்றோர் வருவோ ரென்றுசொன் னிகழக்
காணா வையமும் பல்லோர் படர்க்கை."16

"களவினுங் கற்பினுங் கலக்க மில்லாத்
தலைவனுந் தலைவியும் பிரிந்த காலைக்
கையறு துயரமொடு காட்சிக் கவாவி
எவ்வமொடு புணர்ந்து நனிமிகப் புலம்பப்
பாடப் படுவோன் பதியொடு நாட்டொடு
முள்ளூறுத் திறினே யுயர்கழி யானந்தப்
பையு ளென்று பழித்தனர் புலவர்.
என்று எடுத்தோதினார் அகத்தியனார்."
(யாப்பருங்கலம், ஒழிபியல், விருத்தியுரை)

"இயற்பெயர் சார்த்தி எழுத்தள பெழினே
இயற்பா டில்லா எழுத்தா னந்தம்"

என்னும் சூத்திரம் அகத்திய நூலில் ஆனந்த ஓத்தில் உள்ளதாக யாப்பருங்கலம் (உறுப்பியல் எழுத்தோத்து) உரையில் மேற்கோள் காட்டப்பட்டுள்ளது.

ஆனந்தக் குற்றம் என்பது பற்றிப் பேராசிரியர் என்னும் உரையாசிரியர் தொல்காப்பிய உரையில் இவ்வாறு எழுதுகிறார். "இனி ஆனந்த வுவமை என்பன சில குற்றம் அகத்தியனார் செய்தாரெனக் கூறுபவாகலின் அவையிற்றை எவ்வாறு கோடு மெனின், அவைகள் தாம் அகத்துள்ளும் பிற சான்றோர் செய்யுளுள்ளும் வருதலிற் குற்றமாகா; அகத்தியனாராற் செய்யப்பட்ட மூன்று தமிழினு மடங்காமை வேறு ஆனந்தவோத்தென்பது ஒன்று செய்தாராயின், அகத்தியமுந் தொல்காப்பியமும் நூலாக வந்த சான்றோர் செய்யும் குற்றம் வேறுபடாவென்பது."

(தொல்., உவ., சூ. 37, பேராசிரியர் உரை)

இரணிய முட்டத்துப் பெருங்குன்றூர் பெருங்கௌசிகனார் பல் குன்றக் கோட்டத்துச் செங்கண் மாத்துவேள் நன்னன் சேய் நன்னன் மீது மலைபடுகடாம் பாடினார். அப்பாடலில் 145ஆம் அடியில், 'தீயின்ன வொண்செங்காந்தள்' என்னும் அடியில், பாட்டுடைத் தலைவன் பெயராகிய நன்னன் என்பது தீயொடு அடுத்து வந்தமையான் ஆனந்தக் குற்றம் என்று பிற்காலத்தவர் சிலர் கூறியதை, மேற்படி மலைபடுகடாத்துக்கு உரை எழுதிய நச்சினார்க்கினியர் மறுக்கிறார். நச்சினார்க்கினியர் எழுதுவது வருமாறு:

"இதற்கு நன்னன் என்னும் பெயர் தீயோடடுத்த தன்மையின், ஆனந்தமாய், பாடினாரும் பாட்டுண்டாரும் இறந்தாரென்று ஆளவந்த பிள்ளையாசிரியர் குற்றங் கூறினாராம். எனின், அவர் அறியாது கூறினார்; செய்யுள் செய்த கௌசிகனார் ஆனந்தக் குற்றமென்னுங் குற்றமறியாமற் செய்யுள் செய்தாரேல், இவர் நல்லிசைப் புலவராகார்; இவர் செய்த செய்யுளை நல்லிசைப் புலவர் செய்த ஏனைச் செய்யுள்களுடன் சங்கத்தார் கோவாமல் நீக்குவார்; அங்ஙனம் நீக்காது கோத்த தற்குக் காரணம் ஆனந்தக் குற்றமென்பதொரு குற்றம் இச் செய்யுட்கு உறாமையா னென்றுணர்க."

"இச்சொன்னிலை நோக்குமிடத்து ஒருகுற்றமுமின்று; என்னை? அன்னவென்னும் அகரவீற்றுப் பெயரெச்ச உவம உருபு தீயென்னும் பெயரைச் சேர்ந்து நின்று இன் சாரியை இடையே அடுத்து நிற்றலின், நன்னனென நகரமுதலும் னகரவொற்றீறுமாய் நிற்குஞ் சொல்லா யினன்றே அக்குற்றம் உளதாவதென மறுக்க. நன்னவென அண்மை விளியாய் நின்ற முன்னிலைப் பெயரென்று குற்றம் கூறுவார்க்கு இப்பாட்டுப் படர்க்கையேயாய் நிற்றலின் குற்றமின்றென்க."

2. அகத்தியர் பாட்டியல்

கி. பி. 16ஆம் நூற்றாண்டில் இருந்தவர் என்று கருதப்படுகின்ற பரஞ்சோதி-யார் தாம் இயற்றிய சிதம்பரப் பாட்டியலில்,

"பாமேவு தமிழ்ப் பொதியக் குறுமுனிவன் கூறும்
பாட்டியலைச் சுருக்கமதாய்ப் பகர்ந்திடுவேன் யானே."

என்று கூறுகிறபடியால், அகத்தியர் பாட்டியல் என்னும் ஒருநூல் இருந்ததென்பது தெரிகிறது. அன்றியும், பன்னிரு பாட்டியல் என்னும் நூலிலும், 'அகத்தியர் பாட்டியல்' என்னும் பெயரினால் இரண்டு சூத்திரங்கள் காணப்படுகின்றன. எனவே, அகத்தியர் பாட்டியல் என்னும் பெயருள்ள நூல் ஒன்று இருந்ததென்பது ஐயமற விளங்குகிறது. இது செய்யுளிலக்கணம் கூறுவது.

அகத்தியர் தம் பெயரால் அகத்தியம் என்னும் விரிவான முத்தமிழ் இலக்கணநூலை இயற்றினார் என்று கூறப்படுகிறது. அத்தகைய பெரு நூலை இயற்றிய அகத்தியர், பாட்டியல் என்னும் இச்சிறுநூலை ஏன் இயற்றினார்? பிற்காலத்துப் புலவர் ஒருவர், அகத்தியர் பெயரால் இயற்றிவைத்த ஓர் நூல் போலும் இது. சங்க காலத்துப் புலவர்களின் பெயரால், பிற்காலத்திலிருந்த புலவர் சிலர் சில நூல்களை இயற்றி வைத்தனர் என்பது ஆராய்ச்சியினால் தெரிகிறது. அத்தகைய நூல்களில் இதுவும் ஒன்று என்று தோன்றுகிறது. ஆனால், அகத்தியர் பாட்டியல் என்னும் பெயரால் ஒரு நூல் வழங்கிவந்தது என்பதில் ஐயமில்லை. இந்நூலிலிருந்து இரண்டு சூத்திரங்கள் பன்னிரு பாட்டியல் என்னும் நூலில் தொகுக்கப் பட்டுள்ளன. அவை :

குறிலைந் துடனெடில் கூட்டி நின்ற
ஐ ஔ விரண்டும் இ உ வடக்கிப்
பால குமார வரசு மூப்பு
மரணமென் றைவகைத் தானம் வகுத்தனர்.1
முன்பிற் செய்யுண் முதலெழுத் ததற்குப்
பொருத்தமும் விருத்தமும் பகையுங் கொளலே.2

3. அணியியல்

அணியியல் என்பது தண்டியலங்காரத்திற்கு ஒரு பெயராக வழங்கிவந்தது. இங்குக் கூறுகிற இந்த அணியியல், தண்டியலங்காரத்தின் வேறுபட்ட ஒரு பழைய நூல். இந்த அணியியல் நூலிலிருந்து சில சூத்திரங்களை யாப்பருங்கல உரையாசிரியரும் நேமிநாத உரையாசிரியரும் மேற்கோள் காட்டுகின்றனர்.

யாப்பருங்கல விருத்தியுரைகாரார் இந்நூலைப் பற்றிக் குறிப்பிடுவன வருமாறு :

“இனி அகவல் வெண்பாவாவது இன்னிசை வெண்பா என்னை? “

‘அகவல் வெண்பா வடிநிலை பெற்றுச்
சீர்நிலை தோறுந் தொடைநிலை திரியாது
நடைவயி னோரடிநேய முடைத்தாய்ப்
பொருளொடு புணர்ந்த வெழுத்தறி யாதே.’
என்றாராகலின்.

வரலாறு:

‘வைகலும் வைகல் வரக்கண்டு மதுணரார்
வைகலும் வைகலை வைகுமென் றின்புறுவர்
வைகலும் வைகற்றம் வாழ்நாண்மேல் வைகுதல்
வைகலை வைத்துணரா தார்.’

இது அகவல்வெண்பாவென்று அணியியலுடையார் காட்டிய பாட்டு.”

(யாப்பருங்கலம்., செய்யுளியல்., 4ஆம் சூத்திர உரை மேற்கோள்)

யாப்பருங்கலம், ஒழிபியல், “மாலைமாற்றே சக்கரஞ் சுழி குளம்” என்னும் சூத்திரத்தில் ‘உருவகமாதி விரவியலீறா வருமலங் காரமும்’ என்னும் பகுதிக்கு உரை கூறும்போது இவ்வாறு கூறுகிறார்: “உருவகமும், உவமையும், வழிமொழியும், மடக்கும், தீபகமும், வேற்றுமை நிலையும், வெளிப்படை நிலையும், நோக்கும், உட்கோளும், தொகைமொழியும், மிகைமொழியும், வாத்தையும், தன்மையும், பிற பொருள் வைப்பும், சிறப்பு மொழியும், சிலேடையும், மறுமொழியும், உடனிலைக் கூட்டமும், நுவலா நுவற்சியும், உயர் மொழியும், நிதரிசனமும், மாறாட்டும், ஒருங்கியன் மொழியும், ஐயமும், உயர்வும், விரவியலும், வாழ்த்தும் என்றோதப் பட்ட அலங்காரங்களும் என்றவாறு. அவை அணியியலுட் காண்க.

“இனிச் செய்யுளாவன :

‘செய்யு டாமே மெய்யுற விரிப்பிற்
றனிநிலைச் செய்யுட் டொடர்நிலைச் செய்யுள்
அடிபல தொடுத்த தனிப்பாச் செய்யுள்
உரையிடை மிடைந்த பாட்டுடைச் செய்யுள்
இசைநுவன் மரபி னியன்ற செய்யுள்
நயநிலை மருங்கிற் சாதியொடு தொகைஇ
யவையென மொழிப வறிந்திசி னோரே‘

என்றோதப்பட்ட வெல்லாம் அணியியலுட் காண்க.”

(யாப்பருங்கலம், ஒழிபியல், ‘மாலை மாற்றே’ என்னும் சூத்திர உரை மேற்கோள்.)

"இனி, இருது ஆவன:
'காரே கூதிர் முன்பனி பின்பனி
சீரிள வேனில் வேனி லென்றாங்
கிருமூ வகைய பருவ மவைதாம்
ஆவணி முதலா விவ்விரண் டாக
மேவின திங்க ளெண்ணினர் கொளலே.

இந்த இருது வருணனை அணியியலுட் காண்க."
(யாப்பருங்கலம், ஒழிபியல், 'மாலைமாற்றே' என்னும் சூத்திர உரைமேற்கோள்')
"அணியியலுடையாரும்.
'இயன்ற செய்யுட் கியைந்த பொருளை
யுயர்ந்த நடையா லுணரக் கூறலு
மருங்கல மொழியா லரிதுபடக் காட்டலு
மொருங்கிரண் டென்ப வுயர்நடைப் பொருளே'

என்னுஞ் சூத்திரத்துள் 'ஒருங்கிரண்டு' என்புழி யாற்றலாற் போந்த பொருளை, 'என்ப' வென்று முற்றுச் சொல்லோடு புலவர் என்னும் பெயர் கூட்டிப் பொருளுரைத்தாராகலின்."

இதனால், அணியியல் என்னும் நூலுக்கு ஓர் உரை இருந்தது என்பது தெரிகிறது.

நேமிநாத உரையாசிரியர் அணியியலிலிருந்து காட்டும் சூத்திரங்கள் இவை:

"புனையுறு செய்யுட் பொருளை யொருவழி
வினைநின்று விளக்கின்று விளக்கெனப் படுமே."

"முதலிடை கடையென மூவகை யான."
(நேமி., எழுத்து., 4ஆம் செய்யுளுரை, 20 ஆம் செய்யுளுரை)

4 அவிநயம்

அவிநயம் என்னும் பெயரையுடைய ஒருநூல் இருந்த தென்பது. தக்கயாகப் பரணி உரையினாலும், யாப்பருங்கல விருத்தியுரையினாலும், யாப்பருங்கலக் காரிகை யுரையினாலும், வீரசோழிய உரையினாலும், பன்னிரு பாட்டியலினாலும் தெரிகிறது.

அவிநயனார் என்பவர் இயற்றியதாகலின் இதற்கு அவிநயம் என்னும் பெயர் ஏற்பட்டது. அவிநயனார் யாப்பு என்றும் இதற்கு வேறு பெயர் உண்டு.

இது கடைச்சங்க காலத்துக்குப் பிற்பட்ட நூல். கி.பி. 5 அல்லது 6ஆவது நூற்றாண்டில் இயற்றப்பட்டிருக்கக் கூடும். யாப்பருங்கலம், யாம்பருங்கலக் காரிகை, வீரசோழியம் என்னும் நூல்கள் இயற்றப்படுவதற்கு முன்னே, அதாவது, கி.பி. 10ஆம் நூற்றாண்டுவரையில் இந்நூல் பெரிதும் பயிலப்பட்டுவந்தது என்பது தெரிகிறது.

இந்நூலுக்கு, இராசப் பவுத்திரப் பல்லவதரையன் என்பவர் உரை எழுதியிருந்தார் என்பது, மயிலைநாதர் நன்னூலுக்கு எழுதிய உரையினின்று தெரிகிறது.

அவிநய நூலாசிரியர் ஜைன மதத்தைச் சேர்ந்தவர் என்பது. இவர் இயற்றிய அவிநயச் சூத்திரம் ஒன்றால் தெரிகிறது. இந்தச் சூத்திரத்தில், ஒலி அணுவினால் எழுந்து ஒலிகள் பிறக்கின்றன என்னும் ஜைன சமயக் கொள்கையைக் கூறுகிறார். அவிநய நூலுக்கு மிகப் பிற்பட்ட காலத்தவராகிய பவணந்தியாரும் தாம் இயற்றிய நன்னூலில், ஒலியணுத்திரளினாலே எழுத்துகள் பிறக்கின்றன என்னும் ஜைன சமயக் கருத்தைக் கூறியுள்ளார். அவிநய நூலாசிரியர், ஒலியணுவினால் எழுத்துகள் பிறக்கின்றன என்று கூறிய சூத்திரத்தை, மயிலைநாதர் என்னும் ஜைன சமய உரையாசிரியர், தாம் எழுதிய நன்னூல் உரையில் (எழுத்தியல், 13ஆம் சூத்திர உரை) மேற்கோள் காட்டுகிறார்.

"'ஆற்ற லுடையுயிர் முயற்சியி னணுவியைந்
தேற்றன வொலியாய்த் தோன்றுதல் பிறப்பே'

என்றார் ஆசிரியர் அவிநயனாரும் எனக் கொள்க" என்பது அவர் காட்டிய மேற்கோள்.

எனவே, அவிநய நூலாசிரியர், நன்னூலாசிரியரைப் போன்று சமண சமயத்தவர் என்பது தெளிவாக விளங்குகிறது.

தக்கயாகப் பரணி உரையாசிரியர் (காளிக்குக் கூளி கூறியது. 153ஆம் தாழிசை உரை), அவிநய நூல் கருத்தைத் தமது உரையில் குறிப்பிடுகிறார். அவர் கூறுவது இது: "நளினத்தை யுடையது நளினி; அவிநயத்தால் உடைப் பெயர்ச்சொல் ஈறு திரிந்தது."

வீரசோழிய உரையாசிரியர் பெருந்தேவனார் இந்நூலைப் பற்றி (சொல்லதிகாரம், திரியாபதப் படல இறுதியில்) இவ்வாறு தமது உரையில் எழுதுகிறார்:

"திணைபால் மரபு வினாச்சொல் பிடஞ்சொல்
இணையா வழுத்தொகையோ டெச்ச - மணையாக்
கவினையபார் வேற்றுமையுங் காலமயக் குங்கொண்
டவிநயனார் ஆராய்ந்தார் சொல்

எனப் பதின்மூன்றால் ஆய்ந்தார் அவிநயனார். இவற்றுள் தொல்காப்பியனார் ஆராய்ந்தன நீக்கி மயக்கமும், சொல்லும், செப்பும், வினாவும், எச்சமும், மரபும் ஏற்றமாகச் சொன்னார்.''

வீரசோழிய உரையாசிரியர் தமது உரையிலே அவிநய நூலிலிருந்து இரண்டு சூத்திரங்களை மேற்கோள் காட்டுகிறார். அச் சூத்திரங்கள் இவை:

“தொல்காப்பியனார், ஒடு என்னும் பிரத்தியமொன்றே மூன்றும் வேற்று-மைக்கு உருபாகச் சொன்னார்.

'ஆலும் ஆனும் மூன்றே னுருபே'

என்றார் அவிநயனார்.''

(சொல்லதிகாரம், வேற்றுமைப் படலம், 6 ஆம் காரிகை உரை)

“ஒத்த வடியினு மொவ்வா விகற்பினு
மிக்க வரினு மப்பாற் படுமே'

என்றார் அவிநயனார்.''

(யாப்பதிகாரம், 19ஆம் காரிகை உரை)

யாப்பருங்கலக் காரிகை யுரையாசிரியராகிய குணசாகரர் தமது உரை-யிலே, அவிநய நூலிலிருந்து கீழ்க்காணும் சூத்திரங்களை மேற்கோள் காட்-டுகிறார்:

“தத்தம் பாவினத் தொப்பினுங் குறையினும்
ஒன்றொன் றொவ்வா வேற்றுமை வகையாற்
பாத்தம் வண்ண மேலா வாகிற்
பண்போல் விகற்பம் பாவினத் தாகும்.
குறட்பா விரண்டவை நால்வகைத் தொடையான்
முதற்பாத் தனிச்சொலி னடிமூ விருவகை
விகற்பினு நடப்பது நேரிசை வெண்பா
என்றார் அவிநயனார்.''

(யாப்பருங்கலக்காரிகை, 23ஆம் காரிகை உரை மேற்கோள்)

“கோழியுங் கூவின குக்கில் குரல்காட்டுந்
தாழியுள் நீலத் தடங்கணீர் போதுமினோ
ஆழிசூழ் வையத் தறிவ னடியேத்திக்
கூழை தனையக் குடைதுங் குரைபுனல்
ஊழியு மன்னுவா மென்றேலோ ரெம்பாவாய்.'

இது ஐந்தடியான் வந்ததாயினும், ஒருபுடை யொப்புமை நோக்கிக் கலிவி-ருத்தத்தின்பாற் படுத்தி வழக்கப்படும். இதனைத் தரவு கொச்சகம் எனினும் இழுக்காது. இது அவிநயனார் காட்டியது.''

(யா. காரிகை. 43ஆம் உரை)

"முன்னிலை நெடிலு மாவு மாவும்
னம்மிகப் புணரு மியங்குதிணை யான."

(யா., காரிகை, - 44ஆம் காரிகையுரை மேற்கோள்)

யாப்பருங்கல உரையாசிரியர், தமது உரையிலே மேற்கோள் காட்டுகிற அவிநயச் சூத்திரங்கள் வருமாறு:

"அஇஉஎ ஒவிவை குறிய மற்றையேழ்
நெட்டெ ழுத்தா நேரப் படுமே.1
குற்றெழுத் துத்தொண் ணூற்றைந் தாகும்
நூற்றொடு முப்பத்து மூன்று நெடிலாம்2

இருநூற் றிருபத் தெட்டுவிரிந் தன
வுயிரே வன்மை மென்மை யிடைமை.3
வல்லெழுத் தாறோ டெழுவகை யிடத்தும்
உகரம் அரையாம் யகரமோ டியையின்
இகரமுங் குறுகு மென்மனார் புலவர்.4

அக்கேன மாய்தந் தனிநிலை புள்ளி
ஒற்றிப் பால வைந்து மிதற்கே.5
2 அளபெடை தனியிரண் டல்வரி ஐஔ
வுளதா மொன்றரை தனியுமை யாகும்.6

ஆய்தமும் யவ்வு அவ்வொடு வரினே
ஐயெ னெழுத்தொடு மெய்பெறத் தோன்றும்.7
உவ்வொடு வலவரி னௌவியல் பாகும்.8

நெடிய குறிய வுயிர்மெய் யுயிரும்
வலிய மெலிய விடைமை யளபெடை
மூவுயிர்க் குறுக்கமோ டாமசைக் கெழுத்தே.9
அளபெழி னல்லதை யாய்தமு மொற்று
மலகியல் பெய்தா வென்மனார் புலவர்.10

உயிரள பெடையுங் குறுகிய உயிரின்
இகர வுகரமுந் தளைதபி னொற்றம்.11
சீர்தப வரினு மொற்றியற் றாகும். "12

(யாப்பருங்கலம், எழுத்தோத்து உரை மேற்கோள்)

"நேரசை யொன்றே நிரையசை யிரண்டல
காகு மென்ப வறிந்திசி னோரே"18 எனவும்.

"நேரோ ரலகு நிரையிரண் டலகு
நேர்புமூன் றலகு நிரைபுதான் கலகென்
றோதினார் புலவ ருணரு மாறே."14
எனவும் சொன்னார் அவிநயனார்.
"கடையு மிடையு மிணையும்ஐ யிரட்டியும்"15
என்றார் அவிநயனார்.
(யாப்பருங்கலம், அசையோத்து உரை மேற்கோள்)

"ஈரசைச் சீர்நான் கியற்சீர் மூவசை
இயற்சீ ரெட்டனு எல்லன விரவினு
நேரிறின் வெள்ளை நிறையிறின் வஞ்சி.16
ஈரசைச்சீர் பின்முன் னாவைத் துறழ்ந்து
மாறியக்கா னாலசைச் சீர்பதி னாறாம்.17

நேர்நிரை வரினே சீர்நிலை யெய்தலும்
பாவொடு பிறவும் ஆகும் ஒரோவழி.18
முதலிடை நுனிநாப் பல்லிதழ் மூக்கிவை
வன்மை முதலாம் மும்மையும் பிறக்கும்.183

உரிமை யியற்சீர் மயங்கியும் பானான்
கிருமை வேறியல் வெண்பா வாகியும்
வருமெனும் வஞ்சிக் கலியினே ரீற்ற
வியற்சீ ராகா வென்மனார் புலவர்.20

நிரையிறு நாலசை வஞ்சி யுள்ளால்
விரவினு தேரீற் றல்லவை யியலா.21
நேர்நடு வியல வஞ்சி யுரிச்சீ ராசிரி
யத்திய லுண்மையு முடைய."22

(யாப்பருங்கலம், சீரோத்து உரை மேற்கோள்)
"ஈரசை யியற்சீ ரொன்றுத லியல்பே."23
(யாப்பருங்கலம், தளையோத்து உரை மேற்கோள்)

"இரண்டினும் மூன்றினும் வஞ்சி யாகும்
நாற்சீ ரடியாற் பாப்பிற மூன்றே.24
எல்லா வடியினு மினப்பா நாற்சீர்

அல்லா மேலடிய பாவினுக் கியலா.25

ஒன்று மிரண்டு மூன்றும் நான்கும்
என்றிம் முறையே பாவின் சிறுமை
தத்தங் குறிப்பினவே தொடையின் பெருமை."26

(யாப்பருங்கலம், அடியோத்து 10 உரை மேற்கோள்)
"மறுதலை யுரைப்பினும் பகைத்தொடை யாகும்
அளபெடை யினம்பெறத் தொடுப்ப தளபெடை.27

ஒரூஉத் தொடை
யிருசீ ரிடைவிடி லென்மனார் புலவர்.28
மாறல் தொவ்வா மரபின செந்தொடை.29
ஒருசீ ரடிமுழு தாயி னிரட்டை.30

மயங்கிய தொடைமுதல் வந்ததன் பெயரா
லியங்கினுந் தளைவகை யின்னண மாகும்."31
(யாப்பருங்கலம், தொடையோத்து உரை மேற்கோள்)
"வெண்பா தாழிசை வெண்டுறை விருத்தமென்
றிந்நான் கல்லவு முந்நான் கென்ப32

ஏந்திசைச் செப்ப லிசையன வாகி
வேண்டிய வுறுப்பின வெண்பா யாப்பே."33 என்றோசை கூறி,
"முச்சீ ரடியா னிறுதலு நேர்நிரை
யச்சீ ரியல்பி னசையி னிறுதியாம்."34
என்றீறு சொன்னார் அவிநயனார்.
"ஈரடி யியைந்தது குறள்வெண் பாவே.35

குறட்பா விரண்டவை நால்வகைத் தொடையாய்
முதற்பாத் தனிச்சொலி னடிமூ விருவகை
விகற்பினு நடப்பது நேரிசை வெண்பா.36
ஒன்றும் பலவும் விகற்பாய்த் தனிச்சொ
லின்றி நடப்ப தின்னிசை வெண்பா.37

தொடைமிகத் தொடுப்பன பஃறொடை வெண்பா.38
யீரடி யியைந்தது குறள்வெண் பாவே
யொத்த வடித்தே செந்துறை வெள்ளை.39

அடிமூன் றாகி வெண்பாப் போல
விறுவ தாயின் வெள்ளொத் தாழிசை.40

அடியைந் தாகியு மிக்கு மீற்றடி
யொன்று மிரண்டுஞ் சீர்தபின் வெண்டுறை.41
மூன்று நான்கு மடிதொறுந் தனிச்சொற்
கொளீஇய வெல்லாம் வெளிவிருத் தம்மே.42

தன்பா லுறுப்புத் தழுவிய மெல்லிய
லின்பா வகவ விசையதை யின்னுயிர்க்
கன்பா வரைந்த வாசிரிய மென்ப.''43
என்றோசை சொல்லி.
"ஏனைச் சொல்லி னாசிரிய மிறுமே
ஓஈ ஆயு மொரோவழி யாகும்.''44

என்னென் சொல்லும் பிறவு மென்றிவற்
னுன்னவும் பெறூஉ நிலைமண் டிலமே.'45
என்றார் அவிநயனார்.''
"ஈற்றதன் மேலடி யொருசீர் குறையடி
நிற்பது நேரிசை யாசிரி யம்மே.46

இடைபல குறைவ திணைக்குற ளாகும்.47
கொண்ட வடிமுத லாயொத் திறுவது
மண்டில மொத்திறி னிலைமண் டிலமே.48

ஒத்த வடித்தா யுலையா மண்டிலம்
என்னென் கிளவியை யீறா கப்பெறும்
அன்ன பிறவுமந் நிலைமண் டிலமே.49

நாற்சீ ரடிநான் ககத்தொடை நடந்தவும்
ஐஞ்சீ ரடிநடந் துறழடி குறைந்தவும்
அறுசீ ரெழுசீர் வலிய நடந்தவும்
எண்சீர் நாலடி யீற்றடி குறைந்தும்
தன்சீர்ப் பாதியி னடிமுடி வுடைத்தாய்
அந்தத் தொடையிவை யடியா நடப்பிற்
குறையா வுறுப்பினது துறையெனப் படுமே.50

அறுசீ ரெழுசீ ரடிமிக நின்றவும்
குறைவி னான்கடி விருத்த மாகும்.51
ஆய்ந்த வுறுப்பி னகவுத லின்றி
யேந்திய துள்ள லிசையது கலியே.52

ஒத்தா ழிசைக்கலி வெண்கலிகொச் சகமென
முத்திறத் தான்வருங் கலிப்பா வென்ப.53

விட்டிசை முதற்பாத் தரவடி யொத்தாங்
கொட்டிய மூன்றிடைத் தாழிசை யதன்பின்
மிக்கதோர் சொல்லாத் தனிநிலை சுரிதகம்
ஆசிரி யத்தொடு வெள்ளை யறுதலென்
றோதின ரொத்தா ழிசைக்கலிக் குறுப்பே.54
உரைத்த வுறுப்பொடு தாழிசைப் பின்னர்
நிரைத்த வடியா னீர்த்திரை போல
வசையடி பெறினவை யம்போ தரங்கம்.55

குறில்வயி னிரையசை கூட்டிய வாரா
தடியவட் பெறினே வண்ணக மாகும்.56
கலியொடு கொண்டு தன்றளை விரவா
விறுமடி வரினே வெண்கலி யாகும்.57

தரவே யாகியு மிரட்டியுந் தாழிசைச்
சிலவும் பலவு மயங்கியும் பாவே
றொத்தா ழிசைக்கலிக் கொவ்வா வுறுப்பின
கொச்சகக் கலிப்பா வாகு மென்ப.58

ஈற்றடி மிக்கள வொத்தன வாகிப்
பலவுஞ் சிலவு மடியாய் வரினே
கலிப்பா வினத்துத் தாழிசை யாகும்.59

ஐஞ்சீர் நான்கடி கலித்துறை யாகும்.60
நாற்சீர் நாலடி வருவ தாயி
னொலியி னியைந்த கலிவிருத் தம்மே.61

தூங்க லிசையாய்த் தனிச்சொற் சுரிதகந்
தான்பெறு மடிதளை தழீஇவரை வின்றா
யெஞ்சா வகையது வஞ்சிப் பாவே.62

இருசீர் நாலடி மூன்றிணைந் திறுவது
வஞ்சித் தாழிசை தனிவரிற் றுறையே.63
ஒத்த வடியினு மொவ்வா விகற்பினு
மிக்கடி வரினு மப்பாற் படுமே."64

(யாப்பருங்கலம், செய்யுளியல் உரை மேற்கோள்)

"தனியே
யடிமுதற் பொருள்பெற வருவது தனிசொல
திறுதியும் வஞ்சியு மென்ப."65

"நிரனிறை, சுண்ணம், அடிமறி மொழிமாற்று, அடிமொழி மாற்று என்னும் இந் நான்கினோடும் பூட்டுவில், புனல்யாறு, தாப்பிசை, அளைமறி பாப்பு, கொண்டுகூட்டு இவ்வைந்தும் உறழ இருபதாம். அவை வந்த வழிக் கண்டுகொள்க. இருபது வகையானுங் காட்டினார் அவிநயனார் எனக் கொள்க."

"அவிநயனார் தூங்கிசை வண்ணம், ஏந்திசை வண்ணம், அடுக்கிசை வண்ணம், பிரிந்திசை வண்ணம், மயங்கிசை வண்ணம், மெல்லிசை வண்ணம் என்ற இந்நான்கினையும்;

குற்றெழுத்து வண்ணம், நெட்டெழுத்து வண்ணம், வல்லெழுத்து வண்ணம, மெல்லெழுத்து வண்ணம், இடை யெழுத்து வண்ணம் என்று இவ்வைந்தினையும் கூட்டி யுறழ நூறு வண்ணம் பிறக்கும் என்றார்."

"தனியே
யடிமுதற் பொருள்பெற வருவது தனிச்சொல
திறுதியும் வஞ்சியு ளியலு மென்ப66

எழுத்தல் கிளவியி னசையொடு சீர்நிறைத்
தொழுக்கலு மடிதொடை தளையழி யாமை
வழுக்கில் வகையுளி சேர்தலு முரித்தே.67

நேர்நிரை வரினே சீர்நிலை யெய்தலும்
பாவொடு பிறவு மாகு மொரோவழி.68

உயிரள பெடையுங் குறுகிய உயிரி
னிகர வுகரமுந் தளைதபி னொற்றாம்
சீர்தப வரினு மொற்றியற் றாகும்."69

"இனி, ஒரு சாரார் அகத்திணை, புறத்திணை, அகப்புறத் திணை என மூன்றா யடங்குமென்ப. ஆமாறு அவிநயத்துட் காண்க"

"முற்செய் வினையது முறையா வுண்மையி
னொத்த விருவரு முள்ளக நெகிழ்ந்து
காட்சி யையந் தெரித றேற்றலென
நான்கிறந் தவட்கு நாணு மடனும்
அச்சமும் பயிர்ப்பு மவற்கு
முயிர்த்தகத் தடக்கிய
வறிவு நிறைவு மோர்ப்புந் தேற்றமு
மறைய வவர்க்கு மாண்டதோ ரிடத்தின்
மெய்யுறு வகையுமுள் ளல்ல துடம்படாத்
தமிழியல் வழக்கமெனத் தன்னன்பு மிகைபெருகிய
களவெனப் படுவது கந்தருவ மணமே.'70

என்றார் அவிநயனார்."

"இடைச்சொல்லும் உரிச்சொல்லுந் தொல்காப்பியம் தக்காணியம், அவிநயம், நல்லாறன் மொழிவரி முதலியவற்றுட் காண்க."

(யாப்பருங்கலம், ஒழிபியல், உரை மேற்கோள்)

நன்னூல் உரையாசிரியராகிய மயிலைநாதர், தமது உரையில் அவிநய நூல் சூத்திரங்களை மேற்கோள் காட்டியுள்ளார். அச்சூத்திரங்கள் இவை:

"வன்மையொடு ரகான் ழகா னொழிந்தாங்
கன்மெய் யாய்தமோ டளபெழு மொரோவழி.

பதினெண் மெய்யு மதுவே மவ்வொ
டாய்தமு மளபரை தேய்தலு முரித்தே.'

என்றார் ஆசிரியர் அவிநயனாருமெனக் கொளக்."

"ஙகரம் மொழிக்கு முதலாகுமோ வெனின்.

'கசதப நவ்வே யாதியு மிடையும்
டறவிடை ணனரழ லளஇடை கடையே
ஞநமய வவ்வே மூன்றிட மென்ப'3

என ஙகரம் ஈரிடத்தும் நிற்குமென்றார் ஆசிரியர் அவிநயனாரும் எனக் கொள்க."

(நன்னூல், எழுத்தியல், மயிலைநாதர் உரை மேற்கோள்)

"அவைதாம்,

'பெயர்ச்சொ லென்றா தொழிற்சொ லென்றா
இரண்டின் பாலா யடங்குமன் பயின்றே.'4

என்று அளவறு புலமை அவிநயனார் உரைத்தார்."

(நன்., பதவியல் 4, மயிலைநாதர் உரை மேற்கோள்)

"அழிதூஉ வகையு மவற்றின் பாலே

கால மறிதொழில் கருத்தினோ பாலே."5

(நன்., பெயர்., 7, மயிலைநாதர் உரை மேற்கோள்)

"கால மறிதொழில் கருத்தினோ டியையப்
பால்வகை தோறும் படுமொழி வேறே."6

(நன்., வினை, 1, மயிலைநாதர் உரை மேற்கோள்)

"கால்வாய், அடைகட லென்பன வாயையுடைய கால், கடலினது அடையென முன்மொழிப் பொருள் குறித்தன. வேங்கைப்பூ, கருங்கு திரை என்பன பின்மொழிப் பொருள் கருதின. இவை ஈரிடத்திற்கும் அவிநயத்திற் காட்டினவை."

(நன்., பொதுவியல், 19 உரை)

பன்னிருபாட்டியலில் அவிநய நூலிலிருந்து சில சூத்திரங்கள் தொகுக்கப்பட்டுள்ளன. அவை வருமாறு:

"உணவே யமுதம் விடமு மாகும்.1
அந்தச் சாதிக் கந்தப் பாவே
தந்தனர் புலவர் தவிர்ந்தனர் வரையார்.2

வெள்ளையு மகவலும் விருத்தமுங் கலியும்
வஞ்சியு மெஞ்சா மங்கலம் பொருந்தும்.3
வெள்ளை யகவல் விருத்தங் கலியே
வஞ்சி யென்றிவை மங்கலப் பாவே.4

காட்டிய முறையே நாட்டிய வாண்பாற்
கெல்லையும் பெயரு மியல்புற வாய்ந்து
சொல்லிய தொன்னெறிப் புலவரு முளரே.5
பாலன் யாண்டே யேழென மொழிப.6

மீளி யாண்டே பத்தியை காறும்.7
மறவோன் யாண்டே பதினான் காகும்.8

திறலோன் யாண்டே பதினைந் தாகும்.9
பதினா றெல்லை காளைக் கியாண்டே.10

அத்திற மிறந்த முப்பதின் காறும்
விடலைக் காகு மிகினே முதுமகன்.11
நீடிய நாற்பத் தெட்டி னளவு

மாடவர்க் குலாப்புற முரித்தென மொழிப.12

சிற்றில் பாவை கழங்கம் மனையே
பொற்புறு மூசல் பைங்கிளி யாழே
பைம்புன லாட்டே பொழில்விளை யாட்டே
நன்மது நுகர்த லின்ன பிறவு
மவரவர்க் குரிய வாகு மென்ப.13

வேந்தர் கடவுளர் விதிநூல் வழியுணர்
மாந்தர் கலிவெண் பாவிற் குரியர்.14
நாலு வருணமு மேவுத லுரிய
வுலாப்புறச் செய்யுளென் றுரைத்தனர் புலவர்.''15

நேமிநாத உரையாசிரியர் (சொல்லதிகாரம், 4ஆம் சூத்திர உரை), கீழ்க்காணும் அவிநயச் சூத்திரத்தை மேற்கோள் காட்டுகிறார்:

''ஒருவன் ஒருத்தி பலரென்று மூன்றே
உயர்திணை மருங்கிற் படர்க்கைப் பாலே
யொன்றன் படர்க்கை பலவற்றுப் படர்க்கை
யன்றி யனைத்தும் அறிணைப் பால.''

நவநீதப் பாட்டியலின் பழைய உரை, (91 ஆம் செய்யுள் உரையில்), அவிநயனார் கலாவியல் என்னும் பெயருடன் இரண்டு சூத்திரங்களை மேற்கோள் காட்டுகிறது. இதனால், அவிநய நூலுக்கு 'அவிநயக் கலா வியல்' என்னும் பெயர் வழங்கிய தென்பது தெரிகிறது. இவ்வுரைகாரர் மேற்கோள் காட்டிய சூத்திரங்கள் இவை:

''செவித்திறங் கொள்ளாது தெரியுங் காலைத்
தானே நம்பி மகனே மாணி
யாசானென் றவரி லொருவ ரிழுக்கிலைக்
குற்றம் வகுத்துடன் பாடாமற் சொல்லின்
வென்றியும் பெறுமே.''1

''அவைபுகு நெறியே யாயுங் காலை
வாயிலி னிரைத்துக் கூறப்புகுங் காலை
இருவரும் புகாஅ ரொருவர் முன்புகிற்
புக்கவன் றொலையு முய்த்தெனு முண்மையின்
இருவருங் கூடி யொருங்குடன் பட்ட

தெரிவுட னுணர்ந்தோர் செப்பின ரென்ப."2

5. அவிநய உரை

அவிநயனார் இயற்றிய அவிநயம் என்னும் நூலுக்கு ஓர் உரை இருந்தது என்றும், அதனை இயற்றியவர் தண்டலங்கிழவன் என்னும் இராசபவித்திரப் பல்லவதரையன் என்றும் மயிலைநாதர் என்னும் உரையாசிரியர் கூறுகிறார்.

நன்னூலுக்கு உரையெழுதிய மயிலைநாதர் (நன்., பொது வியல், 9ஆவது சூத்திர உரையில்) பத்து வகையான எச்சங்களை விளக்குகிறார். அவை பெயரெச்சம், வினையெச்சம், உம்மையெச்சம், சொல்லெச்சம், பிரிநிலையெச்சம், எனவெச்சம், ஒழியிசையெச்சம், எதிர்மறை, எச்சம், இசையெச்சம், குறிப்பெச்சம் என்பன. இவற்றை விளக்கிய பின்னர் மயிலைநாதர்.

"இந்தப் பத்தெச்சமும்
புவிபுகழ் புலமை யவிநய நூலுட்
டண்டலங் கிழவன் றகைவரு நேமி
யெண்டிசை நிறைபெய ரிராச பவித்திரப்
பல்லவ தரையன் பகர்ச்சி யென்றறிக"
என்று கூறுகிறார்.

இதனால், தண்டலம் என்னும் ஊரின் தலைவனாகிய இராச பவித் திரப் பல்லவதரையன் என்பவர் அவிநய நூலுக்கு உரை எழுதினார் என்பது நன்கு தெரிகிறது. இவ்வுரையும் இப்போது மறைந்துவிட்டது.

6. இன்மணியாரம்

இது செய்யுளிலக்கண நூல். இந்நூலைப் பற்றியும் இந்நூலாசியரைப் பற்றியும் ஒன்றும் தெரியவில்லை. யாப்பருங்கலம், ஒழிபியல், 'மாலைமாற்றே' எனத் தொடங்கும் சூத்திரப்பாவுரையில், உரையாசிரியர் குணசாகரர் இந்நூலிலிருந்து ஒரு சூத்திரத்தை மேற்கோள் காட்டியுள்ளார். அச்சூத்திரம், இது:

"இனிச் செய்யுளாவன:
'வரியே குரவை மதலை மேட
முரியே தாழிசை முன்னிலை வாழ்த்தே
தேவபாணி சிற்றிசை நேரிசை
பாவை தனிநிலை பாங்கமை மடலே'
என்றோதப்பட்டன. இவை இன்மணியாரத்துள்ளும் பிறவற்றுள்ளும் கண்டுகொள்க."

7. நாலடி நாற்பது என்னும் அவிநயப் புறனடை

அவிநயம் என்னும் நூலுக்கு அவிநயப் புறனடை என்னும் பெயருள்ள சார்பு நூல் இருந்தது என்பது மயிலைநாதர் என்னும் உரையாசிரியரும், யாப்பருங்கல விருத்தியுரை யாசிரியரும் எழுதுவதிலிருந்து தெரிகிறது. அவிநயப் புறனடைக்கு நாலடி நாற்பது என்னும் பெயரும் உண்டு.

யாப்பருங்கலம் என்னும் நூலை இயற்றிய ஆசிரியரே யாப்பருங்கலக்காரிகை என்னும் ஒரு சார்பு நூலை இயற்றியுள்ளார். அதற்கு யாப்பருங்கலப் புறனடை என்பது பெயர். யாப்பருங்கல விருத்தியுரைகாரர், தமது உரையில் யாப்பருங்கலக் காரிகைச் செய்யுளை மேற்கோள் காட்டி, "'இவ் வியாப்பருங்கலப் புறனடையை விரித்துரைத்துக் கொள்க'" என்று எழுதுவதிலிருந்து இதனை அறியலாம். இதனால் யாப்பருங் கலத்துக்கு யாப்பருங் கலக்காரிகை புறனடை நூல் என்பது தெரிகிறது. இதுபோலவே அவிநய நூலுக்கு 'அவிநயப் புறனடை' என்னும் சார்பு நூல் ஒன்று இருந்தது என்பது தெரிகிறது.

அவிநயப் புறனடையையும் அவிநயனாரே இயற்றினார். அது நாற்பது வெண்பாவினால் அமைந்த நூலாகையினாலே அதற்கு "நாலடி நாற்பது" என்னும் பெயரும் வழங்கியது. (நானூறு வெண்பாக்களினால் அமைந்த நூலுக்கு நாலடி நானூறு என்று பெயர் வழங்கப்படுவது நினைவுகொள்ளத்தக்கது.) "அவிநயனார் யாப்பிற்கு நாலடி நாற்பது" என்று யாப்பருங்கலக்காரிகை யுரைப் பாயிரத்தில் குணசாகரர் எழுதுவது காண்க.

யாப்பருங்கல உரையாசிரியர், அவிநயப் புறனடை என்னும் நூலைப் பற்றி இவ்வாறு எழுதுகிறார்:

"அவிநயத்துள்ளும்,

'முதலிடை நுனிநாப் பல்லிதழ் மூக்கின்
வன்மை முதலா மும்மையும் பிறக்கும்'

எனப் பொதுவகையாற் கூறி இன்னவிடத்து இன்ன எழுத்துப் பிறக்கும் என்று கணக்கியலுட் புறனடை எடுத்தோதினார் அவிநயனாராகலானும்

'நாலசைச்சீர் வெண்பாவி னண்ணா வயற்பாவி
னாசைச்சீர் நேரீற்று நாலிரண்டா - நாலசைச்சீர்
ஈறுநிறை சேரி னிருநான்கும் வஞ்சிக்கே
கூறினார் தொல்லோர் குறித்து'

என்னும் புறனடையானும் பிறவாற்றானும் விளக்கங் கூறினாரா கலானும் என்க."

(யாப்பருங்கல விருத்தி, சீரோத்து, 15 உரை.)

யாப்பருங்கல விருத்தியுரைகாரர், அவிநயப் புறனடையாகிய நாலடி நாற்பதிலிருந்து கீழ்க்காணும் வெண்பாக்களை மேற்கோள் காட்டுகிறார்:

"குறினெடி லாய்த மளபெடையை காரக்
குறில்குற் றிகர வுகர - மறுவில்
உயிர்மெய் விராய்மெய்யோ டாறாறெழுத்தாஞ்
செயிர்வன்மை மென்மை சமன்.'1
என்பது நாலடி நாற்பது என்னும் நூலின் எழுத்துப் புறனடை."
"குறிலுயிர் வல்லெழுத்துக் குற்றகர வாதி
குறுகிய ஐஔமவ் வாய்த - நெறிமையா
லாய்ந்த வசைதொடைதாம் வண்ணங்கட் கெண்முறையா லேய்ந்தன நானான்
கெழுத்து.'
இது நாலடி நாற்பது என்னும் நூலின் அசைப் புறனடை."
(யாப்பருங்கலம், எழுத்தோத்து உரை மேற்கோள்)

"ஆசிரியப் பாவி னயற்பா வடிமயங்கும்
ஆசிரியம் வெண்பாக் கலிக்கண்ணாம் - ஆசிரியம்
வெண்பாக் கலிவிரவும் வஞ்சிக்கண் வெண்பாவி
னொண்பா வடிவிரவா வுற்று.43

'சீர்வண்ணம் வெள்ளைக் கலிவிரவும் வஞ்சிவு
ளூருங் கலிப்பா சிறுச்சிறிதே - பாவினுள்
வெண்பா வொழித்துத் தளைவிரவுஞ் செய்யுளாம்
வெண்பா கலியுட் புகும்.'
என்றார் நாலாடி நாற்பதுடையாரெனக் கொள்க."4
(யாப்பருங்கலம், அடியோத்து உரை மேற்கோள்)

"நாலசைச்சீர் வெண்பாவி னண்ணா வயற்பாவி
நாசைச்சீர் நேரீற்று நாலிரண்டா - நாலசைச்சீர்
ஈறுநிரை சேரி னிருநான்கும் வஞ்சிக்கே
கூறினார் தொல்லோர் குறித்து."5
(யாப்பருங்கலம், சீரோத்து உரை மேற்கோள்)

யாப்பருங்கல விருத்தியுரைகாரர் இவைபோன்று வேறு சில வெண்பாக்களையும் தமது உரையில் மேற்கோள் காட்டிச் செல்கிறார். அவையும் நாலடி நாற்பது என்னும் நூலைச் சேர்ந்தனவாயிருக்கக் கூடும் என்று தோன்றுகின்றது. ஆனால், அச்செய்யுள்கள் எந்த நூலைச் சேர்ந்தவை என்பதை உரையாசிரியர் குறிக்காதபடியால், அவை நாலடி நாற்பதைச் சேர்ந்த வெண்பாக்கள்தாமா என்னும் ஐயம் உண்டாகிறது.

நன்னூல் உரையாசிரியராகிய மயிலைநாதர் நாலடி நாற்பது என்னும் அவிநயப் புறனடை நூலிலிருந்து இரண்டு குறட்பாக்களை மேற்கோள் காட்டுகிறார். அவை :

"தன்னை யுணர்த்தி னெழுத்தாம் பிறபொருளைச்
சுட்டுதற் கண்ணேயாஞ் சொல்.'1
(நன்னூல், பதவியல், 1, உரை மேற்கோள்)

'றனழள ஒவ்வுந் தனியு மகாரமுந்
தன்மைத் தமிழ்பொது மற்று.'2
என்றார் ஆசிரிய ரவிநயனார்."
(நன்னூல், பதவியல், 23, உரை மேற்கோள்)

8. கடிய நன்னியார் கைக்கிளைச் சூத்திரம்

கடிய நன்னியார் என்னும் புலவர் கைக்கிளைச் சூத்திரம் என்னும் நூலை இயற்றினார் என்பது, யாப்பருங்கல விருத்தியுரையினால் தெரிகிறது. யாப்பருங்கலம், செய்யுளியல், 2ஆம் சூத்திர விருத்தியுரையில் உரையாசிரியர், கடிய நன்னியார் கைக்கிளைச் சூத்திரங்களை மேற்கோள் காட்டுகிறார் :

"கைக்கிளையும், வெண்பா முதலாய் ஆசிரியம் ஈறாய் வருகின்றுழி ஆசிரியவடி இரண்டேயாய், அவற்று ளீற்றடி நாற்சீரா யீற்றயலடி முச்சீரானே வருவதெனக் கொள்க. என்னை?

'இருதலைக் காம மன்றிக் கைக்கிளை
யொருதலைக் காம மாகக் கூறிய
விலக்கண மரபி னியல்புற நாடி
யதர்ப்பட மொழிந்தனர் புலவ ரதுவே
பெறுதி வெண்பா வுரித்தாய் மற்றதன்
இறுதி யெழுசீ ராசிரி யம்மே.'

'வெண்பா வாசிரி யத்தாய் மற்றதன்
இறுதி யெழுசீ ராசிரி யம்மே.'

'கைக்கிளை யாசிரியம் வருவ தாயின்
முச்சீ ரெழுத்தின் றாகி முடிவடி
யெச்சீ ரானு மேகாரத் திறுமே.'

இது கடிய நன்னியார் செய்த கைக்கிளைச் சூத்திரம்."

யாப்பருங்கலம், செய்யுளியல் 18ஆம் சூத்திர விருத்தியுரையில் உரையாசிரியர், கடிய நன்னியாரை மேற்கோள் காட்டுகிறார். அது :

"கைக்கிளைப் பொருள்மேல் ஆசிரியம் வரும்வழி எருத்தடி முச்சீரான் வரப்பெறா வென்பர் கடிய நன்னியார் எனக் கொள்க. என்னை?

'கைக்கிளை மருட்பா வாகி வருகா
லாசிரியம் வருவ தாயின் மேவா
முச்சீ ரெருத்திற் றாகி முடியடி
யெச்சீ ரானு மேகாரத் திறுமே.' என்றாகலின்."

கடிய நன்னியாரைப் பற்றியும், அவர் இயற்றிய கைக்கிளைச் சூத்திரத்தைப் பற்றியும் வேறு செய்திகள் தெரியவில்லை.

9. கவிமயக்கறை

இப்பெயரையுடைய நூல் ஒன்று இருந்ததென்பது யாப்பருங்கல விருத்தியினால் தெரிகிறது. யாப்பருங்கலம், ஒழிபியல், "மாலைமாற்றே சக்கரஞ் சுழிகுளம்" என்னும் சூத்திர உரையில், ஆசுகவி, மதுரகவி, சித்திரகவி, வித்தாரகவி என்னும் நான்குவகைக் கவிகளைப் பற்றி எழுதியபின், "ஒழிந்த விகற்பங்கள் கவிமயக்கறையுள்ளும் பிற வற்றுள்ளுங் கண்டுகொள்க" என்று எழுதுகிறார் உரையாசிரியர்.

இதனால் கவிமயக்கறை என்னும் நூல் ஒன்று இருந்ததென்பது தெரிகிறது. இந்நூலைப் பற்றி வேறு செய்திகள் தெரியவில்லை.

10. காக்கைபாடினியம்

காக்கைபாடினியார் என்பவர் இயற்றியது இந்நூல் இவருக்குப் பிற்காலத்தில் இவர் பெயரையுடைய மற்றொரு புலவர் தம் பெயரால் ஒரு நூல் இயற்றினார். அவருக்குச் சிறு என்னும் அடைமொழி கொடுத்துச் சிறுகாக்கைபாடினியார் என்றும், அவரது நூலுக்குச் சிறுகாக்கைபாடினியம் என்றும் பெயர் வழங்கினார்கள்.5

காக்கைபாடினியார் புலவர்களால் நன்கு மதிக்கப்பட்டவர் என்பதையும், தொல்காப்பியர் விரித்துரைத்த இலக்கணத்தைக் காக்கை பாடினியார் தொகுத்து இயற்றினார் என்பதையும், யாப்பருங்கல விருத்தியுரைகாரார் மேற்கோள் காட்டிய கீழ்காணும் வெண்பாவினால் அறியலாம் :

தொல்காப் பியப்புலவோர் தோன்ற விரித்துரைத்தார்
பல்கா யனார்பகுத்துப் பன்னினார் - நல்யாப்புக்

கற்றார் மதிக்குங் கலைக்காக்கை பாடினியார்
சொற்றார்தந் நூலுட் டொகுத்து.

உரையாசிரியர் இளம்பூரண அடிகள், தொல்காப்பிய (செய்யுளியல், 4ஆம் சூத்திரம்) உரையில் கீழ்வருமாறு எழுதுகிறார்.

"அதேல் நேர்பசை நிரைபசை யெனக் காக்கைபாடினியார் முதலாகிய ஒரு சாராசிரியர் கொண்டிலராலெனின், அவர் அதனை யிரண்டசையாக்கி யுரைத்தாராயினும் அதனை முடிய நிறுத்தராது, வெண்பா வீற்றின்கண் வந்த குற்றுகர நேரீற் றியற்சீரைத் தேமா புளிமா என்னு முதாரணத்தான் ஓசையூட்டிற் செப்பலோசை குன்றுமென்றஞ்சி, காசு பிறப்பென உகர வீற்றா னுதாரணங் காட்டினமையானும், சீரும் தளையுங் கெடு வழிக் குற்றியலுகரம் அலகு பெறாதென்றமையானும், வெண்பா வீற்றிலு முற்றுகரமுஞ் சிறுபான்மை வருமெனவுடன் பட்டமை யானும், நேர்பசை நிரைபசை யென்று வருதல் வலியுடைத்தென்று கொள்க."

காக்கைபாடினியத்தைப் பற்றி யாப்பருங்கல விருத்தியுரைகாரர் இவ்வாறு எழுதுகிறார்:

"நேர்பசை நிரைபசை வேண்டாது நேரசை நிரையசை வேண்டி நாலசைப் பொதுச் சீர் வேண்டினார் காக்கைபாடினியார் முதலிய ஒருசாராசிரியர்."

(யாப்பருங்கலம், சீரோத்து, 1 உரை)

"எல்லாம் என்பது சொல்லவேண்டிய தென்னையெனின், பெரு நூன் மருவா வொருசாராரும் சான்றோர் செய்யுட்டன்மை யறியாதோரும், நேர்நடுவாகிய வஞ்சியுரிச்சீரும் பிற தளையும் வெண்பாவினு ளருகி வரு மென்பா ருளராயினும், அவ்வாறு வரின் வெண்பா வழியும் செப்பலோசை தழுவி நில்லாதகலினென்று மறுத்தார் காக்கைபாடினியார் முதலாகிய மாப்பெரும் புலவர்; அவரது துணிபே இந்நூலுள்ளும் (யாப்பருங்கலம்) துணிபு என்று யாப்புறுத்தற்கு வேண்டப்பட்டதெனக் கொள்க."

(யாப்பருங்கலம், தளையோத்து, 22 உரை)

"காக்கைபாடினியார் முதலாகிய வொருசாராசிரியர் மாப்பெரும் புலவர்தம் மதம்பற்றி நாலசைச்சீர் விரித்தோதினார் இந்நூலுடையார் (யாப்பருங்கல நூலுடையார்) எனக் கொள்க."

(யாப்பருங்கலம், ஒழியியல், விருத்தியுரை)

யாப்பருங்கலத்தின் புறனடை நூலாகிய யாப்பருங்கலக் காரிகைக்கு உரை எழுதிய குணசாகரர் தமது உரையில் கீழ்க்காணும் காக்கைபாடினியார் சூத்திரங்களை மேற்கோள் காட்டுகிறார்:

"குறினெடி லளபெடை யுயிருறுப் புயிர்செய்
வலிய மெலிய விடைமையோ டாய்தம்

இஉ ஐயென் மூன்றன் குறுக்கமோ
டப்பதின் மூன்று மசைக்குறுப் பாகும்.1

நாலசை யானு நடைபெறும் ஓரசை
சீர்நிலை யெய்தலுஞ் சிலவிடத் துளவே.2
கூறிய வஞ்சிக் குரியன வாகலும்
ஆகுந வென்ப வறிந்திசி னோரே.3

குன்று கூதிர் பண்பு தோழி
விளியிசை முத்துற ழென்றிவை யெல்லாந்
தெளிய வந்த செந்துறைச் செந்துறை.64
இயற்சீ ரிரண்டு தலைப்பெய றம்முள்
விகற்ப வகையது வெண்டளை யாகும்.5

உரிச்சீ ரதனு ளுரைத்ததை யன்றிக்
கலக்குந் தளையெனக் கண்டிசி னோரே.6
இயற்சீ ரிரண்டு தலைப்பெய றம்முள்
விகற்ப மிலவாய் விரவி நடப்பின்
அதற்பெய ராசிரி யத்தளை யாகும்.7

வெண்சீ ரிறுதியி னேரசை பின்வரின்
வெண்சீர் வெண்டளை யாகு மென்ப.8
வெண்சீ ரிறுதிக் கிணையசை பின்வரக்
கண்டன வெல்லாங் கலித்தளை யாகும்.9

தன்சீ ரிரண்டு தலைப்பெய றம்முளொத்
தொன்றினு மொன்றா தொழியினும் வஞ்சியின்
பந்த மெனப்பெயர் பகரப் படுமே.10

இருசீர் குறளடி சிந்தடி முச்சீர்
அளவடி நாற்சீ ரைஞ்சீர் நெடிலடி
அறுசீர் கழிநெடி லாகு மென்ப.11
எண்சீ ரெழுசீ ரிவையாங் கழிநெடிற்
கொன்றிய வென்ப வுணர்ந்திசி னோரே.12

இரண்டு முதலா வெட்டீ றாகத்
திரண்ட சீரா னடிமுடி வுடைய
இறந்தன வந்து நிறைந்தடி முடியினும்

சிறந்த வல்ல செய்யு ளுள்ளே.13

ஒருதொடை யீரடி வெண்பாச் சிறுமை
இருதொடை மூன்றா மடியி னிழிந்து
வருவன வாசிரிய மில்லென மொழிப
வஞ்சியு மப்பா வழக்கின வாகும்.14

நான்கா மடியினு மூன்றாந் தொடையினுந்
தாழ்ந்து கலிப்பாத் தழுவுத லிலவே.15
உரைப்போர் குறிப்பினை நீக்கிப் பெருமை
வரைத்தித் துணையென வைத்துரை யில்லென்
றுரைத்தனர் மாதோ வுணர்ந்திசி னோரே.16

அசையினுஞ் சீரினு மிசையினு மெல்லாம்
இசையா தாவது செந்தொடை தானே.17
தொடையொன் றடியிரண் டாகி வருமேற்
குறளின் பெயர்க்கொடை கொள்ளப் படுமே.18

இரண்டா மடியி னீற்றொரூஉ வெய்தி
முரண்ட வெதுகைய தாகியு மாகா
திரண்டு துணியா யிடைநனி போழ்ந்தும்
நிரந்தடி நான்கின நேரிசை வெண்பா.19

தொடையடி யித்துணை யென்னும் வழக்க
முடையதை யன்றி யுறுப்பழி வில்லா
நடையது பறொடை நாமங் கொளலே.20

ஒருமூன் றொருநான் கடியடி தோறுந்
தனிச்சொற் றழுவி நடப்பன வெள்ளை
விருத்த மெனப்பெயர் வேண்டப் படுமே.21

அளவடி யந்தமு மாதியு மாகிக்
குறளடி சிந்தடி யென்றா விரண்டும்
இடைவர நிற்ப திணைக்குற ளாகும்.22

ஒத்த வடித்தா யுலையா மரபொடு
நிற்பது தானே நிலைமண் டிலமே.23

என்னென் கிளவி யீறாப் பெறுதலும்
அன்னவை பிறவு மந்த நிலைபெற
நிற்கவும் பெறூஉ நிலைமண் டிலமே.24

உரைப்போர் குறிப்பி னுணர்வகை யின்றி
இடைப்பான் முதலீ றென்றிவை தம்முண்
மதிக்கப் படாதன மண்டில யாப்பே.25

தரவு தாழிசை தனிச்சொற் சுரிதகம்
எனநான் குறுப்பின தொத்தா ழிசைக்கலி.26

நீர்த்திரை போல நிரலே முறைமுறை
ஆக்கஞ் சுருங்கி யசையடி தாழிசை
விட்டிசை விரியத் தொடுத்துச் சுரிதகம்
தாங்கித் தழுவும் தரவினோ டைந்தும்
யாப்புற் றமைந்தன வம்போ தரங்கம்.27

வெண்டளை தன்றளை யென்றிரு தன்மையின்
வெண்பா வியலது வெண்கலி யாகும்.28
அந்தடி மிக்குச் சிலபல வாயடி
தந்தமு ளொப்பன தாழிசை யாகும்.29

எருத்திய லின்றி யிடைநிலை பெற்றும்
இடைநிலை யின்றி யெருத்துடைத் தாகியும்
எருத்த மிரட்டித் திடைநிலை பெற்றும்
இடைய திரட்டித் தெருத்துடைத் தாயும்
இடையு மெருத்து மிரட்டுற வந்தும்
எருத்த மிரட்டித் திடைநிலை யாறா
அடக்கியல் காறு மமைந்த வுறுப்பிற்
கிடக்கை முறையாள் கிழமைய தாயும்
தரவொடு தாழிசை யம்போ தரங்கம்
முடுகியல் போக்கியல் என்றிவை யெல்லாம்
முறைதடு மாற மொழிந்தவை யன்றி
இடையிடை வெண்பாச் சிலபல சேர்ந்து
மற்றும் பிறபிற வொப்புறுப் பில்லன
கொச்சக மென்னுங் குறியின வாகும்.30

ஐஞ்சீ ரடியி னடித்தொகை நான்மையோ

டெஞ்சா தியன்றன வெல்லாங் கலித்துறை.31
நாலொரு சீரா னடந்த வடித்தொகை
ஈரிரண் டாகி யியன்றன யாவையுங்
காரிகை சார்ந்த கலிவிருத் தம்மே.32

குறளடி நான்கவை கூடின வாகி
முறைமையி னவ்வகை மூன்றிணைந் தொன்றாய்
வருவன வஞ்சித் தாழிசை யாகும்.33

வெள்ளை முதலா வாசிரிய மிறுதி
கொள்ளத் தொடுப்பது மருட்பா வாகும்.34
இஉ இரண்டின் குறுக்கற் தளைதப
நிற்புழி யொற்றாம் நிலைமைய வாகும்.35

உயிரள பேழு முரைத்த முறையான்
வருமெனி னவ்வியல் வைக்கப் படுமே.36
ஆய்தமு மொற்று மளபெழ நின்றுழி
வேறல கெய்தும் விதியின வாகும்."37

வீரசோழிய உரையில், பெருந்தேவனார் கீழ்க்காணும் காக்கைபாடினிய சூத்-திரத்தை மேற்கோள் காட்டுகிறார்:
"உரைத்த பாவினுக் கொத்த வடிகள்
வகுத்துரை பெற்றி யன்றிப் பிறவு
நடக்கு மாண நடத்தை யுள்ளே."1
பேராசிரியர், தொல்காப்பிய உரையில் (பொருள் - செய்யுளியல்) கீழ்க்கா-ணும் காக்கைபாடினிய சூத்திரங்களை மேற்கோள் காட்டுகிறார்:
"வெண்சீ ரொன்றின் வெண்டளை கொளாஅல்.1
வெண்சீ ரொன்றினும் வெண்டளை யாகு
மின்சீர் விரவிய காலை யான."2
யாப்பருங்கல விருத்தியுரைகாரர், கீழ்க்காணும் காக்கை பாடினிய சூத்தி-ரங்களைத் தமது உரையில் மேற்கோள் காட்டுகிறார்:
"குறினெடி லளபெடை யுயிருறுப் புயிர்மெய்
வலிய மெலிய விடைமையொ டாய்தம்
இஉ ஐயென மூன்றன் குறுக்கமொ
டப்பதின் மூன்று மசைக்குறுப் பாகும்.1

ஆய்தமு மொற்று மளபெழு நிற்புழி

வேறலகெய்தும் விதியின வாகும்.2
இஉ இரண்டன்ன குறுக்கந் தளைதப
நிற்புழி யொற்றா நிலையின வாகும்.3

உயிரள பேழு முரைத்த முறையான்
வருமெனி னவ்வியல் வைக்கப் படுமே.4
தனியசை யென்றா விணையசை யென்னா
விரண்டென மொழிமனா ரியல்புணர்ந் தோரே.5

நெடிலொடு நெடிலு நெடிலொடு குறிலும்
இணையசை யாத லிலவென மொழிப.6
ஐயென் நெடுஞ்சினை யாதி யொழித்தல
கெய்து மிணையசை யென்றிசி னோரே."7

"நேர்பசை நிரைபசே வேண்டாது, நேரசை நிரையசை வேண்டி நாலசைப் பொதுச்சீர் வேண்டினார் காக்கை யாடினியார் முதலிய ஒருசாராசிரியர்."
(யாப்பருங்கல விருத்தி, சீரோத்து, 1 உரை)

"ஒரோ வகையினா லாகிய வீரசைச்
சீரியற் சீரெனச் செப்பினர் புலவர்.8
இயற்சீ ரெல்லா மாசிரிய வுரிச்சீர்.9

மூவசை யான்முடி வெய்திய வெட்டனுள்
அந்தந் தனியசை வெள்ளை யல்லன
வஞ்சிக் கிழமை வகைப்பட் டனவே.10

இயற்சீ ருரிச்சீ ரெனவிரு சீரும்
மயக்க முறைமையி னால்வகைப் பாவும்
இனத்தின் மூன்றும் இனிதி னாகும்.11

உரிச்சீர் விரவ லாயு மியற்சீர்
நடக்குன வாசிரி யத்தொடு வெள்ளை
அந்தந் தனியா வியற்சீர் கலியொடு
வஞ்சி மருங்கின் மயங்குத லிலவே.12

நாலசை யானடை பெற்றன வஞ்சியுள்
ஈரொன் றிணைதலும் ஏனுழி யொன்றுசென்
றாகலு மந்தம் இணையசை வந்தன

கூறிய வஞ்சிக் குரியன வாதலு13

மாகுன வென்ப வறிந்திசி னோரே.
இணைநடு வியலா வஞ்சி யுரிச்சீர்
இணையுள் வாசிரி யத்தன வாகா.14

இயற்சீ ரிரண்டு தலைப்பெய றம்முள்
விகற்ப வகையது வெண்டளை யாகும்.15
உரிச்சீ ரதனு ளுரைத்ததை யன்றிக்
கலக்குந் தளையெனக் கண்டிசி னோரே.16

இயற்சீ ரிரண்டு தலைப்பெய றம்முள்
விகற்ப மிலவாய் விரவி நடப்பின்
அதற்பெய ராசிரி யத்தளை யாகும்.17

வெண்சீ ரிறுதிக் கிணையசை பின்வரக்
கண்டன வெல்லாங் கலித்தளையாகும்.18
தன்சீ ரிரண்டு தலைப்பெய றம்முளொத்
தொன்றினு மொன்றா தொழியினும் வஞ்சியின்
பந்த மெனப்பெயர் பகரப் படுமே.19

குறள்சிந் தளவு நெடில்கழி நெடிலென்
றைவகை மரபின வடிவகை தானே.20
இருசீர் குறளடி சிந்தடி முச்சீர்
அளவடி நாற்சீ ரறுசீர் அதனின்
இழிப நெடிலடி யென்றிசி னோரே.21

சிந்தடி குறளடி யென்றா இரண்டும்
வஞ்சிக் கிழமை வகைப்பட் டனவே.22
ஆசிரியம் வெண்பாக் கலியொடு மும்மையும்
நாற்சீ ரடியா னடைபெற் றனவே.23

சிந்துங் குறளும் வருதலு மவ்வழி
யுண்டென் றறைய வுணர்ந்திசி னோரே.24
விருத்தந் துறையொடு தாழிசை யென்றா
இனச்செய்யு ளெல்லா வடியினு நடக்கும்.25

ஒருதொடை யீரடி வெண்பாச் சிறுமை

யிருதொடை மூன்றா மடியி னிழிந்து
வருவன வாசிரிய மில்லென மொழிப
வஞ்சியு மப்பா வழக்கின வாகும்.26

நான்கா மடியினும் மூன்றாந் தொடையினும்
தாழ்ந்த கலிப்பாத் தழுவுத லிலவே.27
உரைப்போர் குறிப்பினை யன்றிப் பெருமை
வரைத்தித் துணையென வைத்துரை யில்லென்
றுரைத்தனர் மாதோ வுணர்ந்திசி னோரே.28

தொடையெனப் படுவ தடைவகை தெரியி
னெழுத்தொடு சொற்பொரு ளென்றிவை மூன்றி
னிரல்பட வந்த நெறிமைத் தாகி
யடியோ டடியிடை யாப்புற நிற்கு
முடிவின தென்ப முழுதுணர்ந் தோரே.29

மொழியினும் பொருளினு முரணத் தொடுப்பி
னிரணத் தொடையென் றெய்தும் பெயரே.30
செம்பகை யல்லா மரபினதாந் தம்மு
ளொன்றா நிலையது செந்தொடை யாகும்.31

தொடையடி யுட்பல வந்தா லெழுவா
யுடைய தனாற்பெய ரொட்டப் படுமே.32
வெண்பா விருத்தந் துறையொடு தாழிசை
யென்றிம் முறையி னெண்ணிய மும்மையுந்
தத்தம் பெயராற் றழுவும் பெயரே.33

சிறந்துயர் செப்ப விசையன வாகி
யறைந்த வுறுப்பி னகற லின்றி
விளங்கக் கிடப்பது வெண்பா வாகும்.34

சிந்தடி யானே யிறுதலு மவ்வடி
அந்த மசைச்சீர் வருதலும் யாப்புற
வந்தது வெள்ளை வழக்கிய றானே.35
தொடையொன் றடியிரண் டாகி வருமேற்
குறளின் பெயர்க்கொடை கொள்ளப் படுமே.36

இரண்டா மடியி னீற்றொரூஉ வெய்தி

முரண்ட வெதுகைய தாகியு மாகா
திரண்டு துணியா யிடைநனி போழ்ந்து
நிரந்தடி நான்கின நேரிசை வெண்பா.37

தனிச்சொற் றழுவல வாகி விகற்பம்
பலபல தோன்றினு மொன்றே வரினு
மிதற்பெய ரின்னிசை யென்றிசி னோரே.38

தொடையடி யித்துணை யென்னும் வழக்க
முடையதை யன்றி யுறுப்பழி வில்லா
நடையது பறொடை நாமங் கொளலே.39

ஒருவிகற் பாகித் தனிச்சொ லின்றியு
மிருவிகற் பாகித் தனிச்சொ லின்றியுத்
தனிச்சொற் பெற்றுப் பலவிகற் பாகியுந்
தனிச்சொ லின்றிப் பலவிகற் பாகியு
மடியடி தோறு மொரூஉத்தொடை யடைநவு
மெனவைந் தாகு மின்னிசை தானே.40

அந்தங் குறையா தடியிரண் டாமெனிற்
செந்துறை யென்னுஞ் சிறப்பிற் றாகும்.41
தன்பா வடித்தொகை மூன்றா யிறுமடி
வெண்பாப் புரைய விறுவது வெள்ளையின்
றன்பா வினங்களிற் றாழிசை யாகும்.42

ஐந்தா றடியி னடந்தவு மந்தடி
யொன்று மிரண்டு மொழிசீர்ப் படுதவும்
வெண்டுறை நாமம் விதிக்கப் படுமே.43

ஒருமூன் றொருநான் கடியடி தோறும்
தனிச்சொற் றழுவி நடப்பன வெள்ளை
விருத்த மெனப்பெயர் வேண்டப் படுமே.44

அளவடி யந்தமு மாதியு மாகிக்
குறளடி சிந்தடி யென்றா யிரண்டு
மிடைவர நிற்ப திணைக்குற ளாகும்.45
உரைப்போர் குறிப்பி னுணர்வகை யன்றி
யிடைப்பான் முதலீ றென்றிவை தம்முண்

மதிக்கப் படாதன மண்டில யாப்பே.46

அடித்தொகை நான்குபெற் றந்தத் தொடைமேற்
கிடப்பது நாற்சீர்க் கிழமைய தாகி
யெடுத்துரை பெற்ற விருநெடி லீற்றின்
அடிப்பெறி னாசிரி யத்துறை யாகும்.47

அளவடி யைஞ்சீர் நெடிலடி தம்மு
ளுறழத் தோன்றி யொத்த தொடையாய்
விளைவது மப்பெயர் வேண்டப் படுமே.48

அறுசீர் முதலா நெடியவை யெல்லா
நெறிவயிற் றிரியா நிலத்தவை நான்காய்
விளைகுவ தப்பா வினத்துள விருத்தம்.49

வகுத்த வுறுப்பின் வழுவுத லின்றி
யெடுத்துயர் துள்ள லிசையன வாகல்
கலிச்சொற் பொருளெனக் கண்டிசி னோரே.50

வெண்கலி யொத்தா ழிசைக்கலி கொச்சக
மென்றொரு மூன்றே கலியென மொழிப.51
தரவே தாழிசை தனிநிலை சுரிதக
மெனநான் குறுப்பின தொத்தா ழிசைக்கலி.52

தன்னுடை யந்தமுந் தாழிசை யாதியுந்
துன்னு மிடத்துத் துணிந்தது போலிசை
தன்னொடு நிற்ற றரவிற் கியல்பே.53

தத்தமி லொத்துத் தரவி னகப்பட
நிற்பன மூன்று நிரந்தவை தாழிசை.54
ஆங்கென் கிளவி யடையாத் தொடைபட
நீங்கி யிசைக்கு நிலையது தனிச்சொல்.55

ஆசிரியம் வெண்பா வெனவிவை தம்முள்
ஒன்றாகி யடிபெற் றிறுதி வருவது
சுழிய மென்பெயர் சுரிதக மாகும்.56

நீர்த்திரை போல நிரலே முறைமுறை

யாக்கஞ் சுருங்கி யசையடி தாழிசை
விட்டிசை விரியத் தொடுத்துச் சுரிதகம்
தாக்கித் தழுவுந் தரவினோ டேனவும்
யாப்புற் றமைந்தன வம்போ தரங்கம்.57
வெண்டளை தன்றளை யென்றிரு தன்மையின்
வெண்பா வியலது வெண்கலி யாகும்.58

எருத்திய லின்றி யிடைநிலை பெற்றும்
இடைநிலை யின்றி யெருத்துடைத் தாயும்
எருத்த மிரட்டித் திடைநிலை பெற்றும்
இடைய திரட்டித் தெருத்துடைத் தாயும்
இடையு மெருத்து மிரட்டுற வந்தும்
எருத்த மிரட்டித் திமைநிலை யாறாய்
அடக்கியல் காறு மமைந்த வுறுப்புக்
கிடக்கை முறைமையிற் கிழமைய தாயுந்
தரவொடு தாழிசை யம்போ தரங்கம்
முடுகியல் போக்கிய லென்றிவை யெல்லாம்
முறைதடு மாற மொழிந்தவை யன்றி
யிடைநிலை வெண்பாச் சிலபல சேர்ந்து
மற்றும் பிறபிற வொப்புறுப் பில்லன
கொச்சக மென்னுங் குறியின வாகும்.59

அந்தடி மிக்குப் பலசில வாயடி
தந்தமி லொன்றிய தாழிசை யாகும்.60
ஐஞ்சீர் முடிவி னடித்தொகை நான்மையொடு
எஞ்சா மொழிந்தன வெல்லாங் கலித்துறை.61
நாலொரு சீரா னடந்த வடித்தொகை
யீரிரண் டாகி யியன்றவை யாவுங்
காரிகை சான்ற கலிவிருத் தம்மே.62

தன்றளை பாதந் தனிச்சொற் சுரிதக
மென்றிவை நான்கு மடுக்கிய தூங்கிசை
வஞ்சி யெனப்பெயர் வைக்கப் படுமே.63
ஒன்றின நான்மை யுடைத்தாய்க் குறளடி
வந்தன வஞ்சித் துறையென லாகும்.64

குறளடி நான்கிவை கூடின வாயின்
முறைமையின் அவ்வகை மூன்றிணைந் தொன்றி

வருவன வஞ்சித் தாழிசை யாகும்.65
உணர்த்திய பாவினு ளொத்த வடிகள்
வகுத்துரை பெற்றியு மன்றிப் பிறவும்
நடக்குன வாண்டை நடைவகை யுள்ளே.66

உறுப்பிற் குறைந்தவும் பாக்கண் மயங்கியும்
மறுக்கப் படாத மரபின வாகியும்
எழுவா யிடமா யடிப்பொரு ளெல்லாம்
தழுவ நடப்பது தான்றனிச் சொல்லே.67
வஞ்சி மருங்கி னிறுதியு மாமெனக்
கண்டனர் மாதோ கடனறிந் தோரே."68

காக்கைபாடினியார் தமிழ் நூல் வழங்கும்
எல்லையைக் கூறும்போது.
"வடக்குந் தெற்குங் குடக்குங் குணக்கும்
வேங்கடம் குமரி தீம்புனற் பௌவமென்
றந்நான் கெல்லை யகவயிற் கிடந்த
நூலதின் முறையே வாலிதின் விரிப்பின்"

எனக் கூறியதாக, இறையனார் அகப்பொருள் உரையாசிரியர், உரைப்பாயிரத்தில் காக்கைபாடினியார் சூத்திரத்தை மேற்கோள் காட்டுகிறார். ஆனால், அந்தச் சூத்திரத்தை முழுவதும் கூறவில்லை.

11., 12., 13. குறுவேட்டுவச் செய்யுள், லோகவிலாசனி,
பெருவளநல்லூர்ப் பாசண்டம்.

இந்த மூன்று நூல்களின் பெயரை யாப்பருங்கல விருத்தியுரையாசிரியர் குறிப்பிடுகிறார். யாப்பருங்கலம். ஒழிபியலில் அவர் கூறுவது இது:

"இனிப் பாவினங்களுட் சமக்கிருதமும் வேற்றுப்பாடையும் விரவிவந்தால் அவற்றையு மலகிட்டுப் பாச்சார்த்தி வழங்கப்படும். அவை, குறுவேட்டுவச் செய்யுளும், லோகவிலாசனியும், பெருவள நல்லூர்ப் பாசண்டமும் முதலாகவுடையன எனக் கொள்க." இதனால் இவை யாப்பிலக்கண நூல்கள் என்பதும் இந்நூற் செய்யுள்களில் வேற்று பாஷைச் சொற்களும் கலந்திருந்தன என்பதும் தெரிகின்றன. இந்த நூல்களைப் பற்றி வேறு செய்திகள் தெரியவில்லை.

14. கையனார் யாப்பியல்

கையனார் என்னும் பெயருள்ள ஆசிரியரை, யாப்பருங்கலக் காரிகை யுரையாசிரியராகிய குணசாகரரும். யாப்பருங்கல உரையாசிரியரும் தமது உரை-

களில் குறிப்பிடுகிறார்கள். இவர்கள் கூறுவதிலிருந்து கையனார் என்பவர் யாப்பிலக்கண நூல் ஒன்று செய்திருக்கிறார் என்பது தெரிகிறது. ஆனால், அந்த இலக்கண நூலின் பெயர் என்னென்பது தெரியவில்லை. இந்த உரையாசிரியர்கள், கையனார் என்னும் ஆசிரியரின் பெயரை மட்டும் கூறினரேயன்றி அந்நூலின் பெயரைக் கூறவில்லை.

குணசாகரர், கையனார் நூலைப் பற்றி (யாப்பருங்கலக் காரிகை, 40 ஆம் காரிகை யுரையில்) எழுதுவது இது:

“முதலயற் சீர்க்கண் இல்லாததனைக் கீழ்க்கதுவாய் என்றும் ஈற்றயற் சீர்க்கண் இல்லாததனை மேற்கதுவாய் என்றும் வேண்டினார் கையனார் முதலாய ஒருசார் ஆசிரியர் என்பது அறிவித்தற்கு, “மைதீர் கதுவாய்’ என்று விதப்புரைத்தாரெனக் கொள்க.”

“இயைபுத் தொடைக்கு ஏழு விகற்பமும் இறுதிச்சீர் முதலாகக் காட்டினார் கையனார் முதலாகிய ஒருசார் ஆசிரியரெனக் கொள்க.”

யாப்பருங்கலக் காரிகை, 41ஆம் காரிகை யுரையில் குணசாகரர், கையனார் நூலிலிருந்து ஒரு செய்யுளை உயிர் எதுகைக்கு மேற்கோள் காட்டுகிறார். அது வருமாறு:

“துளியொடு மயங்கிய தூங்கிரு ண்டுநாள்
அணிகிளர் தாரோ யருஞ்சுர நீந்தி
வடியமை யெகம் வலவயி னேந்தித்
தனியே வருதி நீயெனின்
மையிருங் கூந்த லுய்தலோ வரிதே.’

இது இரண்டா மெழுத் தொன்றாதாயினும் இரண்டா மெழுத்தின்மே லேறிய உயிர் ஒன்றி வந்தமையால் உயிரெதுகை. இது கையனார் காட்டிய பாட்டு.”

யாப்பருங்கல விருத்தியுரைகாரர் கையனாரைப்பற்றி இவ்வாறு எழுதுகிறார்:

“இது ஈறுபற்றி யறியுந் தன்மைத்தாகலின், இயைபுத் தொடைக்கிவ்வாறெட்டு விகற்பமும் சொன்னார், கையனார், தொல்கப்பியனார் முதலாகிய ஒருசாராசிரியர்.”

(யாப்பருங்கலம், தொடையோத்து, 34ஆம் சூத்திர உரை)

கடையிணை முரண், பின்முரண், இடைப்புணர் முரண் தொடை யிலக்கணத்திற்கு உதாரணமாகச் சில செய்யுள்களை மேற்கோள் காட்டிய பிறகு யாப்பருங்கல விருத்தியுரைகாரர், “இவ்வாறு கூறினார் கையனார் என்னும் ஆசிரியரெனக் கொள்க,” என்று எழுதுகிறார்.

(யாப்பருங்கலம், தொடையோத்து, 39ஆம் சூத்திர உரை)

"இனமோனை மூன்று வகைப்படும், அவை வல்லின மோனையும், மெல்லின மோனையும், இடையின மோனையுமாம். அவற்றுள் வல்லின மோனை வருமாறு:

கயலே ருண்கண் கலுழ நாளுஞ்
சுடர்புரை திருநுதல் பசலை பாயத்
திருந்திழை யமைத்தோ ளரும்பட ருழப்பப்
போகல் வாழி பைய பூத்த
கொழுங்கொடி யணிமலர் தயங்கப்
பெருந்தண் வாடை வரூஉம் பொழுதே'

இதெல்லாவடியு முதற்கண் வல்லினமே வந்தமையின் வல்லின மோனை யென்று கையனார் காட்டிய பாட்டு."

(யாப்பருங்கலம், தொடையோத்து உரை)

"கையனார் முதலாகிய வொருசாராசிரியர் இரண்டாஞ் சீர்க்கணில்லாததனைக் கீழ்க்கதுவா யென்றும். ஈற்றயற் சீர்க்க ணில்லாததனை மேற்கதுவா யென்றும் வழங்கிய தறிவித்தற்கொரு தோற்ற முணர்த்திய தெனக் கொள்க."

(யாப்பருங்கலம், தொடையோத்து, 47ஆம் சூத்திர உரை)

"இவ்வாறு வண்ண விகற்ப மெடுத்தோதினார் தொல்காப்பி யனாரும் கையனாரு முதலாக உடையார்."

(யாப்பருங்கலம், ஒழிபியல் உரை)

இவ்வாறு இவ் வுரையாசிரியர்கள், எழுதுவதிலிருந்து கையனார் என்னும் ஆசிரியர் இயற்றிய யாப்பிலக்கண நூல் ஒன்று இருந்ததென்பது ஐயமறத் தெரிகிறது. கையனார் யாப்பிலக்கண நூலிலிருந்து இவ்வுரையாசிரியர்கள் மூன்று சூத்திரங்களை மேற்கோள் காட்டி யிருக்கிறார்கள். அவை வருமாறு:

"இருவா யொப்பின தியைபென மொழிப."1

(யாப்பருங்கலக்காரிகை, 17 உரை மேற்கோள்)

"உறுப்பி னளவே யொன்றரை யாகும்."

"ஆய்தந் தானே குறியதன் கீழதாய்
வலியதன் மேல்வந் தியலு மென்ப. "

(யாப்பருங்கலம், எழுத்தோத்து, 2ஆம் சூத்திர உரை மேற்கோள்)

இவையன்றிக் கையனாரைப் பற்றியும், அவர் இயற்றிய யாப்பிலக்கண நூலைப் பற்றியும் வேறு செய்திகள் தெரியவில்லை.

15. சங்கயாப்பு

சங்கயாப்பு என்னும் பெயருள்ள யாப்பிலக்கண நூல் ஒன்று இருந்ததென்பது, யாப்பருங்கல விருத்தியுரையினால் தெரிகிறது. யாப்பருங்கல (அடியோத்து, 28ஆவது சூத்திரம்) விருத்தியுரையாசிரியர், பாவினங்களுக்குச் சில செய்யுள்களை உதாரணங் காட்டி, பிறவும் சங்கயாப்பிற் கண்டுகொள்க என்று எழுதுகிறார். சங்கயாப்பு என்னும் பெயருள்ள இந்நூலை யார் இயற்றினார், எந்தக் காலத்தில் இயற்றினார் என்பன தெரிய வில்லை. இந்நூற் சூத்திரங்கள் சிலவற்றை, யாப்பருங்கல விருத்தி யுரைகாரர் மேற்கோள் காட்டுகிறார். அவை வருமாறு:

அகர முதலா ஔகார மீறா
யிசையொடு புணர்ந்தவீ ராறு முயிரே.1
ககரம் முதலா னகரம் ஈறா
விவையீ ரொன்பதும் மெய்யென மொழிப.2

குறிலோ ரைந்தும் அறிவுறக் கிளப்பின்
அஇ உஎ ஒவெனு மிவையே.3
ஆஈ ஊஏ ஐஓ ஔவெனும்
ஏழும் நெட்டெழுத் தென்ற லியல்பே.4
கண்ணிமை கைந்நொடி யென்றிவை யிரண்டும்
மின்னிடை யளவே யெழுத்தின் மாத்திரை.5

வன்மை யென்ப கசட தபற.6
மென்மை யென்ப ஙஞண நமன7
இடைமை யென்ப யரல வழள8
அவைதாம்,
புள்ளியொடு நிற்ற லியல்பென மொழிப
புள்ளியில் காலை யுயிர்மெய் யாகும்.9

அரைநொடி யளவின வறுமூ வுடம்பே.10
அரைநொடி யென்ப தியாதென மொழியின்
நொடிதரக் கூடிய விருவிர லியைபே11
குற்றிய லிகரமுங் குற்றிய லுகரமும்
மற்றவை தாமே புள்ளி பெறுமே.12

நேர்நால் வகையு நெறியுறக் கிளப்பின்
நெடிலுங் குறிலுந் தனியே நிற்றலும்
அவற்றின் முன்ன ரொற்றொடு நிற்றலும்

இவைதாம் நேரசைக் கெழுத்தி னியல்பே.13

இணைக்குறில் குறினெடி லிணைந்து மொற்றடுத்தும்
நிலைக்குறி மரபி னிரையசைக் கெழுத்தே. 14
அகவ லென்ப தாசிரியப் பாவே.15

“ஏழடி யிறுதி யீரடி முதலா
வேறிய வெள்ளைக் கியைந்த வடியே
மிக்கடி வருவது செய்யுட் குரித்தே
மூவடிச் சிறுமை பெருமை யாயிரம்
ஆகும் ஆசிரி யத்தின் அளவே”.16
என்றார் சங்கயாப்புடையார்.
(அடியோத்து, 32 உரை மேற்கோள்)
முந்திய மோனை யெதுகை யளபெடை

யந்தமின் முரணே செந்தொடை யியைபே
பொழிப்பே ஒரூஉவ யிரட்டை யென்னும்
மியற்படு தொடைக ளிவைமுத லாகப்
பதின்மூ வாயிரத் தறநூ றன்றியும்
தொண்ணூற் றொன்பதென் றெண்ணினர் புலவர்.17

வல்லொற்றுத் தொடர்ச்சியு மெல்லொற்றுத் தொடர்ச்சியு
மிடையொற்றுத் தொடர்ச்சியு முறைபிறழ்ந் தியலும்.18

செப்பல் ஓசை வெண்பா வாகும்.19
ஏந்திசைச் செப்பலுந் தூங்கிசைச் செப்பலு
மொழுகிசைச் செப்பலு முண்ணும் வெண்பா
செப்ப லோசை வெண்பா வாகும்.20

வெண்சீர் வெண்டளை யான்வரும் யாப்பை
யேந்திசைச் செப்ப லென்மனார் புலவர்.21
இயற்சீர் வெண்டளை யான்வரும் யாப்பைத்
தூங்கிசைச் செப்ப லென்மனார் புலவர்.22

வெண்சீ ரொன்றலு மியற்சீர் விகற்பமும்
ஒன்றிய பாட்டே யொழுகிசைச் செப்பல்.23
கொச்சகம் வெண்கலி யொத்தா ழிசையென
முத்திற மாகுங் கலியின் பகுதி.24

16. சிறுகாக்கைபாடினியம்

சிறுகாக்கைபாடினியம் என்பவர் இயற்றிய இந்நூலுக்குச் சிறு காக்கைபாடினியம் என்னும் பெயர் சூட்டப்பட்டது. இது செய்யுளிலக்கண நூல் என்பது தெரிகிறது. இவருக்கு முன்னர் காக்கை பாடினியார் என்பவர் ஒருவர் தமது பெயரால் காக்கை பாடினியம் என்னும் இலக்கண நூலைச் செய்திருத்தல் பற்றி. அவரின் இவர் வேறானவர் என்பது குறிப்பதற்காகச் சிறு என்னும் அடைமொழி கொடுத்துச் சிறுகாக்கைபாடினியார் என்று வழங்கப் பட்டார்.

தொல்காப்பியப் பொருளதிகாரம், செய்யுளியல், 1ஆம் சூத்திர உரையில், பேராசிரியர் இவரைப் பற்றி எழுதுவதாவது: 'இணைநூல் முடிபு தன்னூன் மேற்றே' என்பதனால் காக்கை பாடினியார் ஓதிய தளையிலக்கணம் ஈண்டுங் கோடல்வேண்டுமெனின், அதே கருத்தாயின் இவர்க்கும் அவர் முடிவே பற்றித் தளை தளையல் வேண்டும்; அல்லதூஉம், அவர்க்கு இளையாரான சிறு காக்கைபாடினியார் தளைகொண்டி லரென்பது இதனாற் பெற்றாம். தளை வேண்டினார் பிற்காலத்தோராசிரிய ரென்பது. என்னை?

'வடக்குந் தெற்குங் குணக்குங் குடக்கும்
வேங்கடங் குமரி தீம்புனற் பௌவமென்
றிந்நான் கெல்லை யகவயிற் கிடந்த
நூலதி னுண்மை வாலிதின் விரிப்பின்'

எனக் கூறி வடவேங்கடந் தென்குமரியெனப் பனம்பாரனார் கூறியவற்றானே எல்லை கண்டார் காக்கைபாடினியார். ஒழிந்த காக்கை பாடினியத்து.

'வடதிசை மருங்கின் வடுகுவரம் பாகத்
தென்றிசை யுள்ளிட் டெஞ்சிய மூன்றும்'

எனத் தென்றிசையுங் கடலெல்லையாகக் கூறப்பட்டதாகலான் அவர் குமரியாறுள்ள காலத்தாரல்லாரென்பதுஉம், குறும்பணைநாடு அவர்க்கு நீக்கல் வேண்டுவதன்றென்பதூஉம் பெற்றாம். பெறவே, அவர் இவரோடு ஒருசாலை மாணாக்கர் அல்லரென்பது எல்லாரும் உணரல் வேண்டுமென்பது." மேலும் பேராசிரியர் கூறுகிறார்: "பிற்காலத்துக் காக்கைபாடினியாருந் தொல்காப்பியரோடு பொருந்தவே நூல் செய்தாரென்பது. மற்று,

'வடதிசை மருங்கின் வடுகுவரம் பாகத்
தென்றிசை யுள்ளிட் டெஞ்சிய மூன்றும்
வரைமருள் புணரியொடு கரைபொருது கிடந்த
நாட்டியல் வழக்க நான்மையின் கடைக்கண்
யாப்பின திலக்கண மறைகுவன் முறையே'

எனத் தெற்குக் குமரியன்றிக் கடலெல்லையாகிய காலத்துச் சிறுகாக்கைபா-டினியார் செய்த நூலினையும் அதன் வழிநூ லென்னுமோவெனின், ஈண்டுக் கூறிய பொருளெல்லாந் தழுவுமாற்றாற் செய்தது, ஆராயின், அது வழிநூ-லாதற்கு இழுக்கென்னை

என்க".

(தொல்., பொருள்.,மரபு 95 ஆம் சூத்திர உரை.)

இதனால், காக்கைபாடினியார் என்னும் பெயருள்ள புலவர் இருவர் தம் பெயரால் காக்கைபாடினியம் என்னும் பெயருள்ள இலக்கண நூல்களைச் செய்தனர் என்பதும், அவர்களில் ஒருவர் தொல்காப்பியர் காலத்திலிருந்தவர், மற்றவர் குமரியாறு கடல் கொள்ளப்பட்ட காலத்தில் (பல நூற்றாண்டுகளுக்-குப் பின்) இருந்தவர் என்பதும் தெரிகின்றன.

அமிதசாகரனார் இயற்றிய யாப்பருங்கலம், செய்யுளியல், 3ஆவது சூத்தி-ரமாகிய

'தாழிசை துறையே விருந்த மென்றிவை
பாவினம் பாவொடு பாற்பட் டியலும்'

என்பதற்கு உரையெழுதிய விருத்தியுரைகாரர்,

"பாவே தாழிசை துறையே விருத்தமென
நால்வகைப் பாவு நானான் காகும்"

என்னும் சிறுகாக்கைபாடினியத்துச் சூத்திரத்தை மேற்கோள் காட்டுகிறார். காட்டி, மேலும் எழுதுகிறார்:

"விருத்தம், துறை, தாழிசையென்று காக்கைபாடினியார் வைத்த முறை-மையின் வையாது தாழிசை துறை விருத்தமென்று தம் (அமிதசாகரர்) மதம்பட வைத்ததன்று; சிறு காக்கைபாடினியார் முதலாகிய ஒருசாராசிரியர் வைத்த முறைமைபற்றி வைத்தாரென்க."

இந்நூலைப் பற்றிய வேறு செய்திகள் தெரியவில்லை.

யாப்பருங்கல விருத்தியுரைகாரர் கீழ்க்காணும் சிறுகாக்கை பாடினியச் சூத்திரங்களைத் தமது விருத்தியுரையில் மேற்கோள் காட்டுகிறார்:

"குறிய நெடிய வுயிருறுப் புயிர்மெய்
வலிய மெலிய இடைமை யளபெடை
மூவுயிர்க் குறுக்கமு மாமசைக் கெழுத்தே.1

தனிநெடி லாகியுந் தனிக்குறி லாகியு
மொற்றொடு வந்தும் நேரசை யாகும்.2
குறிலிணை யாகியுங் குறிநெடி லாகியு
மொற்றொடு வந்தும் நிரையசை யாகும்.3

இடையுங் கடையும் இணையும் ஐயெழுத்தே.4
ஈரசை யாகிய மூவசைச் சீர்தான்
நேரிறின் வெள்ளை நிரையிறின் வஞ்சி.5

நடுவுரி நேயலா வஞ்சி யுரிச்சீ
ருரிமை யுடைய வாசிரியத் துள்ளே.6
இயற்சீ ரொன்றா நிலையது வெண்டளை
உரிச்சீ ரதனி லொன்றுத லியல்பே.7

ஈரசை யியற்சீ ரொன்றிய நிலைமை
யாசிரி யத்தளை யாகு மென்ப.8
வெண்சீ ரிறுதி நிரைவரிற் கலித்தனை
வஞ்சி வகைமை வரைவின் றாகும்.9
வஞ்கி யல்லா மூவகைப் பாவும்
எஞ்சுத லிலவே நாற்சீ ரடிவகை10

முதலெழுத் தொன்றி முடிவது மோனை
யேனைய தொன்றி னெதுகைத் தொடையே
யுறுப்பி னொன்னிற் விகற்பமு மப்பா
னெறிப்பட வந்தன நேரப் படுமே.11

சொல்லிசை யளபெழ நிற்பதை யளபெடை.12
ஒன்றிய தொடைபொடும் விகற்பந் தன்னொடு
மொன்றாது கிடப்பது செந்தொடை யாமே.13
பல்வகைத் தொடையொரு பாலினிற் றொடுப்பிற்
சொல்லிய முதற்றொடை சொல்லினர் கொளலே.14

பாவே தாழிசை துறையே விருத்தமென
நால்வகைப் பாவு நானான் காகும்.15
ஒன்றும் பலவும் விகற்பாய்த் தனிச்சொ
லின்றி வருவன வின்னிசை வெண்பா.16

தொடைபல தொடுப்பன பறொடை வெண்பா.17
அடிமூன் றாகி வெண்பாப் போல
விறுவன மூன்றே வெள்ளொத் தாழிசை.18

நான்கு மூன்று மடிதொறுத் தனிச்சொற்

றோன்ற வருவன வெளிவிருத்தம் மே.19
இறுசீ ரடிமே லொருசீர் குறையடி
பெறுவன நேரிசை யாசிரி யம்மே.20

இடையிடை சீர்தபி னிணைக்குற ளாகும்.21
கொண்ட வடிமுத லாயொத் திறுவது
மண்டில யாப்பென வகுத்தனர் புலவர்.22

அடிமூன் றொத்திறி னொத்தா ழிசையே.23
அறுசீ ரெழுசீ ரடிமிக வரூஉ
முறைமைய நாலடி விருத்த மாகும்.24
தரவே தாழிசை தனிச்சொற் சுரிதகம்
வருவன வெல்லாந் தாழிசைக் கலியே.25

சேர்த்திய தரவொடு தாழிசைப் பின்னர்
நீர்த்திரை போல நெறிமையிற் சுருங்கி
மூவகை யெண்ணு முறைமையின் வழாஅ
வளவின வெல்லா மம்போ தரங்கம்.26

அந்த வடிமிக் கல்லா வடியே
தந்தமு ளொப்பன கலித்தா ழிசையே.27
நாற்சீர் நாலடி கலிவிருத்த தம்மே28
எஞ்சா விருசீர் நாலடி மூன்றெனில்
வஞ்சித் தாழிசை தனிவரிற் றுறையே.29

முச்சீர் நாலடி யொத்தவை வரினே
வஞ்சி விருத்த மென்றனர் கொளலே.30
தனிச்சொல் லென்ப தடிமுதற் பொருளொடு
தனித்தனி நடக்கும் வஞ்சியு ளீறே.31

17. செய்யுளியல்

செய்யுளியல் என்னும் பெயருள்ள நூல் ஒன்று இருந்த தென்பது யாப்பருங்கல விருத்தியுரையினாலும், யாப்பருங் கலக்காரிகைக்குக் குணசாகரர் எழுதிய உரையின்ாலும் தெரிகிறது. இவ்வுரையாசிரியர்கள், செய்யுளியல் ஆசிரியரின் பெயரைக் கூறாமல், செய்யுளியலுடையார் என்று கூறுகின்றனர். இவ்வுரையாசிரியர்கள் கூறுவன வருமாறு:

“நேர்க்கீழ்க் குற்றியலுகரம் வரினும் முற்றியலுகரம் வரினும் நேர்பசையாம்; நிரையசைக்கீழ் குற்றியலுகரம் வரினும் முற்றியலுகரம் வரினும் நிரைபசை-யாம் என்றார் செய்யுளியலுடையார்.

(யாப்பருங்கலம், தளையோத்து, விருத்தியுரை.)

"சொற்சீர்" என்பது,

‘கட்டுரை வகையா னெண்ணொடு புணர்ந்து
முற்றடி யின்றிக் குறைவுசீர்த் தாகியும்
ஒழியிசை யாகியும் வழியசை புணர்ந்தும்
சொற்சீர்த் திறுதல் சொற்சீர்க் கியல்பே.’

என்று செய்யுளியலுடையார் ஓதிய பெற்றியால் வருவனவெனக் கொள்க."

(யாப்பருங்கல விருத்தி, அடியோத்து)

“ஒருசாராசிரியர் இரண்டாமெழுத்தின் மேலேறிய யுயிரொன்றி வந்தாலு மூன்றாமெழுத்து ஒன்றிவந்தாலும் ஏதுப்பாற்படுத்து வழங்குவர். வரலாறு:

‘துளியொடு மயங்கிய தூங்கிரு ணடுநா
ளணிகிளர் தாரோ யருஞ்சுர நீந்தி
வடியமை யெகம் வலவயி னேந்தித்
தனியே வருதி நீயெனின்
மையிருங் கூந்த லுய்தலோ வரிதே.’

இதிரண்டாமெழுத்தின் மேலேறிய உயிரொன்றிய வெதுகை. இது செய்யுளிய-லுடையார் காட்டியது.”

(யாப்பருங்கல விருத்தி, தொடையோத்து)

"வெண்கூ வெண்பா வென்பது நேரசை வெண்பாவென வெழுத்து மிக்-கிசைப்பது. அது ஆசுகவிகள் கூறுமாற்றாற் கூறப் பிறப்பது. என்னை? ‘வெண்கூ வெண்பா வெழுத்திறந் திசைக்கும்’ என்றாராகலின். வரலாறு:

‘தண்டைந்த திண்டோளாய் தாங்கலாந் தன்மைத்தோ
கண்டடையார் தம்மைக் கனற்றுமா-வண்டடைந்த
நாணீல நாறுந்தார் நன்னன் கலைவாய
வாணீலக் கண்ணார் வடிவு.‘

எனவும்

‘அறந்தருதண் செங்கோலை யன்ன மடந்தை
சிறந்தன சேவலோ டூடி - மறந்தொருகா
றன்ன மகன்றாலுந் தன்னுயிர் வாழாவா
லன்ன மகன்றி லிவை’

எனவும் இவை வெண்கூ வெண்பாவென்று செய்யுளிய லுடையார் காட்-டிய பாட்டு.

(யாப்பருங்கல விருத்தி, செய்யுளியல், 4 உரை மேற்கோள்.)

"மனைக்குப்பாழ் வாணுத லின்மை தான்சென்ற
திசைக்குப்பாழ் நட்டோரை யின்மை இருந்த
அவைக்குப்பாழ் மூத்தோரை யின்மை தனக்குப்பாழ்
கற்றறி வில்லா வுடம்பு.'

இது அகவல் வெண்பாவென்று செய்யுளியலுடையார் காட்டிய பாட்டு."

(யாப்பருங்கல விருத்தி, செய்யுளியல், 4 உரைமேற்கோள்.)

"மஞ்சு சூழ் சோலை மலைநாட மூத்தாலும்
அஞ்சொன் மடவார்க் கருளு.'

இது பிறப்பென்னும் வாய்பாட்டான் முற்றியலுகர மீறாக இற்ற வெண்பா.

'இனமலர்க் கோதா யிலங்குநீர்ச் சேர்ப்பன்
புனைமலர்த் தாரலகம் புல்லு.'

இது காசென்னும் வாய்பாட்டான் முற்றியலுகர மீறாக இற்ற வெண்பா.

இவை செய்யுளியலுடையார் காட்டிய வெண்பா வெனக் கொள்க."

(யாப்பருங்கலக்காரிகை, 25, குணசாகரர் உரை)

"செய்யுளியலுடையார் நாற்சீரடி, தன்னையே நாலெழுத்து முதலா ஆறெழுத்தின்காறும் உயர்ந்த மூன்றடியும் குறளடி என்றும், ஏழெழுத்து முதலா ஒன்பதெழுத்தின் காறும் உயர்ந்த மூன்றடியும் சிந்தடி என்றும், பத்தெழுத்து முதலாப் பதினான்கெழுத்தின்காறும் உயர்ந்த ஐந்தடியும் அளவடி என்றும், பதினைந்து முதலாப் பதினேழெழுத்தின் காறும் உயர்ந்த மூன்றடியும் நெடிலடி என்றும், பதினெட்டெழுத்து முதலாக இருபதெழுத்தின்காறும் உயர்ந்த மூன்றடியும் கழிநெடிலடி என்றும் வேண்டுவர்."

(யாப்பருங்கலக்காரிகை, சூத், 43, குணசாகரர் உரை.)

இந்நூலைப் பற்றியும் இந்நூலாசிரியரைப் பற்றியும் வேறு ஒன்றும் தெரியவில்லை.

18. செய்யுள் வகைமை

இப்பெயருடைய நூல் ஒன்று இருந்ததென்பது, நவநீதப் பாட்டியலின் பழைய உரையாசிரியர் கூறுவதிலிருந்து தெரிகிறது. இந் நூலிலிருந்து சில செய்யுள்களை உரையாசிரியர் மேற்கோள் காட்டுகிறார். இந்நூல் யாரால், எக்காலத்தில் செய்யப்பட்டது என்பது தெரியவில்லை. செய்யுள் வகைமை என்னும் பெயரைச் செய்யுள் வகை என்றும் உரையாசிரியர் சில இடங்களில் குறிக்கிறார். இந்நூலி லிருந்து இவர் மேற்கோள் காட்டியுள்ள செய்யுள்கள் வருமாறு:

"ஈரெண் கலையினும் இயன்ற வண்ணமும்
ஆசிரிய விருத்தமு மாதி யானவிச்

சுற்றத் தளவாய்த் தோன்றும் பாட்டுச்
சொற்றரப் பெறினைம் பானிற் சுருங்காது
சிற்றில் சிறுபறை சிறுதே ருருட்டல்
மற்ற மூன்றும் மிகாது நிற்கும்."1

"ஏனைய வரையறை யைம்பது திருந்தி
வருத லாகா தென்பது புலவர்
எடுத்துரை யாகும்... ..."2

(நவநீதம், 30ஆம் செய்யுளுரை மேற்கோள்)

"அன்னவன் றன்னைச் சாற்றிடனு மறையவர்
முன்ன ரிடைநிலைப் பாட்டினு மொழிவர்
சொன்ன கடவுட் டொழுதகப் பாவில்."3

(நவநீதம், 32ஆம் செய்யுளுரை மேற்கோள்)

"ஆசிரியம் வெண்பாக் கலித்துறை முப்ப
தாகி வருவது மும்மணிக் கோவை."4

"வெள்ளை கலித்துறை யாசிரிய விருத்தம்
புல்லு முப்பது மும்மணி மாலை."5

"வெண்பா வாசிரியம் விருத்தம் கலித்துறை
யொண்பா நான்குநான்மணி மாலை."6

(நவநீதம், 35ஆம் செய்யுளுரை மேற்கோள்)

"மன்ன ரேவல் பெற்ற மாந்தர்க்குத்
தொண்ணூ றெழுபது சொல்லில் வரையார்."7

"ஆங்கவை,
யினமுறை யொன்றுமூன் றைந்தேழு முப்ப
தோங்கிய வெண்பாச் சின்னப் பூவே."8

(நவநீதம், 39ஆம் செய்யுளுரை மேற்கோள்)

"தானை பெற்ற தலைமை யோரையும்
ஏனைமுன் னோரைச் செற்றன ராகத்
தானினி துரைப்பினுந் தாழா தாகும்."9

(நவநீதம், 40ஆம் செய்யுளுரை மேற்கோள்)

"கைக்கிளை தானே கருதும் விருத்தம்
ஐந்து மூன்று மாகவும் பெறுமே."10

(நவநீதம், 41ஆம் செய்யுளுரை மேற்கோள்)

"இசையினுட் பாக்க ளியலா வாயின்
இசைத லின்றென வுரைக்கவும் படுமே."11
(நவநீதம், 66ஆம் செய்யுளுரை மேற்கோள்)
"சாதி நோக்கியுந் தன்மை நோக்கியும்
வாத மழித்துரை யுரைப்போன் வாது
வென்ற நிலையினுஞ்
சென்றிடி லரைசின் சிறப்புச் சிதைவே."12
(நவநீதம், 91ஆம் செய்யுளுரை மேற்கோள்)

19. தக்காணியம் - இந்நூலை யாப்பருங்கல விருத்தியுரைகாரர் குறிப்பிடுகிறார். யாப்பருங்கலம் ஒழிபியலில், உரையாசிரியர், "இடைச் சொல்லும் உரிச் சொல்லும் தொல்காப்பியம், தக்காணியம். அவிநயம், நல்லாறன் மொழி வரி முதலியவற்றுட் காண்க" என்று எழுதுகிறார்.

இதனால், தக்காணியம் என்னும் பெயருள்ள இலக்கண நூல் ஒன்று இருந்ததென்பது தெரிகிறது. இந்நூலைப் பற்றி வேறு செய்திகள் தெரியவில்லை.

20. தத்தாதிரேயப் பாட்டியல் - இப்பெயருள்ள நூல் ஒன்றிருந்ததென்பதைச் "சங்கத் தமிழும் பிற்காலத் தமிழும்" என்னும் நூலில் டாக்டர் உ. வே. சாமிநாதய்யர் எழுதியிருப்பதிலிருந்து அறிகிறோம். இந்நூலைப் பற்றி அவர்கள் எழுதுவதாவது:

"தாத்தாதிரேயப் பாட்டியலென்பதை என்னுடைய தமிழாசிரியர்களுளொருவராகிய செங்கணம் ஸ்ரீ விருத்தாசல செட்டியாரவர்களிடம் பார்த்துப் பாடமும் கேட்டிருந்தேன். அது விருத்தங்களா லமைந்துள்ளது: புத்தகம் எனக்குக் கிடைக்கவில்லை."

இந்நூலை இயற்றிய ஆசிரியர் யார், எப்போது இயற்றப்பட்டது என்னும் விவரங்கள் தெரியவில்லை.

21. நக்கீரர் அடிநூல்

இப்பெயரையுடைய செய்யுளிலக்கண நூல் ஒன்று இருந்தது என்பது யாப்பருங்கல விருத்தியுரையினால் தெரிகிறது. யாப்பருங் கலம், செய்யுளியல், 40ஆம் சூத்திர விருத்தியுரையில்,

"ஐஞ்சீர் வெள்ளையுட் புகாமை எவற்றாற் பெறுது மெனின்,

'ஐஞ்சீர் அடுக்கலும் மண்டில மாக்கலும்
வெண்பா யாப்பிற் குரிய வல்ல.'

என்று நக்கீரனார் அடிநூலுள் எடுத்தோதப்பட்டமையாற் பெறுதும்" என்று உரையாசிரியர் எழுதுகிறார். மேலும், யாப்பருங்கலம், ஒழிபியலில், விருத்தியுரைகாரர் இவ்வாறு எழுதுகிறார்:

“தொல்காப்பியனார், நக்கீரனார் முதலாகவுள்ளார் ஒரு சாராசிரியர் ஆசிரியத்துள்ளும் கலியுள்ளும் ஐஞ்சீரடியும் அருகிவரப் பெறுமென்று ... ... காட்டுவாராகலினென்பது:

“ஐஞ்சீ ரடுக்கலு மண்டில மாக்கலும்
வெண்பா யாப்பிற் குரிய வல்ல”7

என நக்கீரனார் அடிநூலுள், ‘வெண்பா யாப்பிற் குரியவல்ல’ வென்றமையால், ஆசிரியத்துக்கும் கலிக்கும் ஐஞ்சீரடி புகுதலும் மண்டலமாக்கலும் உரியவென்று விரித்துரைத்தார் எனக் கொள்க.”

இவ்வாறு உரையாசிரியர் கூறுவதனால், நக்கீரனார் அடிநூல் என்னும் ஒரு செய்யுளிலக்கண நூல் இருந்ததென்பது தெரிகிறது. இந்நூலைப் பற்றி வேறு செய்திகள் தெரியவில்லை.

இந்த அடிநூல் செய்த நக்கீரர் சங்ககாலத்து நக்கீரரா அல்லது பிற்காலத்திலிருந்த வேறு ஒருவரா என்பது ஆராய்ச்சி செய்யற்பாலது. இது பிற்காலத்து நூல்போலத் தோன்றுகிறது.

22. நக்கீரர் நாலடி நானூறு

இப்பெயருடைய செய்யுளிலக்கண நூல் ஒன்று இருந்த தென்பது யாப்பருங்கல விருத்தியுரையினால் தெரிகிறது. மேலே கூறப்பட்ட நக்கீரர் அடிநூலின் வேறானது இது. நக்கீரர் நாலடி நானூறு என்னும் நூல், நக்கீரர் அடிநூலுக்குப் புறனடை நூலாக இருக்கக்கூடும் என்று தோன்றுகிறது.

யாப்பருங்கலம், செய்யுளியல் 4ஆம் சூத்திர விருத்தியுரையில், வெண்பா இலக்கணத்தைக் கூறுகிற இடத்தில், சில வெண்பாக்களை மேற்கோள் காட்டிய விருத்தியுரைகாரர். “இன்னவை பிறவும் நக்கீரர் நாலடி நானூற்றில் வண்ணத்தால் வருவனவும் எல்லாம் தூங்கிசைச் செப்பலோசை” என்று எழுதுகிறார்.

இதனால், நக்கீரர் நாலடி என்னும் நூல் வெண்பாவினால் ஆன நானூறு பாக்களையுடைய நூல் என்பதும், அப்பாக்கள் வண்ணத்தினால் தூங்கிசைச் செப்பலோசையோடு அமைந்திருந்தன என்பதும் தெரிகின்றன.

இந்நூலைப் பற்றி வேறு செய்திகள் தெரியவில்லை.

23. நத்தத்தனார் இயற்றி நத்தத்தம்

நத்தத்தனார் என்னும் பெயருள்ள புலவர் ஒருவர் தம் பெயரால் நத்தத்தம் என்னும் யாப்பிலக்கண நூல் ஒன்றைச் செய்தார் என்பதும், யாப்பருங்கலக்காரிகை யுரையாசிரியர் குணசாகரரும், யாப்பருங்கல விருத்தியுரைகாரரும் தத்தம் உரைகளில் கூறுவதிலிருந்து தெரிகிறது. ‘ந’ என்னும் சிறப்பெழுத்தோடு இவர் பெயர் வழங்கப்படுவதனால், இவர் புலவர்களால் பெரிதும் மதிக்கப்பட்டவர் என்பதும் தெரிகிறது. இவர் பெயர் சில சமயங்களில் நற்றத்தனார் என்றும் கூறப்படுகிறது. இவர் இயற்றிய நந்தத்தம் என்னும் நூலுக்கு அடிநூல் என்னும் பெயரும் வழங்கியதுபோலும். என்னை?

"ஐஞ்சீ ரடுக்கலு மண்டில மாக்கலும்
வெண்பா யாப்பிற் குரிய வல்ல8

என்று நத்தத்தனார் அடிநூலுள் எடுத்தோதினார்."

என்று உரையாசிரியர் குணசாகரர் (யா., காரிகை, 39 உரை) கூறுவது காண்க. மேலும், குணசாகரர், நத்தத்தனார் நூலைப் பற்றி (25ஆம் காரிகையுரை) இவ்வாறு கூறுகிறார்:

"மாவாழ் சுரம், புலிவாழ் சுரம் என்னும் வஞ்சியுரிச்சீரி ரண்டும் உளவாக வைத்து, ஒருபயனோக்கி ஊஉமணி கெழூ உமணி என்றளபெடுத்து நேர்நடு-வாகிய வஞ்சியுரிச்சீர்க்கு உதாரணம் எடுத்துக் காட்டினார் நத்தத்தனார் முத-லாகிய ஒருசாராசிரியர்."

நத்தத்த நூலிலிருந்து குணசாகரர் கீழ்க்காணும் சூத்திரங்களைத் தமது உரையில் மேற்கோள் காட்டியுள்ளார்:

"அளபெடைத் தொடைக்கே யளபெடை யொன்றும்.1

வெண்பா விரவினுங் கடிவரை யின்றே.2

ஐஞ்சீ ரடுக்கலு மண்டில மாக்கலும்
வெண்பா யாப்பிற் குரிய வல்ல."3

யாப்பருங்கல வுரையாசிரியர் பின்வரும் நத்தத்தச் சூத்திரங்களைத் தமது உரையில் மேற்கோள் காட்டுகிறார்:

"யாப்பெனப் படுவ தியாதென வினவிற்
றூக்குந் தொடையும் அடியுமிம் மூன்றும்
நோக்கிற் றென்ப நுணங்கி யோரே.1

பாவென மொழியினுந் தூக்கினது பெயரே.

தனிநெடி றனிக்குறி லொற்றொடு வருதலென்
றந்நால் வகைத்தே நேர யென்ப.3

குறிலிணை குறிநெடி லொற்றொடு வருதலென்
றந்நால் வகைத்தே நேரசை யென்ப.4

நேரீற் றியற்சீர் கலிவயி னிலவ
வஞ்சி மருங்கினு மிறுதியி னிலவே.5

நாற்சீர் கொண்டது நேரடி யதுவே
தூக்கொடுந் தொடையொடுஞ் சிவணு மென்ப.6

ஆசிரி யப்பா வெண்பா கலியென
மூவகைப் பாவு நேரடிக் குரிய.7

வஞ்சி விரவ லாசிரிய முரித்தே
வெண்பா விரவினுங் கலிவரை வின்றே.8

ஆசிரியப் பாவின் சிறுமைக் கெல்லை
மூவடி யாகும் பெருமை யாயிரம்
ஈரடி முதலா வொன்று தலைசிறந்
தேழடி காறும் வெண்பாட் டுரிய
வாயுறை வாழ்த்தே செவியறி வுறூஉவே
கைக்கிளை அங்கதம் கலியியற் பாட்டே
தத்தங் குறிப்பின வளவென மொழிப.9

முதலெழுத் தொன்றின் மோனை யாகு
மதொழித் தொன்றி னெதுகை யாகு
அவ்விரு தொடைக்குங் கிளையெழுத் துரிய.10

பொருளினு மொழியினு முரணுதன் முரணே.11

இறுசீ ரொன்றி னியைபெனப் படுமே.12

அளபெடைத் தொடைக்கே யளபெடை யொன்றும்.13

ஒன்றா தாவது செந்தொடைக் கியல்பே.14

சீர்முழு தொன்றி னிரட்டை யாகும்.15

முதற்சீர்த் தோற்ற மல்ல தேனை
விகற்பங் கொள்ளா ரடியிறந்து வரினே.16

ஒத்தா ழிசைக்கலி கலிவெண் பாட்டே
கொச்சகக் கலியொடு கலிமூன் றாகும்.17

உரையு நூலு மடியின்றி நடப்பினும்
வரைவில வென்ப வயங்கி யோரே.18

வாய்மொழி பிசியே முதுசொல் லென்றாங்

காமுரை மூன்று மன்ன வெண்ப.19

தானே யடிமுதற் பொருள்பெற வருவது
கூனென மொழிப குறியுணர்ந் தோரே.20

வஞ்சி யாயி னிறுதியும் வரையார்.21

கலித்தளை யடிவயி னேரீற் றியற்சீர்
நிலைக்குரித் தன்றே தெரியு மோர்க்கே
வஞ்சி மருங்கினு மிறுதி நில்லா.22

குன்றியுந் தோன்றியும் பிறிதுபிறி தாகியும்
ஒன்றிய மருங்கினு மொருபுடை மகார
மசையுஞ் சீரு மடியு மெல்லாம்
வகையுளி சேர்த்தல் வல்லோர் மேற்றே.23

சீரா கிடனு முரியசை யுடைய
நேரீற் றியற்சீ ரவ்வயி னான."24

24. நல்லாறன் மொழிவரி

இப்பெயருள்ள செய்யுள் இலக்கண நூல் ஒன்று இருந்ததென்பது யாப்பருங்கல விருத்தியுரையினால் தெரிகிறது. யாப்பருங்கல ஒழிபியலில், "இடைச்சொல்லும் உரிச்சொல்லும் தொல்காப்பியம், தக்காணியம், அவிநயம், நல்லாறன் மொழிவரி முதலியவற்றுட் காண்க." என்று உரையாசிரியர் எழுதுவதிலிருந்து இதனை அறியலாம். மேலும், இந் நூலிலிருந்து நான்கு சூத்திரங்களை இவ்வுரையாசிரியர் தமது உரையில் மேற்கோள் காட்டுகிறார். நல்லாறன் என்னும் பெயர் நல்லாதன் என்றும் பாடபேதம் காணப்படுகிறது. ஆகவே, இந்நூலாசிரியர் பெயர் நல்லாறனா அல்லது நல்லாதனா என்பது உறுதியாகக் கூற முடியவில்லை. ஆனால், நல்லாறன் என்றும் பெயரே பலமுறை கூறப்படுகிறபடியால், நல்லாறன் என்பதே சரியான பெயர் என்று கொள்ளலாம்.

நல்லாறன் மொழிவரி என்னும் இலக்கண நூலிலிருந்து யாப்பருங்கல விருத்தியுரைகாரர் காட்டும் மேற்கோள் சூத்திரங்கள் இவை:

"அஆ ஐஔ வென்றிவை யெனாஅ
இஈ எஏ யென்றிவை யெனாஅ
உஊ ஒஓ வென்றிவை யெனாஅத்
தசமவ ஞநவெனு மென்றிவை யெனாஅ

முந்நா லுயிரு மூவிரு மெய்யுந்
தம்முண் மயங்கினுந் தவறின் றென்ப.'
என்றிவை இனம் ஆமாறு எடுத்தோதினார் நல்லாறனார் எனக் கொள்க."
(யாப்பருங்கலம். தொடையோத்து, உரைமேற்கோள்.)

"புறநிலை வாயுறை செவியறி வுறூஉவே
யறநிலை வஞ்சியுங் கலியு மாகா
வெண்பா வாசிரிய வியலான் வருமே
வஞ்சி கலியவற் றியலா வவற்றுள்
இடையுறு செய்யுளும் கைக்கிளைப் பாட்டும்
கடையெழு சீரிரண் டகவியும் வருமே'
என்றார் நல்லாதனார்." (நல்லாறனார் என்பதும் பாடம்).

(யாப்பருங்கலம், செய்யுளியல், 2ஆம் சூத்திரம் உரை மேற்கோள்)

"புறநிலை வாயுறை செவியறி வவையடக்
கெனவிவை வஞ்சி கலியவற் றியலா

என்றார் நல்லாறனார்."

(யாப்பருங்கலம், செய்யுளியல், 40ஆம் சூத்திரம் உரை மேற்கோள்)

"உரியசைச் சீர்ப்பி னுகர நேராய்த்
திரியுந் தளையில சேர்த லானே

என்றார் நல்லாறனார்."

(யாப்பருங்கலம், ஒழிபியல், உரை மேற்கோள்)

25. பரிப்பெருமாள் இலக்கண நூல்

திருக்குறளுக்கு உரைய எழுதிய பதின்மருள் பரிப்பெருமாள் என்பவரும் ஒருவர். இவர் ஓர் இலக்கண நூலையும் இயற்றினார் என்று அறிகிறோம். என்னை?

தெள்ளி மொழியியலைத் தேர்ந்துரை த்துத் தேமொழியார்
ஒள்ளிய காமநூ லோர்ந்துரைத்து-வள்ளுவனார்
பொய்யற்ற முப்பால் பொருளுரைத்தான் தென்செழுவைத்
தெய்வப் பரிப்பெருமாள் தேர்ந்து
என்று அவர் எழுதிய திருக்குறள் உரைப்பாயிரச் செய்யுள் கூறுவது காண்க. இவர் எழுதிய 'காமநூலின்' பெயரும் மற்றச் செய்திகளும் தெரியவில்லை.

26. பரிமாணனார் யாப்பிலக்கணம்

பரிமாணனார் என்பவர் இயற்றிய ஒரு யாப்பிலக்கண நூலை யாப்பருங்கல விருத்தியுரைகாரரும் மயிலை நாதரும் தமது உரைகளில் குறிப்பிடுகிறார்கள். பரிமாணனார் நூலிலிருந்து சில சூத்திரங்களையும் மேற்கோள் காட்டுகிறார்கள்.

இந்தப் பரிமாணனார் என்பவர் யார், எந்தக் காலத்தில் இருந்தவர். இவர் செய்த யாப்பிலக்கண நூலின் பெயர் என்ன என்பவை ஒன்றும் தெரிய-வில்லை. இந்நூல் இப்போது கிடைக்க வில்லை.

இந்நூலிலிருந்து, யாப்பருங்கல விருத்தியுரைகாரர் கீழ்க் காணும் சூத்தி-ரங்களைத் தமது உரையில் மேற்கோள் காட்டியுள்ளார்:

"வஞ்சீ யாசிரிய மென்றிரு பாட்டு
மெஞ்சா மூவடி யிழிபுயர் பாயிரம்.1

அவற்றுள்,

ஆசிரிய மென்ப தகலின் வழாது
கூறிய சீரொடுந் தளையொடுந் தழீஇ
முச்சீ ரடியா யீற்றயல் நின்று
மச்சீ ரடியிடை யொரோவழித் தோன்றியு
மவ்வியல் பின்றி மண்டில மாகியும்
மூவடி முதலா முறைசிறந் தேறித்
தொள்ளா யிரத்துத் தொண்ணூற் றெண்ணிரண்
டெய்து மென்ப வியல்புணர்ந்த தோரே.2

வஞ்சி தானே யடிவரம் பின்றி
யெஞ்சா விசைநிலை தூங்க லெய்தியும்
ஆசிரிய மாகியு முடியு மென்ப.3

செப்ப லோசையிற் சீர்தளை சிதையாது
மெய்ப்படக் கிளந்த வெண்பா விரிப்பிற்
குறணேர் நெடிலென மூன்றா யவற்றின்
இறுதி வடியே முச்சீர்த் தாகி
யதனீ றசைச்சீ ரெய்தி யடிவகை
யோரிரண்டு முதலா முறைசிறந் தீரா
றேறு மென்ப வியல்புணர்ந் தோரே.4

(யாப்பருங்கலம், அடியோத்து - 10. உரைமேற்கோள்.)

"அவைதாம்,

முதலோ டயல்கொள்வ திணையய லின்றி
மூன்றாஞ் சீரது பொழிப்பிரண் டிடையிட்
டிறுதியொடு கொள்வ தொரூஉ விறுதிச்
சீரொழித் தேனைய தொன்றிற் கூழை

முதலீ றடைந்தவற் றின்மை யிருவகைக்
கதுவாய் முற்று நிகழ்வது முற்றே
முதலோடெட் டாகு மென்மனார் புலவர்'5

என்றார் பரிமாணனார். அவர் இயைபுத் தொடைக்கு விகற்பம் வேண்டிற்றிலர். என்னை?

'செந்தொடை யியைபிவை யல்லா நான்கு
முதற்சீ ரடியால் விகற்பங் கொள்ப'6

என்றாராகலின்."

"அடிமுழு தொருசீர் வரின திரட்டை."

(யாப்பருங்கலம், தொடையோத்து, 17, உரை மேற்கோள்)

மயிலைநாதர், தாம் எழுதிய நன்னூல் உரையில் (பொதுவியல், 51ஆம் சூத்திரம்) பரிமாணனார் சூத்திரம் ஒன்றை மேற்கோள் காட்டியுள்ளார்.

அது:

"விதந்த மொழியினம் வேறுஞ் செப்பும்' என்றார் பரிமாணனார்"

என்பது.

27. பல்காப்பியம்

பல்காப்பியனார் இயற்றிய பல்காப்பியம் என்னும் இலக்கண நூல் ஒன்று இருந்ததென்பது பேராசிரியர் உரையினால் தெரிகிறது. பல் காப்பியம், தொல்காப்பியத்தின் வழி நூல். இது செய்யுளிலக்கணத்தை மட்டும் கூறுவது. இந்நூலைப் பற்றி வேறு செய்திகள் தெரியவில்லை.

தொல். பொருள்., மரபு., "வழியெனப் படுவது அதன் வழித் தாகும்' என்னும் சூத்திர உரையில் பேராசிரியர் இந்நூலைப் பற்றி எழுதுவது வருமாறு:

"மற்றுப் பல்காப்பியம் முதலியனவோ வெனின், அவை அ வழிநூலே; தொல்காப்பியத்தின்வழித் தோன்றினவென்பது. என்னை?

'கூறிய குன்றினு முதனூல் கூட்டித்
தோமின் றுணர்ந்த றொல்காப் பியன்ற
னாணையிற் றமிழறிந் தோர்க்குக் கடனே.'

என்பவாகலானும், இவ்வாசிரியர் பல்காப்பியர், பல்காயனார் முதலாயினாரை அவ்வாறு கூறாராகலானு மென்பது. என்றார்க்குத் தொல்காப்பியங் கிடப்பப் பல்காப்பியனார் முதலியோர் நூல் செய்த தெற்றுக் கெனின்: அவரும் அவர் செய்த எழுத்துஞ் சொல்லும் பொருளு மெல்லாஞ் செய்திலர். செய்யுளிலக்கணம் அகத்தியத்துட் பரந்து கிடந்த தனை இவ்வாசிரியர் (தொல்காப்பியர்) சுருங்கச் செய்தலின் அருமை நோக்கிப் பகுத்துக் கூறினாராகலானும். அவர் தந்திரத்துக் கேற்ப முதனூலோடு பொருந்த நூல் செய்தராகாலானும் அமையுமென்பது."

பல்காப்பியர் சூத்திரங்களுள் ஒன்றேனும் கிடைக்கவில்லை.

28. பல்காப்பியப் புறனடை

பல்காப்பியனார் இயற்றிய பல்காப்பியம் என்னும் நூலுக்குப் பல்காப்பியப் புறனடை என்னும் சார்புநூல் ஒன்று இருந்ததென்பது பேராசிரியர் உரையி-னால் தெரிகிறது. பல்காப்பியப் புறனடையைப் பல்காப்பியனாரே இயற்றியி-ருக்க வேண்டும் என்று கருதலாம்.

தொல்., பொருள்., மரபு.. "வினையி னீங்கி விளங்கியவறிவன், முனை-வன் கண்டது முதனூலாகும்" என்னும் சூத்திரத்திற்கு உரை யெழுதிய பேரா-சிரியர், பல்காப்பியப் புறனடையிலிருந்து ஒரு சூத்திரத்தை மேற்கோள் காட்-டுகிறார். அது வருமாறு:

"கூறிய குன்றினு முதனூல் கூட்டித்
தோமின் றுணர்த் றொல்காப் பியன்றன்
ஆணையின் றமிழறிந் தோர்க்குக் கடனே.'
இது பல்காப்பியப் புறனடைச் சூத்திரம்."

இதனால், அவிநயம் என்னும் இலக்கண நூலுக்கு நாலடி நாற்பது என்னும் அவிநயப் புறனடை நூல் இருந்ததுபோலவும் யாப்பருங்கலம் என்னும் இலக்கண நூலுக்கு யாப்பருங்கலக் காரிகை என்னும் புறனடை நூல் ஒன்று இருப்பது போலவும், பல்காப்பியம் என்னும் இலக்கண நூலுக்கு பல்காப்பியப் புறனடை என்னும் ஒரு புறனடை நூல் இருந்தது என்பது தெரிகிறது.

இந்நூலைப் பற்றி வேறு செய்திகள் கிடைக்கவில்லை.

29. பல்காயம்

பல்காயனார் இயற்றிய பல்காயம் என்னும் நூல், யாப்பிலக்கணத்தை உணர்த்துவது. தொல்காப்பியர் விரித்துரைத்தவற்றைப் பல்காயனார் பகுத்து-ரைத்தார் என்று கீழ்காணும் வெண்பா கூறுகிறது:

"தொல்காப் பியப்புலவோர் தோன்ற விரித்துரைத்தார்
பலகாய னார்பகுத்துப் பன்னினார் - நல்யாப்புக்
கற்றார் மதிக்குங் கலைக்காக்கை பாடினியார்
சொற்றார்தந் நூலுட் டொகுத்து."

இந்த வெண்பா, யாப்பருங்கல விருத்தியுரைகாரர் (எழுத்தோத்து, 1ஆம் சூத்-திர உரையில்) மேற்கோள் காட்டியது. மேலும், யாப்பருங்கல விருத்தி யுரை-காரர், (சீரோத்து, 1ஆம் சூத்திர உரையில்) இவ்வாறு கூறுகிறார்:

"நேர், நிரை, நேர்பு, நிரைபு என்னும் நாலசையும் நாலசைப் பொதுச்சீரும் வேண்டினார் பல்காயனார் முதலிய ஒருசாராசிரியர்."

யாப்பருங்கலக்காரிகைக்கு உரை எழுதிய குணசாகரர், தமது உரையில் பல்காயனார் சூத்திரங்களை மேற்கோள் காட்டியுள்ளார். அவை வருமாறு:

“முதமெழுத் தொன்றின் மோனை யெதுகை
முதலெழுத் தளவோ டொத்தது முதலா
அதுவொழித் தொன்றி னாகு மென்ப.1

இயற்சீர் நேரிற றன்றளை யுடைய
கலிக்கியல் பிலவே காணுங் காலை
வஞ்சி யுள்ளும் வாரா வாயினும்
ஓரோவிடத் தாகு மென்மனார் புலவர்.2
வஞ்சி விரவ லாசிரிய முரித்தே
வெண்பா விரவினுங் கடிவரை யிலவே.3

அடிமுதற் பொருளைத் தானினிது கொண்டு
முடிய நிற்பது கூனென மொழிப.4
வஞ்சி யிறுதியு மாகு மதுவே
அசைகூ னாகு மென்மனார் புலவர்.”5

யாப்பருங்கல விருத்தியுரைகாரர், தமது உரையில் கீழ்க்காணும் சூத்திரங்களைப் பல்காயனார் நூலிலிருந்து மேற்கோள் காட்டுகிறார்.

இமிழ்கடல் வரைப்பி னெல்லையில் வழாஅத்
தமிழியல் வரைப்பிற் றாமினிது விளங்கி
யாப்பிய றானே யாப்புற விரிப்பின்
எழுத்தசை சீர்தளை யடிதொடை தூக்கொ
டிழுக்கா மரபின் இவற்றொடு பிறவு
மொழுக்கல் வேண்டு முணர்ந்திசி னோரே.1

தூக்கும் பாட்டும் பாவு மொன்றென
நோக்கிற் றென்ப நுணங்கி யோரே.2
உயிரீ ராறே மெய்ம்மூ வாறே
அம்மூ வாறு முயிரோ டுயிர்ப்ப
இருநூற் றொருபத் தாறுயிர் மெய்யே.3

குறிலொரு மாத்திரை நெடிலிரு மாத்திரை
யளபெடை மூன்றென் றறையல் வேண்டும்.4
எழுவகை யிடத்துங் குற்றிய லுகரம்
வழுவின்றி வரூஉம் வல்லா றூர்ந்தே.5

யகரம் முதல்வரின் உகரம் ஒழிய
இகரமுங் குறுகும் என்மனார் புலவர்.6
தற்சுட் டேவல் குறிப்பிவை யல்வழி

முற்றத் தனிக்குறின் முதலசை யாகா.7

நெடில்குறி றனியாய் நின்றுமொற் றடுத்துங்
குறிலிணை குறினெடி றனித்துமொற் றடுத்து
நடைபெறு மசைநேர் நிரைநா லிரண்டே.8
அசையே யிரண்டு மூன்றுந் தம்முள்
இசையே வருவன சீரெனப் படுமே.9

ஈரிரண் டாகியு மொரோவிடத் தியலும்.10
நாலசை யானு நடைபெறு மோரசைச்
சீர்நிலை யெய்தலுஞ் சிலவிடத் துளவே.11
நாலசைச் சீரு மொரோவிடத் தியலும்
பாவொடு பாவினம் பயிற லின்றி.12

ஓசையி னொன்றி வரினும் வெண்சீரு
மாசிரிய வடியுட் குறுகு மென்ப.13
அகவலுட் டன்சீர் வெண்சீ ரொருங்கு
புகலிற் கலியுடன் பொருந்து மென்ப.14

வஞ்சியு ளாயி னெஞ்சுத லிலவே.15
இயற்சீ ரிறுதிநே ரிற்ற காலை
வஞ்சி யுள்ளும் வந்த நாகா;
வாயினு மொரோவிடத் தாகு மென்ப.16

ஆசிரி யத்தொடு வெள்ளையுங் கலியும்
நேரடி தன்னா னிலைபெற நிற்கும்.17
வஞ்சி விரவல் ஆசிரிய உரித்தே
வெண்பா விரவினுங் கடிவரை வின்றே.18
ஆயிர மிறுதி மூவடி யிழிபா
வாசிரியப் பாட்டி னடித்தொகை யறிப
வீரடி முதலா வேழடி காறும்
திரிபில வெள்ளைக் கடித்தொகை தானே.19
முதலெழுத் தளவொத் தயலெழுத் தொன்றுவ
தெதுகை யதன்வழி யியையும் பெறுமே.20

முதலெழுத் தொன்றுவ மோனை யெதுகை
முதலெழுத்த தளவோ டொத்தது முதலா
வதுவொழித் தொன்றினாகு மென்ப.21

விவ்விரு தொடைக்குங் கிளையெழுத் துரிய.22
சொல்லினும் பொருளினு மாறுகோண் முரணே.23
இயையே யிறுசீ ரொன்று மென்ப.24

அளபெடைத் தொடைக்கே யளபெடை யாகும்.25
மோனை யெதுகை முரணே யளபெடை
யேனைச் செந்தொடை யியைபே பொழிப்பே
யொரூஉவே யிரட்டை யொன்பதும் பிறவும்
வருவன விரிப்பின் வரம்பில வென்ப.26
அசையினுஞ் சீரினு மிசையினு மெல்லா
மிசையா தாவது செந்தொடை தானே.27
முழுவது மொன்றி னிரட்டை யாகும்.28
விகற்பங் கொள்ளா தோசையி னமைதியும்
முதற்க ணடிவயின் முடிவ தாகும்.29
உரையொடு நூலிவை யடியில நடப்பினும்
வரைவில வென்ப வாய்மொழிப் புலவர்.30
மொழிபிசி முதுசொன் மூன்று மன்ன.31
செயிர்தீர் செய்யுட் டெரியுங் காலை
யடியி னீட்டத் தழகுபட் டியலும்.32
ஓரோவடி யானு மொரோவிடத் தியலும்.33

அவைதாம்,
பாட்டுரை நூலே மந்திரம் பிசியே
முதுசொல் லங்கதம் வாழ்த்தொடு பிறவும்
ஆக்கின வென்ப வறிந்திசி னோரே.34
அடியினிற் பொருளைத் தானினிது கொண்டு
முடிய நிற்பது கூனென மொழிப
வஞ்சிக் கிறுதியு மாகு மதுவே
யசைகூ னாகு மென்மனார் புலவர்.35
"பல்காயனார் நேரீற் றியற்சீர் வஞ்சியடியி னிறுதியும் அருகி வரப்பெறு மென்றார். அவர் கூறுமாறு:
இயற்சீர் நேரிற றன்றளை யுடைய
கலிக்கியல் பிலவே காணுங் காலை
வஞ்சி யுள்ளும் வந்த தாகா
வாயினு மொரோவிடத் தாகு மென்ப.36 என்பது பல்காயம்."
(யாப்பருங்கலம் ஒழிபியல், விருத்தியுரை)
நேரசசை யிறுதியாய் நிகழு மீரசைச்
சீர்க்கடை வஞ்சியுட் செலவுங் கூறினார்

நேர்நிரை நேர்பொடு நிரைபு நாலசைச்
சீருநன் கெடுத்துடன் செப்பி னானரோ.

பன்னிரு பாட்டியலில், பல்காயனார் இயற்றிய சூத்திரங்கள் நான்கு காணப்படுகின்றன. அவையாவன:

இரண்டு பொருள்புண ரிருபத் தெழுவகைச்
சீரிய பாட்டே தாரகை மாலை.1
எப்பொரு ளேனு மிருபத் தெழுவகை
செப்பிய நெறியது செந்தமிழ் மாலை.2
மூவிரண் டேனு மிருநான் கேனுஞ்
சீர்வகை நாட்டிச் செய்யுளி னாடவர்
கடவுளர்ப் புகழ்வன தாண்டக மவற்று
ளறுசீர்க் குறியது நெடியதெண் சீராம்.3
அறுசீர் ரெண்சீ ரடிநான் கொத்தங்
கிறுவது தாண்டக மிருமுச் சீரடி
குழியது திருநாற் சீரே.4

30. பனம்பாரம்

பனம்பாரம் என்னும் பெயருள்ள இலக்கண நூலை ஆசிரியர் பனம்பாரனார் இயற்றினார். யாப்பருங்கலம், அடியோத்து, 30-ஆம் சூத்திர உரையில், விருத்தியுரைகாரர் கீழ்க்காணும் பனம்பாரச் சூத்திரத்தை மேற்கோள் காட்டுகிறார்:

"அகத்திணை யல்வழி யாங்கதன் மருங்கின்
வகுத்தன சொற்சீர் வஞ்சியொடு மயங்கும்."

நன்னூல் உரையாசிரியர் மயிலைநாதர், நன்னூல் சிறப்புப் பாயிரச் சூத்திரங்களில் இரண்டை, பனம்பாரச் சூத்திரங்கள் என்று குறிப்பிடுகிறார்.

"தோன்றா தோற்றித் துறைபல முடிப்பினும்
தான்றற் புகழ்த றகுதி யன்றே,'1
'மன்னுடை மன்றத் தோலைத் தூக்கினும்
தன்னுடை யாற்ற லுணரா ரிடையினும்
மன்னிய வவையிடை வெல்லுறு பொழுதினும்
தன்னை மறுதலை பழித்த காலையும்
தன்னைப் புகழ்தலுந் தகும்புல வோற்கே.2
இவ் விரண்டு சூத்திரமும் பனம்பாரம்"

என்று எழுதுகிறார் மயிலைநாதர். எனவே. நன்னூலில் உள்ள இச் சூத்தி-

ரங்கள் பனம்பார இலக்கணத்துச் சூத்திரங்கள் என்று தெரிகின்றன. இந்நூலைப்பற்றி வேறு செய்திகள் தெரியவில்லை.

31. பன்னிருபடலம்.

புறப்பொருள் இலக்கணத்தைக் கூறுகிற பன்னிரு படலம் என்னும் பெயருள்ள நூலொன்று இருந்ததென்பது பேராசிரியர், இளம்பூரண அடிகள், நச்சினார்க்கினியர், யாப்பருங்கல விருத்தியுரைகாரர், இறையனார் அகப்பொருள் உரையாசிரியர் ஆகியோர் உரைகளினால் தெரிகிறது.

"அளவினாற் பெயர்பெற்றது பன்னிருபடலம்" என்று கூறுகின்றார் இறையனார் அகப்பொருள் உரையாசிரியர்.

"ஒத்தினாற் பிண்டமாயிற்று பன்னிருபடலம்" என்று கூறுகிறார் இளம்பூராண அடிகள். (தொல். பொருள். செய்யுள் - 165-ஆம் சூத்திர உரை).

இடைக்காலத்திலே பெரிதும் பயிலப்பட்டது பன்னிரு படலம் என்பது நன்கு தெரிகிறது. இந்நூலைப் பின்பற்றி இதற்கு வழி நூலாகப் புறப்பொருள் வெண்பாமாலை என்னும் நூலை ஐயன் ஆரிதன் என்பவர் இயற்றினார். "பன்னிருபடலம் முதல் நூலாக வழிநூல் செய்த வெண்பாமாலை ஐயனாரிதனாரும் இது கூறினார்" என்று பேராசிரியர் (தொல். பொருள். மரபு), தமது உரையில் எழுதுகிறார்.

பன்னிருபடலத்தின் வழிநூலாகிய புறப்பொருள் வெண்பாமாலை இப்போது முழுவதும் இருக்கிறது. ஆனால் முதனூலாகிய பன்னிருபடலம் மறைந்துவிட்டது.

அகத்திய முனிவரின் மாணவர் பன்னிருவரும் சேர்ந்து புறப்பொருள் இலக்கணம் பற்றி ஒவ்வொருவரும் ஒவ்வொரு படலம் இயற்றினார் என்றும், அவர்கள் இயற்றிய பன்னிரு படலங்களின் தொகுப்பே பன்னிரு படலம் என்னும் பெயர் பெற்ற நூலாயிற்று என்றும் கூறுவர். என்னை?

"மன்னிய சிறப்பின் வானோர் வேண்டத்
தென்மலை யிருந்த சீர்சான் முனிவரன்
றன்பாற் றண்டமிழ் தாவின் றுணர்ந்த
துன்னருஞ் சீர்த்தித் தொல்காப் பியன்முதற்
பன்னிரு புலவரும் பாங்குறப் பகர்ந்த
பன்னிரு படலம்"

என்று புறப்பொருள் வெண்பாமாலைப் பாயிரம் கூறுவது காண்க.

பன்னிருப்படலத்துச் சூத்திரம் ஒன்றை இளம்பூராண அடிகள் (தொல். புறத்திணை, 'அறுவகைப்பட்ட பார்ப்பன பக்கமும்' என்னும் சூத்திர உரையில்) மேற்கோள் காட்டுகிறார். அச்சூத்திரம் இது:

"பனியும் வெயிலும் கூதிரும் யாவும்

துனியின் கொள்கையொடு தொன்மை யெய்திய
தணிவுற் றறிந்த கணிவன் முல்லை”
நச்சினார்க்கினியர், சிந்தாமணி (கோவிந்தையார் - 20) உரையில்.

“பல்லாக் கொண்டார் ஒல்லா ரென்னும்
பூசல் கேட்டு கையது மாற்றி”

என்னும் பன்னிருபடலச் சூத்திர அடிகளை மேற்கோள் காட்டுகிறார். யாப்பருங்கல விருத்தியுரைகாரர், கீழ்க்காணும் பன்னிருபடலச் சூத்திரங்களைத் தமது உரையில் மேற்கோள் காட்டுகிறார்:

“அகத்திணை யகவலுள் வஞ்சி வாரா. என்னை?
‘அகத்திணை மருங்கி னளவு மயங்கி
விதப்ப மற்றவை வேறா வேண்டி
வஞ்சி யடியின் யாத்திலர் வஞ்சி
யகத்திணை மருங்கி னணையு மாறே’
என்பது பன்னிருபடலத்துப் பெருந்திணைச் சூத்திரமாகலின்.”
(யாப்பருங்கலம், உறுப்பியல் அடியோத்து 9)

“ஆன்ற சிறப்பி னறம்பொரு ளின்பமென
மூன்றுவகை நுதலிய துலக மவற்றுள்
அறமு மின்பமு மகலா தாகிப்
புறனெனப் படுவது பொருள்குறித் தன்றே

என்னும் பன்னிரு படலச் செய்யுளுள் புறப்பொருள் அறமும் இன்பமும் அகலாதாகி எனக் கூறினார்: அவர் கூறுதல் வாகைத் திணைக்கண் ‘கட்டில் நீத்த பால்‘ முதலாகக் ‘காமம் நீத்த பால்’ ஈறாக அறங் கூறுதலில் அச்சார்பாகக் கூறியது மயங்கக் கூறுதலாம்.”

(தொல். புறத்தினையியல், உரை)

“ஆய்ந்த அகப்புறம் ஐயிரண்டு மாயுங்கால்
காந்தன் ... ... அமர்த்த வீரைந்தும் அகத்தின் புறமே”

“கைக்கிள் யென்னா பெருந்திணை யென்றால்
கத்திணை இரண்டும் அகத்திணை புறனே”
(யாப்பருங்கலம், ஒழிபியல் உரைமேற்கோள்)

இவை பன்னிரு படலம்.
“‘பொருதல் தும்பை புணர்வ தென்ப’
(யாப்பருங்கலம், ஒழிபியல் உரை மேற்கோள்)

இவற்றின் விகற்பமெல்லாம் பன்னிரு படலத்துட் காண்க.”
(யாப்பருங்கலம், ஒழிபியல் உரைமேற்கோள்)
இளம்பூரண அடிகள் கீழ்க்காணும் பன்னிருபடலச் சூத்திரத்தைத் தமது உரையில் (தொல். பொருளதிகாரம்) மேற்கோள் காட்டுகிறார்.

“தன்னுறு தொழிலே வேந்துறு தொழிலென்
றன்ன விரு வகைத்தே வெட்சி.”

பன்னிருபடலத்திலே, தொல்காப்பியர் இயற்றியதாகக் கூறப்படுகிற சூத்திரங்கள் உண்மையில் தொல்காப்பியர் இயற்றியன அல்ல என்று இளம்பூராண அடிகள் மறுக்கிறார், ஏனென்றால், தொல்காப்பியப் பொருளதிகாரத்தில், தொல்காப்பியர் கூறியுள்ள கருத்துகளுக்கு மாறுபட்ட கருத்துகள், பன்னிருபடலத்தில் தொல்காப்பியர் இயற்றிய தாகக் கூறப்படுகிற சூத்திரங்களில் காணப்படுகின்றன என்பதைச் சுட்டிக்காட்டுகிறார். அவர் எழுதுவது வருமாறு:

“பன்னிருபடலத்துள்
‘தன்னுறு தொழிலே வேந்துறு தொழிலென்
றன்ன விரு வகைத்தே வெட்சி

என, இரண்டு கூறுபடக் கூறினாராயினும், முன்வருகின்ற வஞ்சி, உழிஞை, தும்பை முதலாயின எடுத்துச் செலவு, எயில் காத்தல், போர் செய்தல் என்பன, அரசர்மேல் இயன்று வருதலின் வேந்துறு தொழில் ஒழித்து, தன்னுறு தொழிலெனத் தன் நாட்டும் பிறர் நாட்டும் களவின் ஆன்நிரை கோடலின் இவர் அரசனது ஆணையை நீக்கினராவர் ஆதலால் அவ்வாறு கூறல் மிகைபடக் கூறலாம். அதனால், பன்னிரு படலத்துள் வெட்சிப்படலம் தொல்காப்பியர் கூறினாரென்றால் பொருந்தாது. என்னை?

ஒத்த சூத்திர முரைப்பிற் காண்டிகை
மெய்ப்படக் கிளந்த வகைய தாகி
ஈரைங் குற்றமு மின்றி நேரிதின்
முப்பத் திருவகை யுத்தியொடு புணரின்
நூலென மொழிப நுணங்குமொழிப் புலவர்’
(தொல். பொருள். மரபு) எனவும்,

‘சிதைவெனப் படுமவை வசையற நாடின்
கூறியது கூறல் மாறுகொளக் கூறல்

குன்றக் கூறல் மிகைபடக் கூறல்
பொருளில் கூறல் மயங்கக் கூறல்
கேட்டோர்க் கின்னா யாப்பிற் றாதல்
பழித்த மொழியா னிழுக்கக் கூறல்
தன்னா னொருபொருள் கருதிக் கூறல்
என்ன வகையினு மனங்கோ ளின்மை
அன்ன பிறவு மவற்றுவிரி வாகும்'
(தொல். பொருள். மரபு)

எனவும் கூறிய ஆசிரியர் தாமே மாறுகொளக் கூறல். குன்றக் கூறல், மிகை-படக் கூறல், பொருளில கூறல். மயங்க கூறல், தன்னானொரு பொருள் கரு-திக் கூறல்'' என்னும் குற்றம் பயக்கக் கூறினாரென வருமாகலான்''

(தொல். பொருள் புறத்திணை, வேந்து விடு முனைஞர்'
என்னும் சூத்திர உரை)

தொல்காப்பியத்துக்கு மாறுபட்ட கருத்துகளையுடைய சூத்திரங்கள் பன்னி-ருபடலத்துள் கூறப்பட்டுள்ளதை இளம்பூரண அடிகள் எடுத்துக்காட்டி, அப் பன்னிருபடலச் சூத்திரங்கள் தொல் காப்பியரால் இயற்றப்பட்டன. அல்ல என்பதை மேலும் விளக்குகிறார்:

“பன்னிருபடலத்துள் கரந்தைக்கண் புண்ணொடு வருதல் முதலாக வேறு-படச் சில துறை கூறினாராகலின், புண்படுதல் மாற்றோர் செய்த மறத்துறை-யாகலின் அது இவர்க்கு (தொல்காப்பியர்க்கு) மாறாகக் கூறலும் மயங்கக் கூறலுமாம். ஏனையவும் இவ்வாறு மயங்கக் கூறலும் மிகைபடக் கூற-லும் ஆயவாறு எடுத்துக்காட்டின் பெருகுமாதலான் உய்த்துணர்ந்து கண்டு கொள்க.''

(தொல். புறத்திணையியல், ‘வெறியறி சிறப்பின்' என்னும் சூத்திர உரை).

இதனால், சங்க காலத்துக்குப் பிற்பட்ட காலத்திலே, சிலர் புது வகையால் சில சூத்திரங்களைச் செய்து அவற்றைத் தொல்காப்பியர் முதலிய பன்னிருவர் பெயரால் பன்னிருபடலம் என்னு பெயரிட்டு அமைத்துக்கொண்ட நூல் பன்-னிரு படலம் என்பது தெரிகிறது. ஆனால், இந்நூல் இடைக் காலத்திலே பெரிதும் பயிலப்பட்டது என்பதும் தெரிகிறது. இப்போது இந்நூல் மறைந்து விட்டது. இதன் வழி நூலாகிய புறப்பொருள் வெண்பாமாலை இப்போது வழங்கிவருகிறது.

32. பாடலம்

பாடலனார் என்பவர் தமது பெயரால் பாடலம் என்னும் ஒரு இலக்கண நூலை இயற்றினார் என்பது, யாப்பருங்கல விருத்தியினால் தெரிகிறது. யாப்-பருங்கலம், ஒழிபியலில் விருத்தியுரைகாரர் இந்நூற் சூத்திரம் ஒன்றை மேற்-கோள் காட்டுகிறார். அது:-“முப்பத்திரண்டு தந்திரவுத்தியாவன:

நுதலிப் புகுத லோத்துமுறை வைத்தல்9
தொகுத்துக் காட்டல் வகுத்துக் காட்டல்
முடிவிடங் கூறல் முடித்துக் காட்டல்
தானெடுத்து மொழிதல் பிறன்கோட் கூறல்
சொற்பொருள் விரித்த லிரட்டுற மொழிதல்
ஏதுவின் முடித்த லெடுத்த மொழியி
னெய்த வைத்த லின்ன தல்ல
திதுவென மொழிதல் தன்னின முடித்தல்
எஞ்சிய சொல்லின் எய்தக் கூறன்
மாட்டெறிந் தொழிதல் பிறநூன் முடிந்தது
தானுடன் படுத றன்குறி வழக்க
மிகவெடுத் துரைத்த லிறந்தது விலக்கல்
எதிரது போற்றன் முன்மேற் கோடல்
பின்னது நிறுத்த லெடுத்துக் காட்டல்
முடிந்தது முடித்தல் சொல்லின் முடிவின்
அப்பொருண் முடித்த றொடர்ச்சொற் புணர்த்தல்
யாப்புறுத் தமைத்த லுரைத்து மென்றல்
விகற்பத்து முடித்த றொகுத்துடன் முடித்தல்
ஒருதலை துணித லுய்த்துணர வைத்தல்
என விவை பாடலனாருரை.”

(இது நன்னூல் 14-6-8 தொல். பொருள் 478-484 காண்க.)

இந்நூலைப்பற்றியும் இதை இயற்றிய பாடலனாரைப் பற்றியும் வேறு செய்திகள் தெரியவில்லை.

33. பாட்டியல் மரபு

இந்த யாப்பிலக்கண நூலை, யாப்பருங்கல விருத்தியுரைகாரர் தமது உரையில் குறிப்பிடுகிறார். இந்நூலாசிரியர் யார், இது எந்தக் காலத்தில் இயற்றப்பட்டது என்பன தெரியவில்லை. இதற்குப் பாட்டியல் என்றும் பெயர் உண்டு. யாப்பருங்கல உரையாசிரியர் கீழ்க்காணும் சூத்திரங்களை இந்நூலிலிருந்து மேற்கோள் காட்டுகிறார்:-

ஆரிடமென்பது உலகியற் செய்யுள்கட்கோதிய உறுப்புகளின் மிக்கும் குறைந்தும் கிடப்பன எனக் கொள்க. அவ் வாரிடச் செய்யுள் பாடுதற்குரியார் ஆக்குதற்கும் கெடுத்தற்கும் ஆற்றலுடையராகி இம்மை மறுமை முக்காலப் பண்பு முணர்ந்த விருடிகளெனக் கொள்க. என்னை?

‘உலகியற் செய்யுட் கோதிய வளவியற்
குறையவும் விதப்பவுங் குறையா வாற்றல்
இருடிகள் மொழிதலின் ஆரிட மென்ப’ எனவும்,

'ஆரிடச் செய்யுள் பாடுதற்குரியோர்
கற்றோ ரறியா வறிவுமிக் குடையோர்
மூவகைக் காலப் பண்புமுறை யுணரும்
ஆற்றல் சான்ற வருந்தவத் தோரே'
எனவும் சொன்னார் பாட்டியன் மரபுடையாராகலின்."

"மனத்தது பாடு மாண்பி னோருஞ்
சினத்திற் கெடப்பாடுஞ் செவ்வி யோரு
முனிக்கணச் செய்யுண் மொழியவும் பெறுப
என்பது பாட்டியன் மரபு ஆகலின்"
(யாப்பருங்கலம், செய்யுளியல் 40-ஆம் சூத்திர உரை மேற்கோள்)

"நான்கடி யொத்து வருவனவும், நான்கடியு மொவ்வாது வருவனவும், இரண்டடி யொத்து நான்கடியால் வருவனவும், பிற வற்றால் வருவனவும், மாராச்சையும் மாராச்சாக்கிருதியும் முதலாகிய சாதியும் ஆரிடமும் பிரத்தார முதலாய ஆறு பிரத்தியமும் ... ... பாட்டியன்மரபு, பூதபுராண முதலாகிய தமிழ்நூலுள்ளும் பகுதி யுடையார் வாய்க் கேட்டுக் கொள்க. அவை யீரண்டுரைக்கிற் பெருகும்."
(யாப்பருங்கலம், ஒழிபியல், விருத்தியுரை)

34.புணர்ப்பாவை. 35.போக்கியம். 36.கிரணியம். 37. வதுவிச்சை

யாப்பருங்கல விருத்தியுரைகாரர் இந்நூல்களைக் குறிப்பிடுகிறார். யாப்பருங்கலம், ஒழிபியலில் சித்திரக் கவிகளைப் பற்றிக் கூறுகிற இடத்தில் இந்நூல்களைக் கூறுகிறார். உரையாசிரியர் எழுதுவது இது :

"இதனுட் சக்கரம் என்றதனானே பூமி சக்கரமும், ஆகாயச் சக்கரமும், பூமியாகாயச் சக்கரமும், வட்டச் சக்கரமும், புருடச் சக்கரமும், சதுரச் சக்கரமும், கூர்மச் சக்கரமும், மந்தரச் சக்கரமும், காடகச் சக்கரமும், சனிபுருடச் சக்கரமும், சலாபச் சக்கரமும் முதலாக வுடையன புணர்ப்பாவையுள்ளும் போக்கியத்துள்ளும் கிரணியத்துள்ளும் வது விச்சையுள்ளும் கண்டுகொள்க."

இதனால் இப்பெயருள்ள நூல்கள் இருந்தன என்பதும், இவை சித்திரக்கவியைச் சேர்ந்தவை என்பதும் தெரிகின்றன. இவற்றை இயற்றியவர் யாவர் என்பதும், இவை எக்காலத்தில் இயற்றப்பட்டன என்பதும் தெரியவில்லை.

38. பெரிய பம்மம்

பெரிய பம்மம் என்னும் இலக்கண நூல் ஒன்று இருந்த தென்பது யாப்பருங்கல விருத்தியுரையினால் தெரிகிறது. எழுத்தோத்து, 2-ஆம் சூத்திர விருத்தியுரையில் உரையாசிரியர், பெரிய பம்மச்சூத்திரம் ஒன்றை மேற்கோள் காட்டுகிறார். அது இது:

"உயிருறுப் புயிர்மெய் தனிநிலை யெனாஅக்
குறினெடி லளபெடை மூவின மெனாஅ
அகிய நாலுயிர் மகான் குறுக்கமோடு
ஐந்துதலை யிட்ட ஐயீ ரெழுத்து
அசைசீர் தளைதொடைக் காகும் உறுப்பென
வசையறு புலவர் வகுத்துரைத்தனரே.
இது பெரிய பம்மம்."
இந்தப் பெரிய பம்மத்தைப் பற்றி வேறு செய்திகள் தெரியவில்லை.

39. பெரிய முப்பழம்

இந்நூலின் பெயர் யாப்பருங்கல விருத்தியுரையினால் தெரிகிறது. யாப்பருங்கலம், ஒழிபியல், "மாலை, மாற்றே சக்கரஞ் சுழிகுளம்" என்னும் சூத்திரத்தில் வருகிற பாடுதல் மரபு என்பதற்கு உரை கூறுகிற விருத்தியுரைகாரர் இவ்வாறு எழுதுகிறார்:

"பாடுதன் மரபு : என்பது, குலனும் விச்சையும் ஒழுக்கமும் பருவமும் என்றிவற்றிற்குத் தக்கவகையாற் பாட்டுடைத் தலை மகனையும் அவன் சின்னங்களையுமே பாடுதலும், கிளவிப்பொரு எல்லவற்றோடு பாட்டுடைத் தலைமகனைப் பெயரும் ஊரும் முதலியன உறுப்புகளைச் சார்த்திப் பாடுதலும், தீயனவற்றை அவன் பகைவரைச் சாத்திப் பாடுதலும் என இரண்டாம். அவை யெல்லாம் பெரிய முப்பழம் முதலாயினவற்றுட் கண்டுகொள்க."

இதனால், பெரிய முப்பழம் என்னும் பாட்டியல் நூல் ஒன்று இருந்ததென்பது தெரிகிறது. இந்நூலைப் பற்றிய வேறு செய்திகள் தெரியவில்லை.

40. பேராசிரியர் (மயேச்சுவரர்) இலக்கண நூல்

மயேச்சுவரர் என்னும் பெயருள்ள ஆசிரியர் ஒருவர் இலக்கண நூல் (செய்யுளிலக்கண நூல்?) ஒன்று செய்திருந்தார் என்பது தெரிகிறது. மயேச்சுவரருக்குப் பேராசிரியர் என்னும் சிறப்புப்பெயரும் வழங்கி வந்தது போலும். யாப்பருங்கல விருத்தியுரைகாரர் மயேச்சுவரராகிய பேராசிரியரைப் பற்றிப் பலவாறு புகழ்ந்து எழுதுகிறார். அவர் எழுதுவது வருமாறு:- பிறைநெடுமுடிக் கறைமிடற்றரனார் பெயர் மகிழ்ந்த பேராசிரியர். நீர்மலி வார்சடையோன் பேர் மகிழ்ந்த பேராசிரியர், வாம மேகலை மாதையோர் பாகனார் நாமமகிழ்ந்த நல்லாசிரியர், திரிபுர மெரித்தவர் பெயர் மகிழ்ந்த பேராசிரியர், உயரும் புர நகரைச் செற்றவன் பெயர் மகிழ்ந்த பேராசிரியர், திரிபுர மெரித்த விரிசடை நிருத்தர் பெயர் மகிழ்ந்த பேராசிரியர், திரிபுரமெரித்த எரிசுடர்க் கடவுள் திருப்பெயர் மகிழ்ந்த தொன்னூற் கவிஞர், பிறைமுடியோன் பேர் மகிழ்ந்த பேராசிரியர், பெருமான் பெயர் மகிழ்ந்த பேராசிரியர், காமவேளைக் கறுத்த புத்தேள் நாமந்தாங்கிய நல்லாசிரியர், திரிபுரமெரித்த விரிசடைக் கடவுள் திருப்பெயர் மகிழ்ந்த தொன்னூற் கவிஞர்.

இவ்வாறு பேராசிரியருக்குப் பல அடைமொழி கொடுத்து கூறுகிற யாப்பருங்கல விருத்தியுரைகாரர், பல இடங்களில் மயேச்சுவரர் என்னும் பெயரையும் குறிக்கிறார். இதனால் மயேச்சுவரர் என்னும் சிவபெருமான் திருப்பெயரைத் தமக்கு இயற்பெயராகக் கொண்டவரே (மயேச்சுவரரே), பேராசிரியர் என்னும் சிறப்புப் பெயரையும் உடையவர் என்பதும், இருவரும் ஒருவரே என்பதும் தெரிகின்றன. எனவே, யாப்பருங்கல விருத்தியுரைகாரர் தமது விருத்தியுரையில், பேராசிரியர் பெயரால் மேற்கோள் காட்டுகிற சூத்திரங்களையும், மயேச்சுவரர் பெயரால் மேற்கோள் காட்டுகிற சூத்திரங்களையும் ஈண்டு ஒருங்கே தருகிறோம்.

இவை மயேச்சுவரர் பெயரால் காட்டப்பட்ட சூத்திரங்கள்:-

சீர்தளை சிதைவுழி யீருயிர்க் குறுக்கமும்
நேர்த லிலவே யுயிரள பெடையும்.1

நேர்நிரை நேர்பு நிரைபென நான்கும்
ரடருடு வடிவாக விடுவா ருமுளர்.2

நேர்நிரை நேர்பு நிரைபென நான்கும்
ரடருடுப் போல வொருவிர னேரே.3

விரலிடை யிட்டன வசைச்சீர் நாலசை
விரல்வரை யிடையினு மானமில்லை.4

விரலிடை யிட்டன ரடருடு வாடரு வெடிவரி
னிரல்பட வெழுதி யலகு பெறுமே.5

ஏவல் குறிப்பே தற்சுட் டல்வழி
யாவையுந் தனிக்குறின் முதலசை யாகா;
சுட்டினும் வினாவினு முயிர்வரு காலை
ஒட்டி வரூஉம் ஒருசாரு முளவே.6

இயற்சீ ருரிச்சீர் பொதுச்சீ ரென்னும்
நிகழ்ச்சிய வென்ப நின்ற மூன்றும்.7

நேரு நிரையுஞ் சீராய் வருதலுஞ்
சீருந் தளையுஞ் சிதைவுழிக் கொளலும்
யாவரு மறிவர் நால்வகைப் பாவினும்.8

நேரீயற் றியற்சீர் கலிவயிற் சேரா;

நிரையிற நிற்ற நாலசை யெல்லாம்
வரைதல் வேண்டும் வஞ்சியில் வழியே.9
    நிரைநடு வியலா வஞ்சி யுரிச்சீர்
வரைதல் வேண்டு மாசிரிய மருங்கின்.10

ஈரசை யியற்சீ ரொன்றிய வெல்லா
மாசிரி யத்தளை யென்மனார் புலவர்.11

இயற்சீ ரொன்றா நிலையது வெண்டளை;
யுரிச்சீ ரதனு ளொன்றுத லியல்பே.12

நேரு நிரையுமா மியற்சீ ரொன்றின்;
யாவரு மறிப வாசிரி யத்தளை.13

வேறுபட வரினிது வெண்டளை;வெண்சீர்
ஆறறி புலவர்க் கொன்றினு மதுவே.14

வெண்சீர்ப் பின்னர் நிரைவருங் காலைக்
கண்டனர் புலவர் கலித்தளை யாக.15

வஞ்சி யுரிச்சீர் வந்தன வழிமுறை
யெஞ்சிய வரினும் வஞ்சித் தளையே.16

இருசீ ரடியும் முச்சீ ரடியும்
வருதல் வேண்டும் வஞ்சியுள்ளே.17

பொருளினுஞ் சொல்லினு முரணத் தொடுப்பின்
முரணென மொழிப முந்தை யோரே.18

பெற்றவடி யைந்தினும் பிறவினும் பாட்டாய்
இற்ற வடியு மீற்றய லடியும்
யொன்று மிரண்டு நின்ற வதன்சீர்
கண்டன குறையின் வெண்டுறை யாகும்.19

ஈற்றயல் குறைந்த நேரசை யிணையா
மேற்ற வடியி னிடைபல குறைந்தன.20

எவ்வடி யானு முதனடு விறுதி

அவ்வடி பொருள் கொளின் மண்டில யாப்பே.21

ஒத்த வடியின நிலைமண் டிலமே.22

என்னெனு மசைச்சொலும் பிறவு மொன்றித்
துன்னவும் பெறூஉ நிலைமண் டிலமே
என்னென் றிறுதல் வரைநிலை யின்றே
அல்லா வொற்றினு மதனி னிறுதி
நில்லா வல்ல நிற்பது வரையார்.23

ஒத்த வொருபொருண் மூவடி முடியின
தொத்தா ழிசையா முடன்மூன் றடுக்கின்.24

எண்சீ ரளபீற் றயலடி குறைநவும்
ஐஞ்சீ ரடியினும் பிறவினு மிடையொன்ற
வந்த தொடையா யடிநான் காகி
யுறழக் குறைநவுந் துறையெனப் படுமே.25

தளைகலி தட்டன தன்சீர் வெள்ளை
களையுந வின்றிக் கடையடி குறையின
விரவர லில்லா வெண்கலி யாகும்.26

கூறிய வுறுப்பிற் குறைபா டின்றித்
தேறிய விரண்டு தேவ பாணியும்
தரவே குறையினுந் தாழிசை யொழியினும்
இருவகை முத்திறத் தெண்ணே நீங்கினும்
ஒருபோ கென்ப வுணர்ந்திசி னோரே.27

ஐஞ்சீர் நாற்சீ ரடிநான் காயி
னெஞ்சாக் கலியின் றுறையும் விருத்தமும்.28

இருசீர் நாலடி மூன்றிணைந் தொன்றி
வருவது வஞ்சித் தாழிசை தனிநின்
றொருபொருண் முடிந்தது துறையென மொழிப.29

தன்சீர் நிலையிற் றளைதம தழீஇய
வின்பா வென்ப வியல்புணர்ந் தோரே
யேனையவை விரவி னிடையெனப் படுமே

தானிடை யில்லது கடையெனப் படுமே.30

“இரண்டடியால் வஞ்சி வரும் என்றெடுத்தோதினார்.
மயேச்சுவரர் முதலாகிய ஒருசாராசிரியர் எனக்கொள்க. என்னை?

வெண்பா வாசிரியங் கலியே வஞ்சியென
நுண்பா வுணர்ந்தோர் நுவலுங் காலை
இரண்டு மூன்று நான்கு மிரண்டுந்
திரண்ட வடியின சிறுமைக் கெல்லை.31 என்றாராகலின்”
(யாப்பருங்கலம், செய்யுளியல், 40-ஆம் சூத்திரம் விருத்தியுரை)

நேரு நிரையுஞ் சீரா யிறுதலுஞ்
சீருந் தளையுஞ் சிதைவுழிக் கொளலும்
யாவரு முணர்வர் யாவகைப் பாவினும்.32

சீர்தளை சிதைவுழி யீருயிர்க் குறுக்கமு
நேர்த லிலவே யுயிரள பெடையும்.33

இனி, பேராசிரியர் பெயரினால் மேற்கோள்
காட்டப்பட்ட சூத்திரங்கள் வருமாறு:

நெடிலுங் குறிலு மொற்றொடு வருதலுங்
கடிவரை யிலவே நேரசைத் தோற்றம்.1

குறிலு நெடிலுங் குறின்மு னிற்பவு
நெறியினொற் றடுத்து நிரையசை யாகும்.2

இருசீ ரடியும் முச்சீ ரடியும்
வருதல் வேண்டும் வஞ்சி யுள்ளே.3

அல்லாப் பாவி னடிவகை தெரியின்.4

பேணுபொருண் முடிபே பெருமைக் கெல்லை
காணுங் காலை கலியலங் கடையே.5

கலியுறுப் பெல்லாங் கட்டளை யுடைமையின்
நெறியின் வழி நிறுத்தல் வேண்டும்
கொச்சகக்கலி வயிற் குறித்த பொருள் முடிவாந்

தாழிசை பலவும் தழுவுதன் முடிபே.6

அடுத்த வடியிரண் டியாவகைப் பாவினுந்
தொடுத்து வழங்கலிற் றொடையெனப் படுமே.7

அளபெழுந் தியாப்பின தளபெடைத் தொடையே.8
ஒருசீ ரடிமுழுதும் வருவ திரட்டை.9

ஒத்தா ழிசை துறைவிருத்த மெனப்பெயர்
வைத்தார் பா வினமென்ன வகுத்தே.10
மூவடி யாகியு நாலடி யாகியும்
பாவடி வீழ்ந்து பாடலு ணடந்தும்
கடிவரை வில்லா வடிதொறுந் தனிச்சொற்
றிருத்தகு நிலைய விருத்த மாகும்.11

இயற்சீர்த் தாகியு மயற்சீர் விரவியும்
தன்றளை தழுவியும் பிறதளை தட்டும்
அகவ லோசையதாசிரி யம்மே.12

ஏயென் றிறுவத தாசிரியத் தியல்பே
ஓஆ யிறுதியு முரியவா சிரியம்.
நின்ற தாதி நிலை மண் டிலத்துள்
என்று மென்னென் றிறுதிவரை வின்றே
அல்லா வொற்று மகவலினிறுதி
நில்லா வல்ல நிற்பன வரையார்.13

ஆறு முதலா வெண்சீர் காறும்
கூறு நான்கடி யாசிரிய விருத்தம்14

சீரிற் கிளந்த தன்றளை தழுவி
நேரீற் றியற்சீர் சேரா தாகி
துள்ள லோசையிற் றள்ளா தாகி
யோதப் பட்ட வுறுப்புவேறு பலவா
யேத மில்லன கலியெனப் படுமே.15

ஒத்தா ழிசைக்கலி வெண்கலி கொச்சகம்
முத்திறத் தடங்கு மெல்லாக் கலியும்.16

தரவொன் றாகித் தாழிசை மூன்றாய்த்
தனிச்சொ லிடைக்கிடந்து சுரிதகந் தழுவ
வைத்த மரபின தொத்தா ழிசைக்கலி.17

தரவி னளவிற் சுரிதக மயற்பா
விரவு மென்ப ராசிரியம் வெள்ளை.18

வண்ணகத் தியற்கை திண்ணிதிற் கிளப்பிற்
றரவொடு தாழிசை தலையள வெய்தித்
தாழிசைப் பின்னர்த் தனிநிலை யெய்திப்

பேரெண் ணிட்ட வெண்ணுடைத் தாகிச்
சிற்றெண் வழியா லராகவடி நான்கும்
கீழள வாகப் பேரள வெட்டாச்
சீர்வகை நான்கு முதல்பதின் மூன்றா
நேரப் பட்ட விடைநடு வெனைத்துஞ்
சீர்வகை முறைமையி னராகம் பெற்று
மம்போ தரங்கத் தராகவடி யின்றி
மடக்கடி மேலே மூச்சீ ரெய்திக்
குறிலிணை பயின்ற வசைமிசை முடுகி
யடுக்கிசை முடுகிய லராக மென்னு
விண்ணோர் விழுப்பமும் வேந்தரது புகழும்
வண்ணித்து வருதலின் வண்ணக மென்ப.19

அந்தாதித் தொடையினு மடிநடை யுடைமையு
முந்தையோர் கண்ட முறைமை யென்ப.20

தரவே தரவிணை தாழிசை சிலபல
வரன்முறை பிறழ வயற்பா மயங்கியும்
தனிச்சொற் பலவா யிடையிடை நடந்தவும்
ஒத்தா ழிசைக்கலி யுறுப்பினிற் பிறழ்ந்தவும்
வைத்த வழிமுறையால் வண்ணக விறுவாய்
மயங்கி வந்தவு மியங்குநெறி முறையிற்
கொச்சகக் கலியெனக் கூறினர் புலவர்.21

அடிபல வாகியுக் கடையடி சீர்மிகிற்
கடிவரை யில்லைக் கலித்தா ழிசையே.22

தூங்க லோசை நீங்கா தாகி
நாற்சீர் நிரம்பா வடியிரண் டுடைத்தாய்
மேற்சீ ரோதிய வைஞ்சீர் பெற்றுச்
சுரிதக மாசிரிய முரியதனி னடுத்து
வந்த தாயின் வஞ்சிப் பாவே.23

பாவு மினமு மேவிய வன்றி
வேறுபட நடந்துங் கூறுபட வரினு
மாறறி புலவ ரறிந்தனர் கொளலே.24

41. மாபுரணணம். 42. பூதபுராணம்.

இப்பெயருடைய நூல்கள் இருந்தன என்பது இறையனார் அகப் பொருள் உரைப் பாயிரத்தினாலும், பேராசிரியர் உரையினாலும், மயிலை நாதர் உரையினாலும், யாப்பருங்கலக் காரிகை உரையினாலும் தெரிகிறது.

"அவர்க்கு (இடைச்சங்கத்தாருக்கு) நூல் அகத்தியமும் தொல் காப்பியமும் மாபுராணமும் இசை நுணுக்கமும் பூதபுராணமும் என இவையென்ப."

(இறையனார் அகப்பொருள், உரைப்பாயிரம்)

"இனிப் படர்ந்து பட்ட பொருண்மையவாகிய மாபுராணம் பூத புராணம் என்பன சிலவாழ்நாட் சிற்றறிவின் மாக்கட்கு உபகாரப் படாமையின், தொகுத்துச் செய்யப்பட்டு வழக்கு நூலாகிய தொல்காப்பியம் இடைச் சங்கம் முதலாக இன்று காறும் உளதாயிற்றெனக் கொள்க."

(தொல். பொருள், "தொகுத்தல் விரித்தல்"
என்னும் 96-ஆம் சூத்திரம், பேராசிரியர் உரை)
'மதிநலங் கவின்ற மாபு ராணப்
புதுநலங் கனிந்த பூத புராணம்'
என்று கூறுகிறது ஒரு பழைய தனிப்பாடல்.

"'செய்யுட்க ணோசை சிதையுங்கா லீரளபு
மையப்பா டின்றி யணையுமா - மைதீரொற்
றின்றியுஞ் செய்யுட் கெடினொற்றை யுண்டாக்குக்
குன்றுமே லொற்றளபுங் கொள்.' 10
என மாபுராணமுடையாரும் சொன்னாராகலின்."
(நன்னூல், எழுத்தியல் 37ஆம் சூத்திரம்,
மயிலைநாதர் உரைமேற்கோள்)
யாப்பருங்கல விருத்தியுரைகாரர் கீழ்காணும் மாபுராணச் செய்யுள்களைத் தமது உரையில் மேற்கோள் காட்டுகிறார்:

"மகரக் குறுக்கத்துக்குப் பயன் மாபுராணமுடையார் எடுத்தோதினார். என்னை?

'கழிநெடி லசையுங் காலெழுத் தசையும்
பெயரயற் புணர்பினும் பெயரிடைப் புணர்ப்பினும்
வழுவென மொழிப வாய்மொழிப் புலவர்'1 என்றாராகலின்,

'ஆய்தமு மொற்றா யடங்கினு மாங்கதனை
ஓதினார் தொன்னூ லுணர்வுடையோர் - நீதியால்
ஒற்றா யடங்கினு முன்கால வேற்றுமையாற்
சொற்றார் மகரச் சுருக்கு.'2 எனவும்,

'மெய்யென்ற சொல்லானே மிக்கமக ரத்தினையும்
நையு மடங்கு நனியென்னின் ஐயென்ப
தாவி யெனவடங்கு மகிற் றெனின் மகரத்
தேய்விற்கு மதே திறம்.'3
எனவும் கூறினார். இன்னும் மகரக் குறுக்கத்தின் பயன் மகரப் பிர கரணத்துங் காண்க. ஈண்டு உரைப்பிற் பெருகும்.

'உயிரென்ற சொல்லானே யொன்பதா மாவி
செயிரின்றிச் சென்றடங்கு மேனும் - பயில்புரைத்தார்
குன்றுதலா லெனனிற் குணம்புரிந்தா ரௌவுந்தான்
குன்றுதலாக் கூறப் படும்'4 எனவும்,

'கால விகப்பத்தாற் கட்டுரைக்கப் பட்டவற்றுண்
மூல வியனூன் முறைமையான் - ஞாலத்து
ளெல்லா மெடுத்துரைத்தார்க் காமோ சிலவெழுத்துச்
சொல்லாதார்க் காகுமோ தோம்.'5 எனவும்,

'அசையாக்குந் தன்மையவே யன்றித் தொடையோ
டிசையாக்கு மேளையவுஞ் சொற்றார் - இசைதொடைதோ
மாக்கு மெழுத்தனைத்துஞ் சொன்னா ரசைமுகத்தாற்
றாக்கியநூற் கேற்பத் தொகுத்து.'6 எனவும்,

'குறிலு நெடிலு மளபெடையு மொற்று
மறிஞ ரசைக்குறுப்பா மென்பர் - வறிதே
யுயிர்மெய்யு மூவினமென் றோதினா ரென்று
செயிரவர்க்கு நின்றதோ சென்று'7 எனவும்,

'வடாது தெனாதென்று வைத்ததனான் மற்றாண்
டெடாதனவுஞ் சொற்றா ரினத்தாற் - கெடாததுபோன்
மகான் குறுக்கம் வகுத்ததனான் மாட்டெறிந்தா
ரகாய்தந் தானு மசைக்கு'8 எனவும்,

'ஐயௌமவ் வென்றிவற்றிற் காங்குற்ற ஞாபகமா
நையாது கார நடத்தாதே -மெய்யானே
கற்றாய்ந்த நூலோ ரிகரம் புணர்ந்ததூஉம்
குற்றாய்தந் தானுங் கொளற்கு'9 எனவும்,

'சிறப்புடைய வல்ல வெனவிவற்றுட் கொள்ப
சிறப்புடைய வென்பவே சிந்தித் - துறுப்பசைக்கட்
காலளவா மொற்றினையுங் கைக்கோடல் காரணமாக
நூலளவிற் சொற்றார் நுனித்து'10 எனவும்,

'ஐம்மூ வெழுத்து மசைக்குறுப்பா மென்பதன்கண்
உம்மைதா மெச்ச மெனவுரைப்பர் - ஐம்மூன்றின்
மிக்கனவுங் கைக்கோடல் வேண்டி வியன் பொருளை
மெய்ப்படுக்கு மாங்கே விதப்பு.'11 எனவும்,

'மகரக் குறுக்கம் வகுத்ததுதா னாய்தற்
கிகரக் குறுக்க முதலாப் - புகரற்ற
நாலொன்று மெண்ணாதே நாட்டுதன் ஞாபகமாய்
நூலொன்றி நிற்றற் பொருட்டு'12

எனவும் போந்த இவற்றை விரித்துரைத்துக்கொள்க, இன்னும் மகரக் குறுக்கத்திற்குப் பயன் மகரப் பிரகரணத்தும் கண்டுகொள்க. ஈண்டு உரைப்பிற் பெருகும்.''

யாப்பருங்கலம், அடியோத்து, விருத்தியுரையில் உரையாசிரியர் இவ்வாறு கூறுகிறார்:

''அதத்திணை யகவலுள் வஞ்சி வாரா ... ... அதே யெனிற் பட்டினப் பாலைத் தொடக்கத்தன அகத்திணை வஞ்சியாம் பிறவெனின், அகத்திணை-யகத்து வஞ்சி வருவது சிறப்பின்றாயினும், சிறுபான்மை வரப்பெறு மென்பாரு முளராகலின் அவையும் அமையுமென்பது. என்னை?

'அகத்திணை யகவயி னிற்ப வஞ்சி
சிறப்பில வெனினுஞ் சிலவிடத் துளவே'13
என்பது மாபுராணச் சூத்திரமாகலின்.''

யாப்பருங்கலம், ஒழிபியலில் விருத்தியுரைகாரர் மாபுராணத்தைக் குறிப்பிடுகிறார். அவர் எழுதுவது வருமாறு:

“நான்கடியும் எழுத்தொத்து வருவனவற்றைத் தலையாகு சந்தம் என்றும், ஓரெழுத்து மிக்குங் குறைந்தும் வருவனவற்றை இடையாகு சந்தம் என்றும், இரண்டெழுத்து மிக்குங் குறைந்தும் வருவனவற்றையும் பிறவாற்றான் மிக்குங் குறைந்து வருவனவற்றையும் கடையாகு சந்தம் என்றும் வழங்குவ ரொருசாராசிரியர். தாண்டகங்கட்கும் இவ்வாறே சொல்லுவார். இவற்றை யெல்லாம் ... ... மாபுராணம் முதலாகிய தமிழ் நூலுள்ளும் புகுதி யுடையார்வாய்க் கேட்டுக்கொள்க. இவை யெல்லாம் விகற்பித் தீண்டுரைப்பிற் பெருகும்.”

“இனி மாபுராணமுடையார் கூறுமாறு : விகார மாத்திரையாகிய உயிரளபெடையும், கான் மாத்திரையாகிய வொற்றும் பாட்டுடைத் தலைமகன் பெயருக்கும் அவன் பெயர்க்கு அடையாகிய சொற்கண்ணும் புணர்ப்பிற் குற்றமென்றார். என்னை?

‘கழிநெடி லசையுங் காலெழுத் தசையும்
பெயரயற் புணர்ப்பினும் பெயரிடைப் புணர்ப்பினும்
வழுவென மொழிப வாய்மொழிப் புலவர்’14

மாபுராணம் இயற்றிய ஆசிரியர் யார் என்பது முதலிய செய்திகள் தெரியவில்லை. மாபுராணம் வெண்பாவும் சூத்திரமும் கலந்து இயற்றப்பட்ட நூலெனத் தெரிகிறது. பூதபுராணத்திலிருந்து வேறு சூத்திரங்கள் கிடைக்கவில்லை.

43. முள்ளியார் கவித்தொகை

நவநீதப் பாட்டியலின் பழைய உரை முள்ளியார் கவித் தொகை என்னும் பெயருள்ள பாட்டியல் நூலைக் குறிப்பிடுகிறது. முள்ளி யாரைப் பற்றியும் அவர் இயற்றிய கவித்தொகையைப் பற்றியும் யாதொரு செய்தியும் தெரியவில்லை. நவநீதப் பாட்டியல் பழைய உரையாசிரியர், இந் நூலிலிருந்து சில சூத்திரங்களை மேற்கோள் காட்டியுள்ளார். அவை:

“நான்கு பாவு மினமு மயங்கி
யான்ற யமக மான பொருளினும்
வருவது கலம்பகம்.”1

(நவநீதம்-33-ஆம் செய்யுளுரை மேற்கோள்).

“அமரர்க்கு நூறந் தணர்க்கிழி வைந்து
அரசர்க்குத் தொண்ணூறு மூன்றாம் பட்ட
முடிபுனையா மன்னர்க் கெண்பது
வணிகர்க் கெழுபது மற்றவை யோர்க்குத்

துணியிலறு பத்தைஞ்சு சொல்லும்."2

(நவநீதம்-34-ஆம் செய்யுளுரை மேற்கோள்).
"சந்தத் தொருபது பல்சந்த மாலை,
அந்த வெள்ளை யைம்பதா னெழுபதா
னென்கவூர்ப் பேரோடுறுமா வியல்பே
அகவற் றனையும் அவ்வழி வரையார்."2அ
(நவநீதம்-37-ஆம் செய்யுளுரை மேற்கோள்).
"உரைத்த தசாங்க மாவன பத்தாக
நிரைத்து வருவது நேரிசை வெண்பா;
செங்கோல்
அமரரை வேந்தரைச் செப்புதல் சின்னப் பூவாம்."3

"ஏனையோர்க்குத் தசாங்கம்
அல்லா தனவெண்ப இயல்புணர்ந் தோரே."4
(நவநீதம்-39-ஆம் செய்யுளுரை மேற்கோள்).

"பேணுதகு சிறப்பிற் பெண்மக வாயின்
மூன்றா மாண்டின் மொழிகுவ குழமகன்."5
(நவநீதம்-44-ஆம் செய்யுளுரை மேற்கோள்).
"ஓதலும் பாடலு மூசலும் பிறவும்
பதினெண் தேசத்துப் பலபல பேச்சின விறலும்
அனைவர்க்கு முரித்தே ஆயுங் காலை."6

"மங்கை முதலா மாற்றவரும்
ஆணுடை யுடுத்தலும் ஆடகம் புனையலும்
அம்மனை கழங்கே ஊசல் பந்தொடு
சூது பொருதலுங் காளையிற் பிரிதலும்
பல்லோ ராயத்திலு மக்களுண வாக
அனையவை பிறவுமவர்க் குரிய வென்ப."7
(நவநீதம்-45-ஆம் செய்யுளுரை மேற்கோள்).

"அறம்பொருள் வீடெனு மூன்றையும் பழித்துக்
காமமே பொருளா அரிவை யருள்பெற
வேட்கையி னான்மட லூர்வனென் னும்பொருள்
பாட்டுடைத் தலைமக னியற்பெயர்க் கியைந்த
எதுகைவகுத் தாக்கிய கலிவெண் பாவை

மடலென் றுரைப்பர் வண்டமிழ்ப் புலவர்."8
(நவநீதம்-46-ஆம் செய்யுளுரை மேற்கோள்).

"அராகம் வெள்ளை யகவல் முதலின்
ஆசிரியம் வஞ்சி மெல்லியற் புகழினும்
வரைத லிலவென விரைசெய்வர் புலவர்."9
(நவநீதம்-47-ஆம் செய்யுளுரை மேற்கோள்).

44. யாப்பியல்

யாப்பருங்கல விருத்தியுரைகாரர் (ஒழிபியலில்) யாப்பியல் என்னும் நூலைக் குறிப்பிடுகிறார். இந்நூலினின்று இரண்டு சூத்திரங்களையும் மேற்கோள் காட்டுகிறார். யாப்பியல் நூலைப்பற்றியும், அதன் ஆசிரியரைப் பற்றியும் வேறொன்றும் தெரியவில்லை. யாப்பருங்கல விருத்தியுரைகாரர் மேற்கோள் காட்டிய யாப்பியல் சூத்திரங்கள் இவை:

வெண்பா முதலா நால்வகைப் பரவு
மெஞ்சா நாற்பால் வருணர்க் குரிய
பாவினத் தியற்கையு மதனோ ரற்றே
சீரினுந் தளையினுஞ் சட்டக மாயினும்
பேரா மரபின் பாட்டெனப் படுமே.1
அவைதிரி பாகின் விசாதி யாகும்.2

45. வாருணப் பாட்டியல்

இந்நூலை டாக்டர் உ. வே. சாமிநாதையர், 'சங்கத் தமிழும் பிற்காலத் தமிழும்' என்னும் நூலில் கூறுகிறார். அவர் கூறுவது:

"வாருணப் பாட்டியல் என்னும் நூலிலிருந்து மேற்கோளாகச் சில சூத்திரங்கள் மட்டும் உரைகளில் காணப்படுகின்றன. நூல் கிடைத்திலது."

இந்நூலைப்பற்றிய வேறு செய்திகள் கிடைக்கவில்லை. மேற்கோளாகக் காட்டப்பட்ட சூத்திரங்களும் கிடைக்கவில்லை.

அடிக்குறிப்புகள்

1. சீவக சிந்தாமணி கூறுவது இந்தப் பல்லவ நாடு அன்று; அது பல்லவ நாடு என்று பெயர் பெற்றிருந்த பழைய பாரசீக நாடாகும். பதுமையார் கலம்பகம், படுமறை பருவம், பொய்யா பல்லவ தேயம்.

2. இந்த அவிநயச் சூத்திரத்தை மயிலைநாதர் தமது நன்னூல் உரையில் (எழுத்தியல், 5ஆம் சூத்திர உரை) மேற்கோள் காட்டியுள்ளார்.

3. எனப் பொது வகையாற் கூறி, இன்னவிடத்து இன்ன எழுத்துப் பிறக்கும் என்று விருத்தியுள் விளக்கிக் கூறினார்.

4. யாப்பருங்கலக் காரிகைக் காரிகைக்கு உரை எழுதிய குணசாகரர், தமது உரையில் (39ஆம் காரிகை) இந்த வெண்பாவை மேற்கோள் காட்டியுள்ளார்.

5. 'சிறுகாக்கைபாடினியம்' என்னும் தலைப்பு காண்க.

6. இச் சூத்திரத்துக்கு மயிலைநாதர், நன்னூல் 268 ஆம் சூத்திர வுரையில் இவ்வாறு விளக்கம் கூறுகிறார்: "குன்று என்புழி, 'குன்று குடையாக் குளிர்மழை தாங்கினான்' என்னும் பாட்டும், கூதிர் என்புழி, 'கூதிர் கொண்டிருடீங்கும்' என்னும் பாட்டும், பண்பு என்புழி, 'பண்பு கொள் செயன்மாலை' என்னும் பாட்டும், தோழி என்புழி, 'தோழி வாழி தோழி வாழி, வேழ மேறி வென்ற தன்றியும்' என்னும் பாட்டும், விளியிசை என்புழி, 'விளியிசைப்ப விண்ணக நடுங்க' என்னும் பாட்டும், முத்துறழ் என்புழி, 'முத்துற வந்தேங்கி' என்னும் பாட்டும், குறிப்பினான் முதனின்ற மொழியான் அறியவந்தன."

7. இது காக்கைபாடினியார் சூத்திரம் என்றும் கூறப்படுகிறது.

8. இச்சூத்திரம் 'நக்கிரர் அடிநூல்' என்னும் நூலின் சூத்திரம் என்றும் கூறப்படுகிறது.

9. இது பாடலனாருரையின் மேற்கோள் என்பர்.

10. மேற்படி வெண்பா பூதபுராணச் செய்யுள் என்றும் கூறப்படுகிறது. எனவே, இது மாபுராணச் சூத்திரமா அல்லது பூதபுராணச் சூத்திரமா என்பது நிச்சயமாகத் தெரியவில்லை.

இணைப்பு - 1. பெயர் தெரியாத நூல்கள்

இதுகாறும் மறைந்துபோன நூல்களைப் பற்றி ஆராய்ந்தோம். மறைந்துபோன நூல்களில் சிலவற்றின் பெயர்களும் மறைந்து போயின. உரையாசிரியர்களில் சிலர், தங்கள் உரையில் சில செய்யுட்களையும் சூத்திரங்களையும் மேற்கோள்காட்டி அவை இன்ன நூலைச் சேர்ந்தவை என்று கூறாமலே விட்டனர். அந்தச் செய்யுட்களும் சூத்திரங்களும் எந்த நூலைச் சேர்ந்தவை என்பது தெரியவில்லை. இங்கு அந்தச் செய்யுட்களையும் சூத்திரங்களையும் தொகுத்துக் கூறுகிறோம்.

அடியார்க்கு நல்லார் ஏன்னும் உரையாசிரியர், தாம் சிலப்பதிகாரக் காவியத்துக்கு எழுதிய உரையில் கீழ்க்கண்ட சூத்திரங்களைப் பரத நாட்டியத்திற்கு உரிய கைகளை (முத்திரைகளை) கூறுகிறார். இச்சூத்திரங்கள் எந்த நூலிலிருந்து எடுக்கப்பட்டவை என்பது தெரியவில்லை.

கைதான் இரண்டு வகைப்படும்: இணையாவினைக்கையும், இணைக்கையுமென. இவை ஒற்றைக்கை இரட்டைக்கை யென்றும் வழங்கப்படும்.

மெய்பெறத் தெரிந்து மேலோ ராய்ந்த
கைவகை தன்னைக் கருதுங் காலை
யிணையா வினைக்கை இணைக்கை யென்ன

வணைய மென்ப வறிந்திசி னோரோ.1

'இணையா தியல்வ தினையா வினைக்கை
இணைந்துடன் வருவ திணைக்கை யாகும்.'

இணையாவினைக்கை 33 வகை. 2

இணையா வினைக்கை யியம்புங் காலை
யணைவுறு பதாகை திரிபதா கையே
கத்தரிகை தூப மராள மிளம்பிறை
சுகதுண் டம்மே முட்டி கடகஞ்
சூசி பதும கோசிகந் துணித்த

மாசில் காங்கூலம் வழுவறு கபித்தம்
விற்பிடி குடங்கை யலாபத் திரமே
பிரமாந் தன்னொடு தாம்பிர சூடம்
பிகாச முகுளம் பிண்டி தெரிநிலை
பேசிய மெய்ந்நிலை யுன்ன மண்டலஞ்
சதுர மான்றலை சங்கே வண்டே
யதிர்வி விலதை கபோத மகரமும்
வலம்புரி தன்னொடு முப்பத்து மூன்றென்
றிலங்கு மொழிப் புலவ ரிசைத்தன ரென்ப.3

பதாகை

பதாகை யென்பது மகருங் காலைப்
பெருவிரல் குஞ்சித் தலாவிர னான்கு
மருவி நிமிரு மரபிற் றென்ப.4

எல்லா விரலு நிமிர்ந்திடை யின்றிப்
பெருவிரல் குஞ்சித்தல் பதாதை யாகும்15

பெருவிரல் குஞ்சித் தேனைய நான்கு
நிரலே நிமிர்த்தல் பதாகை யாகும்.26

திரிபதாகை

திரிப தாகை தெரியுங் காலை
யறைப தாகையி னணிவிரன் முடக்கின
தாமென மொழிப வறிந்திசி னோரே7

கத்தரிகை

கத்தரி கையே தாண்டக விரிப்பி
னத்திரி பதாகையி னணியின் புறத்தைச்
சுட்டக மொட்ட விட்டு நிமிர்ப் பதுவே.8

தூபம்

தூப மென்பது துணியுங் காலை
விளங்குகத் தரிகை விரலகம் வளைந்து
துளங்கு மென்ப துணிபறிந் தோரே.9

அராளம்

அராள மாவ தறிவாக் கிளப்பிற்
பெருவிரல் குஞ்சித்துச் சுட்டுவிரன்முடக்கி
விரல்கண் மூன்று நிமிர்த்தகம் வளைதற்
குரிய தென்ப வுணர்ந்திசி னோரே.10

இளம்பிறை

சுட்டும் பேடு மநாமிகை சிறுவிர
லொட்டி யகம்வளைய வொசித்த பெருவிரல்
விட்டு நீங்கும் விதியிற் றென்ப.11

சுகதுண்டம்

சுகதுண்ட மென்பது தொழில்பெறக் கிளம்பிற்
சுட்டு விரலும் பெருவிர ருனு
மொட்டி யுகிர்நுனை கௌவி முன்வளைந்
தநாமிகை முடங்கப் பேட்டொடு சிறுவிர
றான்மிக நிமிர்ந்த தகுதித் தென்ப.12

முட்டி

முட்டி யென்பது மொழியுங் காலைச்
சுட்டு நடுவிர லநாமிகை சிறுவிர
லிறுக முடக்கி யிவற்றின்மிசைப் பெருவிரன்
முறுகப் பிடித்த முறைமைத் தென்ப.13

கடகம்

கடக முகமே கருதுங்காலைப்
பெருவிர னுனியுஞ் சுட்டுவிர னுனியு
பருவ வளைந்தவ் வுகிர்நுனி கெயவி
யொழிந்த மூன்றும் வழிவழி நிமிர

மொழிந்தன ரென்ப முடிபறிந் தோரே.14

சூசி

சூசி யென்பது துணியுங் காலை
நடுவிரல் பெருவிர லென்றிவை தம்மி
லடைவுட னொற்றிச் சுட்டுவிர னிமிர
வொழிந்தன வழிவழி முடங்கி நிற்ப
மொழிந்தனர் மாதோ முடிபறிந் தோரே.15

பதுமகோசிகம்

பதும கோசிகம் பகருங் காலை
யொப்பக் கைவளைந் தைந்து விரலு
மெய்ப்பட வகன்ற விதியிற் றாகும்.16

காங்கூலம் 3 வகை. 1. குவிகாங் கூலம்:

காங்கூ லம்மே கருதுங் காலைச்
சுட்டும் பேடும் பெருவிரன் மூன்று
மொட்டிமுன் குவிய வநாமிகை முடக்கிச்
சிறுவிர னிமிர்ந்த செய்கைத் தாகும்.17

2. முகிழ்காங் கூலம்:

முகிழ்காங் கூல முந்துற மொழிந்த
குவிகாங் கூலங் குவிவிழந் ததுவே.18

3. மலர்காங் கூலம்:

மலர்காங் கூல மதுமலர்ந் ததுவே.19

கபித்தம்

கபித்த மென்பது காணுங் காலைச்
சுட்டுப் பெருவிர லொட்டிநுனி கௌவி
மல்ல மூன்று மெல்லப்பிடிப் பதுவே.20

விற்பிடி

விற்பிடி யென்பது விரிக்குங் காலைச்
சுட்டொடு பேடி யநாமிகை சிறுவிர
லொட்டி யகப்பால் வளையப் பெருவிரல்
விட்டு நிமிரும் விதியிற் றாகும்.

குடங்கை

குடங்கை யென்பது கூடலுங் காலை
யுடங்குவிரற் கூட்டி யுட்குழிப் பதுவே.22

அலாபத்திரம்

அலாபத் திரமே யாயுங் காலைப்
புரைமையின் மிகுந்த சிறுவிரன் முதலா
வருமுறை யைந்தும் வளைந்து மறிவதுவே.23

பிரமரம்

பிரமர மென்பது பேணுங் காலை
யநாமிகை நடுவிர லறவுறப் பொருந்தித்
தாம்வலஞ் சாயத் தகைசால் பெருவிர
லொட்டிய நடுவுட் சேரச் சிறுவிரல்
சுட்டு வளைந்துபின் றோன்றிய நிலையே.24

தாம்பிர சூடம்

தாம்பிர சூடமே சாற்றுங் காலைப்
பேடே சுட்டுப் பெருவிர னுனியொத்துக்
கூடி வளைந்து சிறுவிர லணிவிர
லுடனதின் முடங்கி நிமிரநிற் பதுவே.25

பசாசம் 3 வகை

பசாச மென்பது பாற்படக் கிளப்பி
கைநிலை முகநிலை யுகிர்நிலை யென்னத்
தொகைநிலை பெற்ற மூன்றுமென மொழிப.26

அவைதாஞ்

சுட்டுவிர னுனியிற் பெருவிர லகப்பட
வொட்டி வளைந்த தகநிலை முகநிலை
யவ்விர னுனிகள் கௌவிப் பிடித்தல்
செவ்விதாகுஞ் சிறந்த வுகிர்நிலை
யுகிர்நுனை கௌவிய தொழிந்த மூன்றுந்
தகைமையி னிமிர்த்தலம் மூன்றற்குந் தகுமே.26

முகுளம்

முகுள மென்பது மொழியுங் காலை
யைந்து விரலும் தலைகுவிந் தேற்ப

வந்து நிகழு மாட்சித் தாகும்.27

பிண்டி

பிண்டி யென்பது பேசுங் காலைச்
சுட்டுப் பேடிய நாமிகை சிறுவிர
லொட்டி நெகிழ முடங்க வவற்றின்மிசை
விலங்குறப் பெருவிரல் விட்டுங் கட்டியு
மிலங்குவிரல் வழிமுறை யொற்றலு மியல்பே.28

தெரிநிலை

தெரிநிலை யென்பது செப்புங் காலை
யைந்து விரலு மலர்ந்துகுஞ் சித்த
கைவகை யென்ப கற்றறிந் தோரே.29

மெய்ந்நிலை

மெய்ந்நிலை யென்பது விளம்புங்காலைச்
சிறுவிர லநாமிகை பேடொரு சுட்டிவை
யுறுத லின்றி நிமிரச் சுட்டின் மிசைப்
பெருவிரல் சேரும் பெற்றித் தென்ப.30

உன்னம்

உன்ன நிலையே யுணருங் காலைப்
பெருவிரல் சிறுவிர லென்றிவை யிணைய
வருமுறை மூன்று மலர்த்துநிற் பதுவே.31

மண்டலம்

மண்டல மென்பது மாசறக் கிளப்பிற்
பேடு நுனியும் பெருவிர னுனியுங்
கூடி வளைந்துதம் முகிர்நுனை கௌவி
யொழிந்த மூன்று மொக்க வளைவதென
மொழிந்தன ரென்ப முழுதுணர்ந் தோரே.32

சதுரம்

சதுர மென்பது சாற்றுங் காலை
மருவிய மூன்று நிமிர்ந்தகம் வளையப்
பெருவிர லகமுறப் பொற்பச் சேர்த்திச்
சிறுவிரல் பின்பே நிமிர்ந்த கெவ்வியி
னிறுமுறைத் தென்பவியல் புணர்ந் தோரே.33

மான்றலை

மான்றலை யென்பது வகுக்குங் காலை
மூன்றிடை விரலு நிமிர்ந்தக மிறைஞ்சிப்
பெருவிரல் சிறுவிர லென்றிவை நிமிர்ந்து
வருவ தென்ப வழக்கறிந் தோரே.34

சங்கம்

சங்கெனப் படுவது சாற்றுங் காலைச்
சிறுவிரன் முதலாச் செறிவிர னான்கும்
பெறுமுறை வளையப் பெருவிர னிமிர்ந்தாங்
கிறுமுறைத் தென்ப வியல்புணர்ந் தோரே.35

வண்டு

வண்டென் பதுவே வகுக்குங் காலை
யநாமிகை பெருவிர னனிமிக வளைந்து
தானுனி யொன்றித் தகைசால் சிறுவிரல்
வாலிநி னிமிர மற்றைய வளைந்த
பாலின தென்ப பயன்றெரிந் தோரே.36

இலதை

இலதை யென்ப தியம்புங் காலைப்
பேடியுஞ் சுட்டும் பிணைந்துட னிமிரிந்து
கூடிய பெருவிரல் கீழ் வரை இறுகக்
கடையிரு விரலும் பின்னர் நிமிர்ந்த
நடையின தென்ப நன்னெறிப் புலவர்.37

கபோதம்

காணுங் காலைக் கபோத மென்பது
பேணிய பதாகையிற் பெருவிர னிமிரும்.38

மகர முகம்

மகரமுக மென்பது வடிக்குங் காலைச்
சுட்டொடு பெருவிரல் கூட வொழிந்தவை
யொட்டி நிமிர்ந்தாங் கொன்றா வாகும்.39

வலம்புரி

வலம்புரிக் கையே வாய்ந்த கனிட்ட

னலந்திகழ் பெருவிர யைமுற நிமிர்ந்து
சுட்டுவிரன் முடங்கிச் சிறுவிர னடுவிரல்
விட்டு நிமிர்ந் திறைஞ்சும் விதியிற் றென்று
கூறுவர் தொன்னூற் குறிப்புணர்ந் தோரே.40

பிணையல் (இணைக்கை)

எஞ்சுத லில்லா விணைக்கை யியம்பி
லஞ்சலி தன்னொடு புட்பாஞ் சலியே
பதுமாஞ் சலியே கபோதங் கற்கடகம்
நலமாஞ் சுவத்திகங் கடகா வருத்த
நிடதந் தோரமுற் சுங்க மேம்பட
வுறுபுட் பபுட மகரஞ் சயந்த
மந்தமில் காட்சி யமய வத்த
மெண்ணிய வருத்த மானந் தன்னொடு
பண்ணுங் காலைப் பதினைந் தென்ப.41

அஞ்சலி

அஞ்சலி யென்ப தறிவுறக் கிளப்பி
னெஞ்ச லின்றி யிருகையும் பதாகையால்
வந்தகம் பொருந்து மாட்சித் தென்றன
ரந்தமில் காட்சி யறிந்திசி னோரே.42

புட்பாஞ்சலி

புட்பாஞ் சலியே பொருத்தவிரு குடங்கையுங்
கட்டி நிற்கும் காட்சிய தென்ப.43

பதுமாஞ்சலி

பதுமாஞ் சலியே பதும கோசிக
மெனவிரு கையு மியைந்து நிற்பதுவே.44

கபோதம்

கருதுங்காலைக் கபோத விணைக்கை
யிருகையுங் கபோத மிசைந்துநிற் பதுவே.45

கற்கடகம்

கருதுங் காலைக் கற்கட கம்மே
தெரிநிலை யங்குலி யிருகையும் பிணையும்.46

சுவத்திகம்

சுவத்திக மென்பது சொல்லுங் காலை
மணிக்கட் டமைந்த பதாகை யிரண்டையு
மணிக்கட் டேற்றி வைப்ப தாகும்.47

கடகாவருத்தம்

கருதிய கடகா வருத்தக் கையே
யிருகையும் கடக மணிக்கட் டியைவது.48

நிடதம்

நிடத மென்பது நெறிப்படக் கிளப்பின்
முட்டி யிரண்டுகை யுஞ்சம மாகக்
கட்டி நிற்குங் காட்சித் தென்ப.49

தோரம்

தோர மென்பது துணியுங் காலை
யிருமையும் பதாகை யகம்புற மொன்ற
மருவிமுன் றாழும் வழக்கிற் றென்ப.50

உற்சங்கம்

உற்சங்க மென்ப துணருங் காலை
யொருகை பிறைக்கை யொருகை யராளந்
தெரிய மணிக்கட்டி லேற்றிவைப் பதுவே.51

புட்பபுடம்

புட்பபுட மென்பது புகலுங் காலை
யொத்த விரண்டு குடங்கையு மியைந்து
பக்கங் காட்டும் பான்மைத் தென்ப52

மகரம்

மகர மென்பது வாய்மையி னுரைப்பிற்
கபோத மிரண்டு கையு மகம்புற
மொன்ற வைப்பதன் றுரைத்தனர் புலவர்.53

சயந்தம்

இதன் நூற்பா கிடைக்கவில்லை.54

அபயவத்தம்

அபயவத் தம்மே யறிவுறக் கிளப்பின்

வஞ்சமில் சுகதுண்ட மிருகையு மாட்சியி
னெஞ்சுற நோக்கி நெகிழ்ந்துநிற் பதுவே.55

வருத்தமானம்

வருத்த மானம் வகுக்குங் காலை
முகுளக் கையிற் கபோதக் கையை
நிகழச் சேர்த்து நெறியிற் றென்ப.
அவைதாம்

எழிற்கை யழகே தொழிற்கை தொழிலே
பொருட்கை கவியிற் பொருளா கும்மே.56

இசை

சிலம்பு, கானல்வரியின் பழைய அரும்பதவுரையாசிரியர் மேற்கோள் காட்டிய நூற்பாக்கள்.

பண்ணல்

வலக்கைப் பெருவிரல் குரல்கொளச் சிறுவிரல்
விலக்கின் றிளிவழி கேட்டும் ... .
இணைவழி யாராய்ந் திணைகொள முடிப்பது
விளைப்பரு மரபிற் பண்ண லாகும்.1

பரிவட்டணை

பரிவட் டணையி னிலக்கணந் தானே
மூவகை நடையின் முடிவிற் றாகி
வலக்கை யிருவிரல் வனப்புறத் தழீஇ
உடக்கை விரலி னியைவ தாகத்
தொடையொடு தோன்றியுந் தோன்றா தாகியு
நடையொடு தோன்று நயத்த தாகும்.2

ஆராய்தல்

ஆராய்த லென்ப தமைவாக் கிளப்பிற்
குரன்முத லாக விணைவழி கேட்டு
மிணையி லாவழிப் பயனொடு கேட்டுந்
தாரமு முழையும் தம்மிற் கேட்டும்
விளரி கைக்கிளை விதியுளிக் கேட்டுந்
தளரா தாகிய தன்மைத் தாகும்.2

தைவரல்

தைவர லென்பது சாற்றுங் காலை

மையறு சிறப்பின் மனமகிழ் வெய்தித்
தொடையொடு பட்டும் படாஅ தாகியு
நடையொடு தோன்றி யாப்புநடை யின்றி
யோவாச் செய்தியின் வட்டணை யொழுகிச்
சீரேற் றியன்று மியலா தாகியும்
நீரவாகு நிறைய தென்ப.4

செலவு

செலவெனப் படுவதன் செய்கை தானே
பாலை பண்முறை திறமே கூடமென
நால்வகை யிடத்து நயத்த தாகி
   யியக்கமு நடையு மெய்திய வகைத்தாய்ப்
பதினொ ராடலும் பாணியு மியல்பும்
விதிநான்கு தொடர்ந்து விளங்கிச்செல் வதுவே.5

விளையாட்டு

விளையாட் டென்பது விரிக்குங் காலைக்
கிளவிய வகையி னெழுவகை யெழாலு
மளவிய தகைய தாகு மென்ப.6

கையூழ்

கையூ ழென்பது கருதுங் காலை
யெவ்விடத் தானு மின்பமுஞ் சுவையுஞ்
செவ்விதிற் றோன்றிச் சிலைத்துவர லின்றி
நடைநிலை திரியாது நண்ணித் தோன்றி
நாற்பத் தொன்பது வனப்பும் வண்ணமும்
பாற்படத் தோன்றும் பகுதித் தாகும்.7

குறும்போக்கு

துள்ளற் கண்ணுங் குடக்குத் துள்ளும்
தள்ளாதாகிய வுடனிலைப் புணர்ச்சி
கொள்வன வெல்லாங் குறும்போக் காகும்.8

யாழ் வாசிக்கும் முறமை

சிலம்பு, 8-26 அடி உரையில் அரும்பதவுரையாசிரியரும். அடியார்க்கு நல்லாரும் மேற்கோள் காட்டியது:

நல்லிசை மடந்தை நல்வேழில் காட்டி

யல்லியம் பங்கயத் தயனினிது படைத்த
தெய்வஞ் சான்ற தீஞ்சுவை நல்யாழ்
மெய்பெற வணங்கி மேலோடு கீழ்புணர்த்
திருகையின் வாங்கி யிடவயி னிரீஇ
மருவிய வினய மாட்டுதல் கடனே.
(வினயம் - தேவபாணி)

வரிப்பாட்டு
சிலப்பதிகாரம், கானல்வரி உரையில் அரும்பதவுரையாசிரியர் காட்டிய நூற்பாக்கள்.

கூடைச் செய்யுள்.
கூடை யென்பது கூறுங் காலை
நான்கடி யாகி யிடையடி மடக்கி
நான்கடி யகி நடத்தற்கு முரித்தே.1

வாரச் செய்யுள்.
வார மென்பது வகுக்குங் காலை
நடையினு மொலியினு மெழுத்தினு நோக்கித்
தொடையமைந் தொழுகுந் தொன்மைத் தென்ப.2

முகமுடைவரி
நிலமுத லாகிய வுலகியல் வரிக்கு
முகமாய் நிற்றலின் முகமெனப் படுமே.3
சிந்து நெடிலுஞ் சேரினும் வரையார்.4

சார்த்துவரி
பாட்டுடைத் தலைவன் பதியொடும் பேரொடுஞ்
சார்த்திப் பாடிற் சார்த்தெனப் படுமே.5

முரிச்சார்த்து
முரிந்தவற ... ...
குற்றெழுத் தியலாற் குறுகிய நடையாற்
யெற்ற வடித்தொகை மூன்று மிரண்டுங்
குற்ற மில்லெனக் கூறினர் புலவர்.6

நிலைவரி
முகமு முரியுந் தன்னோடு முடியு

நிலையை யுடையது நிலையெனப் படுமே.7

முரிவரி

எழுத்த வியலு மிசையுந் தம்மின்
முரித்துப் பாடுதன் முரியெனப் படுமே.

யாழ் - மாடகம்

'மாடக மென்பது வகுக்குங் காலைக்
கருவிளங் காழ்ப்பினை நல்விரல் கொண்டு
திருவயில் பாலிகை வடிவாக் கடைந்து
சதுர மூன்றகத் துளையிடற் குரித்தே.31

இணைநரம்பு.

இணையெனப் படுவ கீழு மேலு
மணையத் தோன்று மளவின வென்ப.32

கிளைநரம்பு

கிளையெனப் படுவ கிளக்குங் காலை
குரலே யிளியே துத்தம் விளரி
கைக்கிளை யெனவைந் தாகு மென்ப.33

பகை நரம்பு

நின்ற நரம்பிற் காறு மூன்றுஞ்
சென்றுபெற நிற்பது கூட மாகும்.34

கண்ணிய கீழ்மூன் றாகி மேலு
நண்ணல் வேண்டு மீரிரண்டு நரம்பே.45

குரலே துத்த மிளியிவை நான்கும்
விளரி கைக்கிளை மும்மூன் றாகித்
தளராத் தார முழையிவை யீரிரண்
டெனவெழு மென்ப வறிந்திசி னோரே.46

தாரத்துட் டோன்று முழையுழை யுட்டோன்று
மோருங் குரல் குரலி னுட்டோன்றிச் - சேருமிளி
யுட்டோன்றுந் துத்தத்துட் டோன்றும் விளரியுட்
கைக்கிளை தோன்றும் பிறப்பு.57

யாழ்வகை

பேரியாழ் பின்னு மகரஞ் சகோட முடன்
சீர்பொலியுஞ் செங்கோடு செப்பினார் - தார்பொலிந்து
மன்னுந் திருமார்ப வண்கூடற் கோமானே
பின்னு முளவே பிற.8

ஒன்று மிருபது மொன்பதும் பத்துடனே
நின்ற பதினான்கும் பின்னேழுங்-குன்றாத
நால்வகை யாழிற்கு நன்னரம்பு சொன்முறையே
மேல்வகை நூலோர் விதி.9

கோட்டின தமைதியுங் கொளுவிய வாணியு
மாட்டிய பத்தரின் வகையு மாடக முந்
தந்திரி யமைதியுஞ் சாற்றிய பிறவு
மூந்திய நூலின் முடிந்த வகையே10

குழல்-வங்கியம்

ஓங்கிய மூங்கி லுயர்சந்து வெண்கலமே
பாங்குறு செங் காலி கருங்காலி-பூங்குழலாய்
கண்ண னுவந்த கழைக்கிவைக ளாமென்றார்
பண்ணமைந்த நூல்வல்லோர் பார்த்து.

உயர்ந்த சமதலத் தோங்கிக் கானான்கின்
மயங்காமை நின்ற மரத்தின் மயங்காமே
முற்றிய மாமரந் தன்னை முதளடிந்த
குற்றமிலோ ராண்டிற் கொளல்

சொல்லு மிதற்களவு நாலைந்தாஞ் சுற்றளவு
நல்விரல்க ணாலரையா நன்னுதலாய்-மெல்லத்
துணையளவு நெல்லரிசி தூபமிடமாய் தும்பிட மாய
வளைவலமேல் வங்கிய மென்.

இருவிரல்க ணீக்கி முதல்வாயேழ் நீக்கி
மருவு துளையெட்டு மன்னும்-பெருவிரல்க
ணாலங்சு கொள்க பரப்பென்ப, நன்னுதலாய்!
கோலஞ்செய் வங்கியத்தின் கூறு.

வளைவா யருகொன்று முத்திரையாய் நீக்கித்

துளையோகழி னின்ற விரல்கள் விளையாட்
டிடமூன்று நான்குவல மென்றார்கா ணேகா,
வடமாரு மென்முலையாய்! வைத்து.5

சரிக மபதநியென் றேழெழுத்தாற் றானங்
வரிபரந்த கண்ணினாய்! வைத்துத்-தெரிவரிய
வேழிசையுந் தோன்று மிவற்றுள்ளே பண்பிற்கும்
சூழ் முதலாஞ் சுத்தத் துளை.6

சாரீர வீணை

பூதமுதற் சாதனத்தாம் புற்கலத்தின் மத்திமத்து
நாதமுதலா மெழுத்து நாலாகி - வீதி
வருவரத்தாற் றானத்தால் வந்து வெளிப்பட்
டிருவாத்தாற் றோற்ற மிசைக்கு.1

மண்ணுட னீர்நெருப்புக் கால்வான மென்றிவைதா
மெண்ணிய பூதங்க ளென்றறிந்து - நண்ணிய
மன்னர்க்கு மண்கொடுத்து மாற்றார்க்கு விண்கொடுத்த
தென்னவர் கோமாளே தெளி.2

செப்பிய பூதங்கள் சேர்ந்தோர் குறியன்றே
யப்பரிசு மண்ணைந்து நீர்நாலா - மொப்பரிய
தீயாகின் மூன்றிரண்ட காற்றம் பரமொன்று
வேயாருந் தோளி விளம்பு.3

மெய்வாய்கண் மூக்குச் செவியெனப் பேர்பெற்ற
வைவாயு மாயவற்றின் மீதடுத்துத்-துய்ய
சுவையொளி யூறோசை நாற்றமென் றைந்தா
லவைமுதற் புற்கல மாம்.4

(புற்கலம்-உடம்பு)

பசிகோம்பு மைதுனங் காட்சிநீர் கேட்கை
தெசிகின்ற தீக்குணமோ ரைந்து-மொசிகின்ற
போக்கு, வரவுநோய் கும்பித்தன் மெய்ப்பரிசம்
வாக்குடைய காற்றின் வகை.5

ஓங்கும் வெகுளி மதமான மாங்கார
நீங்கா வுலோப முட னிவ்வைந்தும்-பாங்காய
வண்ண முலைமடலாய் வானகத்தின் கூறென்றா
ரெண்ணிமிக நூலுணர்ந்தோ ரெண்.6

ஒப்பார் பிராண ன்பான முதான னுடன்
றப்பா வியானன் சமானனே-யிப்பாலு
நாகன் றனஞ்செயன் கூர்மன் கிருகரன்
றீதிலாத் தேவதத்த னே.7

இடைபிங் கலை சுழுமுனை காந்தாரி யத்தி
புடைநின்ற சிங்குவை சிங்கினி - பூடாவோ
டங்குரு கன்னி யலம்புடை யென்றுரைத்தார்
தங்குதச நாடிக டாம்.8

பூத வகைகளோ ரைந்தாய்ப் பொறியைந் தாய்
வாதனையோ ரைந்தாய் மாருதமு-மேதகுசீர்ப்
பத்தாகு நாடிகளும் பத்தாகும் பாரிடத்தே
முத்திர்கு வித்தா முடம்பு.9

இசைக்குப் பிறப்பிடம்.

துய்ய வுடம்பளவு தொண்ணுற்றா றங்குலியா
மெய்யெழுத்து நின்றியங்க மெல்லத்தான்-வையத்
திருபாலு நாற்பதோ டேழ்பாதி நீக்கிக்
கருவாகு மாதாரங் காண்.10

ஆதாரம் பற்றி யசைவ முதலெ ழுத்து
மூதார்ந்த மெய்யெழுத்து முன்கொண்டு-போதாரு
முந்தி யிடைவளியா யோங்குமிடை பிங்கலையால்
வந்துமே லோசையாம் வைப்பு :11

ஐவகைப் பூதமு மாய சரீரத்து
மெய்பெறநின் றியங்கி மெய்யெழுத்தாற்-றுய்ய
வொருநாடி நின்றியங்கி யுந்திமே லோங்கி
வருமா லெழுத்து டம்பின் வந்து.12

ஆளத்தி.

மகரத்தி னொற்றாற் சுருதி விரவும்
பகருங் குறினெடில் பாரித்து - நிகரிலாத்
தென்னா தெனாவென்று பாடுவரே லாளத்தி
மன்னாவிச் சொல்லின் வகை.13

குன்றாக் குறிலைந்துங் கேடா நெடிலைந்து
நின்றார்ந்த மந்நகரந் தவ்வோடு-நன்றாக
நீளத்தா லேழு நிதானத்தா னின்றியங்க
வாளத்தி யாமென் றறி.14

பாவோ டணைத லிசையென்றார் பண்ணென்றார்
மேவார் பெருத்தான மெட்டாறும் - பாவா
யெடுத்தென் முதலா விருநான்கும் பண்ணிப்
படுத்தமையாற் பண்ணென்று பார்.15

தோற்கருவிகள்

பேரிகை படக மிடக்கை யுடுக்கை
சீர்மிகு மத்தளஞ் சல்லிகை கரடிகை
திமிலை குடமுழாத் தக்கை கணப்பறை
தமருகந் தண்ணுமை தாவி நடாரி
யந்தரி முழவொடு சந்திர வளைய
மொந்தை முரசே கண்விடு தூம்பு
நிகாளந் துடுமை சிறுபறை யடக்க
மாசி றகுணிச்சம் விரலேறு பாகந்
தொக்க வுபாங்கந் துடிபெரும் பறையென
மிக்க நூலோர் வுரிந்துரைந் தனரே.

மாதர் அணிகலன்கள்

பரியகம்.

பொன்னிதழ் பொதிந்த பன்னிற மணிவடம்
பின்னிய தொடரிற் பெருவிரன் மோதிரந்
தன்னொடு தொடக்கித் தமனியச் சிலம்பின்
புறவாய் சூழ்ந்து புணரவைப் பதுவே.1

அவ்வாய் மகரத் தணிகிளர் மோதிரம்
பைவாய் பசும்பொற் பரியக நூபுர
மொய்ம்மணி நூலின் முல்லையங் கிண்கிணி
கௌவிய வேனவுங் காலுக் கணிந்தாள்.2

குறங் செறியொடு கொய்யலங் கார
நிறங்கிளர் பூந்துகி னீர்மையி னுடீஇப்
பிறங்கிய முத்தரை முப்பத் திருகா
ழறிந்த தமைவர வல்குற் கணிந்தாள்.3

ஆய்மணி கட்டி யமைந்தவிலைச் செய்கைக்
காமர் கண்டிகைக் கண்டிரண் முத்திடைக்

காமற்பொற் பாசங் கொளுத்திக் கவின்பெற
வேய்மருண் மென்றோள் விளங்க வணிந்தாள்.4

புரைதபு சித்திரப் பொன்வளை போக்கி
லெரியவிர் பொன்மணி யெல்லென் கடகம்
பரியகம் வால்வளை பாத்தில் பவழ
மரிமயிர் முன்கைக் கமைய வணிந்தாள்.5

சங்கிலி நுண்டொடர் பூண்ஞாண் புனைவினைத்
தொங்க லருந்தித் திருந்துங் கயிலணி
தண்கடன் முத்தின் றகையொரு காழெனக்
கண்ட பிளவுங் கழுத்துக் கணிந்தாள்6

நூலவ ராய்ந்து நுவலருங் கைவினைக்
கோலங் குயின்ற குளஞ்செய் கடிப்பிணை
மேலவ ராயினு மெச்சும் விறலொடு
காலமை காதிற் கவின்பெறப் பெய்தாள்.7

கேழ்கிளர் தொய்யகம் மாண்முகப் புல்லகஞ்
சூளா மணியொடு பொன்னரி மாலையுந்
தாழ்தரு கோதையுந் தாங்கி முடிமிசை
யாழின் கிளவி யரம்பைய ரொத்தாள்.68

அடிக்குறிப்புகள்

1. சிலம்பு 8-27 அடி உரை மேற்கோள் அடியார்க்கு நல்லார்
2. 8 — 27 அரும்பதவுரையாசிரியர் மேற்கோள்
3. இவை, சிலம்பு 8 : 33 - 34 அடிகளின் உரையில் அரும்பதவுரை யாசிரியரும் அடியார்க்கு நல்லாரும் மேற்கோள் காட்டியவை.
4. இவை, சிலம்பு 8 : 31 -32 அடிகளின் உரையில் அரும்பதவுரை யாசிரியர் மேற்கோள் காட்டியவை.
5. இச்செய்யுள் சிலம்பு: 8 31 — 32 அடிகளின் உரையில் அடியார்க்கு நல்லார் மேற்கோள் காட்டியது.
6. இச்செய்யுள்களை அடியார்க்கு நல்லார் சிலப்பதிகார 6: 64 - 108 உரையில் மேற்கோள் காட்டியுள்ளார்.

இணைப்பு - 2. சிதைவுண்ட தமிழ் நூல்கள்

மறைந்துபோன தமிழ் நூல்களைப் பற்றி ஒருவாறு ஆராய்ந்தோம். உரையாசிரியர் முதலியோரால் குறிப்பிடப்பட்டிருப்பதனால் அவற்றைப் பற்றி இவ்-

வளவாவது அறியமுடிகிறது. இதனால், எவ்வளவு இலக்கியச் செல்வங்களை இழந்துவிட்டோம் என்பதை ஒருவாறு அறியு முடிகிறது. உரையாசிரியர்களாலும் மற்றவர்களாலும் குறிப்பிடப்படாமலே, பெயர்கூடத் தெரியாமலே, மறைந்துபோன, நூல்கள் எத்துணையோ அறியோம். இப்போது நமக்குக் கிடைத்திருக்கின்ற நூல்களிலும் சில வற்றில் சில பகுதிகள், குறைந்தும் சிதைந்தும் காணப்படுகின்றன. அவற்றைப் பற்றியும் இங்குக் குறிப்பிட வேண்டியது முறையாகும். அவற்றை இங்கு ஆராய்வோம்.

ஐங்குறுநூறு: எட்டுத் தொகையில் ஒன்றாகிய இந்நூலில், நெய்தற்றிணையில், கிழவற்குரைத்த பத்தில் 9ஆம், 10ஆம் செய்யுள்கள் காணப்படவில்லை. முல்லைத்திணையில் கிழவன் பருவம் பாராட்டுப் பத்தில் 6ஆம் செய்யுளில், இரண்டாம் அடியும், தேர் வியங்கொண்ட பத்தில் 10ஆம் செய்யுளின் 2 ஆம் அடியும் சிதைந்துள்ளன.

ஐந்திணை எழுபது: பதினெண் கீழ்க்கணக்குகளைச் சேர்ந்தது இந்நூல். மூவாதியாரால் வெண்பாவினால் இயற்றப்பட்ட இந்நூலில், சில செய்யுள்கள் மறைந்து ட்டன. முல்லைத்திணையில் இரண்டு செய்யுள்களும் (25, 26), நெய்தற்றிணையில் கடைசி இரண்டு செய்யுள்களும் (69,70) காணப்படவில்லை.

கைந்நிலை: பதினெண் கீழ்க்கணக்கு நூல்களில் ஒன்று இது. மாறோக்கத்து முள்ளிநாட்டு நல்லூர்க் காவிதியார் மகனார் புல்லங்காடனார் இயற்றிய இந்நூலில், குறிஞ்சித் திணையில் 1ஆம் 8 ஆம் செய்யுள்களும், பாலைத்திணையில் 2 முதல் 8 வரையில் உள்ள செய்யுள்களும், முல்லைத் திணையில் 2 முதல் 11 ஆம் செய்யுள்வரையில் 10 செய்யுள்களும் காணப்படவில்லை.

திணைமொழி ஐம்பது: பதினெண் கீழ்க்கணக்கைச் சேர்ந்த இந்நூலை இயற்றியவர் கண்ணன் சேந்தனார் என்பவர். இதில் முதல் செய்யுளின் முதல் இரண்டு அடிகள் மறைந்துவிட்டன.

திருவீங்கோய்மலை எழுபது: பதினோராந் திருமுறையில் தொகுக்கப்பட்டுள்ள இந்நூலை, இயற்றியவர் நக்கீரதேவநாயனார் என்னும் சிவனடியார், இவர் சங்ககாலத்து நக்கீரர் அல்லர். இந்நூலில் உள்ள 70 செய்யுள்களில் 48 முதல் 61 வரையில் உள்ள 13 செய்யுள்கள் மறைந்துவிட்டன.

தேவாரம்: அப்பர், சம்பந்தர், சுந்தரர் என்னும் மூன்று சைவ அடியார்கள் பாடியருளிய தேவாரப் பதிகங்களில் பெருபான்மைப் பதிகங்கள் மறைந்து விட்டன. அவை, தில்லைச் சிற்றம்பலத்தில் ஓர் அறையில் வைத்துப் பூட்டப் பட்டிருந்தன. சில நூற்றாண்டுகளுக்குப் பின்னர் திறந்து பார்த்தபோது, சிதல் அரித்துப் பல ஏடுகள் மறைந்து கிடந்தன. மிகுந்தவை சிலவே.

அப்பர் எனப்படும் திருநாவுக்கரசர் நாற்பத்தொன்பதி னாயிரம் திருப்பதிகங்கள் பாடினார் என்ப.

"குருநாமப் பரஞ்சுடரைப் பரவிச் சூலைக்
கொடுங்கூற்றா யினவென்ன வெடுத்துக் கோதில
ஒருமானைத் தரிக்குமொரு வரையுங் காறும்
ஒருநாற்பத் தொன்பதினா யிரம தாகப்"

பாடினார் என்று திருமுறை கண்ட புராணம் கூறுகிறது. சுந்தரமூர்த்தி சுவாமிகளும் தமது தேவாரத்தில், திருநாவுக்கரசர் 49 ஆயிரம் பதிகங்கள் பாடினார் என்று கூறுகிறார்.

"இணைகொளேழெழு நூறிரும் பனுவல் ஈன்றவன் திருநாவினுக்கரையன்" என்று திருநின்றியூர்ப் பதிகத்தில் கூறுகிறார். அவர் பாடிய 49,000 பதிகங்களில் செல்லரித்தவை போக இப்போது கிடைத்துள்ளவை முந்நூற்றேழு பதிகங்கள்தாம்.

திருஞானசம்பந்தர் பாடியவை பதினாறாயிரம் பதிகங்கள்.

"தோடுடைய செவியன்முதற் கல்லூ ரென்னும்
தொடைமுடிவாப் பரசமயத் தொகைகண் மாயப்
பாடினார் பதிகங்கள் பாவி லொன்றாம்
பதினாறா யிரமுளதாம் பகரு மன்றே"

என்று திருமுறை கண்ட புராணம் கூறுகிறது. இந்தப் பதினாறாயிரத்தில் சிதல் தின்றது போக இப்போது கிடைத்துள்ளவை முந்நூற்றெண்பத்துநான்கு பதிகங்களே!

சுந்தர மூர்த்திசுவாமிகள் 38,000 பதிகங்கள் பாடினார் என்பர்.

"பின்புசில நாளின்கண் ஆரூர் நம்பி
பிறங்குதிரு வெண்ணெய்நல்லூர்ப் பித்தா என்னும்
இன்பமுதல் திருப்பதிகம் ஊழி தோறும்
ஈறாய் முப்பத் தெண்ணாயிர மதாக"ப்

பாடினார் என்று திருமுறை கண்ட புராணம் கூறுகிறது, 38,000-த்தில் மண் தின்றவை போக இப்போது எஞ்சியுள்ளவை நூறு பதிகங்களே. எனவே, மூவர் பாடிய தேவாரப் பதிகங்களில் நூறாயிரம் பதிகங்களுக்கு அதிகமாகவே மறைந்துபோயின.

நற்றிணை: இது எட்டுத் தொகையுள் ஒன்று கடவுள் வாழ்த்துச் செய்யுளை நீக்கி 400 செய்யுள்களையுடையது. இதில் 234ஆம் செய்யுள் முழுவதும் காணப்படவில்லை. அன்றியும், 385ஆம் செய்யுளின் பிற்பகுதி அடிகளும் காணப்படவில்லை.

நீலகேசி: இந்நூலின் ஒன்பதாவது பகுதியாகிய வேதவாதச் சருக்கத்தில் எட்டுச் செய்யுள்களும் (22 முதல் 29 வரை) உரையும் காணப்படவில்லை.

பதிற்றுப்பத்து: இது எட்டுத்தொகையுள் ஒன்று. இதில், முதற் பத்தும் பத்தாம் பத்தும் காணப்படவில்லை. இந்நூலின் கடவுள் வாழ்த்துச் செய்யுளும், வேறு மூன்று செய்யுள்களும் உரைகளில் மேற்கோள் காட்டப் பட்டுள்ளன. இந்நான்கு செய்யுள்களும், சங்க இலக்கியம் என்னும் நூலில் (சைவ சித்தாந்த சமாஜப் பதிப்பு) சேர்க்கப்பட்டுள்ளன. இவை எந்தப் பத்தைச் சேர்ந்தவை என்பது தெரியவில்லை.

பரதசாஸ்திரம்: பரத சேனாபதீயம் என்னும் நூலின் உரையாசிரியர் தமது உரையில் இந்த நூலைக் குறிப்பிடுகிறார். மேற்படி நூல் 23ஆம் சூத்திரத்தின் உரையில் இவ்வுரையாயசிரியர், "என்னாற் சொல்லப்பட்ட முதனூல் பரத சாஸ்திரமும் மற்றை வேத வேதாந்த சாஸ்திரமும்" என்று எழுதுகிறார். இதனால், இப்பெயரையுடைய ஒரு நூல் இருந்ததென்பது தெரிகிறது. இந்நூலை மறைந்துபோன நூல்களுடன் சேர்க்கவேண்டும்.

பரத சேனாபதீயம்: இந்நூல், இப்பெயரையுடைய பழைய நூலின் வேறானது. அடியார்க்கு நல்லாரும் நச்சினார்க்கினியரும் கூறுகிற, ஆதிவாயிலார் இயற்றிய யாக சேனாபதீயம் அன்று இது. அதற்குப் பிற்பட்ட நூல். இதை இயற்றியவர் பெயர் தெரியவில்லை. நூலும் முழுவதும் கிடைக்கவில்லை. நூலின் பாயிரங்கள் மட்டும் கிடைத்துள்ளன. இதற்கு உரையும் உண்டு. உரையாசிரியர் பெயர் தெரியவில்லை. இது டாக்டர் உ. வே. சாமிநாதய்யர் நூல்நிலைய வெளியீடாக வெளிவந்துள்ளது.

பாரிபாடல்: இறையனார் அகப்பொருள்: உரையாசிரியர், முதல் சூத்திர உரையில் இவ்வாறு எழுதுகிறார்: "இனிக் கடைச்சங்க மிருந்து தமிழாராய்ந்தார் சிறு மேதாவியாரும் ... கணக்காயனார் மகனார் நக்கீரனாருமென இத்தொடக்கத்தார் நாற்பத் தொன்பதின்மரென்ப ... ... அவர்களாற் பாடப்பட்டன நெடுந்தொகை நானூறும் ... ... எழுபது பரிபாடலும் ... ... என்று இத்தொடக்கத்தன." பேராசிரியர் என்னும் உரையாசிரியர் (தொல்., பொருள்., செய்யுள் 149). "இனி நூற்றைம்பது கலியும் எழுபது பரிபாடலும் எனச் சங்கத்தாரால் தொகுக்கப்பட்டவற்றுள்;' என்று எழுதுகிறார். இதனால் பரிபாடலின் தொகை எழுபது என்பது தெரிகிறது. ஒரு பழைய வெண்பாவும், பரிபாடல் செய்யுள்கள் எழுபது என்று கூறுகிறது. ஆனால், இப்போது கிடைத்துள்ள பரிபாடல் செய்யுள்கள் இருபத்து நான்குதாம்: நாற்பத்தாறு செய்யுள்கள் காணப்படவில்லை.

பாரத வெண்பா: தெள்ளாறெறிந்த நந்திவர்மன் காலத்தில், பெருந்தேவனார் என்பவரால் இயற்றப்பட்டது இந்தப் பெருந்தேவனார், பாரதம் பாடிய பெருந்தேவனாருக்குப் பிற்காலத்தில் இருந்தவர். இந்நூல் உத்தியோக பருவம், வீடும பருவம், துரோண பருவம் என்னும் மூன்று பருவங்களையுடையது. துரோண பருவத்தில் பதின்மூன்றாம் நாட்போர் வரையிலும் இருக்கி-

றது. இதிலும் பிற்பகுதிச் செய்யுள்கள் காணப்படவில்லை. மற்றப் பகுதிகளும் காணப்படவில்லை.

புறநானூறு: இதில், கடவுள் வாழ்த்துச் செய்யுளோடு 400 செய்யுள்கள் உள்ளன. இவற்றுள் 267, 268 எண்ணுள்ள செய்யுள்கள் முழுவதும் காணப்படவில்லை. 282, 283, 285, 289, 290, 298 எண்ணுள்ள செய்யுள்களில் சில அடிகளில் எழுத்துகள் மறைந்து விட்டன. 300 முதல் 400 வரையில் உள்ள செய்யுள்களுள் 40 செய்யுள்களில் சில வரிகளில் எழுத்துகள் சிதைந்துவிட்டன.

பெருங்கதை: உதயணன் கதை என்றும், மாக்கதை என்றும் இதற்குப் பெயர் உண்டு. இதனை இயற்றியவர் கொங்குவேள் என்பவர். சிறந்த காவிய நூல், இவ்வருமையான நூலின் முதலும் இறுதியும் காணப்படவில்லை. இடையிலும் சில அடிகள் மறைந்து விட்டன. இந்நூல், உஞ்சைக் காண்டம், இலாவண காண்டம், மகத காண்டம், வத்தவ காண்டம், நரவாண காண்டம் என்னும் ஐந்து காண்டங்களையுடையது. முதலாவது உஞ்சைக் காண்டத்தில் முப்பத்தொரு காதைகள் காணப்படவில்லை. முப்பத்திரண்டாவது காதையின் முற்பகுதியும் காணப்படவில்லை. இடையில் மகத காண்டத்தில் 10ஆம் காதையின் கடைசியில் சில அடிகளும், பதினோராம் காதை முழுவதும், 12 ஆம் காதையின் முற்பகுதியும் காணப்படவில்லை. 17 காதையின் சில பகுதியும் காணப்படவில்லை. இறுதியாகிய நரவாண காண்டத்தில் ஒன்பது காதைகள் மட்டும் உள்ளன. 9ஆம் காதையின் பிற்பகுதியும் மற்றக் காதைகளும் காணப்படவில்லை.

மாபரதம்: இதனை இயற்றியவர் சிங்காரசேகரர் என்பர். இது சார்பு நூல். பிற்காலத்து நூலாகிய பரத சேனாபதீயத்தின் நூலாசிரியர், மேற்படி நூல் பாயிரத்தின் 68ஆம் சூத்திரத்தில் இந்நூலைக் குறிப்பிடுகிறார். இதை மறைந்துபோன நூல்களுடன் சேர்க்க வேண்டும். மாபரத சூடாமணி:

இது மேற்படி மாபரதம் என்னும் நூலைச் சுருக்கிச் செய்யப்பட்ட நூல் சோமநாதன் என்பவருக்காக இதைச் சிங்காரசேகரன் என்பவர் இயற்றினார் என்று பரதசேனாபதீயப் பாயிரச் செய்யுள் (63) கூறுகிறது. இதையும் மறைந்துபோன நூல்களுடன் சேர்க்க வேண்டும்.

முத்தொள்ளாயிரம்: சேர சோழ பாண்டியர் என்னும் மூன்று அரசர்பேரில் இயற்றப்பட்ட நூல். முத்தொள்ளாயிரம் என்னும் பெயரைக் கொண்டு (மூன்று தொள்ளாயிரம்) 2,700 செய்யுள்களை யுடைய நூல் என்று சிலர் கருதுகின்றனர். மூன்று முந்நூறு ஆகத் தொள்ளாயிரம் செய்யுள்களைக் கொண்ட நூல் என்று கருதுவது பொருந்தும் எனத் தோன்றுகிறது. 900 செய்யுள் உள்ள இந்த நூலில் இப்போது கிடைத்துள்ளவை 110 செய்யுள்கள் மட்டுமே: மற்றவை மறைநது விட்டன.

மூத்தபிள்ளையார் மும்மணிக்கோவை:

பதினோராந் திருமுறையில் தொகுக்கப்பட்டுள்ள இந்நூலை இயற்றியவர் அதிராவடிகள் என்பவர். முப்பது செய்யுள்களுடைய இந்நூலின் கடைசி ஏழு செய்யுள்கள் (24 முதல் 30 வரையில்) மறைந்துவிட்டன.

தமிழ் நூல்கள் எவ்வாறு மறைந்தன

பல நூல்கள் மறைந்துபோனதை அறிந்தோம். அந்நூல்கள் மறைந்துபோனதற்குக் காரணம் என்ன என்பதைப் பார்ப்போம். தலைச்சங்க, இடைச்சங்க காலத்தில், பாண்டிநாட்டின் தென் பகுதியில் இருந்த சில நிலப்பகுதிகள் இரண்டு பெரிய கடல் கோள்களினால் மறைந்து விட்டன. அப்போது அப்பகுதியில் இருந்த ஏட்டுச்சுவடிகளும் மறைந்துபோயின.

ஏரண முருவம் யோகம்இசை கணக் கிரதம் சாரம் தாரண மறமே சந்தம் தம்பநீர் நிலமு லோகம்
மாரணம் பொருளென் றின்ன மானநூல் யாவும் வாரி வாரணம் கொண்ட தந்தோ வழிவழிப் பெயரு மாள

என்னும் செய்யுள், கடல் பெருக்கெடுத்துப் பாண்டிநாட்டின் பகுதியை அழித்தபோது, முதற்சங்க, இடைச்சங்க நூல்கள் மறைந்துபோனதைக் கூறுகிறது.

ஆனால், அதன் பிறகு உண்டான பல நூல்களும் மறைந்து போனதைக் காண்கிறோம். இவை மறைந்துபோனமைக்குக் கடல் கோள்கள் காரணம் அல்ல; வேறு காரணங்களால் இவை மறைந்தன. அக்காலத்தில் அச்சுப் புத்தகங்கள் இல்லாதது, பல நூல்கள் மறைந்து போனதற்கு முக்கியக் காரணமாகும். அச்சுப் புத்தகங்கள் அக்காலத்தில் இருந்திருந்தால், அப்புத்தகங்களின் பிரதிகள் பலரிடத்தில் பல ஊர்களில் இருந்திருக்கும். அப்போது, சில இடங்களில் உள்ள புத்தகங்கள் அழிந்துபோனாலும் வேறு இடங்களில் அந்தப் பிரதிகள் இருந்து, அந்நூல் மறைந்துபோகாமல் பாதுகாக்கப்பட்டிருக்கும். அச்சுப் புத்தகங்கள் இல்லாத அக்காலத்தில், நூலின் பிரதிகள் மிகச் சிலவே இருந்தன. அச்சில பிரதிகள் நீர் நெருப்பு, சிதல் முதலிய காரணங்களால் அழிந்துவிடு மானால் அந்நூல்கள் அடியோடு அழிந்துபோகின்றன. இவ்வாறு மறைந்துபோன நூல்கள் பல.

சமயப் பகை காரணமாகவும் பல ஏட்டுச் சுவடிகள் மறைந்துபோயின. நமது நாட்டிலே, முற்காலத்தில் செழித்துப் பரவியிருந்த பௌத்த ஜைனமதங்கள் பல சமய நூல்களைக் கொண்டிருந்தன. அந்த மதங்கள் பிற்காலத்தில் குன்றிப்போய் மறைந்தபோது அச்சமய நூல்களும் மறைந்து போயின. ஆதரிப்போர் இருந்தால்தானே அவை வாழ்ந்திருக்கமுடியும்? அம்மதங்கள் மறைந்த காரணத்தினால், ஆதரிப்போர் இல்லாமல், அந் நூல்கள் மறைந்துபோயின. அம் மதத்தவர் அல்லாத ஏனைய மதத்தார், சமயப் பகை காரண-

மாக அந்த வேறு மத நூல்களைப் போற்றாமல் விட்டனர்.

குண்டலகேசி, விம்பசார கதை. சித்தாந்தத் தொகை திருப்பதிகம், புத்த ஜாதகக் கதைகள் முதலிய பௌத்த நூல்களும், ஜைன இராம யணம், வளையாபதி, கிளிவிருத்தம், எலிவிருத்தம், சாந்தி புராணம், மல்லி நாதர் புராணம், நாரதசரிதை, பிங்கல கதை, வாமன கதை, பிங்கல கேசி அஞ்சனகேசி, காலகேசி, தத்துவ தரிசனம், முதலிய ஜைன சமய நூல்களும் இவ்வாறு மறைந்துபோன நூல்களாம். மணிமேகலை, சிலப்பதிகாரம், சிந்தாமணிபோன்ற பௌத்த சமண சமயக் காவியங்களைச் சைவவைணவ சமயத்தார் போற்றிக் காப்பாற்றி யதன் காரணம், அவை இலக்கிய வளம் படைத்த காவியங்கள் என்னும் காரணம் பற்றியே. இவ்வாறு ஒருசில பௌத்த சமண சமய நூல்கள், அவற்றின் இலக்கியச் சிறப்புப் பற்றிப் போற்றிக் காப்பாற்றப்பட்டன என்றாலும் பௌத்த ஜைன சமயங்களின் ஏனைய நூல்கள் எல்லாம் மறைந்துபோயின.

மூடக்கொள்கை

சமயப் பகைமையினால் சிலபல நூல்கள் அழிந்தது போலவே, மூடக்கொள்கையினாலும் பல நூல்கள் அழிந்தன. பதினெட்டாம்பெருக்கு, கலைமகள் விழாவாகிய சரசுவதி பூசை, மாசிமகம் போன்ற காலங்களில் ஏட்டுச்சுவடிகளைக் கடலிலும் ஆற்று வெள்ளத்திலும் போடுகிற வழக்கம் இருந்தது. பிற்காலத்தில் ஏற்பட்ட இந்த மூட வழக்கம் சமீபகாலம் வரையிலும் இருந்தது. கல்வி அறிவில்லாத வர்கள், தங்கள் வீடுகளில் தமது முன்னோர் சேமித்துவைத்த ஏட்டுச் சுவடிகளைக் கற்கும் ஆற்றல் இல்லாமல், அச்சுவடிகளை ஆற்று வெள்ளத்தில்விட்டனர். இதுபோன்ற மூடத்தனம் உலகத்திலே எந் நாட்டிலும் காணமுடியாது. சிலர் ஏட்டுச் சுவடிகளை அடுப்பில் இட்டு எரித்ததும் உண்டு. குரங்கு கையில் பூமாலை கிடைத்தாற்போல, கல்வி யறிவற்றவர் கையில் கிடைத்த ஏட்டுச்சுவடிகள் இவ்வாறு அழிந்தன.

"கற்பூர வாசனை கழுதைக்குத் தெரியுமா?" வித்துவான் குடும்பத்தைச் சேர்ந்தவர்கள். அக்குடும்பத்திலுள்ள பொருள்களையும் சொத்துகளையும் பாகம் செய்து கொள்ளும்போது, ஏட்டுச்சுவடிகளையும் பங்கிட்டுக்கொள்வது வழக்கம். பங்கிட்டுக் கொண்டவர்களில் கல்வி அறிவில்லாதவர்களும் இருப்பார்கள். படிக்கத் தெரியாமல் இருந்தாலும் சுவடிகளிலும் பங்கு கேட்டு வாங்குவார்கள். அவர்களிடம் சென்று ஏடுகளின் கதி யாது? பதினெட்டாம் பெருக்குக்கும், அடுப்புக்கும், சிதலுக்கும் அவை இரையாகிவிடும்.

தீயில் எரிந்த ஏடுகள்

வரகுணராம பாண்டியன், அதிவீரராம பாண்டியன் என்பவர்கள் திருநெல்வேலியில் அரசாண்டிருந்த பாண்டிய அரசர்கள். இருவரும் தமையன்தம்பி முறையினர். பாண்டியப் பேரரசு வீழ்ச்சியடைந்து பாண்டி நாடு அயல் நாட்டவர் கையில் சிக்கியபோது, அவர்களின்கீழ்ச் சிற்றரசராக இருந்தவர்கள். இவர்களில் அதிவீரராம பாண்டியன் தமிழில் நைடதம் என்னும் காவியத்-

தையும், வேறு நூல்களையும் இயற்றிப் புகழ் படைத்தவர். இவர் இயற்றிய நைடதத்தைப் பற்றி 'நைடதம் புலவர்க்கு ஔடதம்' (ஔடதம் அமிர்தம்) என்னும் பழமொழி வழங்குகிறது. இவருடைய தமையனாரான வரகுணராம பாண்டியனும் கல்வியில் சிறந்த புலவர். வரகுணராமனின் மனைவியும் சிறந்த புலமை வாய்ந்தவர். அதிவீரராமன் நைடத்தை இயற்றி, அதனைத் தம் தமைய னிடம் அனுப்பி, அதைப் படித்துப் பார்த்து அது பற்றிக் கருத்துத் தெரிவிக்குமாறு கேட்டாராம். தமையனான வரகுணன் அந்நூலைத் தம் மனைவியிடம் கொடுத்து மதிப்புரை கூறும்படி சொன்னாராம். அரசியார் அதைப் படித்துப் பார்த்து, இதன் நடை, வேட்டை நாயின் ஓட்டம்போல் இருக்கிறது என்று கூறினாராம். வேட்டை நாய் வேகமாக ஓடி வேட்டைப் பொருள் சிக்கியவுடன் ஓட்டத்தின் வேகம் குறைவது போல, இந்நூலில் சுயம்வரகாண்டம் வரையில் இருக்கிற செய்யுள் நடைபோல் மற்றக் காண்டங்களில் இல்லை என்பது கருத்து.

இத்தகைய புலமை வாய்ந்த அரசகுடும்பத்தில் அருமையான ஏட்டுச்சுவடிகள் ஏராளமாக இருந்தன. வரகுணராமன் காலமான பிறகு, அவருக்குச் சந்ததி இல்லாதபடியால், அவருடைய சொத்துகள் திரு நெல்வேலியில் கரிவலம்வந்த நல்லூரில் இருக்கும் பால்வண்ண நாதர் கோவிக்குச் சொந்தம் ஆயின. அவற்றுடன் அவருடைய நூல் நிலையத்திலிருந்த ஏட்டுச்சுவடிகளும் கோவிலுக்குச் சேர்ந்து விட்டன அவருடைய சொத்துகளைப் பெற்றுக்கொண்ட கோயில் அதிகாரிகள், வரகுணராமனுக்கு ஆண்டுதோறும் சிரார்த்தம் செய்துவருகின்றனராம்.

கோவிலுக்குக் கிடைத்த வரகுண பாண்டியனுடைய நூல் நிலையத்து ஏட்டுச்சுவடிகள் காலப்போக்கில் கவனிப்பார் அற்றுச் சிதிலமாய்ப் போயின. சில காலத்துக்குப் பிறகு அந்தச் சுவடிகள் கோவில் கணக்கு ஏட்டுச் சுவடிகளுடன் கலந்துவிட்டனவாம். பிற்காலத்தில் அந்த ஏட்டுக் குப்பையை ஓமத்தீயில் எண்ணெயில் தோய்த்துக் கொளுத்திவிட்டார்களாம்.

1889ஆம் உ.வே. சாமிநாதய்யர், பால் வண்ண நாதர் கோயில் ஏட்டுச்சுவடிகளைப் பார்ப்பதற்குக் கரிவலம்வந்த நல்லூருக்குப் போனாராம். போய்க் கோவில் தர்மகர்த்தாவைக் கண்டு பேசினாராம். அதற்குத் தர்மகர்த்தா சொன்ன விடை இது:

குப்பைகூளமாகக் கிடந்த சுவடிகளை நான் பார்த்திருக்கிறேன். அந்தக் கூளங்களையெல்லாம் ஆகமத்தில் சொல்லியிருக்கிறபடி செய்துவிட்டார்கள். பழைய ஏடுகளைக் கண்ட இடங்களில் போடக் கூடாதாம். அவற்றை நெய்யில் தோய்த்து ஹோமம் செய்துவிட வேண்டுமாம். இங்கே அப்படித்தான் செய்தார்கள்.

இது தெரிந்த செய்தி; தெரியாத செய்திகள் எத்தனையோ!

மதுரைத் தமிழ்ச் சங்கத்து நூல்நிலையத்தில் இருந்த ஏட்டுச் சுவடிகளில் பல, சுமார் ஐம்பது ஆண்டுகளுக்குமுன்னர் தீப்பிடித்து எரிந்துபோயின.

அவற்றில் அச்சில் வராத சிலபல ஏட்டுச்சுவடிகளும், இருந்தனவாம். திருக்குறளுக்கு எழுதப்பட்ட பத்து உரைகளும், அதில் இருந்தனவாம்: வேறு அருமையான நூல்களும் இருந்தனவாம்.

ஆற்று வெள்ளத்தில் ஏட்டுச்சுவடிகள்

பதினெட்டாம் பெருக்கு ஆற்று வெள்ளத்தில் போடப்பட்ட ஏடுகள் எத்தனை என்று கணக்குச் சொல்லமுடியாது. கவிராயர்கள், புலவர்கள், வித்துவான்களின் வீடுகளில் இருந்த ஏட்டுச்சுவடிகள், அவர்கள் பரம்பரையில் வந்த படிப்பில்லாத முழுமக்களிடம் சிக்கி விடும். கல்வி வாசனையற்ற அவர்கள் அந்த நூல்களின் அருமை பெருமைகளை அறியாமலும், என்ன செய்வதென்று தெரியாமலும், இடத்தை அடைத்துக்கொண்டு வீணாகக் கிடக்கிறதே என்ற கவலையுடன் அவற்றைக் கொண்டு போய் ஆற்று வெள்ளத்தில் போட்டுவிடுவார்கள். இவ்வாறு நிகழ்ந்த நிகழ்ச்சியில் ஒன்றைக் கூறுகிறேன் கேளுங்கள்.

1890ஆம் ஆண்டு கோடைகாலத்தில் ஏட்டுச்சுவடிகளைத் தேடிக்கொண்டு டாக்டர் உ.வே. சாமிநாதய்யர் திருநெல்வேலிக்குச் சென்றார். சென்று, திரிகூடராசப்பகவிராயரை உடன் அழைத்துக் கொண்டு, கவிராயரின் உறவினரான திருநெல்வேலி தெற்குப் புதுத் தெரு, வக்கீல் சுப்பையாபிள்ளை வீட்டுக்குப் போய் அவரைக் கண்டார். கண்டு, பரம்பரையாக அவர்கள் வீட்டில் இருந்துவந்த ஏட்டுச் சுவடிகளைக் காட்டும்படி கேட்டார். அதற்கு, ஆங்கிலம் படித்த, ஆனால், தமிழ் படிக்காத அந்த வக்கீல் கூறினாராம்:

“எங்கள் வீட்டில் ஊர்க்காட்டு வாத்தியார் புத்தகங்கள் வண்டிக் கணக்காக இருந்தன. எல்லாம் பழுதுபட்டு ஒடிந்து உபயோகமில்லாமற் போய்விட்டன. இடத்தை அடைத்துக் கொண்டு யாருக்கும் பிரயோஜன மில்லாமல் இருந்த அவற்றை என்ன செய்வதென்று யோசித்தேன். ஆற்றிலே போட்டுவிடலா மென்றும் ஆடிப் பதினெட்டில் சுவடிகளைத் தேர்போலக் கட்டி ஆற்றில் விடுவது சம்பிரதாயம் என்றும் சில முதிய பெண்கள் சொன்னார்கள். நான் அப்படியே எல்லா ஏடுகளையும் ஓர் ஆடி மாதம் பதினெட்டாம் தேதி வாய்க்காலில் விட்டுவிட்டேன்.”

இச்செய்தியை வக்கீல் ஐயா கூறிமுடித்த பிறகு, உடன் வந்திருந்த திரிகூடராசப்பக் கவிராயர் சொன்னாரம்: “நான் வந்திருந்த சமயத்தில் கடைசித் தடவையாக ஏட்டுச்சுவடிகளை வாய்க்காலில் போட்டுக் கொண்டிருந்தார்கள். நான் அதைப் பார்த்தேன். கடைசியில் மிஞ்சியிருந்த சில ஏடுகளைக் கொண்டுபோன ஒரு பையன் கன்னத்தில் ஓங்கி ஓர் அறை அறைந்து, அந்தக் கட்டைப் பிடுங்கி உள்ளே பீரோவின்மேல் வைத்தேன்.

அவர் பிடுங்கி பீரோவின்மேல் வைத்த கட்டிலிருந்துதான் சாமிநாதையருக்குத் திருப்பூவணநாதர் உலாவும், சிலப்பதிகாரத்தைச் சேர்ந்த சில ஏடுகளும் கிடைத்தனவாம்.

இதுபோன்ற பதினெட்டாம் வெள்ளப்பெருக்கில் வெள்ளத்தில் விடப்பட்ட ஏடுகளின் எண்ணிக்கை எத்தனையோ! அவற்றில் என்னென்ன நூல்கள் போயினவோ, யார் அறிவார்?

செல் அரித்தல்

நமது நாட்டுக்குச் சாபக்கேடாக இயற்கையில் அமைந்துள்ள சிதல் என்னும் பூச்சிகள், ஏட்டுச் சுவடிககளுக்குப் பெரும்பகையாக இருக்கின்றன. வன்மீகம் என்றும், செல் என்றும் பெயர்பெற்ற எறும்பு இனத்தைச் சேர்ந்த இப்பூச்சிகள் துணிமணிகள், மரச்சாமான்கள் முதலியவற்றை அரித்துவிடுவது போலவே, ஏட்டுச் சுவடிகளையும் தின்று அழித்துவிட்டன. இப்படி அழித்த சுவடிகளுக்குக் கணக்கில்லை. அப்பர், சுந்தரர், சம்பந்தர் ஆகிய மூன்று சிவனடியார்கள் இயற்றிய தேவாரப் பதிகங்களில் நூறாயிரம் பதிகங்களுக்கு-மேல் செல்லரித்து விட்டன: இப்போதுள்ள தேவாரப் பாடல்கள் அவற்றில் எஞ்சி நின்ற சிறு பகுதியே.

தேவாரப் பதிகங்கள் எழுதிய ஏட்டுச்சுவடிகள், தில்லைச் சிற்றம்பத்திலே ஓர் அறையிலே வைக்கப்பட்டிருந்ததை அநபாய சோழ மகாராசன் அறிந்து, அவ்வேடுகளை எடுக்கச் சென்றான். சென்று அறையின் கதவைத் திறந்து பார்த்தபோது, வன்மீகம் (சிதல்) அரித்து மண்மூடிக் கிடப்பதைக் கண்டு திடுக்கிட்டு மனம் வருந்தினான். பிறகு, குடங்குடமாக எண்ணெயை ஊற்றிக் கிளறிப் பார்த்தபோது, சில ஏடுகள் மட்டும் எஞ்சியிருந்தன. இவ்வாறு எஞ்சி நின்ற பகுதிதான் இப்போதுள்ள தேவாரப் பதிகங்கள், தேவாரத்தின் பெரும்-பகுதி மறைந்துபோயின. தேவாரப் பதிகங்களைச் சிதல் தின்ற செய்தியைத் திருமுறை கண்ட புராணம் இவ்வாறு கூறுகிறது:

ஐயர்நட மாடும்அம் பலத்தின் மேல்பால்
அருள்பெற்ற மூவர்தம் அருள்சேர் செய்ய
கையதுவே யிலச்சினையா யிருந்த காப்பைக்
கண்டவர்கள் அதிசயிப்பக் கடைவாய் நீக்கிப்
பொய்யுடையோர் அறிவுதனைப் புலன்கள் மூடும்
பொற்பதுபோல் போதமிகும் பாடல் தன்னை
நொய்யசிறு வன்மீகம் மூடக் கண்டு
நொடிப்பளவி னிற்சிந்தை நொந்த வேந்தன்.

பார்த்ததனைப் புறத்துய்ப்ப வுரைத்து மேலே
படிந்திருந்த மண்மலையைச் சேரத் தள்ளிச்
சீர்த்ததில தயிலமலி கும்பங் கொண்டு
செல்லுநனை யச்சொரிந்து திருவே டெல்லாம்
ஆர்த்தஅரு ளதனாலே யெடுத்து நோக்க
அலகிலா ஏடுபழு தாகக் கண்டு
தீர்த்தமுடிக் கணிபரனே பரனே என்னச்

சிந்தைதளர்ந் திருகணீர் சோர நின்றான்.

இவ்வாறு செல்லரித்து அழிந்துபோன நூல்கள் இன்னும் பலப்பல. இக்கறையான்கள் இன்னும் தமது அழிவு வேலைகளைச் செய்து கொண்டுதான் இருக்கின்றன.

அயலார் படையெடுப்பு

அரசர்களின் போரினாலும் புத்தகசாலைகள் அழிக்கப்பட்டு அருமையான நூல்கள் மறைந்துபோய்விட்டன. சேர சோழ பாண்டிய அரசர்கள் தமது அரண்மனைகளில் நூல் நிலையங்களை அமைந்திருந்தனர். அவர்களுக்குள் அடிக்கடி போர்கள் நிகழ்ந்தன. அப்போர்களில், ஒருவர் நகரத்தை மற்றவர் கைப்பற்றியதும் உண்டு. ஆனால், அவர்களினால் நூல்நிலையங்கள் அழிக்கப்படவில்லை. ஏனென்றால், அவர்கள் தமிழர்கள்; தமிழரசர்கள் தமிழ் நூல் நிலையங்களை அழிப்பது மரபல்ல: மாறாகப் போற்றினார்கள்.

தமிழரல்லாத வேற்றரசர்கள், தமிழ் நாட்டில் வந்து போர் செய்து அரசைக் கைப்பற்றிய காலத்தில், தமிழ் நூல் நிலையங்கள் கவனிக்கப்படாமல் மறைந்தன. விஜயநகர அரசரால் அனுப்பப் பட்டு, தமிழ் நாட்டைப் பிற்காலத்தில் அரசாண்ட நாயக்க மன்னர்கள், பாண்டி நாட்டையும் சோழ நாட்டையும் அரசாண்டனர், அவர்கள், சமயங்களையும் சமயப் புலவர்களையும் போற்றினார்களே தவிர, தமிழ் மொழிப் புலவரைப் போற்றவில்லை; பழைய தமிழ் நூல்நிலையங்களையும் போற்றவில்லை. பாண்டிய சோழ அரசர்களின் புத்தக நிலையங்கள் என்ன ஆயின என்பது தெரியவில்லை.

பிற்காலத்தில் தஞ்சாவூரை அரசாண்ட மராட்டிய அரசர்களும் பழந்தமிழ் நூல்களைப் போற்றினார்கள் என்று கூறமுடியாது. சரஸ்வதி மகால் புத்தகசாலையில் சில தமிழ் நூல்களும் இருந்தன என்றாலும், முக்கியமான சிறந்த தமிழ் நூல்கள் அங்கு இருந்ததாகத் தெரியவில்லை.

இலங்கையில், யாழ்ப்பாணத்தை ஆரியச் சக்கரவர்த்திகள் என்னும் பெயருடன் அரசாண்ட மன்னர்கள் தமிழர்கள்: அவர்கள் பாண்டிய மன்னரின் தொடர்புடையவர்கள். யாழ்ப்பாணத்தில் இவ்வரசர்கள் தமிழ்ச் சங்கங்கள் வைத்துத் தமிழ் வளர்த்தார்கள்; சரஸ்வதி மகாலயம் என்னும் புத்தகசாலையையும் வைத்திருந் தார்கள். பிற் காலத்தில் சிங்கள மன்னன் இம் மன்னர்களுடன் போர் செய்தபோது, யாழ்ப்பாணத்திலிருந்த இந்தப் புத்தகசாலையை அழித்துவிட்டான். அவன் தமிழனல்லாத சிங்களவன்: ஆகையால், தமிழ் நூல்களை அழிப்பது பற்றி அவன் கவலைப்படவில்லை.

சேரநாடு பிற்காலத்தில், கி.பி. 16ஆம் நூற்றாண்டில் மலை யாள மொழியுள்ள நாடாக மாறிற்று. தமிழ் நூல்களைப் பற்றி மலையாளிகளில் பெரும்பான்மையோர் கவலைப்படவில்லை, அந்தச் சேரநாட்டுத் தமிழ் நூல்கள் போற்றுவார் அற்றுப்பையப்பைய மறைந்துபோயின.

அந்நூல்களில் சில, மலையாள எழுத்தினால் எழுதப்பட்டுப் போற்றப்பட்டுவந்தன. வலைவீசு புராணம், பொன்னி புத்தான கதை முதலியவை அவற்-

றைச் சேர்ந்தவை. இவ்விரண்டு நூல்களும் மலையாள எழுத்தில் அச்சிடப்பட்டுள்ளன. ஆனால், தமிழ் அறியாதவர்களால் பதிப்பிக்கப்பட்டபடியால் அவைகளில் பல செய்யுள்களின் சரியான உருவம் தெரியாமல் சிதைந்து காணப்படு கின்றன.

மலையாள எழுத்தில் எழுதப்பட்டுள்ள தமிழ் நூல்கள் பெரிதும் புறக்கணிக்கப்பட்டு நாளடைவில் மறைந்துபோகின்றன. மலையாள எழுத்தில் எழுதப்பட்டிருப்பதனால், அந்த எழுத்தை அறியாத தமிழர் அவை இன்ன நூலென்றும் அறிவதில்லை, மலையாள எழுத்தில் எழுதப்பட்டிருந்தாலும், மொழி தமிழாக இருப்பதனால், தமிழ் அறியாத மலையாளிகள் அந்நூல்களைப் போற்றுவதில்லை: இவ்வாறு மலையாள எழுத்தில் எழுதப்பட்ட தமிழ் நூல்கள் மறைந்துபோகின்றன.

தமிழ் நாட்டிலே கி.பி. 17, 18ஆம் நூற்றாண்டுகளில், அரசியல் நிலை மிக மோசமாய்விட்டது. மத ஒற்றுமை இல்லாத வேற்று மதக்காரர்களும் வேற்று மொழிக்காரர்களும் நமது நாட்டிலே வந்து, அரசியற் குழப்பங்களையும் போர்களையும் உண்டாக்கி, நாட்டின் அமைதியைக் கெடுத்துப் பாதுகாப்பை அழித்தனர். பிரெஞ்சுக் கிழக்கிந்தியக் கம்பெனியாரும், ஆங்கிலக் கிழக்கிந்தியக் கம்பெனியாரும், முகம் மதியர்களும், மராட்டியரும் அந்த நூற்றாண்டுகளில் தமிழ்நாட்டில் நிகழ்த்திய அட்டூழியங்கள் சொல்லிமுடியா. பெரிய நகரங்கள் முதல் சிறிய பட்டி தொட்டிகள் வரையில் அவர்களின் அட்டூழியம் மக்களைத் தாக்கியது. குழப்பங்களும், கொலையும், கொள்ளையும், போர்களும், கலங்களும், படையெடுப்புகளும் தென் இந்தியா முழுவதும் நிகழ்ந்தன.

அந்தக் காலத்தில்தான் பெரும்பான்மையான பழைய நூல்கள் அழிந்து மறைந்தன. உயிருக்கும் பொருளுக்கும் பாதுகாப்பில்லாமல் அல்லாடிக்கொண்டிருந்த மக்கள், நூல்களைப் போற்றிவைப்பதில் எவ்வாறு கவலைகொள்ள முடியும்? சமயப் பகைமைகளுக்கும் செல்லுக்கும் சிதலுக்கும் உயிர் தப்பி எஞ்சியிருந்த அருமையான சில நூல்கள், 17, 18ஆம் நூற்றாண்டுகளில் நிகழ்ந்த அரசியற் குழப்பத்திலே பெரிதும் மறைந்து விட்டன.

இவ்வாறு சில முக்கியக் காரணங்களினாலே பல தமிழ் நூல்கள் மறைந்துபோயின. எத்தனை நூல்கள் மறைந்து போயின என்பதைக் கணக்கிட முடியாது. உரையாசிரியர்களும், நூலாசிரியர்களும், சாசனங்களும், குறிப்பிட்டுள்ள மறைந்துபோன நூல்களைப் பற்றிதான் அறிய முடியும்; குறிப்பிடப்படாமல் மறைந்துபோன நூல்களை நாம் அறிவதற்கு வழியில்லை.

இப்பொழுதுங்கூடச் சில நூல்கள் ஏட்டுப் பிரதிகளாகவே உள்ளன. அவைகளைக் கண்டுபிடித்து விரைவில் அச்சிட்டு வெளிப்படுத்தாவிட்டால், அவையும் மறைந்துவிடும் என்பதில் ஐயமில்லை. ஆட்சியாளரும் நாட்டவரும் இதில் கருத்துச் செலுத்தி ஆவன செய்வார்களாக.

* * *

7

தமிழக ஆவணங்கள் :

சாசனச் செய்யுள்கள் - செப்பேடுகள் - கல்வெட்டுகள்

குறிப்பு : சாசனச் செய்யுள் மஞ்சரி (1959) என்னும் நூல்.

முகவுரை

பழைய சாசன வெளியீடுகளைப் படித்துக் கொண்டிருந்த போது அவற்றின் இடையுடையே சில சாசனங்கள் செய்யுளாக அமைந்திருப்பதைக் கண்டேன். கண்டபோது, அச் செய்யுட்களைத் தொகுத்து வைப்பது நலம் என்று தோன்றியது. வெவ்வேறு காலத்திலே வெவ்வேறு இடங்களில் இருந்த புலவர்கள் அவ்வபோது பாடிய தனிச் செய்யுட்களைப் பிற்காலத்தவர் தொகுத்துத் தனிப்பாடற்றிரட்டு என்னும் பெயருடன் வெளியிட்டுருப்பதைப் படித்து நாம் பல செய்திகளைத் தெரிந்துகொள்கிறோம்.

அதுபோலவே, வெவ்வேறு ஊர்களிலே வெவ்வேறு காலத்தில் சாசனங்களிலே எழுதப்பட்ட செய்யுள்களைத் தொகுத்து வெளியிட்டால், அது தமிழ் இலக்கிய வரலாற்றினை ஆராய்வதற்கும், அக்காலத்து அரசியல் சமூக இயல் வரலாறுகளைத் தெரிந்து கொள்வதற்கும் பெரிதும் துணையாக இருக்கும் என்பதில் சிறிதும் ஐயமில்லை. ஆகவே, சாசனங்களில் காணப்படுகிற செய்யுள்களைத் தொகுத்துச் ‘சாசனச் செய்யுள் மஞ்சரி’ என்று பெயரிட்டு அமைத்தேன்.

பிறகு, இது போன்று, கன்னடம் தெலுங்கு சமஸ்கிருதம் என்னும் மொழிகளில் உள்ள சாசனங்களிலும் செய்யுள்கள் இருப்பதையறிந்து, அச்செய்யுள்களைத் தொகுத்து வெளியிட்டிருக்கிறார்களா, என்றறிய, அறிந்தவர்களை உசாவினேன். கன்னடம், தெலுங்கு, சமஸ்கிருத மொழிகளில் உள்ள சாசனச் செய்யுள்களைத் தொகுத்து அந்தந்த மொழியில் வெளியிட்டிருக்கிறார்கள்

என்பதை அறிந்தேன். ஆகவே, நான் தொகுத்த தமிழ்ச் சாசனச் செய்யுட்களை அச்சிட்டு வெளியிட வேண்டும் என்று எண்ணினேன்.

சாசனங்களிலே, பெரும்பாலும் அரசர்களின் மெய்க் கீர்த்திகள் செய்யுளாக அமைந்திருக்கின்றன. அந்த மெய்க் கீர்த்திச் செய்யுட்களை மட்டும் சிலர் தொகுத்து வெளியிட்டிருக்கிறார்கள். ஆனால், மெய்க்கீர்த்தி அல்லாத வேறு தனிச் செய்யுட்களைத் தொகுத்து இதுவரையில் சரிவர அச்சிடவில்லை. ஆகவே, மெய்க் கீர்த்திச் செய்யுட்களைத் தவிர, ஏனையச் சாசனச் செய்யுட்களைத் தொகுத்து வெளியிடுவது மிகத் தேவையானதென்பதைக் கண்டேன்.

ஏனென்றால், சாசனங்களைத் தொகுதி தொகுதியாக அச்சிட்டிருக்கிற செய்திப் பலருக்குத் தெரியாது. தெரிந்த சிலரில், பலர் சாசன சாலைகளில் (இரண்டொரு புத்தகச்சாலைகள் தவிர) சாசன வெளியீடுகள் காணப்படுவதில்லை. சில சாசன வெளியீடுகள் இப்போது விலைக்குக் கிடைப்பதும் இல்லை. இவ்வாறு சாசன வெளியீடுகள் கிடைப்பதற்கு அரிய அரும்பொருளாக உள்ளன.

அரிதில் முயன்று தேடிக் கண்டுப்பிடித்தாலும், வசன சாசனங்கள் எவை, செய்யுள் சாசனங்கள் எவை என்பதைக் கண்டுபிடிப்பது எளிய காரியம் அல்ல. ஏனென்றால், கருங்கல்லிலும் செப்பேட்டிலும் சாசனச் செய்யுள்களைச் செதுக்கியவர்கள், செய்யுள்களைச் செய்யுள் அமைப்புப்படி அடிபிரித்து எழுதாமல், வசனங்களை எழுதிவைப்பதுபோல எழுதி வைத்தார்கள்.

இதனால், வசன சாசனங்களிலிருந்து செய்யுட் சாசனங்களைப் பிரித்தறிவது எளிதானதல்ல. அதிலும் அச்சுப் புத்தங்களில் செய்யுள்களைப் படித்துப் பழகியவர்கள், (ஓலைச்சுவடியில் செய்யுள்களைப் படித்துப் பழகாதவர்கள்) சாசனங்களிலுள்ள செய்யுள்களைக் கண்டறிவது மிகமிகக் கடினமானது. சிறிதாவது செய்யுள் இலக்கணம் அறிந்தவர்களும் செய்யுள்களை ஏட்டுச்சுவடியில் படித்துப் பழகியவர் களுந்தான் சாசனங்களில், அடிபிரித்து எழுதாமல் நெடுக எழுதியுள்ள செய்யுட்களைக் கண்டறிய முடியும்.

மேலும், இந்திய சாசனங்கள் என்னும் சாசன வெளியீட்டில், சாசன வாசகங்களை இலத்தின் (ஆங்கில) எழுத்தினால் அச்சிட்டியிருக்கிறார்கள். தமிழ் தெலுங்கு கன்னடம் முதலிய மொழிகளில் எழுதப்பட்டுள்ள சாசனங்களை ஆங்கில எழுத்தில் அச்சிட்டால் அவற்றை யார் படிப்பார்கள்? இவ்வாறு பதிப்பித்துள்ள சாசனங்களைப் படிப்பதில் உச்சரிப்பு இடர்பாடுகள் பல உண்டு.

இது ஒருபுறமிருக்க, தமிழ் எழுத்தில் பதிப்பித்துள்ள சாசனங்களைப் படிப்பதிலும் எழுதுவதிலும் சில இடர்பாடுகளும் துன்பங்களும் உண்டு. 'எழுதினவன் ஏட்டைக் கெடுத்தான்' என்னும் பழமொழி எழுதினவர்களுக்கு மட்டும் அல்லாமல்,

ஓலைச்சுவடிகளை செப்பேட்டை எழுதினவனுக்கும் கருங்கல்லில் எழுதினவனுக்கும் கூட முழுவதும் பொருந்தும். எப்படி என்றால், இவர்கள் எல்-

லோரும், புள்ளிப் பெறவேண்டிய எழுத்துக்களுக்குப் பெரும்பாலும் புள்ளி வைத்து எழுதுவதில்லை : மிக அருமையாக யாரோ ஒருவர்தான் புள்ளி அமைத்து எழுதுவார்கள். இதில் உள்ள இன்னொரு சங்கடம் என்னவென்றால், இக்காலத்து மெய்யெழுத்துக்களைப் போலவே அக்காலத்து மெய்யெழுத்துக்களும் புள்ளிப் பெற்றிருந்ததோடு எகர ஒகரக் குற்றெழுத்துக்களும் அக்காலத்தில் புள்ளிபெற்றிருந்தன.

இக்காலத்தில் எகர ஏகார ஓங்காரங்களுக்குத் தனித்தனி எழுத்துக்கள் புள்ளியிடப்படாமல் எழுதப்படுகின்றன. ஆனால், அக் காலத்தில் இவ்வவெழுத்துக்களைப் புள்ளி அமைத்தும், புள்ளி அமைக்காமலும் எழுதிவந்தார்கள். புள்ளியிடப்பட்ட எகர ஒகரங்கள் குற்றெழுத்தாகவும் புள்ளியிடப்படாத எகர ஒகரங்கள் நெட்டெழுத்தாகவும் அக்காலத்தில் வாசிக்கப்பட்டன. ஆனால், கல்லிலும் செம்பிலும் ஏட்டிலும் எழுதிய அக்காலத்து எழுத்தாளர்கள் புள்ளியிட வேண்டிய எழுத்துக்களுக்கும் (எகர ஒகர மெய்யெழுத்துக்கள்) புள்ளியிடாமல் எழுதிவைத்தார்கள். எகர ஒகரக் குற்றெழுத்துக் களுக்கும் மெய்யெழுத்துக்களுக்கும் புள்ளியிட்டெழுத வேண்டும் என்று நன்னூல் சூத்திரமும் தொல்காப்பிய சூத்திரமும் கூறுகின்றன.

"மெய்யின் இயற்கை புள்ளியோடு நிலையல்"

என்றும்,

"எகர ஒகரத் தியற்கையும் அற்றே"

என்றும் தொல்காப்பிய இலக்கணம் (எழுத்ததிகாரம், சூத்திரம் 15, 16) கூறுகிறது.

"தொல்லை வடிவின எல்லா எழுத்தும் ஆண்டு
எய்தும் எகர ஒகரமெய் புள்ளி"

என்று நன்னூல் சூத்திரம் கூறுகிறது.

இந்த இலக்கண முறைப்படி புள்ளி பெறவேண்டிய எழுத்துக்கள் எவை என்பதை நன்றாகத் தெரிந்துகொண்டால் தான், சாசனங்களைப் பிழையில்லாமல் படித்து அறிய முடியும். இல்லை யேல் தவறுகள், பெருந்தவறுகள் ஏற்படும். சில உதாரணங்களை காட்டுவோம் :

எறு, ஒது என்று சாசனங்களில் எழுதியிருந்தால் இவற்றை முறையே ஏறு, ஓது என்று வாசிக்கவேண்டும். பழைய இலக்கண முறைப்படி. இவற்றின்மேல் புள்ளி இல்லாதபடியால் இவ்வெழுத்துக் களை நெட்டெழுத்தாகக் கொள்ளவேண்டும். (ஆனால் புள்ளி யிடாமலே எழுதுவது அக்காலத்து எழுத்தாளர் வழக்கமாகையால் இதை நெட்டெழுத்தாகக் கொள்வதா, குற்றெழுத்தாகக் கொள்வதா என்கிற ஐயம் ஏற்படுகிறது.) இவ்வாறு மெகம, செரி, மெய, தெனருந்த, பெசி, முன்று, தெஙகமழ, செவவெல, வெட்கை, வெறு, செறு, தெவர, குணடுர, தந்தென என்று சாசன எழுத்துக்களில் எழுதப்பட்டிருக்கும். இவற்றை முறையே மேகம், சேரி, மேய், தேனருந்த, பேசி, மூன்று, தேங்க-

மழ், செவ்வேல், வேட்கை, வேறு, சேறு, தேவர், குண்டூர், தந்தேன் என்று இடமறிந்து வாசிக்க வேண்டும்.

கொடல, கொலவளை, மலரொன, பொல, பெரருளான, நொக்கி, சொனனொம், கொளரி, பொதிநிழல, பொரததனன, வானறொய, தெனறொய, கொளரவம, மெந்தன என்று சாசனங்களில் எழுதப்பட்டிருக்கும். இவற்றை முறையே கோடல், கோல்வளை, மலரோன், போல, பேரருளான், நோக்கி, சொன்னோம், கோளரி, போதிநிழல், போர்த்தன்ன, வான்றோய், தேன்றோய், கோளரவும், மேந்தன் என்று இடமறிந்து வாசிக்கவேண்டும்.

சில சொற்கள், இகரத்திற்கும் ஈகாரத்திற்கும் வேறுபாடு தோன்றாமல் எழுதப்பட்டிருக்கும். விதி, வெலை, நிர், நிலம், கண்டிர, திரும, சிரமை, நிடிய, விரன என்றிருப்பதை முறையே வீதி, வேலை, நீர், நீலம், கண்டீர், தீரும், சீர்மை, நீடிய, வீரன் என்று வாசிக்கவேண்டும். இவ்வாறு பண்டைக் காலத்துச் சாசன எழுத்துக்களை வாசிப்பதில் சில இடர்பாடுகள் உள்ளன.

இத்தகைய இடர்களும் துன்பங்களும் ஒருபுறமிருக்க, வேறு சில துன்பமும் காணப்பட்டன. அவை என்னவென்றால், சாசனச் செய்யுள்கள் சிலவற்றில் இடையிடையே சில பல எழுத்துக்கள் மறைந்துள்ளன. இடையிடையே எழுத்துக்கள் மறைந்துபோன செய்யுள்களை அடிபிரித்துச் செய்யுள் உருவத்தில் அமைப்பது கடினமானது. கட்டளைக் கலித்துறை போன்ற செய்யுட்கள் சிலவற்றில், செய்யுள் இலக்கண முறைக்கு மாறுபட, சில அடிகளில் அதிக எழுத்துக்களும் சில அடிகளில் குறைந்த எழுத்துக்களும் காணப்படு கின்றன. அவை, எழுத்துக்களைச் செதுக்கிய சிற்பிகளின் அறியாமையினால் நேர்ந்த பிழைகளாகும். அப்படிப்பட்ட செய்யுள்களை உள்ளது உள்ளபடியே அமைத்து எழுதியுள்ளேன்.

சாசனத்தில் உள்ள செய்யுள்களை அடிபிரித்து அமைத்ததும், எகர ஒகர மெய்யெழுத்துக்களை ஆராய்ந்து தக்கவாறு சொற்களை அமைத்ததும் தவிர ஏனைய திருத்தங்கள் எதையும் நான் செய்யவில்லை. செய்யுள்களில் எழுத்துக்கள் தவறாக இருந்தாலும், அதிகமாகவோ குறைவாகவோ இருந்தாலும், அவற்றை உள்ளது உள்ளவாறே எழுதியுள்ளேன். இந்த வகையில் குறைபாடு காணப்பட்டாலும் அவை தவிர்க்க முடியாதவை என்பதை வாசகர் அறிய வேண்டும்.

சாசனச் செய்யுள்களை மட்டும் அச்சிடுவதால் பயனில்லை. அவற்றிற்கு விளக்கங்களும் குறிப்புகளும் எழுதினால் பெரிதும் பயன்படும் என்றறிந்து, ஒவ்வொரு செய்யுளுக்கும் விளக்கமும் குறிப்பும் எழுதியுள்ளேன். மேலும் அவை உள்ள, அல்லது கிடைத்த இடங்களையும், அவை அச்சிடப்பட்டுள்ள வெளியீடுகளின் பெயர்களையும் காட்டியுள்ளேன். கால வரையறைப்படி செய்யுட்களைத் தொகுப்பதில் குறைகள் உள்ளபடியால் அப்படித் தொகுக்காமல். மாவட்ட முறையாகச் செய்யுள்களைத் தொகுத்துள்ளேன்.

தென் இந்திய சாசனங்கள், இந்திய சாசனங்கள், புதுக்கோட்டை சாசனங்கள், திருவாங்கூர் சாசனங்கள், கர்னாடக சாசனங்கள் ஆகிய சாசன வெளியீடுகளில் உள்ள சாசனச் செய்யுட்களைத் தொகுத்துள்ளேன். செந்தமிழ்ப் பத்திரிகையில் வெளிவந்துள்ள சில சாசனச் செய்யுள்களையும் இதனுடன் தொகுத்துள்ளேன். இது வரையில் வெளிவராத புதிய சாசனச் செய்யுள் ஒன்றையும் இதனுடன் பிற்சேர்க்கையாகச் சேர்த்துள்ளேன். இந்தப் புதிய சாசனச் செய்யுளை இதில் அச்சிடக் கொடுத்துதவியவர், அண்ணாமலைப் பல்கலைக் கழகத்துத் தமிழ் ஆராய்ச்சித்துறை விரிவுரையாளரும், சாசன ஆராய்ச்சியிலும் சரித்திர ஆராய்ச்சியிலும் வல்லவருமான உயர் திரு. T.V. சதாசிவ பண்டாரத்தார் அவர்கள். அப்பெரியாருக்கு மனமுவந்த நன்றியைத் தெரிவித்துக் கொள்கிறேன்.

தமிழிலே சாசனச் செய்யுட்கள் இவ்வளவுதான் என்று நினைக்க வேண்டா. இன்னும் நூற்றுக்கு மேற்பட்ட செய்யுள்கள் உள்ளன. அவை அச்சிடப்படாமல் எபிகிராபி இலாகாவில், வைக்கப்பட்டு, உலகத்துக்குப் பயன்படாமல் உள்ளன. இப்போது எனக்குக் கிடைத்தவரையில் சாசனச் செய்யுள்களை அச்சிடுகிறேன். இந்த நூலில் உள்ள செய்யுட்கள், தமிழ் இலக்கியத்தை ஆராய்வதற்கும், பண்டைக் காலத்துச் சமுதாய வாழ்க்கை நிலை. அரசியல் நிலை, வரலாற்றுச் செய்தி முதலியவைகளை ஆராய்வதற்கும் பெரிதும் பயன்படும் என்பதில் சிறிதும் ஐயமில்லை.

'சாசனச் செய்யுள் மஞ்சரி' என்னும் இந்நூலை அச்சிட்டு வெளியிடுவதற்கு உதவிபுரியவேண்டுமென்று டில்லியில் உள்ள சாகித்திய அக்கடமி என்னும் கழகத்தைக் கேட்டுக்கொண்டேன். அக்கழகத்தார் தமது தமிழ்க் குழுவின் மூலமாக இத்தொகுப்பை ஆராய்ந்து, அக்குழுவின் இசைவு பெற்று, இந்நூலை வெளியிடும் செலவுக்காக ரூபா ஐந்நூறு நன்கொடையாக வழங்க உடன்பட்டனர். ஆகவே இந்நூல் சாகித்திய அக்கடமின் ஆதரவில் வெளிவருகிறது. இவ்வுதவியை அளித்தருளிய சாகித்திய அக்கடமிக்கும், அதன் தமிழ்க் குழுவுக்கும் எனது மனமார்ந்த நன்றியைத் தெரிவித்துக் கொள்கிறேன்.

மயிலாப்பூர், சென்னை

15-3-1959

சீனி.வேங்கடசாமி

(இது பல்லவர் காலத்துத் தமிழ் எழுத்து. கி.பி. 9-ஆம் நூற்றாண்டில் எழுதப்பட்டது. திருச்சிராப்பள்ளி மாவட்டத்தில் உள்ள திருவெள்ளறைக் கிராமத்தில் 'நாலு மூலைக் கேணி' என்னும் மாற்பிடுகு பெருங்கிணற்றுச் சுவரில் எழுதப்பட்டுள்ளது. இதன் வாசகத்தைக் கீழே காண்க.)

கண்டார் காணா வுலகத்திற் காதல் செய்து நில்லாதேய்
பண்டேய் பரமன் படைத்தநாள் பார்த்து நின்று நையாதேய்

தண்டார் மூப்பு வந்துன்னைத் தளரச் செய்து நில்லாமுன்
னுண்டேல் லுண்டு மிக்கது உலகம் மறிய வைம்மினேய்.

(இது வட்டெழுத்து. ஒருகாலத்தில் தமிழ்நாடு முழுவதும் வழங்கப்பட்ட எழுத்து இது. இவ்வெழுத்தின் வாசகத்தை கீழே காண்க.)

வட்டழுத்துப் படத்தின் வாசகம்

தென்னவர்தந் திறலாணைச்
சிலைஒடுபுலி கயலிணைமன்
பொன்னிமையச் சிமையத்து
விறற்கருவி இற்றைக்குந்
தொழில்செய்து வந்தவர் பின்னோன்
செயல்பல பயின்றோர் முன்னோன்
திருமலிசாசன மிதற்குச்
செழுந்தமிழ் பாடினோனற்றை
நிருபசேகரப் பெருங்கொல்லன்
நீள்புகழ் நக்கனெழுத்து.

திருவக்கரை

தென்னாற்காடு மாவட்டத்தில் விழுப்புரம் தாலுகாவில் திருவக்கரை என்னும் திருப்பதி இருக்கிறது. இங்குள்ள சிவன் கோவிலில் சந்திர சேகரேசுவரரும், வடிவாம்பிகை அம்மையும் எழுந்தருளியிருக்கின்றார்கள். திருஞான சம்பந்த மூர்த்திநாயனார், இக் கோயிற் சிவபெருமானைப் பாடியுள்ளனர்.

'சந்திரசேகரனே! அருளாய்' என்று தண் விசும்பில்
இந்திரனும்முதலா இமையோர்கள் தொழு திறைஞ்ச
அந்தர மூவெயிலும் அனலாய்விழ ஓரம்பினால்
மந்தர மேரு வில்லா வளைத்தானிடம் வக்கரையே'
என்பது அத்திருப்பதிக்கத்தில் மூன்றாஞ் செய்யுள்.

திருவக்கரைத் திருக்கோயிலிலே பல கல்வெட்டெழுத்துக்கள் இருக்கின்றன. இக்கல்வெட்டெழுத்துக்களிலிருந்து இந்தக் கோயிலைப் பற்றிய பழைய செய்திகளை அறிகிறோம். இந்தக் கல்வெட்டெடு எழுத்துக்களில் காலத்தினால் பழமையானது, முதலாம் இராஜராஜ சோழன் காலத்தது. இவனுடைய 16-வது ஆட்சி ஆண்டில் (கி.பி. 1000 1001). இந்தக் கோவில் கற்றளியாகக் கட்டப்பட்டது. கற்றாளியாகக் கட்டப்படுவதற்கு முன்பு இக் கோவில்

செங்கற் கட்டடமாக இருந்திருக்க வேண்டும். இந்தக் கோயிலைக் கற்றளி-யாகக் கட்டியவர், செம்பியன்மாதேவியார் என்னும் சோழ அரசியார்.

"ஸ்ரீகோராஜராஜ ராஜகேசரி பன்மற்கு யாண்டு 16-வது ஸ்ரீ கண்டராதித்த தேவர் தம்பிராட்டியார் ஸ்ரீஉத்தம சோழரைத் திருவயிறு வாய்த்த உடைய பிராட்டியார் செம்பியன் மாதேவியார் எடுப்பித்தருளின ஸ்ரீவக்கரைத் திருக்-கற்றளிச் சிவலோகம் உடைய பரம சுவாமிகள்" என்று இந்தச்சாசனம் கூறு-கிறது.

இதனைத் தொடர்ந்து வருகிற நீண்ட சாசனம் முற்றுப் பெறவில்லை. நிலமும் பொன்னும் தானஞ் செய்து அவற்றின் வருவாயிலிருந்து திருவமுது நெய்யமுது, பொரிக்கறி, மிளகுப்பொடி ஆகிய கறியமுது இரண்டு, தயிர் அமுது அடைக்காயமுது வெற்றிலையமுது முதலியவற்றுக்கு நிபந்தங்கள் செய்திருக்கிறார். மற்றும் தலைப்பறை கொட்டும் உவச்சன், திருப்பதிகம் பாடுவார், திருப்பள்ளித் தாமம் பறிப்பான், திருவலகும் திருமெழுக்கும் இட்டுப் பள்ளித்தாமம் தொடுப்பவள், ஸ்ரீகாரியஞ் செய்கிறவர்கள் முதலியோருக்கு நிபந்தங்கள் செய்திருக்கிறார். மற்றும் 'கலசங்களும் சால்களும் குடங்களும் பெருந்திருவமுதுக்குப் பானைகளும் சட்டிகளும்' இடும் குசவனுக்கும், நிபந்-தங்கள் செய்திருக்கிறார் (222.நி.த.இ.க.தொகுதி 17.)

இங்கு ஒன்றை கவனிக்க வேண்டும். இந்தக் கோவிலைக் கருங்கல்லினால் கற்றளியாகக் கட்டி நிலங்களையும் பொன்னையும் வழங்கின இந்த அரசி-யார், பானை சட்டிகளில் திருவமுது செய்ய நிபந்தங்கள் செய்திருக்கிறார். சோழப் பேரரசியாகிய அவர் விரும்பியிருந்தால் பொன், வெள்ளி. வெண்க-லப் பாத்திரங்களை வழங்கி இருக்கலாம். அப்படி இல்லாமல் மட்கலங்களை நியமித்து, அக்காலத்து வழக்கத்தைத் தெரிவிக்கிறது. அரசர்களுங்கூட அக்-காலத்தில் மட்கலங்களையே சமைப்பதற்கு உபயோகித்தார்கள் என்பது இதனால் தெரிகிறது.

முதலாம் இராஜராஜனுடைய 29-ஆம் ஆட்சியாண்டில் எழுதப்பட்ட இன்னொரு சாசனம் இக்கோவிலில் இருக்கிறது. அது கி.பி. 1013 - 14 ஆம் ஆண்டில் எழுதப்பட்டது. அது மாம்பாக்கம் உடையான் சாத்தன் ஆலை என்பவன் இந்தக் கோவிலில் நந்தா விளக்கு ஒன்று வைத்து, அவ்விளக்-குக்கு நாள் தோறும் நெய் அட்டுவதற்காகத் தொண்ணூறு ஆடுகளைத் தானஞ் செய்ததைக் கூறுகிறது. அதாவது ஆட்டுப் பாலிலிருந்து நெய் எடுத்-துத் திரு விளக்கு ஏற்றவேண்டும் என்று ஏற்பாடு செய்ததைக் கூறுகிறது. (195.தெ.இ.க.தொகுதி 17.)

இராஜேந்திரசோழன் (முதலாமவன்) ஏழாம் ஆட்சியாண்டில் (கி.பி. 1018) நந்தி வர்மன் என்பவன் திருநந்தா விளக்கு ஒன்று இக்கோயிலுக்கு வைத்-தான். விளக்கு எரியும் நெய்க்காகத் தொண்ணூறு ஆடுகளையும் கோயி-லுக்குத் தானம் செய்தான். இதனை இன்னொரு சாசனம் கூறுகிறது. (197.தெ.இ.க.தொகுதி 17.)

இராசேந்திர சோழனின் 21-ஆம் ஆண்டில் (கி.பி. 1052) இந்தக் கோவிலில், இணையன் ஆடவல்லானான பெரியன் என்பவர் 72 பலம் நிறையுள்ள வெண்கலத்தினால் செய்த ஒரு செயகண்டிகையை (சேமக்கலம்) தானம் செய்தார் என்று இன்னொரு சாசனம் கூறுகிறது.(198)

முதலாங்குலோத்துங்க சோழனின் பத்தாம் ஆண்டுச் சாசனம் (கி.பி. 1079) 1079) ஒன்று, அழகிய சோழப் பல்லவரையனுடைய அகமுடையான் காமருடையான் திருவாலை பொன் என்பவர், இக்கோயிலுக்குச் சந்தி விளக்குக்காகப் பன்னிரண்டு ஆடுகளைத் தானஞ் செய்ததைக் கூறுகிறது. (199) இந்த சோழனுடைய 29-ஆம் ஆண்டுச் சாசனம் (கி.பி 1098) இந்தக் கோவிலுக்குத் தேவரடியாரைத் தானம் செய்ததைக் கூறுகிறது.

"ஐயங்கொண்ட சோழ மண்டலத்து (தொண்டை மண்டலத்து) மாத்தூர் நாட்டுப் பந்திமங்கலத்துப் பரலிகை ஊர் இருக்கும். வேளாண் மாம்பாக்க முடையான் அமுதன்பள்ளி கொண்டானும், அமுதன் வேளானும், அமுதன் உய்ய வந்தானும் இவ்வனை வோங்கள் அடியாள் அங்காடியும், இவள் மகள் பேரங்காடியும், இவள் மக்களும் திருவக்கரையுடைய மாதேவற்குத் தேவரடியாராக ஸ்ரீஹஸ்தத்தே நீர்வார்த்துக் குடுத்தோம்" என்று இந்த சாசனம் கூறுகிறது. (204)

விக்கிரம சோழனுடைய மூன்றாம் ஆண்டு (கி.பி. 1120) சாசனம், ஓய்மா நாட்டு முந்நூற்றுக்குடிப்பள்ளி செங்கெணி அம்மையப்பன் பண்டி என்பவர் இக்கோயில் பெருமானுக்கு மந்திரபோனகம் நெய்யமுது கறியமுது அடைக்காயமுது தயிரமுது முதலியவற்றிற்கு நிவந்தம் செய்ததைக் கூறுகிறது. (201) இவருக்கு நரலோகவீரப் பேரரையன் என்னும் சிறப்புப் பெயரும் உண்டு.

திருவக்கரைச் சிவன் கோவிலில், எழுந்தருளியுள்ள வரதராஜப் பெருமாள் கோவிலின் வாயிலில் இடதுபுறத்து வாயிலின் நிலையில் ஒரு செய்யுள் எழுதப்பட்டிருக்கிறது. அது கீர்வருமாறு :

ஸ்வஸ்திஸ்ரீ.
இசைவிளங்குடையன்மன் எங்கோனுக்கு
இருபத்து நாலாமாண்டு
குசைவிளங்கு மறையவர்கள் குழுமிய
வக்கரை மாலின் கோயில் சாலத்

திசை விளங்கு திருவாசல் பொற்கதவு
சமைத்தான் வென்றி
திசைவிளக்கு வேற்கண்டன் துருவ்வைகோன்
வழிக்கரிசி மடந்தை கோவே.

இந்த சாசன எழுத்து, கி.பி. 11-ஆம் நூற்றாண்டில் எழுதப்பட்டதாகத் தோன்றுகிறது.

சோழ அரசனான இரண்டாம் இராஜதிராஜனால் ஏழாம் ஆட்சியாண்டில் (கி.பி. 1169), திருவக்கரைக் கோயிலின் கோபுரம் கட்டப்பட்டது. இதற்கு முன்னர்க் கோபுரம் இல்லை என்று தோன்றுகிறது. இந்தக் கோபுரத்தைக் கட்டினவன் அம்மையப்பன் பாண்டி நாடு கொண்டானான கண்டர் சூரியன் சம்புவராயன் என்பவன். இந்தச் சாசனத்தின் வாசகம் இது :-

"ஸ்வஸ்திஸ்ரீ. திரிபுவனச் சக்கரவர்த்திகள் ஸ்ரீஇராஜதிராஜ தேவர்க்கு யாண்டு ஏழாவது திருவக்கரை ஆளுடையார் கோயிலில் திருக்கோபுரம், கண்டர், சூரியன் திருக்கோபுரம் என்னும் பெயரால் செய்வித்தான் அம்மையப்பன் பாண்டி நாடு கொண்டானான கண்டர் சூரியன் சம்புவராயன்" (217).

இந்த சம்புவராயனே இத்திருக்கோவிலில் ஆயிரக்கால் மண்டபத்தையுங் கட்டினான். இந்த மண்டபம் மூன்றாங் குலோத்துங்க சோழனுடைய இரண்டாவது ஆண்டில் (கி.பி. 1179) கட்டப்பட்டது. இந்த சாசனத்தின் வாசகம் இது :-

"ஸ்வஸ்திஸ்ரீ. திரிபுவனச் சக்கரவர்த்திகள் மதுரையும் பாண்டியன் முடித்தரையுங் கொண்டருளின, ஸ்ரீ குலோத்துங்க சோழ தேவற்கு யாண்டு 2-வது. இராஜராஜ வள நாட்டு மாத்தூர் நாட்டு உடையார் திருவக்கரை ஆளுடையார் கோயிலில் இத்திருமண்டபம் கண்டர் சூரியன் திருமண்டபம் என்னும் பெயரால் செய்வித்தான் அம்மை அப்பன் பாண்டிநாடு கொண்டானான கண்டர் சூரியன் சம்புவராயன் (212).

மூன்றாம் குலோத்துங்க சோழனின் பதினாறாவது ஆண்டில் (கி.பி. 1194) எழுதப்பட்ட இன்னொரு சாசனம். இந்தக் கோவிலில் நான்கு நந்தாவிளக்கு தானங்கொடுத்ததைக் கூறுகிறது. தானங்கொடுத்தவர் ஒரு காடவராயர். "இத்திரு நந்தாவிளக்கு நாலுக்கும் விட்ட சாவா மூவாப்பசு 128. ரிஷபம் 4. ஒரு நந்தா விளக்கு 32 பசுக்கள் வீதம் 4. விளக்குகளுக்கு 128 பசுக்களைக்கொண்டு இந்த பசுக்களின் பாலிலிருந்து நெய்யும் அந்த நெய்யினால் விளக்கேற்ற வேண்டும் என்பது கட்டளை. 4 ரிஷபம் (காளை மாடு) தந்தது எதற்கென்றால், இவை "சாவா பசுக்கள்" ஆகையால் இப்பசுக்களின் எண்ணிக்கை குறையாமல் கன்றுகள் வளர்ச்சி எய்தி இருப்பதற்கு (215).

இந்த மூன்றாங் குலோத்துங்க சோழனுடைய 16-ஆம் ஆட்சியாண்டில் கண்டர் சூரியன் சம்புவராயன் இரண்டு விளக்குகளைத் தானஞ் செய்தான். சம்புவராயன் இக்கோவிலில் கோபுரத்தின் ஆயிரக்கால் மண்டபத்தையும் கட்டும் முன்னமே கூறினோம். குத்துவிளக்கு சாசனத்தின் வாசகம் இது :

"ஸ்வஸ்திஸ்ரீ. திரிபுவனச் சக்கரவர்த்தி குலோத்துங்க சோழ தேவற்கு யாண்டு உடையார் திருவக்கரை ஆளுடைய அம்மை அப்பன் பாண்டி நாடு கொண்ட கண்டர் சூரியன் செய்வித்து இட்ட நிலைகுத்து விளக்க 2- னால் இருப்பு நாள் உட்படத் தாரா எடை ஆயிரத்து நூற்றிபத்து இருபலம்." (216.தெ.இ.க.தொகுதி 17).

மூன்றாம் விக்கிரம பாண்டியனுடைய நான்காம் ஆண்டில் (கி.பி. 1285) எழுதப்பட்ட சாசனம், இப்பாண்டியனுடைய அரசு கோவிலில் ஒரு மண்டபம் கட்டியதை கூறுகிறது. "பெருமாள் விக்கிரம பாண்டிய நம்பிராட்டியார் உலக-முழுதுடையார் வித்த திருமண்டபம் யாண்டு 4"

(21)இந்தப் பாண்டியனுடைய ஆறாவது ஆண்டில் (கி.பி. 1288) எழுதப்-பட்ட சாசனம் இந்தப் பாண்டியன் இந்தக் கோவிலுக்கு தானங்கொடுத்ததைக் கூறுகிறது. இவன் பேரால் நித்தியபூசை, திருநாள்களை? தான். "நம்பேரால் கட்டின? பாண்டியன் சந்திக்கும் விக்கிரம பாண்டியன் திருநாளுக்கும் அமு-துபடி சாத்துபடி? வேண்டும் நித்த நைமித்தங்களுக்கும்? மத்து காணி" என்று இச்சாசனம் கூறுகிறது.

முதலாங் குலாத்துங்க சோழனுடைய 44-ஆம் ஆண்டுச் சாசனம் (கி.பி. 1113). இக்கோயிற் சிவபெருமானுக்கும் திருமாலுக்கும் துர்க்கைக்கும் திருவி-ளக்காக (65) பொற்காசு தானம் செய்யப் பட்டதைக் கூறுகிறது. "இக்காசு அறுபத்தஞ்சுக்குத் திருவக்கரை ஆளுடையார்க்கு ஒரு திருநந்தாவிளக்கும், திருவக்கரை ஆழ்வார்க்கு ஒரு திருநந்தா விளக்கும், துர்க்கைக்கொரு சந்தி விளக்கும், இரண்டு தேவர்களுக்கும் சனி எண்ணெய் காப்பு மாசத் திருநாழி எண்ணெயும் நீக்கி நின்றது தூண்டுவான் கூலியாகவும் இப்பரிசு சந்திராதித்-தவல் இக்கோயி லிரண்டுங், குடமும் அலகுங்கொண்டு புகுவார் இத்திரு விளக்கும் எரித்து இக்கோயில் கைக்கொண்டு திருவாராதனை செய்வோம்" என்று இந்தச் சாசனப்பகுதி கூறுகிறது. (203)

—சாலிவாகன சக ஆண்டு 1352 இல் (கி.பி. 1430 இல்) செம்மந்தை காங்கேயன் என்பவர் இக்கோவிலில் ஒரு கோபுரத்தையும் ஒரு மண்டபத்தை-யுங் கட்டினார் என்று ஒரு செய்யுட் சாசனங் கூறுகிறது. இந்தக் கோபுரமும், மண்டபமும் முற்கூறிய கண்டர் சூரியன் சாம்புவராயன் அமைத்த கோபுரமும் மண்டபமும் அல்ல ; இவை வேறு,

"விம்பச் சகர மற்றொராயிரத்து
முந்நூற்றுக்குமேல்
ஐம்பத் திரண்டினில் வக்கரையார்க்கு
அணிகோபுரமுஞ்
செம்பொற்றிரு மண்டபமுங் கண்டான்
செஞ்சொல் தேவரசன்
கப்பக் களிற்றண்ணல் இதூர்மன்
செம்மந்தை காங்கேயன்"(218)

இந்தக் கோபுரமும் மண்டபமும் பிற்காலத்தில் பழுதடைந்த போது செவ்வன்-னன் என்பவர் இவற்றைப் புதுப்பித்தாரென்று இங்குள்ள இன்னொரு சாசனச்

செய்யுள் கூறுகிறது. இந்தச் சாசனத்தின் எழுத்து பிற்காலத்தது. இந்தச் சாசனச் செய்யுள் இது!

“பன்னாக பூஷணர் வக்கரை
ஈசற்குப் பத்தியுடன்
முன்னளிற் காங்கயன் கோபுரம்
மண்டபம் முற்றுங்கண்டான்
இந்நாள் அதனை யெல்லாம்
நவமாக்கினன் எங்கள் கச்சிச்
சின்னான் துணைவன் அரசன்
குமாரன்நற் செவ்வண்ணனே”(219)

இந்தச் செய்திகளையெல்லாம் திருவக்கரைத் திருக்கோயிலில் எழுதப்பட்டிருக்கிற கல்வெட்டுச் சாசனங்களிலிருந்து அறிகிறோம். கல்லில் எழுதிவைக்காமலிருந்தால் இவைகளை நாம் எங்ஙனம் அறிய முடியும் ?

திருக்கோயில்களில் திருவிளக்கு ஏற்றினால் ஞானம்பெறலாம் என்பது ஆன்றோர் வாக்கு. திருவிளக்கு இடுவது பெரும் புண்ணிய மாகக் கருதப்படுகிறது. திருவிளக்கேற்றிக் கடவுளை வணங்கினால் கடவுள் திருவருள் கிடைக்கும்.

விரும்பிநல் விளக்குத் தூபம்
விதியினால் இடவல்லார்க்குக்
கரும்பினிற் கட்டிபோல்வார்
கடவூர் வீரட்டனாரே.
என்று திருநாவுக்கரசு சுவாமிகள் கூறுவது காண்க.

முற்காலத்துப் பெரியவர்கள் எண்ணெய் விளக்கேற்றுவதை விட, நெய் விளக்கு ஏற்றுவதை உயர்வாக மதித்தார்கள். (இதனால் எண்ணெய்விளக்கு கூடாது என்பதன்று). இதனால்தான் அக்காலத்தவர் வசதியிருந்த போது திருக்கோயில்களில் நெய்யினால், திருவிளக்கு ஏற்றினார்கள். அதற்காக ஆடுகளையும் பசுக்களையும் திருக்கோயில்களுக்குத் தானம் கொடுத்தார்கள். செல்வர்கள் அக்காலத்தில் பசுக்களையும் அடுகளையும் திருக்கோயில்களுக்குத் தானஞ்செய்து, அவற்றின் பாலிலிருந்து கிடைக்கிற கலப்பற்ற நெய்யினால் திருவிளக்கேற்ற நிபந்தங்களைச் செய்தார்கள். இச் செய்திகளைக் கல்வெட்டெழுத்துக்களிலிருந்து அறிகிறோம்.

திருக்கோயில். மே, 1970.

திருக்காரிக் கரை

திருக்காரிக்கரை திருக்கோயில், செங்கல்பட்டு மாவட்டத்துத் திருவள்ளூர் தாலுகாவில் இராமகிரி என்னுமிடத்தில் இருக்கிறது. திருக்காரிக்கரை என்னும் பழைய பெயர் மாறி, இப்போது இராமகிரி என்று பெயர் வழங்கப்படுகிறது. திருக்காரிக்கரை நாகலாபுரத்துக்கு அருகில் இருக்கிறது. நாகலாபுரத்திலிருந்து தும்பூரு கோனைக்கு போகிற இடைவழியில், திருக்காரிக்கரைக் கோவில் இருக்கிறது. இக்கோவிலில் எழுந்தருளியிருக்கின்ற சிவபெருமான் பெயர் வாலீசுவரர் என்பது. சாசன எழுத்துக்களில் 'திருக்காரிக்கரை உடைய நாயனார்' என்று பெயர் கூறப்படுகிறார். பழைய எழுத்துக்களிலே, "ஜயங்கொண்ட சோழ மண்டலத்து (தொண்டை மண்டலத்து)க் குன்ற வர்த்தனக் கோட்டத்து நின்றையூர் நாட்டுத் திருக்காரிக்கரை" என்று கூறப்படுகிறது.

திருநாவுக்கரசு சுவாமிகள் திருக்காளத்திக்குச் சென்ற போது, போகிறவழியில் திருக்காரிகைக் கோவிலுக்கு வந்து, சிவபெருமானை வணங்கிச் சென்றார் என்று பெரிய புராணத்தினால் அறிகிறோம்.

"பல்பதியும் நெடுங்கிரியும் படர்வனமும் சென்றடைவார்
செல்கதிமுன் அளிப்பார்தம் திருக்காரிக்கரை பணிந்து
தொல்கலையின் பெருவேந்தர் தொண்டர்கள்பின், உம்பர்குழாம்
மல்குதிரு காளத்தி மாமலைவந் தெய்த்தினார்."

(திருநாவுக்கரசு சுவாமிகள் புராணம் - 343) இதனால், திருக்காரிக்கரை வாலீசுவரர் திருக்கோயில், மிகப் பழமையானது என்பது தெரிகின்றது.)

இந்தக் கோவிலிலே கல்வெட்டுச் சானங்கள் சில காணப்படுகின்றன. அவை கி.பி. 12-ஆம் நூற்றாண்டிலிருந்து எழுதப்பட்டது. அவை, இந்தக் கோவிலுக்கு நிலங்களும் ஆடு மாடுகளும் பொருள்களும் தானம் செய்யப்பட்டதைக் கூறுகின்றன.

மூன்றாம் குலோத்துங்கச் சோழன் காலத்துச் சாசனங்களும், மூன்றாம் இராசராசன் காலத்துச் சாசனங்களும், இங்குக் காணப்படுகின்றன. மூன்றாங் குலோத்துங்க சோழன் காலத்துச் சாசனங்களாவன. :-

இவனுடைய ஆறாம் ஆட்சியாண்டில் எழுதப்பட்டவை இரண்டு சாசனங்கள். திரிபுவன சக்கரவர்த்திகள் ஸ்ரீ வீரராஜேந்திர சோழ தேவருடைய (மூன்றாங்குலோத்துங்க சோழனுடைய) ஆறாவது ஆண்டில் (கி.பி. 1184-இல்) எழுதப்பட்டவை. பையூர் நாடாழ்வான் குவளையம் அழகியான் ஒற்றிஅரசன், இக்கோவிலுக்குத் திருநந்தாவிளக்குக்காகத் தொண்ணூற்றாறு ஆடுகளைத் தானங் கொடுத்ததைக் கூறுகிறது- அதாவது இந்த ஆடுகளின் பாலிலிருந்து நெய் எடுத்து நாள் தோறும் ஒரு திருவிளக்கு ஏற்றுவதற்காக இந்த ஆடுகள்

தானம் செய்யப் பட்டன) (No. 701. S. I. I. Vol. XVII). இதே ஆள் இந்தக் கோவிலுக்கு தொண்ணூற்றாறு ஆடுகளைத் தானஞ்செய்ததை இன்னொரு கல்வெட்டு கூறுகிறது.

இந்த சாசனத்தின் விசித்திரம் என்னவென்றால், "திருஞாயிற்றுக் கிழமைதோறும் ஒரு ஆடு வெட்டக் கடவதாக விட்ட ஆடு தொண்ணூற்றாறு" என்று இந்த சாசனத்தில் எழுதப் பட்டு இருப்பதுதான். (No. 708. S. I. I. Vol. XVII). இது மிகவும் புதுமையாகக் காணப்படுகிறது. சிவன் கோவில்களில் ஆடுகளை வெட்டும். வழக்கம் இல்லை. இதுவரையில் இந்த வழக்கம் இருந்ததில்லை. ஆனால் இந்த ஒரே சாசனம் ஆடுவெட்டுவதைக் கூறுகிறது! காளிக் கோயிலுக்கு மரபுதான். ஆனால் சிவன் கோவிலில் வெட்டுவது மரபு அன்று. வழக்கமும் அன்று. நிச்சயமாகக் கிடையாது. இந்தக் கல்வெட்டெழுத்து கூறுவது கூறுவது கருத்து என்ன என்று தெரியவில்லை.

இந்த அரசனுடைய 11-ஆம் ஆண்டில் (கி.பி. 1188 - 89 -இல்) எழுதப்பட்ட சாசனம், கோசலைத்தரையன் வலந்தருவான் கோசலத் தரையன், இக்கோயிலில் திருவிளக்கு எரிப்பதற்காக முப்பத்திரண்டு பசுக்களைத்தானஞ் செயத்ததைக் கூறுகிறது. இந்தப் பசுக்களின் பாலிலிருந்து கிடைக்கிற நெய்யினால் திருவிளக்கு எரிக்கவேண்டும் என்று இந்த சாசனங் கூறுகிறது. நெய் அளிக்கும் உழக்குக்கு 'திருக்காரிக் கரையுடையான்' உழக்கு என்றுக் கூறப்பட்டுள்ளது. (No.686. S. I. I. Vol. XVII)

இவ்வரசனுடைய 15 — ஆம் ஆண்டில் எழுதப்பட்ட சாசனம் (கி.பி. 1192 -93.) இதன் பிற்பகுதி எழுதப்படாமல் விட்டுவிடப்பட்டுள்ளது. இத்திருக்கோவிலில் விளக்கு எரிப்பதற்காக 49 பழங்காசு கொடுக்கப்பட்டதை கூறுகிறது. (No. 688. S. I. I. Vol. XVII)

இந்த அரசனுடைய 32-வது ஆண்டில் எழுதப்பட்ட இரண்டு சாசனங்கள் (கி.பி. 1209 - 10). தனி நின்று வென்ற வீரநரசிங்க யாதவராயன், இந்தக் கோவிலில்சித்திரைத் திருநாள் உற்சவத்துக்கு நீர்வாயில் என்னும் ஊரைத் தேவதானமாகக் கொடுத்ததைக் கூறுகிறது. 'நீர்வாயில் காசாயம் பொன்னாயம் நெல்லாயம் உட்பட' விட்டதாகக் கூறுகிறது. (No. 696. S. I. I. Vol. XVII) இரண்டாவது சாசனம், "திருக்கரிக்கரையுடைய பிள்ளையாருக்குப் பூசைக்கும் அமுது படிக்கும்" ஆக வேலூரும் சாத்தமங்கலமும் சூரலூர்த்தடையும் சர்வமானியமாகக் கொடுத்ததைக் கூறுகிறது. (No. 697. S. I. I. Vol. XVII)

மூன்றாம் இராஜராஜசோழன் காலத்துச் சாசனங்கள் :-

இவ்வரசனுடைய 10ஆம் ஆண்டில் ...? கோயிலில் நந்தாவிளக்கு ஒன்றுக்காக திரண்டு பசுக்களை, நின்றையூர் நாட்டுக்கே தானம் கொடுத்ததைக் கூறுகிறது. (No. S. I. I. Vol. XVII)

இந்தச் சோழனுடைய 25 ஆம் ஆண்டு (கி.பி. 1240 - 41) எழுதப்பட்ட சாசனங்கள் காரிப்பிள்ளை என்பவர் மூன்று மானங் (பொற்காசு) இந்தக் கோவிலுக்கு தானம் செய்ததைக் கூறுகிறது. இந்த காசு வட்டியிலிருந்து ஒரு நந்தாவிளக்கு நாள் தோறும் ஏற்ற வேண்டுமென்று இந்தச் சாசனங் கூறுகிறது. (No. 712. S. I. I. Vol. XVII)

இவ்வரசனுடைய 27-ஆம் ஆண்டில் (கி.பி. 1242-43) எழுதப்பட்ட சாசனம் இக்கோவிலில் திருவிளக்கு ஏற்றுவதற்கு கோட்டூர் வடுகன் ஒன்றரை மா... பொன்னைத் தானம் செய்ததைக் கூறுகிறது (No. 710. S.I.I. Vol. XVII)

இவ்வரசனுடைய 29-ஆம் ஆண்டில் சாசனம் (கி.பி. 1245) கொட்டன் கிழவன் (கிழவன் - தலைவன்) வடுக்கப்பன் என்னும் வயிராதராயன் இக்கோவிலில் விளக்கு ஏற்றுவதற்காகப் பதினாறு பொற்காசுகளைத் தானஞ் செய்ததைக் கூறுகிறது. (No. 713. S. I. I. Vol. XVII)

சாளுக்கிய வீர கண்ட கோபாலனுடைய 3-வது ஆண்டு (கி.பி.1294 - 49) வீரந்திர தேவனான யாதவராயரின் சேனாதிபதி -- விழுப்பதராயன் இக்கோவிலுக்குப் பசு எருமைகளைத் தானஞ் செய்ததைக் கூறுகிறது. இவ் எருமைகளின் பாலிலிருந்து நெய் எடுத்துத் திருவிளக்கு ஏற்ற வேண்டுமென்று சாசனங்கள் கூறுகின்றன. (No. 716. S. I. I. Vol. XVII)

யாதவராயரின் 36-வது ஆண்டில் எழுதப்பட்ட சாசனம், அரிகண்டபுரத்து ஊரார் இந்தக் கோவிலுக்குத் தங்கள் ஊரில் நிலம் தானம் செய்ததைக் கூறுகிறது. இந்த நிலத்தின் வருவாயிலிருந்து இக்கோவிலில் திருநாள் (உற்சவத்துக்கு)ச் செலவு செய்ய வேண்டு மென்று இந்த சாசனம் கூறுகிறது. (No. 705. S. I. I. Vol. XVII)

இரண்டாம் ஹரிஹரராயர் காலத்து...? வேலூர்க் கிராமத்தார், தங்கள் மனைகளையும் தோட்ட துரவுகளையும் இக்கோவிலுக்குத் தானஞ் செய்ததைக் கூறுகிறது. (இந்த ஊரில் இதற்கு முன்பே கோவிலுக்குத் தானஞ் செய்யப்பட்ட நிலம் இருந்தது. (No. 700. S. I. I. Vol. XVII)

இரண்டாம் புக்கராயர் காலத்துச் சாசனம் (கி.பி. 1382) திருக்காரிக்கரையில், 'திருவானன்மடம்' என்னும் பெயருள்ள ஒரு மடம் இருந்ததையும், அந்த மடத்துத்தலைவர் சத்தியதரிசினி என்பவர் இருந்ததையும், அந்த மடத்துக்கு நின்றையூர் நாட்டு வெண் குளத்தூரார் நிலம் தானம் செய்ததையுங் கூறுகிறது. காவந்த கண்டலூர் நத்தமும் ஏரியும் நன்செய் புன்செய் நிலங்களும் இந்த மடத்துக்குத் தானம் செய்யப்பட்டன. (No. 699. S. I. I. Vol. XVII)

சாலிவாகன சக ஆண்டு 1358-இல் (கி.பி. 1436-இல்) ஸ்ரீசக்கரகர் என்னும் சிற்றரசன் இக்கோவிலில், திருக்கதவுகளை அமைத்து, திருப்பள்ளியறை நாச்சியாரையும் எழுந்தருளுவித்தார் என்று ஒரு சாசனங் கூறுகிறது. (No. 693. S. I. I. Vol. XVII)

வீர நரசிங்க யாதவராயரின் 36-வது ஆண்டில் எழுதப்பட்ட சாசனம் இந்தக் கோவிலில் பூசைசெய்து கொண்டிருந்த சிவப் பிராமணர், தங்களுடைய 42-வது வட்டத்தில் பத்துவட்டத்தை (பத்துநாள் பூசையை) அகவலன் சூரிய பட்டனுக்கு விற்றுவிட்ட செய்தியைக் கூறுகிறது. (No. 711. S. I. I. Vol. XVII)

திருக்காரிக்கரைக் கோவில் குளக்கரையில் ஒரு கருங்கல் நந்தி இருக்கிறது. அதன் வாயிலிருந்து நீர் விழுந்துக் கொண்டிருக்கிறது: இந்த நந்தியின் பின்புறத்தில் எழுதப்பட்டுள்ள எழுத்து கி.பி. 10- ஆம் நூற்றாண்டு எழுத்தாகத் தெரிகிறது. இதன் வாசகம்:- ஸ்ரீ பரமேஸ்வரன் தரிசனத்திலேறிடு என்று பிரசாதஞ் செய்யச் சாமுண்டி' மகன் கூவத்துப் பெருந்தாசன் விட்ட ஏறு" என்பது. (No. 717. S. I. I. Vol. XVII)

கூவம் என்னும் ஊரில் இருந்த சாமுண்டி என்பவரின் மகனான பெருந்தச்சன் என்னும் சிற்பியின் கனவிலே சிவபெருமான் தோன்றிக் கல்லினால் ஒரு நந்தியைச் செய்துவை என்று கூற, அதன்படியே அவன் இந்த நந்தியைச் செய்து இதன் வாயிலிருந்து நீர்வரும்படி அமைத்தான் என்பது இதன் பொருள்.

இங்கு இன்னுஞ்சில கல்வெட்டுழுத்துக்கள் உள்ளன. அவை அவ்வளவு முக்கியமானவை அல்ல. அவற்றுள் சில சிதைந்துள்ளன. இதுவரையும் கூறியதிலிருந்து இந்தக் கோயிலைப்பற்றி மறைந்து போன எத்தனையோ பல செய்திகளை அறிந்துக் கொள்கிறோம்.

திருக்கோயில் : மார்ச் 12:6, 1978.

முப்புரம் எரித்த முதல்வன்

மாமல்லபுரம், தமிழர்களின் சிற்பக் கலைக்கு ஒரு பெருஞ்சிறப்பிடம். அங்கே எத்தனையோ பல, அழகிய வியத்தகு சிற்பங்கள் சிறப்புற அமைந்துள்ளன. எழில் கனிந்த அச் சிற்பங்களுள் ஒன்றின் படத்தினை, யான் அண்மையிற் காண நேர்ந்தது. அதனைப் பேராசிரியர் திரு. பண்டித இராம. மீனாட்சிசுந்தரம் பிள்ளை எம்.ஏ. அவர்கள், எனக்கு அனுப்பி வைத்ததுடன், அதற்குரிய விளக்கத்தினைத் தருமாறும் கேட்டிருந்தார்கள்.

இந்தச் சிற்பத்தின் படத்தைக் கண்ட போது, நான் பெரிதும் வியப்பு அடைந்தேன். சிவபெருமானுடைய விரட்ட மூர்த்தங்களில் ஒன்றான திரிபுராந்தக மூர்த்தியின் திருவுருவம் அது. திரிபுராந்தக மூர்த்தியின் நின்ற கோலமாக அமைந்த சிற்ப உருவங்களைத் தான் நான் கண்டிருந்தேன். இருந்த கோலமாக அமைந்த திரிபுராந்தக மூர்த்தியின் சிற்ப உருவத்தை இதற்கு முன்பு நான் கண்டது இல்லை. ஆகவே அந்தப் படத்தைக் கண்டு வியப்பு அடைந்தேன்.

இந்தப் படத்தைப் பார்க்கும் போது, சிவபெருமான் தம்முடைய இடது கையில் பிடித்துள்ள நீண்ட வில் முதலில் நம்முடைய கருத்தைக் கவர்கின்றது. உடனே இது கோதண்டராமன் திருவுருவம் என்று நினைக்க தோன்றுகிறது. இவ்வுருவத்தின் மற்றக் கைகளில் காணப்படுகின்ற மற்ற ஆயுதங்களைக் காணும் போது தான் இது கோதண்டராமன் உருவம் அன்று, சிவபெருமானுடைய உருவம் என்பதை உணர்கிறோம்.

உயரமான ஆசனத்தின் மேலே கம்பீரமாகவும் உவகையோடும் அமர்ந்திருக்கிற சிவபெருமான் சடா மகுடத்துடன் நான்கு திருக்கைகளுடனும் காட்சியளிக்கிறார். வலது காலை மடக்கி ஆசனத்தின் மேல் படிய வைத்து இடது காலை தொங்க விட்டு சிவபெருமான் சுகாசன மூர்த்தமாக அமர்ந்திருக்கிறார். நாண் ஏற்றிய வில்லைத் தரையில் ஊன்றி அதை இடதுக் கையினால் பிடித்திருக்கிற இவர், வலது கையிலே அம்பு ஒன்றை ஏந்திக் கொண்டிருக்கிறார். கூர்மையான அம்பின் தலைப் புறம் கீழ்நோக்கியும், இறகுகளுடன் கூடிய வால்புறம் மேல் நோக்கியும் இருக்கிறது.

அம்பின் சிறகுகளின் மேலே அக்கினித் தேவனின் உருவம், மிகுந்த கோபத்துடன் காட்சியளிக்கிறது. அம்போடு சேர்ந்தாற் போல அக்கினித் தேவனின் உருவம் காணப்படுகிற போதிலும், அக்கினி தேவன் அம்புடன் இணைந்திருக்க வில்லை. இந்த அம்பு சாதாரண அம்பு அன்று தீயைக் கக்கும் “எரிமுகப் பேரம்பு” என்பதைக் காட்டுவதற்காகவே அம்புடன் சேர்ந்திருப்பது போலத் தீக்கடவுளின் உருவத்தை அமைத்திருக்கிறார், இந்த உருவத்தை அமைத்த சிற்பக் கலைஞர்! தீக்கடவுளின் முகத்தைச் சூழ்ந்து தீச்சுடர் அனலைக் கக்கிக் கொண்டு எரிகிறது.

தீக்கடவுளின் கண்களும், கோரைப் பற்களும் அவர் சினங்கொண்டு சீறுவதைக் குறிக்கின்றன. “இதோ எரித்து விடுகிறேன் பார்” என்று சினத்தினால் துடித்துக் கொண்டிருப்பது போலத் தீக்கடவுளின் அமைந்திருக்கிறது. சிவபெருமான் கையிலுள்ள அம்பு, அனலைக் கக்கும் எரிமுக அம்பு என்பதைத் தெரிவிப்பதற்காகத் தீகடவுளின் உருவத்தை அம்புடன் சேர்த்துச் சிற்பக் கலைஞர் சித்தரித்துக் காட்டியுள்ளார். சிவபெருமான் எரிமுகப் பிழம்பினால் திரிபுரத்தை எரித்தார் என்று சாசனம் கூறுகிறது.

“திரிபுரம் எரியத் தேவர் வேண்ட
எரிமுகப் பேரம்பு ஏவல் கேட்ப”
என்று சிலப்பதிகார காவியம் கூறுவது காண்க.
சிவபெருமான் திரிபுரம் எரித்ததை, மாணிக்கவாசகர் தாம் அருளிய திருவுந்தி ஊரில் அழகாகக் கூறுகிறார்.

“வளைந்தது வில்லு விளைந்தது பூசல்

உனைந்தன முப்புரம் - உந்தீபற
ஒருங்குடன் வெந்தவாறு -உந்தீபற

ஈரம்பு கண்டிலம் ஏகம்பர் தம் கையில்
ஓரம்பே முப்புரம் - உந்தீபற
ஒன்றும் பெருமிகை - உந்தீபற"

ஏகம்பர் (ஏக+அம்பர்-ஒரே அம்பை உடையவர்) ஆகிய சிவ பெருமான் கையில், அம்பு (இரண்டு அம்பு) இல்லை; ஒரே அம்புதான் இருக்கிறது. அந்த ஒரு அம்பைக் கொண்டே அவர், முப்புரத்தை எறித்து அழித்து விட்டார். இந்தக் கருத்தை, இவ்வுருவத்தை அமைத்த சிற்பி வெகு நன்றாகக் காட்டியுள்ளார். சிவபெருமான் கையில் ஒரே ஒரு அம்பை மட்டும் காட்டியிருப்பது மாத்திரம் அன்று. அம்பறாத் தூணி இந்தச் சிற்பத்தில் காணப்பட வில்லை. வில்லைக் கொண்டு அம்பு எய்தியவர்களுக்குத் தோளில் அம்பாறத் தூணி அவசியம் இருக்கும். ஆனால், ஏகாம்பரராகி சிவபெருமானுக்கு அம்பறாத் தூணித் தேவையில்லை. ஏனென்றால் அவர் ஏக அம்பர்! இந்தக் கருத்தை வெகு நன்றாக விளக்கி யிருக்கிறார். இந்தச் சிற்ப உருவத்தைப் பார்க்கிறவர்களுக்கு இந்த நுட்பமான பார்வையும் வேண்டும். சாத்திரக் கருத்தைத் தெரிவிக்கத் தானே சிற்ப உருவங்கள் அமைக்கப்படுகின்றன.

மேலும் இந்தச் சிற்ப உருவத்தை ஆராய்பவர், சிவபெருமானுடைய மற்றொரு வலது கையில் மழுவும் சூலமும் காட்சி அளிக்கின்றன. (மழு கோடாரி). இந்த ஆயுதங்கள் பொதுவாகச் சிவபெருமானுடைய மூர்த்தங்கள் எல்லாவற்றிலும் காணப்படுவது வழக்கம். மழுவும் சூலமும் வெவ்வேறு தண்டுகளில் அமையாமல் இரண்டும் ஒரே தண்டில் அமைந்துள்ளன. சிவபெருமானுக்கே உரிய இந்த ஆயுதங்கள் இந்தச் சிற்பத்தில் அமையவில்லையானால், இந்த உருவத்தைக் கோதண்டராமன் உருவம் என்று கருத வேண்டியிருக்கும்.

சிவபெருமானின் இடது காலின் பக்கமாக, தண்டாயுதம் போன்ற ஒரு ஆயுதம் தொடையின் மேல் சாய்ந்துகிடக்கிறது. இடது தொடையின் மேல் சாய்ந்து கிடக்கிற இந்த ஆயுதத்தையும், வில்லையும், சிவபெருமான் தம்முடைய மற்றொரு இடது கையினால் அணைத்துக் கொண்டிருக்கிறார். கனத்ததாகக் காணப்படுகிற இந்த ஆயுதத்தைக் காண்கிறவர் சிலர், இது தண்டாயுதம் என்றும், இதை வைத்துக் கொண்டிருக்கிற இந்த உருவம் துவார பாலகனின் உருவம் என்றும் கருதுவர். உண்மையில் தண்டாயுதம் அன்று. கட்டங்கம் அல்லது கட்டுவாங்கம் என்னும் ஆயுதம் இது. கட்டுவாங்கம் என்பது ஒரு கோயிலின் தலைப்பில் முழுமையான மண்டையோட்டைக் கட்டி வைத்திருக்கும் ஓர் ஆயுதம்! இது சிவபெரு மானுக்கே உரியது. அப்பர் சுவாமிகளின் தேவராத்தில் இது குறிக்கப் படுகிறது. பல்லவர்கள் காலத்துச்

சிற்ப உருவங்களில் இது சாதாரணமாகக் காணப்படுகிறது. கட்டுவாங்கத்தைச் சுற்றிக் கொண்டு ஒரு நாகப்பாம்பு படமெடுத்து ஆடுவதை இடது கைக்குக் கீழே காண்க.

சிவபெருமானுக்கு இடது புறத்தின் மேலே இன்னொரு முத்தலை நாகம் படமெடுத்து ஆடிக்கொண்டிருக்கிறது. நஞ்சுண்டவராகிய சிவபெருமானுக்கு நாகப்பாம்புகள் உகந்த அணிகலன்களாக உள்ளன என்று சாத்திரங்கள் கூறு-கின்றன.

அம்பையும் மழுவையும் பிடித்திருக்கிற விரல்களின் அமைப்பைப் பாருங்-கள். இவற்றைக் கல்லில் அமைத்தச் சிற்பக் கலைஞரின் நுண்ணறிவை இவை புலப்படுத்துகின்றன.

திரிபுராந்தகமூர்த்தி அவுணர்களின் முப்புரங்களை எரிமுகப் பேரம்பினால் எய்து எரியச் செய்து அழித்தார் என்பது புராணக் கதை. இது பாமர மக்-களுக்காகக் கூறப்படுவது. இதற்குச் சாத்திரக்கருத்தும் உண்டு. அது சைவ சித்தாந்தக் கருத்து இக்கருத்தைத் திருமூல நாயனார், தமது திருமந்திரப்-பாட்டு ஒன்றில் நன்றாக விளக்கிக் கூறுகிறார்.

"அப்பணி செஞ்சடை ஆதி புராதனன்
முப்புரம் செற்றனன் என்பர்கள் மூடர்கள்
முப்புர மாவன மும்மல காரியம்
அப்புரம் எய்தமை யார் அறிவாரே"
என்பது அச்செய்யுள்.

கருங்கல்லிலே புடைப்புச் சிற்பமாக அமைந்துள்ள இந்த அருமையான சிற்-பம், ஏறத்தாழ மூன்று அடி உயரமும், இரண்டரை அடி அகலமும் உள்ளது.

இது அமைக்கப்பட்ட காலம் எது என்பதை ஆராய்வோம். சிவபெருமான் அமர்ந்திருக்கிற ஆசனத்தின் அமைப்பையும், அவர் அணிந்திருக்கிற ஆடை ஆசனத்தின் மேலே தொங்கிக் கொண்டிருக்கிற அமைப்பும், பல்லவ அரசர் காலத்துச் சோமாஸ் கந்த மூர்த்தியின் அமைப்புப்போலக் காணப்படுகின்றது. மேலும் இவர் அணிந்திருக்கிற தடித்த பூணூல், பல்லவர் காலத்துச் சிற்பங்-களில் காணப்படுவது போலவே இடது தோளின் மேலிருந்து மார்பின் மேல் வந்து வலது கையின் மேல் செல்லுகிறது.

இவ்வித அமைப்புகளைக் கொண்டு, இந்தச் சிற்பம் பல்லவ அரசர் காலத்துச் சிற்பம் என்று உறுதியாகக் கூறலாம். இது மாமல்லபுரத்துக் கடற்-கரைக் கோவிலைச் சேர்ந்து காணப்படுகிறபடியால், அக் கோயில் அமைக்-கப்பட்ட காலத்தில் சிற்பம் அமைக்கப்பட்டிருக்க வேண்டும். கடற்கரைக் கோயிலை அமைத்தவன் சிம்மன் என்னும் இரண்டாம் நரசிம்மன் ஆகை-யால், அவர் காலத்தில் சிற்பமும் அமைக்கப்பட்டிருக்க வேண்டும். அதவாது இன்றைக்கு ஆயிரத்து நூறு ஆண்டுகளுக்கு முன்பு அமைக்கப்பட்டிருக்க

வேண்டும்.

இந்தச் சிற்ப உருவம், அருமையானக் கலைச் செல்வம்! நமது நாட்டிலே மூளை முடுக்குளில் போற்றுவார். அற்றுஅருமை பெருமை தெரியாமல் கிடக்கிற ஆயிரக்கணக்கான சிற்பக் கலைச் செல்வங்களில் இது ஒன்று. கடலிலிருந்து வீசும் குளிர்ந்த உப்பங் காற்றினாலும், வெண்பனி மழையினாலும் தாக்குண்டு மழுங்கிப் போய், ஆயிரத்து இருநூறு ஆண்டுகள் உயிருக்கு ஊசலாடிக் கொண்டிருக்கிறது.

திரிபுராந்தக மூர்த்தமாக அமைந்துள்ள இந்தச் சிற்ப உருவம், புராணக் கருத்தையும், சித்தாந்தக் கருத்தையும் எவ்வளவுத் தெளிவாகக் காட்டுகின்றது! இந்த உருவத்தில் காணப்படுகின்ற மழு, திரிசூலம், நாகப்பாம்பு முதலிய பொருள்களுக்கெல்லாம் ஒவ்வொரு சாத்திரக் கருத்து உண்டு. அவற்றை எல்லாம் இங்கு எழுத வேண்டிய அவசியம் இல்லை. இத்தகைய அருமையான சிற்ப உருவத்தைப் போற்றிப் பாதுகாக்க வேண்டியது நம் அனைவருக்கும் உரிய கடமையாகும்.

திருக்கோயில் : ஜூலை, 1968.

திருப்பாலைவனம்

இந்த ஊருக்கு 4,5, ஆண்டுகளுக்கு முன்பு வந்திருக்கிறேன். இந்த ஊர்க் கோயிலை (கோயில் கட்டடத்தைப்) பார்ப்பதற்காகவே வந்தேன். பகலில் வந்து கோயிலை பார்த்து விட்டு உடனே திரும்பிவிட்டேன், பஸ்வசதி இல்லாத காரணத்தினால். கோயில் கட்டட அமைப்புகளில் ஏழுவிதமான விமானங்கள் சொல்லப்படுகின்றன. அந்த விமான அமைப்புகள் சிலவற்றை அப்பர் சுவாமிகளும் தமது தேவாரத்தில் கூறுகிறார். அவ்விதமான அமைப்புக்களில் ஆலக்கோயில் அல்லது யானைக் கோயில் என்பதும் ஒன்று.

ஆலக் கோயில் என்றால் ஆனைக் கோயில். ஆனைக் கோயில் கட்டடங்களைக் கஜபிருஷ்ட விமானம் என்று சிற்பசாஸ்திரங்களில் பெயர் கூறப்படுகிறது. கஜபிருஷ்ட விமானக் கோயில்களாகிய ஆனைக் கோயில் கட்டங்கள் தொண்டைநாட்டில் (தொண்டை மண்டலத்தில்)தான் அதிகமாக இருக்கின்றன. சோழ நாட்டில் சில யானைக் கோயில்கள் மட்டும் இருக்கின்றன. பாண்டி நாட்டிலும் சேர நாட்டிலும் கஜபிருஷ்ட விமானக் கோயில்கள் நானறிந்த வரையில் இல்லை. தென் கன்னட மாவட்டத்தில் சில கோயில்கள் கஜபிருஷ்ட அமைப்பாக அமைந்திருக்கின்றன.

தொண்டை மண்டலத்தில் இருக்கிற ஆனைக் கோயில் கட்டடங்கள் பலவற்றை நேரில் போய்ப் பார்த்திருக்கிறேன். ஆனைக் கோயில் கட்டடங்களில் அடிப்படையான அமைப்பில் மாறுதல் இல்லை. ஆனால், அந்தக் கட்டடங்களின் சிறப்பு அமைப்புகள் (உறுப்புகளின் அமைப்புகளில்) ஒவ்வொரு கோயிலிலும் வெவ்வேறு வகையான புதுமைகள் அமைந்திருக்கின்றன. இந்த

திருப்பாலை வனத்து ஆனைக் கோயிலின் அமைப்பு தனிப்பட்ட அமைப்புடன் அழகும் உடையது. மற்ற ஆனைக் கோயில்களின் அமைப்பைப் பார்த்துவிட்டு இந்தக் கோவிலின் அமைப்பைப் பார்த்தால் தான் இதனுடைய புதுமையான சிறப்பு நன்றாகத் தெரியும். மற்ற ஆனைக்கோவில்களின் அமைப்பைப் பாராதவர்கள் இந்தக் கோவில் கட்டட அமைப்பை மட்டும் பார்ப்பார்களானால் இதனுடைய அருமையும் பெருமையும் நன்கு அறியமாட்டார்கள்.

இந்தத் திருப்பாலைவனத்து யானைக் கோயில்போல அமைந்திருக்கிற இன்னொரு கோயில் (நான்கண்டவரையில்) காஞ்சிபுரத்துக்குத் தெற்கே மாகறல் என்னும் ஊரில் இருக்கிற சிவன் கோயில் கட்டடம் ஆகும். ஆனால், மாகறல் ஆனைக் கோயிலை விட திருப்பாலை வனத்து யானைக் கோயிலில் அழகான சிறப்புகள் இருக்கின்றன. இந்தக் கோவில், பிற்காலச் சோழர் ஆட்சியில் ஏறக்குறைய கி.பி. 12-ஆம் நூற்றாண்டில் கட்டப்பட்டது. திருப்பாலைவனம் என்னும் ஊரின் பெயரை பார்க்கும்போது இவ்வூரில் பண்டைக் காலத்துப் பாலைமரங்கள் அதிகமாக இருந்தன என்பதை அறிகிறோம். பாலைமரம் இந்தக் கோவிலின் ஸ்தல விருக்ஷமாக இருக்கிறது.

இவ்வளவு அழகான கட்டடம் உள்ள இந்தக் கோயிலைப் பற்றி ஒரு நல்ல அழகான புத்தகம் ஒன்றை இக்கோவில் அதிகாரிகள் வெளியிடுவார்களானால் நலமாக இருக்கும். யாரும் இல்லாத காட்டிலே ரோஜாவும், மல்லிகையும், தாமரையும் அழகாகப் பூத்திருக்குமானால் அவற்றின் அழகு ஒருவருக்கும் தெரியாமலே போகும். அப்படித்தான் இருக்கிறது இந்தக் கோவிலின் செய்தி. இதன் அருகில் உள்ள பழவேற்காடு என்னும் ஊர். பழவேற்காட்டைப்பற்றிச் சில செய்திகள் சொல்ல விரும்புகிறேன். பாலைமரங்கள் இருந்த இடம் பாலைவனம் (திருப்பாலைவனம்) என்று பெயர் பெற்றதுபோல, வேல்காடு (வேல மரக்காடு) இருந்த இடம் வேற்காடு என்று பெயர் பெற்றது.

பழவேற்காடு என்றால், பழமையான வேல்காடு என்பது பொருள். பூந்தமல்லிக்கு அருகில் திருவேற்காடு என்னும் ஊர் உண்டு. அந்த ஊரிலும் ஒரு கஜபிருஷ்ட விமானக் கோயில் (ஆனைக் கோயில்) உண்டு. மரங்கள் நிறைந்த காடுகள் பிற்காலத்திலே ஊர்களாக மாறிய போது, அந்தந்தக் காடுகளின் பெயரே அந்தந்த ஊர்களுக்கு பெயராக அமைந்துவிட்டன. ஆர்க்காடு, வேற்காடு, ஆலங்காடு, காய்க்காடு, மாங்காடு, தில்லைவனம், பாலைவனம், கடம்பவனம் முதலிய பெயர்கள் எல்லாம் அவை ஆதிகாலத்தில் அந்தந்த மரங்களையுடைய காடுகளாக இருந்தன என்பதைத் தெரிவிக்கின்றன.

பழவேற்காட்டிலே, 350 ஆண்டுகளுக்கு முன்னே ஐரோப்பாக் கண்டத்திலிருந்து டச்சுக் காரர்கள் வந்தார்கள். வந்து 1610-ல் ஒரு கோட்டையைக் கட்டி அதில் இருந்து வியாபாரம் செய்தார்கள். அந்த வாணிகம் முக்கியமாக மலாக்கா, மலேயா நாடுகளுடன் நடைபெற்றது. ஆகவே பழவேற்காடு

ஒரு நல்ல துறைமுகப் பட்டினமாக அமைந்தது. டச்சுக் காரர்கள் ஹாலண்டு தேசத்திலிருந்து வந்தவர்கள். இவர்களுக்குத் தமிழில் உல்லாந்தர் ஒல்லாந்தர் என்றும் பெயர் வழங்கிற்று. ஒல்லாந்தர் இருந்த பழவேற்காட்டுக் கோட்டையை கி.பி. 1781-இல் ஆங்கிலேயர் கைப்பற்றி அரசாண்டார்கள். ஆங்கிலேயர் பழவேற்காட்டைப் புலிக்காட் என்றனர். புலிகள் உள்ள காடுகள் அல்ல. பழவேற்காடு என்னும் சொல் ஆங்கிலேயன் வாயில் நுழையாமல் புலிகாட் ஆயிற்று.

பழவேற்காட்டுக்குத் தெற்கே கடற்கரையோரமாக இருப்பது சிந்தாமணி-கோயில் என்பது. சிந்தாமணி கோவிலுக்குக் கீழைக்கோ கர்ணம் என்னும் பெயரும் உண்டு. ஏனென்றால், மேற்குக் கடற்கரை ஓரமாக, தென் கன்னடம் மாவட்டத்தில் கோகர்கர்ணம் என்னும் ஒரு க்ஷேத்திரம் இருக்கிறது. அதற்கு நேர்கிழக்கில் இந்தச் சிந்தாமணி கோயில் இருப்பதனால் இதற்குக் கீழைக்-கோகர்ணம் என்று பெயர். இந்த இடத்தில், சோழர் காலத்தில் ஒரு துறை-முகம் இருந்ததென்று அங்குள்ள சாசனத்தினால் தெரிகிறது.

சிந்தாமணி கோயிலுக்குத் தெற்கே திருக்காட்டுப் பள்ளி என்னும் ஊர் இருக்கிறது. சாதாரணமாகக் காட்டுப் பள்ளி என்று கூறுவார்கள். திருக்காட்டுப் பள்ளியில் யஜ்ஞுமட்டன் என்பார் யஜ்ஞேஸ்லாம் என்னும் கோயிலைக் கட்டினான். இந்த யஜ்ஞு பட்டம், நந்தி வர்மனுடைய புரோகிதன் மூன்றாம் நந்திவர்மன் என்றும் தெள்ளாறெறிந்த நந்திவர்மன் என்றும் கூறப்படுகிற நந்திக் கம்பலத்தின் தலைவனாகிய நந்திவர்மனுடைய புரோகிதன். திருக்காட்டுப்பள்ளிக் கோவிலுக்கு தெள்ளாறெறிந்த நந்திவர்மன் நிலங்களைத் தானம் செய்திருக்கிறான் என்பதை அவனுடைய செப்பேட்டுச் சாசனத்தினால் அறி-கிறோம்.

கடைசியாக பழவேற்காட்டு ஏரியைப் பற்றிச் சொல்ல வேண்டும். இந்த ஏரி இப்போது கடலுடன் சேர்ந்து கடலின் ஒரு பகுதியாக ஆகிவிட்டது. முற்-காலத்தில் இது காயல் ஆக இருந்தது என்று கூறுவர். கடற்கரை ஓரமாக இருந்த காயல்களின் ஊர்களும் இருந்தன. பிறகு கடல் பெருக்கெடுத்து காயலில் புகுந்து பெரியதோர் ஏரியாக மாறிவிட்டது. பழவேற்காட்டு ஏரியின் நீளம் ஏறக்குறைய 37 மைல். அகலம் சில இடங்களில் 11 மைல். சில இடங்களில் 3 மைல். சென்னைப் பட்டினத்துக்கு வடக்கே 14 மைல் தூரத்-தில் எண்ணூார் என்னும் ஒரு ஊரில் ஒரு காயல் இருக்கிறது. சென்னை சாக்ரின் பேசினிலிருந்து ஒரு கால்வாய் 1802-இல் வெட்டி இதனுடன் இணைக்கப்பட்டது. பிறகு எண்ணூர் காயலிலிருந்து 154 ஆண்டுகளுக்கு முன்பு 1806-இல் கந்தப்பிள்ளை கால்வாய் என்னும் ஒரு கால்வாய் வெட்டி பழவேற்காட்டு ஏரியுடன் இணைக்கப்பட்டது படகு போக்குவரத்துக்காக.

பழவேற்காட்டு ஏரியை 'கடல் கொண்ட சகாகதிநாடு' என்று ஒரு சாசனம் கூறுகிறது. (காகந்தி - காவிரிப்பூம்பட்டினம். பூம்புகார்)

திருப்பாலைவனம், பழவேற்காடு இரண்டும் செங்கற்பட்டு மாவட்டத்தின் பொன்னேரி தாலுகாவில் உள்ளன. இந்த மாவட்டத்தின் பழைய பெயர் பையூர்க் கோட்டம் என்று கூறப்படுகிறது. பையூர்க் கோட்டத்தின் வடக்கே பையூர் இளம் கோட்டம் என்னும் ஒரு கோட்டம் கூறப்படுகிறது சாசனங்களில். பையூர்க் கோட்டமும் பையூர் இளங்கோட்டமும் ஒரே கோட்டங்களா என்பது ஆராய்ச்சிக்கு உரியது.

பண்டைக்காலத்திலே தொண்டைமண்டலம் 24 கோட்டங்களாகப் பரிக்கப்பட்டிந்தது. சோழ, பாண்டி, சேர நாடுகளில் கூற்றங்கள் இருந்தன. கோட்டமும் கூற்றமும் ஒன்றே. ஒவ்வொரு கோட்டமும் இரு நாடுகளாகவும் பிரிக்கப்பட்டிருந்தன. அதாவது பல கிராமங்கள் சேர்ந்தது நாடு. சில நாடுகள் சேர்ந்தது கோட்டம் அல்லது கூற்றம். இவ்வாறு இருந்த பழய நிலப் பிரிவு ஆங்கிலேயர் காலத்தில் வேறு பெயர் பெற்றது. ஆங்கிலேயர் இந்நாட்டைக் கைப்பற்றி அரசாளத் தொடங்கிய போது, கர்நாடக நவாப்பு குடும்பத்தை சேர்ந்த ஒருவரை, ஆட்சி செய்வதற்கு எளிதாக நாட்டைப் பிரித்துத் தரும் படி கேட்டுக் கொண்டார்கள். கேட்டுக் கொள்ளப்பட்ட அந்த முஸ்லீம் உத்தியோகஸ்தர், பிர்க்கா, தாலுகா, ஜில்லா என்று பிரித்துக் கொடுத்தார். அதன் படியே ஆங்கிலேயர் பெயரிட்டு ஏற்றுக் கொண்டார்கள். அக்காலம் முதல் பழைய கோட்டம், நாடு என்னும் பிரிவுகள் மறக்கப்பட்டு விட்டன. அவை இப்போது சாசனங்களில் மட்டும் காணப்படுகின்றன.

செங்கற்பட்டு மாவட்டத் தமிழ் எழுத்தாளர் சங்கம் முதலாவது மாநாட்டு மலர். ஏப்ரல், 1963.

வரகுண பாண்டியனின் கல்வெட்டு

இரண்டாம் வரகுண பாண்டியன் கி.பி. 2ஆம் ஆண்டில் முடிசூடிப் பாண்டியநாட்டை அரசாண்டான். ஒன்பதாம் நூற்றாண்டின் பிற்பகுதியில் இருந்தவன். மிக்க சிவபக்தியுள்ளவன். இவன் காலத்துக்கு முன்னே (ஏறத்தாழ ஒரு நூற்றாண்டுக்கு முன்புதான்), அப்பர் சுவாமிகளும் திருஞானசம்பந்த சுவாமிகள், தமிழ் நாடெங்கும் பக்தி இயக்கத்தைப் பரப்பிச் சைவ சமயத்தை வளர்த்துச் சென்றனர். இந்தப் பாண்டியனின் காலத்தில் பக்தி இயக்கம் மறைந்து விடவில்லை. அவன் காலத்திலே சுந்தரமூர்த்தி சுவாமி வாழ்ந்திருந்து, சமயப் பிரசாரம் செய்தனர்.

இவனுடைய காலத்தில் அரசியல் குழப்பங்கள் அதிகமாக இருந்தன. இவன் பகையரசருடன் பல போர்களைச் செய்ய வேண்டியவனாக இருந்தான். ஆனால் எந்தப் போர்களுக்கு இடையேயும், சிவ பக்தனான இவன் சைவத் தொண்டுகளைச் செய்துகொண்டிருந்தான். வரகுணனுக்கு சிவ லோகம் காட்டிய திருவிளையாடல் போன்ற சில திருவிளை யாடல்கள், இவன் காலத்தில் நிகழ்ந்ததாகத் தெரிகின்றது.

திருச்செந்தூரில் உள்ள முருகப் பெருமான் திருக்கோயிலில், வரகுண-பாண்டியனுடைய நீண்ட கல்வெட்டுச் சாசனம் ஒன்று காணப்படுகின்றது. இவன் திருச்செந்தூர் முருகப் பெருமானுக்கு நித்தியக்கலைகளை அமைத்-ததை, இந்தச் சாசனம் கூறுகிறது. 1400 பொற்காசுகளை, இவன் இந்தக் கோயிலுக்குத் தானம் செய்து, முதல் கெடாமல் அதன் வட்டிப் பாதியிலிருந்து நித்திய பூசை நடைபெற ஏற்பாடு செய்ததை இச்சாசனத்திலிருந்து கூறுகி-றோம். இந்தப் பாண்டியனிடத்தில் காவலர்களாக இருந்த இருப்பைக்குடிக்-கோன்! அளற்று நாட்டுக்கோன், 'சாத்தம் பெருமான் என்பவர்களிடம் இந்தப் பொற் காசுகளைக் கொடுத்தனுப்பி, நித்திய பூசைகள் நடைபெறுவதற்கு இவ்-வரசன் ஏற்பாடு செய்தான். இதிலிருந்து அந்தக் காலத்தில் (1100 ஆண்டு-களுக்கு முன்னரே) திருச்செந்தூர் முருகப் பெருமான் கோயிலில் நடைபெற நித்திய பூசைகளின் விவரம் நன்கு தெரிகின்றது. அதனைக் கீழே தருகி-றோம்:-

சுப்பிரமணி படாரர் கோயில், திருமூலத் தானத்துக்குப் படாரர்க்கு உரிய நித்-தியப்படி விவரம் பின்வருமாறு:-

திருவமுது : அரிசி, செந்நெற்றீட்டல் ஒருவேளைக்கு நானாழியாக, நான்கு வேளைக்கு அரிசி பதினாறு நாழி.

நெய்யமுது: திருவமுதுக்குப் பசுவின் நறுநெய், ஒரு வேளைக்கு நாழி. ஒரு வேளைக்கு உழக்கு "கறி துமிக்கவும் பொரிக்கவும் ஒரு வேளைக்கு ஆழாக்காக நான்கு வேளைக்கு நெய்யமுது நாழி உரி''

தயிரமுது: நிவேதிக்க தயிரமுது ஒரு வேளைக்கு ஒரு நாழி. கடுத்தயிர் அமுது ஒரு வேளைக்கு உரி. ஆகநான்கு வேளைக்குப் பசுவின் தோய் தயிர் ஆறு நாழி.

வாழைப்பழ அமுது: ஒரு வேளைக்கு நான்கு பழமாக நான்கு வேளைக்கு வாழைப்பழம் பதினாறு.

சர்க்கரை அமுது: ஒரு வேளைக்கு ஒரு பலமாக நான்கு; வேளைக்கு நான்கு பலம்.

கறி அமுது: காய்கறி ஒன்று, புளிங்கறி ஒன்று, புழுக்குக் கறி ஒன்று, பொரிக்கறி ஒன்று ஆகக் கறி அமுது நான்கினுக்கு ஒரு வேளைக்குப் பத்-துப்பலமாக நான்கு வேளைக்குக் கறி அமுது நாற்பது பலம்.

காயம் : மிளகு அமுது, மஞ்சளமுது, சீரக அமுது, சிறுகடுகு அமுது, கொத்தம் பரி அமுது; ஆகக்காயம் ஐந்து. இவை ஒரு வேளைக்கு முருச்-செவிடாக நான்கு வேளைக்கு காயம் உழக்கே இரு செவிடு.

கும்மாயம் : (கும்மாயம் என்பது சிறுபயற்று அவியலுடன் வெல்லமும் நெய்யும் கலந்து செய்வது). இதற்குச் சிறு பயற்றுப் பருப்பு ஒரு வேளைக்கு உரியாக நான்கு வேளைக்கு இரு நாழி சிறுபயிறு.

இலை அமுது : (இது இலையமுது என்றும், வெற்றிலை அமுது என்றும் கூறப்படும்). ஒரு வேளைக்கு மூவடுக்காக நான்கு வேளைக்கு வெற்றிலை அமுது மூன்று பற்று".

அடைக்காயமுது : (பாக்கு அமுது). ஒரு வேளைக்குப் பதினான்கு. நான்கு வேளைக்கு அடைக்காயமுது ஐம்பத்தாறு.

திருநந்தா விளக்கு : விளக்கு ஒன்றுக்கு உரிநெய். ஐந்து திருவிளக்குப் பசுவின் நறு நெய் நியதி இருநாழி உரி.

திருமஞ்சனம்: (அபிஷேகம்) பசுவின்பால் நியதி (நாள் ஒன்றுக்கு) நானாழி, பசுவின் தயிர் நானாழி, இளநீர் வழுவை உட்பட நாழி இள நீருக்கு இள நீராக நியதி இள நீர் எட்டு.

திருப்பள்ளித்தாமம்: பூமாலை, நாள் தோறும் அளக்கக்கடவ நறும்பூ பத்து நாழி.

பயிற்றுப்பொரி: சிறுப்பயிற்றுப் பொரிக்காக நாழி உழக்கு.

பற்று மஞ்சள்: திருமேனிபூசி அருளமேற்றோல் சிதைத்த பற்று மஞ்சள் நியதி உழக்கு.

வெண்கூறை: (கூறை - ஆடை). மூன்று மாதத்துக்கு நான்கு இணை (ஜோடியாக ஓராண்டு நான்கு முறைக்கு வெண்கூறை பதினாறு இணை.

மேற்கட்டிப் புடவை: திருமடைப்பள்ளிக்கு மேற்கட்டியாகப் புடவை (துணி) இரண்டு. ஆறு திங்களுக்கு ஈரிணை; ஓராண்டு இரண்டு முறைக்குப் புடவை நால் இணை.

தூபம்: ஸ்ரீ தூபம் சீதாரியினுக்கு வேண்டும் உறுப்பு அகில் உட்படக் கற்பூரமும் தேனும் நியதி அரைக்காணம் விலைபெற இடுவது.

மேற்கட்டு வெண்கூறை :- கர்ப்பக்கிருகத்துக்கு மேற்கட்டி வெண்கூறை (துணி) இரண்டு. ஆறு திங்களுக்கு நாலு இணையாக ஓராண்டு இரண்டு முறைக்கு வெண்கூறை எட்டு இணை,

திருப்பலி : திருப்பல்லிக்குப் பசுவின் தோய் தயிர் நாள் ஒன்றுக்கு நாழி.

கொற்று தட்டளி கொட்டிகளுக்கு (வாத்தியம் வாசிப் போருக்கு), கொற்று (சோறு), திங்கள் ஒன்றுக்கு நாலுகலம் பத்துக் குறுணி நாழி உரியாக, பன்னிரண்டு திங்களுக்கு நெல்லு நிறைமதி நாராயத்தால் ஐம்பத்தேழுகலம்.

ஸ்ரீஉடையாடை:- மூன்று திங்களுக்கு ஓர் இணையாக நான்கு முறைக்கு ஸ்ரீஉடையாடை.

நாலிணை: இன்னொரு ஸ்ரீஉடையாடை ஆண்டுக்கு நாலிணை.

திருமஞ்சன நெய்: "திருமஞ்சனம் ஆடி அருளப் பசுவின் நறுநெய் நியதி நான்குநாழி.

சந்தனக் குழம்பு : "திருமேனி பூசும் சந்தனக் குழம்புச் சந்தனம் நியதி முப்பலம்.

கற்பூரம்: திருமேனி பூசும் திருச்சந்தனத் தோடு கட்டி அரைக்கும் கற்பூரம் நியதி ஏழரைக் காணம்.

திருமஞ்சன இளநீர்: "திருமஞ்சனம் ஆடி இளநீர் வழுவை (வழுக்கை) உட்பட, நியதி இருநாழியினுக்கு நாழி இளநீருக்கு நாலிள நீராக, நியதி இடும் இளநீர் "எட்டு"

(குறிப்பு : கற்பூர தீபம் இதில் குறிப்பிடவில்லை. அக்காலத்தில் கற்பூரத்-தீபம் வழக்கத்தில் இல்லை போலும். அது பிற்காலத்தில் ஏற்பட்ட வழக்கமாக இருக்கலாம். தேங்காய் உடைப்பதும் குறிப்பிடப்படவில்லை. இதுவும் பிற்கா-லத்து ஏற்பட்ட வழக்கம் போலும். தேவாரப் பாடல்களிலும் கற்பூர தீபாரதனை குறிப்பிடப் படவில்லை).

சிவபக்தனான வரகுண பாண்டியனுடைய பக்தி, இந்தக் கட்டளையிலி-ருந்து நன்கு தெரிகிறது. இது சுந்தர மூர்த்தி சுவாமிகள் வாழ்ந்திருந்த 9-ஆம் நூற்றாண்டில் ஏற்பட்ட சாசனம் என்பது கருதத்தக்கது.

திருக்கோயில்: செப், 1968

வரகுண பாண்டியனின் திருத்தொண்டுகள்

வரகுண பாண்டியனுக்கு கோமாறஞ் கடையன் என்னும் பட்டப்பெயர் உண்டு. இந்தப் பாண்டியன், அந்தக் காலத்தில் பல்லவ இராச்சியத்தோடு இணைந்தி-ருந்த சோழ நாட்டின்மேல் படை யெடுத்துச் சென்று போர் புரிந்தான். சோழ நாட்டிலே வேம்பில் என்னும் ஊர்க்கோட்டையை முற்றுகையிட்டுக் கைப்-பற்றினான். பிறகு, நியமம் என்னும் ஊரில் தங்கியிருந்த போது, திருச்சி-ராப்பள்ளியில் மலையின் மத்தியில் உள்ள குகைக்கோயிலுக்கு 125 கழஞ்சு பொன்னைத் தானஞ் செய்தான். திருச்சிராப்பள்ளிக் குகைக்கோயில் மகேந்-திரவர்மன் என்னும் பல்லவ அரசனால் அமைக்கப்பட்டது. அந்தக் குகைக்-கோயிலில் எழுந்தருளியிருக்கும் சிவபெருமானுக்கே, வரகு ண பாண்டியன் மேற் சொன்னபடி 125 கழஞ்சு பொன்னைத் தானம் செய்தான். அந்தப் பொன்னின் வட்டியைக்கொண்டு நாள் ஒன்றுக்கு நான்கு திருவிளக்குகளை ஏற்றும்படி அவன் கட்டளை யிட்டிருந்தான். அந்தப் பொன்னைச் சிற்றம்பர் என்னும் நகரத்தார் பெற்றுக்கொண்டு, நாள்தோறும் திருக்கோயிலில் நந்தா-விளக்கு எரிக்கப் பொறுப்பேற்றுக் கொண்டனர். அந்தச் சாசனத்தின் வாசகப் பகுதி இது:

"கோமாறஞ் சடையற்கு
யாண்டு நான்கு
நான் ஈராயிரத்தைந்
நூற்றுஒன்று
வேம்பில் மதிள் அழித்துப்
போந்து நியமத்திருந்தருளிச்
சோமசூர்யான்வயத் துவய

திலகாலங்கார ராயின
பாண்டியாதி ராசர் வரகுணதேவர்
திருமலை படாரர்க்குக்
கொடுத்த பொன் பாடிக்கல்லால்
125 கழஞ்சு.”

திருச்சிராப்பள்ளி மாவட்டம் லால்குடி வட்டம் திருவெள்ளறை என்னும் ஊரில் உள்ள ஜம்புநாதசுவாமி , பாறையைக் குடைந்தமைத்த குகைக் கோயிலாகும். இந்தக் கோயிலில் சிவலிங்க உருவமாக எழுந்தருளியுள்ள சிவபெருமானுக்குத் ‘திருவெள்ளறைத் திருவானைக்கல் பெருமானடிகள்’ என்பது பழைய பெயர். (வெள்ளறை - வெள்ளைக் கல்; அறை - கல், மலை. ஆனைக்கலம் என்பது அந்த மலையின் பெயர்.) இந்தத் திருக்கோயிலில் இரண்டு திருவிளக்குகளை எரிப்பதற்காக வரகுண மகாராசன் 120 கழஞ்ச பொன்னைத் தானஞ் செய்தான். இந்தப் பொன்னின் முதல் கெடாமல், இதன் வட்டித் தொகையிலிருந்து இரண்டு விளக்குகளை எரிப்பதற்கு இவன் நிபந்தம் செய்தான்.

இந்தச் சாசனத்தின் வாசகப் பகுதி இது

“கோமாறஞ் சடையற்கு
யாண்டு நாலாவதற்கு
எதிர் ஒன்பதாவது விருச்சிக
ஞாயிற்றுத் திங்கட்கிழமை
பெற்ற அஸ்வதி முதலாக
தேவதானந் திருவெள்ளறைத்
திருவானைக்கற் பெருமானடிகளுக்கு
பாண்டி மாராசர் ஆயின
கோமாறஞ் சடையன் இரண்டு
நொந்தாவிளக்கு இரவும் பகலும்
எரிக்க அண்ட நாட்டு வேளான்
கையில் விடுத்த பொன்
120 கழஞ்சு.”

இந்தச் சாசனத்தில் கூறப்பட்டுள்ள விருச்சிக ஞாயிற்றுத் திங்கட்கிழமை பெற்ற அஸ்வதி’ என்னும் குறிப்பைக் கொண்டு கணித்தால், அந்த ஆண்டு கி.பி. 824, நவம்பர் மாதம் 7 ஆம் தேதி திங்கட் கிழமை என்று தெரிகிறது. இந்தக் குறிப்புப்படி கணித்தால் கி.பி. 874 ஆம் ஆண்டு நவம்பர் 22க்கும் பொருந்துகிறது. அண்ட நாட்டு வேளான், இரண்டாம் வரகுண பாண்டி-

யனின் காலத்தில் இருந்தவன் ஆகையால், இந்தச் சாசனம் கி.பி. 874 ஆம் ஆண்டில் எழுதப் பட்டதாகும்.

திருச்சிராப்பள்ளி மாவட்டம் லால்குடி வட்டம் சப்தரிஷீசுவரர் கோயில் சாசனங்களில் ஒன்று, கோமாறஞ் சடையனான வரகுண பாண்டியனின் சாசனமாகும். இந்த சாசனத்தில் இந்தப் பாண்டியன் இந்தக் கோயிலுக்கு இரண்டு நந்தா விளக்கு எரிக்க 120 பொன் (பழங்காசு) தானஞ் செய்ததைக் கூறுகிறது. லால்குடி என்பது, கர்நாடக நவாபு காலத்தில் (பிற்காலத்தில்) உண்டான பெயர். லால்குடி என்பதற்குச் சிவந்த நிறக் கோயில் என்பது பொருள். இவ்வூரின் பழையப் பெயர் திருவத்துறை என்பது. திருவத்துறைக் கோயிலை வடமொழியாளர் சப்தரிஷீசுவரர் கோயில் என்பர். இந்தச் சாசனத்தின் பகுதி இது:

"கோமாறஞ் சடையற்கு யாண்டு
4ஆவதின் எதிர் 9-ஆம் ஆண்டு
தனு ஞாயிற்றுச் செவ்வாய்க்
கிழமை பெற்ற சதயத்து நாள்
இடையாற்று நாட்டுத் திருத்தவத்துறை
மகாதேவர்க்கு இரவும் பகலும்
சந்திராதித்தல் இரண்டு
நொந்தாத் திருவிளக்கு எரிப்பதாக
கோமாறஞ் சடையனாயின பாண்டிய
குலபதி வரகுண மகாராயர் அண்ட
நாட்டு வேளாண் கையில்
கொடுத்த பழங்காசு 120".

திருநெல்வேலி மாவட்டம், அம்பாசமுத்திரம் வட்டம் அம்பாசமுத்திரத்தில் உள்ள எறிச்சாவுடையார் கோயிலிலும், பாண்டியன் வரகுண மகாராசன் கட்டளைகள் அமைத்தான். இச்செய்தியை இங்குள்ள சாசனம் கூறுகிறது. எறிச்சாவுடையார் கோயிலுக்கு அக்காலத்தில் வழங்கின பெயர் திருப்போத்துடையார் கோயில் என்பது.

வரகுண மகாராசன், தொண்டை நாட்டில் போர் செய்து பெண்ணையாற்றங்கரையில் உள்ள அரசூரில் தங்கியிருந்த போது இந்தக் கட்டளையை ஏற்படுத்தினான்.

"ஸ்ரீபடாரர் அனுக்கிரகத்தினால்
முள்ளி நாட்டு
இளங்கோய்க்குடி திருப்போத் துடையார்
ஸ்ரீ படாரர்க்கு

முதல் கெடமை பொலி
கொண்டு நான்கு காலமும்
திருவமுது செலுத்துவதாக வரகுண
மகாராசர் தொண்டை நாட்டுப்
பெண்ணைக்கரை அரைசூர்
வீற்றிருந்து இளங்கோய்க்குடிச்
சபையார் கையில்
கொடுத்த காசு 290".
என்று இந்தச் சாசன வாசகம் தொடங்குகிறது. (படராகர் - கடவுள்; பொலி - வட்டி)

இந்த 290 பொற்காசின் வட்டியிலிருந்து நாள் தோறும், நான்கு பொழுது திருவமுது நிவேதிக்க வரகுண பாண்டியன் கட்டளை ஏற்படுத்தினான். அதன் விபரம் வருமாறு

திருவமுது : ஒரு வேளைக்குச் செந்நெல் தீட்டல் அரிசி நானாழி.

கும்மாயம் : (கும்மாயம் என்பது பயற்றுப்பருப்புப் புழுக்கலுடன் சர்க்கரையும் நெய்யும் கலந்து செய்யப்படும் சிற்றுண்டி) இதற்குப் பயற்றுப்பருப்பு இரு நாழி.)

பசுவின் நறுநெய் : உழக்கு

தயிர் : "பசுவின் தோய் தயிர் உரி"

வாழைப்பழம் : 'கருவாழைப்பழம் நான்கு' . சர்க்கரை ஒரு பலம்.

கறியமுது : காய்கறி ஒன்று, புளிங்கறி இரண்டு, புழுக்குக்கறி ஒன்று ஆகக் கறி ஐந்தினுக்குக் கறி பத்துப் பலம்.

பசுவின் நெய் : "கறி துமிக்கவும் பொரிக்கவும் பசுவின் நறுநெய் ஆழாக்கு".

காயம் : "இரு செவிடு"

இலையமுது : (வெற்றிலை) "வெள்ளிலை ஈரடுக்கு"

அடைக்காய் : (பாக்கு) பத்து.

சர்க்கரை : நாற்பலம் (கும்மாயத்துக்கு)

"இப்பரிசு நியதிப்படி முட்டாமை நெடுங் காலமுஞ் செலுத்து வதாக வைத்தார் ஸ்ரீவரகுண மகாராசர்" என்று முடிக்கிறது இந்த சாசனம்.

தஞ்சாவூர் மாவட்டம், கும்பகோணம் வட்டம் திருக்கோடிக் காவல் திருக்கோடீசுவரர் கோவிலுக்கும் வரகுண மகாராசர் 180 கழஞ்சு பொன் தானம் செய்திருக்கிறார். இந்தப் பொன்னின் வட்டியைக் கொண்டு மூன்று 'நொந்தா விளக்கு' எரிப்பதற்கு இவர் கட்டளை அமைத்தார். இந்தக் கோயில் சரசுவதி கணபதி ஆகிய இரண்டு தெய்வங்களுக்கு விளக்கெரிக்க வேண்டுமென்பது கட்டளை.

“திருக்கோடிக்காவில் ஸ்ரீசரஸ்வதி கணபதிகளுக்கு
மூன்று நொந்தா விளக்கெரிப்பதற்கு
வரகுண மகாராசர் கொடுத்த பின்
நாற்றெண்பதின் கழஞ்சு”.
என்று கூறுகிறது இந்த சாசன வாசகம்.

சம்பந்த சுவாமிகள் காலத்தில் கணபதி ஈச்சரம் என்னும் கோயில் இருந்தமை, தேவாரத்தினால் தெரிகின்றது. கலை மகளுக்கும், விநாயகருக்கும் கோயில் இருந்த செய்தி, கல்வெட்டுக்களில் முதல் முதலில் காணப்படுவது இந்தக் கல்வெட்டிலேதான்.

திருக்கோயில் : அக்டோபர், 1968

திருமெழுக்குப் புறம்

திருக்கோயில்களில் நாள்தோறும் திருமெழுக்கிட்டுக் கோமயம் கோசலம் தெளித்துத் தூய்மைப்படுத்துவது வழக்கம். இதற்குத் திருமெழுக்கு இடுதல் (மெழுகுதல்) என்று பெயர். திருமெழுக்குத் தொண்டினைச் சிலர் பக்தியின் பொருட்டு இலவசமாகச் செய்வர். இந்தத் தொண்டு நடைபெறுவதன் பொருட்டுச் செல்வந்தர் சிலர் நிலம் அல்லது பொருள் தானம் செய்வதும் உண்டு. இவ்விதத் தானத்துக்குத் திருமெழுக்குப்புறம் என்பது பெயர்.

திருநாவுக்கரசு சுவாமிகளின் திருத் தமக்கையாரான திலகவதியார், திருவதிகை வீரட்டானக் கோவிலில் திருமெழுக்குத் திருத்தொண்டினைச் செய்துவந்தார். அவர் பக்திகாரணமாக ஊதியத்தை விரும்பாமல், தாமாகவே இத்திருத்தொண்டினை நாள்தோறும் செய்துவந்தார்.

"புலவர்தன்முன் திருவலகு
பணிமாறிப் புனிறகன்ற
நலமலி ஆன் சாணத்தால்
நன்குதிரு மெழுக்கிட்டு
மலர்கொய்து கொடுவந்து
மாலைகளும் தொடுத்தமைத்துப்
பலர்புகழும் பண்பினால்
திருப்பணிகள் பலசெய்தார்." என்றும்,

"சீரடியார் திருவலகும் திருமெழுக்கும்
தோண்டியம் கொண்டு
ஆறணிந்தார் கோயிலினுள்

அடைந்தவரைக் கொடுபத்தார்."

திலகவதிதாயாரைப் போல எல்லோரும் இந்தத் திருத்தொண்டினை இலவசமாகச் செய்வார்கள் என்று எதிர்பார்க்க முடியாது. திருமெழுக்கிடும் திருத்தொண்டினைச் செய்வதற்கென்று கோவில்களில் நிபந்தங்கள் செய்யப்பட்டிருந்தன. அதற்குத் திருமெழுக்குப்புறம் என்பது பெயர். திருமெழுக்குத் தொண்டினைச் செய்கிறவர்களுக்குக் காசுகொடுக்காமல் அதற்குப் பதிலாப நெல் கொடுப்பது அக்காலத்து வழக்கம். அதன்பொருட்டு நிலங்கள் தானம் செய்யப் பட்டிருந்தன. அந்த நிலங்களில் விளையும் நெல்லைத் திருமெழுக்கிடுவோருக்குக் கொடுப்பது வழக்கம். இந்தச் செய்தியைச் சாசனங்களிலிருந்து அறிகிறோம். அந்தச் சாசனங்கள் சிலவற்றைக் காட்டுவோம்.

தஞ்சாவூர் மாவட்டம், மாயூரம் தாலுகா, குற்றாலம் என்னும் ஊரில் உள்ள சிவன் கோவில் சாசனம். இந்தக் கோயிலுக்குச் சொன்ன வாறறிவார் கோயில் என்பது பழையப் பெயர். இப்போது, உத்தவேதீஸ்வரர் கோவில் என்று பெயர் கூறப்படுகிறது. உத்தம சோழனின் தாயாரான செம்பியன் மாதேவியார் என்னும் அரசியார் இந்தக் கோவிலுக்குப் பல கட்டளைகளை அமைந்திருக்கிறார். அக்கட்டளைகளில் ஒன்று திருமெழுக்குப்புறம்.

"திருமுற்றம் திருவலகிட்டுத் திருமெழுக்கிடுவார் மூவர்க்கு நிசதம் நெல்லுக் குறுணி நானாழியாக ஓரட்டைக்கு நெல்லு நாற்பத்தைங் கலத்துக்கு நிலன் காலே அரைமா அரைக்காணி" (1) என்று இந்தச் சாசனச் செய்யுள் கூறுகிறது. பெயர் திருக்கற்றளி மகாதேவர் கோயில் என்பது. இப்போதைய பெயர் உத்வாக நாத சுவாமி கோயில் என்பது. இந்தக் கோவிலுக்கும் செம்பியன் மாதேவியார் நிபந்தங்களைச் செய்திருக்கிறார் என்பதை இங்குள்ள சாசனம் கூறுகிறது. இங்குக் கோயிலில் திருமெழுக்கிடுவார் இருவர் நியமிக்கப்பட்டிருந்தனர்.

தஞ்சாவூர் மாவட்டம் கும்பகோணம் தாலுகா திருக்கோடிகா. இவ்வூர் இப்போது திருக்கோடிகாவல் என்று கூறப்படுகிறது. திருக்கோடிகாவுக்குக் கண்ணமங்கலம் என்னும் பெயரும் இருந்தது என்று சாசனத்திலிருந்து தெரிகிறது. இவ்வூரிலுள்ள திருக்கோடிகா சாசனம். திருமெழுக்குப்புறமாக நிலம் தானம் செய்யப்பட்டிருந்ததைக் கூறுகிறது. இந்த நிலத்தின் எல்லையை இந்த சாசனம் இவ்வாறு கூறுகிறது.

ஆத்திரையன் கிழவன் மெழுக்குப் புறமாக வைத்த நிலத்துக்குக் கீழ்பாற்கெல்லை உட்சிறு வாய்க்காலுக்கு மேற்கு, தென்பாற் கெல்லை புழுவாய்க்காலுக்கு வடக்கு, மேற்பாற் கெல்லை மெழுக்குப் புறத்துக் கிழக்கு வடபாற் கெல்லை மெழுக்குப்புறத்துக்கு வடவெல்லைக் கொத்தத்துக்கு தெற்கு நிலம் காணி அரைக்காணிச் செய்.

இவ்வாறு திருமெழுக்கென்று நிலங்கள் தானம் செய்யப்பட்டிருந்தன. திருக்களில் திருவுலகு இட்டுச் சாணநீர் தெளித்து மெழுகுவது மரபு. பசுவின்

சாணத்தினால் மெழுகுவதுதொன்று தொட்டுள்ள வழக்கம். கற்றரையல்லாத மண்தரைகளுக்குச் சாணநீர் மெழுகுவது மரபு. பசுவின் சாணத்தினால் மெழு-கினால் பூச்சிகள் சேரா. மேலும் சிவபெருமானுக்கும் திருமாலுக்கும் முற்கா-லத்தில் பஞ்சகவ்வியம் (ஆனைந்து) அபிஷேகம் செய்யப்பட்டது என்பதைச் சாசனங்களும் தெரிவிக்கின்றன. பஞ்சகவ்வியம் என்னும் ஆன் ஐந்து என்-பது, பால், தயிர், நெய், கோமயம் (சாணம்), கோமூத்திரம் என்பன.

திருக்கோயில்கள் மெழுகுவதற்குரிய சாணம் கன்று ஈன்று புனிறு நீக்கிய பசுவின் சாணமாக இருத்தல் வேண்டும் என்று கூறப்படுகிறது. "புனிறு அகன்ற நலமலி ஆன் சாணத்தினால்" திலகவதியார் திருமெழுக்குத் தொண்டு செய்தார் என்று பெரியபுராணங் கூறுவது காண்க.

அந்தக் காலத்துக் கோயில்களுக்கும், இந்தக் காலத்துக் கோயில்களுக்கும் வேறுபாடுகள் உண்டு. அக்காலத்தில் கோயில் தரை பெரும்பாலும் மண்த-ரையாக அல்லது செங்கல் தரையாக இருந்தது. அப்போது சாணத்தினால் மெழுக வேண்டியிருந்தது. இக்காலத்தில் கோயில் தரைகள் பெரும்பாலும் கருங்கல் தரையாக இருப்பதனால் சாணத்தினால் மெழுக வேண்டிய அவசி-யம் இல்லை. திருவலகிட்டு நீரினால் சுத்தம் செய்தால் மட்டும் போதும். இக்-காலத்துக் கோயில்களில் நிகழ்கிற நடைமுறையை அறியேன்.

கோயில்களையும் சுற்றுப்புறங்களையும், தூய்மையாகவும் அழகாகவும் வைத்திருக்க வேண்டுவது மிகமிக அவசியமாகும். கோயிலைக் கண்காணிப்-போரும் கோயிலுக்குச் சென்று வழிபடுவோரும் இதில் கண்ணுங்கருத்துமாக இருக்க வேண்டும். காகிதம், தேங்காய் நார், வாழைப்பழத் தோல், பூக்-கள் முதலிய பொருள்களைக் கோயில் தரையில் சிதறுவது கூடாது. இந்தச் செய்தியில் கோவிலுக்குச் சென்று வழிபடுவோர் கருத்தாக இருக்கவேண்-டும். கோயிலுக்குச் சென்று வழிபடுவது எவ்வளவு புண்ணியச் செயலென்று கருதுகிறோமோ, அவ்வளவு புண்ணியமானது கோவிலில் குப்பைப் போடாதி-ருப்பதும் என்பதை ஒவ்வொருவரும் கருத்தில் வைக்க வேண்டும். இறைவன் எவ்வளவு புனிதமானவனோ அவ்வளவு புனிதமானது இறைவனின் கோயில் என்பதை ஒவ்வொருவரும் அறிய வேண்டும்.

அடிக்குறிப்புகள்

1. எண்170,தென்ந்தியக் கல்வெட்டுக்கள், தொகுதி, 13

திருக்கோயில்: சனவரி, 1969.

உதிரப் பட்டி அல்லது இரத்தக் காணி

"பரும யானையொடு பாஞ்சால ராயனை
வெங்களத் தட்ட வென்றி யிவையென
நெய்த்தோர் பட்டிகை யாக வைத்துப்
பத்தூர் கொள்கெனப் பட்டிகை கொடுத்து"

என்பது பெருங்கதை (வத்தவ காண்டம் : கொற்றங் கொண்டது 10-13) நெய்த் தோர்ப் பட்டிகை என்பதற்கக் குறிப்புரை எழுதிய டாக்டர் சாமிநாத ஐயர் அவர்கள், "நெய்த்தோர் = இரத்தம். பட்டிகை = பத்திரிகை" என்று எழுதியிருக்கிறார்கள். ஆனால், இத்தொடருக்கு விளக்கம் காண முடியவில்லை. இது ஐயரவர்களுடைய குறையன்று. இக்காலத்துப் புலவர்கள் வேறு யார் உரை எழுதினாலும் இவ்வளவுதான் எழுத முடியும். பண்டைக் காலத்து உரையாசிரியர்கள் இத்தொடருக்கு உரை எழுதியிருந்தால் தெளிவான விளக்கவுரை எழுதியிருப்பார்கள். பண்டையுரையாசிரியர் ஒருவரும் இதற்கு உரை எழுதவில்லை.

"நெய்த்தோர்ப் பட்டிகை என்பது, பண்டைக் காலத்தில் வழக்காற்றில் இருந்து இக்காலத்தில் வழக்கற்றுப் போன ஒரு செய்தியெனத் தெரிகிறது. பண்டைக்காலத்துச் சாசனங்களின் உதவியினாலே, இச் சொற்றொடரின் உண்மைப் பொருள் அறியக்கிடக்கிறது.

உதயணன், பாஞ்சால மன்னனை வென்று, அவ்வெற்றியின் மகிழ்ச்சியினாலே, பத்து ஊர்களை நெய்த்தோர்ப் பட்டிகையாகக் கொடுத்தான் என்பது மேலே காட்டிய செய்யுளின் கருத்து. நெய்த்தோர் என்பது இரத்தம் அல்லது உதிரம் எனப் பொருள்படும். பட்டிகை என்பதற்குப் பத்திரிகை என்று பொருள் கொள்வதைவிட பட்டி எனப் பொருள் கொள்வது சிறப்புடைத்து. நெய்த்தோர்ப்பட்டி என்று பெருங்கதையில் வழங்கப்பட்டுள்ள இச்சொற்றொடர் சாசனங்களில் உதிரப்பட்டி என்று வழங்கப்பட்டிருக்கிறது. வேறு சாசனங்களில், இரத்தக் காணி என்றும் கூறப்பட்டுள்ளது. இதனால், நெய்த்தோர்ப்பட்டி, உதிரப்பட்டி, இரத்தக் காணி என்னும் பெயர்கள் ஒரே பொருளைக் குறிக்கின்றன என்பது விளங்குகிறது.

தன் அரசனுடைய வெற்றிக்காகப் போர்க்களம் புகுந்து பகைவருடன் ஆற்றலோடு போர் புரிந்து உதிரத்தைச் சிந்தி கொற்றத்தை நாட்டிய போர் வீரர்களுக்கு, வெற்றிபெற்ற அரசன் நிலங்களை இனாமாக அளிப்பது வழக்கம். இவ்வாறு தானம் செய்யப்பட்ட நிலத்திற்கு இரத்தக் காணி, உதிரப்பட்டி, நெய்த்தோர்ப்பட்டி என்று பெயர் வழங்கப்பட்டன. சில சமயங்களில், போர் வீரன் உயிர் நீத்தலும் உண்டு. அப்போது அவனது ஆற்றலைப் பாராட்டி, இறந்துபட்ட வீரனுடைய உறவினருக்கு உதிரப்பட்டி வழங்கப்படும்.

தமிழ் நாட்டு மூவேந்தரும், குறுநில மன்னரும் மறைந்து போன இக்காலத்திலே, பண்டை பழக்க வழக்கங்களும் மறைந்து போயின. ஆயினும், பழைய நூல்களிலே அப்பழைய பழக்க வழக்கங்களைக் குறிக்கும் சொற்கள் நின்று நிலவுகின்றன. இக்காலத்து அச்சொற்களுக்குப் பொருள் கண்டுபிடிப்பது கடினமாக இருக்கிறது. சாசனங்கள், சில சமயங்களில், இவ்விதச் சொற்களுக்குப் பொருள் காண உதவி செய்கின்றன. உதிரப்பட்டியைக் குறிக்கும் சில சாசனங்களைக் கீழே தருகிறேன்.

இராமநாதபுரம் சில்லா, திருப்பத்தூர் தாலுகா, சிவபுரியில் உள்ள சுயம்பிரகாசர் கோயில் சாசனம், திரிபுவன சக்கரவர்த்தி விக்கிரம சோழ தேவருடைய 7வது ஆண்டில் எழுதப்பட்டது. இதில், சுந்தன் கங்கை கொண்டான் என்னும் பெயருடைய துவராபதி வேளான் என்பவன், தனது வாளிலார் (வாள் வீரர் ?) போர்க்களத்தில் இறந்ததற்காக அவ்வீரர்களின் சுற்றத்தார்க்கு உதிரப்பட்டியாக நிலம் கொடுக்க வாக்குறுதி செய்ததைக் கூறுகிறது. 4T OF 1928.

இராமநாதபுரம் சில்லா, சாத்தூர் தாலுகா, திருத்தங்கல் கிராமத்தில் உள்ள பாறைக்குன்றில் எழுதப்பட்ட சாசனம் 577 டிக 1922. இதில், வரதுங்கராம தனிப்புலி, கலங்காத கண்ட நாயகரின் வழிவந்த, வள்ளி பொம்மன் கலங்காத கண்ட நாயகர் என்பவருக்குத் திருத்தங்கல் கிராமத்தில் இரத்தக் காணி தானம் செய்யப்பட்ட செய்தி கூறப்படுகிறது. (இந்தச் சாசனத்தின் பக்கத்தில், ஒரு வீரன் தரையில் நின்ற வண்ணம் அருகில் இருக்கும் குதிரையின் தலையை வாளால் வெட்டுவது போன்றும், அக்குதிரையின் மீது ஒருவீரன் அமர்ந்து வாளேந்தியிருப்பது போன்றும், இக்குதிரை வீரனுக்கும் பக்கத்தில் மற்றொரு வீரன் குதிரைமீதமர்ந்து இருப்பது போன்றும் கற்பாறையில் செதுக்கப்பட்டிருக்கிறது.)

தென் ஆர்க்காடு சில்லா, திருக்கோவலூர் தாலுகா, காடையார் கிராமத்துச் சாசனம் கி.பி. 18-ஆம் நூற்றாண்டில் எழுதப்பட்டது. இதில், நாடியா கவுண்டர் மகன் கலிதீர்த்தான் என்பவன் போர்க்களத்தில் உயிர் நீத்தமைக்காக, ஏரம நாயகர் என்பவர் நிலம் தானம்செய்த செய்தி கூறப்படுகிறது 237 of 1936.

போர்க்களத்தில் பிறருக்காக உயிர் கொடுத்தவருக்கு மட்டும் உதிரப்பட்டி தானம் அளிக்கப்பட்ட போதிலும், போரில் இறக்காமல் தனிப்பட்ட முறையில் பிறருக்காகவோ அல்லது பிறர் தொந்தரவு பொறுக்க முடியாமலோ உயிர் விட்டவர்க்கும் உதிரப்பட்டி வழங்கப்பட்டுள்ளன. இவற்றிற்கு உதாரணம்:-

தென் ஆர்க்காடு சில்லா, சிதம்பரம் தாலுகா, அரகண்ட நல்லூர் ஒப்பிலாமணி ஈசுரர் சாசனம். இது, பொன்னாண்டை என்னும் பெயருள்ள தேவராட்டியர் மகன் இளவெண்மதி சூடி ஆடினான் என்பவன், கோயில் மண்டபம் கட்டி முற்றுப்பெறும் பொருட்டுத் தன் தலையை அறுத்துக் கொண்டதற்காக 100 குழி நிலம் உதிரப்பட்டியாகக் கொடுக்கப்பட்டதைக் கூறுகிறது. 197 of 1934 -1935.

புதுக்கோட்டை, திருமய்யம் தாலுகா காரமங்கலம் அகத்தீசுவரர் கோயில் சாசனம், பாண்டியன் ஸ்ரீ குலசேகர தேவரின் 32-வது ஆண்டில் எழுதப்பட்டது. மேற்படி கோயில் மண்டபத்தைப் பழுது தீர்த்துக் கொண்டிருந்த கல் தச்சன், அறங்குளவன் என்பவன் பெரிய அடிபட்டுக் காயம் பட்டபடியால், மிழலைக் கூற்றத்து பாம்பாற்று நாட்டுத் தலைவனான தன்ம ஆட்கொண்ட தேவர் என்னும் தன்மராயர் அவனுக்கு உதிரப்பட்டியாக நிலம் தானம் செய்-

தார் என்று இச்சாசனம் கூறுகிறது.

ஜடாவர்மன் திரிபுவன சக்கரவர்த்தி ஸ்ரீ வல்லப தேவருடைய 13-வது ஆண்டுச் சாசனம் 172 of 1935 - 36. சுந்தர பாண்டிய பட்டன் மனைவி பிறர் கொடுமை தாங்காது நஞ்சுண்டு இறந்தமைக்காக மேற்படி பட்டனுக்கு உதிரப்பட்டியாக நிலம் தானம் செய்யப்பட்ட செய்தியைக் கூறுகிறது.

தஞ்சை சில்லா நன்னிலம் தாலூகா அச்சுதமங்கலம் சோமநாதே சுவரர் கோயில் சாசனம், ராசராச தேவருடைய 20ஆம் ஆண்டில் எழுதப்பட்டது 406 of 1925. இதில், சோமநாத மங்கலம், சோமநாத சதுர்வேதி மங்கலம் என்னும் கிராமங்களுக்கும் சீதக்க மங்கலம் என்னும் கிராமத்துக்கும், முடி-கொண்ட சோழப் பேராறு என்னும் ஆற்றின் நீரை நிலங்களுக்குப் பாய்ச்-சுவதில் சச்சரவு ஏற்பட்டு அதன் காரணமாக ராசராசப் பேரரையன் என்ப-வனைத் தவறாகக் கொன்று விட்ட குற்றத்திற்காக அவன் மகன் எதிரிலாப் பேரையனுக்கு உதிரப்பட்டியாக நிலம் தானம் செய்யப்பட்ட செய்தி கூறப்படு-கிறது.

இதுகாறும் எடுத்துக் காட்டிய சாசனச் சான்றுகளிலிருந்து இரத்தக்காணி, உதிரப்பட்டி, நெய்த்தோர்ப்பட்டி என்பன இன்னதென்று அறியக்கிடக்கிறது.

செந்தமிழ்ச்செல்வி : சிலம்பு, 22, 1948.

தேனவரை நாயனார் சாசனம்

இலங்கையிலே கொளும்பு நகரத்துப் பொருட்காட்சி சாலையிலே ஒரு சாசனக்கல் இலங்கையின் தென்கோடியில் உள்ள காலி என்னும் ஊரிலிருந்து கொண்டு வரப்பட்டது. இந்தக் கல் 4 அடி 9 அங்குல நீளமும், 2 அடி 6 அங்குல அகலமும், 5 அங்கலக் கனமும் உள்ளது. இதிலே தமிழ், சீனம், பாரசீகம் என்னும் மூன்று மொழிகளில் சாசனம் எழுதப்பட்டுள்ளது.

(இந்தக் கல் கண்டெடுக்கப்பட்ட வரலாறு முதலியவற்றை J.R.A.S. (C.B.) Vol. XXII. P. 129-ல் காண்க. இந்தச் சாசனத்தின் மொழிப்பெ-யர்ப்பு முதலிய செய்திகளைப்பற்றி The Galle Trilingual Stone by Mr. E.W. Perera, Spolia zeylanica Vol. viii pp 122 ff. காண்க.)

சீன தேசத்துச் சக்கரவர்த்தி யுவுங்லோவின் 7-ஆம் ஆண்டில், இரண்டாம் மாதத்தில் இந்தச் சாசனங்கள் எழுதப்பட்டன. யுவங்லோ அரசன் கி.பி. 1403இல் ஆட்சிக்கு வந்தான்.

தேனவரை நாயனாரின் புகழைக் கேள்விப்ட்ட சீனத்து அரசன், தமது தூதத்களாகிய சிங்வோ, உவிங் சுவிங் என்பவர்களின் மூலமாகச் சில பொருள்களைக் காணிக்கையாக அனுப்பியதையும் அப்பொருள்களின் விப-ரத்தையும் இந்தத் தமிழ் சாசனம் கூறுகிறது. சீனமொழி சாசனத்தில் இந்தத் தூதர்களின் பெயர்கள் ச்சிங் ஹோ என்றும் வங் ச்சிங் லீன் என்றும் கூறப்-படுகின்றன.

தமிழ் சாசனம் தேனவரை நாயனாரைத் தேனவரை ஆழ்வார் என்றும் கூறுகிறது. தெய்வங்களை நாயனார் என்றும், ஆழ்வார் என்றும், பட்டாரகர் என்றும் கூறுவது தமிழ் மரபு. சீனமொழி சாசனம், மேற்படி சீனத்து அரசன் புத்தர் கோவிலுக்கு அளித்த காணிக்கைப் பொருள்களைக் கூறு-கிறது. பாரசீக மொழி சாசனம் மிகவும் சிதைந்து, அழிந்து காணப்ப-டுகிறபடியால் யாருக்குக் காணிக்கைப் பொருள் அளிக்கப்பட்டது என்பது தெரியவில்லை. முகம்மதியர் சம்பந்தமான நிலையத்துக்கு அளிக்கப்பட்ட காணிக்கைப் பொருள்களைக் கூறுகின்றது என்பதில் ஐயமில்லை. தமிழ்ச் சாசனத்தில் கூறப்படுகிற காணிக்கைப் பொருள்களைப் போன்ற பொருள்களே மற்ற இரண்டு சாசனங்களிலும் குறிக்கப்படுகின்றன.

சிங்கள மொழியில் தேவுநுவர என்பது தேவநகரம் என்று பொருள்படும். இப்போதைய சிங்கள மொழியில் இந்நகரம் தேவுந்தர என்று வழங்கப்படு-கிறது. தமிழில் தேனவரை என்று வழங்கப்படும் போர்ச்சுகீசியர் இப்பெயரை தனவெர என்று வழங்கினார்கள். ஆங்கிலத்தில் இப்பெயர் தொண்ட்ரா என்று வழங்குவர். இந்த நகரம் இலங்கைத்தீவின் தென்கோடியில் இருக்கிறது. இது பண்டைக் காலத்தில் பேர்போன துறைமுகப்பட்டினமாக இருந்தது. 17ஆம் நூற்றாண்டில், போர்ச்சுகேசியர் கொளும்பு துறைமுகம் உண்டாக்கிய பிறகு, பழைய துறைமுகப் பட்டினமாகிய தேனவரை நாளடைவில் சிறப்புக்குன்றி, சாதாரண சிறு கிராமமாக மாறிப் போயிற்று.-

தேனவரைத் துறைமுகப்பட்டினம் சிறப்புற்றிருந்த காலத்தில் அக்காலத்து வியாபாரக் கப்பல்கள் இங்குவந்து தங்கின. மிகப் பழைய காலத்தில் யவனக் கப்பல்கள் (கிரேக்க கப்பல்கள்) இங்கு வந்தன. பிற்காலத்தில் அரபியர்களும், சீனர்களும் மற்றவர்களும் இந்தத் துறைமுகத்தில் தமது வியாபாரப் பொருள்-களைக் கொண்டு வந்து இறக்கியும், இங்கிருந்து பொருள்களை ஏற்றிக்-கொண்டும் வியாபாரம் செய்தார்கள். தொன்றுதொட்டு தமிழகக் கப்பல் வியாபாரிகளும் இந்நகரத்தில் வியாபாரம் செய்தனர். அன்றியும் தமிழர் பலர் இந்நகரத்தில் தங்கிக் குடியிருந்தனர். அவர்கள் இந்நகரத்திலே வருணனுக்-குக் கோயில் அமைத்து வழிபட்டனர்.

தேனவரை நகரத்தில் கோயில் கொண்டிருந்த வருணனைச் சிங்களவர் தமது மொழியில் உபுல்வன் (இது உதகபால வருணன் என்பதன் திரிபு) என்று வழங்கினார்கள். பிற்காலத்தில் உபுல்வன் என்னும் சொல் உப்பலவண்-ணன், உத்பலவர்ணன் என்று பாலி மொழியிலும், வடமொழியிலும் கூறப்பட்-டது. பின்னர், மாலிக்காபூர் முதலான முகம்மதியரின் படையெடுப்புக் காலத்-தில், தமிழ் நாட்டுப் பார்ப்பனர் சிலர் சிங்கள அரசரிடம் அடைக்கலம் புகுந்தனர். அவர்களை ஆதரித்த சிங்கள அரசர் அவர்களைத் தேவாலயங்-களில் (பௌத்த ஆலயங்கள் அல்ல - இந்து தேவாலயங்கள்) பூசை செய்ய நியமித்தார்கள், நாளடைவில், காலப் போக்கில், இவர்கள் உப்பலவண்ணனை விஷ்ணுவாக மாற்றிவிட்டனர். தேனவரை நகரத்திலும் பார்ப்பனர் குடியிருந்த

செய்தி சாசனங்களினால் தெரிகிறது.

தேனவரையில் இருந்த (உபுல்வன்) உப்பலவண்ணனைப் பிற்காலத்தவர் தேனவரை ஆழ்வார் என்றும், தேனவரை நாயனார் என்றும் பெயரிட்டழைத்-தனர். சிங்களவர் தேவுந்தர தேவியோ (தேவுந்தர நகரத்துத் தெய்வம்) என்று வழங்கினார்கள்.

கி.பி. 15ஆம் நூற்றாண்டின் தொடக்கத்திலே தேனவரை நாயனார் கோவில் சீனநாடு வரையில் புகழ்பெற்றிருந்ததென்பதை இந்தச் சாசனத்தி-னால் அறிகிறோம். (இந்நகரத்தில் முற்காலத்தில் இருந்த வருணன் (உபுல்-வன்) கோயிலைப்பற்றியும், வருணன் வழிபாட்டைப் பற்றியும் முன்னைய 'பொழில்'களில் கூறியுள்ளேன்).

1. ஸ்வ(ஸ்தி) ... ...
2. இரா சாதி ராச பரமேசுரன் பூர்ண சந்திரப் பிரகாசன் சீனத்தில்
3. மஹாஇராச இலங்கா ராச்சியத்தில் நாயினார் தேநவரை
4.நாயினார்க்குத் திரு முன் காணிக்கையாக நாயினார் பிரகா
5.சங்கேட்டு தூதர் சிங்வோ உவிங்சுயிங்ங் கையி
6.லே வரக்காட்டினதுii இப்பாசிதம் கேட்ப்பதுii இ
7.ந்தப் புவனத்திலுண்டான பிராணிகளெல்லாம் நாயி
8.னார் கிருபையினாலே சுகமே பரிபாலியா நின்றதுII ஆங்கு வரு
9.கிற ரோங்கும் மனித்தரும் தேநவரை நாயினார் திரு அரு
10.ளத்தால் ஒழிந்தாண்டரையேயாள் நின்றதுII இப்படியை
11.த் தேனவரை ஆழ்வார்க்கு காணிக்கை ஆக காட்டினதுII
12.ஆகப்படி பொன் வெள்ளி துலக்கி பட்டு சந்தனம்
13.எண்ணைக் காப்புப் பல காணிக்கைக்கு வகை பொன் ஆயிரம் க
14.ழஞ்சு வெள்ளி அய்ஞ்சாயிரக் கழஞ்சு பல நிறத் துலக்கி அய்ம்பது பல
15. நிறப் பட்டு அய்ம்பது பொன் எழுத்து (காசதார)த் தூசஞ் சுவடு நாலு
16. ந்த சுவடு இரண்டு நீலத் தூசஞ் சுவடு இரண்டு பழஞ் செப்பு சிவ தூபம்இ
17. டுகிற செப்புப் பாத்திரம் அஞ்சு பூக்குத்துகிற செப்புக்
18. கெண்டி பத்துக் கறிக்கால் பத்து குத்து விளக்கிச் சாவான் அஞ்சு கறி
19. க்கால் அஞ்சு மரத்தாலே பொன் பூசின தாமரைப்பூ சுவடு ஆறு
20. அகில் வைக்கிற பொன் செப்பு அஞ்சு மெழுகுதிரி சுவடு பத்து
21. எண்ணை இரண்டாய்ரத்து அஞ்ஞூறு கட்டி சந்தன முறி
22. பத்து ஆக இவ்விசைப் படியாலுள்ளது.....நாயினார்
23. தேனவரை நாயினார்க்கு திரு முக்காணிக்கையாகக் குடுக்கவும் II
24. யுங்லொக்கு யாண்டு ஏழா யிரண்டா (ம்ம) டிll1

குறிப்பு: 6-ஆம் வரி "இப்பாசிதம் கேட்பது" என்பதில் பாசிதம் என்பது

பாஷிதம் என்னும் சொல்லின் திரிபு. 8,9 ஆம் வரி "வருகிற ரோங்கும்" என்பதை "வருகிறவ ரோங்கும்" என்று வாசிக்கவும். , 12, 14 ஆம் வரிகளில் வருகிற "துலக்கி" என்பது பட்டுத் துணியைக் குறிக்கிறது போலும். 13, 21ஆம் வரிகளில் வரும் "எண்ணை" என்பதனை "எண்ணெய்" என்று வாசிக்கவும். 15ஆம் வரியில் "தூசம்", என்பது துவசம் என்பதன் திரிபு போலும். துவசம் = கொடி. மேற்படி வரியில் "சுவடு"" என்பது இரட்டை எனப் பொருளுள்ள சோடி என்பதன் திரிபாக இருக்கலாம். 21ஆம் வரி இரண்டாயிரத்து அஞ்ஞூறு கட்டி என்று வாசிக்கவும். கட்டி என்பது முகத்தல் அளவை. சீன நாட்டுச் சொல்லாகிய "சட்டிஸ்" என்பதன் திரிபோலும். சந்தன முறி = சந்தன மரத்துண்டு.

அடிக்குறிப்புகள்

1. Epigraphia zeylanica Vol. III.

தமிழ்ப்பொழில், 34:11. 1958.

ஆனைமங்கலச் செப்பேட்டுச் சாசனங்கள்

(லீடன் செப்பேடுகள்)

பெரியச் செப்பேடு1 இராஜராஜசோழன் I. வழங்கியது.

இச் செப்பேட்டில் வடமொழிப் பகுதி, தமிழ்ப்பகுதி என்னும் இரண்டுப் பகுதிகள் உள்ளன. வடமொழிப் பகுதியின் தமிழாக்கம் இது

1. ஸ்வஸ்திஸ்ரீ. திருமகளின் காஸ்மீரத் தைலம் பூசப்பெற்ற மங்கைச் சுவடுகள் பொருந்திய மார்பையும், சுழலுகின்ற உயர்ந்த தரமலையுடன் உராயும்போது மின்னுகிற பொன்னாலான தோள்வளைகளையும், ஒளியினால் மின்னுகின்ற சார்ங்கம் முதலிய படைகளை ஏந்திய... க்கைகளையும், நீலமேனியையும் உடைய மூன்று உலகங்களையும் காத்தருளுகிற திருமால், மேன்மேலும் செல்வத்தை அருள்வானாக.

2.இளம்பிறை சூடிய சிவபெருமான் பெருமாட்டியுடன் கயிலாய மலையில் விளையாடிக் கொண்டிருக்கிற காலம் வரையிலும், திருமால் பாற்கடலிலே அரவணையிலே அறிதுயில் கொண்டிருக்கிற காலம் வரையிலும், உலகங்களுக் கெல்லாம் ஒரே ஒளியாக உள்ள பகலவன் உலகத்தில் இருளை ஓட்டிக் கொண்டிருக்கிற காலம் வரையிலும் சோழர் பரம்பரை துன்பங்களை நீக்கி உலகத்தைக் காத்தருள்வதாக.

3.உலகத்தின் ஒரே கண்ணாக விளங்கும் சூரியனிடமிருந்து, அரசர்களில் முதல்வனாகிய மனு பிறந்தான். அதன் பிறகு அவன் மகன், அரசர்களின் மணிமுடிகள் தீண்டப்பட்ட கால்களையுடைய வாகு பிறந்தான். அவன் குடியில், நற்குணங்களுக்கு உறைவிடமானவனும், பிரமனுக்கு நிகரானவனும் லோகா லோகமலை வரையில் உலகத்தை நீதியோடு அரசாண்ட மாந்தாத்ரி

பிறந்தான்.

4. அவன் மகன் வீரனான முசுகுந்தனாவான். அவனுக்கு, அரச லோகத்தின் சூடாமணி போன்ற வளபன் பிறந்தான். அவன் குலத்திலே, உலகம் முழுவதும் சிபி என்று புகழ் பெற்றவனும், மன்னர்களால் வணங்கப்பட்ட பாதங்களை யுடையவனும் ஆன புகழ்வாய்ந்த அரசன் பிறந்தான்.

5. தனக்கென வாழாப் பிறர்க்குரியாளனாக வாழ்ந்த நிறைந்த அறிவுள்ள அந்த அரசனுடைய குணங்களை, கவிகளில் சிறந்த வியாசன் இல்லாமல் வேறு யார்தாம் கூறமுடியும்?

6. இந்தக் குலமாகிய கடலுக்கு முழுநிலா போன்றவனும் பதினாறு கலைகளோடு கூடிய முழு நிலாவைப் போல எல்லாக் கலைகளுக்கும் உறைவிடமானவனும் ஆன சோழன் என்பவன் பிறந்தான் இவனுக்குப் பின், இவன் குலத்திலே பிறந்தவர்கள் எல்லோரும் இவனுடைய சோழன் என்னும் பெயரையே சூட்டிக் கொண்டார்கள்.

7. அதன்பிறகு எல்லாப் பகைவரையும் வென்ற ராஜகேசரி என்பவனும், அவனுக்குப் பிறகு பகைமன்னரின் நகரங்களை அழிப்பதில் ஊக்கமுள்ள பரகேசரி என்பவனும் பிறந்தார்கள்.

8. ராஜகேசரி, பரகேசரி என்னும் பெயர்கள் இந்த அரச குலத்தில் பிறந்தவர்களுக்கு மாறிமாறிச் சூட்டப்பட்டன.

9. இந்தக் குலத்திலே, அரசர்க்கரசனும் பகைவர்கள் எல்லோரையும் வென்றவனும் சூரியகுலத்தின் கொடி போன்றவனும் வெல்ல முடியாத காலனையும் போரிலே வென்று பெறமுடியாத காலகாலம் (மிருத்ஜியுத்) என்னும் பெயரைப் பெற்றவனுமாகிய சுரகு பிறந்தான்.

10. இவனுடைய குலத்திலே, பகை மன்னராகிய யானைகளுக்கு சிங்கம் போன்றவனாகிய புலிக்கொடியோன் (வியாக்கிரகேது) பிறந்தான். இக்குலத்தில், வல்லமையுடைய மன்னன் இரவலர்க்குக் கற்பகமரம் போன்ற பஞ்சபன் பிறந்தான்.

11.பகைமன்னருக்குக் காலனைப்போன்ற கரிகாலன் என்னும் அரசன் இக்குலத்திலே பிறந்தான். இவன் காவேரி ஆற்றிற்கு கரைகளைக் கட்டினான்.

12. இந்தக் குலத்திலே, நிலைபெற்ற புகழ் படைத்த கோசெங்கணான் என்னும் அரசன் பிறந்தான். இவன், சிவபெருமானுடைய பாத தாமரையின் (தேனையுண்ணும்) வண்டு போன்றவன். இவன் குலத்திலே கோக்கிள்ளி என்னும் அரசன், நல்லறிவுள்ளவன் திருவின் செல்வன், மணிமுடி தரித்த மன்னர்களால் வணங்கப் பெற்ற பாதங்களை யுடையவன் - பிறந்தான்.

13. இந்தக் குலத்திலே, மிக்க ஆற்றல் வாய்ந்த வெற்றியுள்ள விஜயாலயன் தோன்றினான். இவன் நிலவுலகம் முழுவதையும் வென்றான். இவனுடைய தாமரை போன்ற பாதங்கள் இவனை வணங்கும் மன்னர்களின் முடியில் உள்ள மணிகளின் ஒளியினால் விளக்கம் அடைந்தன.

14. இந்த மலைபோன்ற அரசனிடமிருந்து சூரியன் போன்ற ஒளிமிக்க ஆதித்தியன் தோன்றினான். இவன் வெயில் போன்ற பேராற்றலினால் பகைவராகிய இருட் கூட்டத்தை அழித்தான்.

15. கணக்கற்ற மணிக்குவியல்களையும் ஏராளமான ஆற்றலையும் உடைய இவனிடமிருந்து பராந்தகன் என்னும் அரசன் பிறந்தான். இவன், கணக்கற்ற மணிகளையும் மீன்களையும் கொண்ட பாற் கடலிலே வெண்ணிலாத் தோன்றியது போல, முழுச் சிறப்புடன் உலகத்திற்கு நன்மை செய்யத் தோன்றினான்.

16. இவன் சக்கரவாளமலை வரையில் உள்ள உலகத்தை வென்று, கலி என்னும் இருட்டை ஓட்டி, எல்லா உலகத்தையும் அமைதி நிலவ அரசாண்டு அநேக நகரங்களை அமைத்து, வெண்மேகம் போன்ற தன் புகழைத் திசை எங்கும் பரப்பினன்.

17. சூரியகுலத்தின் கொடிபோன்ற இவன் (பராந்தகன்), தன்னுடைய ஆற்றலினாலே எல்லா இடர்களையும் வென்று அவ்விடங்களிலிருந்து கொண்டுவந்த தூய பொன்னினாலே புலியூரில் (சிதம்பரத்தில்) சிவ பெருமானுடைய விமானத்தை வேய்ந்தான்.

18. அரசர்கள் முடி தாழ்த்தி வணங்கப்பட்ட அடிகளையுடைய இந்த அரசனுக்கு, இந்திரன் போன்ற செல்வமும் முத்தீ போன்ற ஒளியும் படைத்த மூன்று மக்கள் தோன்றினர். அவர்கள், ராஜாதித் தியனும் பேர்போன கண்டராதித்தியனும் ஆற்றல் வாய்ந்த அரிஞ்சயனும் ஆவர். இவர்களின் பெயர் மூவுலகத்திலும் புகழ் பெற்றவை.

19. பராந்தகன், தன் பகைவரின் சேனைகளை வென்று புகழ் கொண்டு, அறநெறியில் நடந்து, நீர்சூழ்ந்த நிலவுலகத்தைக் காத்து விண்ணுலகஞ் சென்ற பின்னர், அவன் மகன் இராஜதித்தியன் ஆற்றல் வாய்ந்தவன், அரசர்களின் முடிகளால் தேயப்பெற்ற பாதங்களையுடையவன் அரசாண்டான்.

20. சூரியகுலத்தின் அணியாக விளங்கிய அந்த வீரனான இராஜதித்தியன் சிறந்ததோர் யானையின்மேல் அமர்ந்து தன் கூரிய அம்புகளைத் திசை எங்கும் எய்து, அஞ்சாத கிருஷ்ணராஜனையும் போர்க்களத்திலே அவன் சேனைகளுடன் கலங்கச்செய்து, (கிருஷ்ண ராஜனுடைய) அம்புகளால் மார்பு பிளக்கப்பட்டு வானவூர்தி ஏறிமூவுலகமும் புகழ வீரசுவர்க்கம் சென்றான்.

21. வீரம் மிக்க இராஜதித்தியன் தாமரைபோன்ற முகமுள்ள தெய்வமகளிர்க்கு இன்பந்தரச் சென்ற பிறகு, அவனுடைய ஆற்றலும் புகழும் வாய்ந்த தம்பி கண்டராதித்தியன் பகை என்னும் காரிருளை ஓட்டி உலகத்தை அரசாண்டான்.

22. மதுராந்தகன் என்னும் மகனைப் பெற்றுக் காவேரி ஆற்றின் கரைமேல் தன்பெயரினால் ஒரு ஊரை உண்டாக்கி, கண்டராதித்தியன் விண்ணுலகம் சென்றான்.

23. அவன் விண்ணுலகம் சென்ற பிறகு, பகைமன்னராகிய காட்டுக்குப் பெருந் தீபோன்ற வீரனாகிய அரிஞ்சயன் உலகத்தை அரசாண்டான்.

24. அரிஞ்சயனுக்குப் பராந்தகன் பிறந்தான். இவன் வீரத்தில் முப்புர-மெரித்தவனுக்கு நிகரானவன். பகைக்கூட்டங்களை அழித்தவன். தன் நல்ல குணங்களினாலே குடிமக்களை மகிழ்வித்து நிலவுலகத்தை அமைதி நிலவ அரசாண்டான்.

25. இவன், சேவூரில் கூர்மையான அம்புகளைத் தன் அழகான வில்-லிலிருந்து திசை எங்கும் எய்தும் கூர்மையான வாளை வீசியும் பகைமன்-னருடைய மலை போன்ற யானைகளிலிருந்து இரத்த ஆறுகளைப் பாயச் செய்தான்.

26. இந்த அரசன் ஆதித்தியன் என்றும் கரிகாலன் என்றும் பெயருள்ள மகனையும் சூரியகுலத்தின் சூடாமணிபோன்ற ராஜராஜன் என்னும் பெய-ருள்ள மகனையும் பெற்றான்.

27. பராந்தகன் தேவலோகத்தை ஆளச்சென்ற பிறகு (இறந்த பிறகு) ஆதித்தியன் உலகத்தை அரசாண்டான்.

28. இளைஞனான ஆதித்தியன், மனுகுலத்தின் ஒளி போன்றவன், மதங்-கொண்ட யானையோடு சிங்கக்குட்டி விளையாடுவது போன்று, வீர பாண்டி-யனுடன் இவன் போர் செய்தான்,

29. இவ்வரசர் தலைவன் விண்ணுலகஞ் சென்ற பிறகு, கண்டராதித்தி-யனின் மகன், மகேந்திரன் போன்ற வல்லமை மிக்க மதுராந்தகன் உலகத்தை அரசாண்டான்.

30. இந்த அரசன் தேவர்கள் உலகத்தை அரசாளச் சென்ற பிறகு, வீரம் மிக்க சோழர் குலத்தின் விளக்குப் போன்றவன், தன்னை வணங்கும் அரசர்களின் மணிமுடிகளால் தேயப்பெற்ற கால்களை யுடைய ராஜராஜன், ஆதிசேஷனைவிட ஒளியுள்ள தோளின்மேல் ஆட்சிப் பொறுப்பைத் தாங்கி உலகத்தை அரசாண்டான்.

31. இவ்வரசன், பாண்டிய துளுவ கேரள நாடுகளையும் சிம்மளேந்திரன் சத்தியாஸ்ரன் முதலியவர்களையும் தன் ஆற்றலினால் வென்று, அவர்க-ளுடைய யானைகளையும் குதிரைகளையும், மணிகளையும் அரசுகளையும் கைக்கொண்டு தன் புகழினால் பத்துத் திசைகளையும் விளங்கச் செய்தான்.

32. நாடுகளையெல்லாம் வென்று அரசர்களைத் தனக்குக் கீழடங்கிய பிறகு, மன்னர் மன்னனாகிய. இராஜராஜன், விண்ணுல கத்தில் இந்திரன் போன்று, தன் நகரத்தில் எல்லோரும் வணங்க பெற்றிருந்தான்.

33. சூரியன் தோன்றுகின்ற உதயகிரி வரையிலும், தென்கடல் வரை-யிலும், அஷ்டமலை வரையிலும், சிவபெருமான் இருக்கிற இமயமலை வரையிலும் உள்ள, தமது குடும்பத்தைக் காப்பாற்ற விரும்புகிற அரசர்கள், எல்லா இன்பங்களையும் துய்ப்பதற்காக நித்தியவினோதனுடைய தாமரை மலர் போன்ற பாதங்களை அடைக்கலம் புகுந்தனர்.

34. ஆற்றலுடையவனாயும் புகலிடமாயும் இருப்பதனாலே அவன் பாதங்களையடைந்த அரசர்களும் உலகத்திலுள்ள நல்லவர்களும் அவ்வரசனை வரம்பற்ற கொடைவள்ளல் ராஜாஸ்ரயன் என்று கூறுகிறார்கள்.

(73 முதல் 86 வரிகள்) பல நூல்களாகிய கடலின் கரை கண்டவனும், அரசர்களின் மணிமுடிகளிலிருந்து வீசும் ஒளியினாலே பொன்போல் விளங்கும் கால்மணையுடையவனும் ஆன இந்த அரசன் இராஜகேசரிவர்மன் இராஜராஜன் தனது 21 ஆவது ஆண்டில் இதனை வழங்கினான்.

தன்னுடைய அறிவின் மேன்மையினாலே தேவகுருவை வென்றவனும், கற்றறிந்தவர் என்னும் தாமரைக் காட்டிற்கு ஓர் சூரியன் போன்றவனும், இரவலர்களுக்குக் கற்பகமரம் போன்றவனும், சைலேந்திர குலத்தில் பிறந்தவனும், ஸ்ரீவிஷயநாட்டின் தலைவனும் டதஹா தேசத்தை ஆட்சி செய்பவனும், மகரமுத்திரையுடையவனும், அரசதந்திரம் எல்லாம் அறிந்த சூளாமணிவர்மனின் குமாரனும் ஆன புகழ்பெற்ற மாறவிஜயோத்துங்கவர்மன் என்னும் கோயில்களாலும், சத்திரங்களாலும், தண்ணீர் பந்தல்களாலும், பூங்காவனங்களினாலும், மாளிகைகளினாலும் மகிழ்ச்சிக்குரியதாக விளங்கும் க்ஷத்திரியசிகாமணி வளநாட்டின் பட்டனக் கூற்றத்தில் உள்ள உலகத்துக்குத் திலகம் போன்ற நாகப்பட்டனத்திலே, தன் உயரத்தினாலே கனககிரியையும் சிறியதாகச் செய்து தன் அழகினால் வியப்படையச் செய்கிற சூளாமணிவிகாரை என்று தன் தகப்பனார் பெயரால் அமைத்த புத்தர் பெருமான் கோவிலுக்கு (இராஜராஜன்) வழங்கினான்.

மேற்கூறிய நாட்டில் பட்டனக் கூற்றத்தில் பிடிசூழ்ந்து பிடாகை நடத்தி எல்லையமைத்து யானைமங்கலம் என்னும் ஊரைத் தானமாக (இராஜராஜன்) வழங்கினான்.

செய்யுள் : 35 - 36. ஆற்றல் வாய்ந்த அரசன் (இராஜராஜன்) தெய்வமான பிறகு (இறந்த பிறகு), அவனுடைய அறிவு வாய்ந்த மகன் மதுராந்தகன் சிம்மாசனம் ஏறித் தன் தந்தையாகிய சக்கரவர்த்தியினால் தானமாக வழங்கப்பட்ட ஊரைச் சாசனம் செய்து கொடுத்தான்.

37. ஆதிசேஷன் இந்த உலகத்தைத் தாங்குகிற வரையிலும் இந்த விகாரைக்குக் கொடுக்கப்பட்ட இந்தத் தானம் நிலை பெறுவதாக.

38. நல்லொழுக்கத்துக்கு உறைவிடமான, மிக்க ஆற்றல் வாய்ந்த இந்தக் கடாக தேசத்து அரசன், எதிர்காலத்து அரசர்களை இவ்வாறு வேண்டிக் கொள்கிறான் : "இந்த என்னுடைய அறச்செயலை எக்காலத்திலும் காத்தருளுங்கள்.

39. உலகத்தில் புகழ்பெற்ற கொட்டையூரில் உள்ள நல்லொழுக்கமுடைய குற்றமற்ற வசிஷ்ட குலத்தில் பிறந்த அறிஞர்களைப் பின்பற்றுகிற அனந்தநாராயணன் என்னும் பிராமணன் இந்த பிராஸ்தியைப் பாடினான்.

40-42. நீதியோடு அரசாண்ட பகையரசர்களை வென்று ஆற்றல் வாய்ந்த அரசனுடைய உத்தியோகஸ்தனான, காஞ்சி வாயில் என்னும் ஊரில்

பிறந்தவன் இராஜராஜ மூவேந்தவேளான் என்னும் பெயர் படைத்த தில்லையாளி என்பவன், அரசன் ஆணைப்படி இந்தச் சாசனத்தை நன்றாக எழுதினான்.

43-44. கடாக தேசத்து அரசன் ஆணைப்படி ஸ்ரீமான் அடிகள் மகனான அடக்கமும் அறிவும் உள்ள துவவூரவான் அணுக்கன் என்பவன் இந்தச் சாசனத்தை எழுதச் செய்தான்.

45-48. ஹோவ்ய மரபின் திலகம் போன்று, காஞ்சிபுரத்திலே பிறந்து எழுதுவதில் சித்திரகுப்தனுடன் போட்டியிடுகிறவர்களான மிக்க அறிவு வாய்ந்து கிருஷ்ணனுக்குப் பிறந்தும் கிருஷ்ண (கரிய) ஒழுக்கம் இல்லாத ராஜராஜ மகாசார்யன் என்னும் வாசுதேவனும் கிருஷ்ணனுடைய இரண்டு மக்களான கிருஷ்ணனுடைய திருவடித் தாமரையை மொய்க்கின்ற வண்டுகள் போன்ற ஸ்ரீரங்கனும் தாமோதரனும், வாசுதேவனின் மகனான தாமரைப் போன்ற கண்களையுடைய கிருஷ்ணனும், ஆராவமுதன் மகனான பேச்சு வன்மையுள்ள புருஷோத்தமனும் ஆகிய இவ்வைவரும் இந்தச் செப்பேட்டை எழுதினார்கள்.

108. "இச் சாசனம் வெட்டினோம் ஐயங்கொண்டசோ

109. ழமண்டலத்து ஸ்ரீகாஞ்சீபுரத்து ஓவியச் சித்திரகாரிய கிருஷ்ணன் வாசுதேவனான ராஜராஜப்பே

110. ராசார்யனேனும் கிருஷ்ணன் திருவரங்கனும் கிருஷ்ணன் தாமோதரனும் வாசு தேவன் கிருஷ்ணனும்

111. ஆராவமிர்து புருஷோத்தமன்னும்."

தமிழ்ப்பகுதியின் வாசகம் இது :

(முதல் ஏடு, முதல் பக்கம்)

1. ஸ்வஸ்தி ஸ்ரீ கோநேரின்மை கொண்டான் க்ஷத்ரியஸிஹா மணி வளநாட்டு

2. ப்பட்டனக் கூற்றத்து நாட்டார்க்கும் பிரமதேயக் கிழவர்க்கும் தேவதானப் பள்ளி

3. ச்சாந்தக்கணி முற்றூட்டு வெட்டப் பெற்றூர்களிலார்க்கும் நகரங்களிலார்க்கும்

4. நமக்கு யாண்டு இருபத்தொன்றாவது நாள்தொண்ணூற்றி ரண்டினால்

5. தஞ்சாவூர்ப் புரம்படி மாளிகை ராஜாஸ்ரயனில் தெற்கில்மண்டபத்

6. து நாம் இருக்கக் கிடாரத்தரையன் சூளாமனிமன்னன் க்ஷத்ரியசிஹா

7. மணி வளநாட்டுப் பட்டநக் கூற்றத்து நாகப்பட்டனத்து எடுப்பிக்கின்ற சூளா

8. மணிபன்ம வி ஹாரத்துப் பள்ளிக்கு வேண்டும் நிவந்தத்துக்கு க்ஷத்ரிய சிஹாமணிவ

9. ளநாட்டுப் பட்டநக் கூற்றத்து ஆனைமங்கலம் பள்ளிச்சந்தம் இறங்க-

லுள்பட அள
10. ந்தபடி நீங்கல் நீக்கி நிலன் தொண்ணுற்றேழே யிரண்டுமா முக்காணி யரைக்கா

(முதல் ஏடு, இரண்டாம் பக்கம்)

11. ணி முந்திரிகைக்கீழ் மூன்றுமா முக்காணி முந்திரிகைக்கீழ் அரையே-யிரண்
12. டுமாவினில் இறைகட்டின காணிக்கடன் நெல்லு எண்ணாயிரத்துத் தொள்ளாயி
13. ரத்து நாற்பத்து முக்கலனே இருதூணிக்குறுணி ஒரு நாழியும் கடாரத்த-ரையன்
14. க்ஷத்திரியசிகாமணி வளநாட்டுப் பட்டனக் கூற்றத்து நாகப்பட்டனத்தெ-டுப்பி
15. க்கின்ற சூளாமணிபன்மா விஹாரத்துப் பள்ளிக்கு இருப்பதாக யாண்டு இருபத்
16. தொன்றாவது முதல் பள்ளிச்சந்த இறையிலியாக வரியிலிட்டுக்குடுக்க
17. வென்று நாம் சொல்ல நம் ஓலை எழுதும் நித்தவிநோத வளநாட்டு ஆ
18. வூர்க்கூற்றத்து விளத்தூர் கிழவன் அமுதன் தீர்த்தக்காரன் எழுத்தினாலும் நம்ஓ
19. லை நாயகன் உய்யக்கொண்டார் வளநாட்டு வெண்ணாட்டுக் கேரளாந்தச் சதுர்வே
20. திமங்கலத்து கிருஷ்ணன் இராமனான மும்மடி சோழ பிரஹ்ம மஹாரா-யனும் நித்த

(இரண்டாம் ஏடு, முதல் பக்கம்)

21. வினோத வளநாட்டு பாம்புணிக் கூற்றத்து அரைசூருடையான் ஈரா-யிரவன் பல்ல
22. வயனான மும்மடி சோழ போசனும் அருமொழி தேவவள நாட்டு நென்மலி நாட்டுப் பரு
23. த்திக்குடையான் வேளான் உத்தமசோழனான மதுராந்தக மூவேந்த வேளானும்
24. ஒப்பினாலும் புக்க நந்தீட்டினபடியே வரியிலிட்டிக் கொள்கவென்று
25. நம் கருமமாராயும் ஆரூரன் அரவணையானான பராக்கிரமசோழ-மூவே
26. ந்த வேளானும் தத்தன் சேந்தனான செம்பியன் மூவேந்த வேளானு
27. ம் அருங்குன்ற முடையான் மாப்பேறன் பொள்காரியும் நடுவிருக்கும் புள்ள
28. மங்கலத்துப் பரமேஸ்வரபட்ட சர்வ்வகிரது யாஜியும் கடலங்குடித் தாமோதர பட்டனு

29. ம் நம் கருமமாராயும் க்ஷத்ரிய சிகாமணி வளநாட்டுத் திருநரையூர் நாட்டுக்கற்குடை

30. யான் பிசங்கன் பாளூரான மீனவன் மூவேந்த வேளானும் அருமொ-ழிதேவ வளநாட்டு

(இரண்டாம் ஏடு, இரண்டாம் பக்கம்)

31. ப்புறங்கரம்பைநாட்டு வங்கநகருடையான் சங்கரநாராயண அரங்கனும் நடுவி

32. ருக்கும் வெண்ணைநல் லூர்த் தம்மடிபட்டனும் பசலைத் தியம்பகபட்-டனும் சொ

33. ல்லப் புரவுவரிக் கிளிநல்லூர் கிழவன் கொற்றன் பொற்காரியும் கழு-மலமுடை

34. யான் சூற்றியன் தேவடியும் பழுவூருடையான் தேவன் சாத்தனும்

35. கள்ளிக்குடையான் அணையன் தளிக்குளவனும் வரிப்பொத்தகம் சா

36. த்தனூருடையான் குமரன் அரங்கனும் பருத்தியூர் கிழவன் சிகன் வெ

37. ண்காடனும் இருந்து யாண்டு இருபத்தொன்றாவது நாள் தொண்-ணூற்றா

38. றினால் பள்ளிச்சந்தம் இறையிலியாக வரியிலிட்டுக் குடுத்த தங்-கனாட்டுப்பட்டன

39. க் கூற்றத்து ஆனைமங்கலம் அளந்தபடி நீங்கல் நீக்கி நிலன்தொண் ணூற்றே

40. ழேயிரண்டு மாக்காணி யரைக்காணி முந்திரிகைக் கீழ்மூன்றுமா முக்-காணி

41. முந்திரிகை கீழரையே யிரண்டுமாவும் பிடிசூழ்ந்து பிடாகை நடப்பிப்-பதாகக் கண்காணிநடு

(மூன்றாம் ஏடு, முதல் பக்கம்)

42. விருக்கும் வெண்ணைநல்லூர்த் தம்மடிபட்டனையும் பட்டன் க்ஷத்தி-ரியசிஹாமணி வ

43. ளநாட்டுத் திருநறை யூர்நாட்டு ஸ்ரீ துங்கமங்கலமான அபிமானபூஷ-ணச் சதுர்வே

44. திமங்கலத்துத் தூற்பில் ஸ்ரீதர பட்டனையும் இந்நாட்டு வேளநாட்டுத் திருநல்லூ

45. ர் பார்க்குளத்துப் பற்பநாப பட்டனையும் இவ்வூர் பேரேமபுறத்து வெண்ணைய

46. பட்டனையும் ராஜேந்திர சிம்மவளநாட்டு காரநாட்டுத்தனியூர் ஸ்ரீவி-ரநாராய

47. ணச் சதுர்வேதிமங்கலத்து துவேதை கோமபுரத்து நந்தீஸ்வரபட்டனை-யும் புரவுவ

48. ரி கள்ளிக்குடையான் அணையன் தளிக்குளவனையும் பேர்த்தந்தோன் தா

49. ங்களும் இவர்களோடு நின்று எல்லை தெரித்துப் பிடிசூழ்ந்து பிடாகை நடந்து கல்லு

50. ங் கள்ளியும் நாட்டி அறவோலை செய்து போத்தகலென்னும் வாசத்தால் மந்திர

51. வோலை விளைத்தூர்கிழவன் அமுதன் தீர்த்தகரன் எழுத்தினாலும் மந்திரவோலைநா

(மூன்றாம் ஏடு, இரண்டாம் பக்கம்)

52. யகன் கிருஷ்ணன் இராமனான மும்மடி சோழ பிரஹ்மஹாராயனும் அரைசூருடை யான் ஈ

53. ராயிரவன் பல்லவயனான மும்மடிசோழபோசனும் பருத்திக்குடையான்

54. வேளான் உத்தமசோழனான மதுராந்தக மூவெந்தவேளா

55. னும் ஒப்பினாலும் திருமகள் போலப் பெருநிலச் செல்வியு

56. ந் தனக்கேயுரிமை பூண்டமை மனக்கொளக் காந்தளூர்

57. ச்சாலை கலமறுத்தருளி வேங்கைநாடுங் கங்கபாடியும் நு

58. ளம்ப பாடியுந் தடிகை பாடியுங் குடமலைநாடுங் கொல்லமுங்கலி

59. ங்கமும் எண்டிசை புகழ் தர ஈழமண்டலமுந் திண்திறல் வென்றித்தண்

60. டார் கொண்டு தன்னெழில் வளர் ஊழியுளெல்லா யாண்டுந்தொ

61. ழுதக விளங்கும் யாண்டேய் செழியரைத்தேசு கொள் ஸ்ரீகோவி

(நாலாம் ஏடு, முதல் பக்கம்)

62. ராஜராஜகேசரிவர்ம்மரான ஸ்ரீராஜராஜதேவற்கு யாண்டு இருபத்தொன்றாவது நாட்டோ

63. முக்குத்திருமுகம் வர நாட்டோமுந் திருமுகங்கொண்டு எதிரெழுந்து சென்று தொழுதுவா

64. ங்கித் தலைமேல் வைத்துப்பிடி சூழ்ந்துபிடாகை நடந்து எல்லை தீர்த்து கல்லு

65. ங் கள்ளியு நாட்டி அறவோலை செய்த நிலத்துக்குக் கீழ்பாற்கொல்லை க்ஷத்ரி

66. ய சிஹாமணி வளநாட்டுப் பட்டனக் கூற்றத்துக் கோவூர் மேலெல்லை

67. கோவூர்த்தச்ச னிலத்துக்கும் கோவூர்க் காவிதியோடைக்கும் மேற்குந்

68. தெற்கினும் இவ்வூர்ப் புகையுண்ணியென்னும் நிலத்துக்கு மே

69. ற்கும் தெற்கின்னும் இவ்வெல்லையே கிழக்கு நோக்கிப்போய் இன்னிலத்

70. துக்கு தெற்கின்னும் புகையுண்ணியென்னும் நிலத்துக்கு மேற்கும் தெ

71. ற்கின்னும் மேற்கின்னும் புகையுண்ணிக்குப் பாயும் வாய்க்காலின் மேலைய

(நாலாம் ஏடு. இரண்டாம் பக்கம்)

72. ரைக்காலில் நாற்றுக்காலாக அட்டிக் கிடந்த சிறுவரம்புக்கு வடக்கும் இன்னும் இவ்வரை

73. க்காலிலேய் மேற்கு நாற்றுக்காலாக அட்டிக்கிடந்த சிறு வரம்புக்கு மேற்கும் இன்னும்

74. இந்நாற்றுக்காலுக்கேய் தெற்கு வரம்பாக அட்டிக்கிடந்த வரம்புக்கு வடக்கும் இன்னும்

75.ம் இவ்வரைக்காலின் மேல்வரம்புக்கு மேற்கும் இன்னும் இன்னும் இவ்-வரைக்கா

76. லின் தெற்கில்ப் புகையுண்ணியரைக்காலுக்கு மேற்கும் இன்னும் இத

77. ன் தெற்கில் கோவூர்க்குசவ நிலன் ஒருமாவரைக்கு மேற்கும் இதன் தெற்கில்

78. ஒருமாவரைக்கு மேற்கும் இதன் தெற்கில் ஓடையில் நடுவுக்குத் தெற்கும் இன்

79. னும் இக் கோவூர் எல்லைக்கு மேற்கும் தெற்கின்னும் கோவூர் வெள்-ளாளன் அ

80. ரைசூர் மறியாடி ஒருமாவுக்கு மேற்கும் இதன் தெற்கில் ஓடை நடு-வுக்குத்தெற்கும் இ

81. வ்வோடையே தென்கிழக்கு நோக்கிப் போய் மேற்பள்ளவாய்க்கால் இவ்வோ

(ஐந்தாம் ஏடு, முதல் பக்கம்)

82. டைக்கோய் விழுந்த இடத்துக்கு மேற்கும் இன்னும் மேற்பள்ள வாய்க்காலின்தென்

83. கரைக்கு தெற்கும் கோவூர் மேல்பள்ளத்து மேல்வரம்புக்கு மேற்கும் இவ்வூர் மே

84. ல்பள்ளத்து வெள்ளாளன் உறாப்பழி பாக்கர அரைக்காலில் வடவ-ரம்புக்குவ

85. டக்கும் இவ்வரைக்காலின் மேலை ஓடையின் நடுவுக்கும் வெள்ளா-ளன் ப

86. ரமேஸ்வரன் நறையூர் அரைக்காலுக்கு மேற்கும் இவ்வோடையின் நடு

87. வுக்கு மேற்கும் கோவூர் வெள்ளாளனையாறன் சேந்தன் அரைக்-காலின்

88. கொத்தத்து இவ்வோடைக்கே - மேற்கும் இவ்வரைக்காலுக்குத் தெற்கு

89. ம் மேல்பள்ள நிலத்தின் கொத்தத்து இவ்வோடைக்கேய் மேற்கும் இவ்வோ

90. டைஇறிவட்டி வாய்க்காலுக்கேய் விழுந்த இடத்துக்கு மேற்கும் இவ்-வேரிவட்டிவாய்க்கா

91. லுக்கே மேற்கும் இன்னும் இவ்வேரிவட்டி வாய்க்காலுக்கேய் தெற்கும் இவ்வே

(ஐந்தாம் ஏடு, இரண்டாம் பக்கம்)

92. றிவட்டி வாய்க்காலுக்கே மேற்கும் தென்பாற்கெல்லை இவ்வேறி வட்டிவா

93. ய்காலுக்கு வடக்கும் இவ்வேரிவட்டி வாய்க்காலே மேற்கு நோக்கிச்செ

94. ன்று இவ்வாய்க்காலை யூடறுத்துத் தென்கரைக்கேயேரி தெற்கின்னு

95. ம் இவ்வானை மங்கலத்து பிரமதேயத்துப் படுகை வேலி நில

96. த்தின் மேலெல்லையே சென்று தென்மடலாய்க்கிடந்த ஓடைக்

97. கு மேற்கும் இவ்வெல்லையே தெற்கு நோக்கிச் சென்று மேற்கி

98. ன்னும் இவ்வோடைக்கேய் வடக்கும் இன்னும் இவ்வோடைக்கு

99. வடக்கு நோக்கியேரிவட்டி வாய்க்காலுக் கேயுற்றதற்கு கிழக்கும் இவ்வேரிவட்டி

100. வாய்க்காலை யூடறுத்து வடகரையே யேறி இவ்வாய்க்காலின் வடகரையே

101. மேற்கு நோக்கிச்சென்று இவ்வாய்க்காலுக்கு வடக்கும் இவ்வெல்லையேய்

(ஆறாம் ஏடு, முதல் பக்கம்)

102. மேற்கு நோக்கிச் சென்று இவ்வாய்க்கால்தான் கிடந்தவாறே மேற்கு நோக்கி இந்நாட்டுப்

103. பட்டனக் கூற்றத்து பிரமதேயம் சீவளைக்குடியில் நிலன் நான்மாவில் வடவரம்பேயுற்

104. று இவ்வரம்பே மேற்குநோக்கிச்சென்று இவ்வழிக்கு வடக்கும் இவ்வெல்லை

105. யே மேற்கு நோக்கிச்சென்று பழவிளப்பான ஓடையேயுற்ற இவ்வெல்லை

106. க்குவடக்கும் மேல்பாற்கெல்லை வடக்கும் நோக்கி நாட்டுப் போக்குதலை

107. வாயர் வெட்டப் பேற்றுக் கிழக்கும் வடக்கின்னும் இன்னாட்டுப்பட்ட

108. ணக்கூற்றத்து முஞ்சி குடி நிலத்தின் கீழெல்லையா ஓடையேற்றுஇவ்

109. வோடையின் நடுவேய் வடக்கு நோக்கிச் சென்று இவ்வோடையுள்ளப்பட இவ்வோ

110. டைக்குக் கிழக்கும் இவ்வோடைதான் கிடந்தவாறேய் வடக்கு நோக்கி இம்முஞ்சிக்கு

111. டி நிலமேயுற்று இம்முஞ்சிகுடிக்குக் கீழெல்லையான ஓடையேயுற்று வடக்கின்

(ஆறாம் ஏடு, இரண்டாம் பக்கம்)

112. னும் இவ்வெல்லைக்குக் கிழக்கும் இவ்வோடைதான் கிடந்தவாறேய் பலமுடொக்குழு

113. டொங்கி வடக்கு நோக்கி இம்முஞ்சிகுடி நிலமேயுற்று இம்முஞ்சிகு-டிங்குக்கீழெல்லையான

114. ஓடையேவடக்கின்னும் இவ்வெல்லைக்குக் கிழக்கின்னும் இவ்வோ-டைதான் கி

115. டந்தவாறேய் வடக்குநோக்கிச் சென்று இதனை விட்டு இம்முஞ்சிகுடி வெள்ளாள

116. ன் இராமன் கோவிந்தன் நான்மாவின் தென்வரம்பேயுற்று இவ்வெல்-லையே வ

117. டக்கு நோக்கிச்சென்று இம்முஞ்சிகுடி பிரமதேயமான நிலத்தின்தென் வரம்பே

118. யுற்று இதனுக்குத்தெற்கும் இதனுக்கேய் கிழக்கும் இன்னும் இம்முஞ்-சிகுடி

119. பிரமதேயம் நிலத்துக்கேய் வடக்கும் இவ்வெல்லையே வடக்கு நோக்-கிச்சென்று இ

120. ம்முஞ்சிகுடி வெள்ளாளன் வகைக் கீழெல்லையான நிலத்துக்குக் கிழக்கும் இவ்

121. வெல்லையே வடக்குநோக்கிச் சென்று வடமேற்கு நோக்கி முஞ்சிகுடி ஊதாரிமய

(ஏழாம் ஏடு, முதல் பக்கம்)

122. க்கலென்னும் நிலமேயுற்று இன்னிலத்தின் கீழ்வரம்புக்குக் கிழக்கும் இதன் வட

123. வரம்பேய் மேற்கு நோக்கிச் சென்று வடவரம்புக்கு வடக்கும் இச்செ-யின் மேலைப்ப

124. றையோடை வடக்கு நோக்கிச் சென்று இவ்வோடைக்குக் கிழக்கும் இவ்வோடையேவட

125. க்கு நோக்கிச்சென்று இவ்வானை மங்கலத்துக்குப் பாயக்கல்லின ராஜ

126. ராஜன் வாய்க்காலேயுற்று இவ்வாய்க்காலை யூடறுத்து வடகரைக்-கேயேறி

127. இவ்வானை மங்கலத்து பிரமதேயத்துக்குக் காலவாயென்னும் நிலத்தி

128. ன் கீழ்வரம்புக்குக் கிழக்கும் வடக்கும் நோக்கிச் சென்றும் கிழக்கு நோக்கிச்செ

129. ன்றும் இவ்வானை மங்கலத்து பிரமதேயத்துக் கிளான் கிளான் காற்-செயின்தென் வ

130. ரம்பேயுற்றுத் தென்கிழக்கு நோக்கிச் சென்று இதனின்று வடகிழக்கு நோக்கியும்

131. கிழக்கு நோக்கியும் சென்ற எல்லைக்குத்தெற்கும் கிழக்கும் இதன் வடவரம்பேய்

(ஏழாம் ஏடு, இரண்டாம் பக்கம்)

132. வடமேற்கு நோக்கிச்சென்று இதனுக்கு வடக்கும் இன்னும் இவ்-வானை மங்கலத்து

133. பிரமதேயத்து ஆரிதன்சிறியான் கடம்பன் மூன்றுமாவின் கீழ்வரம்புக்-குக் கிழக்கும் வ

134. டபாற்கெல்லை இச்செயின் தென்வரம்பே கிழக்கு நோக்கிச் சென்று இதனுக்குத்தெற்கு

135. ம் இந்நாட்டுப் பட்டனத்துக்கூற்றத்து பிரமதேயம் பிரம்பில் கொட்டி-டலான நிலத்

136. தின் எல்லையே கிழக்கு நோக்கிச் சென்று இவ்வானைமங்கலத்து பிரமதேய

137. த்து வாச்சியன் பரமேஸ்வரன் பூவன் நிலத்தின் மேல்வரம்பே யுற்ற-தற்குத்

138. தெற்கும் இந்நிலத்துக்கேய் மேற்குந் தெற்கும் கிழக்கும் இந்நிலத்து பிரமதேயம்

139. பிரம்பில் கொட்டிடலான நிலத்தின் கீழ்வரம்புக்குக் கிழக்கும் இவ்வ-ரம்பேய் வடக்கு நோக்கிச்

140. சென்று விளப்பென்னும் ஆற்றின் தென்கரையேயுற்றுத் தென்கரைக்-குத் தெற்கும் இக்கரை

141. யே கிழக்கு நோக்கிச் சென்று இவ்வானை மங்கலத்து மகாதேவர் தேவதானமான ஒ

(எட்டாம் ஏடு, முதல் பக்கம்)

142. ருமாவரையின் மேல்வரம்பேயுற்று இவ்வரம்புக்கு மேற்கும் இவ்வரம்-பேய் தெற்கு

143. நோக்கி இத்தேவர் தேவதானமான முள்ளி வரவையின் மேல்வரம்-பேயுற்று இ

144. வ்வரம்புக்கு மேற்கும் இவ்வரம்பே தெற்கு நோக்கியுங்கிழக்கு நோக்-கியுஞ் செ

145. ன்று இத்தேவர் குளமேயுற்று இத்தேவர் குளத்துக்குப் பாயும் வாய்க்கா

146. லின் மேல்வரம்பே தெற்கு நோக்கிச் சென்று இத்தேவர் தேவதானங்க

147. ணவதிகாலான நிலத்தின் மேல்வரம்புக்கு மேற்கும் இக்கணவதிகா-லான

148. தென்வரம்பேய் கிழக்கு நோக்கிச் சென்று இவ்வரம்புக்குத் தெற்கும் இத்

149. தேவர் தேவதானமான மெழுக்குப்புறம் ஒருமாவின் மேல்வரம்புக்கு மேற்கும் இவ்வொரு

150. மாவின் தென்வரம்பேய் கிழக்கு நோக்கிச் சென்று இவ்ரம்புக்குத் தெற்கும் இத்தே

151. வர் தேவதானம் முக்காணியின் தென்வரம்பேய் கிழக்கு நோக்கிச் சென்று பத்

(எட்டாம் ஏடு, இரண்டாம் பக்கம்)

152. தல் வாய்க்காலே யுற்றதற்குத்தெற்கும் இப்பத்தல் வாய்க்காலின் மேல் கரையேவ

153. டக்கு நோக்கிச் சென்று விளப்பேயுற்றதற்குக் கிழக்கும் இவ்விளப்-பையூடறு

154. த்து வடகரைக்கேயறி இந்நாட்டுப் பட்டனக் கூற்றத்து பிரமதேய மூங்கிற்

155. குடியெல்லையேயுற்று இவ்வெல்லையே வடக்கு நோக்கியுங்

156. கிழக்கு நோக்கியுஞ் சென்று இதனுக்குக் கிழக்குந் தெற்கும் இன்

157. னும் இம்மூங்கிற்குடி நிலத்துக்கேய் மேற்கும் இவ்வெல்லையே

158. தெற்கு நோக்கி விளப்புக்கேயுற்று விளப்பையூடறுத்துத் தென்

159. கரைக்கே யேறித் தென்கரையே கிழக்கு நோக்கிச்சென்று இந்நாட்-டுக்கோவூ

160. ர்க் கணவதிமயக்கலான நிலத்தின் மேல்வரம்பே யுற்றதற்குத் தெற்கும் இக்க

161. ணவதி மயக்கலான நிலத்தின் மேல்வரம்புக்கு மேற்கும் இக்கணவதி-மயக்க

162. லின் தென்வரம்பேய் கிழக்கு நோக்கிச் சென்று இந்நாட்டுப் பட்-டனக்கூற்றத்து

(ஒன்பதாம் ஏடு, முதல் பக்கம்)

163. பிரமதேயம் நல்லூர்ச்சேரிக்குப் பாயும் வாய்க்கா லையுற்றதற்குத் தெற்கும்இவ்

164. வாய்க்காலின் தென்கரையேய் கிழக்கு நோக்கிச் சென்று இந்நாட்-டுக்கோவூர்

165. வெள்ளாளன் உருப்பழி பாக்கர னொருமாவின் தென்வரம்பேயுற்று இத்தென்

166. வரம்பேய் கிழக்கு நோக்கிச் சென்று கோவூர் முன்றுடங்கின தச்சன்-னிலத்துக்கேயு

167. ற்றதற்குத் தெற்கும் ஆக இவ்விசைத்த பெருநான் கெல்லையு மகப்-பட்ட நீர்நிலனு

168. ம் புன்செயும் ஊரும் ஊரிருக்கையுங் குளமும் ஸ்ரீ கோயில்களும் பறைச்சேரி

169. யுங் கம்மாண்சேரியுஞ் சுடுகாடும் பெறுவதாகவும் இவ்வூர் மனையும் ம

170. னைப் படைப்பையுங் கடையுங் கடைத்தெருவும் மன்றுங் கன்றுமேய்-பாழுங்கு

171. ளமுங் கொட்டகாரமுங்கிடங்குங் கேணியும் புற்றுந் தெற்றியுங் காடும் பீடிலிகையுங் க

172. ளரும்உவரும் ஆறும் ஆறிடுபடுகையும் ஓடையும் உடைப்பும் மீன்-பயில் பள்ளமுந்தேன்ப

173. யில் பொதும்பும் மேல்நோக்கிய மரமும் கீழ்நோக்கிய கிணறும் உள்-ளிட்டுநீர்பூசி நெ

174. டும் பரம்பெறிந்து உடும்போடியாமை தவழ்ந்த தெவ்வகைப்பட்டதும் உண்ணிலமொ

175. ழிவின்றிக் காராண்மை மீயாட்சியும் மிகுதிக்குறையு முள்ளடங்க இப்படிப்பெற்றத

176. ற்குப் பெற்ற வியவஸ்தை இன்னிலத்துக்கு நீர்க்கீந்தவாறு வாய்க்கால் குத்திப்

177. பாய்த்தவும் வாரவும் விடவும் பெறுவதாகவும் இன்னிலத்துக்கு

178. ப் பாயும் வாய்க்கால்கள் மேனடைநீர்பாயவும் வாரவும் பெறுவ

179. தாகவும் இவ்வாய்க்கால்கள் அன்னியர் குறங்கறுத்துக் குத்தவும்

180. விலங்கடைக்கவுங் குற்றேத்தம் பண்ணவுங் கூடைநீ ரிறைக்கவும்

181. பெறாததாகவுஞ் சென்னீர்ப் பொதுவினை செய்யாததாகவும் அன்னீ-ரடைத்துப்பா

182. ச்சப் பெறுவதாகவுஞ் சுட்டோட்டால் மாடமாளிகை யெடுக்கப்பெறு-வதாகவுந்

183. துரவு கிணறு இழிச்சப்பெறுவதாகவுங் காவு தெங்கிடப்பெறுவதாகவுந் தமநக

184. மும் மருவுமிருவேலியுஞ் செண்பகமுஞ் செங்கழுநீரும் மாவும் பலா-வுங் கமுகும் பனை

(பத்தாம் ஏடு, முதல் பக்கம்)

185. யுங் கொடியுமுள்ளிட்ட பல்லுருவில் பயன்மரமிடவுந் நடவும் பெறு-வதாகவும் பெரு

186. ஞ் செக்கிடப்பெறுவதாகவும் இவ்வூர் நிலத்தையூ டறுத்துப் புறவூர்க-ளுக்குப் போய்

187. நீர்பாயும் வாய்க்கால்கள் மேனடைநீர் பாயவும் வாரவும் பெறுவதா-கவும் புறவூர் நி

188. லத்தூடு போந்து இவ்வூர் நிலத்துக்குப் பாயும் வாய்க்கால்கள் மேன

189. டை நீர் பாயவும் வாரவும் பெறுவதாகவும் இவ்வூரிட்ட தெங்கும் பனையும்ஈ

190. ழவரேறப்பெறாததாகவுந்தன் குடிக்கேற்ற வண்ணம் முரைசும் முப்படித் தோ

191. ரணமும் நாட்டப்பெறுவதாகவும் இப்படி பெற்றதற்குப் பெற்ற பரிஹாரந்நாடாட்சி

192. யும் ஊராட்சியும் வட்டிநாழியும் பிடாநாழியுங் கண்ணாலக் காணமும் வண்ணாரப்பாறை

193. யுங் காசுக் காணமுந் நீர்கூலியும் இலைக்கூலியுந் தறிப்புடவையுந்தரகுந்தட்டார்ப்பாட்ட

194. மும் இடைப்பாட்டமு மாட்டுக்கிறையும் நல்லாவுந் நல்லெருதுந் நாடுகாவலும் ஊடுபோ

(பத்தாம் ஏடு, இரண்டாம் பக்கம்)

195. க்கும் விற்பிடியும் வாலமஞ்சாடியும் உல்கும் ஓடக்கூலியும் மன்றுபாடும் மா

196. விரையுந் தீயெரியும் ஈழம்பூட்சியும் கூத்திக்காலும் உள்ளிட்டுக் கோத்தொட்டுண்

197. ணப் பாலதெவ்வகைப் பட்டதுங் கோக்கொள்ளாதேய் பள்ளிச்சந்தத்துக்கே

198. ய் பெறுவதாகவும் இப்படி பெற்ற வியவஸ்தையும் பரிஹாரமும்

199. பெற்ற இந்நிலங் காராண்மை மீயாட்சியும் மிகுதிகுறைமையு முள்ள

200. டங்கப் பட்டனக் கூற்றத்து நாகபட்டனத்துக் கடாரத்தரையன் எடுப்பி

201. க்கின்ற சூளாமணிப் பன்மவி ஹாரத்துப் பள்ளிக்குப் பள்ளிச்சந்தமி

202. றையிலியாகக்குடுத்த இன்னாட்டு ஆனைமங்கலம் பள்ளிச்சந்த இறங்கலு

203. ள்பட யாண்டு இருபத்தொன்றாவது முதல் பிடிசூழ்ந்து பிடாகை நடந்து கல்லு

204. ங் கள்ளியும் நாட்டி அறவோலை செய்து குடுத்தோம். க்ஷத்ரியசிகாமணி வ

(பதினோராம் ஏடு, முதல் பக்கம்)

205. ளநாட்டுப்பட்டனக் கூற்றத்து நாட்டோம் நாட்டாரோடும் உடனின்று பிடிசூழ்ந்து பிடாகைநடந்துகல்

206. லுங் கள்ளியும் நாட்டி அறவோலை செய்து குடுத்தேன் புரவுவரி கன்ளிக்குடையான் அணயன்

207. தளிக்குளவனேனிவை யென்னெழுத் தென்றும் இவ்வானை மங்கலம் பிடி சூழ்ந்

208. துபிடாகை நடக்கிறபோது ஆனையேறி இன்னாட்டாரோடும் உடனின்றெல்லை

209. தெரித்துக் காட்டினேன் இவ்வானை மங்கலத் திருக்கும் வெள்ளாளன் கோன்புத்

210. தனேனிவையென் னெழுத்தென்றும் இப்படி பிடிசூழ்ந்து பிடாகை நடந்து

211. அறவோலை செய்து குடுத்தோம் க்ஷத்திரியசிகாமணி வளநாட்டுப் பட்டனக் கூ

212. ற்றத்து பிரமதேயங் கடம்பனூர் சபையோம் இவர்கள் சொல்ல இவ்-வூர் மத்தியஸ்தன் முப்பத்திரு

213. வன் யஜ்ஞனான கற்பகாதித்தனேனிவை யென்னெழுத்தென்றும் இக்கடம்ப னூரார்சொ

214. ல்ல இவ்வூர் வைகாநசன் நாராயணன் தாமோதரனேனிவை யென்-னெழுத்தென்

(பதினோராம் ஏடு, இரண்டாம் பக்கம்)

215. றும் இப்படி பிடாகை நடந்து பிடி சூழ்ந்து அறவோலை செய்து குடுத்தோம்

218. ஹ்ம மங்கல்யனேனிவை யென்னெழுத் தென்றும் இப்படி பிடி சூழ்ந்து அறவோ

219. லை செய்து குடுத்தோம் க்ஷத்திரியசிகாமணி வளநாட்டுப் பட்டனக் கூ

220. ற்றத்து வேலங்குடி வேலங்குடியான் நாராயணன் ஒற்றியேன்

221. இவையென் னெழுத்தென்றும் இப்படி பிடி சூழ்ந்த பிடாகை நடந்து அ

222. றவோலை செய்து குடுத்தோம் க்ஷத்திரியசிகாமணி வளநாட்டுப் பட்-டனக் கூற்ற

223. த்து பிரமதேயம் மூங்கிற்குடி சபையோம் இவ்வூர் மத்யஸ்தன் குண-வன் ந

224. ந்தியான அலங்காரப் பரியனேனிவை யென்னெழுத் தென்றும் இப்

(பன்னிரண்டாம் ஏடு, முதல் பக்கம்)

225. படி பிடி சூழ்ந்த பிடாகை நடந்து அறவோலை செய்து குடுத்தோம் க்ஷத்திரியசிகா

226. மணி வளநாட்டுப் பட்டனக் கூற்றத்து நரிமன்றத்து ஊரோம் ஊரார் சொல்ல எழு

227. தினேன் இவ்வூர் மத்யஸ்தன் ஐம்பத்திருவன் விடேல் விடுகனேன் இவை என்

228. னெழுத்தென்றும் இப்படி பிடி சூழ்ந்து பிடாகை நடந்து அறவோலை

229. செய்து குடுத்தோம் க்ஷத்திரியசிகாமணி வளநாட்டுப் பட்டனக் கூற்-றத்துச்

230. சாத்தமங்கலத் தூரோம் ஊரார் சொல்ல எழுதினேன் இவ்வூர் வே

231. ட்கோவன் நெதிரன் சாத்தனான நானூற்றுவப் பெருங்கோவேளா

232. னேனிவை யென்னெழுத்தென்றும் இப்படி பிடி சூழ்ந்து பிடாகை நடந்து அற

233. வோலை செய்து குடுத்தோம் க்ஷத்திரியசிகாமணி வளநாட்டுப் பட்-டனக் கூற்றத்

234. து பிரமதாயம் சந்நமங்கலத்து சபையோம் சபையார் சொல்ல எழு-தினேன்.

(பன்னிரண்டாம் ஏடு, இரண்டாம் பக்கம்)

235. இவ்வூர்க் கரணத்தான் மத்யஸ்தன் துருக்கன் கமுதனேனிவை யென்னெழு

236. த்தென்றும் இப்படி பிடி சூழ்ந்து பிடாகை நடந்து அறவோலை செய்து குடுத்தோ

237. ம் க்ஷத்ரிய சிகாமணி வளநாட்டுப் பட்டனக் கூற்றத்து பிரமதேயம் கொட்டாரக்குடி ச

238. பையோம் இவ்வூர்க் கரணத்தான் மத்யஸ்தன் ஊரன் சந்திரசேகர னான

239. பிரம மங்கல்யனேன் இவையென்னெழுத்தென்றும் இப்பிடி பிடி சூழ்ந்து

240. பிடாகை நடந்து அறவோலை செய்து குடுத்தோம் க்ஷத்திரியசிகா-மணிவள

241. நாட்டுப் பட்டனக் கூற்றத்துக் கோவூர் ஊரோம் ஊரார் சொல்ல எழுதினேன்

242. இவ்வூர்க் கரணத்தான் மத்யஸ்தன் ஐயனைய னேனிவை யென்-னெழுத்தெ

243. ன்றும் இப்படி பிடி சூழ்ந்து பிடாகைநடந்து அறவோலை செய்து குடுத்தோம் க்ஷத்ரி

244. யசிகாமணி வளநாட்டுப் பட்டனக் கூற்றத்து உத்தூர் ஊரோம் ஊரார் சொல்லவெ

(பதின்மூன்றாம் ஏடு, முதல் பக்கம்)

245. ழுதினேன் இவ்வூர்க் கரணத்தான் மத்யஸ்தன் நக்கன் முள்ளியே-னிவை யென்

246. னெழுத்தென்றும் இப்படி பிடி சூழ்ந்து பிடாகை நடந்து அறவோலை செய்து குடுத்

247. தோம் க்ஷத்ரிய சிகாமணி வளநாட்டுப் பட்டனக் கூற்றத்து பிரமதே-யம் நன்னிமங்க

248. லத்து சபையோம் சபையார் சொல்ல இவ்வூர்க் கரணத்தான் மத்-யஸ்தன்

249. கண்ணன் அலங்காரப் பிரியனேனிவை யென் னெழுத்தென்றும் இ

250. ப்படி பிடி சூழ்ந்து பிடாகை நடந்து அறவோலை செய்து குடுத்தோம் க்ஷத்ரிய

251. சிகாமணி வளநாட்டுப் பட்டனக் கூற்றத்து பிரமதேயம் போருவனூர் சபை

252. யோம் சபையார் சொல்ல எழுதினேன் இவ்வூர்க் கரணத்தான் வேட்-கோவ

253. ன் மாதேவன் ஊரனேனிவை யென்னெழுத்தென்றுஇப்படி பிடி சூழ்ந்து பிடா

254. கை நடந்து அறவோலை செய்து குடுத்தோம் க்ஷத்ரிய சிகாமணி வளநாட்டுப் பட்டன

(பதின்மூன்றாம் ஏடு, இரண்டாம் பக்கம்)

255. க்கூற்றத்து ஆளங்குடி ஊரோம் ஊரார் சொல்ல எழுதினேனிவ்வூர்க் கரணத்தான் கா

256. சியபன் சூர்யன ரங்கனேன் இவை என்னெழுத்தென்றும் இப்படி பிடிசூழ்ந்து பி

257. டாகை நடந்து அறவோலை செய்து குடுத்தோம் க்ஷத்ரியசிகாமணி வளநாட்டுப் பட்டனக் கூ

258. ற்றத்துத் துறையூர் ஊரோம் ஊரார் சொல்ல எழுதினேன் இவ்வூர்க் கரணத்தா

259. ன் பாரத்வாஜி திரித்தி வைகுண்டன் எழுத்தென்றும் இப்படி பிடி சூழ்ந்து பிடா

260. கை நடந்து அறவோலை செய்து குடுத்தோம் க்ஷத்ரிய சிகாமணி வளநாட்டுப் பட்

261. டனக் கூற்றத்து பிரமதேயம் பிரம்பில் சபையோர் இவ்வூர்க் கரணத் தான்மத்ய

262. ஸ்தன் குணவன் நந்தியான அலங்காரப் பிரியனேன் இவையென்-னெழுத்தென்று

263. ம் இப்படி பிடிசூழ்ந்து பிடாகை நடந்து அறவோலை செய்து குடுத்-தோம் கடம்பங் குடியூரோ

264. ம் ஊரார் சொல்ல எழுதினேன் இவ்வூர்க்கரணத்தான் மத்யஸ்தன் குணவன் நந்தியான அல

(பதினான்காம் ஏடு, முதல் பக்கம்)

265. ங்காரப் பிரியனேன் இவையென்னெழுத்தென்றும் இப்படி பிடிசூழ்ந்து பிடாகை நடந்து அற

266. வோலை செய்து குடுத்தோம் க்ஷத்ரியசிகாமணி வளநாட்டுப் பட்-டனக் கூற்றத்து சேந்தமங்

267. கலத்து ஊரோம் ஊரார் சொல்ல எழுதினேன் இவ்வூர் மத்யஸ்தன் ஊரான் ஐயனே

268. னிவை என்னெழுத்தென்றும் இப்படி பிடிசூழ்ந்து பிடாகை நடந்து அறவோலை செ

269. ய்து குடுத்தோம் க்ஷத்ரியசிகாமணி வளநாட்டுப் பட்டனக் கூற்றத்துச் சிறுச்சேந்தமங்க

270. லத்து எட்டி வலஞ்சுழியன் சங்கனேன் இவையென்னெழுத் தென்-றும் இப்படி பிடிசூழ்

271. ந்து பிடாகை நடந்து அறவோலை செய்து குடுத்தோம் க்ஷத்ரியசி-காமணி வளநாட்டு

272. ப் பட்டனக் கூற்றத்துக் குற்றாலத்தூரோம் ஊரார் சொல்ல எழுதி-னேன் இவ்வூர்க்கரணத்தான்

273. வேட்கோவன் தேவன்ஊரனேனிவை என்னெழுத் தென்றும் இப்படி பிடிசூழ்ந்து பிடா

274. கை நடந்து அறவோலை செய்து குடுத்தோம் க்ஷத்ரியசிகாமணி வளநாட்டுப் பட்டி

(பதினான்காம் ஏடு, இரண்டாம் பக்கம்)

275. னக் கூற்றத்துத் திருநாவூர் ஊரோம் ஊரார் சொல்ல எழுதினேன் இவ்வூர் மத்யஸ்த

276. ன் சதுர்முகனரங்கத்தேனிவை என்னெழுத்தென்றும் இப்படி பிடி-சூழ்ந்து

277. பிடாகை நடந்து அறவோலை செய்து குடுத்தோம் க்ஷத்ரியசிகாமணி வளநாட்

278. டுப் பட்டனக் கூற்றத்து பிரமதேயம் உவர்க்குடி சபையோம் சபையார் சொ

279. ல்ல எழுதினேன் இவ்வூர்க் கரணத்தான் வேட்டுகோவன் மாநாகன் நா

280. ராயண னேனிவை என்னெழுத் தென்றும் இப்படி பிடி சூழ்ந்து பி

281. டாகை நடந்து அறவோலை செய்து குடுத்தோம் க்ஷத்ரியசிகாம

282. ணி வளநாட்டுப் பட்டனக் கூற்றத்து முஞ்சிக்குடி ஊரோம் ஊரார் சொ

283. ல்ல எழுதினேன் இவ்வூர்க்கரணத்தான் வேட்டுக்கோவன் மாநாகன் கண்ண

284. னேனிவை என்னெழுத் தென்றும் இப்படி பிடி சூழ்ந்து பிடாகை நடந்து அ

285. றவோலை செய்து குடுத்தோம் க்ஷத்ரியசிகாமணி வளநாட்டுப் பட்-டனக் கூற்றத்து தி

(பதினைந்தாம் ஏடு, முதல் பக்கம்)

286. ருக்கண்ணங்குடி சபையோம் சபையார் சொல்ல வெழுதினேன் இவ்-வூர்க் காரணத்

287. தான் வேட்கோவன் அதிராமன் இருபத்து நால்வ னாகியமுன்னூற்றுவனே

288. னிவை என்னெழுத் தென்றும் இப்படி பிடிசூழ்ந்து பிடாகை நடந்து அறவோலை

289. செய்து குடுத்தோம் க்ஷத்ரியசிகாமணி வளநாட்டுப் பட்டனக்

290. கூற்றத்து கடம்பவல வாட்கை ஊரோம் ஊரார் எழுதினேன்இ

291. வ்வூர்க் கரணத்தான் மத்யஸ்தன் ஊரானூரானேனிவை என்னெழு

292. த்தென்றும் இப்படி பிடி சூழ்ந்து பிடாகை நடந்து அறவோலை செய்து

293. குடுத்தோம் க்ஷத்ரியசிகாமணி வளநாட்டுப் பட்டனக் கூற்றத்து

294. ப் பாளங்கொற்றங்குடி ஊரோம் ஊரார் சொல்ல எழுதினேன் இவ்வூர்க் கரணத்தா

295. ன் மத்யஸ்தன் ஊரானூரனேனிவை என்னெழுத் தென்றும் இப்படி பிடிசூழ்

296. து பிடாகை நடந்து அறவோலை செய்து குடுத்தோம் க்ஷத்ரியசிகாமணி வளநாட்டு

(பதினைந்தாம் ஏடு, இரண்டாம் பக்கம்)

297. ப் பட்டனக் கூற்றத்து வெண்கிடங்கில் ஊரோம் ஊரார் சொல்ல எழுதினேன் இவ்வூர்க்கர

298. ணத்தான் மத்யஸ்தன் ஊரான் நக்கனே னிவை என்னெழுத் தென்றும் இப்படி பிடிசூழ்ந்து

299. பிடாகை நடந்து அறவோலை செய்து குடுத்தோம் இவ்வானைமங்கலத்து பிரமதே

300. யத்து ஆரிதன் சிறியான் கடம்ப னேனிவை என்னெ முத்தென்றும் இப்பரிசுப் பட்டா

301. ய் நின்று பிடி நடப்பித்து அறவோலை செய்வித்தேன் க்ஷத்ரிய சிகாம

302. ணி வளநாட்டுத் திருநறையூர் நாட்டு பிரமதேயம் ஸ்ரீ துங்க மங்கலத்து

303. த் தூற்பில் ஸ்ரீதரபட்டனேனிவையென் னெழுத்தென்றும் இப்படி பட்டாய்

304. நின்று பிடி நட ப்பித்து அறவோலை செய்வித்தேன் க்ஷத்ரியசிகாமணி வள

305. நாட்டு வேளா நாட்டுத் திருநல்லூர்ப் பார்க்குளத்துப் பற்பநாப பட்டனே னிவை என்

306. னெழுத்தென்றும் இப்பரிசு பட்டாய் நின்றுபிடி நடப்பித்து அறவோலை செய்வித்தேன் க்ஷ

307. த்ரியசிகாமணி வளநாட்டு வேளநாட்டுத் திருநல்லூர் பேரேமபுரத்து வெண்

308. ணைய பட்டனேனிவை யென்னெழுத்தென்றும் இப்பரிசு பட்டாய் நின்றுபி

309. டி நடப்பித்து அறவோலை செய்வித்தேன் ராஜேந்த்ர சிம்ம வளநாட்டு ஸ்ரீவீரநா

(பதினாறாம் ஏடு, முதல் பக்கம்)

310. ராயணச் சதுர்வேதிமங்கலத்து துவேதைகோமபுரத்து நந்தீஸ்வரபட்டனேனிவை

311. என்னெழுத்தென்றும் புகுந்த அறவோலைப்படியே வரியிலிட்டுக் கொள்கவென்று நங்கரும மாரா

312. யும் மீனவன் மூவேந்தவேளானும் கொற்றமங்கல முடையானும் தேவன் குடையானும்ந

313. டுவிருக்குங் கடலங்குடித்தாமோதரபட்டனும் கொட்டையூர்ப் பூவத்தபட்டனும் நங்கரும

314. மாராயும் பராக்ரம சோழ மூவேந்த வேளானும்செம்பியன் மூவேந்த வேளானும் சோழவே

315. ளானும் அரைசூரருடையானும் நடுவிருக்கும் புள்ளமங்கலத்து பரமேஸ்வரபட்ட சர்வ்வ

316. கிரது யாஜியுஞ் சொல்லப் புரவுவரி ஆலங்குடியான் கோதண்டன் சேனனும் பூ

317. தமங்கலமுடையான் இளவடிகள் நள்ளாறனும் ஆலத்தூருடையான் கற்பகஞ்

318. சோலையும் வரிப்பொத்தகம் பருத்தியூர் கிழவன் சிங்கன் வெண்காடனும்

319. முகவெட்டிக் கீழ்வாய் கணவதியும் முண்டனரங்கனுஞ் சையதன்மலனும் தத்தன்

320. சீகிட்டனும் வரிப்பொத்தகக்கணக்கு மாதேவன் பூமியும் வரியிலிடு உறுவூருடையா

321. ன் தாழி வீரசோழனும் பட்டோலை பெருமானம் பலத்தாடியும் சீகண்டன் தேவனும்

322. மாகாளனரிஞ்சியும் நக்கன் மண்டகவனும் இருந்து யாண்டு இருபத்துமூன்றாவது

(பதினாறாம் ஏடு, இரண்டாம் பக்கம்)

323. துகாள் நூற்றறுபத்துமுன்றினால் வரியீலிட்டுக் குடுத்தது வூவை உய்யக்கொண்டார்

324. வளநாட்டுத் திரைமூர் நாட்டு நாடார்கிழான் அரையான் அருமொழியான ராஜே

325. ந்த்ரசோழப் பல்லவரையன் எழுத்து உய்யக்கொண்டார் வளநாட்டு வெண்ணாட்டு

326. க்கேரளாந்தகச் சதுர்வேதிம ங்கலத்து கிருஷ்ணன் ராமனான ராஜேந்த்ரசோழ

327. பிரம மாராயனுக்கும் ஒக்கும் நித்தவிநோத வளநாட்டுப் பாம்புணிக் கூற்றத்

328. து அரைசூருடையான் ஈராயிரவன் பல்லவயனான உத்தமசோழப் பல்லவ

329. ரையனுக்கும் ஒக்கும் ராஜேந்த்ர சிம்ம வளநாட்டுக்குறுக்கை நாட்-டுக்க

330. டலங்குடி துவேதைகோமபுரத்து தாமோ தரபட்டனுக்கும் ஒக்கும் உய்யக்கொண்டா

331. ர்வளநாட்டு அம்பர்நாட்டு குறும்பில்கிழான் அரையன் சீகண்டனான மீனவன் மூவே

332. ந்த வேளானுக்கும் ஒக்கும்.

சிறிய செப்பேடு1

குலோத்துங்கசோழன் I வழங்கியது
(முதல் ஏடு)

1. புகழ்மாது விளங்க ஐயமாது விரும்ப நிலமகள் நிலவ மலர்மகள் புணர உரிமையாற் சிறந்த மணிமுடி சூ

2. டி வில்லர் குலைதர மீனவர் நிலைகெட விக்களர் சிங்களர் மேல்கடல் பாயத் திக்கணைத் துந்தன் சக்கரநடாத்

3. தி வீரசிங்காசனத்துப் புவனமுழுதுடையாளொடும் வீற்றிருந்தருளிய கோவி ராஜசேகரி பன்மரான சக்க

4. ரவர்த்திகள் ஸ்ரீ குலோத்துங்க சோழ தேவர்க்கு யாண்டு இருபதாவது ஆயிரத் தளியாக ஆஹவமல்ல

5. குலகாலபுரத்து கோயிலினுள்ளால்த் திருமஞ்சன சாலையில் பள்ளிபீடம் காலிங்கராஜனில் எழுந்தருளி இருக்ககிடராத்

6. தரையன் கேயமாணிக்க வளநாட்டு பட்டனக் கூற்றத்து சோழகுலவல்லி பட்டனத்து எடுப்பித்த ராஜேந்த்ர சோ

7. ழப் பெரும்பள்ளிக்கும் ராஜராஜப் பெரும்பள்ளிக்கும் பள்ளிச் சன்தமான ஊர்கள் பழம்படியந்தாரயமும் வீர

8. சேஷையும் பன்மை பண்டை வெட்டியும் குந்தாலியும் சுங்க மேராமும் உள்ளிட்டன வெல்லாம் தவிர்ந்

9. தமைக்கும் முன்பு பள்ளிச் சந்தங்கள் காணியுடைய காணி ஆளரைத் தவிர இப்பள்ளிச் சங்கத்தார்க்கே காணி

10. யாகப் பெற்றமைக்கும் தாம்ர சாசனம் பண்ணித்தர வேண்டுமென்று கிடாரத்தரையர் துதன் ராஜவி

11. த்யாதர ஸ்ரீ சாமந்தனும் அபிமானோத்துங்க ஸ்ரீசாமந்தனும் விண்ணப்-பம் செய்ய இப்படி சந்திவிக்ரஹி

12. ராஜவல்லபப் பல்லவரையனோடுங் கூடஇருந்து தாம்ரசாசனம் பண்-ணிக் குடுக்க என்று அதிகாரி

13. கள் ராஜேந்த்ர சிங்கமூவேந்த வேளார்க்குத் திருமுகம் ப்ரசாதஞ் செய்தருளி வரத் தாம்ர சாசனஞ்செய்தபடி கடாரத்த

14. ரையன் கெய மாணிக்க வளநாட்டு பட்டனக் கூற்றத்து சோழகுல-வல்லி பட்டனத்து எடுப்பித்த ராஜராஜப் பெரும்பள்ளி

15. க்கு பள்ளிச் சந்தம் கெயமாணிக்க வளநாட்டுப் பட்டனக் கூற்றத்து ஆனைமங் கலம் நிலந்தொண்ணூற்றேழே இரண்

(இரண்டாம் ஏடு, முதல் பக்கம்)

16. டு மாக்காணி அரைக்காணியும் முன்புடைய காணி ஆளரைத் தவிர இப்பள்ளிச் சங்கத்தார்க்கே காணியாகவும் இது காணிக்கடன் நெல்லு

17. எண்ணாயிரத்துத் தொள்ளாயிரத்து நாற்பத்து முக்கலனே இருதூணிக் குறுணி முன்னாழியினால் நிச்சயித்த நெல்லு நாலாயிரத்

18. தைஞ்னூ ற்றுக் கலமும் ஆனைமங்கலத்து பிரமதேயம் நிலம் பன்னி-ரண்டே முக்காலினால் நெல்லு நானூற்றுக்கல

19. ம் நிச்சயித்த நெல்லுஐஞ்னூற்று அறுபதின் கலமும் இன்னாட்டு முஞ்சிகுடி நிலம் இருபத்தேழே முக்காலே முக்காணி அ

20. ரைக் காணியினால் காணிக்கடன் நெல்லு இரண்டாயிரத்தெழு நூற்-றெழுபத்தொன்பதின் கலனே தூணி

21. நாநாழி நிச்சயித்த நெல்லு ஆயிரத்தெண்ணூற்றுக் கலமும் திருவாரூர் கூற்றத்து ஆமூர் நிலம்

22. நூற்றாறே மாகாணியில் காணிக்கடன் நெல்லுப் பதினாயிரத்தறுநூ ற்றுக்கலனே இருதூணிக்

23. குறுணி அறுநாழி நிச்சயித்த நெல்லு ஐயாயிரத்தொண்ணூற்றை ம்ப-தின் கலமும் அளநாட்

24. டு கடகுடியான நாணலூர் நிலம் எழுபதே முக்காலே நான்மாவரை யினால் காணிக்கடன் நெ

25. ல்லு ஆயிரத்தைஞ்னூ ற்றொருபத்து நாற்கலனே ஐங்குறுணி ஒருநாழி நிச்சயித்த நெல்லு இரண்டா

26. யிரத்தொண்ணூற்று நாற்பதின் கலமும் இன்னாட்டுக்கீழ்ச் சந்திரப்பாடி நிலம் பத்தே இரண்டு மாகாணி

27. அரைக்காணி முந்திரிகை கீழ்முக்காலினால் காணிக்கடன் நெல்லு ஆயிரத் தொருபத்திருகலனே ஐங்குறுணியும் இன்னா

28. ட்டுப் பாலையூர் பிரமதேயம் நிலம் அறுபதே முக்காலினால் நெல்லு ஆயிரக் கலம் நிச்சயித்த நெல்லு ஆயிரத்தை

29. ஞ்ஞூற்று கலமும் ஐயங்கொண்ட சோழ வளநாட்டுக் குறும்பூர் நாட்-டுப் புத்தக்குடி நிலம் என்பத்தேழே

30. காலினால் காணிக்கடன் நெல்லு எண்ணாயிரத்தெழு நூற்றிருபதின் கலனே தூணி நாநாழி நிச்சயித்த நெல்லுஆ

(இரண்டாம் ஏடு, இரண்டாம் பக்கம்)

31. றாயிரத்தொருநூற்றெழு கலமும் விஜயராஜேந்திர சோழ வளநாட்டு இடைக் கழிநாட்

32.டு உதையமார்த்தாண்ட நல்லூர்நிலம் மூன்றே மாவினால் நெல்லு நூற்று

33. முப்பத்தைங்கலனே முக்குறுணி முன்னாழி இது வரிசைப்படி இறை

34. க்கட்டுத் திருவாய்மொழிந்தருளினபடி நெல்லு எழுபத்தெண் கலனேய் ஐங்குறுணி

35. இதில் இப்பள்ளிக்குப் பாதியும் இவ்வூர்களில் பல பாட்டங்கள் உள்-ளிட்ட அந்தராய

36. மும் பன்மை பண்டவெட்டியும் உட்படக்கடவ காசும் நெல்லும் இப்-பள்ளிக்

(மூன்றாம் ஏடு, முதல் பக்கம்)

37. கு வேண்டும் நிவந்தங்களுக்கு இறுப்பதாக இறையிலி இட்டமைக்கும் இப் பள்ளிச் சந்தங்கள் முன்

38. புடைய காணி ஆளரைத் தவிரக்குடி நீக்கி இப்பள்ளிச் சங்கத்-தார்க்கே காணியாக குடுத்தோமென்றும்

39. கெயமாணிக்க வளநாட்டுப் பட்டனக் கூற்றத்துச் சோழகுல லல்லிப்-பட்டன த்து ஸ்ரீ சைலேந்த்ர சூடாமணிவ

40. ர்ம்ம விஹாரமான ராஜராஜப்பெரும்பள்ளிக்குப் பள்ளி நிலையும் பள்ளி விளாக மும் உட்பட்ட எல்லைகீழ்

41. பாற்கெல்லை கடற்கரையில் மணற்குன்றுட்பட மேற்கும் தென்பாற்-கெல்லை புகை

42. உணிக்கிணற்றுக்கு வடக்கும் இதன்மேற்கு திருவீரட்டான முடைய மஹா தேவர் நிலத்து

43. க்கு வடக்கும் இதன் மேற்குப் பரவைக்குளத்து மாராயன் கல்லுவித்த குளத்தில் வடகரை மேற்கு நோ

44. க்கி காரைக்காற்ப் பெருவழியுற வடக்கும் மேற்பாற்கெல்லை காரைக்-காற்ப் பெருவழிக் கிழக்கும்

45. வடபாற்கெல்லை சோழகுல வல்லிப்பட்டனத்து நிலம் வடகாடன்பாடி எல்லைக்குத் தெற்கும் ஆகஇன்

(மூன்றாம் ஏடு, இரண்டாம் பக்கம்)

46. நான்கெல்லைக்குட்படப்பட்ட நிலம் முப்பத்தொன்றே முக்காலே இரண்டுமா முந்திரிகை இது அந்

47. தராயமும் பன்மை பண்டவெட்டியும் மற்றும் எப்பேர்ப் பட்டதும் உட்பட இப்பள்ளிக்கே இறையி

48. லி குடுத்தோம் இப்படி செய்து குடுக்கவென்று திருவாய் மொழிந்தருளித்த திருமுகம் பிராசாதஞ்செய்தரு

49. ளி வந்தது. தாம்ர சாசனம் பண்ணிக் குடுக்கவென்று சந்துவிக்ரிஹகன் ராஜவல்லவப் பல்லவரையரும் அ

50. திகாரிகள் ராஜேந்திரசிங்க மூவேந்த வேளாரும் சொல்ல இத்தாம்ர சாசனம் எழுதி

51. னேன் உடக்கோடி விக்கிரமா பரணத் தெரிந்த வல வலங்கை வேளைக்காறரில் நிலையுடைய பணை

52. யான் நிகரிலி சோழன் மதுராந்தகனேன் இவை என் எழுத்து.

குறிப்பு:- இந்தச் சாசனங்களில் குறிக்கப்பட்ட கடாஹ, கடாரம், கிடாரம் என்பன மலைய தீபகற்பகத்தில் உள்ள கடார தேசம் ஆகும். இப்போது இத் தேசம் கெடா (Keddah) என்று வழங்கப்படுகிறது. ஸ்ரீ விஷய என்றும், ஸ்ரீ விஜய என்றும் கூறப்படுகிற தேசம் சுமாத்திர தீவில் உள்ளது. இந்தத் தேசங்கள் சைலேந்திர அரசர்களால் ஆளப்பட்டன. சோழர்கள் கடல் கடந்து சென்று சைலேந்திர அரசர்களின் கடார தேசத்தையும் ஏனைய நாடுகளையும் வென்று அரசாண்டார்கள். இந்த வரலாற்றைச் சோழர் சரித்திரத்தில் காண்க.

பௌத்தமும் தமிழும் (1940) நூலில் இடம் பெற்ற கட்டுரை.

நந்திவர்மன் காலத்துச் சாசனங்கள்

2 - ஆம் ஆண்டு

வட ஆர்க்காடு மாவட்டம், வேலூர் தாலுகா, பள்ளி கொண்டை கிராமத்து நாகநாதேசுவரர் கோவில் முன் மண்டபத்துத் தூணில் உள்ள சாசனம்.

நந்தி போத்தரையரின் இரண்டாம் ஆண்டில் எழுதப்பட்ட இச்சாசனம், வித்தூரை ஆண்ட, அமணி கங்கரையர் மகன் செல்வவாணரையன் என்பவர் முகமண்டபத்தைக் கட்டியதைக் கூறுகிறது. இப்போதைய பள்ளிக் கொண்டை கிராமத்தின் பழைய பெயர் வித்தூர் என்பது இச்சாசனத்தினால் தெரிகிறது.

சாசன வாசகம் 1

1. ஸ்ரீ நந்திப் போ 2. த்தாயர்க்கு யா 3. ண்டு இரண்டாவது

4. அமணி கங்கரையர் 5. மகன் செல்வவா 6. ணரயன் வித்தூ

7. ராண்டு செய்வித் 8. தமுக மண்டக 9. ம்.

3 - ஆம் ஆண்டு

புதுக்கோட்டை குன்னாண்டார் கோவில் கிராமத்துப் பர்வதகிரீஸ்வரர் கோவிலின் தென்கோடியில் உள்ள சாசனம்.

நந்திவர்மனின் 3-ஆம் ஆண்டில் எழுதப்பட்ட இச் சாசனம், மீபுழை நாட்டு வடுவூர் கணவதிமான் என்பவர் 200 பேருக்குத் திருவாதிரையில் உணவு கொடுக்க நெல் தானம் செய்ததைக் கூறுகிறது.

சாசனம் வாசகம் 2

1. ஸ்வஸ்தி ஸ்ரீ || கோநந்திப் போந்த
2. ரையர்க்கு யாண்டு 3-ஆவது மீ
3. புழை நாட்டு வடுவூர்க் கணவதிமா
4. ன்னாயின பகைச்சந்திர விசைஅ
5. ரையன் றிருவாதிரை நான்றுஅ
6. ட்டழிய வைத்த அரிசி 200 இரு
7. நூற்றுநாழி நூற்துவர்க்கு ||

3 - ஆம் ஆண்டு

தென் ஆர்க்காடு மாவட்டம், திண்டிவனம் தாலுகா, கிளியனூர் வைகுண்டவாசப் பெருமாள் கோயிலின் தென் புறச் சுவரில் உள்ள சாசனம்:

திகைத்திறல் கிராமத்தார், ஓய்மாநாட்டுக் கிளிஞெலூரில் திகைத்திறல் விஷ்ணுக்கிருகம் என்னும் கோயிலைக் கட்டி, விளக்குக்காக 300 ஆடும், திருவமுதுக்காக இரண்டு நிலமும் தானம் செய்ததைக் கூறுகிறது.

சாசன வாசகம் 3

1. ஸ்வஸ்தி ஸ்ரீ || கோவிசைய நந்திவிக்கிரம பற்மக்கி யாண்டு மூன்றாவது ஓ
2. ய்மானாட்டு கிளிஞெலூர் திகைத்திறல் விஷ்ணுக்கிருகம் எடு
3. ப்பித்த திகை திறலார் திருவிளக்குக்கு வைத்த ஆடு முந்நூறும் இவரே திருவமு
4. துக்கு வைத்த ஸ்ரீ கோயிலின் கீழை செறுவிரண்டும் இறையிலி. இத்தன்மம் ரக்ஷித்தார் ஸ்ரீ பாதம் என்றலைய் மேலது.

4 - ஆம் ஆண்டு

திருச்சி மாவட்டம், லால்குடி, சப்தரிஷீசுவரர் கோவில் வடபுறச் சுவரில் உள்ள சாசனம், நந்திப் போத்தரையரின் 4-ஆம் ஆண்டில் எழுதப்பட்டது. லால்குடியின் பழைய பெயர் திருத்தவத்துறை என்பது சப்தரிஷீசு வரரின் பழைய பெயர் திருத்தவத்துறை மகாதேவர் என்பதும் இச்சாசனத்திலிருந்து அறியப்படுகின்றன.

சாசன வாசகம் 4

1. ஸ்வஸ்தி ஸ்ரீ. யாண்டு 4-வதின் எதிராமாண்டு இடை யாற்று நாட்டுத் திருத்தவத்துறை மஹாதேவர்க்கு தெள்ளாறெறித்த நந்திப்போத்தரை
2. குடுத்த பழக்காசு 60. இவ்வறுபது காசும் இஞ் ஞாட்டு நல்லிமங்கலத்துச் சபையோம் இவ் வறுபது காசும் திருத்தவத்துறை மகாதேவர்

3. ரிடை கொண்டு நாராய நாழியால் நிசதி நாழிசெய் ஒரு நொந்தா விளக்கு சந்திராதித்தவல் இரவும் பகலும் எரியக் கொண்டு சென்று அளப்போ மானோ

4. ம் நல்லிமங்கலத்து சபையோம் திருத்தவத்துறை மஹா தேவர்க்கு அளவோமாயில் முட்டில் முட்டி ரட்டியும் மூலைப்பட்ட பன்மஹேஸ்வரரே

5. சபையாகவும் தனித்ததாகவும் நிலைக்கள முள்ளிட்ட தான் வேண்டு-கோவினுக்கு புக்களவு இருநூற்றுப் பதினாறு காணம் தண்டமிட ஒ

6. ட்டினோம் நல்லிமங்கலத்து சபையோம். இது பன் மஹேஸ்வரர் நாற்-பத்தொண்ணாயிரவரு மிரக்ஷை.

4 - ஆம் ஆண்டு

தென் ஆர்க்காடு மாவட்டம், திருக்கோயிலூர் தாலுகா, கீழூர் வீரட்டா-னேசுவரர் கோயிலில் உள்ள சாசனம்.

சாசனம் 5

1. ஸ்வஸ்திஸ்ரீ கோவிசைய நந்தி விக்கிர 2.ம மருமற்கு யாண்டு நாலா-வது திருக்

3.கோவலூர் திருவீ ரட்டாநத்து மா 4.தேவர்க்கு நந்தா விளக்கினு

5.க்கு அதிஅரையமங்கலத்து 6.திருநிலைகிழ .... கன்ன ...

7. த்த பொன் ...... ம .... ம .... 8. பதிநறு கழஞ்சு இப்பொ

9.ன்னுக்கு நிசதம் உரிய் நெ 10. ய் பொலியூட்டாக அட்ட வைத்தது

11. காத்தார் கய்யுழுது குடுத்து 12. இப்பொன் பன்மாயேஸ்வரரக்ஷை

5 - ஆம் ஆண்டு

தென் ஆர்க்காடு மாவட்டம், திருக்கோயிலூர் தாலுகா, மணலூர் பேட்டை, காக்கா நாச்சியார் மண்டபத்தில் உள்ள சாசனம் ஒன்று, விஜய-நந்தி விக்கிரவர்மரின் 5 - ஆம் ஆண்டில் எழுதப்பட்டது.6 இதில் மகாதேவ-டிகள் என்பவர் கோவில் பூசைக்கும் விளக்குக்கும் நிலம் தானம் செய்ததைக் கூறுகிறது. மகாதேவடிகள், வாண கோவடிகள் சித்தவடவனார் என்னும் சிற்-றரசரின் மகள் என்றும், வயிர மேகனாரின் தங்கை என்றும் கூறப்படுகிறார்.

6- ஆம் ஆண்டு

வட ஆர்க்காடு மாவட்டம், வந்தவாசி தாலுகா, வெண்குன்றம். இவ்வூர் மலைமேல் உள்ள தவளகிரீசுவரர் கோவிலுக்கு அருகில் உள்ள பாறையில் எழுதப்பட்டுள்ளது

சாசனம் 7

1. ஸ்வஸ்தி ஸ்ரீ. நந்திப் போத்தரையர்க்கு யாண்டா

2. றாவது வெண்குன்றக் கோட்டத்து வெண்குன்றத்து

3. சபையோம் எம்மூர் மலைமேற் படாரரை நொ 4. க்கத்தெல்லா நெல்-லும் ஐப்பசியும் பொன்னும்

5. நெய்யும் எப்பேர்ப்பட்டதும் நெல்வாயிலிலிருந்து

6. வாழும் தொசியார்க்கு விற்று விலையாவரணம் செய்துகு
7. டுத்தோம் வெண்குன்றத்து சபையோமிதன் றென்னோ
8. ம்உண்டிகையும் பட்டிகையும் காட்டாமேய் நிலைக்காத்
9. து முன்பு நிற்க வெய்மெய் வெறாபிரங்
10. காணமிட வொட்டிக் குடுத்தோம் இத்தர்ம்ம
11. த்தை இலக்கித்தானடி என்றிலைமேலன.

6 - ஆண்டு

திருச்சிராப்பள்ளி மாவட்டம், லால்குடி தாலுகா, திருவெள்ளறைக் கிராமத்து ஜம்புநாதசுவாமி கோயிலுக்கு முன்புள்ள கல்லில் எழுதப்பட்டுள்ள சாசனம்.

பாரத்வாஜ கோத்திர பிரமாக்ஷத்ர குலத்து ஸ்ரீ தந்தி நந்தி வர்மரின் 6 - ஆவது ஆண்டில் எழுதப்பட்ட இது, செல்லிக்கோமான் மல்லவான் என்பவரைக் கூறுகிறது. இச் சாசனம் செய்யுளால் ஆனது. இதனைப் பாடியவர் பெருங்காவிதி சடையன்பள்ளி என்பவர். இந்தச் சாசனத்தின் நடுப்பாதியைப் பிற்காலத்தவர் செதுக்கிவிட்டபடியால், இதன் மத்திய பகுதியின் எழுத்துக்கள் மறைந்துவிட்டன.

சாசன வாசகம் 8

1. ஸ்வஸ்தி ஸ்ரீ. பாரத்வ ....லக ப்ரந்மாக்ஷத்ர குலோத்பவ
2. ல்லவ மஹாராஜ .... ரமேஸ்வரநாயகி ஸ்ரீ தந்திந
3. ந்திவர்மற்குய .... றாவது திருவெள்ளறைப
4. ரிடையார் பிரம .... ல்லவ மாமறைத் தொன்றி
5. வனிவேந்தன் .... ள் மாற்பிடுகிளங்கோவேளா
6. ன் சாத்தன் செ.........தன் மாமன் பரசிராமன்
7. திருமருமான் பெரு.......... செல்லிக் கோமான்மல்ல
8. வாந்தோண்மறவ.........தசூடி ராடி சூடி மாமணி
9. வெளாளரையர்தங்..........லை நிரவயனந்தந்தி மங்கை
10. க்கான் உறுதியான் புகழ்வளர்க மண்ணி மேலெய்
11. பிரம தேயத்து உறுதியான் விழுப்பேரரையன்சா
12. த்தன் மற்றவன் புகழ்நிற்க. இது பாடித்தந்தோன்.
13. பெருங்காவிதி சடையன் பள்ளி.

6 -ம் ஆண்டு

மூன்றாம் நந்தி வர்மனின் வேலூர்பாளையச் செப்பேடு

நந்திவர்மனின் 6-ஆம் ஆண்டில் எழுதப்பட்ட இச் சாசனம், சோழ மகாராஜன் குமாராங்குசன் விரும்பியபடி யஞ்ஞபட்டன் என்பவர் ஸ்ரீ காட்டுப்பள்ளியில் கட்டிய சிவன்கோயில் பூசைக் காகவும் அன்னசத்திரத்துக்காகவும் ஸ்ரீ காட்டுப்பள்ளியைத் தானம் செய்ததைக் கூறுகிறது.

விஜய நந்தி வர்மனுடைய வேலூர்ப் பாளையத்து செப்பேட்டுச் சாசனம். 9

வடஆர்க்காடு மாவட்டத்தில் உள்ள அரக்கோணத்துக்கு வடமேற்கே 7 மைலுக்கப்பால் உள்ளது வேலூர்ப் பாளையம் என்னும் கிராமம். இந்தக் கிராமத்தில், 1911-ஆம் ஆண்டில், விஜயநந்தி வர்மனுடைய செப்பேட்டுச் சாசனம் கண்டுபிடிக்கப் பட்டது. பிறகு, இச்சாசனம் சென்னை அரசாங்கத்தினால் விலைக்கு வாங்கப்பட்டுச் சென்னைக் காட்சிச் சாலையில் வைக்கப்பட்டிருக்கிறது. வேலூர்ப் பாளையத்திலிருந்து கிடைத்தபடியால் இது, வேலூர்ப் பாளையத்துச் செப்பேட்டுச் சாசனம் என்று பெயர் பெற்றது.

இந்தச் சாசனம் ஐந்து செப்பேடுகளைக் கொண்டது. இச் செப்பேடுகளின் முதல் பக்கமும் கடைசி பக்கமும் தவிர, மற்ற எட்டுப் பக்கங்களிலும் எழுத்துக்கள் செதுக்கப்பட்டுள்ளன. இச் செப்பேடுகள் ஏறக்குறைய 8¾ அங்குலம் நீளமும் 3½, அங்குலம் அகலமும் உள்ளவை. ஐந்து செப்பேடுகளும் ஒரு வளையத்தில் கோக்கப் பட்டுள்ளன. வளையத்தில் வட்டமாயமைந்த இவ்வரசனுடைய முத்திரை இருக்கிறது. இவ்வரசனுடைய ஆணைக்கு அடையாளமாகிய நந்தி (எருது) பருத்திருப்பது போன்ற உருவம் இதில் செதுக்கப்பட்டுள்ளது. அரச சின்னமாகிய சாமரைகளும் மங்கலத்தைக் குறிக்கிற சுவஸ்திகம், குத்து விளக்குகளின் உருவங்களும் இதில் பொறிக்கப்பட்டுள்ளன. முத்திரையின் ஓரத்தில், பல்லவக் கிரந்த எழுத்துக்கள் தேய்ந்து அழிந்து காணப்படுகின்றன.

திருக்காட்டுப்பள்ளியில் புதிதாக அமைக்கப்பட்ட சிவன் கோயிலுக்கு அக்கிராமத்தைத் தானம் வழங்கிய செய்தியை இந்தச் சாசனம் கூறுகிறது. பப்ப பட்டாரகன் என்னும் சிறப்புப் பெயர் பெற்ற யஜ்ஞபட்டன், திருகாட்டுப்பள்ளிக் கோயிலைக் கட்டினான். விஜயநந்தி வர்மனுடைய ஆறாவது ஆண்டிலே, சோழ மகாராசன் குமாராங்குசன் விண்ணப்பத்தினால், அக்ரதந்த குடும்பத்தைச் சேர்ந்த இறையூர் உடையான் நம்பி என்னும் அமைச்சன் ஆணத்திப்படி, கச்சிப்பேட்டுப் பேராயன் என்னும் தச்சன் இச் செப்பேடுகளை எழுதினான்.

இச்சாசனம் வடமொழியிலும் தமிழிலும் எழுதப்பட்டிருக்கிறது. வடமொழியில் அரசனுடைய மெய்க் கீர்த்தியை எழுதியவர் மாகேசுவரன் மனோதீரன் என்பவர்.

இந்தக் கோயில் இருக்கிற திருக்காட்டுப்பள்ளி என்னும் கிராமம், செங்கற்பட்டு மாவட்டத்துப் பொன்னேரி தாலுகாவில் இருக்கிறது. புழற்கோட்டத்து நாயறுநாட்டுக் காட்டுப்பள்ளி என்று சாசனத்தில் கூறப்படுகிறது.

வடமொழி சாசனம்

இந்த சாசனத்தில் உள்ள வடமொழிச் சுலோகங்களின் தமிழாக்கம் வருமாறு:

“ஸ்வஸ்தி ஸ்ரீ நமஸ்ஸிவாய. எங்கும் நிறைந்ததும், அறிஞரால் என்றும் உள்ளது எங்கும் இருப்பது குற்றமற்றது என்று புகழப்படுவதும், ஆழ்ந்த பக்தியினாலே அடையப்பெறுவதும், வாக்கு மனங்களுக்கு எட்டாததும், நன்மையாகிய மங்கலத்தைத் தருவதும், அழிவற்றதும், பெரியவர்களான முனிவர்கள் புலன்களின் வேகத்தை அடக்கித் தவம் இருந்து அடைய முயற்சி செய்யப்படுவதும் ஆகிய ஒளிமயமான பரம்பொருள் நிலைபெற்ற இன்பத்தை அளிக்கக்கடவது.

சர்வாணி (பார்வதி)யின் மார்பில் திகழும் சந்தனக் குழம்புபட்டு அழகாக விளங்குகிற ஸ்ரீகண்டனுடைய திருக்கைகள், தேவர்களின் பகைவர்களுடைய மனைவிமார் அணிந்த நகைகளைக் களைந்தவை. (தேவரின் பகைவரைக் கொன்றவை.) வடவைத் தீயின் ஒளிபோல விளங்கும் ஆயுதங்களை ஏந்தியவை ; தலையில் மாணிக்கம் உள்ள நாகங்களைக் கடகங்களாகப் பூண்டவை. அத்தகைய திருக்கைகள் எப்போதும் உலகத்தைக் காக்கக்கடவது.

தாமரை போன்ற கொப்பூழையுடையவரின் (திருமாலின்) நாபித்தாமரையில் இருந்து நான்முகன் தோன்றினான். அவனிடமிருந்து ஆங்கீரசன் தோன்றினான். அவனிடமிருந்து தேவகுரு பிரகஸ்பதி தோன்றினான். அவனிடமிருந்து சம்யூ தோன்றினான். அவனிடமிருந்து சம்யவன் (பாரத்துவாஜன்) தோன்றினான். அவனிடமிருந்து துரோணன் தோன்றினான். அவனிடமிருந்து, காமனை எரித்த சிவசத்தாக உள்ள துரௌணி (அசுவத்தாமன்) தோன்றினான். அம்முறையே, அவனிடமிருந்து மிக்க புகழுடையவனும் உலக முழுவதுக்கும் அதிபதியும் ஆகிய பல்லவன் தோன்றினான்.

அவனிடமிருந்து பல்லவ அரசர் பரம்பரை உண்டாயிற்று. பூமியைத் தாக்குவதனாலே களைத்துப்போன ஆதிசேஷனுடைய களைப்பைப் பல்லவ அரசர் தங்களுடைய தோள்வலியினாலே போக்கி, காத்தல் தொழிலினாலே குடி ஜனங்களின் சிறு துன்பத்தையும் களைந்து உலகத்தைக் காப்பாற்றினான்.

இந்தப் பரம்பரையிலே, அசோகவர்மன் முதலான மன்னர்கள் தெய்வமான பின் (இறந்த பிறகு) பல்லவகுல சூளாமணியான், இந்திரையின் (இலக்குமியின்) கணவன் (திருமால்) போன்று காளபர்த்ரி தோன்றினான்.

இவனுடைய மகனான சூதபல்லவனுக்குப் புகழ்பெற்ற வீரகூர்ச்சன் தோன்றினான். இவன், நாகர்குல அரசனுடைய மகளை மணந்துக் கொண்டு நாக மன்னனுடைய அரசு உரிமைகளையும் பெற்றான்.

இவனுக்கு, இக்குலத்துக்கு ஓர் சந்திரன் போல ஸ்கந்த சிஷ்யன் பிறந்தான். இவன் சத்தியசேனனிடமிருந்து இரு பிறப்பாளரின் (பிராமணரின்) கடிகையைப் கைப்பற்றினான்.

இவனிடமிருந்து குமாரவிஷ்ணு தோன்றி, காஞ்சீ நகரத்தைக் கைப்பற்றிப் போர்களில் வெற்றியடைந்தான். பிறகு, கடல் போன்ற சேனைகளையுடைய சோழர்களுக்கு வடவாமுகாக்கினி போன்று புத்தவர்மன் தோன்றினான்.

இவனுக்கு பிறகு விஷ்ணுகோபன் முதலிய அனேக அரசர்கள் அரசாண்டு கழிந்த பிறகு, நந்திவர்மன் (I) பிறந்து பினாகபாணியின் (சிவ-பெருமானின்) அருளினாலே திருஷ்டி விஷம் உடைய ஆற்றல் மிக்க பாம்பை ஆட்டிவைத்தான்.

அதன் பிறகு, பகைவர் இறுமாப்பை அழித்த சிம்ம வர்மன் தோன்றினான். இவனுக்கு உலகம் முழுவதும் வெற்றிப் புகழ்படைத்த வீரனாகிய சிம்-மவிஷ்ணு பிறந்தான். இவன், நெல் வயல்களையும் அழகான கமுகஞ் சோலைகளையும் அணிகலனாக அணிந்த கவீரனுடைய மகளால் (காவிரி ஆற்றினால்) அழகு பெற்ற சோழர்களின் சோழ நாட்டைக் கைப்பற்றினான்.

இவன் மகனாகிய மகேந்திரனுக்கு, உபேந்திரன் (திருமால்) போன்று புகழ் பெற்றவனும், பல பகைவர்களை வென்று வாதாபி நகரின் நடுவில் நின்ற அவர்களுடைய வெற்றிக் கம்பத்தை எடுத்துக் கொண்டவனுமாகிய நரசிம்ம-வர்மன் (I) பிறந்தான்.

இவனுக்குப் பரமேசுவரன் (I) பிறந்தான். இவன் பகைவர்களுடைய இறு-மாப்பை அழித்து, சளுக்கிய அரசனுடைய சேனையாகிய இருளை ஓட்டும் சூரியனைப் போன்று விளக்கினான்.

இவனுடைய மகன் நரசிங்க வர்மன் (II) மகேந்திரனுக்கு ஒப்பான இவன், இரு பிறப்பாளருக்குக் கடிகையையமைத்து, சந்திரசேகரனுக்கு (சிவபெருமா-னுக்கு)க் கயிலாய மலைக்கு ஒத்ததாகக் கற்றளியை அமைத்தான்.

இவன் மகன், அரசர்களால் வணங்கப்பட்ட பரமேசுவரன் (II) என்பவன். கலியாகிய இருளைப் போக்கிய இவன் மனு முறைப்படி அரசாண்டான்.

இவனுக்குப் பிறகு பழைய மன்னர்களின் நற்குணங்கள் யாவும் பொருந்திய நந்திவர்மன் (II) தோன்றி, நான்கு கடற்பரப்பையும் ஆடையாக வுடுத்த பூமி-யையும் (பல்லவ) அரசகுடும்பத்தின் வளமையையும் கைக்கொண்டான்.

சேனா சமுத்திரத்தை உடையவனும், பல நற்குணங்களாகிய இரத்தினங்-களுக்கு உறைவிடமான கடல் போன்றவனும் ஆகிய இவனுக்கு, உயர்ந்த மலையிலிருந்து ரேவா (நருமதை) என்னும் ஆறு தோன்றியது போல, பெரிய அரச குடும்பத்தில் பிறந்த ரேவா என்பவள் அரசியாக வாய்ந்தாள்.

இவ்வரசிக்கு இவ்வுலகத்திலே மகனாகப் பிறந்தவன். புகழ் வாய்ந்த நந்தி-வர்மன் என்னும் அரசன். இவன் உலகத்தால் (மக்களால்) விரும்பப்பெற்று, மூன்று உலகத்தையும் காப்பதே தன் நோக்கமாகக் கொண்டு, வீரம் கொடை தியாகம் என்னும் தூயகுணங்கள் ஒன்றையொன்று சேர்ந்திருக்க விரும்பி நெடுநாள் தேடிக் கடைசியில் ஒன்று சேர்ந்ததுபோல, இம்முக்குணங்களும் தன்னிடம் ஒருங்கே யமையப்பெற்று, தாமரைக் கண்ணனைப் போல (திரு-மாலைப் போல) விளக்கினான்.

வீரர்களுக்குத் தலைவனாய் உலகத்தை யாளும் ஆற்றல் படைத்த இந்தப் பல்லவ மகாராஜனுக்கு, முப்புரங்களை வென்ற வீரனுக்கு (சிவபெருமா-னுக்கு) கௌரி மனைவியாக வாய்ந்தது போல, கடம்பகுல சூளாமணியான

புகழ் வாய்ந்த அரசனுடைய மகளான அக்கள நிம்மதி என்பவள் மனைவியாக வாய்த்தாள்.

ஒளியை (சூரியனை) வைகறைப் பொழுது போலவும், வியக்கத்தக்க சத்தியை (வேலை) யுடைய குமரனை அம்பிகை தந்தது போலவும், வெற்றி மிக்க சயந்தனைச் சசி தந்ததுபோலவும், புகழ் பெற்ற நந்திவர்மனை (iii) இவள் (அக்கள நிம்மதி) தந்தாள்.

இவன் (நந்திவர்மன் iii) தன் தோள் வலியினாலும், ஆற்றலினாலும், தன் வாளியினாலும் கொன்ற யானைகளின் மருப்புகளிலிருந்து வெளிப்பட்ட முத்துக்கள் நகைப்பது போலக் காணப்பட்ட போர்க்களத்திலே, தன் பகைவர்களைக் கொன்று, மற்றவர்களால் கைப்பற்ற முடியாத அரசாட்சியைக் கைப்பற்றினான்.

இந்த அரசனால் இந்த உலகம் சிறப்படைந்து விளக்கியதுபோல அவ்வளவு சிறப்பை, பூஞ்சோலைகள் இளவேனிலினாலும், உயர்குடிப் பிறந்தவர் நல்லொழுக்கத்தினாலும், மங்கையர் கற்பினாலும், செல்வந்தர் கொடையினாலும், கற்றறிந்தவர் அடக்கத்தினாலும், தாமரைகள் சூரியனாலும், கார்காலத்திற்குப் பின்னர் விளங்கும் அகன்ற வானம் சந்திரனாலும் அடையவில்லை.

கல்வியினாலும் அடக்கத்தினாலும் நிலைபெற்ற நற்குணங்களினாலும் விளங்கும் பப்ப பட்டராகன் என்னும் சிறப்புப் பெயரையுடைய யஜ்ஞுபட்டன் என்பவன், வேத சாஸ்திர சாங்கியங்களைக் கற்றதினாலும், சிவபெருமானிடத்து இடையறாத பக்தியினாலும் பேர்போனவன். உயரமான கயிலயா மலைபோல ஒரு கோயிலைச் சிவபெருமானுக்கு ஸ்ரீகாட்டுப்பள்ளி என்னும் ஊரில் கட்டினான்.

இவனுடைய (யஜ்ஞுபட்டனுடைய) தந்தை, சொல்லின் செல்வி (கலைமகள்)யின் கணவனைப் (பிரமனைப்) போல் தூய்மையான அறிவையுடைய சிவதாசன் என்னும் பெயரையுடையவன். இவனுடைய தாயார், நல்ல பெருங் குணங்களைப் பெற்றதனால் நிலமகளைப் போன்ற திரேணமணி என்பவள்.

இவனுடைய பாட்டன் யஜ்ஞுன் என்பவன் ; கலாநிதியைப் போல (சந்திரனைப் போல) கலைகளின் உறைவிடமாகவும், சுத்தமான நடத்தையுடையவனாகவும், இருபிறப்பாளரில் சிறந்தவனாகவும், அறியாமை என்னும் இருளை ஓட்டுகிறவனாகவும், திக்கெங்கும் புகழ்பெற்றவனாகவும் இருந்தான்.

அந்தக் கடவுளாகிய சர்வனுக்கு (சிவனுக்கு)ப் பூசை வணக்கம் முதலிய ஊழியம் செய்வதற்குத் திருக்காட்டுப் பள்ளிக் கிராமத்தை அரசன் தானமாக வழங்கினான்.

தனது வீரத்தினால் விளங்கப்பட்டவனும் தனது ஈகையினால் ராதேயனுக்கு (கர்ணனுக்கு)ச் சமானமானவனும் நல்ல ஒழுக்கமுடையவனும் வீரமிக்க சோழகுலத்துக்குச் சூளாமணி போன்றவனும் ஆன குமாரங்குசன் என்னும் பெயருள்ளவன் இந்தத் தானத்தைச் செய்யக் கேட்டுக் கொண்ட விஞ்ஞாபதியாவன்.

இதற்கு ஆஜ்ஞாபதியாக இருந்தவன், அரசனுடைய அமைச்சனான, அக்ரதந்த மரபு என்னும் வேனிற்கால வானத்திலே வெண்ணிலா போன்று விளங்கும் நம்மன் என்னும் பெயருள்ளவன்.

மனம் வாக்கு காயங்களினாலே மற்றவரின் நன்மைக்காக உழைக்கிற மாகேசுவா மனோதீரன் என்பவன் இந்த மெய்கீர்த்தியைக் கூறினான்.

தமிழ் சாசனம்

இவ்வாறு எழுதப்பட்ட வடமொழி சாசனத்திற்குப் பிறகு, கீழ்கண்ட தமிழ்சாசனம் எழுதப்பட்டுள்ளது :-

“புழற்கோட்டத்து நாயறு நாட்டுத் திருக்காட்டுப்பள்ளிப் பஞ்சவரம் ஆஇரக்காடி. இது கோவிசைய நந்தி வர்ம்மற்கு யாண்டு ஆறாவது சோழ மஹாராஜர் விண்ணப்பத்தால் இரையூர் உடையான் நம்ப னாணத்தியாகத் திருக்காட்டுப்பள்ளிச் சன்னக்குறி யஜ்ஞபட்ட ரெடுப்பித்த யஜ்ஞேஸ்வரத்து மஹாதேவர்க்கு நாட்டு நீங்கலாய் உட்புரவாய தேவர் தானமாகப் பெற்றதற்குப் பெற்ற பரிஹாரம் நாடாட்சியும் ஊராட்சியும் புரவு பொன்னும் திருமுக்காணமும் வட்டியும் நாழியும் புதாழியும் தட்டு காயமும் ஈழம் பூட்சியும் இடைபூட்சியும் மன்றுபாடும் தரகும் தறிக்கூறையும் கூலமும் நல்லாவும் நல்லெருதும் நல்லாடும் நாடு காவலும் ஊடுபோக்கும் கல்லாணக் காணமும் குசக்காணமும் பாறைக்காணம் பட்டின சேரியும் மற்று மிவ்வூரெல்லை உள்ளகப்பட்டது கோத்தொட்டுண்ணப் பாலதெல்லாம் எவ்வகைப் பட்டதும் கோக்கொள்ளப் பெறாதே இவ்யஜ்ஞேஸ்வரத்து மஹாதேவரேய் கொள்ளப்பெற்றதற்குப் பெற்ற வியவஸ்தை சுட்டோட்டால் மாடமாளிகை எடுக்கப் பெறுவதாகவும் தமனகமும் இருவேலியும் செங்கழுநீரும் உள்ளியும் நடப்பெறுவதாகவும். காவுதெங்கிடப் பெறுவதாகவும். துரவு கிணறிழித்தப் பெறுவதாகவும் பெருஞ் செக்கிடப் பெறுவதாகவும் இவ்வூரெல்லை உள்ளிட்ட தெங்கும் பனையும் இவர்கள் மனமின்றி ஈழவ ரேறப்பெறா தாராகவும் இவ்வகைப்பட்ட வியவஸ்தையினோடு யஞ்ஜேஸ்வரத்து மஹா தேவர்க்குத் தேவதானமாய் ஸர்வ பரிஹாரமாக பரடத்தி சென்றது.”

மீண்டும் வடமொழிச் சுலோகம் எழுதப்பட்டுள்ளது. அதன் கருத்து வருமாறு :-

“ஓ! எதிர் காலத்தில் உலகத்தை ஆளப்போகிறவர்களே! அரசர்களுக்குக் கொடி போன்ற நந்திவர்மன், அரனுடைய மலரடிகளாகிய சூளாமணியால் விளங்கப் பெற்ற தன் தலையை வணங்கி, தாமரை போன்ற கைகளைக் குவித்து இந்த நல்ல செயலை (இந்த அறத்தை) எப்போதும் காப்பாற்றும்படி கேட்டுக் கொள்கிறேன்.

இந்தத் தருமமாகிய பாலம், எல்லா அரசர்களுக்கும் பொதுவானது. ஆகையினாலே, இந்த அறத்தை எல்லாக் காலத்திலும் காத்தருளும்படி இப்-

போதுள்ள அரசர்களையும் எதிர் காலத்தில் வரப்போகிற அரசர்களையும் இந்த இராமன் மீண்டும் மீண்டும் கேட்டுக் கொள்கிறேன்.

தச்சர் குலமென்னும் ஆகாயத்துக்கு வெண்ணிலா போன்று விளங்கும், வேலைத்தரத்தில் எங்கும் புகழ்பெற்ற சிற்றாயன் மகன் பேராயன் இந்த ஏடுகளை எழுதினான்.''

''கச்சிப்பேட் டைம்மனைச் சேரிக் காஷ்ட காரிமகன் பேராயன் எழுத்து.''

10 - ஆம் ஆண்டு

தென்ஆர்க்காடு மாவட்டம், கூடலூர் தாலுகா, திருவதி, வீரட்டானேசுவரர் கோவில் வாயிலின் வலது பக்கத்தில் உள்ள சாசனம்.

சாசனம் 10

1. ஸ்வஸ்ஸ்ரீ ஸ்ரீ - 2. திருவீரட்டான 3. த்து மஹாதே
4. வர்க்குத் தெள் 5. ளாற்றெறிந்த 6. நந்திப் போ
7. த்தரையர் தி 8. ருவிளக்கினு 9. க்குக் குடுத்த
10. பொன் நிறை 11. நூற்றுக்க 12. ழஞ்சு இதன்
13. பலிசையால் 14. யாண்டுப 15. த்தாவதுமு
16. தலாக நாள 17. வாய் நாழி 18. நெய் அள
19. ந்து குடுத்து 20. இரண்டு நந் 21. தாவிளக்கு எரிப்
22. பிப்பே னானேன் 23. இத்திரு வீரட்டான
24. த்துக் குடும்பி 25. ருள் காளிஸ்ஸருமனே
26. ன் இவ்விளக்கு 27. ......நகரத்து பல்மா11

11 - ஆம் ஆண்டு

தென் ஆர்க்காடு மாவட்டம், திருக்கோயிலூர் தாலுகா, கீழுர் வீரட்டானேசுவரர் கோயிலில் உள்ளசாசனம்.

சாசனம் 12

1. ஸ்வஸ்திஸ்ரீ கோவிசைய நந்திவிக்கிரம பரும
2. ற்கு யாண்டு பதினொன்றாவது மலாட்டுக் கு
3. றுக்கைக் கூற்றத்துத் திருக்கோவலூர்த் தி
4. ருவீ ரட்டானத்து மாதேவர்க்கு நந்தாவிள
5. க்கிரவும் பகலும் மிரண்டு விளக்கெரிப்பத
6. ற்கு விடேல் விடுகு இளங்கோ அதியரைய னாயி
7. ....விக்ரமபூதி மகள் விடே
8. .....யின சாத்தன் மறவன் றேவி பூதி .
9. ......விடேல் விடுகு கல்லால் நி
10 ....ன்னிறை நாற்பத்தெண் க
11 .....சை கழஞ்சின் வாய்த் திங்

12. ....ட்டுவதாக திருக் கோவலூர்
13 ....த்தார் கைய்வழி வைத்தது

13 -ஆம் ஆண்டு

வட ஆர்க்காடு மாவட்டம், அரக்கோணம் தாலுகா, காவேரிப் பாக்கம் முத்தீசுவரர் கோவில் கோபுரவாயிலின் உள்ளில் உள்ளது.

நந்திவர்மனின் 13-ஆம் ஆண்டு இடப்பட்ட இச் சாசனம், அய்யக்கி பங்கள அடிகளின் மருமகள் கோயிலில் விளக்கெரிப்பதற்காக 5 கழஞ்சு பொன் தானம் கொடுத்ததைக் கூறுகிறது. இடையிடையே எழுத்துக்கள் காணப்படவில்லை. கடைசியில் சுவர் மறைந்துள்ளது.

சாசனம் 13

1. ஸ்வஸ்திஸ்ரீ நந்திவர்மருக்கு யாண்டு பதின்மூன்றாவது
எம்மூர் அய்யக்கி பங்கள அடிகள் மருமகள் பக்கல்
அஞ்கழஞ்.....

2. ழஞ்சு பொன் வைத்து பதின்..ல் இவ்வெண்ணை
உள்ளிட்டன்றி எம்மூரவர் நிசதி ஆழாக்கும் குடு..........

3. .... காலமும் முட்டாமல் அட்டுவிப்பார்களாகவும் ஸ்ரீ.

14-ஆம் ஆண்டு

செங்கல்பட்டு மாவட்டம், செங்கல்பட்டு தாலுகா, களத்தூர், முன்குடுமீசு-வரர் முகமண்டபத்துத் தரையில் உள்ள கல்லில் எழுதப்பட்ட சாசனம்.

நந்திவர்ம மகாராசனின் 14-ஆம் ஆண்டு எழுதப்பட்ட இச்சாசனம், களத்தூர் பெருமக்கள் மேற்படி ஊர் ஏரியின் வருவாயிலிருந்து மூன்றில் ஒரு பகுதியைக் கோயிலுக்குத் தானம் செய்ததைக் கூறுகிறது.

சாசனம் 14

1. ஸ்வஸ்திஸ்ரீ | நந்திவர்ம 2. மஹாராஜற்குப்
3. பதினாலாவது களத் 4. தூர்க் கோட்டத்து கள
5. த்தூர் பெருமக்கள் (பங்) 6. (கானா) (ட்யில்)...
7. ...த்தாந் ஏரிப்பாத் 8. து கோயிலாக பரமே
9. ஸ்வரன் முன்பாக பெ 10. ருமக்களும் கடவமூன்
11.றில் ஒன்றும் பரமே 12. ஸ்வரன் சுக்ருகம். ||

15-ஆம் ஆண்டு

தென் ஆர்க்காடு மாவட்டம், செஞ்சி தாலுகா, தளவானூர், "குகைக் கோயிலில்" தூணில் உள்ள சாசனம்.

விஜயநந்தி விக்ரமவர்மனின் 15-ஆம் ஆண்டு இடப்பட்ட இச்சாசனம், வெண்பேட்டில் இருந்த இக்கோயில் ஊழியர் ஒருவர், மோடன் என்பவரிடம் ஒரு கழஞ்சு பொன் தானம் செய்ததைக் கூறுகிறது.

சாசன வாசகம் 15

1. ஸ்வஸ்திஸ்ரீ கோவிசைய 2. நந்திவிக்கிரமப்
3. பருமருக்கு யாண்டு பதி 4. னைந்தாவது வெண்

5. பேட்டு வாழும் தளிஉடைய 6. காளய இ... ....மகன்தே
7. .... 8. ....
9. முலங்கூர்ப் புரைசர் 10. மோடன்னிடைக் க
11. ழஞ்சுப் பொன் முதல் 12. ல் கொண்டு இப்பொ16

16-ஆம் ஆண்டு

தென் ஆர்க்காடு மாவட்டம், திருக்கோயிலூர் தாலுகா, கீழூர் வீரட்டானேசுவரர் கோவிலில் உள்ள சாசனம்.

சாசனம் 17

1. ஸ்வஸ்திஸ்ரீ கோவிசைய நந்திவிக்
2. கிரம பருமற்கு யாண்டு பதினாறாவது
3. மலாட்டுக் குறுக்கைக் கூற்றத்துத்தி
4. ருக்கோவலூர்த் தி..................னத்
5. து மாதேவர்க்......... 6. இரவும் பகலு.........
7. தற்கு தென்னவனி......
8. மறவம் பூதி வைத்த......விடேல்
9. விடுகு திப்பொக்குச் செம்பொன்
10. இருபத்து நாற்கழஞ்சு....
11. இதன் பலிசை கழஞ்சிற் பேர்த்திது....
12. உரியநெய் அட்டுவதாக திருக்கோவ
13. லூர் நகரத்தார் கைய்வழி வைய்த்த
14. து.

17-ஆம் ஆண்டு

செங்கல்பட்டு மாவட்டம், ஸ்ரீ பெரும்பூதூர் தாலுகா, மாங்காடு கிராமம், வள்ளீஸ்வரர் கோயில் தரையில் உள்ள கல் எழுத்துச் சாசனம்

“கோவிசைய நந்தி விக்ரம பருமரின்” 17-ஆம் ஆண்டில் எழுதப்பட்ட இச்சாசனம், இக்கோயிலுக்குக் குன்றத்தூர் செழியவாணியர் திருவாதிரையிலும் தலையு வாவிலும் (அமாவாசையிலும்) பூசைக்காகத் தானம் செய்யததைக் கூறுகிறது.

சாசன வாசகம் 18

1.ஸ்ரீ கோவிசைய நந்தி விக்கிரம பருமருக்கு யாண்டு பதினேழாவது புலி
2.யூர்க் குடிக்கோட்டத்துக் குன்றத்தூர்ச் செழியவாணியர்களோ
3.ம் திருவாதிரையுந் தலைவாவும் திங்கள் நிலவியுங் காட்டு வோ
4.மானோம் திருவெள்ளி கீழுடைய சபையோம்.

18-ஆம் ஆண்டு

காஞ்சீபுரத்து உலகளந்த பெருமான் கோயிலின் தென் புறத்தின் தரையில் உள்ள கல் சாசனம். கடைசியில் சில பகுதிகள் இக்கல்லின் பின்புறத்தில் இருக்கவேண்டும். கல், தரையில் புதைக்கப்பட்டிருப்பதால் பின் பகுதி எழுத்-துப் படிக்காமல் விடப்பட்டுள்ளது.

இதில், விடேல் விடுகு குதிரைச் சேரி என்னும் கடைத் தெருவில் வாணி-கஞ் செய்வது பற்றிக் கூறப்படுகிறது.

சாசன வாசகம் 19

1.ஸ்வஸ்தி ஸ்ரீ தெள்ளாற் றெறிந்த நந் 2.திப் போத்தரையர்க்கு யாண்டு ப
3.தினெட்டாவது அநுத்தரப் பல்ல 4.வரையன் விண்ணப்பத்தாற் கா
5.டு பட்டி தமிழ்ப் பேரரைய னா 6.ணத்தியாக விடேல் விடுகு குதிரை
7.ச் சேரியார்க்குக் கருப்பூரந் தலையா 8.கச் செருப்புக் கடையாக எல்லா
9.வியாபாரமுங் கடை ஏறிவாணிக 10.ஞ் செய்யப் பெறுவாராகப் ப
11.ணித்தோம் பூமி உள்ள அளவு 12.இதற்கு சர்வ்வ (பரிஹாரமா)கக் கு
13.டுத்தோம் இப்பரிசு முற்றுவித் 14.தான் சாத்தப் போசன் வெண்ண....

18-ஆம் ஆண்டு

செங்கல்பட்டு மாவட்டம், செங்கல்பட்டு தாலுகா, படூர் கிராமத்து மேட்டுத் தெருவில் உள்ள ஒரு கல்சாசனம்.

இந்தச் சாசனத்தில் முதல் இரண்டு வரியில் எழுத்துக்கள் மறைந்து விட்டன. ஆனால் முதல் வரியின் கடைசியில் "நந்" என்னும் எழுத்துக் காணப்படுகிறது. எனவே இது நந்தி வர்மனைக் குறிக்கிறது என்பதை யறி-யலாம். இந்தச் சாசன எழுத்துக்கள் நந்திகாலத்து எழுத்தைப் போல இருக்-கின்றதும் ஒரு சான்றாகும், படுவூர் விழுப்பெருந்தாய விஷ்ணு கிருஹத்து நின்றருளுகின்ற பெருமானடிகளுக்கு விளக்கெரிக்க 96 ஆடுகளைத் தானம் செய்ததைக் கூறுகிறது.

சாசன வாசகம் 20

1............நந் 2.......ற்கு யாண்டு பதி
3.னெட்டாவது ஆமூர் கோட் 4.டத்துக் கோட்ட மன்றாடி
5.கள் படுவூர் விழுப்பெ 6.ருந்தாய விஷ்ணு கிருஹத்து
7.நின்றருளுகின்ற பெருமா 8.னடிகளுக்கு வைய்த்த நந்
9.தாவிளக்கொன்றுக்கு வை 10.த்த ஆடு சாவா மூவாப் பேரா
11.டு தொண்ணூறு இதன் மம் ரக்ஷி 12.ப்பார் அடிபொடி என் தலைமேல
13.து.

18-ஆம் ஆண்டு

தஞ்சை மாவட்டத்துக் கோவிலடி என்னும் ஊரில் உள்ள, சடையார் கோயில்

என்னும் இடிந்துபோன கோயிலின் வாயில் நிலையில் உள்ள சாசனம்.

சாசன வாசகம் 21

1. ஸ்வஸ்தி ஸ்ரீ 2. தெள்ளாற் றெ 3. றிந்த நந்தி
4. ப் போத்தரைய 5. ர்க்கு யாண்டு 6. 18 ஆவது தி
7. ருக் கடை முடி 8. மஹா தேவர்க் 9. கு இரண்டு நொ
10. ந்தா விளக்கினு 11. க்கு குடுத்தபொ 12. ன் அறுபதின்
13. கழஞ்சு இப்பொ 14. ன் கொண்டு பலி 15. சை ஊட்டினா
16. ல் நாழ் வானா 17. ழி நெய் முட்டா 18. மை அரிச்சிப்
19. பார் கை விலே(ய்) 20. கொடுத்து திருவி 21. ளக்கெரிப்போ
22. மானோம் அன் 23. பில் சகையோ 24. ம் இது பன்மஹே
25. ஸ்வர ரக்ஷை செங்கல்பட்டு மாவட்டம் சைதாப்பேட்டை தாலுகா திரு-வெற்றியூர் கோயிலிலுள்ள சாசனம் ஒன்று, தெள்ளாறெறிந்த நந்தி போத்-தரையரின் 18-ஆம் ஆண்டு, 298-ஆம் நாள் எழுதப்பட்டது.22 இச்சா-சனம், நந்திவர்மன், கோயிலில் விளக்கு எரிப்பதற்காக 105 பொன் தானம் செய்ததையும், நந்தியம்பாக்கம் கிராமத்தார் அதைப் பெற்றுக் கொண்டதையும் கூறுகிறது. இது சிதைந்து போன சாசனம். நாயறு நாட்டு நந்தியம்பாக்கம் என்பது நந்திவர்மனுடைய பெயரால் ஏற்பட்ட கிராமம் என்று தோன்றுகி-றது.23

நந்திவர்மனின் 18-ஆம் ஆண்டில் எழுதப்பட்ட இன்னொரு சாசனம், தென் ஆர்க்காடு மாவட்டத்து திருக்கோயிலூர் தாலுகா மணலூர் பேட்டை-யில், காக்கா நாச்சியார் மண்டபம் என்னும் இடிந்து போன மண்டபத்தில் இருக்கிறது.24 திருவுழுதீசுவரத்து மகா தேவருக்குத் தேவமாரன் என்பவர் விளக்குக்காகப் பொன் தானம் செய்ததைக் கூறுகிறது.

18-ஆம் ஆண்டு

தஞ்சாவூர் மாவட்டம், தஞ்சாவூர் தாலுகா, திருச்சென்னம்பூண்டி, சடை-யார் கோவிலில் வாயிலின் வலது புறச் சுவரில் உள்ளது.

சாசன வாசகம் 25

1. ஸ்வஸ்தி ஸ்ரீ 2. தெள்ளாற் றெ 3.றிந்த நந்தி 4.ப் போத்தரைய 5.ர்க்கு யாண்டு 6.18 - ஆவது தி 7.ருக் கடை முடி 8.மஹா தேவர்க் 9.கு இரண்டு நொ 10. ந்தா விளக்கினு 11. க்கு குடுத்தபொ 12. ன் அறுபதின் 13.கழஞ்சு இப்பொ 14. ன் கொண்டு பலி 15. சை ஊட்டினா 16. ல் நாழ்வாய் நா 17. ழி நெய் முட்டா 18. மை அரிச்சிப் 19.பார் கை விலேய் 20. குடுத்து திருவி 21.ளக் கெரிப் போ 22.மனோம் அன் 23.பில் சகையோ 24.ம் இது பன்மாஹே 25.ஸ்வர ரக்ஷை

19-ஆம் ஆண்டு

தஞ்சை மாவட்டம், கும்பகோணம் தாலுகா, திருக்கோடிக்காவல், திருக்-கோடீசுவரர் கோயில் தெற்குப்புறச் சுவர் சாசனம்.

நந்திப் போத்தரையரின் 19-ஆம் ஆண்டில் எழுதப்பட்ட இச்சாசனம், திருக்கோடிக்கா சிறுநங்கை ஈஸ்வரத்துக் கோயிலில் திருவிளக்கு எரிப்பதற்காக ஆழி சிறியன் என்பவர் 100 கலம் நெல் தானம் செய்ததைக் கூறுகிறது. திருக்கோடீசுவரர் என்பதன் பழைய பெயர் திருக்கோடிக்கா சிறு நங்கை யீசுவரம் என்பது தெரிகிறது. இச்சாசனம், பழைய சாசனத்தைப்படி எடுத்துப் பிற்காலத்தில் எழுதப்பட்டது.

சாசன வாசகம்26

1.ஸ்வஸ்தி ஸ்ரீ. இதுவும் 2.மொரு பழங் கற்படி யா
3.ண்டு நந்திப் போத்தரை 4.யற்கு பத்தொன்ப
5.தாவது திருக்கோடிக்கா 6.வில் சிறுநங்கை ஈஸ்வரத்
7.து மஹாதேவர்க்கு திருவிளக்கி 8.னுக்கு ஆழிசிறியன் குடுத்த நெல்
9.லு நூற்றுக் கலம் இன்னெல்லின்ப 10.லிசையால் நாள்வாய் உழக்கு நெய்
11.நொந்தா விளக்கெரிப் போமானோம் இத்
12.தளி அர்ச்சிப்போம் ஆத்திரையன் நா
13.ராயணன் ஏறனும் இவன்றம்பிமாரும் 14.இன்னால்வோம் இது பழங்கற்
15.படி. இந்த ஸ்ரீ விமானத்திலே 16.ஏற வெட்டின மையில் முன்
17.னிவாஜகம் வெட்டிக்கிட 18.ந்த தனிக் கல்லால் உபை
19.யோக மில்லாமையால் 20.அது தவிர்ந்தது இது
21.நந்தில் பன்மாயேஸ்வரர் க 22.டைக் கூட்ட பெற்றார்.

19-ஆம் ஆண்டு

திருச்சிராப்பள்ளிக்கு வடமேற்கில், 14 கல் தூரத்தில் உள்ள திருவெள்ளறைக் கிராமத்துப் புண்டரீகாக்ஷ சுவாமி குகைக் கோயிலின் மேற்குப்புறத்துத் தூணில் உள்ளது இந்த சாசனம். வெயில் மழையினால் தாக்குண்டு காலப் போக்கில் இச்சாசன எழுத்துக்கள் பெரிதும் மறைந்து விட்டன. சில எழுத்துக்கள் மட்டும் காணப்படுகின்றன.

சாசன வாசகம் 27

1.ஸ்வஸ்தி ஸ்ரீ. நந்திவர்ம்மற்கு யா.... 2.19 பல்லவகுல திலக...
3.நந்தி வர்ம்மற்கு... 4.தித்த குல கேதன........
5.(வி) சய நல்லூழான... 6.(ய) ரையனால் நி........28

தென் ஆர்க்காடு மாவட்டம், திண்டிவனம் தாலுகா, பெருமாண்டூர், ரிஷபநாத ஸ்வாமிக்கோயில் என்னும் ஜைனக் கோயிலின் மேற்குப்புறச் சுவரில் உள்ளது.

சாசனம் 29

1.கோவிசைய நந்தி விக்கிரமவர்மற்கு யாண்டு
பத்தொன்பதாவது பெரு
2.ம் பள்ளிஇல் வைத்த பொலியூட்டு நெல்முத லிரு நூற்று.30

21-ஆம் ஆண்டு

திருச்சிராப்பள்ளி மாவட்டம், லால்குடி தாலுகா, சென்னி வாய்க்கால், சிவன் கோயிலின் இடிந்த கோபுரத்துக்கு அருகில் உள்ள நடுகல் சாசனம்.

நந்திவர்மனின் 21-ஆம் ஆண்டு இடப்பட்டுள்ள இச் சாசனம், இங்கிருந்த மடத்தைச் சுட்டு அழித்தபோது, இம்மடத்தைச் சேர்ந்த சத்தியமுற்றத்தேவன் எதிர்த்தபோது அவன் கொல்லப்பட்டதைக் கூறுகிறது. இச்சாசனக் கல்லில், ஒரு ஆள் நெஞ்சில் அம்பு தைக்கப்பட்டிருப்பதுப் போல ஒரு உருவம் செதுக்கப்பட்டிருக்கிறது. இச்சாசனத்தில் பராந்தகபுரத்து அறிஞ்சிகை ஈஸ்வரம் கூறப்படுகிறபடியால், நந்தி வர்மனுக்குப் பின் ஒரு நூற்றாண்டு கழித்து வாழ்ந்திருந்த அறிஞ்சயன், அவன் தந்தை முதலாம் பராந்தச்சோழன் காலத்தில் எழுதப்பட்டதாகத் தெரிகிறது. எழுத்தும் 10ஆம் நூற்றாண்டு எழுத்தாகத் தோன்றுகிறது. எனவே, இச்சாசனம் பழைய சாசனத்தைப் பார்த்துப் பிற்காலத்தில் எழுதப்பட்டதாகக் கருதப்படுகிறது.

சாசன வாசகம் 31

1.ஸ்வஸ்திஸ்ரீதெள் 2.ளாற்றெறிந்து 3.ராஜ்யமுங்கொ
4.ண்ட நந்திப் 5.போத்தரையர்க் 6.கு யாண்டு இரு
7.பத்தொன்றாவது 8.பராந்தகப் புரத் 9.து அறிந்தி
10.கை ஈஸ்வரகிரு 11.ஹம் சாசன 12.த்தாலுடையோ
13.ரும்....... 14.....தளி
15.யிலாதாகி நின்ற பட்ட ரேன்மாவலியநி
16.யஸ்தாந மாள்வான் செ (வணற்குண்டு) கொ
17.ண்டு வந்து மடமுஞ் சுட்டுக் காத்த ஸிகுர
18.வரையு மெறிந்து இவர் ஸிஷ்யன் ஒரு பிரா
19.மணன் சத்திமுற்றத் தேவன் றுண்டுப
20.ட்டான் வல்லுவனாட்டான்.

விஜயநந்தி விக்கிரமவர்மனின் 21-ஆம் ஆண்டில் எழுதப்பட்ட இன்னொரு சாசனம், சித்தூர் மாவட்டம் சந்திரகிரி தாலுகா, அவிலால கிராமத்துக் கபிலேசுவரர் கோவிலில் இருக்கிறது.32 இவ்வூர் ஏரியைச் செம்மையாக வைத்திருப்பதற்காகக் கல்லாணக்காணம், வீதநாழி என்னும் வரிப் பணத்தை விக்கிரமாதித்த மகாபலி வாணராயர் விட்டுக்கொடுத்ததை இச்சாசனம் கூறுகிறது. இவர் மனைவியார் அதிப்பிரசாதி என்னும் விஜ்ஜியக்கனார் என்பவர் வேண்டுகோளின்படி இந்த வரிப்பணம் கொடுக்கப்பட்டது. விக்கிரமாதித்த மகாபலிவாணராயர், நந்தி வர்மனின் கீழடங்கிய சிற்றரசர்.

22-ஆம் ஆண்டு

திருச்சிராப்பள்ளி மாவட்டம், திருச்சிராப்பள்ளி தாலுகா திருப்பலாத்துறை (திருப்பிராய்த்துறை), ஆதி மூலேஸ்வரர் கோயில் மண்டபத்து வடபுறச் சுவரில் உள்ள சாசனம்.

இக்கோயிலுக்கு இரண்டு விளக்கெரிப்பதற்காக 60 கழஞ்சு பொன் தானம் செய்யப்பட்டதை இச்சாசனம் கூறுகிறது.

சாசன வாசகம் 33

1.ஸ்வஸ்திஸ்ரீ 2.தெள்ளாற்றெறி 3.ந்த நந்திப்
4.போத்தரையர் 5.யாண்டு இருபத் 6. திரண்டாவது தி
7. ருப்பாற்றுரை ம 8. ஹாதேவபடாரர் 9. க்கு இரண்டு ந
10. ந்தா விளக்கெரி 11. ப்பதற்கு குடுத் 12. த பொன் அறு
13. பதின் கழஞ்சு இ 14. ப் பொன் கொண்டி 15. ரண்டு நந்தாவிள
16. க்கும் முட்டாமை 17. எரிப்போ 18. மானோம் திருப்ப
19.ஈற்றுறை ஸபை 20. யோம் இதுப 21. ....

செங்கல்பட்டு மாவட்டம், காஞ்சீபும் தாலுகா, கூரம், சிவன் கோயிலின் தூண் ஒன்றில் உள்ளது.

சாசன வாசகம் 34

1. ஸ்வஸ்திஸ்ரீ || நந்தி 2. வர்ம்மமஹாராஜ
3. ந்நெழுத்து ஊற் 4. றுக்காட்டுக் கோட்
5. டத்துக் கூரத் 6. து சபையார்
7. காண்க தம்மூ 8. ரக்கள நிம்மடி
9. ப்போற்றிபடி 10. ஆயின ஆறுப
11. ட்டி நிலமும்மு 12. ன்பெற்றாரைமாற்றி
13. யாண்டு இருப 14.த்து......
15......... 16.மஹாதேவ
17.....அர்ச்சனாபோக 18......க்காளன் அர்ச்சி
19.த்துண் பானாகக்கா 20......குப்பணித்......
21......தலுட்டாங் கண் 22.டருள திருக்கோயி
23.லிற் படாரர் திருவடி 24.க்கீழை சிலாலேகை
25.செய்து குடுக்க இற் 26.நீக்கி........

22-ஆம் ஆண்டு

தஞ்சாவூர் மாவட்டம், பாபநாசம் தாலுகா. திருவைகாவூர், வில்வநாதேசு-வரர் கோயில் முன் மண்டபத்துத் தென்புறச் சுவரில் உள்ள சாசனம்.

திருவைகாவூர் ஈசுவரருக்கு வண்ணக்கவிளகம் என்னும் 1½ வேலி நிலம் தானம் செய்யப்பட்டதை இச்சாசனம் கூறுகிறது. இது பழைய சாசனத்தின் படியாகும். இதில், திருவைகாவூருக்குத் திருபுவன மாதேவி சதுர்வேதிமங்கலம் என்னும் பெயரைக் கூறுகிற படியால், இப்பெயர் ஏற்பட்ட பிற்காலத்தில் இச்-சாசனம், பழைய சாசனத்தைப் பார்த்துப் படி எடுக்கப்பட்டது போலும்.

சாசன வாசகம் 35

1.ஸ்வஸ்திஸ்ரீ நந்திவர்ம மராஜற்கு யாண்டு இருபத் திரண்டாவது திருவைய்-காவு
2.டைய மஹாதேவற்கு திருநொந்தா விளக்கும் அமுது படிக்கும் உபை-யம்வை
3.ய்க்க சந்திப்பெலியார் திரிபுவனமாதேவிச் சருப்பேதிமங்கலத்
4.து ஸபையார் பக்கல் பொன் குடுத்துப் பொலி கூலிக்குச் செல

5.வாக காசுகொள்ளா ஊற்கீழ் இறையிலியாக மணலிடில் வேலி
6.யாகக் கொண்டுவிட்ட வண்ணக்கவிளாகம் நிலம் 1½ இன்னிலம் ஒன்ற
7.ரையும் இறக்காதான் திருவடி இரண்டு மெந்தலை மேலின இது இறக்கு-வாந்தங்க
8.ளம்மைக்குத் தாநேய் மினாளன்|| இது கல் வெட்டுப்படி

தஞ்சை மாவட்டம், கும்பகோணம் தாலுகா, திருவிடை மருதூர், மகாலிங்க சுவாமி கோயிலின் வடக்குப் புறத்துச் சுவரில் உள்ள சாசனம்.

“காடுபட்டிகள் நந்திபோத்தரையர்” திருவிடைமருதூர் கோயிலுக்குத் தானம் செய்த செய்தியை இச்சாசனம் கூறுகிறது. இந்தக் காடுவெட்டி நந்-திப்போத்தரையரை மூன்றாம் நந்திவர்மன் என்று கூறுகிறார்கள். ஆனால் இரண்டாம் நந்திவர்மனுக்குப் பொருந்தும். இந்த பழைய சாசனம், பிற்காலத்-திலே பரகேசரிவர்மனுடைய 4-ஆம் ஆண்டில் படியெடுத்து எழுதப்பட்டது. பரகேசரிவர்மன் என்பவர் உத்தமச்சோழராக இருக்கக்கூடும்.

சாசன வாசனகம் 36

1.ஸ்வஸ்திஸ்ரீ கோப்பரகேசரி வன்மற்கு யாண்டு 4-ஆவது
நாள் 3000205னால் திருவிடைமருதில் தேவர்
நாடகசாலையே இத்தேவர் ஸ்ரீகார்யம் திருத்தக் கடவ
திரைமூர் சபையோரும் திருவிடை மருதில் நகரத்தாரும்
திருக்கோயிலுடையார்களும் தேவ

2.ர் கணக்கு மருதன் பிரமகுட்டனும் ஸ்ரீகார்ய மாய்கின்ற
பூசலான் குடையாரும் இருந்து தேவற்கு வைய்த்த
பொலியூட்டினால் வைத்த விளக்கு ஆராய்ந்த இடத்து
இந்த ஸ்ரீ கற்றளி எடுப்பதற்கு
முன்பொலியூட்டுக்குப் பிரமாணமாய் உள்ள கற்கள்

3.எல்லாம் அடிமனைக்கீழே இட்ட கல்லின்படி எடுத்துக்கொண்டு
இட்டமையில் முன் படி மேலே கன்மேல் வெட்டிக்
கொள்க வென்று ஏவக் கன்மேல் வெட்டினபடி காடு
பட்டிகள் நந்திப்போத்தரை

4.யர் குமார மார்த்தண்டனென்னும்37 விளக்கினுக்கு வைச்ச
பொன் 60 இப்பொன் அறுபதின் கழஞ்சும் கொண்ட
திரைழர் சவையார் அட்டக்கடவதான நெய் உரி இனால்
விளக்கு க-உம்.38

திருச்சிராப்பள்ளி மாவட்டம், லால்குடி தாலுக்கா, லால்குடி சப்தரிஷீசுவரர் கோவில் வடபுறத்துச் சுவரில் உள்ள சாசனம்.

கி.பி. 10-ஆம் நூற்றாண்டு எழுத்தாகக் காணப்படுகிற இச்சாசனம், பழைய சாசனத்தின் படி என்று தெரிகிறது. லால்குடியின் பழைய பெயர் திருத்துவத்துறை என்பது இச்சாசனத்தினால் தெரிகிறது. இதில், திருத்துவத்துறை சிவபெருமானுக்கு இரவும் பகலும் விளக்கெரிப்பதற்காக "தெள்ளாறெறிந்து வென்ற நந்திப்போத்தரையர்" 60 பொற்காசு தானம் செய்ததைக் கூறுகிறது.

சாசன வாசகம் 39

1.ஸ்வஸ்திஸ்ரீ யாண்டு எதிராமாண்டு இடையாற்று நாட்டுத்
திருத்துவத்துறை மஹாதேவர்க்கு தெள்ளாறெறிந்து
வென்ற நந்திப்போத்தரை

2.யர் குடுத்த பழங்காசு 60-து இவ்வறுபது காசும் இஞ்ஞாட்டு
நல்லிமங்கலத்து சபை யோம் இவ்வறுபது காசும்
திருத்துவத்துறை மஹாதேவர்

3.இடைகொண்டு நாராய நாழியால் நிசதி நாழி நெய் ஒரு
நொந்தாவிளக்கு சந்திராதித்தவல் இரவும் பகலும்
எரியக்கொண்டு சென்று அளப் போமானாம்

4.ம் நல்லி மங்கலத்து சபையோம் திருத்துவத்துறை
மஹாதேவர்க்கு அளவேமாயில் முட்டில்முட்டி ரட்டியும்
மூலப்பட்ட பன்மகேஸ்வரரே

5.சபையாகவும் தனித்தாகவும் நிலைக்களமுள்ளிட்ட தான்
வேண்டுகோவினுக் புக்கவுள இரு நூற்றுப்பதினாறு
காணம் தண்டமிட வெ

6.ட்டினோம் நல்லிங்கலத்து சபையோம். இது பன்
பன்மகேஸ்வரர் நாற்பத் தொண்ணாயிரவரும் இரக்ஷை.

சயாம் தேசத்துச் சாசனம் - சயாம் தேசத்து தகோபா மாவட்டத்தில் காவு பரஹ் நாராய் (நாராயண குன்று) என்னும் இடத்தில் ஒரு தமிழ் எழுத்துச் சாசனம் கண்டுபிடிக்கப்பட்டது. அச்சாசனத்தில் சில எழுத்துக்கள் மறைந்து விட்டன. அது அவனி நாரணன் (தெள்ளாறெறிந்த நந்திவர்மன்) காலத்துச் சாசனம் என்று சரித்திர ஆராய்ச்சிக்காரர்கள் கருதுகிறார்கள். அந்தச் சாசனத்தின் வாசகம் இது :

சயாம் தேசத்துச் சாசனம். இதன் வாசகத்தை கீழே காண்க.

1. ......ரவர்மன்கு.........
2. (ம) ந தாநநங்கூரடை.....
3. ....தொட்டகுளம் பேர் ஸ்ரீ அ.......
4. நாரணம் மணிக் கிராமத்தார்.....
5. கும் சேனா முகத்தார்க்கும்
6. ...முதார்க்கும் அடைக்கலம்.40

பாண்டியன் வரகுணமகாராசனுடைய சாசனம் - கீழ்க்கண்ட சாசனம் சோழநாட்டில் உள்ளது. வரகுண மகாராசன், சோழநாட்டை வென்று அரசாண்ட காலத்தில் இது எழுதப் பட்டது. அக்காலத்தில் சோழ நாட்டில் வழங்கிய வட்டெழுத்தினால் எழுதப்படாமல் சோழ நாட்டிலும் தொண்டை நாட்டிலும் வழங்கிவந்த பல்லவ எழுத்தினால் இச்சாசனம் எழுதப்பட்டுள்ளது.

திருச்சிராப்பள்ளி மாவட்டம் லால்குடி என்னும் ஊரில் உள்ள சப்தரிஷீசுவரர் கோயிலில் இந்தச் சாசனம் இருக்கிறது. மாறஞ்சடையனான வரகுண மகாராசன் இக் கோயிலுக்கு 120 பழம்பொற்காசு, கோயிலில் விளக்கு எரிப்பதற்காக வைத்த செய்தியை இச்சாசனம் கூறுகிறது. லால்குடியின் பழைய பெயர் திருவத்துறை என்பதும் சப்தரிஷீசுவரரின் பழைய பெயர் திருத்துறை மகாதேவர் என்பதும் இச்சாசனத்தினால் தெரிகின்றது :

சாசன வாசகம் 41

1. ஸ்வஸ்திஸ்ரீ கோமாஞ்சடையர்க்கு யாண்டு 4 வதின் எதிர்
9 ஆமாண்டு தனுநாயற்று செவ் வாக்கிழமை பெற்ற
சதயம்த்து நாள் இ

2. டையாற்று நாட்டு திருத்தவத்துறை மஹா தேவர்க்கு
இரவும் பகலும் சந்திராதித்தவல் இரண்டு நொ(ந்தா
திருவிளக்கு)

3. எரிப்பதாக கோமாறஞ் சடையனாகின பாண்டிய குலபதி
வரகுணமஹாராயர் அண்டநாட்டு வேளான் கையில்க்
குடுத்த பழங்

4. காசு 120 நூற்றிருபது காசுங் முதல் கெடாமை
பொலியூட்டினால் நிசதிநா........

5. அளப்போமானோம் இப்படி ஒட்டி இக்காசு கொண்டோம்
இடையாற்று நாட்டு இளம் பெருங் காயிருக்கை சபையோ

6. ம் இஞ்ஞெய் நிசதி இருநாழியும் முட்டில் முட்டி ரட்டியும்
மூலப்பட்ட பன்மஹேஸ்வரரே சபை யாகவும்
தனித்தாகவும் நி......

7. ள்ளிட்ட தான் வேண்டு கோவினுக்கு புக்கவுள அஞ்ஞாற்று
காணம் தண்டமிட ஒட்டிக் குடுத்தோம்
திருத்தவத்துறை மஹாதேவர்க்கு.

4-ஆம் ஆண்டு

தஞ்சை மாவட்டம், தஞ்சை தாலுகா, தில்லஸ்தானத்து இருதயாலேசுவரர் கோவில் சாசனம்.

சாசன வாசகம் 42

1. ஸ்வஸ்திஸ்ரீ கோமா 2. றஞ்சமையற்கு யா
3. ண்டு 4 மாண்டு திரு 4. நெத் தாநந்து ம
5. ஹா தேவற்கு வரகு 6. ண மஹாராஜ திருவி
7. ளக்கினுக்கு நம்பி 8. ராட்டியார் கைவழி
9. கொண்ட காசு 2000ம் 10. கோன் பரா(ன்) தக
11. னார் கை வழிகொண் 12. ட காசு 1000ம் வெண்
13. ப நாட்டு வெளான 14. ன் வழி குடு(த்)த காசு
15. 1020 மாக இதனால் 16. நிசதி நாநா
17. ழி னெய் நாராச நாழி 18. யால் ஸ்ரீ கோயிலு
19. க் கெய் கு(ண)ந்து 20. அட்டு வொமா னோம் ப
21. னையூர் இரண் 22. டு செரி சபை 23. யோம்.

10-ஆம் ஆண்டு

தஞ்சை மாவட்டம், தஞ்சை தாலுகா, செந்தலை, சுந்தரேசுவரர் கோவில் மண்டபத்துத் தூணில் உள்ள சாசனம். சாசன வாசகம் 43

1. ஸ்வஸ்திஸ்ரீ கோமாறஞ்ச 2. டையற்கு யாண்டு 10 ஆ
3. வது விடேல் விடுகு முத்தரை 4. ந் அடியான் கிட்காவற் காத்தா
5. ன் நியமமாகாளத்து பிடாரி 6. யாற் கொரு திருவிளக்கிநுக்
7. கும் ஒரு திருவமுர்துக்கு மு 8. தலாக இப்பிடாரியார் உள்
9. ளூர்களில் கல்லிக்குடுத்த 10. நிலம் அரை காணிக்கடன்

11. ஜ50 இது பன்மாஹெஸ்வ 12. ர ரக்ஷை.

அம்பா சமுத்திரத்துச் சாசனம் - திருநெல்வேலி மாவட்டத்து அம்பா சமுத்திரம் தாலுகாவில் அம்பா சமுத்திரம் என்னும் ஊர் இருக்கிறது. இதன் பழைய பெயர் இளங்கோக்குடி அல்லது இளங் கோயிக்குடி என்பது. இங்கு இப்போது, எரிச்ச உடையார் கோயில் என்று வழங்கப்படுகிற சிவன் கோவில் இருக்கிறது. இக்கோயிலுக்குப் பழைய பெயர் திருப்போத்துடையார் கோயில் என்பது. இக் கோயிலில் வரகுண பாண்டியனுடைய சாசனம் ஒன்று வட்டெழுத்தில் எழுதப்பட்டிருக்கிறது. அச்சாசனத்தின் வாசகம் இது :

1. ஸ்வஸ்தி ஸ்ரீ படரரனுக் கிரஹத்தினா
2. ற் முள்ளி நாட்டிளங் கோக் குடி தி
3. ருப்போத்துடையார் ஸ்ரீகோயில் படார(ர்)க்கு முதல்
4. கெடாமை பொலி கொண்டு நான்கு காலமுந் திருவமு
5. து செலுத்துவதாக வரகுண மஹாராஜர் தொண்டை நாட்டுப்
6. பெண்ணைக்கரை அரைசூர் வீற்றிருந்து இளங் கோக் கு
7. டிச் சவையார் கைய்யிற் குடுத்த காசு இருநூற்று தொ
8. ண்ணூறு இவற்றாற் காசின் வாயிரு கலமாக ஆண்டு
9. வரை சவையா ரளக்கும் பொலி நெல் ஐந்நூற் நூற் றெண்பதை
10. ங் கலம் இவை கொண்டு படாரர் பணிமக்களும் இளங்
11. கோக் குடிச் சவையாரும் உடனின்று வரகுண
12. மஹாராஜர்க்கு ராஜ்யவர்ஷம் நான்காவதுக்கு எதிர்
13. பன்னிரண்டாம் யாண்டு துலாஞாயிறு முதலாக நிகதி
14. யாக நான்கு கலமுந் திருவமுது செலுத்தும் ப
15. டி ஒரு பொழுதைக்கு வேண்டுவன அரிசி செந்நெற்
16. நீட்டல் நானாழி கும்மாயத்துக்கு பயற்று
17. ப் பருப்புரி நிவேதிக்க பசுவின் னறு நெய்யு
18. முக்குப் பசுவின்றோய் தயிருரிக் கருவாழை
19. ப் பழனான்கு சர்க்கரை ஒரு பலம் கறி அமிர்
20. து காய்க்கறி ஒன்று பொரிக்கறி ஒன்று எற்றிக் கறி
21. ஐந்சி னுக்குங் கறி பதின் பலம்
23. கறி துமிக்கவும் பொரிக்கவும் பசுவினறு நெ
24. ய் ஆழாக்கு கூட்டுக்கு பசுவின்தோய் தயி
25. ருரிக் காயம் இரு செவிட்டு இலை அமிர்து
26. வெள்ளிலை ஈரடுக்கு அடைக்காய் பத்து
27. நூறு ஒரு செவிட்டு ஆக நிகதி நான்கு
28. பொழுதைக்கு வேண்டுவன அரிசி செ
29. ந் நெற் நீட்டல் பதினறு நாழி

இரண்டாம் பக்கம்

30. ஆக ஓராட்டைக்கு அரிசி செந்நெ 31. ற்றீட்டல் அறுபத்து நாற்
32. கலம் இவை கலவரிசிக்கு முக்கல 33. நெல்லாக நூற்றுத் தொண்ணூற்-றிரு கல
34. ம் பயற்றுப் பருப்பிரு 35. நாழி இவை நாழிப் பருப்பு
36. க்கு முந்நாழி நெல்லாக ஓராட் 37. டைக்கு நெல் இருபத்து நாற் கலம்
38. பசுவின்னறு நெய் நாழியுரி இ 39. வை நாழி நெய்க்கு முப்பதினாழி நெ
40. ல்லாக ஓராட்டைக்கு நெல் நூற்றெண்ப 41. தின் கலம் பசுவின் றோய் தயி
42. ர் நானாழி இவை நாழித் தயிர்க்கு 43. முந்நாழி நெல்லாக ஓராட்-டைக்கு நெ
44. ல் நாற்பத்தெண்கலம் கருவாழைப்ப 45. ழம் பதினாறு இவை இரண்-டுக்கு
46. நாழி நெல்லாக ஓராட்டைக்கு நெல் 47. முப்பத்திருகலம் சர்க்கரை நாற்(ற)ப
48. லம் இது ஒருபலத்துக்கு நாழி 49. ய்யுரி நெல்லாக ஓராட்டைக்கு நெல்
50. இருபத்து நாற்கலம் கறி நாற்ப 51. தின் பலம் இவை பன்பல
52. த்துக்கு நாழி நெல்லாக ஓராட் 53. டைக்கு நெல் பதினறு கலம் காயம்
54. ஆழக்கே முச்செவிட்டு இது 55. உழக்கு காயத்துக் கறுநா

மூன்றாம் பக்கம்

56. ழி நெல்லாக ஓராட்டை 57. க்கு நெல் பத்தொன்ப
58. தின் கலனேமுக்குறுணி 59. இலையமுது வெள்
60. ளிலை இரண்டு பற்று 61. இவை ஒரு பற்றுக் கி
62. ரு நாழி நெல்லாக ஓரா 63. ட்டைக்கு நெல் பதி
64. னறு கலம் அடைக்கா 65. ய் நாற்பது இவை இ
66. ருபதடைக்காய்க்கு முந் 67. நாழியுரி நெல்லாக
68. ஓராட்டைக்கு நெல்லி 69. ருபத்தெண்கலம் நூறு
70. நாற்செவிட்டு இது 71. நாழிக்கு நாழியாக
72. ஓராட்டைக்கு நெல் 73. பன்னிருகுறுணி எல்
74. லாம் ஏற்றி ஓராட் 75. டைக்கு வேண நெல் ஐந்
76.நூற்றெண்பதின் கலம் 77.இப்பரிசு நியதி
78.ப் படி முட்டாமை 79.நெடுங்கால முஞ்செ
80.லுத்துவதாக வைத்தா 81.ர் ஸ்ரீ வரகுண மகா ராஜர்.

நந்திபோத்தரையர் மகாதேவியர் மாறம்பாவையரின் சாசனங்கள்

தஞ்சாவூர் மாவட்டம், தஞ்சாவூர் தாலுக்கா, திருச்சென்னம் பூண்டி, சடையார் கோவிலில் ஒரு தூணில் உள்ள சாசனம்.

சாசன வாசகம் 44

1............த்தி...... 2. முடி மஹா தேவர்க்கு மாசிமக
3. ந்திருவிழா வெடுப்பதற்கு ச 4.ந்திராதித்தவற் பல்லவதிலக
5.குலத்து நந்திப் போத்தரை 6.யர் மஹாதேவியாரான அடிகள்
7.கண்டன் மாறம் பாவையார் வை 8.த்த பொன் பதினேழு கழஞ்செ
9.கால் இப்பொன்னில் முதல் விழா 10.எடுக்கு நான்று எழுகழஞ்சு பொ
11.ன்னா லோராண்டில் கழஞ்சின் வா 12.ய் கலவரிசியாக எழுகல வரிசியா
13.ல் திருமேனியாட நெய் பால் தயிர் 14.ஐஞ்ஞாழிச் செதும் இளநீர் இருபது
15.அகநாழிகை பரிபார மடங்கத் திரு 16.வமிர்தரிசி முக்குறுணியும் திருவ
17.மிர்துந் திருவிளக்கும் நெய்யா 18.ழி தயிர் இருநாழி அமிர்து கறி
19.சற்கரை வாழைப்பழம் அடைக்கா
20.யிருபதும் இப்படி யாராதிப்பிக்கவும்
21.மிக்க வரிசி கொண்டு பிராமணருமடி
22.கள் மாரு முண்டு திருவிழாவெடுத்து
23. மிக்க பொன்னில் இருகழஞ்சு பொன் 24. னாற் பலிசை யாண்டுவரை அரை
25. க்கழஞ்சினால் நிசதி நறும்பூ நூறு 26. வடமோரிலைச் சாந்தும் எழுநாளிடு
27. விதாக நின்ற பொன்னில் கழஞ்சே காலால்
28. பலிசை ஓராண்டில் பன்னிரு நாழியுரிய்
29. நெய்யால் பிராம்மணரும் அடிகள் மாரும்
30. உண்பதாக நிறை எழுகழஞ்சு பொன்
31. இதன்குறை எழுத்து கிழைக்கால் 32. எழுத்தின் குறை 33. பலிசை யாண்டு
34. வரைகழஞ்சின் 35. வாய் கால்ப்ப 36. லிசையாக வந் 37. த பொன்கழஞ்செ
38. முக்கால் இப்பொ 39. ன் கொண்டு தீர்த் 40. தமாடினால் திரு
41. நமனத்துக்கு 42. வேண்டுமவி 43. கொண்டு நூ 44. ற்றெட்டுக் கலை
45. சத்தால் திருந 46. மனஞ் செய்வ்வ 47. தாக இப்பொன் 48. கொண்டாரை இ
49. லக்ஷணம் செய் 50. து எய்யினாட்டு 51. தேவதானம் சிரி
52. கண்டபுரத்து அ 53. றுகை வாணிகர் கை 54. வ்வழிவைத்தது
55. இதுபன்மா 56. ஹேஸ்வர ரிரகைஷ

மாறன் பாவையார் சாசன வாசகம் 45

1. க்கு பல்லவ திலகு 2. லத்து நந்திப் போத் 3. தரையர் மஹாதேவி
4. யாரான அடிகள் கண் 5. டன் மாறம் பாவையா 6. ர் வைத்த பொன் அறு

7. கழஞ்சே காலால் பூ 8. வில் கழஞ்சின் வா 9. ய்யரைக்கால்ப் பொ
10. ன்னாக வந்த பலி 11. சை பூவில் முக்காலே ஐஞ் 12. சுமா இப்பொன் கொண்டு ஐ
13. ப்பிகை விஷுவும் சித் திரை 14. 14. விஷுவும் திருமேனி யாட
15. நெய் பால் தயிர் ஐஞ் ஞாழி 16. ச் செய்தும் பரிபாரமடங்க
17. 17. திருவமிர் தரிசி பதக்கு நா 18. னா ழி இவ்வெவ்வை இளநீர்
19. வாழைப் பழஞ் சற்கரை இ 20. ருபது செய்தும் நறும்பூச்
21. சாந்து குங்கிலிய முங்கொ 22. ண்டாராதிக்கவும் இந் நாளா
23. ல் பிராமணர் ஐம்பதின் மரு 24. ம் திருக்கோயில் பணி செய்
25. 25. யும் மாணிகள் ஐவ்வரும் 26. அடிகள் மாரும் பணி செய்
27. மக்களும் உண்பதாக வைத் 28. தேன் எய்யினாட்டுத் தேவ
29. தானம் சிரிகண்ட புர 30. த்து அறுவை வாணி 31. கர் இப்படி அறுதிங்
32. கள் வார மராய்வதாக 33. வைத்தேன் கண்டன் மா
34. றம் பாவையேன் இது ப 35. ல்மாஹேஸ்வரரிர 36. கைஷ.

வேலூர் பாளையச் செப்பேட்டு எழுத்து. பக்கம் 250 காண்க. புழற்கோட்டத்து என்பது முதல் நாடாட்சியும் என்பது வரையிலும் உள்ள எழுத்து

வரகுணபாண்டியனின் அம்பாசமுத்திரத்துச் சாசனம். வட்டெழுத்து. 271ஆம் பக்கம் காண்க. 2-ஆம் வரி முள்ளிநாட்டிளங்கோ என்பது முதல், 8ஆம் கலமாக என்பது வரையில் உள் வாசகம்.

குமார மார்த்தான்டன் என்னும் பெயர் 199 -1907 சென்னை எபிகிராபி அறிக்கையில் காணப்படுகிறது. இப்பெயர் பல்லவமல்லன் ஆன இரண்டாம் நந்திவர்மனுக்கு உண்டு. ஆனால், மூன்றாம் நந்தியைத் தான் இச்சாசனம் குறிக்கிறது என்று சாசன இலாகாதார் கூறுகிறார்கள்.

இச் சாசனத்தைப் பற்றிய கட்டுரைகளைக் கீழ்கண்ட கட்டுரைகளில் காண்க

Note a Tamil Inscription in siam. By E. Hultzsch. pp. 337-339. The Takopa Tamil Inscription. pp. 689-690. J. R. A. S. 1913. Supplementary note on a Tamil Inscription in Siam by E. Hultzsch pp. 397-398. J. R. A. S. 1914. J. O. R. Madras Vol, VI p. 300.

மூன்றாம் நந்திவர்மன் (1958) நூலில் இடம் பெற்ற கட்டுரை.

மூவர்கோயில் சாசனம்

புதுக்கோட்டையைச் சேர்ந்த குளத்தூர் தாலுகா கொடும்பாளூரில் மூவர்கோயில் என்னும் இடத்தில் கிரந்த எழுத்தில் எழுதப்பட்ட வடமொழிச் சாசனம் ஒன்று இருக்கிறது. கொடும்பை என்னும் கொடும்பாளூரை அரசாண்ட

பூதி விக்கிரம கேசரி என்னும் வேளிர்மரபைச் சேர்ந்த சிற்றரசன் இந்தச் சாசனத்தை எழுதினான். இவன் தன் மனைவியர் இருவர் பேராலும் தன் பேராலும் ஆக மூன்று கோயில்களைக் கட்டியதோடு பெரிய மடம் ஒன்றையும் கட்டி, அந்த மடத்தைக் காளமுகச் சைவ குருவாகிய மல்லிகார்ச்சுனர் என்பவருக்குத் தானம் செய்தான். அன்றியும், 50 துறவிகளுக்கு உணவுக்காகப் பதினொரு கிராமங்களையும் தானம் செய்தான். இந்த செய்தியைக் கூறுகிற இந்த சாசனத்தில், பூதிவிக்கிரம கேசரியின் முன்னோர்களான ஏழு தலைமுறையில் இருந்தவர்களின் செய்திகளும் கூறப்படுகின்றன. இந்தச் செய்திகள் பழைய சரித்திர வரலாற்றினைக் கூறுகிறபடியினால் மிகவும் உபயோகம் உள்ளவை.

இந்தச் சாசனத்தின் முதல் பகுதியும் கடைசிப் பகுதியும் அழிந்து விட்டன. இந்த மூவர்கோவில் சாசனத்தை முதன்முதல் கண்டுபிடித்த வெங்கையா அவர்கள் 190708 ஆம் ஆண்டு, சென்னை எபிகிராபி அறிக்கையில் வெளியிட்டார். பிறகு இந்தச் சாசனம் புதுக்கோட்டை சாசனங்கள் என்னும் நூலில் 14-ஆம் எண் சாசனமாக வெளியிடப்பட்டது.1 சரித்திரப் பேராசிரியர் நீலகண்ட சாஸ்திரி அவர்கள் கீழ்நாட்டு ஆராய்ச்சி என்னும் ஆங்கில வெளியீட்டில், 1933- இல் சாசனத்தை வெளியிட்டதோடு இதன் கருத்தை ஆங்கிலத்தில் மொழி பெயர்த்தார்.2

நமது ஆராய்ச்சிக்கு இந்தச் சாசனம் பெரிதும் வேண்டியதாயிருக்கிறது. ஆகையினால், இந்தச் சாசனக் கருத்தைத் தமிழில் தருகிறேன்.

கொடும்பளூர் சாசனம் - தமிழாக்கம்

.... பாண்டியனுடைய யானைக் கூட்டத்தை வென்றவன் ....

1. இவன் வழியில், மழவரை வெற்றிகொண்ட புகழ்பெற்ற வீரதுங்கனான பிரவீரஜித்து இவனுக்கு மகனாகப் பிறந்தான். இவனுக்கு அதிவீர அநுபமன் என்பவன் பிறந்தான். இவனுக்குச் சங்ககிருத்து என்பவன் பிறந்தான். இவனுக்குப் பிறந்தவன், இளவயதிலே பாம்புகளோடு வளர்ந்து புகழ்பெற்ற நிருபகேசரி ஆவன். இவன் மகன் வாதாபியை வென்ற பரதுர்க்கமர்த்தனன் என்பவன்.

2.இவனுடைய மகன், திவ்விய புகழொளி பெற்றவனும், அதிராஜ மங்கலத்தில் சளுக்கியனை வென்ற (கொன்ற?)வனுமாகிய சமராபிராமன் என்பவன்.

3.இவன் மகன் யதுவம்வசத்தின் கொடிபோன்றவனான, தன் பெயருக்கேற்றபடி இணையற்றவனான அநுபமன் என்பவன். இவன் சோழ அரசன் மகளை மனைவியாகப் பெற்றவன். இவள், திருமாலின் மனைவி திருமகளைப் போன்றும், பிரமன் மனைவி மகளைப் போன்றும், அரசனுடைய மனைவி மலைமகளைப் போன்றும் சிறப்பு வாய்ந்தவள்.

4.இவருக்குப் பிறந்தவன் புகழ்பெற்ற பூதி என்னும் பெயருடைய மின்னாமலை என்பவன். இவன் போரிலே விக்ரமகேசரி என்னும் சிறப்புப் பெயரைப்

பெற்றான்.

5.பல்லவர் சேனையின் இரத்தந் தோய்ந்தபடியினாலே, காவிரி ஆற்றின் நீர் செந்நிறமாயிற்று. மேலும் இந்த வீரன், போரிலே வீரபாண்டியனை வென்று வஞ்சிவேளைக் கொன்றான்.

6.பகைவராகிய யானைக் கூட்டத்தை வென்ற பிறகு விக்ரமகேசரி கொடும்பாளூர் நகரத்திலே வாழ்ந்திருந்தான்.

7. புலவர்களுக்குக் கற்பகத் தருவாகவும், அரசரின் கையாகிய தாமரைகளுக்குத் தண்மதியாகவும், மண்மகளுக்கு திருமகளுக்கும் நாமகளுக்கும் புகழ்மகளுக்கும் தலைவனாகவும் இருந்து இவன் அரசாண்ட போது, கூர்மையானது மகளிர் கண்களிலேயும், நிலையின்மையானது அவர்களின் இமையிலேயும், கருமையானது அவர்கள் கூந்தலிலேயும், நெருக்கமானது அவர்கள் தனத்திலேயும் காணப்பட்டன. (மற்ற இடங்களில் காணப்படவில்லை.)

8. இவனுடைய இரண்டு நல்ல மனைவியர் கற்றளி, வரகுணை என்பவர். கற்றளி இரண்டு அழகான பிள்ளைகளாகிய பராந்தகன், ஆதித்யவர்மன் என்பவரைப் பெற்றாள்.

9. தவவொழுக்கத்தில் சிறந்தவரான வித்தியாராசி என்பவரின் சீடரும் அத்ரேய கோத்திரத்தில் பிறந்து வேதங்களைக் கற்று மதுரையில் வசித்து வந்தவருமாகிய புகழ் பெற்ற மல்லிகார்ச்சுனர் என்பவர் ஒருவர் இருந்தார்.

10. தன் பெயரினாலும் தனது இரண்டு மனைவியர் பெயரினாலும் மூன்று விமானங்களை அமைத்து அவற்றில் மகேசுவரரை எழுந்தருளிவித்து இவன் (விக்கிரமகேசரி) அவனுக்கு (மல்லிகார்ச்சுனருக்கு) ஒரு பெரிய மடத்தை அளித்தான்.

11. இந்த யாதவன், காளமுக வழிபாட்டைச் செய்யும் முனிவர் தலைவனுக்கு ஒரு பெரிய மடத்தையும் அதனுடன் சேர்ந்த பதினொரு கிராமங்களையும் கொடுத்தான்.

12. அசித வக்ரத் (காளமுக) துறவிகள் ஐம்பதின்மருக்காகப் பெரிய மடத்தையும்... சந்தனம், புஷ்பம், அட்சதை, தூபம், தீபம், தாம்பூலம்....அரசன்............

இந்த சாஸனத்திலிருந்து கீழ்கண்ட சிற்றரசர், யாதவகுலத்தைச் சேர்ந்த வேளிர், கொடும்பாளூரில் இருந்தார்கள் என்பது தெரிகிறது.

பாண்டியனுடைய யானைப்படையை வென்றவன் பெயர் காணப்படவில்லை.

1. பிரவீரஜித்து, 2. வரதுங்கன் (மழவரை வென்றவன்.)

3. அதிவீர அநுபமன் 4. சங்க கிருத்து

5. நிருபகேசரி (இளமையில் பாம்புகளோடு வளர்ந்தவன்)

6. பரதுர்க்கமர்த்தனன் (வாதாபிஜித்) 7. சமராபிராமன்

(சளுக்கியனை அதிராசமங்கலத்தில் வென்றவன், யதுவம்சகேது என்னும் சிறப்புப் பெயருள்ளவன், சோழன் மகளான அனுபமை என்பவளை மணந்த-

வன்)

8. பூதி விக்ரமகேசரி (பல்லவர் சேனையை வென்றவன். பாண்டியனை வென்று வஞ்சிவேளைக் கொன்றவன். கற்றளி, வரகுணை என்பவரை மணந்தவன். கற்றளி வயிற்றில் பிறந்தவர்) பராந்தக வர்மன், ஆதித்ய வர்மன்.

II

இந்த சாசனத்தை ஆராய்வோம். முதலில் 5-ஆவது எண்ணில் கூறப்பட்ட நிருபகேசரியை எடுத்துக் கொள்வோம். இதற்கு முன்பு இந்தச் சாசனத்தை ஆராய்ச்சி செய்த வெங்கையா, நீலகண்ட சாஸ்திரி, மீனாட்சி, ஹீராஸ் பாதிரியார், ஆரோக்கியசாமி முதலியவர்கள். நிருபகேசரியைப் பற்றி ஒன்றுமே கூறவில்லை. ஏன் ஆராயாமல் விட்டார்களோ தெரியவில்லை. இவனைப்பற்றி நாம் ஆராய்வோம்.

நிருபகேசரி என்பது அரசர் சிங்கம் என்று பொருள் பெறும். இது, இவனுடைய சிறப்புப் பெயராக தெரிகிறது. இவன் இளமையில் பாம்புகளோடு வளர்ந்தான் என்று இந்தச் சாசனம் இவனைப்பற்றிக் கூறுகிறது. இதன் கருத்து என்ன? பாம்புகளோடு இருந்து மனிதன் வாழ முடியுமா? அது இயற்கையா? நிருபகேசரி, சிறுவயதில் பாம்புகளுடன் வளர்ந்தான் என்பதன் பொருள் என்ன?

பாம்பு என்றாலும் நாகம் என்றாலும் ஒன்றே. தென்னிந்தியாவிலே நாகர் என்னும் ஓர் இனத்தார் இருந்தார்கள். அவர்களுக்குப் பாம்பு அல்லது நாகம் அடையாளச் சின்னம். பல்லவ அரசர்களில் ஒருவன், நாக அரசன் மகளை மணஞ்செய்து கொண்டு அரசுரிமையைப் பெற்றான் என்று வரலாறு கூறுகிறது. விஜய நந்திவர்மனுடைய வேலூர்ப்பாளையத்துச் செப்புச் சாசனம், பல்லவ அரசர் வழியில் வந்த வீரகூர்ச்சன் என்பவன், நாக அரசனுடைய மகளை மணஞ் செய்து கொண்டு நாகர் அரசுரிமைப் பெற்றான் என்று கூறுகிறது.3 நாகர் சம்பந்தம் பெற்றபடியினாலே, பல்லவருக்கு நாகர் என்னும் பெயரும் உண்டு எனத் தெரிகிறது.

மேலும் நாகக்குரிய பாம்புக்கொடியைப் பல்லவ அரசரும் கொண்டிருந்தார்கள். காஞ்சீபுரத்து வைகுண்ட பெருமாள் கோயிலைக் கட்டிய இரண்டாம் நந்திவர்மனான பரமேசுவரன் பாம்புக்கொடியை யுடையவன் என்று திருமங்கை ஆழ்வார் கூறுகிறார்.

"தேம்பொழில் குன்றெயில் தென்னவனைத்
திசைப்பச் செருமேல் வியந்து அன்றுசென்ற
பாம்புடைப் பல்லவர் கோன் பணிந்த
பரமேச்சுர விண்ணகர மதுவே." என்று கூறுகிறார்.4

இதனால் பல்லவருக்குப் பாம்புக்கொடி உண்டென்பது தெரிகிறது. அன்றியும் நாகர் (பாம்பர்) என்னும் பெயரும் அவருக்கிருந்ததென்பது விளங்குகிறது. கொடும்பாளூர் அரசனான நிருபகேசரி, இளமையில் பாம்புகளோடு வளர்ந்-தான் என்று கூறப்படுவதன் கருத்து, அவன் பல்லவர் குடும்பத்தில் வளர்ந்-தான் என்பதாகும். பல்லவ இராச்சியத்தின் அருகில் இருந்த கொடும்பாளூர் சிற்றரசர், பல்லவரோடு நட்புடையவராய் இருந்தனர். ஆகவே சங்ககிருது தன் மகனான நிருபகேசரியைப் பல்லவர் அரண்மனையில் வளரவிட்டான் என்பதனால் அவன் பல்லவருடன் நட்பு முறையில் இருந்தான் என்பது தெரி-கிறது. சங்ககிருது, பல்லவ அரசனான சிம்ம விஷ்ணுவின் காலத்திலும், நிருபகேசரி முதலாம் மகேந்திவர்மன் காலத்திலும் இருந்தவராதல் வேண்டும். எனவே, நிருபகேசரி தனது இளமையில் மகேந்திரனுடன் வளர்ந்தான் போலும்.

நிருபகேசரியின் மகனான பரதுர்க்கமர்த்தனன் (பகைவர் கோட்டையை அழிப்பவன் என்பது பொருள்.) வாதாபிஜித் (வாதாபி நகரத்தை வென்றவன்) என்று கூறப்படுகிறான். எனவே இவன், மாமல்லனான நரசிம்ம வர்மன் புலி-கேசியின் வாதாபி நகரத்தின் மேல் படை யெடுத்தபோது அவனுடன் வாதா-பிக்கு சென்று அப்போரில் கலந்து கொண்டு அந் நகரை வென்றான் என்பது தெரிகிறது.

இவன் மகன் சமராபிராமன் (போர் செய்வதில் உவகை கொள்பவன்), அதிராசமங்கலத்தில் சளுக்கியனைக் கொன்றவன் (வென்றவன்) என்று கூறப்படுகின்றான். "அதிராஜமங்கலாஜௌ யோ நிஜகான சளுக்கிம்" என்பது வாசகம். இதில் நிஜகான என்னும் வினைச் சொல்லுக்குக் கொன்றான் என்-றும் எதிர்த்தான் என்றும் இரண்டு பொருள் உண்டு. இவ்விரண்டும் பொருள்-களில் கொன்றான் என்பதே இங்குக் கொள்ளத்தகுந்தது. ஏனென்றால் வின்-சன் ஸ்மித் முதலிய சரித்திர ஆசிரியர்கள், இரண்டாம் புலிகேசி பல்லவ நாட்டின் மேல் படையெடுத்து வந்த போது போரில் கொல்லப்பட்டான் என்று எழுதிகிறார்கள். ஆகையினாலே, சமராபிராமன் சளுக்கியனை (இரண்டாம் புலிகேசியைக்) கொன்றான் என்று கூறுவதே பொருத்தமானது.

இதனால், பரதுர்க்கமர்த்தனனும் அவன் மகனான சமரா பிராமனும் மாமல்லனான முதலாம் நரசிம்மவர்மன் காலத்தில் இருந்தவர் என்பதும், மகனான சமராபிராமன் புலிகேசியைப் போரில் கொன்றான் என்பதும் தகப்-பனான பரதுர்க்கமர்த்தனன் வாதாபி போரில் கலந்து கொண்டான் என்பதும் தெரிகின்றன.

புலிகேசியின் மகனான முதலாம் விக்கிரமாதித்தனின் கர்னூல் சாசனங்-களில், தன் தந்தையாகிய புலிகேசியை மூன்று அரசர்கள் சேர்ந்து தோல்-வியடையச் செய்தார்கள் என்று கூறுவது இங்கு நினைவுகொள்ளத் தக்கது. இரண்டாம் புலிகேசியை வென்ற மூன்று அரசர்கள் யாவர்? மாமல்லனான

நரசிம்மவர்மக் ஒருவன்; அவனுடன் தங்கியிருந்த இலங்கை மன்னான மானவம்மா என்பவன் இரண்டாமவன்; கொடும்பாளூரை அரசாண்ட யதுகுலவேள் (தந்தையும் மகனுமான பரதுர்க்கமர்த்தனனும் சமராபிராமனும். இவர் இருவரும் ஒரே குடும்பத்தவர் ஆகையால் இருவரையும் ஒருவராகக் கொள்க.) மூன்றாமவன்.

சமராபிராமன், வாதாபிகொண்ட நரசிம்மவர்மனுக்குப் பிறகும், இரண்டாம் மகேந்திரவர்மன் முதலாம் பரமேசுவரன் ஆகிய பல்லவ அரசர் காலத்திலும் இருந்தவனாகத் தெரிகிறான். இவனைப்பற்றிய இன்னொரு சிறப்பான செய்தி என்னவென்றால், இவன், சோழன் மகளான அனுபமை என்பவளை மணஞ்செய்து கொண்டான். என்பதே. முடியுடை வேந்தராகிய சேர சோழ பாண்டியர், சிற்றரசராகிய வேளிரிடம் பெண்கொள்வது மரபு; ஆனால் வேளிருக்குத் தம் பெண்ணைக் கொடுப்பதில்லை. முடியுடை மன்னருக்குத் தம் பெண்கொடை கொடுப்பவர் வேளிர் என்பது தொன்றுதொட்டு வந்த வழக்கம். இதனை நச்சினார்க்கினியர் தொல்காப்பியப் பொருளதிகார உரையில் கூறுகிறார்.

இந்தப் பழைய வழக்கத்துக்கு மாறாகச் சிற்றரசனும் வேளிர் மரபைச் சேர்ந்தவனுமாகிய சமராபிராமனுக்குச், சோழன் தன் மகளை மணஞ்செய்து கொடுத்தான் என்று கொடும்பளூர்ச் சாசனம் கூறுகிறது. இந்த மாறுதலுக்குக் காரணம் என்ன? இக்காலத்தில் சோழ மன்னர், பல்லவ அரசருக்குக் கீழ்பட்டு அவருக்கு அடங்கியிருந்தனர். அதாவது முடியுடைமன்னர் வழியில்வந்தவராக இருந்தும் சோழர் பல்லவருக்குக் கீழ்ப்பட்டிருந்தனர். ஆனால், முடியுடை வேந்தரல்லாத சிற்றரசராகிய கொடும்பாளூர் வேளிர், பல்லவருக்கும் பாண்டியருக்கும் கீழடங்காமல் சுதந்தரராக வாழ்ந்திருக்கிறார்கள். அன்றியும் பல்லவ அரசருக்கு நண்பர்களாக அவரைச் சார்ந்து பெருமைப் பெற்றிருந்தனர். ஆகவே, பல்லவரின் கீழ் சிற்றரசனாக இருந்த சோழன் தன் மகளைச் சமராபிராமனுக்கு மணஞ்செய்வித்தான் போலும்.

சமராபிரான் மகன் பூதிவிக்ரமகேசரியும் சோழர் குடும்பத்தில் மணஞ்செய்து கொண்டவனாகத் தெரிகிறான், இவனுக்கு முன்னர் மூன்று தலைமுறைவில் இருந்தவர்கள், பல்லவருடன் நண்பராக இருந்திருக்க, இவன் பல்லவரோடு பகைத்து அவர்கள் சேனையை வென்றான் என்று சாசனம் கூறுகிறது. பூதிவிக்ரமகேசரி, இரண்டாம் நரசிம்மவர்மனான இராஜசிம்மன் காலத்தில் இருந்தவனாதல் வேண்டும். இவன் பல்லவரைப் பகைத்தபடியினால், இவனுடைய இரண்டாம் பாட்டனான நிருபகேசரி பல்லவ அரசருடன் வளர்ந்தான் என்று கூறாமல், பல்லவர் மீது இவனுக்கிருந்த வெறுப்புத் தோன்றும்படி பாம்புகளோடு வளர்ந்தான் என்று இவனுடைய கொடும்பாளூர் சாசனம் கூறுகிறது போலும்.

III

பூதிவிக்கிரமகேசரியின் கொடும்பாளூர்ச் சாசனத்தை ஆராய்ந்தவர்களில் சிலர் தவறான கருத்தையும் வென்றும் யூகத்தையும் ஆதாரமாகக் கொண்டு பூதிவிக்ரமகேசரி கி.பி.10-ஆம் நூற்றாண்டில் இருந்தவன் என்று முடிவுகட்டியுள்ளனர்.5 ஆனால், வேறு சில ஆராய்ச்சியாளர்கள் பூதிவிக்ரமகேசரி கி.பி. 7-ஆம் நூற்றாண்டின் இறுதியில் அல்லது 8-ஆம் நூற்றாண்டின் முற்பகுதியில் இருந்தவன் என்று கூறுகின்றனர். கி.பி.7-ஆம் நூற்றாண்டின் இறுதியில் இருந்தவர் என்பதே ஆராய்ச்சிக்குப் பொருத்தமாக இருக்கிறது.

பூதிவிக்ரமகேசரி கி.பி. 10-ஆம் நூற்றாண்டில் இருந்தவன் என்று கூறுவோர் என்ன காரணம் காட்டுகிறார்கள் என்பதை பார்ப்போம்.

1. விக்ரமகேசரியின் கொடும்பாளூர்ச் சாசன எழுத்து கி.பி. 10- ஆம் நூற்றாண்டில் எழுதபட்டதாகக் காணப்படுவதனாலே, விக்ரமகேசரி கி.பி. 10-ஆம் நூற்றாண்டில் இருந்தவனாதல் வேண்டும் என்பது இவர்கள் கருத்து.

இந்தச் சாசனத்தின் முன்பகுதி அழிந்துவிட்டது; பின்பகுதியும் அழிந்துவிட்டது. எனவே, இதுதான் மூல சாசனமா என்பதில் சந்தேகம் தோன்றுகிறது. இது, பழைய சாசனத்தின் பிரதியாகப் பிற்காலத்தில் கி.பி. 10-ஆம் நூற்றாண்டில் எழுதப்பட்டதாக இருக்கக்கூடும் அல்லவா? ஆகவே, இது மூல சாசனமா அல்லது பிற்காலத்துப் படிஎழுத்துச் சாசனமா என்பது தெரியாத நிலையில், வெறும் எழுத்தின் சான்று கொண்டு காலத்தைத் தீர்மானிப்பது தவறு. பழைய சாசனங்களைப் பிற்காலத்தில் படிஎடுத்துப் புதுப்பிக்கிற வழக்கம் உண்டு.

உதாரணமாக நந்திவர்மன் III காலத்துச் சாசனத்தைப் பிற்காலச் சோழர் படி எடுத்து எழுதி வைத்திருக்கிறார்கள். 144 of 1928-29; S. I. I. Vol. XII No.55. மூன்றாம் நந்தியின் மற்றொரு சாசனத்தையும் பிற்காலச்சோழர் படி எடுத்து எழுதி வைத்திருக்கிறார்கள். 480 of 1954 No. 58 S. I. I. Vol. XII. எனவே, முற்பகுதியும் கடைப்பகுதியும் மறைந்துபோன கொடும்பளூர்ச் சாசனத்தை கி.பி. 10-ம் நூற்றாண்டுச் சாசனம் என்று கூறுவது தவறு. சாசனத்தில் கூறப்படும் செய்திகள் கி.பி. ஏழாம், எட்டாம் நூற்றாண்டுச் செய்தியாக இருப்பதனாலே இந்தச் சாசனம் பழைய சாசனத்தின் படியாக இருக்க வேண்டும் என்று தெரிகிறது.

2. பூதிவிக்ரமகேசரி, வீரபாண்டியன் என்பவனை வென்றான் என்று இச் சாசனம் கூறுகிறது. இந்த வீரபாண்டியன், இராஜராஜ சோழனுடைய மூத்த தமையனான ஆதித்ய கரிகாலன், தன் இளமைப் பருவத்தில் போர் செய்த வீரபாண்டியன் என்று சிலர் யூகிக்கிறார்கள். இந்த யூகத்தை ஆதாரமாகக் கொண்டு பூதிவிக்ரமகேசரி, ஆதித்தியன் கரிகாலன் இருந்த கி.பி. 10-ஆம் நூற்றாண்டில் (கி.பி. 970-க்குமுன்) இருந்தவன் என்று கூறுகிறார்கள்.

இந்த முடிவும் ஏற்கத்தக்கதன்று. ஏனென்றால், வெறும் பெயர் ஒற்றுமை-யைமட்டும் சான்றாகக்கொண்டு இது முடிவு செய்யப்பட்டது. பூதிவிக்ரமகேசரி போர் செய்த வீரபாண்டியனும், ஆதித்த கரிகாலன் போர்செய்த வீரபாண்டி-யனும் ஒரே ஆளா? வீரபாண்டியன் என்னும் பெயருள்ள வேறு பாண்டியரும் இருந்திருக்கக் கூடும் அல்லவா? இருவரும் ஒரே பாண்டியனுடன் போர்-செய்தார்கள் என்பதற்குச் சான்று என்ன? வீரபாண்டியன் என்னும் பெயர் ஒற்றுமை மட்டுந்தானே சான்றாக இருக்கிறது? எனவே, பெரிதும் ஐயத்திற்-கிடமானதும் தெளிவான சான்று இல்லாததுமான இந்தக் கருத்தை ஏற்றுக் கொள்ள முடியாது.

3. பூதிவிக்கிரமகேசரியின் பாட்டனான பரதுர்க்க மர்த்தனன், வாதாபிஜித் (வாதாபிநகரத்தை வென்றவன்) என்னும் சிறப்புப் பெயருடையவன் என்று கொடும்பாளூர் சாசனம் கூறுகிறது. வாதாபி நகரம் கி.பி 642-இல் நரசிம்ம-வர்மனால் வெல்லப்பட்டது என்று சரித்திர ஆராய்ச்சியாளர்கள் கண்டறிந்து முடிவுகட்டிய உண்மை. அந்த வாதாபிப்போரில், கொடும்பாளூர் அரசன் பரதுர்க்கமர்த்தனனும் கலந்துகொண்டு போரைவென்று வாதாபிஜித் என்னும் சிறப்புப் பெயரைப் பெற்றான்.

ஆனால் பூதிவிக்கிரம கேசரி கி.பி. 10-ஆம் நூற்றாண்டில் இருந்தவன் என்று சாசன எழுத்தை மட்டும் ஆதாரமாகக் கொண்டு முடிவு செய்து கொண்ட சிலர், பூதிவிக்கிரமகேசரியின் பாட்டனான பரதுர்க்கமர்த்தனன் வாதாபிப் போரை கி.பி. 642-இல் வென்று வாதாபிஜித் என்று பெயர்பெற்-றான் என்று சுறினால், அது இவர்கள் காட்டும் 10-ஆம் நூற்றாண்டுக்-குப் பொருந்தவில்லை யாகையால், பரதுர்க்கமர்த்தனன் செய்த வாதாபிப்போர் பிற்காலத்தில் நடந்த இன்னொரு வாதாபிப் போராக இருக்கவேண்டும் என்று கூறுகிறார்கள்.

அதாவது, இரண்டு வாதாபிப்போர் நடந்ததென்றும் முதலாவது போர், மாமல்லன் நரசிம்மவர்மன் காலத்திலும், இரண்டாவது போர் 9-ஆம் நூற்-றாண்டிலும் நடந்ததென்று இவர்கள் யூகிக்கிறார்கள். இவ்வாறு இவர்கள் யூகிக்கிறார்களே தவிர சாசனங்களோ சரித்திரமோ இலக்கியமோ யாதொரு சான்றையும் இவர்கள் காட்டவில்லை. ஆதாரமற்ற வெறும் யூகத்தைமட்டும் சான்றாகக் கொண்டு சரித்திரம் எழுதுவது பைத்தியக்காரத்தனமாகும்.

பூதிவிக்கிரமகேசரி கி.பி. 10-ஆம் நூற்றாண்டில் இருந்தவன் என்று சரித்-திர ஆசிரியர் நீலகண்ட சாஸ்திரியார் எழுதியதற்கு ஏற்பவே, அவருடைய மாணவியாகிய டாக்டர் மீனாட்சியும் "பல்லவர் ஆட்சி" என்னும் நூலில் எழுதுகிறார்.6 இவரும் சான்றுகள் இல்லாமலே யூகம் செய்துகொண்டு எழு-துகிறார். தெள்ளாறெறிந்த நந்திவர்மன்

காலத்தில் இரண்டாவது வாதாபிப்போர் நடந்ததாக இவர் கூறுகிறார். குறுகோடு என்னும் குறுக்கோட்டையை நந்திவர்மன் வென்றதை நந்திக்-கலம்பகம் கூறுகிறது. இதைச் சுட்டிக்காட்டி, நந்திவர்மன் கீழ் விக்ரமகே-

சரியின் பாட்டனான பரதுர்க்கமர்த்தனன் சிற்றரசனாக இருந்து குறுகோட்டைப் போரில் கலந்திருக்கக்கூடும் என்று இவர் யூகிக்கிறார். இராஷ்டிரகூட அரசனுடன் நிகழ்ந்த அந்தக் குறுக்கோட்டைப்போரிலே, ராஷ்டிரகூடருக்கு உதவியாக சளுக்கிய அரசனும் வந்திருக்கக்கூடும். அப்படி உதவிக்கு வந்த சளுக்கிய அரசனைப் பரதுர்க்கமர்த்தனன் கொன்றிருக்கக் கூடும். அதனால் அவனுக்கு வாதாபிஜித் என்று பெயர் வந்திருக்கக்கூடும். அல்லது, குறுக்கோட்டையை வென்றபிறகு, வாதாபி நகரத்தில் சென்று போர் செய்து அந்நகரை வென்றிருக்கக்கூடும். இவ்வாறு எல்லாம் இந்த ஆ சிரியர் பொறுப்பில்லாமல் ஆதாரங்களையும் சான்றுகளையும் காட்டாமல் மனம் சென்றபடியெல்லாம் யூகித்துக் கொண்டு போகிறார்.

இவர் யூகிக்கும் யூகமும் ஒப்புக்கொள்ளத்தக்கதாயிராமல் முரண்படுகிறது. குறுக்கோட்டைப்போரை வென்றால் "குறுகோடுஜித்" என்று பெயர் ஏற்படுமே தவிர வாதாபிஜித் என்று பெயர் உண்டாகக் காரணம் இல்லை அல்லவா? ஆகவே, மூன்றாம் நந்திவர்மன் குறுக்கோட்டையை வென்ற பிறகு, வாதாபி நகரத்தையும் வென்றான் என்று இவர் யூகிக்கிறார் இதற்கு யாதொரு சான்றும் கிடையாது. நந்திக்கலம்பகம், நந்திவர்மன் வாதாபியை வென்றான் என்று எங்கும் கூறவில்லை, அன்றியும் சாசனங்களும் இல்லை. இவ்வாறு இல்லாத ஒன்றைக் கற்பித்துக் கொள்கிறார் இந்த ஆசிரியர்.

கொடும்பாளூர்ச் சிற்றரசர் கி.பி. 8-ஆம் நூற்றாண்டில், முத்தரையரால் அடக்கப்பட்டுப் பெருமை குன்றியிருந்தனர். ஆகவே அவர்கள் 8-ஆம் நூற்றாண்டுக்குப் பின்னர் நடந்த குறுக்கோட்டைப் போரில் கலந்துக் கொண்டனர் என்று கூறுவதே பொருந்தாது. 8, 9-ஆம் நூற்றாண்டுகளில், பல்லவருக்கு உதவியாக இருந்த சிற்றரசர் முத்தரையர் என்பது சாசனங்களினால் தெரிகிறது. முத்தரையர், கொடும்பாளூர் அரசரை வென்று அடக்கியபிறகே சிறப்படைந்தனர் என்பதும் அறியத்தக்கது.

இவற்றையெல்லாம் ஆராயும்போது, கொடும்பாளூர் அரசன் பரதுர்க்கமர்த்தனன் வாதாபிநகரப் போரில் கலந்து கொண்டது, மாமல்லன் நரசிம்மவர்மன் காலத்தில் நிகழ்ந்த வாதாபிப்போரிலேதான் என்பது தெளிவாகிறது.

கி.பி. 642-இல், இரண்டாம் புலிகேசி காலத்தில், பல்லவ நரசிம்மவர்மன் நடத்திய வாதாபி போருக்குச் சாசனச் சான்றுகளும் இலக்கியச் சான்றுகளும் உள்ளன. அதன்பிறகு மற்றொரு வாதாபிப் போர் நடந்ததாக இது வரையில் யாதொரு சான்றும் கிடையாது. னால், மேற்கூறியவர்கள் மட்டும் இரண்டாவது வாதாபிப் போர் நடந்ததாக யூகிக்கிறார்கள். பேரனான பூதி விக்ரம கேசரியை கி.பி. 10-ஆம் நூற்றாண்டில் இருந்தவன் என்று இவர்கள் முடிவு செய்து விட்டபடியால், பாட்டனான பரதுர்க்கமர்த்தனன் கி.பி. 7-ஆம் நூற்றாண்டில் இருந்து வாதாபிப் போரை வென்றான் என்று கூறினால் உலகம் நகைக்கும் அல்லவா? ஆகவே, ஆதாரம் இல்லா விட்டாலும் பிற்காலத்தில், இரண்டாவது வாதாபிப் போர் நடந்திருக்க வேண்டும் என்று இவர்கள் யூகித்-

துக் கற்பனை செய்துகொண்டார்கள்.

நரசிம்மவர்மன் காலத்தில், கி.பி. 7-ஆம் நூற்றாண்டில் நடந்த வாதாபிப் போரில், வாதாபி ஜித்தாகிய பரதுர்க்க மர்த்தனன் இருந்தான் என்று சொல்ல இவர்களுக்கு விருப்பம் இல்லை. ஆகவே, ஆதாரம் இல்லாத இண்டாவது வாதாபிப் போரை வர்கள் கற்ப கற்பனைசெய்து எழுதிவைத்து விட்டார்கள். இவர்கள் கற்பனையை, உண்மையை நாடுவோர், எப்படி ஏற்றுக் கொள்ள முடியும்? கொடும்பாளூர் மூவர் கோயில் சாசனம் கி.பி. 7-ஆம் நூற்றாண்டுச் செய்திகளைக் கூறுகிறது என்று 7ஹீராஸ் பாதிரியாரும் ஆரோக்கியசாமியும் கூறுகிற முடியு சரியானதென்று கொள்கிறோம்.

4. வெறும் யூகம் ஒன்றையே ஆதாரமாகக் கொண்டு சரித்திர ஆராய்ச்சி செய்கிற இவர்கள் மேலும் “ஆராய்ந்து” முடிவு கூறுகிறார்கள். இவர்கள் கூறுவது வருமாறு:

இராஜகேசரி வர்மன் காலத்துச் சாசனமும் பரகேசரி வர்மன் காலத்துச் சாசனமும்8 இளங்கோவேள் ஆன மறவன் பூதி என்பவர் பெயரைக் கூறு-கின்றன. இவற்றில் ஒன்று மறவன் பூதியின் மனைவியான கற்றளிப் பிராட்-டியைக் கூறுகிறது. இவற்றில் பூதி, கற்றளி என்னும் பெயர்கள் கூறப்ப-டுவதால், பூதி விக்ரம கேசரிக்கு இளங்கோவேள் மறவன் பூதி என்னும் பெயரும் உண்டு என்றும், மறவன் பூதியின் மனைவி கற்றளிப் பிராட்டி, பூதி விக்ரம கேசரியின் மனைவி கற்றளி என்றும் பெயர் ஒற்றுமை ஒன்றை மட்-டும் கொண்டு முடிவு கட்டிவிட்டார்கள். பூதிவிக்கிரம கேசரி வேளிர் குலத்-தவன் என்பதும் யதுவம்சத்தவன் (யாதவவம்சத்தவன்) என்றும் கொடும்பா-ளூர்ச் சாசனம் கூறுகிறது. பெயர் ஒற்றுமை மட்டும் ஆதாரமாகக் கொண்டு ஆராயும் இவர்கள், யதுவம்சத்து பூதிவிக்கிரம கேசரி மறவவம்சத்தைச் சேர்ந்-தவன் என்றும் தீர்மானம் செய்துவிட்டார்கள்9 இதுமட்டுமா?

இன்னொரு சாசனம்10 செம்பியன் இருக்குவேள் என்பவரையும் அவர் மனைவி வரகுணை என்பவரையும் கூறுகிறது. பூதிவிக்கிரம கேசரியின் மற்-றொரு மனைவியின் பெயர் வரகுணை யாகையினாலே, இந்தச் சாசனத்தில் கூறப்படும் வரகுணை, பூதிவிக்கிரம கேசரியின் மனைவிதான் என்று பெயர் ஒற்றுமை ஒன்றுமட்டும் சான்றாகக் கொண்டு, பூதிவிக்கிரம கேசரிக்கு செம்-பியன் இருக்குவேள் என்னும் பெயரும் உண்டு என்று யூகித்துக் கொண்டு அதையே முடிவுகட்டி விட்டார்கள்.

வேறு இரண்டு சாசனங்கள்11 மதுராந்தக இருக்குவேளான ஆதித்தன் விக்ரம கேசரி என்பவன் பெயரைக் கூறுகின்றன.இப்பெயரில் விக்ரம கேசரி என்று இருப்பதனாலே, இந்த ஆளும் பூதிவிக்ரம கேசரியே என்று முடிவு கட்டிவிட்டார்கள். இவ்வாறு பெயர் ஒற்றுமை மட்டும் இவர்களுக்குச் சான்-றாக உள்ளன!

வரகுணை, கற்றளி என்னும் பெயர் உள்ள பெண்கள் எல்லாரும் பூதி-விக்ரம கேசரியின் மனைவியராகத்தான் இருக்க வேண்டுமோ? வரகுணை,

கற்றளி என்னும் பெயர்கள் வேறு பெண்களுக்குச் சூட்டப்படவில்லையா? பூதி என்னும் பெயரும், விக்ரம கேசரி என்னும் பெயரும் வேறு எவருக்கும் உரியனவன்றோ? கொடும்பாளூர்ச் சாசனத் தன லவனாகிய பூதிவிக்ரம கேசரிக்கு மட்டுந்தான் இப்பெயர்கள் உரியனவோ? இவ்வாறு சாசனங்களில் காணப்படுகிற இப்பெயர்களை யெல்லாம் ஒருவரைத்தான் குறிப்பிடுகின்றன என்று முடிபோடுவது என்ன ஆராய்ச்சியோ? இந்த ஆராய்ச்சியை எப்படி ஏற்றுக் கொள்ள முடியும்?

முக்கியமாக இரண்டு செய்திகளைக் கவனிக்கவேண்டும்? விக்ரம கேசரியின் இரண்டாம் பாட்டனான நிரூபகேசரி இளமைப் பருவத்தில் பாம்புகளோடு வளர்ந்தான் என்று சாசனம் கூறுகிறது. இந்தச் செய்தியைச் சரித்திரக்காரர்கள் எல்லோரும் இதுவரையில் ஆராயாமலேயே விட்டுவிட்டார்கள். நாம் மேலே கூறியபடி, பாம்புகளோடு (நாகருடன்) வளர்ந்தான் என்பதற்கு பல்லவ அரசருடன் வளர்ந்தான் என்பது கருத்து. பூதிவிக்ரம கேசரி கி.பி. 10-ஆம் நூற்றாண்டில் இருந்தான் என்றால் அவனுடைய இரண்டாம் பாட்டனான விக்ரமகேசரி கி.பி. 9-ஆம் நூற்றாண்டில் இருந்தவனாதல் வேண்டும்.

9-ஆம் நூற்றாண்டில் பல்லவ அரசர் ஆதிக்கம் ஆட்டம் கண்டு விட்டது. வீழ்ச்சியடையும் நிலையில் இருந்த பல்லவருடன் கொடும்பாளூர் விக்ரம கேசரி தொடர்பு கொண்டிருந்தான் என்பது பொருந்தாது. பல்லவர் சிறப்புற்றிருந்த காலத்தில் விக்ரம கேசரி, பல்லவருடன் தொடர்பு கொண்டு அவர்களோடு வளர்க்கப்பட்டான் என்பதே பொருத்தமாகும். பல்லவர் சிறப்பு உச்சநிலையில் இருந்தது கி.பி. 7-ஆம் நூற்றாண்டில். ஆகவே, விக்ரம கேசரி கி.பி. 7-ஆம் நூற்றாண்டில் இருந்தவனாதல் வேண்டும்.

இரண்டாவதாகக் கருதவேண்டியது: பூதிவிக்ரமகேசரியின் பாட்டனான பரதுர்க்கமர்த்தனன், வாதாபிஜித் (வாதாபியை வென்றவன்) என்று சாசனம் கூறுகிறது. சாளுக்கிய அரசன் இரண்டாம் புலிகேசியினுடைய தலைநகரமான வாதாபி நகரத்தை வென்றான் நரசிம்ம வர்மன். இவன் இந்நகரத்தை கி.பி. 642-இல் வென்றான். இதனால் இவனுக்கு வாதாபி கொண்ட நரசிம்மவர்மன் என்று சிறப்புப் பெயர் ஏற்பட்டது. இவனுடைய சேனை தலைவனாக இருந்தவர் பரஞ்சோதி எனப்படும். சிறுத்தொண்டை நாயனார். இந்தப் போரில், பரதுர்க்க மர்த்தனனும் கலந்துக் கொண்டு வாதாபி நகரத்தை வென்றதில் பெரும் பங்கு எடுத்திருக்கக் கூடும். ஆகையால் இவனுக்கு வாதாபிஜித் என்னும் பெயர் ஏற்பட்டிருக்க வேண்டும்.

வாதாபிப் போரில், நரசிம்மவர்மன் நேரில் கலந்துக் கொள்ளவில்லை. தன் சேனைத் தலைவனாகிய பரஞ்சோதியாரை அனுப்பினான். பல்லவ அரசரின் நண்பர்களாக இருந்த கொடும்பாளூர்ச் சிற்றரசனான நிருபகேசரியும், வாதாபிப் போரில் கலந்து கொண்டிருக்க வேண்டும். பரதுர்க்க மர்த்தனனின் தந்தையான நிருபகேசரி, பல்லவருக்கு நெருங்கிய நண்பனாய் நாக குலத்-

தவராகிய பல்லவரோடு வளர்ந்தான் என்று மேலே கூறினோம். எனவே, தந்தையாகிய நிருபகேசரி பல்லவ அரசருக்கு நெருங்கிய நண்பனாக இருந்ததுபோலவே மகனான பரதுர்க்கமர்த்தனும் பல்லவ அரசருக்கு நண்பனாக இருந்து நரசிம்மவர்மன் நிகழ்த்திய வாதாபிப் போரில் கலந்து கொண்டு அதனை வென்று வாதாபிஜித் என்னும் சிறப்புப் பெயரையடைந்தான் என்று கருதுவது உண்மைக்கும் யுக்திக்கும் பொருந்துகிறது.

ஆகவே, பரதுர்க்கமர்த்தனனாகிய வாதாபிஜித் நரசிம்மவர்மன் காலத்தில் இருந்தவன் என்பதும் அவன் கி.பி. 642-இல் நிகழ்ந்த வாதாபிப் போரில் கலந்துகொண்டு அப்போரை வென்றவன் என்பதும் தெளிவாகிறது. எனவே அவன் பேரனாகிய பூதிவிக்ரம கேசரியும் கி.பி. 7-ஆம் நூற்றாண்டில் இறுதியில் அல்லது கி.பி. 8-ஆம் நூற்றாண்டில் தொடக்கத்தில் இருந்தவனாவன் என்பதே தெரிகிறது. பிற்காலத்தில் மற்றொரு வாதாபிப் போர் நடந்திருக்கக் கூடும் என்று சிலர் கருதுவதற்குச் சான்றுகள் ஒன்றேனும் இல்லை.

பேர்பெற்று புகழுடன் இருந்த கொடும்பாளூர் அரசர்கள் கி.பி. 8-ஆம் நூற்றாண்டிலே, முத்தரைய மரபினரால் வெல்லப்பட்டுப் பெருமை குன்றிவிட்டார்கள். ஆகவே, கொடும்பாளூர் அரசரில் சிறப்புடன் இருந்த பூதிவிக்ரமகேசரி கி.பி. 10-ஆம் நூற்றாண்டிலே இருந்திருக்க முடியாது. கி.பி. 8-ஆம் நூற்றாண்டுத் தொடக்கத்தில் அல்லது கி.பி. 7-ஆம் நூற்றாண்டின் இறுதியில் பூதிவிக்ரமகேசரி இருந்திருக்க வேண்டும் என்று கருதுவது தவறாகாது.

ஹீராஸ் பாதிரியாரும், ஆரோக்கியசாமியும் இக்கருத்தைக் காண்டிருப்பதும் கருதத்தக்கது. எழுத்தை மட்டும் ஆதாரமாகக் கொண்டு மூவர் கோயில் சாசனம் கி.பி. 10-ஆம் நூற்றாண்டு என்று கூறுவது ஏற்கத்தக்கதல்ல. எழுத்துக்களைப் பற்றிய ஆராய்ச்சி, நமது நாட்டைப் பொருத்தவரையில், இன்னும் முற்றுப் பெறவில்லை. ஆகவே எழுத்துக்களை மட்டும் ஆதாரமாகக் கொண்டு காலத்தை ஆராய்வது சிறந்ததாகாது. சாசனத்தில் கூறப்பட்ட மற்ற விஷயங்களையும் நோக்க வேண்டும். இந்தச் சாசனம் முதலும் கடைசியும் இல்லாதபடியினாலே இது மூல சாசனம் என்று எப்படிக் கருதக்கூடும்?

மூல சாசனத்திலிருந்து பிற்காலத்தில் எழுதப்பட்டபடியாக இருக்கக்கூடும் அல்லவா?

எனவே, மூவர் கோயில் சாசனத்தில் கூறப்படுகிற கொடும்பாளூர் அரசராகிய பரதுர்க்கமர்த்தனனும் (வாதாபிஜித்), அவன் மகன் சமராபிரானும், மாமல்லன் நரசிம்மவர்மன் காலத்தில் இருந்தவர் என்பதும் பல்லவ அரசன் சார்பாகச் சளுக்கியருடன் போர் செய்து வாதாபி நகரத்தை வென்றவர் என்பதும் உள்ளங்கை நெல்லிக்கனிப் போல் விளங்குகின்றது.

- வாதாபி கொண்ட நரசிம்மவர்மன் (1957) நூலில் இடம் பெற்ற கட்டுரை.

கோழிப்பாம்பு

கோழிப்பாம்பு அல்லது குக்குடசர்ப்பம் என்பதைப் பற்றி நூல்களில் படிக்கிறோம். சீவக சிந்தாமணி, மேருமந்தர புராணம் முதலிய நூல்களிலே கோழிப்பாம்பு கூறப்படுகிறது.

சீவகன் பல்லவ நாட்டிற்குச் சென்றிருந்தபோது, அந்நாட்டரசன் மகள் பதுமையைக் கோழிப்பாம்பு தீண்ட, அதன் நஞ்சினைச் சீவகன் தீர்த்து அவளை மணம் செய்து கொண்டான் என்று சீவகசிந்தாமணி கூறுகிறது.

"அரி குரல் கோழிநாமத்தரவு அவட்கடித்த தாகத்
திருவிழை யவளைத் தீர்த்தேன். தீர்விலா நண்பு வேண்டிப்
பொருகளி யானை மன்னன் புனையிழை யவளைத் தந்தான்
இருமதி கழிந்த பின்றை இடையிராப் பொழுதிற் போந்தேன்"

இச் செய்யுளில் கோழிநாமத்தரவு என்பதற்கு, குக்குடசர்ப்பம் என்று உரையாசிரியர் நச்சினார்கினியர் உரை எழுதியிருக்கிறார்.

மேருமந்தா புராணம் என்னும் நூலிலும் கோழிப்பாம்பு கூறப்படுகிறது. பூதி என்னும் இயற் பெயரையும் சத்திய கோஷன் என்னும் சிறப்புப் பெயரையும் உடைய அமைச்சன், பொருட் செல்வத்தில் பேராசையுடையவனாய் அதனோடு செற்றமும் பகையும் கொண்டிருந்தபடியினாலே, அவன் பிற் பிறப்புகளில் மலைப் பாம்பாகவும், சமரீ என்னும் விலங்காகவும் பின்னர்க் கோழிப் பாம்பாகவும் பிறந்தான் என்று அப் புராணம் கூறுகிறது.

"பற்றினால் பூதி பாம்பாய்ச் சமரமாய்க் கோழிப்பாம்பாய்ச்
செற்றத்தால் தீயில் வெம்பு நரகத்தைச் செறிந்து நின்றான்."
(நால்வரும் சுவர்க்கம்புக்க சருக்கம்.)

கமடன் என்பவன் கோழிப்பாம்பாகப் பிறந்து திரிந்தான் என்று ஸ்ரீ புராணம் கூறுகிறது.

பாகுபலி, என்றும் புஜபலி என்றும் பெயருள்ள முனிவருடைய உருவச்சிலையை 525 வில் உயரமுடையதாகப் பொன்னால் செய்து பரதச் சக்கரவர்த்தி பௌதனபுரத்தில் அமைத்தார் என்றும் அவ்வுருவச்சிலையைச் சூழ்ந்து கோழிப்பாம்புகள் வசித்து வந்தபடியினாலே மனிதர் யாரும் அதன் அருகில் செல்ல முடியாமலிருந்தது என்றும் கன்னட நூல்கள் கூறுகின்றன. இவ்வாறு புலவர்களால் நூல்களிலே கூறப்படுகிற குக்குடசர்ப்பம் என்னும் கோழிப் பாம்பு எப்படி யிருக்கம்? அதன் உருவ அமைப்பு எப்படிப்பட்டது?

சீவக சிந்தாமணி பதுமையார் இலம்பகத்தில், "நங்கை தன் முகத்தை நோக்கி" என்னும் செய்யுள் உரையில், உரையாசிரியர் நச்சினார்க்கினியர்,

கோழிப்பாம்பைப் பற்றிய செய்தியொன்று கூறுகிறார்.

"நங்கைதன் முகத்தை நோக்கி நகைமதி யிதுவென் றெண்ணி
அங்குறை யரவு தீண்டி அவ்வையோ என்று போகக்
கொங்கலர் கோதை நங்கை யடிகளோ வென்று கொம்பேர்
செங்கயற் கண்ணி தோழி திருமகட் சென்று சேர்ந்தான்."

என்பது அச்செய்யுள். இதில், குறையரவு என்பதற்கு நச்சினார்க்கினியர் கூறும் விளக்கமாவது : "குறையரவு வினைத்தொகை. காலம் நீட்டித்தாற் பாம்பு குறைந்து ஒரு கோழிப் பறவை நீளம் பறந்து செல்லுமென்று கூறி, அதனைக் குக்குட சர்ப்ப மென்ப."

இந்த விளக்கத்தினால், பாம்புக்கு ஆயுள் நீளமானால் அதன் உடல் குறுகி, கோழி பறக்கும் தூரம் பறக்கும் ஆற்றல் அடையும் என்பதும் இதற்குக் கோழிப்பாம்பு என்பது பெயர் என்பதும் விளங்குகிறது.

மைசூரில் தொட்டபெட்டா என்றும் விந்தியகிரி என்றும் இரத்தினகிரி என்றும் பெயருள்ள மலையின் மேல் பாகுபலி முநிவரின் உருவம் ஒரு பெரும் பாறையில் அமைக்கப்பட்டிக்கிறது. பாகுபலி முனிவரின் அருகில் குக்குட சர்ப்பங்கள் வசித்திருந்தன என்னும் புராணக் கதைக்கு ஏற்ப, இவ் வுருவத்திற்கு அருகிலே கோழிப்பாம்பின் உருவம், ஒன்று கல்லில் அமைக்கப்பட்டிருக்கிறது. அதன் உருவம், நச்சினார்க்கினியர் கூறியது போன்று இராமல், தலையும் கழுத்தும் பாம்பின் உருவமாகவும், உடம்பும் காலும் கோழியின் உருவமாகவும் அமைந்திருக்கின்றன. இவ் வுருவம் ஏறக்குறைய ஆயிரம் ஆண்டுகளுக்கு முன்பு அமைக்கப்பட்டதாகும். இக் கோழிப்பாம்பின் உருவத்தைப் படத்தில் காண்க.

செந்தமிழ்ச் செல்வி 24.11.1950

யுவான் சுவாங் யாத்திரைக் குறிப்பு

யுவான் சுவாங் என்னும் சீன யாத்திரிகர், இந்திய தேசத்தில் செய்த யாத்திரையைப் பற்றி எழுதிய குறிப்பிலே, தமிழ்நாட்டைப் பற்றிய குறிப்புகளைக் கூறுவோம்.

சுலிய

'தன கடகத்திலிருந்து யாத்திரிகர் தென்மேற்காக 1000 லீ கடந்து சுலியவுக்குச் சென்றார். இந்த நாடு 2400 லீ சுற்றளவுள்ளதென்றும் இதன் தலைநகரம் 10 லீ சுற்றளவுள்ளதென்றும் சொல்லப்படுகிறது. இங்கே ஜன நெருக்க-

மில்லாத காடடர்ந்த பிரதேசம் அதிகம். வழிபறிக் கொள்ளைக்காரர் அதிகம். சதுப்பான வெப்பமுள்ள பிரதேசம். ஜனங்கள் பயங்கரமாகவும் துன்மார்க்கராகவும் இருக்கின்றனர். தீர்த்தங்கரை வழிபகிறார்கள். பௌத்த விகாரைகள் பாழடைந்து கிடக்கின்றன. சிலவற்றில் மாத்திரிம் பிக்ஷுக்கள் இருக்கிறார்கள். தேவாலயங்களும் அநேக திகம்பர ஆலயங்களும் இருக்கின்றன. தலைநகருக்குத் தென்கிழக்கில் அசோகர் கட்டிய சேதியம் ஒன்று உண்டு....."1

இதில், தனகடகம் என்று கூறப்படுவது தான்ய கடகம் என்னும் பெயரையுடைய அமராவதி நகரம். இது கிருஷ்ணா நதிக்கரையில் இருக்கிறது. இந்த நகரத்திலிருந்து சுலிய நாடு தென்மேற்கில் இருப்பதாகக் கூறப்பட்ட போதிலும் யாத்திரிகரின் வரலாற்று நூலில் ஓர் இடத்தில் மேற்கில் என்றும் இன்னொரு இடத்தில் தெற்கில் என்றும் எழுதப்பட்டிருக்கிறது. சுலிய என்பது சோடை அல்லது சோழ என்பதாகும். கன்னிங்காம் அவர்கள் சுலிய என்னும் இடம் தற்போதைய கர்னூல் மாவட்டம் என்று கூறுகிறார்.2 மேலும் தரணிக் கோட்டையிலிருந்து (தனகடகம்) மேற்கு தென்மேற்கில் 160 மைலில் உள்ளதென்று கூறுகிறார்.

திராவிடம்

"சுலிய நாட்டிலிருந்து கல்லும் காடும் உள்ள 1500 அல்லது 1600 லீ தூரத்தைக் கடந்து த-லொ-பி-து நாட்டுக்கு யாத்திரிகர் சென்றார். இது 6000 லீ-க்கு மேற்பட்ட சுற்றளவுள்ளது. இதன் தலைநகரம் கஞ்-சிஹ்- பு- லொ என்பது. இது 30 லீ சுற்றளவுள்ளது. செழிப்பான நில வளம் உள்ளது. பூக்களும் பழங்களும் நிறைந்து, உயர்ந்த பொருள்களை விளைவிக்கின்றன. இந் நாட்டுமக்கள் அச்ச மற்றவர்களாய் முழுதும் நம்பத்தக்கவர்களாயுள்ளனர். பொது நலக் கருத்துள்ளவரும் கல்விக்கு பெருமதிப்புக் கொடுக்கிறவரும் ஆக இருக்கிறார்கள். இவர்கள் பேசும் எழுதும் மொழி மத்திய இந்தியாவின் மொழிக்கு மாறுபட்டது.

இங்கு 100-க்கு மேற்பட்ட பௌத்தப் பள்ளிகள் உள்ளன. இவற்றில் 1000-க்கு மேற்பட்ட பிக்ஷுக்கள் இருக்கிறார்கள். இவர்கள் ஸ்தவிர பௌத்த பிரிவினர் தேவாலயங்கள் 80-க்கு மேற்பட்டவையுள்ளன. இவைகளில் பெரும்பாலும் திகம்பரர்களுக்குரியது. இந்தத் தேசத்திற்கு முற்காலத்தில் புத்தர் பெருமான் அடிக்கடி எழுந்தருளியிருந்தார். இந்தப் பிரதேசத்திலே புத்தர் பெருமான் எங்கெங்கு எழுந்தருளி உபதேசம் செய்து மக்களைப் பௌத்தராக்கினாரோ அங்கங்கெல்லாம், அசோக சக்கரவர்த்தி பள்ளிகளைக் கட்டினார். இந் நாட்டுத் தலைநகரம் தர்மபால பூசா அவர்கள் பிறந்த நகரமாகும்.......

"தலைநகருக்கு அருகிலே பௌத்த விகாரை யுண்டு இந்த விகாரை, இந்நாட்டிலே கற்றுத் தேர்ந்த அறிஞர்கள் கூடுகிற டமாகவுள்ளது. இங்கு 100 அடி உயரம் உள்ளதும், அசோகர் காலத்தில் கட்டப்பட்டதும் ஆன ஒரு

பள்ளி இருந்தது. இந்த இடத்தில் புத்தர் பெருமான் தீர்தகரரை உபதேசத்தினால் வென்று பெருந்தொகையினரான மக்களைப் பௌத்தராக்கினார். நான்கு புத்தர்கள் முற்காலத்தில் இங்குத் தங்கின இடமும் உண்டு."3

இதில் த - லொ - பி - து என்பது திராவிட என்பதாகும்: அதாவது திராவிட தேசம். கஞ்சிஹ்புலொ என்பது காஞ்சீபுரம்.4

யுவான் சுவாங் உடைய வரலாறு காஞ்சீபுரத்தைப் பற்றிய சில செய்திகளைக் கூறுகிறது. அதுவருமாறு :- காஞ்சீபுரம் இலங்கைக்குச் செல்வதற்குரிய ஒரு துறைமுகப் பட்டினமாக இருக்கிறது. இங்கிருந்து இலங்கைக்குப் போக மூன்று நாளாகும். யாத்திரிகர் (யுவான் சுவாங்) இந்நகரத்தைவிட்டு இலங்கைக்குப் போகு முன்னரே, இலங்கை அரசன் இறந்து விட்டான். அங்குப் பஞ்சமும் குழப்பமும் ஏற்பட்டிருந்தன. அங்கிருந்து 300 பிக்குகள் இந்தியாவுக்கு வந்து விட்டார்கள். அவர்கள் காஞ்சீபுரத்திற்கு வந்தபோது, சீன யாத்திரிகர் அவர்களைச் சந்தித்து இவ்வாறு கேட்டார்:-

உங்கள் நாட்டிலே பத்தந்தர் (புத்தர்), ஸ்தவிர பௌத்த மதத்தைப் போதித்துத் திரிபிடகத்தையும் யோக சாஸ்திரத்தையும் அருளிச் செய்தார் என்று அறிகிறேன். அவற்றைக் கற்றுக் கொள்ள நான் அங்கே போக விரும்புகிறேன். நீங்கள் ஏன் இங்கு வந்துவிட்டீர்கள்?

அதற்கு அந்தப் பிக்குகள், பஞ்சம் ஏற்பட்டதால் இங்கு வந்து விட்டதாகவும், அன்றியும் புத்தர் பிறந்து வளர்ந்த ஜம்புத்தீவில் (பாரத நாட்டில்) உள்ள பௌத்த திருப்பதிகளைக்கண்டு வணங்குவதற்காக வந்ததாகவும் கூறினார்கள். மேலும் அவர்கள் சொன்னார்கள் : 'எங்களுக்கு மேல் அதிகமாகக் கற்றவர்கள் அங்கு இல்லை. தங்களுக்கு ஏதேனும் தெரிய வேண்டுமானால் எங்களைக் கேட்கலாம்' என்று கூறினார்கள். அதன் மேல் சீன யாத்திரிகர், யோக சாத்திரத்தில் தமக்கிருந்த சில ஐயங்களைப் பற்றி அவர்களிடம் கேட்டார். அதற்கு இலங்கைப் பிக்குகள் கூறிய விடை சீலபத்திரர்5 கூறியதற்கு மேற்பட்டதாக இல்லை."

மொ லொ கூட (மலகூட)

"காஞ்சீபுரத்தை விட்டு சீனயாத்திரிகர் தெற்கே 3000 லீ சென்று மொலெகூட தேசத்தை யடைந்தார். இந்தத் தேசம் 5000 லீ சுற்றளவுள்ளதென்றும், தலைநகரம் 40 லீ சுற்றளவுள்ள தென்றும் கூறுகிறார். நிலம் புதர்களடர்ந்த கரம்பாகவும் விளைவில்லாமலும் இருந்தன. இங்கு அதிக வெப்பமாகவும் மக்கள் கருநிறமுள்ளவர்களாகவும் இருந்தனர். அநேக பௌத்த விகாரைகள் இருந்தன. ஆனால் சில விகாரைகள் மட்டும் நன்னிலையில் இருந்தன. பிக்குகள் சொற்பத் தொகையினர் இருந்தனர். வெவ்வேறு பிரிவினருக்குத் தேவாலயங்கள் இருந்தன. முக்கியமாகத் திகம்பரர்கள் அதிகமாக இருந்தார்கள். தலைநகருக்குக் கிழக்குப்புறத்தில் அசோக சக்கரவர்த்தியின் தம்பியா-

ரான மகேந்திரன் கட்டிய பழைய பௌத்த விகாரையின் இடிந்து போன கட்டிடம் இருந்தது.

இது புத்தர் பெருமான் உபதேசம் செய்த இடமாகையால், அதை நினைவு கூர்தல் பொருட்டு இது கட்டப்பட்டது. காலப் பழமையுள்ள இந்த இடம். அடியவர் விரும்பிய கோரிக்கையை நிறைவேற்றி வைக்கும் சக்தியுடையது என்று நம்பப்படும். அவ்வாறே இன்றும் தொழப்படுகிறது. இந்தத் தேசத்தின் தெற்கில் கடலுக்கு அருகிலே மொலொய (மலைய) மலை இருந்தது. இம் மலையில் சந்தனமரம் கற்பூர மரம் முதலிய மரங்கள் இருந்தன. இதற்குக் கிழக்கில் பொடலக மலை இருந்தது. இதன் உயரமான உச்சியில் செல்லக் குறுகிய பாதை உள்ளதாயும் உச்சியில் தூயநீருள்ள ஏரியொன்று இருந்தது என்றும், அதிலிருந்து அருவியொன்று மலையை 20 தடவை சுற்றிக்கொண்டு கடலில் சென்று விழுந்தது என்றும் கூறப்படுகிறது.ஏரியின் கரையில் தேவாலயம் ஒன்று இருந்ததாகவும் அங்கு குவான் த்ஸூத்ஸாய் பூசா அடிக்கடி சென்றதாகவும் கூறப்படுகிறது.

பூசாவைக் காண்பதற்கு அருவியையும் மலையையும் அரிதில் கடந்து அடியவர் சென்றார்களென்றும், ஆனால் சிலர் மட்டுந்தான் கோயிலுக்குச் செல்ல முடிந்ததென்றும் கூறப்படுகிறது. மலையடிவாரத்திலிருந்து பிரார்த்தனை செய்தால் பூசா, சில சமயம் பாசுபத தீர்த்தகரராகவும் சில சமயம் மகேசுவரராகவும் காட்சியளிக்கிறாராம். பொதலக மலைக்கு வடகிழக்கே கடற்கரையோரத்தில் ஒரு நகரம் உண்டு. இது செங்லொவுக்கு (சிங்களத்துக்கு) அடுத்துள்ள கடலில், இலங்கைக்குச் செல்லும் வழியில் இருக்கிறது. இங்கிருந்து இலங்கை 300-லீ தென்கிழக்கே உள்ளதென்று கூறுகிறார்கள்."6

இதில் கூறப்பட்ட மலகூடம் என்பது மலையகூடப் பிரதேசமாகிய பாண்டிய நாடு. இந்த மலையகூட நாடு என்று சீன யாத்திரிகர் கூறுவது, கிழக்கே தஞ்சாவூர் மதுரை மாவட்டங்களையும், மேற்கே கோயம்புத்தூர் கொச்சி திருவாங்கூர் பிரதேசங்களையும் கொண்டது என்று கன்னிங்காம் கூறுகிறார்.

அடிக்குறிப்புகள்

1. On Yuan chuang's Travels in India By Thomas watters, Vol. II, P. 224 -225.
2. Ancient geography of India by General Cunningham, p. 545.
3. P. 226. on Yuan Chwang's Travels in India by Thomas Watters, Vol II.
4. P. 548. Ancient geography of India by General Cunningham.
5. சீல பத்திரர் என்பவர் நளாந்தைப் பல்கலைக்கழகத்தில் இருந்த பேராசிரியர். இவர் சீனயாத்திரிகரான யுவான் சுவாங்குக்கு வடமொழி கற்பித்த

ஆசிரியர்.

6. P. 228 - 299. on yuan chwang's Travels in INdia by Tomas watters, Vol.II. 7. P. 549. Ancient geography of India by General Gunningham.

வாதாபிகொண்ட நரசிம்மவர்மன் (1957) நூலில் இடம்பெற்ற கட்டுரை.

அடிமை வாழ்வு

அடிமை வாழ்க்கை இரண்டு விதம். ஒன்று தனிப்பட்ட மனிதன், தனிப்பட்ட மற்றொருவனுக்கு அடிமைப்படுவது; மற்றொன்று, ஒரு அரசாட்சிக்கு மற்றொரு நாடு அடிமைப்படுவது. இந்தக் காலத்தில் மனிதனுக்கு மனிதன் அடிமைப்படுவது சட்டப்படி செல்லாது. ஆனால் ஒரு அன்னிய ஆட்சியின் கீழ் இன்னொரு நாடு அரசியல் அடிமையாக இருப்பதை இன்றும் காண்கிறோம். சமீபகாலத்தில் பல நாடுகள், குறிப்பாகக் கிழக்கு தேசத்து நாடுகள், அயல் நாட்டு ஆட்சியினின்று விடுதலைப் பெற்றுள்ளன.

அன்னிய ஆட்சியிலிருந்து விடுதலை பெற்ற பல நாடுகள், இப்போது அன்னிய நாடுகளுக்குப் பொருளாதார அடிமை நாடுகளாகிக் கொண்டு வருகின்றன. அதாவது அரசியல் விடுதலைப் பெற்றுப் பொருளாதாரத்தில் அடிமைப்பட்டுக் கொண்டிருக்கின்றன. நாம் இங்கு எழுதப் புகுந்தது அரசியல் அடிமைத்தனத்தைப் பற்றியும் அல்ல; பொருளாதார அடிமைத்தனத்தைப் பற்றியும் அல்ல. தனிமனிதன் தனிமனிதனுக்கு ஆட்பட்டு அடிமைலாழ்வு வாழ்ந்த பழஞ்செய்தியைப்பற்றித்தான் இங்கு நாம் ஆராய்வது.

எகிப்து, கிரேக்கம். உரோமாபுரி முதலிய பழைய நாகரிக நாடுகளில் அடிமைகள் இருந்தார்கள் என்பதைச் சரித்திரத்தில் படிக்கிறோம். இடைக் காலத்திலும் உலகம் முழுவதிலும் அடிமைகள் இருந்ததையும், ஆடு மாடுகளைப் போல் மனிதர்கள் விற்கப் பட்டதையும் பற்றிப் படிக்கிறோம். ஆனால் பாரத தேசத்திலும் தமிழ் நாட்டிலும் மனித அடிமைகள் இருந்தார்கள் என்பதே நம்மவரில் பெரும்பாலருக்குத் தெரியாது. பாரததேசத்தில் ஆதிமூலம் அடிமைகளே கிடையாது என்று எண்ணிக்கொண்டிருப்பவர் பலர் இருக்கிறார்கள். ஏன்? இந்திய சரித்திரம் எழுதியவர்கள் கூட, இந்தியாவில் பண்டைக்காலத்தில் மனித அடிமைகள் இருந்தார்கள் என்பது பற்றி எழுதவே இல்லை.

பண்டைக்காலத்தில் பாரத நாட்டிலும் தமிழ் நாட்டிலும் அடிமைகள் இருந்தனர். மனிதர் தங்களைத் தாங்களே அடிமைகளாக விற்றுக்கொண்டனர். அடிமைகளுக்குப் பிறந்த சந்ததிகளும் அடிமைகளாகவே வாழ்ந்தனர்; அடிமைகளையுடையவர்கள், ஆடு மாடுகளை விற்பதுபோல, தங்களிடமிருந்த அடிமைகளை விலைக்கு விற்றனர்; ஆடு மாடுகளைப் போலவே அடிமைக் கூட்டமும் இருந்தது என்று கூறினால், பலருக்கு புதுமையாக இருக்கும் ; சிலர் நம்பவும் மாட்டார்கள். இந்தியாவிலும் தமிழ் நாட்டிலும் அடிமைகள்

இருந்தார்களா? 'இது என்ன புதுமை!' என்று வாசகர்கள் வியப் படைவார்கள்.

பண்டைக்காலத்தில் தமிழ் நாட்டிலும் ஆயிரக்கணக்கான மனித அடிமைகள் வாழ்ந்து வந்தார்கள். செல்வம் உள்ளவர் அக்காலத்தில் காசு கொடுத்து ஆண்களையும் பெண்களையும் அடிமைகளாக வாங்கினார்கள். அடிமைகள் வேண்டாதபோது அவர்களை காசுக்கு விற்றார்கள். சமீப காலத்தில், உலகம் முழுவதும் மனித அடிமை கூடாது என்று சட்டம் செய்யப்பட்டபிறகு, ஏனைய நாடுகளில் அடிமைத் தன்மை விலக்கப்பட்டது போலவே, தமிழ் நாட்டிலும் அடிமை முறை விலக்கப்பட்டது.

இந்தியாவிலும் தமிழ் நாட்டிலும் பண்டைக்காலத்தில் அடிமைகள் இருந்தார்கள் என்பதற்குச் சாசனச் சான்றுகளும் ஆதாரங்களும் உள்ளன. ஆனால் இந்திய சரித்திரத்திலும் தமிழ் நாட்டுச் சரித்திரத்திலும் மனித அடிமைகளைப் பற்றிய செய்தி எழுதப்படவில்லை. இந்நாட்டில், மக்கள் சமுகத்தில் நடைமுறையில் இருந்த அடிமைத்தனத்தைப் பற்றிய செய்தி இந்திய சரித்திரத்திலும் தமிழ் நாட்டுச் சரித்திரலும் ஏன் இடம் பெறவில்லை என்பது வியப்பாக இருக்கிறது.

திரிபுவன சக்கரவர்த்தி குலோத்துங்க சோழ தேவரின் ஆட்சியில் திருவாடுதுறைக் கோவிலுக்கு ஒரு பெண் மகள் அடிமையாக விற்கப்பட்டாள் என்னும் செய்தியை அக்கோவிலில் உள்ள ஒரு சாசனம் கூறுகிறது.

ஜெயங்கொண்ட சோழவள நாட்டில், ஆக்கூர்நாட்டு கலைச் செங்காடு என்னும் ஊரில் உள்ள திருவளம்பூர் உடையார் கோயிலுக்கு எட்டு ஆட்கள் அடிமையாக விற்கப்பட்டனர். இவர்களை விற்றவன் பெயர் கவகாசி கலையன் குமரன் ஆன தம்பிரான் தோழன் என்பது, இச் செய்தி மேலப்பெரம்பலூர் தக்ஷிணபுரீஸ்வரர் கோவிலில் சாசனத்தில் காணப்படுகிறது.

திருசெங்காட்டங்குடி கோவில் சாசனம் இராஜராஜன்-2 உடைய 13-ஆம் ஆண்டில் எழுதப்பட்டது. நான்கு பெண்கள் அக்கோவிலுக்குத் தேவரடியாராக 700 காசுக்கு விற்கப்பட்டனர் என்று கூறுகிறது.

திருவாலங்காடு வீரட்டானேசுவரர் கோவில் சாசனம், அக் கோவிலில் அடிமை ஊழியர்கள்பற்றிக் கூறுகிறது. இவ்வடிமைகளில் சிலர் வயிராதராயராலும் அவர் மனைவியராலும் கோவிலுக்குக் கொடுக்கப்பட்டவர். வேறு சில அடிமைகள் காசு கொடுத்து வாங்கப்பட்டவர்.

திருச்சி மாவட்டம் திருச்சித் தாலுகா திருப்பலத்துறை தாருகவ னேசுவரர் கோவில் சாசனம் சக ஆண்டு 1926-இல் எழுதப்பட்டது. கி.பி. 1374-இல் எழுதப்பட்டது. மழவதரையர் என்பவர் தன்னிடமுள்ள அடிமைகளைப் பிரீதிதானமாகக் கொடுத்ததை இச்சாசனம் கூறுகிறது. இவருக்கு உள்ள நிலபுலங்களையும் வீடு டு மனைகளையும் பிரீதிதானமாகக் கொடுத்த இவர், தமது அடிமைகளையும் தானமாகக் கொடுத்தார், அந்த அடிமைகளின் பெயர்களும் கூறப்படுகின்றன.

அப்பெயர்களாவன:- தவஞ்செய்தாள் மகள் செங்கழுநீர்ப் பிள்ளை, நல்லாம் பிள்ளை மகன் தாயினும் நல்லான், வெள்ளாட்டி சிவந்தாள், பிறவி, அழகியாள், இவள் மகள் நம்பாள், இவன் தம்பி வளத்தான்; இவன் தம்பி தாழி, இவன் தம்பி வளந்தான், இவன் தம்பி ஆண்டி, பிறவி முதல் ஆண்டி வரையில் உள்ள ஏழு பேரையும் மழவதரையர், கம்பண்ண உடையார் காரியப்பேர் சந்தரசன் என்பவரிடமிருந்து விலைக்கு வாங்கினார். மற்றவர்கள், இவர்களிடம் முன்னமே அடிமைகளாக இருந்தவர்.

புதுக்கோட்டை திருமையம் தாலுகா திருமையம் சத்திய மூர்த்திகோயில் சாசனம் பராக்கிரம பாண்டிய தேவர் என்னும் அரசனுடைய 7-ஆவது ஆண்டில் எழுதப்பட்டது. ஒரு பிரபு தன் மகனுக்குக்காணி மனை அடிமை கொடுத்ததை இச்சாசனம் கூறுகிறது. "சீரனத்தேவன் முனையத்தரையன் மக்கள் நயனாரேன், என் மகன் சீரானத்தேவர்க்கு நான் குடுத்த கணியாட்சியும் மனையும் அடிமையும் பிரமானம் பண்ணிக் குடுத்த பரிசாவது" என்று இந்தச் சாசனம் துவங்குகிறது. பிறகு காணி மனைகளைக் குறிப்பிடுகிறது: அடிமைகளின் பெயர்களையும் கூறுகிறது.

அப் பெயர்களாவன: தேவி, அவள் மகள் சீராள், இவள் தம்பி மக்கனாயன், இவனுடைய சிறிய தாய் ஆவுடையாள், இவள் தம்பி சீரானத்தேவன், இவள் மருமகள் சீராள் பெரியநாச்சி மகன் திருமய்ய மலையாளன், சிவத்த மக்கள் நாயகன் ஆகப் பேர் எட்டு. “வளத்திமகள் மன்றி, இவள் மகள் பொன்னி, கொள்ளி மகள் தொழுதி, உடப்பி மகன் பொன்னன், விளத்தி மகன் வில்லி இவ்வகைப்படி உள்ள அடிமையும் காணியாட்சியும் மனையும் மற்றும் எப்பேர்ப்பட்ட சமுத்த விருத்திகளும் தானாதான விக்கிரயங்களுக்கு உரித்தாவதாக” என்று முடிகிறது இந்தச் சாசனம்.

புத்த ஜாதகக் கதைகளில் அடிமைகள் விற்கப்பட்டதும் வாங்கப்பட்டதும் ஆன செய்திகள் கூறப்படுகின்றன.

நமது நாட்டு அடிமை வரலாற்றைப் பற்றி ஆராய்ந்து எழுதினால் அது ஒரு பெரிய புத்தகமாகும். சிலப்பதிகாரத்திலும் தொல்காப்பியத்திலும் கூட அடிமைகளைப் பற்றியக் குறிப்புகள் காணப்படுகின்றன. அடிமை முறை தமிழர் சமுதாயத்தில் மிகப் பழைய வழக்கமாகக் காணப்படுகிறது. இது பற்றிப் பல்கலைகழக மாணவர் ஆராய்ச்சி செய்யலாமல்லவா?

நடைவாவி உற்சவம் என்றால், காஞ்சீபுர வட்டாரத்தில் பலருக்கும் தெரியும்: ஆனால் அதைப்பற்றி வெளி உலகத்தில் பலருக்குத் தெரியாது. காஞ்சிபுரத்துக்கு ஏழு மைல் தூரத்தில் ஐயங்குளம் என்னும் இடம் பெரிய வெட்ட வெளியான இடம். கண்ணுக் கெட்டிய தூரம் பரவிக் கிடக்கிற இவ்வெளியிலே, ஒண்டுவதற்கு ஒரு மரமேனும் கிடையாது. வெட்டவெளியான இந்தப் பொட்டற் காட்டிலேதான், பாலைவனத்துக்கு மத்தியில் ஒயசிஸ் போல, இந்த நடைவாவிக் கிணறும் மண்டபமும் இருக்கின்றன.

இந்த நவீன காலத்திலே விஞ்ஞானத்தின் உதவியினால் Air Conditioned Room என்று அறைகளைக் குளிர்ச்சியாக அமைத்துக் கொள்கிறார்கள் அல்லாவா? இது போன்று பண்டைக் காலத்தில் நமது நாட்டு சிற்ப கலைஞர் எல்லோருக்கும் பொதுவாக இயற்கையாக அமைத்துக் கொடுத்த குளிர்ச்சியான மண்டபந்தான் இந்த நடைவாவி மண்டபம். தரை மட்டத்துக்குக் கீழே பத்து அடி ஆழத்தில் அமைக்கப் பட்டிருப்பதாலும் அதன் மத்தியில் குளம் அமைந்திருப்பதாலும், இம்மண்டபம் நல்ல வெய்யி-லிலும் சில்லென்று குளிர்ச்சியாக இருக்கிறது.

தரை மட்டத்திற்குக் கீழே அமைந்திருப்பதனால் இந்த மண்டபம் இருப்-பதே தெரியாது. இந்த மண்டபம் இருக்கிற இடத்தைத் தெரிவிப்பது தன்னந்-தனியே நிற்கிற அழகான தோரணவாயில் வெட்டவெளியிலே நிற்கிற இந்த தோரண வாயிலையடைந்தால் தான் நடை வாவியைக் காணலாம். இதை நடைவாவிக் குளம் என்றும் நடைவாவிக் கிணறு என்றும் கூறுகிறார்கள். ஏறக்குறைய பத்து அடி சதுரமாக அமைந்த குளம் இது. இச்சிறு 'குளத்தைச் சுற்றிலும் சுமார் 8 அடி அகலமும் 8 அடி உயரமும் உள்ள கருங்கல்லினால் அமைந்த சுற்று மண்டபம் உள்ளது. அதற்குச் செல்ல ஒரு பக்கத்தில் மட்-டும் படிகள் அமைந்துள்ளன. இது தான் நடைவாவி. நடை வாவி என்பது நடைவாவி என்று மருவி விட்டது.

மண்டபத்துக்குள்ளே எல்லா நாட்களிலும் போக முடியாது. ஏனென்றால் தரை மட்டத்துக்கு அடி பத்துக்குள் போக முடியும். ஆண்டுக்கு ஒரு முறை நீரை இறைத்து விட்டு மக்கள் மண்டபத்துக்குள்ளே போகிறார்கள். அன்று அம்மண்டபத்துக்குள்ளே வரதராச பெருமாள் எழுந்தருளுகிறார்.

தமிழருக்கு சித்திரா பௌர்ணமி முதன்மையான சிறந்த நன்னாள். வேனிற்காலத்திலே, சித்திரை மாதத்திலே முழுநிலா நாளாகிய பௌர்ணமி இரவு தனிச் சிறப்புடையது. அன்று பல நிகழ்வுகளும், பூசைகளும், உற்ச-வங்களும் நடைபெறும். சித்திரா பௌர்ணமி இரவிலே நடைபெறுகிற ஐயங்-குளத்து நடை வாவி உற்சவ காஞ்சீபுர வட்டத்திலே அழகான சிறந்த திரு-விழாவாகும்.

உற்சவத்துக்கு முந்திய நாள் நடை வாவியில் நிறைந்திருக்கிற தண்ணீரை எஞ்சின் மூலமாக இறைத்து விடுகிறார்கள். முற்காலத்தில் ஏற்றம் போட்டுத் தண்ணீரை இறைப்பது வழக்கம். நீரை இறைத்து விட்ட பிறகு, மண்டபம் காலியாகி, மத்தியில் உள்ள குளத்தில் மட்டும் நீர் நிறைந்திருக்கும். அப்-போது படிகளின் வழியாகப் போய் மண்டபத்திற்குள் உலாவலாம்.

சித்திரா பௌர்ணமியன்று காஞ்சீபுரத்திலிருந்து வரதராசப் பெருமாள் ஏழு மைல் தூரத்திலுள்ள ஐயங்குளத்திற்கு வந்து நடவாவியை யடைகிறார். நடைவாவி மண்டபத்தில் தங்கியிருந்த பிறகு, குளத்தைச் சுற்று வலம் வந்து, வெட்டவெளியிலே அமைந்துள்ள மேடையில் சென்று அமர்கிறார். சித்திரா பௌர்ணமி உற்சவம் தொடங்கிவிட்டது. கிராமத்து மக்கள் ஆண்கள் பெண்-

கள், சிறுவர், சிறுமியர் கூட்டங் கூட்டமாக விழாவில் பங்கு கொள்கிறார்கள். வேனிற் காலத்தின் இனிய தென்றற் காற்று கொள்ளை கொள்ளையாக வீசுகிறது. மல்லிகைப் பூவின் மணம் எங்கும் கமழ்கிறது. குளிர்ந்த இரவும் நிலா வெளிச்சமும் தென்றற் காற்றும் மலர் மணமும் உற்சவச் சந்தடியும் ஆகிய சூழ்நிலைகள் இந்த இடத்தைத் தெய்வ லோகம் போல மாற்றி விடுகின்றன. மக்களின் மனம் உவகைக் கடலில் திளைக்கிறது.

"மாசில வீணையும் மாலை மதியமும்
வீசுதென்றலும் வீங்கிள வேனிலும்
மூசுவண்டறை பொய்கையும் போன்றதே
ஈசன் எந்கை இணையடி நீழலே"

சித்திரா பௌர்ணமி இருக்கட்டும். முழு நிலாவின் பால் நிலவு இருக்கட்டும். இளவேனிலின் தென்றற் காற்று இருக்கட்டும். இவை தமிழ் நாட்டில் எங்கும் உள்ளவைதானே! இந்த வெட்ட வெளியான பொட்டற் காட்டிலே, தரை மட்டத்தின் கீழே சுற்று மண்டபத்தையும் அந்த மண்டபத்தின் மத்தியில் சிறுகுளத்தையும் அழகாக அமைத்துக் கொடுத்தானே, அந்தச் சிற்பியின் கலைத்திறனை என்னென்று கூறுவது. மலையுச்சியிலும் கடற்கரை ஓரத்திலும் ஆற்றங் கரையிலும், காட்டின் நடுவிலும் கோயில்களையும் மண்டபங்களையும் அமைத்து அழகுப்படுத்திய சிற்பிகள், தரை மட்டத்தின் கீழும் மண்டபத்தையும் குளத்தையும் அமைத்துக் கொடுத்த திறனைப் பாராட்டாமல் இருக்க முடியாது.

நடைவாவி மண்டபம்[2]

இந்த நடைவாவிற்கு நூறு கல் தூரத்திலே மற்றொரு பழைய நடைவாவி, தூர்ந்து போய் மறைந்து கிடக்கிறது. அதன் வாயில் நிலைமட்டும் நடை வாசி போன்ற அழகான அமைப்பும் சிற்ப வேலைபாடுகளுடன் இன்று நின்று கொண்டிருக்கிறது. ஆர்க்கியாலஜி இலாகா இதற்கு இன்னும் பாதுகாப்பு அளிக்காத காரணம் தெரியவில்லை.

கார் வசதி உள்ளவர்கள், இந் நடைவாவிக் கிணற்றைச் சித்திராப் பௌர்ணமிக்கு அடுத்த நாள் பட்ட பகலில் சென்று அவகாசத்தோடு காணலாம். கோயில் அதிகாரிகள் இந்த நடைவாவியை ஒரு மாதம் வரையிலாவது தண்ணீர் சுரக்காமல் வைத்து இதை பொது மக்கள் பார்ப்பதற்கு ஏற்பாடு செய்வது நல்ல சித்திரக் கலைகாட்சிகள் இதில் அடக்கம் இல்லையானாலும், கட்டடச் சிற்ப அமைப்பு காணத்தக்க காட்சியாகும் நாளது சித்திரா பௌர்ணமி வாய்ப்புக் கிடைத்தால் நீங்களும் ஒரு முறை போய் பாருங்கள்.

* * *

நண்பன் : மலர் 8, 1958. - நண்பன். மலர் 3, 1958.

8

மதியூகிப் போராளி

- இராணுவத்தினரும் கூட மெச்சிய மிகவும் சிறந்த தளபதி

"பிரிகேடியர்" பால்ராஜ் என்ற தமிழீழ விடுதலைப் புலிகள் இயக்கத்தின் பிரதி இராணுவத் தளபதி கந்தையா பாலசேகரன் அந்த இயக்கத்திடம் இருந்த மிகவும் சிறந்த இராணுவ தளபதியாக கருதப்பட்டவர். பால்ராஜ் போர்க்களத்தின முன்னரங்கத்தில் நின்று தலைமை தாங்குவதில் புகழ்பெற்ற, மிகவும் மெச்சப்பட்ட இராணுவ மதியூகி.

1965 ஆம் ஆண்டில் பிறந்த பால்ராஜ் 17 வருடங்களுக்கு 2008 மே 20 ஆம் திகதி மாரடைப்பால் காலமானார். அவரது 60 வது பிறந்த தினம் இவ்வருடம் நவம்பர் 20 ஆம் திகதி நினைவு கூறப்படும். இந்த கட்டுரை எனது முன்னைய எழுத்துக்களின் அடிப்படையாகக் கொண்டு பால்ராஜையும் அவரது போராட்ட வரலாற்றின் பக்கங்கள் மீதும் கவனம் செலுத்துகிறது.

இராணுவக் களத்தில் விடுதலைப் புலிகளின் தலைவர் வேலுப்பிள்ளை பிரபாகரனுக்கு அடுத்ததாக இரண்டாவது தளபதியாக விளங்கிய பால்ராஜ் வலிந்து தாக்கும் போர்முறையிலும் தற்காப்பு போர்முறையிலும் அபார திறமையை வெளிக்காட்டியவர். பால்ராஜின் இராணுவ ஆற்றலை இலங்கை ஆயுதப்படைகளில் உள்ள அவரது எதிராளிகள் கூட மெச்சினார்கள். ஆயுதப்படைகள் பால்ராஜை விடுதலைப் புலிகள் இயக்கத்தில் மிகவும் சிறந்த மதியூகிப் போராளியாக (தலைவர் பிரபாகரனுக்கு மேலாகக்கூட) கருதியதாக கூறப்படுகிறது.

ஒரு சந்தர்ப்பத்தில், முன்னரங்க நிலையில் இருந்து தலைமையகத்துக்கு அனுப்பப்பட்ட "பால்ராஜ் களத்தில் நிற்கிறார்" என்ற இராணுவச் செய்தியை விடுதலைப் புலிகள் இடைமறித்துக் கேட்டனர். அதற்கு தலைமையகத்தில் இருந்து "மிகவும் எச்சரிக்கையாக இருங்கள். பால்ராஜ் பிரபாகரனை விடவும் மிகவும் ஆபத்தானவர் "என்றே பதில் அனுப்பப்பட்டது. இடைமறித்துக் கேட்கப்பட்ட அந்த செய்தியை அறிந்தபோது பிரபாகரன் மகிழ்ச்சியடைந்தார்.

கூச்ச சுபாவமுடைய பால்ராஜிடம் பிறகு பிரபாகரன்'' இப்போது உன்னை முதல் எதிரியாக இராணுவம் கருதுகிறது. அதனால் எனக்கு ஆபத்தில்லை'' என்று கூறிக் குறும்பு செய்தாராம்.

பால்ராஜ் தொடர்பில் பெரிதாக தெரியவராத இன்னொரு சம்பவம் 2003 ஆம் ஆண்டில் இடம்பெற்றது. இலங்கை அரசாங்கத்துக்கும் விடுதலைப் புலிகளுக்கும் இடையில் நோர்வே அனுசரணையுடன் சமாதான முயற்சி முன்னெடுக்கப்பட்டுக் கொண்டிந்த நாட்கள் அவை. இருதய நோயினால் பாதிக்கப்பட்டிருந்த பால்ராஜுக்கு சிங்கப்பூரில் அவசர சத்திரசிகிச்சை செய்ய வேண்டியிருந்தது.

கட்டுநாயக்க - அப்போது ஜனாதிபதி சந்திரிகா பண்டாரநாயக்க குமா-ரதுங்க. பிரதமர் ரணில் விக்கிரமசிங்க. ஒஸ்லோ அனுசரணையுடனான போர்நிறுத்தம் நடைமுறையில் இருந்ததால், பால்ராஜ் சத்திர சிகிச்சைக்காக கட்டுநாயக்கா ஊடாக சிங்கப்பூருக்கு விமானத்தில் செல்வதற்கு கொழும்பு அரசாங்கம் அனுமதித்தது. நோர்வே அதிகாரிகள் சகிதம் இரு மெய்க்காவ-லர்களுடன் சிங்கப்பூருக்கு பால்ராஜ் சென்றார். வெற்றிகரமான சத்திர சிகிச்-சைக்கு பிறகு சில வாரங்கள் கழித்து சிங்கப்பூரில் இருந்து இலங்கைக்கு திரும்பி பயணம் செய்தார்.

நாடு திரும்பியதும் பால்ராஜ் கட்டுநாயக்க சர்வதேச விமான நிலையத்தில் காப்டன், மேஜர் மற்றும் லெப்ரினண்ட் கேணல் தரங்களைச் சேர்ந்த சுமார் 15 இராணுவ அதிகாரிகள் தன்னைச் ''சூழ்ந்துகொண்டதை'' கண்டார். பால்-ராஜுடன் கூடவந்த நோர்வே அதிகாரிகளுக்கு பெரும் குழப்பம். பால்ரா-ஜுக்கு ஊறுவிழைவிக்கும் நோக்கத்தை இராணுவத்தினர் கொண்டிருக்கி-றார்களோ என்று அந்த அதிகாரிகள் அஞ்சினார்கள். ஆனால், அவ்வாறு எதுவும் நேரவில்லை.

வடக்கில் போர்க்கள அனுபவத்தைக் கொண்ட அந்த இராணுவ அதி-காரிகள் பால்ராஜின் துணிச்சலையும் வீரச்செயல்களையும் அறிந்தவர்களாக இருந்தனர். போர்க்களத்தில் எதிரிகளாக இருந்தாலும், பால்ராஜை முதல்த-ரமான போராளியாக கருதிய அவர்கள் அவருக்கு ஒரு மதிப்புக் கொடுத்-தனர். பால்ராஜ் சிங்கப்பூரில் இருந்து திரும்பி வருவதை அறிந்த அவர்கள் தங்களது எதிரியை நேரில் பார்ப்பதற்காக அங்கு கூடியிருந்தனர். சில அதி-காரிகள் அவரிடம் மகிழ்ச்சி தெரிவித்து கைகுலுக்கிக் கொண்டனர். சிலர் சந்தோசமாக அவருடன் பேசினர். அதற்கு பிறகு பால்ராஜ் ஹெலிகொப்டரில் பாதுகாப்பாக வன்னிக்கு திரும்பினார். கெடுதி எதுவும் நேரவில்லை என்று நோர்வே அதிகாரிகள் நிம்மதியடைந்தனர்.

கட்டுநாயக்காவில் இடம்பெற்ற அந்த குறுகிய நேரச் சம்பவம் சில இராணுவ அதிகாரிகள் பால்ராஜ் மீது கொண்டிருந்த மதிப்பை தெளிவாக வெளிக்காட்டியது. அதற்கு காரணம் பால்ராஜிடமிருந்த வியப்பைத்தரும் இராணுவத் திறமையேயாகும். மேற்படி சம்பவம் அன்று இராணுவத்தில்

இருந்த சில அதிகாரிகள் பால்ராஜ் மீது வைத்திருந்த மதிப்பையும மரியாதையையும் வெளிக்காட்டியது.

கொக்குத்தொடுவாய் - பால்ராஜ் என்ற கந்தையா பாலசேகரன் முல்லைத்தீவு மாவட்டத்தின் கரையோரப் பகுதியான கொக்குத்தொடுவாய் பகுதியில் 1965 நவம்பர் 27 ஆம் திகதி பிறந்தார். நான்கு ஆண் பிள்ளைகளையும் ஒரு பெண் பிள்ளையையும் கொண்ட குடும்பத்தில் அவர் நான்காவது பிள்ளை. அவர் தனது ஆரம்பக்கல்வியை கொக்குத் தொடுவாயிலும் இரண்டாம் நிலைக் கல்வியை திருகோணமலை மாவட்டத்தின் புல்மோட்டையிலும் பெற்றார். பால்ராஜ் குடும்பத்தில் மிகவும் விவேகமானவராக இருந்ததால் தந்தையார் கந்தையாவும் தாயார் கண்ணகியும் பாலசேகரனை பல்கலைக்கழகத்துக்கு அனுப்பவேண்டும் என்பதில் மிகுந்த அக்கறை கொண்டிருந்தனர். க.பொ.த. சாதாரண தரப் பரீட்சையில் சிறந்த பெறுபேறுகளுடன் அவர் சித்தியெய்தினார்.

பெற்றோரின் நோக்கம் அவ்வாறு இருந்தது. ஆனால் மகனின் தெரிவு அதுவாக இருக்கவில்லை. க.பொ.த. உயர்தர வகுப்பில் படிக்கும்போது அவர் தமிழ் ஆயுதப்போராட்ட இயக்கத்தில் இணைந்து கொண்டார். 1984 ஆம் ஆண்டில் விடுதலைப்ப் புலிகள் இயக்கத்தில் முறைப்படியாக இணைத்துக் கொள்ளப்பட்ட பாலசேகரனுக்கு இயக்கத்தின் ஒன்பதாவது அணியின் ஒரு உறுப்பினராக தமிழ்நாட்டில் இராணுவப் பயிற்சி அளிக்கப்பட்டது. பால்ராஜ் என்று இயக்கப் பெயர் கொடுக்கப்பட்டது. தமிழ்நாட்டு பயிற்சிக்கு பிறகு அவர் இலங்கை திரும்பினார். அன்றைய வன்னி தளபதியான மாத்தையா என்ற கோபாலசுவாமி மகேந்திரராஜாவினால் இயக்கத்திற்குள் எடுக்கப்பட்ட பால்ராஜ் முதலில் அவரின் மெய்க்காவலர் பிரிவிற்குள் உள்வாங்கப்பட்டார். படிப்படியாக பால்ராஜ் சிரமமான சண்டைகளுக்கு பயன்படுத்தப்பட்டார்.

கிளிநொச்சி இராணுவ முகாமை சுற்றிவளைப்பதற்கு மாத்தையாவினால் மேற்கொள்ளப்பட்ட தோல்விகண்ட ஒரு முயற்சியின்போது கிளிநொச்சியில் கரடிப்போக்கு சந்தியைக் கைப்பற்றுவதில் வகித்த துடிப்பான பாத்திரத்தின் மூலமாக 1986 நடுப்பகுதியில் பால்ராஜ் முதன்முதலாக தனது திறமையை வெளிக்காட்டினார்.

1987 ஆம் ஆண்டில் விடுதலைப்ப் புலிகளின் பிரதி தலைவராக்கப்பட்ட மாத்தையா யாழ்ப்பாணத்துக்கு நகர்ந்தார். ஆனால், அவரே வன்னியில் இயக்கத்தின் முழுமையான பொறுப்பில் தொடர்ந்தும் இருந்தார். ஜெயம், சுசீலன் மற்றும் பசீலன் ஆகியோர் முறையே வவுனியா, கிளிநொச்சி, முல்லைத்தீவு ஆகிய மாவட்டங்களுக்கு பொறுப்பான இராணுவத் தளபதிகளாக நியமிக்கப்பட்டனர். பசீலனின் பிரதி தளபதியாக வந்த பால்ராஜ் முல்லைத்தீவு மாவட்டத்தில் இயங்கினார். முந்திரிக்கைக்குளத்தில் பசீலன், பால்ராஜ் தலைமையில் நன்கு திட்டமிடப்பட்ட ஒரு கெரில்லா தாக்குதலில் விடுதலைப் புலிகள் 14 படையினரைக் கொன்றனர். நிலப்பகுதியை நன்கு தெரிந்தவர்

என்பதால் மணலாறு - வெலிஓயா பிரதேசத்தில் பால்ராஜ் பணியில் அமர்த்தப்பட்டார்.

இந்திய இராணுவம் - 1987 ஜூலையில் கைச்சாத்திடப்பட்ட இந்திய - இலங்கை சமாதான உடன்படிக்கை ஒரு தற்காலிக ஓய்வமைதியைக் கொண்டுவந்தது. வடக்கு, கிழக்கு மாகாணங்களில் இந்திய அமைதிகாக்கும் படை நிலைவைக்கப்பட்டது. அந்த சஞ்சலமான அமைதி இந்திய படையினருக்கும் விடுதலைப் புலிகளுக்கும் இடையில் சண்டை மூண்டபோது தகர்ந்து போனது.

யாழ்ப்பாணத்தில் விடுதலைப் புலிகளுக்கு எதிராக இந்திய இராணுவம் ''ஒப்பரேசன் பவான்'' என்ற நடவடிக்கையை தொடங்கியது. இந்திய படைகளுடன் சண்டையிடுவதற்காக பசீலனினதும் அவரது பிரதி தளபதியாக பால்ராஜினதும் தலைமையில் விடுதலைப் புலிகள் போராளிகள் அவசரமாக யாழ்ப்பாணத்துக்கு அனுப்பப்பட்டனர். அப்போதுதான் பால்ராஜ் கோப்பாயில் முன்னேறிக் கொண்டிருந்த டாங்கிப் படையணியை ஆர்.பி.ஜி..லோஞ்ரை பயன்படுத்தி மிகுந்த துணிச்சலுடன் தாக்கி பெருமளவு சேதத்தை இந்தியப் படையினருக்கு ஏற்படுத்தினார்.

இந்திய இராணுவத்துடன் போர் தீவிரமடையவே விடுதலைப் புலிகளின் தலைவர் பிரபாகரன், மாத்தையா மற்றும் சிரேஷ்ட தலைவர்கள் வன்னிக்கு சென்றனர். முல்லைத்தீவு மாவட்டத்தின் நித்திக்காய்க்குள காடுகளுக்கும் பிரபாகரன் முகாமிடத் தொடங்கினார். லெப்டினண்ட கேணல் நவம் பொதுவில் முல்லைத்தீவின் பாதுகாப்பு ஏற்பாடுகளுக்கும் குறிப்பாக பிரபாகரனின் பாதுகாப்புக்கும் முழுமையாக பொறுப்பாக இருந்தார். நவத்தின் பிரதி தளபதியாக பால்ராஜ் இயங்கினார்.

அந்த வேளையில்தான் பால்ராஜ் தனது தலைவர் பிரபாகரனுடன் நெருக்கமாக பழகத் தொடங்கினார். பால்ராஜின் தன்னடக்கமான எளிமையும் செயற்திறமையும் பிரபாகரனை பெரிதும் கவர்ந்தன.

பிரபாகரனைப் பிடிப்பதற்கு இந்தியப் படையினர் 1988 ஆம் ஆண்டில் ''ஒப்பரேசன் செக்மேற்'' நடவடிக்கையை ஆரம்பித்தபோது இந்திய துருப்புக்களுடன் நேருக்கு நேர் மோதி அவர்களின் முயற்சியை முறியடித்ததில் பால்ராஜ் முக்கிய பாத்திரத்தை வகித்தார். அந்த தாக்குதலில் பல கூர்க்கா படையினர் கொல்லப்பட்டதாக அறிவிக்கப்பட்டது.. இந்திய படையினருக்கு எதிரான சண்டைகளில் தனித்தனியான மூன்று சந்தர்ப்பங்களில் பால்ராஜ் காயமடைந்ததாக கூறப்பட்டது.

இலங்கையில் இருந்து இந்திய இராணுவம் வெளியேறிய பிறகு விடுதலைப் புலிகளின் தலைவர் தனது பரிவாரங்களுடன் மீண்டும் யாழ்ப்பாணத்துக்கு நகர்ந்தார். ஒரு வகையான கொள்கை மாற்றமும் ஏற்பட்டது. அந்தந்த பகுதிகளில் இருக்கும் போராளிகளே தலைமைத்துவ பதவிகளை எடுப்பதை இயக்கம் ஊக்கப்படுத்தியது.

வன்னி இராணுவத் தளபதி - இந்த கொள்கையின் பிரகாரம் வன்னி மண்ணின் மைந்தனான பால்ராஜ் 1990 ஆம் ஆண்டில் வன்னிக்கு பொறுப்பான இராணுவத் தளபதியாக நியமிக்கப்பட்டார். தனது இராணுவ மதிக்கூர்மையையும் ஆற்றல்களையும் காட்டுவதற்கு இத்தகைய ஒரு சந்தர்ப்பத்துக்காக பால்ராஜ் காத்துக் கொண்டிருந்தார்.

அப்போது யாழ்ப்பாணம் - கண்டி வீதி (ஏ 9) வவுனியாவில் இருந்து ஆனையிறவு வரை " பெயரளவில்" இராணுவத்தின் கட்டுப்பாட்டில் இருந்தது. கேந்திர நிலைகளில் இராணுவத்துக்கு முகாம்கள் இருந்தன. பால்ராஜ் தலைமையில் விடுதலைப் புலிகள் தொடுத்த இரு தாக்குதல்களில் கொக்காவில் மற்றும் மாங்குளம் பகுதிகளில் இருந்த இராணுவ முகாம்கள் முற்றாக நிர்மூலம் செய்யப்பட்டன. அடுத்து கிளிநொச்சி முகாமுக்கு எதிராக இன்னொரு தாக்குதல் தொடுக்கப்பட்டது. அதை முற்றுமுழுதாக நிர்மூலம் செய்யமுடியவில்லை என்ற போதிலும், அங்கிருந்து படையினர் அப்புறப்படுத்தப்பட்டு பரந்தன் முகாம் பலப்படுத்தப்பட்டது.

இந்த வெற்றிகள் விடுதலைப் புலிகளின் மதிப்பை உயர்த்தின. தீவிரமான மோதல்களில் முன்னரங்கத்தில் நின்று துணிச்சலுடன் போராளிகளுக்கு தலைமைதாங்கி வழிநடத்துவதன் மூலமாக அவர்களை ஊக்கப்படுத்திய ஒரு இராணுவத் தளபதி என்று பால்ராஜ் பெயரெடுத்து பிரபல்யமானார்.

தரை - கடல் - ஆகாயம் - 1991 ஆனையிறவு ஒப்பரேசன் பால்ராஜ் தனது இராணுவத் திறமையையும் துணிச்சலையும் நிரூபித்த இன்னொரு இராணுவ நடவடிக்கையாகும். ஆனையிறவு இராணுவத்தளத்தை முற்றுகையிட்டு நிர்மூலம் செய்வதற்காக மாத்தையா தலைமையில் மேற்கொள்ளப்பட்ட அந்த நடவடிக்கைக்கு "தரை - கடல் - ஆகாயம்" என்று பெயரிடப்பட்டது. குறிஞ்சாத்தீவு பகுதியில் இருந்து ஆனையிறவு இராணுவ தளத்திற்குள் ஊடுருவும் இலக்குடனான பணி பால்ராஜுக்கும் தீபன் உட்பட அவரது போராளிகளுக்கும் ஒப்படைக்கப்பட்டது.

பால்ராஜும் அவரது போராளிகளும் ஏரியின் ஊடாக ஊடுருவியதன் மூலமாக (முன்னைய விருந்தினர் விடுதி வளாகத்தில் அமைக்கப்பட்டிருந்த) இராணுவ நிலைகளை கைப்பற்றி அந்த நடவடிக்கை கைவிடப்படும் வரை தங்கள் கட்டுப்பாட்டில் வைத்திருந்தனர். வாபஸ் பெற்றுச் சென்றபோது அந்த இராணுவ நிலைகளை அவர்கள் நிர்மூலம் செய்தனர். விடுதலைப் புலிகள் இயக்கத்தின் மற்றைய போராளிகள் தங்களின் இலக்குகளைச் சாதிக்கத் தவறியதன் விளைவாக ஆனையிறவு இராணுவத் தளத்தை முற்றாக நிர்மூலம் செய்யும் நடவடிக்கை தோல்வியடைந்தது. அந்த சண்டைகளில் 673 விடுதலைப் புலிகள் கொல்லப்பட்டனர். ஆனால், தனிப்பட்ட ரீதியில் பால்ராஜுக்கு அது வெற்றியாகும்.

முதலாவது காலாட்படை அணியின் தளபதி - விடுதலைப் புலிகள் 1991 ஆம் ஆண்டில் தங்களது முதலாவது காலாட்படை அணியை அமைத்தனர்.

அந்த படையணிக்கு 1983 ஜூலையில் மீசாலையில் இறந்த பிரபாகரனின் நெருங்கிய தோழனும் நம்பிக்கைக்குரிய சகாவுமான சார்ள்ஸ் அன்ரனியின் பெயர் சூட்டப்படடது. அந்த சார்ள்ஸ் அன்ரனி படையணியின் முதலாவது விசேட தளபதியாக பிரபாகரன் பால்ராஜையே தெரிவு செய்தார். அதன் தளபதியாக 1993 ஆம் ஆண்டு வரை பால்ராஜ் பணியாற்றினார்.

இராணுவத் தாக்குதல்களுக்கு தலைமை தாங்குவதற்கு புறம்பாக பால்ராஜ் கேந்திர பாதுகாப்பு(Strategic defense) நடவடிக்கைகளிலும் தனது திறமையை வெளிக்காட்டினார். இலங்கை ஆயுதப்படைகளினால் மேற்கொள்ளப்பட்ட பல தாக்குதல்களை தோற்கடிப்பதற்கு, தடுப்பதற்கு, கட்டுப்படுத்துவதற்கு அல்லது செயலிழக்கச் செய்வதற்கு பால்ராஜ் பிரதானமாக பொறுப்பாக இருந்தார்.

வவுனியாவில் ''ஒப்பரேசன் வன்னிவிக்கிரம'', மணலாறு/வெலிஓயாவில் '' ஒப்பரேசன் லைற்னிங்'', யாழ்ப்பாணத்தில்'' ஒப்பரேசன் லீப் போர்வாட்'', கிளாலி/புலோப்பளையில் ''ஒப்பரேசன் யாழ்தேவி'' மற்றும் ஆனையிறவில் '' ஒப்பரேசன் அக்னி கீல'' ஆகியவை அத்தகைய இராணுவ நடவடிக்கைகளில் சிலவாகும்.

யாழ்ப்பாண குடாநாட்டுக்கு தெற்கே 1993 ஆம் ஆண்டில் இராணுவத்தினால் முன்னெடுக்கப்பட்ட ''ஒப்பரேசன் யாழ்தேவியை'' பால்ராஜும் அவரது பிரதி தளபதி தீபனும் எதிர்த்துப் போரிட வேண்டியிருந்தது. புலோப்பளையில் நடந்த சண்டையில் பால்ராஜ் கடுமையாகக் காயமடைந்தார். ரி - 55 தாங்கி ஒன்றை நோக்கி ஆர்.பி.ஜி. லோஞ்சரை பயன்படுத்த தாக்குதல் தொடுத்த வேளை பால்ராஜுக்கு ஒரு காலில் காயமேற்பட்டது. அந்த காயம் காரணமாக அவர் சற்று நொண்டி நொண்டி நடக்க வேண்டியதாயிற்று. நீண்ட தூரம் நடக்கும்போது அவரது காலில் நோவு ஏற்படத் தொடங்கியது.

1994 ஆம் ஆண்டில் சந்திரிகா பண்டாரநாயக்க குமாரதுங்க ஜனாதிபதியாக பதவியேற்றதை தொடர்ந்து போர்நிறுத்தம் செய்யப்பட்டு சமாதானப் பேச்சுவார்த்தைகளை தொடங்கின. 1995 ஏப்ரிலில் போர் நிறுத்தம் முறிவடைந்து மீண்டும் போர் மூண்டது. தொடக்கத்தில் குடாநாட்டில் ''லீப் போர்வாட்'' ஒப்பரேசனை முன்னெடுத்த இராணுவம் வலிகாமம் பிரதேசத்தில் முன்னேறியது. அதை எதிர்த்து விடுதலைப் புலிகள் ''ரைகர் லீப்'' என்று பெயரிடப்பட்ட தாக்குதலை மேற்கொண்டனர். இராணவம் பின்வாங்கியது. இதில் பால்ராஜ் முக்கியமான ஒரு பாத்திரத்தை வகித்தார். ஆனால், இராணுவம் விரைவாகவே '' ஒப்பரேசன் றிவிரச '' என்ற நடவடிக்கையை முன்னெடுத்தது. அதன் விளைவாக பின்வாங்க நிர்ப்பந்திக்கப்பட்ட விடுதலைப் புலிகள் 1996 ஆம் ஆண்டில் வன்னிக்குள் சென்றனர்.

பிரதி இராணுவ தளபதி - 1996 ஆம் ஆண்டில் தான் பிரபாகரன் பால்ராஜுக்கு தனது மிகப்பெரிய இராணுவ கௌரவத்தை வழங்கினார். அவர்

பால்ராஜை பிரதி இராணுவ தளபதியாக நியமித்தார். பிரபாகரன்தான் விடுதலைப் புலிகளின் இராணுவ தளபதி. விடுதலைப் புலிகளின் இராணுவ கடடமைப்பு படிநிலையில் இரண்டாவது ஆளாக பால்ராஜ் வந்தார். விடுதலைப் புலிகளின் இந்த பிரதி இராணுவ தளபதி சண்டைகளில் தனது கைவரிசையைக் காட்டத்தொடங்கினார்.

முல்லைத்தீவு இராணுவ முகாமை விடுதலைப் புலிகள் 1996 ஜூலை 18 ஆம் திகதி நிர்மூலம் செய்தனர். ஒரு ஆயிரம் படையினர் அதில் கொல்லப்பட்டனர். ''ஓயாத அலைகள்'' என்ற நடவடிக்கையை பால்ராஜ் ஒருங்கிணைத்து நடத்தினார். 1997 '' ஒப்பரேசன் ஜெயசிக்குரு'' இராணுவ நடவடிக்கையின் முதல் கட்டம் பால்ராஜினால் தடுக்க முடியாமல்போன ஒரு முக்கியமான இராணுவத் தாக்குதலாகும். அதில் ஆயுதப்படைகள் ஓமந்தையையும் நெடுங்கேணியையும் கைப்பற்றினர். புளியங்குளம் வீழ்ச்சி காணும் வரை ஜெயசிக்குருவின்போது விடுதலைப் புலிகளின் பாதுகாப்பு நிலைகளுக்கு பால்ராஜே முழுமையாக பொறுப்பாக இருந்தார். அதற்கு பிறகு தீபனுடன் சேர்ந்து பாதுகாப்பு நிலைகளின் ஏற்பாடுகளை விடுதலைப் புலிகளின் கிழக்கு பிராந்தியத்தின் முன்னாள் தளபதி '' கேணல் '' கருணா பொறுப்பேற்றார்.

1998 பெப்ரவரியில் ஓயாத அலைகள் - 2 நடவடிக்கையில் விடுதலைப் புலிகள் கிளிநொச்சியை தாக்கினார்கள். பெரும் இழப்புக்களைச் சந்தித்த பிறகு படையினர் வாபஸ் பெற்றனர். அந்த நடவடிக்கைக்கு முழுமையாக பொறுப்பாக இருந்த பால்ராஜ் ஒரு இராணுவ தந்திரோபாயமாக உளவியல் போர்முறையை கடைப்பிடித்ததாக கூறப்பட்டது. அந்த நடவடிக்கை இலங்கையின் 50 வது சுதந்திர தினக் கொண்டாட்ட நேரத்தில் நடத்தப்பட்டது. பிறகு 1999 நவம்பரில் ஓயாத அலைகள் - 3 நடவடிக்கையின்போது ஒருங்கிணைந்த தொடர்ச்சியான தாக்குதல்களில் விடுதலைப் புலிகள் ஒட்டிசுட்டான், கரிப்பட்டமுறிப்பு, மாங்குளம், கனகராயன்குளம், புளியங்குளம் மற்றும் பல இடங்களில் இருந்த இராணுவ முகாம்களை நிர்மூலம் செய்தனர். இலங்கை இராணுவத்தினர் 18 மாதகால கட்டத்தில் மொத்தமாகப் பெற்ற ஜெயசிக்குருவின் பயன்களை ஒன்பது நாட்களில் விடுதலைப் புலிகள் தலை கீழாக்கினார்கள்.

ஆனையிறவு தளம் - ஓயாத அலைகள் தொடர்ச்சியான ஒரு நடவடிக்கை. யாழ்ப்பாணக் குடாநாட்டிலும் பல சண்டைகள் தொடர்ந்து மூண்டன. இவற்றில் மிகப்பெரியது. ஆனையிறவில் அமைந்திருந்த கேந்திர முக்கியத்துவமுடைய இராணுவ தளத்தை கைப்பற்றுவதற்கு தொடர்ச்சியாக முன்னெடுக்கப்பட்ட நீண்ட நடவடிக்கைகளாகும். ஏ-9 நெடுஞ்சாலை ஓரமாக எழுதுமட்டுவாளுக்கும் இயக்கச்சி/ஆனையிறவுக்கும் இடையில் விநியோகங்களை துண்டிப்பதே ஆயுதப் படையினரைச் ''சுற்றிவளைத்து பலவீனப்ப-

டுத்துவதற்கு’’ விடுதலைப் புலிகள் கடைப்பிடித்த முக்கிய தந்திரோபாயமாக அமைந்தது. துண்டிப்பின் மூலமாக ஆனையிறவு தளத்தை தனிமைப்படுத்த வேண்டியிருந்தது.

அவ்வாறு இடம்பெறுவதை தடுக்கும் ஒரு முயற்சியாக ஆயுதப்படைகள் குடாநாட்டில் வடமராட்சி கிழக்கு கரையோரமாக தாளையடி - மருதங்கேணியில் இருந்து யாழ்ப்பாணம் - கண்டி வீதியில் புதுக்காட்டு சந்திவரை விரிவடையும் ஒரு நாற்கோணப் பகுதியை பலப்படுத்தின. இந்த பகுதி வத்திராயன், புல்லாவெளி, சோரன்பற்று மற்றும் மாசார் உள்ளடங்கிய ’’வத்திராயன் பெட்டி’’ என்று அறியப்பட்டது. அதன் மூலமாக நாட்டுப் பகுதிக்குள் எழுதுமட்டுவாள் தொடங்கி கரையோரத்தில் தாளையடியில் இருந்து ஆனையிறவுக்கு தொடர்ச்சியான விநியோகங்கள் உறுதிப்படுத்தப்பட்டன.

பால்ராஜின் தலைசிறந்த சாதனை - ஊடுருவ முடியாத இந்த பாதுகாப்பு நிலைகளை விடுதலைப் புலிகள் உடைத்தெறிந்த விதம் ஒரு நவீன இராணுவ அதிசயமாகும். அது பால்ராஜின் தலைசிறந்த சாதனையாகும். 2000 மார்ச் 26 ஆம் திகதி கடலில் இருந்து தரைநோக்கி மேற்கொள்ளப்பட்ட ஒரு நடவடிக்கையில் ’’கேணல்’’ சூசை தலைமையிலான கடற்புலிகள் பிரதான நிலப்பகுதி கரையோரத்தில் இருந்து குடாநாட்டுக் கரையோரத்துக்கு 1200 போராளிகளை கொண்டுவந்து இறக்குவதில் வெற்றிகண்டனர். பால்ராஜ் தலைமையிலான இந்த போராளிகள் குடாரப்பு - மாமுனையில் தரையிறங்கி ’’கண்டல்’’ என்று கூறப்படும ஏரி மற்றும் சதுப்பு நிலப்பகுதிகள் ஊடாக நடந்து இரகசியமாக உட்பகுதிக்குள் நகர்ந்தனர். சோரன்பற்றிலும் மாசாரிலும் இருந்த இராணுவ நிலைகள் இராணுவ நிலைகள் நிர்மூலம் செய்யப்பட்டன.அடுத்து விடுதலைப் புலிகள் புதுக்காட்டு சந்திக்கு அண்மையாக ஏ - 9 வீதியை அடைந்தனர்.

அதையடுத்து பால்ராஜ் தலைமையிலான விடுதலைப் புலிகள் பளைக்கு அண்மையாக இத்தாவில் என்று அழைக்கப்படும் ஒரு இடத்தில் தங்களது நிலைகளை அமைத்து இயக்கச்சி/ஆனையிறவுக்கான இராணுவ விநியோகங்களை தடுத்தனர். அடுத்த சில வாரங்கள் தீவிரமான மோதல்கள் இடம்பெற்றன. பால்ராஜும் அவரது துணிச்சல்மிக்க போராளிகள் அணியினரும் பெரும் இடர்பாடுகளுக்கு மத்தியில் இத்தாவிலை தங்களது கட்டுப்பாட்டில் தொடர்ந்து வைத்திருந்தனர். பல நெளிவு சுழிவுகளுக்கு மத்தியில் பால்ராஜ் விட்டுக்கொடுக்காமல் போரிட்டு அவரைத் தோற்கடிப்பதற்கான தொடர்ச்சியான பல முயற்சிகளை முறியடித்தார்.

24 நாட்கள் தொடர்ச்சியான சண்டைகளுக்கு பிறகு இராணுவம் பின்வாங்கியது ஏப்ரில் 19 இராணுவம் ஆனையிறவைக் கைவிட்டது. ஏப்ரில் 22 வைபவரீதியாக விடுதலைப் புலிகள் தங்களின் கொடியை ஆனையிறவில் பறக்கவிட்டனர். பால்ராஜின் நம்பமுடியாத சாதனை இராணுவ கையேடு-

களில் நுணுகி ஆராயப்பட்டது. எதிரியின் பிராந்தியத்துக்குள் ஆழமாகச் சென்று வலிந்துதாக்கும் தாக்குதல்களையும் தற்காப்பு தாக்குதல்களையும் தங்களால் நடத்த முடியும் என்பதையும் மிகவும் பலம்பொருந்திய ஆயுதப்படைகளுக்கு எதிராக ஆகாயமார்க்க ஆதரவு இல்லாமல் சண்டையிட்டு தங்களால் வெற்றிபெற முடியும் என்பதையும் பால்ராஜின் தலைமையின் கீழ் விடுதலைப் புலிகள் நிரூபித்தனர். அது ''மட்டுப்படுத்தப்பட்ட போர்களை'' நடத்துவதில் ஒரு முன்னுதாரணமான மாற்றம் என்று பாராட்டப்பட்டது.

அது நடந்து 25 வருட இடைவெளிக்குப் பிறகு 2013 ஆம் ஆண்டில் எனது பிறந்த மண்ணுக்கு நான் சென்றபோது இத்தாவிலைப் பார்க்க வேண்டும் என்பதில் மிகுந்த ஆர்வமாக இருந்தேன். ஏ - 9 வீதியில் இத்தாவிலில் எமது வாகனத்தில் இருந்து இறங்கிய நாம் வீதியை விட்டிறக்கி உட்பகுதிக்கு செல்ல முடியவில்லை. சுற்றவர இருந்த பகுதிகளில் கண்ணி வெடிகள் இருந்ததே அதற்கு காரணமாகும். அப்போது அந்த பகுதியில் கண்ணிவெடி அகற்றும் பணிகள் முன்னெடுக்கப்பட்டுக் கொண்டிருந்தன.

ஒப்பரேசன் அக்னிகீல - ஆனையிறவு வீழ்ச்சிக்கு பிறகு ஒரு வருடம் கழித்து தற்காப்பு போர்முறையில் பால்ராஜின் உன்னதமான சாதனை நிகழ்ந்தது.2001 ஏப்ரில் 24 ஆம் திகதி இராணுவம் '' ஆரம்பித்த ஒப்பரேசன் அக்னிகீல '' நடவடிக்கையை விடுதலைப் புலிகள் எதிர்க்க வேண்டியிருந்தது. ஆனையிறவை மீளக்கைப்பற்றும் ஒரு முயற்சியாக கிளாலி - எழுதுமட்டுவாள் - நாகர்கோவில் முன்னரங்கப் பாதுகாப்பு நிலைகளில் இருந்து ஆயுதப்படைகள் நகர்ந்தன. இராணுவத்துக்கு கடுமையான இழப்புக்களை விடுதலைப் புலிகள் ஏற்படுத்தினர். ஆனையிறவு வெற்றியையும் ஆனையிறவை தொடர்ந்தும் கட்டுப்பாட்டில் வைத்திருப்பதற்காக '' ஒப்பரேசன் அக்னிகீலவை'' எதிர்த்து நிற்பதில் காட்டிய மகத்தான சாதனையையும் அடுத்து விடுதலைப் புலிகளின் பிரதி இராணுவ தளபதியின புகழ் மேலோங்கியது. பால்ராஜ் ஒரு காவிய நாயகனானார்.

உடல்நிலை பாதிப்பு - ஆனால், பால்ராஜின் உடல்நிலை குன்றத் தொடங்கியது. அவரது இருதயத்தின் ஆரோக்கியம் எப்போதுமே பாதிக்கப்பட்டிருந்தது. அது மேலும் மோசமடையத் தொடங்கியது. அதற்கு மேலதிகமாக நீரிழிவுடன் சிறுநீரக சிக்கலும் இருந்தது. போர்நிறுத்தம் நடைமுறையில் இருந்தபோது நவீன மருத்துவ சிகிச்சைக்காக இரு மெய்க்காவலர்களுடன் பால்ராஜ் 2003 ஆம் ஆண்டில் சிங்கப்பூர் சென்றார். அங்கு அவருக்கு இருதய சத்திரசிகிச்சைக்கு உள்ளானார். நாடுதிரும்பி வரும் வேளையிலேயே சில இராணுவ அதிகாரிகள் அவரை கட்டுநாயக்க விமான நிலையத்தில் சந்தித்தனர். வழமைக்கு மாறான இந்த சந்திப்பு குறித்து இந்த கட்டுரையின் முற்பகுதியில் விபரிக்கப்பட்டிருக்கிறது.

உடல்நிலை மோசமடைந்ததன் விளைவாக பால்ராஜ் ஒப்பீட்டளவில் ஒரு எழுச்சியற்ற வாழ்க்கையை தொடர வேண்டியதாயின்று. விடுதலைப் புலிகளின் இராணுவ அகாடமியில் அதிகாரிகளுக்கு விரிவுரையாளராகவும் பயிற்றுனராகவும் அவர் செயற்பட்டார். இராணுவ தந்திரோபாயம், திட்டமிடல் மற்றும் வியூகங்கள் குறித்து அவர் போதித்தார். விடுதலைப் புலிகளின் கமாண்டோக்களுக்கும் விசேட படைகளுக்கும் அவர் விசேட பயிற்சிகளையும் வழங்கினார். இதற்கு முன்னதாக பால்ராஜ் விடுதலைப் புலிகளின் பல்வேறு பயிற்சி முகாம்களில் வருகைதரு பயிற்றுநராகவும் பணியாற்றினார். இயக்கத்தில் சேர்க்கப்படுபவர்கள் பால்ராஜிடம் படிப்பதற்கும் பயிற்சி பெறுவதற்கும் விரும்பினார்கள்.

உடல்நிலை மேலும் பாதிக்கப்பட்டுவந்த நிலையில், பால்ராஜ் படிப்படியாக தனது நேரத்தை புதுக்குடியிருப்பு வைத்தியசாலை ஒன்றிலேயே செலவிட்டார். ஆனால் , இராணுவ முனையில் அவரது சேவைகள் எந்த வகையிலும் முடிவுக்கு வர முடியவில்லை. 59 வது படையணியை திரட்டுவதும் அதை மணலாறு/வெலிஓயாவில் நிலைவைப்பதும் விடுதலைப் புலிகளுக்கு புதிய சிக்கல்களை தோற்றுவித்தன. இந்த கேந்திர முக்கியத்துவ நிலப்பரப்பில் இலங்கை ஆயுதப்படைகளை கட்டுப்படுத்தி வைத்திருக்க வேண்டியது மிகவும் முக்கியமானதாக இருந்தது.

மீண்டும் ஒரு தடவை பிரபாகரன் பால்ராஜின் சேவையை நாடினார். தனது சுகவீனத்துக்கு மத்தியிலும் ஒரு நீண்டகாலத்துக்கு பால்ராஜ் முன்னரங்க நிலைகளில் தங்கியிருந்தார். அதனால் உடல்நிலை மேலும் மோசமடைந்தது. இருந்தாலும், வைத்தியசாலையில் இருந்து வெளியேறி பாதுகாப்பு நிலைகளை மேற்பார்வை செய்வதற்கு முன்னரங்க நிலைகளுக்கு நீண்ட பயணங்களை அவர் மேற்கொண்டார். அதற்கு பிறகு விடுதலைப் புலிகளின் சிரேஷ்ட தளபதிகளான சொர்ணம், பானு ஆகியோர் பால்ராஜின் சுமையைக் குறைப்பதற்கு உதவ மணலாறுக்கு அனுப்பி வைக்கப்பட்டனர்.

இறுதிப்போரில் விடுதலைப் புலிகள் வெற்றியடைவர் என்று நம்பிக்கை தளராத பால்ராஜ் 2006 மே மாதத்தில் ஊடகங்களுக்கு பகிரங்கமாகக் கூறினார். ”நான்காவது ஈழப்போரே இறுதிப் போராக இருக்கும். அது ஒரு பயங்கரமான போராகவும் இருக்கும். அது எமது மககளுக்கும் எமது தாயகத்துக்கும் நீண்டகாலமாக எதிர்பார்க்கப்படும் விடுதலைப்யைக் கொண்டுவரும். நாம் நிசசயமாக வெற்றியாளர்களாக விளங்குவோம். மக்கள் எங்களுடன் நிற்கிறார்கள்.எமது தலைவர் வெற்றிக்கு எம்மை வழிநடத்திச் செல்வார்” என்று பால்ராஜ் கூறினார்.

மாரடைப்பு - பால்ராஜ் எதிர்வு கூறியதைப் போன்று நிலைவரம் அமையவில்லை மூன்று வருடங்களுக்கு பிறகு 2009 மே மாதத்தில் விடுதலைப் புலிகள் இராணுவ ரீதியாக தோற்கடிக்கப்பட்டனர். முல்லைத்தீவில் பால்ராஜின் சொந்த மண்ணிலேயே இறுதிக்கட்டப் போர் நடந்தது. அப்போது அவர்

உயிருடன் இருக்கவில்லை. ஒரு வருடம் முன்னதாக அவர் இறந்துவிட்டார். புதுக்குடியிருப்பில் உள்ள வைத்தியசாலை ஒன்றில் சிகிச்சை பெற்றுக் கொண்டிருக்கும்போது 2008 மே 20 ஆம் திகதி பிற்பகல் 2 மணியளவில் அவர் மாரடைப்பினால் மரணமடைந்தார். விடுதலைப் புலிகள் இராணுவ ரீதியாக தோற்கடிக்கப்பட்டதை காணும் அவமானம் பால்ராஜுக்கு ஏற்படவில்லை. இறந்த பிறகு அவரை பிரபாகரன் ''பிரிகேடியர்'' தரத்துக்கு பதவியுயர்த்திக் கௌரவித்தார்.

சட்டத்துக்குள் சில மான்கள் - வி. எஸ். அருண்குமார்

எனக்கு அஞ்சு வயசாகும்போதுதான் அந்த ஊருக்குப் போனோம். எங்கப்பாவுக்கு வேலை மாத்தலாயிட்டதால. ஊருன்னு சொன்னா அது ஒண்ணும் ரொம்பப் பெரிய ஊரெல்லாம் கிடையாது.

வடக்கு தெற்கா ஒரு ஒண்ணரை கிலோமீட்டரும், கிழக்கு மேற்கா ஒரு அரை கிலோமீட்டரும்தான் இருக்கும். இதுக்குள்ளயே ஒரு பிள்ளையார் கோவில், அதையொட்டி ஓர் அழகான குளம், ஊருக்கு வெளியிலே ஓர் ஏரின்னு எல்லாமே இருக்கும். அந்த ஊரைப்பத்தியல்ல இந்தக் கதை.

நாங்க அந்த ஊருக்கு வந்து சேர்ந்த கொஞ்ச நாளிலே எங்கப்பா என்னை சலூனுக்குக் கூட்டிண்டு போனார். குளத்துக்கு இடப்புறம் ஒரு சிறிய கிளை நூலகம், அதன் பக்கத்தில் ஒரு பெட்டிக்கடை, ஒரு டெய்லர் கடை மற்றும் இந்த சலூன். அந்தக் காலத்திலே அது ஒண்ணே ஒண்ணுதான் சலூன். அதனால பேரே இல்லாத சலூன். மூணு நாற்காலி இருக்கும். வெளியே ரெண்டு பெஞ்சு போட்டிருக்கும், அதிலே ஒரு தமிழ்ப் பேப்பர். பலர் படித்ததால் கசங்கிப் போய் இருக்கும். எப்பவும் நாலுபேர் அந்த பெஞ்சிலே உட்காந்திருப்பதைப் பார்க்கலாம். ஏதாவது பேசிக் கொண்டும், ஓரிருவர் பீடி பிடித்துக் கொண்டும்.

அதுக்கு முன்னாடி வரைக்கும் நாங்கள் சென்னையின் புறநகரில் இருந்தபோதெல்லாம் சலூன் என்பது இந்த மாதிரி அவஸ்தை கிடையாது. இவ்வளவு கூட்டமுமில்லை, காத்திருக்க வேண்டிய அவசியமுமில்லை. இங்கே ஒரு சின்ன ஆறுதல், அப்பாவின் பதவி காரணமாக ரொம்ப நேரம் காத்திருக்க வைக்காமல் மூணாவதாக நாற்காலியில் உட்கார வைத்தார் அந்தப் பெரியவர். அயர்ன் பண்ணாவிட்டாலும் கசங்காமல் இருந்த எட்டு முழ வேட்டி, சந்தன நிறமும் இல்லாமல் வெள்ளையுமில்லாமல் ஒரு நிறத்தில் மடித்து விடப்பட்ட முழுக்கைச் சட்டை. மேல் மண்டையில் பளபளவென வழுக்கை, மண்டையைச் சுற்றிலும் வெள்ளையாய் நரைத்த முடிகள், அடர்த்தியாய் முறுக்கி விடப்பட்ட மீசை. பத்து நிமிடங்களுக்கொருமுறை நெஞ்சில் சளியினால் ஓர் இருமல். ஒவ்வொரு கட்டிங் முடிந்ததும் வெளியே போய் எச்சில் துப்பி விட்டு வருவார். கூடவே அவர் பசங்கள் இருவரும். ரெண்டு பேருக்-

கும் பதினைந்து பதினாறு வயசிருக்கலாம், அவ்வளவுதான்.

முதன் முதலில் போனபோது••• அப்பப்பா ஒரு மெஷினை வைத்துக் கொண்டு என் தலைமுடியை வெட்டியது இன்னும் நெனைப்பில இருக்கு. அந்த மெஷினில் என் தலை முடி மாட்டிக்கொண்டு••• நான் வலி தாங்க முடியாமல் தலையை அங்குமிங்கும் ஆட்ட, “”தம்பி தலைய அசக்காதீங்க, அப்புறம் கத்தி பட்டுடும்” அப்படீன்னு அவர் பயமுறுத்த, அதிலிருந்து மாதாமாதம் முடிவெட்டும் நிகழ்ச்சி ஒரு பயங்கர கனவாகவே இருந்தது. இதெல்லாம் கொஞ்ச காலம்தான். அதுக்கப்புறம் ஒருநாள் அப்பாவே அவரிடம் மெஷின் போட வேண்டாம் என்று சொல்லிவிட கொஞ்சம் தப்பித்தேன்.

ரெண்டு மூணு வருஷம் கழித்து அப்பா என்னைக் கொண்டு விட்டுவிட்டுப் போய்விடுவார். முடிந்ததுக்கப்புறம் நானே வீடு திரும்ப வேண்டும். அப்போதெல்லாம் அந்தக் கடையில் என்னைக் கவர்ந்தது கண்ணாடியின் அருகில் சட்டம் போட்டு வைத்திருந்த அந்த ஓவியம்தான். அடர்த்தியான பச்சை வண்ணத்தில் வரைந்திருந்த ஒரு வனம். அதில் இரண்டு மூன்று மான்கள். சில பல மரங்கள், அதில் பலவிதப் பறவைகள். அருகில் சிறு நீர்நிலை. அதில் நீந்துகின்ற வாத்துகள் என ஒரு பிருந்தாவனத்தையே சிருஷ்டி செய்திருந்தார் பெயர் தெரியாத அந்த ஓவியர். அந்தக் காலத்திலெல்லாம் சலூன்களில் இது போன்ற அருமையான ஓவியங்களைத்தான் மாட்டியிருப்பார்கள். பெரிய பெரிய முகம் பார்க்கும் கண்ணாடிகளுக்கு இடையே இதுவும் இருக்கும். இன்றைக்கும் கிராமங்களில் உள்ள சலூன்களில் இதனைக் காணலாம்.

அந்த ஓவியத்தைப் பார்க்கும்போதெல்லாம் எனது கற்பனைகள் சிறகடித்துப் பறக்கும். எத்தனை நேரமானாலும் அந்த ஓவியத்தைப் பார்த்துக் கொண்டிருந்தால் பொழுது போவதே தெரியாது. சில சமயம் சின்னப் பையன்தானே என்று எனது முறை வந்தாலும் என்னை விட்டுவிட்டு வேறு யாரையாவது உட்கார வைத்தாலும் தெரியாமல் அந்த ஓவியத்திலேயே லயித்திருப்பேன். முடி வெட்டி முடித்ததும் அவர் ஒரு டவலைப் போட்டு கழுத்தை இப்படியும் அப்படியும் ஒடிப்பதும், தோள்களையும் முதுகையும் அழுத்தி விடுவதும், சொல்ல முடியாத சுகானுபவங்கள்.

வருடங்கள் உருண்டோட நானும் பள்ளிப்படிப்பை முடித்து கல்லூரியில் சேர்ந்தேன். தொழில்நுட்பக்கல்லூரி என்பதாலும் வீட்டிலிருந்து போய் வர முடியாத தூரம் என்பதாலும் ஹாஸ்டல் வாசம்தான். முதன் முறையாக வீட்டை விட்டுத் தனியே. அப்போதுதான் ரொம்ப வருஷத்துக்கப்புறம் வேறொரு சலூனில். புதுசா ப்ளேடு மாத்தி சுகாதாரமாக ஷேவிங், வட்டமான கோத்ரெஜ் டப்பியிலுருந்து நுரை பூசாமல், கேனை அழுத்தியதும் முகத்தை நிரப்பும் நுரை என எல்லாமே ஒரு புது அனுபவமாயிருந்தது. ஆனாலும் முடி வெட்டிவிட்டு குளித்துவிட்டுக் கண்ணாடியில் முகத்தைப் பார்த்தால் மனசுக்-

குத் திருப்தியாயில்லை.

கை மணம் என்கிறார்களே அது இதற்கும் உண்டு. அதனால் மாதமொருமுறை வீட்டுக்கு வரும்போது அவர் கையாலேயே முடிவெட்டிக் கொள்ளக் காத்திருந்தேன்.

அம்மாகூட திட்டுவாங்க.

“‘’’ வர்றதே ஒரு நாளோ ரெண்டு நாளோ,

அதுல கூட அங்கயே மணிக்கணக்குல போய் உக்காந்துக்கணுமா?’’ என்று. முடி வெட்டுவது மட்டுமில்லை, அந்த ஓவியமும் என்னை ஈர்த்தது. நான் மட்டுமா வளர்ந்தேன்? அவரது பசங்க ரெண்டு பேரும் கூட வளர்ந்தார்கள். அவர்களுக்குக் கல்யாணம் ஆன போது ஊரே திரண்டு வந்தது. எல்லோருடைய கழுத்திலும் கை வைக்கும் உரிமை படைத்தவர்களல்லவா?

சொன்னா நம்பமாட்டீங்க, இதெல்லாம் முடிந்து, அதாவது என் கல்லூரிப் படிப்பெல்லாம் முடிந்து வேலைக்குப் போன பிறகும் இது தொடரலாயிற்று. ஆனால் இந்த இடைப்பட்ட காலத்தில் இன்னொரு முக்கியமான விஷயம் நடந்தது. ஆமாம், இன்னும் ரெண்டு சலூன்கள் தோன்றின எங்கள் ஊரில்.

நானும் அந்தக் கடைகளை வெளியில் இருந்து பார்த்திருக்கிறேன். வெளியே அலறும் பாடல், அழகாக நல்வரவு என்று போட்ட கண்ணாடிக் கதவு, அது எப்போதும் மூடியே வைத்திருக்கும். எப்போதாவது கரண்ட் கட் ஆனால் திறந்த கதவின் வழியே பார்த்தால் பெரிய பெரிய காலண்டர்களில் பெயர் தெரியாத ஆங்கில இந்தி நடிகைகள். ஆனாலும் என்னவோ எனக்கு அங்கே போகப் பிடிக்கவில்லை. இந்தக் கடைகள் வந்ததால் ஒரே ஒரு மாற்றம் மட்டும் எனக்குத் தென்பட்டது. அதாவது இப்போதெல்லாம் கடையில் ரொம்ப நேரம் காத்திருக்க வேண்டிய அவசியமில்லை.

கூட்டம் குறைந்து விட்டது கஸ்டமராகிய எனக்கு நல்லது. ஆனால் கடைக்காரருக்கு? பசங்களுக்கும் அப்பாவுக்கும் ஏதோ மனஸ்தாபம் போல. கடையில் சரியாகப் பேசிக் கொள்வதேயில்லை. பல நேரங்களில் ரெண்டு பேரும் கடையில் இருப்பதே இல்லை. நான் ஒருநாள் போயிருந்தபோது அவர் ரொம்பவும் வருத்தப்பட்டார்.

“‘’’பசங்க ரெண்டு பேரும் கொஞ்சம்கூட மதிக்க மாட்டேங்குறாங்க தம்பி. கடைக்கு ஒழுங்கா வரதே இல்லை. அப்புறம் எப்படிக் கூட்டம் வரும்? கேட்டா, கூட்டம் வந்தா நாங்க வரோம் அப்படீன்னு எதிர்வாதம் பேசுறானுங்க. ரெண்டு மருமவ, பேரப்பசங்கன்னு எல்லாருமே இந்தத் தொழிலை நம்பித்தான் தம்பி. அப்படியிருக்க இந்தப் பயலுவ பொறுப்பில்லாம சுத்தறானுவ’’ என்று ரொம்பவே வருத்தப்பட்டார்.

எனக்குக் கேட்கவே கஷ்டமாயிருந்தது. நான் சின்ன வயசில பார்த்ததிலேயிருந்து அவர் அப்படியேதான் இருக்கிறார். அவர் பெயர்கூடத் தெரியாது எனக்கு. எப்போ பார்த்தாலும் ஒரு அறுபது வயசுக் கிழவர் மாதிரியே இருப்-

பார். இப்போ எப்படியும் ஒரு எழுபது வயசாவது இருக்கும்னு நினைக்கிறேன்.

“”என்ன பிரச்னையாம் அவங்களுக்கு?” ஆதரவாகக் கேட்டேன்.

“”பாட்டுப் பொட்டி வைக்கணுமாம். அப்புறம் இதோ இந்த தெய்வீகமா இருக்க இந்தப் படத்தை எடுத்துட்டு என்னென்னவோ அசிங்கம் புடிச்ச பொம்பளைங்க படத்தையெல்லாம் வைக்கணுமாம். முடிதிருத்துதல் அப்படீங்கறது ஒரு கலை தம்பி, இது கடவுள் குடுத்த வரம். நம்ம கையில இருக்க திறமைக்கு வரணும் தம்பி கூட்டம், படத்தைக் காட்டி கூட்டம் சேக்கறதுக்கு என் மனசொப்பலை தம்பி. அது நம்ம கையில இருக்கற கலைக்கு, அதிலே குடியிருக்கற தெய்வத்துக்குச் செய்யற துரோகம் தம்பி. ஒரு சாப்பாட்டுக் கடைக்கு (ஹோட்டலுக்கு அவரது பெயர்) போகிறவங்க சாப்பாடு நல்லா இருக்கான்னுதான் பாக்கணும். படம் பாக்கறதுக்கும் பாட்டு கேக்கிறதுக்கும் இது இடம் இல்லை பாருங்க”

அவரைப் பார்க்க எனக்கு ஒரு விதத்தில் பெருமையாகவும் அதே சமயத்தில் பொறாமையாகவும் இருந்தது. கலையையே விலையாக்கும் இந்த உலகத்தில் இப்படி ஒரு மனிதரா? விளம்பரமும் வெளிச்சமும் இல்லாவிட்டால் கலைக்கு மதிப்பு கிடையாதோ?

அதுக்கப்புறம் ஒரு நாலஞ்சு வருஷம் நான் ஊர்ப்பக்கமே போக முடியவில்லை. வெளி மாநிலங்கள், வெளிநாடு என்று ஒரே அலைச்சல். இப்போது ஒரு மாதம் விடுமுறை. உடம்பு ஓய்வுக்காகத் திணறிய நேரம். மறுபடியும் ஊருக்குப்போய் அவர் கையால் முடிவெட்டிக் கொண்டு கழுத்தையும் சுளுக்கெடுத்துவிட்டால்தான் தீரும் போல இருந்தது. அவர் சொல்லுவார்: “”தம்பி, மூளையிலேர்ந்து எல்லாக் கட்டளையும் எப்படி உடம்போட பிற உறுப்புகளுக்குப் போகுதுங்கிறீங்க? எல்லாம் கழுத்து வழியா இந்த முதுகுத்தண்டுக்கு வந்து அதிலேந்துதான். அதனால கழுத்து எப்பவும் ரொம்ப எளிசா, எந்தப் பிடிப்பும் இல்லாம இருந்தாதான் மூளையோட கட்டளைகள் வேகமாகப் போகும் தம்பி. இல்லேன்னா எப்பவுமே சோம்பலாத்தான் இருக்கணும்”

இப்போ ரொம்ப நாள் கழிச்சு அவரைப் பார்க்கணும்னு தோணிச்சு. ஊர்ப்பக்கம் புறப்பட்டேன். காரில் ஏறினால் அரைமணி நேரம்தான். காரை கோவிலின் மூலையில் விட்டுவிட்டு கடைக்குப் போனால் அதிர்ச்சி. கடையைக் காணவில்லை.

பக்கத்திலிருந்த டெய்லரிடம் கேட்டேன்.

“”அவங்க கடையை மூடி ரெண்டு மூணு வருஷம் ஆச்சே... பசங்க அடுத்த தெருவிலே பெரிய கடை போட்டிருக்காங்க” என்றார்.

அடுத்த தெருவில் கடையைத் தேடிப் போனேன். “ரவி ஹேர் ட்ரெஸ்ஸஸ்' பெரிய போர்டில் யாரோ ஒரு ஹாலிவுட் நடிகை சிரித்தாள்.

உள்ளே நுழைந்ததும் பெரிய பையன் ரவி வரவேற்றான்.

“”’ வாங்க தம்பி, ரொம்ப நாளாச்சு உங்களைப் பார்த்து” என்றான். உள்ளே ஏதோ ஆங்கிலப்பாடல் மெலிதாக ஒலித்துக் கொண்டிருந்தது. திரும்பிய இடமெல்லாம் ஹாலிவுட், பாலிவுட் மற்றும் கோலிவுட் நடிகைகள் என்னைப் பார்த்து சிரித்துக் கொண்டிருந்தார்கள்.

“”’ஆமாம், வெளியிலே சுத்த வேண்டிய வேலை, அதான் வர முடியாமப் போச்சு”

“”’கட்டிங் பண்ணிடலாமா? அப்படியே ஒரு ஆயில் மஸாஜும் கூடப் பண்ணிடலாமா?”

“”’சரி” என்று தலையாட்டினேன். நிஜமாகவே அற்புதமாக இருந்தது சலூன்.

“”’எப்போ இந்தக் கடை திறந்தீங்க?”

“”’மூணு வருஷம் ஆச்சு தம்பி. எவ்வளவு சொன்னாலும் அப்பா அந்தக் கடையை கொஞ்சம் கூட மாத்த விடலை. போட்டி அதிகமாயிடுச்சு தம்பி, கடையில ஆளே வரலை. இவர் எவ்வளவு சொன்னாலும் புரிஞ்சிக்கிடலை. கடைக்கு வாடகை குடுக்கக்கூட முடியலை தம்பி. அப்போதான் நம்ம கவுன்சிலர் மூலமா பாங்கில கடன் வாங்கி, இந்தக் கடையை ஆரம்பிச்சோம். ஏதோ நல்லாப் போகுது தம்பி”

முடிவெட்டி முடிந்ததும் தலையை நன்றாகத் துடைத்து ஆயில் மஸாஜ் செய்தார். நல்ல தூக்கம் வருகிற நேரத்தில் எழுப்பி அப்படியே நாற்காலியைப் பின்னுக்குச் சாய்த்து என் தலையை ஷாம்பூவினால் கழுவினார்.

பிறகு, “”’தம்பி முடிஞ்சிடிச்சி” என்றார். கண்ணாடியைப் பார்த்து தலை வாரிக் கொண்டேன். வீட்டுக்குப்போய்க் குளிக்க வேண்டிய வேலையே இல்லை போலிருக்கிறது.

500 ரூபாயை எடுத்துக் கொடுத்து விட்டு, “”’மீதியை வைத்துக் கொள்ளுங்கள்” என்றேன். “”’அப்பா எப்படி இருக்கார்?”

“”’நல்லா இருக்கார் தம்பி. என்ன கடைக்கு வற்றதில்லை, எங்க மேல கோபம் இன்னும் தீரலை தம்பி. உங்களை மாதிரி பழைய ஆளுங்கள்லாம் இன்னும் அப்பாவைக் கேக்கறாங்க”

அவரை நினைத்துக் கொண்டே வெளியே நடந்தேன்.

காலத்துக்கு ஏற்றாற் போல மாறாதது தவறா? அல்லது மாறாமல் நின்றதுதான் சரியா? தனக்கென்று சில சட்டங்களை வகுத்துக் கொண்டு அதனை மீறாமல் இருப்பது தவறா? எனக்குப் புரியவில்லை.

திரும்பி வரும் போது ஒரு சிகரெட் பிடிக்க வேண்டும் போலத் தோன்றியது. பழைய கடைக்குப் பக்கத்தில் இருந்த பெட்டிக்கடையில் நின்று சிகரெட் வாங்கிக் கொளுத்தினேன். முடியும் தருவாயில், “”’தம்பி” என்று ஒரு குரல். யாரென்று திரும்பிப் பார்த்தால் அவர். சடக்கென்று சிகரெட்டைத் தூக்கிப் போட்டுவிட்டு, “”’எப்படி இருக்கீங்க?” என்றேன்.

“”நல்லா இருக்கேன் தம்பி” என்றார்.

“”கடையத் தேடி வந்தீங்களா?”

“”ஆமாங்க. அப்புறம்தான் உங்க பசங்க அடுத்த தெருவிலே கடை போட்டிருக்கறதா சொன்னாங்க”

“”என்னத்தச் சொல்ல தம்பி... அங்கேதான் போயிட்டு வரீங்களா?”

“”ஆமாங்க”

என் முகத்தைக் கையால் பிடித்து இப்படியும் அப்படியும் திருப்பிப் பார்த்-தார்.

“” தம்பி, கொஞ்சம் என்னோடு வாங்க” என்றார்.

நானும் அவர் பின்னாலேயே நடந்தேன். பழைய கடைக்கு மிகவும் அரு-கில்தான் அவர் வீடு. பழைய காலத்து வீடு. சுற்றி நடந்தவர் வீட்டின் பின்-புறம் மாமரத்தின் அடியில் ஒரு நாற்காலியைப் போட்டு என்னை உட்காரச் சொன்னார். ஒன்றும் புரியாமல் உட்கார்ந்தேன். சிறிது நேரத்தில் ஒரு பித்த-ளைப் பெட்டியை எடுத்து வந்தார். அதனுள்ளிருந்து ஒரு கத்தியை எடுத்த-வர் சாணைக் கல்லை எடுத்து அதில் தேய்க்க ஆரம்பித்தார். பிறகு என்ன-ருகில் வந்து என் கிருதாவை மழிக்க ஆரம்பித்தார். இப்படியும் அப்படியும் முகத்தைத் திருப்பிப் பார்த்து திருப்தியடைந்ததும், “”என்னா வேலை செய்-யறாங்க தம்பி, ரெண்டு பக்கமும் கிருதா சமமாயிருக்க வேண்டாமா? இப்போ பாருங்க தம்பி” என்று பழைய ரசம் போன கண்ணாடியைக் காண்பித்தார்.

கண்ணாடியில் எதுவும் தெரியவில்லை. ஆனால் அவர் முகத்தில் தெரிந்த திருப்தியிலிருந்து இப்போது கிருதா சரியாக இருக்கும் என்று தெரிந்தது. புன்னகையுடன் தலையாட்டினேன். பிறகு பாக்கெட்டிலிருந்து ஒரு நூறு ரூபாயை எடுத்து நீட்டினேன்.

“”அதெல்லாம் வேண்டாம் தம்பி, கடவுள் புண்ணியத்துல என் பசங்க என்னை நல்லாவே பாத்துக்கறாங்க. என்னா ஒண்ணு, தொழில் சுத்தம் இல்லை... இந்தக் காலத்துப் பசங்க கிட்டே”

அவரை நினைக்கையில் இன்னும் பெருமையாகவும் பொறாமையாகவும் இருந்தது. அவரிடம் விடைபெற்றுக் காரை நோக்கி நடந்தேன்.

சிறிது தூரம் போனதும் மறுபடியும் அவர் குரல் என்னை அழைத்தது.

“” தம்பி கொஞ்சம் நில்லுங்க” கையில் ஒரு பெரிய பையுடன் வேக வேகமாக என்னைத் தொடர்ந்து வந்தார்.

கேள்வியுடன்நின்றேன்.

“”இந்தாங்க தம்பி. இனிமே இது உங்ககிட்டே பத்திரமா இருக்கட்டும்”

பையை வாங்கி உள்ளே என்ன இருக்கிறது என்று பார்த்தேன். ஒரு பேப்-பரில் சுற்றி, பிய்ந்து போன சட்டங்களுக்குள், கரும்பச்சை நிறத்தில் வனமும் அதில் மான்களும்.

www.ingramcontent.com/pod-product-compliance
Lightning Source LLC
LaVergne TN
LVHW091521200926
848483LV00002B/272